இந்திய சரித்திரக் களஞ்சியம்

1761-1770

பதிப்பு
அ.வெண்ணிலா

வெளியீடு

வெளியீடு : 25
ISBN : 978-81-921785-1-6

இந்திய சரித்திரக் களஞ்சியம்
ப.சிவனடி

பதிப்பு : அ.வெண்ணிலா

முதல் பதிப்பு : 28, டிசம்பர்-2011 / இரண்டாம் பதிப்பு : டிசம்பர்-2018 / பக்கங்கள் : 696
ஒளியச்சு : எஸ்.தீபா, வசந்தி, ரேணுகா தேவி, கலைவாணி
அட்டை வடிவமைப்பு : டிராட்ஸ்கி மருது / நூல் வடிவமைப்பு : எஸ்.மாரீஸ்,
த.டேனியல் பிரபாகர் / அச்சாக்கம் : மணி ஆப்செட், சென்னை.
வெளியீடு : அகநி வெளியீடு,
எண் : 3, பாடசாலை வீதி, அம்மையப்பட்டு, வந்தவாசி - 604 408.
பேசி : 98426 37637 / 94443 60421
மின்னஞ்சல் : akaniveliyeedu@gmail.com

விலை : ரூ 7500 /- (எட்டுத் தொகுப்புகளும் சேர்த்து)

Indhiya Sarithira Kalangiyam
Pa.Sivanadi

Edited by : A.Vennila

First Edition : 28th December - 2011   /   Second Edition : December - 2018   /   Pages : 696
Laser typeset : S.Deepa, Vasanthi, Renugadevi, Kalaivani   /   Wrapper : Trostky Marudhu
Layout : S.Maries, D.Daniel Prabakar   /   Printed by : Mani Offset, Chennai.
Published by : Akani Veliyeedu, No : 3, Paadasalai Street,
Ammaiyappattu, Vandavasi - 604 408.
Cell : 98426 37637 / 94443 60421
e-mail : akaniveliyeedu@gmail.com

காலத்தின் பக்கமிருந்து...

வரலாறு என்பது வெறும் நிலப்பரப்பையோ அரசர்களின் பெருமையையோ கற்களாலான கோட்டைகள் பற்றியோ பேசுவது மட்டுமல்ல; இப்புவியில் வாழ்ந்து மடிந்த மனிதர்களின் இரத்தமும் சதையுமான வாழ்க்கையைப் பதிவு செய்வதே உண்மையான வரலாறாக இருக்க முடியும்.

தமிழர்களுக்கு வரலாற்றுப் பதிவுகள் மீது அக்கறை இல்லை, தமிழில் நல்ல வரலாற்று நூல்கள் வெளிவரவில்லை என்கிற நெடுங்காலப் பெருங்கவலையைத் தீர்க்கும் வகையில் 25 ஆண்டுகளுக்கு முன் (1987 இல் முதல் தொகுதி வெளியீடு) வெளிவந்த தமிழின் மிகச் சிறந்த வரலாற்றுத் தொகுப்பு ப.சிவனடி அவர்கள் எழுதிய 'இந்திய சரித்திரக் களஞ்சியம்'.

கி.பி.1700 தொடங்கி 1840 வரை 140 ஆண்டுகால உலக, இந்திய, தமிழக வரலாற்றைப் பல்வேறு சுவாரசியமான புள்ளி விவரங்களோடும், பலதரப்பட்ட நூல்களின் குறிப்புகளோடும் அரிதினும் முயன்று தொகுக்கப்பட்டுள்ளது இந்நூல். 10 ஆண்டுகளுக்கு ஒரு நூலென 140 ஆண்டுகால வரலாற்றை 15 தொகுதிகளாக (1711-1720 ஆண்டு இரண்டாம் பத்து, இரு தொகுதிகளாக வந்துள்ளது) எழுதியுள்ளார் வரலாற்றறிஞர் ப.சிவனடி.

நம் சிந்தனைக்கு எட்டாத இந்த 140 ஆண்டுகால வரலாற்றின் ஒரு செய்தியை, ஒரு நிகழ்வை எடுத்துக்கொண்டு, அதனைத் தமிழக - இந்திய - உலகளாவிய நிகழ்வுகளுடன் ஒப்பிட்டு, வாசகர்கள் எளிமையாய் புரிந்துகொள்ளும் வண்ணம் எழுதப்பட்டுள்ளது இந்நூலின் சிறப்பாகும்.

இந்நூலின் இரண்டொரு தொகுதிகளை மட்டும் கையில் வைத்துக் கொண்டு, "இதை மறுபதிப்பாக கொண்டுவர வேண்டும்..."என்று அ.வெண்ணிலா சொன்ன போது மலைப்பாகத்தான் இருந்தது.அவரது தளராத ஆர்வமும், ஈடுபாடான உழைப்பும் "முடியும்" என்கிற நம்பிக்கையைத் தர "செய்வோம்" என்று சம்மதித்தேன்.

இந்நூலுக்கான முன்வெளியீட்டுத் திட்டப் பணிகளை விரைந்து துவங்கி, தமிழகம் முழுவதுமுள்ள முந்நூறுக்கும் மேற்பட்ட புத்தக ஆர்வலர்கள், கல்லூரிகள், இதழ்கள் எனக் கடிதங்களை அனுப்பிவிட்டு, புத்தகங்களைத் தேடும் பணிகளில் தீவிரமாய் இறங்கினோம்.

வழக்கம்போலவே, தமிழ்ச் சமூகத்தின் ஆழ்ந்த மௌனம் லேசாய் கலங்கடித்தது. எவ்விதமான பதிலும் யாரிடமிருந்துமில்லை. கனத்த மௌனத்தை உடைத்தெறிந்தது, முதல் குரலாய் ஒலித்த அன்புத்தோழர் இயக்குநர் பாரதிகிருஷ்ணகுமாரின் அழைப்பு.

"வாழ்த்துகள்... முருகேஷ். நல்ல முயற்சியில இறங்கியிருக்கீங்க. நண்பர்கள் வட்டத்தில் நானும் அறிமுகம் செய்றேன்..."

பிறகு பலரிடமிருந்தும் பதில் வர ஆரம்பித்தது.

விமர்சகர், எழுத்தாளர் டாக்டர். கே.எஸ்.சுப்ரமணியன், 'கதைசொல்லி' பதிப்பாசிரியர், வழக்கறிஞர் கே.எஸ்.ராதாகிருஷ்ணன், கவிஞர் தங்கம்மூர்த்தி, திருச்சி கோ.செண்பகநாதன், பொள்ளாச்சி டாக்டர் மகாலிங்கம் காலேஜ் ஆப் இஞ்சினியரிங் அண்டு டெக்னாலஜி ஆகியோர் வாழ்த்துகளோடு முன்வெளியீட்டுத் திட்டத் தொகையையும் அனுப்பித் தந்து, ஆதரித்தனர்.

விழித்திறன் மாற்றுத்திறனாளியாய் இருந்தும், புத்தக வாசிப்பில் தீராக் காதலோடு இருக்கும் சிதம்பரம் அரசுப் பெண்கள் மேல்நிலைப்பள்ளியின் அறிவியல் பட்டதாரி ஆசிரியர் ந.இரவிச்சந்திரனின் வாழ்த்தும் பாராட்டும் செயல்பாட்டிற்கு ஊக்கம் தந்தன. நூல் அறிமுகத்திற்காகக் கோவை மாநகரக் கல்லூரிகளை என்னோடு சுற்றிவந்த தோழர் ஆ.பாலாஜியின் அன்பும், 'உயிர் எழுத்து' வாசகர்களிடத்து நூல் வருகையை அறிமுகம் செய்த அன்புத் தோழர் சுதீர்செந்திலின் தோழமையும் மறக்க முடியாதவை.

"அந்தப் புண்ணிய புருஷரோட வாரிசுகளாயிருந்து, இந்தப் புத்தகத்தைக் கொண்டு வாரீக. ரொம்ப மகிழ்ச்சிய்யா...!" என்ற பேராசிரியர் சாலமன் பாப்பையாவின் பாராட்டும் பங்களிப்பும் நெகிழ வைத்தன.

தோழமையோடு நல்ல பல ஆலோசனைகளை வழங்கிய 'கலைஞன்' பதிப்பகம் மா.நந்தன், புன்னகை ததும்பும் வார்த்தைகளால் நூல் வருகையைக் கொண்டாடி, அட்டையையும் வடிவமைத்துத் தந்த அன்பினிய அண்ணன் ஓவியக்கலைஞர் டிராட்ஸ்கி மருது ஆகியோரின் தோழமைக்கு என்றும் நன்றி. இத்தொகுப்புத் தயாரிப்புப் பணிகளில் ஒரு குடும்பமாய் இருந்து பிழை திருத்தித் தந்த எழுத்தாளர் கமலாலயன், ஒளியச்சு மற்றும் வடிவமைப்புப் பணிகளைத் தூங்கா விழிகளோடு செய்து தந்த எஸ்.மாரீஸ், த.டேனியல் பிரபாகரன் என்றும் நினைவில் நிற்பார்கள்.

எல்லாவற்றிற்கும் மேலாய் புத்தகம் தேடும் முயற்சிக்கு உறுதுணையாய் இருந்து அரிய பல ஆலோசனைகளை வழங்கியதோடு, இந்நூல் உருவாக்கத்தில் பேருதவி புரிந்த அன்பிற்கினிய அண்ணன் டாக்டர் மு.ராஜேந்திரன், இ.ஆ.ப., அவர்களின் வழிகாட்டு தலுக்கும் நன்றி.

சமகால வரலாற்று நூல்களில் மிக முக்கியமானதும், தனித்துவமானதுமான நூல் எனப் பல்வேறு ஆராய்ச்சியாளர்கள், எழுத்தாளர்களால் பாராட்டுப் பெற்ற இந்நூலை, இன்றைய தலைமுறை வாசகர்கள், ஆய்வு மாணவர்கள், கல்லூரிகள், நிறுவனங்கள் எனப் பலரும் பயன்பெற வேண்டும் என்கிற நல்நோக்கில், இந்தத் தொகுப்புப் பணியை, தன் படைப்புப் பணியினும் மேலாய் நினைத்துத் தொகுத்துத் தந்த அ.வெண்ணிலாவின் இப்பணியைத் தமிழ்கூறு நல்லுலகம் போற்றிக்கொண்டாடும் என உறுதியாய் நம்புகின்றேன்.

இந்தத் தொகுப்புப் பணியில் கற்றுக்கொண்டவை ஏராளம். கடந்த 25 ஆண்டுகளாக காதலோடு செய்த நண்பர்களுக்கான புத்தகத் தயாரிப்புப் பணிகளில் இதுவரை நூற்றுக்கும் மேற்பட்ட நூல்களைக் கொண்டுவந்திருந்த போதிலும், 'அகநி' வெளியீட்டைத் தொடங்கிய இந்தப் பத்தாவது ஆண்டில், 25 ஆவது நூலாக வரலாற்றறிஞர் ப.சிவனடியின் இந்தத் தொகுப்பைக் கொண்டு வருவது, மிகுந்த மனநிறைவையும் நெகிழ்வையும் தருவதாக உள்ளது.

பெரும் சுமையுடன் தடுமாறிக்கொண்டிருந்த எங்களுக்கு ஆதரவுக் கரம் நீட்டிய அன்புள்ளங்களை நினைவுகூர்வது இரண்டாம் பதிப்பு வரும் இவ்வேளையில் அவசியமாகிறது. அரிய இந்த முயற்சியைக் கொண்டாடியதோடு, தென் மாவட்டங்களின் கல்லூரிகளில் இத்தொகுதியை அறிமுகம் செய்தவர், தூத்துக்குடி காமராஜ் கல்லூரியின் முன்னாள் முதல்வர், பேராசிரியர் சா.செல்வராஜ், அன்னம்மாள் கல்லூரியின் தாளாளர் திரு.டி.கணேசன், தினத்தந்தியின் உரிமையாளர் திரு.சிவந்தி ஆதித்தன், பிராட்லைன் கம்ப்யூட்டர்ஸ் உரிமையாளர் டாக்டர் எம்.ஆறுமுகம், ஆனந்தா மெட்டல்ஸ் உரிமையாளர் திரு.குமரப்பன், இந்து சமய அறநிலையத் துறை உதவி இயக்குநர் தேவிகாபுரம் சிவகுமார் முதலானோருக்கு நெஞ்சம் கனிந்த நன்றிகள்.

ஆனந்த விகடன் சிறந்த நூல்களுக்கான 'சிறந்த வெளியீடு' பிரிவில் விருது வழங்கி கௌரவித்தது. மணிவாசகம் பதிப்பகத்தின் நிறுவனர் ச.மெய்யப்பன் அறக்கட்டளை வழங்கிய சிறந்த பதிப்பக விருதை இத்தொகுதி பெற்றுத் தந்தது. நம்பிக்கைத் தந்த எல்லோருக்குமான நன்றிகளுடன்.

- மு.முருகேஷ்,

வெளியீட்டாளர்.

பெருங்கடலின் கரையோரத்தில்...

காஞ்சிபுரம் இலக்கிய வட்டம் நாராயணன் தமிழில் வெளியாகும் முக்கிய புத்தகங்களை உடனே தேடிப் பிடித்து வாங்கிவிடுவார். அவர் நடத்தும் கூட்டங்களில் கலந்து கொள்பவர்களுக்கு உடனுக்குடன் சுடச்சுட அப்புதிய புத்தகங்களைப் பரிசாகத் தருவார். தொட்டுத் தடவிப் பார்த்து பெரும் மகிழ்ச்சியோடு பைக்குள் வைத்துக் கொண்டு பயணம் செய்வோம். எங்கள் திருமணம் முடிந்து இரண்டரை மாதங்களே முடிந்திருந்த நேரத்தில் நானும் முருகேஷும் இலக்கிய வட்டம் கூட்டத்திற்குச் சென்றிருந்தோம். அது 28.06.1998. 'அன்புடன் இலக்கிய வட்டம் நாராயணன்' எனக் கையெழுத்திட்டு இந்திய சரித்திரக் களஞ்சியம் தொகுதி-6 ஐ முருகேஷுக்கும், தொகுதி 8-ஐ எனக்கும் பரிசளித்தார். நூலின் தயாரிப்போ, வரலாறு பற்றிய ஆர்வமில்லாததோ, சரியான காரணத்தைக் கூறமுடியவில்லை... எந்தச் சுவாரசியமுமின்றி புத்தகத்தைப் பைக்குள் போட்டுக் கொண்டு, நாங்கள் இருவரும் பேருந்தில் வெறும் பேச்சோடு பயணம் செய்தோம். இரண்டு தொகுதிகளும் எங்கள் புத்தக அலமாரிகளில் அடைக்கலம் புகுந்தன. வேறெதாவது புத்தகத்தைத் தேடும்போது கண்ணில் படும். 'அய்யோ இந்தப் புத்தகத்தை இன்னும் படிக்கவில்லையே' என ஒரு விநாடி தோன்றும். பிறகு அவசரமாக அந்தப் புத்தக நினைவைக் கடந்து விடுவேன்.

சரியாகப் பதினொரு ஆண்டுகள் கழித்து அந்தப் புத்தகத்தை நான் தேடியலையும் நிலை உண்டானது. டாக்டர் மு.ராஜேந்திரன்,இ.ஆ.ப அவர்களுடன் இணைந்து தொகுத்த 'வந்தவாசிப் போர்-250' புத்தகத் தயாரிப்பிற்காக வந்தவாசியின் வரலாற்றைத் தேடியலைந்தேன். வந்தவாசி பற்றிய குறிப்புகள் இடம்பெற்றுள்ள நூல்களைத் தேடியலைகையில் நண்பர்கள் பரிந்துரைத்த நூல்களில் முதல் இடம் பிடித்தது ப.சிவனடி எழுதிய இந்திய சரித்திரக் களஞ்சியம். மனத்திற்குள் மிகப்பெரிய வேதனைப் பந்து சுழன்றது. என் வேரை எனக்கு அறிமுகப்படுத்தும் பொக்கிஷத்தைக் கைகளில் வைத்துக் கொண்டு, பாராமுகமாய் இருந்த என் அறியாமை எனக்கு உறைத்தது. தவிர்க்க இயலாமல் மனத்திற்குள் நான் இழந்த என் தந்தையின் நினைவு வந்தது. புத்தகப் பெரும் புதையலுக்குள் தேடி தொகுதி-6-ஐக் கண்டெடுத்தவுடன் மனம் முழுக்கப் பரவசம். வந்தவாசிக் கோட்டையைப் பற்றியும், வந்தவாசிப் போர் பற்றியும் அவ்வளவு தகவல்கள்.

காலம் கடந்து நான் கண்டெடுத்தாலும் இரண்டு உண்மைகளை உணர்ந்தேன். ஒன்று, இத்தொகுப்புகள் எழுதப்பட்டு 25 ஆண்டுகள் கழித்தும் அதனுடைய தேவை இன்றும் மாறாமல் இருந்தது. மற்றொன்று, அத்தொகுப்புகளுக்குச் சமமான புத்தகங்கள் பின்வந்த காலங்களில் வேறொன்றும் வெளிவராதது. புறக்கணிக்கவே முடியாத இடத்தில் சிவனடியின் தொகுப்புகள் எக்காலத்தும் நிற்கும் என்ற உண்மை, என்னை மொத்தத் தொகுப்புகளையும் தேட வைத்தது. இணையம், நூலகங்கள், ஆய்வு மையங்கள் என பல இடங்களில் சுற்றியலைந்தேன். எழுத்தாளர் எஸ்.ராமகிருஷ்ணன் தன் வலைப்பக்கத்தில் ப.சிவனடியின் ராட்சஸத்தனமான பங்களிப்புப் பற்றி எழுதியிருந்ததைப் படித்தேன். ப.சிவனடியின் மேல் தீராப் பிரமிப்பு உண்டானது.

புதுச்சேரி பிரெஞ்சு ஆய்வியல் நிறுவனத்திற்குச் சென்று அங்கிருந்த அவரின் 14 தொகுதிகளையும் பார்த்தேன். புரட்டிப் பார்த்தால் மயக்கம் வருவது போல் இருந்தது. ஒரு தனி நபர், இவ்வளவு பெரிய பணியை எப்படிச் செய்ய முடிந்தது என்ற திகைப்பில் இருந்து மீள முடியவில்லை. ஆனால் அந்த ஆய்வியல் நிறுவனத்தில் குறிப்புகள் எடுத்துக்கொள்ள வாய்ப்பிருந்ததே தவிர மொத்தப் புத்தகத்தையும் பிரதி எடுக்க அனுமதியில்லை. அவரின் 14 தொகுதிகளையும் எனக்கென்று வைத்துக்கொள்ளத் தொடர்ந்து தேடினேன். பிறகு அத்தனைத் தொகுதிகளையும் பெற இயக்குனர் சிம்புதேவன், நியூ புக் லேண்ட்ஸ் சீனுவாசன் ஆகியோர் ஊக்கம் தந்தனர். முன்னாள் நூலக இயக்குனர் ஆவுடையப்பன், உலகத் தமிழாராய்ச்சி நிறுவன இயக்குனர் பெருமாள்சாமி, மாவட்ட மைய நூலகங்களில் இருந்து தொகுதிகளைப் பெற உதவிய நண்பர்கள் டி.ரமேஷ், சி.ஜெயக்குமார், என்.ஆர்.அரங்கநாதன், பி.முருகன் ஆகியோரின் உதவியுடன் மொத்தத் தொகுதிகளையும் ஒன்று திரட்டினேன்.

தமிழ் இலக்கிய உலகிற்குள் வரலாறும் இணைந்து செயல்படுகிறதா என்ற சந்தேகம் உள்ளது. அப்படி இருப்பின் தமிழ் இலக்கியவாதிகளும் வரலாற்றறிஞர்களும் ப.சிவனடியை உச்சி முகர்ந்து கொண்டாடலாம்.ஒரு பல்கலைக்கழகம் முயன்று இப்படிப்பட்ட பெரும் பணியைச் செய்திருக்க வேண்டும். தனிநபராய்ச் சிவனடி செய்திருக்கிறார்.

ப.சிவனடி தன்னுடைய சுய உழைப்பில், பொருளாதாரத்தில் இத்தொகுதிகளைக் கொண்டு வந்துள்ளார். கி.பி. 1700-முதல் கி.பி. 2000 வரையான

300 ஆண்டுத் தமிழக, இந்திய, உலக வரலாற்றை எழுதத் திட்டமிட்டு, தன் வாழ்நாளையே அதற்காகச் செலவிட்டுள்ளார். 1987-தொடங்கி ஆண்டுக்கொரு புத்தகம் என முயன்று 14 தொகுதிகளை வெளியிட்டுள்ளார். சிலருடைய பிறப்பும், மரணமும் வரலாற்றில் மிகப்பெரிய பாதிப்புகளை, இழப்புகளை உண்டாக்கும். ப.சிவனடியின் மரணம், தமிழகம் 160 ஆண்டுகால வரலாற்றைப் பதிவு செய்ய முடியாமல் செய்துவிட்டது.

ப.சிவனடி அவர்களின் தனிப்பட்ட வாழ்வைப் பற்றி எனக்கொன்றும் தெரியாது. அவர் சென்னையில் வசித்ததாகக் கேள்விப்பட்டு எழும்பூர், அசோக் நகர் பகுதிகளில் தேடித் திரிந்தேன். அவரைத் தினம் சந்தித்த, அவருடைய கடைக்கருகில் வசித்த முதியவர் ஒருவரிடம் சிவனடி பற்றிப் பேசும் வாய்ப்பு மட்டுமே கிடைத்தது. கலைஞன் பதிப்பகம் மாசிலாமணி அவர்கள் மூலம் ஓவியர் டிராட்ஸ்கி மருதுவும், எழுத்தாளர் மா.அரங்கநாதனும் சிவனடியை அறிந்திருந்தனர். நண்பர்கள் மூலமாக அவர் விருதுநகர்க்காரர் என்றறிந்து, விருதுநகரிலும் தேடினேன். செய்தியறிய முடியவில்லை, அவரைப் பற்றிய தகவல்கள் ஒன்றும் கிடைக்காமல் போகப் போக, அவரின் தொகுப்புகள் என்னை மிகமிக நெருங்கி வரத் தொடங்கின. அவரின் தொகுப்புகளை மீண்டும் கொண்டுவர வேண்டும் என்ற ஆர்வம் மேலெழத் தொடங்கியது.

கடந்த ஏப்ரல் 5-ஆம் தேதி துவங்கி இன்றுவரை என் நினைவில் வேறெதுவும் இல்லை. புத்தகங்களைத் தட்டச்சு செய்யச் செய்வது, பிழைதிருத்தம் பார்ப்பது, பொருத்தமான படங்களைத் தேடுவது என 5,000 பக்கங்களை மொத்தமாக அச்சுக்கு கொண்டுவருவதற்கான அத்தனை நெருக்கடிகளையும் நான் அனுபவித்துவிட்டேன். அத்தனை வேலைகளிலும், ப.சிவனடி மீதான மதிப்பும் பிரமிப்பும் கணந்தோறும் கூடிக்கொண்டேயிருந்தது.

ப.சிவனடி 14 தொகுதிகளிலும் வரலாற்றைச் சொல்லப் பயன்படுத்திய உத்தி, மொழிநடை, சொன்ன விதம் குறித்து தமிழின் மிக முக்கியமான வரலாற்றறிஞரான டாக்டர் ராஜைய்யன் தன் முன்னுரையில் விரிவாகக் கூறியுள்ளார் ஒரு வாசகியாக நான் ப.சிவனடியை வாசித்து அறிந்த விதம் தனிப்பட்ட விதத்தில் எனக்கு நெகிழ்ச்சியானது.

ஒரு சிறு வரலாற்று நிகழ்வைச் சொல்ல முனையும் போது, அவரின் மனத்தில் அந்நிகழ்வு மட்டும் முக்கியத்துவம் பெறுவதில்லை. அந்நிகழ்வு போன்று ஏற்கனவே வரலாற்றில் இடம் பெற்றுள்ள விதம், நிகழ்வு நடைபெற்ற இடம், அதன் வரலாற்றுப் பின்னணி, அதன் அரசியல் விளைவுகள்... என ஆழமான பார்வையுடன் வரலாற்றைப் பதிவு செய்கிறார். வரலாறு அறிஞர்களுக்கு மட்டுமல்ல; சாமான்ய மக்களுக்குமே என்ற புரிதல் அவரின் பார்வையில் உள்ளது. வரலாற்றைத் தனித்துப் புரிந்து கொள்ளாமல் அதன் அத்தனைப் பரிமாணங்களுடன் சேர்த்து புரிந்து கொள்வதே முழுமையான புரிதலாக இருக்க முடியும் என்பதையும் உணர்த்துகிறது இத்தொகுப்பு.

ஆசிரியரின் கருத்தாக எதையும் கூறாமல், பல இடங்களில் வரலாற்று நிகழ்வுகளை மட்டுமே பதிவு செய்துள்ளார். மிகச் சில இடங்களில் மட்டுமே நிகழ்வுகள் குறித்துத் தன் கருத்துகளைப் பதிவு செய்கிறார். அக்கருத்துகள் சிலவற்றில் எனக்கு உடன்பாடு கிடையாது. குறிப்பாகச் சமணம், பௌத்த சமயம் சார்ந்த கருத்துகளைக் கூறலாம். இத்தொகுப்புகளில் ஒன்றுடன் ஒன்று மிக நேர்த்தியாகப்

பின்னப்பட்டுள்ள அரிய தகவல்களைத் தமிழ் வரலாற்று விரும்பிகளிடம் கொண்டு சேர்க்கவே இத்தொகுப்பை மறுபதிப்பு செய்ய விரும்பினேன்.

நான் ரசித்துப் படித்து பாதுகாக்க விரும்பிய இத்தொகுப்பைப் பாதுகாத்துக் கொள்ள வேண்டும் என்ற உணர்வுடன் நிறுத்திக் கொண்டிருக்கலாம். மீண்டும் இந்த தொகுதிகளை மறுபதிப்பு கொண்டு வர வேண்டும் என்ற பேராவல் என்னைப் புதைமணலில் உள்ளிழுப்பதைப் போல் உள்ளிழுத்துக் கொண்டே இருந்தது. என் சொந்தப் படைப்புப் பணிகளை முழுமையாகத் தொலைத்துவிட்டு இம்மறுபதிப்புப் பணியில் ஈடுபடுத்திக் கொண்டேன். காரணம் தமிழ் வாசகர்களுக்கு நல்ல புத்தகத்தைக் கொண்டு சேர்க்க வேண்டும் என்ற அக்கறை. இதுவும் படைப்புப் பணியின் மிக முக்கிய அங்கமாக நினைக்கிறேன்.

மறுபதிப்புப் பணியில் நான் சந்தித்த பிரச்சனைகளையும் எதிர்கொண்ட இடர்களையும் இங்கு நிச்சயம் பதிவு செய்ய வேண்டியுள்ளது. ஆனால் அது மிக நீளும். ஒரு தனிநபரின் சத்தமில்லாத, எந்த அணியாலும் அங்கீகரிக்கப்படாத, மிகப்பெரிய பங்களிப்பைக் கொண்டாட வேண்டும் என்ற எளிய நோக்கத்தின் முன் அப்பிரச்சனைகளை எல்லாம் எளிதாகக் கடந்தேன். நான் நம்பிக்கை இழந்த நேரங்களில் நம்பிக்கைக் கொடுத்து ஊக்கப்படுத்திய டாக்டர் மு.ராஜேந்திரன்,இ.ஆ.ப, நான் சோர்வுறும் போதெல்லாம் என்னைத் தேற்றி, உற்சாகப்படுத்திய மு.முருகேஷ், இருவரின் அன்பு இல்லையேல் இப்பணி நிறைவேறியிருக்காது.

‘இந்தப் புத்தகத்தை எப்படியும் கொண்டு வந்துடும்மா’ என உற்சாகப்படுத்திய அண்ணன் டிராட்ஸ்கி மருது, நான்கு மாதமாக வீட்டை மறந்து எங்களோடு இப்பணியில் இருக்கும் தம்பி டேனியல் பிரபாகர், ‘ஆள பிச்சி எடுக்காத ஆத்தா’ என அன்பாய்க் கடிந்து கொண்டே வேலை பார்த்த மாரீஸ். ‘சிவனடி புத்தக வேலை எப்பம்மா முடியும், எங்க கூட எப்ப வெளிய வருவ’ என தினம் ஏக்கமாய்க் கேள்விகளால் நாட்களைக் கடத்திய என் அன்பு மகள்கள், ‘நீ ரொம்ப பெரிய வேலைய எடுத்திட்ட’ என கூறிக்கொண்டே, வீடு குறித்த சிந்தனையையே நான் முழுமையாய் மறந்திருக்க, என்னை அரவணைத்துக் கொண்ட அம்மாவும்... இப்பணியினைச் சுமந்திருக்கிறார்கள்.

எல்லோருக்குமான ஈர அன்புடன்,
அ.வெண்ணிலா.
02.12.2011

முனைவர். **கே.ராஜைய்யன்,** எம்.ஏ., எம்.லிட்., பி.எச்டி.,
முன்னாள் பேராசிரியர் மற்றும் தலைவர்
வரலாற்றுப் படிப்பியல் துறை
மதுரை காமராஜர் பல்கலைக்கழகம்
மதுரை - 625 021

வரலாற்றை வாசிப்பதில் ப.சிவனடியின் அணுகுமுறை

1927-ஆம் ஆண்டு விருதுநகரில் பிறந்த ப.சிவனடி ஆரம்ப காலக் கட்டத்தில் இருந்தே மிக எளிமையானவர். அவர் பல இடங்களில் சொல்லியுள்ளது போல் ஆரம்ப காலத்தில் எந்த எழுத்துப் பணிகளிலும் அவர் ஈடுபடவில்லை.

இவருடைய "இந்திய சரித்திரக் களஞ்சியம்" 15 நூல்களாக வெளி வந்துள்ளது. இவர் எடுத்துக் கொண்ட காலம் கி.பி.1700 இல் ஆரம்பித்து கி.பி. 1840 இல் முடிவடைகிறது. ஆனால் இவர் கி.பி. 2000 வரை எழுத திட்டமிட்டிருந்தார். ஒவ்வொரு பத்து வருடங்களுக்கும் ஒரு தொகுப்பு என திட்டமிட்டு ஒவ்வொரு தொகுப்பிலும் 10 ஆண்டுகளின் சமூக, அரசியல், பொருளாதார, மருத்துவ மற்றும் விஞ்ஞான வளர்ச்சி பற்றி வரிசைக்கிரமமாக எடுத்துரைத்துள்ளார்.

இவருடைய படைப்புகள் தொகைநூல் (Anthology) என்று கூறப் பட்டாலும், இவர் உருவாக்கிய 15 நூல்களும் தொகைநூல்களுக்கான வடிவத்தில் அமையவில்லை. தொகைநூல்களில் பொருட்கள் வருடவாரியாகவும் வரிசைக்கிரமமாகவும் அமைக்கப்பட வேண்டும். ஆனால் திரு ப.சிவனடி அவர்களின் படைப்புகள் வருடவாரியாக மட்டும் அமைக்கப்பட்டுள்ளது. வரிசைக்கிரமமாக அமையப்பெறவில்லை. எனவே, தொகை நூல்களுக்கான முழு வடிவம் இவருடைய படைப்புகளில் பின்பற்றப்படவில்லை. இதுவே இவருடைய தொகுப்பு நூல்களுக்கான சுவாரசியமாகவும் உள்ளது.

திரு ப.சிவனடி அவர்கள் பின்பற்றிய வடிவம் புதியது என்றாலும் அவை குறிப்பிடத்தக்கது. பத்து வருடங்களுக்கு ஒரு தொகுப்பு என்பதே ஒரு புதிய முறை. ஒவ்வொரு தொகுப்பிலும் முதல் சில பக்கங்கள் அப்புத்தகம் பற்றிய குறிப்பிற்கு ஒதுக்கப்பட்டுள்ளது. இக்குறிப்பிலிருந்து அத்தொகுப்பில் இடம் பெற்றுள்ள வரலாற்று நிகழ்வுகள் குறித்து அறிந்துகொள்ளலாம்.

இவர் 5000ம் பக்கங்கள் கொண்ட 14 தொகுப்புகளை வெளியிட மிகுந்த சிரத்தை எடுத்துக்கொண்டுள்ளார். இவர் பின்பற்றிய தொகுப்புமுறை, பொருள் மற்றும் வடிவம் ஆகியன தமிழ் இலக்கியத்தில் ஒரு புதிய அணுகுமுறை. அச்சுத் தொழில்நுட்பம் வளர்ச்சியடையாத காலகட்டத்தில் இவர் தனது தன்னம்பிக்கை, விடாமுயற்சியின் மூலமும் இந்த சாதனையை செய்துள்ளார். இவரது நூல்களை தற்போது மறுபதிப்பு கொண்டு வருவதின் மூலம் பலரின் எதிர்பார்ப்புகள் நிறைவேறியுள்ளன.

திரு ப.சிவனடி அவர்களின் தொகுப்புகள் கி.பி. 1700 முதல் கி.பி.1840 வரையான காலகட்டத்தை உள்ளடக்கியது. இவர் எடுத்துக்கொண்ட இக்காலகட்டம் இந்திய வரலாற்றில் மிகவும் முக்கியமானது. இக்கால கட்டத்தில்தான் பல முக்கிய நிகழ்வுகள், புரட்சிகள், அரசியல், சமூக, பொருளாதார மாற்றங்கள் மற்றும் அறிவியல் கண்டுபிடிப்புகள் நடை பெற்றுள்ளன.

இவர், நிகழ்வுகளை வருடவாரியாக மட்டும் குறிப்பிடாமல் சில இடங்களில் நாட்கள் வாரியாகவும் குறிப்பிட்டுள்ளார். மேலும் ஒரே நிகழ்ச்சி வேறு இடங்களில் நடந்திருந்தால் அத்தகைய நிகழ்வுகளையும் குறிப்பிட்டு விளக்கியுள்ளார். இத்தகைய ஒப்பியல் வரலாற்றை எழுத இவர் மிகுந்த சிரத்தை எடுத்துக்கொண்டுள்ளது தெரிய வருகிறது.

வரலாற்றை எழுதுவது என்பது ஒரு புதிய பரிமாணத்தை அடைந்துள்ளது. வரலாறு என்பது வெறும் பெயர்கள், ஆண்டுகள், சம்பவங்களை குறிப்பிடுவது மட்டும் அல்ல. கடந்த காலங்களில் நடந்த நிகழ்ச்சிகளை அப்படியே பிரதிபலிக்கக் கூடியதாக இருக்கவேண்டும். வரலாற்று ஆசிரியர்கள் தங்களுடைய கருத்துக்களை பதிவுசெய்வதோடு தக்க குறிப்புகளுடன் வரலாற்றை எழுதி ஒரு முடிவுரையும் கொடுக்கவேண்டும். திரு ப.சிவனடி அவர்கள், தன்னுடைய படைப்புகளில் மேற்படி வடிவத்தை பின்பற்ற உரிய முயற்சி எடுத்துக் கொண்டுள்ளார். இவருடைய படைப்புகளின் ஆரம்பக் கட்டம் பழமையான வடிவத்தில் இருந்தாலும் அவருடைய படைப்புகளின் அட்டவணை மற்றும் குறிப்புகளில் புதிய அணுகுமுறை உள்ளது. இது ஒரு குறிப்பிடத்தக்க வளர்ச்சியாகும்.

இவர் தன்னுடைய படைப்புகளின் பலனை அனுபவிக்க அதிகநாட்கள் வாழவில்லை. ஆனால் அவரைப் பற்றி தெரிந்தவர்கள் மற்றும் அவருக்கு அதிகமாக அறிமுகமானவர்கள் அவருடைய இலக்கிய தேடுதல் பற்றியும் அவர் பல்வேறு நூல்களில் இருந்து எடுத்துவைத்துள்ள குறிப்புகள் பற்றியும் தெரிவித்துள்ளனர்.

இந்திய நாடு தனது பரந்த நிலப்பரப்பு, பல்வேறு வகையான கலாச்சாரம், வாழ்க்கையை அதன் போக்கிலேயே ஏற்றுக்கொள்ளும் மக்கள், இயற்கை வளங்கள், மதிப்பற்ற இரத்தின கற்கள், வாசனை திரவியங்கள் போன்றவைகள் காரணமாக, அயல்நாட்டு வணிகர்களின் கவனத்தை ஈர்த்தது. இந்தியாவில் அந்த காலக்கட்டத்தில் இருந்த குறுநில மன்னர்களிடையே இருந்த பகைமை மற்றும் ஒற்றுமையின்மை அயல்நாட்டினர்களின் படையெடுப்பிற்கு வழிகோலியது. இக்காரணங்களினால் பேராசைக் கொண்ட பல ஏதேச்சதிகார நாடுகள் இந்தியா மீது படையெடுத்து தங்கள் பேராசை, ஏதேச்சதிகாரம், கனவுகளை, இந்தியாவில் தேட ஆரம்பித்தனர். எனவே, இந்திய வரலாற்றைப் பற்றி எழுதும் எந்தவொரு எழுத்தாளரும் பிற நாடுகளைப் பற்றிய விவரங்கள் தெரிந்திருக்க வேண்டும். பல நாடுகள் பற்றிய அறிவை திரு ப.சிவனடி என்ற இப் புகழ்பெற்ற எழுத்தாளரும் பெற்றிருக்கிறார்.

திரு ப.சிவனடி அவர்களின் எடுத்துரைக்கும் முறையினை குறிப்பிட வேண்டும் என்றால் குறிப்பாக ஓராண்டை -அதாவது 1751-ஆம் ஆண்டை

விவரிக்கும் போது அவ்வாண்டின் முக்கிய நிகழ்வான இராபர்ட் கிளைவின் ஆற்காடு வெற்றியை மட்டும் குறிப்பிடாமல் இந்திய போர்க்களத்தில் முதன்முறையாக பயன்படுத்தப்பட்ட பீரங்கிகள் பற்றியும் இதே ஆண்டு நடந்த ஒரிசா மற்றும் மராத்திய போர்கள், இந்த ஆண்டில் ஆங்கிலேயர்கள் இந்தியாவில் மேற்கொண்ட நில அளவை கணக்கெடுப்பு, இங்கிலாந்தின் பெத்தலகேமில் ஆரம்பிக்கப்பட்ட மனநல மருத்துவமனை, விடுதலை வீரர் புலித்தேவர் ஸ்ரீவில்லிப்புத்தூர் கோட்டையைக் கைப்பற்றியது, "நிக்கல்" என்ற உலோகம் கண்டுபிடிக்கப்பட்டது மற்றும் சருகணி மாதாகோவில் கட்டப்பட்டது ஆகியவற்றை பற்றியும் குறிப்பிடுகின்றார். இவ்விவரங்கள் மிக விரிவாக குறிப்பிடப்பட்டுள்ளன.

இத் தொகுப்புகளில் புகழ்பெற்ற மெகாலே, இராபர்ட் கிளைவ், டார்வின், ரப்பர் டயரைக் கண்டுபிடித்த குட்இயர், ஜி.யூ.போப், கவிஞர் ஷெல்லி, ஹெர்குலிஸ், நெப்போலியன், இராணி மங்கம்மாள், இந்தியாவின் முதல் சுதந்திரப் போரின் வீரர்களான, மருதுபாண்டியன், சின்னமருது, திப்பு சுல்தான் மற்றும் பலரைப் பற்றி குறிப்பிட்டுள்ளார்.

இவர் ஒரு வருடத்தைப் பற்றி குறிப்பிடும் போது அவ்வருடத்தோடு தொடர்புடைய மனிதர்கள், நாடு மற்றும் நகரங்களோடு குறிப்பிட்டு விவரிக்கிறார். ஒரு சம்பவத்தை விவரிக்கும் போது அது தொடர்பான வேறு சம்பவத்தைக் குறிப்பிட்டு எவ்வாறு ஒவ்வொன்றும் மற்றவற்றுடன் சம்பந்தப்பட்டுள்ளது என்பதையும் விவரிக்கிறார். இது ஒரு வரலாற்று இணைப்பு ஆகும்.

திரு ப.சிவனடி அவர்களின் படைப்புகளை மறுபதிப்பு செய்ததற்காக அகநி பதிப்பகம் கவிஞர் மு. முருகேஷ் ஐ மனதாரப் பாராட்டுகிறேன்.

மேலும், விவரங்களை சரிபார்த்து தவறுகளை திருத்திக் கொடுத்த டாக்டர். மு.ராஜேந்திரன்,இ.ஆ.ப., அவரின் பணியை பாராட்டுகிறேன். 15 தொகுப்பு களையும் தேடிக்கண்டுபிடித்து தகுந்த இடங்களில் புகைப்படங்களையும் இணைத்து மறுபதிப்பு கொண்டுவரும் அ.வெண்ணிலா அவர்களின் பணியை பாராட்டுகிறேன்.

இந்த மறுபதிப்பின் மூலம் திரு ப.சிவனடி அவர்களின் இலக்கிய பங்கினை நாம் அறிந்து கொள்வதுடன் அவர் நமக்களித்துள்ள வரலாற்றுப் புதையலை முழுமனதோடு பாராட்டக் கடமைப் பட்டுள்ளோம்.

K. Rajayyan

31-10-2011

இந்திய சரித்திரக் களஞ்சியம்

ஏழாம் தொகுதி
பதினெட்டாம் நூற்றாண்டு- ஏழாம் பத்து

பானிப் பத்து

1761 - 1770

இருபதாம் நூற்றாண்டில் அறிவுத் திறனுக்கும் நடைமுறை வாழ்க்கைக்கும் வேண்டியவற்றைப் பெற்றுக் கொள்வதற்காகப் புது வகையான கலைக் களஞ்சியம் ஒன்று வேண்டும். மானுட அறிவுச் செல்வத்தைத் திரட்டி வகைப்படுத்துவதற்கு விரைவில் ஆவன செய்யாவிடில் உலகம் பெரிய அழிவை எதிர்நோக்க வேண்டியிருக்கும்.

- எச். ஜி. வெல்ஸ் *(1866-1949)*

(1936-37 ஆகிய ஆண்டுகளில் வரிசையாக நிகழ்த்திய சொற்பொழிவுகளிலிருந்தும் கட்டுரைகளிலிருந்தும் பிழிந்தெடுத்த கருத்து.)

முதல் பதிப்பின் முன்னுரை

உலகம் இந்நூற்றாண்டின் இரண்டாம் பத்தின் இடையில் *(1914-1918)* இதுவரை அறிந்திராத பெரும் போரின் அழிவிற்கு உள்ளானதைக் கண்ட பட்டறிவை வைத்து, இதே நூற்றாண்டின் மூன்றாம் பத்து இறுதியிலும், நான்காம் பத்தின் பாதிக் காலத்திலும் *(1939-1945)* குமுறி எழவிருக்கும் இன்னொரு பேரழிவை எதிர்பார்த்து அஞ்சிய நிலையில், இப்புவியின் இறையியல், சமயவியல், மெய்யியல், அரசியல், பொருளியல், வரலாறு முதலியவற்றின் போக்குகளைக் கற்றுணர்ந்த செய்தியாளரும், எழுத்தாளருமான ஹெர்பட் ஜார்ஜ் வெல்ஸ் மனிதனின் சிந்தனையை முடுக்கிவிடும் நோக்கத்தில், அவனை அச்சுறுத்தி மெய்ந்நிலையுணரச் செய்வது போன்று, இக்கருத்து அமைந்துள்ளது.

இத்தொகுதியில் இந்திய வரலாற்றியலின் கதையும், பிரிட்டானியக் கலைக் களஞ்சியத் தோற்றுவாயைக் கூறுமிடத்துச் சுமார் இரண்டாயிரத்து நானூறு ஆண்டுகளுக்கு முன்னரே உலகில் எங்கெங்கு அறிவுக் கலைக்களஞ்சியங்கள் தோன்றின என்ற செய்திகளும் இடம் பெறுகின்றன. ஐரோப்பியர் உலக உருண்டையில் பல்வேறு புத்திடங்களைத் தேடிக் கலமூர்ந்தும் கால்நடையாயும் புறப்பட்ட காலந்தொட்டு, அக்கண்டத்தின் பல நாட்டவர் உலகு தழுவிய செய்திகளைத் திரட்டி எழுதி வைத்திருக்கின்றனர். அத்தகைய செய்திகளை எவ்வாறு திரட்ட வேண்டுமென்று

நாடோடியர்க்கு வழிகாட்டியுள்ளனர். உயிர்க்கோளமான பூமியின் மக்களுடைய வாழ்க்கைக் கூறுகளனைத்தையும் திரட்டவேண்டுமென்பதில் ஆழ்ந்த அக்கறை காட்டி வந்திருக்கின்றனர். இவையே அவர்கள் உலகு தழுவிய வரலாற்றை எழுத வேண்டுமென்ற உந்துதலை உண்டாக்கின எனலாம்.

உலகளாவிய வரலாறு

எனினும் மெய்யான உலகளாவிய வரலாற்றை எழுதவேண்டுமென்ற அகத்தூண்டுதலை உண்டாக்கியவர் வால்டயர் *(1694-1778)* என்ற பிரஞ்சு அறிஞராவார். அவர் தனது நீண்ட இலக்கிய வாழ்க்கை முழுமையிலும் வரலாற்றைப் படிப்பதிலேயே மூழ்கியிருந்தார். அவர் தன் காலத்திற்கு முன்னர் வேறொருவரும் துணியாத வகையில் உலகின் வரலாற்றை எழுத முற்பட்டார். அத்தகைய பணியை இன்றுகூட எந்த ஒற்றை எழுத்தாளரும் தொடத் துணியார் என்பர்.

17 ஆம் நூற்றாண்டில் உலக வரலாறு

வால்டயருக்கு முன்னர் உலக வரலாறு எழுதியோர் இருந்தனர். மனிதரைப் பற்றிய உலகு தழுவிய வரலாறு வேண்டும் என்ற கருத்தைப் பியர் பேயல் என்ற பிரஞ்சு மெய்ப்பொருளியலார் முதன்முதலில் கூறினார். *(Pierre Bayle: 1647-1706;* இவர் மெய்யியலார். திறனாய்வாளர். அவர் *1697* இல் எழுதிய 'வரலாறு, திறனாய்வு ஆகியன பற்றிய அகராதி' என்ற நூல் வால்டயருக்கும், பிரஞ்சுக் கலைக்களஞ்சிய இயக்கத்தினருக்கும் அகத் தூண்டுதலளித்து உந்தியது.*)*

அவருக்குச் சில ஆண்டுகளுக்கு முன்னர் *(1681)* போசுவே *(Bossuet)* என்ற பிரஞ்சுக்காரர் 'உலகளாவிய வரலாற்று ஆராய்ச்சியுரை' *(Discours Phistoire Universelle)* என்ற நூலில் உலகத் தோற்றம் தொடங்கி ஷார்லிமேன் *(Charlemagne: 745-814;* ஃபிராங்கியரின் மன்னர்) காலம், பிரஞ்சு முடியரசு நிறுவப்பட்ட காலம் ஆகியன வரையிலுமுள்ள வரலாற்றை எழுதியிருந்தார். அகல் விரிவான இந்நூல் கிறித்தவ சமயக் கோட்பாட்டை எடுத்துரைப்பதாய் அமைந்து, அதன் வரம்பு சுருங்கிப் போயிற்று. அந்த வரலாற்று நூலில் இந்தியம், சீனம், இஸ்லாம் ஆகியன ஓரத்திற்கு ஒதுக்கப்பட்டுவிட்டன. அவை பற்றிச் சிறிதளவே சொல்லப்பட்டன. அல்லது அவை குறிப்பிடப்படவேயில்லை.

வால்டயர்: உலக வரலாறு

''உலக வரலாறு என்று சொல்லப்படும் இந்நூல் நான்கு அல்லது ஐந்து பேரை மட்டுமே கூறுகின்றது; குறிப்பாக, உலகின் ஏனைய பகுதிகள் அறிந்திராத அல்லது சரியான காரணங்களினால் வெறுத்து ஒதுக்கப்பட்ட சின்னஞ்சிறு யூத இனத்தாரைப் பற்றிச் சொல்கின்றது,'' என்று வால்டயர், போசுவே எழுதிய நூலைப் பற்றிக் கருத்துக் கூறினார்.

போசுவே நூல் வெளிவந்த நான்காண்டுகளுக்குப் பிறகு *1685* இல் பல்துறை விற்பன்னரான ஜெர்மன் கணிதவியலார் லெயிபினிஸ் *(1646-1716)* உலக வரலாற்றை எழுதத் துணிந்தார். ஐரோப்பியத்தில் இங்ஙனம் உலக வரலாறு எழுத முற்பட்டோர் பதினேழாம் நூற்றாண்டில் பலர் இருந்தனர். முதலாம் எலிசபெத்தின் அவையிலிருந்தவரும் கடலோடியும் எழுத்தாளருமான சர் வால்டர் ராலே *(Sir Walter Raleigh : 1552-1618)* உலக வரலாறு எழுதினார்.

ஆயினும், இத்துறையில் சரியான வழிகாட்டியாய் விளங்கியவர் வால்டயரேயாவார். ஏனெனில் வரலாறு மன்னர்களைப் பற்றியதாய் மட்டும் இருத்தலாகாது. அது மனித இயக்கங்கள், மனித ஆற்றல்கள், மக்கள் கூட்டம் இவற்றைப் பற்றியதாய் இருத்தல் வேண்டும். நாட்டு இனங்களைப் பற்றியதாய் அமையாது, மனித இனத்தைப் பற்றியதாய் விளங்க வேண்டும். போர்க் களங்களைப் பற்றியதாய் இராது, மனித எண்ணங்களின் அணிவகுப்பு ஏற்றத்தை விவரிப்பதாய்ச் சிறக்க வேண்டும் என்றெல்லாம், உலக வரலாற்றை எழுதுவதற்கு வால்டயர் அடித்தளம் போட்டுக் காண்பித்தார்.

வெல்ஸ் அளித்த பங்கு

வால்டயர் வாழ்ந்த காலத்தில் அறிவு கொளுத்து இயக்கம் (*Enlightenment*) உச்சம் ஏறி ஐரோப்பியமெங்கும் அறிவு வேட்கையைப் பொங்கச் செய்தது. வீரியமிக்க மேலை நாகரிகம் நாற்றிசையும் விரிந்து பரவி உலகத்து அறிவுச் சேகரங்களையெல்லாம் பொருள் செல்வங்களோடு அள்ளிச் சென்றது. ஐரோப்பிய அறிவாளிகள் திருக்குறளையும் வேதங்களையும் உபநிடதங்களையும் அரபு - இஸ்லாமிய அறிவியல் செழுமையையும், தொன்மை வாய்ந்த ஜராதுஷ்டிரம், பௌத்தம், கன்பூசியம் போன்ற சமயங்களையும் பற்றிய மெய்யியல் அறிவைப் பெருக்கித் தம் சிந்தனையை அகன்று விரித்திருந்த காலம். கீழைத் தேயச் செல்வங்களோடு சம்ஸ்கிருத நூல்களும் மேற்கே சென்றன. உலகு தழுவிய இம்மெய்யறிவு அவர்களின் பொருளியல் ஏற்றத்திற்கும், அறிவு ஜீவிதத்திற்கும் வலுவான அடிப்படையாய் அமைந்தது.

இத்தகைய அடித்தளங்களிலிருந்து முகிழ்த்த வரலாற்றியலின் வளர்ச்சிக்கு, அடிப்படையில் கவிஞரான வால்டயர் சுமார் இருநூறு ஆண்டுகளுக்கு முன்னர் கோடு போட்டுக் காட்டியதைப் போன்று, இந்த இருபதாம் நூற்றாண்டில், அடிப்படையில் செய்தியாளர் - எழுத்தாளராய் விளங்கிய எச்.ஜி.வெல்ஸ், காலமும் இடமும் சூழலும் மாறிய நிலையில் மனிதரின் எண்ணத்தில், சிந்தனையில், ஆன்ம நேயமும். மானுட ஒருமையுணர்வும் உலகு தழுவியனவாக உருவான போதிலும், மனிதனின் விலங்குப் பண்புக் கூறுகள் நன்னெறிகளுக்கு, அழகியலுக்கு அறைகூவல் விடுத்திருந்த நேரத்தில், உலகெலாமுணர்ந்து மனிதருக்குக் காட்டினார்.

எழுத்தாளன் வரலாறு எழுதியது ஏன்?

''ஓர் எழுத்தாளனை **1918** ஆம் ஆண்டில் உலக வரலாறு எழுதத் தூண்டியதற்குப் பல காரணங்கள் இருந்தன. அது முதல் உலகப் போரின் கடைசி ஆண்டு. அலுத்துச் சோர்ந்ததும் பெரிதும் மருட்சி நீங்கியதுமான ஆண்டாக அது இருந்தது. எங்கு பார்த்தாலும் இயல்பு மீறிய நல அழிவுகள் தெரிந்தன. எங்கெங்கு கானினும் மக்கள் ஆற்றாது அரற்றிய காட்சியே தென்பட்டது. செத்தும் உறுப்புக் குறைந்தும் போனவர்களின் கதைகள் கோடிக் கணக்கில் குவிந்திருந்தன. உலக நடப்புகளில் நெருக்கடி முற்றிவிட்டதென்று மாந்தரெல்லாம் நினைத்தனர். அவர்கள் சோர்ந்து போய்க் கிடந்தனர் - நாகரிகம் பேரழிவு ஒன்றை எதிர்ப்பட்டு நிற்கின்றது, அல்லது மானுட நேயத்தில் புதிய கட்டம் ஒன்று தோன்றிவிட்டது என்பதை உணர இயலாது, மக்கள் மயங்கி நின்றனர்.

உலக அரசியலில் உண்டாகக்கூடிய புதிய ஏற்பாடுகள் குறித்து வண்டி வண்டியாகப் பேசப்பட்டது. போரை ஒழிக்கும் உடன்பாடுகள் செய்வது குறித்தும் உலக நாடுகள் சங்கம் அமைப்பது பற்றியும், மக்களின் சங்கங்கள் வேண்டியும் பேசப்

பட்டன. அனைவருமே பன்னாட்டு நோக்கில் - உலகளாவிய நோக்கில் - சிந்தித்தனர் அல்லது அவ்வாறு சிந்திப்பதற்கேனும் முயன்றனர்.

ஆனால் திடீரென்றும் பெருந்துயரந்தரும் வகையிலும் உலகின் மக்களாட்சி நாடுகள் மீது திணிக்கப்பட்ட மலைப்புத் தரும் மாபெரும் சிக்கல்களின் தவிர்க்க இயலாத அடிப்படையான உள்கூறுகள் போதிய அளவில் விளங்கிக் கொள்ளப்படவில்லை - 'எவ்வாறு இவை (முதல் உலகப் போரின் கொடுமைகளும் அழிவுகளும்) நிகழ்ந்தன' என்று வினா எழுப்பினர். ரைன் ஆற்றுக்கப்பால் (ஜெர்மனியில்) தோன்றிய துயரந்தரும் பகைமையுணர்வு எங்கிருந்து தொடங்கியது? அது ஏன் உலக முழுமையையும் பாதிக்க நேர்ந்தது?

''அரை நூற்றாண்டிற்கு முன்னர் புத்தார்வக் கற்பனையைத் தூண்டுவதாய், புனையா ஓவியமாய், இன்பியல் இசை நாடகமாய், வேறொரு கோளத்தில் இருப்பதைப் போன்று எங்கோ எட்டத்திலிருந்த ஜப்பான் தன் பெரிய போர்க் கப்பல்களை அனுப்பி நிலநடுக்கடலைச் சுற்றிவரச் செய்தது ஏன்? சார் மன்னர்களின் ஆட்சி கனவு போல் கலைந்தது ஏன்? உண்மையில் துருக்கி என்பது எது? கான்ஸ்டாண்டிநோபிள் உலகில் முக்கியமானதாகியது ஏன்? ஏகாதிபத்தியம் என்ற பேரரசு என்பது எது? பேரரசுகள் எவ்வாறு தோன்றின? பல்வேறுபட்ட சின்னஞ்சிறு நாடுகளாயிருந்து உள்ளத்தாலும் மேலாண்மையாலும் உரம் வாய்ந்த ஒன்றாகி நின்ற ஜெர்மனியின் வலிமை கண்டு மனித இனத்தில் பாதிப்பேர் அஞ்சி நடுங்கும்படி ஜெர்மனியை மாற்றியது எது?''

''சுருக்க வரலாறு'' உருவாக்கிய தாக்கம்

எச்.ஜி.வெல்ஸ் 'சுருக்க வரலாறு' *(The Outline of History)* என்ற நூலை எழுதத் தூண்டுதலாயிருந்த காலக்கட்டத்தின் பல வகையான கூறுகளை, அவர் மேற்சொன்னவாறு அந்நூலின் முன்னுரையில் விளக்குகின்றார். மெய்யான அவரது உலகளாவிய இந்த வரலாற்று நூல், மேற்சொன்ன பின்புலத்தில் 1918-1919 ஆம் ஆண்டுக் காலத்தில் எழுதப் பெற்றது. இதைப்போல் வேறு எந்த வரலாற்று நூலும் மக்களால் இலட்சக்கணக்கில் இவ்வாறு விரும்பிப் படிக்கப்பட்டதில்லை. வில்டூரன், ஜவகர்லால் நேரு போன்ற அறிவாளிகளெல்லாம் இந்நூலால் ஆட்கொள்ளப்பட்டனர். வான் லூன் போன்ற மனிதநேயப் பண்பாளர் இதன் பிறகு *The Story of Mankind* (மனித இன வரலாறு) என்ற அரிய நூலைச் சிறுவர்க்கென்று எழுதினார். அதில் வான்லூனே பல சித்திரங்களை வரைந்திருந்தார். சிறுவர்களுக்காக எழுதப் பெற்ற இந்நூலை வயதானவர்களும் ஒளிந்து மறைந்து படித்தனர் என்று வில்டூரண் கூறுவார்.

''சுருக்க வரலாறு எழுதத் தொடங்கிய நாளிலிருந்து, அது என் தந்தையின் வாழ்க்கையை ஆழமாய்ப் பாதித்து வந்தது-சுருக்க வரலாற்றின் வெற்றி என் தந்தையின் வாழ்க்கைத் தன்மையையே மாற்றிவிட்டது'', என்று வெல்சின் மகனான அந்தணி வெஸ்டு *(Anthony West)*, எச்.ஜி.வெல்ஸ் வாழ்க்கை வரலாற்று நூலில் *(H.G.Wells,Aspects of a life)* குறிப்பிடுகின்றார்.

உலக வரலாறு: ஜவகர்லால் நேரு

வரலாற்றியல் துறையில் வெல்சின் உலகளாவிய வரலாறு நெடிய மரபுடையதாய் விளங்குவதோடு, வாழ்வியலைக் கடந்த, நிகழ்க்காலங்களுடன் ஒப்புநோக்கி எதிர்காலப் போக்கை உய்த்துணர்ந்து முன் செல்வதற்கு வழிகாட்டியாயும் அமைந்தது என்பது அதன் தனிச் சிறப்பாகும்.

பாரதத்தில் நடுநிலையானதும், கால, இட வழுக்கள் இன்றித் துல்லியமாக எழுதப் பெற்றதுமான வரலாறு வெகு அண்மைக்காலத்தது என்பதை இத்தொகுதியில் வருகின்ற இந்திய வரலாற்றியல் பற்றிய கட்டுரையில் காண்கிறோம். இந்நாடு வரலாற்றியல் குறித்து எண்ணிப்பார்க்கத் தொடங்கியது பத்தொன்பதாம் நூற்றாண்டிற்குப் பிறகேயாகும். இன்றுங்கூட இந்திய வரலாற்றியலில் அயல்நாட்டினரே முன்னிடம் பெற்று விளங்குகின்றனர். மேலும் உலகு தழுவிய வரலாறு என்ற சிந்தனை இந்தியத்தில் இந்நூற்றாண்டு முடியப் போகும் இவ்வேளையிலும் அரிதாகவே காணப்படுகின்றது.

ஜவகர்லால் நேரு *(1889-1964)* ஒத்துழையாமை இயக்கம் நடந்த *1930* தொட்டு *1935* வரையிலும் மொத்தம் *1460* நாட்களைச் சிறையில் கழித்தார். அவர் இச்சிறை வாழ்க்கையைத் தன் வாழ்வின் இனிய நாள்களாக்க வேண்டுமென்று எழுதத் தொடங்கினார். ஹியசு தெ குரூட்டு *(Huis de Groot)* என்ற இயற்பெயரையுடைய ஹியூகோ குரூட்டியஸ் *(1583-1645)* என்ற டச்சுச் சட்டவியலாரும் (இவர் தற்கால நடைமுறை வழக்கிலிருக்கும் பன்னாட்டுச் சட்டத்திற்குக் கடைகாலிட்டவர் என்று கருதப்படும் *De Jure Belli ac Pacis* என்ற நூலை *1625* ஆம் ஆண்டு எழுதியவர்), செர்வாண்டிஸ் சாவேதர *(Cervanties Saavdre)* என்ற இயற்பெயரையுடைய மிகுவல் தெ செர்வாண்டிஸ் *(Migual de Cervanties: 1547-1619)* என்ற புகழ்பெற்ற ஸ்பானிய எழுத்தாளர், ஆங்கில சமய போதகரும் எழுத்தாளருமான ஜான் பன்யன் *(John Bunyan)*, *1628-1688;* இவர் *1678* ஆம் ஆண்டு எழுதிய ''யாத்திரிகர் முன்னேற்றம்'' *(The pilgrims Progress-* என்ற உருவகக் கதை பெரும் புகழ் வாய்ந்தது.) முதலானோர் ஜவகர் எழுத்துப் பணியில் ஈடுபட்டதற்கு வழிகாட்டிகளாயிருந்தனர்.

நேரு சிறையிலிருந்துகொண்டு ஏராளமாய் எழுதினார். இரு பெரிய நூல்களையும், பல கட்டுரைகளையும் எழுதிக் குவித்தார். அவர் தன் மகள் இந்திரா பிரியதரிசனி உலகம் பற்றிய அறிவை விரித்துக் கொள்ள வேண்டுமென்பதற்காக ''உலக வரலாற்றுக் காட்சிகள்'' *The Glimpses of World History* என்ற நூலை *1934* ஆம் ஆண்டு சிறையிலிருந்து எழுதினார். அவர் *1929* ஆம் ஆண்டு ''தந்தை மகளுக்கு எழுதிய கடிதங்கள்'' என்ற பெயரில் தொகுக்கப்பெற்ற கோவை நூலின் தொடர்ச்சி, இந்த ''உலக வரலாறு'' ஆகும்.

நேரு இந்நூலை எழுதுவதற்கு எச்.ஜி.வெல்சின் ''சுருக்க வரலாறு'' அகத்தூண்டுதலளித்தது என்று கூறியுள்ளார். நேருவின் சர்வதேச நோக்கிற்கு இந்நூலை ஒரு நினைவுச் சின்னம் எனலாம்.

ஜவகரின் ''உலக வரலாறு'' மானுட முழுமையையும் ஆரத் தழுவியதாய் மகளுக்கென்று எழுதப் பெற்றபோதிலும், அவர் வரலாற்றாசிரியர் அல்லர் என்பதையும், அது மனித இனம் முழுமைக்கும் உரிமையான மானுட இதிகாசமாகும் என்பதையும் வரலாற்று மாணவரனைவரும் உன்ன வேண்டிய செய்திகளாகும்.

கலைக் களஞ்சியம்: இந்திய முன்னோடி அவினாசிலிங்கம்

பிரிட்டானியக் கலைக் களஞ்சியத் தோற்றுவாய் பற்றிய கட்டுரை கலைக் களஞ்சியங்களின் வரலாறுகளைச் சுருங்கக் காண்பிக்க முயலுகின்றது. களஞ்சியம் அறிவுத் தோட்டத்திற்குப் பெரிய தூண்டுதலை அளிக்கத்தக்க கருவி என்பதை வலியுறுத்தும் பொருட்டு இம்முன்னுரையின் தொடக்கத்தில் வெல்சின் கருத்துத் தூக்கியுரைக்கப்பட்டது.

கலைக் களஞ்சியப் பணியில் இந்தியத்திற்கே முன்னோடியாய் விளங்கிய காலஞ்சென்ற தி.சு.அவினாசிலிங்கம் (1902-1991) அவர்களைத் தமிழறிந்தோரனைவரும் நினைவிற் கொள்ளவேண்டும். அவர் எடுத்த பணியைத் தஞ்சைத் தமிழ்ப் பல்கலைக் கழகம் தொடங்கி நடத்துவதும் அரும் பணியாகும்.

கலை, இலக்கியம்

இத்தொகுதி விவரிக்கும் பதினெட்டின் ஏழாம் பத்தில் பலதரப்பட்ட செய்திகள் அணியணியாய் வருகின்றன.

பிரஞ்சில் திருக்குறள் மெழி பெயர்க்கப்பட்டது என்பது மிகவும் சுவையான செய்தி; ஆனால் அம்மொழிபெயர்ப்பு இப்போது கிடைத்திலது. பதினாறாம் நூற்றாண்டு வாக்கிலேயே ஐரோப்பிய அறிஞர்கள் இப்போது நூலை அறிந்திருந்தனர். அதன் சிறப்பை அவர்கள் சிங்கள மன்னர் ஒருவரிடமே எடுத்தோதினர் என்பது நம்மை மேலும் வியக்க வைக்கின்றது.

ஐரோப்பிய அறிவு கொளுத்து இயக்கத்தில் மையமென்று விளங்கிய பிரஞ்சு நாட்டின் சிந்தனையாளருள் ஒருவரான ரூசோவின் (1712-1778) ''சமுதாய ஒப்பந்தம்,'' அவரின் தன் வரலாற்று நூல் எனத்தக்க ''குறையேற்பு'' ஆகியனவும், அவரை எவ்வகை நூல் ஈர்த்தது என்பதும் இடம் பெறுகின்றன.

இக்காலக் கட்டத்தில் டாக்டர் ஜான்சனும் பாஸ்வலும் சந்திக்கின்றனர். பிரிட்டனின் ''ஓவியக் கலைத் தந்தை'' என்று கொண்டாடப் பெறும் வில்லியம் ஹோகார்த்து *1764* இல் இறந்ததைச் சொல்லும் கட்டுரையில், அவருடைய வாழ்வும் பணியும் சுருக்கியுரைக்கப்படுகின்றன.

சம்ஸ்கிருத-ஐரோப்பிய மொழிகளின் ஒட்டுறவை ஐரோப்பிய அறிஞர்கள் இக்காலத்தில் உணர்கின்றனர். மறைந்த சில தமிழ் நூல்கள், ஷேக்ஸ்பியருக்குப் பிரிட்டனில் முதன்முதலில் எடுக்கப் பெற்ற விழா, சிவசாமி விறலி விடு தூது, கதேயின் ஃபாஸ்டு முதலியன பற்றி அறியும் வாய்ப்புக் கிடைக்கின்றது.

அறிவியல், மருத்துவம்

ஐரோப்பியரின் அறிவியல் மருத்துவத் துறை முன்னேற்றங்கள் நாலுகால் பாய்ச்சலில் பறந்து செல்கின்றன.

மூப்புப் பற்றிய மூப்பியல் (*Geriatrics*)நூல்கள்: புகையிலை-புற்று நோய்த் தொடர்பு; தட்டிப் பார்த்து நோயறிதல்; குழந்தை நோயியல் (*Paediatrics*) தோற்றம்; மேலை நாடுகளிலும், இந்தியத்திலும் மருத்துவக் கல்வி; உலகு தழுவிய மருத்துவ முறைகளும், மேனாட்டு மருத்துவமனைகளும்; இந்தியத்திற்கு வரும் ஆங்கில மருத்துவர்கள் முதலிய செய்திகள்;

இன்று புதிய வழிகளில் விசையாற்றல் பெற உதவுமென்று பயன்படுத்தப்படுகின்ற காற்றாலையின் தோற்றுவாய்; அறிவியல் ஏற்றத்திற்குப் பிசிபிக்குக் கடல் அளித்த பங்கு; நூற்பில் வேகம் உண்டாக்கிய ஸ்பின்னிங்கு ஜென்னி; ஜேம்ஸ் வாட்டின் நீராவிப் பொறி; ஹைடிரஜன் பிரித்தறியப்படுதல் முதலிய தொழிலியல்-அறிவியல் செய்திகள் ஆங்காங்கே விரவி வருகின்றன.

வாணிபம்

ஆலப்புழையில் அயல் வாணிகச் செழிப்பு; பிரான்சில் பீங்கான் களிமண் அகப்படுதல்; உலகின் மிகப் பெரிய ஜெர்மன் வாணிப நிறுவனமான ஹன்சியாட்டிக்கு லீகு மறைதல்; ஐரோப்பிய நாடுகளில் வேளாண்மை, வாணிபம், வங்கித் தொழில் பெருகுதல்; அமெரிக்கக் குடியேற்றங்களில் ஏற்றுமதிப் பெருக்கம்; கிழக்கிந்தியக் கம்பெனி ஆதாயம் உயர்தல்; பிரஞ்சுக் கம்பெனியின் இறங்குமுகம்; இந்திய-சீன வாணிபத்தில் ''நேர்மையற்ற வழி'' முதலியன மனித வாழ்க்கையின் முக்கியமான ஒரு பக்கத்து முன்னேற்றத்தைக் காட்டும்.

அரசியல், போர்கள்

மராட்டியரின் அரசியல் விதியை மாற்றியமைத்த பானிப்பத்துப் போர் 1761 இல் நிகழ்ந்தமையால் இத்தொகுதி பானிப்பத்து என்றே பெயர் பெறுகின்றது. இப்போரில் கலந்து கொண்ட ஆப்கானியர் வரலாற்றோடு, குருவின் சேத்திரமான முதுபெரும் மண்ணின் கதையும், குருச்சேத்திரக் களத்தோடு தொடர்புடைய கீதையும், சார்வாகன் பற்றிய செய்தியும் ''இஸ்லாமியப் பெருங்காவியம்'' எழுதிய ஹாலி பிறந்த பானிப்பத்தும் கால வெளியில் சுழன்றோடிக் கண்முன் கொண்டுவந்து நிறுத்தப்படுகின்றன. இக்காலத்தே இந்து தேசத்தின் நான்கு திக்குகளிலும் பல களங்களில் போர்கள் நிகழ்ந்துள்ளன. ஆனால் இந்த மூன்றாம் பானிப்பத்துப் போரே பெரும் போர்.

தமிழ்நாட்டின் பெருமுக்கலில் அயர் கூட்டே வெற்றி; கொங்கு நாட்டில் பல களங்களில் ஐதரும், கம்பெனியாரும் போர் நிகழ்த்தினர்; ஆக்ரா கோட்டையின் வரலாறும், ஜாட்டுகள் அதைக் கைப்பற்றுவதும் இக்காலத்தேயாம். மீர் காசிமை ஆங்கிலேயர் ஊடா நல்லாப் போரிலும், பக்சார் சண்டையிலும் தோற்கடித்தனர். எனினும் 1761 இல் நடந்த மூன்றாம் பானிப்பத்துப் போரே பெரும் போராகும்.

வட கேரளத்தில் ஐதர் தாக்குதல் நடத்துகின்றார்; திருவிதாங்கூர் அரண் என்ற வேணாட்டுத் தற்காப்பு அரண்; பாளையக்காரரை ஒடுக்கும் போர் தென் பாண்டிச் சீமையில் தொடங்கியது. முதல் மைசூர்ப் போர் தொடங்கி முடிகின்றது. அந்தப்புரம், ஆள் அம்புடன் இந்திய மன்னர் போருக்குக் கிளம்பும் காட்சி, இந்தியம் இப்பத்தில் போர்க்களமாயிருந்ததைக் காட்டும் சொல்லோவியம்.

ஏழாண்டுப் போர் முடிந்ததும் ஆங்கிலேயர்க்கு இந்தியத்தில் பிரஞ்சு எதிர்ப்பு ஒழிகின்றது. பூலித்தேவர் கான்சாகிபிடம் தோற்றுமறைகின்றார், ஐதரலி கைக்கு மைசூர் ஆட்சி நிர்வாகம் வந்தது. கான்சாகிபின் மின்னல் வேக ஏற்றமும் வீழ்ச்சியும் இங்கே காண்கின்றோம். மறவரிடையே உள் சண்டை; கள்ளர் மீது கொடிய அடக்குமுறை ஏவி விடப்படுகின்றது.

ஐதரலி கன்னட நாட்டில் படையெடுத்து இக்கேரி நாயக்கராட்சியை ஒழித்தார். துளு நாட்டையும் தனதாக்கினார். தென்னாட்டில் களம் பல கண்ட பெரு வீரராக ஐதரலி விளங்குவதை எங்கும் காணமுடியும்.

பிரிட்டிசார் ரெசிடென்சி என்ற பேராளர் ஆட்சிமுறையைக் கொண்டுவந்து, நாட்டரசுகளில் மறைமுக ஆட்சியை நிறுவுதல் இக்காலத்திலேயாம். கம்பெனியின் கையில் வங்கப் பெரு நிலத்தை முகலாய மன்னர் தூக்கிக் கொடுத்துவிட்டார்.

மூத்த பிட்டின் அரசியல் வாழ்க்கையும் அருஞ்சாதனைகளும் இப்பத்தில் வெளிப்படுகின்றன. அவர் முடுக்கி விட்ட ஏழாண்டுப் போர் முடிந்து, பிரிட்டிஷ் ஏகாதிபத்தியம் பல கண்டங்களில் காலூன்றும் வாய்ப்பு ஏற்படுகின்றது. பாராளுமன்றச் சீர்திருத்தம் கோரி வில்கஸ் கூட்டத்தார் நடத்தும் சட்ட வரம்பிற்குள்பட்ட கிளர்ச்சி புதுமையானதாகும். பிரிட்டனின் வரிக் கொள்கையாலும், அகந்தையாலும் அமெரிக்கக் குடியேற்றங்களில் பிரிட்டன் மீது வெறுப்பு மிகத் தொடங்கியதும் இக்காலத்தேயாம். பிரிட்டனின் அரசியல் வரலாற்றில் பல பிரதமர்களை இப்பத்தில் காண்கின்றோம்.

நேபாளம் இக்காலத்தில் ஒரே நாடாக மலர்கின்றது; சீனம் பர்மாவைத் தாக்கித் தோல்வியடைவது சுவையான செய்தி.

வரலாறு

இத்தொகுதியில் ஆப்கானியர், இக்கேரி நாயக்கர், துளு நாட்டு வரலாறுகள் சொல்லப்படுகின்றன. சமணம் கன்னட நாட்டில் பதினெட்டாம் நூற்றாண்டு வரையிலும் சிறப்புற்றுக் குறுநில மன்னர் பலரால் ஆதரிக்கப்பட்டு வந்தது. டெல்லி வட்டாரம் பதினெட்டாம் நூற்றாண்டில் எப்படி இருந்தது என்ற சொல்லோவியம், கோழிக்கோடு (கள்ளிக்கோட்டை), கொச்சி, கான்பூர், விசாகப் பட்டினம் முதலியன பற்றிய செய்திகளும், பரோடா நாட்டரசின் சரித்திரமும் உள்ளன. பாரதத்தின் எண்டிசைத் தொடர்புள்ள செய்திகள் இங்கு மலிந்திருக்கின்றன.

தோற்றமும், மறைவும்

சியாமா சாஸ்திரிகள், தியாகராஜ சுவாமிகள், மால்தஸ், புதையுயிர்த் தட ஆய்வாளர் குவியர், நெப்போலியன் போனப்பாட்டு, இசை மேதை பீத்தோவன் முதலானோர் இப்பத்தில் பிறந்தனர்.

பிரிட்டிஷ் ஓவியர் ஹோகார்த்து இப்பத்தில் மறைந்தவருள் குறிப்பிடத்தக்கவர்.

படிப்பாளிகள் கவனத்திற்கு

இந்திய நோக்கில் கூறப்படும் இந்திய சரித்திரக் களஞ்சியத் தொகுதிகள் மனித இன வரலாற்றுடன் தொடர்புடையன; ஒப்பு நோக்கிச் சிந்திக்கத் தக்கன; மனித இன ஏற்றத்தைப் படிப்படியாய்க் காட்டும் பல்வேறு காலக் கட்டத்து அறிவு வளர்ச்சிகள் ஆகியன நிறைந்திருக்கும் அரிய சேகரங்களாகும். இவை எழுத்துக் கூட்டிப் படிக்கத் தெரிந்த எல்லாருக்கும் எட்டக் கூடிய வகையில் பிரித்தும், பகுத்தும், தொகுத்தும் முன்னுரையாக விளக்க உரையாயும்; செறிந்த பொருளடக்கமாயும்; தெளிவு காட்டும் காலப் பட்டியலாயும்; ஆண்டுதோறும் பகுத்துக் காட்டும் விவரப் பட்டியலாயும்; அகர வரிசையில் சொல்லடைவாயும், ஏராளமான பிற செய்திகளாயும் தரப்பட்டுள்ளன.

படிப்பாளிகள் ஆண்டுக் கணக்குகளைப் பார்த்து அஞ்ச வேண்டியதில்லை; அவர்கள் புத்தகத்தைப் படித்துக் கொண்டே செல்கையில் அவர்களுக்குக் காலவுணர்வு ஏற்பட்டு, அவர்கள் படிக்கும் செய்திகளுடன் ஒன்ற வேண்டும் என்பதற்காகத்தான் ஆண்டுகள் கூறப்படுகின்றன. படிப்பாளி படித்துச் செல்ல செல்ல ஆண்டுகள் மீதுள்ள மனத்தடை மறையும். தமிழில் பொதுப்படையான படிப்பாளிக்கு என்று எழுதப்படும் இந்நூல் வரிசை புதிதாகையால், இது தொடக்கத்தில் மயக்கத்தையும் மலைப்பையும் தரக்கூடும். கற்றறிந்த ஒரு விமரிசகர் சொன்னதைப் போன்று தடங்கலின்றி ஓடும் நடை இதில் கையாளப்பட்டுள்ளது.

இதுவரை வெளிவந்திருக்கும் எட்டுப் புத்தகங்களான ஏழு தொகுதிகளையும், வைத்துக் கொண்டு, சொல்லடைவையும், பக்கம் தேடும் குறிப்பையும் துணைகளாக்கிப் படிக்கும்போது, மனிதனின் இருபது இலட்ச ஆண்டுப் புவி வாழ்க்கையில் இன்றியமையாத சில செய்திகளையேனும் அறிந்து கொண்டோம் என்ற மகிழ்ச்சி படிப்பாளிக்கு உண்டாகும்.

நன்றி

இத்தொகுதியைப் பிழையின்றிச் சிறப்பான முறையில் நன்றாக அச்சு அமைத்துக் கொடுத்த டேட்டா பஞ்சு இயக்குநர்களான இளவல் குமாரவேலும், அவருடைய துணைவியார் ஜெயா குமாரவேலும், இதற்கென்று எடுத்துக்கொண்ட தனி ஆர்வத்திற்காகவும், அக்கறைக்காகவும், இந்நூலாசிரியர் அவர்களை மனமார வாழ்த்திப் பாராட்டுகின்றார்.

சலேசியன் திருச்சபையின் அருள்திரு அச்சன் பாலாசாமி அடிகள் இத்தொகுதியை அச்சிடுவதில் தனி ஆர்வங்கொண்டு பெரிய தூண்டுகோலாய் இருந்தது நூலாசிரியருக்கு மிகுந்த ஊக்கம் தருகின்றது. சிகா அச்சகத்தின் பிற அச்சன்மாருக்கும், ஏனையோருக்கும் மனமார்ந்த நன்றி.

எழும்பூர் **ப.சிவனடி**

31.12.1993

பொருளடக்கம்

1761

1. ஆப்கானியர் வரலாறு -மூன்றாவது பானிப்பத்துப் போர் - மராட்டியர் வீழ்ச்சி 40

    நடுக்கிழக்கு அமைப்பு; ஆப்கானித்தானம்; -40
    இந்தியரும் ஆப்கானியரும்   -40
    டெல்லிச் சுல்தான்கள் - அடிமை மரபு -40
    கில்ஜி மரபு -41
    துக்ளக்கு மரபு -41
    சையது மரபு -41
    சூர் மரபு -42
    ஆப்கானியர் ஆட்சியில் டெல்லி -42
    ஆப்கானியர் தன்னாட்சி -42
    கண்டகார்க் கான்கள் -43
    அகமது ஷா அப்தாலி -43
    குருச்சேத்திரம் -44
    கீதை பிறந்த களம் -44
    பகவத் கீதை -44
    குருச்சேத்திரத்தில் ஹர்ஷர் -45
    பானிப்பத்து -45
    ஹாலி -45
    அப்பாஸ், கே.ஏ. -45
    பானிப்பத்துப் போர்கள் 1, 2, 3) -46
    அப்தாலி படையெடுப்பு (1, 2, 3, 4, 5) -47
    மூன்றாவது பானிப்பத்துப் போர் -47
    அட்டோக்கு -51
    தாத்தாஜி சிந்தியா தோல்வி -52
    அப்தாலியின் இக்கட்டுகள் -53
    மல்ஹர் ராவ் வருகை -54
    சதாசிவ ராவ் பாவு வருகை -54
    மராட்டியர் பண நெருக்கடி -54
    அப்தாலி பண நெருக்கடி -55
    இருதரப்புப் படை பலம் -56
    பானிபத்துக் கள அமைப்பு -56
    பானிபத்துப் போர் -58
    சதாசிவ ராவ் களம்படுதல் -59
    புறமுதுகிட்ட மராட்டியர் துரத்திக் கொல்லப்படுதல் -60
    பிண மலைகள் -60
    அஸ்திபுரம் -61
    பானிப்பத்து வாங்கிய பலிகள் -61

பானிப்பத்துப் போரின் பின்விளைவுகள் -62
இரசபுதனித்திற்கு விடுதலை -63
பேஷ்வா பாலாஜி சாவு -64
அப்தாலியின் படையெடுப்புகள் (6, 7, 8, 9, 10)   -64

2. பிரஞ்சு மொழியில் திருக்குறள் — 66

போர்த்துக்கீசர் சிறப்பு -66
கிறித்தவ சமயப் பரப்பியர் அரும் பணி -66
ஃபிரான்சிஸ்கன் துறவியும் திருக்குறளும் -67
பிரஞ்சு மொழியில் திருக்குறள் -67
இலத்தீனத்தில் திருக்குறள் -68
திருக்குறளின் காலம் -68

3. பாலாஜி பாஜி ராவின் மறைவும் புதிய பேஷ்வாவும் — 68

4. ஆக்ராக் கோட்டை: ஜாட்டுகள் கவர்தல் — 70

ஜாட்டுகள் யார்? -70
ஆக்ரா -71
இளைப்பாறும் பூங்கா -73
ஃபத்தேப்பூர் சிக்கிரி -73
கறுப்புத் தாஜ் -73
தாஜ் மகால் -73
ஜாமா மசூதி -74
சிக்கந்தரா-அக்பர் கல்லறை -74
செங்கோட்டை -74
செங்கோட்டை அரண்மனைகள் -75
ஆக்ராப் பீரங்கி -75

5. திரிபுர நாட்டரசு வரலாறு — 76

நில அமைப்பு -76
எல்லைக் கந்தறு கோலம் -76
ஏதிலியர் அலைகள் -77
அடி தாங்கும் இடை நாடு -78
தொல் வரலாறு -78
மாணக்கிய அரச குடி -79
இராச மாலை -80
இன்றைய திரிபுரம் -80

6. ஆங்கில மக்களின் உணவுப் பழக்கமும் பண்டங்களும் — 81

சிற்றூர்கள், நகரங்கள் -82
புலால் பதனம் செய்தல் அறியாமை -82
பால் பொருள்கள் -82
மீன் -82
சர்க்கரை, தேன், ரொட்டி -82

இலண்டனில் -83
மூன்று வேளை உணவு -83
18 ஆம் நூற்றாண்டு நிலை -84

புள்ளிகள்

1. ஆங்கிலேயருக்குப் பிரஞ்சுக்காரர் எதிர்ப்பு ஒழிதல் -85
2. ஐதரலி மைசூர் ஆட்சியைக் கவர்தல் -86
3. பூலித்தேவர் தோல்வி -87
4. பெருமுக்கல்-அயர் கூட்டே கைப்பற்றினார் -88
5. போர்ச்சுக்கல் மீது பிரஞ்சு, ஸ்பானியப் படையெடுப்பு -88
6. வேப்பேரியில் எஸ்.பி.சி.கே.அச்சகம் -88
7. அரக்கானில் நில நடுக்கம் -88
8. மூத்த பிட் பதவி விலகுதல் -88
9. மூப்புப் பற்றிய மருத்துவ நூல்கள் -89
10. புகையிலை-புற்றுநோய்த் தொடர்பு அறியப்பட்டமை -90
11. தட்டிப் பார்த்து நோயறியும் முறை -90
12. அடிமை வணிகர் குவாக்கர் அமைப்பிலிருந்து நீக்கம் -91
13. உலகின் சிறு காசு சக்கரம் -91

1762

1. சென்னையில் கோயில் கட்டக் கம்பெனி உதவி உயர் நீதி மன்ற வளாகப் பெருமாள் கோயில் அழிவு 93

புதிதாய்க் கோயில் கட்டக் கம்பெனி உதவி -93
சென்ன கேசவப் பெருமாள், சென்ன மல்லீசுவரர் கோயில்கள் -93
ஏகாம்பர நாதர் கோயில் -93
கிட்டி நாராயணன் கோயில் -93
தங்கச் சாலைத் தெரு -94
யானைக் கவுனி -94

2. இலங்கை கிழக்கிந்தியக் கம்பெனி முதல் தொடர்பு 94

இலங்கையில் பௌத்தம், தமிழகம் வழியே -94
புத்த தத்தர், புத்த கோசர், தர்ம பாலர் தமிழ்ப் பௌத்தர் -95
தமிழ், சிங்கள அரசுகள் -95
யாழ்ப்பாணம் -96
கண்டி, கண்டி அரசர் -96
கண்டியில் குழப்பம் -96
பிரிட்டீசு உதவி நாடப்படுதல் -96
திரிகோண மலை -96
பிரிட்டீசார் நாட்டம் -96

3. இரசியப் பேரரசி மா காதரைன் *97*

ஜெர்மன் சிற்றரச அரசி சோஃபியா இரசிய இளவரசர் *-97*
பீட்டரை மணத்தல் *-97*
காதரைனின் மண வாழ்க்கை ஏமாற்றம் *-98*
காதலரை நாடுதல் *-98*
கணவர் பீட்டர் கொலை *-98*
காதரைன் முடி சூடுதல் *-98*
பிரஞ்சு அறிவாளர் தொடர்பு *-98*
காதரைன் இலட்சியங்கள் தோற்றதேன்? *-98*
கலைச் சேகர ஆர்வம் *-98*
ஹெர்மிட்டேஷ் அரண்மனை *-98*

4. பிரிட்டனின் ஆறாவது பிரதமர் பூட் பிரபு *100*

பூட்-வேல்ஸ் இளவரசர் தொடர்பு *-100*
வேல்ஸ் இளவரசியின் காதலராதல் *-100*
வேல்ஸ் இளரவசர் மூன்றாம் ஜார்ஜ் என்ற
முடிசூடியதும் பூட் மன்னரின் ஆதரவைப் பெறுதல் *-100*
நியூ கேசில் பதவி விலகியதும் பூட் பிரதமராதல் *-101*
பூட்டிற்கு எதிர்ப்பும் பதவி விலகுதலும் *-101*
டாக்டர் ஜான்சனுக்குப் பூட் ஓய்வூதியம் தரச் செய்தல் *-102*

புள்ளிகள்

1. சியாமா சாஸ்திரி பிறப்பு *-104*
2. இள வயதுச் சேதுபதி *-104*
3. ஐதரலி படையினருக்கு ஐரோப்பியர் பயிற்சி *-104*
4. கான்சாகிபிற்கு ஆண் குழந்தை-தங்கத் தொட்டில் பரிசு *-105*
5. ஆங்கிலேயர் அலி கானை நிசமாக்குதல் *-105*
6. ஆலப்புழையில் அயல் வாணிபப் பெருக்கம் *-106*
7. கம்பெனி ஊதியமும் ஆங்கிலேயரின் வாழ்க்கையும் *-107*
8. பக்கிங்காம் அரண்மனை *-108*
9. ரூசோவின் ''சமூதாய ஒப்பந்தம்'' *-109*
10. ரூசோவை மகிழ்வித்த நூல் *-109*
11. வயதிற்கேற்ற பிரிமியம் *-109*
12. பிரான்சில் பீங்கான் களிமண் *-110*
13. ரப்பர் கற்பூரத் தைலத்தில் கரைவது கண்டுபிடிப்பு *-110*
14. ஐரோப்பியத்தில் மக்கள் தொகை பெருகியதேன்? *-110*
15. இத்தாலியில் டைஃபஸ் *-113*
16. குழந்தை நோயியல் தோற்றம் *-113*

1763

1. இந்திய வரலாற்றியலின் நெடுங்கதை - ஓர்மியின் இந்திய வரலாற்று நூல் *115*

ஓர்மியின் இந்திய வரலாறு -115
ஹீரோடாட்டாஸ் -115
கிரேக்கக் கலைத் தெய்வங்கள் -116
வரலாறுகளின் வரலாறு -116
இந்தியரின் வரலாற்று உணர்வு -116
இராச தரங்கிணி. பூரஞ்சி, மதுரா விஜயம், இராச மாலை -117
அசோகரை அறியாதிருந்தமை -117
நாணயங்களை இழந்தமை -118
பழஞ்சுவடிகள் பாழ்பட்டமை -118
அசோகர் தூணா? வீமன் கதையா? -121
மாமல்லபுரம் மகாபலிபுரம் ஆனதேன்? -121
மேலையுலகில் புத்தர் அறியப்பட்டமை -122
உபநிடதங்கள் -122
இராமாயணம் -122
மேனாட்டாரின் பிழைபட்ட வரலாற்று நோக்கு -122
மெகஸ்தனிஸ்-இண்டிகா -123
"அலெக்சாந்தரின் வீர காதை" -123
மார்கோ போலோ -123
இந்திய அடைந்த பின் வெளிவந்த மேனாட்டார் நூல்கள் -124
இந்திய வரலாறு-போர்த்துக்கீசர் -124
இந்திய வரலாறு-டச்சுக்காரர் -127
இந்திய வரலாறு-பிரஞ்சுக்காரர் -127
இந்திய வரலாறு-டேனியர் -128
இந்திய வரலாறு-பிரிட்டீசார் -128
இந்திய வரலாறு-சமயப் பரப்பியர் -128
டீ நொபிலியின் சம்ஸ்கிருத, தமிழ்ப் புலமை -129
சம்ஸ்கிருத ஆர்வம் -129
தமிழ் ஆர்வம் -130
இந்திய அறிவியல் - பிரஞ்சுக்காரர் உணர்தல் -131
முடிவுரை-சிந்துவெளிப் புதிரும் இந்திய வரலாற்றியல் தொடர்ச்சியும் -134

2. இக்கேரி நாயக்கர் குடி ஆட்சி மறைவு　　　135

காசர்க்கோடு-நன்னன் நாடு -135
கோலம், கோலாத்திரி நாடு, மன்னர் -136
போர்த்துக்கீசருடன் போர் -136
சென்னம்ஸ்ரீ -138
ஐதரின் வெற்றி -138

3. சமணத்தை ஆதரித்த கர்நாடகக் குறுநில மன்னர்கள்
　　 சமணக் கோயில்களும் கலைச் சின்னங்களும்　　　140
பத்தர பாகு, சந்திர குப்தர் -141
சிரவண பெள குள -141

தமிழகத்தில் சமணம் -141
சமண சமயத் தோற்றம் -141
செண்ண பைரவ தேவி -142
சமணப் பசதிகள்-கோயில்கள் -143

4. துளு நாட்டில் ஐதராலி வெற்றி 144

துளு நாடு -145
கனரா-கன்னடம் -145
துளு மொழி -146
தமிழ் -துளு பண்டைத் தொடர்புகள் -146
துளுவ வேளாளர், வேளாளர், பள்ளாளர் -147
துளு இலக்கியம் -148
மங்களுரு ஐதரின் கப்பற்படைத் தளமாதல் -148
ஐதராலி துளு நாட்டைக் கைப்பற்றுதல் -148

5. ஏழாண்டுப் போர் முடிவுற்றது 149

ஏழாண்டுப் போரின் பின் விளைவுகள் -149
அமெரிக்கக் கண்டுபிடிப்பும் ஐரோப்பியர் போட்டிகளும் -151
கொலம்பஸ், கொலம்பசின் முதற் பயணம் -151
அமெரிக்கத்தில் ஐரோப்பியர் குடியேற்றங்கள் -152

6. ஹன்சியாட்டிக்கு லீகின் கடைசி மூச்சு-ஜெர்மன்
   வாணிப நிறுவனத்தின் வரலாறு 153

ஜெர்மன் வாணிபக் குழுமம் -154
ஜெர்மன் வாணிப முயற்சிகள் -154
நோவ்கோராடு -154
ரூரிக்கு -154
வாணிப நகரங்கள் -155
நார்வே சுவீடனில் ஜெர்மானியர் -155
ஹன்ஸ் தோற்றம் -156
எதிர்ப்பும் பொற்காலமும் -156
சிதைவும் மறைவும் -157

7. அமெரிக்கக் குடியேற்றங்களில் பிரிட்டன் மீது வெறுப்பு 158

வந்தேறிய ஆசியர் -158
மேஃபிளவரும் மூத்தோரும் -158
நியூயார்க்கு, நியூ ஜெர்சி -159
வட பகுதிக் குடியேற்றங்கள் -159
தென் பகுதிக் குடியேற்றங்கள் -159
ஆழமான மனக்குறைகள் -159

8. ஐரோப்பியத்தில் வேளாண்மை, வாணிபம்,
வங்கித் தொழில் செழிப்பு 161

புதிய பொங்குமா வளம் -161
புதிய வாணிப அமைப்புகளும், பெருக்கமும் -161
பங்குச் சந்தை -163
கடலோட்டக் காப்பீடு -164
வங்கிகள் வளர்ச்சி -164

புள்ளிகள்

1. தஞ்சையில் புதிய மன்னர் துளசா -165
2. தளவாய் வெள்ளையன் சேர்வை மரணம்-மறவர் நாட்டில் உள் சண்டை -165
3. சென்னையில் புதுக் கவர்னர் பால்கு -166
4. திருச்சிராப்பள்ளி ஆயுதக் கிடங்கில் தீ -167
5. நானா பதனாவிஸ் எழுச்சி -167
6. ஊடா நல்லா போர்-மீர் காசிம் தோல்வி -167
7. தூய்ப்பிளேயின் துயர முடிவு-வறுமையில் இறந்தார் -170
8. பிரிட்டனில் நாடாளுமன்றச் சீர்திருத்தக் கிளர்ச்சி-வில்கிய இயக்கத்தின் பங்கு -171
9. இங்கிலாந்தின் பிரதமர் கிரன்வில் -176
10. ஜான்சன் பாஸ்வல் சந்திப்பு -178
11. "ஸ்பின்னிங்கு ஜென்னி" கண்டுபிடிப்பு -178
12. கடலோடிகள் வழிகாட்டிக் கையேடு -178

1764

1. கான் சாகிபின் ஏற்றமும் வீழ்ச்சியும் (1763-1764) 180

கான் சாகிபு வீரம் -180
மலையாளத்தார் படையெடுப்பு -180
கான் சாகிபு புரட்சி -181
கான் சாகிபு-ஐதர், பிரஞ்சுக்காரர் உதவி நாடுதல் -182
பிரஞ்சு உதவி -182
கான் சாகிபிற்கு மக்கள் ஆதரவு -183
பிரிட்டீசார் ஆயத்தம் -184
நெல்லைச் சீமைக்குள் கம்பெனிப்படை -185
மதுரைக் கோட்டை முற்றுகை -185
கிளர்ச்சிக்காரர் மன உறுதி தளர்தல் -185
கான் சாகிபிற்குத் துரோகம் -186
கான் சாகிபிற்குத் தூக்குத் தண்டனை-தூக்குக் கயிறு இரு முறை அறுதல் -186
தண்டனை நிறைவேற்றம் -186
கான் சாகிபு தூக்கிலிடப்பட்டது எங்கு? -186

2. பதினெட்டாம் நூற்றாண்டில் டெல்லி வட்டாரம்   189

    போர்க் காற்று -189
    ஆப்கானியர் கனவு பலித்திலது -190
    மராட்டியர் எண்ணம் ஈடேறவில்லை -190
    சீக்கியர், இரசபுத்திரர் நிலை -190
    கொடிய தட்ப வெப்ப நிலை -191
    தந்நம்பிக்கையற்றுத் தந்நலவுணர்வு ஓங்குதல் -192

3. பேராளர் (ரெசிடென்சி) ஆட்சி முறை

    பேராளர் ஆட்சி முறை என்பது என்ன   192

4. பக்சார் சண்டை - மீர் காசிம் ஒளது நவாபு தோல்வி   194

    பக்சார் சண்டை மூண்டது ஏன்? -194
    ஹெக்டர் மன்றோ -195
    பக்சார் வெற்றியும் பேரரச எழுச்சியும் -195
    கம்பெனி ஆட்சி மன்றக் குழுவினரின் ஊழல் -195
    கிளைவு கண்டனம் -196

புள்ளிகள்

    1. பொட்டல் புதுரில் தர்கா-பாக்தாதுப் பள்ளிவாசல் மாதிரியில் -197
    2. ஹாமில்டன் பாலமா? அம்பட்டன் பாலமா? -197
    3. புதுப்பாக்க வெஸ்காட்டு சாலை -198
    4. கள்ளர் மீது கொடிய அடக்குமுறை -198
    5. கம்பெனிப் படைவீரன் சம்பளம் -199
    6. கவர்னர் ஜான் ஸ்பென்சர்-பவுன் ரூபாய் மதிப்பு -199
    7. கர்நாடகத்தில் மராட்டியர் -200
    8. பிரிட்டனில் மிகு வரி-குடியேற்றங்கள் நசுக்கப்படுதல் -201
    9. இலண்டனில் வீடுகளுக்கு எண் -201
    10. இரசியத்தில் கோயில் நிலங்கள் பறிப்பு -201
    11. மாட்ரிடில் அரண்மனை முற்றுப் பெறுதல் -201
    12. புளோரிடத்தில் ஆரஞ்சுக் காடு -201
    13. ஓவியர் ஹோகார்த்து மறைவு -202
    14. காற்றாலை -204

1765

1. நாடற்ற முகலாயப் பேரரசர்-நாட்டுரிமையைக் கம்பெனிக்கு அளித்தல்   206

    ஷா ஆலம் வங்க உரிமையைக் கிழக்கிந்தியக் கம்பெனிக்கு அளித்தல் -206
    கம்பெனி வங்கத்தின் திவான் ஆதல் -206
    சமீந்தாரர்கள் தோற்றம் -207

2. மகஃபூஸ் கானின் தோல்வி மலிந்த வாழ்க்கை   207

    களம் பல கண்டவர் -208

மகஃபூசின் தோல்வித் தொடர்ச்சி -208
கோணல் வாழ்க்கை -208
ஐதரலியுடன் சேர்ந்து சூழ்ச்சி -209

3. ஜேம்ஸ் வாட்-நீராவிப் பொறிகள்   209

நீர் விசையின் பயன் உணரப்படுதல்
தாமஸ் சவேரி -209
நியூகமன் நீராவிப் பொறி -209
ஜேம்ஸ் வாட் நீராவியின் ஆற்றலைக் கண்டுபிடித்தல் -209
ஹீரோ (கி.மு. முதல் நூ) உண்டாக்கிய நீராவிப் பொறி -209
தொழிற் புரட்சியில் நீராவிப் பொறியின் முக்கியத்துவம் -209
நீராவிப் பொறி தொழிற்சாலைகளில் விசை தரும் சக்தியாதல் -209
நீராவிப் படகு -209
நீராவி இரயில் எஞ்சின் -209

புள்ளிகள்

1. கிளைவு மீண்டும் இந்தியத்தில் -212
2. பிரிட்டீசு அரசியல் சட்டம்-பிளாக்ஸ்டோன் விளக்கவுரை -213
3. பிரிட்டீசுப் பிரதமர் ராக்கிங்காம் பிரபு -213
4. முத்திரைச் சட்டம்-அமெரிக்கத்தில் எதிர்ப்பு -215
5. அமெரிக்கக் குடியேற்றங்களில் ஏற்றுமதிப் பெருக்கம் -216
6. மேலை நாடுகளில் மருத்துவக் கல்வி -216
7. உலகின் முதல் சிறு சேமிப்பு வங்கி -217
8. பேங்க் ஆஃப் பெர்லின் அமைப்பு -217
9. பாரிசில் உலகின் முதல் ரெஸ்டாரண்டு -217
10. கப்பல் காலக் கணிப்புக் கருவி -218

1766

1. ஐதரலி வட கேரளத்தின் மீது படையெடுத்தல்
   - கள்ளிக்கோட்டை, கொச்சி வரலாறுகள்   220

ஐதரின் பதினெட்டாண்டுக்கால எழுச்சி -220
சேர நாட்டின் மீது படையெடுத்தல் -220
கள்ளிக்கோட்டை வரலாறு -220
கள்ளிக்கோட்டையில் வாஸ்கோடாகாமா -221
கள்ளிக்கோட்டையில் முஸ்லிம்கள் -222
கள்ளிக்கோட்டையில் செங்கு ஹோ -222
ஐரோப்பியர்-முஸ்லிம் பகைமை -222
கள்ளிக்கோட்டையில் ஆங்கிலேயர், டச்சுக்காரர் -223
கள்ளிக்கோட்டை மீது ஐதரலி படையெடுப்பு -223
கொச்சி வரலாறு -224
புனித தோமா இறங்கிய இடம் -224

கொச்சியில் போர்த்துக்கீசருக்கு வாணிப உரிமைகள் -225
இந்தியத்தில் போர்த்துக்கீசருக்கு வாணிப உரிமைகள் -225
டகாமா கொச்சியில் அடக்கம் -226
ஃபிரான்சிஸ் சேவியர் -226
போர்த்துக்கீசரும் கொச்சியும் -226
கொச்சி பாதுகாப்பான துறைமுகம் -227
கொச்சியில் செட்டியார்கள் -227
கொச்சியில் கப்பல் கட்டும் பணிகள் -227
காரவல், கேலியன் -227
கொச்சியில் யூதர் -228
ஐதராலி படையெடுப்பில் யூதர் கொச்சிக்கு உதவி -228
கொச்சி-எர்ணாகுளம் -229
வேணாட்டின் வலிமை -229
திருவிதாங்கூர் அரண் -230

2. பாளையக்காரருக்கு எதிரான போர் தொடக்கம்   231

பாளையங்களின் தோற்றம் எப்போது -231
சோழப் பேரரசின் வீழ்ச்சியின் பின் -231
விசுவநாத நாயக்கனின் பாளையப்பட்டுகள் -231
தமிழ்நாட்டின் புதுக் கோலம் -231
அரசிருக்கைப் போட்டிகளும் அரசியல் பகடைக் காய்களும் -232
பாளையக்காரர் அணிகள் -232

3. பரோடா நாட்டரசு - வதோதரா கோநகராதல்   233

இந்தூர், குவாலியர், நாகபுரி பரோடா நாட்டரசுகள் -233
கெயிக்குவாடுகள் -233
கெயிக்குவாடுகளின் ஏற்றமும் செழிப்பும் -233
இலட்சுமி விலாச அரண்மணை -235

4. மூத்த பிட்-பிரிட்டீசுப் பிரதமரானார்   236

மூத்த பிட்டின் சிறப்பு -236
பாட்டனார் தாமஸ் பிட்-பிட் வைரம் -237
பிட் அரசியலில் நுழைதல் -237
பூர்பான் அரச குடி -237
ஏழாண்டுப் போரில் பிட்டின் பங்கு பணி -241
கீல் வாதத்தினால் துன்புறுதல் -244
அமெரிக்கக் குடியேற்றங்களின் தன்னுரிமைக் கோரிக்கைக்கு ஆதரவு -244

5. வரலாற்றில் கலகங்களும் கிளர்ச்சிகளும்   245

ரோம் கலகங்களின் தோற்றுவாயா? -245
பைசாந்தியத்திற்கும் பரவுதல் -245
பிரிட்டனில் கலகங்கள் -246

பிரான்சில் -246
பிரஞ்சுப் புரட்சி -247
அடைப்புகள், தாழ்ப்பாள்கள் -247

புள்ளிகள்

1. ரெட்டி குடியின் கொண்டபள்ளி -248
2. கிழக்கிந்தியக் கம்பெனி ஆதாயம் உயர்தல் -249
3. ஹைடிரஜன் பிரித்தறியப்பட்டது -249
4. ஸ்டிரிங்கர் லாரன்சு ஓய்வு பெறுதல் -250
5. லாலிக்கு மரண தண்டனை -250
6. கப்பற்படையில் ஒழுங்குமுறை விதிகள் -250
7. அமெரிக்கக் குடியேற்ற முத்திரைச் சட்டம் நீக்கம் -250
8. இரசியத்தில் வழிபாட்டு உரிமை -251
9. டென்மார்க்கு மன்னர் மரணம் -251
10. பிரான்சில் உள் நாட்டுத் தானிய வாணிபத்திற்குத் தடை -251
11. ரூசோவின் ''குறையேற்பு'' -251
12. கிறிஸ்தி ஏலக்கடை திறப்பு -251
13. புகைன்வில் உலகை வலம் வரப் புறப்படுதல் -252

1767

1. முதல் மைசூர்ப் போர் (167-1769) 254

பிரிட்டீசாரின் வல்லாண்மைக்கு ஐதரலி தடை; உத்தமபாளையம் -254
விருப்பாட்சி -254
ஐதரலியின் உள்நோக்கம் குறித்துப் பிரிட்டீசார் ஐயம் -254
காவேரிப் பட்டணத்தில் போர் தொடக்கம் -256
ஐதரை நிசாம் கைவிடுதல் -256
வாணியம்பாடி -256
திப்பு சுல்தான் திறம் -256
சேலம் -257
ஆத்தூர்-ஆற்றூர் -257
நாமக்கல் -257
சத்தியமங்கலம் -258
கோயமுத்தூர் -258
வேங்கடகிரி -259
கிருஷ்ணகிரி -259
கோலாரில் சண்டை -261
உடன்பாடு -260

2. பாளையக்காரர் எழுச்சியும் அடக்குமுறைகளும் 261

தென்பாண்டி நாட்டில் வல்லாளர் கொடுமைகள் -261
வாசுதேவ நல்லூர் -261

சேத்தூர், சிவகிரி சண்டைகள் -261

3. இந்திய நில அளவாய்வுத் துறை தோற்றம்   263

    ஜேம்ஸ் ரென்னல், நில அளவையாளர் -263
    சோழர் நில அளவை -264
    தெரிப்பு (சர்வே) -264
    உலகளந்த கோல் -265
    பல்லவர் கால நில அளவை முறைகள் -265
    நில அளவு கோல்கள் -266
    தியோடலைட்டு -267

புள்ளிகள்

    1. அந்தப்புரம், ஆள், அம்புடன் இந்தியப் படை புறப்பாடு -268
    2. இங்கிலாந்து சென்ற இந்திய முஸ்லிம்கள் -269
    3. கிளைவு தாயகம் திரும்புதல் -270
    4. புதிய வங்க ஆளுநர் வெரல்ஸ்டு -271
    5. சென்னை ஆளுநர் பூர்ச்சியார் -271
    6. அமெரிக்கக் குடியேற்றங்களில் மீண்டும் வரி விதிப்பு -271
    7. சோடா பானம் உருவாக்கிய முன்னோடி -271

1768

1. விசாகப்பட்டினம் - ஆங்கிலேயர் பெறுதல்   273

    சோழர் எழுப்பிய பட்டினம் -273
    கம்பெனிப் பண்டசாலை -273
    பிரஞ்சுக்காரரிடம் விசாகப்பட்டினம் -274
    இரண்டாம் உலகப் போரில் -274

2. நிசாம் - பிரிட்டன் மச்சிலிப்பட்டின உடன்படிக்கை   275

3. அறிவியல் ஏற்றத்தில் பசிபிக்கு மாக்கடல்   275

    ஆழமான பெரிய பசிபிக்கு மாக்கடல் -275
    அட்லாண்டிக்கு மாக்கடல் -275
    தென்னமெரிக்கச் சோழர் -275
    பசிபிக்குத் தீவு ஒன்றில் திராவிட மொழி? -275
    புது உலகில் ஐரோப்பியர் -276
    பசிபிக்கைக் கண்ட பல்போவா -276
    அறிவை விரித்த கடலோட்டங்கள் -277
    காப்டன் குக்கு -278
    அண்டார்டிக்கம் -278
    வில்லியம் டேம்பியர் -278
    தார் ஹேயர்தால் "கோன்-திகி" -278

4. நைல் தோற்றுவாய் தேடி 279

ஆற்றங்கரை நாகரிகங்கள் -279
புராணங்களில் நைல் -279
நைலும் அலெக்சாந்தரும் -280
நைலும் சீசரும் -280
தாலமி படத்தில் நைல் -280
நைல் தோற்றுவாய் தேடிகள் -280
நீல நைல், வெள்ளை நைல் -282
நைல் ஆறு -283

5. பிரிட்டானியக் கலைக்களஞ்சியத் தொகுப்புப் பணி தொடக்கம் 284

கலைக்களஞ்சிய வரலாறு; கலைக்களஞ்சியங்கள் பற்றி
எச்.ஜி.வெல்ஸ் -284
அவிநாசிலிங்கமும் தமிழ்க் கலைக்களஞ்சியமும் -284
உலகின் முதற் கலைக்களஞ்சியம் -284
பிரிட்டானியக் கலைக்களஞ்சியம் -285

புள்ளிகள்

1. மறைந்த தமிழ் நூல்கள் -286
2. சம்ஸ்கிருத-ஐரோப்பிய மொழிகள் தொடர்பு -286
3. கொங்கு நாட்டுப் போர்க் களங்கள் -287
4. வத்தலக்குண்டு-மைசூர்ப் படை பிடித்தது -289
5. சேப்பாக்கத்தில் ஆர்க்காட்டு அரண்மனை -289
6. பிரிட்டனில் கிராஃப்டன் அமைச்சரவை -290
7. இலண்டனில் இராயல் ஓவியக் கலைக்கழகம் - 293
8. இலண்டனில் உணவுக் கலவரம் - 293
9. பிரான்சில் ரொட்டி விலை ஏற்றம் - 294
10. கார்சிக்கம்-பிரான்சு விலைக்கு வாங்கிற்று - 294
11. உலகைச் சுற்றிவந்த முதல் பிரஞ்சுக் கடலோடி - 294
12. பர்மா மீது சீனம் படையெடுத்தல் -294

1769

1. இராமேசுவரம் கோயில் திருப்பணி நிறைவு 296

புராணக் கதைகள் -296
இராமேசுவரத்தின் காலம் -297
இராமேசுவரத் தீவு -298
கோயிலின் தோற்றுவாய் -298
சிங்கள மன்னர் எழுப்பிய கருவறை -298
உலகின் நீண்ட பெரிய திருச்சுற்று -299

தீர்த்தங்கள் -299
சைவ, வைணவர் போற்றும் தலம் -299
சேது காவலர் -300,301
நந்தி-அனுமன்: சோதிலிங்கம் -300
விழாக்கள் -300

2. முதல் மைசூர்ப் போரின் இறுதிக் கட்டம் — 301

காவேரிப்புரம் -302
மதுரைச் சீமையில் ஐதரலி -302
தஞ்சைத் தரணியில் -302
மதுரைச் சீமையில் பஞ்சமும் கொடுமைகளும் -303
சென்னையில் ஐதரலி -303

3. நேபாளம் ஒரே நாடாதல் — 304

நாட்டு அமைப்பு -304
தேராய் -305
சைவம் தழைத்த நாடு -305
புதிய நாடு -305
ஒரே பெயர், ஒரே நாடு -306
காத்துமாண்டு -306
பசுபதி நாதர் கோயில் -306

4. உலக மருத்துவமுறைகளும், மேலை மருத்துவமனைகளும் — 307

ஆப்பிரிக்கம், ஆஸ்திரேலியம், சீனம் -307
பாபிலோனியம், எகிப்து -308
இந்திய மருத்துவமுறைகள் - ஆயுர்வேதம் -309
பைசாகர் -309
அரபுகள், பாரசிகர் -310
சித்த மருத்துவம் -310
பௌத்தர் காலத்து மருத்துவமுறைகள் -310
ஐரோப்பியர் மருத்துவமுறைகளும் மருத்துவமனைகளும் -311
கிரேக்க மருத்துவமுறை, கிரேக்கப் புராணங்கள் -311
ஈஸ்குலேப்பியஸ் -312
கிரேக்கரின் அறிவியல் அணுகு முறை -312
ஹிப்போக்கிரேட்ஸ் -313
ரோமானிய மருத்துவமுறை -314
மருத்துவத்தில் பல கடவுளர் -314
ரோமில் கிரேக்க மருத்துவர் -315
ஐரோப்பிய மருத்துவமனைகள்-இங்கிலாந்து -315

அமெரிக்கத்தில் மருத்துவமனைகள் -315
ஊத்தைக் குரம்பை -316
மருத்துவமனை நோய்கள் -317
மருத்துவமனைகளின் வளர்ச்சி -317

புள்ளிகள்

1. சென்னை 1769 இல் -318
2. சென்னையில் வாரன் ஹேஸ்டிங்சு -319
3. புதுக்கோட்டையின் புதிய மன்னர் -320
4. பன்மொழிப் புலமை மிக்க சுவார்ஷ் பாதிரியார் -320
5. பிரிட்டீசு ஓவியர் இந்தியம் வருதல் -321
6. வங்க ஆளுநர் காட்டியவர் -322
7. வான்சிடாட்டு எங்கோ மறைந்தார் -322
8. வங்கப் பெரும் பஞ்சம் -324
9. பிரஞ்சுக் கம்பெனி உரிமைப் பட்டயம் இழத்தல் -324
10. ஷேக்ஸ்பியருக்கு முதல் விழா -324

1770

1. வட பாரதத்தில் வேளாண்மை, தொழில்கள் — 327

    குடும்பப் பண்ணை முறை -327
    தொழும்பர்-தாழ்ந்த சாதியினர் -327
    நிலவரிக் குத்தகை முறை -327
    ரோகில்லர்கள் -328
    வேளாண்மை பெருக்கும் பணிகள் -329
    செழிப்பற்ற இடங்களில் தொழும்பு நிலை -329
    வாணிபமும் முன்பண ஏற்பாடும் -329

2. இந்திய-சீன வாணிபத்தில் ''நேர்மையற்ற வழி''- கள்ள அபினி வாணிபம் — 330

    ''நாட்டு வாணிபம்'' என்பது என்ன? -330
    இந்திய அபினியையும் பருத்தியையும் சீனர் விரும்புதல் -330
    கிழக்கிந்தியக் கம்பெனியின் அபினி வாணிபம் -330
    மாண்டரின்கள் கையூட்டுப் பெறுதல் -330
    இந்தியாமென்களும் அபினிக் கிளிப்பர்களும் -330

3. பதினெட்டில் ஐரோப்பிய மக்களும் உயர் குடியினரும் — 332

    ஆங்கில உயர் குடி -332
    பிரஞ்சுப் பெருமக்கள் -333
    ஸ்பெயின், அங்கேரி, பெல்ஜியம், போலந்து, இரசியம் -335
    புதிய உயர் வகுப்பு -336
    பிரசியம் -337

புள்ளிகள்

1. சிவசாமி சேதுபதி விறலி விடு தூது -338
2. தஞ்சையில் முகலாயர் பாணி ஓவியர் குடியேற்றம் -338
3. இந்தியம் வந்த ஆங்கில மருத்துவர்கள் -339
4. மைசூர் மன்னர் கொலை -341
5. கான்பூர் நகரத் தோற்றம் -341
6. வங்கப் பஞ்சம் - வரலாற்றில் இந்தியப் பஞ்சங்கள் -342
7. புதிய பிரதமர் நார்த்து பிரபு-அமெரிக்கக் குடியேற்றங்கள் இழப்பிற்கு காரணர் -344
8. ''இறைவனில்லையெனில், அவனைப் படைப்போம்'' -347
9. இயற்கையில் இறை நோக்கமிலது -347
10. இங்கிலாந்தில் உருளைக் கிழங்கு -347
11. கதே ''ஃபாஸ்டு'' எழுதி முடித்தார் -347
12. பம்பாயில் நாடகக் கொட்டகைகள் -348
13. உலகின் மாபெரும் பேரங்காடி இலண்டனில் -348
14. சாதிக்காயில் டச்சு ஏகபோகம் ஒழிதல் -349
15. அமெரிக்கக் குடியேற்றங்களில் மக்கள் தொகை 22 இலட்சம் -349
16. பீரங்கி இரகசியம் -349
17. பிரஞ்சு இளவரசர்-ஆஸ்திரிய இளவரசி திருமணம் -349

பானிப்பத்து (1761 - 1770)

இது பாரதத்தில் எண்டிசையும் போர் மலிந்திருந்த பத்தாண்டுக் காலமாகும். இன்றைக்குச் சரியாக இருநூற்று முப்பத்து மூன்றாண்டுகளுக்குள்ளாகவே மறக்கப்பட்டுவிட்ட அல்லது சிறப்பை இழந்துபோன ஊர்களிலெல்லாம் இக்காலத்தே சண்டைகள் நிகழ்ந்தன. ஆனால் இக்காவியம் மனிதனின் தொல்வரலாறு என்றும் சாதிப் பாகுபாடு கூறாதது என்றும் கிட்டத்தட்ட மூவாயிரம் ஆண்டுகளுக்கு முன்னர் எழுதப்பட்டது என்றும் கருதப்படும் பாரதத்தில் விவரிக்கப்பட்டுள்ள குருசேத்திரப் போர்க்களத்துள் அடங்கிய பானிப்பத்தில் 1761 இல் நடந்து முடிந்த மூன்றாவது பானிப்பத்துப் போர். இந்திய அரசியலின் போக்கை வேறு திக்கில் திருப்பியது என்ற சிறப்பை உணர்த்தும் போர் ஆகும். அது நமக்குக் கற்றுத் தரக்கூடிய பாடம் இதில் இருக்கலாம் என்பதை நினைவுறுத்துவதற்காகவும் இதைப் பானிப்பத்து என்றோம். ஏனெனில் குருசேத்திர பூமி அடங்கிய பாஞ்சாலத்தில் இன்னும் குருதி கொட்டுவது நிற்கவில்லை.

- ப. சிவனடி

1761

அரசியல்

    ஆங்கிலேயருக்குப் பிரஞ்சு எதிர்ப்பு ஒழிதல்
    பூலித்தேவர் தோல்வி
    ஐதரலி மைசூரைக் கைப்பற்றுதல்
    மூத்த பிட் பதவி விலகுதல்

மருத்துவம்

    மூப்புப் பற்றிய மருத்துவ நூல்கள்
    புகையிலை - புற்றுநோய்த் தொடர்பு
    தட்டிப் பார்த்து நோயறிதல்

கலை, இலக்கியம்

    பிரஞ்சு மொழியில் திருக்குறள்
    வேப்பேரியில் அச்சகம்

மக்கள்

    ஆங்கில மக்களின் உணவுப் பண்டங்களும் பழக்கமும்

வரலாறு

    ஆப்கானிய வரலாறு
    திரிபுர வரலாறு
    உலகின் சிறு காசு - சக்கரம்
    ஆக்ரா

இராணுவம், போர்

    மூன்றாம் பானிப்பத்துப் போர்
    அப்தாலியின் பத்துப் படையெடுப்புகள்
    அயர் கூட்டே - பெருமுக்கல் வெற்றி
    ஆக்ராக் கோட்டை: ஜாட்டுகள் கவர்தல்
    இயற்கைச் சீற்றம், பஞ்சம்
    அரக்கானில் நில நடுக்கம்

பொது

    குருச்சேத்திரம் - பானிப்பத்து

இறப்பு

    பாலாஜி பாஜி ராவ் (1721-1761)

1761

1. ஆப்கானியர் வரலாறு - மூன்றாவது பானிப்பத்துப் போர் - மராட்டியர் வீழ்ச்சி

1761

நடுக் கிழக்கின் குருதி வேட்கை

உலகில் பல்லாயிரம் ஆண்டுகளாகச் சிறிதுகால அல்லது சில நூற்றாண்டுக்கால அமைதிக்குப் பின் தொடர்ந்து குருதி கொட்டப்பட்டு வரும் புலங்களில் நடுக்கிழக்கு தலையாய நிலப்பரப்பாகும். இப்புவியியல் பிரிவின் பெயர்ப் பொருள் மாறிக் கொண்டே வருகின்றதெனினும் வடமேற்கே துருக்கியிலிருந்து, கிழக்கில் ஈரான், ஆப்கானித்தானம் வரையிலும், வடக்கே ஈராக்கிலிருந்து அரபுத் தீவக்குறையின் தெற்கிலுள்ள ஓமன் வரையிலும் அடங்கிய 79,16,058 சதுர கிலோ மீட்டர் (30,56,405 சதுர மைல்) பரப்பை இது உள்ளடக்கியதாகும். இதனுள் இன்று துருக்கி, சிரியம், ஈராக், ஈரான், ஆப்கானித்தானம், இசுரேல், லெபனான், ஜோர்தான், சவூதி அரேபியம், ஏமன், தென் ஏமன், அரபு ஒன்றிய எமிரேட்டு, குவட்டார், பாரைன், ஓமன், குவைத்து ஆகிய நாடுகள் அமைந்துள்ளன.

ஈராறுகளான தைகிரிஸ், யூஃபிரிட்டிஸ் பாயும் ஆற்று வெளியில், அவற்றின் கரை மீது ஊர் நாகரிகங்கள் முகிழ்த்தன என்பதும், இப்பகுதிக்கு (மெசபடோமியம்) வரலாற்றில் ‘‘செழும்பிறை’’ (*Fertile Crescent*) என்ற பெயருண்டு என்பதும் எத்தகையவான சிறப்புகளோ, அத்தகையவாறே குருதி மிகப் பாய்ந்த பெருநிலம் என்ற தனிப் ‘‘பெருமையும்’’ உண்டு. சுமேரியர், அசிரியர், பாபிலோனியர், அக்காதியர், எகிப்தியர், எபிரேயர், பாரசிகர், கிரேக்கர், ரோமானியர், வரலாற்றில் மட்டுமே அறியப்பட்டவர்களான ஒட்டுறவுடைய பல்வேறு குலத்தார் என்று எண்ணத் தொலையாத மக்களினத்தார் இந்நடுக்கிழக்கில் நாம் அறிந்துள்ள வரலாற்றில் சுமார் ஐயாயிரமாண்டுக் காலத்திற்கு முன்பிருந்தே இன்றளவும் இரத்தம் சிந்தி மாண்டு வருகின்றனர்.

ஆப்கானித்தானம்

நடுக் கிழக்கு என்ற இந்நிலப்பரப்பின் கிழக்கில் அமைந்துள்ள ஆப்கானித்தானம் மட்டும் இந்தியத் தொடர்பு காரணமாக இக்கட்டுரையில் இடம் பெறுகின்றது. இன்று வடமேற்கில் துருக்குமேனித்தானம், வடக்கில் உசுபெக்கித்தானம், மேற்கில் ஈரான் (பாரசிகம்), வடகிழக்கிலும் தெற்கிலும் பாகிஸ்தானம் என்று பல நாடுகளால் நிலத்தால் வளைக்கப்பட்டும், மலைகளால் சூழப்பட்டும் இருக்கின்ற ஆப்கானித்தானம், பாரத

தேசத்தைக் குறிவைத்து வந்த படையெடுப்பாளர்க்கெல்லாம் பல்லாயிரமாண்டுகளாக, வாயிலாயும் ஊடுகடப்புத் தடமாயும் இருந்து வந்திருக்கின்றது. ஆப்கானியர், ஆப்கானித்தானம் பற்றிய செய்திகள் இந்திய சரித்திரக் களஞ்சிய வரிசையில் (இ.ச.க.தொகுதி 1,5,6 காண்க) பல இடங்களில் சொல்லப்பட்டுள்ளன.

இந்தியமும் ஆப்கானியரும்

மண்ணாளும் நோக்கத்துடன் இந்துத்தானத்தினுள் முதலில் நுழைந்த இசுலாமியர் அரபுகளேயாவார். அரபுகள் முகமது இபின் காசிமின் தலைமையில் 711 ஆம் ஆண்டு சிந்து மீது படையெடுத்தனர்.(இ.ச.க.தொகுதி-1)அங்கு அவர்கள் முதலில் இஸ்லாத்தை அறிமுகப்படுத்தினரெனினும், அவர்களால் தொடர்ந்து ஆட்சிபுரிய முடியவில்லை. அரபுகளையடுத்துப் பாரதத்திற்குள் நுழைந்த முஸ்லிம்கள் ஆப்கானித்தானத்திலிருந்து படை கொண்டு வந்த துருக்கியராயும் முகலாயராயும் ஆப்கானியராயும் இருந்தனர். அவர்கள் டெல்லியில் அரசு அமைத்துச் சுல்தான் என்ற பட்டப் பெயருடன் ஆண்டனர்.

காபூலின் தென்மேற்கே சுமார் 120 கிலோ மீட்டரிலுள்ள கசனியைக் கோநகராய் வைத்தாண்ட கசனாவிடு குடியின் முகமது (கசனி முகமது) ஆப்கானித்தானத்திலிருந்து இந்தியத்தின் மேல் பன்முறை பாய்ந்து கொள்ளையும், கொலையும் நிகழ்த்தி, முஸ்லிமல்லாதாரை அடித்து நொறுக்கும் சம்மட்டி என்று இசுலாமிய உலகெங்கும் பெயர் பெற்றவர்.

1761

அடிமை மரபு

எனினும், ஆப்கானித்தானத்தின் வட மேற்கு மலைப் பகுதியிலிருந்த ஹெராட்டு நகரின் தென் மேற்கிலமைந்த கோரி என்ற சிற்றரசிலிருந்து எழுந்த கூரிடு என்ற கோரி குடியினர்தாம் டெல்லியில் முதல் முஸ்லிம் அரசை நிறுவினர். இக்குடியினருக்குப் பழஞ்சிறப்போ, வேறு புகழோ இருந்ததில்லை. அடிமை மரபு, மாமிலுக்கு என்றெல்லாம் அறியப்பட்ட இக்குடியின் ஆட்சி 1206 தொட்டு 1290 வரை நடந்தது.

கில்ஜி மரபு

அவர்களுக்குப் பிறகு டெல்லியில் கில்ஜி குடியினர் ஆட்சி (1290-1320) ஏற்பட்டது. அக்குடியினர் ஆப்கானித்தானத்தில் பல்லாண்டு வாழ்ந்த துருக்கராயினும் ஆப்கானியப் பழக்க வழக்கங்களையும், நடையுடை பாவனைகளையும் கைக் கொண்டனர். அதனால் உயர் குடித் துருக்கர் அவர்களைப் பற்றி இழிவாகக் கருதினர். கில்ஜி குடியினரின் காலத்தில்தான், துருக்கர் பாண்டிய நாடு வரையிலும் தெற்கில் படை கொண்டு வந்தனர் (இ.ச.க.தொகுதி 4).

துக்ளக்கு மரபு

கில்ஜியரை அடுத்துக் கியாசுதீன் துக்ளக்கு என்ற முதல்வரின் பெயரால் துக்ளக்குக் குடி என்று தவறாக அழைக்கப்பெறும் சுல்தான்கள் 1320 முதல் 1412 வரை டெல்லியில் ஆட்சி செய்தனர். இக்குடியினர் குரௌனத் துருக்கர் என்ற கலப்பினத்தவராவர்.

சையது மரபு

பின்னர் டெல்லியில் சையதுகளின் ஆட்சி (1414-1526) அமைந்தது. சையதுகள் உயர்வான குடியினராய் மதிக்கப் பெறுகின்றனர்.

அலி-ஃபாத்திமா வழிவந்தோரையும், அலியின் பிற 13 மனைவியரின் சந்ததி யினரையும் குறிக்கும் உயர்வான பட்டப் பெயர் சையது ஆகும். (அலி:இ.ச.க.தொகுதி 2/2, 5 காண்க) சையது என்ற அரபுச் சொல்லுக்கு இளவரசன், பிரபு, பெருமகன் என்று பொருள் கொள்ளலாம்.

ஆப்கானியர் ஆட்சியில் டெல்லி

டெல்லியில் 1451 முதல் 1526 வரை ஆட்சிபுரிந்த லோடியர் ஆப்கானியராவர். ஆப்கானியர் பல்வேறு குலங்களாய் லோடி (*Lodi*), ஃபார்முலி (*Farmuli*), லோகானி (*Lohan*), என்று பிரிக்கப்பட்டிருந்தனர். ஆப்கானியர், துரானியர், பட்டாணியர் என்று பல்வேறு பெயர்களால் அறியப்பட்டிருந்த இம்மக்கள் பதின்மூன்றாம் நூற்றாண்டின் பிற்பகுதியில், அதாவது அடிமை மரபினரின் ஆட்சிக்காலத்தில் (1206-1290), அவர்களின் படையில் பேரெண்ணிக்கையிலிருந்தனர். கில்ஜி, துக்ளக்கு மரபுகளின் காலங்களில் ஆப்கானியப் பிரபுக்களில் சிலர் பெரும்பங்கு பணிகளை ஆற்றியுள்ளனர்.

இந்தியத்தில் டெல்லிச் சுல்தான்களின் ஊழியத்திலிருந்த ஆப்கானியர் சத அமிர் (நூற்றுவர்) என்ற முக்கியமான பிரிவினராயிருந்தனர். அப்பிரிவினர் தாம் தக்காணத்தில் பாமினி அரசு (1347-1527) அமைய வழிவகுத்தனர் (இ.ச.க.தொகுதி 2/1காண்க) என்பது குறிப்பிடத்தக்கது. ஆப்கானியர் இங்ஙனம் இந்தியமெங்கும் பரவியிருந்தனர். டெல்லிச் சுல்தான் ஃபிரூஸ் ஷா ஆட்சிக்காலத்தில் (1351-1388) ஆப்கானிய நிலப்பிரபுக்கள் பேரெண்ணிக்கையில் ஓங்கியிருந்தனர். மலை வாழ்வோர் என்று பொருள்படும் ரோகில்லர்கள் ஆகிய ஆப்கானியர் பதினெட்டாம் நூற்றாண்டின் முற்பகுதியில் தமக்கென்று இராம்பூரில் தனியரசு அமைத்தனர் (இ.ச.க.தொகுதி 5 காண்க).

1761

ஆப்கானியச் சூர் மரபு

முகலாய மன்னர் உமாயூனின் ஆட்சி இடையில் பன்னிரண்டாண்டுகள் அறுந்தது. இக்காலத்தில் ஊர் பேர் தெரியாத ஆப்கானியரான ஷேர் கான் டெல்லியில் ஆட்சியைக் கைப்படுத்திச் சூர் குடியினரின் ஆட்சியை அமைத்தார். உமாயூன் இக்குடியினரை எதிர்த்து 1554 இல் வெற்றி பெற்றது வரையிலும் ஆப்கானியரான சூர் குடியினரில் ஐவர் சுல்தான்களாய் டெல்லியில் இருந்தனர்.

ஆப்கானியர் தன்னாட்சி

மாசிடோனியரான மா அலெக்சாந்தர் (356-323 கி.மு.) பாஞ்சாலத்தை வெற்றி கொண்ட காலத்திலிருந்து (329-323 கி.மு.) இந்தியத்திலும், ஆப்கானித்தானத்திலும் அவர் தன் பெயரால் அலெக்சாந்திரியம் என்ற பெயரில் நகரங்களை நிறுவினார். அவற்றுள் ஒன்று தற்காலக் கராச்சியருகே கடற்கரை மீதிருந்தது; மற்றொன்று அலெக்சாந்திரிய உரச்சோசியோரம் (*Alexandria Urochosorium*), என்று அக்காலத்தில் அறியப்பட்டு, இன்று கண்டகார் என்று வழங்கும் ஆப்கானிய நகரம் ஆகும். சிந்து ஆறு கூடுமிடத்தில் அக்கிசைன்ஸ் (*Akesines*),என்ற பெயரிலும், சிந்து வடிநிலப்புலத்தில் பாடல (*Patala*), என்ற பெயரிலும் அலெக்சாந்திரியங்கள் இருந்தன. (இவையன்றி வேறு அலெக்சாந்திரியங்களும் வாணிப வழித்தடங்களில் அமைந்து வாணிப வளர்ச்சிக்குத் துணை நிற்பதாகக் கிரேக்கரால் அமைக்கப்பட்டன. அவற்றுள் நிலைத்த புகழைப் பெற்றிருப்பது அலெக்சாந்தரால் எகிப்தில் நைல் ஆற்றின் வடிநிலப் பகுதியில் கி.மு.332 ஆம் ஆண்டு அமைக்கப்பெற்ற அலெக்சாந்திரியமேயாகும். இந்நகரம் எல் இஸ்கந்திரிய என்ற பெயரில் இன்றும் நிலவுகிறது)

கண்டகார்க் கான்கள்

அலெக்சாந்தரால் ஆப்கானித்தானத்தில் அமைக்கப் பெற்ற அந்நகரம் இன்று கண்டகார் மாநிலத்தின் தலைநகராக உள்ளது. கண்டகாரைச் சேர்ந்த கான்கள் பதினெட்டாம் நூற்றாண்டின் தொடக்கத்தில் பாரசிகரை எதிர்த்துக் கிளர்ந்து 1709 இல் அங்கு தன்னாட்சியை நிறுவினர். கான் குடியின் ஆட்சி 1747 வரை நடந்தது. அவர்கள் அவ்வாண்டில் அதைப் பாரசிகரிடம் இழந்தனர்.

அகமது ஷா அப்தாலி

ஆப்கானித்தானம் பல்வேறு குலங்களாலும், மொழிகளாலும் சிதறிக் கிடந்தது. இன்றும் அங்கு, பக்தூன், தாஜிக்கு, துருக்கோமன், கிர்கிசு, உசுபெக்கு, ஹசாரா என்ற குலத்தினரும் இன்னுஞ் சிலரும் வாழ்கின்றனர். ஐம்பது சதத்தினரான பக்தூன்கள் மொத்த மக்கள் தொகையில் பாதியினரெனினும் பல்வேறு உள் பிரிவுகளால் பிளவுபட்டிருக்கின்றனர். இங்கு வாழும் பெரிய குலத்தினருக்கெல்லாம் அண்டை நாடுகளில் இனவுறவுடையோர் பேரெண்ணிக்கையில் வாழ்கின்றனர். பக்தூனியரும், பக்தூனியரல்லாதாரும் மொழியாலும் பிளவுபட்டுள்ளனர். பக்தூன்கள் பேசவது புஷ்டு என்ற பஷ்டோ மொழியாகும். இது இந்திய-ஐரோப்பிய மொழிக் குடும்பத்தின் கிழக்கு ஈரானியக் கிளையைச் சேர்ந்ததாகும். புஷ்டோ 1936 முதல் ஆட்சி மொழியாயிருந்து வருகின்றது. இம்மொழி பேசுவோர் பத்தான் அல்லது பட்டாண் என்றழைக்கப் படுகின்றனர். ஏனையோர் பாரசிக மொழியை ஒத்த தரி *(Dari)* என்ற மொழியைப் பேசுகின்றனர். உசுபெக்கி பேசுவோரும் உளர்.

இத்தகைய புலத்தில் அகமது ஷா அப்தாலி 1722 ஆம் ஆண்டு பிறந்தார். அவர் அந்நாட்டின் சடோசை என்ற குலத்தவர். இக்குலத்தார்க்குப் பொதுவாக அப்தாலி என்று பெயர். அப்தாலி என்றால் அலியின் ஊழியன் என்று பொருள். ஏனெனில் இக்குடும்பத்தார் முதலில் அலியைப் பின்பற்றும் ஷியா பிரிவிலிருந்து பின்னர் சன்னி என்ற பிரிவில் சேர்ந்தனர்.

அகமது ஷாவின் தந்தை பெயர் ஜமன் ஷா. அகமதின் அண்ணன் பாரசிக மன்னர் நாதிர் ஷாவின் (1688-1747) படையில் சேர்ந்து உயர் பதவியடைந்ததால் தன் தம்பியையும் பாரசிகர் படையில் சேர்த்துவிட்டார். அகமது ஷா விரைவில் நாதிர் ஷாவின் தனி அடிமை ஆனார். (நாதிர் ஷா: இ.ச.க.தொகுதி 5)

அகமது ஷா சிறிது காலத்தின் பின் ஆயிரம் பேரடங்கிய படைப்பிரிவிற்குத் தலைவராக்கப்பட்டார். நாதிர் ஷா அவரது பற்றுறுதியை மெச்சி, 1739 இல் இந்தியத்தின் மீது படையெடுத்த போது (இ.ச.க.தொகுதி 4) ஆறாயிரம் பேரடங்கிய படைக்குத் தலைவராக்கினார். அத்துடன் அவர் அகமதைத் தன் தலைமைத் தளபதியுமாக்கினார்.

அகமது ஷா இப்படையெடுப்பின் போது டெல்லியிலிருந்த காலையில், ஒருவரின் முகத்தைப் பார்த்தே ஆரூடம் கூறக்கூடிய அசஃபு ஷா என்ற முகலாயப் பிரபு ஒருவரைக் கண்டதாக ஒரு கதை வழங்குகின்றது. அப்பிரபு அகமது ஷாவைக் கண்டதுமே, அவர் ஒருநாள் அரசராவார் என்று கூறி விட்டாராம். அது எப்படியோ பின்னாளில் பலித்து விட்டது. நாதிர் ஷா 1747 சூன் 19 அன்று கொலை செய்யப் பட்டதும், அகமது ஷா அதை நல்வாய்ப்பாகக் கொண்டு, தன் நாட்டைப் பாரசிகத்திடமிருந்து விடுவித்து அமீர் ஆனார். ஆப்கானித்தானமும் அன்றிலிருந்து தனியரசானது. (அமீர் எனின் தளபதி, பிரபு என்று பொருள்)

அகமது ஷா ஆட்சிப் பொறுப்பை ஏற்றதும் மக்களின் கவனத்தைத் திருப்புவதில் மிகுந்த அக்கறை காட்டினார். இல்லையேல் மக்கள் தன் மீதே பாய்ந்து விடுவர் என்று இப்புதிய அரசர் அஞ்சினார். ஆப்கானியர் தொலைவிலுள்ள நாடுகளுக்குச் சென்று வீர தீரச் செயல்களில் ஈடுபடுவதில் மிகுந்த மகிழ்ச்சி கொள்வோராயிருந்தனர். அகமது ஷா துரானியிடம் பெரும் படையை வைத்து பராமரிப்பதற்குப் போதிய பணவசதி யில்லை. ஆதலால் அவர் தன் பண நெருக்கடியைத் தீர்ப்பதற்குப் படாத பாடுபட்டார். இந்தியத்தில் வற்றாமல் தேங்கிக் கிடந்த தங்கமும் வெள்ளியும் எல்லாப் படையெடுப் பாளரையும் கவர்ந்து இழுத்ததைப் போன்று, அகமது ஷா அப்தாலியையும் சுண்டி ஈர்த்தன. அவர் பாரதத்தின் மீது படை கொண்டு வந்ததற்கு இதுவே முக்கியமான காரணமாகும்.

குருச்சேத்திரம்

குருவாகிய வியாழனின் அருளால் பிறந்ததாலும் சூரிய குல மன்னர்களின் குருவாகிய வசிட்ட முனிவர் சூரியனிடஞ் சென்று, தபதி ஆற்றை இவன் தந்தையான சம்வருணனுக்குக் கொடுக்கச் செய்து பிறந்த மகனாகையால் குரு என்று பெயர் பெற்ற கௌரவரின் முன்னோரானதாலும் இவன் பெயரால் வழங்கி வருவது குருச்சேத்திர மாகும். குரு தவமியற்றி இதைப் புண்ணிய பூமியாக்கினான் என்பது நம்பிக்கை. இங்கு எத்தனையோ போர்கள் நிகழ்ந்த பின்னும், இந்தச் சேத்திரம் தன் புனிதத் தன்மையை இழக்கவில்லையாம். குருச்சேத்திரத்தைச் சுற்றி "இடங்கள்" என்று பொருள்படும் நான்கு பத்துகள் இருந்தன: பானிப்பத்து, சோனேப்பத்து, தில் பத்து, பாகப்பத்து.

கீதை பிறந்த களம்

பானிப்பத்தை உள்ளடக்கிய குருச்சேத்திரத்தில் ஏறத்தாழ 3500 ஆண்டுகளுக்கு முன்னர் பாரதப் போர் பதினெட்டு நாள் நிகழ்ந்தது என்பர்.

இந்திய மெய்ப்பொருள் தத்துவங்கள் உதித்த கருப்பை என்று கருதப்படும் குருச்சேத்திரத்தில், அர்ச்சுனன் தன்னெதிரில் பல்வேறு வகையான படைக்கலன்களை ஏந்தி நாற்படைகளுடன் அணிவகுத்து நின்றிருந்த தாயாதியரையும் நெருங்கிய உறவினரையும் கண்டு, அவர்களின் குருதியைக் கொட்ட விரும்பாது மலைத்து நின்ற இடம் ஜோதிசர் என்பர். அப்போது கண்ணன் பார்த்தனுக்குத் தேரோட்டியாயிருந்து அவனுக்கு அருளிய ஞான மொழிகளின் திரட்டே கீதை என்னும் பகவத் கீதை என்று பரவலாக எங்கும் ஏற்கப்பட்ட செய்தியாக உள்ளது.

எனினும் பாகவத சமயம் வேத காலத்திற்கும் முந்தியது என்ற கருத்தும் உண்டு. பாகவத சமயத்தின் ஆதி நூல் பகவத் கீதை. பகவத் கீதை என்ற பெயரே, அது பாகவத மரபு என்பதை உணர்த்தாமல் உணர்த்துகின்றது. வேத மரபிலிருந்து வேறுபட்டதும், ஒரு கடவுள் கொள்கையை உடையதுமான பாகவத சமயம் வாசுதேவனால், அல்லது கிருஷ்ண பரமாத்மாவால் தோற்றுவிக்கப்பட்டது என்றெல்லாம் பகவத் கீதையின் தோற்றுவாய் குறித்துக் கருத்துகள் உள. வியாசர் அதைத் தம் மகாபாரதக் காவியத்தில் இணைத்து, அதைக் காலத்தைக் கடந்து நிற்கும் நிலைபேறடையச் செய்தார் என்றொரு மரபும் உண்டு.

பகவத் கீதை இன்றுள்ள வடிவில் நமக்கு வந்திலது என்பது பன்னெடுங் காலமாகவே அறியப்பட்டுள்ளது என்பது அறிஞர் துணிபு. அதில் அடிப்படையான செப்பங்கள் செய்த பின்னரே, கீதை இவ்வடிவத்தை அடைந்திருக்கின்றது. கீதையில் ஞானப் பெட்டகங்களான உபநிடதங்களில் பொதிந்துள்ள கடவுள், ஆன்மா, உலகம் ஆகியன குறித்த பல்வேறு கொள்கைகள் உள்ளன.

இக்கருத்துகள் யாவும், கீதைப் பேருரைகள் காலங்கடந்து நிற்கும் வல்லமை பெற்ற தொன்மைச் சிறப்புடையன என்பதை வலியுறுத்துகின்றன.

நாமறிய உலகில் முதன்முதலில் போரை எதிர்த்தவரும் பொறையற்றவர்களால் உயிருக்குத் தீங்கு நேருமே என்று அஞ்சாதவரும், இந்து சமூகத்தின் முதல் சீர்திருத்தவாதி என்று கொள்ளத்தக்கவருமான சார்வாகன், குருச்சேத்திரப் போரில் நடந்த சோதரக் கொலையை எதிர்த்து நியாய வாதம் புரிந்து மறநெறியை எதிர்க்க முற்பட்டதால் உயிரோடு எரிக்கப்பட்டார் என்பது நம்மில் பலருக்குத் தெரியாது. இதுவும் குருச்சேத்திரத்துடன் தொடர்புடைய செய்தியாகும்.

ஹர்ஷர்

ஹூண மரபினரான ஹர்ஷ வர்த்தனர் (கி.பி.606-647) குருச்சேத்திரத்தில் வீரம் விளைத்திருக்கின்றார். இங்குள்ள தானேசுவரம் ஹர்ஷரின் மேற்குத் தலைநகராயும், புனிதத் தலமாயும் விளங்கிற்று. நாளந்தப் பல்கலைக்கழகம் ஒன்றும் இங்கு இருந்ததென்பர். பெருமை பெற்ற பல்கலைக்கழகம் ஒன்றும் இங்கு இருந்ததென்பர். (அரியான மாநிலத்தின் இப்பகுதியில் இப்போது குருச்சேத்திரப் பல்கலைக்கழகம் அமைக்கப்பட்டுள்ளது.) ஹர்ஷரின் காலத்தில் இக்கல்விக் கூடத்தில் சம்ஸ்கிருதம், வேதாந்தம், இலக்கியம் முதலியன உயர்ந்த முறையில் கற்பிக்கப்பட்டனவாம். குருச்சேத்திரம் டெல்லி நெடுஞ்சாலையில் அரியான மாநிலத்திலுள்ளது. டெல்லிக்கு வடக்கே சுமார் 80 கிலோ மீட்டரில் (50 மைல்) உள்ள பானிப்பத்து நகரம் குருச்சேத்திர பூமியைச் சுற்றியமைந்த பல ஊர்களில் ஒன்றென்பதைக் கூறி அண்மைக்கால வரலாற்றில் அங்கு நடந்த போர்களையும் இந்த 1761 இல் நடந்த போரையும் கண்ட மண்ணில் அடிவைப்போம்.

பானிப்பத்து

பானிப்பத்துக்கு அண்மைக்காலத்து இலக்கிய வரலாற்றுச் சிறப்பும் உள்ளது. இஸ்லாத்தின் எழுச்சியும், தாழ்ச்சியும் குறித்து முசத்தஸ் என்ற ஆறடிப் பாவினத்தில் மௌலானா அல்தாஃபு உசேன் ''ஹாலி'' (1827-1914) என்ற புலவர் அருங்காவியமாய் எழுதினார். அவர் 1827 ஆம் ஆண்டு பானிப்பத்தில் பிறந்தவர். இந்நூல் இதுவரை

யிலும் முந்நூறு பதிப்புகளுக்கு மேல் வெளிவந்துள்ளது. ஆனால் அந்நூலிற்கென்று அவருடைய குடும்பத்தினர் ஒரு சல்லிக் காசைக் கூட வாங்கிக் கொள்ளவில்லை.

''நான் இறந்தபின்னர் இறைத் திருமுன் செல்கையில், உலகிலிருந்து யாது கொண்டு வந்தனை, என்று கேட்கப்படுமாயின், இதோ ஹாலியின் முசத்தஸ் காவியம் கொண்டு வந்திருக்கின்றேன் என்பேன்''-அலிகடு பல்கைலக்கழகத்தை நிறுவிய சர் சையது அகமது கான் இந்நூலை வியந்து இவ்வாறு போற்றியிருக்கின்றார்.

''ஹாலி'' என்பது அவரது புனை பெயர். அதற்குச் சம காலத்தவர் என்று பொருள். ஹாலி பெண் கல்வி, ஆண்-பெண் சமத்துவம் ஆகியன குறித்துப் பல பாடல்களைப் புனைந்துள்ளார். அக் கொள்கைகளுக்காக ஹாலி போராடியுமிருக்கின்றார். உருது மொழிப் பாடல்களைப் பற்றி முதன் முதலில் திறனாய்வு செய்த விற்பன்னரும் அவரேயாவார். இந்திய இலக்கியம், திரைப்படக் கலை, இதழியல் போன்ற அறிவு சார்ந்த துறைகளில் நிலைத்த புகழுடைய பல படைப்புகளை உண்டாக்கிய குவாஜா அகமது அப்பாஸ் (கே. ஏ. அப்பாஸ்), ஹாலியின் கொள்ளுப்பேரர். அப்பாசின் தாயான மசரத்துன்னிசா பேகத்தின் பாட்டனார் ஹாலி ஆவார். அப்பாசும் பானிப்பத்தில் பிறந்து வளர்ந்தவரேயாவார்.

ஜவகர்லால் நேரு, கே.ஏ.அப்பாஸ் மீது பெருமதிப்பு வைத்திருந்தார் என்பதற்கு இந்நிகழ்ச்சியை எடுத்துக்காட்டலாம்; நேரு நோய்வாய்ப்பட்டிருந்தபோது, அவரைக் காணச் சென்ற அப்பாசைப் பார்த்ததுமே தள்ளாடிய நிலையிலும் எழுந்து நின்று வரவேற்றதை அப்பாஸ் உணர்ச்சி பொங்க நினைவு கூர்ந்திருக்கின்றார். நாட்டுப் பிரிவினைக்குப் பிறகு நடந்த கொடிய வகுப்புக் கலவரத்தின்போது பானிப்பத்தில் இரத்தக் களரி ஏற்பட்டது. நேரு இந்தியப் படை வீரரைத் தனியாக அனுப்பி அப்பாஸ் குடும்பத்தினரைப் பத்திரமாக டெல்லிக்கு அழைத்து வரச் செய்தார் என்பதையும் அப்பாஸ் நன்றிப் பெருக்குடன் எழுதியிருக்கின்றார்.

ஹாலியும், அப்பாசும் பிறந்து வளர்ந்த பானிப்பத்து இல்லத்தை, நாட்டுப் பிரிவினைக்குப் பின் பாகிஸ்தானத்தில் இருந்து வந்திருந்த ஓர் அகதி கையகப்படுத்தி விட்டார். அவ்வீட்டை யாராலும் மீட்டுத் தர முடியவில்லை. அப்பாஸ் பானிப்பத்துக்குச் சென்றபோது, தான் அந்த அகதியின் விருந்தாளியாகப் பிறந்த வீட்டில் தங்கியிருந்ததையும் ஓரிடத்தில் குறிப்பிட்டிருக்கின்றார்.

அரியானா அரசு அவ்வீட்டை இப்போது விலைக்கு வாங்கி ஹாலியின் நினைவில்லமாக மாற்றியுள்ளது. பானிப்பத்தில் ஹாலியின் பெயரால் ஓர் உயர்நிலைப் பள்ளியும் ஒரு பூங்காவும் ஒரு சாலையும் உள்ளன.

லோடி

முதல் பானிப்பத்துப் போர் (1526)

டெல்லியை ஆண்ட முதல் ஆப்கன் சுல்தான் பகலுல் லோடி *(1451-1489)* ஆவார். அவர் இளவயதில் குதிரை வணிகராயிருந்தவர். அவரோடு லோடி குடி தொடங்கி, மூன்றாவது சுல்தானான **இபுராகிம் லோடி**யுடன் *(1517-1526)* முடிந்து போகின்றது. அவர் ஆப்கானித்தானத்தைச் சிறிது காலம் ஆண்டு பாபரிடம் பானிப்பத்துப் போர்க்களத்தில் **1526** ஏப்பரல் **21** அன்று தோற்றார்.

(இ.ச.க.தொகுதி-1). ஆப்கானியர் இந்துஸ்தானத்தில் செலுத்திவந்த மேலாண்மை யையும்,ஆட்சியுரிமையையும் பாபர் பானிப்பத்தில் பறித்து 1526 ஆம் ஆண்டு முகலாயர் குடியைத் தோற்றுவித்தார். இப்போரே வரலாற்றில் முதல் பானிப்பத்துப் போர் என்றழைக்கப்படுகின்றது.

இரண்டாவது பானிப்பத்துப் போர் (1556)

முகலாய மன்னரான அக்பருக்கும் (1542-1605 : ஆட்சிக் காலம் 1556-1605) ஆப்கானியருக்கும் 1556 ஆம் ஆண்டு பானிப்பத்தில் நடந்தது இரண்டாவது பானிப்பத்துப் போராகும்.

மூன்றாவது பானிப்பத்துப் போர் (1761)

முகலாயருக்கு ஆதரவாயிருந்த மராட்டியருக்கும், ஆப்கானியப் படையெடுப் பாளரான அகமது ஷா அப்தாலிக்கும் இவ்வாண்டு நடந்து, மராட்டியரின் தோல்வியில் முடிந்தது மூன்றாவது பானிப்பத்துப் போராகும். அப்தாலியின் பத்துப் படையெடுப்பு களை விவரிக்கையில் இது பற்றிக் கீழே விரித்துரைக்கப்படுகின்றது. ஆப்கானியர் இந்துத்தான ஆட்சியுரிமையை முகலாயரிடம் இழந்ததையும், அவர்களிடம் தோல்வி கண்டதையும் மறக்கவேயில்லை (இ.ச.க.தொகுதி 5 காண்க) அவர்கள் முகலாயரின் ஊழியத்தில் இருந்தவாறே மனம் குமுறி வந்தனர். முகலாயர் அவையில் பதினெட்டாம் நூற்றாண்டு வரை நிலவிய உள்பகைக்கும் பூசலுக்கும் ஆப்கானியரின் மனக் கசப்பும் ஒரு காரணமாகும். இவற்றுக்கெல்லாம் பழி வாங்குவது போன்று ஆப்கானிய மன்னர் அகமது ஷா அப்தாலி இந்துத்தானததின் மீது எடுத்த படையெடுப்பு அமைந்தது எனலாம். அகமது ஷா அப்தாலி வரிசையாக 1748 தொடங்கி 1769 வரை 22 ஆண்டுகளாகப் பத்துமுறை படையெடுத்து வந்தார்.

முதற் படையெடுப்பு (1748)

பாஞ்சாலத்திலுள்ள லாகூரில் ஆளுநராயிருந்த ஷா நவாஸ் கான் பாஞ்சாலத்தைப் பிடித்துத் தன் மேலாண்மையின் கீழ் கொண்டு வந்தார். (லாகூர்: இ.ச.க.தொகுதி 2/2 காண்க) அது டெல்லியிலிருந்த முகலாய வசீரான குவாமர்-அத்-தீனுக்கு வெறுப்பூட்டியது. அவர் ஷா நவாஸ் கானைப் பாஞ்சாலத்திலிருந்து வெளியே தள்ள விரும்பினார். அதனால் ஷா நவாஸ் கான், அகமது ஷா துரானியின் உதவியை நாடினார். பாரதத்தின் மீது படையெடுக்கக் காத்திருந்த அப்தாலிக்கு இது நல்ல வாய்ப்பாகவே, அவர் 1748 ஜனவரியில் பாஞ்சாலத்தினுள் நுழைந்தார். சர்ஹிந்து என்ற இடத்தின் வடக்கே சுமார் பதினைந்து கிலோ மீட்டரிலிருந்து மனுப்பூர் என்ற ஊரில் நடந்த சண்டையின் போது, ஒரே முறை சுடப்பட்ட பீரங்கிக் குண்டினால் ஆளுநரான வசீர் இறந்தார். எனினும், வசீரின் மகனான மியுன்-உல்-முல்கு துரானியரைப் பாஞ்சாலத்திலிருந்து விரட்டினார். முகலாய மன்னர் முகமது ஷா 1748 ஏப்ரல் 25 அன்று இறக்கவும், 28 அன்று அகமது ஷா ஆப்கானிய அரசரானார்.

இரண்டாவது படையெடுப்பு (1750)

ஆப்கானியத் துரானியர் இரண்டாம் முறையாக 1750 தொடக்கத்தில் படையுடன் வந்தனர். அகமது ஷா துரானி கோரிய சில இடங்கள் அவருக்குத் தரப்பட்டதும் அவர் நாடு திரும்பி விட்டார்.

1761

மூன்றாவது படையெடுப்பு (1751-1752)

அப்தாலி 1751 டிசம்பரில் மூன்றாவது தடவையாகப் படையுடன் வந்து லாகூரில் நின்றார். அவர் இப்போது மியுன்-உல்-முல்கைத் தோற்கடித்துச் சிறைப்பிடித்தார். ஆனால் முல்கின் வீரத்தை மெச்சி அவரை அப்தாலி விடுதலை செய்ததுடன், லாகூரில் தன் ஆளுநராயும் அமர்த்திக் கொண்டார்.

முகலாயப் பேரரசு கடுஞ்சிக்கல் வாய்ந்த இக்கட்டான நிலையில் இப்போது இருந்தது. முகலாய வசீரான சஃப்தர் ஜங்கு பேரரசரின் ஆதரவைப் பெற முடியாத நிலை ஏற்பட்டிருந்தது. ஜாட்டுகள், ரோகில்லர்கள், கங்கை-யமுனை ஆறுகளுக்கிடைப்பட்ட பகுதியான தோவாபில் (*Doab*) வாழ்ந்த பட்டாணியர் 60 ஆயிரம் பேரடங்கிய பெரும்படையுடன் வசீரின் கைவசமிருந்த பகுதிகளை நோக்கி 1750 ஆம் ஆண்டில் திரண்டனர். ஆதலால் அவர் ஜாட்டுகள், மராட்டியர் தலைவர்களான சிந்தியா, ஹோல்கர் ஆகியோரின் உதவியைப் பணங்கொடுத்துப் பெற முயன்றார்.

மராட்டியர் உதவிக்கு வருமுன்னரே அவர் பட்டாணியர் படையிடம் பரீதாபாதின் அருகிலிருக்கும் கஸ்கஞ்சு என்ற இடத்தில் 1750 செப்டம்பர் 12 நடந்த சண்டையில் படு தோல்வியடைந்தார். அவர் போரில் காயம்பட்டு மயக்கமுற்ற நிலையில் களத்திலிருந்து தூக்கிச் செல்லப்பட்டார். அவருக்கு ஏற்கெனவே டெல்லி அரசவையில் மதிப்பும் அதிகாரமும் மங்கியிருந்த நிலையில், அவரது செல்வாக்கு மேலும் குறைந்தது. பட்டாணியர் இந்த வெற்றிக்குப் பிறகு ஔதின் தலைநகரான லக்னோவை அடைந்தனர். அவர்கள் அங்கிருந்து அலகாபாதின்மீது பாய்ந்து கோட்டையை முற்றுகையிட்டனர். சஃப்தர் ஜங்கு அனைத்தையும் இழந்துவிட்ட நிலையில் இருந்தார்.

அவர் பெரிதும் மனமுடைந்து அறிவுக் கூர்மையுடைய தன் மனைவி சதருன்னிச பேகத்தையும் பிற நண்பர்களையும் அணுகிக் கலந்து பேசினார். மராட்டியரிடம் சென்று, அவர்கள் என்ன நிபந்தனையை விதித்தாலும் அதற்கு ஒப்புக் கொண்டு அவர்களுடன் அணி சேர்வதே நல்லது என்று அவர்களனைவரும் ஒரே குரலில் கருத்துக் கூறினர். சஃப்தர் ஜங்கு உடனே தன் தனிமுறை முகவர்களை மராட்டியர் தலைவர்களிடம் அனுப்பினார். வசீர் அதன்பிறகு பட்டாணியரிடமிருந்து அலகாபாது முற்றுகையை நீக்குவதற்காக 1751 பிப்ரவரி 21 அன்று புறப்பட்டார். அவர் அங்கு சென்ற வழியில் ஜெயப்பூரில் சிந்தியா, மல்ஹர் ராவ் ஹோல்கர் ஆகிய இருவரையும் மார்ச்சு 2 அன்று சந்தித்து உதவி கோரினார். இது மராட்டியருக்கு மிகுந்த பொறுப்பு வாய்ந்த பெருங்கடமையாகும். முகலாயப் பேரரசருக்கும் பட்டாணியர்க்கும் இடையில் ஏற்பட்டது இந்தப் பகையாகும். பட்டாணியர், அதாவது ஆப்கானியர், முகலாயருக்கு முன்னர் டெல்லியில் நிலவிய கில்ஜிகள், துக்ளக்குகள் காலத்துப் பேரரசை மீண்டும் நிறுவக் கனவு கண்டனர். அதற்காகவே அவர்கள் தம் தாயகமான ஆப்கானித் தானிலிருந்து அகமது ஷா துரானியை அழைத்திருக்கின்றனர்.

வசீர் தனக்கும், முகலாயர் குடிக்கும் ஏற்பட்ட பெரும் பேராபத்தை உணர்ந்து மராட்டியருக்கு ஒரு நாளைக்கு 25 ஆயிர ரூபாய் வீதமும், ஜாட்டுகளுக்கு 15 ஆயிர ரூபாய் வீதமும் பணம் கொடுத்து உதவியைப் பெற முயன்றார்.

மராட்டியர் அரசியல், சமய நோக்குடன் இவை அனைத்திலும் தலை கொடுத்தனர் என்று சர்தேசாய் தனது மராட்டியரின் புதிய வரலாறு என்ற நூலில் கூறுகின்றார். பிரயாகை, காசி ஆகிய புனிதத் தலங்களை இந்துக்களுக்காக மீட்க வேண்டுமென்பதில் மராட்டியர் குறியாயிருந்தனர்.

இத்தகைய சிக்கலான பின்னணியில் அப்தாலி 1751 ஆம் ஆண்டுக் கடைசியில் பாஞ்சாலத்தில் புகுந்தார். இதையறிந்ததும் முகலாய அரசரான அகமது ஷா (1748-1754; இவர் காமக் களியாட்டங்களில் ஈடுபட்டவர் என்ற இழிபெயர் பெற்றவர்) அஞ்சிக் கிலி கொண்டுவிட்டார். டெல்லி நகரமே அச்சத்தால் திகைத்து மலைத்தது. ஆதலால் வசீர் உடனே தலைநகரத்திற்குத் திரும்ப வேண்டுமென்று கடுஞ் சீற்றத்துடன் அரசர் எழுதினார். வசீர் வரும்போது உதவிக்காகத் தன்னுடன் மராட்டியப் நேசர்களை அழைத்து வரவும் பணித்திருந்தார். சஃப்தர் ஜங்கிற்கு இக்கடிதம் லக்னோவில் மார்ச்சு 27 அன்று கிடைத்தது. சிந்தியாவும் ஹோல்கரும் தக்காணத்திற்குத் திரும்புவதற்கு ஆயத்தமாகக் கானோஜில் இருந்தனர். ஆதலால் வசீர் அவர்களைக் காண விரைந்து புறப்பட்டார்.

வசீர் அங்கு அவர்களுடன் பேசிப் பேரரசரின் உதவிக்கென்று அவர்கள் உடனே வரவேண்டுமென்று அவர்களுடன் முறையான உடன்படிக்கை ஒன்றைப் பேரரசரின் சார்பில் செய்து கொண்டார். அவ்வுடன்படிக்கையானது முறைமை வழாமலும், அரச முத்திரைகளோடும் 1752 ஏப்ரல் 12 அன்று பேரரசருக்காக வசீரினால் செய்யப்பட்டு ஏற்கப்பட்டது. அதில் கூறப்பட்டிருந்த பொறுப்புகள்:

1. பேஷ்வா முகலாயப் பேரரசைப் பட்டாணியர், இரசபுத்திரர், பிற கலகக்காரர் போன்றோரிடமிருந்தும், ஆப்கன் மன்னர் அப்தாலி போன்ற அயல் நாட்டு எதிரிகளிடமிருந்தும் காக்கவேண்டும்.

2. பேரரசர் மராட்டியரின் இவ்வுதவிக்காக 50 இலட்சம் ரூபாய் தரவேண்டும். அதில் 30 இலட்சம் அப்தாலியை எதிர்க்கவும், 20 இலட்சம் பட்டாணியர் போன்ற உள்நாட்டு எதிரிகளை ஒடுக்கவும் பயன்படுத்தப்பட வேண்டும்.

3. இவற்றோடு பாஞ்சாலம், சிந்து, கங்கை-யமுனைகளுக்கு இடைப்பட்ட தோவாபுப் பகுதி ஆகியவற்றிலிருந்து மராட்டியப் பேஷ்வா சௌத்து என்ற வரியைத் தண்டிக் கொள்ளலாம்.

4. ஆக்ரா, ஆஜ்மீர் ஆகியவற்றின் சுபேதாராயும் பேஷ்வா இருந்து, முகலாயர் ஆட்சி முறைப்படி அவற்றை நிர்வகித்து வரவேண்டும்.

5. பேஷ்வா நேரடியாக வந்து பேரரசருக்கு ஊழியம் செய்யமுடியாது போகுமாயின், அவர் தன் சர்தார்களை (படைத்தலைவர்கள்) அதற்காக அனுப்பி வைக்கலாம்.

அப்தாலி
சதாசிவ ராவ்

இந்திய சரித்திரக் களஞ்சியம் | 49

இந்த 1752 ஆம் ஆண்டு உடன்படிக்கை வட பாரதத்திலிருந்து தக்காணத்திற்குத் தங்க ஆறு பாய உதவியதெனினும், பானிப்பத்தில் மராட்டியரின் இரத்த ஆறு பெருகக் கருவியாக அமைந்தது எனலாம்.

நான்காவது படையெடுப்பு (1756-1757)

அகமது ஷா அப்தாலியால் 1751 இல் பாஞ்சாலத்தின் ஆளுநராய் லாகூரில் அமர்த்தப் பெற்ற மியுன்-உல்-முல்கு இறந்ததும் அவருடைய மனைவி முகலானி பேகம் அப்பதவியைப் பெற்றார். இப்பெண்மணி அப்தாலியால் மகள் என்று அன்புடன் நடத்தப் பெற்றவர். முகலானி பேகம் தன் கணவரைப் போன்றே ஒழுக்கமற்றவர். அவரின் முறைகெட்ட செயல்களுக்கு அந்தப்புரத்துப் பேடியரான அலிகள் உதவியாயிருந்தமையால், அவர்கள் வைத்ததே சட்டமாயிருந்தது. முகலானி பேகத்தின் தந்தையும் கணவரும் அவர்களிடம் பணிபுரிந்த படைத்தலைவர்களும் நடு ஆசியத்தைச் சேர்ந்தவர்களாவர். துருக்கரான அப்படைத் தலைவர்களுக்குத் தன்னினத்தவரான பேகத்தின் நெறி பிறழ்ந்த செயல்கள் வெட்கக் கேட்டையும் வெறுப்பையும் உண்டாக்கின. அதனால் பேகத்தை ஒடுக்குவது தனிப்பட்ட ஆசையன்று, தன்மானம் பற்றியதென்று அவர்கள் நம்பினர்.

டெல்லியில் முகலாயப் பேரரசு கண்ணறியச் சிதைந்து உருக்குலைந்து கொண்டிருந்தது. மராட்டியரின் துணை கொண்டு ஆப்கானியரை எதிர்க்க உடன்படிக்கை செய்த வசீர் சஃப்தர் ஜங்கு (பதவிக்காலம் 1748 மே-1753 மே 13) பதவி முடிந்ததும் இந்திசம்-உத்-தௌலா ஒரே ஆண்டுக் காலம் (1753 மே 13-1754 மே 31) வசீராயிருந்தார். அவருக்குப் பிறகு மிகக் கொடியவரான காசியுதீன் இமது-உல்-முல்கு (பதவிக் காலம் 1754 சூன் 3-1759 நவம்பர் 29) வசீரானார். (இ.ச.க.தொகுதி 6). டெல்லிப் பேரரசு இத்தகைய வசீர்களின் வழிகாட்டுதலில் ஆப்கானியரை எதிர்த்து நிற்க முடியாத பேடியாய் இருந்தமையால், லாகூரிலிருந்த இப்படைத்தலைவர்களுக்கு அதன் மீதிருந்த மதிப்பும், பற்றுறுதியும் அற்றுப்போயின. ஆதலால் அவர்கள் முகலானி பேகத்தை அவரது சகோதரி வீட்டிலேயே சிறை வைத்துவிட்டனர். அதன்பிறகு வசீர் இமது-உல்-முல்கிற்கும், கண்டகாரிலிருந்த அகமது ஷா அப்தாலிக்கும் பேகம் மறைவடக்கமாய்க் கடிதங்கள் எழுதித் தன் உதவிக்கு வருமாறு அவர்களை அழைத்தார்.

காபூலிலிருந்து பெரும் படை வரப் போவதையறிந்து, பேகத்தின் ஆட்சி நிர்வாகத்தைக் கைப்பற்றியிருந்தவர்கள் துரோகத்தனமாய்ச் சிறைப்படுத்தப்பட்டனர். அப்தாலி பெசாவரிலிருந்து அனுப்பி வைத்த படைத்தலைவர் அமன் கான் காப்பாரின்றிக் கிடந்த லாகூரினுள் புகுந்து பெருஞ்செல்வத்தைக் கொள்ளையடித்தார். அவர் முகலானி பேகத்தை மீண்டும் பதவியில் அமர்த்திவிட்டுத் திரும்பினார். இது 1755 வாக்கில் நடந்தது. பேகத்தின் இவ்வெற்றி சிறிது காலமே நீடித்தது. பாஞ்சாலம் மீண்டும் டெல்லி வசீரின் கைக்குப் போய்விட்டது. அதை முகலாயரிடமிருந்து மீட்பதற்காக அப்தாலியின் படைத்தலைவரான ஜங்குபாஸ் கான் பாஞ்சாலத்திற்குப் படையுடன் வந்தார். ஆனால் துரானி மன்னர் அப்தாலியே வருகின்றார் என்று லாகூர் மக்கள் அஞ்சி நகரை விட்டே ஓடினர்.

ஆப்கானியர் 1756 அக்டோபர் 4 அன்று லாகூருக்குள் நுழைந்தனர். அகமது ஷாவும் அவ்வாண்டு நவம்பர் 26 அன்று அட்டோக்கிலிருந்து சிந்து ஆற்றைத் தாண்டி, வழியிலிருந்த ஊர்களையெல்லாம் கொள்ளையடித்து விட்டுப் பெசாவரினுள் நுழைந்தார். அப்தாலி இப்போது டெல்லியைக் குறிவைத்து வந்தார். அவர் 1757 ஜனவரி 10 வாக்கில் சட்லஜ் ஆற்றைக் கடந்து, 23 அன்று டெல்லிக்கு வெளியே வந்து நின்றார்.

முகலானி பேகம் வழிகாட்ட அப்தாலி எதிர்ப்பாரின்றிக் கிடந்த டெல்லிக்குள் நுழைந்தார். அவர் டெல்லியிலிருந்த காலத்தில் முகலானி பேகத்தின் செல்வாக்கு உச்ச நிலையிலிருந்தது. பேரரசரும், அவருடைய வசீரும் அப்தாலியுடன் தொடர்பு கொள்ள பேகத்தை இடைத்தரகராய்ப் பயன்படுத்தினர். முகலானி பேகமோ, டெல்லிப் பிரபுக்கள் தம் செல்வங்களை எங்கெங்கு ஒளித்து வைத்திருக்கின்றனர், அவர்களிடமிருந்து செல்வத்தை எப்படிக் கறக்கலாம் என்ற இரகசியங்களையெல்லாம் அப்தாலியிடம் விவரமாகச் சொல்லிவிட்டார். மேலும் முகலாயர் குடும்பத்தின் கன்னிப் பெண்களை அப்தாலிக்குப் பெண்டாக்கும் வேலையிலும் பேகம் ஈடுபட்டார். தன்னிடமிருந்த விலையுயர்ந்த நகைகளையும் அப்தாலிக்கு அன்பளிப்பாகத் தந்தார். ஆதலால் பேகம் எதைக் கேட்டாலும் மறுக்க முடியாதவராய் அப்தாலி இருந்தார்.

''நான் உன்னை என் மகள் என்றுதான் இதுவரை கூறிவந்தேன். இன்று முதல் உன்னை என் மகன் என்பேன். உனக்குச் சுல்தான் மிர்சா என்ற பட்டத்தையும் அளிக்கின்றேன்'' என்று கூறித் தான் அணியும் தொப்பியையும், அங்கியையும் பிற ஆடைகளையும் அப்தாலி பேகத்திற்குக் கொடுத்தார். இவை கில்லத்து என்ற தனிச்சிறப்பு வாய்ந்த பரிசை விட உயர்ந்தனவாகும். கில்லத்து என்பது முஸ்லிம் மன்னர் அளிக்கும் வெகு சிறப்பு வாய்ந்த பரிசாகிய பட்டாடையைக் குறிக்கும்.

அப்தாலி டெல்லிக்குள் நுழைந்து ஒவ்வொரு வீடாகக் கொள்ளையடித்தார். அங்கு யமுனை ஆறு ஏழு நாள்களாகக் குருதி கலந்து செந்நீராய் ஓடியது. பிண மலைகள் குவிந்தன. அவர் முகலாயப் பேரரசர் முகமது ஷாவின் மகளான ஹசத்துப் பேகம் என்ற பதினேழு வயதுப் பெண்ணை வலுக்கட்டாயமாக மணந்தார்.

அவர் பின்னர் இமது-உல்-முல்கையே வசீராக அமர்த்திவிட்டு, 28000 யானைகள், ஒட்டகங்கள், குதிரைகள், கோவேறு கழுதைகள், எருதுகள், வண்டிகள் முதலியவற்றில் கொள்ளைப் பொருள்களை ஏற்றிக்கொண்டு போனார். அவர் இதற்காக ஒரு வீட்டில் கூட குதிரையையோ, ஒட்டகத்தையோ ஏன் கழுதையையோ கூட விட்டு வைக்க வில்லை. அப்தாலி நாடு திரும்புமுன்னர் தன் பதினோரு வயது மகனை லாகூரில் ஆளுநராக்கிவிட்டுத் திரும்பினார்.

ஐந்தாவது படையெடுப்பு (1761) மூன்றாவது பானிப்பத்துப் போர்

பரத கண்டத்தைப் பிடித்தாள வேண்டும் என்று நாமறிந்த வரை பாரதப் போரிலிருந்து, காலங்கள் தோறும் பலர் போரிட்டுக் குருதி கொட்டிய குருச்சேத்திரக் களத்தில், வல்லாளர் இருவர் பத்துத் திங்கள் காத்திருந்துவிட்டு, இந்திய வரலாற்றின் போக்கை மாற்றிய பல போர்களில் ஒன்றை இந்த 1761 ஜனவரியில் நடத்தினர். அப்தாலியின் இந்த ஐந்தாவது படையெடுப்பை மூன்றாவது பானிப்பத்துப் போர் என்று வரலாற்றாசிரியர் அழைக்கின்றனர்.

அட்டோக்கு

அட்டோக்கு நகரும் கோட்டையும் இன்று பாகிஸ்தானத்தின் தலைநகரான இஸ்லாமாபாதின் மேற்கே சுமார் 80 கிலோ மீட்டரில் உள்ளன. அது சிந்து ஆற்றின் ஓட்டத்தை மட்டுப்படுத்தும் ஆறு அரித்த மலை இடுக்குகள் நிறைந்த இடத்திலுள்ளது. இது போர்த் தந்திர முக்கியத்துவம் வாய்ந்த இடமாகும். வடக்கிலிருந்து வரும் அயலர் எளிதாகச் சிந்து ஆற்றைக் கடந்து இந்தியத்தினுள் நுழையும் இடமாக இது இருந்தது. அட்டோக்கிலிருந்து அரபிக் கடல் வரையிலும் கிட்டத்தட்ட 950 கிலோ மீட்டர்

வரையிலும் மழையில்லாத காலத்தில் எளிதில் கடக்கக் கூடிய எண்ணற்ற ஆறுகளைத் தவிர, வேறு எந்த இயற்கைத் தடையும் இல்லாத விரிந்தகன்ற சமவெளி உள்ளது. அட்டோக்கிலோ, அதன் தெற்கே தென்கிழக்கில் சுமார் 320 கிலோ மீட்டரிலுள்ள லாகூரிலோ தனியாக இதற்கென்று ஏதேனும் ஒரு ஏற்பாட்டைச் செய்யாவிடின் வலிமை வாய்ந்த ஒரு படையைத் தடுத்து நிறுத்த முடியாது. சிந்து வெளிக்கு அப்பாலிருந்து வரும் படையெடுப்பாளர்கள் எவரும் வட இந்தியச் சமவெளி முழுமையிலும் புயலெனப் புகுந்து விட முடியும் என்பது அலெக்சாந்தர் காலத்திலிருந்தே, ஏன் அதற்கு முன்பிருந்தே தெளிவாகிவிட்டது. அக்பர் இதை உணர்ந்து படையெடுப்பாளரை எதிர்த்து நிறுத்துவதற்கென்று அட்டோக்குக் குன்றின் மேல் ஒரு கோட்டையைக் கட்டினார்.

அக்பருக்குப் பிறகு எத்தனையோ படையெடுப்பாளர் இவ்வழியே வந்திருப் பினும், அதை அடைக்கவோ, அங்கு பாதுகாப்புச் செய்யவோ எவரும் எண்ணியதில்லை. ஆதலால்-அப்தாலி ஆப்கானித்தானத்திலிருந்து எதிர்ப்பாரின்றி இந்துத்தானத்தினுள் நுழையவும் தாயகம் திரும்பவும் முடிந்தது. நிலை குலைந்து நின்ற முகலாயரும், அவர்களின் புதுக் கூட்டாளிகளுமான மராட்டியரும் இங்கு ஏதேனுமொரு காவல் நிலையை அமைக்கத் தவறினர். எனினும் மராட்டியர் 1758 வாக்கில் அட்டோக்கை அடைந்து, அங்கு கோட்டையில் தம் காவிக் கொடியைப் பறக்க விட்டனர்.

தாத்தாஜி சிந்தியா: தோல்வியைத் தொடங்கி வைத்தவர்

ரோகில்லாக்கள் தலைவரான நஜீபு கான் என்ற நஜீபு-உத்-தௌலா இந்துத்தானத்தில் அப்தாலியின் பேராளராய் இருந்து வந்தார். அவரை எப்படியும் நசுக்கியாக வேண்டும் என்று தத்தாஜி 1758 டிசம்பர் 26 அன்று இராசபுதனத்திலிருந்து டெல்லி வந்தார். தத்தாஜி எப்போதும் தவறான வேளையில், தவறான இடத்தில் கண்மூடித்தனமாக நடந்து கொள்பவர் என்று பேஷ்வா பாலாஜி பாஜி ராவ் அவரைப் பற்றிக் கணித்திருந்தார். அதற்கேற்ப அவர் தொட்டதெல்லாம் கைவிட்டுப் போயிற்று.

தத்தாஜி சுகரத்தால் என்ற கோட்டைக்குள் நஜிபு-உத்-தௌலாவை முற்றுகை யிட்டது தோற்றுப் போனது. இவ்வூர் அரித்துவாரத்தின் தெற்கே சுமார் 64 கிலோ

மீட்டரில் கங்கையின் மேற்குக்கரையிலுள்ளது. அவர் டிசம்பர் 8 அன்று முற்றுகையை நீக்கிவிட்டு, அவ்வூரின் மேற்கே சுமார் 26 கிலோ மீட்டரிலிருக்கும் முசஃபர் நகர் வழியே தன் படையுடன் வடக்கே சென்று சுமார் டிசம்பர் 20 அன்று பானிப்பத்தின் அருகே இராம்ரா கட்டம் என்ற இடத்தில் யமுனையைக் கடந்தார். அப்தாலியின் முன்னணிப் படை வந்து கொண்டிருப்பது பற்றிய சரியான செய்தி இங்கு அவருக்குக் கிடைத்தது.

அப்தாலியின் இக்கட்டுகள்

அப்தாலி 1758 ஆம் ஆண்டு படையெடுத்து வர முடியாத இக்கட்டில் மாட்டிக் கொண்டிருந்தார். பாரசிகர் அப்போது அவரை மேற்கிலிருந்து அச்சுறுத்தினர். அப்தாலியின் சகோதரர் மகனான அப்துர் இரகுமான் அவருக்கு எதிராகக் கிளர்ந்து, தனக்கு ஆட்சியுரிமை கிடைப்பதற்கு உதவுமாறு பேஷ்வாவின் உதவியைப் பெறுவதற்காகப் பூனா சென்றிருந்தார்.

பல ஆண்டுகளாகப் பெரும் பாடுபட்டுப் பிடித்து வைத்திருந்த பாஞ்சாலத்தை மராட்டியர் பிடித்துக் கொண்டனர் என்பதையும், அட்டோக்கில் அவர்கள் கொடி பறக்கின்றது என்பதையும் அப்தாலி 1759 தொடக்கத்தில் அறிந்து மனங்கலங்கிப் போனார். அவர் மகன் ஜகான் கான் பாஞ்சாலத்தில் படுதோல்வியடைந்து, பெருஞ் செல்வத்தையும் ஏராளமான ஆள்களையும் இழந்ததோடு, அவருக்குப் போட்டியாக முளைத்த அப்துர் இரகுமான் மராட்டியர் உதவியோடு பெசாவரையும் நெருங்கியிருந்தார். எனினும் அப்தாலி உறுதி குன்றாது லாகூரைப் பிடிப்பதற்குப் போதிய எண்ணிக்கையில் படையினரோடு ஜகான் கானை 1759 சூலையில் அங்கு அனுப்பினார்.

ஆப்கன் முன்னணிப் படையில் 20,000 பேர் இருந்தனர். ஆப்கானியரும் மராட்டியரும் ஆங்காங்கே சிறு சண்டைகளை மூட்டித் தத்தமது நடமாட்டத்தை மறைவாக வைத்துக் கொண்டனர். இரு தரப்புகளையுஞ் சேர்ந்த முன்னணி ஒற்றர்கள் ஆங்காங்கே மோதிக் கொண்ட பிறகு, தானேசுரத்தின் தென்கிழக்கிலுள்ள வரலாற்றுச் சிறப்புமிக்க தரோரி என்ற சமவெளியின் பக்கத்தில் டிசம்பர் 4 அன்று முதல் சண்டை நடந்தது. தத்தாஜி சிந்தியா இங்கு தோற்றுப் போய் டிசம்பர் 25 அன்று காலையில் டெல்லியை நோக்கிப் பின்வாங்கினார். இதிலிருந்து மாராட்டியரைத் தோல்வி நிழல் போல் தொடரலாயிற்று.

தத்தாஜி களம்படுதல்

மராட்டியர் யமுனையில் கிழக்குக் கரையில் பரோரி கட்டத்தில் இருந்தனர். அங்கு அவர்களுக்கு ஒரு நண்பர் கூட இல்லை. எதிரி பற்றி எந்தச் செய்தியைத் தரவும் ஆள் இல்லை. அப்தாலி எந்த இடத்தில் உள்ளார் என்பதும் அவர் எந்தக் கரையிலிருந்து ஆற்றைக் கடந்து வருவார் என்பதும் மராட்டியருக்குத் தெரியவில்லை.

நஜீபு கான் என்ற நஜீபு-உத்-தௌலா எவரும் அறியாமல் நீரோட்டம் குறைந்தும் நாணலால் மறைக்கப்பட்டதுமான இடத்தில் எதிர்பாராமல் ஆற்றைக் கடந்து 1760 ஜனவரி 9 அன்று மராட்டியரைத் தாக்கினார். நாணல் புதருக்குள் மறைந்திருந்து ஆப்கானியத் துப்பாக்கி வீரர் சுட்டதில், தத்தாஜியின் கண்ணில் குண்டுகள் பாய்ந்து களத்தில் மாண்டார். மராட்டியர் படை சிதறியது.

அகமது ஷா இவ்வெற்றிக்குப் பிறகு சிலநாள் தங்கி, வசீரில்லாத தலைநகரில்

ஆட்சி நடத்தக்கூடிய இடைக்கால நிர்வாகம் ஒன்றை அமைத்தார். அவர் தன் படையினருக்கு வேண்டிய உணவுப் பண்டங்களையும் பிற பொருள்களையும் திரட்டிக் கொண்டு டெல்லிக்குள் நுழையாமல் நகரைச் சுற்றிக் கொண்டு தெற்கிலிருந்த கிசராபாதை ஜனவரி 14 அன்று அடைந்தார். அங்கிருந்து ஜனவரி 27 அன்று ஜாட்டு மன்னர் சூரஜ் மல்லைத் தாக்கச் சென்றார்.

மல்ஹர் ராவ் வருகை

இதனிடையே மல்ஹர் ராவ் ஹோல்கர் (1728-1764) பிப்ரவரி 28 அன்று சிக்கந்தராபாது என்ற பெரிய நகரைக் கைப்பற்றிக் கொள்ளையடித்து விட்டு, எதிரியின் நடமாட்டத்தை அறிந்து கொள்வதற்காக அங்கு சிலநாள் தங்கினார். அதுவே அவருக்கு அழிவைத் தந்தது. அப்தாலி அங்கு வலுவான ஒரு குதிரைப் படையை அனுப்பி மராட்டியரை மார்ச்சு 4 அன்று தாக்கிச் சிதறடித்தார். மல்ஹர் ராவ் பிடரியில் கால்பட ஓடி யமுனையைக் கடந்து ஆக்ரா சென்றார்.

சதாசிவ ராவ் பாவும் வருகை

அதன்பிறகு பேஷ்வா வட பாரதத்தில் தன் படைக்குத் தலைமை தாங்குவதற்கென்று சதாசிவ ராவ் பாவை அமர்த்தினார். அவருக்கு வயது 37. பேஷ்வாவின் நெருங்கிய உறவினர். பேஷ்வா ஐதராபாது நிசாமை வெற்றி கொண்ட களிப்பில் 1760 பிப்ரவரியில் இருந்தார். ''மேன்மை தங்கிய (பேஷ்வா அவர்கள்) மா அலெக்சாந்தரின் ஜென்ம நட்சத்திரத்தில் பிறந்தவர். அவரது சீற்றப் பார்வை எங்கெங்கு படுகின்றதோ, அங்கெல்லாம் அவரின் எதிரிகள் அணுப்போல் பொடியாகின்றனர்'' என்று அவரைச் சுற்றியிருந்த மாகதர் புகழ்ந்தனர். (மாகதர்-அருகிருந்து முகப் புகழ்ச்சி செய்பவர்) இது மராட்டியரின் வல்லாண்மை உச்சத்திலிருந்த காலமாகும்.

சதாசிவ ராவ் பாவின் தலைமையில் தக்காணத்திலிருந்து வந்த பெரும் படை 1760 மார்ச்சு 25 வாக்கில் தபதி, நர்மதை ஆறுகளைத் தாண்டி வட பாரதத்தினுள் நுழைந்தது. அவர் உச்சயினியிலும், இந்தூரிலும் மாற்றிக் கொள்ளத்தக்க 1,88,000 ரூபாய் மதிப்புள்ள உண்டியல்களைக் கொண்டு வந்திருந்தார். வடக்கத்திக் குடியானவர்கள் மதில் மேல் பூனையாக இருந்து கொண்டு மராட்டியருக்கு வரிப் பணம் தரவில்லை. அங்கு மராட்டியர்களுக்காக வரி தண்டுபவர்களிடமிருந்தும், குடியானவர்களிடமிருந்தும் சுமார் ஏழு இலட்ச ரூபாய் மட்டுமே கிடைத்தது.

மராட்டியருக்குப் பண நெருக்கடி

பாவு 1760 ஆகஸ்டு 3 அன்று டெல்லியைப் பிடித்தார். அங்கிருந்த முகலாய அரண்மனை பால் வற்றிப் போன மாடாக இருந்தது. நாதிர் ஷாவும், அகமது ஷா அப்தாலியும் மாறி மாறிக் கொள்ளையடித்தது போக எஞ்சியதைப் போர் தொடங்கு முன்னரே வசீரான இமது-உல்-முல்கு அள்ளிக் கொண்டு போய்விட்டார். டெல்லிச் செங்கோட்டை அரண்மனைக்குள் ஷாஜகான் கட்டுவித்த ''மண்ணுலகச் சொர்க்கம்'' என்ற திவானி காஸ் மண்டபத்தின் உள் கூரையின் ஒரு பகுதியில் பதித்திருந்த வெள்ளி உள்வரிப் பூச்சைக்கூட அந்த வசீர் பெயர்த்துச் சென்று விட்டார். முகலாயர் அரண்மனைக்குப் புதிய ஆண்டையராய் விட்ட மராட்டியர் ஆகஸ்டு 5 அன்று டெல்லியிலிருந்து பேஷ்வாவிற்கு இப்படி எழுதினர்:

''ஒரு மாதத்தில், ஒரு வாரச் செலவிற்குக் கூட இங்கு பணமில்லை. நமது படை வீரர்களும், குதிரைகளும் பட்டினி கிடக்கின்றனர். இங்கு மறைவான இடங்களில் ஒளித்து வைக்கப்பட்டுள்ள பொருள்களைக் கண்டுபிடித்தாலும், பத்து, இருபது கோடிதான் கிடைக்கலாம். பாவு அம்மறைவிடங்களைக் கண்டுபிடிக்க முயன்று வருகின்றார்.'' பாவு அங்கு திவானி காசின் உள் கூரையில் எஞ்சியிருந்த வெள்ளி உள் வரிப் பூச்சுகளைச் சுரண்டியெடுத்து ஒன்பது இலட்ச ரூபாய்க்கு நாணயங்களை அடித்தார். அதைக் கொண்டு அவர் ஒரு மாதம் தன் படைச் செலவைச் சரிக்கட்டினார். அரச குடும்பத்தினருக்கும், அரண்மனை ஊழியருக்கும் மேலும் ஒரு லட்சம் ஒரு மாதத்தில் அவரால் செலவழிக்க முடிந்தது.

அவர் அப்தாலியுடன் மோதுவதற்கு ஆயத்தமாகவும், அவர் படை ஆப்கானித் தானத்துடன் கொண்டுள்ள தொடர்புகளைத் துண்டிக்கவும் வேண்டிய நடவடிக்கைகளை எடுத்துவிட்டுக் குஞ்சபுரம் என்ற இடத்தைப் பிடித்தார். அவர் அங்கு புதைத்து வைக்கப் பட்டிருந்த செல்வங்களைத் தோண்டி எடுத்துவிட்டு, வடக்கே 48 கிலோ மீட்டரிலிருந்த குருச்சேத்திரத்தை நோக்கி மே 25 அன்று கிளம்பினார். அவர் 29 அன்று பானிப்பத்தை அடைந்து எதிரியின் படை நிலையை அறிந்து, அதற்கேற்பத் தன் போர்த் திட்டத்தை வகுத்தார்.

ஆனால் பாவ் யமுனை ஆற்றைக் கடக்கும் இடத்தில் சரியான காவல் நிலையை அமைக்காது. திடீரென்று ஆற்றைக் கடந்து பானிப்பத்தை அடைந்தார். பானிப்பத்தில் இரண்டு படைகளும் அருகருகே தண்டு இறங்கின.

1761

அப்தாலியின் பண நெருக்கடி

அப்தாலி இதற்கிடையே மல்ஹர் ராவ் ஹோல்கரின் தடைகளையெல்லாம் தகர்த்துக் கொண்டு, சூரஜ் மல்லைப் பணியவைத்து அவரிடமிருந்து நாற்பத்தைந்து இலட்ச ரூபாயைக் கப்பமாகக் கேட்டார். அப்தாலியை அவர் போக்கில் விட்டிருந்தால், இந்தியத்தில் கோடைக்காலத்தில் மாட்டிக் கொள்ளலாகாதென்று கண்டகாருக்கு மூட்டை கட்டியிருப்பார். ஏனெனில் அவர் 1757 ஆம் ஆண்டு கோடையில் பாரதத்தில் மாட்டிக் கொண்ட போது, வெம்மை பொறாது அவரின் படையினரில் நூற்றுக் கணக்கானோர் நாள் தோறும் செத்தனர்.

ஜாட்டு மன்னருக்குப் பிறகு இந்துத்தானத்தில் பெருஞ்செல்வரான ஒளது நவாபு சுஜா-உத்-தௌலாவின் பண உதவியை அவர் நாடினார். ஆனால் ஒளது நவாபோ, ஏன் ஆப்கானியருடன் சேர்ந்தோம் என்று திண்டாடி வருந்தினார். அகமது ஷா அப்தாலிக்கு இங்ஙனம் பணமும் உணவுப் பொருள்களும் வேண்டியிருந்ததோடு, மழை காலம் வந்து விட்டால், கங்கை-யமுனை ஆறுகளுக்கு இடைப்பட்ட நிலப்பகுதியில் நலக்கேடான நிலைமையும் உண்டாகிவிடும்.

அனுபஷகாரின் படை வீரர் பாளையப் பகுதியில் நோய் வந்து பல்லாயிரக் கணக்கில் குதிரை, ஒட்டகம், கோவேறு கழுதை முதலிய விலங்குகள் செப்டம்பர் மாத நடுவில் செத்தன. அன்றாடம் மேலும் பல விலங்குகள் செத்து விழுந்தன. அவர் இத்தகைய நிலையில் தாயகம் திரும்பியிருக்கத்தான் வேண்டும். எனினும் அவர் அக்டோபர் இறுதி வரையிலும் பல்லைக் கடித்துக் கொண்டு காத்திருந்தார். யமுனையில் வெள்ளம் பெருக்கெடுத்தோடியதால் அசைக்க முடியவில்லை.

குஞ்சபுரத்தில் தன் வீரர்கள் படுகொலை செய்யப்பட்டதை அறிந்து ஆற்ற

மாட்டாது கடுஞ்சினங் கொண்டார். குஞ்சபுரம் மராட்டியரிடம் வீழ்ந்த செய்தியை அவர் கேட்டதும் சினத்தால் மார்பு விம்மியது. அவர் ஆப்கான் படைத்தலைவர்களையெல்லாம் அழைத்துத் தான் உயிரோடிருக்கையில் ஆப்கானியர் அவமானப்படுத்தப்படுவதைப் பொறுக்க முடியாது என்று சீறினார்.

ஆற்றைத் தாண்டுவதற்கு விரைவில் ஓர் இடம் கண்டு பிடிக்கப்பட்டது. ஆயிரக்கணக்கான ஆப்கானியர் அந்த இடத்தில் யமுனையைக் கடந்து மறு கரையேறினர். அகமது ஷா அப்தாலி தன் படையினரைத் தொடர்ந்து அக்டோபர் 27 அன்று அக்கரை சென்றார்.

இரு தரப்புப் படை பலம்

அகமது ஷா தசரா முடிந்த மறுநாளன்று (1760 அக்டோபர் 20) தன் படை பலத்தைக் கணக்கெடுத்தார். அவரின் குதிரைப் படையில் 41,800 பேரும் காலாள் படையில் 38,000 பேரும் இருந்தனர். அவரிடம் எழுபது பீரங்கிகள் இருந்தன என்றும் கணிக்கின்றனர்.

சதாசிவ ராவ் பாவு, அப்தாலிக்கு முன்னரே கணக்கு எடுத்து விட்டார். மாராட்டியரிடம் குதிரைப் படையினர் 55,000 பேர் உள்பட மூன்று இலட்சம் வீரர் இருந்தனர் என்பது ஒரு கணிப்பாகும். எனினும் ஜாது நாத சர்க்கார் மராட்டியரின் மொத்தப் படை பலம் 60,000 என்று கூறுகின்றார். அவர் மராட்டிய, துரானியப் படை வீரர்களின் ஒழுங்கையும், கட்டுப்பாட்டையும் பற்றிப் பல்வேறு ஆவணச் சான்றுகளிலிருந்து எடுத்துக் காட்டுகின்றார்.

1761

பாலாஜி விசுவநாதர் (1713-1720) ஒரு முறை மல்ஹர் ராவ் ஹோல்கரை அழைத்துக் கொண்டு துணைக்கென்று இருபத்தைந்து ஏவலருடன் சென்றார். அப்போது பேஷ்வா வழியில் ஓர் ஊரைப் பிடித்துக் கொண்டு, வயலில் விளைந்து நின்ற பயிர்களை அழிக்காதிருக்க வேண்டுமாயின், ஊரார் குறிப்பிட்ட ஒரு தொகையைத் தரவேண்டுமென்று கேட்டார். ஆனால் மல்ஹர் அதற்குள் தன் ஏவலரை அழைத்துப் போய் கதிர் முற்றி நின்ற செடிகளை அறுத்துக் குதிரைக்குத் தீவனமாய்க் கொடுத்து விட்டார். ஆதலால் பேஷ்வாவின் மகனான பாஜி ராவே அவர்களைத் தண்டிக்கக் கையில் கோலோடு சென்றார்.

மல்ஹரின் முகாமைச் சேர்ந்த ஒருவன் பசும் பயிரைக் குதிரைக்குக் கொடுத்துக் கொண்டிருந்ததைக் கண்டதும் அவனைக் கோலால் அடித்தார். மல்ஹர் ராவ் சதுரமான தன் கூடாரத்திலிருந்து இதைப்பார்த்து விட்டுப் பாஜி ராவை வாய்க்கு வந்தபடி ஏசி, மண்ணாங்கட்டியை எடுத்து அவர் மீது எறிந்தார். அதற்குச் சிறிது காலத்திற்குப் பிறகு அவர்கள் திரும்பிச் சென்ற வழியில் பாஜி ராவ் ஓர் ஓடையில் குளித்து விட்டு ஒரு புதரின் நிழலில் உணவருந்தப் போன நேரத்தில் ஹோல்கர் வந்து ஈட்டியைப் பாஜி ராவின் நெஞ்சிற்கு நேரே நீட்டிக் கொண்டு சொன்னார்;

''அன்று நான் உம்மை மண்ணாங்கட்டியால் அடித்தேன்: இப்போது உம் மார்பை நோக்கி ஈட்டியை நீட்டியிருக்கின்றேன். உம்மை எவர் வந்து இப்போது காப்பாற்றுவார்.'' ராவ் உடனே எழுந்து மல்ஹர் ராவின் குதிரையருகே நின்று கொண்டு, அவரைப் பெரிதும் புகழ்ந்து பேசினார்.

இன்னொரு செய்தி

மல்ஹர் ராவ் 1754 மே 31 அன்று முகலாயப் பேரரசுத் தலைமைப்

பொருளாளரான இமது-உல்-முல்கின் உதவிக்காக டெல்லியில் வந்து நின்றார். அவரின் படையினரில் சிலர் யமுனையைக் கடந்து சென்று நிசாமுதீன் ஔலியாவின் தர்காக் கருவூலத்தைக் கொள்ளையடித்தனர். (நிசாமுதீன் ஔலியா பதின்மூன்றாம் நூற்றாண்டில் ஆட்சி புரிந்த அடிமை மரபைச் சேர்ந்த கியாசுத்தீன் *(1266-1287)* காலத்தில் வாழ்ந்தவர். புகழ் வாய்ந்த அமீர் குஸ்ரு *(1235-1325)* ஔலியாவின் மாணவர். ஔலியா அனைவரும் ஏற்றித் தொழும் சூஃபி ஞானியாவார்.) ஹோல்கரின் படைவீரர்கள் வேறு சில இடங்களையும் தீயிட்டுக் கொளுத்தினர். இதையறிந்த இமது-உல்-முல்கு மல்ஹர் ராவிடம் சென்று கதறினார். ''என்ன இது? உம் படை வீரர்கள் ஏன் நகரைக் கொள்ளையடிக்கின்றனர்?''. ''அவர்கள் படை வீரர்கள். அதனால் அவர்கள் எப்போதும் இப்படித்தான் செய்வார்கள்.''

துரானியர் படையிலிருந்த வீரர்களைப் பற்றி மாராட்டியரான காசிராஸ் என்பவர் எழுதி வைத்திருப்பதையும் ஜாது நாத சர்க்கார் எடுத்துக்காட்டுகின்றார்:

''துரானியரின் படையிலுள்ள சாதாரண வீரர்கள் கட்டுக்கடங்காதவர்களாயும் முரடர்களாயும் இருந்தனர். அவர்கள் ஷா அறிவித்ததைப் பொருள்படுத்தாது, சுஜா-உத்-தௌலாவின் பட முகாமில் 1760 இல் சில குற்றங்களைச் செய்தனர். இதைக் கேள்வியுற்ற அப்தாலி, அவர்களில் இருநூறு பேரைப் பிடிக்கச் செய்து, அம்புகளால் அவர்களின் மூக்கில் துளையிட்டு, அத்துளையினுள் கயிற்றை விட்டு, அம்மூக்கணாங் கயிற்றைப் பிடித்து ஒட்டகத்தைப் போல் ஔது மன்னர் சுஜாவிடம் அழைத்துச் செல்லுமாறு செய்தார். அவர் (சுஜா) அவர்களை தன் விருப்பப்படி கொல்லலாம், அல்லது மன்னித்து விடலாம் என்று சொல்லியனுப்பினார்.''

மேலும் ஒரு நிகழ்ச்சி

ஜனவரி 29, 1757 அப்தாலியின் படையிலிருந்த பாரசிக வீரர்கள் கொள்ளையடிக்கக் கிளம்பி, (டெல்லியின்) பல சந்து பொந்துகளில் இருந்த வீடுகளின் கதவுகளை உடைத்து, உள்ளேயிருந்தவற்றைக் கொள்ளையடித்தனர். இக்கொடுமை காரணமாகக் கடைத் தெருக்களில் கடைகள் அடைக்கப்பட்டன. அப்தாலி அன்று பாரசிக வீரரில் ஒரிருவரின் மூக்கை இரண்டாக அறுத்து, வயிற்றையும் கிழித்து, மூக்கில் அம்பைச் செலுத்தியும் அவமானப்படுத்தும் வகையில் தெருக்களில் இழுத்துப் போகச் செய்தார். அதன் பிறகு நகரில் அமைதி நிலவிற்று.

மராட்டிய, ஆப்கானியப் படையினரின் கட்டுப்பாட்டையும் ஒழுங்கையும் ஒப்பு நோக்க இந்நிகழ்ச்சிகள் உதவும்.

பானிப்பத்துக் கள அமைப்பு

யமுனையின் மேற்குக் கரையில் டெல்லிக் கோட்டையின் எதிரே ஷாதரா அங்காடி உள்ளது. அதன் வடக்கே சுமார் 32 கிலோ மீட்டரில் அதே கரை மீது பழைய பாகபத்து நகரம் உள்ளது. அங்கிருந்து ஆற்றைக் கடக்கத் தோணித்துறை ஒன்று இருந்தது. அங்கிருந்து வடக்கே செல்லும் பயணி தோணித் துறையிலிருந்து சுமார் 21 கிலோ மீட்டரிலும், டெல்லயிலிருந்து சுமார் 45 கிலோ மீட்டரிலுள்ள சோனேப்பத்து, அதன் வடக்கே மேலும் சுமார் 26 கிலோ மீட்டரிலுள்ள சம்பால்க, சம்பால்கவின் வடக்கில் 25 கிலோ மீட்டரிலுள்ள பானிப்பத்து என்று பல இடங்களைக் காணலாம். பானிப்பத்திலிருந்து கர்னால் நகரம் வடக்கே சுமார் 32 கிலோ மீட்டரிலும், குஞ்சபுரம் வட கிழக்கில் சுமார் பத்துக் கிலோ மீட்டரிலும், குருச்சேத்திரம் கர்னாலின் வடக்கே சுமார் 35 கிலோ மீட்டரிலும் உள.

பானிப்பத்து நகரம் தீர்க்க ரேகையின் கிழக்கில் 17 ஆவது டிகிரிக்கு அருகில் மைந்துள்ளது. யமுனை ஆறு பானிப்பத்தில் போர் நடந்த இந்த 1761 இல் மேற்கே சுமார் ஒன்பது கிலோ மீட்டரில் ஓடியது. முகலாயரின் ஷரா என்ற அரச பாட்டை டெல்லியிலிருந்து பானிப்பத்தைக் கடந்து லாகூரை அடைந்தது. பிரிட்டிசார் பின்னாளில் அமைத்த மா நெடுஞ்சாலை (*Grand trunk road*) பானிப்பத்து நகரின் மேற்குப் பாகத்தை உரசிக் கொண்டு சென்றது. இச்சாலை ஷரா சாலையிலிருந்து சுமார் ஒரு கிலோ மீட்டரில் அமைந்தது. இருப்புப் பாதையோ மேற்கே தள்ளிச் சுமார் அரைக் கிலோ மீட்டரில் இருந்தது.

பானிப்பத்தில் 1761 ஜனவரி 14 அன்று நடந்த சண்டை ரிசலூ, ஊஜா, சாந்தினிபாகு ஆகிய ஊர்கள் அமைந்த பகுதியிலும், பானிப்பத்து நகரின் தென் கிழக்கு மூலைக்கு வெளியே சுமார் ஒன்றரைக் கிலோ மீட்டரிலும் நிகழ்ந்தது.

பானிப்பத்துச் சண்டை

இரு தரப்பும் பத்து மாத காலம் காத்திருந்ததும், நிச்சயமற்ற நிலை நீடித்ததும் முடிந்து போயின. பழம் பெரும் பாரதத்தில் மேலாண்மை செலுத்துவதற்காகக் காலங்கள் தோறும் அழி போர்கள் நிகழ்ந்து வந்த அதே இடத்திற்கு வல்லாளர் இருவரும் இப்போது வந்து சேர்ந்தனர்.

மராட்டியர் தலைவரான சதாசிவ ராவ் பாபு யமுனையைக் கடக்கும் இடத்தில் சரியான நிலையில் காவல் முனைகளைத் தனக்குப் பின்புலப் பாதுகாப்பாக அமைக்காது திடீரென்று ஆற்றைத் தாண்டிப் பானிப்பத்தை அடைந்தார்.

துரானியரான அகமதுஷா அப்தாலி பானிப்பத்தில் தன் எதிராளியின் அருகே வந்து அமைந்ததும், போர்க் கலையில் முதிர்ந்த மெய்யான படைத்தலைவனைப் போன்று படை முழுவதையும் தன் கட்டுக்குள் வைத்துக் கொண்டார். அது வலுவோடிணைந்த சரியான கொலைக் கருவி போன்று அவரது கண் பார்வையிலேயே இருந்தது. அவர் தனது எந்தப் படைப்பிரிவையும் மற்றொன்றின் ஆதரவிலிருந்து விலகி அப்பால் போய் விடாமல் அனைத்தையும் இழுத்துப் பிடித்து ஒன்றாக வைத்துக் கொண்டார்.

அவர் தன் வலிமையை வெளிப்படுத்து முன்னர், எதிராளியின் பலம் என்னவென் பதையும், அவனது போர்த்திட்டத்தையும் கண்டுபிடிப்பதற்காகச் சும்மா நின்று சூழ்நிலையைக் கண்காணிக்கும் கொள்கையைக் கடைப்பிடித்தார். அவர் இங்ஙனம் ஒரு கிழமை செயலற்று ஊமை போலிருந்தார். அப்போது அவரின் படையின் பின்புறத் திருந்த மராட்டியரும் அவர்களின் கைக்கூலிகளான பிண்டாரியரும் வழிதவறிப் போன கன்று காலிகளைக் கவர்ந்து சென்றனர். அவர்கள் ஒரு யானையைக் கூடப் பிடித்துப் போயினர். எதிரியின் ஆநிரைகளையும், பிற விலங்குகளையும் கவர்வதை இந்தியர் பெரு வீரம் என்று கருதினர். ஆப்கானியர் இவ்வாறு சும்மா இருந்ததைக் கண்டுவிட்டு, அவர்கள் அஞ்சிக் கிலி கொண்டு கிடப்பதாய் மராட்டியர் தவறாக எண்ணிவிட்டனர்.

இரு தரப்பினரும் தமக்குப் பண்டங்களும் தளவாடங்களும் வந்து சேரும் வழித் தடங்களைத் துண்டித்து விட்டனர். மராட்டியர் படைத்தலைவர் கோவிந்தராவின் தலைமையில் 12,000 பேர் எங்கும் பரவி ஆப்கானியரின் வழித்தடங்கள் அனைத்தையும் கிட்டத்தட்ட வெட்டி விட்டனர். பண்டங்களுக்கும் தளவாடங்களுக்கும் இனி என்ன செய்வது என்று ஆப்கானியர் திகைத்து மலைத்திருந்த வேளையில் அட்டாய் கான்,

போப்பல்சி என்ற ஆப்கன் படைத்தலைவர்கள் திடீரென்று கோவிந்தராவின் படைநிலை மீது பாய்ந்து அதை முற்றாக அழித்தனர். அவர்கள் இங்ஙனம் தமக்குப் பண்டங்கள் வரக்கூடிய வழிகளைத் திறந்துவிட, மராட்டியரோ உணவுப்பண்டங்களும் 23 தளவாடங்களும் வருவதற்கு வழியின்றித் தவிக்கலாயினர். அவர்கள் உணவுப் பொருள் இன்றிப் பட்டினியால் வருந்தலாயினர்.

'அவர்களைச் சுற்றிலும் செத்த விலங்குகளும், செத்துக் கொண்டிருந்த விலங்குகளும், பசித்துத் துடித்திருந்த மராட்டிய வீரர்களும் நிறைந்திருந்தனர். அவர்களின் இன்னல்கள் பொறுக்க முடியாதனவாயின. மராட்டியத் தளபதிகள் நெடுநாள் கழிந்த பின்னர் மிகுந்த கவலையுடன் பாவின் கூடாரத்தைச் சூழ்ந்து கொண்டு, ஆப்கானியர் மீது தாக்குதலை நடத்தி இத்துன்பங்களிலிருந்து விடுதலையளிக்குமாறு மன்றாடினர்.'' இவ்வாறு ''பாஞ்சால வரலாறு'' என்ற நூலில் அதன் ஆசிரியரான லத்தீஃபு கூறுகின்றார்.

சதாசிவ ராவ்

1761

பட்டினியால் வாடிக் கிடந்த மராட்டியர் படை எதிரியுடன் வலுவாய் மோதுவது என்று இறுதியாக 1761 ஜனவரி 13 அன்று முடிவு செய்தது. அது படுகளத்தில் பட்டழிந்து போவதென்று, பொழுது புலர்ந்ததும் அன்று தன் முகாமை விட்டுக் கிளம்பிற்று. மராட்டியர் இன்று போரில் இறங்குவதென்று முடிவெடுத்த செய்தி ஒற்றர் வழியே அப்தாலிக்குக் கிடைத்தது. மராட்டியர் படை தன் படையின் எதிரே வந்து நின்ற போதுதான் அச்செய்தி உண்மை என்று அறிந்தார்.

சதாசிவ ராவ் பாவு இன்று போருக்குப் புறப்படுவதை முந்திய நாள் இரவில் கடுமையாக எதிர்த்தார். இப்போர் மராட்டியருக்கு அழிவை உண்டாக்கும் என்று நம்பித் தனக்கு மிகவும் நம்பிக்கையான அடைப்பக்காரர் (வெற்றிலை மடித்துத் தருபவர்) காசிராஜ் என்பவரிடம் சிறு கடிதத்தைக் கொடுத்து மராட்டியரின் எழுத்தரான சுஜா என்பவரிடம் அனுப்பினார். அதில் மணிச் சுருக்கமாகத், ''தலைக்கு மேல் வெள்ளம் போய்விட்டது. அதனால் போரை நிறுத்தச் சொல்ல வேண்டும்'' என்று கேட்டிருந்தார். ''எதையும் செய்ய முடியுமானால் இப்போதே செய்யுங்கள். அல்லது உடனே தெளிவாய் என்னிடம் என்ன செய்வதென்று தெரிவியுங்கள். அதை விட்டால் இனிமேல் எழுதவோ, பேசவோ நேரமிராது'' என்று அக்கடிதத்தில் வலியுறுத்தியிருந்தார்.

சதாசிவ ராவ் பாவு களம்பட்டார்

பேஷ்வாவின் மூத்த மகனும், சதாசிவ ராவின் சகோதரர் மகனுமான விசுவாச ராவ் களத்தில் துப்பாக்கிக் குண்டு பாய்ந்து இறந்தார். சதாசிவ ராவ், விசுவாச ராவின் சடலத்தைத் தனது யானை மேல் வைத்து அனுப்பி விட்டுக் களத்தினுள் இறங்கினார். அவர் அன்று மாலை முழுவதிலும் போர்க்களத்தில் சாவைத் தேடியலைந்தார். எனினும் எமன் அவரை நெருங்க அஞ்சியது போல் இருந்தது. அவர் ஒன்றன் பின் ஒன்றாக ஏறிவந்த குதிரைகள் மூன்றும் களத்தில் இறந்தன. முதலிரண்டும் ஆற்றல்மிக்க போர்க்

குதிரைகளாகும்; மூன்றாவது நாட்டுக் குதிரை. அதனால் அவரை வெகு தூரம் சுமந்து செல்ல இயலாது. அவருக்கு ஈட்டியினால் காயம் ஏற்பட்டிருந்தது. மஸ்கட்டுத் துப்பாக்கி ரவை அவரது தொடையில் பாய்ந்திருந்தது. நாட்டுக் குதிரை அவரைப் பிறகு கீழே தள்ளி விட்டது.

சதாசிவ ராவ் கனவில் நடப்பவரைப் போன்று அலுத்துச் சோர்ந்து அதிர்ச்சியுற்றுப் போர்க்களத்தில் நடந்து வந்தார். அவர் விலையுயர்ந்த முத்துக்களைக் காதிலும் கழுத்திலும் அணிந்திருந்தார். மதிப்புமிக்க ஆடைகள் உடுத்தியிருந்தார். அன்றாடம் உடற் பயிற்சி செய்து கட்டுடல் வாய்க்கப் பெற்ற இப்பெருவீரர், வேலை ஊன்றி நடந்து வந்ததை, அவருடைய விலையுயர்ந்த ஆடைகளால் ஈர்க்கப்பட்ட ஐந்து துரானியக் குதிரை வீரர்கள் பார்த்து விட்டனர். அவர்கள் அவரைச் சூழ்ந்து கொண்டு, அவர் தன் உயிரைக் காக்க வேண்டுமாயின் சரணடைய வேண்டுமென்று கத்தினர். அவர் உயிரைக் காக்கவா விரும்பினார்?

அவர் வாய் பேசாதிருந்ததைக் கண்ட ஆப்கானியக் கொள்ளையர் அவரைத் தாக்கினர். அடிபட்ட அந்த அரிமா, தன் உயிரை விடுமுன்னர், தன்னைத் தாக்க வந்தவர்களில் மூன்று நான்கு பேரைக் கை வேலால் தாக்கினார். இறுதியில் அவர் மண்ணில் சாய்ந்ததும், ஆப்கானியர் அவரின் தலையை வெட்டிக் கொண்டு சென்றனர். அம்மாவீரர் இவ்வாறாகத் தன் பெரும் புகழையும், தன்னினத்தவரின் பேரரசக் கனவுகளையும் காவு கொண்டுவிட்ட போர்க்களத்தின் மீது மெய் சாய்த்து விட்டார் என்று ஜாது நாத சர்க்கார் எழுதுகின்றார்.

இதற்கு முப்பத்தெட்டாண்டுகளுக்குப் பிறகு தன் மீது கை வைக்க வந்த அயல் கொள்ளையரை எதிர்த்துச் சீரங்கப்பட்டணத்துக் கோட்டை வாயிலருகே தன்னுயிர் நீத்த மற்றோர் இந்திய வீரரின் மரணத்தைச் சதாசிவ ராவின் வீர மரணத்துடனும் அவர் ஒப்பிடுகின்றார்.

களம் விட்டோடியோர் துரத்திக் கொல்லப்படுதல்

சதாசிவ ராவ் பாவு களத்தில் இறந்ததும், மராட்டியர் படை சிதறிப் பின்வாங்கி ஓடியது. தலைவரை இழந்த படை வீரர் கூட்டம் களத்தில் கிடந்த பிணக் குவியலையும், காயம் பட்டு அரற்றிக் கொண்டு கிடந்தவர்களையும் தாண்டி வெளியேறிற்று. அவர்கள் களத்தில் உயிரோடு எஞ்சியிருந்தவர்களைத் திரட்டி ஒன்று சேர்த்து எதிரியுடன் மோதும் எண்ணமின்றி உயிரைக் கையில் பிடித்துக் கொண்டு களத்தை விட்டுப் பறந்தனர்.

புறமுதுகிட்டோடிய மராட்டியர் கையிலகப்பட்டவற்றைப் பொதி விலங்குகளின் மேல் ஏற்றிக் கொண்டு விரைந்து போக முடியாதவாறு செல்வம் குவிந்து கிடந்த முகாம்களிலிருந்து புறப்பட்டனர்.

அவர்களை விரட்டி வந்த ஆப்கானியர் இதைக் கண்டனர். பொழுது சாய இன்னும் இரண்டு மணி நேரம் இருந்தது. நிலவு நள்ளிரவு வரையில் காயும். ஆதலால் ஆப்கானிய வீரர்கள் விசிறி போல் வியூகம் வகுத்துச் சுமார் 50 கிலோ மீட்டர் தொலைவிற்கு மராட்டியரை விரட்டிச் சென்று கையிலகப்பட்டவர்களையெல்லாம் வெட்டிச் சாய்த்தனர்.

பிண மலைகள்

பானிப்பத்தின் தெற்கிலிருந்த பரந்த சமவெளி மீது மறுநாள் காலையில்

பகலொளி பட்டதும் மிகப் பயங்கரமான காட்சி புலப்பட்டது. அங்கு போரில் மடிந்தவர்களின் பிணங்கள் முப்பத்தொரு குவியல்களாகக் கிடந்தன. ஒவ்வொன்றிலும் 500 முதல் 1000 பிணங்கள் இருந்தன என்று எண்ணினர். மொத்தத்தில் சுமார் 28,000 பிணங்கள் களத்தில் குவிந்திருந்தன. மேலும், மராட்டியரின் முகாம்களைச் சுற்றிய அகழிகளிலும் பிணங்கள் கிடந்தன. அவர்கள் நீண்ட முற்றுகையின்-சுமார் பத்து மாதங்கள் காரணமாகப் பட்டினியால் செத்தவர்களாயும், களத்தில் காயமுற்றதும் அங்கிருந்து ஊர்ந்து வந்து அகழியில் மாண்டவர்களாயும் இருந்தனர்.

பானிப்பத்து நகரின் மேற்கிலும் தெற்கிலும் இருந்த காடுகளிலும், பின்வாங்கி ஓடிய சாலைகளிலும் பிணங்கள் குவிந்து கிடந்தன. அவர்கள் பட்டினியாலும், துரானியரின் விடாத் தாக்குதலாலும் செத்தனர். அவர்களில் முக்கால்வாசிப் பேர் படைகளின் பின்னே சென்ற போர் வீரரல்லாதாராயும், கால்வாசிப் பேர் படை வீரராயும் இருந்தனர். களம்பட்டவர்களை விட இவர்களின் எண்ணிக்கை குறைவாகும்.

அஸ்திபுரம்

சுமார் நாலாயிரம் ஆண்டுகளுக்கு முன்னர் நடந்த குருச்சேத்திரப் போருக்குப் பிறகு, அதே பூமியில் இந்த ஆண்டு நிகழ்ந்த மூன்றாம் பானிப்பத்துப் போர்தான் எண்ணற்ற வீரர்களைக் காவு கொண்ட களம் என்பதை அங்கு குவிந்து கிடந்த பிண மலைகளை வைத்து எண்ணத் தோன்றுகின்றது.

பத்ம புராணம் குருச்சேத்திரத்தில் அஸ்திபுரம் என்ற ஓரிடத்தைக் குறிக்கின்றது. இந்த இடம் தானேசுவரத்தின் மேற்கிலும் ஒளஜச காட்ட என்ற இடத்தின் தெற்கிலும் உள்ளது. இங்குதான் பாரதப் போரில் இறந்தவர்களனைவரையும் ஒன்றாக வைத்து எரியூட்டினராம். உவான் சுவாங்கு (602- 647) என்ற சீன நாடோடி இங்கு ஏழாம் நூற்றாண்டில் வந்த போது அவருக்கு இங்கு கிடந்த எலும்புக் குவியல்களைக் காட்டினராம். அஸ்தி-எலும்பு.

பானிப்பத்து வாங்கிய பலிகள்

''நாம் இப்புனிதப் போரில் வெற்றி பெற்றதும் புறச் சமயிகளைக் கொல்வதால் தமக்குச் சேரவேண்டிய பெருமையை அடைய வேண்டுமென்று, எம் தாய், தந்தை, சகோதரி, மனைவி முதலானோர் எங்களால் எத்தனை பேரைக் கொல்ல முடியுமோ, அத்தனை பேரை வெட்டி வீழ்த்த வேண்டுமென்று எங்களிடம் சொல்லியனுப்பி இருந்தனர்'' என்று சொல்லிக் கொண்டே ஆப்கானியர் வாளை வீசினர். இவ்வாறு ஆயிரக்கணக்கான போர் வீரரும் பிறரும் கொல்லப்பட்டனர்.

''ஷாவின் முகாமில் அவரது கூடாரத்தைத் தவிர ஏனைய பிரபுக்களின் கூடாரங்களுக்கு முன்னால் வெட்டுண்ட தலைகள் குவிந்து கிடந்தன. இது மெய்யாகவே மராட்டியருக்கு இறுதித் தீர்ப்பு நாள் என்று கூறலாம்.'' இக்காட்சிகளை நேரில் கண்ட

மராட்டிய எழுத்தாளரான காசிராஜ பண்டிதர் விவரித்திருக்கின்றார். சிறைப்பட்ட ஆடவரும் பெண்டிரும் அடிமைகளாக்கப்பட்ட செய்திகளையும், ஏனைய கொடுஞ் செயல்களையும் இங்கு விவரிக்க இயலாது.

மாதாஜி சிந்தியா பானிப்பத்துப் போரில் பட்ட காயத்தினால் வாணாள் முழுமையும் முடமானார். இப்போரில் யாரேனும் ஒருவரைப் பறி கொடுத்துத் துயரம் கொள்ளாத குடும்பம் ஒன்று கூட மராட்டியத்தில் இல்லை எனலாம். சில குடும்பங்கள் தம் தலைவரையே பறி கொடுத்திருந்தன. ஒரே வீச்சில் மராட்டியர் தலைவர்களின் தலைமுறை முழுவதுமே வெட்டிச் சாய்க்கப்பட்டுவிட்டது.

மராட்டியரில் சுமார் இரண்டு இலட்சம் பேர் கொல்லப்பட்டனர். 22,000 பேர் சிறைப்பட்டனர். 50,000 குதிரைகளும் ஏராளமான செல்வங்களும் ஆப்கானியர் வசமாயின என்றும் லத்தீஃபு எழுதுகின்றார்.

பானிப்பத்துப் போரின் பின் விளைவுகள்

பானிப்பத்துப் போரில் பல தலைவர்களும் பல்லாயிரம் படை வீரர்களும் மடிந்தனரெனினும் பேரழிவு எதுவும் ஏற்பட்டு விடவில்லையென்று மராட்டிய வரலாற்றாசிரியர்கள் சிலர் குறைத்து மதிப்பிடுவதாக ஜாது நாத சர்க்கார் எடுத்துக் காட்டுகின்றார். அதனால் அரசியல் விளைவு எதுவுமே உண்டாகவில்லையென்றும் அகமது ஷா அப்தாலியின் வெற்றி வெறும் மாயையே என்றும் பேசுகின்றனர். அகமது ஷா இவ்வெற்றியினால் நிலைத்து நிற்கும் ஆதாயம் எதையும் அடைந்து விடவில்லை என்றும், அவர் பின்னர் பேஷ்வாவிற்குப் பெரும் பரிசுகளோடு ஒரு தூதரையும் அனுப்பி நேசமான தீர்வு காண முயன்றாரென்றும் இக்கருத்திற்கு ஆதரவாகக் கூறப்படுகின்றன. மாதாஜி சிந்தியா 1788 இல் டெல்லியைப் பிடித்துக் கொண்டதால், அதற்கு இருபத்தெட்டு ஆண்டுகளுக்கு முன்னால் (1761 இல்) மராட்டியர் பானிப்பத்தில் கண்ட தோல்வி அடிபட்டுப் போய்விட்டது என்றும் கூறுகின்றனர்.

ஆனால் விருப்பு வெறுப்பற்று நடுவு நிலையில் இந்திய வரலாற்றை ஆய்ந்து பார்ப்போமாயின், குறுகிய இந்த இனப்பற்றுப் பெருமை ஆதாரமற்றது என்பது தெளிவாகப் புலனாகும். மராட்டியர் படை தலைநகரை விட்டு வாழ நேர்ந்த முகலாயப் பேரரசை மீண்டும் அரியணையில் அமர்த்திப் பேரரசில் இருந்த சிலரைப் பெயருக்கு அமைச்சர்களாயும், படைத் தலைவர்களாயும் வைத்துக் கொண்டு, மெய்யான ஆண்டையராயினர் என்பதில் ஐயமில்லை.

பெரும் மாறுதல் உண்டாக்கிய போர்

பதினெட்டு நாள் நீண்டதென்று பாரதம் கூறும் குருச்சேத்திரப் போர் நிகழ்ந்த இடத்தில், 1761 ஜனவரியில் ஒரே நாளில் முடிந்து போன மூன்றாம் பானிப்பத்துப் போர் இந்திய அரசியல் உலகில் மிகப் பெரிய மாற்றத்தை உண்டாக்கியது என்பதில் ஐயமில்லை.

மராட்டியரின் மேலாண்மை வீச்சு 17 ஆம் நூற்றாண்டின் பிற்பகுதியில் (1674) தஞ்சைத் தரணி வரையிலும் விரிந்தது. பெங்களூரும் அதையொட்டிய பகுதிகளும் மராட்டியரின் ஆளுகையில் இருந்தன.

எனினு, சாகு மராட்டியர் காவலிலிருந்து 1707 இல் விடுதலை பெற்றுப் பாலாஜி

விசுவநாதரை முதல் பேஷ்வாவாகவும், அவருக்குப் பின் அவருடைய சந்ததியர் வழிவழியாகப் பேஷ்வாவாக வரவும் வழிவகுத்த பிறகுதான், மராட்டியரின் புத்தெழுச்சி பேரரச இலட்சியத்தோடு மின்னல் வேகத்தில் நாட்டின் நான்கு திக்குகளிலும் விரிந்தகன்றது. வல்லமை மிக்க முகலாயப் பேரரசின் அரியணையே மராட்டியர் வாள் வலிமையால்தான் நிற்க முடிந்தது.

மராட்டியர் இக்கட்டத்தில் அரசியல் மேலாண்மைப் பரவலோடு, சநாதன தர்மத்தைப் பாதுகாக்கும் பொறுப்பையும் ஏற்று இந்துப் புனிதத் தலங்களை மீட்கும் பணியில் பெருமைக்குரிய காவலருமாயினர்.

இந்து தேசம் முழுவதன் அரசியல் விதியையும் நிர்ணயிக்கும் வலிமை வாய்ந்த வல்லாளராயும் மராட்டியர் எழுந்தனர். மராட்டியர் தலைவர்களான பான்ஸ்லே, சிந்தியா, ஹோல்கர் முதலானோர் பெருவீரங் கொண்டு, அக்காலத்துத் தர்மப்படி தம்மால் தாக்கப்பட்ட மக்களிடம் இரக்கமின்றி நடந்து கொண்டமையால் சீக்கியர், ஜாட்டுகள், இரசபுத்திரர், ரோகில்லர், ஔது நாட்டினர் போன்றவர்களால் மராட்டியர் வெறுக்கப்பட்டனரெனினும் பாஞ்சாலமும், இரசபுதனமும் அவர்களின் உடும்புப் பிடியிலிருந்து தப்ப முடியவில்லை.

நாத்துவாடாக் கோயிலும், சிருங்கேரி மடமும், சூஃபி ஞானி நிசாமுதின் ஔலியாவின் தர்காவும் அவற்றைக் கொள்ளையடித்த மராட்டிய வீரருக்கு ஒன்றாகவே தெரிந்தன. ஆங்கிலேயர் மராட்டியருக்குச் சௌத்து என்ற தண்ட வரி கொடுத்துத்தான் வங்கத்திலும் பிகாரிலும் வாழ முடிந்தது. ஆந்திரத்தின் மத்தியில் மராட்டியச் சிற்றரசு ஒன்று நிலவியது. மேற்கில் குஜராதும் அவர்களின் வசம் அடங்கியிருந்தது.

ஆங்கிலேயர், பிரஞ்சுக்காரர், ஆர்க்காட்டார், ஐதராபாதுக்காரர் என்ற வல்லாளரின் கூட்டத்தோடு தென் பாரதத்தைச் சூறையாடியதிலும், அங்கு அமைதியைக் குலைத்ததிலும் மராட்டியருக்கும் பெரும் பங்கு இருந்தது.

பல தலைமுறைகளாக அறியாமையாலும், பிற சமூகப் பொல்லாங்குகளாலும் துன்புற்று மடிமையில் உழன்ற வாயில்லாப் பூச்சிகளான மக்கள் ஆற்றுவாரின்றி, நண்பர் யார், எதிரி யார் என்பதை அறிய முடியாத மயக்கத்திலாழ்ந்திருந்தனர். சீக்கியர் குருவான தேக் பகதூர் போன்ற வெகு சிலர் மட்டுமே இந்து தேசத்தின் எதிர் காலம் பற்றி வருவதுரைக்கும் திறம் படைத்திருந்தனர். (இ.ச.க.தொகுதி 2/2 காண்க)

இந்நிலையில் மராட்டியர் பானிப்பத்தில் வெற்றி கண்டிருப்பாரேல், இந்து தேசம் முழுவதையும் தம் பேரரச நுகத்தடியில் பூட்டி ஒட்டியிருக்கும் நிலை ஏற்பட்டிருக்கலாம். பானிப்பத்தின் முடிவு அந்நிலை ஏற்படாமல் செய்துவிட்டது. ஆனால் எவரும் எதிர்பார்த்திராத ஒரு புதிய விதி பாரதத்திற்கென்று காத்துக் கொண்டிருந்தது.

இரசபுதனத்திற்கு விடுதலை

மராட்டியர் வடக்கில் பாஞ்சாலத்தை இழந்தனரெனினும்,பானிப்பத்துப் போர் முடிவினால் ஏற்பட்ட முக்கியமான உடனடி விளைவு இரசபுதனம் விடுதலை பெற்றதாகும்.

அவர்கள் அலகாபாதையும் பிகாரையும் இணைத்துக் கொள்ளவிருந்த நிலை மறைந்தது. ஔது பிரிட்டிசாரின் பாதுகாப்பைப் பெற்று நின்றது. ஆனால் மராட்டியரின் இரக்கமற்ற இரும்புப் பிடியிலிருந்து மெய்யான விடுதலை பெற்றது இரசபுதனமே

ஆகும். இரசபுத்திர அரச குடியினரின் உள்பகையைச் சாக்காக வைத்து, அங்கு நுழைந்த மராட்டியத் தலைவர்கள் இரசபுத்திர மன்னர்களனைவரையும் தொழும்பரிலும் இழிந்த நிலைக்குக் கொண்டுபோய் விட்டனர். (இ.ச.க.தொகுதி 6 காண்க) மராட்டியரின் பானிப்பத்துத் தோல்வியைக் கூடத் தமக்கு நல்வாய்ப்பாக்கிக் கொள்ள முடியாத இரங்கத்தக்க நிலையில் இரசபுத்திரர் இருந்தனர். அவர்கள் மராட்டியர்க்குச் செலுத்தி வந்த சௌத்துத் தண்ட வரியை மட்டும் கொடாது நிறுத்தினர். மராட்டியர் பானிப்பத்துக் களத்தில் அப்தாலியிடம் மரண அடிபட்டு நொறுங்கியதில் இரசபுத்திரருக்குப் பெருமகிழ்ச்சி ஏற்பட்டதில் வியப்பில்லை.

பேஷ்வா பாலாஜி மரணம்

பேஷ்வா பாலாஜி இப்போரில் தன்மகன் விசுவாச ராவை இழந்தார். அருந்திறன் வாய்ந்தவரும், தன்மீது பற்று மிகக் கொண்டவருமான சதாசிவ ராவ் பாவையும் பறி கொடுத்தார். அவர் இத்தோல்வியைத் தாங்க முடியாது இந்த *1761* இல் இறந்தார். அவர் மறைந்தமையால் மராட்டிய வரலாற்றில் இழிப்பெயர் பெற்ற பேராசைக்கார இரகுநாத ராவ் அரசியல் எழுச்சி கொள்வதற்கு வழி உண்டாயிற்று.

அப்தாலியின் ஆறாவது படையெடுப்பு (1762)

அப்தாலியின் படையெடுப்பு இன்னும் தொடர்கின்றது. அவர் ஆறாவது முறையாக *1762* பிப்ரவரி *5* அன்று இந்தியத்தின் மீது படையெடுத்தார். அவர் மாலார்க்கோட்லா என்ற இடத்தை அடைந்தார். அதற்கு வடக்கே சுமார் ஒன்பது கிலோ மீட்டரில் ஏறத்தாழ *50,000* சீக்கியர் கூட்டி என்ற ஊரில் தண்டிறங்கியிருந்தனர். ஆப்கானியர் சீக்கியரை அந்த இடத்தில் தாக்கிச் சுமார் *24* ஆயிரம் பேரைக் கொன்றனர். அது சீக்கியருக்குப் பேரிழப்பாகும். அப்தாலி பின்னர் பாட்டியாலாவின் முதல் மன்னரான ஆலா சிங்கிடம் *(1762-1765)* (இ.ச.க.தொகுதி 6 காண்க) கப்பம் பெற்றுக் கொண்டு லாகூர் திரும்பினார்.

ஏழாவது படையெடுப்பு (1764)

இந்தப் படையெடுப்பு *1764* டிசம்பரில் நடந்தது. அகமது ஷா அப்தாலி சிந்து ஆற்றை ஏழாவது முறையாகக்கடந்து வந்து இந்தியத்தினுள் நுழைந்து லாகூரை அடைந்தார். சீக்கியர் இம்முறை ஆப்கானியருக்குப் பெருஞ்சேதத்தை உண்டாக்கினர். அப்தாலி பாட்டியால நாட்டரசிலிருந்த சர்ஹிந்து வரை சென்றார். அதற்குள் *1765* மார்ச்சு வந்து விட்டது. இந்தியக் கோடை வெகு வேகமாய் நெருங்கி வந்ததும், அப்தாலி சீக்கியருக்குப் பாடம் புகட்டாமல் நாடு திரும்பினார்.

அப்தாலி பாஞ்சாலத்திலிருந்த இக்காலத்தில் பல்வேறு கிராமங்களில் பயிர் பச்சைகளை அழித்தார். சீக்கியரின் உடைமைகளை அழித்தார். கோயில்களைக் கொள்ளை அடித்தார். பிராமணரையும் இந்துத் துறவியரையும் கொன்று குவித்தார்.

எட்டாவது படையெடுப்பு (1766)

அகமது ஷா அதன் பிறகு நாடு திரும்பியதும் சீக்கியர் லாகூரைப் பிடித்துக் கொண்டனர். அவர்கள் அதையடுத்துப் பாஞ்சாலமெங்கும் பரவினர். டெல்லியின் சர்வாதிகாரியாயிருந்த நஜீபு-உத்-தௌலாவின் ஜாகீர்களையெல்லாம் கொள்ளை யடித்தனர். ஜாட்டுகளின் பரத்பூர் மன்னரிடமிருந்து கப்பம் வாங்கினர். மராட்டியரைத் தோல்பூரின் அருகில் தோற்கடித்தனர்.

ஆதலால், அகமது ஷா அப்தாலி பாஞ்சாலத்தில் தனது மேலாண்மையை மீண்டும் நிலை நாட்டுவதற்காக *1766* டிசம்பர் மாதம் எட்டாவது முறையாக இந்துத்தானத்தின் மேல் படையெடுத்தார். அவர் சிந்து ஆற்றைக் கடந்து ரோட்டாசிலிருந்து சிறு தொலைவிலுள்ள பேகி என்ற இடத்தில் எண்ணாயிரம் பேரடங்கிய சீக்கியர் படையைத் தோற்கடித்தார். அவர் இம்முறை சீக்கியர்களை அழிக்கும் எண்ணத்தை விடுத்து அவர்களை ஆற்றுப்படுத்த முயன்றார். ஏற்கெனவே லாகூரைக் கைப்பற்றி வைத்திருந்த லேகனசிங்கை அதன் ஆளுநராக்க முன்வந்தார். அவர் அதில் வெற்றி பெறவில்லை.

அதனால் அப்தாலி சீற்றமிகக் கொண்டு சீக்கியரைத் தொடர்ந்து வட்டமிட்டார். ஆனால் சீக்கியர் மேலும் மேலும் துணிவு கொண்டு துரானியரை எதிர்த்தனர். எனவே, அவர் எதுவும் செய்ய முடியாமல் வெறுப்போடு இந்தியத்தை விட்டு வெளியேறினார்.

ஒன்பதாவது படையெடுப்பு (1768)

துரானி லாகூரை விட்டு வெளியேறியதும், சீக்கியர் வழக்கம் போல் அதைக் கைப்பற்றிக் கொண்டு பாஞ்சாலமெங்கும் பரவலாயினர். அவர்கள் டெல்லியையும், கங்கைக் கரைப் பகுதியையும் கொள்ளையடித்து நஜீபு-உத்தௌலாவைச் செயலறச் செய்தனர்.

அகமது ஷா இந்நிலையில் பாஞ்சாலத்தின் தன் மேலாண்மையை நிறுத்தத் தென் ஆப்கானித்தானத்திலுள்ள கண்டகாரை விட்டு *1768* டிசம்பரில் புறப்பட்டு விட்டார். அவருக்கு இப்போது *46* வயதாகி விட்டது. நாட்டில் ஏற்பட்ட பிளவுகளும் அவருக்குக் கவலையளித்தன. சீக்கியரை வெல்ல முடியும் என்ற நம்பிக்கையை அவரின் படையினர் இழந்தனர். பாஞ்சாலச் சமவெளியில் இருந்த கொடிய வெப்பம், ஆறுகளில் பெருக்கெடுத்தோடிய வெள்ளம் இவையெல்லாம், ஆப்கானியருக்கு இந்நாட்டின் மீதிருந்த ஆர்வத்தை மழுங்கச் செய்தன.

இந்தியத்திலிருந்து கிடைத்து வந்த வருவாய் குறைந்து போனதால், படை வீரர்களுக்கு ஒழுங்காக ஊதியம் தர முடியவில்லை. இதனால் அவர்களிடையே பிடிவாதப் போக்கு காணப்பட்டது. அவர் காபூலை அடைவதற்கு முன்னர், அதற்கும் பெசாவருக்கும் இடையில் படைக்குள் ஏற்பட்ட குழப்பத்தினால் முக்கியமான பல அதிகாரிகளும், படை வீரர்களும் இறந்தனர். எனவே, அவர் சிந்து ஆற்றைத் தாண்டாமலே மிகவும் இரங்கத்தக்க நிலையில் கண்டகாருக்குத் திரும்பினார்.

பத்தாவது படையெடுப்பு (1769)

வட இந்தியச் சமவெளியில் குளிர்காலம் தவறாது வருவதைப் போன்று, அப்தாலியும் டிசம்பரில் தவறாமல் பாஞ்சாலத்திற்கு வந்தார். அவர் *1769* டிசம்பர் மாதம் மீண்டும் இந்தியத்தின் மீது படையெடுப்பதென்று முடிவு செய்தார். குமுறிக் கொந்தளிக்கும் ஆப்கானியரின் கவனத்தைத் திருப்பும் நோக்குடன் அவர் இம்முடிவிற்கு வந்தார்.

ஆனால் அவருடைய படைவீரர்களோ சீக்கியரோடு மீண்டும் போரிட்டு இன்னலுறுவதற்கு ஆயத்தமாயில்லை. அவர்கள் ஆப்கானித்தானத்தின் கொடிய குளிரிலிருந்து தப்பிக்கத்தான் இம்முறை அவருடன் இந்தியம் புறப்பட்டனர் எனலாம். அவர்கள் அப்தாலியின் செலவில் பெசாவரின் அருமையான பருவ நிலையைத் துய்த்து இன்புறலாம் என்று நினைத்தனர். அதனால் பெசாவரை அடைந்ததும் நகர மாட்டோ

மென்று பிடிவாதம் பிடித்தனர். அப்தாலிக்கு அவர்கள் மீதிருந்த பிடி தளர்ந்து விட்டதால் இம்முறையும் சிந்து ஆற்றைக் கடக்காமலே அவர் நாடு திரும்பினார்.

அவர் இதன்பிறகு பாரதத்தின் மேல் படையெடுக்கத் துணிந்தாரிலர். அவர் 47 வயதில் முதிர்ந்து தளர்ந்து போனார். உடல் நலம் கெட்டது. அதனால் அவர் நாட்டுப் புறத்தில் முர்கா என்ற இடத்தில் ஓய்வெடுக்கச் சென்று விட்டார். அங்கு அவர் 1772 இல் தன் ஐம்பதாவது வயதில் இறந்தார்.

2. பிரஞ்சு மொழியில் திருக்குறள்

பிற நாட்டு நல்லறிஞர் சாத்திரங்களைத் தமிழுக்குக் கொண்டுவர வேண்டுமென்று மகாகவி பாரதியார் (1882-1921) பாடியதற்குக் கிட்டத்தட்ட முந்நூறு ஆண்டுகளுக்கு முன்னரே, நம் நாட்டு நல்லறிஞர் சாத்திரங்களை மேலை நாட்டினர் அறிந்து, அவற்றை தம் அறிவுக் கருவூலங்களில் சேர்த்துக் கொண்டனர்.

போர்த்துக்கீசர் சிறப்பு

1761

போர்த்துக்கீசர் இந்தியத்தின் மேற்கரையில் கோழிக் கோட்டினருகே 1498 இல் வந்து இறங்கினர். முதலில் அவர்களே கடலில் துணிந்து இறங்கி நெடும் பயணம் மேற்கொண்டு மேலை நாட்டினருக்கு வியனுலகைக் காட்டித் தந்த முன்னோடிகளாவர். ஆனால் விதி வசம் வேறுவிதமாய் அமைந்து விட்டதால், உலகின் வரலாற்றுப் போக்கைத் தம் மரக்கல ஓட்டத்தினால் மாற்றியமைத்த அம்மாபெரும் கடலோடிகள் செய்த பொல்லாங்குகள் மட்டுமே நமது சரித்திரத்தில் நினைவு கொள்ளப்பட்டுள்ளன. அசோகனை அறிந்திராத போர்த்துக்கீசர்-ஏன், பாரத நாட்டாராகிய நாமே அசோகன் என்ற மாமன்னனை 1838 ஆம் ஆண்டிற்குப் பிறகுதானே அறிந்தோம்-அன்பு வழியிலும் சமயத்தைப் பரப்பலாம் என்பதை உணராது வன்செயலின் துணை கொண்டு தம் சமயத்தைப் பிற நாட்டவர் மீது சுமத்தினர். எனினும், அவர்களின் சமயப்பணியைத் தேசத்தின் பண்பாடும் நாகரிகமும் மாண்பும் உலகறிய அரும்பணியாற்றினர் என்பது நம்மில் வெகுசிலர் மட்டுமே அறிந்த செய்தியாகும்.

அவர்களின் அண்டை நாட்டினரான ஸ்பானியர் தென்னமெரிக்கத்தின் தொன்மையான மாயர், இங்கர், அசுடெக்குகள் ஆகியோரின் நாகரிகங்களைச் சுவடு தெரியாமல் ஆக்கிவிடுவதென்று நற்கலையழிவு செய்ததைப் போன்று, போர்த்துக்கீசர் பாரதத்தில் நடந்து கொள்ளவில்லை என்பது குறிப்பிடத்தக்கது.

கிறித்தவ சமயப் பரப்பியர் அரும்பணி

இந்தியத்தில் போர்த்துக்கீசருடன் 1500 இல் வந்திருந்த ஃபிரான்சிஸ்கன் சபை, 1542 இல் வந்திறங்கிய ஏசு சபை போன்ற பேரமைப்புகளைச் சேர்ந்த துறவியர் மூவாத் தமிழையும் அதன் இலக்கியக் கருவூலங்களையும் பதினாறாம் நூற்றாண்டு முதலே அறிந்து கொண்டனர். இத்துறவியர் கல்வியறிவு பெற்ற பல்துறை விற்பன்னராய் விளங்கி, உலகு தழுவிய தொடர்புகளைக் கொண்டிருந்தனர். அதனால் அவர்கள் தமிழ், சீனம் முதலிய முது தொன்மொழிகளையும் பல்வேறு பண்பாடுகளையும், ஆங்காங்கு செழித்திருந்த அறிவியல் முதிர்ச்சிகளையும் நன்கறிந்தனர். அவர்கள் உயிரையும் பொருட்படுத்தாது மனிதர் செல்லத் துணியாத நாடுகளுக்கெல்லாம் சென்றனர். (இமயந் தாண்டித் திபேத்தை அடைந்த ஏசு சபைச் சாமியார் (1716) இ.ச.க.தொகுதி 2/2 காண்க) இத்துறவியர் வழியாகத்தான் உலகு தழுவிய பண்பாட்டுப் பரிமாற்றங்கள் நிகழ்ந்தன.

ஃபிரான்சிஸ்கன் சபை: திருக்குறள்

நடு இத்தாலியின் மலைப்பாங்கான அம்பிரிய (*Umbria*) என்ற தைபர் ஆற்று வெளிப்பகுதியிலிருக்கும் அசீசி என்ற நகரில் பிறந்த புனித பிரான்சிஸ், அங்கு 1208 ஆம் ஆண்டு ஃபிரான்சிஸ்கன் சபையை நிறுவினார். பழமையான இத்தொண்டு அமைப்பைச் சேர்ந்த பாதிரிமார் போர்த்துக்கீசருடன் 1500 ஆம் ஆண்டு பாரதம் வந்து இறங்கினர். அச்சபையைச் சேர்ந்த துறவியான **ஃபிரா ஜோம் விய்யா கோண்டி** (*Fra Joam de Villa Conde*) என்றவரைப் பற்றி, ஃபெர்னா தெ குவைரோஸ் (*Fernao de Queyroz*) என்ற பிரஞ்சுக்காரர் தமது **''இலங்கை வெற்றி''** (*Conquest of Ceylon*) என்ற நூலில் எழுதியிருக்கின்றார்.

அத்துறவி இலங்கையின் கோட்டையில் இருந்து அரசாண்ட புவனைக பகு (1521-1551) என்ற சிங்கள மன்னரின் அவையில் சமய வாதம் செய்த போது, தம் சமயக் கோட்பாடுகளுக்கு ஆதரவாகத் திருக்குறளை மேற்கோள் காட்டிப் பேசியதை அவ்வாசிரியர் இவ்வாறு எழுதுகின்றார்.

''மயிலாப்பூரைச் சேர்ந்தவரும் புனித தாமசின் காலத்தவருமான வள்ளுவர் இயற்றிய நூல்களில் ஒன்றைப் படித்துப் பார்ப்பீராக. நீவிர் அந்நூலை எம்மிடமிருந்து கெடுநோக்கோடு (*Maliciously*) மறைத்துவிட்டீர். நீவிர் அந்நூலில் மும்மையின் ஒருமையும் இறைவனின் திருக்குமாரன் அவதரித்ததையும் மனிதனுக்கு மீட்சி இருப்பதையும் அவனுடைய குறைபாடுகளுக்கும் அவன் படுகின்ற இன்னல்களுக்கும் அவன் இறுதியாகத் தன் நிலையைக் காத்துக் கொள்வதற்கும் வழிகள் கூறப்பட்டிருப்பதையும் உணர்வீர்.''

1761

''ஜோம் தெ விய்யா கோண்டி இலங்கையையும் தென்னிந்தியத்தையும் நன்கறிந்த சமயத் தொண்டர். திருக்குறள் போர்த்துக்கீசரின் கவனத்தை ஈர்க்கும் அளவிற்கு, அவர்களால் நன்கறியப்பட்ட நூலாயிருந்தது என்பதற்குச் சான்றாக மேற்சொன்ன செய்தி உள்ளது. கோட்டையிலிருந்த சிங்கள அரசின் அவையில் தமிழ் பயன்படுத்தப் பட்டது என்பதற்கு இதுவே சான்றாகின்றது'' என்று அருள்திரு டாக்டர் சேவியர் தனிநாயக அடிகள் திருக்குறள் பற்றிய ஒரு கட்டுரையில் எடுத்துக்காட்டுகின்றார்.(*An article entitled;The Thirukural and Greek Ethical by Dr Xavier S.Thaninayakam,published in Dr.R.P.Sethu pillai silver Jubilee Commemoration Volume, Madras,1961)*

பிரஞ்சு மொழியில் திருக்குறள்

அவர் அதே கட்டுரையில் இன்னொரு செய்தியையும் கூறுகின்றார்:

காரைக்காலைச் சேர்ந்த ஒரு தமிழர் 1761 ஆம் ஆண்டு திருக்குறளைப் பிரஞ்சில் மொழி பெயர்த்தார் என்றும் பிரஞ்சுப் படையின் கர்னல் ஒருவர் பாரிசின் இராயல் நூலகத்தில் (இப்போது பிரஞ்சுத் தேசிய நூலகம்) அதன் கையெழுத்துப் படியைச் சேர்த்தார் என்றும் ஜூலியன் வின்சோன் (*Julien Vinson*) என்பவர் பிரஞ்சு மொழியில் தான் செய்திருந்த திருக்குறள் மொழி பெயர்ப்பின் முன்னுரையில் கூறியுள்ளார். எனினும் அந்தத் திருக்குறள் ஏடு என்னவாயிற்று என்பது புலனாகவில்லை.

ஏசு சபையினரான வீரமாமுனிவர் (1680-1747) இலத்தீனில் செய்த திருக்குறள் மொழி பெயர்ப்பை அடியொற்றிக் கிட்டத்தட்ட ஐரோப்பிய மொழிகள் அனைத்திலும் திருக்குறள் வெளிவந்துள்ளது. ஏனைய உலக மொழிகளிலும் திருக்குறள் ஏறுவதற்கு இவ் விற்பன்னர்களின் பணியே காரணமாயமைந்தது.

''உலக இலக்கியத்தில் மூதுரைகளடங்கிய முதிர்ந்த அறிவுச் செழுமை வாய்ந்த இதைப்போன்ற நூல் மிக அரிதாகவே காணப்படுகின்றது''என்று பிரஞ்சு-ஜெர்மனியரான சமய-மருத்துவத் தொண்டர் ஆல்பட்-சுவைச்சர் (*Albert Schweitzer 1875-1965*) குறளைப் பற்றிச் சிறப்பித்துக் கூறுகின்றார். திருக்குறள் இன்று உலகெங்கிலும் அறிவாளர்களிடையே அறியப்பட்ட மெய்ப்பொருள் நூலாக விளங்குகின்றது.

திருக்குறளின் காலம்

மனிதராய்ப் பிறந்த அனைவர்க்கும் பொதுவான அறநெறிகளைக் கூறும் திருக்குறளின் காலம் கி.மு. முதல் நூற்றாண்டு என்று கணித்து, அவ்வடிப்படையில் திருவள்ளுவராண்டு கி.மு. 31 ஆம் ஆண்டில் தொடங்குவதாய்த் தமிழ்நாட்டு அரசு 1983 இல் ஆணை பிறப்பித்தது. திருக்குறளின் ஆசிரியர் எனப்படும் திருவள்ளுவரின் காலம் குறித்துப் பல்வேறு அறிஞரிடையே இருந்து வந்த கருத்து வேறுபாட்டிற்கு இந்த ஆணை முற்றுப்புள்ளி வைத்து விட்டது.

திருக்குறளின் காலம் குறித்துப் புலவர் இரா. இளங்குமரன் தனது இலக்கண வரலாறு (சென்னை-1988) என்ற நூலில் தருகின்ற விளக்கம் ஏற்புடையதாய்த் தோன்றுகின்றது.

''சிலப்பதிகாரத்தில் இலங்கை வேந்தன் கயவாகு அறியப்படுகின்றான். அவன் காலம் கி.பி. இரண்டாம் நூற்றாண்டென்பர். அச்சிலப்பதிகாரத்தில் திருக்குறள் எடுத்தாளப்பட்டுள்ளது. ஆதலின் திருக்குறள் சிலப்பதிகார காலத்திற்கு முற்பட்டது என்பது வெள்ளிடைமலை. இளங்கோவடிகள் காலத்தில் வாழ்ந்தவரும் மணிமேகலை இயற்றியவரும், சேரன் செங்குட்டுவன், இளங்கோவடிகள் ஆகியோருடன் நட்புரிமை பூண்டவரும் தண்டமிழாசான் என இளங்கோவடிகளால் பாராட்டப் பட்டவருமாகிய கூலவாணிகன் சாத்தனார் திருவள்ளுவரைப் ''பொய்யில் புலவன்'' என்றும் திருக்குறளைப் ''பொருளுரை'' என்றும் குறித்துப் பாடுகின்றார். ஆதலின் சிலப்பதிகார, மணிமேலை நூல்களுக்குச் சில நூற்றாண்டுகளுக்கு முற்பட்டது திருக்குறள் எனத் தெரியலாம்.''

3. பாலாஜி பாஜி ராவின் (1721-1761) மறைவும் புதிய பேஷ்வாவும்

மராட்டியச் சத்திரபதி சாகுவினால் (1682-1749; இ.ச.க.தொகுதி 5) ஏற்றம் பெற்ற சித்பவன் பிராமணர் குடியின் முதல் பேஷ்வா பாலாஜி விசுவநாதின் (1713-1720) பேரனும், முதலாம் பாஜி ராவின் (1720-1740; இ.ச.கதொகுதி 4) மூத்த மகனுமான நானா சாகிபு என்ற பாலாஜி பாஜி ராவின் ஆட்சிக் காலத்தில்தான் (1740-1746;இ.ச.க.தொகுதி4) மராட்டியர் எழுச்சிப் பெரு முடுக்கம் கண்டது. மராட்டியர் பானிப்பத்துக் களத்தில் 1761 ஜனவரி 14 அன்று தோல்வியடைந்ததும், அதைப் பொறாத பாலாஜி பாஜி ராவ் 1761 சூன் 23 செவ்வாய் இரவில் இறந்தார். அதன்பிறகு அவருடைய இரண்டாவது மகன் மாதவ ராவ், சத்தாராவில் சத்திரபதியின் கையால் பேஷ்வாவின் அங்கிகளைப் பெற்று சூன் 17 அன்று முறைப்படி நான்காவது பேஷ்வா ஆனார்.

இந்நான்கு பேஷ்வாக்களும் ஆற்றிய அரசியல் பங்குகள் இந்திய வரலாற்றில் அவர்களைத் தனித் தன்மை வாய்ந்தவர்கள் என்ற நிலையை அவர்களுக்குப் பெற்றுத் தந்தன என்று மராட்டிய வரலாற்றாசிரியர்கள் மதிக்கின்றனர். ஔரங்கசீபிடமிருந்து விடுதலை பெற வேண்டுமென்று வீரத்துடன் போராடியவர்களின் கனவுகளையெல்லாம்

மிஞ்சும் வகையில், இந்நால்வரும் மராட்டிப் பேரரசின் ஆட்சிப்பரப்பெல்லையை நாடெங்கும் விரித்தனர். இந்நால்வருள்ளும் பாலாஜி பாஜி ராவே தன் பாட்டனையும், தந்தையையும் விட நற்பேறு பெற்றவர் என்கின்றனர். எனினும் அவர் காலத்தில்தான் மராட்டிய எழுச்சிப் புயல் பானிப்பத்து என்ற குருச்சேத்திரத்தில் தணியத் தொடங்கியது.

மூன்றாம் பானிப்பத்துப் போரின் முடிவிற்குப் பிறகு தொடர்ச்சியாகப் பாரத அரசியலில் மிக முக்கியமான நிகழ்ச்சிகள் ஆங்காங்கே நடந்தன. மராட்டியர் அங்கு 1761 ஜனவரி 14 அன்று தோற்றதற்கு அடுத்த நாளன்று (15 ஆம் தேதி) வங்கத்தை மீட்கப் போன முகலாய மன்னர் ஷா ஆலம் 1760-1788: இ.ச.க.தொகுதி 6) பிரிட்டிஷ் படைத் தலைரான கர்னாக்கு (*Carnac*) என்பவரால் சோன் ஆற்றின் கரையில் தோற்கடிக்கப்பட்டார். ஷா ஆலத்தின் படையிலிருந்த பிரஞ்சுப் படையதிகாரிகள் சிறைப் படுத்தப்பட்டனர். ஷா ஆலம் பிரிட்டிசாரின் தயவில் வாழ நேர்ந்தது. அதற்கடுத்த நாளன்று (16ஆம் தேதி) புதுச்சேரி பிரிட்டிசாரின் கையில் விழுந்தது. இந்தியத்தில் பிரஞ்சுக்காரரின் வல்லாண்மை இதனால் நொறுங்கிப் போயிற்று. இவ்வாண்டு ஜனவரி 14,15,16 ஆகிய மூன்று நாள்களும் இந்நாட்டின் எதிர்கால விதியை முடிவு செய்த பெரு விளைவுகளை உண்டாக்கின.

பாஜி ராவ்

மராட்டியர் பானிப்பத்தில் அடைந்த தோல்வியைப் பேஷ்வா பாலாஜி பாஜி ராவினால் தாங்கிக் கொள்ள முடியவில்லை. இந்து தேசத்தில் இனிப் பிரிட்டிசாரை வலுவாய் எதிர்ப்பார் இல்லாமற் போயினர் எனலாம். ''நெருநல் உளனொருவன் இன்றில்லை என்னும் பெருமை யுடைத்து இவ்வுலகம்'' என்ற வள்ளுவர் வாக்கு மெய்யானதைக் காண்கின்றோம். பிரிட்டிசார் இதுவரை பேஷ்வாக்களுக்கு எழுதிவந்த கடிதங்களின் தொனி இப்போது மாறிவிட்டதைத் தெளிவாய்க் காண முடிந்தது. தென்னகத்தில் ஐதர் எழுச்சி கண்டதற்குப் பானிப்பத்துப் போரின் முடிவும் நேரடியான காரணம் எனலாம் என்று வரலாற்றாசிரியரான கோவிந்த சகராம் சர்தேசாய் எழுதுகின்றார். இந்தியம் அடிமைத்தனத்தை ஏற்று, ஐரோப்பியரின் நுகத்தடியில் மாட்டிக் கொள்வதற்கும், அத்தீமையிலும் ஒரு நன்மையாக அரசியல் ஒருமை காண விழைவதற்கும் வேண்டிய காலம் கனியத் தொடங்குகின்றது.

பாலாஜி பாஜி ராவின் உடல் நலம் கெட்டிருந்ததால், அவர் தனக்கு மிகவும் விருப்பமான பூனா நகருக்குத் திரும்ப வேண்டுமென்று முடிவானது (பூனா நகரம்: இ.ச.க.தொகுதி 3) அவர் மார்ச்சு 22 அன்று பச்சோர் என்ற இடத்தை விட்டுக் கிளம்பினார். அவர் நர்மதையையும், தபதியையும் தாண்டிய பின்னர், கோதாவரிக் கரையிலுள்ள தோக்க (*Toka*) என்ற இடத்தில் மே 16 அன்று தன் தந்தைக்குச் சிரார்த்தம் செய்தார். அவர் நர்மதையாற்றில் குளித்தபோது மயக்கமுற்றார். அதிருஷ்டவசமாக மூழ்காமல் காப்பாற்றப்பட்டார்.

அவரது எடை 114 இராத்தலாகக் குறைந்தது. அது ஈராண்டுகளுக்கு முன் 178 இராத்தலாயிருந்தது. பேஷ்வாவின் சின்ன மகன் நாராயண ராவிற்கு அம்மை கண்டதால், அவனைத் தாயாருடன் விட்டு விட்டுப் பேஷ்வா பயணத்தைத் தொடர்ந்தார். அவர் சுமார் சூன் 5 வாக்கில் பூனாவை அடைந்தார். அவரது கட்டுடல் மெலிந்து எலும்பும் தோலுமாயிற்று. நினைவு தவறியது. தன்னைக் காண வந்தவர்களிடமெல்லாம் அரச இரகசியங்களைக் கூறி வந்தார். அவர் சூன் 12 அன்று சனிவார அரண்மனையை விடுத்துப் பார்வதி மலையிலிருந்த ஒரு வீட்டிற்குப் போய் விட்டார். அங்கு நாற்பதாவது வயதில் சூன் 23 செவ்வாயன்று முன்னிரவில் இறந்தார். அவருக்குக் கோபிகா பாய், இராதா பாய் என்று இரு மனைவியர். முதல் மனைவிக்கு விசுவ ராவ் (இவர் பானிப்பத்தில் களம் பட்டவர்), மாதவ ராவ் (இவ்வாண்டு பதவியேற்ற நான்காவது பேஷ்வா), நாராயண ராவ் என்று மூன்று ஆண்மக்கள் இருந்தனர்.

இரண்டாவது மகனான மாதவ ராவ் இவ்வாண்டு பதவியேற்ற போது அவருக்குப் பதினாறு வயது. சத்தாராவில் பெயருக்கு மராட்டிய மன்னராயிருந்த சத்திரபதி இராம ராஜா (1744-1777) மாதவ ராவை முறைப்படி பேஷ்வா ஆக்கினார்.

1761

4. ஆக்ராக் கோட்டை: ஜாட்டுகள் கவர்தல்

சிவ மூர்த்தியின் ஜடா முடியிலிருந்து வந்தமையால் ஜாட்டுகள் என்று தம்மை அழைத்துக் கொண்ட இம்மக்கள் பண்டைத் தென்கிழக்கு ஐரோப்பியத்திலும், ஆசியத்திற்கும் கருங்கடலுக்கும் வடக்கிலும் இருந்த சித்தியம் (*Seythia*) என்ற நாட்டிலிருந்து வந்தவர்கள் என்ற கருத்து உண்டு. இவர்கள் சித்திய-ஆரிய இனவழியினர் என்பர் சில.(இ.ச.க.தொகுதி 6 காண்க) சிந்து ஆற்றின் கரையிலிருந்து பாஞ்சாலம், இரசபுதனத்தின் வடபால் அரசுகள், யமுனை ஆற்றுவெளியின் மேற்பரப்பு, சம்பலையும் தாண்டிக் குவாலியர் வரையிலும் விரிந்த பெரிய நிலப்பரப்பில் வாழும் மக்கள் தம்மை ஜாட்டுகள் என்று அழைத்துக் கொள்கின்றனர். அவர்கள் ஆவினங்களை மேய்ப்பவர்கள்; உழவர்கள்; தவறாது வரி செலுத்தும் பண்பினர் என்றெல்லாம் ஐரோப்பிய வரலாற்றாசிரியர்கள் ஜாட்டுகளைப் பற்றி எழுதி வைத்துள்ளனர்.

வரி தண்டுபவர்களின் கொடுமைகளைப் பொறுக்க மாட்டாமலும், அண்டையில் வாழ்ந்த கஜார் போன்ற நாடோடியர் நடத்திய கொள்ளைகளினாலும், ஜாட்டுகள் தம்மைக் காத்துக் கொள்வதற்காகவும், தாக்குபவர்களை எதிர்த்து அடிக்கவும் உழவர்களாயிருந்து கொள்ளைக்காரர்களாகவும் திருடர்களாயும் மாறினர் என்று ஜாது நாத சர்க்கார் கூறுகின்றார். அவர்கள் காலாள் படையில் பணி புரியத்தக்க கட்டுடல் வாய்ந்தோராயிருந்தனர். உடல் வலிமையோடு கொள்ளையடிப்பதிலும், திருடுவதிலும் பெற்ற அனுபவமும் அவர்களுக்கு இருந்தமையால் தம் இனத்தவர்களான ஜாட்டு அரச குடியினரின் படையில் மிகச் சிறந்த வீரர்களாய் விளங்கினர். அவர்களைக் கொண்டுதான் பதன் சிங்கு 1722 இல் பரத்பூரில் ஜாட்டுகளின் அரச குடியை நிறுவினார். அதன் பிறகு பரத்பூரின் எழுச்சியை வட பாரதமெங்கும் காண முடிந்தது. (இ.ச.க. தொகுதி 6).

சீக்கிய சமயந் தழுவியோரில் பெரும்பாலர் ஜாட்டு மக்களாவர். அவர்கள் பதினேழாம் நூற்றாண்டிலேயே முகலாயரின் மேலாண்மையை எதிர்த்து நின்றனர். ஜாட்டுகள் தலைவரான இராஜாராம் வழி நடத்த 1687 ஆம் ஆண்டு சிக்கந்தரா என்ற இடத்திலுள்ள அக்பரின் கல்லறையைத் தகர்த்தெறிந்தனர். இந்நூற்றாண்டில் 1724 ஆம் ஆண்டு டெல்லியில் முகலாயரின் நேசரான ஜெயப்பூர் மன்னர் ஜெயசிங்கு நிறுவிய (ஜந்தர் மந்தர்: இ.ச.க.தொகுதி 3) இந்த 1761 இல் முகலாயரின் தலைநகராயிருந்து வந்த ஆக்ராவையும் தாக்கிக் கவர்ந்து விட்டனர்.

ஆக்ரா

பண்டை ஆக்ரா யமுனையின் இடக் கரையில் இருந்தது என்பர். எனினும், அதை நிறுவும் சான்று எதுவும் இன்று கிடைத்திலது. டெல்லிச் சுல்தான் குடியைச் சேர்ந்த (1451-1526) நிசாம் ஷா சிக்கந்தர் லோடியும் (1489-1517), இபுராகிம் லோடியும் (1517-1526) ஆக்ராவைக் கோநகராக்கினர். பின்னர் அது 1526 இல் பாபரின் கட்டுக்குள் வந்தது. ஆக்ரா அக்பர் காலத்திலிருந்து 1658 வரையிலும் முகலாயரின் கோநகராயிருந்து வந்தது. இது புராண காலந் தொட்டு இருந்து வந்த ஆக்ரபாண என்ற நகரென்றும், பின்னர் அப்பெயர் ஆக்ரா என்று மருவிற்றென்றும் கூறுவாருளர். பண்டு இந்நகரமைந்த இடம் உவர் மண்ணாயிருந்தமையால் அதைச் சுட்டும் விதத்தில் ஆகர் என்று குறிக்கப்பெற்று, அது ஆக்ரா எனத் திரிந்ததென்றும் கூறுவர். சுல்தான் நிசாம் ஷா சிக்கந்தர் லோடி எவ்விடத்தில் நகரைக் கட்டலாமென்று வினவ, அவர் சென்ற படகைச் செலுத்தியவர் ''எதிரே'' என்ற பொருளில் ஆகரி என்று கூறிய சொல்லிலிருந்து ஆக்ரா வந்ததென்றும் கொள்வர்.

எனினும், முகலாயர் ஆட்சியில்தான் ஆக்ரா பெருஞ்சிறப்பெய்தியது. ஃபிரான்சிஸ்கோ பெல்சாயர்த்து என்ற டச்சுக் கிழக்கிந்தியக் கம்பெனிப் பண்டசாலைத் தலைவர், இத்தாலியரான நிக்கோலோ மனூச்சி (சு.1636-1718), பிரஞ்சுக்காரரான பெர்னியர் என்ற ஐரோப்பியர் மூவரும் 1620 தொடங்கி 1720 வரை ஆக்ராவின் ஒரு நூற்றாண்டுக்கால அரசியல், சமூக, பொருளியல், வாணிபத் துறைகள் பற்றிக் கூர்த்த ஐரோப்பிய நோக்கோடு எழுதி வைத்துள்ளனர். ஏசு சபையினர் வட பாரதத்திற்கென்று தெற்கில் இருந்த தம் மதுரை மிசன் போன்று ஆக்ராவில் சமயப் பரப்பு மையம் ஒன்றை அமைத்திருந்தனர். அக்பரையும், அவருடைய குடும்பத்தவரையும் தம் சமயத்திற்கு ஈர்க்க அவர்கள் முயன்றனர்.

ஆக்ரா டெல்லியிலிருந்து தெற்கில் சற்றுக் கிழக்கே தள்ளிச் சுமார் 170 கிலோ

1761

மீட்டரில் (105 மைல்) உள்ளது. முகலாயர் இங்குக் கட்டடக் கலைச் சிறப்பு வாய்ந்தனவும், அழகு மிக்கனவுமான பல கட்டடங்களைக் கட்டியுள்ளனர்.

இளைப்பாறும் பூங்கா

முகலாய அரசை இந்தியத்தில் நிறுவிய ஜாகிருதீன் முகமது பாபர் (1483-1530; ஆட்சிக் காலம் 1526-1530) 1526 ஆம் ஆண்டு ஆக்ராவில் ''இளைப்பாறும் பூங்கா'' *(Garden of Leisure)* ஒன்றை அமைத்தார். இதுவே இந்தியத்திலமைந்த முதல் முகலாயர் பூங்கா என்று நம்புகின்றனர்.

ஃபத்தேப்பூர் சிக்கிரி

அக்பர் (1542-1605;அரசிருந்த காலம் 1556-1605) ஆக்ராவின் அருகே அருஞ்சிறப்புடைய ஃபத்தேப்பூர் சிக்கிரி என்ற புது நகரைச் சுமார் 1580 வாக்கில் கட்டினார். ஆனால் அவர் 1605 இல் இறந்த பிறகு அங்கு வாழ்வாரிலர். இந்நகரை முப்புறமும் சுமார் பத்துக் கிலோ மீட்டர் (6 மைல்) சூழ்ந்து நிற்கும் மதில் இன்றும் பழுதின்றி நெடிதுயர்ந்து நிற்கின்றது. நான்காவது பக்கத்திற்கு நீரரணாக 32 கிலோ மீட்டர்ப் பரப்பளவுள்ள (சுமார் 20மைல்) ஒரு செயற்கை ஏரி இருந்தது. அது இப்போது வறண்டுபோய் விட்டது. இந்நகரில் இப்போது சுமார் 20,000 பேர் வாழ்கின்றனர்.

கறுப்புத் தாஜ்

ஆக்ராவில் முதன்முதலில் பளிங்கினால் கட்டப்பெற்ற கல்லறை மாளிகையின் பெயர் இதமத்துல்லா ஆகும். இதை முகலாயப் பேரரசர் ஜகாங்கீரின் (1605-1627) மனைவியான, மெகருன்னிசா (மங்கையற்கரசி) என்ற இயற்பெயருடைய நூர் ஜகான் (உலகப் பேரொளி) தன் பாரசிகப் பெற்றோரின் (இ.ச.க.தொகுதி 1) நினைவாகக் கட்டினார். இதுதான் ஆக்ராவில் முதலில் பளிங்கினால் கட்டப் பெற்றது என்பது மெய்யாயினும், இதற்குப் பின்னர் ஷாஜகான் (1592-1666; ஆட்சிக் காலம் 1628-1657) தன் மனைவி மும்தாஜின் நினைவாக 1632-1643 காலகட்டத்தில் கட்டுவித்த தாஜ்மகாலைக் காணச் செல்லும் மக்கள் கூட்டத்தில் வெகுசிலர் கூட இதமத்துலா கல்லறையைக் காண்பதற்குச் செல்வதில்லை. வெகுநேர்த்தியான இந்நினைவுச் சின்னத்தைக் ''கறுப்புத் தாஜ்'' என்றழைக்கின்றனர். இது 1662, 1668 ஆகிய ஆண்டுகளுக்கு இடைப்பட்ட காலத்தில் கட்டி முடிக்கப்பட்டது என்பர்.

தாஜ்மகால்

காதலுக்கும் அழகிற்கும் நினைவுச் சின்னமென்று பெரிதும் போற்றப் பெறும் வெண் பளிங்கினாலான, இந்தக் கலைப்படைப்பை நிலவொளியில் காணும் போது ஐம் புலன்களும் கட்டுண்டுவிடும். பகலொளியில் பார்க்கும் போது, பேரழகு வாய்ந்த பூங்காக்களின் நடுவில் நிற்கின்ற தாஜ்மகாலின் கட்டுமானச் சிறப்புக் கண்ணெல்லாம் நிறைந்து விடும். இதைக் கட்டும் பணியில் வெனிசு நகரத்தைச் சேர்ந்த (வெனிசு வடகிழக்கு இத்தாலியிலுள்ள துறைமுகப் பட்டினம் நிக்கோலோ கோண்டி, மார்க்கோ போலோ போன்ற புகழ் வாய்ந்த உலக நாடோடியர் இப்பட்டினத்தைச் சேர்ந்தவர்களாவர். இ.ச.க.தொகுதி-3) பொன் வெள்ளி வேலைக்காரரான ஜெரோனிமோ வெரோனயோ என்பவர் ஷாஜகானால் அமர்த்தப் பெற்றார். அவர் தாஜ்மகாலின் உள்புறச் சுவர்களின் அலங்கார வேலைகளைச் செய்யும் பொறுப்பை ஏற்றார்.

வைரக்கல் வேலைப்பாட்டில் கைதேர்ந்த அதே வெனிசு நாட்டவரான ஹார்டன்சியோ பிரன்சோனி ஒரு பெரிய வைரத்தை அறுத்துப் பட்டை தீட்டுவதற்காக ஆக்ராவிற்கு அனுப்பப் பட்டார். (அது கோகினூர் வைரமாக இருக்குமோ?) இக்காதல் மாளிகையை எழுப்புவதில் பல நாட்டினரும், பல்வேறு பண்பாட்டினரும் பங்கு பெற்றனர்.

ஜாமா மசூதி (ஆக்ரா)

ஷாஜகானின் பெண்மக்கள் 1650 தொட்டு 1656 வரையில் டெல்லியில் கட்டுவித்த ஜாமா பள்ளிவாசலைப் போன்று கட்டடக்கலைச் சிறப்பு மிக்க அதே பெயருள்ள பள்ளிவாசல் 1648 ஆம் ஆண்டு ஆக்ராவில் கட்டப் பெற்றது. அது டெல்லியிலுள்ள அந்தப் பள்ளிவாசலுக்கு இணையான சிறப்புடையது.

அக்பர் கல்லறை: சிக்கந்தரா

ஆக்ராவின் வடக்கே பத்துக் கிலோ மீட்டரிலுள்ள சிக்கந்தரா என்ற ஊரில் பெரிய பூங்காவினுள் அக்பரின் கல்லறை உள்ளது. சமயப் பொறை மிக்க சமரச சன்மார்க்கப் பற்றாளரான அக்பருக்கு விருப்பமான முறையில் இக்கல்லறை இந்து, முகலாயக் கட்டடக் கலைப்பாணி இரண்டும் கலந்து கட்டப்பட்டுள்ளது.

செங்கோட்டை

யமுனை ஆற்றின் வடகரை மீதமைந்த இம்மாபெருங் கோட்டை அக்பர் (1556-1605), ஜகாங்கீர் (1605:1627), ஷாஜகான் (1628:1657) ஆகிய மூன்று முகலாய மன்னர்களின் ஆட்சிக் காலம் நெடுகிலும் செந்நிறமான மணற்கற்களைக் கொண்டு எழுப்பப் பெற்றது. அதனால் செங்கோட்டை (லால் கிலா) என்ற பெயரும் பெற்றது. அக்பர் இங்கு இடிந்து தகர்ந்து போயிருந்த செங்கல்லாலான ஒரு கோட்டையின் இடத்தில் 2.5 கிலோ மீட்டர் சுற்றளவில் செம்மணற்கற்களால் நெடிதுயர்ந்த மதில்களை எழுப்பினார். அக்பரது ஆட்சி முடியுந் தருவாயில், அதாவது 1605 இல் இக்கோட்டை வேலை முற்றியது.

கோட்டைக்குள்ளிருக்கும் வெண்பளிங்கு அரண்மனைகளை ஜகாங்கீர் கட்டினார். முக்கியமான கட்டடங்களை ஷாஜகான் 1632-1658 ஆகிய ஆண்டுகளுக்கிடைப்பட்ட காலத்தில் கட்டி முடித்தார். இக்கோட்டையைக் கட்டி முடிக்கும் வேலை 1564 இல் தொடங்கி 1574 இல் முற்றுப் பெற்றது.

இக்கோட்டை இரட்டை மதில்களால் சூழப் பெற்றது. உள்மதில் புறமதிலை விட உயரமானது. அதன் உயரம் 105 அடி இருக்கும். வடக்கு, மேற்கு, தெற்கு என்று முப்புறங்களிலும் அமைந்த இம்மதில்கள் அரைவட்ட வடிவினவாகும். அவை ஏறத்தாழ முப்பதடி இடைவெளியில் கட்டப்பட்டுள்ளன. யமுனை முன்னர் இக்கோட்டையின் கிழக்கு வாயிலருகே ஓடியதால், அது அங்கு நீரரணாய் அமைந்தது.

செங்கோட்டை அரண்மனைகள்

இக்கோட்டையினுள் முத்துப் பள்ளிவாசல், அரசவை மண்டபம், அரசரை நேர்காணும் மண்டபம், முசம்மன் பூர்சூ என்ற கோபுரம், நகீனா பள்ளிவாசல், ஜகாங்கீர் மாளிகை, ஷாஜகான் மாளிகை, காஸ் மகால் என்ற தனி அரண்மனை, ஷீஷ் மகால் என்ற கண்ணாடி அரண்மனை முதலியன உள்ளன.

1761

அங்கு முகலாய மன்னர்கள் வாழ்ந்திருந்த காலங்களில் ஒளி சிந்தும் மண்டபங் களும், அறைகளும், மிகுந்த கவர்ச்சியோடு ஆற்றைப் பார்க்க அமைந்திருந்த அந்த அரண்மனையின் அழகும், ஆற்றுக்கப்பால் செழித்து வளர்ந்திருந்த வனக் காட்சிகளும், அதை மகோன்னதமான மாளிகையாகத் தோன்றச் செய்திருக்கும் என்பதில் ஐயமில்லை. அந்த அரண்மனையைச் சிவப்பு மணற்கல்லால் கட்டி அதில் வெள்ளைப் பளிங்குக் கற்களைப் பதித்து, அங்கு அலங்காரமான வேலைப்பாடுகள் செய்யப் பட்டுள்ளன. அம்மாளிகை எழுபதடிக்குக் கீழேயுள்ள ஆற்றைப் பார்க்க அமைந்துள்ளது. அதன் உள்ளும் புறமும் ஒளி மிளிரும் அரிய பல மணிக் கற்களைக் கொண்டு வண்ணக் கோலங்களை உண்டாக்கியுள்ளனர். அதன் கீழே ஓடும் யமுனை ஆற்றுக்குச் சுமார் இரண்டு கிலோ மீட்டருக்கு அப்பால் தாஜ்மகால் நிற்கின்றது. அரண்மனையிலிருந்து தாஜ்மகாலைக் காணலாம்.

ஆக்ரா பல கைகள் மாறியமை

ஜாட்டுகளால் இந்த 1761 இல் கைப்பற்றப்பட்ட ஆக்ரா, அவர்களின் கைகளில் இருபத்து நான்காண்டுகள் இருந்தது. மராட்டியர் 1785 இல் அதை ஜாட்டுகளிடமிருந்து கைப்பற்றினர். அதன் பிறகு பிரிட்டிசார் 1803 ஆம் ஆண்டு மராட்டியரை அங்கிருந்து வெளியே தள்ளினர்.

அரிய ஆக்ராப் பீரங்கி

பிரிட்டிசார் அமர்சிங்கு வாயில் வழியே ஆக்ராக் கோட்டைக்குள் நுழைந்து, அதன் கருவூலம், விலை மதிப்புள்ள பொருள்கள், வெடிமருந்துகள், 163 பீரங்கிகள், மிக அரிதான ஆக்ராப் பீரங்கி என்று அனைத்தையும் 1803 இல் கவர்ந்து கொண்டனர்.

ஆற்றல் வாய்ந்த இப்பீரங்கி வாயின் குறுக்களவு 23 அங்குலம்: எடை 43 டன். அது அரிய பல உலோகங்களின் கலவையால் வார்த்தெடுக்கப் பெற்றது. அதற்கு இந்திய வட்டித் தொழில் முதலாளி ஒருவர் ஒரு லட்ச ரூபாய் விலையாகத் தர முன்வந்தார். ஆனால் ஆக்ராக் கோட்டையைப் பிடித்த ஜெனரல் லேக்கு அதைக் கல்கத்தா வழியே இங்கிலாந்திற்கு அனுப்பக் கருதியதால் விற்க மறுத்து விட்டார்.

ஜெனரல் லேக்கு அப்பீரங்கியை மிதவைக் கட்டைகளின் மேல் ஏற்றி யமுனை வழியாக ஆற்றில் கல்கத்தாவிற்கு அனுப்பினார். ஆனால் அப்பீரங்கி மிதவையிலிருந்து கவிழ்ந்து மணற்பாங்கான ஆற்றுப் படுகையில் விழுந்து மூழ்கியது. இது இன்னும் அங்குதான் கிடக்கின்றது.

5. திரிபுர நாட்டரசு வரலாறு

திரிபுர அரசருக்கும் அருகிலிருந்த வங்காளியர் சிலருக்குமிடையே இருந்து வந்த பூசலைத் தீர்ப்பது என்ற சாக்கில், பிரிட்டிசார் இந்தியத் துணைக் கண்டத்தின் இந்த வடகிழக்கு எல்லைப் புறத்தில் இவ்வாண்டு கால் வைத்தனர்.

சிக்கலான நில அமைப்பு

இந்தியத்தின் இந்நிலப்பரப்பு உலகிலேயே மிகுந்த சிக்கல் வாய்ந்த பகுதி என்பர். இதன் வடக்கில் நெடிதுயர்ந்து நிற்கும் இமய அரணின் அருகே மாங்கோலிய இனத்தவர் வாழ்கின்றனர். அதற்கப்பால் திபேத்தியப் பகுதிகளும், சீனமும் உள.

ஆறுகளின் அணி

இந்தோசீனத்தையும் அங்கு வாழும் மோன், தாய், லாவோ, வியத்து, கெமர் என்ற மக்கள் வாழும் வண்டல் நிலப் பகுதிகளையும் உண்டாக்கியிருக்கக் கூடிய ஆறுகள், இந்த வட கிழக்கு எல்லைப் புறத்தின் கிழக்கே அணியணியாய் அடுத்தடுத்துப் பாய்ந்ததோடுகின்றன. தென் மேற்கில் பேராறுகளான கங்கையும், பிரம்மபுத்திரையும் வடிகின்ற பகுதிகளும், வட இந்தியச் சமவெளியின் தொன்மையான நாகரிகமும் அமைந்திருக்கின்றன. இந்தக் கந்தறு கோலத்தை நிறைவு செய்யும் விதத்தில் உயர் இமயம் வங்கக் கடல் வரை சுமார் 750 கிலோ மீட்டர் வரை நீண்டு செல்கின்ற மலைகளை விரிக்கின்றது.

இமயத்தின் நீண்ட பக்க மலை

இந்தப் பக்க மலையானது இந்தியத் துணைக் கண்டத்திற்கும் மியன்மாருக்கும் (பர்மா) இடையே இயற்கையரணாக நின்று ஐராவதி ஆறு நெடுகிலும் நீண்டு போகின்றது.

சீன, இந்திய, இந்தோசீன நாகரிகங்கள் தம் இயற்கையான எல்லை வரம்புகளை நோக்கி விரிந்து சென்ற காலையில், அவற்றின் நாகரிகம், மேலாண்மை ஆகியவற்றின் முன்னுந்தல் நெருக்குதல்களிலிருந்து தப்பி வந்த மக்களுக்கும், மலை வாழ்வோருக்கும், இந்தப் பக்க மலை புகலிடம் தந்து காத்தது.

மிசோ, சீன், கச்சின், நாகர், லுசையர் இன்னும் ஏராளமான சிறு இனத்தவர் முதலானோர் எட்டாக் கையில் ஒதுங்கிக் கிடந்த இம்மலையின் மூலை முடுக்கு களிலெல்லாம் வந்து சேர்ந்து விட்டனர். சுதந்திர உணர்வுடையவர்களும் மறக்குணம் வாய்ந்தவர்களுமான இம்மலைவாழ் மக்களைச் சமவெளிப் பகுதியில் நிலை

பெற்றமைந்து விட்ட நாகரிக மாந்தர் தனித்து வாழும்படி விட்டுவிட்டனர். சமவெளி மாந்தர் அரசியல் அபிலாசை கொண்டோ, அரசியல் நிலையின்மை ஏற்பட்ட காலத்திலோ மட்டுமே இம்மலைப் பகுதிக்குள் புகுந்து அங்கு வாழ்ந்த மக்களின் அமைதியைக் குலைத்தனர்.

பெருங் கலவை

ஆதலால் உள் நிலப்பகுதியில் மிகப் பெரிய அளவில் இனக் கலப்பு வகைகளைக் காண முடிகின்றது. அங்கு பலவகை மொழிகள் வழங்குகின்றன. அண்டை நாடுகளிலிருந்து கடன் பெறப்பட்ட இயல்பு மீது தனிப் பண்புக் கூறுகள் கலந்து கிடக்கின்றன. மிகப் பின்தங்கிப் போயும் தனித்து ஒதுங்கியும், வெளியுலகின் மீது அவநம்பிக்கை கொண்டும் அம் மக்கள் மலைகளினிடையே வாழ்கின்றனர்.

எல்லைக் கந்தறு கோலம்

உலகின் நிலப்பகுதிகள் அனைத்தும் அளந்து நிலப்படமாகி இது இன்ன இடம், இன்னார்க்குரியது என்று குறிக்கப்பட வேண்டும் என்று கற்பனையான அரசியல் கோடுகள் கழிக்கப் பட்டுவிட்ட நிலை புவியெங்கும் உள்ளது. போலவே, இந்தியத்தின் வடகிழக்கு எல்லையிலுள்ள இப்பகுதியிலும் பன்னாட்டு எல்லைகள் வந்து கந்தறு கோலமாகக் கிடக்கின்றன. அவை வரையறுத்துத் தீர்க்கவியலா, சிக்கெடுக்க முடியா அரசியல் சிக்கல்களாக உள்ளன.

திரிபுரம் வரலாற்றில் காணும் மிகப் பெரிய நிலநூல் தவறுகளில் ஒன்றாக இங்கு அமைந்துள்ளது. ஆங்கிலேயர் 1947 ஆம் ஆண்டு இந்தியத்தை விட்டகன்றதும், அதன் பிறகு உண்டான இரண்டு சுதந்திர நாடுகளில் ஏதேனுமொன்றில் சேருமாறு நாட்டரசர்கள் கோரப்பட்ட வேளையில், திரிபுரத்தின் இந்து மன்னரும் அதன் மக்களும் இந்தியத்துடன் ஒட்டிக்கொள்ள முடிவெடுத்தது வியப்பன்று.

1761

ஆப்பு

அதன் காரணமாகத் திரிபுரம் கிழக்குப் பாகிஸ்தானத்தின் எல்லைக்குள் ஆப்புப் போல் நீட்டிக் கொண்டிருக்க நேர்ந்தது. அந்நாட்டின் இரண்டாவது பெரிய துறைமுகப் பட்டினமான சிட்டாங்கைக் கிழக்குப் பாகிஸ்தானத்திலிருந்து திரிபுரம் கிட்டத்தட்டத் துண்டித்து விட்டது.

அதேவேளையில் திரிபுரமும் தாயகமான இந்தியத்திலிருந்து கிட்டத்தட்ட துண்டிக்கப் பட்டுத்தான் இருந்தது. அப்போது திரிபுரத்தை இந்தியத்துடன் இணைக்கும் ஒரு சாலை கூட இல்லாதிருந்தது. அங்கு ஒரு சாலை அமைக்கப்பட்டது வரையிலும் விமானமே இரு இந்தியப் பகுதிகளுக்குமிடையே துரிதத் தொடர்பை ஏற்படுத்தியது.

ஏதிலியர் அலைகள்

பின்னர் கிழக்குப் பாகிஸ்தானம் 1971 இல் மேற்குப் பாகிஸ்தானத்திலிருந்து தன்னை அறுத்துக் கொண்டு வங்க தேசம் என்ற புது நாடானது. இந்தியத் துணைக் கண்டம் 1947 இல் பிரிக்கப்பட்டதும் ஏற்பட்ட சண்டையாலும், 1971 ஆம் ஆண்டு வடகிழக்கில் உண்டான இன்னொரு பிரிவினையின்போது மூண்ட சண்டையின் காரணமாகவும் ஏதிலியர் அலைகள் மிகப் பெரிய அளவில் சின்னஞ்சிறு காயலைப் போன்று திரிபுரத்தினுள் வந்து புகுந்தன.

இந்த ஏதிலியர் அலை திரிபுரத்தில் வாழ்ந்த மக்களைத் திக்கு முக்காடச் செய்தது என்ற போதிலும், அரை மில்லியன் மக்களை ஒரு மில்லியனுக்குமதிகமான ஏதிலியர் அலை மூழ்கச் செய்தது என்றாலும், காடுகளை அழித்துக் காட்டு விலங்குகளை மலைப் பகுதிகளுக்குள் துரத்திவிட நேர்ந்த போதும், மகிழ்ச்சி நிறைந்த அகர்த்தல நகரம் சேரிகள் மலிந்த நகராக மாறும் நிலை ஏற்பட்ட போதும், இன்னலுற்று வந்த ஏதிலியர் கூட்டத்தைத் தடுத்து நிறுத்துவதற்கு இயலவில்லை.

அடி தாங்கும் இடை நாடு

வருத்தந் தரத்தக்க இச்சிறு முறை கேடு ஏன் தோன்றியது என்ற காரணத்தை இப்பகுதியின் வரலாற்றிலிருந்து அறிந்து கொள்ளலாம். இப்பகுதி எக்காலத்திலும் முழவு போல் அடிதாங்கும் இடை நாடாகவே இருந்து வருகின்றது. திரிபுரத்தின் கடந்த ஆயிரமாண்டுக் காலத்து அசாதாரணமான வரலாற்றை நோக்குகையில், அது மலைநாட்டு மக்களின் நடுவே நிலவி அடிதாங்கும் இந்து இடைநாடாகவே இருந்து வந்தது புலனாகும். பின்னர் அந்த இந்து இடை நாட்டை முஸ்லிம் மக்களும் முஸ்லிம் தலைவர்களும் சூழ்ந்து கொண்ட அரசியல் நிலை உருவானது. திரிபுரம் குளுமையான தட்பவெப்ப நிலையையுடைய மலை நாடன்று. அது எல்லை அரணாகச் செல்லும் மலைத்தொடரின் விளிம்பில் தொங்கிக் கொண்டிருக்கும் நாடாகும். அதன் மக்கள் தொகை சிறிது; அவர்கள் சிதறி வாழ்கின்றனர். (அங்கு மக்கள் தொகை 1971 கணக்குப் படி 15,56,348) பெரும்பாலர் வங்கச் சமவெளியின் ஓரத்திலுள்ள மலையடிவாரத்தில் வாழ்கின்றனர். அதன் தலைநகரான அகர்த்தல ஒதுங்கிப் போய்க் காடுகளால் சூழப் பெற்று மென்னுறக்கம் கொண்டது போல் அமைதியாய்க் கிடக்கின்றது.

1761

தொல் வரலாறு

இந்நாட்டின் அரச குடியினர் வட இந்தியச் சமவெளியிலிருந்து கிளம்பி அசாம் வழியாக வந்து வட கிழக்கு எல்லையிலுள்ள மலைப் பாங்கான பகுதிகளைப் பல நூற்றாண்டுகளாக அடைந்து வந்த நாடோடி வீர மறவர்களின் வழி வந்தோராவர். அவர்கள் இங்ஙனம் பல காலமாகச் சிறுகச் சிறுக நடந்து வந்து இங்கு குடியேறிப் பல்கினர்.

இன்று திரிபுரம் என்றழைக்கும் வட கிழக்கு எல்லைப்புற மாநிலம் திப்பர (*Tipra*) என்ற குலத்தைச் சேர்ந்த அரச குடும்பத்தினரால், பிரிட்டிசாரின் ஆட்சிக் காலத்தில் ஆளப்பட்டு வந்தது. இந்த அரச குடியினரின் பெயருக்குப் பின்னால் மாணிக்கிய என்ற ஈற்றடை சேர்ந்திருந்தது. இக் குடியினர் பதினைந்தாம் நூற்றாண்டின் தொடக்கத் திலிருந்து, 1949 ஆம் ஆண்டு இந்தியக் கூட்டரசில் சேர்ந்தது வரையிலும் திரிபுரத்தை ஆண்டு வந்தனர். அவர்களின் ஆட்சிப் பரப்பில் இன்று வங்க தேசத்துடன் சேர்ந்து விட்ட கோமில்ல மாவட்டம், சில்வெட்டு மாவட்டத்தின் சில பகுதிகள், நவகாளி, சிட்டகாங்கு மாவட்டங்கள் ஆகியனவும் அடங்கியிருந்தன.

கோமில்ல: இந்திய எல்லையினருகிலுள்ள வங்க தேச மாவட்டம்: சமதளமான இந்த வண்டல் வெளிப்பரப்பில் பல ஆறுகள் பாய்கின்றன. இம்மாவட்டத்தின் தலை நகரம் கோமில்ல ஆகும்.

சில்வெட்டு: இதுவும் வங்க தேச மாவட்டமாகும்; சில்லாங்கின் தெற்கே - இந்திய எல்லையிலுள்ள இம் மாவட்டம், வங்க தேசத் தேயிலைத் தொழிலின் தாயகமாகும்.

78 | ப. சிவனடி

நவகாளி: முன்னர் இது ஒன்றுபட்ட வங்கத்தினுள் அடங்கியிருந்த காலத்தில், நாட்டு விடுதலைக்குச் சிறிது காலத்திற்கு முன்னர் மகாத்மா காந்தி இம்மாவட்டமெங்கும் சுற்றி வகுப்பு அமைதியை நிலை நாட்டியதால் வரலாற்றில் தனி இடம் பெற்றுள்ளது.

சிட்டகாங்கு: வங்க தேசத்தில் முக்கியமான துறைமுகப் பட்டினம்; கர்னஃபுலி ஆறு கடலில் கலக்குமிடத்திலிருந்து 25 கிலோ மீட்டருக்கப்பால் ஆற்றங்கரை மீது உள்ளது. இங்கிருந்து சணலும் தேயிலையும் ஏற்றுமதியாகின்றன. நாம் மேலே கூறியவாறு திரிபுர நாட்டரசின் ஒரு பகுதியாயிருந்து வந்த இம்மாவட்டத்தை முகலாயர் பதினாறாம் நூற்றாண்டில் கவர்ந்தனர். பின்னர் பிரிட்டிசார் 1760 இல் தமதாக்கினர். அவர்கள் பின்னர் சிட்டகாங்குப் பகுதியை இன்று வங்கதேசத் தலைநகராயிருக்கும் தாக்காவுடன் இருப்புப் பாதையால் இணைத்தனர். விடுதலைப் போராட்ட காலத்தில் சிட்டகாங்கு புரட்சிக்காரர்களின் தளமாயிருந்தது.

ஆதலின் மாணிக்கியர் குடியின் காலத்திற்கு முற்பட்ட திரிபுர வரலாறு இன்று வங்க தேச மாவட்டங்களாயிருக்கும் சில்வெட்டு, நவகாளி, சிட்டகாங்கு அடங்கிய சமதாத (*Samatata*) என்ற நிலப் பரப்புடன் பின்னிக் கிடக்கின்றது.

கல்வெட்டு, நாணயச் சான்றுகள்

பண்டைச் சமதாதப் பகுதியை ஆண்ட காடகர் (*Khadgas*), தேவர் (*Devas*), சந்திரர் (*Chandras*) இன்னும் பிற மன்னர் குடிகளின் கல்வெட்டுகள், செப்பேடுகள் ஆகியவற்றிலிருந்து திரிபுரத்தின் தொல் வரலாற்றை நிறுவுகின்றனர்.

இப்பகுதியில் இதுவரை கண்டெடுத்த நாணயங்களைக் கொண்டும் பல்வேறு அரச குடிகள் பற்றிய செய்திகள் கிடைக்கின்றன. எனினும் அகச் சான்றுகளான இலக்கியச் சான்றுகள் சிலவேயாகும். அயல் நாடோடியர், குறிப்பாகச் சீனர் இப்பகுதியைப் பற்றி எழுதி வைத்துள்ளனர். **செங்கு-சி** (*Seng-Chi*) என்ற சீன நாடோடி ஏழாம் நூற்றாண்டின் கடைசி வாக்கில் இந்தியத்திற்கு வந்திருந்தார். அவர் அப்போது சமதாதவை ஆண்ட இராஜராஜ பட்ட என்ற மன்னரைப் பற்றிக் குறித்து வைத்திருக்கின்றார்.

அக்பரின் வாழ்க்கை வரலாற்றாசிரியரான (ஆயினி-அக்பரி) அபுல் பசல் (1551-1602) திரிபுரம் பற்றிக் குறித்துள்ளார். அவர் விஜய மாணிக்கிய (சு.1532-1563) அரசரின் ஆட்சிக்காலத்தைப் பற்றி அறிந்து கொள்ளக் கூடிய செய்திகளையும் சொல்லியிருக்கின்றார்.

எனினும், திரிபுரத்தை 1949 வரையிலும் ஆண்டு வந்த மாணிக்கிய அரசகுடி, இராமாயண காலத்திலிருந்து பல்லாயிரமாண்டுகளாக இடையறாது நிலவி வருகின்றது என்று அக்குடிக்குத் தொன்மைச் சிறப்புத் தர முயல்வாருமுளர்.

மாணிக்கிய அரச குடியினர்

திரிபுரத்தின் கடைசி ஆளுங்குடியினர் மேலே கூறியவாறு பதினைந்தாம் நூற்றாண்டு வாக்கில் வந்து, இங்கு வாழ்ந்த மக்களை வாளால் வழிக்குக் கொணர்ந்து புதிய முடியரசை நிறுவினர். அவ்வாறு அரியணை ஏறியதுமே குடிவழி தொண்ணூற்றொன்பது தலைமுறைகள் வரை செல்வதாகப் பெருமை கொண்டாடினர்.

அவர்கள் தம்முடன் எழுத்தறிவோடு கூடிய பண்பாட்டையும், இந்து சமயத்தையும் இங்கு கொண்டு வந்திருக்கலாம்.

அரச மாலை

மாணிக்கிய குடியினரின் நெடிய தொன்மை குறித்துப் பாடும் இராஜமால (அரசமாலை) என்ற நூல் வங்க மொழியில் மிகவும் பழமையானது என்று நம்பப்படுகின்றது. அந்நூலைப் பற்றிய செய்திகள் சுவையானவையாகும். இந்நூல் திரிபுர வரலாற்றிற்கு மிகப் பெரிய அகச் சான்றாக விளங்குகின்றது. திரிபுர மன்னர்களின் வரலாற்றைப் பண்டைக் காலத்திலிருந்து கிருஷ்ண மாணிக்கியரின் ஆட்சிக் கால இறுதி (1783) வரை இராஜமாலை கூறுகின்றது. (பன்னிரண்டாம் நூற்றாண்டில் கல்ஹணர் எழுதிய இராச தரங்கிணி என்ற காசுமீர வரலாற்று நூலை இங்கு கருதிப் பார்க்கவும். அரச ஆறு என்ற இந்நூலும் காசுமீர மன்னர்களின் தொடர் வரலாற்றையே கூறுகின்றது.) இராஜமகால் என்ற இந்நூலுக்கு இன்று இரண்டு பதிப்புகள் உள.

காளிப் பிரசாத சென் வித்தியபூவுண் என்பவர் ஸ்ரீ இராஜ மால என்ற பெயரில் மூன்று தொகுதிகளாக இந்நூலைப் பதிப்பித்துள்ளார். மற்றொன்று திரிபுர அரசின் கல்வித் துறை வெளியிட்டுள்ள பதிப்பாகும்.

இராஜ மால என்ற இந்நூலின் முதல் பகுதியைப் பாணேசுவரர், சுக்கிரேசுவரர், தலைமைக் குருவான துர்பலேந்திரர் ஆகியோர் முதலாம் தர்ம மாணிக்கியரின் ஆட்சிக் காலத்தில் (சு.1431-1462) பதினைந்தாம் நூற்றாண்டில் தொகுக்கலாயினர் என்று காளிப் பிரசாத சென் கூறுகின்றார். இரண்டாம் பகுதி பதினாறாம் நூற்றாண்டில் அமர மாணிக்கியர் காலத்தில் (சு. 1577-1585) தொகுக்கப் பெற்றது. மூன்றாம் பகுதி பதினேழாம் நூற்றாண்டில் கோவிந்த மாணிக்கியர் காலத்திலும், நான்காம் பகுதி பதினெட்டாம் நூற்றாண்டில் கிருஷ்ண மாணிக்கியர் (சு.1760-1783) ஆட்சியிலிருந்த காலத்திலும் தொகுக்கப் பெற்றன.

இந்நூலில் விசித்திரமான கதைகளும் பல முரண்பாடுகளும் மலிந்திருப்பினும் நம்பத் தகுந்த செய்திகள் ஏராளம் அடங்கியுள்ளன என்பர். திரிபுரத்தின் வரலாற்று இடைக் காலத்துச் சமூக, பொருளியல், ஆட்சியியல், சமயம் ஆகியவற்றின் சரித்திரத்தை எழுதுவதற்கு வேண்டிய செய்திகள் இதில் காணப்படுகின்றன.

தற்காலத்தில் வெளிவந்துள்ள இராஜ மால நூலின் பதிப்புகள் பத்தொன்பதாம் நூற்றாண்டில் மீண்டும் அவை காலக் குறிப்புகளோடு எழுதப் பட்டன என்பதால், அவை திரிபுர வரலாற்றை எழுதுவதற்கு வேண்டிய ஆதாரமாக அமைவதற்கில்லை என்று விற்பன்னர் சிலர் கூறுகின்றனர். இக்கருத்து ஏற்புடையது என்று டாக்டர் இரமணி மோகன் சர்மா என்ற வரலாற்றாசிரியர் குறிப்பிடுகின்றார்.

கட்டடக் கலை

பதினாறாம் நூற்றாண்டின் தொடக்கத்தில் இப்பகுதியில் இந்துக் கோயில்கள் கட்டப்படலாயின. அவை இப் பகுதிக்கேயுரிய தனி வடிவமைப்புடையன. மலைக் காட்டு மக்களின் குடிசை போன்ற கட்டுமானத்தின் மேல் பௌத்தத் தூபிகளின் குவி மாடத்தை வைத்ததுபோல் பண்பாடுகளின் கலவைக்கு எடுத்துக்காட்டுகளாக இக்கோயில்கள் விளங்குகின்றன.

முகலாயர் பதினேழாம் நூற்றாண்டுத் தொடக்கத்தில் திரிபுரத்திற்கு வந்தனர். முகலாய அரசப் பிரதிநிதியான வங்க நவாபு திரிபுர மன்னரை 1618 இல் தோற்கடித்து, மிக எளிதாக அவரது கோநகரை அழித்து ஒழித்து விட்டார். ஆனால் நவாபின் படையினர் வெகு விரைவிலேயே சமவெளியை நோக்கி ஓடிப் போயினர். அவர்களைத் திரிபுர மன்னரின் படைகள் விரட்டவில்லை. மலையடிவாரத்தில் தோன்றக் கூடிய ஏதோ ஒரு தொற்று நோய் அவர்களை அவ்வாறு ஓடச் செய்தது.

மேலும், திரிபுரம் மிக அருமையான அடிதாங்கி இடைநாடாகத் தன் ஆட்சிப் பகுதிக்குப் பாதுகாப்பாக இருக்குமென்பதையும், அம்மலைப் பகுதியில் தங்கியிருந்து அதன் மீது நேரடி மேலாண்மை செலுத்த வேண்டியதில்லை என்பதையும் வங்க நவாபு எளிதில் கண்டு கொண்டார்.

அரக்கானின் பர்மியச் சுல்தான் அப்போதைக்கப்போது தாக்கிக் கொள்ளையடிக்க இம் மலைக் காடுகளுக்குள் வருவதுண்டு. திரிபுரத்திற்கப்பால் உயர் மலைகளில் வாழ்ந்து வரும் லுசாய், குக்கி இனத்தாரும் மட்டு மீறி நடந்து கொள்வதுண்டு. திரிபுரத்திற்கு இவற்றையன்றி வேறு இடையூறுகள் வருவதில்லை.

எனவே இச்சின்னஞ்சிறு இந்து அரசர் சுதந்திரமாய் இருந்துவந்த காலத்தில் பெரும்பாலான வங்க மக்கள் முகலாய ஆட்சியின் நெருக்கடி தாங்க மாட்டாது, பேரெண்ணிக்கையில் இஸ்லாந் தழுவி விட்டனர். இங்குதான் 1947-1971 ஆகிய ஆண்டுகளுக்கு இடைப்பட்ட காலத்தில் தோன்றிய கடுமையான சிக்கல்களின் மூலகங்கள் அடங்கியுள்ளன என்பது ஒரு சாராரின் கருத்தாகும்.

இந்து முடியரசான திரிபுரம் ஒரு புறம் மலைக் காட்டு மக்களால் சூழப் பெற்றதும், மறுபுறம் முஸ்லிம் குடியானவர்கள், பிரபுக்கள் ஆகியோரால் சுற்றி வளைக்கப்பட்டும் விட்டது.

பிரிட்டிசார் பதினெட்டாம் நூற்றாண்டின் நடுவே முகலாயர் ஆட்சியை மாற்றிய காலத்தில் திரிபுரம் அரசியலில் ஒதுங்கியும் மிகவும் வசதியான அடிதாங்கி நாடாகவும் நன்கு நிலை பெற்றுவிட்டது. பொது கூட்டாளியாகத் தமக்கு வந்து வாய்த்து விட்டார் என்பதைப் பிரிட்டிசார் தொடக்கத்திலேயே கண்டு கொண்டனர். இந்தச் சாக்கில்தான் பிரிட்டிசார் 1761 இல் திரிபுரத்தில் அடியெடுத்து வைக்கின்றனர்.

அவர்கள் இம்மலை நாட்டைக் கவர்ந்து கொள்வதில் ஆர்வங்காட்டவில்லை. எனவே திரிபுர மன்னருடன் ஓர் உடன்படிக்கை செய்து கொண்டு வந்த வழியே திரும்பிச் சென்று விட்டனர். அதன் பிறகு அங்கு பிரிட்டிஷ் அதிகாரிகள் மிக அரிதாகவே சென்றனர். அவர்கள் 1947 ஆகஸ்டில் இந்தியத்தை விட்டு நீங்கியது வரையிலும் இதே நடுநிலையே நீடித்தது. ஆயிரத்து முந்நூறு ஆண்டுகளுக்கு முன்பிருந்தே ஆட்சி புரிந்து வந்த குடி தன்னுடையது என்று பெருமைப் பட்டுக் கொண்ட திரிபுர மன்னர் அதன்பிறகு இந்தியத்துடன் இணைந்து விட்டார்.

திரிபுரம் 1956 வரையிலும் மைய அரசின் நேரடி ஆட்சிப் பகுதியாயிருந்து, 1972 ஜனவரி 21 அன்று தனி மாநிலமாயிற்று. எங்கும் காடுகள் சூழ்ந்த இம்மாநிலத்தின் பரப்பளவு 10,453 சதுர கிலோ மீட்டர். (4036 சதுர மைல்.) இதன் தலைநகரம் அகர்த்தல.

6. ஆங்கில மக்களின் உணவுப் பழக்கமும் பண்டங்களும்

இங்கிலாந்து, வரலாற்று இடைக்காலம் வாக்கில் (கி.பி. 400-1200) நிலை பெற்றுவிட்ட சிற்றூர்களும், சிறு நகரங்களோடு கூடிய நிலப்பிரபுக்களின்

மாளிகைகளான மோனர்களும் (*Manor*) அமைந்த நாடாக விளங்கிற்று. ரோமானியர்கள் கி.பி. முதல் நூற்றாண்டில் போட்ட சாலைகள் மறைந்து விட்டன. புதிதாய் அமைக்கப் பெற்ற சாலைகள் சேறும் சகதியும் நிறைந்த வெறுந் தடங்களாயிருந்தன. கனத்த சுமைகளை ஓரிடத்திலிருந்து மற்றோரிடத்திற்கு நீர் வழிகளில் தான் கொண்டு செல்ல முடிந்தது.

புலால் பதனம் செய்வதறியாமை

அப்போது கால்நடைத் தீவனங்களாக ஆடுகளுக்கும், மாடுகளுக்கும் போடுவதற்கென்று கிழங்குப் பயிர்கள் வளர்க்கப்பட்டமையால், குளிர் காலத்தில் இறைச்சி கிடைப்பது அரிதென்று, இலையுதிர் காலந்தொறும் பல விலங்குகளைக் கொல்ல நேர்ந்தது. இறைச்சியைப் பதனப்படுத்தி வைக்கும் வகையறியாததால், அது கெட்டுப் போயிற்று. அதனால் இறைச்சியை வினிகர் என்ற காடியில் கழுவி வெங்காயம், பூண்டு ஆகியவற்றைக் கொண்டு மணம் ஏற்ற வேண்டி வந்தது. அழுகிய இறைச்சியின் வீச்சத்தைப் போக்குவதற்கு மணக்காரப் பொருள்கள் வேண்டியிருந்தன.

நாட்டில் குங்குமப் பூப் போன்ற மணக்காரப் பொருள்கள் விளைந்தன. அவை இங்கிலாந்தின் கிழக்கத்தித் தோட்டங்களில் வளர்ந்தன. அங்கு விளைந்தது சாஃபிரான் வால்டன் என்று பெயர் பெற்றது. அதுவே குங்குமப் பூவைக் குறிப்பதாயிற்று. இங்கிலாந்தில் கடுகு விளைந்தது. உப்பு மிட்லாந்துப் பகுதியில் வெட்டியும், வேறு இடங்களில் கடல் நீரை ஆவியாக்கியும் பெறப்பட்டது.

செல்வர்களும், மடங்களிலிருந்த கிறித்தவத் துறவியரும் குளிர் காலத்தில் சிறிதளவேனும் இறைச்சி பெறுவதற்காகப் புறாக்களை வளர்த்தனர். அவர்கள் மடங்களில் வளர்த்த புறாக்களின் கூடுகளை இன்றும் காணலாம். அவர்கள் வேண்டும் போதெல்லாம் மீன்கள் பெறுவதற்காக மீன்களும் வளர்த்தனர்.

1761

பால் பொருள்கள்

பாலைக் கெடாமல் வைத்திருக்கும் பாங்கு அறியாதிருந்தமையால் அதிலிருந்து சீஸ் கட்டியையும், வெண்ணையையும் எடுத்தனர். வெண்ணெயையும் கெடாமல் காத்து வைக்கும் திறம் அப்போது அறியப்படவில்லை. அதனால் வெண்ணையில் மிகுந்த உப்பிட்டனர். அவ்வாறு செய்த பின்னரும் நெய் ஊசிப் போயிற்று. எனவே நெய்யே பெரிதும் சமையலுக்குப் பயன்பட்டது.

மீன்

கடலோரத்திலும் ஆற்றங்கரை நெடுகிலும் வாழ்ந்த மக்களுக்குப் புது மீன்கள் கிடைக்கும். பிற இடங்களில் வாழ்ந்தவர்கள் மீன்களை உப்பிலிட்டு உலர்த்திக் கருவாடாக்கிக் கொண்டனர். பெரிதும் ஹெரிங்கு (*Herring*) என்ற கடல் மீனே உள் கொள்ளப்பட்டது. சிற்றூர் மக்களிடம் கோழிகள் இருந்தமையால், அவர்களுக்கு முட்டைகள் நிரம்பக் கிடைத்தன.

சர்க்கரை, தேன்

சர்க்கரை இக்காலத்தில் விலை மதிப்புள்ள பொருளாயிருந்தது. ஏனெனில் அது முற்றிலும் அயல் நாடுகளிலிருந்தே வந்தது. அது செல்வர்க்கு மட்டுமே கிடைத்து வந்தது. அவர்கள் சர்க்கரையைக் கொண்டு தின்பண்டங்கள் செய்தனர். தேன் இன்னொரு இனிப்புப் பொருளாயிருந்தது. அக்காலத்தில் சர்க்கரைக் கிழங்கு கிடைத்தது. காய்கறிகள்

சிறிதளவே உண்ணப்பட்டன. அவை பெரிதும் முட்டைக் கோசாயும் *(Kale or Kali)* பட்டாணியாயும் இருந்தன.

பெரும்பாலான மக்களுக்கு வயிற்றுக்குப் போதிய உணவு கிடைத்தது. மக்கள் பெரிதும் சிற்றூர்களில் வாழ்ந்ததே அதற்குக் காரணமாகும். அங்கு அவர்கள் தம் வீட்டைச் சுற்றியிருந்த நிலத்தில் தோட்டம் போட்டுக் கொண்டனர். பொது மேய்ச்சல் நிலங்களில் தம் கன்று காலிகளை மேய விட்டனர்.

ரொட்டி

ஆங்கிலேயர் கிட்டத்தட்ட ஆயிரமாண்டுகளாகக் கோதுமை, ரை முதலியவற்றை ரொட்டிக்காகப் பயிர் செய்து வந்தனர். பிறருக்காகப் பார்லி பயிர் செய்தனர். அவர்கள் தமக்கு வேண்டிய ஆட்டிறைச்சி, மாட்டிறைச்சி, பால் பொருள்கள் ஆகியவற்றுக்காகக் கன்று காலிகளுக்கு என்று புல் வளர்த்தனர்.

பதினான்காம் நூற்றாண்டில் குடியானவர்களின் அன்றாட உணவில் கறுப்பு ரொட்டி, பால், சீஸ் கட்டி, முட்டை, எப்போதேனும் ஒரு முறை பன்றிக் கறி, கோழிக் கறி இருப்பது வழக்கம். மாட்டிறைச்சியும் ஆட்டிறைச்சியும் உயர் விலைப் பொருள்கள். வேட்டை விலங்குகளும், பறவைகள் முதலியனவும், கள்ளத்தனமாகப் பிடித்த முயல்களும் நாட்டுப்புற மக்களின் உணவில் மேலும் சேர்ந்திருந்தன.

இலண்டனில்

நாட்டுப் புறங்களை விட இலண்டனில் உணவுப் பழக்கம் மாறுபட்டிருந்தது. நகரத்தாரால் தமக்கு வேண்டிய உணவுப் பொருள்களைத் தாமே விளைவித்துக் கொள்ள முடியாததே அதற்குக் காரணமாகும். வரலாற்று இடைக்காலத்து நகரான இலண்டனில் குறுகலான தெருக்களும் வளைந்து நெளிந்து சென்ற சந்து பொந்துகளும் இருந்தனவாதலால், இறைச்சியைக் கெடாது வைக்கும் வசதிகள் அங்கு இல்லாதிருந்தன: பெரிய வீடுகளில் தான் இறைச்சியைச் சமைத்து உண்பதற்கு வசதி, வாய்ப்புகள் இருந்தன. எனவே நகரத்தார் உணவுக் கடைகளுக்கே உண்ணச் சென்றனர்.

அக்கடைகளில் பல விதமான பண்ணியங்களும், புட்டிங்குகளும் மூடு அடுப்பினுள் வைத்துச் சுட்ட இறைச்சியும் கிடைத்தன. இத்தகைய கடைகளில் வாடிக்கையாளர் தாம் கொண்டு வந்த இறைச்சியைத் தந்து அதைச் சமைத்து வாங்கலாம் அல்லது அங்கு கிடைக்கும் பண்டங்களை வாங்கிச் சுடச் சுட உண்ணலாம். இங்கு உணவுப் பண்டங்களின் விலைகள் தரப்படுத்தப் பட்டிருந்தன. அரசு அவற்றின் விலைகளை நிர்ணயித்து 1378 ஆம் ஆண்டு ஒரு சட்டமே பிறப்பித்தது.

மூன்று வேளை உணவு

டியூடர் குடி மன்னர்களின் காலத்தில் (1485-1603) நகர மக்கள் மூன்று வேளை உணவு கொண்டனர். அவர்கள் விடியற்காலையில் சிற்றுண்டியும், சுமார் ஆறேழு மணிக்கு ரொட்டி, ஒருவகைக் கஞ்சி *(Pottage)* , ஆறிப் போன ஹெரிங்கு மீன் அல்லது ஆட்டுக் கறி, சீஸ் கட்டி முதலியவற்றையும் உண்பர். ஏல் *(Ale)* என்ற மாவடி மது அல்லது பீர் அருந்தினர். நண்பகல் உணவாகச் சூப்பு அல்லது பழுக்கல் உண்டி அல்லது வாட்டிய இறைச்சி அல்லது பை *(Pie)* என்ற இறைச்சிப் பண்ணியம், ரொட்டி அல்லது சீஸ் ஆகியவற்றோடு உண்டனர். அவற்றோடு ஏல் அல்லது பீர் குடித்தனர். இதுவே

நாளில் பெரிய உணவு. அதை நகர மாந்தர் மதுக் கடையில்தான் உண்ண வேண்டும். அல்லது உணவுக் கடைகளிலிருந்து வாங்கிச் சென்று வீட்டில் வைத்து உண்பர். காய்கறிகள் சிறிதளவே உண்ணப் பட்டன. இருப்பினும் சில வேளைகளில் வெங்காயம் அல்லது முட்டைக் கோசைச் சூப்புடன் போட்டு வேக வைத்து உண்பதுமுண்டு. கடைசி உணவான இராச் சாப்பாடு கிட்டத் தட்ட ஐந்து அல்லது ஆறு மணிக்கு உண்ணப்பட்டது. அது அப்போதே சமைத்த உணவாக இருப்பதில்லை. ஆறிப் போன இறைச்சி, நெய், சீஸ் கட்டி என்று சிறிதளவு உண்டு ஏல் அருந்துவர். அவர்களின் உணவில் ஏல், பீர் என்ற மதுவகைகள் உணவுப் பொருள்களாக இடம் பெற்றிருந்தன என்பது இதனால் புலனாகும்.

பதினெட்டாம் நூற்றாண்டு

இதுவரை வரலாற்று இடைக்காலத்து உணவு வகைகளும். உணவுப் பழக்கமும் சொல்லப் பட்டன. இனிமேல் பதினெட்டாம் நூற்றாண்டிற்கு வருகிறோம்.

ஆங்கில மக்களின் வாழ்க்கையில் 1700 ஆம் ஆண்டிற்குப் பிறகு ஒன்றரை நூற்றாண்டுக் காலத்தில் இரு பெரும் மாறுதல்கள் ஏற்பட்டு, அவை உணவுப் பழக்க வழக்கங்களையும் வாழ்க்கைத் தரத்தையும் மாற்றிவிட்டன. அவையிரண்டும் வசதி கருதித் தனித் தனியே பிரித்துப் பேசப்பட்டாலும் அவை உண்டாக்கிய பின் விளைவுகள் ஒன்றோடொன்று பின்னிக் கிடக்கின்றன. அக்கால கட்டத்தில் விளைந்த இவ்விரு மாறுதல்களும் முரண்பட்ட ஒரு நிலையைத் தோற்றுவித்தன. அவை:

1. திடீரென்று உண்டான மக்கள் பெருக்கம் (மக்கள் தொகை 1750-1850 ஆகிய ஒரு நூற்றாண்டுக் காலத்தில் இரு மடங்காகியது)

2. வேளாண்மை பொய்த்ததாலும் பல்வேறு போர்களாலும் கோதுமை விலை ஏறியது.

இங்கிலாந்தில் பதின்மூன்றாம் நூற்றாண்டின் இறுதியில் முன்னைவிட மிகுதியாகப் பெரிய நிலப்பரப்பில் வேளாண்மை செய்யப்பட்டது. இங்கிலாந்து கூலங்களை (தானியங்களை) ஏற்றுமதி செய்யும் நாடானது. அது தென்பகுதியில் விளைந்து வந்த கோதுமையையும் வட பகுதியிலிருந்து வந்த பார்லி, ஓட்ஸ் ஆகியவற்றையும் சிறு கப்பல்கள் அடங்கிய வணிகக் கப்பல் தொகுதிகளில் ஏற்றி ஐரோப்பியக் கண்டத்திற்குத் தொடர்ந்து ஏற்றுமதி செய்து வந்தது.

பதினெட்டாம் நூற்றாண்டு பிறந்ததும் வேளாண்மையில் ஏற்பட்ட புத்தெழுச்சி, இன்றைய வளர்ச்சிக்கு வழிகாட்டிய முன்னோடியானது. பெரு மதிப்புள்ள ஆசிரியர்கள் வேளாண்மை பற்றிய அரிய நூல்களை எழுதினர். ஜான் லாக்கு (1632-1704: இ.ச.க.தொகுதி1) இறந்த பிறகு அவர் வேளாண்மைப்பற்றி எழுதியிருந்த நூல் வெளிவந்தது. கேம்பிரிட்ஜ் பல்கலைக்கழகப் பேராசிரியரான ரிச்சர்டு பிராடுலி (Richard Brodley) வேளாண்மை பற்றி இருபது நூல்கள் எழுதினார். காமஸ் பிரபு (Lord Kames) என்பவரும் வேளாண்மை குறித்து நூல்கள் எழுதினார். ஜாத்ரோ தல் (Jethro Tull 1674-1741) எழுதிய புகழ் வாய்ந்த ''குதிரை கொண்டு உழும் வேளாண் முறை'' (Horse hoeing husbandry) என்ற நூல் இந்நூற்றாண்டில்தான் உலகிற்குக் கிடைத்தது. இவர் வேளாண்மையில் ஈடுபடுத்தும் உழு கலப்பைகளையும், விதை நடு எந்திரத்தையும் செய்தளித்தார்.

ஸ்காத்லாந்தைச் சேர்ந்த டண்டொனால்டுப் பிரபு (Lord Dundonald) ''வேளாண்மை-வேதியியல் தொடர்புகள்'' (Relations of Chemistry to Agriculture) என்ற

1761

நூலை எழுதினார். ஆர்தர் யங்கு (*Arthur Young*) என்பவரும் வேளாண்மை பற்றிய பல நூல்களை எழுதினார். பதினெட்டாம் நூற்றாண்டில் இங்கிலாந்தில் மட்டுமன்றி ஐரோப்பியத்திலும் வேளாண்மை பெரிய வளர்ச்சி கண்டது என்பது கவனிக்கத் தக்கது.

இவற்றின் பயனாக வேளாண் முறைகள் திருத்தமுற்றுப் பெரிய அளவில் உணவுப் பொருள்கள் விளைந்தன. செல்வர்களின் இன்பப் பெருவாழ்வு பொங்கி வந்த இப்பதினெட்டில் ஏழையர்க்கு, குறிப்பாகப் பல்கிப் பெருகிவந்த நகரங்களில் மொய்த்துக் கிடந்த மக்களுக்குப் போதிய உணவு கிடைக்கவில்லை. ஆதலால் 1750 தொட்டு 1850 வரை நீண்ட நூறாண்டுக் காலத்திற்குப் ''பசித்த நூற்றாண்டு'' என்று வரலாற்றாசிரியர் பெயர் சூட்டி விட்டனர். இதைத்தான் முரண்பாடான நிலை என்று மேலே குறித்தோம்.

இந்த வரலாற்றை மேலோட்டமாகப் பார்க்கும் போதே, எல்லாத் துறைகளிலும் ஏற்றத் தாழ்வு அல்லது இடைவெளி மிகுந்து அல்லது விரிந்து செல்வதை நம்மால் உணர முடியும். ஐரோப்பிய மக்கள் இப்பதினெட்டில் உலகளாவிய பெரும் பேரரசைப் பூமிப் பந்தின் மேலும் கீழும் ஆழமாய் ஊன்றி, அங்கிருந்த செல்வ வளங்களனைத்தையும் தம் மண்ணிற்குக் கற்பனையை மிஞ்சும் அளவில் கொண்டு சென்ற போதிலும் அவர்களிடையே ஏற்றத் தாழ்வுகளும், இடைவெளிகளும் மிகுந்து பரந்து செல்தை இப்பதினெட்டில் அவர்களே நன்குணரத் தொடங்கியதை, இங்கிலாந்தில் நடந்த உணவுக் கலவரங்களும், பிரான்சில் சிறு கலகங்களாகத் தொடங்கி உலகின் முதற் பெரும் புரட்சியாக வெடித்ததும் தெளிவாக்குகின்றன. இவ்வுணர்வு அடுத்தூர்ந்த பத்தொன்பதாம் நூற்றாண்டில் வரலாற்றை மாற்றிய அரசியல் சித்தாந்தங்கள் பிறக்கவும், இருபதாம் நூற்றாண்டில் இன்னொரு பெரும் புரட்சி வெடிக்கவும், அது ஒரே நூற்றாண்டிற்குள் அழிந்து போகவும் காரணமாய் அமைந்ததை அறிவோம்.

வரலாற்றுப் புள்ளிகள்

1.ஆங்கிலேயருக்குப் பிரஞ்சுக்காரர் எதிர்ப்பு ஒழிதல்

பிரான்சிற்கென்று தென்னிந்தியத்தில் விரிந்தகன்ற பேரரசை அமைக்கலாமென்று கனவு கண்டிருந்த தூய்ப்பிளேயும், இங்கு பிரிட்டிசாரின் செல்வாக்கை ஒழித்துக் கட்டுவதற்காகப் பிரஞ்சு மன்னர் பதினைந்தாம் லூயியின் (1710-1774; அரசிருந்த காலம் 1715-1774) மேலுயர் அதிகாரம் பெற்று 1758 இல் வந்திருந்த லாலி பிரபுவும் அரசியலரங்கங்களிலும் போர்க்களங்களிலும் தோல்வி கண்டனர். பிரிட்டிசாரின் மேலாண்மை விரைந்து மேலோங்கிய பதினெட்டின் ஆறாம் பத்தில் (1751-1760) பிரஞ்சுக்காரர் எங்கும் தோற்று வந்தனர். அவர்களின் போராட்டம் இந்தியத் துணைக் கண்டத்தில் இந்த 1761 ஆம் ஆண்டுடன் அடங்கிப் போயிற்று.

லாலி பிரபு நேர்மையானவர்; மாபெரும் வீரர்; எனினும் அவர் தன் அகந்தையினாலும், எண்ணிப் பாராது ஆணவத்தால் செய்த செயல்களினாலும் தமிழ்மக்களின் வெறுப்பிற்கும் பிரஞ்சுக்காரரின் சீற்றத்திற்கும் ஆளானார். அவர் மூன்றாண்டுக் காலத்தில் நிகழ்த்திய எந்தப் போரிலும் வெற்றி காணவில்லை. நாகூரைக் கைப்பற்றி அங்கு கொள்ளையடித்தார். திருவாரூர்க் கோயில்களின் குருக்களுக்கு மரண தண்டனை விதித்தார். (இ.ச.க.தொகுதி 6) தஞ்சாவூரை முற்றுகையிட்டு இடையிலேயே திரும்பி விட்டார். சென்னையை 67 நாள் போரில் முற்றுகையிட்டுத் தோல்வி கண்டார். (மேலது) கடைசியாக வந்தவாசிப் போரில் கர்னல் கூட்டேயிடம் (1726-1783) 1760 ஆம் ஆண்டு சிறைப்பட்டார். லாலியின் செயல்களால் இந்தியாவில் பிரான்சிற்கு ஓரங்குல மண் கூட இல்லாமற் போனது.

புதுச்சேரி சென்ற 1760 ஆம் ஆண்டு முற்றுகைக்குப் பிறகு ஜனவரி 16 அன்று பிரிட்டிசாரிடம் விழுந்தது. அந்நகரம் கிட்டத்தட்ட முற்றிலும் அழிக்கப் பட்டது. ஊரில் பட்டினி தலை காட்டிற்று. மக்களிடம் பணம் இல்லை. ஒரு நாயின் விலை 24 ரூபாய். ஒரு காலத்தில் பேரங்காடியும், செழிப்பும் நிலவியிருந்த இப்பட்டினத்தில் எந்த வீட்டிலும் கூரை இல்லை. இதர பிரஞ்சுத் திட்டுகளான செஞ்சியும், மாகியும் இதே கதிக்கு உள்ளாயின.

கூட்டேயிடம் சிறைப்பட்ட லாலியைச் சென்னை அரசினர் மாளிகையில் சிறிது காலம் சிறை வைத்திருந்த பின்னர் இங்கிலாந்திற்குக் கொண்டு சென்றனர். அவர் அங்கிருந்து 1763 இல் பாரிசிற்குத் திரும்பினார். அங்கு அவர் பாஸ்டிலிச் சிறையில் அடைக்கப்பட்டார். அவர் 1766 இல் மரண தண்டனைக்கு ஆளானார். பிரஞ்சு நாடு தன் வீரமைந்தர்களையும், பேரரசச் சிற்பிகளையும் இவ்வாறாகத்தான் ''சிறப்பித்தது''.

பிரஞ்சுக்காரர் இங்ஙனம் இந்தியத்தில் நிற்க நிலமில்லாத நிலை ஏற்பட்ட பிறகு, பிரஞ்சுப் படைகளில் பணியாற்றிய வீர தீர சாகச வெற்றி வேட்டைக்காரர்கள் இந்திய நாட்டு மன்னர்களின் படைகளில் கூலிக்குச் சேர்ந்து விட்டனர். அவர்கள் அம்மன்னர் களிடம் பிரஞ்சுக்காரர் அடங்கிய படைத் தொகுதிகளை அமைத்துக் கொண்டு பெருகி வந்த பிரிட்டீசு ஆதிக்க வலிமையை எதிர்ப்பதற்காக நாட்டாரின் படைகளைப் பல துறைகளில் வலுப்படுத்தினர்.

இளைய லாலி, ஜேக்கூ லா, ரேமாண்டு, தெ போயின், பெரான், தட்ரீனி போன்ற பிரஞ்சுப் படை வீரர் பலர், ஐதரலி, நிசாம், சிந்தியா, ஹோல்கார் போன்ற நாட்டு மன்னர்களுக்குப் பக்க பலமாயிருந்தனர். இனி நாம் காணவிருக்கும் பெரிய மருதிடம் கூடப் பிரஞ்சுக்காரர் சேர்ந்திருந்தனர். அவர்கள் ஆங்கிலேயரை எதிர்த்து நின்று பல இடங்களில் ஆங்கிலேயருடன் போராடிய போது அரிய சாதனைகளை நிகழ்த்திய போதிலும், ஆங்கிலேயரை வேரறுப்பது என்ற அவர்களின் உள்நோக்கம் நிறைவேறவில்லை.

இந்திய நாட்டு மன்னர்கள் தன்னுரிமையுடன் தாமே ஆட்சி புரிய முடியும் என்று பிரஞ்சுக்காரர் அவர்களுக்கு நம்பிக்கையூட்டினரெனினும், அவர்களால் பல காரணங்களினால் பிரிட்டிசாரை எதிர்த்து வெற்றி காண முடியாமற் போயிற்று. பிரிட்டிசார் இந்தியத்தில் மேலேற்றம் காண்பதற்கு வரலாறே அவர்களுக்குத் துணை நிற்பது போன்ற நிலை இருந்து வந்தது. பிரஞ்சுக்காரரில் சிலர் நாட்டு மன்னர்களை ஆங்கிலேயரிடம் காட்டிக் கொடுத்த சில துயர நிகழ்ச்சிகளும் நடந்தன என்பதை நாம் பின்னர் காண்போம். தென்பாண்டிச் சீமையில் கான் சாகிபும், பெரிய மருதும் பிரஞ்சுக்காரரால் ஆங்கிலேயரிடம் காட்டிக் கொடுக்கப்பட்டனர்.

2. ஐதரலி மைசூர் ஆட்சியைக் கவர்தல்

மைசூர் நாட்டில் சிக்க தேவராயருக்குப் பிறகு (1672-1704) அரியணை ஏறிய மன்னர்கள் (காண்டீரவன்: 1704-1713; தொட்ட கிருஷ்ணராயன்: 1713-1731; இரண்டாஞ் சாமராசன்: 1731:1734; சிக்க கிருஷ்ணராயன்: 1734-1766) வரிசையாக வலுக் குன்றியவர்களாயிருந்தமையால், மைசூர்ப் படைத் தலைவர்களான தளவாய்கள் ஆட்சியதிகாரங்களைத் தம் கையில் வைத்துக் கொண்ட மன்னர்களை வெறும் பொம்மைகளாக்கி வந்தனர். (சிக்க தேவராயன் 1701 ஆம் ஆண்டு காவிரி தமிழ்நாட்டினுள் பாயாதவாறு தடுத்தவர். அவரைப் பற்றிய செய்திகளுக்கு இ.ச.க.தொகுதி-1 காண்க)

ஐதரலி அத்தகைய தளவாய்களுள் ஒருவரான கராச்சூரி நஞ்சராசய்யாவின் ஊழியத்தில் ஊர் பேர் தெரியாத ஒரு குதிரை வீரராய்ச் சேர்ந்து, மைசூர்ப் படையில் ஊழியம் செய்தார். (இ.ச.க.தொகுதி 3) ஐதரின் எழுச்சி 1749 இல் நடந்த தேவனள்ளிப் போருடன் தொடங்குகின்றது. (இ.ச.க.தொகுதி 5) மராட்டியர் வலுவிழந்து நின்ற மைசூர் நாட்டிற்கு எதிராகப் படை கொண்டு வந்த போது, ஐதர் அவர்களை முறியடித்து நாட்டைக் காப்பாற்றியதால் இரண்டாம் சிக்க கிருஷ்ணராய உடையார் *(1734-1736)* ஐதரலிக்கு 1759 இல் பெங்களூரையே ஜாகீராகக் கொடுத்துவிட்டார். (இ.ச.க.தொகுதி-6)

ஐதரலி தன் புரவலர்களான மைசூர்த் தளவாய்களைப் பின்பற்றி மைசூர் மன்னர் சிக்க கிருஷ்ணராய உடையாரைக் கைப்பாவையாக்கி ஆட்சியதிகாரத்தை தன் கைக்குள் கொண்டு வந்தார்.

3.பூலித்தேவர் தோல்வி

தமிழ்ப் பாளையக்காரர்கள் அல்லது மேற்கத்திப் பாளையக்காரர்களின் தலைவராக விளங்கியவரும் நவாபு-கம்பெனி வல்லாண்மைக்குக் கப்பம் கட்ட உறுதியாய் மறுத்தவரும், வீரருமான நெற்கட்டுஞ் செவ்வல் பூலித்தேவரும், கம்பெனியின் நாட்டுப் படைத் தலைவரும், மதுரை ஆளுநருமான கான் சாகிபும் இவ்வாண்டு மே மாத வாக்கில் இறுதிப் போரில் ஈடுபட்டனர்.

கடும் போருக்குப் பின்னர் பூலித்தேவர், கான் சாகிபிடம் தோற்றுப் போனார். அதன் பிறகு அவர் தன் பெண்டு பிள்ளைகளையும் கோட்டையையும் விட்டு எங்கோ மறைந்து விட்டார். அவருக்கு அப்புறம் என்ன நேர்ந்தது என்பது இன்றுவரை எவருக்கும் தெரியாது. (இ.ச.க.தொகுதி 6)

ஒருங்கிணைந்த பாரதத்தில், இருபதாம் நூற்றாண்டில் முகிழ்த்த விடுதலை வேட்கையின் காரணமாக, வரலாற்று உண்மைகளை ஆராயாமல் தற்கால அரசியல் நோக்குடன் கொள்ளைக்காரர்களாகவே மாறிப் போன பாளையக்காரரில் சிலரைத் தேசிய வீரர் ஆக்கும் போக்குக் காணப்பட்டது. அயல் வல்லாண்மைக்கும், மேலாண்மைக்கும் சற்றும் வளைந்து கொடாது இறுதி வரை போரிட்ட பூலித்தேவர், ஊமைத்துரை போன்றவர்களுக்கு என்ன காரணத்தினாலோ வரலாற்றில் முக்கியத்துவம் இல்லாமற் போய்விட்டது. இதற்குச் சரித்திர உணர்வும், அறிவும் இல்லாமை மட்டுமே காரணமாக இருக்க முடியும்.

வல்லான் வகுத்ததே வாய்க்கால் என்ற மிருக பலமும் தந்நலத்தையே சார்ந்து நின்ற தர்ம நியாயங்களும் பல்வேறு பாகுபாடுகளும் நிலவிய காலத்தில் தனித்தனியாகப் பிளவுண்டு பகை கொண்டு வக்கரித்து நின்ற சமூகத்தில் மனித நேய உணர்வு அற்றுப்போன நிலையில் தேசியவுணர்வு என்ற ஐரோப்பியக் கருத்துருவம் எங்ஙனம் காணப்பட்டிருக்க முடியும்? எனினும் விடுதலையுணர்வு உயிர்களனைத்திற்கும் பொதுவன்றோ? அவ்வுணர்வு மிக்கோங்க எத்தனை பெரிய சக்தியாலும் அதை எதிர்த்து நிற்பது; வளைந்து கொடுப்பதில்லை என்று குன்றா உறுதியுடன் நின்ற நெற்கட்டுஞ் செவ்வல் தலைவரான பூலித்தேவரை வரலாற்று ஏடுகளில் மட்டுமே எங்கோ ஓரிடத்தில் காண்கிறோம்.

பூலித்தேவரின் பெருமை பாடும் பூலித்தேவன் சிந்து, பூலித்தேவன் கும்மிப் பாடல் என்ற நாட்டுப் பாடல்கள் நெல்லைச் சீமைக் கவிஞர்களால் பாடப் பெற்றவை. எனினும் அவை இன்னும் அச்சேறாமல் ஏட்டுச் சுவடிகளாகவே உள்ளன என்று

அறிகின்றோம். என்ன பிழையாலோ விடாப்பிடியாகப் பூலித்தேவரை மறப்பதில் வரலாறு பிடிவாதம் கொண்டுள்ளது.

4.பெருமுக்கல்: அயர் கூட்டே கைப்பற்றினார்

பெரிய மூன்று கல் என்ற பெயருடைய இம்மலை புகழ் பெற்ற வழிபாட்டுத் தலமாகும். இது பதினெட்டாம் நூற்றாண்டு வரலாற்றில் போர்க்களமாயும் இருந்தது. இன்று தென்னார்க்காட்டு மாவட்டத்தில் உள்ளது. இவ்வூர் கடலூரிலிருந்து வடக்கே வட மேற்கில் சுமார் 48 கிலோ மீட்டர். திண்டிவனத்திலிருந்து கிழக்கே தென்கிழக்கில் சுமார் 9 கிலோ மீட்டர். கடலிலிருந்து மேற்கில் சுமார் 23 கிலோ மீட்டர்.

இங்குள்ள சிறு குன்றில் ஒரு கோட்டை இருந்தது.பதினெட்டாம் நூற்றாண்டில் அது வலுவான அரணாயுமிருந்தது. பிரிட்டிஷ் படைத்தலைவரான அயர் கூட்டே (இ.ச.க.தொகுதி-6) பெருமுக்கல்லை இந்த 1761 இல் கைப்பற்றினார்.

ஐதரலி 1780 இல் இக்கோட்டையை முற்றுகையிட்டுத் தோற்றார். எனினும் அவர் மகன் திப்பு சுல்தான் இதை 1782 இல் கைப்பற்றி 1783 இல் பிரிட்டிசாரிடம் மீண்டும் இழந்தார். இக்கோட்டையின் இடிபாடுகளிலிருந்து அதன் பரப்பை ஓரளவு ஊகிக்கலாம்.

முக் கல் என்ற ஊரினருகில் பல் முக்கல், நல் முக்கல் என்று இரு ஊர்கள் உள. சீதை இம்மூன்று ஊர்களிலும் இருந்து, இறுதியில் முக்கல்லில் இரட்டைக் குழந்தைகளைப் பெற்றாள் என்ற கதையுண்டு.

5. போர்ச்சுக்கல் மீது பிரஞ்சு, ஸ்பானியர் போர்

பிரஞ்சு, ஸ்பானியப் படைகள் இவ்வாண்டு (1761) போர்ச்சுக்கல் மீது படையெடுக்கவே, அவற்றை விரட்டுவதற்காகப் பிரிட்டனின் உதவியைப் போர்ச்சுக்கல் நாடியது.

6. வேப்பேரியில் எஸ்.பி.சி.கே. அச்சகம்

கிறித்தவ சமய அறிவு பரப்பும் சங்கம் (*Society for Promotion of Christian Knowledge*; சுருக்கமாக SPCK) என்ற அமைப்பு 1698 இல் பிரிட்டனில் நிறுவப் பெற்றது. அதன் சென்னைக் கிளை 1728 ஆம் ஆண்டு அமைந்தது. (இ.ச.க.தொகுதி 3).

இந்த அமைப்பின் சார்பில் 1761 ஆம் ஆண்டு வேப்பேரியில் சிறு அளவில் ஓர் அச்சகம் தொடங்கப் பெற்றது. இந்த'வேப்பேரி அச்சகம்' 1864 ஆம் ஆண்டு எஸ்.பி.சி.கே பிரஸ் என்னும் பெயர் பெற்றுப் பெரிய அச்சகமாய் இன்றும் விளங்குகின்றது.

7. அரக்கானில் நில நடுக்கம்

மியான்மார் என்று புதுப் பெயர் பெற்றுள்ள பர்மிய நாட்டின் மேற்கிலுள்ள மலைப்பாங்கான அரக்கானில் இவ்வாண்டு ஜனவரி முதல் நாளன்று பெரிய நிலநடுக்கம் ஏற்பட்டது. இதனால் உண்டான சேதத்தின் அளவு தெரியவில்லை.

8. மூத்த பிட் பதவி விலகுதல்

மூத்த பிட் என்று அறியப்பட்ட வில்லியம் பிட் (1708-1778) பிரிட்டனில் 1756-1757, 1757-1761 ஆகிய இரு காலங்களிலும், பின்னர் 1766-1768 ஆகிய காலத்திலும்

அமைச்சராயிருந்தவர். இவர் ஏழாண்டுப் போரில் (1756-1763) பிரிட்டனுக்கு வெற்றி தேடித் தந்தவர். (ஏழாண்டுப் போர்: இ.ச.க.தொகுதி 6 காண்க.)மூத்த பிட்டின் போர்க் கொள்கை காரணமாக அவருக்கும், ஏனைய அமைச்சர்களுக்குமிடையே கருத்து வேறுபாடுகள் எழுந்தன. அதனால் அவர் 1761 அக்டோபரில் அமைச்சர் பதவியிலிருந்து விலகினார்.

அதனால் பூட்டே-நியூகேசில் கூட்டு ஆட்சி நிர்வாகம் அமைந்தது. அயலுறவுக் கொள்கை தொடர்பாக அமைச்சிலிருந்த நியூகேசில் பிரபுவுக்கும் பூட்டேக்கும் கருத்து மோதல் எழுந்தமையால், 1762 மே மாதம் பூட்டேயின் தலைமையில் தனி ஆட்சி நிர்வாகம் உண்டானது.

பூட்டேயின் ஆட்சியைத் தாக்குவதற்கென்றே ஜான் வில்கிஸ் (John Wikies;1727-1797) ''தி நார்த் பிரிட்டன்'' என்ற பத்திரிகையைத் தொடங்கினார். (இவரைப் பற்றி இனிவரும் பக்கங்களில் படிக்கப் போகின்றோம்). வில்கிஸ் அரசியல் கிளர்ச்சிக் காரராயும், சீர்திருத்தக்காரராயும் விளங்கினார்.

9. மூப்புப் பற்றிய மருத்துவ நூல்கள்

ஐரோப்பியத்தில் மருத்துவத் துறை இப் பதினெட்டாம் நூற்றாண்டில் வேறு பல துறைகளைப் போலவே, புது ஆய்வுகளையும், நூல்களையும் தோற்றுவித்தது. வழிவழியான மருத்துவக் கருத்துகளுக்கும், புதியனவாய்த் தோன்றிய மருத்துவ முறைகளுக்குமிடையே கருத்து மோதல்கள் இருந்து வந்தன. மருத்துவத் துறையானது மருத்துவக் கோட்பாடுகளைப் பொருத்த வரையில் மிக நெருக்கடியான காலக்கட்டத்தைத் தாண்டிப் போய்க் கொண்டிருந்தது. அது ஒரு வகையான முட்டுச் சந்தினுள் போக்கு முட்டிச் சிக்கிக் கொண்டதுபோல் தோன்றிற்று. எனினும் கண்கூடான ஆய்வுகள், அறிவியல் கோட்பாடுகள் ஆகியவற்றின் துணை கொண்டு மருத்துவ விஞ்ஞானம் முன்னேறிச் சென்றது.

இத்தாலியரான மார்கனி என்பவரின் பெரிய மருத்துவ நூல் 1761 இல் வெளிவந்தது. அது பெரிதாயிருந்ததுடன் மிகுந்த முக்கியத்துவம் வாய்ந்ததாகவும் விளங்கிற்று. நோயறிகுறிகளுக்கும், உடல் அறுவை ஆய்வின்போது காணப்பட்ட அறிகுறிகளுக்குமிடையில் ஒன்றுக்கொன்று தொடர்புள்ளது என்பதை அந்நூல் முதன்முதலில் நிறுவிற்று.

பத்தொன்பது, இருபதாம் நூற்றாண்டுகளில் அறியப்பட்ட மருத்துவக் கண்டுபிடிப்புகளை முன்கூட்டியே எதிர்பார்த்த கருத்துகள் அடங்கிய மூன்று மருத்துவ நூல்கள் 1790-1800 ஆகிய ஆண்டுகளுக்கு இடைப்பட்ட காலத்தில் வெளிவந்தன.

அமெரிக்க மருத்துவரான ரஷ் தன் சொந்த அனுபவங்களை அடிப்படையாக வைத்து உடலுறுப்பியல், நோய்ப்பண்டுவவியல் (Clinical study) ஆகியன பற்றிச் செய்திருந்த ஆய்வு இக்கால கட்டத்தில் வெளிவந்தது.

ஜெர்மானியரான ஹயூஃபலாண்டு பயனுள்ள பல மருத்துவ உண்மைகளைக் கண்டுபிடித்தார். அவர் உயிர் நாடித் தத்துவத்தை ஆதரித்தவர். காலப்போக்கில் தீர்ந்து விடக்கூடிய உயிர்நாடியான சக்தியில் ஓரளவு ஒவ்வோர் உயிரினத்திடமும் உள்ளது என்பதே உயிர்நாடித் தத்துவமாகும். அவர் இதை நம்பினார்.

இக்காலகட்டத்தில் வெளிவந்த மருத்துவ நூல்களுள் ஒன்றை செயிலர் (Seiler) என்பவர் 1799 இல் எழுதியதைக் கூறலாம். அது மூப்பர்களான முதியவர்களின் உடற்

கூறு பற்றியதாகவே முற்றிலும் இருந்தது. இத்துறையில் அது குறிப்பிட்டுச் சொல்லத்தக்க முதல் நூல் அல்லவெனினும் பல்லாண்டுக் காலம் வரையிலும், மிகு மதிப்பரிய கருவி நூலாகப் பத்தொன்பதாம் நூற்றாண்டின் நடுப்பகுதி வரையிலும் இருந்தது.

10. புகையிலை – புற்று நோய்த் தொடர்பு கண்டறிதல்

புகையிலைக்கும் புற்றுநோய்க்கும் தொடர்புண்டு என்பதை இலண்டன் நகர மருத்துவரான ஜான் ஹில் முதன்முதலாக இக்கால கட்டத்தில் கண்டறிந்தார் என்பர். ‘‘மூக்குப் பொடியைக் கண்டமேனிக்குப் பயன்படுத்துவதில் கடைப்பிடிக்க வேண்டிய எச்சரிக்கை முறைகள்’’ என்ற நூலில், மூக்குப் பொடியை மிதமிஞ்சிப் பயன்படுத்துவதால் ஒரு வகைக் கழலைக் கட்டிச் *(Polypus)* சளிக் காய்ச்சல் உண்டானது என்று அவர் ஆறு நிகழ்வுகளை விவரிக்கின்றார்.

1761

11. தட்டிப் பார்த்து நோயறியும் முறை

நுரையீரல் *(Lung)* நோய்களைக் கையால் தட்டிப் பார்த்து அறியும் முறையை ஆஸ்திரியத் தலைநகரான வியன்னாவைச் சேர்ந்த லியோப்போல்டு அயன் பிரகர் ஃபான் ஆபைன்பிரகு என்ற மருத்துவர் இந்த ஆண்டு கண்டுபிடித்தார்.

ஏறத்தாழ அரை நூற்றாண்டிற்கு முன்னர் சென்னையில் புகழ் பெற்று விளங்கிய டாக்டர் எம். ஆர். குருசாமி முதலியார் தட்டிப் பார்த்து நோயறியும் இம் முறையைக் கொண்டு நோய் நாடியறிவதில் சிறந்து விளங்கினார். அவரது சுருக்க வரலாற்றைத் தினமணி கதிர் இதழில் ராண்டார் கை **(26.5.1991)** எழுதியிருந்த போது இது தொடர்பான ஒரு நிகழ்ச்சியைக் கூறியிருக்கின்றார்:

ஓர் இளம் பெண் நோய்வாய்ப்பட்டுச் சென்னை அரசினர் பொது மருத்துவமனையில் சேர்க்கப்பட்டார். அவருக்குப் பிற்பகல் நான்கு மணியளவில் உடம்பு சூடேறிக் காய்ச்சல் வந்து விடும். காலையில் உறங்கி விழித்தெழுந்ததும் உடம்பின் வெப்ப நிலை 98.4 டிகிரி பாரன்ஹைட்டாகிவிடும். இது மனித உடலின் இயல்பான வெப்ப நிலையின் அளவாகும். அப்பெண்ணைப் பல நாள் பல டாக்டர்கள் இந்தியர், ஐரோப்பியர் என்று எல்லாரும் ஆய்ந்தும் அவருக்கு என்ன கோளாறு என்பதைக் கண்டுபிடிப்பதற்கு இயலவில்லை. இது மன நோய் என்று ஐரோப்பிய மருத்துவர் ஒருவர் சொல்லிவிட்டார்.

குருசாமி முதலியாருக்கு இந்த அதிசய நோய் பற்றிய செய்தி கிடைத்தது. அவர் உடனே துடிப்பறி கருவியை எடுத்துக் கொண்டு அப்பெண்ணிடம் வந்தார். அங்கு கூடியிருந்த நோயாளியின் உறவினருக்குக் கைராசிக்கார டாக்டர் வந்து விட்டார் என்று மகிழ்ச்சி. முதலியார் அங்கிருந்தவர்களையெல்லாம் வெளியே போகச் சொல்லிவிட்டுப் பெண்ணைக் குப்புறப் படுக்கச் செய்தார். அவள் அணிந்திருந்த இரவிக்கையை மேலே உயர்த்தி முதுகின்மேல் தனது இடக்கையை வைத்து வலக்கையின் விரல்களால் தட்டிப் பார்க்கலானார். ஒரு பென்சிலை எடுத்து அப்பெண்ணின் முதுகில் சிறு வட்டம் போட்டார். மற்ற டாக்டர்களை அழைத்து அவ்வட்டத்தைக் காண்பித்தார். அதுதான் அப்பெண்ணின் காய்ச்சலுக்குக் காரணம் என்றார். அவர்களில் எவருக்கும் ஒன்றும் விளங்கவில்லை. என்ன இந்தப் பச்சை குத்தும் விளையாட்டு என்று தமக்குள் கேலி பேசிக் கொண்டனர். குருசாமி முதலியார் விளக்கம் தந்தார்.அப் பெண்ணின் முதுகில் உள்பாகத்தில் கடுகளவு சிறிய ஓர் இரத்தக் கட்டி. அதுதான் நோயின் மூல காரணம். உறங்கும் நேரத்தில் ஆடாமல் அசையாமல் படுத்திருந்தால் அந்தக் கட்டியின் வேகம் குறைந்துவிடுமாம். அதனால்தான் வெப்பமானி காலையில் இயல்பான

வெப்பநிலையளவைக் காட்டியது. சிறு இரத்தக் கட்டியானதால் எக்ஸ்ரே படத்தில் தெரியவில்லை. முதலியார் அந்தக் கட்டியை உள்ளுக்குள் கரைப்பதற்குச் சல்ஃபா மாத்திரை கொடுத்தார். (அந்தக் காலத்தில் பெனிசிலின் போன்ற ஆண்டிபயாட்டிக்கு மருந்துகள் வரவில்லை. அவை இரண்டாம் உலகப் போரின் இறுதிக் கட்டத்தில்தான் வரலாயின.) அந்தப் பெண் மூன்று நாளில் குணமாகித் தன் ஊருக்குச் சென்றார்.

நோய் நாடியறிவதற்கு வெகு நுட்பமும், துல்லியமான பல மின்னணுக் கருவிகளும் இன்று வந்து விட்டபோதிலும் இவ்வாண்டு தோன்றிய தட்டிப் பார்த்து நோய்நாடும் முறை இப்போது அறவே மறைந்து விடவில்லை என்பது குறிக்கத் தக்கதாகும்.

12. அடிமை வணிகர் குவாக்கர் அமைப்பிலிருந்து நீக்கம்

ஆங்கிலேயரான ஜார்ஜ் ஃபாக்ஸ்(1624-1691) என்ற சமயத் தலைவர் சுமார் 1650 ஆம் ஆண்டு உண்டாக்கிய ''நண்பர்கள் சங்கம்'' (The society of friends) என்ற சமய அமைப்பிற்கு ஆங்கிலத்தில் குவாக்கர் (Quaker) என்று பெயர். அவர்கள் கிறித்தவரேயாயினும் ''உள் நெறிக் கோட்பாடு'' என்ற சமயக் கொள்கையைக் கடைப்பிடித்து வருகின்றனர். இப்பிரிவினர் சமூக சீர்திருத்தத்திற்கும், அடிமை ஒழிப்பிற்கும் பெரும்பங்காற்றியுள்ளனர். குவாக்கர்கள் அமெரிக்கத்திலும் குடியேறினர். அக்குடியேறிகளிடம் அடிமைகள் பலர் தொழும்பு செய்து வந்தனரெனினும், தம் கூட்டத்திலிருந்து அடிமை வணிகர்களை இவ்வாண்டு அவர்கள் விலக்கி வைத்தனர்.

13. உலகின் சின்னஞ் சிறு காசு

உலகிலே மிகவும் சின்னஞ் சிறு காசை வெளியிட்ட பெருமை வேணாட்டின் திருவிதாங்கூர் அரசையே சேரும். இந்நாட்டரசு தனக்கேயுரிய சக்கரம் என்ற அடிப்படையில் நாணய முறையைக் கொண்டிருந்தது. சக்கரம் என்ற இந்நாணயம் 1750 ஆம் ஆண்டு ஆட்சிக்கு வந்த தர்மராசா காலத்திலிருந்துதான் புழக்கத்திற்கு வந்தது. (தர்மராசா: இ.ச.க, தொகுதி 6)

சக்கரம் என்ற நாணய வரிசையில் செம்பும் வெள்ளியுமான அரைச் சக்கரம், வெள்ளியாலான ஒரு சக்கரம், இரண்டு சக்கரம் முதலியன இருந்தன. வெள்ளிச் சக்கரம் மக்களால் வெள்ளிராசா என்றழைக்கப்பட்டது. வெள்ளி அரைச் சக்கரத்தில் சங்கும் அதன் மேலே மகுடமும் அவற்றைச் சுற்றிப் புள்ளிகளும் முன்புறமும் மறுபுறமும் அமைந்திருந்தன. அதில் சுதர்சனச் சக்கரம் இடம் பெற்றிருக்கும். சக்கர நாணயம்தான் உலகிலேயே மிகச் சிறியதாகும். சக்கரம் என்ற பெயரில் தஞ்சையிலும், மதுரையிலும் நாணயங்கள் இக்காலத்தில் புழங்கின.

1762

அரசியல்

இலங்கை -கிழக்கிந்தியக் கம்பெனி முதற் தொடர்பு
இரசியப் பேரரசி மா காதரைன்
பிரிட்டிசுப் பிரதமர்-பூட் பிரபு
இள வயதுச் சேதுபதி
ஆங்கிலேயர் அலி கானை நிசாம் ஆக்குதல்

அறிவியல்

ரப்பர் கற்பூரத் தைலத்தில் கரைதல்

மருத்துவம்

இத்தாலியில் டைஃபஸ்
குழந்தை நோயியல் தோற்றம்

கலை, இலக்கியம்

சியாமா சாஸ்திரிகள்
ரூசோவின் ‘‘சமுதாய ஒப்பந்தம்’’
ரூசோவை மகிழ்வித்த நூல்

வேளாண்மை, தொழில், வாணிபம்

ஆலப்புழையில்-அயல் வாணிபம் பெருக்கம்
வயதிற்கேற்ற இன்சூரன்சுப் பிரிமியம்
பிரான்சில் பீங்கான் களி மண் (காவோலின்)

மக்கள்

சென்னையில் கோயில் கட்டக் கம்பெனி உதவி
கான் சாகிபிற்கு ஆண் குழந்தை
கம்பெனி ஊதியம், ஆங்கிலேயர் வாழ்க்கை
ஐரோப்பியத்தில் மக்கள் தொகை பெருகுதல்

இராணுவம், போர்

ஐதரலி படைக்கு ஐரோப்பியர் பயிற்சி

பொது

பக்கிங்காம் அரண்மனை

பிறப்பு

சியாமா சாஸ்திரிகள் *(1762-1827)*

1762

1.சென்னையில் கோயில் கட்டக் கம்பெனி உதவி

இன்று சென்னை நகரில் உயர் நீதிமன்றம் அமைந்துள்ள இடத்தில் பெரிய கோயில் என்று பெயர் பெற்ற பெருமாள் கோயில் ஒன்று இருந்தது. இது 1710 ஆம் ஆண்டைச் சேர்ந்த பிட் நிலப் படத்தில் காணப்படுகின்றது. இக்கோயில் பிரஞ்சுப் படையெடுப்பின் போது 1757 இல் தகர்க்கப்பட்டு விட்டது.

பிரிட்டிசார் இந்தப் பழைய பெருமாள் கோயிலுக்கு மாற்றாகப் புதிதாய் ஒரு கோயிலைக் கட்டிக் கொள்வதற்கு 1762 ஆம் ஆண்டு நிலமும் பணமும் தர முன்வந்தனர். இது குறித்து 1762 பிப்ரவரி 17 அன்று ஜார்ஜ் கோட்டையில் நடந்த ஆட்சிமன்ற உறுப்பினர் குழுக் கூட்டத்தில் ஒரு தீர்மானம் நிறைவேற்றப் பட்டது.

தற்போது சென்ன கேசவப் பெருமாள், சென்ன மல்லீசுவரர் கோயில்கள் அமைந்துள்ள கெங்கு இராமய்ய தெருவில் புதிய கோயிலுக்கென்று நிலம் தரப்பட்டது. அரசு அதற்கென்று அங்கு பல வீடுகளைக் கையகப்படுத்திற்று. கம்பெனி அவ்வீடுகளை விலைக்கு வாங்குவதற்கென்று 565 ¼ வராகனை ஒதுக்கியது. கோயிலுக்கென்று 23,994 சதுர அடி நிலம் பெறப்பட்டது.

அப்போது சென்னை ஆளுநராயிருந்த பிகாட்டுப் பிரபுக்கு மணலி முத்துக் கிருஷ்ண முதலியார் துபாஷாக இருந்தார். இன்று அவருடைய சந்ததியினர்தாம் அக்கோயிலின் பரம்பரை அறங்காவலராயிருந்து வருகின்றனர். முத்துக் கிருஷ்ண முதலியார் இந்தப் பெருமாள் கோயிலுக்கென்று 5202 வராகன் கொடுத்தார். அங்கு வாழ்ந்த மக்களிடம் திரட்டிய தொகையையும் கொண்டு மேற்சொன்ன இரண்டு கோயில்களும் 15,650 வராகன் செலவில் 1780 ஆம் ஆண்டு கட்டி முடிக்கப் பெற்றன.

சென்னையின் வேறு சில கோயில்கள்

முத்தியாலுப் பேட்டையில் இலிங்கச் செட்டி தெருவிலிருக்கும் மல்லீசுவரர் கோயில் பற்றி 1652 ஆம் ஆண்டிலேயே ஓர் ஆவணத்தில் பழைய மல்லீசுவரர் கோயில் என்று குறிக்கப்பட்டுள்ளது.

பூங்கா நகரின் தங்கச் சாலைத் தெருவிலிருக்கும் ஏகாம்பரநாதர் கோயிலைக் கம்பெனி வணிகரான ஆலங்காத்த பிள்ளை 1640 வாக்கிலேயே கட்டிவிட்டார் என்பதை இந்திய சரித்திரக் களஞ்சிய ஐந்தாம் தொகுதியில் ஏற்கெனவே கண்டோம்.

தங்க சாலைத் தெருவிற்கும் இன்றைய நேதாஜி போஸ் சாலைக்குமிடையே, மக்களால் பைராகி மடத்துக் கோயில் என்றழைக்கப்படும் கோயிலைக் கிட்டி நாராயணன் என்பவர் கட்டுவித்தார். ஆனால் அது கம்பெனி நிலப்படத்தில் லொரைன்கோயில் என்று குறிக்கப்பட்டுள்ளது. அது நேதாஜி சாலையின் யானைத் தெருவில் இருப்பதாக அதில் காட்டப்பட்டுள்ளது. அக் கோயிலின் இறைவர் வெங்கடேசப் பெருமாள் அல்லது நாராயணர். நாராயணர் என்ற பெயர் லொரைன் என்று திரிந்திருக்கலாம்.

கம்பெனிக் கட்டுப்பாட்டில் கோயில்கள்

கோயில்கள் அரசின் கட்டுப்பாட்டில் இருப்பது என்ற கருத்துப் புதியதன்று. ஏனெனில் கோயில் கணக்கு வழக்குகளைக் கம்பெனியின் ஆய்விற்குக் காட்ட வேண்டும் என்று, ஜார்ஜ் கோட்டையின் ஆட்சிக் குழு உறுப்பினருள் ஒருவரான ஜார்டன் கருதினார். நமது திருக்கோயில்களின் நகைகளும், பிற உடைமைகளும் பன்னெடுங்காலமாகவே திருடப் பட்டும், தவறாகப் பயன் படுத்தப் பட்டும் வந்திருப்பதைக் காட்டும் கல்வெட்டுச் சான்றுகள் பல உள. கோயில் உடைமைகளைக் கவர்ந்தவர்களுக்குக் கடுந்தண்டனைகள் தரப்பட்ட போதிலும், காலந்தொறும் தவறுகள் நிகழ்ந்தே வருகின்றன. இத்தகைய தவறுகளை முதலில் அறிந்து அவை மீண்டும் நிகழாவண்ணம் அவற்றைக் கட்டுப்படுத்த வேண்டும் என்று ஆங்கிலேயர் முறைசெய்ய முற்பட்டதற்கு இந்நிகழ்ச்சிகளே சான்றுகள் எனலாம்.

தங்கச் சாலைத் தெரு

தங்கச் சாலைத் தெருவிற்கு அந்நாளில் சலவைத் தெரு என்று பெயர். ஏனெனில் அக்காலத்தில் காரிக்கன் துணியைச் *(Grey cloth)* சலவை செய்தவர்கள் இந்தத் தெருவில் வாழ்ந்தனர். அப்போது இத் தெருவில் காரிக்கன் துணித் தொழில் நடந்து வந்தது.

யூதர் கல்லறை

இன்று தங்கச் சாலைத் தெருவாயிருக்கும் பழைய சலவைத் தெருவின் தென்கோடியில் யூதர்களை அடக்கம் செய்யும் கல்லறைத் தோட்டம் ஒன்று இருந்தது. அதன் நாற்புறமும் சுவர் எழுப்பி, அது யூதர் இடுகாடு என்று பெயர் பொறித்த கற்பலகையைப் பதித்துக் காத்து வந்தனர். அது சுமார் ஐம்பதாண்டுகளுக்கு முன்னர் ஒரு பூங்காவாக மாற்றப்பட்டுப் பின்னர் விளையாட்டுத் திடல் ஆனது. அங்கிருந்த கல்வெட்டைக் காணவில்லை.

யானைக் கவுனி ஏன்?

இங்கு யானைத் தோட்டம் என்ற பெயரில் ஒரு தோட்டம் இருந்தது. அத்தோட்டத்திலிருந்து மேற்கே சென்ற பாதைக்கு யானைக் கவுனிச் சாலை என்று பெயர் வைத்தனர். இச்சாலை இன்றைய நேதாஜி சாலையின் வடக்கே அதையடுத்து நேரே செல்கின்றது.

2. இலங்கை - கிழக்கிந்தியக்கம்பெனி முதல் தொடர்பு

பாரதத்தின் கன்னத்திலிருந்து வழிந்த கண்ணீர்த் துளி போல் அமைந்தது என்று உருவகிக்கப் பெற்று, மெய்யாகவே பாரதத்தை அண்மையில் கண்ணீர் உருக்கச் செய்த சிறிலங்க என்ற இலங்கைத் தீவு மிக நெடிய வரலாற்றையுடையது. இத் தீவு ஏறத்தாழ இரண்டாயிரமாண்டுகளுக்கு முன்னரே, சங்ககாலத்திலிருந்தே இந்தியத்துடன் தொடர்பு கொண்டதாகும். புத்த சமயம் கி.மு. மூன்றாம் நூற்றாண்டில் தமிழகத்தின் வழியாகவே இலங்கையை அடைந்தது.

பேரரசர் அசோகரின் (273 - 232 கி.மு.) ஆதரவில், திச மொகலி புத்த தலைமையில் மூன்றாம் பௌத்த சங்கம் பாடலிபுத்திரத்தில் நடந்து முடிந்தது. இப்பேரவையின் குறிப்பிடத்தக்க பயன் யாதெனின், சத் தம்ம என்ற பௌத்த தர்மத்தைப் பல்வேறு

நாடுகளில் பரப்புவதற்காகச் சமயப் பரப்பியரை அனுப்புவதென்று முடிவானதாகும். பேரரசர் தம் மகன் தேர மகேந்திரனுடன், இத்தியன், உத்தியன், சம்பலன், பத்தசாலன் என்ற நால்வரையும் வேறு சில துறவியரையும் இலங்கைக்கு அனுப்பினார். அசோகரின் கல்வெட்டுகளிலிருந்து ஆசியம், ஆப்பிரிக்கம், ஐரோப்பியம் ஆகிய கண்டங்களிலுள்ள நாடுகளுக்கும் பௌத்த சமயப் பரப்பியர் அனுப்பப்பட்டனர் என்பதை அறிகின்றோம். இச் சமயப் பணியினால்தான் பௌத்தம் இன்று மனித இனத்தின் தலையாய சமயமாக விளங்குகின்றது.

அசோகரால் அனுப்பப்பெற்ற பௌத்தத் துறவியர், ஏற்கெனவே பௌத்தம் பரவியிருந்த தமிழகத்தின் வழியாகத்தான் இலங்கையை அடைந்தனர். இலங்கையின் வரலாறு கூறும் மகாவம்சம் இது குறித்து எதுவும் கூறவில்லையெனினும் தமிழகக்தின் வழியாகவே இலங்கையைப் பௌத்தம் அடைந்தது என்பது அறிஞர் முடிவாகும். அவர்கள் புத்தர் பெருமானின் அருளுரைகளை இலங்கை மன்னர் குடியின் முதல் மன்னரான தேவாம்பிய திச (247-207 கி.மு,) என்பவருக்கும் அவரது அவையினருக்கும் எடுத்துரைத்தனர்.

மேலும், சோழர் கோநகரங்களுள் ஒன்றான உறையூரில் பிறந்த புத்த தத்தரும், காஞ்சிக்கு அருகிலிருந்த மோரணம் என்ற ஊரினர் என்று நம்பப்படும் புத்த கோசரும், கி.பி. ஐந்தாம் நூற்றாண்டில் பெரும் புகழ் வாய்ந்த பௌத்தராய்த் தமிழ்நாட்டில் வாழ்ந்தனர். இவ்விருவரும் கி.பி. 530-561 காலத்தவரான காஞ்சி நகரத்துத் தர்மபாலரும் தமிழ்நாட்டிலும் இலங்கையிலும் பௌத்த சமயத்தைப் பரப்பியதில் மிகுந்த முக்கியத்துவம் வாய்ந்தோராவார்.

1762

தென்னிலங்கையில் கி.மு. மூன்றாம் நூற்றாண்டில் சிங்கள அரசும், வட இலங்கையில் அனுராதபுரத்தில் தமிழ் அரசும் நிலவிவந்தன. வரலாற்றுக் காலந்தொட்டு இலங்கையில் தமிழ், சிங்கள அரசுகள் நிலவி வந்திருக்கின்றன. இடைக்காலத்தில் யாழ்ப்பாணத்தில் 1215 தொடங்கி 1615 வரை, அதாவது இலங்கையைப் போர்த்துக்கீசர் வெற்றி கொண்டது வரையிலும் அங்கு தமிழரசு நிலவி வந்தது.

சிங்கள மன்னர் குடியிலிருந்து கிளைத்த சிதவாக என்ற அரசகுடி 1521 முதல் 1592 வரை கோட்டை என்ற இடத்தில் ஆண்டு வந்தது. மலைநாட்டு நகரான கண்டியில் 1591 முதல் 1815 வரை கண்டி அரச குடியின் ஆட்சி நடந்தது. இங்கு சொல்லப் படும் செய்தி கண்டி அரசகுடியின் காலத்தில் நிகழ்ந்தது.

(கண்டி நாடு இலங்கையில் உள்ளது. அது 465 மீட்டர் (1255 அடி) உயரமான மைய மலைகளிலுள்ள செயற்கை ஏரியினருகே அமைந்திருக்கின்றது. இது கொழும்பிற்கு வடகிழக்கே சுமார் 95 கிலோ மீட்டரில் இருக்கின்றது. கண்டி இன்று மிகப் புனிதமான பௌத்த மையமாயும் சிங்களத் தேசிய உணர்வின் சின்னமாயும் விளங்குகின்றது. இங்குள்ள தலத மலிகவ என்ற தந்தக் கோயிலில் புத்தருடையது என்று நம்பப்படும் பல் வைக்கப்பட்டுள்ளது. இங்கு ஆண்டுதோறும் நடக்கும் விழாவில் புத்தர் பல் ஊர்வலமாய் எடுத்துச் செல்லப்படும். இந்தப் பல் கற்கள் பதித்த ஏழு பேழைகளுக்குள் ஒன்றனுள் ஒன்றாய் வைக்கப்பட்டுள்ளது. இலங்கையில் இராயல் தாவரவியல் கோட்டமும் பெரதீனியப் பல்கலைக்கழகமும் கண்டியின் மேற்கே சுமார் 6 கிலோ மீட்டரில் உள்ளன.)

இலங்கையில் 1760 ஆம் ஆண்டு பெரிய குழப்பம் நிலவியது. கண்டியை இக்காலத்தில் ஆண்டு வந்த கீர்த்திசிறி இராச சிங்க (1747-1782) என்ற மன்னர்

இக்குழப்பத்தைச் சமாளிக்க முடியாதவராயிருந்தார். ஆதலால், அவர் இந்த 1762 இல் கிழக்கிந்தியக் கம்பெனியின் உதவியை நாடினார்.

கிழக்கிந்தியக் கம்பெனிக்கு எல்லாப் பருவ நிலைகளிலும் பயன்படக் கூடிய நல்ல கப்பல் தளம் எதுவும் வங்கக் கடலில் இல்லை. இந்தியத்தில் பிரஞ்சுக்காரரை ஒடுக்கி மேலோங்க முயன்று கொண்டிருந்த பிரிட்டிசாருக்கு அத்தகைய கப்பல்தளம் மிகவும் இன்றியமையாததாய் இருந்தது.

இலங்கையின் வட கிழக்கே திரிகோணமலை வளைகுடாவின் எதிரே அமைந்துள்ள திரிகோணமலைத் துறைமுகத்தின் மீது ஆங்கிலேயக் கடலோடிகள் ஒரு கண் வைத்திருந்தனர். அத்துடன் கருவாப்பட்டை வாணிபத்தில் ஏகபோகம் செலுத்தி வந்த டச்சுக்காரரை இலங்கையிலிருந்து கிளப்ப வேண்டுமென்பதிலும் ஆங்கிலேயர் துடிப்பாயிருந்தனர். ஆதலால் கண்டி மன்னர் தம்மை உதவிக்கு அழைத்ததும் ஆங்கிலேயர் விரைந்து சென்றனர்.

திரிகோணமலை: வட கிழக்கு இலங்கையில் கொழும்பிலிருந்து 230 கிலோ மீட்டர்த் தொலைவில் உள்ளது. அங்கு அழியாது இன்றும் காக்கப்பட்டு நிற்கும் ஒரு கோட்டையைப் போர்த்துக்கீசர் 17 ஆம் நூற்றாண்டில் கட்டினர். அது திரிகோணமலை வளைகுடாவிற்குக் காவலாய் நிற்கின்றது. திரிகோணமலை உலகில் மிகவும் நேர்த்தியான துறைமுகம் என்று பிரிட்டிஷ் அட்மிரலான நெல்சன் (1758-1805) வியந்துரைத்திருக்கின்றார். திரிகோணமலை 1975 வரை பிரிட்டிஷ் தளமாயிருந்தது. இந்நகரின் வடக்கே சுமார் 39 கிலோ மீட்டர்நீளமான சிறந்த கடற்கரை உள்ளது.

1762

ஜார்ஜ் கோட்டை ஆட்சி மன்றக் குழுவின் உறுப்பினருள் ஒருவரான பைபஸ் (*Pybus*) 1762 மே மாதம் கொட்டும் மழையில் நள்ளிரவு வேளையில் - கண்டி மன்னரால் வரவேற்கப்பட்டார். கண்டியின் சிங்கள மன்னர் அயல் தூதுவர்களை இங்ஙனம் இரவில் நேர் காண்பது வழக்கமாயிருந்தது.

கண்டிக்காரர்கள் டச்சுக்காரருடன் நடத்தி வந்த சண்டையில், பிரிட்டிசார் என்ன நிபந்தனையில் உதவிபுரிவர் என்பதை அறியக் கண்டி மன்னர் விரும்பினார். கண்டி மன்னரிடம் திட்ட வட்டமாக எந்தப் பொறுப்பும் ஏற்க வேண்டாமென்று சென்னை ஆளுநர் கூறியிருந்தமையால், ''ஆங்கிலேயர் அவரின் (கண்டி மன்னரின்) நட்பையும் உறவையும் பெறப் பெரு விருப்பம் கொண்டுள்ளனர்'' என்று மட்டும் பைபஸ் தெரிவித்தார்.

கீர்த்திசிறிக்கும், அவரின் அமைச்சர்களுக்கும் இது மன நிறைவை அளிக்கவில்லை. ஆங்கிலேயரின் நட்பு விரும்பத் தக்கதுதான். ஆனால் டச்சுக்காரருக்கு எதிராகப் படை அனுப்புவதற்கு ஆங்கிலேயருக்கு என்ன விலை தரவேண்டும் என்பதைக் கண்டி மன்னர் அறிய விரும்பினார். சிங்களவர் மிகவும் நெருக்கவே, பைபஸ் அப்போதைக்குச் சில நிபந்தனைகளைக் கூறினார்:

கிழக்கிந்தியக் கம்பெனிக்கு இலங்கையில் குடியேறும் உரிமை வேண்டும்.

டச்சுக்காரர் தற்போது கருவாப்பட்டை, மிளகு, பாக்கு ஆகிய பண்டங்களில் கொண்டுள்ள ஏகபோகமான வாணிப வசதியைக் கம்பெனிக்குத் தர வேண்டும்.

இலங்கைத் தீவின் அயல் வாணிபத்தைக் கட்டுப்படுத்தும் உரிமை கம்பெனிக்குத் தரப்பட்ட வேண்டும் என்பன போன்ற சில நிபந்தனைகளைப் பைபஸ் கூறினார்.

கீர்த்திசிறி இவையனைத்தையும் ஏற்க ஆயத்தமாயிருந்தார் என்பது வெளிப்படை. ஆனால் கிழக்கிந்தியக் கம்பெனி இராணுவக் கூட்டை அவருடன் ஏற்படுத்திக் கொள்ளத் தயங்கியது. அதனால் இந்தப் பேச்சு கைவிடப்பட்டது.

இதற்குச் சில மாதங்களுக்குப் பிறகு ஏழாண்டுப் போர் *(1756-1763)* முடிவுற்றது. அதன்பிறகு இந்துமாக் கடல் பிரிட்டனுக்கு எதிர்ப்பில்லாத பாதுகாப்பான கடலானது. ஆதலால் இலங்கையின் பக்கம் கம்பெனியின் கவனம் திரும்பவில்லை.

3. இரஷியப் பேரரசி மா காதரைன்

முன்காலத்தில் நடு ஜெர்மனியில் ஒரு சிற்றரசு இருந்தது. அதன் சிற்றரசர் இளவயதினராயிருந்ததால் அவருக்கு அரச காப்பாளராகக் கிறிஷ்தபர்-அகஸ்டஸ் என்ற இளவரசர் இருந்து வந்தார். அவர் ஓடர் ஆற்றின் *(ஓடர் ஆறு: வட செக்கோஸ்லோவேகியத்தில் தோன்றும் நடு ஐரோப்பிய ஆறு. இது தென் வடலாக ஓடுகின்றது. முன்னர் கிழக்கு ஜெர்மனிக்கும் போலந்திற்கும் எல்லையாக இருந்தது. இந்த ஆறு பால்டிக்குக் கடலில் கலக்கின்றது. இதன் நீளம் 913 கிலோ மீட்டர்).* கரை மீதிருந்த ஸ்டெட்டின் என்ற போலந்துத் துறைமுகப் பட்டினத்தின் ஆளுநராயுமிருந்தார். அவருக்குச் சீற்றங் கொண்டு சீறுபவரும், தன் இச்சைப்படி நடப்பவருமான ஒரு மகள் இருந்தார். அவருக்குச் சிற்றின்ப நாட்டமும் மிகுதி. அவர் பெயர் சோஃபியா. அவரே இரண்டாம் காதரைன் என்றும், மா காதரைன் என்றும் பெயர் பெற்றார். 1762 ஆம் ஆண்டு இரஷியப் பெருநாட்டின் மணிமுடியைச் சூடிப் பேரரசியானார்.

இரண்டாம் ஃபிரடரிக்கின் ஏற்பாடு

இரண்டாம் ஃபிரடரிக்கு பிரஷியப் பேரரசராவார். *(1712-1786; ஆட்சிக் காலம் 1740-1786; அவர் 1740 தொடங்கி 1748 இல் முடிவடைந்த ஆஸ்திரிய வாரிசுரிமைப் போரின் முடிவில் சைலேசியா என்ற நிலப்பரப்பைப் பெற்றார். மா ஃபிரடரிக்கு என்றழைக்கப்பட்ட இம்மன்னர் தன் போர்த்திறத்தால் ஏழாண்டுப் போரில் பிரஷ்யத்தை ஐரோப்பிய வல்லரசுகளில் ஒன்றாக்கினார். அவர் கலைகளையும், இலக்கியத்தையும் புரந்தவர். வால்டயருக்கு நெருங்கிய நண்பர். அவரைத் தன் அவைக்கு அழைத்து விருந்தோம்பியவர்.)* இத்தகைய ஃபிரடரிக்கு மன்னர் பாழடைந்த ஒரு கோட்டை மாளிகையினுள் முடங்கிக் கிடந்த சோஃபியாவையும், அவருடைய தாயாரையும் தன் அரசவைக்குக் கொண்டு வந்தார்.

ஃபிரடரிக்கு அத்துடன் அமையாது, சோஃபியாவை அனைத்து இரஷியத்திற்கும் பட்டத்து இளவரசரான பீட்டருக்கு மணமும் முடித்து வைத்தார். இளவரசர் பீட்டர், மா பீட்டரின் பேரர். *(மா பீட்டர்: 1672-1725; அரசிருந்த காலம் 1682-1725; இ.ச.க.தொகுதி 3)*

காதலர் நாட்டம்

இரஷிய இளவரசர் பீட்டர் மட்டுமீறிக் குடித்துவிட்டதால் மணநாளன்று முதலிரவில் படுக்கையில் துவண்டு விழுந்து தூங்கிப் போனார். பீட்டர் தன்னைக் கன்னி கழிப்பதற்காகக் காதரைன் ஒன்பதாண்டுகள் தனிமையில் காத்திருந்தார். அவர் மண வாழ்க்கையில் அடைந்த ஏமாற்றம் காரணமாகக் காதலரைத் தேடினார். எனினும் அவருக்கு 1753 செப்டம்பர் 20 அன்று பிறந்த மகன் நிச்சயமாகப் பீட்டருக்குப் பிறந்த பிள்ளையே ஆவார்.

பீட்டர் கொலை

பேரரசி எலிசபெத்து (1709-1762; ஆட்சிக் காலம் 1741-1762) ஏழாண்டுகள் இரஷியத்தை ஆண்டு இறந்ததும், மா பீட்டரின் பேரரான இளவரசர் பீட்டர் மூன்றாம் பீட்டர் என்ற பெயரில் 1762 ஆம் ஆண்டு அரியணை ஏறினார். அதற்கு ஆறு மாதங்களுக்குப் பிறகு அவர் கொல்லப்பட்டார். சோஃபியா கணவன் இறந்ததும் இரண்டாம் காதரைன் என்ற பெயரில் இரஷியப் பேரரசியானார். அவர் தன் கணவர் கொல்லப்பட்டதற்கு நேரடியான பொறுப்பல்லர். எனினும் அவர் பெரிதும் வெறுத்து வந்த தன் கணவர் இறந்ததும், தனக்கு ஏற்பட்ட மனநிறைவைப் பலரறிய வெளிப்படையாகவே காட்டிக் கொண்டார். அவர் தன் கணவரைக் கொன்றவர்களைத் தண்டிக்கவுமில்லை.

காதரைன் முடிசூடுதல்

ஜெர்மன் சிற்றரசு ஒன்றின் இளவரசியான சோஃபியா 1762 செப்டம்பர் 23 அன்று மாஸ்கோவிலுள்ள அனன்சியேசன் சர்ச்சில், ''பேரமைதி தவழ்பவரும், பேராற்றல் வாய்ந்தவருமான இளவரசியும், தலைவியுமான இரண்டாம் காதரைன் அனைத்து இரஷிய நிலப்பரப்பிற்குப் பேரரசியாகவும், ஏகாதிபதியாகவும் முடி சூடினார்''. அவருக்கு இப்போது வயது முப்பத்தி மூன்று. அவர் தன் பேரரசைக் கிரேக்கத்தின் ஏதன்ஸ் வரையிலும், மத்தியதரைக் கடலின் கரை வரையிலும் விரிக்க வேண்டுமென்று கனவு கண்டார்.

அவர் தன் ஆட்சிக் காலத்தில் பால்டிக்குக் கரை மீதுள்ள நடு ஐரோப்பிய நாடான போலந்தைக் கூறு போட்டார். துருக்கரோடு போர் செய்தார். அமைதியைக் காப்பதற்காக ஏற்பட்ட இழப்புகளையும், செலவுகளையும் ஈடுகட்டும் வகையில், கிரிமியா, தாமன் தீவு, குமானிஸ்தான் முழுமையையும் அடைந்தார்.

எழுத்து ஆர்வம்

அவருக்கு ஐரோப்பியத்தில் என்றுமே பிடிக்காதிருந்த நாடு பிரான்ஸ். பிரஞ்சுப் புரட்சிக்குப் பிறகு (1789) அவர் அந்நாட்டைப் பெரிதும் வெறுத்தார். எனினும் பிரஞ்சு நாட்டின் விலை மதிப்பற்ற கலைச் செல்வங்களில் பெரும் பகுதியை எவரும் கண்காணாதவாறு தன் நாட்டிற்கு அள்ளிக் கொண்டு போனார்.

அவர் அங்கத இதழ் ஒன்றையும் நடத்தினார். பதினெட்டாம் நூற்றாண்டில் ஐரோப்பியத்தில் ஒளிவீசிக் கொண்டிருந்த அறிவு கொளுத்து இயக்கத்தில் விளைந்த இலக்கியங்களில் காதரைன் ஊறித் திளைத்தார்.

காதலர் பலர்

அவர் அரியணை ஏறியதற்கு முன்னும் பின்னும் அவருக்குக் காதலர் பலர் இருந்தனர். அவர்களில் பலர் ஆட்சி நிர்வாகத்தில் முக்கியமான பங்காற்றினர். காதரைனின் காமப் பசி பற்றி எத்தனையோ ஊத்தைக் கதைகள் உண்டு.மேலையுலகத் தலைவர்கள் தன்னைப் பற்றி உயர்வாக எண்ண வேண்டுமென்பதிலும், தனது ஆட்சியில் இரஷியம் சிறப்பான நிலையில் உள்ளதென்று அவர்கள் நினைக்க வேண்டுமென்பதிலும் காதரைன் தனி அக்கறை காட்டி வந்தார். அதனால் அவர் அத்தலைவர்களுடன் கடிதத் தொடர்பு கொண்டு ஏராளமாக எழுதி வந்தார்.

கலைக்களஞ்சிய டிடரோ

பிரஞ்சுக் கலைக்களஞ்சியத்தைத் தொகுத்த டெனி டிடரோ (*Denis Diderot: 1713-1784*: இ.ச.க.தொகுதி 1,2/ 2,6) இரஷ்யம் வந்து ஒரு கலைக் களஞ்சியப் பணியை மேற்கொள்ள வேண்டுமென்று காதரைன் அவரை அழைத்தார். டிடரோ அதற்கு மறுத்துவிட்டார். காதரைன் பின்னர் டிடரோவின் நூலகத்தை விலைக்கு வாங்கினாரெனினும், டிடரோ தன் நூல்களைத் தன்னுடனே வைத்துக் கொண்டார். அவர் இறந்த பிறகு அவரின் 2904 புத்தகங்களும் செயிண்ட் பீட்டஸ்பர்கிலுள்ள ஹெர்மிட்டேஷ் (*Hermitage*) அரண்மனைக்கு வந்து சேர்ந்தன. காதரைன் டிடரோவிற்கு ஓய்வூதியம் கொடுத்து வந்தார். அது பேரரசிக்கு மிகச் சிறந்த விளம்பரமாயிற்று.

டிடரோ

டிடரோ 1713 ஆம் ஆண்டு இரஷியத்திற்குச் சென்ற போது, காதரைனிடம் புரூட்டஸ் (கி.மு.85-42), கிளியோபாத்திரா (கி.மு.69-30) ஆகியோரிடம் காணப்பட்ட கவர்ச்சி உள்ளது என்று வருணித்தார். டிடரோ பேச்சு மயக்கத்தில் தன் தொடையில் விடாது கிள்ளிக் கொண்டிருந்ததாக காதரைன் பின்னர் குறை கூறினார்.

வால்டயர்

வால்டயர் (1694-1778) மிகவும் கெட்டிக்காரத்தனமாக இரஷியம் செல்லவில்லை. எனினும், அவர் காதரைன் தனக்குத் தந்த கொடையை ஏற்றுக்கொண்டு, காதரைனைத் ‘‘துருவ நட்சத்திரம்’’, ‘‘ஐரோப்பிய வள்ளல்’’ என்றெல்லாம் புகழ்ந்தார்.

காதரைனின் இலட்சியங்கள் ஏன் நிறைவேறல்லை?

காதரைன் இரஷியாவிலிருந்த பின்னடைந்த சூழல்களைச் சீர்திருத்த விரும்பியிருக்கலாம். ஆனால் அவர் ஒரு பெண்ணாகவும் அயல் நாட்டுக்காரராயும் தன் கணவரைப் பதவியிலிருந்து இறக்கவும், கொல்லவும் நடந்த சதியில் பங்கு கொண்டு, அவர் கொல்லப்பட்டதும் தானே ஆட்சிப் பொறுப்பை எடுத்துக் கொண்டவராகவும் இருந்தமையால், அவரால் தன் விருப்பம்போல் செயலாற்றுவதற்கு இயலவில்லை.

காதரைன் உயர் குடியினரான பிரபுக்களின் ஆதரவில் ஆட்சியிலிருந்தமையால் தொழும்பு அடிமைத்தனத்தை ஒழிக்கும் பணியை அவரால் மேற்கொள்ள முடியவில்லை. அவர் அரசிற்கு உரிமையான பல்லாயிரக்கணக்கான தொழும்பராகிய குடியானவர்கள் வாழ்ந்திருந்த பரந்த நிலப் பரப்பைத் தனக்கு ஆதரவாய் நின்றவர்களுக்குப் பிரித்துத் தர வேண்டிய கட்டாயம் ஏற்பட்டது. அதனால் அரசின் உரிமைக்கு ஆளான அத்தொழும்பர்கள், தாம் பணிபுரிந்த நிலத்தோடு தனிப்பட்டவர்களுக்குரியவர்களாய் விட்டனர். ஆதலால் மேட்டுக்குடிப் பிரபுக்கள் அக் குடியானவர்களை ஆடு மாடுகளைப் போல் விற்கவும் வாங்கவும் முடிந்தது.

இரஷியம் மிகப் பரந்த நாடு. அங்கு எதேச்சாதிகார ஆட்சியின் கீழ்தான் அரசாள முடியும் என்பதைக் கொள்கையளவிலேனும் காதரைன் உணர்ந்து கொண்டார். அவர் ஐயத்திற்கிடமின்றி எதேச்சாதிகாரியாகத்தான் ஆட்சி செய்தார். தனக்கு முன்னிருந்த சார் மன்னர்கள் எப்படி மனம் போன போக்கில் சென்றனரோ, காதரைனும் அவ்வாறே தன் விருப்பப்படி ஆண்டார்.

கலைச் சேகர ஆர்வம்

பிரஞ்சு மன்னர் பதினான்காம் லூயி *(1638-1715; ஆட்சிக் காலம் 1643-1715)* கலைகளின் புரவலர்; ''அரச ஞாயிறு'' *(Sun king)* என்று சிறப்பிக்கப்பட்ட அம்மன்னருக்குக் கலையிலும் அறிவுத் தொர்டபுள்ள துறைகளிலும் பழக்கமும் ஈடுபாடும் உண்டு. அவர் மனித சமுதாயத்தையும், அதன் பண்பாட்டையும் உருப்படுத்துவதற்கென்று தோன்றிய திறமையான பல்துறை வெளிப்பாடுகள் அனைத்தையும் தன் வெர்செயில் அரண்மனையில் வைத்துப் பேணிக் காத்தார்.

ஆனால் இரஷியப் பேரரசி காதரைனோ வெறும் கலைப் பொருள் சேகரக்காரராகவே இருந்தார். ஓவியங்களும் பிற கலைப் படைப்புகளும் தனக்கு மட்டுமே உரியன என்ற தனியுரிமை உணர்வோடு அவற்றைத் தானே துய்த்து மகிழ வேண்டும் என்பதற்காகத்தான், அவர் பெரும்பொருள் செலவிட்டு ஐரோப்பியம் எங்கிலும் இருந்த கலைப் பொருள்களைத் தேடிச் சேகரித்தார்.

ஹெர்மிட்டேஷ் *(Hermitage)*

இரண்டாம் ஃபிரடரிக்கின் சேகரத்திலிருந்த ஓவியங்கள் விற்பனைக்கு வருகின்றன என்பதைக் காதரைன் அறிந்ததும், அவற்றை என்ன விலை கொடுத்தேனும் வாங்கி வரப் பெர்லினுக்குத் தன் முகவர்களை அனுப்பினார். இக்கலைப் பொருள்களையெல்லாம் வைப்பதற்காகச் செயிண்ட் பீட்டர்ஸ்பர்கின் குளிர்கால அரண்மனையை ஒட்டி ஹெர்மிட்டேஷ் என்ற அரண்மனையைக் கட்டுவதென்று முடிவு செய்தார். *(செயிண்ட் பீட்டஸ்பர்கு: இ.ச.க.தொகுதி 2/2 காண்க.)*

காதரைன் ஹெர்மிட்டேஷ் அரண்மனையில் வைப்பதற்கென்று ஓவியங்களை விலைக்கு வாங்கினார். அவர் அப்போது செல்வத்தை எப்படிச் சிறந்த வழியில் செலவிடுவது என்பதை எடுத்துக்காட்டும் வகையில், கலைப் பொருள்களை வாங்குவதற்கென்று பணத்தைப் பயன்படுத்தினார். மேலும், தன் பேரரசின் பெருமையை உலகிற்குத் தெரியப்படுத்துவதற்காகப் புலன்களை இன்புறச் செய்யும் ஒப்பற்ற ஓவியங்கள் அனைத்தையும் ஒரே இடத்தில் ஒருங்கு கூட்டுவதற்காக உயிர் நாடியான அரும்பணியைக் காதரைன் செய்தார். ஹெர்மிட்டேஷ் அரண்மனைக்கு டிடரோவின் நூல்கள் வந்து சேர்ந்ததை மேலே குறிப்பிட்டோம்.

செயிண்ட் பீட்டர்ஸ்பர்கின் மையமான பகுதியில் பேரரச மாளிகையை ஒட்டிப் பிரஞ்சுக் கட்டடக் கலை வல்லுநரான வல்லின் தேலா மோதே என்பவர் காதரைனின் புகழ்பெற்ற இந்த அருங்காட்சியகத்தை அமைத்தார். அது காலப் போக்கில் "பழைய ஹெர்மிட்டேஷ்" என்று பெயர் பெற்றது. ஏனெனில் அக்கட்டடத்தோடு அவ்வப்போது புதிதாகச் சேர்க்கப்பெற்ற இணைப்புகளிலிருந்து, அதை வேறுபடுத்திக் காட்டுவதற்காகவே யாகும்.

காதரைன் தன் நண்பர்கள், அமைச்சர்கள், அரசியல் தந்திரிகள், படைத் தலைவர்கள் முதலானோர் தன் சேகரங்களைக் கண்டு களிக்க வேண்டுமென்று விரும்பினார். தன் பேரரசு நாகரிகமானது என்று காட்ட வேண்டுமென்பதில் காதரைன் தனி அக்கறை காட்டி வந்தார். காதரைன் ஐரோப்பியமெங்கும் தன் ஆள்களை அனுப்பிப் பல நூற்றுக் கணக்கான ஓவியங்கள், செதுக்கிய கல்லுருக்கள், பண்டைக் காலத்தனவும், மறுமலர்ச்சிக் காலத்தனவுமான பளிங்குச் சிலைகள், வெகுநேர்த்தியான பீங்கான் பொருள்கள் அனைத்தையும் அவர்களைக் கொண்டு விலைக்கு வாங்கிச் செயிண்ட் பீட்டர்ஸ்பர்கிற்கு அள்ளிவரச் செய்தார்.

கலை பற்றியும், ஓவிய நயம் குறித்தும், சிற்பச் சிறப்பையும் அறிந்திராத காதரைனுக்கு ஐரோப்பியத்தின் தலைமை அறிவாளிகளும் கலை, ஓவிய விற்பன்னர் களும் இதில் அரும் பெரும் உதவி செய்தனர். காதரைன் பற்றி இனி வரும் பகுதிகளிலும் நிரம்பப் படிக்கவிருக்கின்றோம்.

4. பிரிட்டனின் ஆறாவது பிரதமர் பூட் பிரபு

தென் இங்கிலாந்தின் வட சர்ரே என்ற பகுதியில் தேம்ஸ் ஆற்றின் கரையிலமைந்த எக்காம் என்ற இடத்தில் 1747 ஆம் ஆண்டு குதிரைப் பந்தயம் ஒன்று நடந்தது. அப்போது திடீரென்று மழை பெய்யவே, பட்டத்து இளவரசரான வேல்ஸ் இளவரசர்

ஒரு கூடாரத்தினுள் ஒதுங்கினார். அங்கு நால்வர் ஆடக்கூடிய வீஸ்டு என்ற சீட்டாட்டத்திற்கு ஒரு கை குறைந்தது. (*Whist:* இது பிரிட்ஜ் ஆட்டத்தின் முன்னோடி.) அதனால் பட்டத்து இளவரசருடன் சேர்ந்து சீட்டாடும் தகுதி வாய்ந்த ஒரு கையைத் தேடிவர ஆள் அனுப்பினர். அந்த ஆள் பூட் கோட்டத்து மூன்றாவது ஏள் (பிரபு) ஆகிய ஜான் ஸ்டூவட்டை அழைத்துச் சென்றார். அவர் பட்டத்து இளவரசரை இவ்வாறு சந்தித்ததே, அவரை அசியலில் இறங்கச் செய்தது என்பர்.

இளவரசருக்குப் பூட் பிரபு மீது நல்லெண்ணம் இல்லாதிருக்கலாம். எனினும் இளவரசரின் மனைவி பூட்டை லெஸ்டோ (*Leicester*) இல்லத்தில் சந்தித்த போது, இளவரசிக்கு அவர் மீது மிகுந்த பரிவு ஏற்பட்டது. பூட்டின் கால்கள் மிகவும் நேர்த்தியானவை. அந்தக் காலத்தில் அழகான கால்களை வியந்து பாராட்டுவது வழக்கமாயிருந்தது. இடக்கரடக்கலாகக் கூறுவது என்றால் பூட் பிரபு வேல்ஸ் இளவரசியின் காதலராய் இருந்தார் என்று நம்பப்பட்டது.

வேல்ஸ் இளவரசரான ஃபிரடரிக்கு இறந்ததும், அவர் மகன் ஜார்ஜ் பட்டத்து இளவரசரானார். பூட் பிரபு அச்சிறுவனுக்கு மிகவும் ''நெருக்கமான நண்பர்'' ஆனார்.

பூட் பிரபுவான ஜான் ஸ்டூவட், எடின்பரோவின் பாராளுமன்றச் சதுக்கத்தில் 1713 மே 25 அன்று பிறந்தார். (எடின்பரோ ஸ்காத்லந்தின் தலைநகரம் ஃபிர்த்து என்ற ஆற்றின் தென் கரையிலுள்ளது. இங்குள்ள புகழ் பெற்ற பல்கலைக்கழகம் 1583 ஆம் ஆண்டு தொடங்கப் பெற்றது.) அவர் ஈட்டன் பள்ளியில் கல்வி கற்று, 1723 ஜனவரி 28 அன்று பிரபுப் பட்டத்திற்கு வந்தார் (ஈட்டன் பள்ளி: இது 1440 இல் நிறுவப்பட்டது. பிரிட்டனின் பெரும் புகழ் வாய்ந்த தனிப் பள்ளியாகும். தென் இங்கிலாந்தின் பெர்க்சயர் அருகே தேம்ஸ் ஆற்றின் கரை மீதமைந்த ஈட்டன் என்ற நகரில் இப்பள்ளி உள்ளது.) அவர் 1737 ஆம் ஆண்டு ஸ்காத்லாந்துப் பிரபுக் குடியின் பிரதிநிதியாய்ப் பாராளுமன்றத்திற்குத் தேர்ந்தெடுக்கப்பட்டார். அவருக்கு அதற்கு அடுத்த ஆண்டில் வீரப் பெருந்தகைப் பட்டம் அளிக்கப்பட்டது.

இரண்டாம் ஜேம்ஸ் மன்னரின் (1633-1701; ஆட்சிக்காலம் 1685-1688 கத்தோலிக்கச் சமயச் சார்புள்ளவர். அதனால் அவரைப் பதவியிலிருந்து இறக்கிவிட்டனர். அவர் அரச பதவியைப் பெற முயன்று தோற்றார்.) ஆதரவாளர்களான ஜேகோபைட்டுகளின் கிளர்ச்சி (இ.ச.க. தொகுதி-5) 1745 இல் தொடங்கியதும் பூட் பிரபு ஸ்காத்லாந்தை விட்டு இலண்டன் சென்றார். அவருக்கு அமெச்சூர் நாடகங்களில் நடிக்கும் ஆர்வம் இருந்தது.

அவர் பின்னாளில், 1760 ஆம் ஆண்டு மூன்றாம் ஜார்ஜ் மன்னராகப் பட்டத்திற்கு வந்த இளைஞரான வேல்ஸ் இளவரசரின் எண்ணங்களுக்கு உருக் கொடுக்கும் பணியில் முனைந்தார். அவர் இளவரசரை நன்றாகத் தன்பக்கம் இழுத்துக் கொண்டார். அது எவ்வாறு வேலை செய்தது என்பது, இளவரசர் மன்னராக முடி சூட்டிக் கொண்டபிறகுதான் தெரிந்தது.

மன்னர் பாராளுமன்றத்தில் ஆற்ற வேண்டிய உரைப் படிவத்தை எடுத்துக் கொண்டு நியூ கேசில்பிரபு (இ.ச.க. தொகுதி-6) அரண்மனைக்குக் கொண்டு சென்ற போது, ''இதை எமது பிரபு பூட்டிடம் (நீவிரி) எடுத்துச் சென்றால், அவர் எம் எண்ணங்கள் பற்றிக் கூறுவார்'' என்று இளவேந்தர் கூறிய வேளையில், பூட்டின் போதனை எத்தகையது என்பது விளங்கியது. பூட் பிரபு அந்த உரையில் ஒரே சொல்லை மட்டும் மாற்றினார். அதில் பிரிட்டானியன் என்று குறிப்பிட்டிருந்ததை ஆங்கிலேயன் என்று மட்டும் மாற்றுமாறு சொல்லிவிட்டார்.

நியூகேசில் பிரபு 1762 மே மாதம் பதவியிலிருந்து நீக்கப்பட்டதும் மன்னரின் அன்பிற்குறிய பூட் பிரதமரானார். அவர் பிரதமரான பிறகு கொண்டிருந்த கருத்துகள் எளியனவாயும், அபிலாசைகள் மிக்கனவாயும் இருந்தன: ஜெர்மன் அரசியலில் பிரிட்டன் மாட்டிக் கொண்டுள்ள சிக்கலிலிருந்து, அதை விடுவிப்பது; விக் கட்சியைச் சேர்ந்த பெரிய குடும்பங்களின் அரசியல் அதிகாரத்தைத் தகர்ப்பது; பாராளுமன்றத்தை மிஞ்சுவதாக மன்னரின் மேலாண்மையை வலியுறுத்துவது ஆகியவை பூட் பிரபுவின் குறிக்கோள்களாயிருந்தன.

இக்குறிக்கோள்கள் நேர்மையானவை என்று அவர் உறுதியாகக் கருதிய போதிலும், அவை தன் பெயருக்கு எத்தனை கேடு விளைவிக்கும் என்பதை அவர் குறைத்துக் கணித்துவிட்டார்.

அவர் கில்டு ஹாலில் (*Guild Hall*) நடந்த விருந்திற்குச் சென்றபோது மக்கள் அவரைச் சூழ்ந்து கொண்டனர். அவரது வீட்டினருகில் ஜேக் பூட் என்ற காலணியையும் ஸ்காத்திய ஆடவர் அணியும் பாவாடையும் எரித்தனர். மன்னரின் தாயாருடன் அவருக்கிருந்த நட்பைச் சுட்டிக் காட்டும் வகையில் மக்கள் இவ்வாறு செய்தனர்.

பூட் தாங்கமுடியாத அளவில் எதிர்ப்பிற்கு ஆளானார். ஆதலால் அவர் பிரதமர் பதவியிலிருந்து விலகினார். அவர் மீது அத்தனை ஐயப்பாடும் வெறுப்பும் இருந்தன. அவர் அரசவைக்கு வரக் கூடாதென்றும் தடை விதித்துவிட்டனர். அவர் தனக்கு நெருக்கமான வேல்ஸ் இளவரசியை-மன்னரின் தாயாரைக் கண்ட பிறகு, அரண்மனையின் பின் பக்கமாய்த்தான் அவரால் வெளிவர முடிந்தது. மன்னர் அன்பிற்குரிய தன் நண்பரைப் பார்க்கவே முடியாமற் போனது. பூட் பிரபு கடைசியில் தான் யாரென்று தெரியாதவாறு சர் ஜான் ஸ்டூவட் என்ற பெயரில் இத்தாலி போனார். பூட்டின் இறுதிக் காலம் ஹாம்சயரின் கிறைஸ்டு சர்ச்சு என்னும் ஊரில் கடலோரமாய்க் குன்றின் மீதமைந்த ஒரு மாளிகையிலும் பூட் தீவு என்ற தீவிலிருந்த கோட்டை மாளிகையிலும் கழிந்தது.

அவரை அரசியல் கோழை என்று குற்றஞ்சாட்டினர். அவர் இன்னலுக்குள்ளான நண்பரைக் கைவிட்டு ஓடிப் போனவர் என்றும் பழித்தனர்.

அவர் பிரதமர் பதவியிலிருந்து விலகிய பின்னர், தன் மீது கூறப்பட்ட குற்றச்சாட்டுகளையும் குறைகளையும் கேட்டு நொந்து போய், முப்பதாண்டுக் காலம் வருத்தத்தோடும் கவலையோடும் வாழ்க்கையைக் கழித்தார். அவர் நாட்டினால் மறக்கப்பட்ட மனிதராய் 1792 மார்ச்சு 10 அன்று இறந்தார்.

அவர் குறிப்பிடத்தக்க செயல் ஒன்றைச் செய்தார். அவர் தன் அரசியல் தந்திரத்தைப் பயன்படுத்தி ஏழாண்டுப் போரை (1756-1763) முடிவிற்குக் கொண்டுவந்த பாரிசு உடன்படிக்கை ஏற்படக் காரணமாயிருந்தார். அதைக் கடும் எதிர்ப்பினூடே பாராளுமன்றத்தை ஏற்குமாறு செய்தார். ஆங்கிலக் அகராதி தொகுத்த டாக்டர் ஜான்சனுக்கு (1709-1784) அரசு ஆண்டிற்கு 3000 பவுன் அளிக்க அவர் வகை செய்ததையும் குறிப்பிடலாம்.

வரலாற்றுப் புள்ளிகள்

1. சியாமா சாஸ்திரிகள் பிறப்பு (1762-1827)

தியாகய்யர், முத்துச்சாமி தீட்சிதர் ஆகியோருடன் சேர்த்து இசை மூவர் என்று வணங்கிச் சிறப்பிக்கப்படும் சியாமா சாஸ்திரிகளும் முன்னிருவரைப் போன்றே திருவாரூரில் பிறந்தவர். அவர் 1762 ஏப்ரல் 26 அன்று பிறந்தார். அவருக்குப் பெற்றோர் இட்ட பெயர் வேங்கட சுப்பிரமணியன். பெற்றோர் அவரைச் செல்லமாகச் சியாமா கிருஷ்ணன் என்றே அழைத்தனர். பின்னாளில் இப்பெயரே சியாமா சாஸ்திரி என்று நிலைத்து விட்டது.

அவருக்குப் பதினெட்டு வயதானபோது, அவரது குடும்பம் *1781* இல் தஞ்சாவூரில் குடியேறிற்று. அப்போது இரண்டாம் துளசா *(1763-1787)* தஞ்சைத் தரணியை ஆண்டு கொண்டிருந்தார். சியாமா சாஸ்திரிகள் சம்ஸ்கிருதத்திலும் தெலுங்கிலும் நன்கு தேர்ச்சி பெற்றவர். அவர் இவ்விரு மொழிகளிலுமாக ஏறத்தாழ *300* பாடல்களைப் பாடியிருக்கின்றார். திருவாரூர் இசை மூவரில் இவரே மூத்தவர்.

2. இளவயதுச் சேதுபதி

சேதுபதி செல்லத் தேவருக்குப் பிறகு மிகவும் இளவயதினரான (மைனர்) முத்துராமலிங்கத் தேவர் *1762* ஆம் ஆண்டு பட்டத்திற்கு வந்து *1795* வரை ஆட்சியிலிருந்தார். அவரது ஆட்சியின் போது *1794* ஆம் ஆண்டு இராமநாதபுரத்தில் கலகம் ஏற்பட்டது. ஜாக்சன் கலக்டராயிருந்தார்.

3. ஐதரலி படையினருக்கு ஐரோப்பியர் பயிற்சி

மைசூர் நாட்டின் படையினரில் ஆயிரக்கணக்கானோர்க்குப் பெங்களூரில்தான் பயிற்சியளிக்கப்பட்டது. மைசூர்ப் படை வீரர்கள் கட்டுப்பாடு மிக்கவர்களாயிருந்தனர். அவர்களைத் தகுந்த முறையில் வழி நடத்திச் செல்லும் போது, அவர்கள் தம் வீரத்தை நன்கு வெளிப்படுத்தினர். மைசூர்ப் படையில் எண்ணிறந்த குடியானவர்கள் சேர்ந்திருந் தனர். அவர்களைப் பெங்களூருக்குக் கொண்டு சென்று பயிற்சியளித்தனர். *(பெங்களூர் 1759 ஆம் ஆண்டு ஐதரலியின் ஜாகீரான செய்தி இ.ச.க.தொகுதி 6: பெங்களூர் நகர வரலாறு: இ.ச.க.தொகுதி 3)*

புகழ் பெற்ற பிரஞ்சுப் படைத்தலைவர் லாலி பிரபுவின் உடன்பிறந்தார் மகனான இளைய லாலி, ஃபிரான்சுவா தே ரேமன், ஹிச்சுக்காக்கு, ஜோஸ் சொரியா தெ பிக்சோட்டோ, செவலியர் தெ லாங்குவி, மெக்குனஸ், ஹியூகல், லஃபாயிட்டு என்று பிரஞ்சு இராணுவத்தில் முன்னர் பணிபுரிந்த ஏராளமான வீரர்களும், பிற ஐரோப்பியப்

படையதிகாரிகளும் மைசூர்க் கொடியின் கீழ் நின்று ஐதரோடு சேர்ந்து ஆங்கிலேயருடன் போராட முன்வந்தனர்.

''இவர் காலத்தில் இவரே முதலாமவர்: எல்லாக் காலத்திற்கும் இவரே முதலாமவர்'' என்று பிரஞ்சு மன்னர் பதினான்காம் லூயி *(1638-1715: அரசிருந்த காலம் 1643-1715)* வாபன் என்பவரைச் சிறப்பித்துக் கூறியிருந்தார். வாபன் வெல்ல முடியாத பிரஞ்சுப் போர்த் தந்திர வல்லுநர்; அவர் உருவாக்கிய பீரங்கிப் போரியல், போர்க்களப் பொறியியல் போன்ற படைத்துறைகளில் நன்கு பயிற்சி பெற்றிருந்த ஐரோப்பியர் பலர், பதினெட்டாம் நூற்றாண்டின் பிற்பகுதியில் ஐதரின் படையில் சேர்ந்து அதை மிகச் சிறந்த நாட்டுப்படை ஆக்கியதில் பெரும் பங்காற்றினார்.

ஐதரின் போர்த்திற மேதைமையினால் உருவாக்கப்பட்ட ஆற்றல் மிக்க இந்த மைசூர்ப் படை, பிந்திய மைசூர்ப் போர்களில் தோற்றது என்றால், அதற்குத் திப்பு சுல்தானின் உறுதியற்ற மனப்போக்கே காரணம் என்பர்.

திப்பு சுல்தான் *(1753-1799)* கற்றறிந்தவராயும், உடல்வலி மிக்கவராயும், நாட்டுப் பற்றுடையவராயும் இருந்த போதிலும் நெருக்கடி வந்துவிட்ட நேரத்தில் ஆர அமரச் சிந்தித்துச் சரியான முடிவு எடுக்க முடியாதவராய் இருந்ததும், படைக்கலன்களை ஆக்குவதில் ஐரோப்பியர் கண்டிருந்த முன்னேற்றத்தையொட்டித் தானும் முன்னேறாமற் போனதும், மைசூர்ப் படையின் புகழ் பெற்ற பெருவீரத்தை மேலும் சீர்திருத்த முடியாமல் இருந்ததும், அப்படை கண்ட தோல்விக்குக் காரணம் என்று அடுக்குவர்.

1762

4. கான் சாகிபிற்கு ஆண் குழந்தை : தங்கத் தொட்டில்

கம்மந்தான் (*Commandant*-கம்பெனியின் இந்தியப் படைத் தலைவர்) கான் சாகிபு என்று புகழ் பெற்ற யூசூஃபு கான், மாசா என்ற போர்த்துக்கீசப் பெண்ணை மணந்திருந்தார். அவர்களுக்கு 1762 கடைசி வாக்கில் ஆண் மகவு பிறந்தது. மாசா இந்தியப் பெண்ணைப் போலவே ஆடையுடுத்தி, இந்நாட்டுப் பழக்க வழக்கங்களைக் கைக்கொண்டிருந்தார்.

கான் சாகிபிற்குக் குழந்தை பிறந்த செய்தியை அறிந்ததும் மதுரைச் சீமைப் பாளையக்காரர் பல பரிசுகளைக் கொண்டு வந்தனர்.

இராமநாதபுரத் தளவாயான தாண்டவராயப் பிள்ளை குழந்தைக்குத் தங்கத் தொட்டில் அளித்தார்.

5. ஆங்கிலேயர் அலி கானை நிசாமாக்குதல்

ஐதராபாதின் முதல் நிசாமான நிசாம்-உல்-முல்கின் *(1671-1748)* மூன்றாவது மகனான சலாபத்து ஜங்கு பிரஞ்சுக்காரரின் உதவியால் ஐதராபாதின் நிசாம் ஆனார். அதற்கு நன்றிக் கடனாகப் புதிய நிசாம் இருபத்தாறு இலட்ச ரூபாய் தரவேண்டுமென்று கணக்குச் சொன்னார்கள். ஆனால் நன்றி மிகக் கொண்ட சலாபத்து ஜங்கோ மிகத் தாராளமாக ஆண்டில் முப்பத்தோரிலட்ச ரூபாய் வருவாய் தரக் கூடிய மூன்று மாவட்டங்களைப் பிரஞ்சுக்காரருக்கு அளித்த செய்தியும், ஆங்கிலேயரின் தயவும் தனக்கு இருந்தால்தான் மன நிம்மதியோடு அரசிருக்க முடியும் என்று சலாபத்து ஜங்கு கருதித் தனக்குப் பாதுகாவலராய் ஐதராபாதிலிருந்த பிரஞ்சுத் தளபதி பூசிக்குத் தெரியாமல் ஆங்கிலேயருடன் தொடர்புகொண்டு, அவர்களுக்கும் கொடை கொடுத்தே தீருவேன்

என்று விடாப் பிடியாக நின்று 1759 இல் அவர்களுக்கும் ஐந்து மாவட்டங்களைத் தூக்கிக் கொடுத்த செய்தியும் இந்திய சரித்திர களஞ்சிய ஆறாந் தொகுதியில் சொல்லப் பட்டிருந்தன.

அரசியல் சூதாட்டத்தில் நட்பிற்கோ, நன்றிக் கடனுக்கோ இடமேயில்லை என்பதை மெய்ப்பிக்கும் வகையில் ஆங்கிலேயர் இக்கொடையைப் பெற்ற மூன்றே ஆண்டுகளுக்குள், சலாபத்தின் தம்பியான அலி கானை 1762 இல் நிசாமாக்கி விட்டனர். அவர் அசஃபு ஷாவின் நான்காவது மகனாவார். இவரும் வலிமையற்ற அரசராய்த்தானிருந்தார். அதனால் பிரிட்டிசாரின் ஆதரவை வைத்தே அவரால் காலந்தள்ள முடிந்தது. பிரிட்டிசாரின் ஆதரவும் ஒப்புதலுமின்றி ஐதராபாதில் எதுவும் நடவாது; எதுவும் நிலைக்காது என்ற நிலை இப்போது இருந்தது.

அலி கான் பிரிட்டிசாரை நயந்து, அவர்களை ஒட்டியே 41 ஆண்டுகள் அரசிருந்து விட்டார். பிரிட்டிசார் நிசாம் அலி கானுக்கு அளிக்கும் உதவிக்கு விலையாக மேலும் மேலும் பல பகுதிகளைத் தமக்கென்று கொடையாகப் பெற்றுக் கொண்டனர். அவர் ஆட்சிக்கு வந்து நான்காண்டுகள் நிறைவதற்குள் ஏலூரு, சீகாகுளம், இராசமகேந்திரவரம், முஸ்தாஃபா நகர், குண்டூர் ஆகிய மாவட்டங்களைப் பிரிட்டிசாருக்குக் கொடையாக விட்டுக் கொடுத்து விட்டார்.

நிசாம் அலி கான்தான் அவருடைய தந்தை அசஃபு ஷாவிற்குப் பிறகு இரண்டாவது நிசாம் என்று வரிசைப்படுத்தப்பட்டுள்ளார். அவர் 1796 ஆம் ஆண்டு மாரடைப்பினால் இறந்தார்.

6. ஆலப்புழையில் அயல் வாணிபப் பெருக்கம்

ஆலப்புழை என்றால் அகலமான ஆறு என்று பொருள். இது முற்காலத்தில மாக்கலி என்று பெயர் பெற்றிருந்தது. மாக்கலி என்றால் உப்பான ஆறு. இந்த ஆற்றின் கரையில் கடைச்சங்க காலத்தில் (சுமார் கி.மு. மூன்றாம் நூற்றாண்டு-கி.பி. மூன்றாம் நூற்றாண்டு) சிறந்து விளங்கிய தொண்டி என்ற துறைமுகம் இருந்தது. தொண்டியின் சிறப்பைப் பற்றிக் குருங்கோழியூர் கிழார் என்ற சங்கப் புலவர் புறப் பாடலில் இவ்வாறு பாடுகின்றார்.

''அத்துறை பளுவேற்றிய தென்னங் குலைகள் தாங்கிய தெங்குகளால் சூழப் பெற்றது. பரந்து விரிந்த நெல் வயல்கள், பசுங்குன்றுகள், பன்னிற மலர்கள் விரித்துப் பளிங்கு நீர் பரப்பிச் செல்லும் உப்பு மணக்கும் பேராறு, ஆகியவற்றினிடையே அது அமைந்துள்ளது.''

இன்றைய ஆலப்புழை நகரத்திற்குச் சங்க காலத்துத் தொண்டியைப் போன்ற அத்தனை பழமையான சிறப்பு இல்லையெனினும் பதினெட்டாம் நூற்றாண்டில் அயல் நாடுகளிலிருந்து பல கலங்கள் வந்து மொய்த் வாணிபச் செழிப்பைக் கொண்டிருந்தது. அது அயல் வாணிபத்திற்காக 1762 ஆம் ஆண்டு திறக்கப்பட்டது என்று பார்த்தலோமியா எழுதி வைத்திருக்கின்றார்.

ஆலப்புழைப் பட்டினம் அம்பலப்போயா என்ற இடத்திலிருந்து வடக்கே வடமேற்கே சுமார் 13 கிலோ மீட்டர். பம்பாயிலிருந்து தெற்கே தென்கிழக்கில் சுமார் 1100 கிலோ மீட்டர். கொச்சியிலிருந்து தெற்கே சுமார் 53 கிலோ மீட்டர். கோட்டயத்திலிருந்து மேற்கே தென் மேற்கில் சுமார் 22 கிலோ மீட்டர்.

நாகர்கோயிலிலிருந்து வட மேற்கில் சுமார் 184 கிலோ மீட்டர். கொல்லத்திலிருந்து வடக்கே வடமேற்கில் சுமார் 71 கிலோ மீட்டர். திருவனந்தபுரத்திலிருந்து வடக்கே வடமேற்கில் சுமார் 128 கிலோ மீட்டர்.

7. கம்பெனி ஊதியமும் ஆங்கிலேயரின் வாழ்க்கையும்

கிழக்கிந்தியக் கம்பெனியில் பணிபுரிபவர்களுக்கு மிகவும் குறைந்த ஊதியமே தரப்பட்டது. கம்பெனியின் ரைட்டர் என்ற எழுத்தர் வேலைக்கு இங்கிலாந்திலிருந்து பதினைந்து, பதினாறு வயதில் ஆண்டுக்கு ஐந்து பவுன் சம்பளத்தில் ஆள்கள் இந்தியாவிற்கு வந்து கொண்டிருந்தனர். (இ.ச.க.தொகுதி 3) இவ்வெழுத்தர்களைப் படியெடுக்கும் மனித எந்திரங்கள் எனலாம். அவர்கள் கிழக்கிந்தியக் கம்பெனியின் சுமார் இருநூற்றைம்பதாண்டுக் கால வரலாற்றில் 48,000 தொகுதிகளில் அடங்கிய ஆவணங்களை விட்டுச் சென்றுள்ளனர் என்பதிலிருந்து இதைத் தெரிந்து கொள்ளலாம். இன்றும் (1993) இவ்வாவணத் தொகுதிகள் இலண்டனிலுள்ள இந்திய அலுவலக (*Indian office*) நூலகத்தின் ஆவணக் களரியில் உள்ளன.

இங்கு எழுத்தர் பணிக்கு வருபவர் முதல் ஐந்தாண்டுக்கு ஐந்து பவுன் ஆண்டு ஊதியமாகப் பெறுவர். இதன் அக்கால மதிப்புச் சுமார் ஐம்பது ரூபாய். அதன் பிறகு மூன்றாண்டுக் காலம் ஃபேக்டர் (*Factor*) என்ற தரகு வணிகராய் 15 பவுன் ஆண்டுச் சம்பளம் பெறுவர். பின்னர் மூன்றாண்டுகள் முப்பது பவுன் ஆண்டுச் சம்பளத்தில் இளநிலை வணிகர் என்று உயர் பதவிகளை அடைவர். சென்னை, பம்பாய், கல்கத்தா ஆகிய மூன்று மாநிலங்களிலும் இருந்த கம்பெனித் தலைவர்களான ஆளுநர்கள் சிறப்பு ஊதியமாய் 300 பவுன் ஆண்டுச் சம்பளம் பெற்றனர். (ஆளுநர் விளக்கம்: இ.ச.க.தொகுதி 6 காண்க.)

இந்த ஊதியத்தோடு பல்வேறு சிறு தொகைகள் கம்பெனி ஊழியர்களுக்குப் படிகளாகத் தரப்பட்டன. இவ்வருவாய் ஒருவரின் சராசரிச் செலவுகளுக்குக் கூடப் பற்றாது. அவர் பெண்டு பிள்ளைகளோடு இந்தியத்தில் வாழ்ந்திருந்தால் அவரது நிலை எப்படியிருக்கும் என்பதைச் சொல்ல வேண்டியதில்லை.

1762

அவர்கள் எப்படிக் காலந் தள்ளினர்?

உள்ளூர் அல்லது ''நாட்டு வாணிபம்'' மிகுந்த ஆதாயம் தருவதாய் இருந்தது. கம்பெனி ஊழியர்கள் கம்பெனிக்குச் செலவில்லாமல் தனிப்பட்ட முறையில் வாணிபம் செய்வதற்கு இலண்டனிலிருந்த கம்பெனி நெறியாளர்கள் ஒப்புதல் அளித்திருந்தனர்.

இத்தகைய தனிப்பட்ட வாணிபத்தில் கொள்ளை ஆதாயமும் கூடுதல் ஆபத்துகளும் இருந்தன. எனினும் கடற் கொள்ளையரிடமும், புயல் சேதங்களிலும் இழந்தவை போக எஞ்சி நின்ற ஆதாயமே மிகப்பெரியதாயிருந்தது. எடுத்துக்காட்டாக, உப்பிலும் புகையிலையிலும் 1760 ஆம் ஆண்டுகளில் நடந்த வாணிபத்தில் 75 சதம் ஆதாயம் கிடைத்தது என்று நம்பப்படுகின்றது.

ஊழல்

கிழக்கிந்தியக் கம்பெனி ஊழியரிடையே பதினெட்டாம் நூற்றாண்டில் ஊழல் மிகுந்திருந்தது என்பதில் ஐயமில்லை. கம்பெனிச் சம்பளம் குறைவாகவும் நாட்டு மக்களைச் சுரண்டும் வாய்ப்புகள் பேரளவிலும் இருந்தமையால், மிக மிக

நேர்மையானவர்கள் மட்டுமே, தந்நலனை விடக் கம்பெனி நலனே பெரிது என்று கருதினர். எந்தப் பதவியில் ஓர் ஆங்கிலேயர் இருந்தாலும், இது அவருக்குப் பொருந்தும்.

கம்பெனி வேலைக்குப் புதிதாக வந்த பதினைந்து பதினாறு வயதுப் பையனால், ஐந்து பவுன் ஆண்டுச் சம்பளத்தை வைத்துக் கொண்டு கண்டமேனிக்குச் செலவு செய்யும் ஊதாரிகளும் கடுஞ் சூதாடிகளும் மிடாய்க் குடியர்களும் நிறைந்த பதினெட்டாம் நூற்றாண்டுச் சமூகத்தில் அத்தனை எளிதாகக் காலந்தள்ளிவிட முடியாது.

வெகு சில கனவான்கள் மட்டுமே சென்னையில் *1762* ஆம் ஆண்டில் *5000, 6000* பவுன் செலவழித்தனர் என்று கூறப்பட்டுள்ளது. கவர்னர் ஜெனரல் *20,000* பவுன் செலவு செய்தார். அது வெறிபிடித்த ஊதாரித்தனமான சமூகம்; பிறர் பொருளைக் கவர்வதில் நாட்டம் மிகுந்த காலம்.

8. பக்கிங்காம் அரண்மனையின் கதை

பக்கிங்காம் அரண்மனை பல்லாடியப் பாணியில் கட்டப் பெற்ற மந்தமான ஒரு கட்டடமாகும். பல்லாடியப் பாணி என்பது ஆந்திரிய பல்லாடியோ (*Andrea Palladio 1508-1580*) என்ற இத்தாலியக் கட்டடக்கலை வல்லுநர் உருவாக்கியதாகும். பக்கிங்காம் அரண்மனை அந்தப் பாணியில் கட்டப் பெற்றது.

ஜான் செஃபீல்டு என்ற மல்கிரேவு பிரபினால் *1666* ஆம் ஆண்டு கட்டப்பட்ட ஒரு பழைய கட்டடம் இருந்த இடத்தில், பின்னர் பக்கிங்காம் அரண்மனை எழுப்பப் பெற்றது. அப்பிரபு அகந்தை மிக்கவராயிருந்தமையால் அவரைப் ''பேரகந்தைப் பிரபு'' என்று எல்லாரும் அழைத்தனர். ஆனால் ஆன் அரசி (*1665-1714*; ஆட்சிக் காலம் *1702-1714*; இ.ச.க.தொகுதி *1* காண்க.) அப்பிரபுவிடம் அன்பாக நடந்து கொண்டார். ஆதலால், அவர் அப்பிரபுவை *1703* ஆம் ஆண்டு ''பக்கிங்காம் டியூக்கு'' என்ற மேலான பிரபுக்கள் நிலைக்கு உயர்த்தினார்.

செஃபீல்டு இங்ஙனம் பிரபுக்களின் மேலான டியூக்கு நிலைக்கு உயர்ந்து விட்டமையால், ஒரு புதிய மாளிகையை 1703 ஆம் ஆண்டு கட்டத் தொடங்கினார். அவர் அதற்குப் பக்கிங்காம் மாளிகை என்று பெயர் வைத்தார். அவர் இறந்த பிறகு அம்மாளிகை விதவையான அவருடைய மனைவியைச் சேர்ந்தது.

மூன்றாம் ஜார்ஜ் மன்னர் (1738-1820; அரசிருந்த காலம் 1760-1820) 1762 ஆம் ஆண்டு ஜான் செஃபீல்டின் இம் மாளிகையை விலைக்கு வாங்கி, அதற்குப் பக்கிங்காம் அரண்மனை என்று பெயர் சூட்டினார். பக்கிங்காம் அரண்மனை இந்த ஆண்டிலிருந்துதான் முதன்முதலாகப் பிரிட்டிஷ் அரச குடியின் அரண்மனையானது.

பக்கிங்காம் அரண்மனை பின்னர் 1821-1836 ஆம் ஆண்டுக் காலத்தில் புதுப்பித்துக் கட்டப் பட்டது. அது இருபதாம் நூற்றாண்டின் தொடக்கக் காலத்தில் மீண்டும் வடிவமைத்து ஓரளவு திருத்தப்பட்டது.

இந்த 1993 ஆம் ஆண்டில், முதன் முதலாகப் பொது மக்கள் இந்த அரண்மனைக்குள் கட்டணஞ் செலுத்தி நுழைவதற்கு அனுமதிக்கப்பட்டனர்.

9. ரூசோவின் ''சமுதாய ஒப்பந்தம்''

ஜீன் ஷாக் ரூசோ (Jean Jacques Rousseau: 1712-1778) என்ற பிரஞ்சு மெய்ப் பொருளியலார் ''சமுதாய ஒப்பந்தம்'' (Le Contrat Social)) என்ற பிரஞ்சு மொழி நூலில் முடிமன்னர்களுக்கு எதிரான கருத்துகளைக் குறிப்பிட்டிருந்தார். (ரூசோ பற்றி இ.ச.க.தொகுதி 1, 2/2, 3 ஆகிய தொகுதிகளில் பல செய்திகள் சொல்லப்பட்டிருந்தன.) எனவே அவர் அரசின் அடக்குமுறையிலிருந்து தப்புவதற்காகச் சுவிட்சர்லாந்தில் புகலடைந்தார். அவர் இந்நூலில் குறிப்பிட்டுள்ள புகழ் வாய்ந்த சொற்றொடர் ''மனிதன் சுதந்திரமானவனாய்ப் பிறந்த போதிலும், அவன் எங்கணும் தளையால் பிணையுண்டிருக்கின்றான்.''

1762

10. ரூசோவை மகிழ்வித்த நூல்

ரூசோ எழுதி இவ்வாண்டு வெளிவந்த ''Emile.ou Traite de I'educaio'' (சுருக்கமாக Emile) என்ற நூலில் இச்சொற்றொடர் வருகின்றது.

''நான் புத்தகங்களை வெறுக்கின்றேன். ஏனெனில் அவை மனிதன் புரிந்து கொள்ளத் தக்கதை மட்டுமே கற்றுத் தருகின்றன. ஆனால் ஒரேயொரு புத்தகம் உள்ளது. அது என் சுவையுணர்ச்சிக்கேற்ப, இயற்கையான கல்வி பற்றிய மகிழ்ச்சியான கருத்தை அளிக்கின்றது. அந்த அருமையான புத்தகம் எது? அரிஸ்டாட்டில் எழுதியதா? பஃபன் எழுதியதா? அல்ல. அது - இராபின்சன் குரூசோ.'' (இராபின்சன் குரூசோ: இ.ச.க.தொகுதி 2/2 காண்க.)

11. வயதிற்கேற்ற பிரிமியம்

முதல் ஆயுள் காப்பீட்டு ஒப்பந்தம் 1583 ஆம் ஆண்டுதான் எடுக்கப்பட்டது என்று அறிகின்றோம். அப்போது ''இலண்டன் குடிமகனும், உப்பு வணிகருமான வில்லியம் கிப்பன்ஸ் என்பவருக்கு அந்த ஒப்பந்த இதழ் தரப்பட்டது. அதன் ஆண்டுப் பிரிமியத் தொகை 32 பவுன். கிப்பன் இந்த ஒப்பந்த இதழை எடுத்த ஓராண்டிற்குள் இறக்கவே அவருடைய வாரிசுக்கு 4000 பவுன் தரப்பட்டது'' என்பது ஆயுள் காப்பீட்டுத் திட்ட வரலாறு.

இந்த ஆண்டு இலண்டனில் *The Equitable Life Assurance Society* என்ற நிறுவனம் அமைக்கப்பட்டது. அது ஒப்பந்தம் செய்பவரின் வயதிற்கு ஏற்பப் பிரிமியம் தொகை எவ்வளவு என்று முதன்முதலில் வரைப்படுத்திய நிறுவனமாகும்.

12. பிரான்சில் பீங்கான் களிமண்

ஐரோப்பியத்தில் பீங்கான் பித்து எப்படிப் பிடித்திருந்தது என்பதையும், அங்கு பீங்கான் தொழிலில் முடி மன்னர்களே ஈடுபட்டிருந்ததையும் இ.ச.க. ஆறாந் தொகுதியில் விரித்துக் கூறியிருந்தோம். இத்தொழிலில் அரச ஆதரவு பெற்றிருந்த பிரான்சில் காவோலின் எனப்படும் சீனக் களிமண் இந்த *1762* இல் கண்டுபிடிக்கப்பட்டது. இது பீங்கான் செய்யப் பயன்படுவது. இக்காரணத்தால் பிரான்சின் பீங்கான் பாண்ட ஆக்கம் இனி வரும் ஆண்டுகளில் மிகப் போகின்றது.

13. ரப்பர் கற்பூரத் தைலத்தில் கரைவது கண்டுபிடிப்பு

இயற்கை ரப்பர் டர்ப்பண்டைன் என்ற கற்பூரத் தைலத்தில் கரையும் என்பதைப் பிரஞ்சு வேதியியலாரான ஃபிரான்ஸ்வா ஃபிரஸ்கோ இவ்வாண்டு கண்டுபிடித்து விட்டாரெனினும், அது உடனடியாக வாணிப வழிகளில் பயன்படுத்தப் படவில்லை.

14. ஐரோப்பியத்தில் மக்கள் தொகை பெருகியது ஏன்?

ஐரோப்பியக் கண்டத்தின் மக்கள் தொகை பற்றிய முழுமையான செய்திகள் கிடைத்தில. ஆட்டோமான் துருக்கர் ஆதிக்கத்திலிருந்த நாடுகள் நீங்கலாக ஐரோப்பியத்தின் மக்கள் தொகை *1700* இல் *140* மில்லியனாகவும், *1800* இல் *180-190* மில்லியனாகவும் மிகுந்தது என்று கணிக்கின்றனர். (ஆட்டோமான் பேரரசில் அடங்கிய ஐரோப்பிய நாடுகள் பல்கேரியம், அல்பேனியம் ஆகும். அவை இக்கணக்கில் சேரவில்லை.)

பதினெட்டாம் நூற்றாண்டில் மக்கள் தொகைப் பெருக்கம் வேகமடைந்து அதன் கடைசி ஐம்பதாண்டுகளில் இரட்டித்து விட்டது. இந்த வளர்ச்சியில் ஒவ்வொரு நாட்டிற்கும் சிறிய அல்லது பெரிய அளவில் பங்குண்டு.

இரஷியம்

பெரிய நாடுகளில் இரஷ்யத்தில்தான் மக்கள் தொகைப் பெருக்கம் மிகுதி. அங்கு மக்கள் தொகை *1762* இல் பத்தொன்பது மில்லியனாக இருந்து *1766* இல் இருபத்தொன்பது மில்லியனாக உயர்ந்தது. இதில் இரண்டாம் காதரைன் *1762* இல் புதியதாகத் தன் நாட்டுடன் சேர்த்துக் கொண்ட பகுதிகளின் மக்கள் தொகை சேரவில்லை. உருளைக் கிழங்கு விலை மலிந்ததும், அது பேரளவில் கிடைத்ததும் மக்கள் தொகைப் பெருக்கத்திற்கு ஒரு காரணமென்பர்.

இங்கிலாந்து, பிரஷ்யம், பிற நாடுகள்

இங்கிலாந்திலும் வேல்சிலும் *1750* இல் மக்கள் தொகை ஆறு மில்லியனிலிருந்து *1800* இல் ஒன்பது மில்லியனாகப் பெருகிற்று.

பிரஷியத்தில் மூன்றரை மில்லியன் ஆறு மில்லியனாக ஏறியது. இதில் *1762* ஆம் ஆண்டு இணைக்கப்பட்ட போலந்துப் பகுதி மக்களின் எண்ணிக்கையும் அடங்கும்.

ஹாப்ஸ்பர்குப் பேரரசின் (இ.ச.க.தொகுதி 5) மக்கள் தொகை பெல்ஜிய, இத்தாலிய உரிமைப் பகுதிகள் நீங்கலாகப் பன்னிரண்டரை மில்லியனிலிருந்து இருபத்து மூன்று மில்லியனாகப் பெருகிற்று. இதில் 1772 ஆம் ஆண்டிற்குப் பிறகு காலிசியாவின் (கார்ப்பேத்தியன் மலைகளின் வட பக்கத்திலுள்ள நடு ஐரோப்பியக் கிழக்குப் பகுதி காலிசியம் என்றழைக்கப்பட்டது.) மூன்று மில்லியனும் சேரும்.

பிற நாடுகளில் மக்கள் தொகைப் பெருக்கம் மெதுவாகவே ஏற்பட்டது.

பிரான்ஸ், ஸ்பெயின், இத்தாலி

அவற்றுள், குறிப்பாகப் பிரான்சில் மக்கள் தொகை இருபத்திரண்டு மில்லியனிலிருந்து இருபத்தேழு மில்லியனும், ஸ்பெயினில் ஒன்பது மில்லியனிலிருந்து பதினேழு மில்லியனும், இத்தாலியில் பதினைந்தரை மில்லியனிலிருந்து பதினெட்டு மில்லியனுமாக மக்கள் பெருக்கம் இருந்தது.

இக்கணக்குகள் ஓரளவு சரிதான் என்று எடுத்துக் கொண்டு பார்த்தால் (அவை பெரிதும் ஐயப்பாட்டிற்குரியன. ஏனெனில் 1720 முதல் 1790 வரை மக்கள் தொகைப் பெருக்கம் பிரான்சைப் பொருத்த வரையில் இருபது முதல் நாற்பது சதம்தான் இருக்கும் என்பது பிரஞ்சு வல்லுநர்களின் கருத்தாகும்.) எல்லைகள் மாறாமல் அல்லது அப்படியே இருந்தன என்று கருதப்படுகின்ற நாடுகளில் மக்கள் பெருக்கமானது இத்தாலியில் 16 சதமும், ஸ்பெயினில் 22 சதமும், பிரான்சில் 23 சதமும், இரஷியத்தில் 53 சதமும் மிகுந்தன என்று அனுமானிக்கின்றனர்.

இக்கணக்குகள் குறித்து வரலாற்றாசிரியர்களும் மக்கள் தொகைக் கணியர்களும் கருத்து வேறுபாடு கொண்டிருக்கையில், மக்கள் தொகைப் பெருக்கம் இக்காலத்தில் ஏற்பட்டது என்பதில் பொதுவான கருத்தொற்றுமை இருக்கின்றது.

மக்கள் எண்ணிக்கை பெருகியது ஏன்?

பெரும்பாலான ஐரோப்பிய நாடுகளில் இறப்பு விகிதம் 1740 அல்லது 1750 இல் குறையத் தொடங்கியது என்று தோன்றுவதாய்ப் பொதுவாக ஒப்புக் கொள்ளப் படுகின்றது. அது சரியாக எப்போது நிகழ்ந்தது அல்லது எத்தனை காலம் நீடித்தது; அல்லது ஏன், எந்த அளவிற்கு இருந்தது; அல்லது எந்த வகுப்பு அல்லது எந்த வயதுப் பிரிவினர் பெரிதும் பாதிக்கப்பட்டனர் என்பன நமக்குப் புலனாகவில்லை; அல்லது அவை மிகுந்த கருத்து வேறுபாட்டிற்குள்ளானவையாய் இருக்கின்றன.

பிறப்பு, இறப்பு விகிதங்கள்

இங்கிலாந்தைப் பொருத்த வரையில் 1701-1710, 1731-1740 ஆகிய பத்துகளுக்கு இடைப்பட்ட காலத்தில் இறப்பு விகிதம் ஆயிரத்திற்கு 28-29 ஆக விருந்து, ஆயிரத்திற்கு 35-36 ஆக உயர்ந்தது என்றும், 1791-1800 ஆகிய பத்தாண்டுக்காலத்தில், அது ஆயிரத்திற்கு 26-27 ஆக விழுந்தது என்றும் வல்லுநர் வாதிக்கின்றனர்.

சுவீடனில் சுமார் 1750 வாக்கில் இறப்பு விகிதம் குறிக்கத் தக்க அளவில் விழுந்து, பதினெட்டாம் நூற்றாண்டின் எஞ்சிய காலத்தில் தொடர்ந்து குறைந்து வந்தது என்றும் அவர்கள் கூறுகின்றனர்.

எனினும் நார்வேயில் இறப்பு விகிதம் அப்படியே மாறாமல் இருந்து வந்தது.

இங்கிலாந்திலும் சுவீடனிலும் பிரான்சில் இருந்ததைப் போன்ற கோலமே காணப்படுகின்றது. அங்கு இங்கிலாந்தைப் போலவே குழந்தைகளும் இளவயதினரும் இறப்பது குறிப்பாகக் குறைந்து, வாணாள் நீடிக்கலாயிற்று.

பெல்ஜியத்திலும் சுவிட்சர்லாந்திலும் இறப்போர் தொகை குறைந்தது.

போலந்தைத் தவிர்த்துக் கிழக்கு ஐரோப்பிய நாடுகளில் இறப்பு விகிதம் மிகுந்தது. சான்றாகப் பொகீமியத்தில் 1785-1789 ஆம் ஆண்டுகளில் ஆயிரத்திற்கு 30.4 ஆக இறப்பு விகிதம் இருந்து, 1805-1809 காலகட்டத்தில் ஆயிரத்திற்கு 39.5 ஆக அது உயர்ந்தது.

வாணாள் நீட்டிப்பு

இதற்கிடையே, வாணாள் நீட்டிப்பு நாடுகளுக்கும் வகுப்புகளுக்குமிடையே மிகவும் வேறுபட்ட அளவில் இருந்தது.

சான்றாக, உயர் குடியினர் வாழ்ந்த ஜெனீவாவில் அவர்களின் வாணாள் பதினெட்டாம் நூற்றாண்டின் முதற்பாதியில் 41.6 ஆண்டுகளாயிருந்து, இரண்டாம் பாதியில் 47.3 ஆண்டுகளாக உயர்ந்தது.

சுவீடனில் வாணாளின் அளவு வேறெங்கிலும் இருந்ததைவிட மிகுந்திருந்தது.

மேற்கு ஐரோப்பிய நாடுகளில் இறப்பு விகிதம் குறைந்தமைக்குப் பொதுவான ஒரு கூறு காரணமாய் அமைந்தது; பஞ்சம், கொள்ளை நோய், போர்கள் ஆகியவற்றால் ஏராளமானவர்கள் மடிந்து வந்தமை குறைந்ததும், சிறந்த நலவாழ்வு, திருந்திய மருத்துவ வசதிகள் அமைந்தமையும், பொதுவான வாழ்க்கைச் சூழல் நன்றாயமைந்தமையும் அதற்குக் காரணம் என்று சொல்லப்படுகின்றது.

பதினெட்டாம் நூற்றாண்டு வரலாற்றில் போர்கள் குறிக்கத்தக்க இடம் பெற்றிருந்த போதிலும், அவை ஜெர்மனியைத் தவிர பிற நாடுகளில் அத்தனை உயர் முதன்மை பெற்றிருக்கவில்லை. ஜெர்மனியிலும் முப்பதாண்டுப் போரில் குருதி கொட்டிய பிறகு, மக்கள் தொகை 1648 இல் மிகலானது.

(முப்பதாண்டுப் போர்: 1618-1648: இது புராட்டஸ்டண்டுகள் என்ற சீர்திருத்தக் கிறித்தவர்களுக்கும், கத்தோலிக்கருக்கும் நடந்த சண்டையாகத் தொடங்கிற்று; ஜெர்மன் பேரரசர் தனக்குக் கீழிருந்த சிற்றரசுகள் மீது பெயரளவிற்குச் செலுத்தி வந்ததைவிடக் கூடுதலான மேலாண்மை செலுத்தலாமா என்பதை உறுதிசெய்யும் போராகப் பையப் பைய வளர்ந்தது. இந்நீண்ட போரில் ஆஸ்திரியம், டென்மார்க்கு, பிரான்ஸ், ஆலந்து, ஜெர்மனி, ஸ்பெயின், சுவீடன் ஆகிய நாடுகள் ஈடுபட்டன. இப்போரினால் நடு ஐரோப்பியம் சீரழிந்தது. குறிப்பாக, ஜெர்மனியில் பெரும்பகுதி நாசமாயிற்று.)

ஆயுள் நீட்டிப்பும் மதுப்பழக்கம் குறைவதும்

இங்கிலாந்தில் 1750 ஆம் ஆண்டுகளின் தொடக்க காலத்தில் ஜின் (மது வகை) குடிக்கும் பழக்கம் திடீரென்று குறைந்து போனதால் ஆங்கில மக்களில், குறிப்பாக இலண்டனிலும் பெரிய நகரங்களிலும் வாழ்ந்த மக்களில் ஆடவர், பெண்டிர், சிறார் முதலானோரின் உயிர் பிழைத்து வாழும் நம்பிக்கை பெரிதும் மிகுந்திருக்கலாம். சான்றாக, இங்கிலாந்தில் 1725-1729 ஆண்டுகளில் மக்கள் மிகுந்தளவில் குடித்தனர். அப்போது பிரிட்டனில் இறந்தோர் எண்ணிக்கை மிகுந்திருந்தது. இருப்பினும் இது

சரியன்று என்று கூறுவாருமுளர். மக்கள் ஜின் குடித்ததால்தான் இறந்தனர் என்றும் கூறுவோர் உளர்.

15. இத்தாலியில் டைஃபஸ்

டைஃபஸ் என்ற நெடிய நச்சுக் காய்ச்சல் நோயும், குடற் காய்ச்சல் நோயான டைஃபாயிடும் இரு வேறு நோய்களாகும். டைஃபஸ் என்ற காய்ச்சல் அழுக்கினால் உண்டாவதாகும். இத்தாலிய அரசுகள் பஞ்சத்தால் வருந்திக் கொண்டிருந்த இக்கால கட்டத்தில் டைஃபஸ் என்ற நச்சுக் காய்ச்சல் தொற்று எங்கும் பரவியிருந்தது. இந்தத் தொற்று நோய் இப்பத்தாண்டுகள் நெடுகிலும் நீடித்திருந்தது.

16. குழந்தை நோயியல் தோற்றம்

கைக் குழந்தைகளுக்கும், சிறு குழந்தைகளுக்கும் பண்டுவம் செய்வது குறித்த முறையான மருத்துவ நூல் 1762 இல் வெளிவந்தது. அதுவே குழந்தை நோயியல் அல்லது மக நோயியல் (Paediatrics) துறையின் தோற்றுவாயாகும். "குழந்தை நோய்களும் அவற்றின் பண்டுவ முறைகளும்" என்ற இந்நூலை 59 வயதான நீல்ஸ் வோன் ரோசன்டீன் என்ற சுவீடிய மருத்துவர் எழுதினார்.

1763

அரசியல்

இக்கேரி நாயக்கர் குடி ஆட்சி முடிவு
துளு நாட்டில் ஐதரலி வெற்றி
தஞ்சையில் துளசா பட்டமேற்றல்
மறவர் நாட்டில் உள் சண்டை
நானா பதனவிஸ் எழுச்சி
நாடாளுமன்றச் சீர்திருத்தம் - ஜான் வில்கஸ்
பிரிட்டிசுப் பிரதமர் கிரன்வில்
அமெரிக்கக் குடியேற்றங்களில் பிரிட்டன் மீது வெறுப்பு

சமயம்

சமணம் புரந்த கர்நாடகக் குறுநில மன்னர்கள்

கலை, இலக்கியம்

ஜான்சன் - பாஸ்வல் சந்திப்பு

வேளாண்மை, தொழில், வாணிபம்

ஹன்சியாட்டிக்கு லீகு மறைதல்
ஐரோப்பியத்தில்வேளாண்மை,வாணிபம்,வங்கித் தொழில் செழித்தல்
ஸ்பின்னிங்கு ஜென்னி கண்டுபிடிப்பு

பொருளியல், நிதியியல்

ஐரோப்பியத்தில் வங்கித் தொழில் செழிப்பு

இராணுவம், போர்

ஏழாண்டுப் போர் முடிவு
ஊடா நல்லா போர்

வரலாறு

இந்திய வரலாற்றியலின் வரலாறு-ஓர்மியின் இந்திய வரலாறு
இக்கேரி நாயக்கர் குடி
துளு நாடு,மக்கள்

அமெரிக்கத்தில் ஐரோப்பியர் குடியேற்றங்கள்

தளவாய் வெள்ளையன் சேர்வை
சென்னை ஆளுநர் பால்கு
தூய்ப்பிளேயின் துயர முடிவு

பொது

திருச்சிராப்பள்ளி ஆயுதக் கிடங்கில் தீ
கடலோடிகள் ''வழிகாட்டிக் கையேடு''

1763

1. இந்திய வரலாற்றியலின் நெடுங்கதை: ஓர்மியின் இந்திய வரலாற்று நூல்

உலக முழுமையிலும் இன்று வழக்கிலுள்ள வடிவிலும் உள்ளுரை அமைப்பிலும் இந்தியத் துணைக்கண்டம் முழுமைக்குமான வரலாறு எழுதப் பெற்றது மிக மிக அண்மைக் காலத்திலேயாம். அதற்கு முன்னர் மேற்சொன்ன முறையில், அமைந்த வரலாறுகள் இல்லையெனினும் பிற்கால வட்டாரங்களைப் பற்றி வெகு சில நூல்கள் பல்வேறு காலங்களில் வெளிவந்துள்ளன. இந்திய வரலாற்றியலின் தோற்றுவாய் குறித்து விளக்குவதற்கு இக்கட்டுரை முயல்கின்றது.

இராபட்டு ஓர்மி *(1728-1801)* எழுதிய சிறப்பு வாய்ந்த இந்திய வரலாற்று நூலின் முதல் தொகுதி *1763* ஆம் ஆண்டிலும், இரண்டாம் தொகுதி *1778* ஆம் ஆண்டிலும் வெளிவந்தன. அந்த ஆங்கில நூலின் பெயர்: *History of the military transactions of the British India.* பாரதத்தைப் பற்றி அயல் நாட்டினர் பல்வேறு காலங்களில் பலபட எழுதி வைத்திருக்கின்றனர். அவையனைத்தும் இந்திய வரலாற்றியலுக்கு ஆதாரங்களாக விளங்குகின்றன.

ஹீரோடாட்டஸ்

வரலாற்றியலைத் தொடும்போது ஹீரோடாட்டசிலிருந்துதான் பிள்ளையார் சுழி போட்டுத் தொடங்க வேண்டும். ரோமன் எழுத்தாளரும் ஆற்றல் மிக்க சொற்பொழிவாளருமான மார்க்கஸ் தல்லியஸ் சிசரோ *(Marcus Tullius Cecero-106-43 கி.மு.)* அவரை ''வரலாற்றின் தந்தை'' என்று உரைத்ததில் உண்மை பொதிந்த பொருளுண்டு. ஹீரோடாட்டஸ் *(சுமார் 485-425 கி.மு.)* ஒரு வரலாற்றாசிரியர் என்ற நோக்கில் கடந்த காலத்தை முதன்முதலில் அணுகியவர் என்று உறுதியாகக் கூறலாம். அவர் எழுதிய வரலாற்றில் பல வழுக்கள் இருந்த போதிலும், அவர் நாட்டார் கதைகளையும் குறிகாரரின் கூற்றுகளையும் ஆரூடங்களையும் பொருந்தாக் கதைகளையும் பிழையான புள்ளி விவரங்களையும் அள்ளித் தெளித்திருந்தபோதிலும், வரலாற்றை எழுதுகின்றவர் என்ற முறையில், தாம் எழுதியன குறித்து அவர் ஆய்ந்தே எழுதியிருக்கின்றார். கடந்த கால நிகழ்ச்சிகளை ஓரளவு மெய்ம்மையை வலியுறுத்தும் நோக்கோடும் துல்லியமாகவும் தந்திருக்கின்றார். இதுவே மெய்யான வரலாற்று ஆசிரியனை இனங்காட்டும் அறிகுறியாகும்.

ஹீரோடாட்டஸ்

லிடியர்களின் பெருஞ்செல்வம் படைத்த மன்னரான கிரெய்சஸ் *(Croesus: 560-546 கி.மு.)* காலத்திலிருந்து பாரசிக மன்னரான முதலாம் செர்சஸ்

(519-465 கி.மு.) காலம் வரையிலும் கிரேக்கருக்கும் பாரசீகருக்குமிடையில் இருந்து வந்த பூசலைப் பற்றி ஹீரோடாட்டஸ் எழுதுகையில், அம்மக்களின் பழக்க வழக்கங்கள், சமயங்கள், புவியியல் அமைப்பு, மனிதப் பண்புகள் ஆகியனவாகிய நாகரிகத்தை ஆராய்ந்து எழுதுகின்றார். அவை அனைத்தையும் குறித்து அவர் ஆர்வம் மிகக் கொண்டிருந்தார்.

அவர் பரந்தகன்ற மனித நேயத்தோடு வரலாற்றை அணுகுகின்றார். அவரின் அணுகுமுறை ஒரு வரலாற்று ஆசிரியனுடையதைப் போன்று இருக்கின்றது. அவர் மனித இனத்தின் ஊழ்வினை மீது அக்கறை செலுத்துகின்றார். அவர் தன் வரலாற்று நூலில் கூறுகின்ற மாந்தர் தம் அகந்தைக்கும் ஆணவத்திற்கும் தெய்வப் பழிக்கும் பலியாவதாய்க் கூறுகின்றார். வரலாற்று நிகழ்வுகள் துன்பியல் நாடகம் ஒன்றின் கட்டமைப்புடன் பொருந்துவதாக அவர் எண்ணினார். வரலாற்று மாந்தர் ஈடுபட்டுவிட்ட நிகழ்வுகளைப் பற்றி அவர் எழுதிச் செல்கையில் அவர்களின் உணர்ச்சிகளையும் உள் நோக்கங்களையும் சொல்கின்றார்.

ஹீரோடாட்டஸ்தான் உரைநடையைக் கவினுறக் கையாண்ட முதல் எழுத்தாளர் என்று மதிக்கப்படுகின்றார். அவரது வரலாற்றில் தேவையற்ற பல செய்திகள் ஆங்காங்கே காணப்பட்டாலும், அவர் தான் கொண்ட குறிக்கோளுக்கு ஆழத்தையும் அகலத்தையும் அதில் காட்டுகின்றார். அவரது வரலாறு மனிதனின் பலவீனத்தையும் மேன்மையையும் எடுத்துக்காட்டுவது; அதன் கவர்ச்சியும் சுவையான நடையோட்டமும், அதை ஒரு கலைப் படைப்பு என்று நாம் போற்றுமாறு செய்கின்றன. அவரது வரலாற்று நூலின் ஒன்பது ஏடுகளும் *(Books)* கிரேக்கப் புராணங்களில் சொல்லப்பட்டுள்ள ஒன்பது கலைத் தெய்வங்களின் பெயரால் அழைக்கப்படுகின்றன.

(கிரேக்கக் கலைத் தெய்வங்கள்: கலையாப்பி (Calliope)-வீர காவியம்; கிளையோ (Clio)-வரலாறு; ஏராட்டோ (Erato)-காதற் பாடல்; யூட்டெர்ப்பி (Euterpe)-உணர்ச்சிப் பாடல், இசை; மெல்பாமினி (Melpomene)-துன்பியல் இலக்கியம்; பாலிஹைம்னியா (Polyhymnia) - இசைத்தல், ஊமைக் கூத்து, புனித நடனம்; டெர்ப்பிஸ்கோர் (Terpsichore)-ஆடல், கூடிப் பாடுதல்; யுரேனியா (Urenia)-வானியல். இவர்கள் ஒன்பதின்மரும் கிரேக்கரின் தலைமைக் கடவுளான சீயசின் (Zeus) பெண்மக்களாவர்.)

ஹீரோடாட்டஸ் சமயங்கள், சமூகப் பழக்கங்கள் ஆகியன குறித்து மிகச் சரியான முறையில் கருத்துக் கூறியிருப்பதையும், அவரது வரலாற்று, இலக்கிய மேதைமை குறித்தும் விற்பன்னர்கள் இன்றும் வியந்து பாராட்டுகின்றனர். ஹீரோடாட்டஸ் தன்காலத்தில் அறியப்பட்டிருந்த உலகம்-நாடுகள், மக்கள்- பற்றியெல்லாம் எழுதி வைத்திருக்கின்றார் என்பது அவரது வரலாற்று நூலின் தனிச் சிறப்பாகும்.

வரலாறுகளின் வரலாறு

ஹீரோடாட்டாசின் வழியில் கிரேக்கரும், ரோமானியரும் அவ்வக் காலங்களில் பல்வேறு வரலாறுகளை எழுதியுள்ளனர். அவர்களை அடியொற்றி ஐரோப்பிய நாடுகளிலும் வரலாறுகள் எழுந்தன. அரபுகளிடையிலும் வரலாற்று நூல்கள் தோன்றின. இங்ஙனம் எழுதப் பெற்ற வரலாறுகளுக்கெல்லாம் ஒரு வரலாறு உண்டு. இங்கு இந்தியம் பற்றி எழுதப் பெற்ற வரலாறுகளின் வரலாற்றைக் காணலாம்.

இந்தியரின் வரலாற்று உணர்வு

''இந்தியத்திற்குக் கால எல்லை பற்றிய நினைவு இலது. ஏனெனில் என்றென்றும்

நின்று நிலவும் நிலைபேற்றின் மீது அதன் கவனமெல்லாம் குவிந்துள்ளது: கால எல்லையின் மீது அன்று-இந்தியர் கண்டுணர்ந்த தலையாய ஆன்மிக உண்மை எதுவெனின், இடப்பரப்பின் நிலை மாற்றமேயன்றி, வரலாற்று மாற்றம் அன்று-ஏனெனில், மனிதன் விடாப்பிடியாக மாயை மீது பற்றுக் கொண்டிருப்பதனால்தான் துன்பமே விளைகின்றது. வரலாறு முவடிடையும் போதுதான், துன்பமும் முடிவுறுகின்றது''-அமௌரி தெ ரியன்கோட்டு என்பவர் தனது ''இந்தியத்தின் ஆன்மா'' என்ற நூலில் *(Soul of India by Amaury de Reincourt)* இந்தியரின் வரலாற்று உணர்வு எத்தகையது என்பதை இங்ஙனம் பகுத்துக் கூறுகின்றார். அவர் அந்நூலில் மேலும் எழுதியிருப்பதாவது:

''நேற்று, நாளை என்பவற்றைக் குறிக்க ஒரே சொல்லைக் கொண்டுள்ள மக்களிடம் (இந்தி மொழியில் கல் என்ற ஒரே சொல் நேற்று, நாளை என்ற இரு காலங்களையும் குறித்து நிற்கின்றன. அச் சொல்லுக்கு இடங்கருதிப் பொருள் கொள்ள வேண்டும்.) என்ன வரலாற்று உணர்வு இருக்க முடியும்? காலம் கழிந்தோடுவது என்பதால், அது அவர்களிடையே எந்த முக்கியத்துவத்தைப் பெறக் கூடும்?''

இந்தியர்க்கு வரலாற்று உணர்வு இலது என்ற கூற்றை மறுக்கும் வகையில், புராணங்களும் இதிகாசங்களும் வரலாறுகளன்றோ என்று இந்திய அறிஞர் சிலர் விளக்க முற்படுவதுமுண்டு. மௌரிய (386-184 கி.மு.), குப்த (சு. 275-550 கி.பி.) மன்னர் முதலானோரும், வேறு சில அரச குடியைச் சேர்ந்த மன்னர்களும் தம்ஆட்சிக் காலங்களில் நடந்த நிழ்ச்சிகளைப் பதிந்து வைப்பதற்காகத் தனி அலுவலரை அமர்த்தியிருந்தனர் என்று இந்திய வரலாற்றாசிரியர்களான வி. எஸ். பதாக்கு, ஏ.கே. வார்டர், ஆர்.சி. மசும்தார் போன்றோர் வலியுறுத்துகின்றனர்.

இராச தரங்கிணி, பூரஞ்சி, மதுரா விஜயம் இராஜமாலை

இந்திய மொழிகளில் எழுதப் பெற்ற வரலாற்றுத் தொடர்புடைய அல்லது வரலாற்று நூல்கள் என்று கருதப்படும் சில நூல்கள் நமக்குக் கிடைத்துள்ளன:

கல்ஹணர் என்பவர் காசுமீர மன்னர்களின் வரலாற்றை 1184 தொட்டு 1266 வரை கூறுகின்ற இராச தரங்கிணி (அரச ஆறு) என்ற சம்ஸ்கிருத நூலாக 1148-1150 ஆகிய மூன்றாண்டுகளில் எழுதினார். (இ.ச.க.தொகுதி-2)

அசாமை 1228 மதல் 1821 வரை ஆண்ட அகோம மன்னர் குடியில் பெரும்பாலர் உயர்ந்த வரலாற்றுணர்வு படைத்தவர்களாயிருந்தனர். அதனால் அவர்கள் பூரஞ்சி *(Buranji)* என்ற வரலாற்று ஏடுகளை எழுதித் தொகுப்பதற்கு முறையான ஏற்பாடுகளைச் செய்தனர். அவர்களால் இதற்கென்று அமர்த்தப் பெற்ற பைலுங்குப் பண்டிதர்கள் என்ற கற்றறிவாளர்கள் முடியரசின் அன்றாட நிகழ்ச்சிகளைப் பதிந்து வைத்தனர். அரசர், இளவரசர் முதலானோரின் அரச குடி வரலாற்றை எழுதி வைக்கும் நோக்குடன்தான் முதலில் பூரஞ்சி ஏடுகளை எழுதினர். பின்னர் நாட்டின் சமூக, பொருளியல் செய்திகளையும் அரசியல் சூழல்களையும் சேர்த்து எழுதி வைக்கும் முறை வந்தது. பூரஞ்சி ஏடுகளின் இலக்கியப் பாணி, அவை கூறும் பொருள்கள், மொழி நடை, செய்திகளை எடுத்துரைக்கும் பாங்கு முதலியன அவற்றின் தனிச் சிறப்பை எடுத்தோதுகின்றன.

பூரஞ்சிகள் ஒன்றோடொன்று இசைந்து அமையவும் ஒத்துப் போகவும் ஒன்றுக்கொன்று துணை ஏடுகளாக உள்ளன என்றும் அவற்றில் துல்லியமின்மையைக்

காண்பது அரிது என்றும் தற்கால வரலாற்றாசிரியர் கூறுகின்றனர். அதனால் அசாமி மொழியில் 13 ஆம் நூற்றாண்டின் தொடக்கத்திலிருந்து எழுதப் பெற்று வரும் பூரஞ்சிகளைச் சிறந்த வட்டார வரலாற்று ஆவணங்களாகக் கொள்ளலாம். மதுரையை வென்ற விசயநகர இளவரசர் கம்பண உடையாரின் மனைவியான கங்கா தேவி மதுரா விஜயம் என்ற பெயரில் தம் கணவரின் வெற்றியைச் (சு.1377) சம்ஸ்கிருதப் பனுவல்களில் எழுதியிருக்கின்றார். அதுவும் வரலாற்றுத் தொடர்புடைய நூலேயாகும். (இ.ச.க.தொகுதி-4)

வடகிழக்கு எல்லையிலுள்ள திரிபுர நாட்டின் வரலாற்றைச் சொல்லவரும் இராஜ மாலை (அரச மாலை) என்ற வங்க மொழி நூல் 15 ஆம் நூற்றாண்டில் எழுதப் பெற்றது. எனினும் இதைத் தனி வரலாற்று நூலென்று கொள்ள முடியாது.

இந்தியத்தில் வரலாற்று ஆய்வு பற்றி டாக்டர் கே. கே. பிள்ளை தமது *Studies in Indian History* (1979) என்ற நூலில் கூறியுள்ள சில கருத்துக்கள் மேற்சொன்னவை தொடர்பாக இங்கு நினைவிற் கொள்ளத்தக்கனவாகும்:

இந்தியத்திற்குப் பதினோராம் நூற்றாண்டில் வந்திருந்த நுண்மான் நுழைபுலமிக்க கற்றறிவாளரான அல்பிரூணி (973-1038) இந்தியருக்கு வரலாற்றுணர்வு இல்லாதிருந்தது குறித்து வருந்தியோருள் ஒருவராவார். இந்தியத்தில் ஒரு தூசிடைடுஸ் (460-395 கி.மு. கிரேக்க வரலாற்றாசிரியர்) இல்லையென்று எவரும் வருந்த வேண்டியதில்லை; ஏனெனில் கல்ஹணர் இருக்கின்றார் என்று ஆர். சத்திய நாதய்யர் அக்கருத்தை எதிர்த்துரைத்தார்.

ஆனால் கல்ஹணரைக் காட்டி அக்கருத்தை மறுத்துவிட முடியாது. கல்ஹணரின் இராச தரங்கிணி குறைபாடுடைய வரலாற்று ஏடாக இருப்பதே அதற்குக் காரணமாகும். மேலும் கல்ஹணர் பன்னிரண்டாம் நூற்றாண்டினர்; ஹீரோடாட்டசிற்கும், தூசிடைடு சிற்கும் பதினைந்து நூற்றாண்டுகளாக மேற்பட்ட காலம் பின்னால் வந்தவர். மேலும் கல்ஹணரைப் பின்பற்றி இந்நாட்டில் வேறு வரலாற்றாசிரியர் எவரும் வந்திலர்.

ஆர்.சி. மசும்தார் இந்துக்களிடையே வரலாற்று உணர்வு இல்லையே என்றுகூறிக் கொண்டே, இராச தரங்கிணியின் வரலாற்றுச் சிறப்பை மிகைப்படுத்திக் கூறினார். மெய்யாகக் கூறுவதாயின் கல்ஹணர் கட்டுக்கதைகளை (*Legends*) நம்பினார் என்பது, அவரது நூலின் முற்பகுதியிலிருந்து தெளிவாகின்றது. சர். ஏ. ஸ்டீன் (*Sir.A.Stein*) தெரியக் காட்டியதைப் போன்று, இராச தரங்கிணியில் மிகைப்படுத்தப்பட்டனவும் நடக்க இயலாதனவுமான பல செய்திகள் காணப்படுகின்றன. எடுத்துக்காட்டாக, இரணாதித்தியன் 300 ஆண்டுகள் ஆட்சிபுரிந்தார் என்று அதில் சொல்லப்பட்டுள்ளது. மசும்தார் இந்நிலையில் கல்ஹணரை ஏற்க முற்படுவது அறிவிற்குப் பொருந்தாது என்பது டாக்டர் பிள்ளையின் கருத்தாகும்.

சம்ஸ்கிருதப் புலவரான பில்ஹணரின் (1040-1130 கி.பி.) பதினோராம் நூற்றாண்டு நூலான விக்கிரமாங்க சரிதம், இராச தரங்கிணியின் மறு படிவம் என்று சிலரால் கருதப்படுகின்றது. ஆனால் பில்ஹணரின் இந்நூல் இராச தரங்கிணியைப் போலன்றித் தன் புரவலரான ஆறாம் விக்கிரமாதித்தனைப் புகழ்ந்து பாடும் நூலாகவே உள்ளது. இது வரலாற்று நூல் என்ற கூற்றுக் குறைபாடுடையது என்பதில் கேள்விக்கே இடமிலது.

பதினான்காம் நூற்றாண்டில் கம்பணரின் தேவியான கங்கா தேவி இயற்றிய மதுரா விஜயம் என்ற நூலும் வரலாற்றையொட்டி எழுந்த இலக்கிய நூலேயன்றி, வரலாற்று நூல் என்று கொள்ள முடியாது என்பது இந்நூலாசிரியர் கருத்தாகும்.

பதினான்காம் நூற்றாண்டைச் சேர்ந்த உண்ணு நீலி சந்தேசம் என்ற மலையாள நூலை வரலாற்று நூல் என்று கொள்ள முடியாது. அது அந்தக் காலத்தைச் சேர்ந்த வேணாட்டு அரசர் சிலரின் அரசுகளைப் பற்றி மட்டுமே கூறுகின்றது. தென்னிந்திய மொழி எதிலுமே வரலாற்று நூல் என்று கூறிக் கொள்ளத்தக்க எதுவுமே கடந்த காலத்தில் இருந்ததில்லை. உலகியல் செயல்பாடுகளை உள்ளது உள்ளபடியே எழுதி வைப்பது என்பது, ஊழ்வினைக் கொள்கையில் ஊறிப்போன சமயச் சார்புள்ள நோக்கிற்கு எதிராகவே இருந்து வந்தது என்பதைப் பண்பாட்டு அடிப்படையில் பிள்ளையவர்கள் எடுத்துக் காட்டுகின்றார்.

வரலாற்று உணர்வின்மை

பொதுவாக, இந்தியர்களுக்கு வரலாற்று உணர்வு இல்லாதிருந்ததுடன், வரலாற்றுச் சிறப்புடைய இடங்களையும் சின்னங்களையும் பேணிக் காக்க வேண்டுமென்ற எண்ணமும் இல்லாதிருந்ததென்றும் கூறலாம். தமிழ்நாட்டில் சில ஆண்டுகளுக்கு முன்னர் ஆட்சிப் பொறுப்பிலிருந்தவர்கள், வரலாறு என்பது பயனற்ற பாடம் (*non-utility subiect*) என்று வகை செய்தனர் என்பதும், சென்னைத் தொலைக்காட்சி நிலையத்தில் வரலாற்று நூல்கள் விமரிசனம் செய்யப்படுவதில்லை என்று சொல்லப் பட்டது என்பதும், இன்றும் அதே நிலை இருந்து வருவதை உறுதி செய்கின்றன.

வங்கத்தை கி.பி.730 முதல் 1125 ஆம் ஆண்டுவரை ஆட்சிபுரிந்து செழித்திருந்த பாலர் (சேனர்) என்ற அரச குடியினர் பற்றிய செய்திகளை அறிந்து கொள்வதற்குப் புத்தல் என்ற இடத்திலிருந்த ஒரு தூண் உதவியது. ஆனால் சார்லஸ் வில்கின்ஸ் (1749-1836) என்ற இந்தியவியலார் அத் தூணைக் கண்டபோது அது கிட்டத்தட்ட அழிக்கப்பட்டுக் கிடந்தது. (சார்லஸ் வில்கின்ஸ் பற்றி 1784,1785 காணலாம்.) பழைய வரலாற்றுச் சின்னங்கள் இப்பதினெட்டாம் நூற்றாண்டில் பாழ்பட்டுக் கிடந்தன. ஏட்டுச் சுவடிகளை ஊர் ஊராய் அலைந்து திரட்டுவதென்பது பெரும்பாடாயிருந்தது.

வங்க ஆசியச் சங்கத்தை நிறுவிப் பாரதத்தின் தொன்மையையும் சிறப்பையும் உலகம் அறியச் செய்த சர் வில்லியம் ஜோன்ஸ் (1746-1794) காளிதாசனின் சாகுந்தலத்தை ஆங்கிலத்தில் மொழிபெயர்த்தார். அவருக்குப் புகழ்பெற்ற அந்நாடகத்தின் ஏட்டுச் சுவடி எளிதில் கிடைத்துவிடவில்லை.

இந்தியவியலறிஞர், எச்.டி.கோல்புரூக்கு சம்ஸ்கிருத மொழி பற்றி ஆராயத் தொடங்கிய இக்காலக்கட்டத்தில் வேதங்கள் உள்ளனவா என்பது பற்றியே இந்தியரிடையே ஐயப்பாடு இருந்து வந்தது. ஹோரேஸ் ஹேமன் வில்சனும், பின்னர் பூலரும் இல்லையேல், நாம் மேலே கூறிய வரலாற்று ஏடான இராச தரங்கிணி நமக்குக் கிடைக்காமலேயே போயிருக்கும். அவர்கள் சிதைந்தும் முழுமையற்றும் கிடந்த அந்நூலை மீட்டுக் காத்தனர். (இது குறித்து 1829 காண்க.)

அசோகரை அறியாதிருந்தோம்

ஜேம்ஸ் பிரின்செப்பு (1799-1840) என்ற மற்றோர் இந்தியவியலார் அசோகரையும், சமுத்திர குப்தரையும் பற்றிய அரிய செய்திகளை உலகறியச் செய்தார். அவர் சாரநாத்திலுள்ள இடிபாடுகளையும் அலகாபாதிலிருந்த அசோகர் தூணையும் ஆராய்ந்து, அவற்றின் பொறிப்புகளைப் படித்தறிந்த பின்னர்தான் அசோகர் என்ற மாமன்னர் (273-232 கி.மு) இரண்டாயிரமாண்டுகளுக்கு முன்னர் இருந்தார் என்பதைப் பத்தொன்பதாம் நூற்றாண்டில்தான் இந்தியர் அறிய முடிந்தது. அது 1915 ஆம்

பிரின்செப்

வில்கின்ஸ்

ஆண்டில்தான் உறுதி செய்யப்பட்டது. (இ.ச.க.தொகுதி-1) ஆதலால் அசோகர் இரண்டாயிரம் ஆண்டுகளுக்கு மேலாக இந்தியர் அறியாத வகையில் வரலாற்றில் புதைந்து கிடந்தார்.

நாணயம் இழந்தோம்

பண்டைக் காசுகளுக்கு நேர்ந்த இழப்பும் ஈடு செய்யக் கூடியதன்று. பழைய நாணயங்களைக் கண்டெடுத்த மக்கள், அவற்றின் வரலாற்றுச் சிறப்பை உணராது, அவற்றை உருக்கி அணிமணி செய்து விட்டனர். மேஜர் ஜேம்ஸ் டாடு பழங்காசுகளைத் திரட்டுவதற்கென்று ஆள்களை அமர்த்தாதிருப்பின், அவை வரலாற்றிற்கு முற்றிலும் கிடைக்காமலே போயிருக்கும். டாக்டர் ஸ்வைனி, ஏ.கோனல்லி, அலெக்சாந்தர் பர்னஸ் முதலியோர் நாணயங்களைத் திரட்டிப் பாதுகாத்து, இந்திய வரலாற்றைக் கட்டி நிறுவுவதற்குத் துணை புரிந்தனர்.

சார்லஸ் மேசன் 1754 ஆம் ஆண்டு இங்கிலாந்தில் பிறந்து 1771 ஆம் ஆண்டு தன் பதினேழாவது வயதில் கிழக்கிந்தியக் கம்பெனி ஊழியத்தில் சேர்ந்தவர். அவர் தானே முயன்று சம்ஸ்கிருதம் கற்றார். அவர் இந்தியவியல் ஆய்வில் தனிப்பெரும் பங்காற்றியவர். அவரது வரலாறு தற்காலத்து ஒற்றர் கதை போன்று இருக்கின்றது. அவர் இந்திய நாணயவியலுக்குச் செய்துள்ள பங்கு பணி போற்றத்தக்கதாகும்.

அவர் பேகராம் (*Begharam*) என்ற இடத்தில் கிட்டத்தட்ட முப்பதாயிரம் காசுகளைக் கண்டுபிடித்தார். (இது குறித்துத் தக்க இடத்தில் பின்னர் விவரிப்போம்.) ஆனால் கிட்டத்தட்ட பதினையாயிரம் காசுகள் மறைந்தன அல்லது கவரப்பட்டு விட்டன என்று மேசன் கணித்தார். (பேகராம் என்ற இடம் ஆப்கானித்தானத்தில் உள்ளது.)

பழஞ்சுவடிகளும் பாழ்பட்டன

மதிப்புரிய பழஞ்சுவடிகளையும் நாம் இழந்தோம். கல்வெட்டுப் பொறிப்புகள்

அழிக்கப்பட்டன. வரலாற்றுச் சிறப்பு மிக்க முக்கியமான இடங்களுக்கு மேலே குடியிருப்புகள் அல்லது ஊர்கள், நகரங்கள் முதலியன எழுப்பப் பெற்றன. கொள்ளையர்கள் புதையல் இருக்கும் என்று எண்ணித் தூபிகள் போன்ற கட்டுமானங்களைத் தகர்த்தனர். ஆங்காங்கேயிருந்த நிலப் பிரபுக்கள் தம் புதிய வீடுகளுக்கென்று இக்கட்டுமானங்களின் செங்கற்களை உருவினர் சாரநாதிலுள்ள இடிபாடுகள் இதற்குச் சிறந்த எடுத்துக்காட்டாகும்.

அப்பகுதியில் திவானாயிருந்த ஜகத்து சிங்கு என்பவர் தாமாக்குத் தூபியின் செங்கற்களையெல்லாம் எடுத்துவிட்டதால், பல நூற்றாண்டுகளாக நிலைபெற்று நின்றிருந்த அந்தத் தூபி சரிந்து விழும் நிலையை அடைந்தது.

அமராவதியில் மிகவும் அருமையான தூபி ஒன்று இருந்ததது என்றும், அது பின்னர் இல்லாது ஒழிந்தது என்றும் கர்னல் மெக்கன்சி குறிப்பிட்டிருந்தார்.

அசோகர் தூணா? வீமன் கதையா?

தொன்மையான வரலாற்றுச் சின்னங்கள் பற்றி நம் மக்களிடையே நிலவிய கற்பனையை மிஞ்சும் கதைகள் வெகு சுவையானவை. சான்றாக, அசோகர் தூணை வீமன் கதை என்றனர். (கதை என்பது பாண்டவரில் ஒருவரான வீமன் வைத்திருந்த ஆயுதம்.) பிகாரில் அசோகர் தூண் ஒன்றினருகே இரண்டு மண் மேடுகள் இருந்தன. வீமன் ஒருமுறை பெரிய மரத் தடி ஒன்றின் இரு நுனிகளிலும் குன்றுகளைக் கட்டிக் காவடி போல் தூக்கிக் கொண்டு நடந்து வந்த போது ஊன்று கோலாக ஒரு பெரிய தூணைப் பிடித்து வந்தானாம். அந்த இடத்திற்கு வந்ததும் காவடித் தடியாக இருந்த மரம் பளு தாங்காது ஒடியவே வீமன் குன்றுகளை அங்கே போட்டுவிட்டுத் தன் கைத்தடியையும் ஊன்றிவிட்டுச் சென்றானாம்.

மாமல்லபுரம் மகாபலிபுரம் ஆனதேன்?

புராணத்தில் கூறப்பட்டுள்ள அசுரர் குல வேந்தரான மாபலிச் சக்கரவர்த்தி குபேர பட்டணமான அளகாபுரிக்குச் சென்று திரும்பியதும் அதைப் போல் ஒரு நகரைச் சமைப்பேன் என்று உறுதி பூண்டு அமைத்ததுவே மகாபாலிபுரம் என்ற கதையுண்டு. குபேரன் அதைக் கண்டு பொறாமை கொண்டு அந்நகரை அழித்தனன். இக்கதை கட்டிவிடப்பட்டதால்தான் இலக்கியங்களில் மாமல்லை, கடல் மல்லை என்றெல்லாம் பெயர் பெற்ற அந்த வரலாற்றுப் பட்டினம் மகாபலிபுரம் ஆனது.

இந்தியர்கள் இப் பதினெட்டாம் நூற்றாண்டில் தம் கடந்தகால வரலாற்றைப் பற்றி இப்படித்தான் கற்பித்து வந்தனர். ஆதலால் அவர்கள் தம் மெய்யான வரலாற்றை அறியாதிருந்தனர். அவர்களைப் போலவே அயலாரான மேலை நாட்டினரும் முதலில் இந்நாட்டின் தொன்மைச் சிறப்பைச் சரியாக அறியாதிருந்தனர். மிகவும் அண்மைக் காலத்தில், அதாவது 1962 இல் மைக்கேல் எட்வர்ட்ஸ் என்பவர் எழுதிய *Plassey: The Founding of an Empire)* என்ற ஆங்கில நூலில் சந்தா சாகிபு ஓர் இந்து என்று சொல்லப் பட்டுள்ளது. இந்திய வரலாறு கடந்த சுமார் 250 ஆண்டுகளுக்கு மேலாக மிகவும் தெளிவாக்கப்பட்டு வந்திருக்கும் இந்தக் காலகட்டத்தில் இத்தகைய தவறு நேருமாயின், பதினெட்டு, பத்தொன்பதாம் நூற்றாண்டுக் காலத்தில் காணப்பட்டுவந்த ஒருதலைப் பட்சமான நோக்குகளையும் இனவாதச் சார்புகளையும் எடுத்துக்காட்ட முயல்வோமாயின் அவற்றுக்கு இங்கு இடம் போதாது எனலாம்.

1763

மேலையுலகில் புத்தர் அறியப்பட்டமை

இந்தியம் பற்றிக் கிரேக்கர் காலத்திலிருந்தே நாடோடியர் பலர் கூறிவந்த கதைகளே வரலாறுகளாக மேலை நாட்டினரிடையே வழங்கிவந்தன. மேல் நாட்டு விற்பன்னர்களும் இந்தியம் பற்றி அவ்வக்காலங்களில் எழுதிவந்தனர்.

எகிப்தின் அலெக்சாந்திரிய நகரைச் சேர்ந்த கிளமண்ஸ் என்பவர்தான் முதன் முதலாகப் புத்தரைப் பற்றிக் குறிப்பிட்ட மேனாட்டு எழுத்தாளர் என்று அறிகின்றோம். அவரது இயற்பெயர் டைட்டஸ் பிளாவியஸ் கிளமண்ஸ். கிரேக்கரான கிளமண்ஸ் கிறித்தவ இறையியல் துறை அறிஞர். அவர் வாழ்ந்த காலம் கி.பி. *150 -215*. அவர் அலெக்சாந்திரியப் பல்கலைக்கழகத்தின் சமயவியல் தலைவராயிருந்தார். அவர் கி.பி. மூன்றாம் நூற்றாண்டளவிலேயே கௌதம புத்தரை (*563-483* கி.மு.) அறிந்திருந்தார் என்பது குறிப்பிடத்தக்க செய்தியாகும்.

உபநிடதங்கள் அறியப்பட்டமை

உபநிடதங்கள் அறிவுக் கருவூலமாகும்; அவை கூறும் அறிவு பேரறிவாகும். அவற்றில் கடவுள், ஆன்மா, உலகம் குறித்துப் பல்வேறு கொள்கைகள் பொதிந்திருந்தன. சமய ஆராய்ச்சி, தத்துவ சிந்தனைகள் ஆகியவற்றின் பயனாய் உபநிடதங்கள் எழுந்தன. உபநிடதங்களுக்குப் பிற்காலத்தில் தோன்றிய தரிசனங்களெல்லாம் உபநிடதங்களிலேயே வேரூன்றியுள்ளன. உபநிடதங்கள் கூறும் கருத்துகளின் அடிப்படையிலேயே பாதநாராயணரின் வேதாந்த சூத்திரம் அமைந்துள்ளது. ஆதிசங்கரர் விளக்கியுள்ள அத்துவித வேதாந்தமும் இராமானுசர் எடுத்துரைத்த விசிட்டாத்துவிதமும் மாத்துவர் புகட்டிய துவிதமும் உபநிடதங்களை முதல் நூலாகக் கொண்டு அமைந்தன. அத்தகைய சிறப்பு வாய்ந்த ஞானப் பெட்டகத்தைக் கிரேக்க அறிஞர் ஒருவர் கி.பி. 230 வாக்கில் அறிந்திருந்தார் என்ற செய்தி காலவெளியில் மனித அறிவின் வீச்சு வேகத்திற்குச் சான்றாக உள்ளது. ஹிப்போலிட்டஸ் என்ற அவர் உபநிடதம் பற்றிய நேரடியான அறிவைப் பெற்றிருந்தார் என்று அறிகின்றோம்.

இராமாயணம்

ஆதி காவியம் என்னும் தனிச் சிறப்பைப் பெற்றுள்ள இராமாயணம் கி.பி. முதல் நூற்றாண்டில் வாழ்ந்த தியோகிரைசோஸடம் (*Diochrysostom*) என்பவர் எழுதியுள்ள ஒரு குறிப்பிலிருந்து, அது மேனாட்டில் அறியப்பட்டிருந்தது என்பதை அறிகின்றோம்.

மேனாட்டாரின் பிழைபட்ட வரலாற்று நோக்கு

ரோமானியப் பேரரசு (கி.மு.*29*. கி.பி.*641*) வீழ்ச்சியடைந்ததையடுத்து அமைதியின்மையும், குழப்பங்களும் ஐரோப்பியத்தில் உண்டானமையால், அதற்கும் இந்தியத்திற்கும் பல்லாண்டுகளாக இருந்து வந்த தொடர்பு அறுந்தது. இஸ்லாம் அண்மைக் கிழக்கிலும், நடுக் கிழக்கிலும் மேலோங்கிய நிலை எய்தியமையால் ஒன்பதாம் நூற்றாண்டிற்குப் பிறகு கிழக்கிற்கும், மேற்கிற்குமிடையே கடக்கவே முடியாத பெருந்தடை எழுந்து நின்றது. அதன்பிறகு இந்தியம் பற்றிய எண்ணங்களும், கருத்துக்களும் கட்டுக் கதைகளாகவும், இல்பொருள் கற்பனைகளாகவும் வரலாற்று இடைக்காலம் (கி.பி.*476-1453*) வரையிலும் ஐரோப்பியரிடையே நிலவி வந்தன. அதன்பிறகு தோன்றிய காலகட்டத்தில் அம்மக்கள் இந்தியம் பற்றி அறிய ஹீரோடாட்டஸ், மெகஸ்தனிஸ் போன்றோரின் எழுத்துக்களை நாடினர்.

மெகஸ்தனிஸ்

அலெக்சாந்தருக்குப் பிறகு (*356-323 கி.மு.*) பாரசிகம் பாபிலோனியம் ஆகிய நாடுகளில் ஆட்சிபுரிந்த கிரேக்க மன்னரான செலூக்கஸ் நிக்கடார் மெகஸ்தனிசைப் பாடலிபுத்திரத்திலிருந்த மௌரியப் பேரரசிற்குத் தூதுவராய் அனுப்பியிருந்தார். அவர் சந்திரகுப்த மௌரியரின் ஆட்சிக் காலத்தில் (*சு. 325-301 கி.மு.*) இந்தியம் பற்றி எழுதி வைத்த நூலுக்கு இண்டிகா என்று பெயர். இந்நூல் முழுமையாய்க் கிடைத்திலது. இவர் எழுதியிருந்த செய்திகள் பிறரின் நூல்களில் மேற்கோள்களாக எடுத்தாளப்பட்டுள்ளன.

கிரேக்க மொழியிலமைந்த இந்நூல் நான்கு பகுதிகளில் அடங்கியுள்ளது. நடுக் கிரேக்கத்தின் கிழக்கிலிருந்த ஏதன்ஸ் வட்டாரத்தைச் சேர்ந்த ஆட்டிக்கா (*Attica*) என்ற பகுதியில் வழங்கிய ஆட்டிக்கா என்ற வட்டார மொழியில் இண்டிகா எழுதப் பெற்றதா, அல்லது அதே பகுதியில் சுமார் கி.மு. *1000* வாக்கில் குடியேறிப் பின்னர் ஏஜியன் கடலின் கிழக்குக் கரையில் அமர்ந்துவிட்ட அயோனியக் கிரேக்கரின் வட்டார மொழியில் எழுதப் பெற்றதா என்பது தெளிவாகப் புலனாகவில்லை.

ஆனால் மெகஸ்தனிசின் குறிப்புகளில் நம்புதற்கியலாத கட்டுக் கதைகள், மெய்ச் செய்திகளைப் போல் இடம்பெற்றுள்ளன. அவர் கட்டிய கதைகள் சுமார் இரண்டாயிரம் ஆண்டுகளுக்கப்பாலும் வழங்கி வந்தன. ஒரே காலுள்ள மனிதர்கள், கொம்புள்ள குதிரைகள், இறக்கை முளைத்த பாம்புகள், காலடி வரை காது வளர்த்தவர்கள், வாயே இல்லாதவர்கள், மூக்கில்லாதவர்கள், ஏழு வயதில் குழந்தை பெற்ற பெண்கள் (இத்தகைய பெண்கள் பாண்டிய நாட்டில் இருந்தனராம்.) முதலியோர் இந்தியத்தில் இருந்தனர் என்று மெகஸ்தனிசின் இண்டிகா கூறுகின்றது. ஆனால் கிரேக்க நில நூலார் - வரலாற்றாசிரியரான ஸ்திராபோ (*63 கி.மு - 23 கி.பி*) மெகஸ்தனிசைப் பொய் பேசுவதையே வழக்கமாய்க் கொண்டிருந்தவர் என்று இண்டிகாவை வைக்க வேண்டிய இடத்தில் வைத்துவிட்டார்.

இவர்களின் நூல்களைப் போலவே காலிஸ்தனிஸ் (*Callisthenes*) என்பவர் எழுதியதாகக் கூறப்படும் ''அலெக்சாந்தரின் வீரகாதை'' (*Romance of Alexander*) என்ற நூலும் மக்களிடையே செல்வாக்குப் பெற்றிருந்தது. இந்நூலையொட்டிப் பல நூல்கள் வரலாற்று இடைக்காலத்தில் வெளிவந்தன. அலெக்சாந்தர் (*356-323 கி.மு.*) கீழையுலகில் நிகழ்த்திய வீரச் செயல்களை உண்மையாக இந்நூல் உரைப்பது என்று நம்பினர். அலெக்சாந்தர் (கி.மு. *326* இல்) இந்தியத்தில் எதிர்ப்பட்டதாகக் கூறப்படும் இயல்பு மீறிய நிகழ்ச்சிகளையும் அற்புதங்களையும் கூறுகின்ற அருமையான நூல் அது என்று கருதப்பட்டது. பிளினி (கி.பி. 23-79) இந்தியம் பற்றி எழுதியனவும் மனித ஆற்றலை மீறிய கதைகளாயும் நம்ப முடியாதனவாயுமிருந்தன. எனினும், இந்நூல்கள் வரலாற்று இடைக் காலத்தில் வரலாறுகளாக உலவி வந்தன. அவற்றில் சொல்லப்பட்ட இயல்பு மீறிய செய்திகளையும் அற்புதங்களையும், ஐரோப்பியர் படித்துவிட்டு, அவற்றையெல்லாம் நம்பிக்கொண்டு இந்தியம் வந்தனர்.

மார்க்கோ போலோ

இத்தாலிய வெனிசு நகரக் குடியரசிலிருந்து மார்க்கோ போலோ நாடோடக் கிளம்பியபோது, அவரிடமும் மேற்சொன்ன கருத்துகளே இந்தியம் பற்றி இருந்தன. அவர் ஜெனோவா நகரில் சிறை இருந்தபோது, அவருடன் இருந்த பைசா நகரத்தவரான ரஸ்டிசியானோ அல்லது ரஸ்டிணநுல்லோ (*Rusticiano or Rustichello*) என்பவரிடம் ஆசிய உலகில் நடந்த தன் பயணம் பற்றிய நிகழ்ச்சிகளைச் சொல்லச் சொல்ல **1298** ஆம்

ஆண்டு எழுதச் செய்தார். அதிலும் புனைகதைகளும், நம்பமுடியாத செய்திகளும் இடம் பெற்றிருந்தன.

இவற்றையெல்லாம் மிஞ்சும் விதத்தில் *1494* ஆம் ஆண்டு ரோமில் ஒரு நூல் அச்சானது. அதை கியூலியானோதத்தி என்றவர் எழுதியிருந்தார். இந்நூல் *1930* டிசம்பர் *17* அன்று இலண்டன் சோதிபை ஏலக்கடையில் (இ.ச.க.தொகுதி-5) விற்பனைக்கு வந்தது. இந்த அரிய சிறு வெளியீட்டின் பெயர் ''இல் செக்கண்டோ காண்ட்ரரி தெல் இந்தியா'' அதில் ஒற்றைக் கண்ணர், நாய்த் தலையர், தலையில்லாது திரியும் முண்டம், சித்திரக் குள்ளர், பாதங்களைக் குடையாகப் பயன்படுத்திய ஆடவர், - பெண்டிர், இறக்கை முளைத்த பாம்பு, பறக்கும் சிறுத்தை என்று புதுமையான பல விலங்குகள், பூச்சிகள் முதலியன விவரித்துக் கூறப்பட்டிருந்தன. கற்பனைக் குதிரைக்கு இறக்கை கட்டிப் பறக்க விட்டிருந்த இந் நூல், வாஸ்கோட காமா போர்ச்சுக்கல்லின் பேலம் துறை முகத்திலிருந்து புறப்பட்டதற்கு மூன்று ஆண்டுகளுக்கு முன்னரும், அவர் இந்தியத்தை அடைந்த நான்காண்டுகளுக்குப் பின்னரும் வெளிவந்தது என்பதைக் கவனத்திற் கொள்ளவேண்டும்.

இதன்பிறகுதான் ஆசியப் பகுதிக்கு வந்திருந்து தாயகம் திரும்பிய ஐரோப்பிய நாடோடிகள் எழுதிய பயண நூல்களில் மெய்யான செய்திகள் இடம் பெற்றுப் புதுப் பரிமாணங்கள் பெறலாயின.

1763

இந்தியத்தை அடைந்த பின் வெளிவந்த நூல்கள்

ஐரோப்பியர் பதினைந்தாம் நூற்றாண்டில் ஆப்பிரிக்கத்தின் நன்னம்பிக்கை முனையைச் சுற்றிக் கொண்டு இந்தியத்திற்கு வழிகண்ட பிறகு எழுந்த நூல்களை மூன்று வகையாகப் பிரிக்கலாம்.

நாடோடுதல், வாணிபம், ஐரோப்பிய வல்லரசுகள் இந்திய மண்ணில் நடத்திய போர்கள் - அருஞ்செயல்கள் ஆகியவற்றின் அடிப்படையில் எழுந்த நூல்கள் ஒருவகையினவாகும்;

சமயப் பரப்பியர் எழுதி வைத்தவை இன்னொரு வகை;

கற்றறிந்த விற்பன்னர் இந்தியம் பற்றி எழுதியவை மூன்றாம் வகை.

இவை பற்றி அக்காலத்தில் வாழ்ந்த வில்லியம் ஷேக்ஸ்பியர் *(1564-1616)*, ஜான் மில்டன் *(1608-1674)*, ஹெர்பட் ஸ்பென்சர் *(1820-1903)* போன்றோரின் இலக்கியப் படைப்புகளில் எண்ணிறந்த குறிப்புகள் காணப்படுகின்றன. இவையனைத்தும் ஐரோப்பியர் இந்தியம் பற்றி நன்கறிந்த பின்னர் எழுந்தனவாம்.

இந்தியம் பற்றிய முதல் வகை நூல்களுள் போர்த்துக்கீசர், டச்சுக்காரர், டேனியர், ஆங்கிலேயர் முதலியோர் எழுதியன அடங்கும். இவற்றுள் போர்த்துக்கீசர் எழுதியனவே மிகுதியாகும். போர்ச்சுக்கல்லில் இந்தியம் பற்றிய நூல்கள் கிறித்தவ சமயப் புத்தகங்களைவிடப் பெரிதும் விரும்பிப் படிக்கப்பட்டன என்பது குறிப்பிடத்தக்கது.

இந்திய வரலாறு: போர்த்துக்கீசர் பங்கு

இந்தியம் பற்றி முதன் முதலில் எழுதியவர் டாம் பைரஸ் *(Tom Pires)* ஆவார். அவரது சுமா ஓரியண்டல் *(Suma Oriental)* **1515** ஆம் ஆண்டிலேயே எழுதி முடிக்கப் பெற்றிருப்பினும், அதை இரகசிய ஆவணமாகவே போர்த்துக்கீசர் **429** ஆண்டுகள்

வைத்திருந்து விட்டு, 1944 ஆம் ஆண்டுதான் வெளியிட்டனர். அது அங்ஙனம் மறைத்து வைக்கப்பட்ட போதிலும், இத்தாலியப் பதிப்பாக இதற்கு முன்னரே அறியப் பட்டிருந்தது.

பைரஸ் இந்நூலில் இந்தியத்தின் மேற்குக் கரைத் துறைமுகங்கள் பற்றியும், குஜராத்திலும் வங்கத்திலும் நிலவிய பொருளியல் நிலை குறித்தும் விரிந்த செய்திகளைத் தந்திருக்கின்றார்.

துவார்த்தே பார்போசா (*Duarte Barbosa*) என்ற மற்றொரு போர்த்துக்கீசர் லிவ்ரோ (*Livro*) என்ற நூலை 1518 வாக்கில் எழுதியிருந்தார். அந்நூலில் இந்திய மக்களின் அரசியல் நிலை, சமூகப் பழக்க வழக்கங்கள், சமயச் சடங்குகள் முதலியன விரித்துச் சொல்லப்பட்டிருந்தன.

காஸ்பர் கொரியா இந்தியத்தில் போர்த்துக்கீசரின் தொடக்கக் கால வரலாறு பற்றி '' லெண்டன் டா இந்தியா'' என்ற நூலை நான்கு தொகுதிகளாக எழுதினார். அதில் 1550 ஆம் ஆண்டு வரையிலுள்ள 42 ஆண்டுக்கால வரலாறு மட்டுமே உள்ளது.

இருப்பினும் ஃபெர்னாவோ லோப்பஸ் தெ காஸ்டனிட (*Fermao Lopes de Castanheda* 1500-1559) எழுதிய ''போர்த்துக்கீசர் இந்தியத்தைக் கண்டுபிடித்து வென்ற வரலாறு'' என்ற நூல் மக்களால் பெரிதும் விரும்பிப் படிக்கப்பட்டது. முறையார்ந்த அறிக்கைகள், தனிப்பட்டவர்களின் நேரடி நோக்குகள், நிகழ்ச்சிகளில் ஈடுபட்டோர் அளித்த வாக்குமூலங்கள் ஆகியவற்றின் அடிப்படையில் இந்நூல் எழுதப் பெற்றது. காஸ்டனிடாவின் காலத்தில், அதாவது பதினாறாம் நூற்றாண்டில் போர்த்துக்கீச நூல்கள் மொழிபெயர்க்கப்படுவது அரிதாயிருந்தது. ஆனால் அவரது ''வரலாறு'' 1553 ஆம் ஆண்டு பிரஞ்சு மொழியிலும் 1554 ஆம் ஆண்டு ஸ்பானியத்திலும், 1556 ஆம் ஆண்டு இத்தாலியிலும், 1582 ஆம் ஆண்டு ஆங்கிலத்திலும் மொழி பெயர்க்கப்பட்டது.

1763

ஜோவா தெ பர்ரோஸ் (*Joao de Barros* - சுமார் 1496 × 1570) என்றவர் காஸ்டனிடாவைப் போல நடு நிலையோடு நின்று எழுதினார் என்று கொள்ள முடியாது. எனினும் அவர்தான் போர்ச்சுக்கல்லின் முறை சார்ந்த வரலாற்றாசிரியராக இருந்தார். ஐரோப்பியத்தில் இந்தியம் பற்றி வரலாறு எழுதிய முதல் அரசு வரலாற்றாசிரியராக அவர்தான் இருக்கக் கூடும். நான்கு தொகுதிகளில் வெளிவந்த அவரது (*Decadas de Asia*) என்ற நூல் அவருக்குப் ''போர்த்துக்கீச லிவி'' என்ற பெயரைத் தந்தது.

(டைட்டஸ் லிவியாஸ் என்ற லிவி - கி.மு. 59 - கி.பி. 17 - ரோமானிய வரலாற்றாசிரியர். அவர் ''நகரின் தோற்றுவாயிலிருந்து'' என்ற ரோம் நகர வரலாற்றைச் சுமார் கி.மு. 29 ஆம் ஆண்டில் எழுதத் தொடங்கினார். அது மொத்தம் 142 பகுதிகளைக் கொண்டது; பகுதி பகுதியாக வெளிவந்தது. அவரது இவ் வரலாற்று நூல், அவர் உயிரோடிருந்த காலத்திலும், இறந்த பின்னரும் பெரிதும் உயர்ந்தும் புகழ்ந்தும் பாராட்டப் பெற்றது. இந்நூலில் பெரும்பகுதி மறைந்து விட்டது. முப்பத்தைந்து பகுதிகள் மட்டுமே எஞ்சியுள்ளன.)

பர்ரோசையடுத்துத் தியோகோ தோ கூதோ (*Diogo do Couto*) அரசின் வரலாற்றாசிரியரானார். அவர் 1595 பிப்பரவரி 22 அன்று கோவாவில் ஓர் ஆவணக் களரியை நிறுவிய சிறப்பையும் பெறுகின்றார். அவர் மூல ஆவணங்களைப் பெறும் வாய்ப்பு இப் பணியினால் அவருக்குக் கிடைத்தது. அதனால் மேற்சொன்ன அவரது வரலாற்று நூலில் ஒவ்வொரு சிறு சச்சரவும் கடற் கொள்ளைக் கப்பல்களின் ஒவ்வொரு தாக்குதலும், கோவாவில் நடந்த ஒவ்வோர் ஆட்சி மன்றக் குழுக் கூட்டமும் அவற்றில் நேரடியாகத் தொடர்பு கொண்டவர்களின் பெயர்களும் தரப்பட்டுள்ளன.

குறிப்பிடத்தக்க மற்றொரு போர்த்துக்கீச வரலாற்றாசிரியர், கார்சியா டா ஓர்டா *(Garcia da Orta)* 1535-1570) ஆவார். இந்தியத்தில் 16 ஆம் நூற்றாண்டில் இருந்த போர்த்துக்கீச கற்றறிவாளரில் இவர் மிகப் பெரியவர் எனலாம். அவர் எழுதிய *(Colloquios des Simples e Drogas)* மூலிகைகளையும் மருந்துகளையும் பற்றிய உரையாடல்கள் அடங்கிய நூலில் அதன் தலைப்பில் காணப்பட்டதைவிட மிகுதியான செய்திகள் சொல்லப்பட்டிருந்தன. பதினாறாம் நூற்றாண்டு இந்தியத்தில் வாழ்ந்த போர்த்துக்கீச எழுத்தாளர்கள் நமக்கு தந்துள்ள செய்திகளுடன் ஒப்பு நோக்குகையில் கார்சியா இந்நூலில் இந்திய மன்னர்களையும் முடியரசுகளையும் பற்றி மிகச் சரியான செய்தியைத் தந்திருப்பது புலனாகும்.

கற்றறிவாளர், வரலாற்றாசரியர், கவிஞர், போர் மறவர் என்று பல சிறப்புகளைப் பெற்றிருந்த லூவிஷ் பாஷ் தெ காமோயென்ஸ் *(Luiz Vaz de Camoens 1524-1580)* என்றவரைக் குறிப்பிடலாம். (இவர் மயிலாப்பூர் பற்றி எழுதிய பாடல் இ.ச.க.தொகுதி-5 காண்க.) இந்தியம் பற்றிப் போர்த்துக்கீசர் எழுதியன குறித்துப் பேசுகையில் காமோயென்சைக் குறிப்பிடாவிடில் அந்தச் செய்தி முழுமையானது என்று கொள்ள முடியாது. அவருக்கு அத்தனை சிறப்பிடம் உண்டு. ''சிறப்பற்றுக்கிடந்த போர்த்துக்கீச இலக்கியத்தை அவரது பெயர் தான் மீட்சி காணச் செய்தது'' என்று இவரைச் சிறப்பித்துக் கூறுவர். அவர் இந்தியத்தில் நிகழ்த்திய வீரச் செயல்களைப் பாடும் லூசியடாஸ் *(Or Luciadas)* என்ற பாடல் ''போர்த்துக்கீசத் தந்தையர் நாடு பற்றிக் கூறும் வீர காவியம்; அனைத்தும் அடங்கிய களஞ்சியம்''. இ.எம். போப்பு என்பவர் தனது ''இந்தியத்தில் போர்த்துக்கீச இலக்கியம்'' என்ற நூலில் இங்ஙனம் பாராட்டுகின்றார்.

குறிப்பிடத்தக்க பிற போர்த்துக்கீச எழுத்தாளர்கள்:

ஃபிரான்சிஸ்கோ தெ அன்றாடே; டேமியாவோ தெ கோயஸ்: போர்த்துக்கீச அரச வரலாற்றாசியரில் கடைசியாக வந்த பொக்கார்ரோ *(Bocarro)*-இவர் போர்த்துக்கீசரின் செல்வாக்குப் பதினெட்டாம் நூற்றாண்டில் மங்கியதற்கு முந்திய காலத்தைப் பற்றிய அரிய செய்திகளை எழுதி வைத்திருக்கின்றார்.

நாம் போர்த்துக்கீசரின் எழுத்துக்களில் நம் நாட்டு மன்னர்கள், முடியரசுகள், மக்களின் பழக்க வழக்கங்கள், எடுத்த எடுப்பில் நம்மால் இனங் காணவியலாத இடங்கள் ஆகியவற்றையெல்லாம் காண்கின்றோம். இந்தியம் ஐரோப்பியருக்கு மாயமல்லாத மெய்யான உலகம் என்பது உறுதியாகிவிட்டதுடன், அதன் செல்வாக்குப் போர்த்துக்கீச மக்களிடம் படியத் தொடங்கி விட்டது என்பதையும் அந்நூல்கள் நமக்குப் புலப்படுத்துகின்றன.

இம்மாறுதலைப் பற்றிக் காண்டே தெ ஃபிளியல்லோ *(Conde de Flealho)* என்ற எழுத்தாளர் எழுதியிருக்கின்றார். அவர் கார்சியா டா ஓர்டாவின் காலத்தைப் பற்றி (1535-1570) இவ்வாறு கூறுகின்றார்.

''இந்தியம் இவ்வாறு (போர்ச்சுக்கல் மீது) படையெடுத்து மேல் வகுப்பினரிடையிலும், சாதாரண மக்களிடத்தும் சமூக வாழ்க்கையில் ஆர்வத்தை உண்டாக்கிற்று... மக்களின் வெகு நுணுக்கமான உணர்ச்சிகளை வெளிப்படுத்திய இலக்கிய வடிவங்களில் இந்தியத்தின் ஆளுகை மங்கவேயில்லை.''

போர்த்துக்கீசர் இந்தியத்தின் சமயம், கல்வி, வாணிபம், வேளாண்மை, போன்ற துறைகளுக்கு ஆற்றிய பங்கு பணி குறித்து இங்கு பேசினால் விரிந்து பெருகிவிடும்.

எனவே போர்த்துக்கீசரின் நற்பணிகளை இந்தியம் இன்னும் சரியாக உணரவில்லை என்று மட்டும் கூறிச் செல்வோம்.

டச்சுக்காரர்

டச்சுக்காரர் இந்தியம் பற்றி, ஏராளமாகவோ, கற்றறிந்த முறையிலோ எதையும் எழுதவில்லை எனலாம். ஃபிலிப்பஸ் பால்டேயஸ் (Philippus Baldaeus) என்றவர் சோழமண்டலக் கரையிலும், குஜராதிலும் நிலவிய அரசியல், பொருளியல் நிலைகளை எழுதி வைத்திருக்கின்றார். அவர் உடன்படிக்கைகளையும், இதர நிகழ்ச்சிகள் பற்றிய பிற செய்திகளையும் அடிக்கடி திரித்துக் கூறுகின்றார்.

ஃபிரான்சஸ் வேலண்டைன் என்ற டச்சுக்காரர் விருப்பு வெறுப்பற்ற முறையில் (Gud en Nieuw Oost - Indien 1724-1726) எழுதியிருக்கும் நூலில் அக்காலத்தைச் சேர்ந்த சில ஆவணங்கள் குறிக்கப்பட்டுள்ளன. அச் செய்திகள் இந்நூலைத் தவிர வேறெதிலும் காணப்படவில்லை.

பியட்டர் வான் வடேம் என்றவர் டச்சுக் கிழக்கிந்தியக் கம்பெனி (1707-1703) வரலாறு பற்றி எழுதியுள்ள முறையான சரித்திர நூல் இன்னொரு முக்கிய நூலாகும். இது டச்சுக் கம்பெனி நெறியாளர்களின் வேண்டுகோளுக்கிணங்க எழுதப் பெற்றது.

ஜான் ஹூய்கன் வான்ஸ் லின்ஷோடன் எழுதியுள்ள (Itenerary 1595-1596) நூல் கோவாவிலும் அதன் சுற்றுப் புறங்களிலும் கண்டவற்றை விவரிக்கின்றது.

இந்தியம் பற்றி எழுதிய பிரஞ்சு வரலாற்றாசிரியர்கள்

ஆபே பிரிவோ (Abbe Prevost) என்றறியப்பட்ட ஆண்டாயின் ஃபிரான்ஸ்வா பிரிவோ டிக்கில் (1697-1763) எழுதிய (Histoire Generale del Voyages 1741-1761) நூல்தான் கிழக்குலகைப் பற்றி எழுந்த பழைய பிரஞ்சு நூல்களுள் ஒன்றாகும். இந்நூல் இதற்கு முன் எழுதப் பெற்ற செய்திகளைச் சுருக்கித் தொகுத்ததாகும். ஆனால், ஆபே குயோன் (Abbe Guyon) 1744 இல் எழுதிய (Histoire des Indes Orientales Anciennes et Modernes) நூல் இந்தியத்தில் பிரஞ்சுக்காரர்கள் புரிந்த செயல்களையும், அரசியலில் பிரஞ்சுக் கிழக்கிந்தியக் கம்பெனியும், தூய்ப்பிளேயும் ஆற்றிய பங்கு பணிகளையும் குறிப்பிடுகின்றது.

துஃபரிஸ்னி தெ ஃபிரஞ்சுவில் (Dufresnde de Frenchville) எழுதிய நூலில் பிரஞ்சுக் கிழக்கிந்தியக் கம்பெனி, அதன் அமைப்பு, சட்ட திட்டங்கள், அதற்கு அளிக்கப்பட்ட சலுகைகள் ஆகியன விவரிக்கப்படுகின்றன.

பிரஞ்சுக் கிழக்கிந்தியக் கம்பெனி ஆவணங்களின் காப்பாளராயிருந்த டெர்மி (Dermis) எழுதி 1751-1756 காலகட்டத்தில் வெளியான (Recueil ou Collection des Titres Edits, Declarations, Arrets, Reglement's et Autres Pieces Concernant la Compagnine des Indes Orienteles de 1664-1750) நூல் மேலும் விரிந்தும், பன்னோக்குடனும் பிரஞ்சுக் கிழக்கிந்தியக் கம்பெனி பற்றிக் கூறுகின்றது.

இவற்றுள் மிகவும் பெயர் பெற்றது ஆபே ரெயினால் (Abbe Reynal) எழுதி 1776 இல் ஆங்கிலத்தில் மொழிபெயர்க்கப்பட்ட (A Philosophical and Political History of the Settlements and Trade of the Europeans with East and West Indians) நூலாகும். பிரஞ்சுக்காரர் இந்தியத்தில் மண் கவரும் கொள்கையை விடுத்து, இந்தியர்களை ஆங்கிலக்

கொடுங்கோன்மையிலிருந்து காப்பாற்றுபவர் போன்று தோன்றும்படி நடந்து கொள்ள வேண்டும் என்று ரெயினால் இதில் கருத்துக் கூறியிருக்கின்றார்.

டேனியரும் இந்திய வரலாறும்

டேனியர் இந்தியத்தில் நெடுங்காலம் இருக்கவில்லை: அவர்களின் செயற்பாடுகளும் குறிப்பிடத்தக்கதாய் அமையவில்லை. ஆதலால் அவர்கள் இந்தியம் பற்றி இக் காலத்தில் அதிகமாக எதையும் எழுதி வைக்கவில்லை. ஓவே ஜெட்டி *(Ove Gjeddie) 1618* ஆம் ஆண்டு ஒரு நூல் எழுதினார்: கீழையுலகம் பற்றி டேனியர் எழுதியவற்றுள், இதுவே மிகவும் பழமையானதாகும். அவர் இந்தியம் வந்த டேனியக் குழுவிற்குத் தலைமை தாங்கியவர். தரங்கம்பாடியில் முதன் முதலாகத் திண்ணிய மதில்களையுடைய கோட்டையை ஓவே ஜெட்டிதான் கட்டினார் என்று கூறுகின்றனர். அதில் ஓலப்கான் *1662* ஆம் ஆண்டு தரங்கம்பாடியை நோக்கி மேற்கொண்ட பயணம் உயிர்த் துடிப்புடன் எழுதப் பெற்றுள்ளது.

மேலே கூறிய ஆபே ரெயினால் என்ற பிரஞ்சுக்காரர் தன் நூலில் டேனிய வாணிபம் பற்றித் தவறாகத் தந்த செய்திகளால் தாக்கமுற்று, ஆகஸ்டு ஹென்னிங்ஸ் என்ற டேனியர் மூன்று தொகுதிகளில் எழுதிய *(Gegnuaortiger Zustand der Bestizungen der Europaer in Ostindien)* நூல் மிகவும் குறிப்பிடத்தக்கதாகும். பேருலகின் இப்பகுதியான இந்தியம் பற்றிக் கண்ட மேனிக்கு ஏராளமாக எழுதப்பட்டிருப்பினும் மெய்யான வரலாற்றுச் செய்திகள் வெகு அரியனவாகவே உள்ளன என்பதை ஹென்னிங்ஸ் எடுத்துக் காட்டுகின்றார்.

இந்திய வரலாறுகளில் பிரிட்டிசாரின் பங்கு

பிரிட்டிசார் இந்திய அரங்கினுள் காலங்கடந்து காலடி வைத்தனரெனினும் இங்கு தமக்குப் போட்டியாக எழுந்த பிற ஐரோப்பிய நாட்டினரைவிட இந்திய விவகாரங்களில் ஆழ்ந்து ஈடுபட்டனர்.

அரசியல் ஆய்வாளர்களுடன் எட்வர்டு டெரி, ரால்ஃபு ஃபிஞ்சு, சர் தாமஸ் ரோ, ஓவிங்டன், ஹென்றி லார்டு, தாமஸ், கோயாட்டு போன்ற ஆங்கில நாடோடியரும் தாம் கண்ட புதுமையான நாட்டையும் மக்களையும் பற்றி ஆங்கில மக்களுக்காக எழுதினர். இங்கிலாந்தில் மாபெரும் இரு பயண நூல்கள் உள. ரிச்சர்டு ஏடன் எழுதி *1553* ஆம் ஆண்டு வெளிவந்த *(A treatise of the newe India)* என்ற நூல் அவற்றுள் ஒன்றாகும். மற்றொன்று ரிச்சர்டு ஹக்ளியட்டு *1598, 1600* ஆகிய ஆண்டுகளுக்கு இடைப்பட்ட காலத்தில் வெளியிட்ட *(Voyages)* நூலாகும்.

இந்திய வரலாறுகளும் சமயப் பரப்பியரும்

கிறித்தவ சமயப் பரப்பியர் இந்தியம் பற்றி எழுதியுள்ளவற்றை இரு பிரிவுகளாக வகைப்படுத்தலாம். ஏசு சபையினர் இந்தியத்தில் ஆற்றிவந்த சமயப் பணிகளின் முன்னேற்றம் பற்றி ரோமிலிருந்த தம் தலைமையகத்திற்கு ஆண்டு தோறும் எழுதிவந்த ''ஏசு சபைக் கடிதங்கள்'' *(Jesuit Letters)* முதல் வகையாகும். கிறித்தவ சமயப் பரப்பியர் இந்தியத்தில் பணிபுரிந்த காலத்தில் மக்களின் சமயம், பண்பாடு, மெய்ப்பொருளியல் ஆகியன குறித்து ஆழ்ந்து நோக்கி எழுதியிருந்தவை இரண்டாவது வகையில் அடங்கும். இவ்விரண்டாவது வகையே வரலாற்றுக்கு மிகுந்த முக்கியத்துவம் வாய்ந்ததாகும்.

ஆபிரகாம் ரோஜர் என்ற டச்சுச் சமயப் பரப்பி, ஒரு சம்ஸ்கிருத நூலை முதன் முதலில் ஐரோப்பிய மொழியில் மொழி பெயர்த்தவர் என்ற சிறப்பைப் பெறுகின்றார். அவர் சம்ஸ்கிருதப் பண்டிதர் ஒருவரின் உதவியால் பர்த்ருஹரியின் இரு நூறு பாடல்களை மொழி பெயர்த்துத் தனது நூலுடன் சேர்த்து *1651* ஆம் ஆண்டு லெயிடன் நகரில் வெளியிட்டார். (லெயிடன் மேற்கு நெதர்லாந்திலுள்ள நகரம்.) அந்நூலின் பெயர் ''மறை புதிரான புறச் சமயியர் வாழும் நாட்டிற்கு வழிகாட்டும் திறவுகோல்'' *(De Open-Deure tot shet Verborgen Heydendom)* ஆகும். ரோஜர் இந்நூலில் பர்த்ருஹரியின் பாடல்களைப் பற்றித் தன் கருத்துகளைக் கூறியுள்ளார். அவர் சம்ஸ்கிருதமோ, வேறு இந்திய மொழி எதுவுமோ அறியாதவர் என்பது தெளிவு.

இந்தியத்தை முதன்முதலில் அடைந்த ஆங்கிலேயரான ஸ்டீவன்ஸ் என்ற ஏசு சபைச் சாமியாரை, இந்திய மொழி பற்றி நன்கறிந்திருந்தவர் என்று கூறலாம். அவர் *1579* ஆம் ஆண்டு கோவாவை அடைந்து அங்கு சுமார் முப்பதாண்டுகள் வாழ்ந்தவர். அவர் போர்த்துக்கீச மொழியில் கொங்கணி இலக்கணத்தை எழுதி வெளியிட்டதால், ஐரோப்பிய மொழி ஒன்றில் இந்திய மொழி ஒன்றின் இலக்கணத்தை முதன்முதலில் எழுதி வெளியிட்டவர் என்ற சிறப்பும் ஸ்டீவன்ஸ் சாமியாருக்கு உண்டு.

நோபிலி

சம்ஸ்கிருதப் புலமை மிக்க டீ நோபிலி

ஏசு சபையின் தத்துவ போதக சாமி என்ற ரொபட்டோ டீ நோபிலி *(1577-1656)* சம்ஸ்கிருதம் பயின்று தேர்ந்த முதல் ஐரோப்பியர் என்ற தனிச்சிறப்பைப் பெறுகின்றார். எனினும் பன்மொழி பயின்ற விற்பன்னரான நோபிலியைப் பெரிதும் கவர்ந்தது தமிழே என்பர். அவர் தமிழை ''மிகவும் அழகிய, விழுமிய மேதக்க மொழி'' என்றார். தமிழில் நாற்பதுக்கு மேற்பட்ட நூல்களை எழுதியிருக்கின்றார். அவர் சம்ஸ்கிருதத்தில் தேர்ந்த புலமை பெற்றிருந்ததால், எவரும் அவரைப் பிராமணர் என்று எளிதில் கருதிவிடுவர். அவர் தன் கூட்டாளிகளால் ''பிராமண ஏசுசபைச் சாமியார்'' என்றே அழைக்கப்பட்டார்.

அவருக்குப் பிராமணரையும் மேல் சாதியினரையும் கிறித்தவராக்குவதில் மிகுந்த ஆர்வம் இருந்தது. அதனால் அவர் பிராமணரைப் போலவே தூய்மையாகவும் ஆசாரத்துடனும் வாழ்ந்து வந்தார். அவர் யசுர் வேதம் போலவே போலியாக ஒரு நூலைச் சம்ஸ்கிருதத்தில் எழுதி, அதில் கிறித்தவ சமயச் சிறப்புகளைக் கூறியிருந்தார். பிரஞ்சு அறிஞரான வால்டயர் *(1694-1778)* அது மெய்யான சமஸ்கிருத நூலே என்றெண்ணி ஏமாந்தார்.

சம்ஸ்கிருத மொழி ஆர்வம்

சமயப் பரப்பியர் நாட்டு மொழிகளைக் கற்றால், அது மக்களை மதம் மாற்றுவதற்கு வலுவான கருவியாகும் என்பதை உணர்ந்தனர். பெரோ விக்கோ என்ற

பாதிரியார் சம்ஸ்கிருதத்தை இந்தியித்தில் கிறித்தவத் திருச்சபையின் வழிபாட்டு மொழியாகக் கைக் கொள்ள வேண்டுமென்று 1607 ஆம் ஆண்டு வாக்கில் ரோமிற்கு விண்ணப்பித்தார்.

ஜெர்மானியரான ஹென்றிக்கு ராத்து என்ற ஏசு சபைச் சாமியார் நோபிலி போன்றே சம்ஸ்கிருதத்தில் புலமை மிகப் பெற்றுப் பிராமணருடன் எளிதாகச் சமய வாதம் செய்தார். அவர் சம்ஸ்கிருத இலக்கண நூல் ஒன்றும் எழுதினார். எனினும் இது வெளிவரவில்லை. அவர் 1668 இல் ஆக்ராவில் இறந்தார். அவர் அப்போது அங்கிருந்த ஏசு சபைக் கல்லூரியின் தலைவராயிருந்தார்.

அவரைப் போன்றே ஜோகன்னஸ் ஏனஸ்ட் ஹன்சிலிட்டன் என்ற மற்றொரு ஜெர்மன் ஏசு சபைச் சாமியார் எழுதிய சம்ஸ்கிருத இலக்கண நூலும் இன்னும் வெளியிடப்படவில்லை. அவர் 1699 முதல் 1730 வரை இந்தியத்தில் இருந்தார். எனினும் கார்மலைட்டுச் சபையைச் சேர்ந்த (கார்மல் சபை சுமார் 1154 ஆம் ஆண்டு இரந்துண்ணும் துறவியரால் அமைக்கப்பட்டது. கன்னிமார்க்கென்று கார்மல் சபை 1452 இல் நிறுவப்பட்டது. இச் சபைகள் வட மேற்கு இசுரேலில் சமாரியன் குன்றுகளிலிருந்து மத்திய தரைக்கடல் வரை நீளும் கார்மல் மலைத் தொடரில் நிறுவப் பட்டமையால் கார்மல் என்ற பெயரைப் பெற்றன.) பாளினஸ் சாமியார் எழுதி 1790, 1804 ஆகிய இரண்டாண்டுகளில் ரோமில் வெளியிடப்பட்ட சம்ஸ்கிருத இலக்கண நூல்களில் மேற்கூறிய சம்ஸ்கிருத இலக்கண நூல்கள் இரண்டையும் பயன்படுத்திக் கொண்டார்.

இந்திய இலக்கியத்தின் பண்டைக் கருவூலங்களை உலகிற்கு முதன் முதலில் வெளிப்படுத்திய முக்கியமான சமயப்பரப்பி என்று மேற்கூறிய பாளினஸ் சாமியார் போற்றப்படுகின்றார். அவர் 1748 ஆம் ஆண்டு தென் ஆஸ்திரியத்தில் பிறந்தார். அவர் கீழை மொழிகளைக் கற்ற பின்னர், 1774 ஆம் ஆண்டு இந்தியத்திற்கு வந்தார். அவர் தமிழ் நாட்டில் பதினான்கு ஆண்டுகள் வாழ்ந்த பின்னர் சம்ஸ்கிருதத்திலும் பிற தென்னிந்திய மொழிகளிலும் மிக நுட்பமான அறிவோடும், தேர்ந்த புலமையோடும் தாயகம் திரும்பினார். அவரைப் போன்று இங்ஙனம் கீழை மொழிகளைத் தெளியக் கற்ற ஐரோப்பியர் எவருமிலர்.

அவர் ரோம் திரும்பிய பின்னர் எண்ணற்ற நூல்களை எழுதினார். அவற்றுள் அமரசிங்கர் எழுதிப் புகழ்வாய்ந்த சம்ஸ்கிருத அகராதியின் இலத்தீன் மொழி பெயர்ப்பு மிகுந்த சிறப்பு வாய்ந்ததாகும். அவர் 1806 ஆம் ஆண்டு இறந்த நேரத்தில், சம்ஸ்கிருதத்தின் மீதும், பிற இந்திய மொழிகளின் மீதும் மேலையுலகின் கவனம் திரும்புமாறு செய்திருந்தார். அவர் மிகச் சிறந்த ஐரோப்பிய விற்பன்னராய் விளங்கினார்.

ரோமிலிருந்த ஆவணக் களரிகளில் பதினெட்டாம் நூற்றாண்டின் நடுப் பகுதி வாக்கில் இந்தியம் பற்றிய செய்திகளைக் கூறும் ஏடுகளும், நூல்களும் நிறைந்திருந்தன. இந்துக்களின் மொழிகளையும் இலக்கியங்களையும் முறைப்படி ஆராய்வதற்குகந்த முதல் இடமாக ரோம் ஆவணக் களரி விளங்கியது என்று சொன்னால் மிகையாகாது. ஏசு சபைச் சாமிமார்கள் 1730 வாக்கிலேயே தமிழ்நாட்டில் சம்ஸ்கிருத ஏடுகளைத் திரட்டி ரோமிற்கு அனுப்பிய செய்தி இ.ச.க.தொகுதி-3 ஆம் பக்கங்களில் சொல்லப் பட்டிருந்தது.

ஜெர்மானியரின் தமிழ் ஆர்வம்

தரங்கம்பாடியில் தொடக்கக் காலத்தில் வாழ்ந்திருந்த சமயப் பரப்பியருள் ஒருவரான ஜே.இ. கிரண்லர் (*Rev.J.E.Grindler*) ஜெர்மன் பல்கலைக்கழகங்களில்

கற்பிக்கத்தக்க சிறப்புத் தமிழுக்கு உண்டு என்று 15.11.1715 இல் எழுதினார். இப்போது ஜெர்மன் பல்கலைக்கழகங்களில் தமிழ் கற்பிக்கப்பட்டு வருகின்றது.

புகழ் வாய்ந்த தமிழியல் விற்பன்னரான பார்த்தலோமியா சீகன் பால்கை நாம் நன்கறிவோம். முதல் தமிழ் அகராதியைத் தொகுக்க அவர் முற்பட்டதே அவரது பணிகளிலெல்லாம் தலையானதாகும். இதன் பிறகு வரவிருந்த அகராதிகளனைத்திற்கும், குறிப்பாகத் தரங்கம்பாடி அகராதி என்றழைக்கப்படும் அகராதிக்கும் அவரது முதன் முயற்சியே அடிப்படையாய் அமைந்தது. இவரையடுத்து வந்த ஜெர்மன் பாதிரிமார் ஆற்றிய தமிழியல் பணிகள் என்றும் நினைவிற் கொள்ளத் தக்கனவாம்.

இந்திய அறிவியல்; பிரஞ்சுக்காரர் உணர்தல்

இந்தியத்திற்குத் தொடக்க நிலையில் சமயப்பணிக்கென வந்தவர்களிலும், கற்றறிந்த விற்பன்னரிலும் வெகு சிலரைத் தவிர, பெரும்பாலர் இந்தியச் சமயங்களையும், மொழிகளையும் அறிவதில் மட்டும் அக்கறை காட்டி வந்தனர். ஆனால் இந்தியத்தில் பண்டைக் காலத்தில் அறிவியலறிவு மிகுந்திருந்தது என்பதை முதலில் வெளிப்படுத்திய சிறப்புப் பிரஞ்சுக்காரரையே சாரும். மெய்யாகக் கூறுவதாயின் பிரஞ்சுக் கீழ்த்திசை ஆராய்ச்சியின் தொடக்க நிலை வரலாறு என்பது, பண்டை இந்திய வானியலைத் தற்காலத்தில் மீண்டும் கண்டுபிடித்ததன் வரலாறேயாகும்.

இருப்பினும், இந்திய வானியல் பற்றிய செய்தி இந்தியத்திலிருந்து ஐரோப்பியத்தை நேரடியாக அடையாமல், சயாம் என்ற தாய்லாந்தின் வழியே சென்றது என்பது பெரிய வேடிக்கையாகும். பிரான்சின் பதினைந்தாம் லூரி மன்னர் (1638-1715: ஆண்ட காலம் 1643-1715) லூபிரி (*Lubere*) என்றவரை 1687 இல் சயாமிற்குத் தூதனுப்பினார். (சயாம் என்பது 1639 வரையிலும், பின்னர் 1945-1949 வரையிலும் தாய்லாந்திற்கு இருந்து வந்த பெயராகும். தாய்லாந்து நாடு அந்தமான் கடலிலும், சயாம் வளைகுடாவிலுமுள்ள முடியரசாகும். இங்கு பெரும்பாலோர் ஹீனயான பௌத்தர். இந்நாட்டின் தலை நகரம் பேங்காக்கு.)

அத்தூதுவர் சூரிய, சந்திர வீடுகளைக் கணிக்கும் விதிமுறைகள் அடங்கிய ஏட்டுச் சுவடிகளைத் தாய்லாந்திலிருந்து பிரான்சிற்குக் கொண்டு சென்றார். இந்த ஏட்டுச் சுவடி அக்காலத்தில் வாழ்ந்த கஸ்ஸினி என்ற புகழ் பெற்ற வானியலாரிடம் தரப்பட்டது. லூயி மன்னர் கஸ்ஸினியை இத்தாலியிலிருந்து கொண்டு வந்து, பாரிஸ் வானாய்வுக் கூடத்தின் பொறுப்பாளராக்கியிருந்தார்.

பண்டை இந்தியத்தில் வானியலறிவு எவ்வளவு முன்னேறியிருந்தது என்பதை 1691 ஆம் ஆண்ட கஸ்ஸினி எழுதி வெளியிட்டிருந்த தன் நினைவுக் குறிப்புகளில் கூறியிருந்தார். அதற்கு எட்டாண்டுகளுக்குப் பிறகு லெ ஜெண்டில் என்பவர் வெள்ளிக் கோளத்தின் மாற்றத்தை நோக்குவதற்காக இந்தியத்திற்கு வந்திருந்தார். அவர் இங்கிருந்த பண்டிதர்களின் உதவியுடன் இந்திய வானியலில் கைக்கொள்ளப்படும் கணித முறைகளின் தலையாய கூறுகள் பற்றிய செய்திகளையறிந்து, அவற்றை ஐரோப்பியர் விரிவாக அறியுமாறு செய்தார்.

லெ ஜெண்டில் இத்துறையில் ஆற்றிய பணியானது, ஜீன் சில்வெயின் பயிலி (1736-1793) என்ற வானியலாருக்குத் தூண்டுகோலாயமைந்தது. அவர் இந்திய வானியல், தெரி பொருள் கூறுகளைத் தன் காலத்தில் நிலவிய மிக முன்னேறிய அறிவினால் கண்ட முடிவுகளுடன் ஒத்திசைத்துக் கிழக்கத்திய வானியல், கிரேக்க வானியலின் ஊற்றுக் கண்ணாக விளங்கியது என்று வாதிட்டார்.

பயில்லியின் ஆராய்ச்சி உடனே ஐரோப்பிய வானியலாரின் கவனத்தை ஈர்த்தது. பிரஞ்சுக் கணித வல்லுநரும் இயற்பியலாரும் வானியலாருமான பியரே சைமன் லாப்லாஸ் (1749-1827) என்றவரும் இந்திய வானியலின் துல்லியமான கணிப்பைப் பற்றி மதிப்பிட்டார்.

மற்றொரு பிரஞ்சு வானியலாரான ஜோசப் தெ லிஸ்லி (1688-1768), வானியல் பற்றிய இரு நூல்களை இந்தியத்திலிருந்து வரவழைத்தார். அவற்றுள் ஒன்றான பஞ்சாங்க சிரோன்மணி என்ற நூலைப் பெரே பாடுய்லட்டு என்றவர் அவருக்கு 1750 ஆம் ஆண்டில் அனுப்பினார். மற்றொரு நூலைப் பிரே சேவியர் து ஷாம்ஸ் புதுச்சேரியிலிருந்து சீனத்தில் இருந்த பிரே கௌடில் என்பவருக்கு அனுப்ப, அவர் அதை 1760 ஆம் ஆண்டு லிஸ்லிக்கு அனுப்பித் தந்தார்.

ஆங்கிலேயர் இந்திய வானியல் பற்றிய இரண்டு விற்பன்னர்களை உலகிற்கு அளித்தனர்.

இவ்வாறு வாழையடி வாழையெனப் பன்னெடுங்காலமாய் வந்து கொண்டிருக்கும் மேற்றிசை விற்பன்னரின் இந்திய தரிசனம் பற்றிய பொலிவில், இராபட் ஓர்மியின் இந்திய வரலாற்று நூல் ஒரு கீற்றாக அமைந்துள்ளது.

இராபட் ஓர்மி

இராபட் ஓர்மி கிழக்கிந்தியக் கம்பெனி ஊழியத்தில் மருத்துவராயிருந்த டாக்டர் அலெக்சாந்தர் ஓர்மியின் மகனாகத் திருவிதாங்கூர் நாட்டிலுள்ள அஞ்சங்கோ என்ற இடத்தில் 1728 ஆம் ஆண்டு பிறந்தார். அப்போது அவருடைய தந்தை அஞ்சங்கோவிலிருந்த பிரிட்டிஷ் குடியேற்றத்தின் தலைவராயிருந்தார். (அஞ்சங்கோ: இ.ச.க.3)

1763

ஓர்மி

இராபட் ஓர்மிக்கு 12 வயதானதும், கல்வி கற்பதற்காக இங்கிலாந்திற்கு அனுப்பி வைக்கப் பட்டார். அவர் ஹாரோ பள்ளியில் 1734 முதல் 1741 வரை பயின்றபின் 1742 இல் கல்கத்தா வந்து சேர்ந்தார். (ஹாரோ பள்ளி என்பது பிரிட்டனில் வசதி வாய்ந்தவர்களின் பிள்ளைகள் படிக்கும் புகழ்வாய்ந்த கல்வி நிலையமாகும். இப்பள்ளி 1571 ஆம் ஆண்டு நிறுவப்பட்டது. இப்பள்ளி அமைந்துள்ள ஹாரோ என்ற பகுதி இலண்டன் மாநகரின் வட மேற்கிலுள்ளது.) அவர் இந்தியத்தில் பொது ஊழியத்தில் பணிபுரியும் நோக்குடன் வந்து, அதற்கடுத்த ஆண்டு கிழக்கிந்தியக் கம்பெனியில் வேலைக்குச் சேர்ந்து விட்டார்.

அவர் 1751 இல் சென்னை வந்து இராபட் கிளைவின் நண்பரானார். அவர் பின்னர் 1753 இல் இலண்டன் திரும்பியதும் தன்னை இந்திய விவகாரங்களில் பெரிய வல்லுநர் என்று கருதிக் கொண்டார்.

அவர் *1754* ஆம் ஆண்டு சென்னை ஜார்ஜ் கோட்டையின் ஆட்சி மன்றக் குழு உறுப்பினரானார். அவர் அப்போது தமிழ்நாட்டில் நடந்த போர் நடவடிக்கைகள் குறித்த பேச்சுகளில் கலந்து கொண்டார்.

வங்க நவாபு சிராசுத்தௌலா *1756* இல் கல்கத்தாவைப் பிடித்ததும் உண்டான விளைவுகளின் காரணமாகச் சென்னையிலிருந்து பெரும்படை ஒன்று வங்கத்திற்கு அனுப்பப்பட்டது. (இ.ச.க.தொகுதி-*6*) சென்னை ஆட்சி மன்றக் குழுவில் நடந்த பலத்த வாதத்திற்குப் பிறகு இராபட் கிளைவு அப்படையின் தலைமைத் தளபதியாக அனுப்பி வைக்கப்பட்டார். ஓர்மிக்கு வங்க அரசியல் நன்கு தெரிந்திருந்தது. அவர் அதன் அடிப்படையில் மறுப்புத் தெரிவிக்க முடியாத வகையில் அக்கூட்டத்தில் விவாதித்துக் கிளைவைக் கல்கத்தாவிற்கு அனுப்புவதில் வெற்றி கண்டார். ஓர்மி சூழ்ச்சி வல்ல அரசியல் தந்திரி போன்று கிளைவிற்குச் சாதகமாகக் கூறிய மதியூகம் வாய்ந்த கருத்துரைகள் நல்ல பயனைத் தந்தன.

எனினும் ஓர்மி தூய்மையானவரல்லர். அவர் சென்னை ஆளுநர் பதவியைப் பெறச் சூழ்ச்சி செய்தார். அவர் ஆர்க்காட்டு நவாபுடன் நடந்து கொண்ட முறைகளினால், அவர் நடத்திய ஊழல்கள் அம்பலமாயின. ஓர்மியின் இந்தியப் பணி திடீரென்று *1758* கடைசிக்குள் முடிந்து போயிற்று.

கம்பெனி நடவடிக்கைகளில் அவருக்கு நெருக்கடி ஏற்பட்ட நேரத்தில், அவர் தன் உடைமைகளையெல்லாம் இங்கிலாந்திற்கு அனுப்பிவிட்டார் என்றும், அதன் பிறகு வேலையை விட்டு ஓடிப் போகும் நோக்கம் கொண்டிருக்கின்றார் என்றும், அவரது நடத்தை மனிதப் பண்பற்றது என்றும், அயோக்கியத்தனமாய் இருக்கின்றது என்றும் ஆளுநர் ஜார்ஜ் பிகாட்டுப் பிரபு (*1753-1763*) ஓர்மி மீது குற்றங்களைச் சுமத்தினார்.

ஓர்மி *1760* ஆம் ஆண்டு இங்கிலாந்து திரும்பினார். அங்கு அவர் *A History of the Military Transactions of the British Nation in Indostan from the year MDCCYLV* என்ற நீண்ட தலைப்பில் இரண்டு தொகுதிகளாக ஒரு வரலாற்று நூலை எழுதினார். இந்நூல் அவரது காலத்திலும், அதற்குப் பின்னர் வெகு காலங்கழித்தும், ''நம்பத் தகுந்தவாறும், நடு நிலையோடும், ஒரே சீரான துல்லியத்தோடும் எழுதப் பெற்றது'' என்று பாரட்டப் பெற்றது. ஓர்மியை ''இந்தியத் தூசிடைடுஸ்'' என்றும் புகழ்ந்தனர். (தூசிடைடுஸ் *460-395* கி.மு, காலக்கட்டத்தில் வாழ்ந்த கிரேக்க வரலாற்றாசிரியர்: அரசியல் தலைவர். அவர் எழுதிய பெலப்பனீசியப் போர் என்ற வரலாற்று நூல் சிறப்பு வாய்ந்ததாகும்.)

ஓர்மியின் இந்நூலே பிரிட்டிஷ் இந்தியம் பற்றி முதன்முதலில் எழுந்த முதல் தரமான வரலாற்று நூல் எனலாம். இதுவே பிற்காலத்து ஆராய்ச்சியாளருக்கு ஒளிவிளக்கென விளங்கிற்று. இன்றும் தலையாய முக்கியத்துவம் பெற்ற வரலாற்று நூலாகவே விளங்குகின்றது.

ஓர்மி தாயகம் திரும்பிய பின்னர் வரலாற்றுப் பணியிலும், கல்விப் பணியிலும் தன் வாழ்க்கை முழுமையிலும் ஈடுபட்டார். அவர் கிழக்கிந்தியக் கம்பெனியின் வரலாற்றாசிரியராக ஆண்டிற்கு *400* பவுன் ஊதியத்தில் (இக்காலத்தில் ஒரு பவுனின் மதிப்புச் சுமார் பத்து ரூபாய்.) *1769* ஆம் ஆண்டு அமர்த்தப்பட்டார். அவர் அப்பதவியில் தன் இறுதி நாளான *1801* ஜனவரி *13* வரை இருந்தார். அவர் *1770* இல் தொல்லியல் சங்கத்தின் உறுப்பினராய்த் தேர்ந்தெடுக்கப்பட்டார். அவரது உடல்நிலை *1772* இல் கெட்டது. எனவே அவர் இலண்டனைவிட்டு நீங்கி மிடில்செக்சிலுள்ள கிரேட் ஏலிங்கு என்ற இடத்தில் வாழலானார்.

அவர் கவிஞராயும், நுண்கலை ஆர்வலராயும் விளங்கினார். ஆளோவியரான ஜோசுவா ரெயினால்சிற்கு *(1723-1792)* ஓர்மி கலை நுணுக்கங்களை எடுத்துக் கூறுவதுண்டு. டாக்டர் ஜான்சனின் *(1709-1784)* பேரார்வலராயும் ஓர்மி விளங்கினார்.

ஓர்மி இங்கிலாந்து திரும்பிய பின்னர் சென்னையிலிருந்த ஜார்ஜ் மக்கே, தாமஸ் பெல்லிங்கு போன்ற சிலருடனும், அவருக்கு ஒரு காலத்தில் மொழிபெயர்ப்பாளராய் இருந்த சுங்கு ராமனுடனும் கடிதத் தொடர்பு கொண்டிருந்தார்.

ஓர்மியின் இந்திய வரலாற்று நூலானது, வில்கஸ் எழுதிய ''மைசூர்'', P@ae GilV ''மராட்டியர்'' ஆகிய வரலாற்று நூல்களுக்கு இணையானது என்று வரலாற்றாசிரியர் ஆர்.சத்தியநாதய்யர் ஒரு நூலின் முன்னுரையில் கூறுகின்றார்.

ஓர்மியைப் போன்று இந்தியத்தில் பிறந்த ஆங்கில நாவலாசிரியரான வில்லியம் மேக்பீஸ் தாக்கரே *(1811-1863)* தன் நாவல் ஒன்றில் வருகின்ற கிளைவு நியூகம் என்ற பாத்திரத்தின் வாயிலாக ஓர்மியின் வரலாற்று நூலை ''உலகின் மிகச் சிறந்த புத்தகம்'' என்று புகழ்கின்றார்.

முடிவுரை

இந்திய வரலாறு பத்தொன்பதாம் நூற்றாண்டின் பிறகே முறையாக கட்டி எழுதப்படலாயிற்று; அவ்வப்போது புதிதாய் இன்றும் பெறப்பட்டு வரும் அக, புறச் சான்றுகளைக் கொண்டு செப்பம் செய்யப்பட்டு வருகின்றது என்பன இதுகாறும் கூறிவந்த இந்திய வரலாற்றுச் செய்திகளை நோக்குகையில் புலனாகின்றது.

சிந்து வெளி நாகரிகம் என்ற பொதுப் பெயரைப் பெற்றிருக்கும் இந்நாகரிகம் சுமார் கி.மு. 2700 முதல் கி.மு. 1000 வரை ஏறத்தாழ ஆயிரம் ஆண்டுகள் மிகுந்த அமைதியோடும் செழிப்போடும் நிலவிற்று என்பதைக் கிட்டதட்ட முக்கால் நூற்றாண்டிற்கும் அதிகமாய் இன்னும் நடந்து வரும் அகழ்வாய்வுகளிலிருந்தும் பிற ஆய்வுகளிலிருந்தும் அறிந்து வருகின்றோம். சுமார் பத்து இலட்சம் சதுர கிலோ மீட்டர்ப் பரப்பில் ஆயிரத்திற்கும் அதிகமான இடங்களில் இதன் நகரங்கள் சிதறிக் கிடக்கின்றன. அறிஞர்கள் எம்முடிவிற்கும் வர இயலாதவாறு சிந்து வெளி நகரங்கள் தொடர்ந்து ஏமாற்றி வருகின்றன.

இதில் இரண்டு கூறுகள் இதுவரை புலனாகாதிருக்கின்றன: இம்மக்கள் யாவர்; அவர்கள் இங்கு வந்தேறிச் சிறக்க வாழ்ந்திருந்தது எங்ஙனம்? இரண்டாவது, அவர்கள் எவ்வாறு திடீரென்று மறைந்தனர்? இந்திய வரலாற்றியலில் இன்றும் இவை பற்றி ஆய்விற்குகந்த விளக்கம் காணப்படவில்லை. எனினும், இது பற்றிய ஆய்வு இன்னும் முடிந்துவிட வில்லை. அறிஞர் புதுப் புது விளக்கங்களை அவ்வப்போது தந்து வருகின்றனர்.

எனவே வரலாற்றியல் என்பது தொடர்ந்து அறிவுத் தெளிவு ஏற்படுத்தும் அறிவு வாழ்க்கையின் நீட்டிப்பேயாகும்.

2. இக்கோரி நாயக்கர் குடி ஆட்சி மறைவு

கேளடி நாயக்கர், இக்கேரி நாயக்கர் என்றெல்லாம் அழைக்கப்படும் இக்குறுநில மன்னர் குடி தென் கன்னடப்பகுதியில் கிட்டத்தட்ட ஒன்றரை நூற்றாண்டுக் காலம் ஆட்சி புரிந்து 1760 அல்லது 1763 ஆம் ஆண்டு மறைந்து விட்டது.

கேளடி என்பது இன்றைய கர்நாடக மாநிலத்தின் சிமோக மாவட்டத்தில் சாகர் என்ற இடத்தினருகே உள்ளது. இக்குடியின் வரலாற்றைக் கல்வெட்டுகள், ''கேளடி நிருப விஜயம்'' ''சிவதத்துவ இரத்தினகர'' போன்ற நூல்கள், ஐரோப்பிய நாடோடிகளின் பயணக் குறிப்புகள் ஆகியவற்றிலிருந்து அறிகின்றோம்.

விசயநகரப் பேரரசு அரசியல் வானிலிருந்து விழுஞாயிறு போல் மறைந்து கொண்டிருந்த கடைசி ஆண்டுகளில் மேற்கு மலை மீது கன்னட மாவட்டங்களின் எல்லைகளில் வேளாண்மையைத் தொழிலாகக் கொண்ட ஒரு குடியினர் கேளடி என்ற இடத்தில் வாழ்ந்து வந்தனர். அக்குடியைச் சேர்ந்த சௌடப்பக் கவுடர் என்ற குடியானவர் தன் நிலத்தில் ஒரு புதையலை எடுத்து ஊர் நாட்டாண்மை ஆனார் என்பர். அவரது குடி பையப் பையப் பெரும் நிலப்பரப்பை ஆளும் நிலை எய்தியது. இக்குடியின் ஆட்சி மேலாண்மை சுமார் 1600 இல் தொடங்கிக் கிட்டத்தட்ட 1760 ஆம் ஆண்டுகளில் முடிந்து போகின்றது.

1763

சௌடப்பக் கவுடர்

இக்குடியைச் சேர்ந்த சௌடப்பக் கவுடரை (1500-1504) அக்காலத்தில் அரசிருந்த விசயநகர மன்னர் (இரண்டாம் நரசிம்மன்?) அப்பகுதியின் தலைவராய் அமர்த்தி, அவருக்குத் தலைவர் என்ற நாயக்கன் பட்டத்தைக் கொடுத்தார். சௌடப்ப நாயக்கனின் மகன் சதாசிவ நாயக்கன் தந்தைக்குப் பின் ஆட்சிக்கு வந்தார். அவர் விசயநகரப் படையில் பணிபுரிந்தவர். விசயநகர மன்னர் இராமராயன் (1422) சதாசிவனின் வீரத்தையும் பற்றுறுதியையும் பாராட்டிக் குத்தி, மங்களூரு, பரகூரு முதலிய ஊர்களைப் பரிசாக அளித்தார் என்று ''சிவ இரத்தினாகர'' நூலின் ஆசிரியரான பசவராசர் கூறுகின்றார்.

சதாசிவன் போரில் துளு நாடு, கேரளம், கலியாணி, கல்பர்கி, பிதர், பங்கபுரம் ஆகிய இடங்களின் மன்னர்களை வென்றார். அவரின் இப்பங்கு பணிகளுக்கென, இராமராயர் அவருக்குக் ''கோட்டை கொல்ஹார்'' (கோட்டையை அழிப்பவர்), ''சத்துரு சப்த சங்காரணர்'' (எதிரிகளை அழிப்பவர்), ''இராய நாயகன்'' என்றெல்லாம் பட்டங்கள் தந்தார். சதாசிவன் 1544 முதல் 1565 வரை ஆட்சி செய்தார்.

காசர்க் கோடு – நன்னன் நாடு

சிவப்ப நாயக்கன் சந்திரகிரி ஆற்றின் கரை மீது, மங்களூரிலிருந்து கண்ணனூர் செல்லும் வழியிலிருக்கும் காசர்க்கோடு என்ற ஊரில் பெரிய கோட்டையைக் கட்டினார்.

காசர்க் கோட்டு மாவட்டத்தில் கண்ணங்காடு என்ற ஊரினருகே பேக்கல் என்ற இடத்தில் இருக்கும் கேரளத்தின் மிகப் பெரிய இக்கோட்டையைக் கட்டியது இக்கேரியரா, கோலாத்திரியரா என்ற கருத்து வேறுபாடு வரலாற்றாசிரியரிடையே உள்ளது. பேக்கல் கோட்டை 16 ஹெக்டேர் நிலப் பரப்பில் அமைந்துள்ளது. அதன் தென்புறத்திலுள்ள அழகிய வளைகுடாவினுள் கோட்டை துருத்திக்கொண்டு

நீண்டிருக்கின்றது. இது சுமார் 350 ஆண்டுகளுக்கு முன்னர் அரைவட்ட வடிவில் கட்டப்பட்டது. அது இன்னும் உருக்குலையாமல் இந்தியத் தொல்லியல் துறையின் காப்பில் இருந்து வருகின்றது. கோட்டை முகப்புக் காண்போரை மயக்கும் கவர்ச்சியுடையது. கோட்டையைச் சுற்றிலும் இயற்கை களிநடம் புரிகின்றது.

இக்கேரி நாயக்கர் குடியின் சிவப்ப நாயக்கன் பேக்கல் கோட்டையை 1645-1660 ஆம் ஆண்டுக் காலத்தில் கட்டினார் என்பர். ஆனால் வட கேரளத்தை ஆண்ட கோலாத்திரி மன்னர்கள் இதை எழுப்பினர் என்று வரலாற்றாசிரியரில் இன்னொரு சாரார் கூறுவர்.

கோலாத்திரி

கோலம் என்பது ஒரு வகை ஆட்டம். கோலம் என்ற இந்தப் பண்டை ஆட்ட வகை, தற்காலத்தில் திரையாட்டம் என்னும் பெயரில் கேரளத்தில் ஆடப்படுகின்றது. விழுப்புண் பட்டு இறந்த வீர மறவரையும், இந்து சமயக் கடவுளரையும் கோலம் என்ற ஆட்டம் ஆடிக்காட்டுகின்றது. முகத்தில் பலவித வண்ணத்தில் சாயம் பூசிப் பல வண்ண ஆடைகள் புனைந்து கோலம் இன்னும் ஆடப்படுவதைக் காணலாம். கோலம் என்பது வடிவழகு, ஒப்பனை என்றெல்லாம் பொருள்படும். கோலம் ஆடப்படுவதால் இந்நாடு கோலாத்திரி நாடு என்றழைக்கப்பட்டது.

கோலாத்திரி மன்னர்கள் சிவப்ப நாயக்கருக்குக் கப்பம் கட்டத் தவறியதால், அவர் பேதனூரிலிருந்து வந்து பேக்கல் கோட்டையை கைப்பற்றினார் என்று கருதுவாருமுளர். இச்செய்திகள், இந்து இதழில் கே.குன்னிக் கிருஷ்ணன் எழுதி 1993 சூன் 20 அன்று வெளியான ''*Bekal...*'' என்ற கட்டுரையில் காணப்படுகின்றன.

நன்னன் நாடு

காசர்க்கோடு வரலாற்றுச் சிறப்புடையது. அது சங்க காலக் குறுநில மன்னரான நன்னனின் நாட்டில் உள்ளது. சங்க காலத்தில் அதற்குக் கொண்கான நாடு என்று பெயர். கொண்கான நாடு கண்ணனூர் முதல் காசர்க்கோடு வரை மேற்குக் கரையோரமாய் அமைந்திருந்த பகுதியாகும்.

காசர்க்கோடு ஒரு காயலின் கோடியில் உள்ளது. இதைக் குடகுடனும் எருமை நாடான மைசூருடனும் இணைக்கும் சாலையும் உண்டு. காசர என்ற கன்னடச் சொல் காட்டெருமையைக் குறிக்கும். கோடு என்பது மலை. எனவே அதைக் காட்டெருமை மலை என்று கொள்ளலாம். மலையாளத்தில் இதைக் கண்ணி கோடி என்பர். இங்கே கண்ணி எட்டிக் காயையும், கோடு மலையையும் சுட்டும். காசர்க்கோடு இப்போது தென் கன்னட மாவட்டத்திலுள்ளது.

மயூரவர்மன் என்ற மன்னர் மேற்குக் கரை நெடுகிலுமிருந்த நாட்டை 64 பிரிவுகளாகப் பிரித்துப் பல்வேறு பிராமண ஆளுநர்களின் பொறுப்பில் விட்டிருந்த நான்கு மையங்களுள் காசர்க்கோடு ஒன்றென்பது வரலாறு. காசர்க்கோடு பம்பாயிலிருந்து தெற்கே தென்கிழக்கில் சுமார் 700 கிலோ மீட்டர். சென்னையிலிருந்து மேற்கில் சுமார் 576 கிலோ மீட்டர். மங்களூரிலிருந்து தென்கிழக்கில் சுமார் 45 கிலோ மீட்டர். இங்கு சிவப்ப நாயக்கன் கட்டிய கோட்டை தடம் தெரியாது மறைந்தது.

தன்னாட்சி மலர்தல்

இக்கேரி நாயக்கர் குடி முதலாம் வெங்கடப்ப நாயக்கர் காலம் வரையிலும்

(1586-1629) விசய நகரப் பேரரசின் சிற்றரசராயிருந்து, *1613* வாக்கில் தன்னாட்சி புரியலானது. இவர் மிகுந்த ஆற்றல் வாய்ந்தவர். இவரைக் கல்வெட்டுகள் ''மதம் பிடித்த களிறுகளையும், துள்ளியெழுகின்ற துளுவ மன்னர்களையும் அடக்கும் வைர அங்குசம்'' என்று புகழ்கின்றன. இங்கு சுட்டப்படும் துளுவ மன்னர்கள் செருசோப்பி, கர்க்கல், வள்ளால் ஆகிய இடங்களை ஆண்டிருந்தனர்.

வெங்கடப்ப நாயக்கர் துளுவர் அரசியலில் தலையிட்டதற்கு நல்ல காரணங்கள் இருந்தன. முதற்கண், செருசோப்பி, வடகல என்ற இரு இடங்களின் குறுநில மன்னர்களும் பிஜப்பூர் சுல்தான் அதில் ஷாவின் மேலாண்மையை ஏற்றுக்கொண்டது ஒரு காரணமாகும். விசயநகரப் பேரரசினால் தன் குடிக்கு அளிக்கப்பட்ட நிலப் பரப்புத் தன் கையை விட்டு இவ்வாறு நழுவிச் செல்கின்றது என்பதை அவர் கண்டதும், செருசோப்பியைத் தாக்கி அதன் ''மிளகு அரசி'' என்ற பைர தேவியைப் போரில் கொன்றார். பேலூர், பசவ பட்டண மன்னர்களையும் அவர் போரில் தோற்கடித்தார். இரண்டாவதாக, போர்த்துக்கீசர் துளுவ நாட்டில் முன்னேறி வந்ததைத் தடுக்கவும் அவர் அவாவினார். போர்த்துக்கீசர் இக்காலத்திற்குள் மேற்குக் கரையில் பரந்த நிலப் பரப்பைத் தமதாக்கிக் கொண்டு விட்டனர். மேலும், அவர்கள் பங்கராஜாவின் உதவியுடன் மங்களூரில் ஒரு பண்டசாலையையும் அமைத்து விட்டனர் என்பது தெரிந்தது.

வெற்றித் தூண்

பங்கராஜனால் தள்ளி வைக்கப்பட்ட அவர் மனைவியான, உள்ளாள அரசி, வெங்கடப்ப நாயக்கனை அணுகித் தன் கணவனுக்கும் போர்த்துக்கீசருக்கும் எதிராகத் தனக்கு உதவ வேண்டும் என்று கேட்டார். வெங்கடப்ப நாயக்கனுக்கும் ஏற்கனவே இவ்வெண்ணம் இருந்ததால், அவர் உடனே உள்ளாள அரசிக்கு உதவ முன்வந்தார். அவர் பிஜப்பூர்ச் சுல்தான் இரண்டாம் அதில் ஷாவின் *(1580-1627)* படையை வென்று ஹனகல் என்ற இடத்தில் வெற்றித் தூணை நாட்டினார்.

வீர சைவ மடங்கள் நிறுவுதல்

வெங்கடப்ப நாயக்கன் வரகூரு, பென்ன வள்ளி, சாகர, போளூரு, கொடயால முதலிய இடங்களில் வீரசைவ மடங்களையும் அமைத்தார் என்பர். வரகூரு, கலியாணபுரம், கண்டலூரு, மல்லிகார்ச்சுனகிரி முதலிய இடங்களில் கோட்டைகளை அமைத்தவரும் அவரே என்பர்.

வெங்கடப்ப நாயக்கனுக்குப் பிறகு அவருடைய பேரரான வீரபத்திர நாயக்கன் *(1629-1645)* பட்டத்திற்கு வந்தார். அவரது ஆட்சிக் காலத்தில் அரசியல் தொல்லைகள் மிகுந்திருந்தன. போர்த்துக்கீசர் இவருடன் *1631* இல் ஓர் ஒப்பந்தம் செய்தனர். அது பெரிதும் சமரச இணக்கம் பற்றியதாகவே இருந்தது. அவர் இக்கேரியிலிருந்த தலைநகரத்தை விடனூருக்கு மாற்றினார். இந்நாயக்கனுக்குப் பிள்ளையில்லாது போனதால் தன் சிறிய தந்தை சிவப்ப நாயக்கனுக்காக முடி துறந்தார்.

சிவப்ப நாயக்கன்

சிவப்ப நாயக்கன் *1645* முதல் *1660* வரை ஆண்டார். அவர் மாபெரும் போர் மறவர். அரசியல் சூழ்ச்சித் திறமுடையவர். திறமை வாய்ந்த ஆட்சி நிர்வாகி; இலக்கியங்களைப் புரந்தவர். இவர் காலத்தில் துளுவ நாட்டு அரசியலில் முடிவில்லாது தலையிட்டு வந்த நிலை மாறி இக்கேரியுடன் இணையவில்லை.

இரண்டாம் சோமசேகர நாயக்கன் ஆட்சிக் காலத்தில் *(1714-1739)* நீலேசுவர மன்னனை அடிபணிய வைத்தனர். இந்தச் சண்டை பன்னிரண்டாண்டுகள் நடந்தது. இதில் ஆங்கிலேயரும் பிரஞ்சுக்காரரும் பங்கேற்றனர். நீலேசுவரம் 1737 இல் வெற்றி கொள்ளப்பட்டது.

போர்த்துக்கீசருடன் சண்டை

சிவப்ப நாயக்கனின் மிகப் பெரிய வெற்றி வேலூர்க் கோட்டை வெற்றியாகும். அவர் வேலூர்க் கோட்டையை முற்றுகையிட்டுப் பிஜப்பூர், கோல்கொண்ட நாடுகளின் படைகளை முறியடித்து வேலூரைக் கைப்பற்றினார். சிவப்ப நாயக்கன் காலத்தில் விடனூருக்கும் (இக்கேரி நாயக்கர் குடிக்கும்) போர்த்துக்கீசருக்குமிடையிலிருந்த உறவில் இறுக்கம் ஏற்பட்டது. அதற்குப் போர்த்துக்கீசரின் மதியற்ற கொள்கையே காரணமாகும். சிவப்ப நாயக்கனுக்கும் போர்த்துக்கீசருக்கும் 1652 முதல் 1653 வரை அடுத்தடுத்துப் பல சண்டைகள் நடந்தன. போர்த்துக்கீசர் அப்போது தம் கோட்டைகள் அனைத்தையும் சிவப்ப நாயக்கனிடம் இழந்தனர். அவர்கள் முற்றிலும் செயலற்றுப் போயினர்.

(சிவப்ப நாயக்கன் மேற்குக் கரையில் எதிர்ப்பாரற்ற மன்னராய் விளங்கினார். அவர் சிவ, பார்வதி உருவங்களையும் ஸ்ரீ சதாசிவ என்று நகரி எழுத்துக்களில் பெயரும் பொறித்த பொற்காசுகளை வெளியிட்டார்.)

சோம சேகர நாயக்கன்

எனினும், போர்த்துக்கீசர் சோம சேகர நாயக்கன் காலத்தில் *(1663-1671)* பெரும் படை திரட்டினர். ஆனால் இம்மன்னர் போர்த்துக்கீசருடன் நட்புறவு கொள்ளவே விரும்பினார். இருவருக்குமிடையே 1671 இல் ஓர் உடன்படிக்கை ஏற்பட்டது. போர்த்துக்கீசர் ஹொன்னவரம், மங்களூரு, பரசூரு முதலிய இடங்களில் அரண்கள் எழுப்பாமலும், எண்ணெய் ஆலைகள் அமைக்காமலும் ஒற்றைச் சுவர்களுடன் கூடிய பண்டசாலைகளை மட்டும் கட்டிக்கொள்வதற்கு அவ்வுடன்படிக்கை வகை செய்தது. போர்த்துக்கீசரின் படகுகள் இக்கேரி முடியரசின் துறைமுகங்களுக்குத் தடையின்றி வந்து செல்லலாம். ஆனால் போர்த்துக்கீசர் நாட்டு மக்களை மதம் மாற்றலாகாது. இவ்வுடன்படிக்கைக்குப் பிறகு விடனூருக்கும், போர்த்துக்கீசர்களுக்குமிடையே நல்லுறவு நீடித்தது.

சென்னம்மஸ்ரீ

சோமசேகர நாயக்கனின் மனைவி சென்னம்மஸ்ரீயின் ஆட்சிக் காலத்தில் *(1677-1697)* போர்த்துக்கீசருடன் 1678 இல் ஓர் உடன்படிக்கை ஏற்பட்டது. அதன்படி வேறு பல சலுகைகளுடன், மிர்சியோ, சந்தோர், பட்கட்டு, கலியாண என்ற இடங்களில் போர்த்துக்கீசர் சர்ச்சுகளைக் கட்டிக் கொள்வதற்கும் இசைவு தரப்பட்டது.

போர்த்துக்கீசர் இவ்வுடன்படிக்கையின் பலனாக அப்பகுதியிலிருந்த அரபுகளை விரட்டினர் என்று தோன்றுகின்றது. இதை வெறுத்த அரபுகள் மங்களூரையும் பசரூரையும் தீவைத்துக் கொளுத்திவிட்டனர். அங்கு அவர்கள் பெரிய அளவில் கொள்ளையடித்துவிட்டுக் கப்பலேறி ஓடிப்போயினர். சோம சேகர நாயக்கன் செத்ததும் துளுவ நாட்டுச் சிற்றசர்கள் கிளர்ச்சி செய்தனர். சென்னம்மஸ்ரீ அவர்களை ஒடுக்கி விட்டார்.

முதலாம் பசவப்ப நாயக்கன்

முதலாம் பசவப்ப நாயக்கன் காலத்தில் விடனூர் - போர்த்துக்கீசர் உறவு மேலும் முறுக்கேறியது. போர்த்துக்கீசர் கன்னட நாட்டிலிருந்து வாங்கிச் சென்ற அரிசிக்குத் தரவேண்டிய பணத்தில் பெருந் தொகை நிலுவையாக நின்று விட்டது என்று தோன்றுகின்றது. அரபு-போர்த்துக்கீச வாணிபப் போட்டியும் பொறாமையும் இந்நிலையை மேலும் முறுக்கேற்றிச் சிக்கலாக்கின. போர்த்துக்கீசருக்கும் விடனூர்ப் படையினர்க்குமிடையே 1704, 1707 ஆகிய ஆண்டுகளில் மோதல்கள் நிகழ்ந்தன. கடைசியில் 1713-1714 ஆம் ஆண்டுகளில் முறையான சண்டையே வந்து விட்டது.

அப்போது கோவாவிலிருந்து வந்த போர்த்துக்கீசர் கப்பல் தொகுதி ஒன்று, பசரூரிலும் கலியாணபுரத்திலுமிருந்த கோட்டைகளைக் கைப்பற்றிப் பல கப்பல்களையும் அழித்தது. ஏராளமான வாணிபப் பண்டங்கள் அழிந்து போயின. போர்த்துக்கீசர் மங்கயுரு, கும்த, கோகர்ணம், மிர்சியோ முதலிய இடங்களையும் தகர்த்து அப்பகுதியெங்கும் பயங்கரம் நிலவச் செய்தனர்.

விடனூரு நாயக்கன் உடனே இறங்கிவந்து போர்த்துக்கீசருடன் 1714 இல் ஓர் உடன்படிக்கை செய்து கொண்டார். அரபுக் கப்பல்கள் கன்னடக் கரைக்கு வருவது தடை செய்யப்படும் என்பதை இக்கேரி நாயக்கன் இவ்வுடன்படிக்கையில் ஒப்புக் கொண்டார்.

இரண்டாம் பசவப்ப நாயக்கன்

இரண்டாம் பசவப்ப நாயக்கன் 1739 முதல் 1754 வரை ஆட்சி புரிந்தார். மால்பே என்ற இடத்தின் அருகிலிருந்த தரியாபாதுக்கடு கோட்டை, தாப்பு என்ற இடத்திலிருந்த மனோகர்கடு கோட்டை ஆகியவற்றையும் மல்லாரு, தோன்சி, இண்டப்பூர் ஆகிய இடங்களிலிருந்த கோட்டைகளையும் பென்னிகர என்ற இடத்திலிருந்த அரண்மனையையும் இவர் கட்டினார் என்பர்.

வீரம்மஸ்ரீ

அரசி வீரம்மஸ்ரீ ஆட்சிப் பொறுப்பிலிருந்த காலத்தில் கண்ணனூரின் அலி ராஜா மராட்டிய ஆங்கிரியரின் ஆள்களுடன் கூட்டுச் சேர்ந்துகொண்டு கன்னடக் கரையில் கொள்ளையடிக்க வந்தார். அவர்கள் வேறு பல இடங்களுடன் மஞ்சேசுவரத்தையும் கொள்ளையடித்தனர். அவர்கள் வடக்கே கொல்லூரு மூகாம்பிகை கோயிலில் பெரும் பொருளைக் கொள்ளையடித்துச் சென்றனர்.

இக்கால கட்டத்தில்தான் இக்கேரி குடியின் விடனூரு மன்னர்களுடைய ஆட்சி வலுவிழந்து முடிவடைய நேர்ந்தது. சிவப்ப நாயக்கன் 1660 இல் இறந்ததுமே இக்கேரி நாடு அயல்படையெடுப்புகளுக்கும் உள் பகைக்கும் ஆள்பட்டு வந்தது. ஐதரலி விடனூரினுள் நிலவிய உள்பகையைப் பயன்படுத்திக் கொண்டு 1763 ஆம் ஆண்டு இக்கேரி மீது படையெடுத்தார். அவர் கேளடி அரசை வென்றடக்கித் துளு நாட்டின் இந்தப் பகுதியை 1763 இல் தன் ஆட்சிப் பரப்புடன் இணைத்துக் கொண்டார். இத்துடன் இக்கேரி நாயக்கர் குடியின் ஆட்சி பதினெட்டாம் நூற்றாண்டின் இக்காலப்பகுதியுடன் முடிந்து போகின்றது.

3. சமணத்தை ஆதரித்த கர்நாடகக் குறுநில மன்னர்கள்:

சமணக் கோயில்களும் கலைச் சின்னங்களும்

சமண சமயம் கிறித்தவ அப்தத்திற்கு முற்பட்ட மூன்றாம் நூற்றாண்டிலேயே தென்னகம் போந்தது என்பது அறிஞர் கருத்தாகும். மௌரியர் குடியைத் தோற்றுவித்த சந்திர குப்தர் வட பாரதத்தில் பெரும் பகுதியிலும் ஆப்கானித்தானம் வரையிலும் விரிந்திருந்த பரந்த பேரரசை இருபத்து நான்கு ஆண்டுகள் ஆண்ட பின்னர், அவரது ஆட்சி கி.மு.298 இல் முடிவுற்றது. அவர் கி.மு.301 ஆம் ஆண்டு இறந்தார் என்பாரும் உளர்.அவர் அரச பதவியை விடுத்துப் பத்திர பாகு தலைமையில் தெற்கே சமணத் துறவியாக வந்து சிரவண பௌ குள (சிரவண வெள்ளைக் குளம்) என்ற இடத்தில் சமணக் கோட்பாட்டிற்கு இணங்கச் சல்லேகனம் செய்து (உண்ணா நோன்பிருந்து) உயிர் நீத்தார் என்றும் வரலாறு கூறுகின்றது. இன்று கன்னட நாட்டிலுள்ள சிரவணபௌகுளப் பகுதியிலிருந்து சமணம் தென்னாட்டில் பரவிற்று என்பர். *(மகாவீரர்:இ.ச.க.தொகுதி-1)*

சமணர் தமிழ்நாட்டில் தமிழில் பல துறை நூல்களை எழுதி இலக்கியப் பணி புரிந்ததைப் போலவே, கன்னட மொழியிலும் சிறந்த பங்காற்றியுள்ளனர். கல்யாணிச் சாளுக்கியரின் ஆட்சிக் காலத்தில் (973-1200) சமணப் புலவர் பலர் பயனுள்ள பல நூல்களை எழுதினர். அவற்றுள் ''கவிச் சக்கரவர்த்தி'' என்ற நூல் சிறப் புடையதாகும். இதை ரண்ணர் என்ற புலவர் எழுதினார். அவரே ''கட யுத்தம் அல்லது சகபீம விஜயம்'', அஜீத நாக பூஷணம்'' என்ற நூல்களையும் எழுதினார். அவர் பாரதப் போரை வைத்துக் ''கட யுத்தம்'' எழுதினார். அவர் தன்னை ஆதரித்த புரவலரான சத்தியாசிரயரை வீமனுக்கு இணையானவராய்க் கண்டார். ஆதலால், அவர் தன் நூலின் நாயகனை வீமனாகக் கொண்டு அவனுக்குச் சக பீமன் என்று பெயரிட்டார்.

நாகவர்மர் என்ற புலவர் ரண்ணர் காலத்தவர். அவர் சைவப் பிராமணர்.

கர்நாடகக் ''காதம்பரி'', ''சந்தோம்புதி'' (யாப்பிலக்கணக் கடல்) என்ற நூல்களை எழுதினார். ஸ்ரீதராச்சாரியரின் ''ஜாதக திலக'' என்ற நூல் முதலாம் சோமேசுவரர் காலத்தில் (1042-1068) எழுதப் பெற்றது. இதுவே கன்னட மொழியில் எழுதப் பெற்ற முதல் சோதிட நூலாகும்.

வித்திரத்தின என்றவர் ''கோ வைத்திய'' என்ற கால்நடை மருத்துவ நூலை எழுதினார். நயசேனரின் ''தர்மாமிர்தி'' என்பது இக்காலத்தில் எழுந்த புகழ் வாய்ந்த மற்றொரு நூலாகும்.

சமணம் தென்னாட்டில் பத்தாம் நூற்றாண்டிற்குப் பிறகு செல்வாக்கிழக்கத் தொடங்கிய போதிலும் கன்னட கரையோரங்களில் 1763 ஆம் ஆண்டு வரையிலும் நிலவிய குறுநில மன்னர்களின் ஆதரவுடன் செழித்திருந்தது. அம்மன்னர்கள் 1551 தொடங்கி இந்த 1763 வரையிலும் சமணத்தை ஆதரித்து வந்தனர் என்பதைக் கல்வெட்டுகளாலும் இலக்கியங்களிலிருந்தும் அறிகின்றோம்.

இதுகுறித்துத் திருப்பதியில் 1984 மார்ச்சில் நடந்த தென்னிந்திய வரலாற்றுப் பேரவையில், முல்கியிலிருக்கும் விஜய கல்லூரி ஆசிரியரான கே.ஜி.வசந்த மாதவ படித்த ஆராய்ச்சிக் கட்டுரையில் தெரிவித்த சில செய்திகள் இக்கட்டுரையில் இடம் பெறுகின்றன.

கிட்டத்தட்டப் பன்னிரு குறுநில மன்னர்கள் பதினான்காம் நூற்றாண்டின் நடுவிலிருந்து கன்னட நாட்டின் கரையோரப் பகுதிகளிலிருந்து ஆட்சி செய்து வந்தனர். அவர்கள் விசயநகரப் பேரரசின் மேலாண்மையை ஏற்றுத் தம் பகுதியில் தன்னாட்சி புரிந்தனர். அவர்கள் விசயநகர ஆட்சியமைப்பினுள் இயங்கித் தம் அரசியல் மரபுகளுக்கு ஏற்ப ஆண்டு வந்தனர்.

அவர்கள் கரையோரப் பகுதியிலுள்ள ஹொன்னவார் (நனாகராச்சிய), வரகூரு, மங்களூரு ஆகிய மாநிலங்களில் இருந்தனர். அவர்கள் 1565 ஆம் ஆண்டிற்குப் பிறகு தன்னாட்சியுரிமையை நிலைநாட்டினர்.

பதினேழாம் நூற்றாண்டின் தொடக்கத்தில் மிர்ஜன் ஆற்றிற்கும் மைந்தூருக்கும் இடையில் விரிந்திருந்த செருசோப்பி என்ற சிற்றரசு கேளடி நாயக்கரால் இருந்த இடம் தெரியாமல் செய்யப்பட்டது.

மிர்ஜன் ஆற்றிற்கு வடபாலிலிருந்த பகுதியைப் பிஜப்பூரின் அதில் ஷாகியர் கைப்பற்றிக் கொண்டனர். சிவேதி என்ற குறுநில மன்னர்கள். 1686 இல் அப்பகுதியைக் கவர்ந்தனர். இக்குறுநில மன்னர்கள் சமணத்தை ஆதரித்து வந்தது மிகவும் குறிப்பிடத்தக்கதாகும். அவர்கள் அச்சமயத்தை ஊக்குவித்த காரணத்தால் சமணம் பதினெட்டாம் நூற்றாண்டின் இறுதிவரையிலும் கன்னட நாட்டின் மேற்குக் கரையோரத்திலுள்ள சில பகுதிகளிலேனும் பிழைத்திருந்தது.

அம்மன்னர்கள் கல்விக் கூடங்களை நிறுவினர். பசதி என்ற சமணக் கோயில்களுக்குத் திருப்பணி செய்தனர். அங்கு வழிபாடு நடத்துவதற்குக் கொடை கொடுத்தனர்.

சென்ன பைரவ தேவி

சென்ன பைரவ தேவி என்ற அரசியின் கீழ் செருசோப்பி, பட்கல் என்ற பகுதிகள் செழித்திருந்தன. அவ்வரசி கன்னட நாட்டின் சமண சமய வரலாற்றில் தனி இடம்

1763

பெற்றுள்ளார். வட கன்னட நாட்டிலுள்ள செருசோப்பியிலும் பட்கலில் இரத்தினத்தீய என்ற இடத்திலும் அமைந்திருக்கும் சாந்திகார சதுர் முகக் கோயிலும், ஹடுவள்ளி என்னுமிடத்திலுள்ள சதுர் முகக் கோயிலும் சென்ன பைரவ தேவியின் ஆட்சிக் காலத்தில் கட்டப்பட்டனவாகும்.

அந்த அரசிக்குப் பிறகு சமணம் சீர் கெடலாயிற்று. சென்ன பைரவ தேவியைப் போன்று தென் கன்னடத்தை ஆண்டு வந்த அஜிலர், பங்கர், சமந்தர், கலக-கர்க்கலர் என்ற குறுநில மன்னர்களும் தத்தம் பகுதிகளில் சமணத்தை ஆதரித்துப் போற்றினர்.

பிலிக வீரப்பர் என்றவர் தென் கன்னடத்தின் முதபிதிரி என்ற இடத்தில் உள்ள திரிபுவன குலக சூடாமணி என்ற சமணப் பசதியில் கோயில் வழிபாடு நடப்பதற்காக 1545 ஆம் ஆண்டு கொடையளித்தார். இக்கோயிலில் ஒன்பது வகை இரத்தினங்களால் செய்யப் பெற்ற இருபத்து நான்கு தீர்த்தங்கரரின் உருவங்கள் உள. அவை சமணரல்லாதாருக்குக் காட்டப்படுவதில்லை என்று ஏ.எஸ்.பி ஐயர் 1962 ஆம் ஆண்டு எழுதிய தன் வரலாற்று நூலில் கூறுகின்றார். வடபாரதத்திலிருந்து வரும் பணக்காரச் சமணர்களிடம் பெருத்த தொகைகளைக் கோயிலுக்கென்று கொடையாகப் பெற்றுக் கொண்டு அவர்களுக்கு மட்டும் அப்படிமங்களைக் காட்டுகின்றனர்.

பிலிக வீரப்ப என்ற குறுநில மன்னர் வட கன்னடத்தின் பட்கலில் அமைந்திருக்கும் ஒரு சமணப் பசதியில் பாலாபிசேகம் செய்வதற்கென்று நிவந்தம் செய்தார்.

சென்ன பைர தேவி தென் கன்னடத்திலுள்ள பதுபித என்ற இடத்தில் முனீசுவர தீர்த்தங்கரர் கோயிலைக் கட்டுவதற்கென்று பணங்கொடுத்தார்.

ஆறாம் பைரவர் என்ற மன்னர் கர்க்கலையிலுள்ள சமணப் பசதியில் கோமாதாபிசேகம் செய்வித்தார். தென் கன்னடத்தின் சதுர் முகக் கோயில்கள் என்ற சமணப் பசதிகளுள் கர்க்கலையில் விளங்கும் பசதி பெருஞ்சிறப்பும் புகழும் வாய்ந்ததாகும். அங்கு ஒரே கல்லில் செதுக்கப் பெற்ற வேலைப்பாடு மிக்க அழகிய தூண்கள் உள. அவற்றுள் வெகு சிறப்பு வாய்ந்தது கர்க்கலைக்கு அருகிலுள்ள விறலியங்காடித் தூணாகும். அதன் உயரம் ஐம்பதடி.

இக்குறுநில மன்னர்கள் சமணரல்லாதாரையும், குறிப்பாகச் சைவ சமயத்தவரையும் மிகுந்த சமயப் பொறையுடன் நடத்தினர். இம்மன்னர்கள் தாம் இப்பகுதியில் பல வகைப் பாணிகளில் நிறுவப்பட்ட நினைவுச் சின்னங்கள் அமைவதற்கும் காரணமாயிருந்தனர். அவற்றுள் மிக முக்கியமானவை வருமாறு:-

பட்கலையிலுள்ள இரத்தினராய பசதி; கர்க்கலையில் இருக்கும் நான்கு முகக் கோயில்; முல்கியில் அமைந்துள்ள மானஸ்தம்ப பாயலங்காடிப் பசதி; வேணூரிலிருக்கும் பதுவ பனம்பூர், கோமதர் சிலை.

பட்கலையில் அமைந்திருக்கும் இரத்தினராய பசதியைப் பட்கலை அரசியான சென்ன பைரவ தேவியின் ஆட்சிக் காலத்தில், ஜெட்டி நாயக என்றவர் 1556 இல் கட்டினார். அக்கோயிலின் முன் வாயில் மிக அழகான அலங்கார வேலைப் பாடுகளைக் கொண்டது. சமணத் துறவியர் தங்குமிடம், மிகப் பெரிய சுற்று மண்டபம், பூந்தோட்டம் முதலியன கோயிலின் புறத்தே உள்ளன. உள்புறத்தில் அடுத்தடுத்து மூன்று கருவறைகள் உள்ளன என்பதையும், இக்கோயில் இரத்தினராய பசதி என்றழைக்கப்படுவதையும் அங்குள்ள கல்வெட்டுக் குறிக்கின்றது.

கர்க்கலையின் நான் முகக்கோயில்-சதுர் முகப் பசதி-சிக்கபெட்ட மலையுச்சியில் அமைந்துள்ளது. நாம் மேலே குறிப்பிட்டவாறு இது பெரும் புகழ் வாய்ந்த நினைவுச் சின்னமாகும். இதை இம்மடி பைரவ ராயர் (ஆறாம் பைரவ ராயர்) 1586 ஆம் ஆண்டு கட்டுவித்தார். இதன் பெயர் ''திரிபுவன திலக ஜைன சைத்தியம்'' என்று கல்வெட்டில் குறிக்கப்பட்டுள்ளது.

இக்கோயிலின் நான்கு வாயில்களில் ஒவ்வொன்றிலும் அர நாதர், மல்லி நாதர், முனீசுவரர் என்ற மூன்று தீர்த்தங்கரர்களின் உருவங்களும் வைக்கப்பட்டுள்ளன. அவை மூன்றும் நமக்கு ஒருவரது உருவம் போன்றே தோன்றும். ஒவ்வொரு தீர்த்தங்கரரையும் பிரித்துக் காட்டும் அவரவர்க்குரிய சின்னங்கள் அவற்றில் பொறிக்கப்பட்டுள்ளதால் நாம் அவர்களைப் பிரித்து அறிந்துகொள்ள முடியும்.

இக்கோயிலின் மேற்கு முகத்தில் இருபத்து நான்கு தீர்த்தங்கரரின் உருவங்களும் பொறிக்கப்பட்டுள்ளன. கோயிலின் நான்கு முகங்களிலுமுள்ள மூலைகளில் வலப்பக்கம் பிரமனும் இடப்பக்கம் பத்மாவதியும் இருக்க, நடுவில் சமணரின் உருவங்கள் பொறிக்கப்பட்டுள்ளன. இதற்கு நான்கு முகக்கோயில் என்று பெயர் வந்ததற்கு, ஒத்த உருவ அமைப்புள்ள நான்கு முகங்களும், நான்கு வாயில்களும் அமைக்கப்பட்டதே காரணமாகும்.

1763

அஜில நாட்டை ஆண்டு வந்த முதலாம் திம்மண்ணன் வேணூரிலுள்ள சிறு குன்றின் மீது 1604 ஆம் ஆண்டு கோமதரின் மிகப் பெரிய உருவத்தைச் செதுக்கச் செய்தார். அது அடி மேடையிலிருந்து பல அடுக்குகள் உயர்ந்து செல்லும் பீடத்தின் மீது பிரமாண்டமாக நிற்கின்றது. அம்மேடை மீது கல்லாலான காப்புத் தடுப்பு உள்ளது. அப்பேருருவின் பின்புறம் முற்றுப் பெறாத ஒரு மண்டபம் உள்ளது. மேடையை அடைய ஏழு படிக்கட்டுகள் உள. அவற்றின் இரு மருங்கிலும் இரண்டு யானைகளின் உருவங்கள் நிற்கின்றன. இக்கோயிலின் முன்புறத்தில் கர்க்கலையில் போன்று பிரம்ம ஸ்தம்பம் ஒன்றுள்ளது.

வேணூரிலுள்ள கோமதீசுவரர் உருவம் கிழக்குப் பார்த்து நிற்கின்றது. அதன் அண்டைப் பகுதியிலிருந்து பார்த்தால் நெடிதுயர்ந்து நிற்கின்றது. இவ்வுருவத்தின் கால்களிலும், தோள்களிலும் தாமரைக் கொடி சுற்றிக் கிடக்கின்றது.

இவற்றைப் போலவே சமந்த நாட்டிலுள்ள மானஸ்தம்ப, பவளங்காடிச் சமண நினைவுச் சின்னங்களும் குறிப்பிடத் தக்கனவாம். அவற்றைச் சமந்த நாட்டுக் குறுநில மன்னர்கள் கட்டுவித்தனர். அவர்கள் இக்கோயில்களில் வழிபாடு நடத்துவதற்கென்று இறையிலியாகப் பல கொடைகளை வழங்கியுள்ளனர். இந்நினைவுச் சின்னங்களும் சிறப்புப் பணிகளும் விசயநகர ஆட்சிக் காலத்தின் நடுப்பகுதியைச் சேர்ந்தனவாகும்.

மூல்கியிலுள்ள கோடி கேரி பசதியின் முன்புறம் நிற்கும் மானஸ்தம்பம் கட்டுமான அமைப்பில் குறிப்பிடத்தக்கதாகும். அதில் 24 தீர்த்தங்கரரின் உருவங்களும் ஒரே அளவில் அமைக்கப்பட்டுள்ளன. இது தனிச்சிறப்பாகும். இவ்வுருவங்கள் தூணின் நான்கு பட்டைகளிலும் செதுக்கப்பட்டுள்ளன. மேலும் நாகபந்தம் என்ற மலர்க்கொடிகளும் அவற்றில் செதுக்கப் பெற்றுள்ளன.

இத்தூணின் உயரம் 35 அடி. கல்லாலான மூன்றடுக்கு மேடை மேல் இக்கருங்கல் தூண் நிற்கின்றது. தூணின் மூன்றிலொரு பகுதியான அடிப்பாகம் நான்கு பட்டைகளால் ஆனது. பட்டைகளின் கீழ்ப்பகுதியில் கோலாடும் பெண்களின் உருவங்கள் காணப்படுகின்றன. தூணின் இரண்டு பட்டைகளில் காணப்படும் கல்வெட்டுகளிலிருந்து அது பதினாறாம் நூற்றாண்டைச் சேர்ந்தது என்று கருதலாம்.

அனந்த நாதர் கோயிலின் ஒரு பகுதி சிதைந்து காணப்படுகின்றது. அது கருவறை, சுகனாசி, முன்புறம் மானஸ்தம்பம் என்ற தூண் ஆகியவற்றோடு கூடிய வலுவான கட்டுமானமாகும். மண்டபத்திலுள்ள தூண்கள் கூராகி மேலே செல்கின்றன. விசயநகரப் பாணிகள் கூட்டிணைந்துள்ளன.

மண்டபத்திலுள்ள ஒரு தூணில் சரசுவதியின் உருவம் மிக அழகாகச் செதுக்கப் பட்டுள்ளது. சம சதுரமாக அமைந்த இக்கோயிலின் நான்கு மூலைகளிலும் நான்கு கட்டுமானங்கள் கோயிலைச் சுற்றிலும் அமைந்துள்ளன. இக்கோயிலின் அமைப்புச் சற்று புதுமையாகத் தோன்றுகின்றது. இக்கோயிலில் மாடங்கள் இருந்தன என்பதை 1542, 1606 ஆகிய இரண்டாண்டுகளையுஞ் சேர்ந்த இரு கல்வெட்டுகளிலிருந்து அறிகின்றோம். ஒவ்வொரு மாடத்திலும் வெவ்வேறு கோயில்கள் வழிபடப்பட்டு வந்தன. இவ்வாறு வெவ்வேறு மாடங்களில் வழிபடப்படும் கோயில்கள் சமந்த சேகர என்று குறிக்கப்படுகின்றன.

இதே கோயிலில் பத்மநாப என்ற புலவர் 1751 ஆம் ஆண்டு பத்மநாப சரித்திரம் என்ற நூலை எழுதி முடித்தார். அனந்த நாத பசதியைச் சுற்றிலும் மகாவீரர், மல்லிநாதர், பார்சவநாதர் முதலானோர்க்கு எடுக்கப்பெற்ற கோயில்கள் இருந்தன என்றும் அப்புலவர் பாடியுள்ளார். கன்னட நாட்டின் இப்பகுதியில் சமணம் செழித்திருந்ததற்கு, அங்கு ஆட்சிபுரிந்த குறுநில மன்னர்கள் அளித்து வந்த ஆதரவே காரணமாகும்.

பேதனூர் இலிங்காயத்துச் சமயத்தவரான குறுநில மன்னரும் வனவாசிக் கடம்பரும் சமணரை முன்னர் துன்புறுத்தி வந்தனரெனினும், பருகூரிலுள்ள சமணக் கோயில்களையும், நினைவுச் சின்னங்களையும் அழித்தனரெனினும், கன்னட நாட்டின் வேறு இடங்களில் சமணர் தமிழ்நாட்டில் போன்று இக்காலக்கட்டத்தில் துன்புறுத்தப் படவில்லை. கன்னட நாட்டின் கரையோரப் பகுதிகளில் சமணர் செழித்து நின்று, கலைகளையும் இலக்கியத்தையும் இப்பதினெட்டாம் நூற்றாண்டு வரையிலும் வளர்த்தனர்.

சமணத்தின் தோற்றம் மகாவீரருக்கும் முற்பட்டது. நினைவிற்கெட்டாத கால வெளிக்குள் செல்வது என்றெல்லாம் கூறுவர். சமணம் இந்தியத்திற்கேயுரிய இந்தியச் சமயம். இந்திய எல்லைக்குள்ளேயே நிலவும் சமயம். அது பௌத்தம் போன்று சமயப்பரப்புப் பணியில் முனைந்து மக்களை மதம் மாற்றுவதில் ஈடுபட்டதில்லை. இச்சமயம் கொல்லாமையையும் அன்பையும் தலையாய குறிக்கோளாய்க் கொண்டது; இது இந்தியத்தில் உவந்து ஏற்கப்படவில்லை. அசோகர் போன்ற பேரரசர்களின் ஆதரவு அதற்கு இருந்ததில்லை. இருப்பினும் சமணக் கோட்பாடுகள் இம்மண்ணிலிருந்து துடைத்தெடுக்கப்பட்டு விடவில்லை. தலை சிறந்த தமிழ் இலக்கிய இலக்கண நூல்கள் சமணரால் ஆக்கப்பெற்று, சமண சமயக் கோட்பாடுகளை இன்றும் பாடிக் கொண்டிருக் கின்றன. சமணத்தை ஒழுகுவோர் வட பாரதத்தைவிடத் தெற்கில் சிறு எண்ணிக்கை யிலேனும் வழிவழியாக வாழ்ந்து அதைப் பேணிக்காத்து வருகின்றனர்.

அரசியல், சமய சமூக எதிர்ப்புகளையெல்லாம் தாங்கிப் பல்வேறு இன்னல் களுக்கெல்லாம் ஆளான போதிலும், சமணர் இன்னும் நிலைத்திருக்கின்றனர் என்றால், அவர்தம் சமயத்தைப் போன்று எதிர்ப்புகள் அனைத்திலிருந்தும் மீண்டு பிழைத்திருக்கும் வேறு சமயம் எதுவும் இலது எனலாம்.

4. துளு நாட்டில் ஐதரலி வெற்றி

கன்னட நாட்டின் மேற்குக் கரையோரப் பகுதிகளின் இக்காலக்கட்டத்து

வரலாறுகளை இதற்கு முன்னர் எடுத்துரைத்த இரு கட்டுரைகளையும் தொடர்ந்து, அதே பகுதியைச் சேர்ந்த துளு நாட்டின் இக்காலத்து வரலாறும் இங்கு விவரிக்கப்படுகின்றது. வரலாற்றுக்கால, இட ஒப்பியல் நோக்கிற்கு இது தெளிவு தரும்.

துளு நாடு

துளு நாடு வடக்கே கோகர்ணத்திலிருந்து தெற்கில் பெரும் போயா அல்லது பாஷியனூர் ஆறு வரையிலும் நீண்ட பகுதி; அது கேரளத்தின் வட கோடி என்று கேரளோல்பத்தி கூறுகின்றது. லோகன் என்ற வரலாற்றாசிரியர் கேரள மகாத்மியம் என்ற சம்ஸ்கிருத நூலையும், கேரளோல்பத்தி என்ற மலையாள நூலையும் அடிப்படையாகக் கொண்டு செவி வழியாக வழங்கிவரும் மலபார் வரலாற்றைக் கூறும் பொழுது, இச்செய்தியை எடுத்துரைக்கின்றார்.

''பரசுராமர் கடலிலிருந்து நிலத்தை மீட்ட பிறகு வடக்கேயிருந்து மேலும் கூடுதலான எண்ணிக்கையில் பிராமணரைக் கொண்டு வந்து 64 ஊர்களில் குடியேற்றினார். அவற்றுள் 22 ஊர்கள் கோகர்ணம் தொடங்கிச் செங்கோடு வரையிலும் அமைந்திருந்தன. இதை வட துளு நாடு எனலாம். அடுத்து பன்னிரு ஊர்கள் கோடீசுரம் தொடங்கிக் கண்ணபுரம் வரை நீண்டிருந்தன. இது தென் துளு நாடாகும். மலை நாட்டின் நான்கு பிரிவுகளில் (துளு, கூபம், கேரளம், மூசிகம்) துளு நாடு முடியரசானது. கோகர்ணத்திலிருந்து பெரும்புழை (பேராறு) வரையிலும் நீண்டிருந்தது. இது வட, தென் கன்னடப் பகுதியாகும்''.

''மேற்குக் கரையின் தென் தொங்கலான குமரி முனையிலிருந்து திருவிதாங்கூர், மலபார் வரையிலும், அடுத்து நீலேசுவரம் வரையிலும் கூட மலையாள மொழி வழங்குகின்றது,'' என்று புகழ் வாய்ந்த மற்றொரு வரலாற்றாசிரியரான கர்னல் வில்கஸ் கூறுகின்றார்.

''......கோவாவின் தெற்கிலுள்ள சதாசேகர் (சதாசிவ கடு) என்ற இடத்திலிருந்து துளு மொழி வழங்குகின்றது. அது துளுவ நாடாகும்,'' என்று மார்க்ஸ் வில்கஸ் தனது *Historical Sketches of South India* என்ற நூலில் கூறியுள்ளார்.

எனினும், இக்கருத்து வரலாற்றுடன் இயையாதது என்று குருராஜபட் தன் துளுவர் வரலாறு பற்றிய ஆங்கில நூலில் கூறுகின்றார். மேற்சொன்ன வட, தென் கன்னட மாவட்டங்களை இணைத்துத் துளுவு நாடு என்று கூறுவது பொருத்தமன்று என்பது அவரது கருத்தாகும்.

கனரா – கன்னடம்

இன்றைய தென் கன்னட மாவட்டம் துளு நாடு என்று கொள்ளப்படுகின்றது. கர்நாடக மாநிலத்தின் தென் கன்னட, வட கன்னட மாவட்டங்களில் தெற்கிலிருப்பது தென் கன்னட மாவட்டமாகும். கனரா (*Canara*) என்று ஆங்கிலத்தில் வழங்கும் சொல், கன்னடம் என்பதன் திரிபு ஆகும். போர்த்துக்கீசர் இப்பகுதிக்கு வந்த காலையில் இங்கு பெரும்பாலரிடை வழங்கும் மொழி கன்னடம் என்பதை அறிந்து, இப்பகுதியைக் கனரா என்று அழைத்தனர் என்று தோன்றுகின்றது. போர்த்துக்கீசர்தாம் சோர மண்டல், டூட்டுக்குரின் போன்ற இடப்பெயர்களையும் ஊர்ப் பெயர்களையும் பரவலாகத் திரித்து வழங்கினர் என்பது குறிப்பிடத்தக்கது. போர்த்துக்கீச மொழியில் ன என்ற எழுத்துப் பெரிதும் பயனற்று இருந்தமையால் கன்னடம் என்பது கனரா என்று அவர்களால்

வழங்கப் பெற்றது. அவர்கள் கர்நாடகக் கரைப்பகுதி முழுவதையும் கனரா என்ற பெயரால் வழங்கினர். பிரிட்டிசாரும் அவர்களைத் தொடர்ந்து அவ்வாறே வழங்கலாயினர். இன்றும் கூட கனரா வங்கி (*Canara Bank*) என்று பெரிய வங்கி அந்தப் பெயரால் வழங்கி வருதல் காணலாம்.

இந்தக் கனராக் கரை 1860 ஆம் ஆண்டுக் காலத்தில் இரு பிரிவுகளாகப் பிரிக்கப்பட்டதும் அதன் தென் பகுதி தென் கன்னட மண்டலமென்றும் வட பகுதி வட கன்னடம் என்றும் அழைக்கப்படலாயின. அவை கன்னட மொழியில் தஷ்ண கன்னட ஜில்லா, உத்தர கன்னட ஜில்லா என்று பெயர் பெற்றன. ஆனால் இங்கு வாழும் மக்கள் பேசும் மொழி துளு.

துளு மொழி

''கன்னடமும் களி தெலுங்கும் கவின் மலையாளமும் துளுவும்'' என்று மனோன்மணியம் சுந்தரனார் பாடுகின்ற துளு மொழி திராவிட மொழிக் குடும்பத்தைச் சேர்ந்ததாகும். எனினும் துளு மொழி எத்தனை காலத்திற்கு முன்பிருந்து பேசப்படுகின்றது, அம்மொழி பேசிய மக்கள் யாவர் என்பன குறித்து நமக்கு எதுவும் புலனாகவில்லை என்று பேராசிரியர் குருராஜ பட் கூறுகின்றார்.

இரத்தினாக வர்ணி என்பவர் 16 ஆம் நூற்றாண்டில் எழுதிய ''பாரத தேச வைபவ'' என்ற நூலில் துளு என்ற சொல் இலக்கியச்சான்றாகக் காணப்படுகின்றது.

இப்பேச்சு மொழிக்கென்று வரி வடிவம்-எழுத்து இலது. உடுப்பி வட்டத்திலுள்ள கலியாணபுர ஆற்றின் தென் பகுதியில் மட்டும் துளு மொழி ஏன் வழங்குகின்றது என்பதற்கு அறிவிற்குகந்த விளக்கம் எதுவும் புலனாகவில்லை. பல நூற்றாண்டுகளாக வரகூரு, வாசரூரு, ஹாடுவள்ளி, செருசோப்பி முதலியன துளு நாட்டு மையங்களாயிருந்து வந்தன என்பது வரலாற்று உண்மையாகும். எனினும் அப்பகுதியில் துளு மொழி வழங்கவில்லை என்பது இப்பகுதியின் வரலாற்றில் இன்னும் விடுபடாத புதிராகவே இருந்து வருகின்றது.

ஆதித் துளு மக்கள் தென்பகுதிக்குள் ஒதுங்கி வாழும் கட்டாயம் வந்தது என்பதும், வெகு பழமையான காலத்திலிருந்தே கன்னடம் தொடர்பு மொழியாக இருந்து வந்தது என்பதுமே இதற்கு விளக்கங்களாக அமையக் கூடும். துளு மொழிக்கு எழுத்து வடிவம் இல்லாது போனதற்கு இந்த இயல் நிகழ்ச்சி ஒரு காரணமாக இருக்கலாம்.

தமிழ் - துளு பண்டைத் தொடர்புகள்

பண்டைக் காலத்தில் தமிழ், துளு மொழிகளுக்கிடையிலிருந்த உறவின் முறைத் தொடர்புகள் குறித்துப் பேராசிரியர் எம்.மாரியப்ப பட் 1961 ஆம் ஆண்டு எழுதிய ஒரு கட்டுரையில் விவரித்திருக்கின்றார்:

துளு என்ற சொல்லை ஆய்ந்து அதற்குப் பொருள் காண்பது மிகவும் கடினமாகும். அது மென்மையையும் பேராண்மையையும் குறிப்பது என்று சிலர் பொருள் காண முனைந்தனர். அது வெறும் கற்பனை எனலாம். இருப்பினும், துளு மொழி வணக்கத்திற்குரிய தொன்மையுடையது என்பதில் ஐயமில்லை. அது தனக்கேயுரிய தனித்தன்மை வாய்ந்த பண்டை மொழியாகும். அகநானூறு துளு நாட்டையும் அதன் சிறப்பையும் போற்றிப் பாடுகின்றது.

''பறை போன்ற வட்டக் கண்களாலான தோகைகளையுடைய மயில்கள் மிகுந்த சோலைகள் நிறைந்த துளு நாட்டையொத்த ஒழிவின்றி வரும் புதியவர்களைப் புரக்கும்-ஆதரிக்கும் நற்பண்புகளையுடைய நெருக்கமான சேரிகளைக் கொண்ட தலைமை வாய்ந்திருக்கும் முதிய ஊர்''

என்று பொருள் தரும் அகநானூற்றுப் பாடல் வரிகளில் *(15)* இதைக் காணலாம்:

பறைக்கண் பீலித் தோகைக்
காவின் துளு நாட்டன்ன விறாங்கை
வம்பலர்த் தாங்கும் பண்பிற் செறிந்த
சேரிச் செம்மல் மூதூர்.

இதிலிருந்து துளு நாடு கி.பி. இரண்டாம் நூற்றாண்டு வாக்கிலேயே செழித்து விளங்கியது என்பதை அறியலாம். தமிழ், துளு மொழிகளின் உறவுகளைக் காட்டும் பிற சான்றுகளும் உள.

துளுவ வேளாளர், வேளாளர்

தமிழரிடையே பெருஞ் சிறப்பு வாய்ந்த துளுவ வேளாளர் அல்லது வேளாளர் என்ற வகுப்பினர் உள்ளனர் என்பது குறிப்பிடத்தக்கது. துளுவர்கள் கரிகாற் சோழன் காலத்தில் (கி.பி.2நூ) தொண்டை நாட்டில் குடியேறினர். அக்காலத்தில் தொண்டை நாட்டில் காடுகள் மலிந்திருந்தன. ஆர்க்காடு, புலிக்காடு போன்றன அதைச் சுட்டுவன எனலாம். கரிகாலன் நெடுமரங்கள் நிறைந்த பெருங்காடுகளை அழித்து, வேளாண்மை செய்தற் பொருட்டுத் துளுவரைத் தொண்டை நாடு கொண்டு வந்தார். அவர் காடுகளைத் திருத்தியும் கால்வாய்கள் வெட்டியும் குளங்கள் தோண்டியும் வேளாண்மையையும் வாணிபத்தையும் பெருகச் செய்தார். அவர் காவிரிப் பூம்பட்டினத்தைப் பெரிய துறைமுகமாக்கினார். துளுவர் தம் நாட்டில் வேளாண்மை செய்வதற்குப் போதிய நிலமில்லை என்பதைக் கண்டு ஆறுகள் பாய்ந்து செழித்திருந்த தொண்டை நாட்டில் வந்தேறினர் என்பது தெளிவு.

இங்ஙனம் வேளாண்மையின் பொருட்டு மக்கள் நாடு விட்டு நாடு செல்வது வரலாற்று உண்மையாகும். தொண்டை நாட்டைச் சேர்ந்த உழவர் குடியினர் கன்னட நாட்டில் சுமார் கி.பி. ஐந்தாம் நூற்றாண்டில் குடியேறி இன்று அங்கு ஒக்கலிக்கர் என்ற செல்வாக்கு மிக்க வகுப்பினராயிருந்து வருகின்றனர். *(இ.ச.க.தொகுதி-3)*

வேளாளர் என்பது இன்று தமிழில் ஒரு வகுப்பினரைக் குறிக்கும் சொல்லாயிருப்பினும், உழவுத் தொழிலை மேற்கொண்டு வேளாண்மை செய்த குடியினரையே முதலில் குறித்தது. வேள்+ஆளன் என்பது நீரை அல்லது நிலத்தை ஆள்பவன் என்று பொருள்படும். துளு மொழியிலும் இதையொத்த சொல் உண்டு. அது ஒருமையில் பள்ளாள என்றும் பன்மையில் பள்ளாளர் என்றும் வழங்குகின்றது. இச்சொல் இன்று துளுவரிடையே குடும்பங்களின் பெயராயும் வகுப்புப் பெயராயும் இருந்து வருகின்றது. பள்ளாள என்ற துளு மொழிச் சொல் வேளாளன் என்ற சொற் பொருளுடன் இசைந்து வருவதையும் காணலாம்.

பள்ளி என்பது துளு மொழியில் வயலைச் சுட்டும். துண்டு நிலம் என்ற பொருளில் அண்மைக் காலமாகக் கண்டு என்ற சொல் வழங்கியிருப்பினும் பள்ளி என்பது தான் வயலைக் குறிப்பதாகும். எனவே பள்ளியின் தலைவர் பள்ளாளர் (பள்ளி+ஆளர்) ஆனார்.

இச்செய்திகளிலிருந்து சங்க காலம் அல்லது அதற்கு முன்பிருந்த துளு நாட்டினர் தமிழ் நிலத்தோடு ஒன்றியிருந்தனர் என்பது புலனாகும்.

தமிழில் பள்ளர், பள்ளி என்ற சொற்கள் வேளாண் செய்யும் மக்களைக் குறித்தல் காண்க. இம்மக்களின் வாழ்க்கையைக் காட்டும் இலக்கிய வடிவம் பள்ளு எனப்படுவதும் குறிக்கத்தக்கது.

போசளர் குடியின் வீர வல்லாளர்(பள்ளாளர்?) என்ற பெயரும் இது தொடர்பாக ஆராயத்தக்கதாகும். இக்குடியினர், பதினான்காம் நூற்றாண்டுத் தமிழ்நாட்டு வரலாற்றுடன் நெருங்கிய தொடர்பு கொண்டிருந்தனர். இக்குடியின் மூன்றாம் வீர வல்லாளர்(1292-1342), முஸ்லிம் ஆட்சியிலிருந்த தமிழ்நாட்டை மீட்கும் முயற்சியில் தள்ளாத வயதில் ஈடுபட்டார் என்பதும் தோற்ற அவரின் தோலையுரித்து மதுரைக் கோட்டையில் உடலைத் தொங்க விட்டனர் என்பதும் குறிப்பிடத்தக்கனவாகும். அவர் காலத்தில் தமிழகத்தின் நடு நாட்டில் கன்னடம் ஆட்சி மொழியாயிருந்தது.

துளு இலக்கியம்

துளு எழுத்தென்பது கிரந்த எழுத்து அல்லது மலையாள எழுத்தின் மாறுபாடான வரி வடிவமாகும். எனவே துளு பேச்சு மொழிதான். எனினும் துளு மொழியில் வளமான இலக்கியம் உண்டு. அவை நாட்டார் கதைகளாக நினைவில் தேக்கி வைக்கப்பட்டுள்ளன. இம்மொழியை ஆவணங்களிலோ, இலக்கியங்களிலோ எவரும் பயன்படுத்தியதில்லை.

துளு நாடு

துளு நாடு இக்காலகட்டத்தில் (1757-1763) இக்கேரி நாயக்கர் குடியின் கடைசி அரசியான வீரம்மஜீயினால் விடனூரிலிருந்து ஆளப்பட்டு வந்தது. இந்த ஆட்சி சீராக இல்லை. அரசியல் நிலை மேலும் மேலும் சீர் கெட்டு வந்தது.

ஐதரலி விடனூருக்குள் நிலவிய உள் பகையைப் பயன்படுத்தி 1763 ஆம் ஆண்டு அத்தலைநகரைக் கொள்ளையடித்துக் கைப்பற்றினார். என்பதை முந்திய கட்டுரையில் கண்டோம். ஐதரலி விடனூர் என்ற பெயரை மாற்றி, அதற்கு ஐதர் நகர் என்று பெயரிட்டு விட்டார். ஐதரலி அதன்பிறகு தன் கவனத்தைத் துளு நாட்டின் மீது திருப்பினார்.

அவர் பசவராச துர்க்கம், ஹொன்னவரம், மங்களூரு, இக்கேரி-விடனூர் அரசி புகலடைந்திருந்த பள்ளாள விசயதுர்க்கம் முதலிய இடங்களையும் பிடித்துக் கொண்டார். ஐதரலி மங்களூரை முக்கியமாக கப்பல் படை நிலையாக்கக் கருதினார். அவர் அங்கு கப்பல் கட்டும் துறையையும் ஆயுதக் கிடங்கையும் அமைத்தார். அவர் மங்களூரை அரசத் துறைமுகம் என்ற நிலைக்கு உயர்த்தி, லத்தீஃபு அலிபெயிகு என்றவரை அங்கு தளபதியாய் அமர்த்தினார்.

ஐதரலி 1765 ஆம் ஆண்டு துளு நாட்டில் ஒரு கோயிலுக்குக் கொடை கொடுத்தார் என்று கூறப்படுகின்றது. ஐதரலியின் முன்னேற்றம் துளு நாட்டுத் தலைவர்களின் அழிவிற்குக் காரணமாயிற்று.

ஐதரலி விடனூரைக் கைப்பற்றி இக்கேரி நாயக்கர் குடியின் ஆட்சியை ஒழித்ததை மிகுந்த அச்சத்துடன் ஆங்கிலேயர் கவனித்துக் கொண்டிருந்தனர். அவர் மங்களூரை

அரண் சூழ்ந்த கோட்டையாக்கிக் கப்பற்படைத் தளமாய் உருவாக்கி விட்டார். ஆதலால் அவரால் மேற்குக் கடலில் தம்மை இடை மறிக்க முடியும் என்று பிரிட்டிசார் அஞ்சினர்.

ஆதலால் பிரிட்டிசாருக்கும் ஐதரலிக்கும் *1766* இல் போர் மூண்டதும், அட்மிரல் வாட்சனின் தலைமையில் சென்ற கப்பற்படை *1768* இல் மங்களூரைத் தாக்கியது. ஆங்கிலேயரின் இத்தாக்குதலை லத்தீஃபினால் எதிர்த்து நிற்க முடியாததால் ஆங்கிலேயர் மங்களூரைப் பிடித்து விட்டனர். இந்தியத்தில் தம் மேலாண்மையைப் பரவச் செய்த முயற்சியில் மங்களூரைக் கைப்பற்றியது குறிப்பிடத்தக்க செயல் என்று ஆங்கிலேயர் கருதியதால், இச்செய்தியை அறிவிக்கச் சென்னை ஜார்ஜ் கோட்டையில் நூற்றியொரு குண்டுகளைப் போட்டு வெற்றி முழக்கினர். ஐதரலி, மங்களூர் பிடிப்பட்ட செய்தியை அறிந்ததும் ஆங்கிலேயரை அங்கிருந்து விரட்டுவதற்காக அங்கு மின்னல் வேகத்தில் படையனுப்பிவிட்டுத் தானும் பின் தொடர்ந்தார்.

பிரிட்டிசார் இந்த எதிர்பாராத் தாக்குதலில் முழுத்தோல்வியடைந்தனர். திப்பு சுல்தான் தன் தந்தைக்கு முன்னரே மங்களூரைப் பிடித்து விட்டார். பிரிட்டிசார் அத் துறைமுகத்தை விட்டு நீங்கிய வேளையில் காயம்பட்ட எண்பது ஐரோப்பியரையும், நூற்றெண்பது இந்தியப் படை வீரரையும் அங்கேயே விட்டுச் சென்றனர். அத்துடன் தம்மிடமிருந்த பீரங்கிகளனைத்தையும் மங்களூரில் போட்டுவிட்டுப் போயினர்.

ஆங்கிலேயர் மங்களூரைக் கைப்பற்றிய ஒரே மாதத்திற்குள் திப்பு சுல்தான் அதை இங்ஙனம் மீட்டு விட்டார். ஆங்கிலேயர் அவரிடம் சந்து செய்து கொள்ள ஆயத்தமாயினர். போர்த்துகீசர் கன்னட நாட்டைத் தாம் ஆளும் நிலை கனியப் போகின்றது என்ற நம்பிக்கையில் பிரிட்டிசாருடன் உறவு கொண்டிருந்தனர். ஆனால் நடந்து விட்ட நிகழ்ச்சிகள் போர்த்துக்கீசருக்கு ஏமாற்றத்தையே அளித்தன.

போர்த்துக்கீசர் ஆங்கிலேயருக்கு உதவுகின்றனர் என்றதை ஐதரலி அறிந்ததும், போர்த்துக்கீச வணிகர், பாதிரிமார் அனைவரையும் அழைத்து அவர்களைச் சிறையில் அடைத்தார் என்றும், அவர்களின் உடைமைகளைப் பறித்தார் என்றும் கூறப்படுகின்றது. பிரிட்டிசாருடன் உடன்பாடு ஏற்பட்டது வரையில் அவர்கள் சிறையிலிருந்தனர். மேற்சொன்ன உடன்பாடு *1770* இல் கையெழுத்தானது. ஐதரலி அதற்கடுத்த ஆண்டு போர்த்துக்கீசருடனும், ஓர் உடன்படிக்கை செய்து கொண்டார். ஐதரலியின் வல்லாண்மைப் பரவல் மேற்குக் கரையின் கன்னடப் பகுதிகளை இங்ஙனம் இணைத்து விரியலானது.

5. ஏழாண்டுப் போர் முடிவுற்றது (1756-1763)

ஐரோப்பிய வல்லாளர் பதினைந்தாம் நூற்றாண்டின் இறுதியிலிருந்து பல கடல்களைத் தாண்டித் தம் நாடுகளிலிருந்து வெகுதொலைவிலுள்ள ஆசிய, ஆப்பிரிக்க, அமெரிக்கக் கண்டங்களில் மேலாண்மைப் பரப்புகளை விரிப்பதற்காக மேற்கொண்ட வாணிப வழிகளிலும் அரசியல் சூழ்ச்சிகளிலும் வன் போர்களிலும் ஏழாண்டுப்போர் பெரிதும் குறிப்பிடத்தக்கதாகும். இப்போர் *1756* தொட்டு இந்த *1763* வரை நடந்து முடிந்தது பற்றிய செய்திகள் இ.ச.க.தொகுதி-6 ஆகிய பக்கங்களில் கூறப்பட்டிருந்தன.

ஏழாண்டுப் போரின் பின் விளைவுகள்

பிரிட்டனுக்கும் பிரான்சிற்கும் கடல் தாண்டிய அயல் நாடுகளில் வாணிபம் புரிவதிலும், குடியேறுவதிலும் ஏற்பட்ட பூசல்களாலும், பிரஷியத்திற்கும் ஆஸ்திரியத்

1763

திற்கும் பகை மூண்டதாலும் தோன்றிய இப்போர், ஓரணியில் இருந்த பிரிட்டனுக்கும் பிரஷியத்திற்கும் வெற்றியாய் முடிந்தது. இந்த *1763* பிப்ரவரி *10* அன்று பிரிட்டனும் பிரான்சும் பாரிசில் அமைதி உடன்படிக்கையில் கையெழுத்திட்டுச் சந்து செய்து கொண்டன. அந்தப் போரின் வெற்றியும், இதையெடுத்து ஏற்பட்ட உடன்பாடும் உலகில் பெரிய மாறுதல்களை உண்டாக்கின. அந்த ஏழாண்டுப் போரை உலகு தழுவிய போர் என்று ஓரளவில் கூறலாம்.

அவ்வுடன்படிக்கைப்படி பிரான்ஸ் பிரிட்டனுக்குக் கனடா, மேற்கிந்தியத் தீவுகளிலுள்ள கிரானடா, ஆப்பிரிக்கத்தின் செனிகல் ஆகிய இடங்களில் உள்ள நிலப் பரப்புகளை விட்டுக் கொடுத்தது.

பிரான்சிற்கு ஆப்பிரிக்கத்தில் உள்ள கோரி, இந்தியத்தின் புதுச்சேரி, சந்திர நகர் (வங்கம்), மேற்கிந்தியத் தீவுகளின் கரும்புத் தோட்டங்கள் செழித்த குவாடலூப்பு முதலியன கிடைத்தன.

இவ்விரு நாடுகளும் ஐதராபாது மன்னரான நிசாமை (ஐதராபாது அடங்கிய) தக்காணத்தின் ஆட்சியாளராயும், முகமதலியைக் கர்நாடகத்தின் (தமிழகத்தின்) ஆட்சியாளராயும் ஏற்று அங்கீகரித்தன.

வட அமெரிக்கத்தின் பிரிட்டிஷ் குடியேற்றங்களுக்கும், பிரான்ஸ் ஸ்பெயினுக்கு விட்டுக் கொடுத்த லூசியானாப் பகுதிக்கும் மிசிசிப்பி ஆறுதான் எல்லை என்று இவ்வுடன்படிக்கை ஏற்று ஒப்பி உறுதி செய்தது.

ஸ்பெயின் பிரிட்டனுக்கு ஃபுளோரிடாவைத் தந்துவிட்டு, பிரிட்டன் கியூபத்தில் கைப்பற்றிய ஹவானா உள்பட எல்லாப் பகுதிகளையும் பெற்றுக்கொண்டது. ஸ்பெயினுக்குப் பிலிப்பைன் தீவுகள் கிடைத்த போதிலும் அது மேற்கு மத்திய தரைக் கடலிலுள்ள மைனோர்க்கத் தீவுக் கூட்டத்தை இழந்தது.

ஏழாண்டுப் போர் வெற்றியால் பிரிட்டனுக்குக் கிடைத்த பெரும் பரிசு பிரஞ்சுக் கனடாவாகும்.

அமெரிக்கக் கண்டுபிடிப்பும் ஐரோப்பியர் வாணிப அரசியல் போட்டிகளும்

வட அமெரிக்கத்தை முதலில் எட்டியது ஐரோப்பியரா அல்லது ஜப்பானியர், சீனர் போன்ற ஆசியரா என்பது குறித்து இன்றும் கருத்து வேறுபாடு உள்ளது. இருப்பினும் நாம் அறிந்தது வரையிலும் கி.பி.*800* தொட்டு *986* வரையிலும் அங்கு வைக்கிங்குகள் (இ.ச.க.தொகுதி-*1*) குடியேற்றம் அமைத்ததுவே, இதில் தற்காலத்துத் தொடக்கப் புள்ளியாகும்.

வைக்கிங்குகளுக்குப் பிறகு உலகின் மாபெரும் கடலோடியரும் புத்திடந் தேடிகளுமான போர்த்துக்கீசர், தாமே புதிய உலகான அமெரிக்கத்தைக் கண்டு பிடித்ததாக உரிமை கொண்டாடுகின்றனர். அவர்களைப் போலவே டேனியரும், ஆங்கிலேயரும் அந்தச் சிறப்புத் தமக்கும் உண்டென்று கூறுகின்றனர். எனவே கொலம்பசிற்கு முன்னரே *(1451-1506)* ஐரோப்பியர் அமெரிக்கக் கண்டத்தைக் கண்டு விட்டனர் என்று உரிமை பாராட்டப்படுகின்றது.

கொலம்பஸ்

இத்தாலியனில் கிறிஸ்தோஃபோரோ கொலம்போ என்றும் ஸ்பானியத்தில் கிறிஸ்தோபஸ் கொலோன் என்றும் ஆங்கில வழக்கிலும் அதையொட்டித் தமிழிலும் கிறிஸ்தபர் கொலம்பஸ் என்றும் அறியப்பட்டிருக்கும் இக்கடலோடி, வட மேற்கு இத்தாலியத் துறைமுகப்பட்டினமான ஜெனோவா அல்லது அதனருகில் *1451* ஆகஸ்டு *25* அல்லது அக்டோபர் *31* அன்று கம்பளத் துணி நெசவாளர் குடும்பத்தில் பிறந்தார். அவர் ஸ்பெயின் சென்றதற்கு முன்னரே தற்காலத்து வழங்கும் ஸ்பானிய மொழி மட்டுமே எழுதத் தெரிந்திருந்தார் என்ற உண்மையினாலும் அவரது அடிநாள் வாழ்க்கையில் முரண்பாடுகள் இருப்பதாலும் அவர் ஜெனோவாவில் பிறந்தவர்தானா என்பது குறித்து ஐயப்பாடு இருந்து வந்தது. எனினும் ஜெனோவா நகரத்து ஆவணங்களிலிருந்து அவரைப் பற்றிய பல சான்றுகள் கிடைக்கின்றன. அவருடைய குடும்பம் குறித்தும், அவரைப் பற்றியும் உறுதிச் சான்றாக மேற் கையொப்பமிடப்பட்ட பல ஆவணங்கள் உள. எனவே அவர் ஜெனோவா நகரத்தவர் என்பது நிறுவப்பட்டு விட்டது.

ஸ்பானிய அரசின் பட்டயமும் கொலம்பசின் முதற்பயணமும்

கொலம்பஸ் ஸ்பெயினுக்காகக் கடலில் புதுவழித் தடங்களைத் தேடுவதற்கென்று அந்நாட்டின் ஊழியத்தில் அட்மிரல் என்ற உயர் கப்பல் தலைவராக *1492* ஏப்ரல் *30* அன்று அமர்த்தப்பட்டார். அவர் கண்டுபிடிக்கக்கூடிய எப்பகுதியாயினும் அங்கு ஸ்பெயின் அரசப் பிரதிநிதியாயும் ஆளுநராயும் அவர் செயல்படுவதற்கு ஸ்பானிய அரசு அவருக்குப் பட்டயம் போட்டுத் தந்தது.

கொலம்பஸ் *1492* ஆகஸ்டு *3* அன்று முதற்பயணம் மேற்கொண்டார். அவர் மூன்று கப்பல்களில் தொண்ணூறு மாலுமியரோடு பாலோஸ் (*Palos*: தென் மேற்கு ஸ்பெயினிலுள்ள ஒரு சிற்றூர். இது முன்னர் கப்பல் துறையாயிருந்தது) என்ற இடத்திலிருந்து பயணப்பட்டார்.

அப்பயணத்தின்போது செப்டம்பர் *20-30* ஆகிய பதினோரு நாள்களில் கடும் புயல்களில் அவர்களின் கப்பல்கள் சிக்கித் தவித்தன. அப்போது மாலுமியர் கலகம் செய்யும் நிலை ஏற்பட்டது. அதற்கு இரண்டு நாளைக்குப் பிறகு கரை தென்பட்டது. கொலம்பஸ் முதன் முதலில் குவனஹானி *(Guanahani)* என்ற தீவை அக்டோபர் *12* அன்று கண்டார். அவர் அதற்குச் சான் சால்வடோர் என்று பெயரிட்டார். அத்தீவு பகாமாசின் நடுவிலுள்ளது.

கொலம்பஸ் அக்டோபர் *14* முதல் *20* வரை பகாமாசில் திரிந்து விட்டுக் கியூபத்தின் வடகிழக்குக் கரையை அக்டோபர் *27* முதல் டிசம்பர் *4* வரை தேடிச் சுற்றி வந்தார். பின்னர் *1492* டிசம்பர் *6* தொடங்கி *1493* ஜனவரி வரையிலும் ஹிஸ்பானியோலோவின் (சாந்த தோமிங்கோ) வட கரையில் இருந்தார். அங்கு டிசம்பர் *25* அன்று சாந்த மிரியாள் என்ற கப்பல் உடைந்தது. அதன் பிறகு ஜனவரி *16* அன்று கிளம்பி மார்ச்சு *15* அன்று தாயகத்தை அடைந்தனர். இதுவே கொலம்பசின் முதற்பயணம்.

இதன் பிறகுதான் பாப்பரசர் ஆறாம் அலெக்சாந்தர் டார்டிசில்லாஸ் உடன் படிக்கைப்படி (இ.ச.க.தொகுதி-*3*) உலகை ஸ்பெயினுக்கும் போர்ச்சுக்கல்லுக்கும் கூறு போட்டுக் கொடுத்து விட்டார். இங்ஙனம் கொலம்பஸ் தொடங்கி வைத்த புத்திடத் தேட்ட முயற்சியை அடுத்து ஐரோப்பியரின் புதிய குடியேற்றங்கள் புதிய உலகில் அமையலாயின.

ஐரோப்பியர் குடியேற்றங்கள்

ஜான் கபாட்டு *(1450-1498)* என்ற இத்தாலியரான பிரிட்டிஷ் கடலோடி *1497* ஆம் ஆண்டு முதன்முறையாகவும், *1498* இல் இரண்டாவது முறையாகவும் ஆங்கில வணிகர்களுக்காக அமெரிக்கம் சென்றார்.

ஸ்பானியர் கொலம்பசிற்குப் பிறகு *1499* தொடங்கி *1501* வரை அமெரிக்கத்தில் புத்திடங்களைத் தேடினர். இத்தாலியின் ஃபுளாரன்சு நகரக் கடலோடியான அமெரிகோ வெஸ்புச்சி *(1454-1512)* என்றவர் இப்பயணங்களை ஸ்பெயினுக்காக மேற்கொண்டார். வெஸ்பூச்சியின் பயணங்களின்போது பல புதிய இடங்கள் கண்டுபிடிக்கப்பட்டன. (வெஸ்புச்சி: இ.ச.க.தொகுதி-*3*)

போர்த்துக்கீசரும் *1499-1501* ஆகிய காலகட்டத்தில் புதிய உலகம் சென்று பல இடங்களைக் கண்டுபிடித்தனர். அவர்கள் *1501* முதல் *1504* வரை ஆங்கிலேயருடன் சேர்ந்தும் புது இடங்களை அங்கு தேடினர்.

பிரெஞ்சுக்காரர் *1523* டிசம்பர் *1524* ஜூலை காலத்தில் அமெரிக்கத்திற்குப் புறப்படலாயினர். வட அமெரிக்கத்தின் வழியே எப்படியும் இந்தியத்திற்கு வழி கண்டுபிடித்தாக வேண்டும் என்ற எண்ணம் இன்னும் இருந்து வந்தது. (கடலில் புது வழிகள் தேடும் முயற்சி: இ.ச.க.தொகுதி-*3*)

(அமெரிக்கக் குடியேற்றம் பற்றிய மேலும் சில செய்திகளுக்கு இ.ச.க.தொகுதி-*4* காண்க)

ஆங்கிலேயர் குடியேற்றம்

ஆங்கிலேயர் வர்ஜீனியத்தில் *1578-1583* காலத்தில் முதன்முதலாகக்

குடியேற்றங்களை அமைக்கலாயினர். (வர்ஜீனியம் அட்லாண்டிக்கின் கரையோரத்தில் உள்ளது) சர் வால்டர் ராலே (1552-1618) அங்கு 1584-1602 காலத்தில் ஒரு குடியேற்றத்தை அமைத்தார். ஆங்கிலேயரின் குடியேற்றங்கள் வட அமெரிக்கத்தில் தொடர்ந்து விரிந்து சென்றன.

பிரஞ்சுக்காரர் குடியேற்றம்

பிரஞ்சுக்காரருக்கும் ஆங்கிலேயருக்கும் மீன் பிடிப்பது தொடர்பாக 1497 ஆம் ஆண்டிலிருந்து 1604 வரை கடும் போட்டி இருந்து வந்தது. எனவே நூறாண்டுகளுக்கு மேலாக நீடித்து வந்த இதனை, நீண்ட சச்சரவு எனலாம். பிரஞ்சுக்காரர் 1518 இல் அமெரிக்கத்தில் குடியேற்றம் அமைக்க முயன்று தோற்றனர். பிரான்சிலிருந்து இரண்டு கப்பல்கள் நிரம்பச் சிறைப் பறவைகளான இரவலர்களும், போக்கற்றவர்களும் ஃபுளோரிடாவின் தென்கோடியிலுள்ள சேபிள் முனையிலிருக்கும் தீவில் இறக்கப் பட்டனர். அங்கு பின்னர் கிளர்ச்சி தோன்றியதும் அக்குடியேற்றம் கைவிடப்பட்டது.

அதன்பிறகு செயின்ட் கிராயின் ஆற்றின் கழி முகத்தில் 1604 ஆம் ஆண்டு ஒரு குடியேற்றத்தை நிறுவிவிட்டனர். அதை ஃபண்டி வளைகுடாவிற்கு அப்பாலிருக்கும் போட் இராயல் என்ற இடத்திற்கு மாற்றினர். அதுவும் பின்னர் கைவிடப்பட்டது.

பிரஞ்சுக்காரர்தாம் கனடாவில் முதன்முதலில் குடியேறினர். அவர்கள் 1605 ஆம் ஆண்டு நோவோ ஸ்கோசியா கரை மீது (இது கிழக்குக் கனடாவிலுள்ள தீவக்குறை செயிண்ட் லாரன்சு நீரிணைக்கும் ஃபண்டி வளைகுடாவிற்கும் இடையிலுள்ளது) அன்னப்போலின் இராயல் என்ற இடத்தில் ஒரு குடியேற்றம் அமைத்தனர். (அன்னப்போலிஸ் இராயல் என்பது மேற்கு நோவா ஸ்கோசியாவின் தென்கிழக்குக் கரையிலுள்ள நகரமாகும்.)

பிரிட்டன் கனடாவில் விலங்குத் தோல், மென்மயிர்த் தோல் முதலியவற்றில் வாணிபம் செய்வதற்காக ஹட்சன் வளைகுடாக் கம்பெனி என்ற நிறுவனத்தை இரண்டாம் சார்லஸ் மன்னரின் காலத்தில் (1660-1685) அமைத்தது. அதன் பிறகுதான் பிரிட்டனுக்கும், பிரான்சிற்கும் கனடாவில் போட்டி வலுத்தது.

இரு நாட்டினரும் ஒருவர் குடியேற்றத்தை மற்றவர் அழித்தனர். இரு சாராரும் செவ்விந்திய இனத்தவரைத் தமக்கு நேசராக்கிக் கொண்டு சண்டை செய்தனர். இந்தச் சச்சரவு மேற் சொன்னவாறு நூறாண்டுகளுக்கு மேலாக நடந்து வந்தது. அதற்கு ஏழாண்டுப்போரின் முடிவு முற்றுப்புள்ளி வைத்தது. இது பற்றி 1791 இல் விரிவான செய்திகள் காணலாம்.

6. ஹன்சியாட்டிக்கு லீகின் கடைசி மூச்சு: ஜெர்மன் வாணிப நிறுவனத்தின் வரலாறு

வட கடல்களில் ஸ்காண்டிநேவியருக்கு இருந்து வந்த கடலாதிக்க உயர் முதன்மை அழிக்கப்பட்டது. அதன் இடத்தில் கடல் வலிமை மிக்க ஓர் அமைப்பு இறுதியாக வந்து அமர்ந்து கொண்டது. அது நகர்ப்புறத்தைச் சேர்ந்தது; பூர்சுவாத் தன்மையுடையது; வாணிபத்தை நோக்கமாகக் கொண்டது; அது இன்ன பண்பாட்டைச் சேர்ந்தது என்று இனங்காணவும் முடியாது; அயல் நிலப்பரப்பைக் கவர வேண்டுமென்பதில் அதற்குக் கடும் வெறுப்பு இருந்தது என்றே கூறலாம்.

அதன் பெயர் ஜெர்மன் மொழியில் டாயிஷ் ஹன்ஸ் ஆகும். டாயிஷ் என்பது ஜெர்மன் நாட்டையும் ஹன்ஸ் என்பது குழுமம் என்று பொருள்படும் கம்பெனியையும் சுட்டுவனவாகும். வட ஜெர்மன் நகரத்தார் தம் அயல் வாணிபத்தைத் தற்காத்துக் கொள்வதற்காக இவ்வணிக அமைப்பை நிறுவினர். அது இரண்டு நூற்றாண்டுக் காலம் சிறுகச் சிறுக வளர்ச்சி பெற்றுப் பதினான்காம் நூற்றாண்டில் இறுதிவடிவம் பெற்றது. பதினைந்தாம் நூற்றாண்டில் உச்ச நிலை எய்தியது. பதினேழாம் நூற்றாண்டில் மறைந்து விட்டது. கிட்டத்தட்ட நான்கு நூற்றாண்டுகள் நிலவிய இந்த வட ஜெர்மன் வாணிப அமைப்புப் பதினேழாம் நூற்றாண்டிலேயே இறக்கிக் கிடத்தப்பட்டு விட்டதெனினும், பதினெட்டாம் நூற்றாண்டின் இந்த ஆண்டில்தான் அதன் உயிர் பிரிந்தது.

ஜெர்மன் வணிக முயற்சிகள்

வட ஜெர்மன் வணிகர்கள் பால்டிக்குப் பகுதியில் மெல்ல மெல்ல வாணிபத்தில் ஏகபோகம் பெற்றதிலிருந்து, டாயிஷ் ஹன்ஸ் என்ற ஹன்சியாட்டிக்கு லீகின் வரலாறு தொடங்குகின்றது. அவ்வணிகர்கள் அதன் பிறகு மேற்கு ஐரோப்பிய வாணிபத்தினுள் புகுந்து அதையும் தம் வயமாக்க முயன்று வெற்றியும் காண்கின்றனர்.

1763

பால்டிக்குக் கடல் வட ஐரோப்பியத்தில் உள்ளது. இக்கடல் ஆழமில்லாதது. கரிப்புக் குறைந்தது. சிற்றலைகளே எழும்புவது. இப்பகுதி சுமார் 1100 வரையிலும் ஸ்காண்டிநேவிய-ஸ்லாவியருக்கு மட்டுமே உரிய ஏரி போலவே இருந்து வந்தது. அதன் பிறகு ஜெர்மனியர் அங்கு வந்து புகுந்தனர். ஜெர்மனியின் வடக்கே ஹால்ஸ்டீன் பகுதியில் ஸ்லாவிய மக்களை ஜெர்மனியர் வென்று பால்டிக்கில் தமக்கென்று கடல் வாயில் ஒன்றைத் திறந்து கொண்டனர்.

அதற்குச் சில ஆண்டுகளுக்குப் பிறகு வட ஜெர்மனியில் ஓடும் டிரேவ் என்ற ஆற்றின் முகத்திலுள்ள லைபெக்கு (*Lubeck*) என்ற மீன்பிடி சிற்றூர், மிக முக்கியமான வாணிப மையமாய் உருவாக்கப்பட்டது. அதற்கு வெஸ்டாஃபாலியாவைச் சேர்ந்த வணிகர்கள் அரிமா ஹென்றி என்ற அரசரின் தாராளமான ஆதரவைப் பெற்றனர். (வெஸ்டாஃபாலியா என்பது வடமேற்கு பிரஷியத்தில் இருந்த பழைய மாநிலமாகும்) அவ்வணிகர்கள் பால்டிக்கு வாணிபத்தில் ஈடுபடப் பேரார்வம் காட்டினர்.

நோவ்கோராடு

அவர்கள் கிழக்கில் தம் பெரிய வாணிபப் பண்ட சாலையாக நோவ்கோராடை ஆக்கிக் கொண்டனர்(*Novgorod*: இரஷியத்தின் வட மேற்கிலுள்ள நகரம். இது வோல்கோவ் (*Volkhov*) ஆற்றின் கரை மீதுள்ளது. இரஷிய அரச குடியைத் தோற்றுவித்த ஸ்காண்டிநேவிய வைக்கிங்குகளின் தலைவரான ரூரிக்கு (இ.879) அங்கு 862 ஆம் ஆண்டு ஒரு சிற்றரசை அமைத்திருந்தார். அந்த இடமே இரஷிய அரசின் தோற்றுவாய் என்று கருதப்படுகின்றது. ரூரிக்கு அரச குடியினர் 1598 வரை ஆட்சிபுரிந்தனர். வரலாற்று இடைக்காலத்தில் பெரிய வாணிப மையமாய் விளங்கிய நோவ்கோராடைப் பயங்கர ஐவான் என்ற இரஷிய மன்னர் 1570 ஆம் ஆண்டு அழித்தார்.) அது கடற்கரையையடுத்த உள்நாட்டுப் பகுதியில் அமைந்திருந்த வளஞ்செறிந்த இரஷிய நகராகும். அது ஐரோப்பிய நாடுகளில் பெரிதும் விரும்பப்பட்ட பண்டங்களை அளித்து வந்த பேரங்காடியாகவும் இருந்து வந்தது. அங்கு குறிப்பாக, மென்மயிர், மெழுகு, தேன், பிச்சுக் கட்டி, தார், பொட்டாஷ், அடுப்புக்கரி, பின்னல் நார், சணல் முதலிய தலையாய பண்டங்கள் கிடைத்து வந்தன.

ஜெர்மனியர் சுவீடனின் தென் கிழக்குக் கரைக்கு அப்பால் பால்டிக்குக் கடலிலிருந்த காட்லண்டு (*Gotland*) என்ற சிறு தீவு வரைதான் சென்றனர். (இத்தீவு கி.மு.4500 வாக்கில் தொடங்கிச் சுமார் கி.மு.500 வரை நீடித்த வெண்கலக் காலத்திலிருந்து மிக முக்கியமான வாணிப மையமாய் இருந்து வந்தது என்பது குறிப்பிடத்தக்கது.) காட்லண்டின் வேளாள வாணிகர்கள் நோவ்கோராடு வாணிபத்திலிருந்து விரைவிலேயே வெளியில் தள்ளப்பட்டு விட்டனரெனினும் அவர்களின் தீவு நோவ்கோராடு சென்ற வாணிப வழித்தடத்தில் தொடர்ந்து தலையாய வாணிப நிலையாயிருந்து வந்தது. ஜெர்மானியரில் பலர் காட்லண்டில் குடியேறினர். பன்னிரண்டாம் நூற்றாண்டின் பிற்பகுதியில் காட்லண்டுத் தீவின் வட மேற்கில் வைஸ்பை (*Vizby*) என்ற துறை முகத்தை அமைத்தனர். இது இன்று தென் கிழக்குச் சுவீடனில் அமைந்துள்ளது. இது ஹன்சியாட்டிக்கு லீகில் தொடக்கக் காலத்திலிருந்தே சேர்ந்து கொண்ட ஊர்களுள் ஒன்றாகும்.

வாணிப நகரங்கள்

ஜெர்மானியர் நோவ்கோராடு வாணிபத்தை முற்றிலும் கைப்பற்றி விட்டனர். இந்த வாணிபத்தில் லைபெக்கு தலைமை ஏற்றிருந்தது. பால்டிக்குக் கரை நெடுகிலும் புதிய ஜெர்மன் நகரங்களை நிறுவுவதில் லைபெக்கும் வெஸ்டாஃபாலியன் பகுதியின் நகரங்களும் பெரும் பங்கு வகித்தன. அந்நகரங்கள் வருமாறு: லிதுவேனியத்தின் வடக்கேயிருந்த லிவோனிய என்ற மாநிலத்தில் ரீகா (*Riga*), ரெவால் (*Reval*), நார்வா (*Narva*), டார்ப்பட்டு (*Darpat*) ஆகிய இந்நகரங்கள் நோவ்கோராடு செல்லும் வழியில் முக்கியமான படிக்கட்டுகள் போலிருந்தன. நோவ்கோராடிற்கு விரைவிலேயே நில வழியும் திறந்துவிடப்பட்டது. இந்நகரங்களனைத்தும் வாணிபத்தையே தலை நோக்கமாய்க் கொண்டு பால்டிக்கு நாடுகளிலும் அமைந்தன.

நார்வேயில் ஜெர்மானியர்

ஜெர்மானியர் தானியம், பீர் ஆகியவற்றை விற்போர் என்ற முறையில் பதின்மூன்றாம் நூற்றாண்டின் தொடக்கத்தில் நார்வேயில் குடியேறினர். அவர்கள் அங்கிருந்த ஸ்காத்திய, ஆங்கில வணிகர்களைக் கத்தரித்துவிட்டனர். ஜெர்மானியர் நார்வேயின் அயல் வாணிபத்தில் தனி ஏக போகம் செலுத்தினர். அவ்வாணிபத்தில் மீன் எண்ணெயும் திமிங்கில எண்ணெயும் முக்கியமான பண்டங்களாயிருந்தன. சுவீடன் கரை நெடுகிலும் அகப்பட்ட ஹெர்ரிங்கு என்ற மீன்களைப் பிடித்து விற்பதிலும் ஜெர்மனியர் ஈடுபடலாயினர்.

சுவீடனிலும் ஜெர்மானியர்

ஜெர்மானியர் இறுதியில் சுவீடனுக்குள்ளும் முற்றாக ஊடுருவி விட்டனர். சுவீடனின் தலைநகரான ஸ்டாக்கோமும், அந்நாட்டின் தென் கிழக்கிலுள்ள துறைமுகப் பட்டினமான கல்மார் என்ற இடமும் மேன்மையுறுவதில் ஜெர்மானியர் பங்கு முக்கியமானதாகும். சுவீடனின் இரும்பு, செம்புச் சுரங்கங்கள் ஜெர்மானியர் கைகளில் இருந்தன.

பால்டிக்குக் கடல் பதின்மூன்றாம் நூற்றாண்டின் முற்பாதியில் முற்றிலும் ஜெர்மன் கடலாகிவிட்டது. அதன் கரையில் லைபெக்குத் தொடங்கி ஃபின்லாந்து வளைகுடா வரையிலும் சங்கிலித் தொடர் போல் ஜெர்மன் நகரங்கள் முளைத்து, அப்பகுதியின் வாணிபம் ஜெர்மன் வணிகரின் கைக்கு வந்து விட்டது.

1763

ஹன்ஸ் தோற்றம்

டாயிஷ் ஹன்ஸ் (ஜெர்மன் கம்பெனி) என்ற வாணிப அமைப்புப் பதின்மூன்றாம் நூற்றாண்டில் பிறந்தது. அப்போது பால்டிக்கிலும் ரைன் ஆற்றையடுத்த நாடுகளிலும் இருந்த வாணிகர்கள், பால்டிக்கு, வட கடல்களில் ஜெர்மானியரைப் பொருளியல் வல்லமை மிக்க ஆண்டையராக்கி விட்டனர். இக்காலக்கட்டத்தில் தனிப்பட்ட வணிகர்களுக்கு உரிமையாயிருந்த வணிக நிறுவனங்கள் இருந்த இடத்தில், நகரங்கள் ஒன்று சேர்ந்து அமைத்துக் கொண்ட ஒரு வாணிபச் சங்கம் தோன்றியது. அப்போதுதான் மெய்யான ''ஜெர்மன் கம்பெனி'' (ஹன்ஸ்) அமைந்தது. இதுவே ஹன்சியாட்டிகு லீகு *(Hanseatic League)* என்ற பெயரைப் பெற்றது.

டென்மார்க்கு, நார்வே, ஃபிளாண்டர்ஸ், இங்கிலாந்து ஆகிய நாடுகளில் பெருகி வந்த பன்னாட்டு வாணிபத்தினால் ஏற்பட்ட அரசியல், பொருளியல் சிக்கல்களைத் தீர்க்க முடியாத நிலை இருந்தது. அவற்றிலிருந்து மீள வேண்டுமென்பதற்காகவே இந்தக் குழுமம் உருவானது. அதற்கு அரசியல் அதிகாரமுள்ள பின்புலம் வேண்டியிருந்தது. ஊர் மக்களைக் கடற் கொள்ளையர், வழிப்பறிக்கொள்ளையர் ஆகியோரிடமிருந்து காப்பாற்றுவதற்காக லைபெக்கிற்கும் ஹாம்பர்கு நகரத்திற்கும் 1241 ஆம் ஆண்டு ஏற்பட்டதைப் போன்றதும், விஸ்மர், ரீஸ்டர்க்கு, ஸ்டிரால்சண்டு ஆகியவற்றினிடையே 1254 இல் கையெழுத்தானதைப் போன்றதுமான உடன்படிக்கைகள்தாம், இத்தகைய வாணிப அமைப்பு உருப்பெற்றதற்கு வழி வகுத்தன.

வட ஜெர்மனி நெடுகிலும் இருந்த ஒவ்வொரு நகரின் ஊர் மன்றங்களிலும் செல்வாக்குப் பெற்று ஓங்கி நின்ற வாணிகக் குடும்பங்கள் இரத்தத் தொடர்பினாலும், திருமணத்தாலும் உறவு கொண்டிருந்தமையால், இந்நகரங்களை எளிதில் ஒரு குழுமமாக ஒன்று சேர்க்க முடிந்தது. இந்நகரங்கள் இவ்வாறு எப்போது ஒன்று சேர்ந்தன என்று காலம் குறிப்பிட முடியாது. ''ஜெர்மன் ஹன்ஸ்'' என்ற பெயர் முதன் முறையாக 1358 இல் காணப்படுகின்றது.

எதிர்ப்பும், பொற்காலமும்

இவ்வாணிப அமைப்பு உருப் பெற்றதும், டென்மார்க்கின் நான்காவது விளாதிமிருடன் சச்சரவு ஏற்பட்டது. அவர் டேனியப் பேரரசக் கொள்கைக்கிணங்க 1361 இல் காட்லாண்டைத் தாக்கினார். இப்போரில் டேனியர் தோற்றனர். அதன் பிறகு 1370 ஆம் ஆண்டு ஸ்டிரால்சண்டில் ஏற்பட்ட அமைதி உடன்படிக்கையின்படி பால்டிக்குப் பகுதியில் ஹன்சியாட்டிக்கு லீகின் வாணிப மேலாண்மை ஏற்று உறுதி செய்யப்பட்டது.

இந்த அமைதி உடன்பாட்டிற்குப் பிறகு ஹன்சின் பொற்காலம் தொடங்கு கின்றது. ஜெர்மன் குழுமத்தின் - ஹன்சின் செல்வம், வல்லமை, அதன் வலுவான நிலைப்பு ஆகியன, நோவ்கோராடு - பெர்கன் - இலண்டன் என்ற முக்கோணத்தினுள் நடந்த வாணிபத்தை அடிப்படையாகக் கொண்டிருந்தன. இவ்வாணிபம் அயல் நாடுகளி லிருந்த சில மையங்களில் குவிந்திருந்தது என்பது இதனால் புலனாகும். அது ஜெர்மன் எல்லையையும் தாண்டி விரிந்த வாணிப அமைப்பாக விளங்கிற்று. அம்மையங்கள் கணக்கு அலுவலகங்கள் *(Counting Houses)* என்றழைக்கப்பெற்றன. அவற்றுள் குறிப்பிடத்தக்கன நான்கு இடங்களாகும்.

நோவ்கோராடு: இது இரஷியத்தின் முக்கியமான வாணிபப் பண்டங்களை விற்கும் அங்காடியாக விளங்கிற்று.

பெர்கன் (*Bergen*): இது வடமேற்கு நார்வேயின் மிக முக்கியமான துறைமுகப் பட்டினமாகும். மீன் எண்ணெய்க்கும் திமிங்கல எண்ணெய்க்கும் முக்கியமான இடம்.

இலண்டன் : இங்கு எடை போடும் இடம் இருந்தது.

புரூகஸ் (*Bruges*): இது வடமேற்குப் பெல்ஜிய நகரம். இதுவும் பெரிய அங்காடி நகராகும்.

இலண்டனும் புரூகஸ் நகரும் இளம் உதவியாளர்கள் வாணிபப் பயிற்சி பெறும் உயர்நிலைப் பள்ளிகளாக இருந்தன.

சிதைவு

ஹன்ஸ் பதினாறாம் நூற்றாண்டில் வெகுவேகமாய்ச் சிதையலாயிற்று. ஹன்சியாட்டிக்கு லீகு என்ற அந்த அமைப்பின் அடிப்படையையே தகர்க்கக் கூடிய அரசியல், பொருளியல் மாறுதல்களே அதற்குக் காரணங்களாயின. ஆங்கில வணிகர்கள் மேற்கில் பதினைந்தாம் நூற்றாண்டில் முனைந்து எழலாயினர். தனிப்பட்ட வணிக முனைவர்கள் முதலில் இங்கிலாந்திலும் கடைசியாகப் பால்டிக்கிலும் ஹன்சியாட்டிக்கு லீகின் நிலையை ஆட்டங்காணச் செய்துவிட்டனர். இலண்டனில் எடை போடும் இடம் *1598* இல் மூடப் பெற்றதும் ஹன்சியாட்டிக்கு வணிகர் குன்றிப் போயினர். அவர்கள் இனிமேல் வேண்டியதில்லை என்ற நிலை வாணிபத்தில் தோன்றிவிட்டது.

இவையனைத்திற்கும் மேலாக டச்சுக்காரர் ஹன்சிற்குக் குழிபறித்துவிட்டனர். அவர்கள் பதினைந்தாம் நூற்றாண்டில் துணி, பீர்த் தொழில்களைத் தாமே நிறுவி விட்டனர். சுவீடன் கடலில் ஹெர்ரிங்கு மீன் அற்றுப் போனதால், டச்சுக்காரர்கள் வட கடல் சென்று அம்மீனைப் பிடித்துப் பால்டிக்குப் பகுதிக்குக் கொண்டு வந்தனர். அவர்கள் டேனியரின் ஒத்துழைப்புடன் பதினைந்தாம் நூற்றாண்டில் ஜெர்மனியரின் ஏகபோகத்தைத் தகர்த்துத் தாமே பால்டிக்கு வாணிபத்தின் ஏகபோகத்தைப் பெற்றுவிட்டனர்.

ஹன்ஸ் இவ்வாறாகத் தன் வாணிப நிலைகளை வரிசையாக இழந்து கொண்டே வந்தது. நோவ்கோராடு *1474* இல் மாஸ்கோ பகுதியுடன் சேர்ந்துவிட்டது. புரூகஸ் நகரின் இடத்தை ஆம்ஸ்டர்டாம் பெற்றுவிட்டது. பின்னர் இவ்வாணிப அமைப்பிலிருந்த ஒவ்வொரு நகரும் தனித்தனியே கழன்று செல்லலாயின. பதினாறாம் நூற்றாண்டின் நடுப்பகுதிக்குப் பிறகு ஹன்சியாட்டிக்கு லீகு தேய்ந்து சிறுத்துவிட்டது. முப்பதாண்டுப் போர் (*1618-1648*) அதை முற்றிலும் மூழ்கடித்துவிட்டது. ஹன்சியாட்டிக்கு லீகின் கடைசிக் கூட்டம் *1669* இல் நடந்தது. அதில் ஒன்பது நகரங்கள் மட்டுமே கலந்து கொண்டன.

இறுதி மூச்சு

பெர்கன் துறைமுகப் பட்டினத்திலிருந்த ஹன்சியாட்டிக்கு லீகின் பண்டசாலை இந்த *1763* இல் மூடப்பட்டதும், அதன் ஆவி பிரிந்துவிட்டது. போர்த்துக்கீசர், ஸ்பானியர், டச்சுக்காரர், ஆங்கிலேயர், டேனியர், பிரஞ்சுக்காரர் என்று ஐரோப்பிய நாட்டினர் கடல் தாண்டி முக்கியமாய் வாணிப நோக்கில் பரவியதற்கு முன்னர், வட ஐரோப்பியத்தில் மிகப்பெரிய ஹன்சியாட்டிக்கு லீகு கிட்டத்தட்ட நானூறு ஆண்டுகள் நிலைத்திருந்து இவ்வாறாக மறைந்தது.

7. அமெரிக்கக் குடியேற்றங்களில் பிரிட்டன் மீது வெறுப்பு

வந்தேறிய ஆசியர்

அமெரிக்க இந்தியர் என்று சரியாகவோ, தவறாகவோ அழைக்கப்படும் அமெரிக்கக் கண்டத்து மக்களின் முன்னோர் ஏறத்தாழ முப்பதாயிரம் ஆண்டுகளுக்கு முன்னர், தென் கிழக்காசியத்திலிருந்து கால்நடையாகவே கிளம்பி, இன்று நீர் மல்கிய பேரிங்கு நீரிணை - அன்று நிலப் பரப்பாயிருந்தது-வழியாக அமெரிக்கத்தில் வந்தேறினர் என்பது தொல்லியலார் கூற்றாகும். அம்மக்கள் வேட்டுவர்; உணவைச் சேகரித்து வைக்கும் பண்புடையோர்.

சுமார் கி.பி.1500 வாக்கில் வட அமெரிக்கத்தில் வாழ்ந்திருந்த செவ்விந்தியரின் எண்ணிக்கை கிட்டத்தட்ட ஒரு மில்லியன் இருக்கலாம் என்பர். அவர்கள் பல இடங்களில் சிதறியும் தம்முள் பிளவுண்டும் பல குலத்தவராய் வாழ்ந்தனர். அவர்களின் ஒவ்வோர் இனப் பிரிவும் தனிமொழியைத் தனக்கெனக் கொண்டிருந்தது. அம்மக்கள் ஏறத்தாழ மொத்தம் ஐநூறு மொழிகளைப் பேசினர்.

செவ்விந்திய மக்களின் வாழ்க்கை முறையும் வெவ்வேறானது; பொருளியலமைப்பும் பண்பாடும் தனித் தன்மையன. இங்ஙனம் பல்வேறு துறைகளின் தனித் தன்மை கொண்டிருந்த இம்மக்களில் சில இனத்தவரைக் கூட எந்தத் தலைவனாலும் ஒன்று படுத்துவதற்கு இயலவில்லை. இவ்வாறு சிவப்பிந்தியர்கள் இடையே நிலவிய பிரிவுகள் அல்லது பிளவுகள் காரணமாகத்தான் புதிதாய் இக்கண்டத்திற்குப் பதினைந்தாம் நூற்றாண்டின் கடைசியில் வந்தேறிய ஐரோப்பியரால் அவர்களை எளிதில் வெற்றி கொள்ளவும், அவர்களின் நாகரிகங்களைச் சுவடு தெரியாமல் அழிக்கவும் முடிந்தது.

அமெரிக்கம் ஐரோப்பியரால் எங்ஙனம் எப்போது கண்டுபிடிக்கப்பட்டது என்ற செய்திகள் ஏழாண்டுப் போர் முடிவு பற்றிய செய்தி கூறிய கட்டுரையில் சொல்லப்பட்டிருந்தது.

மேஃபிளவரும் மூத்தோரும்

இங்கிலாந்தை ஆண்ட முதலாம் ஜேம்ஸ் *(1566-1625; ஆட்சிக் காலம் 1602-1625)* செய்த கொடுமைகளைப் பொறாத பழமை சாராச் சீர்திருத்தக் கிறித்தவர்களான மக்கள் புத்துலகில் குடியேறுவதென்று முடிவு செய்தனர். மூத்தோர் *(Pilgrim Fathers)* என்று சிறப்பிக்கப்படும் அம்மக்கள் இங்கிலாந்தின் பிளிமத்துத் துறைமுகத்தில் மேஃபிளவர் *(Mayflower)* என்ற கப்பலில் 1620 ஆம் ஆண்டு ஏறி நெடிய பயணத்தைத் தொடங்கினர். அவர்கள் ஜேம்ஸ்டவுனை நிறுவிய வர்ஜீனியக் கம்பெனியின் உடைமையாயிருந்த பரந்த அமெரிக்க நிலப்பரப்பில் குடியேறும் நோக்கத்துடன் தாயகத்தை விட்டு நீங்கினர்.

அம்மூத்தோர் கடுங்குளிரான நவம்பரில் எவரும் கரையிறங்க அஞ்சுகின்ற மசாச்சூசட்ஸ் கரையில் இறங்கினர். அவர்களை ஏற்றிவந்த கப்பலின் பெயரோ இளவேனிலான மே மாதத்தில் பூத்துக் குலுங்கும் மலரின் பெயரால் மேஃபிளவர் என்றழைக்கப்பட்டது. இக்கப்பலில் வந்திறங்கிய மூத்தோரும் பிறரும் புது உலகில் தன்னாட்சி செலுத்துகின்ற ஒரு சமூகத்தை நிறுவுவதென்று, கரையிறங்கு முன்னரே தம்முள் உடன்பாடு கண்டிருந்தனர். இங்கிலாந்திலிருந்து சென்று புது உலகில் குடியேறியவர்களின் தொடக்க நிலை வரலாற்றில் இவ்வாறுதான் கருத்தொருமிக்க தன்னாட்சி என்ற எண்ணம் வேரூன்றியது என்பர்.

வர்ஜீனியமும் மூத்தோர் வந்திறங்கிய மசாச்சூசட்சின் தோட்டங்களும் (வர்ஜீனியத்தை அடுத்தமைந்த இரண்டாவது குடியேற்றத்தை மசாச்சூசட்ஸ் தோட்டங்கள் என்று அழைத்தனர்) தொடக்க ஆண்டுகளில் மிகுந்த இன்னலுற்றன. மசாச்சூசட்ஸ் வளைகுடா என்ற குடியேற்றம் *1629* ஆம் ஆண்டு அமைக்கப்பட்டதையடுத்துப் புது உலகில் அலையெனக் குடியேறிகள் கப்பலில் வந்திறங்கினர். விரைவில் மேலும் பல குடியேற்றங்கள் தோன்றின.

நியூயார்க்கு

டச்சுக்காரர் *1624* ஆம் ஆண்டு நியூ ஆம்ஸ்டர்டாம் என்ற பெயரில் வட அமெரிக்கத்தின் தென் கிழக்கில் அமைத்த குடியேற்றத்தைப் பிரிட்டிசார் *1664* ஆம் ஆண்டு கைப்பற்றி அதற்கு நியூயார்க்கு என்று பெயரிட்டனர். இது வடகிழக்கு இங்கிலாந்தில் ஔஸ் என்ற ஆற்றின் கரை மீது அமைந்துள்ள ரோமானியர் காலத்து இராணுவத் தலைநகரான யார்க்கின் *(York)* பெயரைப் பெற்றுப் புது *(New)* யார்க்கு ஆனது. *(யார்க்கு: இ.ச.க.தொகுதி-3)*

நியூ ஜெர்சி

நியூ ஜெர்சி என்பது வட அமெரிக்கத்தின் கிழக்கே அட்லாண்டிக்கின் கரை மீது எழுந்த மற்றொரு குடியேற்றமாகும். அமெரிக்கத்தில் பிரிட்டிசார் அமைத்த குடியேற்றங்களுள் நியூ யார்க்கு, நியூ ஜெர்சி என்ற இரண்டையும் சேர்த்துக் கொண்டால், *1733* வாக்கில் வட கிழக்கிலுள்ள நியூ ஹாம்சயரிலிருந்து தென்கிழக்கிலுள்ள ஜார்ஜியம் வரையிலும் அட்லாண்டிக்குக் கரை நெடுகிலும் நிலைபெற்று விட்ட - ஆங்கில மக்களின் கூட்டம் வேளாண்மையிலும் வாணிபத்திலும் செழித்திருந்தது.

வட அமெரிக்கத்தின் தென் பகுதியிலிருந்த குடியேற்றங்கள் வெகுவிரைவிலேயே பேராதாயம் தருகின்ற உருளைக் கிழங்கையும், புகையிலையையும் பயிர் செய்யலாயின. அங்கு அவுரியும் அரிசியும் விளைவிக்கப்பட்டன. *(இ.ச.க.தொகுதி-5)*

வர்ஜீனியத்திற்குப் பணியாளர் அல்லது வேலைக்காரர்களுடன் குடியேற வந்திருந்த ஆங்கிலேயர்களுக்கு மிகத் தாராளமாய் நிலங்கள் தருவதும், அவர்கள் பெரிய பண்ணைகளை அமைப்பதை ஊக்குவிப்பதும் வழக்கமாயிற்று. வர்ஜீனிய மண் புகையிலை வேளாண்மைக்கு உகந்ததாயிருந்தது. கிட்டத்தட்ட முதல் தொடக்கநிலை யிலேயே ஆப்பிரிக்கத்திலிருந்து அடிமைகளை வட அமெரிக்கத்தின் தென் பகுதிக்குக் கொண்டு வந்து, அவர்களை அங்கு பண்ணை வேலைகளில் ஈடுபடுத்தினர்.

வட பகுதிக் குடியேற்றங்கள்

இவ்வாறு ஐரோப்பியருக்கு, குறிப்பாக ஆங்கிலேயருக்கு வாழ்வும் வளமும் தந்த மாபெரும் குடியேற்றமாக வட அமெரிக்கம் பதினெட்டாம் நூற்றாண்டு வாக்கில் விளங்கியது.

இந்த *1763* ஆம் ஆண்டு வாக்கில் அடலாண்டிக்குக் கரையோரமாக வடக்கே நியூ ஹாம்சயரிலிருந்து தெற்கே ஜார்ஜியா வரையிலும் தனித்தனியான பதின்மூன்று குடியேற்றங்களில் ஏறத்தாழ இரண்டரை மில்லியன் குடியேறிகள் வாழ்ந்தனர். இக்குடியேற்றங்கள் பல்வேறு காலங்களில் பெரிதும் வேறுபட்ட கூட்டங்களைச் சேர்ந்த குடியேறிகளால் நிறுவப்பட்டன.

உள்ளொளி மீது நம்பிக்கை கொண்ட கிறித்தவக் கூட்டத்தினரான குவாக்கர்கள்(*Quakers*) எனப்படும் நண்பர் சங்கத்தார், அமெரிக்கத்தின் வட கிழக்கிலுள்ள பென்சில்வேனியத்தில் குடியேறினர். அக்குடியேற்றம் ஆங்கிலக் குவாக்கரான வில்லியம் பென் (*William Penn 1644-1718*) என்பவரால் நிறுவப்பட்டதால், அவர் பெயரால் பென்சில்வேனியம் என்று அழைக்கப்படுகின்றது.

இங்கிலாந்துக் கிறித்துவத் திருச்சபையிலிருந்து ரோமன் கத்தோலிக்கச் சடங்குகளில் பெரும்பாலானவற்றைக் களைந்தெறிந்து தூய்மைப்படுத்துவோம் என்று பதினாறு, பதினேழாம் நூற்றாண்டுக் காலங்களில் கிளர்ந்த முனைப்பு மிக்க கிறித்தவர்களான ‘‘கடுந்தூய்மையாளர்’’ (*Puritans*) மசாச்சூசட்சில் வாழ்ந்தனர்.

ரோமன் கத்தோலிக்கர் கிழக்கத்தி மாநிலமான மேரிலாந்தில் குடியமர்ந்திருந்தனர்.

பெரிதும் கடன்காரர்களே சேர்ந்து அமைத்த மாநிலம் ஜார்ஜியம் ஆகும். நாம் ஏற்கனவே கூறியபடி நியூ யார்க்கு டச்சுக்காரரிடமிருந்து வெல்லப்பட்டது.

தென்பகுதிக் குடியேற்றங்கள்

தென்பகுதிக் குடியேற்றங்களில், அதாவது வடக்கே வர்ஜீனியத்திலிருந்து தெற்கே ஜார்ஜியம் வரையிலும் உள்ள இடங்களில் குடியேறி வாழ்ந்தவர்களிடம் மிகப்பெரிய பண்ணைகளும் பரந்த விளைநிலங்களும் இருந்தன. அங்கு ஆப்பிரிக்கத்திலிருந்து கொண்டுவந்த அடிமைகள் வேலை செய்தனர். இத்தகைய பெரும் பண்ணைக்காரர்கள் மிகுந்த வசதியுடன் அமைந்த மாபெரிய பண்ணை வீடுகளில் வாழ்ந்தனர்.

பிற குடியேற்றங்களில், குறிப்பாக வடக்கே இருந்தவற்றில், பெரிதும் சிறு பண்ணைகளை வைத்திருந்தவர்களும், சிற்றூர்களில் வாழ்ந்த மக்களும் இருந்தனர். அவர்கள் எப்போதும் சிவப்பிந்தியர் தாக்குதல்களுக்கு ஆளாகி வாழ்ந்தனர்.

இங்ஙனம் தனித் தனியாக ஆங்காங்கே அமைந்த குடியேற்றங்கள் (*Colonies*) தம் தனித் தன்மைகள் குறித்துப் பெருமைமிகக் கொண்டிருந்தன. நியூ ஹாம்சயரிலிருந்த குடியேறிகளைச் செவ்விந்தியர் தாக்கினால், ஜார்ஜியத்திலிருந்தவர்கள் அந்த வடக்கத்தி ‘‘அயலார்’’ மீது அனுதாபம் காட்டவில்லை. அவர்களின் உதவிக்குச் செல்லவும் மனமில்லாதிருந்தனர்.

இதைப் போலவே, வர்ஜீனியத்திலிருந்த நிலப்பசி கொண்ட குடியேறிகள், வட அமெரிக்கத்தின் நடுவிலுள்ள ஒகையோ பள்ளத்தாக்கினுள் புகுந்து அங்கிருந்த பிரஞ்சுக்காரரான மென்மயிர் வணிகருடனும், அவர்களின் நேசர்களான இந்தியர்களுடனும் மோதினர். இது தமக்குப் பாதகமாகக் கூடியதென்று வட அமெரிக்கத்தின் கிழக்குக் கரை மீதுள்ள வட, தென் கரோலினப் பகுதிகளில் வாழ்ந்த குடியேறிகள் கருதவில்லை. ஆதலால் அவர்கள் வர்ஜீனியருக்கு உதவியாகப் படை அனுப்புவதில்லை.

வர்ஜீனியர் இந்தியருடன் போரிடுவதற்கு வசதியாகத் தம் வரிகளை உயர்த்த வில்லை.

இவ்வாறு ஒவ்வொன்றும் ஒவ்வொரு நோக்கில் நிலவிவந்த இக்குடியேற்றங் களிடையே பொதுவான ஒரு தன்மை இருந்தது.

அவை தன்னுரிமையைப் பேரார்வத்துடன் காத்து வந்த போதிலும், தாய்த்

திருநாடான இங்கிலாந்தின் மீது பல பொதுவான மனக்குறைகள் அவற்றுக்கு இருந்து வந்தன; அக்குறைகள் அவற்றின் நெஞ்சினுள் குமைந்து கொண்டிருந்தன.

இம்மனக்குறைகள் *1763-1775* ஆகிய ஆண்டுகளுக்கு இடைப்பட்ட காலத்தில் மிக ஆழமாக அவற்றின் மனத்தினுள் வேரூன்றியிருந்தன. அக்குறைகள் நெஞ்சினுள் கனன்று வெந்து *1775* ஆம் ஆண்டு வெடித்த அமெரிக்க விடுதலைப் போரின்போது, அக்குடியேற்றங்கள் பதின்மூன்றையும் ஒன்று சேரச் செய்தன. அந்த விடுதலை வேட்கை இந்த *1763* ஆம் ஆண்டுதான் உண்டானது.

8. ஐரோப்பியத்தில் வேளாண்மை, வாணிபம், வங்கித் தொழில் செழிப்பு

புதிய பொங்குமா வளம்

ஐரோப்பியத்தில் வேளாண்மை, தொழில், வாணிபம் முதலியன பதினெட்டாம் நூற்றாண்டில் செழித்துப் பெருகலாயின. வாணிபத்திலும் தொழிலிலுமிருந்து *34* மில்லியன் பவுனும் வேளாண்மையிலிருந்து *66* மில்லியன் பவுனும் *1770* ஆம் ஆண்டில் வருவாயாய்க் கிடைத்தது என்று வல்லுநர் கணிக்கின்றனர். எனவே, ஒரு நாட்டின் பொருளியலில் வேளாண்மையே மேலோங்கி நின்றது என்பது அனைத்து நாடுகளுக்கும் பொதுவான ஓர் அம்சமாயிருந்தது.

எந்திரங்கள் அறிமுகமானதால் தொழிலிலும் வேளாண்மையிலும் புதிய முறைகள் கையாளப்பட்டன; ஆதலால் அத்துறைகளில் பெருக்கம் இருந்தது; அயலுலகுடன் நடந்த வாணிபம் மிகுந்ததாலும் அதனிலிருந்தும் வருவாய் பெருகலாயிற்று.

ஹன்சியாட்டிக்கு லீகு என்ற ஜெர்மன் வாணிப அமைப்பும் வெனிசு போன்ற, இத்தாலிய வாணிபத் துறைமுகப்பட்டினங்களும் இந்நூற்றாண்டின் இக்கால கட்டத்தில் தாழ்ச்சியுற்றதும், அவற்றின் இடத்தில் புது வாணிப அமைப்புகளும் நகரங்களும் தம் வாணிப முயற்சிகளில் வெற்றி பெறலாயின. வெனிசு (வெனிசுப்பட்டினம்: இ.ச.க.தொகுதி-*3* காண்க) தாழ்ந்ததும் அதற்குப் போட்டியாயிருந்த டிரீயெஸ்டி (*Trieste*: வடகிழக்கு இத்தாலியிலுள்ள துறைமுகப்பட்டினம்), நடு இத்தாலியத் துறைமுகப் பட்டினமான அங்கோனா (*Ancona*: இது கிரேக்கரால் சுமார் கி.மு.*390* இல் நிறுவப்பட்ட பட்டினமாகும்) இரண்டும் விரிந்து செழித்தன.

இவற்றுக்கு அடுத்த கரையிலிருந்த ஹாம்பர்கு, பிரிமென் என்ற ஜெர்மன் துறைமுகப் பட்டினங்களும் மாறி வந்த வழிமுறைகளுக்கு ஏற்பத் தம்மை மாற்றியமைத்துக் கொண்டு வாணிபத்தில் செழிப்படையலாயின. குறிப்பாக, ஹாம்பர்கு அமைதிக் காலமானாலும் போர்க் காலமானாலும் தன்னிடம் வந்தோரனைவருடனும் வாணிபம் புரிந்து பெருஞ்செல்வச் செழிப்பெய்திற்று. ஆண்டுதோறும் கிட்டத்தட்ட இரண்டாயிரம் கப்பல்கள் பிரஞ்சுக் குடியேற்றங்களிலிருந்து மூலப் பொருள்களுடன் ஹாம்பர்குத் துறைமுகத்தில் வந்து இறங்கின. (ஹாம்பர்கு:இ.ச.க.தொகுதி-*4*)

பால்டிக்குக் கடல் வாணிபத்தினால், பிற ஐரோப்பியத் துறைமுகங்களும் வாணிபச் செழிப்படைந்தன. சுவீடனிடம் *1787* இல் *1200* வணிகக் கப்பல்களும், பிரஷியத்திடம் கிட்டத்தட்ட *1000* வணிகக் கலங்களும் இருந்தன. அவற்றின் எண்ணிக்கை மேலும் மேலும் பெருகிச் சென்றது.

இரஷியம் மா பீட்டரின் (*1672-1725*); ஆட்சிக் காலம் *1682-1725*) காலத்திலிருந்து

1763

தன் அயல் வாணிபத்தை வெகு வேகமாய் விரித்தது. அது தன் பால்டிக்குக் கடல் துறைமுகங்களை மேற்கத்தி நாடுகளுக்காக விரித்துத் திறந்தது. இரஷியம் மிகப் பெரிய அளவில் ஐரோப்பியத்திற்கு இரும்பை அளிக்கும் நாடாயிற்று. அது 1790 வாக்கில் தன் உரல் *(Ural)* பகுதிச் சுரங்கங்களிலிருந்து ஓராண்டில் கிட்டத்தட்ட 26,000 மெட்ரிக்டன் இரும்பைப் பிரிட்டனுக்கு அனுப்பிற்று.

ஸ்பெயின் கூடக் குறிப்பிட்டுக் கூறும் வகையில் தொழிலில் புத்துயிர் பெற்றது. அது 1789 இல் தென்னமெரிக்கத்திற்கு அனுப்பிய பண்டங்களில் பாதி தாய்நாட்டிலேயே செய்யப்பட்டிருந்தன. பதினேழாம் நூற்றாண்டின் கடைசியில், இதில் எட்டில் ஒரு பங்குதான் ஸ்பெயின் நாட்டிலேயே ஆக்கப்பெற்றது.

வாணிபம் பெருகப்பெருக அதை ஒழுங்கு முறைப்படுத்தி நடத்திச் செல்லவும், பணத்தைத் திரட்டி வாணிபத்தில் முதல் இடவும், அதன் செயல்களை நெறிப்படுத்தவும் புதிய முறைகளைக் கண்டறிய வேண்டிய நிலை உண்டாயிற்று. இதற்கு முந்திய நூற்றாண்டில் போன்று பட்டயம் *(Charter)* பெற்ற பெரிய நிறுவனங்கள் (இலண்டனில் அவற்றைப் ''பணம் படைத்த நிறுவனங்கள்'' என்றழைத்தனர்.) இந்நூற்றாண்டிலும் தொடர்ந்து முக்கியமான பங்கு வகித்தன. அவற்றுள் டச்சுக் கிழக்கிந்தியக் கம்பெனி (இ.ச.க.தொகுதி-3) மிகவும் பழமையானது. அது 1602 ஆம் ஆண்டு அமைக்கப்பட்டது. அதன் கையில் கிழக்கிந்தியத்திலிருந்து சென்ற மணக்காரப் பண்டங்களின் வாணிபம் இருந்தது. அது ஜாவாவிலிருந்து அரிசியையும் பண்டாவிலிருந்து சாதிக்காயையும் இலங்கையிலிருந்து கருவாப்பட்டையையும் கொண்டு சென்றது.

பிரஞ்சு, பிரிட்டிஷ் கிழக்கிந்தியக் கம்பெனிகள் டச்சுக் கம்பெனியைப் போன்று இந்திய, சீன வாணிபத்தைப் பிடித்து வைத்துக் கொண்டிருந்தன. இலண்டனில் இரஷிய, ஆப்பிரிக்க, லெவண்ட், ஹட்சன் வளைகுடா, தென்கடல் கம்பெனிகளும் இருந்தன. வேறு பல ஆங்கில நிறுவனங்களும் பால்டிக்குக் கடற்பகுதி, மேற்காப்பிரிக்கப் பகுதி, அண்மைக் கிழக்கு, வட, தென்னமெரிக்கம் ஆகிய இடங்களுடன் வாணிபம் செய்தன. இவற்றுள் சில கம்பெனிகள் இவ்வாணிபத்தில் பெரும் பொருளீட்டின. அவை தம் நாட்டிலும் பிற நாடுகளிலும் இருந்த அரசுகளுக்கும் தனிப்பட்டவர்களுக்கும் கொடுத்த கடன்களிலிருந்தும் அவற்றுக்கு மிகுந்த ஆதாயம் கிடைத்தது.

இங்ஙனம் இலண்டனில் கிழக்கிந்தியக் கம்பெனியும், தென்கடல் கம்பெனியும் (தென் கடற்குமிழி:இ.ச.க.தொகுதி-2) 1720 ஆம் ஆண்டுகளில் அளித்த கடன்கள் ஏழு மில்லியன் பவுனுக்கும் அதிகமிருக்கும். ஆனால் இக்கம்பெனிகளின் போக்குப் பலவிதமாயிருந்தது. அவை பேராசை மிகக் கொண்டும், மட்டு மீறிச் சென்றும் பிற வணிகர்களின் வெறுப்பிற்குப் பரந்த அளவில் ஆளாயின. இவ்விரு நிறுவனங்களும் ஏக போகம் வகித்தமையால் பிற வணிகர்களின் தொழிலுக்கு அது இடையூறாயிருந்தது.

பிரிட்டனில் தென்கடல் நிறுவனம் 1720 ஆம் ஆண்டு நொடித்துப் போனதைப் போன்று, பிரான்சிலும் ஜான் லா நிறுவிய கிழக்கிந்திய, மேற்கிந்திய வாணிபத் திட்டங்களும் அதே ஆண்டு தோற்றமையால், பிரஞ்சுக் கிழக்கிந்தியக் கம்பெனி சிறிது காலம் இன்னலுற நேர்ந்தது.

அதற்கு இரண்டாண்டுகளுக்குப் பிறகு ஆஸ்திரியப் பேரரசர் ஆறாம் சார்லஸ் தோற்றுவித்த ஆஸ்டெண்டுக் கம்பெனி டச்சுக்காரரின் விடா எதிர்ப்பினால் தோற்றது. (இ.ச.க.தொகுதி-3)

இலண்டனில் ஆப்பிரிக்கக் கம்பெனியைக் கலைத்துவிட்டு ''நெறிப்படுத்தப்பட்ட கம்பெனி'' (*Regulated Company*) 1750 இல் அமைக்கப்பட்டது. அனைவரும் பங்கேற்கும் லெவண்ட் கம்பெனி 1753 இல் திறந்து விடப்பட்டது. (லெவண்ட்: இப்போது லெபனான், சிரியம், இசுரேல் ஆகிய நாடுகள் அமைந்திருக்கும் கிழக்கு மத்திய தரைக்கடல் பகுதிக்கு முன்னர் லெவண்ட் என்று பெயர். சூரியன் கிழக்கில் உதிப்பது என்ற இலத்தீனச் சொல்லிலிருந்து இப்பெயர் வந்தது.)

கிழக்கிந்தியக் கம்பெனி கூட இந்தியத்தின் மீது கொண்டிருந்த பிடியைத் தளர்த்த வேண்டுமென்று 1760 ஆம் ஆண்டுகளிலிருந்து நாடாளுமன்றத்தின் உள்ளும் புறமு மிருந்து நெருக்கப்பட்டு வந்தது. அக்கம்பெனிக்கு அளிக்கப்பட்ட சலுகைகள் சிறுகச் சிறுகத் தரிக்கப்பட்டன.

பிரஞ்சுக் கிழக்கிந்தியக் கம்பெனி இதைவிட அதிர்ஷ்டக் கட்டையாய்ப் போயிற்று. அது 1769 ஆம் ஆண்டு அரசாணைப் பட்டயத்தை இழந்தது.

வாணிப நிறுவனங்கள் எங்கெங்கு பிழைத்து நின்றனவோ அவை வாணிபத்தில் முன்போல் முனைந்து ஈடுபடவில்லை. அவற்றுக்கு போட்டியாக ''உரிமைபெறா வணிகர்கள்'' என்ற தனி முறை வணிகக் கூட்டத்தாரும் (பிட் போன்றவர்கள்), நிதிகளைக் கையாண்டு நிர்வகிப்பதில் கைதேர்ந்த பன்னாட்டுத் தொடர்புடைய குடும்பத்தாரும், வணிகக் கம்பெனிகளின் வாணிபத்தைப் பிடிப்பதற்காகக் காத்திருந்தனர்.

அத்தகைய பன்னாட்டு வாணிகக் குடும்பத்தினரின் செல்வாக்கு இந்நூற்றாண்டு முதிர முதிர மிகுந்து வந்தது. அவர்களுள் ஹாம்பர்கைச் சேர்ந்த எங்கல், ரிச்சே ஆகியோர் அட்லாண்டிக்கு, பால்டிக்குக் கடற்பகுதிகளின் வாணிபத்தில் சிறந்து விளங்கினர்.

பிரஸ்லா (*Breslau*: தென்மேற்குப் போலந்தில் ஓடர் ஆற்றின் கரை மீதமைந்த தொழில் நகரம். அது இக்காலகட்டத்தில் பிரஷியத்தின் கையிலிருந்தது: 1745 ஆம் ஆண்டுதான் போலந்திற்குக் கிடைத்தது. இதற்கு விரட்ஸ்வாஃபு என்ற பெயரும் உண்டு) என்ற நகரில் செல்வாக்கு மிக்க எயிஷோரான், போரிட்ஸ் என்ற வணிகக் குடும்பத்தினர் இருந்தனர். ஸ்டிராஸ்பர்கில் (*Strasbourg*: வடகிழக்குப் பிரான்சில் ரைன் ஆற்றின் கரை மீதுள்ள முக்கியமான உள் நாட்டுத் துறைமுகம். இங்கு 1567 இல் ஒரு பல்கலைக்கழகம் அமைந்தது. இந்நகரம் 1870 முதல் 1918 வரை ஜெர்மன் ஆட்சியில் இருந்தது) லெடனர் குடும்பத்தினர் பெரு வணிகராயிருந்தனர்.

ஆம்ஸ்டர்டாமில் (நெதர்லாந்தின் வாணிபத் தலைநகரம்) எடியன் லெ ஜாய் என்றவர் மிகப் பெரிய பட்டு, கம்பளித் துணி வணிகராய் விளங்கினார். இவ்வாறு ஐரோப்பிய நாடுகள் எங்கும் செல்வம் படைத்த குடும்பத்தினர் பெரு வணிகராயிருந்து வந்தனர்.

1763

பங்குச் சந்தை

அவர்களில் சிலர் அல்லது அவர்களையொத்த நிதி வசதித் தொடர்புடையவர்கள் பல்வேறு வகையான சில்லறை அல்லது மொத்த வணிகப் பிரிவுகளில் கை தேர்ந்தவர்களாய் இருந்தனர். அத்தகையோரில் பிரிண்டானோ (*Brentano*) என்ற நிறுவனத்தினர் ஜெர்மனி சென்று அங்கு குடியேறினர். வேறு சிலர் பெர்லின், ஹாம்பர்கு, வியன்னா ஆகிய நகரங்களில் குடியமர்ந்தனர். அவர்கள் ஏற்கெனவே இலண்டன், ஆண்ட்வெர்ப்பு, ஆம்ஸ்டர்டாம், லயன் போன்ற நகரங்களில் இதற்கு முந்திய நூற்றாண்டில் அமைந்திருந்த பங்குச் சந்தைகளோடு, புதிதாய்ப் பங்குச் சந்தைகளைத் தோற்றுவித்தனர்.

கடலோட்டக் காப்பீடு

கப்பல் போக்கு வரவிற்குப் பெரிய அளவில் பாதுகாப்புத் தருவதற்காகக் கடலோட்டக் காப்பீட்டு முறை (*Marine Insurance*) என்ற புதிய சேவையை வளர்க்கலாயினர். லாயிடு நிறுவனத்தின் புகழ்பெற்ற கப்பலோட்டப்பட்டியல் இலண்டனில் ஒரு காப்பிக் கடையிலிருந்து 1734 இல் முதன்முதலில் வெளியிடப் பெற்றது. அதற்கு 27 ஆண்டுகளுக்குப் பிறகு லாயிடின் கப்பல் போக்கு வரவு அடங்கல் 1760 ஆம் ஆண்டில் வெளிவந்தது. (இ.ச.க.தொகுதி-6) இந்த ஏற்பாடு விரைவில் ஹாம்பர்கிலும் ஜெனோவாவிலும் பின்பற்றப்பட்டது.

வங்கிகள்

இதே வேளையில் ராத்ஸ்சைல்டு (*Rothschild*) போன்றவர்கள் அரசிற்கும் தனிப்பட்டவர்களுக்கும் நீண்டகால அளவிலும், குறுகிய காலத்திற்கும் கடன்கள் கொடுத்து வந்தனர். அவர்கள் மிகக் குறைந்த வட்டிக்குக் (சுமார் 5 சதம்) கடன் கொடுத்துப் பன்னாட்டு வணிகம் பெருக உதவினர். வாணிப உறுதிச் சீட்டுகளுக்கும் (*Commercial*) உண்டியல்களுக்கும் பணம் கொடுத்தனர். இவற்றுள் சில செயல்பாடுகள் வரலாற்று இடைக்காலத்திலிருந்து (சுமார் கி.பி.400-1200) நடைமுறையிலிருந்து வருகின்றன. ஏனைய சில அண்மைக் காலத்தில் உருவாயின.

ஆம்ஸ்டர்டாம், வெனிஸ், ஹாம்பர்கு, இலண்டன், பேங்க் ஆஃப் இங்கிலாந்து போன்ற மைய வங்கிகள் (*Central Bank*) பதினேழாம் நூற்றாண்டில் அமைக்கப் பெற்றன. இக்காலத்தே சைல்டு என்ற தனியார் வங்கி பெருத்த ஆதாயத்துடன் வங்கித் தொழில் நடத்தி வந்தது.

புதிய பதினெட்டாம் நூற்றாண்டில் இவ்விரு வகையான வங்கித் தொழிலும் விரிந்து வளரலாயின. வணிகச் சூதாட்டப் பேரங்களை வளர்ப்பதற்கென்று சில வங்கிகள் இந்நூற்றாண்டின் (18 நூ) பிற்பகுதியில் ஐரோப்பியத்தின் பல்வேறு நகரங்களில் அமைந்தன.

இங்கிலாந்தின் லாயிடு வங்கி 1765 இல் அமைக்கப் பெற்றது. இலண்டனிலிருந்த வங்கிகளின் எண்ணிக்கை 1730 ஆம் ஆண்டுகளில் முப்பத்தைந்தாகவிருந்து, 1771 இல் அறுபதாயும் 1776 இல் எழுபதாயும் 1790 ஆண்டுகளின் தொடக்கத்தில் இரு நூற்றொன்பதாயும் அதிகரித்தன.

எனினும் வங்கித் தொழிலிலும் பன்னாட்டு நிதி நடவடிக்கைகளிலும் டச்சுக்காரரே இன்னும் முன்னணியில் இருந்தனர். நெப்போலியன் போர்கள் நிகழ்ந்தது வரையிலும் (1799-1815) ஆம்ஸ்டர்டாம்தான் உலகின் பணச்சந்தையாக இருந்தது; இலண்டன் அன்று. பிரிட்டனின் தேசியக் கடனில் 40 சதத்தை 1777 இல் அளித்த சிறப்பு டச்சுக்காரருக்குக் கிடைத்தது.

இங்ஙனம் சமச் சீரற்றதாயினும் பொதுவான வாணிப விரிவும் பெருக்கமும் பதினெட்டாம் நூற்றாண்டில் ஏற்பட்டன. அதில் பிரிட்டனுக்கும் பிரான்சிற்கும் பெரும் பங்கு இருந்தது. இதில், நடு, தென்கிழக்கு ஐரோப்பியப் பகுதிகளின் நாடுகள் குறிப்பிட்டுச் சொல்லக்கூடிய பங்கு எதையும் அளிக்கவில்லை.

ஐரோப்பியருக்கு வாணிபத்தில் பல நூற்றாண்டுகளாகக் கடலிலும் நிலத்திலும் வலுவான பெரும் போட்டியாளராயிருந்து வந்த அரபுகள் பதினெட்டாம் நூற்றாண்டின் இக்கால கட்டத்தில் ஒடுங்கி விட்டனர்.

போர்த்துக்கீசர் பதினைந்தாம் நூற்றாண்டின் கடைசிவாக்கில் தோற்றுவித்த புத்திடத் தேட்ட முன்னோடிப் பயணங்கள் ஐரோப்பியரை உலகெங்கிலும் விரவிப் பரவி வேரூன்றச் செய்து விட்டன. பெரும் புவியின் செல்வ வளங்களுக்கு வாய்க்கால் அமைத்து தம் நாட்டினுள் பாயச் செய்த வல்லாளராய் அவர்களை உயர்த்தி, அவர்களின் நாடுகளில் வளங்கொழிக்கச் செய்தன. இந்தப் பொங்குதல் கடந்த ஐந்து நூற்றாண்டுகளாக இன்றும் நீடித்து வருகின்றது. ஐரோப்பியரைப் பொருளியல், நிதியியல், அறிவியல், மருத்துவம், தொழிலியல் என்று செழிப்பு ஈனும் அனைத்துத் துறைகளிலும் உலக நாயகர்களாய் இன்றளவும் உயர்த்தி வைத்திருக்கின்றது.

வரலாற்றுப் புள்ளிகள்

1. தஞ்சையில் புதிய மன்னர் துளசா

தஞ்சைத் தரணியை ஆண்டுவந்த மராட்டியர் குடியின் பத்தாவது மன்னராக இரண்டாம் துளசா 1763 ஆம் ஆண்டில் பிரதாப சிங்கனையடுத்து ஆட்சிக்கு வந்தார். இரண்டாம் துளசாவின் ஆட்சி 1787 ஆம் ஆண்டு வரை நடந்தது.

2.தளவாய் வெள்ளையன் சேர்வை மரணம்: மறவர் நாட்டில் உள்சண்டை

வெள்ளையன் சேர்வை இக்காலத் தமிழ்நாட்டு வரலாற்றில் சிறந்த இடம் பெற்று விளங்குகின்றார். அவர் முத்துக்குமார இரகுநாதசேதுபதி, இரக்கத் தேவர், செல்லத் தேவர், முத்துராமலிங்கத் தேவர் என்ற நான்கு சேதுபதிகளின் காலத்திலும் மறவர் நாட்டில் நல்ல அமைச்சராய் விளங்கினார். அவர் 1736 முதல் 1763 வரை 27 ஆண்டுக்காலம் தளவாயாகப் பணி புரிந்தார்.

அவர் மதுரை மீனாட்சியம்மன் கோயிலிலிருந்த இறையுருவங்களை 1739 ஆம் ஆண்டு பத்திரமாய்ச் சேதுச் சீமைக்கு எடுத்துச் சென்று, முஸ்லிம்களின் அழிவு வேலையிலிருந்து அவை தப்புமாறு செய்தார்.

வெள்ளையன் சேர்வை குழந்தையாயிருந்த முத்துராமலிங்க சேதுபதிக்குப் பட்டங்கட்டிய பிறகு, 1763 ஆம் ஆண்டில் இறந்தார் என்று நம்புகின்றனர். முத்துராமலிங்க சேதுபதியின் காலத்தில் மறவர் நாட்டில் உள் சண்டை மலிந்திருந்தது.

இராமநாதபுரச் சேதுபதி செல்லத்தேவர் (1748-1760) இறந்ததும் சிறுவராயிருந்த முத்துராமலிங்கம் பட்டத்திற்கு வந்தார். அவர் சிறுவராயிருந்ததால் முத்து விசய இரகுநாதர் அரசகாவல் பொறுப்பாளராயிருந்தார். தாமோதரம் பிள்ளை அமைச்சராகத் தொடர்ந்தார்.

முத்து விசய இரகுநாதருக்கும் தாமோதரம் பிள்ளைக்குமிடையே பதவிப் பேரார்வம் உண்டாகி, இருவருக்கும் ஆதரவான இரு கூட்டங்கள் தோன்றின. அதனால் இந்த 1763 இல் மறவர் நாட்டில் உள்சண்டை எழுந்தது.

தாமோதரம் பிள்ளைக்குச் சிவகங்கைச் சீமையின் அமைச்சரான தாண்டவராய பிள்ளை ஆதரவானார். தாண்டவராய பிள்ளையின் உதவியைக் கொண்டு தாமோதரம் பிள்ளை இராமநாதபுரத்தின் சில பகுதிகளைப் பிடித்துக் கொண்டார்.

கர்னல் பிரஸ்டன் மதுரையில் கான் சாகிபின் கிளர்ச்சியை அடக்கிக் கொண்டிருந்தபோது, தாமோதரம் பிள்ளையும் தாண்டவராய பிள்ளையும் மதுரை

சென்று அவரைக் கண்டு பேசினர். ஆர்க்காட்டு நவாபு முகமதலி மறவரை ஒடுக்க இது சரியான வாய்ப்பு என்று கருதி, அதற்கு மறவர் நாட்டு அமைச்சர்களிடமிருந்து உதவி கேட்குமாறு பிரஸ்டனிடம் எடுத்துக் கூறினார். ஆனால் அமைச்சர்களுக்கு நம்பிக்கை உண்டாகும்படி எதையும் பிரஸ்டன் கூறவேண்டாமென்றும் முகமதலி கூறிவிட்டார்.

எனவே, இராமநாதபுரத்தைப் பிடிப்பதற்கு உதவி வேண்டுமாயின், அமைச்சர்கள் இருவரும் கான் சாகிபிற்கு எதிராகத் தமக்கு உதவ வேண்டுமென்று பிரஸ்டன் கேட்டார். அமைச்சர்களும் கான் சாகிபைப் பணிய வைப்பதற்கு உதவி புரிந்தனர்.

ஆனால் மதுரையில் கான் சாகிபு விழுந்த பிறகு பிரஸ்டனோ முகமதலியோ மறவர் நாட்டு அமைச்சர்களுக்கு எந்த உதவியும் செய்யவில்லை.

அமைச்சர்களின் சூழ்ச்சியைக் கண்ட அரச காவலரான முத்துவிசய இரகுநாதர் ஆர்க்காட்டு நவாபிடம் உதவிக்கு ஓடினார். நவாபு அவருக்கு உதவுவதாய் வாக்களித்தார். ஆனால் அரச காவலர் அம்மை கண்டு இறந்து போனதால், இராமநாதபுரம் முகமதலியின் கையில் சிக்காது தப்பியது.

பாரத தேசமெங்கும் நிலவியதைப் போன்ற சூழ்ச்சி, இரண்டகம், உள்பகை , ஒற்றுமையின்மை போன்ற தீமைகளில் மறவர் நாடும் சிக்கித் தவித்தது.

1763

3. சென்னையின் புதுக் கவர்னர் பால்கு

தனி மதகுருக்களுக்குக் கிறித்தவ சமயத்தில் சாப்ளின் (*Chaplain*) என்று பெயர். இத்தகையவர்கள் பெரிய மனிதர் ஒருவரின் தனிக் கோயில், போர்ப் படையினர் வாழும் பாளையம், கப்பல் போன்ற இடங்களில் குருமார்களாயிருந்து சமயச் சடங்குகளைச் செய்து வருவர்.

சென்னை ஜார்ஜ் கோட்டையில் இருந்த அத்தகைய தனிக் குருமார்கள், அங்குள்ள புனித மேரி சர்ச்சில் தொண்டு செய்து வந்தனர். அத்தகைய குருமார்களில் இருபத்தெட்டுப் பேர் 1706 முதல் 1827 வரை இந்தச் சர்ச்சில் வழிபாடு நடத்தி வந்தனர். அவர்களுள் சிலர் தனிச் சிறப்புடையவர்களாய் விளங்கினர்.

இராபட் பால்கு அத்தகைய குரு ஆவார். அவர் கப்பற்படைக் கப்பல் ஒன்றில் தனி மத குருவாக 1748 ஆம் ஆண்டு சென்னைக்கு வந்து, 1758 வரை பணிபுரிந்து வந்தார்.

இராபட் பால்கு பொது, அரசியல் விவகாரங்கள் அனைத்திலும் திறமை மிக்கவரா யிருந்ததால், அரசு அவரைத் தஞ்சாவூருக்குத் தூதராய் அனுப்பி வைத்தது. அதன் பிறகு அவர் படையினருக்கு ஊதியம் வழங்கும் அலுவலராய்ப் பணி செய்தார். பிரஞ்சுக்காரருடன் அமைதிப்பேச்சு நடந்த போது, அதில் ஒருவராய்க் கலந்து கொண்டார். அவர் இங்ஙனம் இராணுவ, பொது விவகாரங்களில் பணியாற்றி வந்தது இலண்டனிலிருந்த கம்பெனி மேலாளர்களுக்கு மகிழ்ச்சியளிக்கவில்லை.

எனினும் அவர் 1761 ஆம் ஆண்டு இலண்டன் திரும்பியபோது, அவர்களுக்குப் பால்கின் மீது நம்பிக்கை ஏற்பட்டுவிட்டது. ஆதலால் அவர்கள் அவரைச் சென்னைக்கு ஆளுநராய் அமர்த்தி இந்தியத்திற்கு அனுப்பி வைத்தனர்.

சென்னையின் ஆளுநராயிருந்த பிகாட்டுப் பிரபு 1755 முதல் 1763 வரை

பணியாற்றிச் சென்றதும், இராபட் பால்கு இந்த ஆண்டு ஆளுநரானார். அவர் 1767 ஜனவரி 25 வரை சென்னையில் ஆளுநராயிருந்தார். அதன்பிறகு இவர் இங்கிலாந்து திரும்பி, அங்கு பாராளுமன்ற உறுப்பினரானார். அவர் கிட்டதட்டத் தொடர்ந்து இருபது ஆண்டுகள் பாராளுமன்ற உறுப்பினராயிருந்தார். அவர் 1798 இல் இறந்தார்.

4. திருச்சிராப்பள்ளி ஆயுதக் கிடங்கில் தீ

திருச்சிராப்பள்ளியில் இருந்த பிரிட்டிசாரின் பெரிய ஆயுதக் கிடங்கில் 1763 மார்ச்சு 22 அன்று பெருந் தீ மூண்டது. அது எப்படித் தீப்பற்றியது என்றோ, யார் தீ வைத்தனர் என்றோ தெரியவில்லை. இத்தீயினால் ஐரோப்பியப் படை வீரரில் பதினெட்டுப் பேர் செத்தனர். ஆறு பேருக்குக் காயம் ஏற்பட்டது.

5. நானா பதனாவிஸ் எழுச்சி

நானா ஜனார்த்தன பானு, ருக்குமா பாயி என்ற இருவருக்கும் மகனாக நானா பதனாவிஸ் 1742 பிப்ரவரி 12 அன்று பிறந்தார். அவர் பதினான்கு வயதுச் சிறுவனாயிருந்த போதே, பரம்பரையான பதனாவிஸ் என்ற பதவியை ஏற்க நேர்ந்தது. பதனாவிஸ் என்பது பேஷ்வாவின் ஆட்சி நிர்வாகத்தில் கணக்குத் துறையின் தலைமைப் பதவியாகும்.

இக்காரணத்தினால் அவருக்குப் பேஷ்வா அரண்மனையுடன் நெருங்கிய தொடர்பு இருந்தது. அரசின் பல்வேறு சிக்கல்களை அறிந்து கொள்வதற்கு அந்தத் தொடர்பு மிகவும் உதவியாயிருந்தது. அத்துடன் இளம் பேஷ்வா மாதவ ராவ் உள்பட மிக முக்கியமான அரசியல் புள்ளிகளையும் அறிந்துகொள்ளும் வாய்ப்பும் கிடைத்தது. அவர் பானிப்பத்துப் போருக்குச் சென்ற சதாசிவ ராவுடன் அனுப்பி வைக்கப்பட்டார். அவருடன் பேஷ்வாவின் பதினெட்டு வயது மகனான விசுவாசராவும் போருக்கு வந்திருந்தார். நானா பதனாவிஸ் இங்ஙனம் மிக இளைய வயதிலேயே அரசியல், போரியல், நிதியியல் சூழ்ச்சிகளையும் நுட்பங்களையும் அறிந்து கொள்ளும் வாய்ப்புகளைப் பெற்றுவிட்டார்.

எனினும் நானாவிற்கு வயதிற்கு மீறிய அபிலாசைகள் உள்ளன என்று கருதிப் பேஷ்வாவின் சிற்றப்பனாகிய ரகேமா அவரைப் பதனாவிஸ் பதவியிலிருந்து விலக்கி விட்டார். ஆனால் பேஷ்வா மாதவ ராவ். நானாவின் திறமையால் விளையக் கூடிய பலன்களைக் கருதி, அவரை மீண்டும் 1763 செப்டம்பர் 2 அன்று பதனாவிஸ் பதவியில் அமர்த்தி விட்டார். இதனால் ரகேமாவிற்கும் நானாவிற்குமிடையே பகை மூண்டது. மராட்டிய அரசியலில் நானாவின் ஏற்றம் இங்ஙனம் பூசலில் தொடங்கியது.

6. ஊடா நல்லா போர்: மீர் காசிம் தோல்வி

இந்து தேசத்தின் எண்டிசையிலும் இக்காலப் பகுப்பில் நிகழ்ந்தவற்றைக் காலச் சுழியோடு சுழன்று காணுகின்ற காட்சியில் வங்கத்து அரசியல் நாடகம் தெரிகின்றது.

பிளாசிப் போரில் 1757 இல் வெற்றி கொண்ட பிறகு பிரிட்டிசார் மீர் ஜாஃபரை வங்க நவாபாக்கிப் பார்த்துவிட்டு, அவர் தமக்கு இசைந்து வரவில்லையென்று, 1760 இல் மீர் காசிமை நவாபாக்கிப் பாடத்தனர். (இ.ச.க.தொகுதி-6) இப்போது மீர் காசிமும் அவர்களுக்கு வேண்டாதவரானார். அதனால் வங்க நவாபான அவருக்கும் பிரிட்டிசாருக்கும் இருந்து வந்த உறவு சீர்கெட்டது.

எங்கும் படை குவிப்பு

பிரிட்டிசார் பிளாசிப் போருக்குப் பிறகு வங்க அரசியலில் பெரிய மாற்றங்களை உண்டாக்கினர். ஔது, பிகார் முதலிய பகுதிகளில் மிகப்பெரிய அளவில் படைகளைக் குவித்தனர். கல்கத்தாவைச் சுற்றிய பகுதிகளிலும் பெரிய அளவில் கம்பெனிப் படை குவிந்து கிடந்தது.

கம்பெனிக்கு உரிமையான வங்கத்தின் மேற்கு மாவட்டங்களைக் காப்பதற்காகப் பார்துவானில் இந்தியக் காலாள் படையின் இரு பட்டாளங்களும், பீரங்கிப் படைத் துருப்பு ஒன்றும் முகலாயக் குதிரைப் படைப் பிரிவு ஒன்றும் இருந்தன. அப்போது கிழக்கு வங்கத்தில் பொதுவான அமைதி நிலவியது. அங்கு தாக்கா, சிட்டகாங்கு, லக்கிபூர் இவற்றினிடையேயும் படைகள் நிறுத்தப்பட்டிருந்தன.

இந்நிலையில் வங்க நவாபு மீர் காசிமுடன் உள்ள உறவு முற்றிலும் முறிந்து விடாமல் தடுப்பதற்காக அவருடன் கூடிப் பேசுவதற்கென்று அமியாட்டு, ஹே என்ற கம்பெனி முகவர் இருவர் தூதனுப்பப்பட்டனர். அவர்கள் 1763 மே 12 அன்று நவாபிடம் போய்ச் சேர்ந்தனர். அவர்களுக்குக் கனிவான வரவேற்புக் கிடைக்கவில்லை. அவருடன் நடந்த பேச்சு ஜூன் 14 வரை ஒரு மாதம் வரை இழுத்துக் கொண்டே போனது.

1763

மோதலுக்கு ஆயத்தம்

மீர் காசிம் பிரிட்டிசாருடன் மோதுவதற்கு ஆயத்தமாகின்றார் என்பதைக் காட்டும் அறிகுறிகள் தென்பட்டன. மீர் காசிம் ஐரோப்பியக் கூலிப் படைத் தலைவருள் ஒருவரான மார்க்கர் என்றவரைப் படையுடன் பாட்னாவிற்கு அனுப்பி வைத்தார். அது நவாபின் வரம்பு மீறிய செயல் என்று பிரிட்டிசார் கருதினர். மார்க்கரின் படை பாட்னாவை நெருங்கிய செய்தி, அங்கு கம்பெனிப் பண்டசாலைத் தலைவராயிருந்த எல்லீசிற்குத் தெரியவந்தது. அதனால் அவர் முந்திக் கொண்டு ஜூன் 25 அன்று விடியற்காலையில் பாட்னா கோட்டையைத் தாக்கினார். அப்போது அங்கிருந்த படையினர் உறங்கிக் கொண்டிருந்தனர்.

உறவில் என்னதான் கசப்பிருந்தாலும் முன்னதாக அறிவித்த பின்னரே போர் தொடுப்பதுதான் நய நாகரிகம் என்ற மரபு இன்னும் மதிக்கப்பட்டு வந்த இக்காலத்தில், எல்லீசு இவ்வாறு செய்திருக்கலாகாது. எல்லீசின் தாக்குதலால் பாட்னா விழுந்தது. எல்லீசும் அவரின் படைத்தலைவர்களும் கோட்டையைப் பிடிப்பதில் அக்கறை செலுத்தாது காலைச் சிற்றுண்டி அருந்துவதற்குச் சென்றுவிட்டனர். ஆனால் அவருடைய படை வீரர்கள் கடைகளைக் கொள்ளையடித்தனர்.

நவாபின் படைத் தலைவரான மார்க்கர் அதற்கு இரண்டு மணி நேரங்கழித்து வந்தார். அவர் சிதறியிருந்த கம்பெனிப் படையைத் திடீரென்று தாக்கிப் பண்டசாலைக்குள் விரட்டியடித்து விட்டார். எல்லீசு பண்டசாலைக்குள் நான்கு நாள் அடைந்து கிடந்த பிறகு, உணவு இல்லாது போனமையால் ஔதிற்குத் தப்பியோட முயன்றார். ஆனால் அவர் நவாபின் படையால் நாற்புறமும் சுற்றி வளைக்கப்பட்டிருந்ததால், தப்பியோடியபோது கம்பெனியின் ஐரோப்பிய அதிகாரிகள் அனைவரும் கொல்லப்பட்டும், சிறைப்பிடிக்கப்பட்டும் போயினர். நாட்டுப்படையினரில் பெரும்பாலர் மீர் காசிமின் படையில் சேர்ந்துவிட்டனர்.

பிரிட்டிசார் போர் ஆயத்தம்

மழைக் காலம் தொடங்கிவிட்ட போதிலும் உடனடியாக இராணுவ நடவடிக்கை

எடுக்க வேண்டிய கட்டாயம் பிரிட்டிசாருக்கு ஏற்பட்டது. அவர்கள் சூலை 7 அன்று மீர் காசிம் மீது முறையாகப் போர் தொடுத்தனர். கல்கத்தாவில் ஓய்விலிருந்த பழைய நவாபான மீர் ஜாபரை அழைத்து அவரே நவாபு என்று சாற்றினர். போர் தொடங்கி விட்டது.

பர்துவானிலிருந்த பெருஞ் செல்வத்தையும், உணவுப் பொருள்களையும் பாதுகாப்பதற்கென்று லெப்டினண்ட் கிளன் தலைமையில் வந்து கொண்டிருந்த நாட்டுப் பட்டாளம் ஒன்றைச் சுமார் 17,000 பேரடங்கிய நவாபின் பெரும்படை தாக்கியது. அப்போது நடந்த கொடிய சண்டையில் கிளன் எதிர்ப்புகளனைத்தையும் முறியடித்துப் பொருள்களையெல்லாம் ஆடம்ஸ் தண்டு இறங்கியிருந்த இடத்திற்குப் பத்திரமாய்க் கொண்டு சென்றார்.

மீர் காசிமின் படைத் தலைவரான முகமது தக்கி கான் என்றவர் கடரா என்ற இடத்திற்கு அருகிலிருந்த பிரிட்டிஷ் படையின் முன்னணிக் காவல் படையைத் தாக்கி அதைப் பின்னுக்குத் தள்ளினார். இதையடுத்துச் சண்டை மூண்டது. ஆனால் கிளன் முரட்டுத்தனமாக நடந்ததால் நாட்டுப் படைவீரர் போரில் ஈடுபட மறுத்தனர். முகமது தக்கி கானின் படையினர் மிகுந்த வீறுகொண்டு தாக்கினரெனினும், அவர்களின் தலைவர் வீரத்தோடு முன்னின்று நடத்திய தாக்குதலில் இறந்துவிடவே, சிதறி ஓடிவிட்டனர்.

ஆடம்ஸ் அன்றிரவு பிளாசித் தோட்டத்தில் தண்டு இறங்கினார். அவர் ஜூலை 23 அன்று மூர்சிதாபாதைக் கைப்பற்றினர். அன்றே மீர் ஜாபர் மீண்டும் முறைப்படி வங்க நவாபாக்கப்பட்டார்.

மீர் காசிமின் படையில் மார்க்கர், சம்ரூ என்ற ஐரோப்பியப்படைத் தலைவர்கள் இருந்தனர். சம்ரூவின் இயற்பெயர் வால்டர் ரைன்ஹாட்டு. அவர் வடகிழக்குப் பிரான்சின் பழைய மாநிலமான ஆல்சாஸ் (*Alsace*) என்ற பகுதியைச் சேர்ந்தவர். அவர் முன்னர் தமிழ்நாட்டில் கம்பெனியின் ஐரோப்பியர் படையில் இருந்தார். பின்னர் வடக்கே ஓடிப் போனார். அவரும் மார்க்கரும் மீர் காசிமிற்காகக் கொண்டுவந்த பெரும் படையைப் பிரிட்டிசார் 1763 ஆகஸ்டு 2 அன்று தோற்கடித்தனர்.

ஊடா நல்லா

கம்பெனியின் படைத் தலைவரான ஆடம்ஸ் மூன்று நாள் ஓய்விற்குப் பிறகு தன் படையை ஒழுங்குபடுத்திக் கொண்டு கங்கையின் மேற்குப் பகுதியை நோக்கி முன்னேறினார். மீர் காசிம் செத்து மடிந்தாலுஞ்சரி என்று உயிரையும் பொருள் படுத்தாமல் போரிடுவதென்று முடிவு செய்தார். அவர் ஊடா நல்லா என்ற இடத்திலிருந்த ஒடுக்கமான மலை வழியைப் பிடித்துக் கொண்டார். அங்கிருந்த குன்றுகள் வழியே ஆறு பாய்ந்து கொண்டிருந்தது. அவரது படையில் 40,000 பேர் இருந்தனர். காசிமின் படைத் தலைவர்கள் ஊடா நல்லா கணவாயின் எதிரில் வலுவான புற அரண் ஒன்றைக் கட்டினர். அது அடை மழைக் காலமாதலால், அந்த அரணின் முன்னால் வெகு ஆழமாகிப் போன உழைச் சேறு கடல் போல் தேங்கிக் கிடந்தது.

ஆடம்ஸ் என்ன செய்வதென்றறியாது அங்கு ஒருமாதம் மயங்கி நின்றார். முற்றுகையிடப் போவதுபோல் அங்கு பீரங்கி மேடைகளை அமைத்தார். ஆனால் அவர் தன் எதிரில் தேங்கிப் பெருஞ் சதுப்பாகிக் கிடந்த சேற்று வெள்ளத்தைக் கண்டு செயலற்றுத் திகைத்தார்.

இறுதியாக, மீர் காசிமை விட்டு ஓடிவந்த ஓர் ஓடுகாலி இந்தச் சேற்றைக் கடந்து செல்லக்கூடிய வழியைக் காட்டிக் கொடுத்தான். அவ்வழியே சென்றால் கணவாயைப் பார்க்க அமைந்துள்ள குன்றை அடைந்து விடலாம். ஆடம்ஸ் செப்டம்பர் 5 அன்று இரவில் மீர் காசிமின் படை நிலையைத் தாக்கலானார். அவரது படை அணி ஒன்று ஓசைப்படாமல் உழைச் சேற்றைக் கடந்து குன்றேறிச் சென்று கருக்கிருளில் மீர் காசிமின் படையைத் திடீரென்று தாக்கி, அரணில் இருந்தவர்களை மிஞ்சி நின்றது. இத்தாக்குதல் நடந்து கொண்டிருந்த அதே வேளையில் மற்றொரு படையணி ஆற்றங்கரை மீதே ஓசையின்றி இருளோடு இருளாய்ச் சென்று அரணுக்குள்ளும் ஊடுருவியது.

கும்மிருளில் நடந்த இத்தாக்குதல்களினால் மீர் காசிமின் படையினர் என்ன செய்வதென்றறியாத குழப்பத்தில் தம்மைத் தாமே ஒருவரையொருவர் சுட்டுக் கொண்டனர். இறுதியில் பெருங்கிலி கொண்டு அஞ்சி நடுங்கினர். இந்தக் குழப்பத்தில் அவர்கள் தம்மவர்களையே அறியாது சுட்டுக்கொண்டதில் 15,000 பேர் இறந்தனர் என்பர். மீர் காசிம் இனி மீள முடியாதவாறு அரசியல் அரங்கிலிருந்து இங்ஙனம் பிரிட்டிசாரால் விரட்டியடிக்கப்பட்டார்.

1763

7. தூய்ப்பிளேயின் துயர முடிவு: வறுமையில் இறந்தார்

தூய்ப்பிளே 1722 ஆகஸ்டு 16 அன்று கப்பலில் வந்து புதுச்சேரியில் இறங்கிய நிகழ்ச்சி(இ.ச.க.தொகுதி-3) இன்னும் பசுமை மாறாமல் கண்ணுக்குள் நிற்கின்றது. அவர் முப்பத்திரண்டு ஆண்டுகள் இந்தியத்தில் பிரஞ்சு அரசின் ஊழியராய்ப் பணியாற்றிய பின்னர் 1754 ஆம் ஆண்டு பிரான்சிற்கு திருப்பியழைக்கப்பட்ட சூழலும் நினைவிற்கு வருகின்றது. (இ.ச.க.தொகுதி-6) அவர் நவாபு போல் வாழ்ந்ததும் (இ.ச.க.தொகுதி-5), இந்தியப் பெருநிலத்தில் அகல் விரிவான பிரஞ்சுப் பேரரசு ஒன்றை நிறுவக் கண்ட கனவை நிறைவேற்றுவதற்காகத் தமிழ்நாட்டு அரசியல் சதுரங்க ஆட்டத்தில் நகர்த்திய, வெட்டி வீழ்த்திய காய்களையும் நினைத்துப் பார்க்கின்றோம்.

அவர் 1746 இல் சென்னையின் கோட்டையை (இ.ச.க.தொகுதி-5) வீழ்த்தினார்; ஆர்க்காட்டுப் பெரும் படையைப் பரங்கிமலையிலும், அடையாற்றிலும் சிறு படை கொண்டு வென்றதுடன், அப்படையைப் புற முதுகிட வைத்துத் தலை தெறிக்க ஓடச் செய்ததையும் அறிவோம். (இ.ச.க.தொகுதி-5) இந்திய மன்னர்களின் ஈசல் கூட்டம் போன்ற பெரும் படைக்கு முன்னர், வெகுசிலராய் வாணிபத்திற்கென்று வந்திருந்த ஐரோப்பியரால் நிற்கவே முடியாது என்றிருந்த நிலையைப் பிரஞ்சுப் படை தூய்ப்பிளேயின் காலத்தில்தான் மாற்றிக் காட்டியது.

பிரிட்டன் தன் ஏகாதிபத்தியச் சிற்பிகளைச் சிறப்பித்துப் போற்றி அவர்களைச் சீமான்களாக்கியது போல், பிரஞ்சு நாடு செய்யவில்லை. அதனாலேயே கிளைவு பிரிட்டனில் உயர்த்தப்பட்டுப் பெருஞ்செல்வராயும், பிரபுவாயும் மேம்பட்டு வாழ முடிந்தது. ஆனால் தூய்ப்பிளே தன் கடைசிக் காலத்தை மிகுந்த வறிய நிலையில்தான் கழிக்க நேர்ந்தது. அவர் இந்த 1763 இல் இறந்ததற்கு மூன்று நாளைக்கு முன்னர் தன் நினைவுக் குறிப்புகளில் எழுதியிருந்தார்.

‘‘நான் என் இளமை, செல்வம், வாழ்க்கை அனைத்தையும் தியாகம் செய்து என் நாட்டைச் செழிக்கச் செய்தேன்... என் பணிகள் கட்டுக்கதைகள் போலாய்விட்டன. என் கோரிக்கைகள் கேலிக்குரியன என்று மறுக்கப்பட்டன. நான் மனித இனத்தில் மிகவும் கொடியவனாக நடத்தப்படுகின்றேன். நான் உறுத்தி வருத்தும் கொடிய வறுமையில்

வாடுகின்றேன். எனக்கென்று இருந்த சிறு உடைமையும் பறிக்கப்பட்டு விட்டது.'' *(இ.ச.க.தொகுதி-6)*

8. பிரிட்டனில் நாடாளுமன்றச் சீர்திருத்தக் கிளர்ச்சி: வில்கிய இயக்கத்தின் பங்கு

பிரிட்டனில் சுமார் 13 ஆம் நூற்றாண்டிலிருந்து படி முறை வளர்ச்சி பெற்றுவரும். நாடாளுமன்றச் சீர்திருத்தப் பணிகளில் ஜான் வில்கசும் *(John Wilkes 1727-1797)* அவருடைய ஆதரவாளர்களும் கிட்டத்தட்டப் பதினோரு ஆண்டுகள் அரசியல் சீர் திருத்தங்களுக்காகப் போராடி வந்தனர். பிரிட்டனின் அரசியல் வரலாற்றில், குறிப்பாக நாடாளுமன்ற வரலாற்றில் வில்கசின் இயக்கம் முக்கிய இடம் பெறத்தக்கதாகும்.

வில்கஸ் மூன்றாம் ஜார்ஜ் மன்னரைக் கிட்டத்தட்டப் பொய்யர் என்பது போல் பேசிவிட்டார். இவ்வாறு மனந்திறந்து பேசுகின்ற எதிராளி மீது தக்க நடவடிக்கை எடுப்பது என்று மன்னரும் அவரைச் சேர்ந்தவர்களும் முடிவு எடுத்தனர். (பிரிட்டிஷ் நாடாளுமன்றம் பற்றிய சுருக்க வரலாறு இ.ச.க.தொகுதி-3 ஆம் பக்கங்களில் சொல்லப்பட்டது.)

''நார்த் பிரிட்டன்'' என்ற பத்திரிகையின் 45 ஆவது இதழில் எழுதியவர்கள், அதனை அச்சிட்டோர், வெளியிட்டோர் முதலானோர் ஆட்சிக்கு எதிராக அவதூறு செய்தனர் என்று அவர்களைச் சிறை செய்யுமாறு பொது ஆணை *(General Warrant)* பிறப்பிக்கப்பட்டது. அரசு 1695 ஆம் ஆண்டு நிறைவேற்றிய ஒரு சட்டத்தின்படி, இத்தகைய பொது ஆணையைப் பிறப்பித்து ஒருவரைச் சிறை செய்யும் அதிகாரத்தைப் பெற்றிருந்தது. அரசு தன்னைக் குறை கூறுவோரின் வாயை அடைக்க இச்சட்டத்தைக் கையில் வைத்திருந்தது.

வில்கஸ்

வில்கஸ் சிறை

வில்கசைச் சிறை செய்து இலண்டன் டவர் என்ற கோட்டைக்குள் வைத்தனர். (இலண்டன் டவர் என்பது இலண்டன் நகரில் தேம்ஸ் ஆற்றின் கரை மீதமைந்த கோட்டையாகும். அது 1066 ஆம் ஆண்டிற்குப் பிறகு கட்டப் படலானது. பின்னர் இதை விரித்துக் கட்டி அரண்மனையாயும், பெரிய சிறைச் சாலையாயும் பயன்படுத்தினர். இப்போது இங்கு அரச நகைகளும், வைரங்களும், மணி முடிகளும் அடங்கிய காட்சி சாலை உள்ளது.)

வில்கஸ் விடுதலை

மேற்சொன்ன இதழின் அச்சாளர்களும் அரசிற்கு எதிரான குற்றம் என்று கொள்ளத்தக்க அவதூறுகளைச் செய்தனர் என்று வில்கசோடு சிறையிலடைக்கப்பட்டனர். வில்கஸ் 1763 மே மாதம் தலைமை நீதிபதியின் முன்னர் கொண்டு வரப்பட்டார். வில்கஸ் பொது முறையீடுகள் நீதிமன்றத்தில் ஆள் கொணர் சட்டப்படி (*Habeas Corpus*) செயலாணை பிறப்பிக்குமாறு வழக்குத் தொடர்ந்து விடுதலை பெற்றுவிட்டார். இது வழக்கத்தில் இல்லாத முறையாகும். இத்தகைய ஆள் கொணர் செயலாணை முறையீடுகளெல்லாம் மன்னர் நீதிமன்றத்தில் (*King's Bench*) செய்யப்படுவதுதான் வழக்கம்.

வில்கஸ் சிறையிலிருந்து வெளியேறியதும் அரசைத் தாக்கத் தொடங்கி அதில் வெற்றியும் பெற்றுவிட்டார். சிறை செய்யும் பொது ஆணைகள் குற்றவாளி யார் என்று குறிப்பிடாமல், குற்றம் இன்னதென்று மட்டும் சுட்டியிருப்பதால், அது சட்டப்படி செல்லத்தக்கதன்று என்று வில்கஸ் கூறினார். இப்பொது ஆணைகள், அவற்றைப் பிறப்பிப்போர் எவர் மீது ஐயங் கொள்கின்றனரோ, அவர்கள் வசமுள்ள தாள்களையும், தனியுடைமைகளையும் கண்டமேனிக்குப் பறிமுதல் செய்யும் அதிகாரத்தைக் கொடுத்தன என்பதை வில்கஸ் எடுத்துக் காட்டினார்.

1763

தன்னுரிமை மெய்யா? நிழலா?

ஆங்கிலேயரின் தன்னுரிமை மெய்யானதா? அல்லது அது வெறும் நிழல்தானா? என்பதை நீதிபதி தீர்மானிக்க வேண்டும்'' என்று வில்கஸ் இந்த வழக்கின்போது முறையிட்டார். அதனால் ''வில்கசும் தன்னுரிமையும்'' (*Wilkes and Liberty*) என்ற சொற்றொடர் மக்களிடையே செல்வாக்குப் பெற்றது. மக்கள் கூட்டமும் இச்சொற்றொடரை இலண்டன் நகரில் முழங்கிக் கொண்டேயிருந்தது.

வில்கஸ் சிறையிருந்த போது அவரது வீட்டைச் சோதனையிட்டு, அங்கிருந்து பல தாள்களை எடுத்துச் சென்றனர். அவர் விடுதலையானதும் இச்செயலுக்குப் பொறுப்பான அமைச்சர்கள் மீது 1763 டிசம்பரில் வழக்குத் தொடர்ந்தார்.

அவ்வழக்கின் முடிவில் ஓர் அமைச்சர் ஆயிரம் பவுனும், இன்னோர் அமைச்சர் நாலாயிரம் பவுனும் வில்கசிற்கு இழப்பீடு தர வேண்டும் என்று நீதிமன்றத்தில் தீர்ப்பாயிற்று. ஒருவரைச் சிறைப்பிடிக்கப் பொது ஆணைகள் பிறப்பிப்பது சட்டத்திற்குப் புறம்பானது என்று நீதிபதி தீர்ப்பளித்தார். (இத்தகைய சிறைபிடி பொது ஆணைகள் சட்டப்படி செல்லா என்று பிரிட்டனின் காமன் சபை 1766 ஆம் ஆண்டு தீர்மானம் நிறைவேற்றியது).

கும்பலைக் கிளப்பி விடுபவர்

ஆனால் மன்னரும் அவரின் அமைச்சர்களும் நாடாளுமன்றத்திலிருந்த அவர்களின் ஆதரவாளர்களும் சேர்ந்து கொண்டு, வில்கசைத் தொடர்ந்து தாக்குவதென்று உறுதி கொண்டனர். வில்கஸ் அரசின் குறைகளை எடுத்துக் கூறுவதால், அவர் மிகுந்த ஆபத்தானவர் என்று அவர்கள் கருதினர். வில்கஸ் இலண்டன் மாநகரத்துக் கும்பல்களை மிக எளிதில் கிளப்பிவிடக் கூடிய திறனுள்ளவராயிருந்ததே, அவர் மீது அவர்களுக்கு மிகுந்த ஆத்திரத்தை ஊட்டியது.

நீதிமன்றத் தீர்ப்பு எதுவாயினுஞ்சரி என்று மேற்சொன்ன ''நார்த் பிரிட்டன்'' என்ற பத்திரிகையின் 45 ஆவது இதழ் ஆட்சிக்கு எதிராய் அவதூறு செய்தது என்று

பிரிட்டிஷ் நாடாளுமன்றம் 1763 நவம்பரில் தீர்மானித்தது. எனவே அந்த இதழைப் பொது மக்கள் முன்னிலையில் தீ வைத்துக் கொளுத்த வேண்டுமென்றும் நாடாளு மன்றம் ஆணை பிறப்பித்தது. வில்கஸ் சிறை பிடிக்கப்படுவதிலிருந்து காப்புப் பெற அவருக்கு உரிமை இல்லையென்றும் அவர் தனக்கு எதிரான குற்றச்சாட்டுகளுக்கு விளக்கம் அளிப்பதற்கு நாடாளுமன்றத்திற்கு வரவேண்டுமென்றும் காமன் சபை முடிவெடுத்தது.

வீரமா? விவேகமா?

வில்கஸ் நீதிமன்றத்தில் வெற்றி பெற்றுவிட்ட போதிலும் நாடாளுமன்ற மக்களவையிலிருந்து வெளியேற்றப்பட்டதை அவரால் தடுக்க முடியவில்லை. அதற்குச் சிறிது காலத்திற்குப் பிறகு அவருக்கும் அரச ஆதரவாளர் ஒருவருக்கும் நடந்த ஒற்றைக்கொற்றைச் சண்டையில் *(dual)* வில்கஸ் காயமடைந்தார். மேலும் அவருக்கு எதிரான சட்ட நடவடிக்கை கிடப்பில் கிடந்ததால், அவர் வீரத்தை விட விவேகமே சிறந்தது என்று எண்ணி அண்டை நாடான பிரான்சின் தலைநகரான பாரிசில் புகலடைந்தார். நாடாளுமன்றம் மீண்டும் 1764 ஜனவரியில் கூடியபோது வில்கஸ் அங்கு நேரில் சென்று தன்னிலை விளக்கம் தரவில்லை. ஆதலால் அரசு முறைப்படி அவரை மக்களவை உறுப்பினர் பதவியிலிருந்து விலக்கிவிட்டது.

காமக் கிழத்தியின் அணைப்பில்

(வில்கஸ் பாரிசில் தன் காமக் கிழத்தியான செல்வி கொரண்டிணி *(Corandini)* என்பவரின் அணைப்பிலேயே இருந்துவிட்டு 1768இல் தான் பிரிட்டனுக்குத் திரும்பினார்.)

வில்கஸ் போப்பை நையாண்டி செய்து ''பெண் பற்றிய கட்டுரை'' *(An Essay on Woman)* என்ற ஊத்தைக் கட்டுரையை ''நார்த் பிரிட்டன்'' பத்திரிக்கையின் 45 ஆவது இதழில் எழுதி வெளியிட்டது குற்றம் என்று 1764 நவம்பரில் நீதிமன்றம் தீர்ப்பு அளித்தது. ஆனால் வில்கஸ் பிரான்சிற்கு ஓடிப்போய் விட்டதால், நீதிமன்றத்தில் முன்னிலைப்படவில்லை. ஆதலால் நீதிபதி அவரை நாடு கடத்திவிட்டார். வில்கசும் நாம் மேலே கூறியவாறு கெட்டிக்காரத்தனமாய் நாட்டிற்கு வெளியே இருந்து விட்டார்.

1763

பொதுத் தேர்தலில் போட்டி

எனினும் அவர் 1768 இல் பிரான்சில் இருந்தவாறே, அவ்வாண்டு நடைபெறவிருந்த பொதுத்தேர்தலில் போட்டியிடப் போவதாய் அறிவித்தார். அவர் பல நூறு வாக்காளர் மட்டுமே இருந்த மிடில்செக்ஸ் தொகுதியில் வந்து போட்டியிடுமாறு அழைக்கப்பட்டார். (*Middlesex*: இது தென்கிழக்கு இங்கிலாந்திலுள்ளது. 1765 ஆம் ஆண்டு இலண்டன் மாநகரின் வடக்கு, மேற்குப் பகுதியாய்விட்டது) வாக்காளர்களுக்குக் கையூட்டுத் தரும் வழக்கமான முறையை இத்தொகுதியில் எவரும் கையாண்டுவிட முடியாது. வில்கஸ் மக்கள் கூட்டத்தினரிடையே தனக்குள்ள செல்வாக்கை இங்கு பயன்படுத்திக் கொள்வார் என்பது, அவர் மிடில்செக்சைத் தேர்ந்தெடுத்ததிலிருந்து தெளிவானது.

வில்கஸ் வேண்டுமென்றே ஊத்தைப்பாட்டு ஒன்றை மக்கள் முன்னிலையில் படித்துக் காட்டி, அக்குற்றத்திற்காகக் கிங்ஸ் பெஞ்சு நீதிமன்றச் சிறைச்சாலைக்குள் திட்டமிட்டு அடைந்து விட்டார். அது வரிசையாகப் பல நிகழ்ச்சிகளைத் தோற்றுவித்தது.

மக்கள் செல்வாக்கை இழந்து போன மூன்றாம் ஜார்ஜ் மன்னர் அரசு வில்கசை வேண்டுமென்றே சிறை செய்துவிட்டது என்று இலண்டன் மாநகரக் கும்பல்கள் கருதிக்கொண்டு வில்கசிற்கு ஆதரவாகக் கலகம் செய்தன. அவர்கள் சிறைச்சாலை யினருகில் புனித ஜார்ஜ் வெளியில் வில்கசை ஊக்கப்படுத்துவதற்காகப் பேரெண்ணிக்கையில் கூடிவிட்டனர். அப்போது இக்கும்பலில் இருந்தவர்கள் படையினர் மீது கல் வீசினர். படையினரைத் தாக்கினர். அப்போது படையினர் கூட்டத்தை நோக்கிச் சுட்டதில் வில்லியம் ஆலன் என்ற வில்கஸ் ஆதரவாளரான இளைஞர் செத்தார்.

நீதிபதி கேலிக்கு ஆளானார்

ஸ்காத்லாந்தைச் சேர்ந்த பிரதமர் பூட், ஆங்கிலேயரின் தன்னுரிமைகள் மீது தாக்குதல் நடத்திவிட்டார் என்று இதழ்களில் கேலிப்படங்களும், கட்டுரைகளும் வெளியாயின. கும்பல் மீது சுடுவதற்கு ஆணை பிறப்பித்த நீதிபதி ஜிலியம் *(Gilliam)* மீது கொலைக்குற்றம் சாட்டப்பட்டது. அவரைப்பற்றிய கேலிப் படம் ‘‘ஆக்ஸ்ஃபோர்டு மேகசீன்’’ என்ற இதழில் வெளிவந்தது. இத்தனை அமளிகளுக்கும் குழப்பங்களுக்கும் நடுவே, நாட்டில் மிகவும் கடுமையான பொருளியல் நெருக்கடிகள் இருந்த இந்நேரத்தில் வில்கஸ் தேர்தலில் வெற்றியடைந்தார்.

வில்கஸ் இதற்குச் சிறிது காலத்திற்குப் பிறகு அரசுத் துறைகளின் அமைச்சரான வேமத்துப் பிரபிடமிருந்து வந்த ஒரு கடிதத்தையும், இக்குழப்பங்களுக்கெல்லாம் அரசின் சதியே காரணம் என்று தான் எழுதிய குறிப்பையும் அச்சிட்டு வெளியிட்டார். அதனால் வில்கஸ் நாட்டுத் துரோகி; அவதூறு மொழிபவர்; ஒழுக்கங்கெட்ட ஊத்தைப்பாட்டு எழுதுபவர்; என்றெல்லாம் கூறி, அவரை நாடாளுமன்றத்தில் அமர விடலாகாது என்று அவருக்கு எதிராய்த் தீர்மானம் இயற்றுமாறு செய்து விட்டனர். ஆதலால் வில்கஸ் நின்று வென்ற மிடில்செக்ஸ் தொகுதியில் மறு தேர்தல் நடத்தவேண்டியதாயிற்று.

மீண்டும் மீண்டும் வெற்றி

வில்கஸ் அதே தொகுதியில் மீண்டும் போட்டியிட, மறுபடியும் அத்தேர்தலை அரசு செல்லாமல் செய்ய, மூன்றாவது முறையும் நின்று வெற்றி பெற்றுவிட்டார். வில்கசை எதிர்த்து நின்றவர் *296* வாக்குகள் மட்டுமே பெற்றிருக்க, வில்கஸ் *1143* வாக்குகள் பெற்றிருந்தும், குறைந்த வாக்குகள் பெற்ற கர்னல் லட்டரல் *(Lutterel)* என்பவரையே தேர்ந்தெடுக்கப்பட்டவராய் ஏற்பது என்று நாடாளுமன்றம் முடிவு செய்தது. இதனால் சங்கிலித் தொடர் போன்று 1769 ஆம் ஆண்டின் இடைப்பகுதியில் பல நிகழ்ச்சிகள் பேருருக் கொண்டு வெடித்தன.

அரசியல் நெறி முறையைச் சார்ந்து நிற்கும் பிரிட்டிஷ் மக்களிடையே பிளவு ஏற்பட்டது. கலவரங்களின் நடுவே நடந்த மறு தேர்தல்களில் வில்கசின் வழக்குரைஞரான ஜான் கிளிண் *(John Glynn)* மிடில்டிசெக்சின் மற்றொரு தொகுதியில் நின்று நாடாளுமன்ற உறுப்பினராய்த் தேர்ந்தெடுக்கப்பட்டார். கிளிணை எதிர்த்து நின்ற வேட்பாளர் அரசின் ஆதரவு பெற்றவர். அவருடைய ஆள்கள் செய்த வன்செயல்களாலும். மிடில்செக்ஸ் நாடாளுமன்றத் தொகுதியின் இன்னோர் உறுப்பினராய் வில்கசின் இடத்தைப் பெற்றுக்கொண்ட இழிபெயர் பெற்ற லட்டரலுக்கு அரசு ஆதரவு தந்ததாலும் மிதப்போக்குள்ள பலர் தீவிரப் போக்குள்ள வில்கசின் கூட்டத்தில் சேர நேர்ந்தது. நாடாளுமன்றத்தில் ஆட்சியாளருக்கு ஏற்பட்ட எதிர்ப்பும், பொது மக்களின் கருத்தும் வில்கசின் குறிக்கோள்களுக்கு ஆதரவாய்த் திரும்பின.

தீவிரவாதிகள் அமைத்த சங்கம்

தீவிரவாதிகள் தமக்கென்று பாராளுமன்றத்தின் புறத்தே ''உரிமைகள் அளிக்கும் சட்ட முன்வரைவு ஆதரவாளர்கள் சங்கம்'' *(The Society of the Supporters o the Bill of Rights: SSBR)* என்ற அமைப்பை நிறுவித் தம் ஆதரவாளர்களை ஒன்று கூட்டினர். நாடாளுமன்றத்திலிருந்த முக்கியமான அரசு எதிர்ப்புக் கூட்டங்களின் உதவியுடன் மாபெரும் முறையீட்டு விண்ணப்ப இயக்கம் என்ற ஒன்றை இச்சங்கம் முடுக்கிவிட்டது. எனினும் வில்கிய இயக்கத்தாரின் தாக்கம் பெருநகரப் பகுதிகளில்தான் வலுவாயிருந்தது.

இலண்டன் மாநகராட்சிக்குள் ஊடுருவல்

இச்சங்கத்தினர் இலண்டன் மாநகராட்சிக்குள் ஊடுருவினர். நாடாளுமன்ற விவாதங்களை அச்சிட்டவர்களைச் சிறை செய்யுமாறு காமன் சபை 1771 இல் ஆணை பிறப்பித்தது. அப்போது மிகப் பெரிய இலண்டன் மாநகராட்சியிலிருந்த வில்கிய ஆதரவாளர்கள் தலையிட்டுத் தம் அதிகாரத்தைக் கொண்டு அந்த ஆணையைத் தடுத்துவிட்டனர். தீவிரப்போக்கினரிடையே 1771 இல் உள் பூசல்கள் உண்டானபோதிலும், 1774 இல் நடந்த பொதுத் தேர்தல்களில் அவர்களுக்குப் பன்னிரண்டு இடங்கள் மட்டுமே கிடைத்ததெனினும், அவர்கள் இலண்டன் மாநகர அரசியலரங்கில் அஞ்சும் படியான தலையாய கூறாக இல்லாது போயினும், தமக்கென்று நிலையான ஓரிடத்தைப் பொது வாழ்க்கையில் பெற்றிருந்தனர்.

1763

சட்டமே கருவியாதல்

''வில்கிய இயக்கத்தார் தம் குறிக்கோள்களை அடைவதற்குச் சட்டத்தை அருமையான அரசியல் கருவியாகப் பயன்படுத்தும் நிலையில் இருந்தனர். ஏனெனில் ''உரிமைகள் அளிக்கும் சட்ட முன்வரைவு ஆதரவாளர்கள் சங்க'' உறுப்பினருள் பலர் பெரும்பாலும் தொழில் புரிபவர்களாயும், பெரு வணிகராயும், சிறுதர வணிகராயும் இருந்தனர். அவர்களுள் தீவிர இலட்சிய நோக்கங்களுக்கு ஆதரவாய்த் தம் அருந்திறன்களையெல்லாம் பயன்படுத்தக் கூடிய வழக்குரைஞர்களும், சட்ட வல்லுநர்களும் இருந்தனர்....''

''அவர்கள் சட்டத்தை அரசியல் கருவியாக்கிக் கொண்டு தம் இயக்கத்தின் நோக்கங்களைப் பரப்புவதற்காகப் பெரிதும் சடங்குகள் போலவே அமைந்து நடந்து வந்த விட முடியாத குற்றவியல் சட்டங்களின் சந்து பொந்துகளையும் பயன்படுத்தி வெற்றி கொண்டனர். அவர்கள் மிகக் குறுகிய அரசியல் நோக்கங்களுக்காக நடைமுறையிலிருந்த சட்ட அமைப்பைத் தமக்கு ஆதரவாக்கிக் கொண்டனர்; அல்லது சமுகம் முழுமைக்குமான சட்டம், நீதி ஆகியவற்றின் தன்மை பற்றியே வினாக்கள் எழுப்பினர்''.

இவ்வாறு தற்கால வரலாற்றாசிரியரான ஏல் பல்கலைக்கழகத்துப் பேராசிரியர் ஜான் புரூவர் *(John Brewer)* இவ்வியக்கம் சட்டத்தை அரசியல் நோக்கங்களுக்காகப் பயன்படுத்தியதை எடுத்துரைக்கின்றார். ''அவர்கள் சட்டத்திலிருந்த ஓட்டைகளைப் பயன்படுத்தினர். நீதிமன்றங்களைப் பரபரப்பான நாடக மேடைகளாக்கினர். மைய நீதி மன்றங்களையும் மாவட்ட நீதிமன்றங்களையும் பொது மேடைகள் போலாக்கிக் கொண்டு தம் சட்ட, அரசியல் கொள்கைகளைப் பலரறியப் பறைசாற்றினர்'' என்பதும் அவரது கருத்தாகும்.

வில்கிய இயக்கம் பிரிட்டிஷ் அரசியல் வரலாற்றில், சட்டச் செயல்பாட்டு மரபுகளில் இத்தகைய பல எண்ணங்களை இன்று தோற்றுவிக்கின்றது. எனினும் இவ்வியக்கம் குறிப்பிடத்தக்க அரசியல் சீர்திருத்தப் பரிணாம வளர்ச்சியில் முக்கியமான இடம் பெற்றுள்ளது என்பதில் ஐயமிலது.

வில்கஸ் *1174* ஆம் ஆண்டுதான் நாடாளுமன்றத்தில் அமர்வதற்கு அனுமதிக்கப் பட்டார். அது மன்னரின் நிலைக்கு எதிரானதாயும், மக்களின் நிலைக்கு ஆதரவானதாயும் அமைந்தது.

9. இங்கிலாந்தின் பிரதமர் கிரன்வில்

இங்கிலாந்தின் அரசியலாட்சிப் பொறுப்பை *1762* மே மாதம் தனியாக ஏற்ற பூட் பிரபு மக்களின் செல்வாக்கை இழந்தார். பத்திரிகைகள் அவரைக் கடுமையாகத் தாக்கின. பாராளுமன்றத்திலும் அவருக்கு எதிர்ப்பு இருந்தது. ஆதலால் அவர் பிரதமர் பதவியிலிருந்து விலகினார்.

ஆங்கில மேற்குடிகளின் முன்னேற்றத்திற்கும், இன்ப நலத்திற்கும் ஏற்ற வகையில் ஆங்கில அரசியலமைப்பு முறை உருவாக்கப்பட்டது என்று தோன்றும் வகையில் இக்காலத்தில் அரசியல் நடப்புகள் இருந்து வந்தன. அத்தகைய வசதிகளையும் வாய்ப்புகளையும் பெற்றிருந்த பெரிய இடத்துக் குடும்பங்களுள் கிரன்வில் குடும்பமும் அடங்கும்.

1763

நடு இங்கிலாந்தின் தென்கிழக்குப் பகுதியிலமைந்த கோட்டத்திற்குப் பக்கிங்காம்சயர் என்று பெயர். இக்கோட்டத்தில் அயில்ஸ்பரிப் பள்ளத்தாக்கும் சில்டன் மலைகளில் ஒரு பகுதியும் உள்ளன. கிரன்வில் குடும்பம் இப்பகுதியில் மிகுந்த வசதிபடைத்த நிலப்பிரபுக்களடங்கியதாகும். மேலும், புகழ் வாய்ந்த டெம்பிள், பிட், லிட்டில்டன் போன்ற பெரிய குடும்பங்களுடன் கிரன்வில் குடும்பத்திற்கு உறவும் இருந்தது. அவர்கள் உறவினரிடம் ஒருவருக்கொருவர் மிகுந்த ஆதரவாக நடந்து கொள்வர். கிரன்வில் குடும்பத்தார் அரசியலில் மிக எளிதாகப் பதவிகளைப் பெற்று விடுவர். கிரன்வில்கள் பெருந்தீனிக்காரர்கள் என்றும் பெயர் பெற்றிருந்தனர். ''கிரன்வில் குடும்பத்தினரைச் சாப்பாட்டில் மிகவும் நன்றாகக் கவனித்துக் கொள்ள வேண்டும்'' என்பதைப் பிட் குடும்பத்தினர் ஒரு விதியாகவே கடைப்பிடித்து வந்தனர்.

''இந்தப் பங்காளிக் குடும்பங்களைச் சேர்ந்தவர்கள் கொடுங்கோன்மையோடு ஆளவேண்டும், பதவி இல்லையேல் கொடூரமாக அரசை எதிர்த்தேயாக வேண்டும் என்று எப்போதும் இருந்து வந்திருக்கின்றனர்'' என்று மூன்றாம் ஜார்ஜ் மன்னர் இக்குடும்பத்தாரைப் பற்றிக் கூறி வந்திருக்கின்றார். அவர்கள் ஒரே குடியினர் போல் அல்லது விக்கட்சியின் ''மாஃபியா'' *(Mafia)* கூட்டம் போல் நல்ல காலத்திலும் கெட்ட காலத்திலும் ஒன்றாகச் சேர்ந்து உழைத்துத் தன் கூட்டத்தினரின் செல்வத்தைப் பெருக்கும் தனிநல வேலைகளில் ஈடுபட்டு வந்திருக்கின்றனர்.

ஜார்ஜ் கிரன்வில் தன் குடும்பத்தாரைப் போலவே கிஞ்சிற்றும் மாறாமல் அப்படியே இருந்தார். அவர் சிலரைவிடச் சுறு சுறுப்பில்லாதவர்: பெரும்பாலரைவிட மிகுந்த வெற்றிகரமானவர்: கெட்டிக்காரத்தனமேயில்லாது மூச்சுக் கூட விடாமல் பேசுபவர்; கவர்ச்சி சிறிதும் இல்லாதவர். அவரிடம் தன் குடும்பத்தார்க்கேயுரிய விடாப்பிடிப்போக்கு அப்படியே இருந்தது.

போப்பாம் பிரபின் கீழ் நின்று, இராபட் வால்போலைப் (இ.ச.க.தொகுதி-3) பதவியிலிருந்து இறக்கப் போராடியவருள் கிரன்விலும் ஒருவர். அதனால்தான் இராபட் வால்போலின் (1676-1745) மகனான ஹோரேஸ் வால்போல் (1717-1797; ஆங்கிலத்தில் புகழ்பெற்ற எழுத்தாளர்) கிரன்வில் மீது வன்மம் வைத்துக் கொண்டிருந்தார்.

ஜார்ஜ் கிரன்வில் பக்கிங்காம்சயரின் ஓட்டன் என்ற இடத்தைச் சேர்ந்த ரிச்சர்டு கிரன்வில்லின் மூத்த மகனாக 1712 அக்டோபர் 14 அன்று பிறந்தார். அவர் ஈட்டனிலும், ஆக்ஸ்ஃபோர்டின் கிறைஸ்டுச் சர்ச்சு கல்லூரியிலும் பயின்று வழக்குரைஞராய்ப் பணிபுரிந்தார். அவருடைய பெற்றோரின் உடன்பிறந்த போப்பாம் பிரபு அழைத்ததற்கிணங்கத் தம் குடும்பத்தின் (பையடக்கத்) தொகுதிகளுள் ஒன்றான பக்கிங்காம்சயரில் நின்று பாராளுமன்றத்தில் இடம் பெற்றார். அவர் அதே தொகுதிக்கு அடுத்த முப்பதாண்டுக் காலமும் பாராளுமன்ற உறுப்பினராய் இருந்து வந்தார்.

அவர் முப்பதாவது வயதில் டோரிக் கட்சியைச் சேர்ந்த வைண்டாம் என்ற குடும்பத்தில் பெண்ணெடுத்து ஓட்டன் என்ற இடத்தில் மகிழ்ச்சியாக மணவாழ்க்கை நடத்தி வந்தார். அவருடைய மனைவியின் முகத்தில் அம்மைத் தழும்புகள் நிறைந்திருந்த போதிலும், அழகு குன்றிய அப்பெண்மணி ஆசைகள் நிறைந்த அரசியல் வாதிக்கு ஏற்ற அருமையான துணைவியாயிருந்தார். அவர் கிரன்வில்லுக்கு ஒன்பது ஆண்மக்களைப் பெற்றுத் தந்தார். அதனால் அவரது குடும்பம் திருமணக்கொள்வினை, கொடுப்பினைகளால் விரிந்தது. ஜார்ஜ் கிரன்வில்லின் சகோதரர் எகிரிமான் பிரபு ஆனார். ஜார்ஜின் சகோதரி வில்லியம் பிட்டை மணந்தார்.

கிரன்வில் மிகவும் சிக்கனமானவர். அவர் ஆட்சி நிர்வாகத்திலும் சிக்கனத்தைக் கைக் கொண்டார். அவர் தனக்கு அரசியல் பதவியிலிருந்து கிடைத்த ஊதியத்தைச் செலவிடாது மிச்சப்படுத்திப் பணம் சேர்த்தார். அவர் தன் சொந்த வருவாயிலிருந்து மட்டுமே செலவு செய்தார். அவரது ஒரே பொழுது போக்குப் பொது ஊழியமேயாகும். அவர் விரும்பிப் படித்தனவெல்லாம், நாடாளுமன்றத்தில் நிறைவேற்றப்பட்ட சட்டங்களின் ஏடுகளேயாகும்.

மூன்றாம் ஜார்ஜ் (1738-1820; ஆட்சிக் காலம் 1760-1820) பட்டம் ஏற்றதும் கிரன்வில் கப்பற்படைக் கருவூலத் தலைவராயிருந்தார். அவர் தன் குடும்பச் செல்வாக்கைக் கொண்டு, மன்னருக்கு மிகவும் வேண்டியவராயிருந்த பூட் பிரபுவுடன் சேர்ந்து கொண்டார். பூட் பிரதமராய் உயர்ந்ததும் கிரன்வில் அமைச்சரானார்.

பூட்டின் செல்வாக்கு மிகக் குறைந்ததும், மன்னர் அவரைக் கழற்றிவிட்டார். பூட் பிரதமர் பதவியிலிருந்து விலகிச் சென்ற போது அவருக்குக் கிரன்வில்லின் நினைவு வந்தது. எனவே தனக்குப் பிறகு கிரன்வில்லைப் பிரதமராக்கும்படி மன்னரைப் பூட் பிரபு கேட்டுக்கொண்டார். ஆனால் பல காரணங்களினால் கிரன்வில்லால் பிரதமராய்ச் செயல்படுவதற்கு இயலவில்லை. மன்னர் தொடர்ந்து பூட்டின் கருத்துரைகளைக் கேட்டுவந்தார். வாய் ஓயாமல் பேசும் கிரன்வில்லை மூன்றாம் ஜார்ஜ் மன்னருக்குப் பிடிக்கவில்லை.

பூட் மன்னரின் இரகசிய ஆலோசகராய் இருப்பது பிரதமர் கிரன்வில்லுக்குப் பிடிக்கவில்லை. ஆதலால் பூட்டின் எந்த இரகசிய ஆலோசனைக்கும் மன்னர் ஆள்படாது இருக்கும்படி அவரைக் கிரன்வில் இணங்கச் செய்துவிட்டார். மன்னரும் அதற்கு ஒப்பினார்.

ஆனால் மன்னருக்குக் கிரன்வில்லைப் பிடிக்கவில்லை. அவர் நம்பிக்கைக்கு உரியவரல்லர் என்று மன்னர் கருதினார். பகர ஆட்சியாண்மைச் சட்ட முன்வரைவு (Regency Bill) பாராளுமன்றத்தில் கொண்டு வரப்பட்டபோது கிரன்வில் அதில் மன்னரின் தாயாரைச் சேர்க்கவில்லை. (அப்பெண்மணி பூட் பிரபின் காமக் கிழத்தி என்று எல்லாரும் கருதினர்.)

ஆதலால் மன்னர் கிரன்வில்லைப் பதவியிலிருந்து இறக்கிவிட்டு அனுபவமற்ற இளைஞரான ராக்கிங்காமைப் பிரதமராக்கிவிட்டார். கிரன்வில் இந்த அடியை மனங்குலையாமல் ஏற்றுக் கொண்டார்.

அவர் மக்கள் அவையில் அப்போதைக்கப்போது உரை நிகழ்த்துவதுண்டு ''(அமெரிக்கக்) குடியேற்றங்களில் நிலவிவரும் அரசத்துரோக உணர்ச்சியானது, இம்மாமன்றத்திலுள்ள பிளவுகளிலிருந்து பிறந்தது'' என்று கிரன்வில் குற்றஞ்சாட்டிப் பேசினார்.

ஆனால் அமெரிக்கக் குடியேற்றங்கள் மீது வரி விதிக்கக் காரணமான முத்திரைத் தலைச் சட்டத்தைக் கிரன்வில்தான் கொண்டுவந்து நிறைவேற்றினார். அதுவே அக்குடியேற்றங்களில் தோன்றிய ''அரசத் துரோகத்திற்கு'' வழிவகுத்தது.

கிரன்வில் 1770 நவம்பர் 13 அன்று ஐம்பத்தொன்பதாவது வயதில் இறந்தார்.

1763

10. ஜான்சன்-பாஸ்வல் சந்திப்பு

ஆங்கில அகராதித் தொகுப்பாளரும், கற்றறிந்த விற்பன்னருமான டாக்டர் சாமுவல் ஜான்சனின் (1709-1784) வாழ்க்கை வரலாற்றை எழுதியவரும், ஜான்சனுடன் ஒன்றாக வைத்து எண்ணப்படுபவருமான ஜேம்ஸ் பாஸ்வல் (1740-1795) இந்த ஆண்டு இலண்டனுக்கு வந்திருந்தபோது டாக்டர் ஜான்சனை முதன் முதலாகச் சந்தித்தார்.

பாஸ்வல் தன் வாழ்க்கை முழுமையிலும் சட்டத் தொழில் நடத்தி வந்தாரெனினும், ஜான்சனைச் சந்தித்த பிறகு, அவருக்கு இலக்கியத்தில் மிகுந்த ஈடுபாடு உண்டானது. பாஸ்வலின் தந்தை புகழ்பெற்ற நீதிபதியாவார்.

11. ''ஸ்பின்னிங்கு ஜென்னி'' கண்டுபிடிப்பு

தொழிற்புரட்சியில் தனியிடத்தைப் பெற்றிருப்பதும் நூல் நூற்பில் பெரும் புரட்சியை ஏற்படுத்தியதுமான ''ஸ்பின்னிங்கு ஜென்னி'' என்ற நூற்பு எந்திரத்தை ஜேம்ஸ் ஹார்கிரீவ்ஸ் (1720-1788) என்ற ஆங்கிலேயர் 1763 ஆம் ஆண்டு கண்டுபிடித்தார். (இ.ச.க.தொகுதி-4) இந்நூற்பு எந்திரத்தில் பல கதிர்கள் இருந்தன. நெசவுத் தொழிலில் தோன்றிய புது யுகம் பற்றி 1733 ஆம் ஆண்டுக் கட்டுரையில் (இ.ச.க.தொகுதி-4) இச்செய்தி விரித்துரைக்கப்பட்டுள்ளது.

12. கடலோடிகள் வழிகாட்டிக் கையேடு

பிரிட்டனின் வானியலாரான நெவில் மஸ்கிலின் (இவர் இராபட் கிளைவின் மனைவியுடன் பிறந்தவர்) தன் 31 ஆவது வயதில் இவ்வாண்டு ''பிரிட்டிஷ் கடலோடிகள் வழிகாட்டிக் கையேடு'' என்ற நூலை வெளியிட்டார். கடலோட்டத்தில் பல புரட்சிகளைத் தோற்றுவிக்கும் செய்திகள் அதில் அடங்கியிருந்தன.

1764

அரசியல்

    கான் சாகிபின் ஏற்றமும் வீழ்ச்சியும்
    பேராளர் ஆட்சிமுறை
    கள்ளர் மீது கொடிய அடக்கு முறை
    கந்நாடகத்தில் மராட்டியர்

அறிவியல்

    காற்றாலை தோற்றம், வளர்ச்சி

கலை, இலக்கியம்

    ஓவியர் வில்லியம் ஹோகார்த்து

பொருளியல், நிதியியல்

    பவுன்-ரூபாய் மாற்று மதிப்பு
    பிரிட்டனில் மிகு வரி

வரலாறு

    பதினெட்டில் டில்லி வட்டாரம்

மக்கள்

    வங்க ஆளுநர் ஸ்பென்சர்

இராணுவம், போர்

    பக்சார் சண்டை
    கம்பெனிப் படை வீரன் சம்பளம்
    மதுரைக் கோட்டை முற்றுகை

பொது

    பொட்டல் புதூர் தர்கா
    ஹாமில்டன் பாலமா? அம்பட்டன் பாலமா?
    வெஸ்ட்காட்டு சாலை
    இலண்டனில் வீடுகளுக்கு எண்
    இரஷியத்தில் கோயில் நிலங்கள் பறிப்பு
    மாட்ரிடில் (ஸ்பெயின்) அரண்மனை
    ஃபுளோரிடத்தில் ஆரஞ்சுக் காடு

இறப்பு

    கான் சாகிபு
    வில்லியம் ஹோகார்த்து (1697-1764)
    பாம்படூர் சீமாட்டி (1721-1764)

1764

1. கான் சாகிபின் ஏற்றமும் வீழ்ச்சியும் (1763-1764)

பாரத மண்ணில் பதினெட்டாம் நூற்றாண்டு கிளர்ந்து வெறும் வரலாற்றுப் புள்ளியாக ஏடுகளினூடே வாழ்கின்ற வீரர் பலருள் யூசூஃபு கான் என்ற கம்மந்தான் கான் சாகிபின் வாழ்க்கை சிறு வீர காவியம் எனலாம். அவரைப் பற்றி ஆங்கிலத்தில் எழுதப் பெற்ற ஒரேயொரு வரலாற்று நூல் மட்டும் உள்ளது. *(Yusuf Khan, The Rebel Commandant, by S.C. Hill)* அது 1914 ஆம் ஆண்டு எழுதப் பெற்றது. தமிழில் ஒரு சிறு நூல் மட்டும் சில ஆண்டுகளுக்கு முன்னர் வெளிவந்தது. இவரும் ''பாட்டுடைத் தலைவனாகாத''*(Unsung hero)* வீரர் அணியில் இடம் பெறுகின்றார் எனில் பொருந்தும்.

கான் சாகிபு வீரம்

அவரது இயற்பெயர் யூசூஃபு கான் என்றாலும் கான் சாகிபு என்ற பெயராலேயே அவர் பெரிதும் அழைக்கப்படுகின்றார். அவர் மதுரைச் சீமைக்கு 1759 ஜூலையில் ஆளுநராக்கப் பட்டதையும், அதற்கடுத்த ஆண்டில் அப்பதவி மேலும் நீட்டிக்கப் பட்டதையும் இதற்கு முந்திய தொகுதியில் கண்டோம். (இ.ச.க.தொகுதி-6) சென்னை ஆளுநரான பிகாட்டுப் பிரபு ஆர்க்காட்டு நவாபு முகமதலியை வற்புறுத்திக் கான் காசிபை மதுரைச் சீமையின் ஆளுநராக்கினார். முகமதலிக்குக் கான் சாகிபின் மீது நல்லெண்ணம் இருந்ததில்லை. அவர் கான் சாகிபைக் ''கேவலமானவர்'' ''நேற்று முளைத்தவர்'' என்றெல்லாம் இழிவாய்ப் பேசிவந்தார். கான் சாகிபும் ஆர்க்காட்டாரைப் பொருள்படுத்துவதுமில்லை; மதிப்பதுமில்லை.

கான் சாகிபு வீரத்தில் சிறந்தவர் என்பதைப் பல களங்களில், குறிப்பாக மதுரை, நெல்லைச் சீமைகளின் பாளையக்காரருடன் நடந்த சண்டைகளில் கண்டுவருகின்றோம். கிழக்கிந்தியக் கம்பெனியின் படைகளைப் பல களங்களில் கடுமையான இக்கட்டுகளிலிருந்தும், அழிவுகளிலிருந்தும் காப்பாற்றியிருக்கின்றார். தமிழ்ப் பாளையக்காரரில் பூலித் தேவர் சிறந்த வீரராயிருந்தார். அவர் மதுரையில் இந்து ஆட்சியை நிறுவ வேண்டுமென்று முயன்றார். அவரின் துடிப்பையும் துணிச்சலையும் கண்டு தமிழ்ப் பாளையக்காரர்கள் அவர் பக்கம் அணிதிரண்டு நின்றனர்.

கான் சாகிபு அவரது நெற்கட்டுஞ் செவ்வல் கோட்டையை 1760 டிசம்பரில் முற்றுகையிட்டு, 1761 மே மாதம் அவரைப் பணியச் செய்தார். ஆர்க்காட்டு நவாபு இவ்வெற்றியைக் கண்டு மகிழ்ந்து கான் சாகிபைப் பாராட்டும் வகையில், ஒரு தங்கத் தட்டையும் வாளையும் பரிசளித்தார். கான் சாகிபு அதன் பிறகு நவாபையும் கம்பெனியையும் எதிர்த்து நின்ற பாளையக்காரர்களை ஒடுக்கினார்.

மலையாளத்தார் படையெடுப்பு

ஆனால் திருவிதாங்கூர் மன்னரான தர்மராசா (1758-1798) பெரும் படையுடன் வந்து 1762 நவம்பரில் நெல்லைச் சீமையைத் தாக்கினார். அவருக்குப் பாஞ்சாலங்குறிச்சி, பித்தாபுரம் பாளையக்காரர்கள் துணைநின்றனர். மலையாளப் படையினர் பணகுடி, ஏர்வாடி, திருக்கங்குடி ஆகிய ஊர்களைப் பிடித்துக் கொண்டனர். வடகரைப்

பாளையக்காரர், சிவகிரித் தலைவர் ஆகியோரின் படைகளோடு திருவிதாங்கூரின் மற்றொரு படை சேர்ந்து ஆரியங்காவில் வந்து நின்றது. அப்படையில் 30,000 பேர் இருந்தனர் என்று கணித்தனர். அவர்கள் செங்கோட்டையையும் கான் சாகிபின் வசமிருந்த வடகரையையும் பிடித்துவிட்டனர்.

இவையெல்லாம் நடந்து முடிந்ததும் கான் சாகிபு ஆயிரம் பேரடங்கிய குதிரைப் படையுடனும் ஆறாயிரம் நாட்டுப் படை வீரருடனும் நெல்லைச் சீமைக்குள் விரைந்தார். அவர் தன் படையில் மறவரையும் பாளையக்காரர் சிலரையும் சேர்த்துக் கொண்டு திருவிதாங்கூரின் பெரும் படையை எதிர்க்கக் கிளம்பினார். கான் சாகிபு இவ்வாறு பலரைச் சேர்த்துத் தன் படை பலத்தைப் பெருக்கிக் கொண்டதும் ஒரு பிரிவைத் தெற்கே அனுப்பிவிட்டுத் தான் இன்னொரு பிரிவுடன் மேற்கே புறப்பட்டார். அவர் மேற்கத்தி முனையில் வெற்றியடைந்தார்.

திருவிதாங்கூர்ப் படையினரும் அவர்களுடன் சேர்ந்த பாளையக்கார்களும் செங்கோட்டையையும் புளியாறையையும் விடுத்து மலைகளுக்குள் சென்றுவிட்டனர். கான் சாகிபு அங்கு இரண்டு படைப்பிரிவுகளை நிறுத்திவிட்டுத் தெற்கே சென்று அங்கும் மலையாளப்படையை *1763 ஜனவரி 22* அன்று தோற்கடித்தார். ஆனால் அவர் கம்பெனியிடமிருந்து இசைவு ஒப்புதல் பெறாது இச்சண்டைகளில் ஈடுபட்டார். அதனால் ஆர்க்காட்டு நவாபிற்கும் கம்பெனியின் ஆட்சிமன்றக் குழுவினருக்கும் அவர் மீது ஐயம் ஏற்பட்டுவிட்டது. இதுவே கான் சாகிபு ஆர்க்காட்டாரையும் பிரிட்டிசாரையும் எதிர்த்துக் கிளர்ந்தெழக் காரணமானது.

1764

கான் சாகிபு புரட்சி

கான் சாகிபு கம்பெனியின் ஊழியர்; நெல்லை, மதுரைச் சீமைகளோ ஆர்க்காட்டு நவாபிற்கு உரிமையானவை. திருச்சிராப்பள்ளி முற்றுகையில் *(1752)* கிழக்கிந்தியக் கம்பெனி ஆர்க்காட்டு நவாபு முகமதலிக்கு உதவியதற்குக் கூலியாகப் பாண்டிச் சீமைகளின் வருவாயில் பெரும்பகுதியை பிரிட்டிசாரின் கடனாளி யாகவே கழிக்க வேண்டிய நிலை ஏற்பட்டது. தென் தமிழ்நாட்டு பதினெட்டாம் நூற்றாண் டில் இவ்வாறு இரு வேறு சுரண்டல்காரர் களின் பிடியிலும் எரிகின்ற வீட்டில் பிடுங்கியது ஆதாயம் என்று கொலை செய் வதிலும் கொள்ளையடிப்பதிலும் ஈடுபட்டு இருந்த பாளையக்காரர்களின் அட்டூழியங் களிலும் சிக்கித் தவித்துக் கொண்டிருந்தது.

தர்மராசா

போர்த் தந்திரத்திலும் வீரத்திலும் சிறந்த கான் சாகிபு மேற்சொன்னவர்களில் முதலிரு வல்லாளர்களையும் எதிர்த்துப் போரிடு வதென்று உறுதி பூண்டார். கான் சாகிபு வரியைத் தண்டி அத்தொகையை முகமதலியிடம் செலுத்த வேண்டுமென்று

பிகாட்டுப் பிரபு கட்டளையிட்டு விட்டார். இது வழக்கத்திற்கு மாறானது என்று கான் சாகிபிற்குத் தோன்றிற்று. இதுவரை கம்பெனிக்காக வரி தண்டி வந்த தன்னை நவாபிடம் பணியச் செய்வதற்குக் கம்பெனி இவ்வாறு கட்டளையிட்டது என்று கான் சாகிபு கருதினார். ஆதலால் அவர் கவர்னர் பிகாட்டின் கட்டளையைப் புறக்கணித்தார். அதனால் அவர் வரித் தொகையை நவாபிடம் செலுத்தவில்லை.

திருவிதாங்கூர்ப் படை மீண்டும் நெல்லைச் சீமைக்குள் இறங்கியதால், அதை விரட்டியடித்த பின்னர் பார்த்துக் கொள்ளலாம் என்று கான் சாகிபு இருந்து விட்டார். ஆனால் கம்பெனியின் நாட்டுப்படைத் தலைவரான (*Commandant*) கான் சாகிபு கம்பெனிக்காக ஆற்றிய அருஞ்செயல்களையும், கம்பெனி அவருக்குத் தந்த பரிசுகளையும் பாராட்டுகளையும் எண்ணிப் பாராது, அவரைப் பிகாட்டுப் பிரபு கண்டித்தார். அவர் கான் சாகிபு மீது இராணுவ நடவடிக்கை எடுப்பதென்றும் முடிவு செய்தார். அவர் கான் சாகிபைச் சென்னை வருமாறு அழைத்தபடி கான் சாகிபு அங்கு செல்லவில்லை. கான் சாகிபு நிலையை நன்குணர்ந்து திருவிதாங்கூர்ப் படையுடன் 1763 பிப்ரவரி 21 அன்று சந்து செய்து உடன்பாடு கண்டார். கம்பெனிப் படையை எதிர்த்து நிற்பதென்று உறுதி பூண்டு, அதற்கு ஆயத்தமானார்.

கம்பெனியுடன் போரிட ஐதர், பிரஞ்சுக்காரர் உதவியை நாடுதல்

அவர் ஐதரலியிடமிருந்தும் பிரஞ்சுக்காரரிடமிருந்தும் உதவி பெற்றுக் கம்பெனியின் தாக்குதலை எதிர்த்து நிற்பதென்று முடிவு கட்டிவிட்டார். அவர் மதுரையில் கோட்டையைச் செப்பனிட்டார். கள்ளர்களைப் புதிதாய்ப் படையில் சேர்த்து, மதுரைச் சீமையின் வடக்கே அவர்களைக் காவல் வைத்தார். மக்களின் ஆதரவைப் பெறுவதற்காக இந்துக்களே நாட்டின் மெய்யான உரிமையாளர்கள் என்று முழங்கினார். நாட்டை நாயக்கர்களிடம் ஒப்படைத்துவிட்டுத் தான் அவர்களின் கீழ் அமைச்சராய்ப் பணி செய்யப் போவதாயும் அறிவித்தார். விசுவநாத நாயக்கன் (சு.1542-1564) நிறுவிய பாளையப்பட்டுகள் (இ.ச.க.தொகுதி-4) நிலை குலைந்து போனாலும் தெலுங்கு பேசும் மக்களின் செல்வாக்கு இன்னும் கட்டுக்குலையாமல் இருந்ததால், நாயக்கர் குடி மீண்டும் ஆட்சியைப் பிடிக்க வேண்டும் என்ற எண்ணம் வலுவாக இருந்தது என்பதையே இது காட்டுகின்றது.

கான் சாகிபு தன்னை வலுப்படுத்துவதற்காகப் பலரைத் தன்னுடன் கூட்டுச் சேர்க்க முயன்றார். ஐதரலி, பிரஞ்சுக்காரர், ஐதராபாது நிசாம் ஆகியோரின் உதவியைக் கோரி அவர்களுக்குக் கடிதங்கள் எழுதினார். கான் சாகிபிற்காக மதுரையில் போரிடுவதற்கென்று 4,000 காலாள் படையினரையும் இரண்டாயிரம் குதிரைப் படையினரையும் அனுப்பி வைக்க ஐதரலி இசைந்தார்.

இவற்றையெல்லாம் அறிந்த ஆர்க்காட்டு நவாபிற்குக் கான் சாகிபு ஆர்க்காட்டையும், ஐதரலி திருச்சிராப்பள்ளியையும் தாக்குவர் என்று கிலி பிடித்து விட்டது. கான் சாகிபு முப்பது இலட்ச ரூபாய் தந்தால் அவரது உதவிக்கு வரமுடியும் என்று நிசாம் சொல்லிவிட்டார்.

பிரஞ்சு உதவி

ஐரோப்பியத்தில் ஏழாண்டுப் போர் (1756-1763) முடிந்து பிரஞ்சுக்காரருக்கும் பிரிட்டிசாருக்கும் பாரிஸ் நகரில் 1763 பிப்ரவரி 10 அன்று உடன்படிக்கை கையெழுத்தான செய்தி ஆறு மாதங் கழித்து இந்தியத்திலிருந்த பிரஞ்சுக்காரர்களுக்குத் தெரிய வந்ததும்,

அவர்கள் கான் சாகிபிற்கு உதவ முதலில் மறுத்து விட்டனர். ஒவ்வொருவராய்க் கான் சாகிபைக் கை கழுவலாயினர். மறவரின் ஆதரவும் கான் சாகிபிற்குக் கிடைக்கவில்லை.

பிரிட்டிஷ் படைத் தலைவர் அயர் கூட்டே *(1726-1783: இ.ச.க.தொகுதி-6)* 1761 இல் புதுச்சேரியைப் பிடித்த பிறகு, அது பிரஞ்சுக் காரருக்கு மரண அடியானது. (கிளைவு ஏற்கனவே 1757 இல் வங்கத்தின் பிரஞ்சுத்திட்டான சந்திரநகரைப் பிடித்துவிட்டார். (இ.ச.க.தொகுதி-6) பிரஞ்சுப் படைவீரர், தலைவர் ஆகியோரில் பலர் நாட்டு மன்னர்களிடம் கூலிப்படையினராயினர். திப்பு சுல்தான் 1799 இல் களம்பட்டது வரையிலும், அவர்கள் நாட்டு மன்னர்களின் படைகளில் சேர்ந்து பிரிட்டிசாரை முழு மூச்சுடன் எதிர்த்து வந்தனர். எனவே பிரஞ்சுக்காரர் பிரிட்டிசாரை எதிர்ப்பதற்குப் பாரிஸ் உடன்பாடு குறுக்கே நிற்கவில்லை.

ஃபைடெலி *(Fideli)* என்ற பிரஞ்சு விரைவு போர்க்கப்பல் 1762 ஏப்ரல் 4 அன்று நாகப்பட்டினம் வந்து சேர்ந்தது. நாகப்பட்டினம் அப்போது டச்சுக்காரருக்குரியதாய் இருந்தது. அக்கப்பலின் தலைவராக தெ மௌதவி *(de Maudave)* வந்திருந்தார். புதுச்சேரி பிரிட்டிசாரிடம் பிடிபடுமுன்னரே அவர் இந்தியத்தை விட்டுப் போய்விட்டார். அவர் அதன்பிறகு மோரீசில் இருந்து வந்தார். மோரீசுத் தீவு இந்திய நாட்டு மன்னர்களிடையே பிரஞ்சு நலன்களை வளர்ப்பதில் ஈடுபட வேண்டுமென்று பிரஞ்சு அரசு அவரைப் பணித்தது. இந்தியத்திலிருந்த பிரஞ்சுக்காரர் அனைவரும் தெ மௌதவிக்குக் கீழ்ப்படிந்து அவரின் ஆணைப்படி நடக்க வேண்டும் என்று பிரஞ்சு அரசு கட்டளையிட்டிருந்தது.

புதுச்சேரி வீழ்ந்ததற்கு முன்னர் ஐதரலியின் படையில் சேர்ந்துவிட்ட பிரஞ்சுக் காப்டன் ஹியூகலை *(Hugel)* மௌதவி பெரிதும் நம்பியிருந்தார். ஆனால் பிரஞ்சுக்காரர் மெய்யாகவே களத்தில் இறங்கினால்தான் தன்னால் நகர முடியும் என்று ஐதரலி அமைதியாயிருந்தார். தஞ்சை மன்னர் இரண்டாம் துளசா பிரஞ்சுக்காரர் கூறியதற்குச் செவிமடுத்தார். மௌதவி யூசூஃபு கானுடன் தொடர்பு கொள்ள வேண்டுமென்று துளசா கருத்துக் கூறினார். அவர் அதற்கு இணங்கிப் பிரஞ்சுக்காரர் இருவரை மதுரைக்குத் தூதனுப்பினார். அவர்கள் கான் சாகிபுடன் ஓர் உடன்பாட்டிற்கு வந்தனர் என்று தோன்றுகின்றது. கான் சாகிபு பிரஞ்சு உதவியைப் பெறுவதற்காகத் தன்னைப் பிரஞ்சுக் குடிமகன் என்று அறிவித்தாரா அல்லவா என்பது புலனாகவில்லை. ஆயினும் பிரஞ்சுக் கப்பற்படையின் ஒரு தொகுதி வருமென்பது குறித்தும், தென்னிந்தியத்திலுள்ள பிரஞ்சுக்காரர் அனைவரும் மதுரையில் குவிவது பற்றியும் ஓர் உடன்பாடு ஏற்பட்டது. இந்த உடன்படிக்கையிலிருந்து பெரும் பலன் கிடைக்குமென்று மௌதவி எதிர்பார்த்தார்.

கான் சாகிபு 1763 ஜனவரி 9 அன்று மதுரைக் கோட்டையில் பறந்த பிரிட்டிஷ் கொடியை இறக்கித் தீயிட்டார்; அக்கொடிக் கம்பத்தில் பிரஞ்சு மூவண்ணக் கொடியைப் பறக்கவிட்டார். உறுதியுடன் நின்று போரிடப் போவதை அறிவிக்கும் விதத்தில் தன் மஞ்சள் கொடியையும் கான் சாகிபு மதுரைக் கோட்டையில் ஏற்றினார். அக்கொடியில் நடனமாடும் குதிரையும் முரசும் பொறித்திருந்தன.

கான் சாகிபிற்கு மக்கள் வரவேற்பு

கான் சாகிபு ஆர்க்காட்டு நவாபையும், கிழக்கிந்தியக் கம்பெனியையும் எதிர்த்து மதுரையில் இவ்வாண்டு நடத்தத் தொடங்கிய தன்னாட்சியை மக்களில் ஒரு சாரார் வரவேற்றனர். மக்களின் நலன்களைக் கருதாது மக்களைக் கொள்ளையடித்து வந்த நெறி கெட்ட பாளையக்காரரைப் போலிராது நல்லாட்சி அமைக்க வேண்டுமென்று கான் சாகிபு விரும்பினார்.

மக்கள் கள்வர் பயமின்றி நாட்டில் நடமாடினர். வேளாண்மை, நெசவு போன்ற பெருந் தொழில்களையும் கைத் தொழில்களையும் கான் சாகிபு ஆதரித்தார். அவர் புதிய ஊர்களையும் குடியிருப்புகளையும் அமைத்தார். மதுரையில் தெற்கு மாசி வீதிக்கும் தெற்கு வெளி வீதிக்கும் இடையிலிருக்கும் கான்சா மேட்டுத் தெருவும், கிழக்கு வெளி வீதிக்கும் இராமநாதபுரச் சாலைக்கும் நடுவிலுள்ள கான் பாளையமும் அவர் காலத்தில் அமைந்து, இன்றும் அவர் பெயர் கூறுகின்றன. மதுரை நகரின் தெற்கிலுள்ள கான்சாபுரமும் அவர் காலத்தில் எழுந்த ஊராகும்.

கான் சாகிபு மீனாட்சி கோயிலைச் செப்பனிட உதவினார். கோயிலின் இடிந்த பகுதிகள் ஒக்கிட்டுச் சீர்படுத்தப்பட்டன. பல காலமாக வெள்ளையடிக்காதிருந்த கோயில் சுவர்களுக்குச் சுண்ணாம்பும் வண்ணமும் பூசச் செய்தார். அவர் மீனாட்சி கோயிலுக்குச் சாக்குடி, ஆலங்குளம் என்ற ஊர்களை இறையிலியாகத் தந்தார். இன்று திருப்பரங்குன்றத்திலுள்ள தர்காவும் அதைச் சுற்றியமைந்த மண்டபமும் கான் சாகிபினால் கட்டப் பெற்றன. அவர் தர்காவிற்கு மானியமும் வழங்கினார்.

பிரிட்டிசார் ஆயத்தம்

1764

இந்நிலையில் கர்னல் ஜான் மான்சன், மேஜர் அக்கில்லஸ் பிரஸ்டன் என்ற ஆங்கிலப் படைத் தலைவர் இருவரின் தலைமையில் கம்பெனிப் படை 1763 ஆகஸ்டில் வட கிழக்கிலிருந்து மதுரை நோக்கிப் புறப்பட்டது. ஆர்க்காட்டு நவாபின் படைகள் நத்தம் வரை சென்று புரட்சிக்காரருக்கும் மைசூர்ப் படையினருக்கும் ஏற்படக் கூடிய தொடர்பு வழியைத் துண்டித்தன. கம்பெனிப் படை ஆகஸ்டு 23 அன்று திரும்பூர், திருவாதவூர்க் கோட்டைகள் இரண்டையும் பிடித்து மதுரை செல்லும் வழியைத் தங்கு தடையற்றதாக்கியது.

பிரஞ்சுக்காரர் தமக்கும் கான் சாகிபிற்கும் ஏற்பட்ட உடன்படிக்கையின் வலுவை வைத்து, இப்போது சட்ட அடிப்படையில் பிரிட்டிசாரிடம் மறுப்புக் கிளப்பினர். அவ்வுடன்படிக்கைப்படி மதுரைச் சீமை பிரஞ்சுப் பகுதி என்று அவர்கள் உரிமை கொண்டாடினர். பிரான்சும் பிரிட்டனும் பாரிஸ் உடன்படிக்கையில் ஒப்புக் கொண்டபடி பிரிட்டிசார் இதில் நடந்து கொள்ள வேண்டும் என்று பிரஞ்சுக்காரர் வலியுறுத்தினர். ஆனால் கம்பெனி ஆளுநர் பிகாட்டுப் பிரபு இதை ஏற்கவில்லை.

கம்பெனிப் படைகள் 1763 செப்டம்பர் 2 அன்று புரட்சிக்காரரின் குதிரைப் படையை மதுரை நகருக்கு வெளியில் தாக்கின. ஆனால் எதிர்த்தாக்குதலில் தோற்றுப்போயின. இந்தச் சண்டை நடந்த வேளையில் பெருமழை பெய்து சண்டைக்கு இடையூறானது. ஆனால் மழைக்காகப் போரை நிறுத்தி மாரிக்காலம் முடிந்தவுடன் மதுரைக் கோட்டையைத் தாக்கலாம் என்று விட்டுவிட்டால், கான் சாகிபு இந்த இடைக்காலத்தில் வலுப்பெற்றுவிடுவார் என்று பிகாட்டு எண்ணினார். ஆதலால் பிரிட்டிஷ், ஆர்க்காட்டுப் படைகள் செப்டம்பர் 24 அன்று கோட்டை முற்றுகையில் முனைந்து ஈடுபட்டன. ஆனால் அவர்களால் கோட்டையைத் துளைக்க முடியவில்லை.

காப்டன் பிரஸ்டன் அதன்பிறகு மதுரையிலிருது பின்வாங்கிக் கான் சாகிபு பல இடங்களில் அமைத்திருந்த காவல் நிலைகளைப் பிடித்தார். அவர் நத்தத்தையும் பிடித்தார். (நத்தம்: இ.ச.க.தொகுதி-5) ஐதரலி புரட்சிக்காரர்களுக்காக 1764 ஜனவரியில் ஒரு படையை அனுப்பினார். பிரஸ்டன் அப்படையை நத்தத்தில் இடைமறித்து நிறுத்தினார்.

நெல்லைச் சீமைக்குள் கம்பெனிப் படை

கம்பெனிப் படைகள் 1764 ஏப்ரலில் நெல்லைச் சீமைக்குள் இறங்கின. அவை சீவில்லிபுத்தூர் கோட்டையைக் கைப்பற்றி, மேற்கத்திப் பாளையக்காரர்கள் கான் சாகிபிற்குத் தந்து வந்த ஆதரவைக் கைவிடுமாறு செய்தன.

இதற்கிடையே காப்டன் ஹாட்டு திருநெல்வேலிக்கருகிலுள்ள நெமிலி என்ற ஊரைப் பிடித்துவிட்டார். நெல்லைச் சீமைக்குள் இவ்வாறு சண்டை நடந்து கொண்டிருந்தபோது கம்பெனிப் படையின் ஒரு பிரிவு தொண்டில் இறங்கிக் கிளர்ச்சிக்காரர்களைக் கிழக்கிலிருந்தும் விரட்டிற்று. அதனால் கான் சாகிபு கிழக்குப் பக்கமிருந்த தன் இடங்களையும் இழந்தார்.

நவாபின் படை வந்தது

ஆர்க்காட்டு நவாபு 1764 ஜூனில் ஒரு படையுடன் தெற்கே வந்தார். பம்பாயிலிருந்து வந்து கொண்டிருந்த கம்பெனிப் படைப் பிரிவு ஒன்றும் நவாபின் படையுடன் சேர்ந்து, அவையிரண்டும் மதுரையை அடைந்தன.

கான் சாகிபைப் பாளையக்காரர் கைவிட்டனர்; அவரது கையிலிருந்த நிலப் பகுதிகள் பறிபோயின. மிகவும் இக்கட்டான நிலையில் மதுரைக் கோட்டைக்குள் செயலற்றுப் போய்க் கிடந்தார். அதனால் இப்போது சந்து செய்து கொள்ள அவாவினார். தன்னை மதுரையின் ஆளுநராய் நீடிக்கச் செய்யுமாறு வேண்டினார். ஆண்டுதோறும் குத்தகைப் பணமாக ஏழு இலட்ச ரூபாய் தர முன்வந்தார். ஆனால் எவ்விதமான நிபந்தனையுமின்றிக் கான் சாகிபு அடிபணிய வேண்டுமென்று பிரஸ்டன் கூறிவிட்டதால் சண்டை நீடித்தது.

மதுரைக் கோட்டை முற்றுகை

மேஜர் டொனால்டு காம்பல் 1764 சூனில் படைத் தலைமையை ஏற்று மதுரை முற்றுகையைத் தொடர்ந்தார். பலத்த மழை பெய்த போதிலும் பீரங்கியால் கோட்டையைத் தாக்கினார். சூன் 20 வாக்கில் கோட்டையில் சில இடங்கள் பிளவுபட்டன. கம்பெனிப் படை வீரர் பல இடங்களிலிருந்து மதில் சுவர் மீது ஏறலாயினர்.

கிளர்ச்சிக்காரர்கள் மதில் சுவரின் சிறு இடுக்குகளில் மறைந்திருந்து தாக்க வந்தவர்களை ஈட்டியால் குத்திக் கொன்றனர்; சரமாரியாகக் கற்களை வீசினர். முன்னேறி வந்தவர்கள் மீது கைக் குண்டுகளையும், பிற வெடி குண்டுகளையும் எறிந்தனர். காம்பல் இத்தாக்குதலில் 160 பேரை இழந்தார். அதனால் கம்பெனிப் படை அவமானப்பட்டுப் பின்வாங்கிற்று.

கிளர்ச்சிக்காரர்களுக்கு உதவ வந்த ஐதரலி, திருச்சிராப்பள்ளிக்குள் ஊடுருவினாரெனினும் மதுரையைக் காப்பாற்றுவதற்கு முன் வரவில்லை. கோட்டைத் தாக்குதல் தோற்றதும் கம்பெனியாரும் நவாபும் சேர்ந்து கோட்டைக்குள் உணவுப் பண்டங்கள் செல்லவொட்டாது தடுத்தனர். அதனால் கோட்டைக்குள் உணவுத் தட்டுப்பாடு ஏற்படவே கிளர்ச்சிக்காரர்கள் சமாதானம் செய்துகொள்ள முன்வந்தனர்.

கிளர்ச்சிக்காரர் மன உறுதி தளர்தல்

கான் சாகிபின் படையிலிருந்த பிரஞ்சுக்காரரான மார்ச்சந்து கம்பெனியாரை

அணுகித் தன்னைப் பாதுகாப்பாகத் திண்டுக்கல் செல்வதற்கு அனுமதிக்க வேண்டுமென்று செப்டம்பர் 10 அன்று கேட்டார். ஆனால் கிளர்ச்சிக்காரர் அனைவரும் எந்நிபந்தனையுமின்றிச் சரணடைய வேண்டுமென்று முகமதலியும் காம்பலும் வலியுறுத்தினர். கான் சாகிபும் அவர் குடும்பத்தாரும் பத்திரமாக வெளியேறுவதற்கு இசைய வேண்டுமென்று மார்ச்சந்து அதன்பிறகு விடுத்த வேண்டுகோளும் ஏற்கப்படவில்லை.

இதனால் சீற்றமடைந்த கான் சாகிபு இறுதிவரை போரிடுவதென்று உறுதி கொண்டார். ஆனால் கோட்டைக்குள் உணவுப் பொருள் இல்லாமையாலும் உயிருக்குப் பாதுகாப்பு அற்றுப்போனதாலும் கான் சாகிபின் படையினர் தொடர்ந்து போர் செய்யத்தயங்கினர்.

கொடிய துரோகம்

கான் சாகிபு ரமலான் நோன்பு நோற்றிருந்தார். கோட்டைக்கு வெளியே கம்பெனியாரும் கோட்டைக்குள்ளே துரோகியரும் கான் சாகிபின் வாழ்க்கையை முடிக்கக் காத்திருந்தனர். அவர்களுக்கு இந்நோன்பு சரியான வாய்ப்பாக அமைந்தது. கான் சாகிபைப் பணியவைக்கும் முயற்சியில் மார்ச்சந்து தோற்றுப்போனதால், அவரை உயிருடன் பிடிக்கத் திட்டமிட்டார். கான் சாகிபிடம் ஊழியம் பார்த்த சீனிவாச ராவ் இதில் மார்ச்சந்திற்கு உடந்தையாயிருந்தார்.

கான் சாகிபு மாலை நேரத் தொழுகைக்காகக் கை கால் முகம் கழுவித் தொழ ஆயத்தமானார். அவர் தொழும் போது வாளைச் சுவரில் மாட்டி வைப்பது வழக்கம். இதை நன்கறிந்த மார்ச்சந்தும் சீனிவாசராவும் கான் சாகிபை வலுவாகப் பிடித்து வாய்க்குள் துணியை வைத்து அடைத்தனர். பின்னர் அவர் கையைப் பின்புறமாகக் கட்டி ஒரு பல்லக்கில் ஏற்றி முன்னேற்பாட்டின்படி நவாபின் முகாமில் சேர்த்துவிட்டனர். கான் சாகிபின் மனைவியையும் குடும்பத்தாரையும் சிறை செய்து திருச்சிராப்பள்ளிக்குக் கொண்டு சென்றனர். ஆர்க்காட்டு நவாபு 1764 அக்டோபர் 14 அன்று மதுரைக் கோட்டைக்குள் புகுந்து வாலாசா கொடியை ஏற்றினர்.

கான் சாகிபிற்குத் தூக்கு : கயிறு இருமுறை அறுந்தது

கான் சாகிபு தூக்கிலிடப் பட்டதைப் பற்றிப் பல கதைகள் வழங்குகின்றன. அவரைத் தூக்கிலிட்டபோது தூக்குக் கயிறு இரு முறை அறுந்தது. அவரது உயிர் இருமுறை காப்பாற்றப்பட்டதற்குத் தங்கக் குண்டுத் தாயத்து காரணம் என்று சிலரும் நரிக்கொம்பு அல்லது புலிக்கொம்பு என்று வேறு சிலரும் கூறுகின்றனர். அவை கானின் கழுத்து, தோள் அல்லது தொடையில் மறைத்து வைக்கப்பட்டிருந்தன என்பர்.

''பெரும் புகழ் வாய்ந்த இந்தத் தாயத்து (சென்னை) ஆட்சிமன்றக் குழுவினால் அவர் எப்போதும் அணிந்திருக்க வேண்டுமென்று அவருக்கு 1755 ஆம் ஆண்டு அளிக்கப்பட்ட தங்கப் பதக்கமாக இருக்கலாம் என்று தான் தோன்றுகின்றது. (கான் சாகிபிற்குத் தங்கப் பதக்கம்:இ.ச.க.தொகுதி-6) அவரைத் தூக்கிலிடுவதற்காக அழைத்துச் சென்றபோது, அவர் அப்பதக்கத்தைக் கழுத்தில் அணிந்திருந்தார். அவரைத் தூக்கிலிடும் முயற்சிகள் நடந்தன. முதலில் அவர் நவாபின் கொலையாளரை அழைத்துத் தன்னைத் தூக்குவதாயின், தனக்குக் கம்பெனி அளித்த தங்கப்பதக்கத்தைக் கழற்றினால்தான் அது நிறைவேறும் என்று எச்சரித்தார் என்று சொல்லப்படுகின்றது. எவருமே நெருங்க

அஞ்சுகின்ற யூசுஃபு கானின் குணத்திற்குப் பொருத்தமானதாகவே இது தோன்றுகின்றது'' என்று கான் சாகிபின் வரலாற்றை எழுதிய எஸ்.சி.ஹில் குறிப்பிடுகின்றார். அவர் மேலும் கூறுகின்றார்.

'' அந்த மந்திர சக்தி தங்கப் பதக்கமாகவோ. தங்கக் குண்டாகவோ, வேறு எந்தக் கொம்பாகவோ, அல்லது வேறு எதுவாகவோ இருந்தாலுஞ்சரி, அவரைத் தூக்கிலிட முடியாமல் இரு முறை தூக்குக்கயிறு ஏன் அறுந்தது என்பதற்குச் சரியான விளக்கம் எதுவும் புலனாகவில்லை.''

இன்னொரு கதை

மதுரையிலிருந்து மேற்கில் சுமார் மூன்று கிலோ மீட்டரிலிருக்கும் சம்மட்டிபுரம் என்ற ஊருக்கு வெளியே ஆங்கிலேயரும் நவாபும் கூடாரங்களில் தங்கியிருந்தனர். அங்கு ஒரு கூடாரத்தில் கான் சாகிபைச் சங்கிலியால் பிணைத்துக் கட்டிலில் படுக்க வைத்திருந்தனர். அவர் 1764 அக்டோபர் 15 அன்று தூக்கிலிடப்படுவார் என்று காம்பல் கானிடம் அறிவித்தார். தூக்குத் தண்டனை அன்று மாலை ஐந்து மணிக்கு நிறைவேற்றப்படும் என்பதைக் கேட்ட பின்னரும் கான் கலங்காதிருந்தார் என்பர்.

கான் சாகிபைத் தூக்கிலிட ஒரு மா மரத்தைத் தேர்ந்தெடுத்தனர். அதன் வலுவான பல கிளைகளில் ஒன்றில் தூக்குக் கயிற்றைக் கட்டித் தொங்கவிட்டனர். கான் சாகிபு சரியாக மாலை ஐந்து மணிக்குத் தூக்கிலிடப்பட்டார். அவர் கடைசி வரையிலும் எதுவும் பேசாமல் மௌனமாகவே இருந்தார். அவர் முறுவலித்தவாறு சுருக்குக் கயிற்றைத் தன் கழுத்தில் மாட்டினார். தூக்கு மரத்தைச் சுற்றி நின்றவர்களை ஒரு முறை பார்த்ததும் கண்ணை மூடிக் கொண்டு கயிற்றில் தொங்கினார். குறிப்பிட்ட காலம் கழிந்ததும் கானின் உடலைக் கீழே இறக்கினர். கான் சாகிபு அப்போது நிதானமாய் மூச்சு விட்டுக் கொண்டிருந்தார்: நெஞ்சு விம்மி விம்மி உயர்ந்தது. சற்று நேரத்தில் எழுந்து உட்கார்ந்தார். அவரைச் சுற்றி நின்று வேடிக்கை பார்த்தவர்கள் கிலி கொண்டு ஓடிப்போயினர். அஞ்சாத ஆங்கில வீரர் சிலர் கானைச் சூழ்ந்து நின்று துப்பாக்கியைக் காட்டிப் பிடித்து விட்டனர்.

பின்னர் அவர் கால்களில் இரும்புக் குண்டுகளைக் கட்டி மீண்டும் தூக்கில் தொங்க விட்டனர். இப்போது முன்னெச்சரிக்கையாகச் சற்று கூடுதலான நேரம் தொங்க விட்டனர். ஆதலால் கான் செத்திருப்பார் என்று உடலைக் கீழே இறக்கிச் சுருக்குக் கயிற்றை அவிழ்த்தனர். அப்போது கான் உறக்கத்திலிருந்து விழித்தவர் போல் புன்னகை மலரக் குதித்து நின்றார். இது பேயென்று எண்ணிப் பலர் ஓடி விட்டனர். அப்போது திகைத்து நின்றவர்களைப் பார்த்துக் கான் சொன்னார்.

''நான் முறைப்படி யோகாசனங்களைப் பல காலம் பயின்றவன். பிராணாயாமப் பயிற்சியினால் நெடுநேரம் மூச்சைக் கட்டும் திறன் எனக்கு இருப்பதால் என் உயிர் எளிதில் பிரியாது. நான் சாக விரும்பினாலன்றி என்னை உங்களால் இப்படிக் கொல்ல முடியாது. ஆனால் நான் இனிமேலும் உயிர் வாழ்வதற்குச் சற்றும் விரும்பவில்லை. என் இடத் தொடைக்குள் ஒரு தாயத்து இருக்கின்றது. அதை எடுத்துவிட்டு என்னை மீண்டும் தூக்கிலிடுங்கள்.''

அவ்வாறு செய்யவே கான் சாகிபின் உயிர் பிரிந்தது என்பது இன்னொரு கூற்றாகும். அவரது உடலைத் தூக்கு மரத்திலிருந்து கீழே இறக்கிக் கிடத்தியபோது, அவர் புன்னகை பூத்தவாறு தூங்குவது போலிருந்தது என்பர்.

கான் சாகிபின் உடலை மறுநாள் காலை கண்ட துண்டமாக வெட்டினர். முண்டத்தை மாமரத்தின் கீழ் புதைத்தனர். தலையைத் திருச்சிராப்பள்ளியிலும் கைகளைப் பாளையங்கோட்டையிலும் கால்களைப் பெரிய குளத்திலும் புதைக்கச் செய்தனர் என்றும் கூறுவர்.

கான் சாகிபின் உடலை அடக்கம் செய்து அதன் மீது எழுப்பப்பெற்ற கல்லறை மதுரை அரசரடியின் அருகிலிருக்கும் சம்மட்டிபுரம் என்ற இடத்தில் இன்னும் உள்ளது. இச்செய்திகள் மஹதி என்பவர் எழுதிய ''மாவீரர் கான் சாகிபு'' என்ற தமிழ் நூலில் காணப்படுகின்றன.

இந்நூலாசிரியர் அண்மையில் தம் இளமைக்கால நண்பர் வீ.பா.சௌந்தர பாண்டியனுடன், இப்போது மதுரை நகரின் ஒரு பகுதியாய் விட்ட சம்மட்டிபுரம் சென்று, கான் சாகிபின் முண்டம் மட்டும் அடக்கமாகியிருக்கும் கல்லறையைக் கண்டார். பதினெட்டாம் நூற்றாண்டில் மதுரை நகரை விட்டுத் தள்ளியிருந்த இப்பகுதியில் மக்கள் பெருக்கத்தின் நெருக்கடிகள் இப்போது தெரிகின்றன. தென்பாண்டி நாட்டின் அரசியலில் ஏறத்தாழப் பத்தாண்டுகளுக்கு மேல் குறிப்பிடத்தக்க இடம் பெற்றிருந்த ஒருவர் அடக்கமான இடம் தேடிக் கண்டுபிடிக்க வேண்டிய அளவிற்குச் சரித்திரச் சிறப்பற்ற நிலையில் உள்ளது. திட்டமிடப்படாமல் கோணலும் மாணலுமாய் வளர்ந்து கொண்டிருக்கும் பகுதியில், வசதியில்லாத ஒரு தனி மனிதர் அந்தக் கல்லறையின் காவலராயிருந்து வருகின்றார் என்பதும் சொல்லப்பட வேண்டிய செய்தியாகும்.

இக்கல்லறைக்கு ஹக்தாராக உரிமையாளராக இன்று இருந்துவரும் கே.ஜானி என்பவரைச் சந்தித்து நாங்கள் உரையாடிக் கொண்டிருந்தபோது, அவர் கான் சாகிபுடன் தொடர்புடைய பல செய்திகளைக் கூறினார். அவர் ஒரு வரலாற்றாசிரியரைப் போன்று தெளிவாக விவரித்தார்.

கான் சாகிபு இன்று திண்டுக்கல் சாலையின் கிழக்குக் கோடியில் மேங்காட்டுப் பொட்டல் என்று அழைக்கப்படும் இடத்திலுள்ள ஜான்சி இராணி பூங்கா இருக்கும் இடத்தில் தூக்கிலிடப்பட்டதாய் ஜானி கூறினார். பத்தொன்பதாம் நூற்றாண்டில் அயலாரை எதிர்த்துப் போரிட்டுக் களம்பட்ட ஒரு வீராங்கனையின் பெயரால் இருபதாம் நூற்றாண்டில் பூங்கா அமையவிருந்த இடத்தில், பதினெட்டாம் நூற்றாண்டு வீரர் ஒருவர் தூக்கிலிடப்பட்டது என்ன பொருத்தம்!

மேங்காட்டுப் பொட்டலில் தூக்கிலிடப்பட்ட கான் சாகிபின் உடலை மேற்சொன்னவாறு பல இடங்களில் புதைத்தனர். சம்மட்டிபுரத்தில் கான் சாகிபின் முண்டம் புதைக்கப் பெற்றது. அந்த இடம் யாரும் அறியாத இடமாகிப் போனது. சுமார் 100 அல்லது 150 ஆண்டுகளுக்கு முன்னர் சேக்கு தாவூது என்றவரின் கனவில் கான் சாகிபின் முண்டம் அடக்கமான இடம் தெரிய வந்தது. இவரது தனி முயற்சியினால், அந்த இடத்தில் கல்லறை கட்டப்பெற்று, அங்கு ஒரு கல்வெட்டும் வைக்கப்பெற்றது. அக்கல்லறையின் அருகில் சிறு பள்ளிவாசலும் இணைந்துள்ளது.

மேற்சொன்ன சேக்கு தாவூதின் குடும்பத்தினரே இக்கல்லறையின் ஹக்தார் என்ற உரிமையாளராய் வழி வழியாய் இருந்து வருகின்றனர். அவர்களின் பராமரிப்பில் கல்லறை உள்ளது. ஜானி அக்குடியைச் சேர்ந்தவராவார்.

2. பதினெட்டாம் நூற்றாண்டில் டெல்லி வட்டாரம்

டெல்லியும் அதன் சுற்று வட்டாரங்களும் ஆயிரத்து எழுநூற்று அறுபதுகளில் *(1760) எவ்வாறு இருந்தன?*

டெல்லியும் அதைச் சுற்றிய பகுதிகளும் நீள் சதுர வடிவான ஆப்புப் போன்றிருக்கும். அப்பகுதி வடக்கிலிருந்து தெற்கில் சுமார் 400 கிலோ மீட்டர் (சுமார் 250 மைல்) நீளமும், சுமார் 160 கிலோ மீட்டர் (சுமார் 100 மைல்) அகலமும் கொண்டிருந்தது. யமுனை ஆறு இப்பகுதியின் அச்சுப் போன்றிருந்தது. டெல்லியும் ஆக்ராவும் இப்பகுதியின் தலையாய நகரங்கள். இது கிழக்குக் கங்கைவரை நீண்ட பரப்பாகும். தெற்கில் அதற்கு எல்லையாகச் சம்பல் நிலவிற்று. அம்பாலாவிற்கு வடக்கிலுளுள்ள மலைகளையும் மேற்கிலுள்ள பாலை வெளியையும் தவிர வேறு இயற்கை எல்லை எதுவும் டெல்லிப் பகுதிக்கு இருந்திலது.

போர்க் காற்று

இப்பகுதி இக்காலத்தில் பெயரளவில்தான் முகலாயப் பேரரசின் ஆளுகையில் இருந்தது. நடை முறையிலோ, அதை எண்ணற்ற குலத்தவர்கள் தமக்குள் பங்கு போட்டுக் கொண்டிருந்தனர். இங்கு வாழ்ந்த குடியானவர்களில் பெரும்பாலர் இந்து ஜாட்டுகளாயிருந்தனர்.

டெல்லியையும் இந்தியத்தையும் இரண்டு நூற்றாண்டுகள் தன் கட்டினுள் வைத்திருந்த அரசியல் சக்தி இப்பதினெட்டாம் நூற்றாண்டில் வெகு வேகமாய்ச் சீரழிந்து வந்தது. அதனால் உண்டான அரசியல் பள்ளத்தை நிரப்புவதற்காகப் போர்க் காற்று இப்பகுதி மீது அடிக்கடி வீசலாயிற்று.

நாதிர் ஷா (1688-1747) 1747 இல் இறந்ததும் பாரசிகத்திடமிருந்து விடுதலை பெற்ற ஆப்கானியர் வடக்கிலும், மராட்டியர் தெற்கிலுமாக முகலாயப் பேரரசைச் சின்னா பின்னமாக்கி வந்தனர்.

ஆப்கானியர் கனவு பலிக்கவில்லை

ஆப்கானியர் அகமது ஷா அப்தாலியின் கீழ்ப் போர் ஆண்மையும் நிதி வலிமையும் கொண்டு சிறிது காலம் விளங்கினரெனினும் அவர்களிடையே அரசியல் நல்லிணக்கம் இல்லை. ஆப்கானியர் இந்தியத்தில் தமது பெரும் பேரரசை நிறுவ வேண்டுமென்று ஒரு காலத்தில் கண்ட கனவு, வரிசையாக மேற்கொள்ளப்பட்ட கண்மூடித்தனமான செயல்களாலும், துரோகத்தனங்களாலும் சிதறிப்போயிற்று.

மராட்டியர் எண்ணம் ஈடேறவில்லை

மராட்டியரிடம் போர்த்திறனும், படை நடத்தும் நுட்பமும், அரசியல் சூழ்ச்சித் திறமையும் இருந்த போதிலும், இந்தியத்தின் பிற இடங்களுடன் ஒப்பிடுகையில் அவர்கள் வளங்குன்றிய தக்காணத்தைத் தளமாய்க் கொண்டிருந்தனர். முகலாயர் பல ஆண்டுகளாக நடத்திய ஓயா அழி போர்களினால் காய்ந்தும் தீய்ந்தும் வறிய நிலையில் தக்காணம் இருந்தது. மராட்டியர் வடக்கேயிருந்து பொன்னையும் பொருளையும் அள்ளிக் கொண்டு சென்றாலும், தம்முள் ஒருவர்க்கொருவர் போட்டியிட்டுத் தத்தமக்கென்று அவற்றைச் சேர்த்துக் கொண்டனர். எனவே மராட்டியர் ஓரணியாய்த் திரண்டு போரிடுவதற்கு வேண்டிய வள வசதிகள் இல்லாமற் போயின.

அதனால் மராட்டியரும் ஆப்கானியருமான இவ்விருவல்லாளர்களும் இரண்டிலொன்று பார்த்து விடுவது என்று பானிப்பத்தில் மோதியபோது மராட்டியர் தோற்றனர். எனினும் மராட்டியர் சில ஆண்டுகளில் மீண்டும் இந்துத்தானத்திற்கு வந்தனர். ஆனால் வெற்றி பெற்ற ஆப்கானியர் சில ஆண்டுகளில் நிரந்தரமாக இந்திய அரங்கிலிருந்தே மறைந்து போயினர்.

பானிப்பத்துப் போர் தெரியக் காட்டிய உண்மை யாது? ஆப்கானியர் குலத் தலைவர்களுக்கு அரசியல் செல்வாக்கு அற்றுப் போனது மராட்டியரிடம் செல்வ வளம் குன்றிப்போனது.

மராட்டியர் பானிப்பத்தில் பட்ட அடியிலிருந்து தெளிந்து தேர்வதற்குப் பத்தாண்டுகளாயின. அதிலிருந்து அத்தோல்வியின் பின்விளைவு எத்தகையது என்பது புலனாகும்.

இங்ஙனம் ஒருவரோடொருவர் போரிட்டுப் பின்வாங்கிப் போய்விட்ட வல்லாளர்கள் உண்டாக்கிய வெற்றிடத்தை யார் நிரப்புவது?

சீக்கியர், இரசபுத்திரர்

முகலாயப் பேரரசர்களான பகதூர் ஷாவும் *(1707-1712)* ஃபரூக்குசியாரும் *(1713-1719)* ஐம்பதாண்டுகளுக்கு முன்னர் மலைகளுக்குள் விரட்டியடித்த சீக்கியர், வடக்கே பாஞ்சாலத்திலிருந்து கீழே இறங்கிவர இப்போது துணிந்தனர். சீக்கியர் சிறு ஊர்களிலிருந்த நிலக்கிழார்களுடனும் முஸ்லிம் தலைவர்களுடனும் தமக்குள்ளும் போரிட்டுத் தெளிந்து பன்னிரண்டு கூட்டு அணிகளை (மிசல்) உண்டாக்கி ஓரணியாய்த் திரண்டனர்.

மேற்கில் இரசபுத்திர அரசர்கள் மராட்டியரால் இடைவிடாது சூறையாடப்பட்டுக் கிறங்கிக் கிடந்து விட்டுச் சிறிது காலமாக இப்போது நிம்மதியாக மூச்சு விடுகின்றனர். எனினும் அவர்களிடம் நிலவிய அரசியல் திறமையின்மை காரணமாக அவர்களால் ஆக்கமாய்ச் செயல்பட முடியவில்லை.

டெல்லியின் தெற்கே நடு இந்தியத்திலும் மாளவத்திலும் சம்பல் ஆறு வரையிலும் இருந்த பகுதிகள் மெல்ல மெல்ல மராட்டியத் தலைவர்களான மாதவராவ் சிந்தியா, துக்காசி ஹோல்கர் ஆகியோரின் கைக்குள் சென்றன. அவர்கள் கொள்கையளவில் பேஷ்வாவின் அலுவலர்களாயிருந்து கொண்டு, தன்னாட்சி புரியும் முடிமன்னராகவே விளங்கினர். அவர்கள் ஒருவர் மீதொருவர் பொறாமை கொண்டிருந்தமையால் அவர்களின் முன்னேற்றமும் தடைப்பட்டது.

ஔது மாநிலம் தென்கிழக்கில் இருந்தது. அதன் பரம்பரை ஆளுநரான சுஜாவுத் தௌலா திறமையும், பேராசையும் மிக்கவராயிருந்தார். அவர் வெகு விரைவிலேயே முகலாயப் பேரரசின் தலைமை அமைச்சரான வசீர் ஆனார். அவருடைய தந்தை ஃஸப்தர் ஜங்கு *1754* இல் இப்பதவியிலிருந்து நீக்கப்பட்டார். அது பேரரசின் வீழ்ச்சிக்கு முக்கியமான காரணங்களுள் ஒன்றானது.

டெல்லிக்குக் கிழக்கே கங்கைக்கும் குமான் மலைகளுக்கும் இடையில் ரோகில்கண்டு இருந்தது. (ரோகில்கண்டு: இ.ச.க.தொகுதி-5) அது ஒரு காலத்தில் ஔது நாட்டுடன் அடங்கிய பகுதியாயிருந்தது. ஆப்கானியரான ரோகில்லர்கள் அப்பகுதியை *1740* வாக்கில் பிடித்துத் தன்னாட்சி அமைத்தனர். அவர்கள் நாதிர் ஷாவினால் ஆப்கானித்தானத்திலிருந்து விரட்டப்பட்டவர்கள்.

ரோகில்லர்கள் குமுறியெழக் கூடியவர்களாயும் செயலூக்கம் மிக்கவர்களாயும் இருந்ததால், முகலாயப் பேரரசு இக்கால கட்டத்தில் விரைந்து சிதைந்ததற்கு அவர்களும் காரணராயினர்.

கொடிய தட்ப வெப்ப நிலை

அழிக்கும் கொடிய பூசல்களும் மன வேற்றுமை மிக்க அபிலாசைகளும் நிறைந்த இந்தக் கோலத்தின் நடுவே, இயற்கையானது ஆண்டு தோறும் மாறி மாறிப் பருவ காலங்களை அனுப்பிக் கொண்டேயிருந்தது. மே மாதத்தில் மேனியைச் சுட்டெரிக்கும் வெம்மை; கண்களை மறைக்கும் தூசுப் படலம்; சூலையிலும் ஆகஸ்டிலும் நெஞ்சை உறைவிக்கும் மழை. அந்த மாரி மனம் போன போக்கில் பொழியும் அல்லது பொய்க்கும்.

டெல்லிப் பகுதியில் இன்றைக்கு இருப்பதைவிட மிகக் கடுமையான தட்ப வெப்ப நிலை அன்றைக்குப் பதினெட்டிலும் இருந்தது. ஏனெனில் நெருங்கிக் கிடந்த மணற்பரப்பை முன்னேறவிடாது பின்னுக்குத் தள்ளக் கூடியனவாக நீர்ப்பாய்ச்சல் வசதி பெற்ற விளை நிலத்தின் பரப்புச் சிறிதளவேயாகும். அதனால் மிக மோசமானதாகப் புயல் கிளம்பிற்று; வெப்பம் மிகக் கொடியதாய் இருந்தது.

ஆடவர் தம் கூடாரங்களில் *110* டிகிரி ஃபாரன்ஹைட் வெப்பத்தில் வறுத்தெடுக்கப்பட்டனர். ஜனவரி மாதத்து இரவுகளில் பாரசிகச் சால்வைகளைப் போர்த்துக் கொண்டும் முகலாய மயிர்த் தொப்பிகளால் காதுகளை மூடியவாறும் குளிரில் நடமாடினர்.

சில ஆண்டுகளுக்கு ஒருமுறை அடிக்கடி நடப்பதைப் போன்று மழை பொய்க்குமாயின் குடியானவன் கையை முழங்காலில் கட்டிக்கொண்டு விதியை நோவதைத் தவிர அவனால் வேறெதுவும் செய்ய முடியாது. மெல்ல ஊர்ந்து வரும் பட்டினிச் சாவை எதிர் நோக்கிப் பொறுமையாக அவன் காத்திருப்பதைத் தவிர வேறு வழியில்லாதிருந்தது.

தந்நம்பிக்கையற்றுத் தந்நலவுணர்வு ஓங்குதல்

அவ்வாண்டுகளில் சீர்திருத்தம் பற்றியோ, முன்னேற்றம் குறித்தோ எண்ணிப்பார்த்தவர் எவருமிலர். மக்கள் இருந்த நிலையிலேயே நீடித்திருப்பதுவே இயலாத செயல் என்று தோன்றியது. ஒருவன் தன்னைக் காத்துக் கொண்டாலே போதும் என்ற அச்சவுணர்வும் மனக்குழப்பமும் எங்கும் நிலவின.

ஒவ்வொரு தலைவனும் குதிரையில் ஏறி வாளை வீசிக் கொண்டு தன் ஆள்களோடு பாய்ந்து ஊரை அடித்து உலையில் போடத் துணிந்த கொடுஞ்செயல்களில் ஈடுபட்டிருந்தான். இந்நிலை இந்துத்தானமான வட பாரதத்திலும் தக்காணமான தென் பாரதத்திலும் நிலவிற்று என்பதை உணரலாம். இத்தலைவர்களில் சிலர் வரலாற்றில் நேர்ந்த சில பிழைகள் காரணமாக மாவீரர் என்று பிற்காலத்தில் போற்றப்படலாயினர் என்பது தான் வேடிக்கை.

ஒவ்வொரு கிராமத்தான் கையிலும் தற்காத்துக் கொள்ளக் கோலும், அவனது ஊரைச் சுற்றி மண்ணால் கட்டிய கோட்டைகளும் இருந்தன. அம்மக்கள் இந்தக் காலத்தை ''இன்னல் நிறைந்த நாள்கள்'' என்று வருணித்தனர்.

டெல்லிக்குத் தெற்கே பாசன வசதியே இல்லை. வடக்கில், குறிப்பாக யமுனை ஆற்றின் மேற்குப் பக்கத்தில் பெரிய நிலப்பரப்பு வறண்டு தரிசாகக் கிடந்தது. பொதுவாக எங்கும் பாதுகாப்பில்லாத நிலை இருந்து வந்தமையால், விளை நிலங்களனைத்திலும் மனித நடமாட்டம் அற்றுப் போனது.

சிற்றூர்கள் மண் சுவர்களால் சூழப்பட்டிருந்தன. அல்லது மண் சுவர்களுக்குள் பாதுகாப்புப் பெற்று நின்றன. டெல்லிக்கு அருகிலேயே இடிபாடடைந்து கிடக்கும் அக்காலத்துச் சத்திரம் அல்லது கோட்டையை இன்றும் காணலாம்.

கொள்ளையடிக்கப் பட்டுவிடும் என்ற அச்சத்தின் காரணமாகப் பெருவழிகளின் அருகே ஊர்கள் அமைய வில்லை; அங்கு வெகு சில ஊர்கள் மட்டுமே இருந்தன. பயணி தன் காவலுக்காக ஆளைத் தன்னுடன் அழைத்துச் செல்லும் போது இங்குமங்குமாக அமைந்திருக்கும் சுவரால் சூழப்பட்ட ஓரிடத்தினுள் இரவு வேளையில் தங்க நேர்ந்தது. அவர் டெல்லி நகரை நெருங்க நெருங்க, இன்று நாம் காண்பதைப் போன்ற ஆள் அரவமற்ற கல்லறைகளையும் கவனிப்பாரற்றுப் புதர் மண்டிய தோட்டங்களையும் கண்டிருப்பார். நசித்துக் கொண்டிருக்கும் புற நகரங்களைப் பல மைல் தொலைவிற்கு அவர் காணக் கூடும். அப்புறநகரங்கள் பதினெட்டாம் நூற்றாண்டின் நடுவில் ஏற்பட்ட தொல்லைகளின் போது மக்களால் கைவிடப்பட்டன.

அந்தக் காலத்தில் ஆயுதம் ஏந்தியவரும், வலிமை மிக்கவருமான ஒருவரால்தான் தன் உடைமைகளைக் காத்துக்கொள்ள முடிந்தது. அவரை விட வலிமை வாய்ந்த ஒருவர் வந்ததும் அப்பொருள்களுக்கும் பாதுகாப்பு இல்லாமற் போய்விடும்.

பெர்சிவல் ஸ்பியர் பதினெட்டாம் நூற்றாண்டு டெல்லிப் பகுதியை இங்ஙனம் படம் பிடித்துக் காட்டுகின்றார்.

3. பேராளர் (ரெசிடென்சி) ஆட்சி முறை

இந்தியத்தில் இக்கால கட்டத்தில் காலூன்றத் தொடங்கிய பிரிட்டிசார் தம் பேரரசாட்சிக் கட்டுப்பாட்டினுள் இரண்டு அமைப்பு முறைக் கோலங்களை இணைத்துக் கொண்டனர். ஒன்று நேரடி ஆட்சி முறை; மற்றொன்று மறைமுக ஆட்சி முறை.

அவர்கள் முற்கூறிய முறைப்படி இந்தியப் பெருநிலத்தைத் தமது நேரடியான அணுக்க ஆட்சி நிர்வாகத்தினுள் கொண்டு வந்தனர். பிற்கூறிய முறையின் கீழ், எண்ணற்ற நாட்டு மன்னர்களின் இறையாண்மையைப் பிரிட்டிசார் ஏற்று ஒப்பி - இறையாண்மை (*Sovereignity*) என்பது பல்வேறு காலங்களில், பல்வேறு விதமாகப் பொருள் கொள்ளப்பட்டது. அவர்களைப் பிரிட்டிஷ் மேலாண்மை என்ற உயரதிகாரத்தின் கீழ் அடங்கியவர்களாக வைத்துக்கொண்டு ஆட்சி புரிந்தனர்.

ரெசிடெண்டுகள் (*Residents*) என்று அழைக்கப்பட்ட பிரிட்டிஷ் ஆலோசகர்கள், இந்நாட்டு மன்னர்களின் அவைகளில் பேராளர்களாயிருந்து மறைமுகமாக அம்மன்னர்களை ஆட்சி செய்யும் கருவிகளாயிருந்தனர்.

இம்மறைமுக ஆட்சி முறை (*Indirect rule*) 1760 ஆம் ஆண்டுகளிலிருந்து நடந்து வரலாயிற்று. நாட்டு மன்னர்களின் அவைகளில் இடம் பெற்ற இத்தகைய பேராளர்கள் (*Residents*), தாம் இடம் பெற்றிருந்த அரசுகளின் மன்னர்களும், அவர்களின் அலுவலர்களும் பிரிட்டிசார் எதிர்பார்க்கின்றவற்றுக்கு எல்லாம் இசைவாக நடந்து கொள்ளும்படி பார்த்துக் கொண்டனர். அவர்களை அங்ஙனம் இசைந்து செல்லும்படி செய்வதற்குத் தூண்டுகோலாயும் அப்பேராளர் இருந்து வந்தனர். அத்துடன் பிரிட்டிஷ் கொள்கையை இந்திய நாட்டு மன்னர்களின் வழியே நடைமுறைப்படுத்தவும் அவர்கள் பெருமுயற்சி செய்தனர். இத்தகைய பேராளர்கள் தம்மவரான ஐரோப்பியர் கூட்டத்தை விட்டு நாட்டரசுகளில் ஒதுங்கிக் கிடந்தனர். அவர்கள் இந்தியத்தில் பிரிட்டிஷ் ஆட்சியை வலுவாய் நிறுவுவதிலும் அதை அகன்று விரியச் செய்வதிலும் உயிர் நாடியான பெரும் பங்கை ஆற்றினர்.

பிரிட்டிஷ் மேலாண்மை இந்தியத்தில் வேரூன்றி விரிவடையலானதும், இந்திய மன்னர்களும், அவர்களின் அலுவலர்களும் புதிதாய்த் தோன்றிய சூழ்நிலைகளை எதிர் கொள்ள நேர்ந்தது. நாட்டு மன்னர்களில் சிலர் இப்புதிய சூழ்நிலையில் தம் ஆட்சியுரிமையை இழந்து விட்டனர். ஆனால் நூற்றுக் கணக்கான நாட்டு மன்னர்கள் பிரிட்டிஷ் கொள்கைகள் காரணமாக அல்லது நற்பேற்றின் காரணமாகப் பிரிட்டிஷ் வெற்றியும், அதன் நிலைப்பாடும் நிகழ்ந்து வந்த காலம் நெடுகிலும் தம் ஆட்சியதிகாரத்தை ஓரளவிற்கேனும் காப்பாற்றி வைத்துக் கொண்டனர். அத்தகைய மன்னர்கள் இறையாண்மை - இந்த இறையாண்மை என்பது ஐயத்திற்கிடமானது - செலுத்திவந்த நாடுகள் பல்வேறுபட்ட அளவுள்ள நிலப்பரப்பில் அமைந்திருந்தன. அவற்றுள் சில நாடுகள் வெகுசில மைல் பரப்புள்ளன என்று சிறு அளவினவாயும், இன்னுஞ் சில ஐரோப்பிய நாடுகளைப் போன்ற அளவுடைய பெரிய பகுதிகளாயும், சில ஆயிரம் பேரிலிருந்து ஒரு கோடிப் பேர் வரையிலும் வாழ்ந்திருந்த மக்கள் பெருக்கம் மிகுந்தனவாயும் இருந்தன.

இந்நாட்டு மன்னர்கள் பையப் பையப் பிரிட்டிசாருடன் நல்லுறவுகளை வளர்த்துக் கொண்டனர். இந்நாட்டரசர்களின் அமைச்சர்களும் மறைமுக மேலாட்சிக்கு ஒத்துப் போயினர். அவர்கள் பேராளர்களுடனும், மன்னர்களுடனும் நன்கு இணங்கிச் செல்லும்படி நேர்ந்தது. இந்திய மன்னர்களும் அவர்களின் அலுவலர்களும் செய்த செயல்கள், பிரிட்டன் இந்நாட்டில் பெரும் பேரரசை நிறுவுவதில் குறிப்பிடத்தக்க பங்கு பணிகளாய் அமைந்தன.

பிரிட்டிசார் இங்கு அரசியலில் நிலை பெற்று விட்டதால் இந்திய நாட்டு மன்னர்களிடம் பணிபுரிந்த உயர்மட்ட அலுவலர்கள் பலவிதமான புதுப் புதுக்

கோரிக்கைகளையும் வாய்ப்புகளையும் எதிர்ப்பட நேர்ந்தது. அவர்களில் சிலரின் குடும்பம் வழிவழியாகத் தாம் பணிபுரிந்த அரசகுடிகளுடன் தொடர்புகள் கொண்டிருந்தன. அம்மன்னர்களின் ஆட்சியில் அவர்கள் பெற்றிருந்த பயிற்சியும் திறன்களும் இப்போது மாறிவிட்ட புதிய சூழலைச் சமாளிப்பதற்குப் போதியனவாக இல்லை. அவர்களுக்குக் கிடைத்த கைம்மாறுகளும் முன்னை விடக் குறைந்துவிட்டன. அவர்களில் சிலர் மாறிவிட்ட புதிய சூழலுக்கு இசைவாக இயைந்து சென்றுவிட்டனர். அதனால் அவர்கள் தம் பதவிகளைக் கெட்டியாகப் பிடித்துக் கொண்டனர்; அல்லது புதிய ஆட்சிமுறையின் கீழ் ஆற்றிய ஊழியத்தில் மேன்மை அடைந்தனர்.

பிரிட்டிசாருடன் முற்றிலும் ஒத்துழைக்க முன்வந்த அரசவையினரும் அரசவை அலுவலர்களும் குறிப்பிடத்தக்க விதத்தில் சூழ்ச்சிக்காரர்களாயிருந்தனர். இந்தப் பேராளர் ஆட்சியமைப்பில் *(Residency System)* பணிபுரிந்த இந்தியர்களைப் பற்றி நாம் ஆய்ந்தால், இந்த மறைமுக ஆட்சி எவ்வாறு நடந்தது என்பதை அதன் அகத்தேயிருந்து காணலாம். அந்த ஆட்சி முறையைச் செயல்படுத்திய பிரிட்டிஷ் பேராளர்கள் பணிபுரிந்த முறையும், மன்னர்களை வழிநடத்திச் சென்ற விதமும் எவ்வாறு இருந்தன என்பதை அவர்களின் தொலை நோக்கிலிருந்து அறிந்து கொள்ளலாம்.

பேராளர் ஆட்சிமுறை பிரிட்டிஷ் மேலாண்மையை நிலை நிறுத்துவதில் தலையாய அரசியல் தந்திர முதிர்ச்சியாக விளங்கிற்று என்பதைக் காலம் உணர்த்திவிட்டது. பல நூறு திட்டுகளாக ஆங்காங்கே அமைந்திருந்த நாட்டரசுகளை வைத்துக்கொண்டு, இந்தியப் பெருநிலத்தை தம் ஆட்சிக் கடிவாளத்தில் பிடித்து வைத்துக்கொள்வதற்கு ஏற்ற வகையில் ஆழ்ந்த தொலை நோக்குடன் பேராளர் ஆட்சி முறையைப் பிரிட்டிசார் வகுத்தனர் என்பது புலனாகின்றது.

4. பக்சார் சண்டை: மீர் காசிம், ஔது நவாபு தோல்வி

வங்க அரசிற்கு வரவேண்டிய அடிப்படையான வருவாயெல்லாம் ஆங்கிலேயர் தம் உரிமையென்று நடத்தி வந்த ஏகபோகமான தீர்வையில்லா வாணிபத்தால் விழுங்கப்பட்டுவிட்டது. முகலாயப் பேரரசர் தமக்கு அளித்த ஃபர்மன் என்ற அரசாணை அந்த உரிமையைத் தருகின்றது என்று பிரிட்டிசார் கூறினர். ஆனால் அந்த அரசாணையில் கடற்கரைத் துறைமுகங்களில் நடத்தும் வாணிபம் மட்டுமே சொல்லப்பட்டிருந்தது. உள் நாடுகளுக்குள் சரக்கை அனுப்பி வைத்து நடத்தும் வாணிபம் குறித்து எதுவும் சொல்லப்படவில்லை.

ஆங்கிலேயர் தீர்வை செலுத்தாமல் வாணிபம் செய்யும் உரிமை தமக்கு இருப்பதாகக் கருதிக் கொண்டமையால் கம்பெனியாரும் தனிப்பட்ட ஆங்கில வணிகர்களும் தீர்வை செலுத்தவில்லை; அதனால் அவர்கள் நாட்டு வணிகரைவிடக் குறைந்த விலையில் தம் சரக்குகளை விற்க முடிந்தது. இதன் விளைவாக வாணிபத்திற்குத் தீங்கு பயக்கும் ஆபத்தான ஏகபோகங்கள் உருவாகி, அரசிற்குக் கிடைக்க வேண்டிய வருவாயெல்லாம் கம்பெனியிடமும் ஆங்கில வணிகர்களிடமும் குவியலாயிற்று.

வங்க நவாபு மீர் காசிம் இதைக் கண்டுபிடித்துக் கம்பெனியாரிடம் தமது எதிர்ப்பை வெளிப்படுத்தினார். அதற்கு எவ்விதமான பலனும் கிடைக்கவில்லை. ஆதலால் அனைவரின் வாணிப நடவடிக்கைகளுக்கும் தீர்வை இல்லை என்று மீர் காசிம் அறிவித்துவிட்டார்.

அதனால் ஆங்கிலேயர் மீர் காசிமின் மீதும் அவரது கூட்டாளியான ஔது நவாபு சுஜா-உத் தௌலா ஐதர் (1754-1775) மீதும் படையெடுத்துச் சென்று 1764 அக்டோபரில் பக்சார் என்ற இடத்தில் அவர்களைத் தோற்கடித்தனர். (பிரிட்டிசாருக்கும் மீர் காசிமிற்கும் இடையே 1763 ஆம் ஆண்டு நடந்த ஊடா நல்லா சண்டை ஏற்கனவே சொல்லப்பட்டிருந்தது.)

மீர் காசிம்

பக்சார் என்பது கங்கையின் தென் கரை மீது உள்ளது. அலகாபாதின் கிழக்கே சுமார் 200 கிலோ மீட்டரில் இருக்கின்றது. இவ்வூர் இராமரின் இளமை வாழ்க்கையோடு தொடர்புடையதால், இந்துக்கள் இதைப் புனிதமான இடம் என்று கொண்டாடுகின்றனர்.

ஹெக்டர் மன்றோ

பக்சார் போரில் பிரிட்டிசார் வெற்றி பெற்றதற்கு ஹெக்டர் மன்றோ (1726-1805) காரணமாயிருந்தார். அவர் 1747 ஆம் ஆண்டு பிரிட்டிஷ் படையில் சேர்ந்தார். அவர் 1761 ஆம் ஆண்டு தன் இராயல் படைப் பிரிவுடன் பம்பாய் வந்து இறங்கினார். மன்றோ பாட்னாவில் ஜெனரல் ஜான் கர்னாக்கிடமிருந்து (1716-1800) படையின் தலைமைப்பொறுப்பை ஏற்று முகலாய மன்னருக்கும் அவரின் கூட்டாளிகளான பிரிட்டிசாருக்கும் எதிராக எழுந்த மீர் காசிமையும் ஔது நவாபான சுஜா-உத்-தௌலாவையும் தோற்கடித்தார்.

மன்றோ இப்போருக்குப் பிறகு தாயகம் திரும்பி 1768 முதல் 1802 வரை பிரிட்டிஷ் பாராளுமன்றத்தில் உறுப்பினராயிருந்தார். அவர் 1778 ஆம் ஆண்டு இந்தியம் திரும்பினார். அவர் ஐதரலிக்கு எதிராக நடந்த போரில் வெற்றி காணாது ஸ்காத்லாந்திலுள்ள தன் பெரிய பண்ணைக்குத் திரும்பிச் சென்று அங்கு ஓய்வு எடுத்தார்.

பக்சார் வெற்றியும் பிரிட்டிஷ் பேரரச எழுச்சியும்

இந்தியத்தில் பிரிட்டிசார் தம் ஆட்சிக்குக் கால்கோளிட்ட இடம் பக்சார் என்பர். அவர்கள் தென்னாட்டுப் போர்க்களங்களில் பட்டுணர்ந்து, கிழக்கத்திப் போர்க்களமான பிளாசியில் தேர்ச்சி பெற்று, வடக்கத்திப் பக்சாரில் முதிர்ந்து வலுவாய்க் காலூன்றி விட்டனர்.

பக்சார் போருக்குப் பிறகு கிழக்கிந்தியக் கம்பெனி வணிகர்களின் நிறுவனமாயிருந்து வந்த நிலை மறைந்து, வலிமை பொருந்திய அரசியல் வல்லாட்சியாக எழுந்து நின்று கால் விரித்தது.

வங்க நவாபின் காமக்கிழத்தி மகன் புதிய நவாபானார்

கிளைவு இரண்டாவது முறையாக வங்க ஆளுநராய் இந்தியம் வருவதற்குள், மீர் காசிமைத் தள்ளிவிட்டு மீண்டும் வங்க நவாபாக்கப்பட்ட மீர் ஜாபர் இறந்து போனார். கிளைவு வங்க ஆளுநர் பொறுப்பை ஏற்க *1764* ஜூன் *4* அன்று இங்கிலாந்தில் கப்பலேறினார். அதற்குள் மீர் ஜாபரின் காமக்கிழத்தி மகனான நஜிமுத்தௌலா பிப்ரவரி *23* அன்றே புதிய நவாபாக்கப்பட்டார்.

கம்பெனி ஆட்சிமன்றக் குழுவின் ஊழல்

அவர் நவாபு பதவியைப் பெறுவதற்காக இருபது இலட்ச ரூபாய் கையூட்டாகக் கொடுத்தார். இந்தப் பணம் கல்கத்தாவின் கம்பெனி ஆட்சிமன்றக் குழு உறுப்பினர்களாலும், அதில் தொடர்பு கொண்டிருந்த பிறராலும் பகிர்ந்து கொள்ளப்பட்டது.

கல்கத்தா ஆட்சிமன்றக் குழுவில் ஒரு தலைவரும் பதினாறு உறுப்பினர்களுமாகப் பதினேழு பேர் இருந்தனர். இவ்வுறுப்பினரில் பலர் கம்பெனியின் பல்வேறு பணிகளில் கம்பெனிக்காக முகவர்களாயிருந்து, வங்கத்தின் பல பகுதிகளில் சிதறிக்கிடந்தனர். எனவே அரசின் பணிகளில் ஏழெட்டுப் பேர் ஓரே நேரத்தில் ஈடுபட்டு வேலை செய்தனர். அதனால் கம்பெனிப் பணிகள் சரிவர நடக்கவில்லை. முகவராயும் ஆட்சிமன்றக் குழுவின் உறுப்பினராயும் இருக்கின்ற ஒருவர், தான் விரும்புகின்ற நடவடிக்கைக்கு ஆதரவாக வாக்களித்ததுடன், ஆட்சிமன்றக் குழுவின் பிற உறுப்பினர்களுடைய வாக்குகளையும் பெற்றுவந்தார். அதனால் அத்தகையவர்கள் எந்த விசாரணைக்கும் ஆள்படாமல் தப்பித்துக் கொள்ள முடிந்தது. அத்துடன் தனிப்பட்ட முறையில் வாணிகம் செய்து பெருஞ் செல்வத்தையும் அவர்களால் சேர்க்க முடிந்தது.

இக்குழுவின் அடி நிலையிலிருந்த கம்பெனியின் சாதாரண ஊழியர்களும் நாணயமானவர்களாயிருக்கவில்லை. கம்பெனி ஊழியர்கள் செய்து வந்த ஊழல்களின் தன்மை ஆளுக்கு ஆள் வேறுபட்டிருந்தது. பர்துவானிலிருந்த ரெசிடெண்டு என்ற கம்பெனிப் பேராளரும், அவரது ஆட்சிக் குழுவினரும் கம்பெனியிடமிருந்து பெற்றுவந்த ஊதியம் போக, நவாபிடமிருந்து மேற்கொண்டு எண்பதாயிரம் ரூபாய் ஆண்டு தோறும் பெற்றுவந்தனர்.

நவாபிடம் செய்து கொண்ட உடன்படிக்கைப்படி கம்பெனிக்குச் சேர வேண்டியதற்கும் அதிகமாகத் தண்டப்படும் நில வரியையும் அவர்கள் நவாபுடன் சேர்ந்து பங்கு போட்டுக் கொண்டனர். ஆங்கிலேயர் இவ்வாறு பெரிய அளவில் ஆதாயம் பெற்று வந்தனர்.

இலண்டனிலிருந்த கிழக்கிந்தியக் கம்பெனித் தலைமையகமும் அங்கு பலருக்குக் கையூட்டாகப் பெருந்தொகையைத் தரவேண்டிய நிலைமை இருந்தது. அதனால் கம்பெனி நெறியாளர்கள் அதைக் காரணமாக வைத்து, இந்தியத்தில் பணியாற்றிய கம்பெனி ஊழியர்களுக்குக் கட்டைச் சம்பளம் தந்து வந்தனர். தகுதியும் திறமையும் படைத்த முதுநிலை அலுவலர்கள் கம்பெனிக்கு அரிதாகக் கிடைத்ததற்கு இதுவே காரணமாகும். எனவே பல்வேறு துறைகளின் முக்கியமான பதவிகளில் இளநிலை அலுவலர்களே அமர்ந்து கொண்டு நெறிமுறையின்றிப் பொருளீட்டினர்.

கிளைவு *1764* இல் கல்கத்தா வந்திறங்கியதும் இவ்வாறு சொன்னார்.

''இப்பிரபஞ்சத்திலுள்ள தீய இடங்களுள் கல்கத்தாவும் ஒன்றாகும். ஊழலும் காமாந்தகாரச் செயல்களும் மலிந்த இடம்...''

(கம்பெனி ஊழியர்களின் கட்டைச் சம்பளம் பற்றிய செய்தி இ.ச.க.தொகுதி-5 இல் சொல்லப்பட்டுள்ளது.)

வரலாற்றுப்புள்ளிகள்

1. பொட்டல்புதூரில் தர்கா: பாக்தாதுப் பள்ளிவாசல் மாதிரியில்

தர்கா என்பது சூஃபியரான முஸ்லிம் சித்தர் அடக்கமான இடத்தைக் குறிக்கும். தமிழ்நாட்டின் பல பகுதிகளில் இத்தகைய தர்காக்கள் உள்ளன. அவை சில முஸ்லிம்களாலும் இந்துக்களாலும் புனிதமான இடங்கள் என்று போற்றப்படுகின்றன. அம்பாசமுத்திரத்திலிருந்து சுமார் 14 கிலோ மீட்டரிலும் தென்காசியிலிருந்து சுமார் 21 கிலோ மீட்டரிலும் உள்ள பொட்டல் புதூர் என்ற ஊரில் ஒரு தர்கா உள்ளது. அது இந்த 1764 ஆம் ஆண்டு கட்டப்பட்டதென்பர்.

அந்த தர்கா தைகிரிஸ் ஆற்றின் கரையிலுள்ள ஈராக்கின் தலைநகரான பாக்தாதிலுள்ள ஒரு பள்ளிவாசலின் மாதிரியில் கட்டப்பட்டதென்று கருதுகின்றனர். இது இந்துக்கோயில் போன்ற நீண்ட மண்டபங்களுடன் கூடியது. அரேபியத்திலிருந்து 14ம் நூற்றாண்டில் மைதீன் அப்துல் காதர் என்ற துறவி இங்கு வந்து தவமிருந்தார் என்றும், அவரது நினைவாக இந்தத் தர்கா எழுப்பப்பட்டதென்றும் கருதுகின்றனர்.

இந்தத் தர்காவில் புறாக்கள் வளர்க்கப்படுகின்றன. வேண்டுதல் நிறைவேற விரும்புவோர் இங்குள்ள கொடிக் கம்பத்தின் கீழே நீரூற்றுவர். தமிழ் மாதத்தின் கடைசி வெள்ளிக் கிழமைதொறும் சமய வேறுபாடு இன்றி இங்கு ஏராளமான மக்கள் கூடுகின்றனர். இந்தக் தர்காவில் திருநீறு வழங்கப்படுகின்றது. கந்தூரித் திருவிழா இங்கு பெரிய அளவில் நடக்கின்றது.

இவ்வூரின் அருகிலுள்ள முதலியார் பட்டியில் கோரைப்பாய்கள் முடையப் படுகின்றன. இரவண சமுத்திரம் என்ற இன்னோர் ஊரிலும் பாய்கள் முடைகின்றனர்.

2. ஹாமில்டன் பாலமா? அம்பட்டன் பாலமா?

திருவல்லிக்கேணிச் சாலைகளில் பெரும்பாலானவை தற்காலத்தில் அம்பேத்கார் பாலம் என்று வழங்கப்பெறும் ஹாமில்டன் பாலம் அல்லது அம்பட்ட வாராவதியை வந்தடைகின்றன. அது கிருஷ்ணாம் பேட்டையையும் திருவல்லிக்கேணியின் ஒரு பகுதியையும் சாந்தோமிலிருந்து பிரிக்கும் கால்வாயின் குறுக்கே கட்டப்பட்டது. அப்பாலத்திற்கு ஏன் இப்பெயர் வந்தது என்பது புலனாகாத நிலையில் அம்பேத்கார் பாலம் என்று இப்போது புதுப்பெயர் வந்துவிட்டது.

இந்தப் பாலம்அல்லது வாராவதியைக் கட்டிய பொறியாளர் பெயர் ஹாமில்டன் என்றும், அது தமிழில் அம்பட்டன் என்ற பொருளைத் தருவதாய்ச் சிதைந்து, பின்னர் ஆங்கிலத்தில் *Barber's Bridge* என்றாகி, மீண்டும் தமிழில் அம்பட்டன் பாலம் என்று மொழி பெயர்க்கப்பட்டுவிட்டது என்பதே வழிவழியாய் வழங்கிவரும் பழங் கதையாகும்.

எனினும் இப்பாலம் போர்துக்கீசர் காலத்திலேயே இருந்தது (சு.1520) என்பதற்குச் சான்றுள்ளது. ஒருவேளை அவர்களே இப்பாலத்தைக் கட்டியிருக்கலாம். பிரஞ்சுக்காரர்

சாந்தோமை 1672, 1674 ஆகிய ஆண்டுகளில் கைப்பற்றிய போதும் இப்பாலம் பற்றிக் கூறப்பட்டுள்ளது (சாந்தோம்:இ.ச.க தொகுதி-5)

கிழக்கிந்தியக் கம்பெனியில் பணியாற்றியவர்களில் ஹாமில்டன் என்ற பெயருடையவர் ஒருவர்தான் இருந்தார். அவர் என்சைன் ஜேம்ஸ் ஹாமில்டன் என்றழைக்கப்பட்டார். அவர் 1764 இல் நடந்த ஒரு சண்டையில் கொல்லப்பட்டார். இந்த ஹாமில்டன் மேற்சொன்ன காலங்களுக்கெல்லாம் பிந்தியவர் என்பது இதனால் புலனாகிறது.

எனவே இப்பாலத்தைக் கட்டிய பொறியாளர் ஹாமில்டன் என்ற கதைக்கு வரலாற்று ஆதாரமிலது. இந்த இடம் உள்ளூர் அம்பட்டர்கூடி, மக்களுக்குப் பணிபுரிந்த இடமாக இருக்கலாம். ஏனெனில் அம்பட்டர் அக்காலத்தில் பொதுவாகக் கால்வாய் அல்லது ஆறுகள் கூடுமிடங்களில் காணப்படுவது வழக்கம். எனவே அது மெய்யாகவே அம்பட்ட வாராவதியாக இருந்திருக்கக் கூடும் என்பது அறிஞர் கருத்தாகும்.

3. புதுப்பாக்க வெஸ்ட்காட்டு சாலை

கிழக்கிந்தியக் கம்பெனியின் பொது ஊழியத்தில் 1764 ஆம் ஆண்டு பணிபுரிந்த ஜார்ஜ் வெஸ்காட் என்றவரின் பெயரால் சென்னைப் புதுப்பாக்கத்திலுள்ள வெஸ்ட்காட் சாலை அழைக்கப்படுகின்றது. அவருக்கு 1809 ஆம் ஆண்டு புதுப்பாக்கத்தில் ஆறு ஏக்கர் நிலம் இருந்தது.

4. கள்ளர் மீது கொடிய அடக்கு முறை

ஆர்காட்டு நவாபான முகமதலி, கான் சாகிபைத் தூக்கிலிட்டு வஞ்சம் தீர்த்துக் கொண்டபின்னர், மதுரைச் சீமை மீது தன் பிடியை வலுப்படுத்த முயன்றார்.

கான் சாகிபு மதுரைச் சீமை ஆளுநரானதும் கள்ளர்களை முனைந்து நின்று ஒடுக்கினார். (இ.ச.க.தொகுதி-6) கள்ளர் நத்தம் பகுதியில் வலுவாகக் காலூன்றிக் கொண்டு, நத்தம் கணவாயைத் தாண்டி எவரும் தென்பாண்டிச் சீமைக்குள் நுழையவிடாது தடுக்கும் அரண் போலிருந்தனர். முகமதலி அவர்களிடம் சிக்கி மயிரிழையில் உயிர் தப்பி மீண்டிருக்கின்றார். (இ.ச.க.தொகுதி-5)

கான் சாகிபு கள்ளரை அடக்கி ஒடுக்கினாரெனினும், அவர் பின்னர் நவாபையும் கம்பெனியையும் எதிர்த்துக் கிளர்ந்த காலையில் நடத்திய சண்டையில் கள்ளரின் நட்பைப் பெற்றுவிட்டார். ஆனால் கான் சாகிபு 1764 இல் மதுரையில் வீழ்ச்சியடைந்ததும், கள்ளர்கள் சர்க்கார் பகுதி என்ற நவாபின் ஆட்சிப் பகுதிக்குள் புகுந்துவிட்டனர். அவர்கள் நவாபிற்குக் கப்பம் கட்டுவதையும் நிறுத்தினர்.

ரூம்லி செய்த கொடுமைகள்

கம்பெனிப் படைத்தலைவரான ரூம்லி மேலூர் சென்று நாட்டார் அல்லது ஊர்த் தலைவரை யழைத்துக் கள்ளர் சரணடைய வேண்டுமென்ற கூறினார். கள்ளர் அதை ஏற்கவில்லை. அதனால் கம்பெனிப் படை வெள்ளாளர் நாட்டில் இருந்த கள்ளரின் காவல் நிலைகளைத் தாக்கி, அவற்றைச் சுற்றியமைந்த வேலிகளுக்குத் தீ வைத்தது; வேலித் தீயிலிருந்து வெளியேறி வந்த மக்களை வெட்டிக் கொன்றது. இக்கொடூரமான அடக்கு முறையினால் கிட்டத்தட்ட மூவாயிரம் கள்ளர் செத்தனர். எஞ்சியோர் பணிந்து கப்பம் கட்ட இணங்கினர்.

ரூம்லி இவ்வளவு கொடூரமாகக் கள்ளரைத் தண்டித்துச் சென்ற பிறகு, அம்மக்கள் மீண்டும் திரண்டெழுந்து கப்பம் கட்ட மறுத்தனர். மீண்டும் கொள்ளையில் ஈடுபட்டனர். நவாபின் வரிவருவாய் ஊழியரில் பத்துப் பேரைக் கொன்றுவிட்டனர்.

எனவே, ரூம்லி மீண்டும் ஒரு படையைக் கள்ளர் நாட்டிற்கு அனுப்பினார். அப்படை மீண்டும் வெள்ளாளர் நாட்டைத் தாக்கி இரண்டாயிரம் பேருக்குமதிகமான கள்ளரைக் கொன்றுவிட்டது. கம்பெனிப் படையினர் இங்ஙனம் பெஞ் சீற்றத்துடன் கள்ளரை அழித்தனர். கள்ளர் மீண்டும் பணிந்த போதிலும் நாட்டில் அமைதியின்மையே நிலவிற்று.

ஆர்க்காட்டு நவாபு கம்பெனிப் படையைக் கொண்டு கள்ளரை ஈவிரக்கமின்றி ஒழித்தார். முகமதலியால் மக்களைத் தன் பக்கம் இழுப்பதற்கோ, அவர்களை அமைதியோடு வாழ விடுவதற்கோ முடியவில்லை. கள்ளர் நடத்திய இந்த விடுதலைப் போரும் வரலாற்றின் ஆழத்தில் புதைந்து கிடக்கும் செய்தியாகும்.

5. கம்பெனிப்படை வீரன் சம்பளம்

கம்பெனிப் படை வீரனுக்கு அளிக்கப்பட்டு வந்த ஊதியம் பற்றிய ஒரு செய்தி இ.ச.க. தொகுதி-6 ல் சொல்லப்பட்டிருந்தது. அது குறித்துக் கிழக்கிந்தியக் கம்பெனி இப்போது 1764 ஜனவரி 14 அன்று ஒரு விளம்பரம் செய்தது. இந்தியத்தில் தன் படையில் பணிபுரிய வருபவர்களுக்கு இலவசமாய்த் தங்குமிடமும் ஒரு நாளைக்கு ஒரு பென்னி (சுமார் அரை ரூபாய்) சம்பளமும் தருவதாய் அவ்விளம்பரம் கூறிற்று.

இந்தக் கணக்கில் பார்த்தால் ஒரு படை வீரனுக்கு கம்பெனி மாதச் சம்பளமாக 1 ¼ பவுன் (சுமார் பன்னிரண்டரை ரூபாய்) கொடுத்தது. கிளைவு, வாரன் ஹேஸ்டிங்ஸ் போன்று எழுத்தர்களாக வந்தவர்களுக்கு ஆண்டுச் சம்பளமாக ஐந்து பவுன் (சுமார் ஐம்பது ரூபாய்) தந்தது என்பது குறிப்பிடத்தக்கது.

6. வங்கக் கவர்னர் ஜான் ஸ்பென்சர்

ஹென்றி வான்சிட்டாட்டு (1732-1770) வங்க ஆளுநர் பதவியிலிருந்து இவ்வாண்டு விலகியதும், ஜான் ஸ்பென்சர் என்பவர் 1764 நவம்பர் முதல் 1765 மே மாதம் வரை அப்பதவியில் இருந்தார். ஜான் ஸ்பென்சர் (இ.1767) கிழக்கிந்தியக் கம்பெனியின் பம்பாய் அமைப்பில் பணியாற்ற வந்தவருக்கு மகனாய்ப் பிறந்தார். அவர் வான்சிடாட்டிற்குப் பிறகு கவர்னர் பதவியை ஏற்பதற்காகக் கல்கத்தாவிற்கு அழைக்கப்பட்டார்.

இராபட் கிளைவு 1765 இல் மீண்டும் வங்க ஆளுநராய்ப் பொறுப்பேற்க வருவதற்குள், ஸ்பென்சர் நஜிம்-உத்-தௌலாவை நவாபாக்கி விட்டுப் பம்பாய் திரும்பினார். இதற்காக ஜான் ஸ்பென்சருக்குக் கிடைத்த கையூட்டுச் சுமார் 20,000 பவுன். இது அன்றைய ரூபாய் மதிப்பில் சுமார் இரண்டு இலட்ச ரூபாயாகும்.

பவுன், ரூபாய் மாற்று மதிப்பு

புகழ்பெற்ற இந்திய வரலாற்றாசிரியரான பெர்சிவல் ஸ்பியர் கணித்தவாறு, மேற்சொன்ன இருபதாயிரம் பவுன், சுமார் இரண்டு இலட்ச ரூபாய் என்று மதிப்பிடப்படுகின்றது.

''பவுன் ஸ்டெர்லிங்கில் ரூபாயின் மதிப்பு என்ன? ஐரோப்பியருக்கு ரூபாயில் பல பரிசுகள் தரப்பட்டதாலும், அவர்கள் அவற்றைப் பவுன்களாகப் பிரிட்டனில் செலவிட்டதாலும், இது முக்கியமானதாகின்றது. ரூபாய் என்பது வெள்ளிக்காசு. அதன் மதிப்பு வெள்ளியின் அங்காடி விலைக்கு ஏற்ப ஏறவும் இறங்கவும் செய்யும். ரூபாய்களைப் பவுன்களாக மாற்றுவதற்குப் பத்து ரூபாய் ஒரு பவுன் ஸ்டெர்லிங்கிற்குச் சமம் என்ற மாற்று விகித முறை கைக்கொள்ளப்பட்டது. சட்டென்று கணக்குப் போடுவதற்கு வசதியாகவும் நவாபுகளின் பண வரவு செலவுகளைக் கூடியமட்டிலும் துல்லியமாக விளங்கிக் கொள்வதற்கு ஏற்பவும் இந்த விகிதாசார முறை கைக்கொள்ளப்பட்டது. இது மிகவும் துல்லியமான கணக்கு ஆகாது. ஏனெனில் வெள்ளியின் விலை மாறிக் கொண்டேயிருந்தது. அது கிளைவின் காலத்தில் இரண்டு சில்லிங்காகக் குறைந்துவிட்டது. எனினும் இந்தியப் பணத்தை இங்கிலாந்திலுள்ள வங்கிக் கணக்குகளில் மாற்றுவதற்கு ஆன செலவுகளையும் அதற்காகக் கையாண்ட குறுக்கு வழிகளையும் கணக்கில் கொண்டு பார்க்கும் போது, இந்தப் பணம் மெய்யாகவே இங்கிலாந்தை அடைந்தபோது இருந்த அதன் வாங்கும் சக்தியைக் குறிப்பதாகக் கொள்வோமாயின், பத்து ரூபாய்க்கு ஒரு பவுன் என்பது ஓரளவு நியாயமான விகிதம் என்றுதான் தோன்றுகின்றது.

1764

7. கர்நாடகத்தில் மராட்டியர்

இங்கு கர்நாடகம் என்பது கன்னட மொழி வழங்கும் பகுதியைக் குறிக்கின்றது. *(ஏனெனில் தமிழ்நாடு இந்தக் காலத்தில் கர்நாடகம் என்றே அழைக்கப்பட்டு வந்தது).*

மராட்டியரும் பெங்களூரும்

ஷாஜி பான்ஸ்லே *(1594-1664)* பிஜப்பூர்ச் சுல்தானின் படைத்தலைவரான ரணதுல்லா கானின் கீழ்ப் பணியாற்றியவர். *(இ.ச.க.தொகுதி-1)* பிஜப்பூர் படை 1637 இல் பெங்களூர் மீது படையெடுத்தபொழுது, ரணதுல்லா கானுடன் ஷாஜியும் வந்திருந்தார். *(பெங்களூர்: இ.ச.க.தொகுதி-3)* அவர்கள் பெங்களூரைக் கைப்பற்றியதும், ஹொசக்கோட்டை, சிக்க பல்லாப்பூர், தொட்ட பல்லாப்பூர், சிரா முதலியன அடங்கிய நிலப்பரப்பையும் கைப்பற்றினர். பிஜப்பூர் மன்னரான முகமது அதில் ஷா *(1627-1657)* ஷாஜிக்கு அந்நிலப்பரப்பு முழுமையையும் ஜாகீராய்க் கொடுத்து விட்டார். *(இ.ச.க.தொகுதி-3)* இதிலிருந்து மராட்டியருக்குக் கன்னட நாட்டில் ஓர் ஆட்சியிருக்கை அமைக்கின்றது.

சிவாஜியும் கன்னட நாடும்

ஷாஜியின் மற்றொரு மனைவிக்குப் பிறந்த மகனான சிவாஜி *(1627-1680)* கன்னட நாட்டின்மீது படையெடுத்துப் பல இடங்களைக் கொள்ளையடித்தார். முதோல், ஹுப்ளி, கார்வார், அங்கோல, பசரூரு போன்ற ஊர்களையும் பிடித்தார். ஏகோசியின் ஜாகீராயிருந்து முகலாயர் கைப்பற்றிய பெங்களூர், அவர்களால் சிக்க தேவராயருக்கு *(1673-1704)* மூன்று இலட்ச ரூபாய்க்கு விற்கப்பட்டது. மராட்டியர் இங்ஙனம் இழந்த பெங்களூரைச் சிவாஜி பிடித்து, ஏகோசியின் விதவையான தீபா பாய்க்கு 1677 இல் கொடுத்தார். சிவாஜி கோலாப்பூர்ப் பகுதியை மட்டும் தன் கையில் வைத்துக் கொண்டார்.

பேஷ்வாக்களும் கன்னட நாடும்

அவருக்குப் பிறகு சத்திரபதி சாகுவை மன்னராய்க் கொண்டு வலுப்பெற்ற மராட்டியரை, இந்தியத்தின் வலிமை மிக்க சக்தியாய்ப் பேஷ்வாக்கள் உருவாக்கினர். அக்காலத்தில் 1726, 1727 ஆகிய ஆண்டுகளில் மராட்டியர் கன்னட நாட்டின் மீது படையெடுத்து வந்து சௌத்து என்ற தண்டவரியை வாங்கினர். இவ்வாறே 1740 ஆம் ஆண்டிலும் வந்து சௌத்து வரியைத் தண்டினர். பேஷ்வா நானா சாகிபின் காலத்தில் (1740-1761; நானா சாகிபு என்பது பாலாஜி பாஜிராவின் இன்னொரு பெயர்.) மராட்டியர் நான்கு முறை கன்னட நாட்டைத் தாக்கினர்.

மராட்டியர் 1764 ஆம் ஆண்டு பேஷ்வா மாதவ ராவின் (1761-1772) தலைமையில் வந்து, மைசூர்த் தலைவர் ஐதரலியை அனவட்ட என்ற இடத்தில் தோற்கடித்தனர். மராட்டியர் ஐதரலியுடன் சந்து செய்து கொண்டனர். எனினும் மாதவ ராவ் அதன்பிறகும் கன்னட நாட்டிற்குப் படை கொண்டு வந்தார்.

ஆயினும் மராட்டியர் துங்கபத்திரை ஆறு வரையிலுமுள்ள பகுதிகளில் ஒடுங்கிவிட்டனர். ஐதரும் திப்பும் துங்கபத்திரைக்கு வடக்கிலுள்ள சில பகுதிகளைப் பிடித்தனரெனினும் திப்பு 1799 இல் இறந்த பிறகு மராட்டியர் இப்பகுதிகளை மீண்டும் அடைந்துவிட்டனர். வட கர்நாடகத்தில் 1947 வரையிலும் மராட்டியக் குறுநில மன்னர் பலர் இருந்து வந்தனர். துங்கபத்திரைக்கு வடக்கில் மராட்டியர் ஆட்சி நிலவியமையால் கர்நாடகத்தில் மராட்டியர் மொழியும் பண்பாடும் பரவின.

8. பிரிட்டனில் மிகுவரி : குடியேற்றங்கள் நசுக்கப்படுதல்

பிரிட்டிஷ் மக்கள் இக்கால கட்டத்தில் ஐரோப்பியத்தின் வேறு எந்நாட்டவரையும் விட மிகுந்த அளவில் வரி செலுத்தி வந்தனர். அவர்கள் தம் குடியேற்றங்களிலிருந்து (Colonies) எவ்விதமான வரி வருவாயும் பெறவில்லை. ஆதலால் அவர்கள் இப்போது அக்குடியேற்றங்களை மிகக் கடுமையாக நடத்தத் தொடங்கினர்.

9. இலண்டனில் வீடுகளுக்கு எண்கள்

இலண்டனில் வீடுகளுக்கு எண்கள் இடும் முறை இந்த 1764 ஆம் ஆண்டிலிருந்து தொடங்கிற்று.

10. இரஷியத்தில் கோயில் நிலங்கள் பறிக்கப்பட்டன

இரஷியத்தில் வைதிகக் கிறித்தவத் திருச்சபைக்கு உரிமையான நிலங்கள் இவ்வாண்டு பறிக்கப்பட்டன.

11. மாட்ரிடில் அரண்மனை முற்றுப்பெறுதல்

ஸ்பெயின் மன்னர் மூன்றாம் கார்லோஸ் என்றவருக்காகத் தலைநகரான மாட்ரிடில் (மாட்ரிடு: இ.ச.க.தொகுதி-2) 28 ஆண்டுகளாகக் கட்டப்பட்டு வந்த அரண்மனை இந்த 1764 ஆம் ஆண்டில் முற்றுப்பெற்றது.

12. ஃபுளோரிடத்தில் ஆரஞ்சுக் காடு

கிறிஸ்தபர் கொலம்பசுடன் (1451-1506) அமெரிக்கம் சென்றிருந்த ஸ்பானியத் தேட்டக்காரரான ஜூவான் போன்ஸ் தெ லியோன் என்பவர்தான், இன்று அமெரிக்க

ஒன்றியத்திலிருக்கும் ஃபுளோரிடத்தை *1513* இல் முதன் முதலில் கண்ட ஐரோப்பியராவார். அப்போது அவருக்கு வயது *53*. அவர் *1493* ஆம் ஆண்டில் கொலம்பசுடன் புது உலகிற்கு வந்து அங்கேயே தங்கிப் பியூட்டோ ரிக்கோவின் (இது இன்று கரீபியன் கடலிலுள்ள தனி நாடு) ஆளுநராய்விட்டார். அவர் ஈஸ்டர் ஞாயிறன்று ஃபுளோரிடாப் பகுதியைக் கண்டு பிடித்ததால், அதற்கு ஈஸ்டர் காலம் என்று பொருள்படும் பாஸ்குவா ஃபுளோரிடா என்று பெயர் சூட்டிவிட்டுக் கப்பலிலிருந்து கரையில் இறங்கினார். (ஈஸ்டர் என்பது ஏசு நாதர் உயிர்தெழுந்த நாளைக் குறிக்கும். இது கிறித்தவர்க்கு விழா நாளாகும்.)

ஃபுளோரிடத்தில் தானாகவே காடுபோல் மண்டி வளர்ந்திருந்த ஆரஞ்சுக் காடுகள் *1764* ஆம் ஆண்டில் கண்டுபிடிக்கப்பட்டன. அங்கு சுமார் *60* கிலோ மீட்டர் நீளமுள்ள ஆரஞ்சுத் தோப்புகள் இருந்தன. ஃபுளோரிடா இன்று வட அமெரிக்கத்தின் தென் கிழக்கே, அட்லாண்டிக்கிற்கும் மெக்சிக்க வளைகுடாவிற்கும் இடையிலுள்ள மாநிலமாய் விளங்குகின்றது.

13. ஓவியர் ஹோகார்த்து மறைவு (1697-1764)

1764

இலண்டனில் பதினெட்டாம் நூற்றாண்டு நிலவிய அரசியல், சமூக வாழ்க்கையை, மெய்யான கலைஞனுக்கு இருக்கின்ற சமூகப் பிரக்ஞையோடு அங்கத ஓவியங்களைச் செதுக்கியும், காண்போரின் எண்ணத்தில் ஆக்கமான தாக்கத்தை உண்டாக்கிய வில்லியம் ஹோகார்த்து தன் இருபத்திரண்டாவது வயதில் இலண்டனுக்கு வந்தார். அவர் ஓவியங்களைச் செதுக்கும் தொழிலைத் தொடங்கினார். அவரது அங்கத ஓவியச் சிறப்பைப் பற்றி இக்களஞ்சிய வரிசையின் தொகுதி களில் ஆங்காங்கே குறித்து வந்திருக் கின்றோம். (இ.ச.க. தொகுதி-*3,6*)

வில்லியம் ஹோகார்த்து ''ஆங்கில ஓவியக் கலையின் தந்தை'' என்று அழைக்கப்படுவதுண்டு. அவர்தான் ஈடு இணையற்ற உயர் திறனையுடைய முதல் ஆங்கில ஓவியர். அவர் கடும் போராளி. அவர் *1745* இல் வரைந்த தன்னோவியம் (*Self-Portrait with Pug*) எளிமையாய் உடையுடுத்தவராய் அவரைக் காட்டுகின்றது. அச்சமற்ற பார்வை; தொப்பி பின்னுக்குத் தள்ளப் பட்டிருப்பதால் நெற்றியிலுள்ள ஒரு வடு தெரிகின்றது. அயல் நாடுகளிலிருந்து வரலாற்றுத் தொடர்புடையவற்றைத் தீட்டும் ஓவியர்கள் இங்கிலாந்திற்கு வந்த போது, ஹோகார்த்து அவர்களுடன் போட்டியிட்டார்; அங்ஙனமே ஆளோவியங்களைத் தீட்டுவோர் இங்கிலாந்திற்கு வந்த காலையிலும் அவர்களுடன் சரிக்குச் சரி நிலை நின்றார்.

அவரது காலத்தில் நிலவிய ஓவியர்கள் புது நடைப்பாணியில் நாட்டங்கொண்ட மாந்தர்க்கென்று இலண்டனில் தம் ஓவியங்களைக் காட்சிக்கு வைத்தனர்; அதில் ஹோகார்த்திற்கே முதலிடம் கிடைத்தது. அவருடைய நண்பர் தாமஸ் கோரம் (*Thomas Coram*) கேட்பாரற்ற குழந்தைகளைப் பேணுவதற்காக அறநிலையம் ஒன்றை அமைத்தார். அதன் ஆதரவாளரான ஹோகார்த்து அந்த அமைப்பின் செயற்குழுவில் இடம் பெற்றிருந்தார். அவர் அந்த அற நிறுவனத்திற்காகத் தாமஸ் கோரத்தின் ஆளுயர ஓவியத்தை வரைந்து அன்பளிப்பாகத் தந்தார். தன் கூட்டாளிகளான பிற ஓவியர்களையும் அந்த அற நிலையத்திற்கு அன்பளிப்பாகத் தம் ஓவியங்களை அளிக்குமாறு கேட்டுக் கொண்டார். ஓவியர்கள் அறநிலைய அலுவலகத்தில் வந்து கூடுவது வழக்கமாயிற்று. அந்தக் கூட்டம் நல்ல வெற்றியாயமைந்தமையால்தான், இராயல் கலைகள் சங்கம்

அமைக்கப்பட்டது. ஓவியம், சிற்பம், வடிவமைப்பு ஆகிய கலைகளை ஊக்குவிப்பதற்காக மூன்றாம் ஜார்ஜ் மன்னர் இராயல் கலைகள் சங்கத்தை 1768 இல் நிறுவினார்.

ஹோகார்த்து அழகுணர்ச்சி (*Aesthetics*) பற்றிய தன் கருத்துக்களை ''அழகு குறித்த பகுப்பாய்வு'' (*The Analysis of Beauty*) என்ற நூலில் எடுத்துரைத்தார் எனினும் தன் காலத்து ஒழுக்க நெறி முறைகளை ஓவியங்களாய்த் தீட்டி வெளியிட்டதில் ஹோகார்த்தே முன்னோடியாக விளங்குகின்றார். அவர் வரைந்த ஓவிய வரிசைகளில் தன் காலத்தில் நிலவிய மனிதரின் நடத்தையையும், ஒழுக்க முறைகளையும் உள்ளத்தில் கொட்டுகின்ற முறையில் அப்படியே உயிரோட்டத்துடன் வரைந்து காட்டினார். அவை மக்களிடையே மிகுந்த செல்வாக்குப்பெற்றன. அதனால் ஹோகார்த்து அவற்றைச் செதுக்கி அச்சாய்ப் பதிப்பித்துப் பலரும் பார்க்கும்படி பரப்பினார்.

ஹோகார்த்து வாழ்க்கையின் மறைவான மறுபக்கத்தை நன்கறிந்திருந்தார். அவர் இலண்டனில் பிறந்தவர். அவர் சிறுவராயிருந்தபோது, அவருடைய தந்தை கடன்பட்டதால், கடன்காரர் சிறையில் அடைக்கப்பட்டர். இக்காலத்துச் சிறை நரகத்தைவிடக் கொடியது.

அவர் முதன் முதலில் தீட்டிய ஓவியத் தொடர் வரிசைக்கு ''விலைமகள் போக்கு'' (*The Harlots's Progress*) என்று பெயர். நகர வாழ்க்கையின் மேல் ஆசை கொண்டு நகருக்கு வந்து சேர்ந்த அப்பாவியான நாட்டுப்புறப் பெண்ணொருத்தி வேசையாகி இன்னலுற்றுச் சாவது அந்தத் தொடரோவியத்தில் சித்தரிக்கப்பட்டிருந்தது. அதைப் போல் அவர் பல தொடரோவிய வரிசைகளை வரைந்திருந்தார். ''திருமணத்திற்குச் சிறிது காலத்திற்குப் பிறகு'' என்ற ஓவியத்தில், பெற்றோர் ஏற்பாடு செய்து நடத்திய திருமணம் பெருந்துன்பத்தில் முடிவதைக் காட்டுகின்றது.

ஹோகார்த்து

பெதலத்துப் பித்தர்கள் பற்றிய ''பரத்தனின் போக்கு'' (*The Rake's Progress*) என்ற ஓவியத் தொடர் பற்றி முந்திய தொகுதியில் சொல்லப்பட்டிருந்தது. (இ.ச.க.தொகுதி-6) ஹோகார்த்து நாடகக் கலை மீது கொண்டிருந்த பேரார்வத்தை இத்தொடர் ஓவியங்களின் கதை சொல்லும் கற்பனைகள் காட்டுகின்றன. அவருக்கு அங்கத எழுத்தாளரான ஜானதன் சுவிஃப்டின் (*1667-1745: இ.ச.க.தொகுதி-3*) எழுத்துகள் மீதிருந்த ஈடுபாட்டையும் அவருடைய ஓவியங்களில் காண முடிகின்றது.

அவர் தனது 66 ஆவது வயதில் 1764 அக்டோபர் 26 அன்று இலண்டன் நகரில் இறந்தார்.

14. காற்றாலை

பாய்மரக் கப்பல்களில் விரிக்கும் பாயும் அடிமைகள் அல்லது விலங்குகளைக் கொண்டு மிதித்து இயக்கி மாவரைக்கப் பயன்படுத்திய மிதியாலையும் (*treadmill*) இணைந்ததுதான், காற்றால் இயக்கும் காற்றாலை (*windmill*) ஆகும். இதை அரேபியர் ஐரோப்பியத்திற்குக் கொண்டு சென்றிருக்கலாம். (*மிகுவல் செர்வாண்டிஸ் (1547-1616) என்ற ஸ்பானிய எழுத்தாளர் காலத்தில் ஸ்பெயினில் ஏராளமான காற்றாலைகள் இருந்தன.)* அல்லது அது ஜெர்மனியில் கண்டுபிடிக்கப்பட்டோ, மறு கண்டுபிடிப்புச் செய்யப்பட்டோ இருக்கலாம். எது எப்படியிருந்தாலுஞ்சரி, காற்றாலைகளைக் கட்டுவதும், அவற்றைப் பயன்படுத்துவதும் பன்னிரண்டாம் நூற்றாண்டிலிருந்து பதினெட்டாம் நூற்றாண்டிற்குள் ஐரோப்பியமெங்கும் பரவிவிட்டது. காற்றாலை பெரும்பாலும் நீரிறைக்கவும், மாவரைக்கவும் பயன்பட்டது. எனவே ஆண்டில் பெரும் பகுதி பலமான காற்று வீசும் ஆலந்து காற்றாலை நாடானது.

வீசும் காற்றின் தடையற்ற சக்தியைக் கொண்டு நீரை இறைத்துப் பாசனக் கால்வாய்களில் பாய்ச்சுவதற்குக் காற்றாலைகளை ஆலந்து நாடு பயன்படுத்தியது.

இந்தியத்தில் ஐரோப்பியர் வழியாகவே பத்தொன்பதாம் நூற்றாண்டு வாக்கில் காற்றாலைகள் கொண்டுவரப் பட்டன.

1764

இங்கிலாந்தில் பத்தொன்பதாம் நூற்றாண்டின் தொடக்கத்தில் சுமார். பத்தாயிரம் காற்றாலைகள் இருந்தன. நீராவி எந்திரங்களினால் பிற இயக்க மூல விசை ஆற்றல்களும் பெருகப் பெருகப் காற்றாலைகளின் எண்ணிக்கையும் வேகமாய்க் குறைந்து வந்தது. எனினும் சக்திப் பசிமிக்க இக்காலத்தில் அறிவியலார் மீண்டும் காற்றாலைகளின் பக்கம் திரும்பியுள்ளனர்.

நெல்லைச் சீமையில் காற்றுப் பலமாக வீசும் கடலோரப் பகுதிகளில் இத்தகைய காற்றாலைகளைக் கொண்டு மின் விசையாக்கும் பணி தமிழ்நாட்டில் விரிவடைந்து வருகின்றது. இந்தியத்தின் வேறு சில பகுதிகளிலும் புதுவழியில் விசை பெறும் கருவியாகக் காற்றாலை அறிமுகப்படுத்தப்பட்டு வருகின்றது.

1765

அரசியல்

முகலாய அரசர் வங்கத் திவானி உரிமையைக் கம்பெனிக்கு அளித்தல்
பிரிட்டிஷ் அரசியல் சட்டம்: விளக்கவுரை
பிரிட்டிஷ் பிரதமர் ராக்கிங்காம் பிரபு
கிளைவு மீண்டும் இந்தியத்தில்

அறிவியல்

ஜேம்ஸ் வாட்டு-நீராவிப் பொறி
கப்பலுக்குக் "காலக் கணிப்புக் கருவி"

சட்டம் நீதியாட்சி

பிரிட்டிஷ் அரசியல் சட்டம்: பிளாக்ஸ்டோன் விளக்கவுரை
அமெரிக்கத்திற்கு முத்திரைச் சட்டம்

மருத்துவம்

மேலை நாடுகளில் மருத்துவக் கல்வி

வேளாண்மை, தொழில், வாணிபம்

அமெரிக்கக் குடியேற்றங்கள் - ஏற்றுமதிப் பெருக்கம்

பொருளியல், நிதியியல்

பேங்க் ஆஃப் பெர்லின் அமைப்பு
உலகின் முதல் சிறுசேமிப்பு வங்கி

மக்கள்

மகஃபூஸ் கானின் தோல்வி நிறைந்த வாழ்க்கை
கிளைவு மீண்டும் இந்தியத்தில்

பொது

உலகின் முதல் ரெஸ்டாரண்டு

1765

1765

1. நாடற்ற முகலாயப் பேரரசர்: நாட்டுரிமையைக் கம்பெனிக்கு அளித்தல்

வீடும் வாசலும் சொத்து சுகமும் இல்லாத பேரரசர்; 1761 ஆம் ஆண்டு முதல் (வசீரான) சுஜா-உத்-தெளலாவின் கைதியைப் போலிருந்தவர்; அவருக்கு இருக்க இடம் தந்தனர். கிளைவின் கூடாரத்தில் அப்போதைக்கென்று கொண்டுவந்து போடப்பட்டிருந்த அரியணையின் மீது 1765 ஆகஸ்டு 12 அன்று பேரரசர் அமர்ந்திருந்தார். வில்லியம் கோட்டையின் ஆளுநர் வேண்டிக் கேட்ட ஆவணங்களில் முறைப்படி கையொப்பமிட்டுக் கொடுத்தார்.

வங்க ஆளுநரான இராபட் கிளைவு அவற்றுக்கு மாற்றாகப் பேரரசருக்கு ஆண்டு தோறும் இருபத்தெட்டு இலட்ச ரூபாய் வருவாய் தரக் கூடிய செழிப்பான கோரா, அலகாபாது என்ற மாநிலங்களை வழங்குகின்றார். கிழக்கிந்தியக் கம்பெனி இத்துடன் இரண்டாவது ஷா ஆலத்தை *(1759-1806; இ.ச.க.தொகுதி-6)* இந்தியப் பேரரசர் என்று ஏற்று அங்கீகரித்ததுடன் அவருக்கு ஆண்டுதோறும் இருபத்தைந்து இலட்ச ரூபாய் கப்பமாகவும் தரும்.

''ஓர் அரசவையில் இதற்கு முன்னர் நடந்தேயிராத கேலிக் கூத்து இதுவாகும். பேரரசில் ஒரு தூசு கூடத் தனக்கு உரிமையில்லாத ஒரு பேரரசர், தன்னைத் தானே காத்துக் கொள்வதற்கு எந்த வசதியுமில்லாத ஒரு பேரரசர், அயல் நாட்டைச் சேர்ந்த ஒரு வாணிப நிறுவனத்தை நம்பி நிற்கும் ஒரு பேரரசர், தன்னை அல்லது அவ்வாணிப நிறுவனத்தை ஏமாற்றுவதற்காகவோ, தன்னிடம் இன்னும் செங்கோல் இருக்கின்றது என்ற அறியாமையை நம்பிக் கொண்டோ, பேரரசரான தனக்கு வரி வாங்கும் உரிமை அல்லது அதைத் தண்டுவதற்கு ஒரு பேராளை அமர்த்தும் உரிமை உள்ளது என்ற தவறான நம்பிக்கையிலோ, மக்களை ஏமாற்றுவதற்காக ஒரு கட்டளையைப் பிறப்பிக்கின்றார்'' என்று தற்காலத்து வரலாற்றாசிரியர் ஒருவர் இந் நிகழ்ச்சியை இங்ஙனம் பின்னோக்கிப் பார்க்கின்றார்.

கம்பெனி ''திவான்'' ஆதல்

முகலாயர் குடியின் பதினாறாவது பேரரசரான ஷா ஆலம் கிழக்கிந்தியக் கம்பெனிக்கு மேற்சொன்ன அலகாபாது உடன்படிக்கைப்படி அளித்த உரிமைக்குத் திவான் என்று பெயர். வங்க மாநிலத்தின் வரி வருவாயைத் தண்டுதல், அவ்வருவாய்க்குப் பொறுப்பாளராயிருத்தல் என்று பொருள்படும் தன்னாண்மைப் பொறுப்பை இந்தத் திவானி முறை கிழக்கிந்தியக் கம்பெனிக்குத் தந்தது. முகலாயப் பேரரசர் இதற்கு மாற்றாகத்தான் கம்பெனியிடம் கையேந்தி உதவித் தொகை பெறுகின்றார். கம்பெனி இனிமேல் எந்தவிதமான ஆயத் தீர்வையும் செலுத்த வேண்டியதில்லை. வங்க மாநிலத்தின் பொது ஆட்சி நிர்வாகம் முற்றிலும் கம்பெனி கைக்கு வந்துவிட்டது. மராட்டியர் முகலாயப் பேரரசில் ஏற்பட்ட வெற்றிடத்தை நிரப்பக் கூடிய வாய்ப்பைப் பானிப்பத்துத் தோல்வியின் காரணமாக இழந்ததால் பிரிட்டிசார் அந்த வாய்ப்பைத் தட்டிக் கொண்டு போய் விட்டனர்.

சமீந்தார்கள் தோற்றம்

சமீந்தார்கள் என்ற நில உடைமை வர்க்கம் இக்கால கட்டத்தில்தான் வங்கப் பெருநிலத்தில் தோன்றியது.

முகலாயப் பேரரசு வலிமையுடையதாயிருந்த காலத்தில், ஊதியம் பெற்றுவந்த அரசு ஊழியர்கள் மக்களிடமிருந்து நில வரியைத் தண்டுவது வழக்கமாயிருந்தது. மைய முகலாய அரசு வலுக் குன்றவே அரசு அலுவலரின் முக்கியத்துவம் குறைந்து போயிற்று. அந்தந்த இடங்களில் செல்வாக்குப் பெற்றிருந்தவர்களால் மட்டுமே நிலவரியைத் தண்ட முடிந்தது. இதனால் எட்டாக் கைப் பகுதியிலிருந்த மாநிலங்களில் வரி தண்டும் உரிமை குத்தகைக்கு விடப்பட்டது. இம்முறைப்படி வரி தண்டும் குத்தகையை எடுத்தவர்கள் ஒப்புக் கொண்ட ஒரு தொகையை வரி தண்டியபின் அரசிற்கு அளித்துவிட்டு, எஞ்சும் நிலவரியைத் தமக்கென்று வைத்துக் கொள்ளும் ஏற்பாடு வந்தது. *(தமிழ்நாட்டில் வரிக் குத்தகை தீத்தாரப்ப முதலிக்கு: இ.ச.க.தொகுதி-6 காண்க.)*

காலப் போக்கில் இத்தகைய குத்தகைக்காரர்கள்-இவர்கள் தாலுக்கதார் என்றும் சமீந்தார்கள் என்றும் பலவாறாக அழைக்கப்பட்டனர்-பரம்பரைக் குத்தகை உரிமையுடையவர்கள் என்ற நிலையை அடைந்துவிட்டனர்.

பிரிட்டிசார் 1765 இல் கம்பெனி மேலாண்மையை வங்கத்தில் நிலை நிறுத்தியதும், இக் குத்தகைக்காரர்கள் நிலத்தின் மெய்யான உரிமையாளர்களை நீக்கிவிட்டுத் தமக்கே நிலம் சொந்தமானது என்று உரிமை கொண்டாடினர். இதுவே சமீந்தாரி முறை என்று பெயர் பெற்றது.

இச்சமீந்தார்களின் உரிமைகளைக் கவர்னர் ஜெனரலான காரன்வாலிஸ் *(1786-1793)* காலத்தில் பிரிட்டிசார் ஏற்று ஒப்பினர் என்பது மிகவும் குறிப்பிடத் தக்கதாகும். வரி தண்டியவர்கள் இம் முறையின் காரணமாக நிலக் கிழார்களாயினர். நிலத்தின் உரிமையாளர்கள் அதில் பாடுபடும் கூலிகளாயினர். பதினெட்டாம் நூற்றாண்டில் வங்கத்தில் தொடங்கிப் பாரதம் முழுமையும் பரவிய தன்னினந் தின்னித் தனமான இக் கொடிய சுரண்டல் முறை நாடு விடுதலை பெற்ற பிறகுதான் ஒழிக்கப்பட்டது.

2. மகஃபூஸ் கானின் தோல்வி மலிந்த வாழ்க்கை

ஆர்க்காட்டைத் தலையிடமாகக் கொண்டு கர்நாடகம் என்று அழைக்கப்பட்ட தமிழ்நாட்டை ஆண்டுவந்த இரண்டு நவாபு குடிகளில், இரண்டாவதான வாலாசா குடியின் முதல் நவாபான அன்வருதீன் கானுக்கு மூன்று ஆண் மக்கள் இருந்தனரென்று அறிகின்றோம். முகலாயரின் சார்பில் தக்காணம் என்ற தென் பாரதம் முழுமைக்கும் அரசப் பிரதிநிதியாய் அமைந்திருந்த ஐதராபாது நிசாம், தமிழ்நாட்டு நவாபின் மேலாண்டையாய் விளங்கியதால், அவர் விரும்பி அன்வருதீன் கானை 1744 இல் ஆர்க்காட்டு நவாபாக்கினார். *(அன்வருதீன் கான்: ஆட்சிக் காலம் 1744-1749; இ.ச.க.தொகுதி-5)*

அன்வருதீன் பட்டம் ஏற்றதும் தன் மூத்த மகன் மகஃபூஸ் கானைத் துணை நவாபாக்கி, அவரைக் காஞ்சிபுரத்திற்கும் அதைச் சார்ந்த பகுதிக்கும் ஆண்டையாயிருக்கச் செய்தார்; அடுத்த மகனான ஹசரத்து ஆலா முகமது அலி கானுக்குத் (சுருக்கமாக முகமதலி) திருவதிகையும் புவனகிரியும் கிடைத்தன. இன்னொரு மகன் அப்துல் வகாபு கானுக்கு நெல்லூர் கிடைத்தது.

களம் பல கண்டவர்

மகஃபூஸ் கான் தமிழ்நாட்டில் களம் பல கண்டவர். ஆனால் எதிலும் வெற்றி கண்டவரல்லர். ஆர்க்காட்டு நவாபிற்கும் பிரஞ்சுக்காரருக்கும் சென்னை கைப்பற்றப் பட்டது குறித்து 1746 ஆம் ஆண்டு பரங்கிமலையிலும், அடையாற்றிலும் நடந்த சண்டைகளில் பிரஞ்சுக்காரரின் சிறு படையிடம், யானை மீதேறிப் பல்லாயிர வீரருடன் வந்திருந்த மகஃபூஸ் கானின் பெரும்படை தோற்றுச் சிதறி ஓடியது. (இ.ச.க.தொகுதி-5) ஐரோப்பியரின் கட்டுக் குலையாத சிறுபடை முதன்முதலாக ஒரு முஸ்லிம் மன்னரின் பெரும் படையை மேற்சொன்ன இரு களங்களில் தோற்கடித்து, இந்தியரின் போர்த் திறமின்மையை மெய்ப்பித்தது என்று சிலரும், அது மெய்யன்று என்று சிலரும் கூறுவர்.

மகஃபூசின் தோல்வித் தொடர்ச்சி

மதுரை நாயக்கருடன் சேர்ந்திருந்த மறவரையும் பாளையக்காரர்களையும் அடக்குவதற்காக நவாபு அன்வருதீன் 1744 இல் மகஃபூஸ் கானை ஒரு படையுடன் தெற்கே அனுப்பினார். அங்கு மகஃபூஸ் கான் கள்ளரிடம் நத்தத்தில் தோற்றுப் பின்வாங்கினார். (இ.ச.க.தொகுதி-5) பின்னர் 1749 சூலை 23 அன்று நடந்த ஆம்பூர்ச் சண்டையில் (இ.ச.க.தொகுதி-5) அன்வருதீன் கொல்லப்பட்டார். மகஃபூஸ் கான் சிறைப்பிடிக்கப்பட்டார். அன்வருதீனின் விருப்பத்திற்குரிய மகனான முகமதலி தப்பித் திருச்சிராப்பள்ளிக் கோட்டைக்குள் புகுந்தார்.

கம்பெனிப் படைத்தலைவர் ஹெரான் 1755 இல் மதுரைச் சீமை மீது படையெடுத்து வந்தபோது (இ.ச.க.தொகுதி-6), மகஃபூஸ் கான் ஆர்க்காட்டுப் படைக்குத் தலைமை ஏற்று வந்தார். ஆர்க்காட்டுப் படை அந்த ஆண்டு மதுரையைப் பிடித்ததும், மகஃபூஸ் கானை முகமதலி மதுரைச் சீமையின் ஆளுநராக்கினார். (இ.ச.க.தொகுதி-6) மகஃபூஸ் கான் இந்தப் பதவியிலும் ஒழுங்காயிருக்கவில்லை.

மதுரைச் சீமையின் ஆட்சி ஒழுங்காய் நடைபெற வேண்டுமாயின், மகஃபூஸ் கானை உடனே அங்கிருந்து கிளப்ப வேண்டுமென்று, கம்பெனியினால் மகஃபூஸ் கானின் உதவிக்காக அனுப்பப்பட்ட கான் சாகிபு வலியுறுத்தினார். அதனால் வேறு வழியின்றி மகஃபூஸ் கான் 1759 இல் இதற்கு ஒப்புக் கொண்டார்.

மகஃபூஸ் கான் கடைசியாய் 1760 மார்ச்சு மாதம் மதுரைச் சீமையிலிருந்து கிளம்பி ஏப்ரல் 14 அன்று திருச்சிராப்பள்ளியை அடைந்தார். அங்கிருந்து சென்னை சென்று தம்பி முகமதலியுடன் நல்லுறவு வைத்துக் கொண்டார்.

கோணல் வாழ்க்கை தொடர்தல்

எனினும் அவரது கோணல் வாழ்க்கை தொடர்ந்தது. அவர் தன் பெண்டாட்டிகளின் பேச்சைக் கேட்டுக்கொண்டு கெட்டுப் போவதாய் முகமதலி எப்போதும் சொல்லி வந்தார். முகமதலிக்கு அண்ணன் மீது சற்று மதிப்பு இருந்தது என்றே தோன்றுகின்றது. இருவரும் சில ஆண்டுகள் இணக்கமாயிருந்தனர். அதன்பிறகு மகஃபூஸ் கான் மக்கம் செல்வதாய்த் தம்பியிடம் சொல்லிப் பணம் கடனாய்க் கேட்டார். முகமதலி அண்ணனிடம் ஒரு கடன் பத்திரம் எழுதி வாங்கிக்கொண்டு ஓரிலட்ச ரூபாயும் தந்து, உதவிக்கு ஆள்கள், ஒட்டகங்கள், கூடாரங்கள் ஆகிய வசதிகளைச் செய்தும் அனுப்பிவைத்தார்.

மகஃபூஸ் மக்கம் செல்லாமல் அதற்குச் சில நாள்கள் கழித்துத் திரும்பி வந்தார். கொண்டு போன பணத்தைக் கடன்காரர்களுக்குத் தந்துவிட்டதாயும், மேலும் ஐயாயிர

ரூபாய் வேண்டுமென்றும் தம்பியிடம் கேட்டார். முகமுதலி அண்ணன் கேட்டதைப் போல் இரு மடங்கு பணம் தந்து அனுப்பினார். மகஃபூஸ் கான் அதைப் பெற்றுக் கொண்டு சித்தூர் வரை சென்று விட்டு, மீண்டும் ஆர்க்காட்டிற்குத் திரும்பினார்.

ஐதரலியுடன் சூழ்ச்சி

மகஃபூஸ் கான் அதன் பிறகும் வாளாவிருக்கவில்லை. ஐதரலியுடன் சேர்ந்து பல சூழ்ச்சிகளில் ஈடுபட்டார். தம்பிக்கு எதிராய்க் கிளர்ச்சி செய்யும் எண்ணத்துடன் மதுரைக்குப் போனார். அங்கு அவர் ஒரு பாளையத்திலிருந்து இன்னொரு பாளையத்திற்குச் சென்றபோது கர்னல் பக் அவரை *1767* செப்டம்பரில் பிடித்துவிட்டார். முகமுதலி அண்ணனை முதல் மைசூர்ப் போர் முடியும் வரை *(1767-1769)* காவலில் வைத்து விட்டார். அதன்பிறகு அண்ணனைச் சென்னைக்குக் கொண்டு சென்று, அங்கு அவர் நல்ல முறையில் வாழ்வதற்கு வழி செய்தார். மகஃபூஸ் கானுக்கு ஆர்க்காட்டு நவாபாகும் எண்ணம் தோன்றியிருத்தல் கூடும். அந்த ஆசையின் காரணமாகவே, அவர் இங்ஙனம் கோணலான முறையில் நடந்திருக்கலாம் என்று தோன்றுகின்றது.

ஆனந்தரங்கம் பிள்ளை *(1709-1761;* இ.ச.க.தொகுதி*-1,2,3,5)* மகஃபூஸ் கானைப் பற்றி எழுதும்போது, அவர் தன்னைப் பிறர் மதிக்கும்படி நடந்து கொள்ளத் தெரியாதவர் என்கின்றார். மேலும், விசனமானவர்; ஒழுங்காக நடந்து கொள்வது எப்படி என்பதை அறியாதவர்; தன்னைத் தேடி வருபவர்களை எங்ஙனம் நடத்துவது என்ற இங்கிதம் தெரியாதவர்; அவருடைய வேலையாள்கள் சீராக உடுத்து மரியாதையாக நடந்து கொண்டவர்; தூய ஆடைகளும் தலைப் பாகையும் அணிந்திருந்தனர். மகஃபூஸ் கான் அவர்களைவிட மட்டமாக இருந்தார் என்பது ஆனந்தரங்கம் பிள்ளையின் கருத்தாகும்.

3. ஜேம்ஸ் வாட்: நீராவிப் பொறிகள்

புது வழிகளிலிருந்து சக்தியைப் பெறுவது குறித்து ஏராளமான பொறியியல் கருத்துகள் பதினேழாம் நூற்றாண்டின் இறுதி வாக்கில் எழுந்தன. தொழில்களுக்கு வேண்டிய விசையாற்றலை நானூறு ஆண்டுகளாய் அளித்துவந்த நீர் விசையின் பயன் *1681* ஆம் ஆண்டில் உச்ச கட்டத்தை எட்டியது.

நடுப் பிரான்சின் வடக்கே, பாரிஸ் நகரின் அருகே, பதினான்காம் லூயியால் *(1638-1715;* ஆட்சிக் காலம் *1643-1715)* கட்டப்பட்டு, *1682* தொடங்கி *1789* வரையிலும் பிரஞ்சு மன்னர்களின் அரண்மனையாக விளங்கிய வெர்சை *(Versailles)* மாளிகையின் தோட்டங்களுக்கு வேண்டிய நீரை, அருகில் ஓடும் சீன் ஆற்றிலிருந்து இறைத்து ஒரு நீர்த் தேக்கத்தில் நிரப்புவதற்காகப் பதினான்காம் லூயியின் பொறியாளர்கள் *1681* ஆம் ஆண்டு மிகப் பெரிய நீர் இறைவைக் குழாய் அமைப்பு ஒன்றை நிருவினர். இந்த நீர் இறைவை எற்பாடு *1804* ஆம் ஆண்டுவரை வேலை செய்தது. ஆனால் ஒவ்வொன்றும் சுமார் நாற்பதடி குறுக்களவுள்ள மிகப் பெரிய பதினான்கு நீர் இறைவைச் சக்கரங்களைக் கொண்டு, அவற்றை மிகக் கெட்டிக்காரத் தனமாக இயக்கும் எண்பது குதிரைத் திறன் சக்தியை மட்டுமே இதிலிருந்து பெற முடிந்தது.

நீர் மின் விசையை உண்டாக்குவதில், நீரின் ஆற்றலைப் பயன்படுத்துவதற்கு வகை செய்த டர்பைன் *(turbine)* என்ற விசைப் பொறி பிற்காலத்தில் உண்டாக்கப்பட்டது என்ற போதிலும், பதினோழாம் நூற்றாண்டில் நீர் விசையின் ஆற்றல் வரம்புகள் சுருங்கிய அளவினவேயாம்.

1765

ஜேம்ஸ் வாட்

தாமஸ் சவேரி என்ற பிரிட்டிஷ் இராணுவப் பொறியர் சுரங்கங்களிலிருந்து நீரை இறைத்து வெளியேற்றும் காற்றுப் பொறி ஒன்றை *1698* ஆம் ஆண்டு உருவாக்கினார். காற்றின் அழுத்தத்தைக் கொண்டு காற்றில்லாத ஒரு கலத்தினுள் நீரைச் செலுத்துவதற்குச் சவேரியின் பொறி பயன்பட்டது. முதலில் அக்கலத்தினுள் நீராவியை நிரப்பிப் பின்னர் அதன் வெளிப்புறத்தில் குளிர்ந்த நீரைப் பாய்ச்சிக் கலத்தினுள்ளிருக்கும் நீராவியைக் குளிரச் செய்து, அதை நீராக்கினார். அதனால் கலத்தினுள் ஏற்பட்ட அழுத்தமானது, சுரங்கத்தினுள் இருக்கும் தண்ணீரை இழுத்துக் கொண்டது.

இதில் கலன் வெடித்துவிடக் கூடிய ஆபத்து இருந்தது என்பதால், தாமஸ் நியூகமன் என்ற ஆங்கிலக் கருமான், மேற்சொன்ன எந்திர முறையைச் சற்று மாற்றி ஒரு பொறியை உண்டு பண்ணினார். அந்தப் பொறியை *1712* ஆம் ஆண்டு நடு இங்கிலாந்தின் மேற்கிலுள்ள ஓர்ச்சஸ்டர் நகரின் டட்லி கேசில் என்ற இடத்தில் நிறுவினர். இது அவருக்குப் பெரிய வெற்றியாய் அமைந்தது. நியூகமன் செய்திருந்த இத்தகைய பொறிகளில் ஒன்று, நூறு ஆண்டுகளுக்கு மேல் எவ்விதமான தடங்கலுமின்றி *1934* வரை ஓடியது என்றால் அதன் திறன் எத்தகையது என்பதை விளங்கிக் கொள்ளலாம்.

நியூகமன் உண்டாக்கிய இந்த எஞ்சின் பதினெட்டாம் நூற்றாண்டில் தோன்றிய தொழிற் புரட்சியின் முதற் துடிப்பு ஆகும். இம் முயற்சி இதே நூற்றாண்டின் தொடக்கத்தில் காணப்பட்டதைவிட, *1760* வாக்கில் பத்து மடங்கு வேகத்தில் புதுக் கண்டுபிடிப்புகள் வந்து குவியலாயின.

இங்ஙனம் இத்தகைய புதிய பொறியியல் சாதனங்களைக் கண்டு பிடித்தவர்கள், கையில் சிறு முதல் வைத்திருந்த நடுத்தர வகுப்பினராகவே இருந்தனர். அவர்களிடம் போதிய கல்வியறிவும், எல்லையற்ற பேரார்வமும் மட்டுமே இருந்தன. அவர்கள்தாம் அப்போதைக்கப்போது நிகழ்ந்து வந்த மகிழ்ச்சியூட்டும் விளை பயன்களான புதுக்

கண்டுபிடிப்பை முறையான அறிவியல் முன்னேற்றமாக மாற்றினார். அத்தகையவருள் ஸ்காத்லாந்தைச் சேர்ந்தவரும், கருவிகளைச் செய்வதில் வல்லவருமான ஜேம்ஸ் வாட் *(1736-1789)* மிகவும் குறிப்பிடத்தக்கவராவார்.

அவர் நீராவியின் விசையாற்றலை *1760* ஆம் ஆண்டு கண்டுபிடித்தார். நியூகமனைவிடத் திருத்தமான முறையில் நீராவிப் பொருள்களைச் செய்யலானார்.

ஜேம்ஸ் வாட்தான் தொழிற் புரட்சியைத் தொடங்கி வைத்தார் என்பது அறிஞர்தம் கருத்தாகும்.

ஆனால் நீராவிப் பொறியை உண்டாக்கிய முதல் மனிதர் ஜேம்ஸ் வாட் அல்லர். அவர் கண்டுபிடித்ததைப் போன்ற ஒரு பொறியைக் கி.பி. முதல் நூற்றாண்டிலேயே ஹீரோ என்ற கிரேக்கக் கணிதவியலாரும் கண்டுபிடிப்பாளருமான ஒருவர் அலெக்சாந்திரிய நகரத்தில் செய்திருந்தார்.

தண்ணீர் இறைக்கப் பயன்பட்ட ஒரு நீராவிப் பொறியை *1698* ஆம் ஆண்டு தாமஸ் சவேரி என்றவர் செய்து அதற்குக் காப்புரிமை *(patent)* பெற்றிருந்தாராயினும், நியூகமனின் பொறி குறைந்த திறனுள்ளதாயிருந்தமையால், அதை நிலக்கரிச் சுரங்கத்திலிருந்து நீர் இறைப்பதற்கு மட்டுமே பயன்படுத்தி வந்தனர்.

ஜேம்ஸ் வாட் *1764* இல் நியூகமனின் பொறி ஒன்றைச் செப்பனிட்ட போதுதான், அவருக்கு நீராவிப் பொறி மீது ஆர்வம் ஏற்பட்டது. அவர் கருவிகளை ஆக்கும் ஒரு தொழிலில் ஓராண்டு மட்டுமே பயிற்சி பெற்றிருந்தாரெனினும், புதுவது புனைவதில் போராற்றல் மிக்கவராயிருந்தார்.

அவர் நியூகமனின் பொறியில் செய்திருந்த செப்பங்கள் மிக முக்கியமானவையா யிருந்தமையால், செயல் திறனுள்ள நீராவிப் பொறியைக் கண்டுபிடித்தவர் ஜேம்ஸ் வாட் என்று கருதுவது நியாயமேயாகும்.

அவர் *1769* ஆம் ஆண்டு காப்புரிமை பெற்றிருந்த பொறி முதன் முதலில் உருவாக்கப்பட்டது என்ற தனிச்சிறப்புப் பெற்றதாகும். அதில் நீராவியைத் திரவமாக்கத் தனியாக ஓர் அறையைச் சேர்த்தார். நீராவி உருள் கலத்திலிருந்து வெளியேறாதவாறு அதை அடைக்கவும் செய்தார். அவர் *1782* இல் இருவகையில் செயல்படும் நீராவிப் பொறியை உருவாக்கினார். இச் செப்பங்களோடு வேறு சில சிறு திருத்தங்களையும் செய்து, நான்கு அல்லது ஐந்து மடங்கு மிகுதியான திறனுடன் வேலை செய்யக்கூடிய ஒரு நீராவிப் பொறியை உண்டாக்கிவிட்டார்.

இதன் விளைவாகத் தோன்றிய திறன்மிக்க இந்தப் பொறி தொழில்துறையில் ஏராளமான பயன்களை உண்டாக்கியது.

அவர் சார்பு இயக்கமுடைய நீராவிப் பொறியைச் சுழற்சி இயக்கமாக மாற்றக்கூடிய கியர்களையும் *1781* இல் கண்டுபிடித்தார். இதனால் நீராவிப் பொறிகளை எண்ணற்ற வழிகளில் பயன்படுத்துவதற்கு வாய்ப்பு ஏற்பட்டது. அவர் *1788* இல் எஞ்சின்களின் வேகத்தைத் தானாகக் கட்டுப்படுத்தக்கூடிய ஒரு கருவியையும் *1790* இல் ஆவி அழுத்தமானியையும் வேறு பல கருவிகளையும் கண்டுபிடித்தார்.

வாட் வாணிபத் திறமையுடையவரல்லர். இருப்பினும் அவர் *1775* இல் மாத்தியூ பூல்டன் என்றவருடன் கூட்டாளியானார். பூல்டன் பொறியாளராயும் வாணிபத் திறமையுள்ளவராயும் இருந்தார். வாட் அண்டு பூல்டன் என்ற அவர்களின் நிறுவனம்

அடுத்த இருபத்தைந்து ஆண்டுக் காலத்தில் ஏராளமான நீராவிப் பொறிகளைச் செய்தது. கூட்டாளிகளிருவரும் பெரும் பணக்காரராயினர்.

தொழிற் புரட்சியில் நீராவிப் பொறியின் முக்கியத்துவம் மிகைப்படுத்திக் கூறப்படவில்லை. தொழிற் புரட்சி சிறக்க உதவிய வேறு பல கண்டுபிடிப்புகளும் உள்ளன என்பது மெய்யே. சுரங்கத் தொழில், உலோகவியல், ஆகியவற்றுடன் வேறு பல தொழில்களிலும் பயன்படும் எந்திரங்களும் அப்போது உண்டாக்கப்பட்டன என்பதும் உண்மைதான்.

ஜான் கோ நெசவுத் தொழிலுக்காக 1733 இல் கண்டுபிடித்த ஊடுபாவு, ஜேம்ஸ் ஹார்கிரீவ்ஸ் 1764 இல் ஆக்கிய ஸ்பின்னிங்கு ஜென்னி என்ற பல கதிர்களையுடைய நூற்புக் கருவி முதலியன ஜேம்ஸ் வாட்டின் கண்டுபிடிப்பிற்கு முந்திய காலத்தனவாகும். இருப்பினும் பெரும்பாலான இக் கண்டுபிடிப்புகள், ஏற்கனவே கைக் கொள்ளப்பட்டு வந்த கருவிகளில் செய்யப்பட்ட சிறு திருத்தங்களாகவே விளங்குகின்றன. இவற்றில் எதுவும் தனித் தனியாகத் தொழிற் புரட்சிக்கு உயிர் நாடியானது என்று கொள்ள முடியாது.

ஆனால் நீராவிப் பொறியோ மிக முக்கியமான பங்கைத் தொழிற் புரட்சிக்கு அளித்துள்ளது. அது கண்டு பிடிக்கப்படாதிருந்தால் தொழிற் புரட்சியே வேறு விதமாக இருந்திருக்கும் என்பர்.

இதற்கு முன்னர் காற்றாலைகள் அல்லது காற்றாடிகள் நீர்ச் சக்கரங்கள் இவற்றின் வழியே சிறிதளவு விசை பெறப்பட்ட போதிலும் மனித சக்தியே எப்போதும் முக்கியமான விசையாக விளங்கி வந்தது. அது தொழிலின் ஆக்கத் திறனைப் பெரிதும் வரைப் படுத்திற்று. நீராவி எந்திரம் கண்டுபிடிக்கப்பட்டதும், அந்த வரம்பு நீங்கிற்று.

நீராவிப் பொறி தொழிற்சாலைகளில் விசை தரும் சக்தியாக விளங்கியதுடன், வேறு பல துறைகளிலும் முக்கியமாகப் பயன்பட்டது.

மார்க்குவிஸ் தெ சூஃபிரோ தெ அப்பான்ஸ் என்றவர் 1783 ஒரு படகை இயக்குவதற்காக 1783 இல் அதில் நீராவிப் பொறியைப் பொருத்தி வெற்றி கண்டார்.

ரிச்சர்டு டிரிபித்துக்கு என்றவர் 1804 ஆம் ஆண்டு முதல் நீராவி இரயில் எஞ்சினை கட்டினார்.

இவற்றின் முதல் மாதிரிகள் இரண்டும் வாணிப அளவில் வெற்றி பெற்றுத் தரவில்லையெனினும், அவற்றுக்கு இருபதாண்டு காலத்திற்குள் நீராவிப் படகும், நீராவி இரயிலும் தோன்றி, நீரிலும் நிலத்திலும் போக்குவரவில் பெரும் புரட்சியைத் தோற்றுவித்தன.

வரலாற்றுப் புள்ளிகள்

1. கிளைவு மீண்டும் இந்தியத்தில்

இராபாட் கிளைவு (1725-1774) பிளாசிச் சண்டைக்குப் பிறகு வங்கக் கவர்னராய் பணியாற்றிவிட்டு 1760 ஆம் ஆண்டு பெருஞ்செல்வராய்த் தாயகம் திரும்பினார். (இ.ச.க.தொகுதி-6) அதற்கு ஐந்தாண்டுகளுக்குப் பிறகு மீண்டும் வங்கக் கவர்னராய் 1765 மே மாதம் இந்தியம் திரும்பினார். அவர் 1767 ஜனவரி வரை இப்பதவியில் இருந்தார்.

இராபர்ட் கிளைவிற்கு ஸ்டிரிங்கர் லாரன்சு (1697-1775) ஹென்றி வெரல்ஸ்டு

(1733-1785) போன்ற ஆதரவாளர்கள் பலர் இருந்தனரெனினும் அவரைக் குறை கூறவும், அவரின் போக்குகளை எதிர்க்கவும் கூடிய பலரும் இக்காலத்தில் நிலவினர்.

அவர்களுள் கிளைவுடன் பிளாசிச் சண்டையில் *(1757)* பங்கு பற்றியவரும், பின்னாளில் *(1777 இல்)* இந்தியத்தின் தலைமைப் படைத் தளபதியாகி ஐதருடன் போரிட்டு அவரைத் தோற்கடித்தவருமான அயர் கூட்டே *(1726-1783)* குறிப்பிடத் தக்கவராவர். இவருக்கு மேலும் பல சிறப்புகள் உள. *(அயர் கூட்டே : இ.ச.க: தொகுதி-6)*

கிளைவை ஒதுக்கி வைக்க முயற்சி

இராபர்ட் கிளைவை இந்தியத்திலிருந்த ஐரோப்பியச் சமூகத்திலிருந்து ஒதுக்கி வைக்க வேண்டுமென்று 1765 ஆம் ஆண்டு கல்கத்தாவில் பலர் முயன்றனர். ஆனால் அம்முயற்சி பலிக்காமல் தோற்றது.

கிளைவு இரண்டாம் முறை வங்க ஆளுநரான போது *(1765-1767)* ஜான் பர்டட்டு *(1738-1812)* என்ற வங்கக் கம்பெனி ஆட்சிமன்றக் குழு உறுப்பினர் கிளைவுடன் அடிக்கடி மோதி பார்த்தனர். இவ்வுறுப்பினர் நிசாமுத்தௌல வங்க நவாபாக்கப் பட்டதில் கையூட்டுப் பெற்று ஆதாயம் பெற்றவர் என்பது குறிப்பிடத்தக்கது. இவர் இங்கிலாந்து திரும்பி மிகுந்த வசதியுடன் செல்வச் செழிப்பில் வாழ்ந்தவர் என்பதும் குறிப்பிடத் தக்கது.

இராபர்ட் கிளைவைப் பாராளுமன்றம் வரை சென்று தாக்கியவர் ஜெனரல் பர்கோயினி *(1722-1792)* ஆவார். அவர் கிழக்கிந்தியக் கம்பெனியின் செயல்பாடுகளை ஆராய்வதற்காக 1772 இல் அமைக்கப் பெற்ற தேர்வு குழுவில் உறுப்பினராயிருந்தார். அதற்கு ஓராண்டு கழித்து கிளைவின்மீது பாராளுமன்றத்தில் நடந்த தாக்குதலுக்குப் பர்கோயினி தலைமை ஏற்றிருந்தார். இவர் வாரன் ஹேஸ்டிங்ஸ் *(1732-1818)* மீது பாராளுமன்றத்தில் கொண்டுவரப்பட்ட அரசியல் குற்றச்சாட்டுகளையும் முன்னின்று மொழிந்தார்.

2. பிரிட்டிஷ் அரசியல் சட்டம்: பிளாக்ஸ்டோன் விளக்கவுரை

இங்கிலாந்தில் உள்நாட்டுச் சண்டை நடந்த காலத்தில் *(1642-1649)* தனித்தன்மை வாய்ந்ததும் அரியதுமான ஓர் அரசியல் சட்டம் பரிணாம வளர்ச்சி பெற்றுள்ளது என்பதை ஆங்கிலேயர் பதினெட்டாம் நூற்றாண்டில் அறிந்து கொண்டனர். அது எழுத்தில் வடிக்கப்பட்ட அரசியல் சட்டமன்று. எழுதா மரபான அச்சட்டம் பொதுச் சட்டத்தில் வேரூன்றி நின்றது. இந்த அரசியல் சட்டம் மிகவும் குறிப்பிடத்தக்க வகையில் நாட்டில் உறுதியான அரசியல் திடநிலை நிலவும் கால கட்டங்களை தோற்றுவித்தது.

ஆங்கிலேயரான சர் வில்லியம் பிளாக்ஸ்டோன் *(1723-1780)* என்ற சட்டவியல் விற்பன்னர், இங்கிலாந்தின் சட்டங்கள் பற்றிய விரிவுரையை 1765 ஆம் ஆண்டு எழுதினார். ''இங்கிலாந்துச் சட்டங்களின் விளக்கவுரைகள்'' *(Commentaries on the Laws o England)* என்ற அந்நூல், *1765-1769* கால கட்டத்தில் வெளிவந்தது. அமெரிக்கத்தின் சட்டவியலில் இந்நூல் ஆழ்ந்த செல்வாக்கைச் செலுத்திற்று.

3.பிரிட்டிஷ் பிரதமர் ராக்கிங்காம் பிரபு

மிகவும் பயனற்ற பிரதமர் பதவிக்கென்று பதினெட்டாம் நூற்றாண்டில் நடந்த

கடும்போட்டிகளில் ராக்கிங்காம் பிரபு தலையாயவராயிராவிடினும் முன்னணியில் நின்றார் எனலாம். அவரது இயற்பெயர் சார்லஸ் வாட்சன் வெண்ட்வொர்த்து; அவர் ராக்கிங்காமின் இரண்டாவது மார்க்குவிஸ் ஆவார்.

(இங்கிலாந்தில் பிரபுக்கள் என்னும் மேட்டுக்குடியினரில் ஐந்து படி நிலைகள் உள. அவை வரிசையாக மேலிருந்து கீழ் வருமாறு: டியூக்கு; மார்க்குவிஸ்; ஏள்; வைக்கவுண்ட்; பேரன்.)

அவர் உயர்குடிப் பிறந்தமையால் பெற்றிருந்த சலுகைகளோடு பொது வாழ்க்கையில் கால் வைத்தார். அவர் 1730 மே 13 அன்று பிறந்தார். அவர் ராக்கிங்காம் மார்க்குவிஸ் என்ற பிரபுவிற்கும், நாட்டிங்காம் ஏளின் மகள் மேரிக்கும் ஐந்தாவது மகனாய்ப் பிறந்தார். அவ்வைவரில் பிழைத்த பிள்ளை இவரேயாதலால் தந்தைக்குப் பிறகு இரண்டாவது ராக்கிங்காம் மார்க்குவிஸ் ஆனார்.

அவர் கல்வி கற்பதற்காக வெஸ்ட்மினிஸ்டர் பள்ளிக்கும், கேம்பிரிட்ஜின் புனித ஜான் கல்லூரிக்கும் அனுப்பப்பட்டார்.

இரண்டாம் ஜேம்ஸ் மன்னரைப் (1633-1701) பதவிக் காலம் (1683-1688) பதவியிலிருந்து இறக்கிய பின்னர், அவரை ஆதரித்து நின்றவர்கள், இங்கிலாந்தில் தொடர்ந்து கிளர்ச்சி செய்து வந்தனர். அதற்கு ஜேகோபைட்டுக் கிளர்ச்சி என்று பெயர். (ஜேகோபைட்டுக் கிளர்ச்சி இ.ச.க.தொகுதி-5) இக்கிளர்ச்சி 1745-1746 இல் நடந்தபோது அதை ஒடுக்குவதற்காக, ராக்கிங்காம் பிரபு வீட்டில் எவரிடமும் சொல்லாமல் சென்று, அதில் பங்கு கொண்டதன் காரணமாகத் தனக்குள்ள அரசியல் ஆர்வத்தை வெளிப்படுத்தினார்.

1765

அவர் இதன் பிறகு இத்தாலி சென்று, அங்கு சிறிது காலம் இருந்தார். அப்போது அவருக்கு ஹைஹாம் பிரபு என்று பெயர். அவர் அங்கிருந்து இங்கிலாந்து திரும்பியதும் பேட்ஸ்வொர்த்தைச் சேர்ந்த மேரிலிடால் என்பவரை மணர்ந்தார்.

அவர் விடுத்த வேண்டுகோளின் படி அவருக்கு 1760 இல் வீரப்பெருந்தகை என்ற பட்டம் தரப்பட்டது. அவர் பெருஞ்செல்வராயும் சமூகத்தில் மிக உயர்ந்த நிலையிலும் இருந்தார். அவர் விக் கட்சியின் மீது பெரும் பற்றுக் கொண்டிருந்தார்.

அவரிடம் முடியரசு எதிர்ப்புணர்ச்சி சிறிதளவு இருந்தது. அதனால்தான் பூட் பிரபு ''மன்னரின் நண்பர்கள்'' என்ற கூட்டத்தை உண்டாக்கியபோது, ராக்கிங்காம் அதற்கு ஆதரவு தரவில்லை. பூட் பிரபு ஏழாண்டுப் போரின் இறுதியில் ஏற்பட்ட பாரிஸ் உடன்படிக்கைக்கு பாராளுமன்றத்தின் இசைவைப் பெற முயன்ற நேரத்தில், ராக்கிங்காம் பிரபு அதை எதிர்க்கும் விதத்தில் பாராளுமன்ற உறுப்பினர் பதவியிலிருந்து விலகினார்.

அதனால் ராக்கிங்காம் பிரபு வகித்து வந்த பதவிகளிலிருந்து மூன்றாம் ஜார்ஜ் மன்னர் அவரை நீக்கும்படி நேர்ந்தது. ஆதலால் ராக்கிங்காம் மன்னரை வெளிப்படையாகவே எதிர்த்து நின்றார்.

மன்னர் இது குறித்து உறுதியாக நடந்துகொள்ளவில்லை. ஏனெனில் அவருக்குப் பாராளுமன்றத்தில் விக் கட்சியின் ஆதரவு வேண்டியிருந்தது. விக் கட்சியினரோ ராக்கிங்காமை தம் தலைவர் என்று கொண்டாடியது மன்னருக்கு வியப்பாயிருந்தது. ஆகவே ராக்கிங்காம் பிரபு 1765 ஆம் ஆண்டு பிரிட்டனின் பிரதமராக்கப்பட்டார்.

மன்னர் எதிர்பார்த்ததைப் போலவே அரசு நகைப்பிற்கிடமானதாய் இருந்தது. ஆட்சி நிர்வாகத்தின் திறமைக் குறைவுகள் பளிச்சென்று வெளியே தெரிந்த காலமாய்

அது அமைந்தது. அமெரிக்கக் குடியேற்றங்களுடன் நடந்த சச்சரவில் ராக்கிங்காமின் விக் கட்சி செய்த ஒரு தலைப்பட்சமான செயல்கள், மன்னரின் விருப்பங்களுக்கு நேர் மாறாயிருந்தன.

அமெரிக்கக் குடியேறிகளின் சீற்றத்தைத் தணிக்கும் பொருட்டு முத்திரைச் சட்டம் விலக்கப்பட்டது. இம்முத்திரைச் சட்டத்தை ஒழித்தது மன்னருக்கு எரிச்சலை உண்டாக்கியது. ஜார்ஜ் வில்கஸ் மீது வழக்குத் தொடர்வது குறித்தும், விக் கட்சியினருக்கும் முடிமன்னருக்குமிடையே கருத்து வேறுபாடு இருந்தது. அரசரின் மேலாண்மையை வலுப்படுத்தக் கூடிய எதுவாயினும் அதன் மீது ஐயங்கொள்ள வேண்டும் என்ற விக் கட்சியின் பழைய கொள்கையை ராக்கிங்காம் பின்பற்றி வந்தார். அவரது மணப்போக்கு என்னவென்று அரண்மனைக்கு நன்கு தெரிந்துவிட்டது. அதனால் மன்னர் ராக்கிங்காமைப் பதவியிலிருந்து நீக்கிவிட்டுத் தனக்கு சற்றும் பிடிக்காத மூத்த பிட்டைப் பிரதமராக்கினார்.

ராக்கிங்காம் எந்த வருத்தமுமின்றிப் பிரதமர் பதவியிலிருந்து இறங்கினார். அவர் தன் அரசியல் சுதந்திரத்தை மீண்டும் பெற்று, அமெரிக்க குடியேற்றங்கள் என்ற மிகப்பெரிய துறை குறித்து மன்னரை எதிர்த்து நிற்க வேண்டுமென்பதைக் குறிக்கோளாய்க் கொண்டார்.

ராக்கிங்காம் சிறந்த பேச்சாளி அல்லர். பாராளுமன்றத்தில் பேச எழும் போதெல்லாம் அவர் படாத பாடுபட்டார். எனினும் எட்மண் பர்கு *(1729-1797)* அவருக்கு உதவியாயிருந்தார்.

ராக்கிங்காம் எதிர்க்கட்சி வரிசையில் பதினாறு ஆண்டுகள் இருந்திருக்கின்றார். அப்போது தேசிய இலட்சியங்களும், குறிக்கோள்களும் மேலும் மேலும் சீர்கெட்டு வந்ததைக் கண்டார்.

ராக்கிங்காமை *1782* ஆம் ஆண்டு மீண்டும் பிரதமராக்கிய நேரத்தில் அவரது உடல் நலம் மிகவும் கெட்டிருந்தது. அவரது இரண்டாவது ஆட்சி நிர்வாகமும், முன்னதைப் போன்றே பயனற்றதாயிருந்தது. முதல் ஆட்சியை விட இதன் காலம் குறுகியதாயுமிருந்தது. அவர் பதவியேற்ற நான்கு மாதங்களுக்குப் பிறகு ரோகம்டன் என்ற இடத்தில் ஓய்வு கொள்ளச் சென்றார். அங்கு அவர் இறந்தார். அப்போது அவருக்கு வயது 52.

1765

4. முத்திரைச் சட்டம் : அமெரிக்கத்தில் எதிர்ப்பு

பிரிட்டன் அமெரிக்கக் குடியேற்றக்காரர்களிடமிருந்து நேரடியாக வரி தண்டுவதற்காக *1765* மார்ச்சு *22* அன்று பாராளுமன்றத்தில் முத்திரைச் சட்டத்தை *(The Stamp Act)* நிறைவேற்றியது. அது ஆண்டிற்கு *60,000* பவுன் திரட்டும் நோக்கமுடையது. அச்சட்டப்படி அனைத்துச் செய்தி இதழ்கள், அறிக்கைகள், விளையாடும் சீட்டுக் கட்டுகள், பகடைக் காய்கள், பஞ்சாங்கங்கள், சட்ட ஆவணங்கள் ஆகியன மீது வருவாய் முத்திரைகளை *(revenue stamps)* ஒட்ட வேண்டும்.

இந்த முத்திரைச் சட்டத்தை எதிர்ப்பதற்காக ''விடுதலை விழையும் மக்கள் சங்கங்கள்'' *(Sons of Liberty Clubs)* அமைக்கப்பட்டன. அவை இவ்வாண்டு அக்டோபர் மாதம் நியூயார்க்கு நகரில் முத்திரைச் சட்ட எதிர்ப்பு மாநாட்டைக் கூட்டின.

பெயராண்மை *(representation)* இல்லாத பாராளுமன்றத்தின் வரி விதிப்பை எதிர்ப்பதற்கென்று ஒன்பது மாநிலங்களிலிருந்து இம்மாநாட்டிற்குப் பேராளர்

வந்திருந்தனர். தீர்வை செலுத்த வேண்டிய பண்டங்களை இனிமேல் இறக்குவதில்லை என்றும் அம்மாநாட்டில் தீர்மானிக்கப்பட்டது.

5. அமெரிக்க குடியேற்றங்களின் ஏற்றுமதி பெருக்கம்

அமெரிக்க குடியேற்றங்களின் கப்பல்கள் 28,000 டன் கொள்திறனுடையனவாயும், ஏறத்தாழ 4000 மாலுமியர்க்கு வேலை தருவனவாயும் வளர்ச்சி கண்டுவிட்டன. இக்குடியேற்றங்களிலிருந்து கப்பலேறிய ரொட்டி, கோதுமை மா ஆகிய பண்டங்களின் ஏற்றுமதி மதிப்பை விடப் புகையிலையின் ஏற்றுமதி மதிப்பு இரு மடங்கு உயர்ந்தது.

6. மேலை நாடுகளில் மருத்துவக் கல்வி

இந்தியத்தில் மருத்துவக் கல்வி

இந்தியத்தில் முறையான மருத்துவக் கல்வி பத்தொன்பதாம் நூற்றாண்டின் இரண்டாம் பத்தில்தான் தொடங்குகின்றது. அதற்கு முன்பெல்லாம் மருத்துவம் என்பது வழிவழியாகத் தந்தை, மகன் என்று வருகின்ற குடும்பத் தொழிலாக அல்லது ஒரு சாதியாருக்கே உரிய தொழிலாக இருந்து வந்தது. ஆதலால் மருத்துவத்தைக் கல்வியாக மாணவர்களுக்குக் கற்பிக்கும் முறை இருந்திலது. சென்னை, பம்பாய், கல்கத்தா போன்ற இந்திய நகரங்களில் பத்தொன்பதின் நான்காம் பத்தில்தான் மேலை மருத்துவ முறையைக் கற்பிக்கும் மருத்துவக் கல்லூரிகள் அமைகின்றன.

1765

பதினெட்டில் தொடக்கம்

ஆனால் ஐரோப்பியத்திலும், வட அமெரிக்கத்திலும் பதினெட்டாம் நூற்றாண்டின் முதற் பாதியிலேயே முறையான மருத்துவக் கல்வியை அளிக்கும் பள்ளிகள் அமையலாயின.

ஐரோப்பியத்தின் பல பகுதிகளில் மருத்துவப் பள்ளிகள் பதினேழாம் நூற்றாண்டில் இருந்தன. அவை தலை சிறந்த ஆசிரியர் சிலரை மையமாக வைத்தே நடந்து வந்தன. மருத்துவம் கற்பித்த இம்மையங்கள் பதினெட்டாம் நூற்றாண்டில் விரிவடைந்தன; அவை எண்ணிறந்தனவாயும் பல்கின. பாரிஸ், பெர்லின், ஸ்டிராஸ்பர்கு எடின்பரோ, கேம்பிரிட்ஜ், கிளாஸ்கோ முதலிய நகரங்களில் உடலுறுப்பு அமைப்பியல் (*Anatomy*) கற்பிக்கப்பட்டது.

மருத்துவப் பயிற்சிப் போதனை இக்காலத்தில் மிகவும் புதுமையானதாய் விளங்கியது. எடின்பரோப் பல்கலைக்கழகத்தில் 1741 ஆம் ஆண்டு மருத்துவப் பயிற்சிப் போதனைப் பேராசிரியர் பதவி ஒன்று நிறுவப்பட்டது. (எடின்பரோ ஸ்காத்லாந்தின் தலைநகரம்; ஃபிர்த்து ஆஃப் ஃபோர்த்து என்ற ஆற்றின் கரை மீதுள்ளது. எடின்பரோ பல்கலைக்கழகம் 1583 இல் நிறுவப்பட்டது.)

தனிப்பட்டவர்கள் நடத்தி வந்த மருத்துவமனைகளில் மருத்துவ அனுபவமும், அறிவும் பெற்றவர்களே, பெரிதும் மிகப் பெரிய மருத்துவர்கள் அறுவை மருத்துவர்கள் முதலானோரின் கீழ் அக்காலத்தில் பணிபுரிந்தனர். இலண்டனிலுள்ள கை மருத்துவமனை, புனித தாமஸ், புனித பார்த்தலோமியா மருத்துவமனைகள் ஆகியன இத்தகைய முறையில் தொடங்கித்தான், இன்று மிகப் பெரிய மருத்துவமனைகளாக வளர்ச்சியடைந்திருக்கின்றன. (இலண்டன் மருத்துவமனைகள் : இ.ச.க.தொகுதி-3)

தனிப்பட்ட மருத்துவ ஆசான்கள் தம் ஆதாயத்திற்காக நடத்தி வந்த மருத்துவப் பள்ளிகளும், மருத்துவக் கல்வியை அளிப்பதில் முக்கிய பங்காற்றின. மகப்பேறு மருத்துவத்திற்கென்று வில்லியம் ஸ்மெல்லி, உள் மருந்துகளுக்கென்று வில்லியம் கல்லன் வேதியியலுக்கென்று ஜோசப் பிளாக்கு முதலியோர் அக்காலத்தில் மருத்துவக் கல்வியளித்ததில் பெயர் பெற்றிருந்தனர். இம்மையங்களில்தான் அக்காலத்தில் உடலமைப்பியல், அறுவை சிகிச்சை, மகப்பேறு மருத்துவம் ஆகிய துறைகளைப் புகழ்பெற்ற மருத்துவர்களும், அறுவை மருத்துவர்களும் கற்பித்து வந்தனர்.

கல்வி நிறுவனங்களின் புறத்தேயமைந்த இத்தகைய மருத்துவப் பள்ளிகள் இலண்டனிலும் பிற இடங்களிலும் சிறப்பிடம் பெற்றிருந்தன.

அமெரிக்கத்தில்

வட அமெரிக்கத்தில் கல்வியமைப்புகளுக்குள்ளேயே தொடக்கக் கால மருத்துவப் பள்ளிகள் உருவாயின. அவ்வாறு முதன்முதலாக *1765* இல் ஒரு கல்லூரி ஃபிலடெலஃபியத்தில் தோன்றியது. அது ஃபிலடெல்ஃபியக் கல்லூரியின் ஓர் உறுப்பாக விளங்கியது.

இரண்டாவதாக நியூயார்க்கில் *1786* இல் அரசர் கல்லூரியில் ஒரு மருத்துவப் பள்ளி அமைந்தது. இது பின்னர் கொலம்பியப் பல்கலைக்கழகத்தின் மருத்துவர்-அறுவை மருத்துவர் பள்ளியானது. அமெரிக்கக் குடியேற்றங்களில் முதன் முதலாக *1783* இல் தான் ஹார்வர்டு மருத்துவப் பள்ளி திறக்கப்பட்டது.

1765

7. உலகின் முதல் சிறுசேமிப்பு வங்கி

மேற்கு ஜெர்மனியின் கிழக்கிலுள்ள பிரன்ஸ்விக்கு என்ற நகரில் உலகின் முதல் சிறுசேமிப்பு வங்கி *1765* ஆம் ஆண்டு திறக்கப்பட்டது. ஐரோப்பிய நாடுகளிலிருந்த தொழில் முனைவோர் பலரும் இத்தகைய சிறுசேமிப்பு வங்கிகளைத் தொடங்குவதற்கு இந்த ஜெர்மன் வங்கி அகத் தூண்டுதளித்தது.

8. பேங்க் ஆஃப் பெர்லின் அமைப்பு

பிரசிய மன்னரான இரண்டாம் ஃபிரடரிக்கு *(1712-1786;* ஆட்சிக் காலம் *1740-1786)* பிரசியத்தை ஐரோப்பிய வல்லரசு என்ற நிலைக்கு உயர்த்தியவர்; அவர் கலைகளைப் புரந்தவர்; வால்டயர் போன்ற அறிவாளிகளின் நண்பர். அவர் இவ்வாண்டு பெர்லினில் பேங்க் ஆஃப் பெர்லினை நிறுவினார். (பேங்க் ஆஃப் இங்கிலாந்து இலண்டனில் *1694* ஆம் ஆண்டு நிறுவப்பட்டது. இ.ச.க.தொகுதி-*4)*

9. பாரிசில் உலகின் முதல் ரெஸ்டாரண்டு

உணவுப் பொருள்கள் விற்போரின் சங்கம் செலுத்தி வந்த ஏகபோகத்தைப் பூலங்கர் என்ற பாரிஸ் நகர மதுக்கடைக்காரர் இந்த ஆண்டில் தகர்த்தார் அவர் பாரிஸ் நகரில் உலகின் முதல் ரெஸ்டாரண்டை திறந்தார். அவர் ஆட்டுகறி சூப்புடன் வெள்ளை ஆணத்தைக் *(sauce)* கலந்து தன் கடையில் விற்றார். அது இழந்த உடல் நலத்தை மீண்டும் அளிக்க வல்லது *(restores)* என்று பூலங்கர் சொன்னார். அது பிரஞ்சு மொழியில் *restaurere* எனப்படும். இந்த பிரஞ்சு சொல்லிலிருந்து தான் ரெஸ்டாரண்டு *(restaurant)* என்ற ஆங்கிலச் சொல் பிறந்தது. (ரெஸ்டாரண்டு என்றால் உணவு பண்டங்களை சமைத்து வாடிக்கையாளர் உண்ண வழங்குமிடம் என்று பொருள்)

உணவுக் கடைகளை நடத்துவதில் ஏகபோகம் பெற்றிருந்த அமைப்பினர், பூலங்கர் மீது வழக்குத் தொடுத்தனர். ஆதில் பூலங்கர் வெற்றி பெற்றார். அவர் இரவு முழுவதும் திறந்திருந்த தன் கடையில் மேற்சொன்ன ‘‘ ரெஸ்டோரண்டை’’ விற்கும் சட்ட இசைவைப் பெற்றார்.

10. கப்பல் ‘‘காலக் கணிப்புக் கருவி’’ பிரான்சில் கண்டுபிடிப்பு

குரோனோமீட்டர் என்ற திட்பக் கா்லக் கணிப்புக் கருவி பற்றி முன்னர் (இ.ச.க.தொகுதி-4) சொல்லப்பட்டிருந்தது. பிரிட்டனில் இத்தகைய காலக் கணிப்பு கருவி 1736 இல் கண்டுபிடிக்கப்பட்டது. பிரஞ்சு நாட்டை சேர்ந்த பியரே லிராய் என்ற மணிப் பொறியாளர் கப்பலில் பொருத்திக் காலம் கணித்தறியக் கூடிய குரோனோமீட்டரை (Chronometer) 1765 இல் செய்தார். அவருக்கு இந்த ஆண்டில் வயது 48. அது கடலோட்டத்திற்கு உதவக் கூடிய மிக முக்கியமான அருங்கருவியாகும். அதில் தற்காலத்து கப்பல்களில் பொருத்தப்பட்டிருக்கும் குரோனோமீட்டர்களில் காணுகின்ற இன்றியாமையாக் கூறுகள் அனைத்தும் இருந்தன. இக்கருவி கண்டுபிடிக்கப்பட்ட இக்காலத்தில் கடலோடிய மரக்கலங்களனைத்தும் பாய்மரக் கப்பல்களாகும்.

1766

அரசியல்

பிரிட்டீசுப் பிரதமர் மூத்த பிட்

அறிவியல்

ஹைடிரஜன் பிரித்தறியப்படுதல்

சமயம்

இரசியத்தில் வழிபாட்டு உரிமை

கலை, இலக்கியம்

ரூசோவின் ''குறையேற்பு''
வேளாண்மை, தொழில், வாணிபம்
கிழக்கிந்தியக் கம்பெனி ஆதாயம் உயர்தல்
பிரான்சில் உள்நாட்டுத் தானிய வாணிபம் தடை
கிறிஸ்தி ஏலக்கடை இலண்டனில் திறப்பு

வரலாறு

கள்ளிக் கோட்டை *(கோழிக்கோடு)*
கொச்சி
பரோடா நாட்டரசு
வரலாற்றில் கலகங்கள்

மக்கள்

ஸ்டிங்கர் லாரன்சு பதவி ஒய்வு
லாலிக்கு மரண தண்டனை
டென்மார்க்கு மன்னர் மரணம்

இராணுவம், போர்

வட கேரளத்தில் ஐதரின் படைகள்
திருவிதாங்கூர் அரண்
பாளையக்காரர் மீது போர்
கொண்டபள்ளி-பிரிட்டீசார் கவர்தல்
கம்பெனிக் கடற்படையில் ஒழுங்கு விதி முறைகள்

பொது

பிட் வைரம், ரீஜண்டு வைரம்
அமெரிக்கத்தில் முத்திரைச் சட்டம் நீக்கம்
புகைன்வில் உலகைச் சுற்றி வரப் புறப்படுதல்

பிறப்பு

தாமஸ் மால்தாஸ் (1766-1834)

1766

1. ஐதரலி வட கேரளத்தின் மீது படையெடுத்தல்.
கள்ளிக் கோட்டை, கொச்சி வரலாறுகள்

ஐதரலியைத் தென்னிந்தியத்தில் எதிர்க்கத் துணிவர் எவருமிலர் என்ற நிலை இக்காலக் கட்டத்தில் தோன்றிவிட்டது.

மைசூர் அரியணையில் பெயரளவில் மன்னராயிருந்து வந்த சிக்க கிருஷ்ணராயன் (1734-1766) இவ்வாண்டு இறக்கவும், நஞ்சராயன் (1767-1770) என்பவரை ஐதரலி மன்னராக்கித் தன் கைப் பொம்மை போல் நடத்தி வரலானார். அவரையும் ஐதரலி விலக்கிவிடப் போகின்றார்.

பதினெட்டு ஆண்டுக்கால எழுச்சி

ஐதரலி மைசூர் நாட்டின் மன்னரல்லரெனினும் மன்னருக்கு இருந்தவற்றை விட மேலான அதிகாரங்கள் அவருக்கு இருந்தன. அவர் அவற்றை வைத்துக் கொண்டு தன் வலிமையால் தனது மேலாண்மையை விரிக்கலானார். ஐதரலி 1749ஆம் ஆண்டு தேவனள்ளிப் போரில் காட்டிய வீரத்தில் எழுச்சி பெறத் தொடங்கியதிலிருந்து, பதினெட்டாண்டுகளுக்குள் மைசூரின் முடிசூடா மன்னராய் விட்டார். அவர் தஞ்சைத் தரணியையும். தென்பாண்டிச் சீமையையும் அடிக்கடி தாக்கி வந்தார். அவருக்கு திண்டுக்கல்லில் வலிமை வாய்ந்த கோட்டை இருந்தது. (இ.ச.க.தொகுதி-6) ஐதரலி கன்னட நாட்டின் மேற்குக் கரையோரப் பகுதிகளையெல்லம் வென்ற செய்திகள் 1763 ஆம் ஆண்டுக் கட்டுரைகளில் சொல்லப்பட்டிருந்தன.

சேர நாட்டின் மீது படையெடுப்பு

ஐதரலியின் மைசூர்ப் படை இந்த 1766 ஆம் ஆண்டு சேர நாட்டின் மீது படையெடுத்து. அதன் வட பகுதிகளையெல்லாம் பற்றிக் கொண்டே வந்தது. பல்வேறு நாயர் தலைவர்களும். கள்ளிக் கோட்டைச் சாமூதிரியும், கொச்சி மன்னரும் ஐதரலியின் படையை எதிர்த்து நிற்க முடியாது நிலை குலைந்தனர். தென் கோடியிலிருந்த வேணாடு என்னும் திருவிதாங்கூர் மட்டுமே இத்தாக்குதலை எதிர்த்து வெற்றி கண்டது. ஐதரின் இந்த வெற்றியுலாவில் வீழ்ந்து விட்ட கள்ளிக்கோட்டை என்ற கோழிக்கோடு நெடிய வரலாற்றுச் சிறப்புடையது.

கள்ளிக்கோட்டை

தென்மேற்கு இந்தியத்தில் வட கேரளத்தில் அமைந்திருக்கும் கள்ளிக்கோட்டை இன்று கோழிக்கோடு என்று பெயர் பெற்றுள்ளது. கள்ளிக்கோட்டை அரபுச் சொல்லென்று வலிந்து கூறுவர். இதற்கு மலையாளத்தில் கோழிக்கோடு என்று பெயர். அதற்குச் சேவல் கோட்டை என்று பொருள். கோழிக்கோட்டு மன்னரான சாமூதிரிக்குக் கோழி கூவுவது கேட்கும் தொலைவு வரையிலுள்ள நாடு தரப்பட்டதால் இப்பெயர் வந்ததென்று பழங்கதைகள் கூறுகின்றன. இதைத் தமிழில் கள்ளிக்கோட்டை என்பர். அதற்குக் கள்ளிச் செடிகள் நிறைந்த கோட்டை என்பது பொருளாம். இதன் சமஸ்கிருதப் பெயர் குக்குடபுரம். குக்குட என்பது சேவலைக் குறிக்கும்.

கள்ளிக்கோட்டை மன்னர்களின் பட்டப் பெயர் குறும்பாடு. இது தமிழில் ஒருவகை ஆட்டைக் குறிக்கும். கள்ளிக்கோட்டையை இக்காலத்தில் ஆண்டிருந்த சாமூதிரியர் பற்றி முன்னர் (இ.ச.க.தொகுதி-6) விவரிக்கப்பட்டிருந்தது. மேலும் பல இடங்களில் ஆங்காங்கே பல குறிப்புகள் இக்களஞ்சிய வரிசையில் வருகின்றன. சாமூதிரி குடியினர் கொங்கு நாட்டுப் பூந்துறைக்காரர்கள் என்று தற்காலத்து வரலாற்றாசிரியர் ஒருவர் கூறுகின்றார். சாமூதிரி குடும்பத்திற்கும் பூந்துறைக்கும் தொடர்புள்ளது என்று கேரள வரலாற்றாசிரியர் பலர் கூறுவதாகவும் சொல்லப்படுகின்றது.

வாஸ்கோ டகாமா

வாஸ்கோ டகாமா *(1469-1524)* போர்ச்சுக்கல்லின் பேலம் என்ற சிறு துறைமுகத்திலிருந்து *150* பேருடன் மூன்று கப்பல்களில் ஏறிக்கிட்டத்தட்ட ஓராண்டுக்காலம் கடலில் திரிந்து விட்டு 1498 மே 21 அன்று கள்ளிக்கோட்டையினருகே கரையிறங்கினார். வட பிரான்சில் ஆங்கிலக் கால்வாய் மீதுள்ள தியப்பி *(Dippe)* என்ற துறைமுகத்திலிருந்து ஒரு கப்பல் தலைவர் வாஸ்கோ டகாமாவிற்கு ஏழாண்டுகளுக்கு முன்னரே *(1491 இல்)* இந்தியத்தை அடைந்து விட்டார் என்று கூறப்பட்ட போதிலும். அதற்குத் திட்டவட்டமான சான்று எதுவும் இலது. ஹைபிலா ஹெரியா *(Hybla Heraea)* என்ற பழம் பெயரையுடையதும், இன்று தென்கிழக்கு இத்தாலியத்தில் தொழில்கள் மலிந்த நகராயிருப்பதுமான ரகுசா என்ற பட்டினத்திலிருந்து, டகாமாவிற்குச் சிறிது காலத்திற்குப் பிறகு இந்துமாக் கடலுக்குக் கப்பல்கள் சென்றன என்று பிராடல் *(Braudel)* என்ற வரலாற்றாசிரியர் கூறுகின்றார்.

தியப்பி, ரகுசா பட்டினங்களிலிருந்து இந்தியத்திற்குக் கப்பல்கள் சென்றன என்பதை நாம் ஒப்புக் கொண்டாலும். அப்பயணங்களால் எதுவும் விளையவில்லை என்பது நமக்குத் தெரியும். ஆனால் டகாமாவின் பயணம் உலக வரலாற்றிற்குப் புதிய ஏடு ஒன்றைச் சேர்த்தது. போர்த்துக்கீசர் இந்துமாக் கடலை அடைவதற்குக் காலங் கடத்தி வந்தனர் என்று தோற்றுகின்ற போதிலும், அவர்கள் கள்ளிக்கோட்டையில் கால் வைத்ததுமே. வல்லாண்மையின் துணை கொண்டு மேற்கத்திப் பண்பாடு இந்தியப் பெரு நிலத்தில் சிறுகச் சிறுக வெள்ளமெனப் பாயலாயிற்று என்பது வரலாறு.

கள்ளிக்கோட்டையில் டகாமா

டகாமா கலத்திலிருந்து கரையிறங்கிக் கள்ளிக்கோட்டைப் பட்டினத்திற்குள் சென்றார். அவர் சென்ற வழியில் தோற்றப் பொலிவுமிக்க ஒரு கட்டடம் இருந்தது.

அவர் அதனுள் வருமாறு அழைக்கப்பட்டார். டகாமா அதை மாதா கோயில் என்று எண்ணிக் கொண்டார். உள்ளே பெண் தெய்வத்தின் உருவம் இருந்தது. டகாமா அது யாருடைய உருவம் என்று கேட்க ''மாரி, மாரி என்றனர். அவர் அதை மேரி என்று நினைத்துக் கொண்டார். உண்மையில் அது பகவதியம்மன் கோயில். ஆனால் புனிதர் தோமா *(St.Thomas)* இந்தியத்தில் கிறித்தவத்தைப் பரப்பினார் என்பதை டகாமா அறிந்திருந்ததால் அதைக் கிறித்தவக் கோயில் என்றெண்ணி மண்டியிட்டு வணங்கினார்.

ஆனால் டகாமாவிற்குப் பிறகு கள்ளிக்கோட்டைக்கு வந்திருந்த லுடோவிச்சோ தி வர்த்தேமா *(Ludovico di Varthema)* என்ற பொலோனா *(Blogna:* வட இத்தாலியில் அப்பினைன்ஸ் மலையடிவாரத்திலுள்ள நகரம்) நகரத்துக்காரர். இங்கு சைத்தான்கள் வணங்கப்படுகின்றன என்று எழுதி வைத்திருக்கின்றனர் என்பது குறிப்பிடத்தக்கது. அவர் தென்னிந்தியத்தில் 1503 முதல் 1508 வரை இருந்தார். அவர் கள்ளிக்கோட்டை மன்னர் சாமூதிரி பற்றியும் எழுதியிருக்கின்றார். இக்காலத்து ஐரோப்பியர் இந்தியம் பற்றிச் சரியாக அறியாதிருந்ததை இவை காட்டுகின்றன.

கள்ளிக்கோட்டையில் முஸ்லிம்கள்

டகாமா கள்ளிக்கோட்டையில் வந்திறங்கிய காலத்தில் முஸ்லிம் வணிகர்கள், குறிப்பாக அரபு வணிகர்கள் அங்கு வலுவாய்க் காலூன்றியிருந்தனர். அரேபியத்துடனும் இஸ்லாமிய எகிப்துடனும் பதின்மூன்றாம் நூற்றாண்டு வாக்கில் நடந்து வந்த வாணிபத்தில் பெரும்பகுதி வட கேரளத்தின் கண்ணனூரிலும் கள்ளிக் கோட்டையிலும் குவிந்திருந்தது. கள்ளிக்கோட்டைச் சாமூதிரி பதினோராம் நூற்றாண்டில் கரையோரப் பகுதியைக் கைப்பற்றியதும், தன் புதிய துறைமுகமான கள்ளிக்கோட்டையில் குடியேறிய அரபு வணிகர்களுக்குத் தனிச் சலுகைகள் தந்ததும், இங்ஙனம் அங்கு வாணிபம் வந்து குவியக் காரணமாகும்.

கள்ளிக்கோட்டையில் செங்கு ஹோ

சீனப் பேரரசரின் உயர் கப்பற் தலைவரான (அட்மிரல்) செங்கு ஹோ கொண்டு வந்திருந்த மிகப்பெரிய கப்பல் தொகுதி 1405 முதல் 1433 வரை ஏழு முறை மேற் கொண்ட கடற்பயணங்களின் போது கள்ளிக்கோட்டைக்கும் வந்திருந்தது என்பது குறிப்பிடத்தக்கது.

கள்ளிக்கோட்டைச் சாமூதிரி இந்து சமயத்தவராயிருந்தாலும், முஸ்லிம்களுக்கு அவர் பேராதரவு தந்து வந்தார். அரபுகள் வாணிபத்தில் ஐரோப்பியருக்கு நெடுங்காலமாகப் பகைவராயிருந்து வந்தனர். ஐரோப்பியர் இந்தியத்திலிருந்தும் சீனத்திலிருந்தும் கிழக்கிந்தியத் தீவுகளிலிருந்தும் இறக்குமதி செய்த பொருள்கள் யாவும் பாரசீக வளைகுடா வழியே சென்று நிலவழியாக அவர்களையடைந்தன. அப்பண்டங்கள் ஊடு கடந்து சென்ற நாடுகளிலிருந்த முஸ்லிம் மன்னர்கள் அவற்றுக்குத் தீர்வை வாங்கினர். மேற்சொன்ன நாடுகளிலிந்து ஐரோப்பியர் பெற்ற பண்டங்கள் யாவும் முஸ்லிம் வணிகர்களின் ஏகபோகமாயிருந்தன. போர்த்துக்கீசர் வாழ்ந்த ஐபீரியத் தீவக்குறையில் பதினைந்தாம் நூற்றாண்டு வரையிலும் (1492) மூர்கள் என்ற முஸ்லிம்களின் ஆட்சி நடந்தது.

ஐரோப்பியர்-முஸ்லிம் பகைமை

ஐபீரியத் தீவக்குறை (ஸ்பெயினும் போர்ச்சுக்கல்லும் அமைந்துள்ள தீவக்குறை)

மாந்தரான ஸ்பானியரும் போர்த்துக்கீசரும் முஸ்லீம்களை எதிர்த்துப் போரிட்டுச் சோர்ந்து விடவில்லை. அந்த எதிர்ப்பு அவர்களுக்கு மேலும் மேலும் புது வேகத்தைக் கொடுத்தது. அதனால்தான் அரபுகளின் கீழையுலக வாணிப ஏகபோகத்தை ஒழிப்பதில் பிற ஐரோப்பியரை விட ஐபீரியர் முன்னின்றனர். பாப்பரசர் ஸ்பெயினுக்கும் போர்ச்சுக்கல்லுக்கும் அளித்த புல் என்ற ஆணையில் இவ்வாறு கூறப்பட்டிருந்தது.

''இஸ்லாத்தை அதன் பின்புறமிருந்து தாக்கி, அதன் ஆணிவேரை அறுத்தெறிய வேண்டும்.''

போர்த்துக்கீசியர் இந்த ஆணைப்படி முஸ்ஸிம் வணிகரை இந்துமாக் கடலின் பேரிந்தியப் பகுதியிலிருந்து விரட்டியடிப்பதைக் குறிக்கோளாய்க் கொண்டு, அடுத்து வந்த நூற்றாண்டுகளில் வெற்றி பெற்றதற்குத் தொடக்கப் புள்ளியாகவும் முதற் களமாயும் அமைந்தது கள்ளிக்கோட்டையேயாகும்.

முஸ்லிம்களுக்குச் சாமூதிரி ஆதரவு

சாமூதிரி முஸ்லிம்களுக்கு ஆதரவு தந்து வந்தமையால் அவருக்கும் போர்த்துக்கீசருக்கும் பல காலம் மோதல்கள் நடந்து வந்தன. சாமூதிரி இறுதியில் 1513 ஆம் ஆண்டு போர்த்துக்கீசருடன் சந்து செய்து கொண்டார். போர்த்துக்கீசர் அவ்வாண்டு கள்ளிக்கோட்டையில் ஒரு பண்டசாலையை நிறுவினர்.

கள்ளிக்கோட்டையில் ஆங்கிலேயர், டச்சுக்காரர்.

1766

ஆங்கிலேயர் சாமூதிரியின் ஒப்புதல் பெற்று 1616 இல் கள்ளிக்கோட்டையில் தம் பண்டசாலையை அமைத்தனர். டச்சுக்காரர் 1664 இல் அப்பண்டசாலையை அப்புறப்படுத்தினர். காப்டன் கிடு என்ற ஆங்கிலக் கடற்கொள்ளையர் 1695 ஆம் ஆண்டு கள்ளிக்கோட்டையை நாசம் செய்தார்.

சீனர், ரோமானியர், எகிப்தியர், அரபுகள் முதலானோருக்கு வேண்டிய மணக்காரப் பண்டங்களின் (*spices*) அங்காடியாகக் கிறித்தவ அப்தத்திற்கு முன்னரே விளங்கி வந்த சேர நாட்டின் தொன்மையான துறைமுகங்கள் பொலிவிழந்த பின்னர், வரலாற்று இடைக்காலத்தில் சாமூதிரிகளினால் தோற்றுவிக்கப்பட்ட கள்ளிக்கோட்டைத் துறைமுகம், ஐரோப்பியரின் வாணிப நாட்டத்திற்குக் குறிப்பிடத்தக்க மையமாக விளங்கி வந்தது என்பதை இச்செய்திகளிலிருந்து அறியலாம்.

ஐதரலி படையெடுப்பு

ஐதரலி 1766 ஆம் ஆண்டு கள்ளிக்கோட்டையைக் கைப்பற்றினார். ஐதரலி படையின் முன்னேற்றத்தைத் தடுத்து நிறுத்தும் வல்லமையுள்ள எந்த அரசும் இப்போது சேர நாட்டில் இல்லை. அதனால் சாமூதிரி தன் அரண்மனைக்குத் தீ வைத்துவிட்டுத் தன் குடும்பத்தினருடன் தற்கொலை செய்து கொண்டார். ஐதரலி 1766 பிப்ரவரி 26 அன்று கண்ணனூருக்கும் பொன்னாணிக்கும் இடைப்பட்ட பெரு நிலப் பரப்பைத் தன் கைக்குக் கொண்டு வந்துவிட்டார்.

ஐதரலி அதன்பிறகு, கள்ளிக்கோட்டையில் ஐரோப்பிய பண்டசாலையை நடத்தி வரவும் ஏற்கெனவே அவர்களுக்கு இருந்து வந்த சலுகைகளை அவர்கள் தொடர்ந்து பெற்று வரவும் இசைந்தார்.

ஐதரலி இந்த வெற்றியை ஒன்று கூட்டி வலுப்படுத்த உறுதி பூண்டார். தன்னை எதிர்த்துப் போரிட்ட நாயர்கள் ஆயுதம் ஏந்தலாகாது என்று ஐதர் தடை விதித்தார். அதை மீறியவர்களைக் கடுமையாய்த் தண்டித்தார். நாயர்கள் தாழ்ந்த சாதியினர் முன் எழுந்து நின்று வணங்க வேண்டுமென்று கட்டளையிட்டார். ஐதர் சமயப் பொறையற்ற செயல்களில் ஈடுபட்டார் என்பதில் ஐயமிலது. ஆனால் கேரளத்தின் இழிபெயர் பெற்ற சாதிப் பாகுபாடு அவருக்குப் பெரிய அதிர்ச்சியைக் கொடுத்தது. ஐதரின் கட்டாய மத மாற்றத்தினால்தான் மலபாரின் நாட்டுப் புறங்களில் வாழ்ந்த ஏழைக் குடியானவர்கள் இஸ்லாம் தழுவினர் எனலாம்.

கொச்சி

ஐதரின் படை மேலும் கீழிறங்கி வந்ததைக் கண்ட கொச்சி மன்னர் அஞ்சிக் கிலி கொண்டார்.

கொச்சி அரசர்குடி சுமார் கி.பி 1500 ஆம் ஆண்டு ஆட்சிக்கு வந்தது. இக்குடியின் ஆட்சி 1949 வரை நீடித்தது. ஐதரலி 1766 இல் படை கொண்டு வந்தபோது கொச்சியில் இரண்டாம் கேரள வர்மன் (1760-1775) ஆண்டு கொண்டிருந்தார்.

கொச்சி என்றால் மலையாள மொழியில் சிறியது என்று பொருள்படும். கொச்சி என்பது சிறிய நாடு என்பது இதனால் பெறப்படுகின்றது. போர்த்துக்கீசர் கொச்சியுடன் இன் விகுதி சேர்த்துக் கொச்சின் என்றனர். இதுவே ஆங்கிலத்திலும் *Cochin* என்று வழங்கி வந்தது. இப்போது ஆங்கிலத்தில் *Kochi* என்றே எழுதப் படுகின்றது. இதைக் கன்னியர் ஊர் என்ற பொருளில் பாலபுரி என்று சம்ஸ்கிருதத்தில் அழைத்தனர். இதைக் கோஷ்ரி நகரி-செல்வம் நிறைந்த நகரம் என்றும் வழங்கினர். மலையாளத்தார் கொச்சியைப் பெரும்படப்பு (பெரும் படைப்பு) என்றழைத்தனர். கொச்சி அரசகுடிக்குப் பெரும் படைப்புச் சொரூபம் என்ற பெயர் இருந்தது.

கொச்சி நகரம் முன்னர் ஓர் ஆற்றின் கரை மீது இருந்தது. அங்கிருந்த காயலில் 1341 ஆம் ஆண்டு பெரிய மாறுதல்கள் ஏற்பட்டன. அதற்குப் புயல் காரணமா அல்லது நில நடுக்கம் காரணமா என்பது தெரியவில்லை. இந்த இயற்கை மாறுதலின் விளைவாக அங்கு வைப்பீன் என்ற தீவு உண்டானது. அது புத்துவைப்பு (புதிதாக வைக்கப்பெற்றது) என்று பெயர் பெற்று வைப்பீன் என்று மருவிற்று. கொச்சி நகரம் வைப்பீன் தீவின் வடகிழக்கிலுள்ளது. அந்நகரம் திருவிதாங்கூர்க் குடா அல்லது கழிமுகம் நெடுகிலும் விரிந்த மட்டஞ்சேரி, யூதர் நகரம் ஆகிய பகுதிகளையும் உள்ளடக்கியது. கடலில் எந்தத் திக்கில் இருந்து பார்த்தாலும் கொச்சி நகரம் தெரியும். கொச்சித் துறைமுகம் சென்னைத் துறைமுகத்தைவிட ஆழமானது.

புனித தோமா இறங்கினார்

புனித தோமா இப்பகுதியில் தான் கி.பி 52 ஆம் ஆண்டு கரையிறங்கினார் என்பது செவிவழிச் செய்தி.

போர்த்துக்கீசக் கடலோடியான கபரால் கள்ளிக்கோட்டையைத் தாக்கிய பின்னர் 1500 ஆம் ஆண்டு கொச்சிக்கு வந்தார். கொச்சி மன்னர் அவரை அன்புடன் வரவேற்றார். கொச்சி அரசவையின் முதல் மன்னரான முதலாம் உன்னி இராமகோயில் (சு.1500-1503) அப்போது ஆட்சியிலிருந்தார். போர்த்துக்கீசர் கொச்சி மன்னரை ''தயங்கும் படுகள்ளன்'' (*reluctant rascal*) என்று வருணித்தனர்.

கொச்சியில் போர்த்துக்கீசருக்கு வாணிப உரிமைகள்

போர்த்துக்கீசர் கள்ளிக்கோட்டையில் தமக்கு ஏகபோக வாணிப உரிமை வேண்டுமென்று சாமூதிரியிடம் கோரினர்; சாமூதிரி அதைக் கடுமையாக எதிர்த்த பிறகு தான் அவர்கள் கொச்சி சென்று அங்கு நிலை பெறுவதென்பது முடிவு செய்தனர். பெத்ரோ ஆல்வாரஸ் கபரால் கொச்சி அரசருடன் 1500 ஆம் ஆண்டு நட்புக் கொள்ள முயன்று 1505 இல் தான் அவர்களிடையே நட்புறவு உடன்படிக்கை ஏற்பட்டது. போர்த்துக்கீசர் அதன் பிறகு கொச்சியில் தம் பண்டசாலையை அமைத்தனர். போர்த்துக்கீசரின் வரவு கொச்சித் துறைமுகத்தைச் செழிப்பான வாணிப மையமாக்கு வதற்கு வந்து வாய்த்த நல்ல வாய்ப்பு என்று அந்நாட்டு மன்னர் கருதினார். அவர் போர்த்துக்கீசருக்கு விசுவாசமானவராய் நடந்து கொண்டார். கபரால் கொச்சியில் மிளகை ஏற்றிக் கொண்டு கப்பலில் போர்ச்சுக்கல் திரும்பினார்.

இந்தியத்தில் ஐரோப்பியர் கட்டிய முதற்கோட்டை

வாஸ்கோ டகாமா 1502 ஆம் ஆண்டு இரண்டாம் முறையாகச் சேர நாடு வந்து கொச்சியில் ஒரு பண்டசாலையை நிறுவினார். கள்ளிக்கோட்டைச் சாமூதிரி கொச்சி மன்னரை வைப்பீன் தீவில் முற்றுகையிட்ட நேரத்தில் போர்த்துக்கீசர் கொச்சி அரசரின் உதவிக்கு வந்தனர்.

அல்புகுவர்க்கு கொச்சியில் 1505 இல் மனுவேல் என்ற ஒரு கோட்டையைக் கட்டினார். இதுவே ஐரோப்பியர் முதன் முதலாக இந்தியத்தில் கட்டிய கோட்டையாகும். டாம் துவார்த்தே தெ மெனிகஸ் (1521-1524) என்ற போர்த்துக்கீச வைசிராய் மனுவேல் கோட்டையை விரித்துக் கட்டினார். துவார்த்தி பச்சக்கோ என்பவரின் தலைமையில் சில நூறு வீரர்களை அல்புகுவர்க்கு கொச்சியில் நிறுத்தி விட்டுத் தாயகம் திரும்பினார்.

டாம் ஃபிரான்சிஸ்கோ தெ அல்மெயிடா (1505-1509) இந்தியத்தில் முதல் போர்த்துக்கீச வைசிராயராக 1505 இல் வந்து சேர்ந்தார். அவரையடுத்து மேற்சொன்ன அஃபோன்சோ தெ அல்புகுவர்க்கு 1509 ஆம் ஆண்டு வைசிராயாக 1515 வரை பதவியிலிருந்தார்.

1766

இந்திய சரித்திரக் களஞ்சியம் | 225

அல்மெயிடா

டகாமா கொச்சியில் அடக்கம்

வாஸ்கோ டகாமா 1524 ஆம் ஆண்டு கிறிஸ்துமஸ் நாளன்று கொச்சியில் அடக்கமானார் என்று வரலாற்றாசிரியர் கூறுவர்.

ஃபிரான்சிஸ்கன் சபை மடத்தைச் சேர்ந்த தலையாய புனித பிரான்சிஸ் கோயில் கல்லறைத் தோட்டத்தில் டகாமா அடக்கம் செய்யப்பட்டார். (கீழே காண்க) அவருடைய எச்சங்கள் 1538 ஆம் ஆண்டு டகாமாவின் மகனால் போர்ச்சுக்கல்லுக்குக் கொண்டு செல்லப்பட்டன.

ஃபிரான்சிஸ் சேவியர் சாமியார்

ஃபிரான்சிஸ் சேவியர் சாமி (1506-1552) இப்பகுதியில் 1530 வாக்கில் சமயப் பணி செய்து பலரைக் கிறித்தவராக்கினார். கொச்சியில் 1557 ஆம் ஆண்டு சாந்த குருசுச் சர்ச்சு கட்டப்பட்டது. ஏசு சபையினர் இந்தியத்தில் முதன்முதலில் அச்சிட்ட புத்தகத்தை 1577 ஆம் ஆண்டு கொச்சியில்தான் வெளியிட்டனர்.

போர்த்துக்கீசர் 1510 ஆம் ஆண்டு கொச்சியில் புனித பிரான்சிஸ் சர்ச்சைக் கட்டினர். இதுவே ஐரோப்பியர் முதன்முதலில் இந்தியத்தில் கட்டிய சர்ச்சு ஆகும். இது முதலில் மரத்தால் கட்டப்பட்டது. பின்னர் கல்லால் இக்கோயிலைக் கட்டியெழுப்பினர்.

போர்த்துக்கீசரும் கொச்சியும்

கொச்சி பதினாறாம் நூற்றாண்டில் போர்த்துக்கீசரின் கவனத்தைப் பெரிதும் ஈர்த்திருந்தது. அக்காலத்தில் மன்னரையும் அவருடைய குடியினரையும் சேர்ந்த கோயிலும், அக்கோயிலையும் துறைமுகத்தையும் சுற்றியமைந்த குடியிருப்புகளுமே கொச்சியில் இருந்தன. ஆனால் நாம் மேலே கூறியவாறு போர்த்துக்கீசர் 1505 ஆம் ஆண்டு அங்கு ஒரு கோட்டையைக் கட்டியதும், நாட்டு மக்கள் வாழ்ந்த கொச்சியை விட்டுச் சற்று தள்ளிப் புனித பிரான்சிஸ் சர்ச்சும், புதுக் குடியிருப்பின் இதர அமைப்புகளும் தோன்றின.

போர்த்துக்கீசர் நாட்டு மக்கள் வாழ்ந்த பகுதியை மேலக் கொச்சி (Cicgub d Lima) என்று தம் ஆவணங்களில் குறித்தனர். அப்பகுதியைக் கொச்சியின் இன்றைய மட்டஞ்சேரி என்று கொள்ளலாம். போர்த்துக்கீசர் அமைத்த குடியேற்றம் ஒரு நகருக்குரிய உரிமைகளோடும், சலுகைகளோடும் எழும்பிற்று. அதை இந்நாளையக் கொச்சிக் கோட்டைப்பகுதி என்று கொள்ளலாம். அது போர்த்துக்கீசக் கொச்சி என்று அழைக்கப்பட்டது.

முக்கியத்துவம் வாய்ந்த எந்த எழுத்தாளரும், எந்த நாடோடியும் கொச்சியைப் பற்றிப் பதினைந்தாம் நூற்றாண்டிற்கு முன்னர் எதையும் குறித்தனரல்லர். நாம் மேலே

கூறிய இயற்கை மாறுதல் நிகழ்ந்த 1531 ஆம் ஆண்டிற்குப் பிறகுதான், கொச்சி கப்பல்கள் வரத் தகுந்த இயற்கைத் துறைமுகமாயிற்று.

சீனக் கப்பல் தலைவர் செங்கு ஹோவுடன் வந்திருந்த மா ஹூவான் (சு 1409) என்ற சீனர்தான் கொச்சியைப் பற்றி முதன்முதலில் எழுதி வைத்தவர் எனலாம். அவர் கள்ளிக்கோட்டையைப் பற்றியும் எழுதி வைத்திருக்கின்றார். அவரையடுத்து இத்தாலிய நாடோடியான நிக்கோலோ கோண்டி (இ.ச.க.தொகுதி-3) பதினைந்தாம் நூற்றாண்டுக் கொச்சியைப் பற்றி எழுதியிருக்கின்றார்.

போர்த்துக்கீசர் ஐபீரியத் தீவக்குறையின் டாகஸ் என்ற ஆற்றின் கரை மீதமைந்த துறைமுகத்தில் மரக்கலம் ஏறிக் கிழக்காப்பிரிக்கக் கரையை அடைந்ததுமே, அவர்களின் அடுத்த இலக்குக் கள்ளிக்கோட்டையாகத்தானிருந்தது. அந்தக் காலத்தில் மணக்காரப் பண்டத் துறைமுகம் என்று அனைவராலும் கொச்சி அறியப்பட்டிருந்தது.

கொச்சி பாதுகாப்பான துறை

கொச்சித் துறைமுகம் கப்பல்களைப் பொருத்தமட்டிலும் உலகிலேயே மிகச் சிறந்தது என்று அல்புகுவர்க்கு 1504 ஆம் ஆண்டே கூறியிருக்கின்றார். போர்த்துக்கீசர் கொச்சி மன்னருடன் கொண்டிருந்த நட்பைப் பேணிக் காப்பதென்றும், கள்ளிக் கோட்டைக்குப் போட்டியாகக் கொச்சித் துறைமுகத்தை வளர்ப்பதென்றும் உறுதி பூண்டிருந்தமையால் பல்வேறு அரசியல் தந்திர நடவடிக்கைகளில் ஈடுபட்டனர்.

கொச்சியின் மன்னரான முதலாம் உன்னி இராமகோயில் போர்த்துக்கீசருக்குப் பல வகைகளில் உதவினார். போர்த்துக்கீசர் 1501, 1502 ஆகிய ஆண்டுகளில் மணக்காரச் சரக்குகள் வாங்கக் கையில் பணமின்றித் தவித்த போது, கொச்சி மன்னர் முன் வந்து அவர்களுக்குக் கடனுக்குச் சரக்குகளை வாங்கித் தந்தார். அவர் உள்ளூர் வணிகர்களிடம் போர்த்துக்கீசருக்காகப் பணத்திற்குப் பொறுப்பேற்றார்.

1766

கொச்சியில் செட்டியார்கள்

கொச்சியில் செட்டியார் பலர் இக்காலத்தில் வாணிபம் செய்து வந்தனர். கொச்சிக்கும் தமிழ் நாட்டின் சோழ மண்டலக் கரைக்குகிமிடையே சுறுசுறுப்பான வாணிபம் நடந்து கொண்டிருந்தது. கொச்சி இந்தியத்தின் மேற்குக்கரைத் துறைமுகங்களுடனும், குறிப்பாய்த் தக்காணத்துடனும், காம்பேயுடனும் உயிர்நாடியான வாணிபத்தில் ஈடுபட்டிருந்தது. மிளகு, கொப்பரைத் தேங்காய், அடைக்காய் (பாக்கு), கருப்பட்டி, வெல்லம் முதலியன கொச்சியிலிருந்து காம்பே, தாபுல், சௌல் ஆகிய மேற்குக் கரைப்பகுதிகளுக்கும், தென்னகத்தின் இதர வாணிப மையங்களுக்கும் சென்றன.

கொச்சியில் கப்பல் கட்டும் வேலைகள்

கொச்சியில் கப்பல் கட்டும் வேலைகளும், செப்பனிடும் பணிகளும் நடந்தன. இங்கு கரையோரத்தில் கப்பல் கட்டப்பட்டதைப் பொருத்த வரையில், அது போர்ச்சுக்கல்லின் தலைநகரான லிஸ்பனுடன் ஒப்பிடத்தக்கது என்று கருதினர். இங்கு காரவல், கேலியன் என்ற கப்பல் வகைகள் பதினாறாம் நூற்றாண்டின் முற்பாதியில் கச்சிதமாய்க் கட்டப்பட்டன. (காரவல்: இது 15, 16 ஆம் நூற்றாண்டுகளில் ஸ்பானியரும் போர்த்துக்கீசரும் கடலில் செலுத்திய இரண்டு அல்லது மூன்று பாய்மரங்களைக்

கொண்ட மரக்கல வகையாகும். காரவல் அகன்ற அடித் தண்டைக் கொண்டது. இதன் பின்கோடி மேடைத் தளம் உயர்ந்திருக்கும். முக்கோன அமைப்புடைய பாய்கள் கட்டப்பட்டிருக்கும்.)

கேலியன்: இது மூன்று அல்லது அதற்கு மேற்பட்ட பாய்மரங்களுடைய பெரிய மரக்கலமாகும். இதன் பின்பகுதியில் முக்கோணப் பாய்களும் முற்பகுதியிலும் நடுப் பகுதியிலும் சதுரப் பாய்களும் கட்டப்பட்டிருக்கும். கேலியன் வகைக் கலங்கள் போர்க் கப்பலாயும் வாணிபக் கப்பலாயும் 15 முதல் 18 ஆம் நூற்றாண்டு வரை கடலோடின.

கொச்சியுடன் இத்தாலிய ஜெர்மானிய வணிகர்கள் பதினாறாம் நூற்றாண்டின் முற்பகுதியில் ஏற்படுத்திக் கொண்ட வாணிபத் தொடர்புகளை நோக்குமிடத்து அது எவ்வளவு பெரிய பன்னாட்டு வாணிப மையமாக மேல் நிலை பெற்றிருந்தது என்பது புலனாகும்.

கொச்சியில் யூதர்

யூதர் என்ற இசுரேலிய மக்கள் கி.பி. ஐந்து அல்லது ஆறாவது நூற்றாண்டில் சேர நாட்டின் முசிறியைச் சுற்றிக் குடியமர்ந்தனர். இது தமிழகத்தில் கிட்டத்தட்டக் களப்பிரர் ஆட்சி ஒழிந்த அமைதியான கால கட்டமாகும். தமிழ்நாட்டில் களப்பிரர் புகுந்தமையால் அதன் இரு கரையோரப் பகுதிகளிலும் நடந்து வந்த வாணிபமும் சீர் குலைந்தது என்பர். யூதர் குடியமர்ந்த பண்டை முசிறி இன்று கிராங்கனூர் என்று திரிந்து வழங்குகின்றது. குரங்கினூர் என்பதே கிராங்கனூர் என்று மேலும் திரிந்தது.

யூதர் முயற்சியில் வந்தமர்ந்த காலத்திலேயே அங்கு கிறித்தவர் சமூகம் ஒன்று ஏற்கனவே வாழ்ந்திருந்ததை யூதர்களின் வரலாற்றுக் குறிப்புகள் காட்டுகின்றன.

யூதர் கூட்டம் ஒன்று கொச்சியில் கி.பி. ஆறாம் நூற்றாண்டில் குடியேறிற்று. எருசேலத்தில் கி.பி. 70 ஆம் ஆண்டு யூதர்களின் கோயில் அழிக்கப்பட்டது யூத மக்கள் அங்கிருந்து வெளியேறி நாடு கடந்து சிதறினர். (இதை ஆங்கிலத்தில் Diaspora என்பர்) கொச்சி யூதர்களைச் சேர மன்னர் வரவேற்று நன்முறையில் நடத்தினார். யூதர்கள் காலப்போக்கில் நாட்டு மக்களின் பல்வேறு வாழ்க்கைக் கூறுகளிலும் குறிப்பாய் அரசியலிலும் பங்கேற்றனர்.

ஐதரலி படையெடுப்பில் கொச்சிக்கு யூதர் உதவி

ஐதரலி இத்தகைய கொச்சி மீது படையெடுத்து வந்த போது போர்த்துக்கீசியர் அங்கு இருந்திலர். கொச்சிக்கு உதவுவதெற்கென்று வேறு எவரும் இலர். சேர நாடு நாடுவாழிகள் என்ற குறுநில மன்னர்களால் சிதறுண்டு கிடந்தது. தெற்கிலிருந்து வேணாடு என்ற திருவிதாங்கூர் மட்டுமே மார்த்தாண்ட வர்மனின் முயற்சியால் வலுப்பெற்றுப் பல சிற்றரசுகளை வென்று தன் ஆட்சிப் பரப்பை விரித்துக்கொண்டிருந்தது. வேணாடு கொச்சிக்கும் பெரிய அறை கூவலாக எழுந்திருந்தது. இந்நிலையில் ஐதரலி பெரும்படை கொண்டு வந்த காலையில் கொச்சியில் செல்வாக்கு பெற்றிருந்த யூதரே மன்னருக்கு உதவ முன் வந்தனர்.

அங்கு எசக்கியேல் ரகாபி என்ற யூதர் குடும்பம் மேன்மையுற்றிருந்தது. வரலாற்று இடைக்காலத்தில் சேர மன்னர்களிடம் ரப்பன் என்ற யூதர் குடும்பத்திற்கு இருந்து வந்த செல்வாக்கை ரகாபி குடும்பமும் பெற்றிருந்தது. ரகாபி குடியினர் வடமேற்குச் சிரியத்திலிருக்கும் வெகு தொன்மையான அலப்போ என்ற நகரத்திலிருந்து 1646 ஆம்

ஆண்டு கேரளத்தில் வந்திறங்கினார். அவர்கள் வெகு விரைவிலேயே நாட்டு மக்களிடத்திலும் டச்சுக்காரிடத்திலும் மிகுந்த நெருக்கமாகி விட்டனர். யூதர்களின் அரசியல் தந்திரச் சூழ்ச்சித்திறன் கொச்சி மன்னருக்கு இரு முறை பயன்பட்டது.

கொச்சி அரசுரிமை பற்றிச் சிக்கல் எழுந்தபோது, யூதர்கள் டச்சுக்காரரை அதில் தலையிடுமாறு செய்து அதைத் தீர்க்கச் செய்தனர். இப்போது *(1766)* ஐதரலி படையுடன் வந்த நேரத்தில் யூதரின் அரசியல் தந்திரம் இரண்டாவது முறையும் பயன்பட்டது.

ஐதரின் படைகள் வடக்கிலிருந்து கொச்சியை நெருங்கி வந்து கொண்டிருந்தன. அப்போது எசக்கியேல் ரகாபி கொச்சி மன்னரின் சார்பில் ஐதருடன் கலந்து பேசி அவருக்கு திறை செலுத்துவதாய் ஆசை காட்டி அவரது படை முன்னேறுவதை தடுத்து நிறுத்தினார்.

சேர நாட்டின் வெகு தொன்மையான கடற்கரைப் பட்டினங்களெல்லாம் வலிவும் பொலிவும் இழக்கின்ற கால கட்டம். இதற்கு முன்னரே தோன்றிவிட்டது.

கொச்சி-எர்ணாகுளம்

இன்று கொச்சிப்பட்டினம் காயல்கள் சூழ்ந்த பல தீவுகளும் பெரு நிலப் பகுதிகளும் அடங்கிய தொகுதியாய் விளங்குகின்றது. இப்பகுதிகளனைத்தும் பாலங்களாலும் தோணிகளாலும் ஒன்றோடொன்று இணைக்கப்பட்டுள்ளன. இதில் கொச்சியின் தென் தீவக்குறையும் பெருநிலப்பரப்போடு சேர்ந்த எரணாகுளமும், வில்லிங்டன் போல்கட்டி, குண்டு, வைப்பீன் தீவுகளும் சேர்ந்திருக்கின்றன.

அரனார் குளம் என்பது எரணாகுளம் என்று திரிந்ததென்பார். சமஸ்கிருதத்தில் இதை ஹரநாககுளம், அதாவது சிவ நாகம் உறையும் குளம் என்று அழைத்தனர். எரணாகுளத்தில் டச்சுக்காரர் *1744* இல் கட்டிய போல்கட்டி அரண்மனை இன்றும் உள்ளது. அது இப்போது அரசினர் சுற்றுலா மாளிகையாய் பயன்பட்டு வருகின்றது.

டச்சு அரண்மனை என்று தவறாய் அழைக்கப்படும் மற்றொரு மாளிகையைப் போர்த்துகீசர் *1555* இல் கட்டினர். இதற்கு மட்டஞ்சேரி அரண்மனை என்ற பெயரும் உண்டு. டச்சுக்காரர் *1663* இல் இதை செப்பனிட்டுப் புதுப்பித்தமையால் இதற்கு டச்சு அரண்மனை என்று பெயர் ஏற்பட்டிருக்கலாம் என்று கருதுவர். அவர்கள் இந்த அரண்மனையை கட்டி கொச்சி அரசர் குடிக்குக் கொடையளித்தனர். இக்குடியினர் இங்குள்ள அரசவை மண்டபத்தில் முடி சூட்டிக்கொள்வது வழக்கமாயிருந்தது.

கொச்சி மட்டஞ்சேரியிலுள்ள யூதர் கோயிலான சினகாகு *1569* இல் கட்டப்பெற்றது. இது தென்னாசியத்தலேயே முது பழமையானது. உலகின் பழமையான சினாகுகளில் ஒன்றாக விளங்குவது. இங்கு ஒவ்வொன்றும் ஒவ்வொரு கோலமுடையதாய் முற்றிலும்கையாலேயே தீட்டப்பெற்ற அலங்காரமான தளக்கற்கள் தரையில் பதிக்கப் பெற்றுள்ளன. இவற்றை நாம் மேலே கூறிய யூத வணிகரான ரகாபி சீனத்திலிருந்து *1776* ஆம் ஆண்டு இறக்கினார். இக்கோயிலில் எபிரேயரின் பழைய ஏற்பாடு எழுதப்பெற்ற விலை மதிப்பில்லாத சுருணைகளும், யூத வணிகரான ரப்பனுக்கு இரண்டாம் சேரப் பேரரசின் மன்னரான இரவி வர்மன் *(962-1020)* அளித்த சலுகைப் பட்டயமான செப்பேடுகளும் காத்து வைக்கப்பட்டுள்ளன.

வேணாட்டின் வலிமை

வட கேரளத்தில் ஐதர் நடத்திய படையெடுப்பு முழு வெற்றியாக அமைந்தது.

ஆனால் தென் கேரளமென்னும் வேணாடாகிய திருவிதாங்கூர் வலிமை பெற்று விளங்கியதால், ஐதர் தெற்கே வரவில்லை.

மார்த்தாண்ட வர்மனின் (1729-1758) ஆட்சி 29 ஆண்டுகள் நடந்த பிறகு, அவருடைய சகோதரி மகனான தர்மராசா 1758 இல் தன் 39 ஆவது வயதில் வேணாட்டின் மன்னரானார். (இ.ச.க தொகுதி-6) அவர் தன் தாய் மாமனான மார்த்தாண்ட வர்மனிடம் இளவயதிலிருந்தே ஆட்சியிலும், போர் முறையிலும் பயிற்சி பெற்றிருந்தார். தர்மராசாவிற்கு பக்கபலமாக ஐயப்ப மார்த்தாண்ட பிள்ளையும் அவரின் பின் வர்க்கலைக் கப்பய்யன் என்ற திருவிதாங்கூர் பிராமணரும் தளவாய்களாகப் பணியாற்றினர்.

மார்த்தாண்ட வர்மனின் படைத் துறையில் பல்வேறு பிரிவுகளுக்கு பொறுப்பாயிருந்து ஜெனரல் என்ற ''வலிய கப்பித்தன்'' ஆக உயர்நிலை பதவி பெற்ற ஐரோப்பியரான டிலென்னாயும் (இ.ச.க.தொகுதி-6) தர்ம ராசாவிற்கு துணை நின்றார். வேணாட்டுப் படையில் முஸ்லீம்களும், பட்டானியரும் ஐரோப்பியர் பலரும் இருந்தனர். தர்மராசாவும் மார்த்தாண்ட வர்மனை பின்பற்றி நாடு வாழிகள் பலரையும் வென்று, அவர்களின் ஆட்சிப் பரப்பை வேணாட்டுடன் சேர்த்திருந்தார்.

திருவிதாங்கூர் மன்னருக்குத் துணையாக வேறு பலரும் ஆட்சி நிர்வாகத்தில் இருந்தனர். கேசவ பிள்ளை என்பவர் அரண்மனை இராயசமாக (எழுத்தர்) அமர்த்தப்பட்டார். அவர் டி லென்னாயின் கீழ் பணி புரிந்ததால் அவருக்கு போர்த்துகீச, டச்சு மொழிகளும், பட்டாணியரிடமிருந்து பாராசீகம், இந்துஸ்தானி ஆகிய மொழிகளும் தெரிந்திருந்தன. திருவிதாங்கூர் இக்கால கட்டத்தில் இங்ஙனம் சிறந்து விளங்கியது போன்று தற்காப்பிலும் வலுவாய் நின்றது.

1766

திருவிதாங்கூர் அரண்மனை

பிரஞ்சுக்காரர் ஜெர்மனியுடன் தமக்கிருந்த எல்லை நெடுகிலும் தற்காப்பு கருதி ஒரு நீண்ட அரணை இரண்டாம் உலகப் போருக்கு (1939-1945) முன்னர் கட்டியிருந்தனர். அவர்கள் அந்த அரணை 1929 ஆம் ஆண்டிலேயே கட்டத் தொடங்கிவிட்டனர். அப்போது பிரஞ்சுப் பாதுகாப்பு அமைச்சராயிருந்த ஆந்திர மேகினாட்டு(1877-1932) என்றவரின் பெயரால் அந்த அரணுக்கு மேகினாட்டு அரண் என்று பெயரிட்டனர். இந்த வலிய அரண் போரின் போது ஜெர்மன் டாங்கிகளினால் தகர்த்தெறியப்பட்டது என்பது வரலாறு.

வேணாடு மைசூர் நாட்டின் தாக்குதலிலிருந்து தன்னைக் தற்காத்துக் கொள்வதற்காகப் பதினெட்டாம் நூற்றாண்டின் பிற்பகுதியில் 1761-1766 ஆகிய காலத்தில் ஓர் அரணை எழுப்பிற்று. அதன் பெயர் திருவிதாங்கூர் அரண். ஆனால் இது தற்காலத்து மேகினாட்டு அரணைவிட ஆக்கமானதாயிருந்தது.

இந்த அரணைத் திருவிதாங்கூர்த் தளவாயான மார்த்தாண்ட பிள்ளையும் டச்சுக்காரரான டி லென்னாயும் கட்டினர் என்று வரலாற்று ஆசிரியர் கூறுகின்றனர். டி லென்னாய் பற்றிய செய்திகள் இக்களஞ்சிய வரிசையில் பல இடங்களில் சொல்லப்பட்டு வருகின்றன. டி லென்னாயின் அருந்திறன்களை மார்த்தாண்ட வர்மனுக்கு பிறகு ஆட்சிக்கு வந்த வேணாட்டு மன்னரும் பயன்படுத்தினர்.

திருவிதாங்கூர் அரண் கிராங்கனூர் நகரத்தின் எதிரேயிருந்த காயலிலிருந்து மேற்கு தொடர்ச்சி மலையின் அடிவாரம் வரையிலும் ஒரே நேர் கோட்டில் அமைந்திருந்தது என்று பழைய செய்திகள் கூறுகின்றன. அது மிகவும் எடுப்பான மண் அரணாகும்.

உயரம் அவ்வளவு இருக்கவில்லை. பள்ளிப் போத்து என்ற இடத்திலிருந்து கொச்சி நாட்டரசின் பெரும்பகுதி வழியே சுமார் 45 கிலோ மீட்டருக்கும் அதிகமான தொலைவு அந்த அரண் நீண்டிருந்தது. அதன் தொங்கலில் கிராங்கனூரையும் ஆயக் கோட்டையையும் சேர்ந்த டச்சுக் கோட்டைகள் இருந்தன.

இந்த அரணின் முன்பக்கத்தில் வடக்கே அகழிகள் வெட்டப்பட்டிருந்தன. அரணில் ஆங்காங்கு காவல் கோபுரங்கள் இருந்தன. அதன் மேற்குக் கோடியில் ஒரு கோட்டையும் கட்டப்பட்டிருந்தது. தற்கால வரலாற்று ஆசிரியர் ஒருவர் திருவிதாங்கூர் அரண் பற்றி இவ்வாறு கூறுகின்றார்.

''ஏறத்தாழ நாற்பது மைல்(சுமார் 64 கிலோ மீட்டர்) நீளமான அந்த அரண் மேற்குக் கரையோரத்திலுள்ள வைப்பீன் என்ற சிறு தீவிலிருந்து தொடங்கி கிழக்கே ஆனை மலைகளுக்குள் சென்று முடிந்தது. அதில் பதினாறு அடி அகழியுடன் கூடிய ஒரு கோட்டையும் இருந்தது. அரணின் முன் பக்கத்தில் வலிமை மிக்க மூங்கில் வேலி போடப்பட்டிருந்தது.''

அந்த அரண் எதிரியின் தாக்குதலைத் தாங்கி நிற்க வல்லது என்பதை வரலாறு காட்டியுள்ளது. திப்பு சுல்தான் 1789 ஆம் ஆண்டு இந்த அரணின் அருகே தான் தோற்றுப் போய் உயிர் தப்பித் திரும்ப நேர்ந்தது.

2. பாளையக்காரருக்கு எதிரான போர் தொடக்கம்

மதுரை நாயக்கர் குடியைப் பதினாறாம் நூற்றாண்டின் நடுப் பகுதியில் அமைத்த விசுவநாத நாயக்கனும் *(சு. 1542-1564)* தளவாய் அரியநாத முதலியும் *(1550-1600)* சேர்ந்து பிரித்தாளும் சூழ்ச்சியாக நிலப்பிரபுத்துவ வகுப்பு வாத அடிப்படையில் 72 பாளையங்களை அமைத்தனர். (இ.ச.க.தொகுதி-2,4) தமிழ்நாட்டில் இதற்கு முன்னர் சிற்றரசர்கள் என்ற அளவில் சில பாளையங்கள் இருந்தன என்று அறிகின்றோம். நாயக்கர் குடியின் ஆட்சி அமைந்த காலத்தில் மறவரும், கள்ளரும் இத்தகைய குறுநில மன்னர்களாக அல்லது பாளையக்காரர்களாக இருந்தனர்.

சோழப் பேரரசு பதின்மூன்றாம் நூற்றாண்டில் வீழ்ச்சியுற்றதும் தென்னிந்திய வரலாற்றில் குறிப்பிட்ட பகுதிகளில் அதிகாரம் செலுத்தும் மிக முக்கியமானவர்களாய்ப் பாளையக்காரர்கள் எழுந்திருக்க வேண்டும் என்ற கருத்தும் வரலாற்றாசிரியர்களிடையே உள்ளது. அந்தந்தப் பகுதிகளின் வழி வந்தவர்களே, தத்தம் பகுதிகளில் வாழும் மக்களுக்கு அளித்துவந்த பாதுகாப்புக்கு மாற்றாக, விளைச்சலில் குறிப்பிட்ட ஒரு பகுதியையும் தலைவர்களுக்குத் தரவேண்டிய பிற சலுகைகளையும் பெற்றுப் பாளையக்காரர் ஆயினர் என்றும் கருதுவர்.

இத்தகைய பாளையக்காரர்கள் கொங்குநாடு, நெல்லைச் சீமை, இராமநாதபுரம், மதுரை, புதுக்கோட்டை ஆகியவற்றின் வறண்ட பகுதிகளில் மிகுந்த செல்வாக்குப் பெற்றிருந்தனர். ஆதலால் விசுவநாத நாயக்கனும் அரியநாத முதலியும் ஏற்கனவே நிலவிவந்த இத்தகைய பாளையக்காரர் அமைப்பு முறையைத் தம் சூழ்ச்சித் திறத்திற்கு ஏற்ப அமைத்துக் கொண்டனர் என்பது பொருந்தும்.

தமிழ்நாட்டின் புதிய கோலம்

நாயக்கரின் மைய ஆட்சி வலுவோடு நீடித்த வரையிலும் இத்தகைய

பாளையப்பட்டு முறை திட்டமிட்டபடி செயல்பட்டு வந்தது. நாயக்கர்களின் வலு குன்றத் தொடங்கியதும் பாளையங்களின் எண்ணிக்கை எழுபத்திரண்டைத் தாண்டிப் பல்கியது; அத்துடன் அவை ஒன்றையொன்று விழுங்கி விட முயன்று போட்டிகளும் பூசல்களும் உண்டாயின. கர்நாடகம் என்ற தமிழ்நாடு பெயரளவில் முகலாயர்க்குத் திறை செலுத்தி வந்த நிலை, நாயக்கர் குடி *1736* இல் முடிவுற்றது வரை இருந்தது.(இ.ச.க.தொகுதி-*4*) அதன் பிறகு தென் தமிழ்நாட்டின் அரசியல் கோலமே முற்றிலும் புது வடிவு கொள்ளலாயிற்று.

தக்காணத்து மேலாண்டையான ஐதராபாது நிசாமின் கீழ். ஆர்க்காட்டு நவாபுகள் பதினெட்டாம் நூற்றாண்டுத் தொடக்கம் தொட்டு இருந்து வந்தனர். அவர்களுக்குக் கர்நாடக நவாபுகள் என்று பெயர். கர்நாடகம் என்பது தமிழ் வழங்கும் மாநிலத்தையும், ஆந்திரத்தின் சில பகுதிகளையும் குறிக்குமெனினும், அது தமிழ்நாட்டையே சுட்டும்.

அரசிருக்கைப் போட்டிகளும் அரசியல் பகடைக் காய்களும்

ஆர்க்காட்டு நவாபுகளுக்கும், ஆண்டையரான ஐதராபாது அசஃபு ஷா குடியினருக்குமிடையே அரசிருக்கை குறித்து வெட்டுப் பழி, குத்துப் பழிகளும் தோன்றும் நேரம் வரட்டும் என்று காத்திருந்ததுபோல், பிரஞ்சுக்காரரும், பிரிட்டிசாரும் கவனித்துக் கொண்டே வந்தனர். பதினெட்டாம் நூற்றாண்டில் முளைத்த இப்புது அரச குடியினரை ஐரோப்பியர் அரசியல் சொக்கட்டான் ஆட்டத்தில் பகடைக் காய்களாக்கினார்.

ஆர்க்காட்டு நெவாயத்துகளும், வாலாசாக்களும் திருச்சிராப்பள்ளிக் கோட்டைக்காகப் போராடினர். பிரஞ்சுக்காரர் நெவாயத்துகளின் சந்தா சாகிபிற்கும், பிரிட்டிசார் வாலாசாக்களின் முகமதலிக்கும் துணை போனதால் தென் தமிழ்நாடு பின்னர் இரண்டு ஆண்டையர்க்குக் கொத்தடிமையாக நேர்ந்தது.

பிரிட்டிசார் தன்னைத் திருச்சிராப்பள்ளி முற்றுகையிலிருந்து காப்பாற்றியதற்கு (நன்றிக்) கடனாக, ஆர்க்காட்டு நவாபு முகமதலி கிழக்கிந்தியக் கம்பெனிக்குத் தென் தமிழ்நாட்டைத் தாரை வார்த்தது போல் தந்து விட்டார் என்பதை நாம் கண்டு வருகின்றோம். தென் தமிழ்நாட்டின் உரிமைப் பட்டயத்தைத் தனக்கு வைத்துக் கொண்டு, அதைக் கசக்கிப் பிழிந்து வரி வாங்கும் உரிமையை நவாபு கம்பெனிக்குத் தந்து விட்டார்.

பாளையக்காரர் அணி

தமிழ்நாட்டில் எழுபத்திரண்டாகத் தோன்றிப் பலவாகப் பெருகிப் போன பாளையக்காரர் தமிழ் அணி, தெலுங்கு அணி என்று இரு பிரிவாகப் பிரிந்து நின்றனர். அவர்கள் ஆர்க்காட்டு நவாபுகளைப் பல காலமாகவே எதிர்த்து நின்றனரெனினும், அவர்களிடையே ஒற்றுமை இல்லை. மேலும் அவர்கள் மக்களைக் கசக்கிப் பிழிந்தும், கொடுமைப் படுத்தியும் வந்ததால், அவர்களுக்கு மக்களிடமும் ஆதரவு இல்லாமற் போயிற்று. நாடு முற்றிலும் அமைதியிழந்த காலம்.

பாளையக்காரர் நவாபிடம் அடிபணிவதும், அவரை எதிர்த்துப் போரிடுவதுமாகக் காலத்திற்கும் தம் வசதிக்கும் ஏற்றவாறு நடந்து கொண்டனர். ஆனால் நவாபினால் பாளையக்காரர்களை ஒடுக்க முடியவில்லை. தென் தமிழ்நாடு செல்லும் வழியில் காடுகள் செறிந்த கள்ளர் நாடும், அங்கு வாழ்ந்த கள்ளர்களும் பாளையக்காரர்களுக்குக் காவல் அரண் போன்றிருந்தனர். கம்பெனியின் நாட்டுப் படைத்தலைவரான கான்

சாகிபின் போர்த்திறனைக் கொண்டு பாளையக்காரரை ஒருவாறு ஒடுக்கி விட்டனர். ஆனால் கான் சாகிபே புரட்சிக் கொடியைத் தூக்கவும், அவரும் பெரும்பாடு பட்டு ஒழிக்கப்பட்டார்.

கான் சாகிபின் இரக்கமற்ற ஒடுக்கு முறையினால் பாளையக்காரர்கள் கொள்ளையர் நிலைக்கு மீண்டும் தள்ளப்பட்டு ஓய்ந்து கிடந்தனர். ஆனால் கான் சாகிபு 1764 இல் வீழ்ச்சியடைந்தும் பாளையக்காரர் மீண்டும் எழுச்சி கொள்ளலாயினர். தென் தமிழ்நாடு இக்கால கட்டத்தில் இத்தகைய குழப்ப நிலையில் இருந்தது.

இந்நிலையில் கம்பெனியின் படைத்தலைவரான மேஜர் வில்லியம் ஃபிளிண்டின் தலைமையில், ஒரு படை பாளையக்காரரை ஒடுக்க இந்த ஆண்டு கிளம்பியது. அப்படை சிவகிரிக்குச் சென்று, அங்குள்ள கொல்லங்கொண்டானைத் தாக்கியது. கொல்லங்கொண்டான் கோட்டை எளிதில் விழுந்து விடவில்லை. அதனால் ஃபிளிண்ட் இராசபாளையத்திற்குப் பின்வாங்கினார். அவருக்கு நவாபின் படைகள் துணைக்கு வந்ததும், அவர் எட்டயபுரத்தை நோக்கிச் சென்றார். ஆனால் அப்பாளையத்தில் பெரும் படை உள்ளது என்பதை மனதிற் கொண்டு அங்கிருந்தும் ஃபிளிண்ட் பின்வாங்கினார். இதுவே பாளையக்காரருக்கு எதிரான போரின் தொடக்கமாகும்.

3. பரோடா நாட்டரசு: வதோதரா கோநகராதல்

இந்தூர் (மேற்கு மத்தியப் பிரதேசம்), குவாலியர் (நடு இந்தியத்தின் வடக்கிலுள்ளது; மத்தியப் பிரதேசம்), நாகபுரி (மகாராஷ்டிரத்தின் வட கிழக்கிலுள்ளது) போன்றே பதினெட்டாம் நூற்றாண்டில் ஏற்பட்ட மராட்டிய இராணுவ எழுச்சியினால் பரோடா என்ற கெயிக்குவாடுகளின் நாட்டரசும் உருப்பெற்றது.

இந்தூர் ஹோல்கர்(1728-1948) வரலாறும் (இ.ச.க.தொகுதி-4) நாகபுரிப் போஸ்லே குடி (1738-1853) வரலாறும் (இ.ச.க.தொகுதி-5) சிந்தியா குடி (1726-1948) குறித்தும் முன்னர் கூறப்பட்டிருந்தன. இங்கு பரோடா கெயிக்குவாடுகளின் (1721-1949) வரலாறு விவரிக்கப்படுகின்றது.

1766

கெயிக்குவாடு

கெயிக்குவாடு என்றால் பசுக் காவலர் என்று பொருள்படும். மேற்சொன்ன நான்கு குடியினரும் மிக எளிய நிலையிலிருந்து அரசியல் எழுச்சி கண்டனர். அவர்கள் மராட்டியப் பேஷ்வாக்களிடம் ஊழியம் புரிந்து தம் போர்த் திறத்தினால் பெருமைக்குரிய நிலையை எய்தினர்.

மராட்டியர் செழிப்பான குஜராதை நோக்கி மேற்கில் முன்னேறினர். அப்போது தாமாஜி கெயிக்குவாடு துணைத் தளபதியாக்கப்பட்டார். தாமாஜியின் உடன் பிறந்தார் மகனும் அவருக்கு அடுத்த வாரிசுமான பிலாஜி கெயிக்குவாடு 1723 ஆம் ஆண்டிலேயே குஜராதில் நுழைந்து சௌத்து என்ற தண்டவரியை அங்கு வாங்கினார் (இ.ச.க.தொகுதி-3).

கெயிக்குவாடுகளும் குஜராதும்

கெயிக்குவாடுகளுக்கும் குஜராதிற்கும் இங்ஙனம் பதினெட்டாம் நூற்றாண்டின் முதற்பகுதியிலிருந்து தொடர்பு இருந்து வருகின்றது. அவர்கள் 1738 இல் ஆமதாபாது நகரைக் கைப்பற்றினர். அவர்கள் ஆமதாபாதிற்காக முஸ்லிம்களுடனும், தம் ஆண்டையரான பேஷ்வாவுடனும் சண்டையிட்டனர். அந்நகரம் 1738 முதல் 1817 வரை

இடையில் சிறிது காலம் இல்லாது-கெயிக்குவாடுகளிடம் இருந்தது. (இ.ச.க.தொகுதி-4) அவர்களின் பரோடா அரசும் குஜராதிலேயே அமைந்தது.

வதோதரா

பிலாஜி (1721-1732) வதோதரா என்ற பரோடாவைக் கைப்பற்றினார். அவருடைய மகன் தாமாஜி ராவ் (1732-1768) 1766 இல் பரோடாவைத் தலைநகராக்கினார்.

கெயிக்குவாடுகளுக்குக் குஜராதில் மேலும் பல புது நாடுகள் கிடைத்தன. அதனால் அவர்கள் மகிழ்ச்சி மிகக் கொண்டனர். அவை இந்தியத் துணைக் கண்டத்தில் செழிப்பு மிக்க பகுதிகளாகும்.

இந்தூரின் ஹோல்கரும், குவாலியரின் சிந்தியாக்களும் பதினெட்டாம் நூற்றாண்டின் எஞ்சிய காலத்தை மேல் இந்தியத்தின் மீது படையெடுத்துச் செல்வதிலும், பிரிட்டிசார், சீக்கியர், இரசபுத்திரர் முதலானோருடனும், ஏன் தமக்குள்ளும் சண்டையிடுவதிலும் கழித்துக் கொண்டிருக்கப் பரோடாவின் கெயிக்குவாடுகள் நல்ல மனநிறைவோடு குஜராதில் தம் நிலையை வலுப்படுத்துவதிலும், அங்கு நன்றாகக் காலூன்றுவதிலும், தம் ஆட்சிப் பரப்பைக் கத்தியாவாடுத் தீவக்குறை வரை விரிப்பதிலும் ஈடுபட்டிருந்தனர்.

பரோடா நாட்டுப் படைகள் மராட்டியக் கூட்டணி நடத்திய பெரும் போர்களிளெல்லாம் பங்கெடுத்துக் கொண்ட போதிலும், பெயரளவில் தமக்கு ஆண்டையாயிருந்த பேஷ்வா குஜராதிலுள்ள செழிப்பான தம் ஆட்சிப் பரப்பின் மேல் கைவைத்து விடாமல் மிகுந்த எச்சரிக்கையோடு, காரியத்தில் கண்ணுங் கருத்துமாய் இருந்தனர்.

1766

பதினெட்டாம் நூற்றாண்டு நிறைந்து முடியும் வேளை நெருங்கிக் கொண்டிருந்தபோது, பரோடாக்காரர்கள் வெகு சிக்கலான அரசியல் தந்திர வேலைகளிலும், தமக்குத் தொடர்பில்லாத சண்டை சச்சரவுகளிலும் இறங்கிவிட்டனர். (இ.ச.க.தொகுதி-4) குஜராது குறித்துத் தமக்கும் பேஷ்வாவிற்கும் எழுந்த தாவாவில் கெயிக்குவாடுகள் பிரிட்டிசாரின் தயவை நாடிவிட்டனர். பிரிட்டிசாரும் இதில் கெயிக்குவாடுகளுக்கு ஆதரவாயிருந்தனர். கெயிக்குவாடுகள் பிரிட்டிசாரின் உதவியைக் கொண்டு தம் நாட்டை இந்தியத்தின் மிகப் பெரியதும், வெகு செழிப்பு வாய்ந்ததுமான நாடுகளில் ஒன்றென்று உயர்த்திவிட்டனர். எனினும் அவர்களுக்கும் பிரிட்டிசாருக்கும் இடையே விரைவில் மனக் கசப்பு ஏற்பட்டது.

பரோடாவும் பிற மராட்டிய நாட்டரசுகளைப் போன்று தம் எண்ணத்திற்கு இசையாத வகையில் நடந்து கொள்கின்றது என்பதைப் பிரிட்டிசார் பத்தொன்பதாம் நூற்றாண்டின் தொடக்கத்தில் கண்டனர். பரோடாவில் அச்சந்தரத்தக்க விதத்தில் நிர்வாகச் சீர்கேடுகள் மலிந்து விட்டதாய்ப் பேச்சு அடிபட்டது. பதினெட்டாம் நூற்றாண்டுச் சண்டைகளில் பறித்து வந்து குவித்த செல்வங்களும், பத்தொன்பதில் ஏற்பட்ட மேழிச் செழிப்பும் பரோடா அரச குடியினரால் வீணான வறட்டுப் பகட்டுகளுக்காகச் செலவழிக்கப்பட்டன.

கோகினூரை விடப் பெரிய வைரம் தம்மிடம் இருப்பதாய்க் கெயிக்குவாடுகள் பெருமை பேசினர். முத்துக்களையும் வைரங்களையும் கொண்டு ஒரு கம்பளத்தைப் பின்னச் செய்தனர். வெள்ளியில் இரண்டும் தங்கத்தில் இரண்டுமாக நான்கு பீரங்கிகளை வார்த்தெடுக்கச் செய்தனர். மூன்றாம் சாயாஜி ராவ் (1875-1939) 1875 இல் பட்டத்திற்கு வந்ததும் நிலைமை வெகு வேகமாய் மாறியது.

பரோடா ஐந்து பெரிய நாட்டரசுகளில் ஒன்றென விளங்கியது. ஆங்கிலேயர் பரோடா மன்னரைச் சிறப்பிக்க அவருக்கு 21 குண்டுகள் போடும் மரியாதை ஏற்பாட்டைச் செய்தனர்.

மல்ஹா ராவ் என்ற கெய்க்குவாடு பிரிட்டிஷ் பேராளருக்கு (*Resident*) நஞ்சு கொடுத்துக் கொல்ல முயன்றதற்காக 1870 ஆம் ஆண்டு பதவியிலிருந்து நீக்கப்பட்டார். ஆதலால் அவருக்குப் பிறகு அரச பீடத்தில் ஒருவரை அமர்த்துவதற்கு ஆள் தேடினர்.

அவர்கள் எழுத்தறிவற்ற மூன்று பட்டிக்காட்டுச் சிறுவர்களைப் பரோடா அரண்மனைக்குக் கொண்டு வந்தனர். தேவதைக் கதையில் வருவதைப் போன்று பரோடா அரசி அச்சிறுவர்களிடம் மூன்று கேள்விகள் கேட்டார். அவர் பதவியிலிருந்து நீக்கப்பட்ட கெயிக்குவாடின் விதவையாவார்.

அம்மூவரில் மூத்தவனிடம், அவன் ஏன் அரண்மனைக்குக் கொண்டுவரப்பட்டான் என்று கேட்டதற்கு ''ஊர் சுற்றிப் பார்க்க'' என்றான். இரண்டாமவனும் சரியான மறுமொழி கூறவில்லை. மூன்றாமவனோ ''பரோடாவை ஆள்வதற்கு'' என்று பட்டென்று பதில் சொன்னான். அச்சிறுவன் பரோடாவிற்கப்பால் 300 கிலோ மீட்டர் தொலைவில் அமைந்த ஊரிலிருந்து கொண்டுவரப்பட்டான். அவனை எதிர்கால மன்னராகத் தேர்ந்தெடுத்தனர். அச்சிறுவனுக்கு ஓர் ஆங்கிலேயர் ஆசிரியராயிருந்து பாடம் கற்பித்தார். அச்சிறுவன் பிளாட்டோவின் நூல்களைக் கிரேக்க மொழியிலேயே கற்றான். ஆங்கில மொழியையும் நன்கு கற்றான். இச்சிறுவனே 1875 ஆம் ஆண்டு மூன்றாம் சாயாஜி ராவ் என்ற பெயரில் பரோடா நாட்டரசராகி 1939 வரை பதவியிலிருந்தான்.

இலட்சுமி விலாச அரண்மனை

இலட்சுமி விலாசம் என்ற பரோடா அரண்மனை 1907 இல் கட்டப் பெற்றது. இது அரபுக் கதைகளில் வருவதைப் போன்ற அற்புதமான மாளிகையாகும். இது பக்கிங்காம் அரண்மனையைப் போல் மூன்று மடங்கு பெரியது. (பக்கிங்காம் அரண்மனை 1762 - புள்ளிகள்:காண்க)

இலட்சுமி விலாசத்தின் உணவு மண்டபத்திற்கும், சமையலறைக்கும் சுமார் மூன்று கிலோ மீட்டர் தொலைவு (சுமார் இரண்டு மைல்) இருக்கும். இன்றைய கெயிக்குவாடு *1980* ஆம் ஆண்டுகளில் ஒருநாள் அவசரமாய்ச் சாப்பிட வேண்டுமென் பதற்காகத் தன் படுக்கையறையிலிருந்து ஸ்கூட்டரில் உணவுக் கூடத்திற்குச் சென்றார். இந்த அரண்மனையில் ஒரு காலத்தில் 600 ஊழியர் பணிபுரிந்தனர். அரண்மனையிலிருந்த கார்களுக்குக் கணக்குக் கிடையாது.

இங்குள்ள மார்க்கபுர அரண்மனையில் ஆழமானவையும் அலங்காரமாகச் செதுக்கப்பட்ட வேலைப்பாடுகள் உள்ளனவுமான கிணறுகள் உள்ளன.

ஏழைக் குடியானவக் குடும்பத்திலிருந்து பதின்மூன்று வயதில் அழைத்து வரப்பட்டுப் பரோடா மன்னராக உயர்ந்த மூன்றாவது சாயாஜி ராவின் வழி வந்தவர்கள் இன்றும் விடுதலை பெற்ற இந்தியத்தில் முடிசூடா மன்னர்களாகவே வாழ்கின்றனர்.

பரோடா பம்பாய்க்கு வடக்கே சுமார் 300 கிலோ மீட்டரில் உள்ளது. இன்று அங்கு நகைகள் செய்யும் தொழில் பெரிதாக விளங்குகின்றது. நெசவுத் தொழில், வேதித் தொழில், உலோகப் பாண்டங்கள் செய்யும் தொழில், புகையிலை, கம்பளி முதலிய தொழில்கள் சிறப்பாக நடந்து வருகின்றன. இந்தியத்தின் வாழ்க்கைச் செலவு மிகுந்த நகரங்களுள் பரோடாவும் இடம் பெற்றுள்ளது. இதை வதோதரா என்றழைக்கின்றனர்.

4. மூத்த பிட் : பிரிட்டிஷ் பிரதமரானார்.

1766

''இங்கிலாந்து பல காலமாய்ப் பேறுகால வலியில் இருந்த பின்னர், கடைசியாக இப்போது ஓர் ஆண்மகனைப் பெற்றெடுத்துவிட்டது'' என்று ஜெர்மன் பேரரசரான மா ஃபிரடரிக்கு *(1712-1786)* சொன்னார். அவர் வில்லியம் பிட்டைச் சிறப்பித்துத்தான் அவ்விதம் கூறினார்.

மூத்த பிட் என்று பின்னாளில் அழைக்கப்பட்ட முதல் சதாம் ஏள் ஆன வில்லியம் பிட் *(1708-1778)* என்ற இம்மனிதர் மேலான ஒரு தலைவராக விளங்கியவர். அவரது கற்பனைத் திறன் அவரைச் சுற்றியிருப்பவர்களையும் தொற்றிக் கொள்ளக் கூடியது. போதையூட்டும் அவரது பேச்சைக் கேட்டுச் சிறியரோ, பெரியரோ எவராயினும் அவரை அப்படியே தன்னுடன் ஈடுபடச் செய்து விடக் கூடிய ஆற்றலை அது உடையதாயிருந்தது. அவர் ஒரு மேதை. மேதையென்ற ஒற்றைச் சொல்லில் அவரது அருந்திறன் அனைத்தையும் அடக்கிவிட முடியாது என்று தற்கால எழுத்தாளர் ஒருவர் மூத்த பிட்டிற்கு இப்படிப் புகழ் மாலை சூட்டுகின்றார்.

மூத்த பிட் *1756-1757, 1757-1761, 1766-1768* ஆகிய காலங்களில் அமைச்சராய் இருந்தவர். ஏழாண்டுப் போரின் வெற்றிக்கு அவரே காரணர்.

பிட்டிடமிருந்து இயல்பு மீறிய திறன்கள் வெளிப்பட்டதற்கு அக்காலத்தில் நடந்த நிகழ்ச்சிகள் துணைபுரிந்தன. அக்காலத்தில் மேலோங்கியிருந்த அரசியல் வர்க்கத்தாருக்குப் பிட்டின் குணம் சிறிதும் பிடிக்கவில்லை.

பிட் பகட்டுக்காரராயிருந்தார். ஆடம்பரமாக வாழ்ந்தார். பழகுவதற்கு எளிமை யானவராயிருந்திலர். இருப்பினும் அவர் அனைவருடனும் நன்கு பழகக் கூடியவர். பாராளுமன்றமாயினும், வேறு எந்தச் சங்கமாயினும், அவர் அதில் வெகு விரைவிலேயே செல்வாக்குப் பெற்றுவிடுவார். மிகுந்த நாணயமும் நேர்மையும் வாய்ந்தவராயிருந்தார். ஊழல் மிகுந்திருந்த காலக்கட்டத்தில் இவையெல்லாம் ஒருவரின் முன்னேற்றத்திற்குத் துணை புரியாது. எனினும் அவரிடமிருந்த ஒரு நற்குணம்

பொதுமக்களின் உள்ளத்தைக் கொள்ளை கொண்டுவிட்டது. அவருக்குத் தாய் நாட்டின்மீது காட்டுமிராண்டித்தனமான பெருமையும் பெரும் பற்றும் இருந்தன.

மூத்த பிட்

பாராளுமன்றத்தில் ஒருவர் வெற்றி பெறுவதற்கு அடிப்படையாக இருப்பது பேச்சுத் திறன் அன்று; விவாதிக்கும் ஆற்றலேயாகும். பேச்சுத் திறனும்,விவாதத் திறனும் வேறு வேறாகும். பிட்டின் உரைகளில் ஆற்றல் துடிக்கும்; அவற்றைக் கேட்பவர், படிப்பவர் எவராயினும் அவரின் உள்ளத்தையும், எண்ணத்தையும் அவை பிணித்துவிடும். பிட் தன் உள்ளத்து உணர்ச்சிகளையும் அருமையையும் தன் உரைகளின் வழியே வெளிப்படுத்தினார். அவ்வாறு செய்வதாகவே அவர் எண்ணிக் கொண்டார்.

பாட்டனார் தாமஸ் பிட்: பிட் வைரம்

வில்லியம் பிட்டின் பாட்டனார் தாமஸ் பிட் *1698* ஆம் ஆண்டு சென்னைக்குக் கவர்னராய் வந்தவர். அவர் சென்னையின் ஆளுநராயிருந்த காலத்தில் வாணிபச் செழிப்பு அங்கு பொழிந்தது என்பதை அவர் எழுதிய பல கடிதங்களிலிருந்து அறிகின்றோம். தாமஸ் பிட் தனக்கு மாபெரும் செல்வத்தைக் கொண்டுவந்து சேர்த்த ஒரு வைரக்கட்டியோடு சென்னையை விட்டுத் தாயகம் திரும்பினார்.

அதற்கு ரீஜண்டு வைரம் என்று பெயர். அது கோல்கொண்டாவின் புகழ்பெற்ற கொல்லூர் வைரச் சுரங்கங்களிலிருந்து கிடைத்த மிகப் பெரிய வைரக் கட்டியாகும். அது புறா முட்டையின் அளவில் இருந்தது. எடை *410* காரட்டு இருந்தது. பின்னர் அதை வெட்டிப்பட்டை தீட்டியபோது அதன் எடை சுமார் *140* காரட்டாகக் குறைந்தது. பிட் வைரம் என்றும் கூறப்படும் இக்கல்லைப் பற்றிப் பல கதைகள் வழங்குகின்றன. அலெக்சாந்தர் போப் *(1688-1744)* என்ற ஆங்கிலப் புலவர் அதைப் பற்றி ஓர் அருமையான பாடலையும் புனைந்திருக்கின்றார்.

அடிமை கண்டெடுத்த கல்

ஓர் அடிமை இந்த வைரத்தைக் கண்டுபிடித்து, அதைத் தன் உடம்பினுள் திணித்துக் கொண்டு சுரங்கப் பகுதியைவிட்டு வெளியேறினார் என்று சொல்லப் படுகின்றது. அவர் தன் காலில் பெரிய வெட்டுக் காயத்தை உண்டாக்கி அதனுள் வைரத்தை வைத்து, அதன் மேல் மருந்து வைத்துக் கட்டுவது போன்று வைரத்தை மறைத்து வெளியே கொண்டு வந்தார் என்றும் கூறுகின்றனர்.

அந்த அடிமை சுரங்கப் பகுதியை விட்டு வெளியேறிச் சென்னை வந்து சேர்ந்தார். அவருக்கு வைரத்தின் மதிப்பைப் பற்றி எதுவும் தெரியாது. அந்த அடிமை பிரிட்டிஷ் கப்பல் தலைவர் ஒருவரிடம் சென்று, தன்னை அவரது கப்பலில் ஏற்றிச் சென்று ஏதேனும் ஓர் அயல்நாட்டில் இறக்கிவிட வேண்டும் என்ற நிபந்தனையில் அவரிடம் வைரத்தை விற்க முன்வந்தார். அடிமை விடுதலையையும் செல்வத்தையும் ஒரு சேரப் பெறவேண்டுமென்று விரும்பினார். கப்பல் தலைவர் அதற்கு ஒப்புக் கொண்டு அடிமையைக் கப்பலில் ஏற்றிக் கொண்டார். கப்பல் சிறு தொலைவு கடலில் சென்றதும், தலைவர் அடிமையைக் கொன்று வைரத்தைத் திருடிக் கொண்டார். அடிமையின் உடலைக் கடலில் வீசி எறிந்து விட்டார்.

அதன்பிறகு என்ன நடந்தது என்பது பற்றி இரு விதமாகக் கூறப்படுகின்றது. கப்பல் தலைவர் சென்னை ஆளுநர் தாமஸ் பிட்டிடம் ஆயிரம் பவுனுக்கு வைரத்தை விற்றுவிட்டு, அப்பணத்தைக் கொண்டு பம்பாயில் உல்லாசமாய் வாழ்ந்து, ஒரு கொலையும் செய்துவிட்டுத் தானும் தற்கொலை செய்து செத்தார் என்பது ஒரு கதை.

அவர் ஜாரு சந்து என்ற இந்திய வணிகரிடம் வைரத்தை விற்றார் என்பது இன்னொரு கதை. அந்த வணிகருக்கு இந்தப் பெரிய வைரத்தை விற்பதில் பெரிய சிக்கல். அது திருட்டுத் தனமாகக் கிடைத்த வைரம். எனவே அதை எவரும் வெளிப்படையாக வாங்கவோ விற்கவோ முடியாத நிலை. ஆனால் அவர் தன்னிடம் ஒரு வைரம் உள்ளது என்பதையும் அது விலைக்குக் கிடைக்கும் என்பதையும் வைரச் சந்தையில் மறைவடக்கமாகப் பரவவிட்டார்.

சென்னை ஆளுநர் தாமஸ் பிட்டிற்கு இச்செய்தி கிடைத்தது. அவர் அவ்வைரத்தை வாங்க விரும்பினார். இந்தியத்தில் கிழக்கிந்தியக் கம்பெனியில் ஊழியம் பார்க்க வந்தவர்கள் இங்கு தனிப்பட்ட முறையில் திரட்டும் செல்வத்தை விலையுயர்ந்த வைரக் கற்களாகத் தாய் நாட்டிற்குச் கொண்டு செல்வது வழக்கமாயிருந்தது. தங்க நாணயங்களாகத் திரண்ட செல்வத்தை எடுத்துச் சென்றால், அவை அடங்கிய பெட்டிகளை எளிதில் தூக்க முடியாது. அவை கொள்ளை போகவும் வாய்ப்புண்டு. ஆனால் சிறு துணிப் பைக்குள் பல இலட்சக் கணக்கான பவுன் மதிப்புள்ள வைரக் கற்களை வைத்து, அதை மடிக்குள் மறைத்து வைத்துக்கொண்டு மிகப் பத்திரமாகத் தாயகம் போய்ச் சேர்ந்து விடலாம்.

ஜாரு சந்து வைரத்திற்கு எண்பதாயிரம் பவுன் கேட்டார். இது திருட்டு வைரந்தானே என்று தாமஸ் பிட் அடித்துப் பேசியதால், அதைப் பதினேழாயிரம் பவுனுக்கு வாங்கி விட்டார். இச்செய்தியைப் பிட்டே கூறியிருப்பதால் இது நம்பத் தகுந்த செய்தி என்பர். பிட் பட்டை தீட்டுவதற்காக வைரத்தை இலண்டனுக்கு அனுப்பினார். அங்கு ஹாரிஸ் என்ற வைர வணிகர் இரண்டாண்டுகள் முனைந்து வைரத்திற்குப் பட்டை தீட்டி, இன்றைய வடிவத்திற்கு அதை கொண்டு வந்தார். அதன் எடை 140.5 காரட்டாகக் குறைந்தது. அது சொலிப்பிலும் பண்பிலும் தலை சிறந்து விளங்கிற்று. பிட் அதற்குப் பட்டை தீட்ட ஐயாயிரம் பவுன் செலவிட்டார். ஆனால் பட்டை தீட்டும்போது சிதறி விழுந்த சில துண்டுகளை இரஷிய மன்னர் மா பீட்டருக்கு ஏழாயிரம் பவுனுக்கு விற்று இரண்டாயிரம் பவுன் ஆதாயம் பெற்றார்.

''வைரப் பிட்''

பட்டை தீட்டப் பெற்ற இந்த வைரம் பிட் வைரம் என்று பெயர் பெற்றது. பிட்

சென்னையிலிருந்து இலண்டன் சென்றதும் இவ்வைரத்தை அவர் பெற்ற விதம் குறித்துப் பல்வேறு பேச்சுகள் எழுந்தன. ஆனால் அவர் ஊர் வாயை அடைப்பதற்காக அதைப் பற்றிய செய்திகள் அனைத்தையும் வெளியிட்டார். எனினும் அவர் பெயருக்கு மாசு ஏற்பட்டு விட்டதைத் தவிர்க்க முடியவில்லை. அவரிடம் எந்நேரமும் ஒருவிதப் பதற்றம் இருந்தது. வைரத்தை வெளியில் எடுக்கவோ அச்சம். அவர் தன் நெருங்கிய நண்பர்களிடம் கூட அதைக் காட்டவில்லை. அவர் சேர்ந்தாற்போல் ஒரே இடத்தில் இரண்டு இரவுகள் படுப்பதில்லை.

ஆதலால் அவர் வைரத்தை விற்றுவிட எண்ணினார். ஆனால் விலையைக் கேட்டதும் எல்லோரும் பின்வாங்கினர். பிரான்சின் இளமன்னர் பதினைந்தாம் லூயியின் அரச காப்பாளராக (*Regent*) இருந்த ஆர்லியன்ஸ் கோமகன் இந்த வைரத்தைப் பற்றி அறிந்தார். அவர் செயிண் சைமன் என்றவர் வழியே அதை வாங்குவதற்குப் பேரம் பண்ணினார். ஆர்லியன்ஸ் கோமகன் பிரஞ்சு மன்னருக்காக அந்த வைரத்திற்கு 1,35,000 பவுன் விலை கொடுத்து வாங்கினார். அவர் அரச காப்பாளராயிருந்து அரசருக்காக இந்த வைரத்தை வாங்கியதால், அதன் பிறகு அதற்கு ரீஜண்டு வைரம் என்ற பெயர் ஏற்பட்டது. அப்போது எந்த வைரமும் இத்தனை பெரிய விலைக்கு விற்கப்பட்டதில்லை.

இந்த வைரத்தை விற்றதில் தாமஸ் பிட்டிற்கு ஒருலட்சம் பவுன் நிகர ஆதாயம் கிடைத்தது. அவரது குடும்பம் செல்வச் செழிப்பில் மிதக்கலாயிற்று. அவருடைய பேரனும் (வில்லியம் பிட்) அந்தப் பேரனின் மகனும் (அவரும் வில்லியம் பிட் என்றே அழைக்கப்பட்டார். அதனால் தந்தையையும் தனயனையும் வேறுபடுத்தி அறிய மூத்த, இளைய என்ற அடை சேர்த்து அழைத்தனர்.) பிரிட்டனின் புகழ் பெற்ற பிரதமர்களாய் விளங்கினர்.

(ரீஜண்டு வைரம் இப்போது பாரிசின் லூவர் அருங்காட்சியகத்தின் அப்போலோ மண்டபத்தில் கிடக்கின்றது. இந்தியம் இதைப் போன்று உலகிற்கு அளித்த வைரங்கள் பலவுள. அவை குறித்து உரிய காலப் பகுதியில் காண்போம்.)

பெரிய நவாபு போல் வாழ்ந்த பாட்டனாராகிய தாமஸ் பிட்டின் சொத்து பேரனாகிய வில்லியம் பிட்டிற்கு அதிகமாய்க் கிடைத்திலது. பாட்டனுக்கு இந்தப் பேரன் மீது பேரன்பு இருந்தது. அவரது சொத்து பேரன் ஈட்டனிலும் ஆக்ஸ்ஃபோர்டிலும் படிப்பதற்குப் பயன்பட்டதோடு சரி. வில்லியம் பிட் ஈட்டன் பள்ளியை மிகவும் வெறுத்தார் என்பது தெளிவு.

மூத்த பிட் என்ற வில்லியம் பிட் தாமஸ் பிட்டின் மகனான இராபட் பிட்டிற்கு மகனாக 1708 நவம்பர் 15 அன்று பிறந்தார். அவர் கட்டுடல் வாய்ந்தவரல்லரெனினும், குதிரைப் படையில் சேர்வதற்குரிய கட்டுடல் அவருக்கு இருந்தது. அவர் படையதிகாரி என்ற முறையில் போர்க்கலை பற்றிய நூல்களை மிக விரிவாகப் படித்தார். இவரைப் போல் போர்க்கலையறிவு இத்தனை ஆழமாக உடைய படையதிகாரி வேறு எவரும் அக்காலத்தில் இல்லாதிருந்தமையால், இவரைப் புதுமையான படையதிகாரி எனலாம்.

ஆனால் பிட்டின் மனம் ஏற்கெனவே அரசியலின் பக்கம் பாய்ந்து விட்டது. ஏனெனில் டெம்பிள், கிரன்வில், லிட்டில்டன் என்ற உயர்குடிக் குடும்பங்களைச் சேர்ந்த அவரின் நண்பர்கள் விக் கட்சியில் பெரும் புள்ளிகளாயும் பிரதமர் வால்போலின் கடும் எதிரிகளாயும் இருந்தனர்.

பிட் தன் இருபத்தேழாவது வயதில் தன் பாட்டனாரின் ஓல்டு சாரம் தொகுதியில்

(ஒல்டு சாரம்: இ.ச.க.தொகுதி-6) நின்று நாடாளுமன்றத்திற்குத் தேர்ந்தெடுக்கப்பட்டார். அது பிட் குடும்பத்திற்கு உரிமைப்பட்ட ''பாக்கட் பரோ'' என்ற ஏழெட்டுத் தொகுதிகளுள் ஒன்றாகும். அங்கு வாக்குரிமையுடைய வீடுகள் அல்லது பர்கஸ்கள் என்று ஏழு இடங்கள் இருந்தன. அவை நாடாளுமன்றத்திற்கு இரண்டு உறுப்பினர்களைத் தேர்ந்தெடுத்து அனுப்பின. இவை ''பையடக்கத் தொகுதிகள்'' எனப்பட்டன.

பிட் ''இளம் நாட்டுப் பற்றாளர்'' என்ற அரசியல் கூட்டத்தில் சேர்ந்து, அதை இயக்குவிக்கும் சக்தியாக விளங்கினார். வால்போல் பிரதமர் பதவியிலிருந்து 1742 ஆம் ஆண்டு விலகியது வரையிலும், அந்தக் கூட்டத்தார் அவரை விடாது தாக்கி வந்தனர்.

வால்போல் அதனால் பிட் மீது சினங்கொண்டு குதிரைப் படையில் அவர் வகித்த பதவியிலிருந்து அவரை நீக்கினார். உடனே, வால்போல் பிரதமராயிருந்ததை எதிர்த்து வந்த வேல்ஸ் இளவரசர் பிட்டிற்கு இன்னொரு பதவியைக் கொடுத்தார். எனினும் பிரிட்டிஷ் மன்னர்களின் ஹனோவர் குடியைத் தாக்கிப் பேசிய பிட்டை அக்குடியைச் சேர்ந்த மூன்றாம் ஜார்ஜ் மன்னர் விரும்பவில்லை. அதனால் நான்காண்டுகளுக்குப் பிறகுதான் பிட்டிற்கு அரசில் இடம் கிடைத்தது. பிரிட்டன் தன்னைத் தற்காத்துக் கொள்ள முடியாத நிலையில் இருந்த வேளையில் பிட்டிற்கு அரசில் இடங்கிடைத்தது.

கப்பற்படையில் ஒழுங்குக் கட்டுப்பாடு இல்லாதிருந்தது. போரிடும் உணர்ச்சியும் அதனிடம் குன்றியிருந்தது. பிரஞ்சுக் கப்பற்படை இங்கிலாந்து வந்து இறங்குவதற்காகப் பத்தாயிரம் பேர் கொண்ட படையோடு 1744 ஆம் ஆண்டு கடலில் வந்து கொண்டிருந்தது. அப்போது பிரிட்டன் முழுமையிலும் ஒன்பதாயிரம் படை வீரர் மட்டுமே இருந்தனர். இத்தகைய நெருக்கடியான நேரத்தில் நாடாளுமன்றத்தின் காமன்ஸ் என்ற மக்களவை நிரந்தரமாகக் கூடியிருந்தது. எனினும் பிட் அரசினுள் நுழையக் கூடிய தருணம் இன்னும் வரவில்லை. அவர் அப்போது நோய்வாய்ப் பட்டிருந்தார். அவர் வெந்நீர் ஊற்றுகளுக்குப் பெயர் பெற்றிருந்த பாத் (Bath) என்னுமிடத்தில் 1744 ஆம் ஆண்டின் பெரும் பகுதியிலும் இருந்தார். அவர் கீல் வாதத்தினாலும் கடுமையான மனவாட்டத்திலும் அப்போது வருந்திக் கொண்டிருந்தார்.

இந்தக் கட்டத்தில் அவருக்கு திடீரென்று அதிர்ஷ்டம் வந்தது. மால்பரோச் சீமாட்டி இறந்த போது பிட்டிற்காக அவர் பத்தாயிரம் பவுனையும் பெருஞ் செல்வத்தையும் விட்டுச் சென்றார். பிட் காட்டிய ''நாட்டுப் பற்று மிகுந்த உணர்விற்காக'', அதாவது வால்போலை எதிர்த்து நின்றதற்காக இந்தப் பணமும் சொத்துகளும் பிட்டிற்குக் கிடைத்தன.

பிட் பெருஞ் செலவாளி; பணம் வந்து விட்டதால் கண்டமேனிக்குச் செலவு செய்தார். ஏராளமான வேலைக்காரர்களை அமர்த்திக் கொண்டார்.

பிட் தன் கூட்டாளிகளிடம் கடுஞ் சீற்றத்தோடு பேசுவார். அவர்களைத் தொல்லைக் குள்ளாக்குவார். பிட்டிற்குக் கிறுக்குப் பிடித்து விட்டது என்றே அவர்கள் கூறுவதுண்டு.

பிரிட்டன் நிலைத்து நின்று வாழ வேண்டுமாயின் பிரான்சிலும் ஸ்பெயினிலும் கொடுங் கோலாட்சி புரிந்து வந்த பூர்பான் அரச குடியினரை ஒடுக்கியாக வேண்டுமென்று பிட் நம்பினார்.

(பூர்பான் அரச குடி 1589 முதல், புரட்சிக் காரர்கள் 1793 ஆண்டு பதினைந்தாம்

1766

லூயி மன்னரைக் கொன்றது வரையிலும் பிரான்சை ஆண்டு வந்தது. அது பிரஞ்சுப் புரட்சிக்குப் பிறகு 1815 ஆம் ஆண்டு பிரான்சில் மீண்டும் அரியணையில் அமர்த்தப்பட்டது. அக்குடியின் ஆர்லியன்ஸ் கிளை அப்போது 1830 முதல் 1848 வரையிலும் பிரான்சை ஆண்டது. நேப்பிள்ஸ், சிசிலி என்ற இத்தாலியப் பகுதிகள் இரண்டும் 1734 முதல் 1806 வரையிலும் இக்குடியினால் ஆளப்பட்டு வந்தன.)

பிரிட்டனின் வாணிபத்தைக் காப்பதற்காகப் போரைக் கருவியாகக் கொள்ள வேண்டுமென்றும் பிட் நம்பி வந்தார். ''நமது வாணிபத்திற்கு இடர்ப்பாடு உண்டாகுமாயின், அதை எதிர்த்து நீக்கியாக வேண்டும்; அல்லது நாம் அழிந்து போக நேரிடும்'' என்று பிட் கூறி வந்திருக்கின்றார்.

அவரது கொள்கையை மணிச் சுருக்கமாய் இவ்வாறு கூறலாம். பிரான்சைப் பெரிய வல்லரசு என்ற நிலையிலிருந்து ஒழிக்க வேண்டும் அதன் அயல் நாட்டு உடைமைகளையெல்லாம் அறுத்தெறிய வேண்டும். குறிப்பாக, கரீபியனிலுள்ள கரும்புத் தோட்டத் தீவுகளைப் பிரான்சிடமிருந்து பறித்துக் கொள்ள வேண்டும். பிரான்சை இந்தியத்திலிருந்து விரட்டியடிக்க வேண்டும். கனடாவில் பிரான்ஸ் பெற்றுள்ள இடத்தைப் பிடித்து விடவேண்டும்.

மிகப் பெரிய அரசியல் தந்திரச் சூழ்ச்சிக்காரர் ஒருவரால்தான் இத்தனை பெரிய திட்டத்தைப் பற்றிச் சிந்தித்துப் பார்க்க முடியும். அவர் மேதைதான் என்றாலும், நிதானமில்லாத மேதை என்றும் கூறுவர்.

மூத்த பிட் காமன் சபையினுள் நுழைந்து பதினோரு ஆண்டுகள் ஆன பிறகுதான் 1746 இல் அமைச்சரானார். அப்போது அவருக்கு வயது முப்பத்தெட்டு. அவரிடம் மறுத்தற்கியலாத அருந்திறன் இருந்ததென்றாலும், அவருக்கு ஆட்சியதிகாரத்துடன் நேரடித் தொடர்பில்லாதிருந்தது. அவர் அதைப் பெறுவதற்காக மேலும் ஒன்பதாண்டுகள் காத்திருக்க நேர்ந்தது. அப்போது மிகப்பெரிய பன்னாட்டுக் குழப்பம் (அதாவது ஏழாண்டுப் போர்) தோன்றிற்று. அப்போது மன்னரும் பிற அமைச்சர்களும் மூத்த பிட் மீது காட்டிய வெறுப்புகளையெல்லாம் அந்தப் போர் அடித்துச் சென்று விட்டது.

1766

ஏழாண்டுப் போர் தொடங்கியதும் (1756-1763) பிரிட்டிசாருக்கு முதலில் பெருந் தோல்விகள் ஏற்பட்டன. பிரிட்டனுக்கு மேற்கு மத்தியதரைக் கடலில் பெரிய தளமாயிருந்த மனோர்க்காவை அது இழந்தது. அமெரிக்கத்தில் ஒண்டோரியோ ஏரி மீதிருந்த கோட்டைகள் (அவற்றுள் ஒன்று ஜார்ஜ் வாசிங்டனின் பொறுப்பில் இருந்தது.) பிரஞ்சுக்காரரால் பறிக்கப்பட்டுவிட்டன. பிரான்ஸ் அரசியல் தந்திரத்திலும் வெற்றி கண்டு, ஆஸ்திரியத்தைத் தன் அணியில் சேர்த்துக் கொண்டது.

பிட் இப்போது அமைச்சிலிருந்து விலகிவிட்டார். அவர் காமன் சபையில் இக்காலத்தில் நிகழ்த்திய ஒவ்வோர் உரையிலும் அரசைத் தாக்கிப் பேசினார். பிட் கூறியவற்றையெல்லாம் மன்னர் ஒப்புக் கொள்ள வேண்டியதாயிற்று. பிட்டோ மேலும் மேலும் ஏறிக் கொண்டே போனார். அவர் தன்னைப் பிரதமராக்க வேண்டுமென்று சொன்னார். பிட்டைப் பிரதமராக்கினால், மன்னர் அவரைப் பிரதமர் என்ற முறையில் நாள்தோறும் சந்திக்க வேண்டிவரும். ஆதலால் மன்னர் அதற்கு மறுத்து விட்டார்.

ஏழாண்டுப் போரில்

பிட் கீல் வாதத்தினால் வருந்தியபடி அப்போது பாத் நகரில் இருந்தார். மன்னர் கடைசியில் இணங்கி வந்தார். அவர் மூத்த பிட்டை 1756 நவம்பரில் அமைச்சராவதற்கு அழைத்தார். அந்த அமைச்சர் பதவி ஐந்து மாத காலம் நீடித்தது. ஆனால் பிட் அந்த

ஐந்து மாத காலத்தை வீணாக்கிவிடவில்லை. அவர் இக்குறுகிய காலத்திற்குள் இரண்டு ஹைலேண்டர் ரெஜிமெண்டுகள் உள்படப் புதிய ரெஜிமெண்டுகளைத் திரட்டினார். (ஹைலேண்டர் என்பது இங்கிலாந்தின் வடக்கிலுள்ள ஸ்காத்லாந்தியரைக் குறிக்கும்.)

பின்னர் *1757* இல் அமைந்த கூட்டு அமைச்சில் நியூகேசில் பிரபு பெயருக்குப் பிரதமராயிருந்தார். (இ.ச.க.தொகுதி-6) நியூகேசில் முக்கியமற்ற பதவிகளுக்கு ஆள்களை அமர்த்தினார். பிட்டோ அட்மிரல்கள், ஜெனரல்கள், தூதுவர்கள் என்று முக்கியமானவர் களையெல்லாம் பணியில் அமர்த்தினார். அவரே போர்த் தந்திரத்தை வகுத்துக் கூறினார்.

''என்னால் இந்நாட்டைக் காப்பாற்ற முடியும் என்பது எனக்கு உறுதியாகத் தெரியும். வேறு எவராலும் அதைச் செய்ய முடியாது'' என்று பிட் கூறினார். அவர் இவ்வாறு தற்பெருமையாகப் பீற்றிக் கொண்டதை மெய்ப்பிக்கும் வகையில், போர் எந்திரம் முழுமையிலும் புது உணர்ச்சித் துடிப்பும் நம்பிக்கையும் உண்டாயின.

மூத்த பிட் கப்பற்படைத் தொகுதிகளுக்குத் தன் கைப்பட ஆணைகளை எழுதியனுப்பினார். ''எங்களால் நிறைவேற்ற இயலாதவற்றையெல்லாம் செய்து முடிக்குமாறு நீங்கள் எங்களிடம் கேட்கின்றீர்கள்'' என்று ஓர் அதிகாரி கூறினார். ''ஐயா, நான் முடியாதவற்றையெல்லாம் வைத்துக் கொண்டுதான் நடந்து திரிகின்றேன்'' என்று கீல் வாதத்தினால் வருந்திய பிட், தான் நடப்பதற்குப் பயன்படுத்திய ஊன்றுகோலை அவரிடம் காட்டினார்.

அவருடைய வழி முறைகளெல்லாம் வீறாப்பானவை; ஒளிவு மறைவு அற்றவை; முறையாக அமைந்திருந்தவை. அவர் அலுவலகத்தில் இருக்கும் போது முறையான முழு ஆடையை அணிந்திருப்பார். தன் துணைச் செயலாளர்கள் தன் முன்னால் அமர்வதை அனுமதிக்க மாட்டார்.

1766

பிரிட்டனின் ஏற்றத்தில் பிட்டின் பெரும் பங்கு

இரஷியத்தின் மா பீட்டர் *(1672-1725)* பிரிட்டன் அளித்த படையுதவியைக் கொண்டு ஐரோப்பியத்தில் வெற்றி பெற்றுக் கொண்டிருந்த நேரத்தில், பிரிட்டன் மிகப் பரந்த வாணிபப் பேரரசை நிறுவ வேண்டுமென்ற குறிக்கோளுடன், அதன் கடலாதிக்கப் போர்த்தந்திரங்களை உருவாக்கும் பணிக்குக் கால்கோளிடப்பட்டது.

கிளைவு பாகீரதி ஆற்றின் கரையில் பிளாசி நெல் வயல்களில் வெற்றி பெற்றுப் *(1757)* பிரிட்டனை மிகப் பெரிய நிலப் பிரபுவான திவானி என்ற நிலைக்கு வங்கத்தில் உயர்த்தினார்.

தென்கிழக்குக் கனடாவின் செயிண்ட் லாரன்சு ஆற்றின் முகத்துவாரத்திலிருந்த லூயிபர்கு என்ற மிகப் பெரிய பிரஞ்சுக் கோட்டையைப் பிரிட்டன் நில வழியாயும், கடல் வழியாயும் தாக்கிற்று.

வட அமெரிக்கத்தின் ஒகையோவில் துருஸ்னிக்கு என்ற கோட்டையைப் பிரிட்டிசார் பிடித்தனர்.பின்னர் மேற்காப்பிரிக்கக் கரையிலிருந்த கோரி என்ற இடத்தை *1759* இல் கவர்ந்தனர்.அதற்கடுத்த ஆண்டு கிழக்குக் கரீபியத்தின் குவாடலூப்பைப் பிரிட்டன் வென்றது.பிரஞ்சுப் படை மிண்டன் என்ற இடத்தில் தோற்கடிக்கப்பட்டது.

போர்த்துக்கீசக் கடற்பகுதியில் பிரான்சின் துலோன் கப்பல் தொகுதி முறியடிக்கப்பட்டது.

கனடாவின் குவீபக்கு 1760 செப்டம்பரில் பிரிட்டனிடம் விழுந்தது. இவை பிரிட்டனைப் பொருத்தவரையில் மெய்யாகவே புதியதொரு காலக்கட்டத்தைத் தோற்றுவித்த நிகழ்ச்சிகளாயின. அது 1760 ஆம் ஆண்டில் நிகழ்ந்த அற்புதமான நிகழ்வுகளில் ஒன்றெனக் கருதப்படுகின்றது.

''நம்முடைய மணிகள் நாம் கண்ட வெற்றிகளை முழங்குவதற்காக, அடித்து அடித்துத் தேய்ந்து விட்டன.'' என்று ஹோரேஸ் வால்போல் (1717-1797) கூறினார். இவர் பிரிட்டனின் முதற் பிரதமரான இராபட் வால்போலின் மகன்; ஆங்கில எழுத்தாளர்.

பிரிட்டன் வெகு சில மாதங்கள் கடும் போரிட்டு வெற்றி கண்ட பிறகு புவியின் நிலப் படத்தையே திருத்தி எழுத வேண்டி வந்தது. பிரிட்டிசாருக்கு அமெரிக்கத்திலும், ஆசியத்திலும் கற்பனையையெல்லாம் மிஞ்சக்கூடிய எதிர்கால வாய்ப்புகளுக்கு இக்காலக்கட்டத்தில் வழிகள் திறந்தன.

கீல் வாதத்தினால் துன்புற்று நொந்தும், சில வேளைகளில் முற்றிய பித்தர் நிலையை எய்தியும், தன்னுடன் பணிபுரிவோர் பொறுக்கவே முடியாத அளவிற்கு அவர்கள் மீது சர்வாதிகாரம் செலுத்தியும், அவர்களின் மனமார்ந்த வெறுப்பைப் பெற்றும் இருந்த ஒரு தனி மனிதரின் சாதனைகளாக இவை அமைந்ததே இங்கு மிகவும் குறிப்பிடத்தக்கதாகும். தென் கனடாவிலுள்ள மாண்ட்ரீல் துறைமுகப் பட்டினமும், அட்லாண்டிக்கிலுள்ள பெல்கீயும், கரீபியனிலுள்ள மார்டினிக்குத் தீவும் பிரிட்டனால் பற்றிக் கொள்ளப்பட்ட நிகழ்ச்சிகள்தாம் மூத்த பிட்டின் வெற்றிக்கெல்லாம் மகுடம் போல் அமைந்தன.

பிரிட்டன் மீது போர் தொடுக்கும் நோக்கத்துடன் தென்னமெரிக்கத்திலிருந்து தங்கத்தையும், வெள்ளியையும் ஏற்றி வந்து கொண்டிருந்த ஸ்பானியக் கப்பல்களை வலுவில் சென்று தாக்க வேண்டும் என்று மூத்த பிட் 1761 ஆம் ஆண்டு மன்றாடினார். இத்தனை துணிச்சலான தாக்குதல் வேண்டாமென்று பிரிட்டிஷ் அமைச்சரவை அப்போது பின்வாங்கிற்று. பிட் அதனால் பிரதமர் பதவியிலிருந்து விலகினார். மூன்றாம் ஜார்ஜ் மன்னர் தனக்கு விருப்பமான பூட் பிரபுவைப் பிரதமராக்கினார். பூட் அமைதியை நிலை நாட்டவே விரும்பினார்.

பிட் காமன் சபைக்குச் சென்று பூட்டின் கொள்கையைக் கண்டித்துப் பேசினார். அவர் உடம்பெல்லாம் கம்பளித் துணிகளைச் சுற்றிக் கொண்டு, ஊன்றுகோலில் சாய்ந்தவாறு அங்கு உரையாற்றினார். அவர் தன் கருத்துகளை விருப்பு வெறுப்பின்றி நான்கு மணி நேரம் வலுவாக எடுத்துரைத்தார்.

பெருந்தகைமை வாய்ந்த நட்பு நாடான பிரஷியம் பிரிட்டனைக் கைவிட்டது; ஸ்பானியச் செல்வம் கைக்கு எட்டவில்லை; பிரான்ஸ் தன் பேரிழப்பை ஈடுகட்டிக் கொள்வதற்கு வழிவகை செய்யப்பட்டு விட்டது; இவ்வாறு பிட் விவரித்துக் கொண்டே வந்தார். அவரது உரையை மாமன்றம் நன்கு கவனித்துச் செவிமடுத்தது. இறுதியில் அவரை எதிர்த்தும் வாக்களித்தது.

அதன்பிறகு பிட் மாமன்றத்தில் சொன்ன வாக்குப் பலித்துவிட்டது; மூன்றே மாதங்களுக்குள் ஸ்பெயினுடன் போர் மூண்டுவிட்டது.

அவர் பதவியிலிருந்த நான்காண்டுக் காலத்தில் பட்ட அவமானத்தையும் கண்ட தோல்வியையும் வெற்றியாக மாற்றிக் காட்டினார். உலகின் விரிந்து பரந்த பகுதிகளில் பிரிட்டிஷ் நாகரிகம் (ஆங்கில-சாக்சானிய நாகரிகம்) ஆட்சிபுரிய வேண்டுமென்ற தன்

கொள்கையை மூத்த பிட் நிலை நாட்டிவிட்டார். பிரிட்டனை ஒருங்கிணைத்தார். நாடு இங்ஙனம் ஒற்றுமைப்பட்ட நேரத்தில் இரண்டாம் ஜேம்சின் ஆதரவாளர்களான ஜேகோபைட்டுகளின் கிளர்ச்சியும் (1745-1746) ஒடுங்கியது. அவர் கற்பனையையெல்லாம் தூண்டிவிட்ட இம்மாபெருஞ் சாதனையை எண்ணியெண்ணிப் பெருமைப்பட முடியும். இந்நிலையில் அவர் தன் காதல் மனையாளுடன் ஓய்வு கொள்வதை எதிர் நோக்கியிருந்தார்.

மூத்த பிட் நாற்பது வயது வரையிலும் மணம் செய்யாதிருந்துவிட்டு ஹெஸ்டர் கிரன்வில் சீமாட்டி மீது காதல் கொண்டு அவரை 1754 இல் மணந்து கொண்டார். அவர்களுக்கு மூன்று ஆண்மக்களும் இரண்டு பெண்மக்களும் பிறந்தனர். ஆண்மக்களுள் ஒருவரான வில்லியம் பிட் பின்னர் இரண்டு முறை (1783-1801;1804-1806) பிரிட்டனின் பிரதமரானார்.

கீல் வாதத்தினால் துன்புற்றிருந்த பிட்டைக் காதலித்து மனமுவந்து ஏற்றுக் கொண்ட கிரன்வில் சீமாட்டி அவருக்கு மெய்யான வாழ்க்கைத் துணையாயிருந்தார்.

மூத்த பிட் கடைசியாக இந்த 1766 ஆம் ஆண்டு பிரதமர் பதவிக்கு வந்து அரசுப் பொறுப்பை ஏற்றார். ஹோரேஸ் வால்போல் அப்போது பெரு மகிழ்ச்சியினால் சொன்னார். ''இது மகத்தான காலம்; இங்கிலாந்திற்கு இது புதிய பிறந்த நாள்.''

நிதியமைச்சராகப் பொறுப்பில் இல்லாத ஒருவர், பிரிட்டனில் இப்போதுதான் முதன் முறையாகப் பிரதமர் என்று கருதப்படலானார். பிட்டின் அமைச்சில் அவரின் சீடரான கிராஃப்டன் கோமகன் நிதியமைச்சராயிருந்தார். பிரிட்டனின் பிரதமர் பதவி பிட்டின் இந்த ஆட்சிக் காலத்திலிருந்துதான் நிலைநிறுத்தப்பட்டது என்பதை இது காட்டுகின்றது.

பிட் இந்நேரத்தில் சதாம் ஏள் என்ற முறையில் பாராளுமன்றத்தின் மேலவையான பிரபுக்கள் மன்றத்திற்குச் செல்ல விரும்பினார். இது கிராஃப்டன் பிரபுக்குச் சங்கடமாயிருந்தது. ஏனெனில் பிட்டின் வாதத் திறமை காமன்ஸ் என்ற மக்கள் மன்றத்தில் பயன்பட வேண்டுமென்று விரும்பினார்.

பிட் பிரஞ்சுக்காரருக்கு எதிராகப் பெரிய கூட்டணி ஒன்றைத் திரட்ட முயன்று தோற்றுப் போனார். இந்நிலையில் அவரது உடல் நலம் கெடவே, அவர் பாத் நகருக்குச் சென்றுவிட்டார். அவரைக் கீல்வாதம் வதைத்தது. அப்பணி மிகவும் கடுமையானது. மூத்த பிட் சில வேளைகளில் மன நோயாளியுமானார். அவர் மனத் தெளிவோடு இருந்த நேரத்தில் கூட, அவரால் தன் கூட்டாளிகளுடன் சேர்ந்து ஏதேனும் செய்யவோ, எந்தப் பணியையும் மேற்கொள்ளவோ இயலவில்லை.

கிராஃப்டனுக்கு ஆற்றல் குறைவு. அவர் அரசின் பெரும் பணிகளைச் செய்ய முடியாது தவித்தார். இறுதியில் சதாம் ஏள் ஆகிய மூத்த பிட் பிரதமர் பதவியிலிருந்து 1768 ஆம் ஆண்டு விலகினார். அதன் பிறகு சிறிது உடல் நலந்தேறி அரசைக் கடுஞ் சீற்றத்தோடு தாக்கினார். அப்போது கிராஃப்டன் கையில் ஆட்சி நிர்வாகம் இருந்தது. அவர் நார்த்து பிரபிடம் ஆட்சிப் பொறுப்பை விட்டது வரையிலும் சிறிது காலம் மட்டுமே பதவியிலிருந்தார்.

சதாம் ஏள் (மூத்த பிட்) மன்னரைக் கூட விட்டுவைக்காமல் தாக்கினார். அவர் கிழக்கிந்தியக் கம்பெனியின் வணிகர்களையும் விடவில்லை. பிட் அவர்களை ''மிகப் பெரிய ஆசியக் கொள்ளையர்கள்'' என்று சாடினார்.

அமெரிக்கக் குடியேற்றங்களுடன் பிரிட்டனுக்கு ஏற்பட்ட சச்சரவுகளைப் பிட் மிக நுட்பமாகப் புரிந்து கொண்டிருந்தார். அமெரிக்கக் குடியேற்றங்களை அணுகுவதில் பிரிட்டிஷ் அரசிடம் காணப்படாத பெருந்தன்மையும் ஆய்ந்து நோக்கும் கற்பனைத் திறனும் அவரிடம் இருந்தன. அவர் அது குறித்து ஆற்றிய ஒரு பேருரையில் சொன்னார்:

"நான் ஓர் அமெரிக்கனாயிருந்தால், என் நாட்டில் அயலார் படை கால் வைக்கும்போது, ஓர் ஆங்கிலேயனைப் போன்றே என் ஆயுதத்தைக் கீழே போடவே மாட்டேன் ஒரு போதும் மாட்டேன்; அது ஒரு போதுமில்லை; எப்போதும் இல்லை" என்று அழுத்திச் சொன்னார்.

பிட்டின் உடல் நிலை மோசமாகிக் கொண்டே சென்றது. அவர் 1778 மே 11 அன்று இறந்தார். அவர் இறந்தபோது, அரசியலில் அவருக்கு எதிரிகளாயிருந்தவர்கள்கூட அவரை வியந்து பாராட்டினர்.

5. வரலாற்றில் கலகங்களும், கிளர்ச்சிகளும்

கலகங்கள், கிளர்ச்சிகள், ஆர்ப்பாட்டங்கள், புரட்சிகள் என்று பலவிதமான பெயர்களைப் பெற்றுள்ள எதிர்ப்புணர்ச்சி வெளிப்பாடுகள் கூட மேலையுலகிலிருந்து நம் நாட்டிற்கு இறக்குமதியானவையாகும். இன்று இந்து தேசமெங்கும் கிட்டத்தட்ட ஒவ்வொரு நாளும் என்னென்னவோ பெயர்களில் நடந்துவரும் இத்தகைய உணர்ச்சிக் குமுறல்களின் வன்செயல் வெளிப்பாடுகள் மேலையுலகில் தோன்றிய வரலாறு அறிந்து கொள்ளத்தக்க ஒன்றெனலாம். இனி இந்நூற்றாண்டில் பிரஞ்சு நாட்டில் 1789 ஆம் ஆண்டு வெடிக்கவிருக்கும் உலகின் முதற்பெரும் புரட்சியை நன்கு புரிந்து கொள்வதற்கும் இது உதவும்.

ரோம் தோற்றுவாயா?

ரோமானியக் குடியரசின் ஆட்சிப் பேரவைக் கட்டடம் (Senate House) தீக்கிரையாகின்றது; பொது அங்காடியான ஃபோரம் (Forum) என்ற இடத்தில் கொந்தளித்து எழுந்த கும்பல்கள் கலகம் செய்கின்றன; அவர்கள் பொருள்களைக் கொள்ளையடித்துச் செல்கின்றனர்; புனிதத் தெருவில் கூட இக்கும்பல்கள் சண்டையிடவும் கொலை புரியவும் செய்தன. ரோமானியப் பேரரசு (கி.மு.29- கி.பி.641) சிதைந்து கொண்டிருக்க, இவையெல்லாம் ஒவ்வோராண்டும் நடந்து வந்தன.

அகஸ்டசின் பேரரசு (கி.மு.27-கி.பி.14) நிலையில்லாத அமைதியில் நாளை எண்ணிக் கொண்டு நடந்து வந்தது. சமூக நலப்பணிகள், இலவச உணவு, இலவசக் கேளிக்கை போன்ற மக்கள் ஈர்ப்புப் பணிகளைக் கொண்டு மட்டுமீறிய செயல்கள் கட்டுக்குள் அடக்கப்பட்டன. எனினும் கலகக் கும்பலை வீதியில் கொண்டு வந்து குவிக்க வதந்தி, கையூட்டு, உணர்ச்சியைத் தூண்டிவிடும் பேச்சு ஆகிய இவற்றை வைத்துச் சிறிதளவு குத்தி விட்டால் போதும்: கலகமும், கிளர்ச்சியும் வெடித்து விடும். சொல்லின் செல்வர்கள் என்று பாராட்டப்பட்ட சொற்புரட்டர்கள் மக்கள் கூட்டத்தின் அச்சங்களைப் பயன்படுத்தி விளையாடி வந்தனர். ஆட்டுவித்தபடி வெறியாடும் இக்கும்பல்களின் காட்டுமிராண்டித்தனமான செயல்களைத் தம் நோக்கங்களை நிறைவேற்றுவதற்காகப் பயன்படுத்தினர்.

பைசாந்தியத்திற்கும் பரவுதல்

ரோமானியப் பேரரசு ஐந்தாம் நூற்றாண்டில் ரோமை விடுத்துக் கிழக்கே

பைசாந்தியத்திற்குச் சென்றபோதும் இக்கும்பல்கள் மறைந்துவிடவில்லை. அவை பைசாந்தியத்திலும் மிகுந்த வீறாப்புடன் கலகம் செய்தன. ஆட்சியைக் கையில் வைத்திருந்த சிலரும் போட்டி அரசியல் கூட்டத்தினரும் இக்கும்பல்களைத் தம் விருப்பம் போல் ஆட்டிப்படைத்தனர்.

கலகக் கும்பல்கள் இங்ஙனம் பல நூற்றாண்டுகளாகக் கிளர்ந்தெழுந்து வந்தன; அழித்தன; கட்டடங்களைத் தகர்த்தன; கொள்ளையடித்தன; கொள்ளி வைத்தன. இவற்றையெல்லாம் செய்து கொண்டே வெறிக் கூச்சலோடு காளிகளையும், கூளிகளையும் போன்று நடனமாடின.

பிரிட்டனில் கலகங்கள்

இலண்டன் மாநகரம் *1733, 1736,1753* ஆகிய ஆண்டுகளில் கலகக் கும்பல்களின் பிடியில் சிக்கித் தவித்திருக்கின்றது. அதற்கு முந்திய நூற்றாண்டுகளிலும், *1770* ஆம் ஆண்டுகளிலும் கொள்ளையடிக்கவும் கொள்ளி வைக்கவும் பட்டிருக்கின்றன. எனினும் *1780* சூன் 7 அன்று இலண்டனில் வெடித்த கலகமே மிகவும் கொடியதாகும். அதற்குக் கார்டன் கலவரங்கள் என்று பெயர். இது மதத்தின் பெயரால் நடந்தது. *(1780 காண்க)* இலண்டனில் இருந்த இந்நிலை பிரிட்டனின் ஏனைய பகுதிகளோ, ஐரோப்பிய நாடுகளோ அறியாதிருந்ததன்று.

1766

பிரிட்டனில் *1766* கோடை காலத்தில் சூலை மாத வாக்கில் டேவோன்சயரில் கலகம் மூண்டது. அது புல்வெளியில் பற்றிய தீயைப் போன்று கோடை காலத்தின் எஞ்சிய பகுதி முழுமையிலும் பரவி நீடித்தது. கலகக் கும்பல்கள் அப்போது பிரிட்டன் எங்கும் வன்செயல்களில் ஈடுபட்டன. முக்கியமான அங்காடி நகரங்களின் கடைகள் உடைத்துக் கொள்ளையடிக்கப்பட்டன. அரசு கலகக்காரர்களைத் துப்பாக்கியால் சுட்டது. பிடிபட்டவர்களில் சிலரைப் பொறுக்கியெடுத்துத் தூக்கிலிட்டது. ஏனையோரை அயல் குடியேற்றங்களுக்கு நாடு கடத்தியது. இவற்றினாலெல்லாம் கலவரம் பெரிதும் அடங்கி விடவில்லை.

கலகக் கும்பல்கள் அடுத்த எண்பதாண்டுக் காலத்தில் நகரங்களையும் நாட்டுப் புறங்களையும் கூப்பாடு போட்டுக் கொண்டு கொள்ளையடித்தன; மக்களை அச்சுறுத்தின; வன்செயல்களில் திளைத்தன; இவையனைத்திற்கும் மேலாக வீடு வாசல்களைக் கொள்ளையடித்து நாசம் செய்தன. இந்நூற்றாண்டுகளில் நிலவிய தலைமுறைகளைச் சேர்ந்த ஆங்கிலேயர்கள் நோய், நொடிகளோடும் சாவோடும் வாழ்க்கை நடத்தியதைப் போலவே, கலவரங்களின் நடுவிலும் வாழ்ந்து பழகிக் கொண்டனர். அது சமூக இயல்புகளில் ஒன்றாகிப் போனது.

பிரான்சில்

கலகம் செய்யும் தீச்செயல் ஆங்கிலேயரிடம் மட்டும் காணப்படவில்லை. ஆங்கிலக் கால்வாய்க்கு அப்பால் வாழ்ந்த மக்களும் வன்செயலில் ஈடுபட்டனர். பிரான்சில் *1620* கள், *1630* கள், *1640* ஆகிய காலக்கட்டங்களில் பெருங் கலகங்கள் வெடித்துக் குமுறியிருக்கின்றன. அவை நார்மண்டியில் உழவர்களின் போராயின; பிரான்சின் ஏனைய பகுதிகளில் ஏதேனுமொரு நகரில் அல்லது பாரிஸ் மாநகரிலேயே மக்கள் கூட்டம் தெருக்களில் இறங்கிவந்து ஆண்டுதோறும் கலகங்கள் செய்தவண்ணம் இருந்தன. செல்வர்கள்தாம் தம் இன்னல்களுக்கும், வறுமைக்கும் பொறுப்பு என்று

மக்கள் கூட்டம் அப்போதுதான் கருதத் தொடங்கி, அவர்கள் மீது பழி தீர்த்துக்கொள்ள முனைந்தது.

இவ்வாறு அலையென எழுந்த வன்செயல் கலகம் ஒவ்வொன்றும் பெரிய இன்னலில் போய்த்தான் முடிந்தது; மீண்டும் புது வேகத்தோடு எழுந்தது. வன்செயல் குமுறலான அலையானது தவிர்க்கமுடியாத வகையில் மீண்டும் மீண்டும் எழுந்து சமூகம் என்ற சுவர் மீது மோதிச் சாவையும் அழிவையும், வெறுப்பையும் உண்டாக்கின.

பிரஞ்சுப் புரட்சி

பிரஞ்சுப் புரட்சி (1789-1799) ஐரோப்பியக் கலவரத்தையே அடிப்படையான மாறுதலுக்குள்ளாகுமாறு செய்தது. கலகக்கார மக்கள் கும்பலுக்கு அறிவுத் திறன் அறவே இல்லாதிருந்தது. அடங்காத அக்கும்பலை வழிநடத்திச் செல்வதற்கு மேலான அறிவுத் திறன் பிரஞ்சுப் புரட்சியின் போது தோன்றியது. கலவரங்களை நீண்டகாலச் சித்தாந்த இலட்சியங்களுக்காகப் பயன்படுத்துவதில் முனைந்த அரசியல் சூழ்ச்சிக்காரர்களின் தலைமை இப்புரட்சியின்போது இக் கும்பல்களுக்குக் கிடைத்துவிட்டது.

சொத்து பத்துகளை இழந்தவர்களும் வாழ்க்கையில் ஏமாற்றமடைந்தவர்களும் எதிர்காலத்திற்காக என்று, இனிமேல் பிறக்கப் போகும் தலைமுறையினருக்காக என்று, வன்செயலையும், உயிர்க் கொலையையும், நோவையும், ஏன் சாவையும் ஏற்பது என்ற கொடிய, இரக்கமற்ற எண்ணத்தை மக்கள் இப்புரட்சியின் பிறகு சிறுகச் சிறுக ஏற்கத் தொடங்கினர். எனவே கலகம் என்பது புரட்சியின் கைக் கருவியாயிற்று.

ஐரோப்பிய நகரங்களும் நாட்டுப்புறங்களும் சட்டத்தை மீறிய கொடுஞ் செயல்களில் மேலும் மேலும் இறங்கின. பத்தொன்பதாம் நூற்றாண்டிலும் இப்படித்தானிருந்தது. இங்கிலாந்திலும் 1850 வரை இத்தகைய நிலை இருந்து வந்தது.

ஒவ்வொரு தலைநகரிலும் தெருச் சண்டைகள் நடந்தன; சாலைகள் தடுத்து மறிக்கப்பட்டன; துப்பாக்கிச் சூடு நடந்தது; பொருள்களுக்குத் தீயிட்டனர்; உடைமைகள் அழிக்கப்பட்டன. சிறு நகரங்கள் கூடப் பெரு நகரங்களை விட நன்றாக இருந்து விடவில்லை. அங்கும் அமளி துமளிதான் நடந்தது. சிற்றூர்களிலும் அங்காடி நகரங்களிலும் காட்டுமிராண்டித்தனமான செயல்கள் அடிக்கடி நடந்தன.

அடைப்புகள், கதவுகள், தாழ்ப்பாள்கள்

ஜெர்மனி, பிரான்ஸ், இத்தாலி ஆகிய நாடுகளின் பெரிய அல்லது சிறிய வீடுகளில் கண்ணுக்கு இனியவையாய்க் காணும் நழுவு அமைப்புகள், சன்னல்களை அடைத்துள்ள வலுவான இரும்புச் சட்டங்கள், நகர்த்தவே இயலாது என்று கருதத்தக்க ஓக்கு மரக் கதவுகள் முதலியன அங்கு அழகிற்காக அமைக்கப்படவில்லை. அவை பாதுகாப்பிற்காகப் பயன்பட்டன. ஐரோப்பியம் ஆண்டிற்கு ஆண்டு, தலைமுறைக்குத் தலைமுறை கலவரங்களுடனேயே வாழவேண்டிய நிலை இருந்தது.

இந்நிலை பத்தொன்பதாம் நூற்றாண்டின் இறுதி வாக்கில் சீர்படத் தொடங்கிற்று. அப்போது ஆட்சியாளரிடமிருந்த ஆயுதங்கள், கலகக்காரர் வைத்திருந்தவற்றைவிடத் திருத்தமுற்றிருந்தன. அதனால் அரசு கலகக்காரர்களுக்குச் சரியான எதிரடி கொடுத்துக் கலகங்களை அடக்கி விட்டது. அரசுகள் தம் மக்களை இரக்கமேயில்லாது முழு மூச்சுடன் அடக்குவதற்கு வேண்டிய வாய்ப்புகளும் வசதிகளும் உண்டாயின. ஆயுதங்களைக் கொண்டு அனைத்திற்கும் தீர்வு காண்பதில் வெறி கொண்டிருந்தவர்கள்

இருபதாம் நூற்றாண்டு பிறந்ததும் ஐரோப்பியத்தில் நசுக்கப்பட்டு விட்டதால், அவர்கள் வெறும் எதிர்ப்பு ஆர்ப்பாட்டங்களை மட்டுமே நடத்தத் தொடங்கிவிட்டனர்.

உலகில் மாறிவரும் சூழ்நிலைகளுக்கு ஏற்ப இப்போது அழிவுப் பண்பான பயங்கரவாதக் கும்பல்கள் ஆங்காங்கே தலை தூக்கியுள்ளன. அவர்களையும் ஒடுக்கும் வழிவகைகளை மனிதன் ஆராய்ந்து கொண்டிருக்கின்றான்.

வரலாற்றுப் புள்ளிகள்

1. ரெட்டி குடியின் கொண்டபள்ளி

கொண்டபள்ளி என்றால் மலை மீதுள்ள ஊர் என்று பொருள். ஆந்திரத்திலுள்ள இவ்வூர் பத்தொன்பதாம் நூற்றாண்டில் வலுவிழந்து விட்டதெனினும், அதற்கு முன்னர் ஔரங்கசீபின் *(1618-1707; முகலாய அரசராயிருந்த காலம் 1658-1707)* வலிமை மிக்க முகலாயர் படையையே எதிர்த்து நின்றிருக்கின்றது.

பதினெட்டாம் நூற்றாண்டின் இக்காலக்கட்டத்தில் காட்டுத் தீப்போல் இந்தியத்தின் நான்கு திக்குகளிலும் பரவத் தொடங்கிவிட்ட பிரிட்டிஷ் ஆதிக்கம் இந்த 1766 ஆம் ஆண்டு கொண்டபள்ளியைக் கைப்பற்றிக் கொண்டது. இவ்வூருக்கு வரலாற்று ஏடுகளின் ஒரு மூலையில் இடம் தரப்பட்டிருப்பினும் இதற்கும் குறிப்பிடத்தக்க சரித்திரம் உண்டு.

கொண்டபள்ளி முஸ்லிம்களின் ஆளுகையில் இருந்தமையால் அதற்கு முஸ்தாஃபா நகர் என்றொரு பெயரும் உண்டு. எனினும் இவ்வூரைக் கொண்டவீட்டு ரெட்டி மரபைச் சேர்ந்த அனுவைம ரெட்டி சுமார் 1360 வாக்கில் நிறுவினார். அதைக் கொண்டாடு என்ற இடையரின் பெயரால் கொண்டபள்ளி என்று அழைத்தனர். ஏனெனில் அந்த இடையர்தான் அனுவைம ரெட்டிக்கு இந்த ஊர் அமையவிருந்த இடத்தைக் காட்டிக் கொடுத்தார்.

பின்னர் இவ்வூர் கொண்டபள்ளி ரெட்டிகளிடமிருந்து ஒரிச மன்னர்களின் கைக்கு மாறியது. ரெட்டிமார் பின்னர் இதைப் பிடித்தனர். குல்பர்காவிலிருந்து ஆண்ட பாமினி சுல்தானான இரண்டாவது முகமது ஷா *(1463-1482)* ரெட்டிகளிடமிருந்து 1471 இல் கொண்டபள்ளியைக் கைப்பற்றினார். அங்கிருந்த காவல்படை 1476 வாக்கில் கலகம் செய்தது. அதையடுத்து 1477 ஆம் ஆண்டில் கொண்ட பள்ளி ஆறுமாத முற்றுகையைத் தாங்கி நின்றது.

அம் முற்றுகையைத் தகர்த்து உள்ளே நுழைந்த இளவரசர் கோட்டைக் கோயிலில் பூசை செய்து கொண்டிருந்த புரோகிதர்களின் கழுத்தை நெறித்துக் கொன்றுவிட்டார்.

கிருஷ்ண தேவராயர் 1515 இல் கொண்டபள்ளியைப் பிடித்து ஒரிச மன்னரிடம் ஒப்படைத்தார். அப்போது ஒரிசத்திற்கும் விசயநகரப் பேரரசிற்கும் எல்லையாய்க் கிருஷ்ணை என்னும் கிருஷ்ணவேணி ஆறு இருந்தது.

கோல்கொண்டச் சுல்தான் குயிலி குதுபு ஷா *(1512-1543)* கொண்டபள்ளிக் கோட்டையை 1521 ஆம் ஆண்டு பிடித்தார். அடுத்த ஐம்பதாண்டுக் காலத்தில் கொண்டபள்ளி முஸ்லிம் மேலாண்மையின் எல்லைக் காவற் கோட்டையாக இருந்தது.

கொண்டபள்ளிக்கு அருகிலிருந்த விசயவாடாவையும் இபுராம் பட்டணத்தையும் கொண்ட வீட்டுத் தானைத் தலைவர் 1557 இல் தாக்கினார். கோல்கொண்டச் சுல்தான்

இபுராகிம் குதுபு ஷாவிற்கு (1550-1580) மிகவும் விருப்பமான இடமாய்க் கொண்டபள்ளி இருந்தது.

கொண்டபள்ளி 1530-1580 காலத்திலும், இபுராகிம் குதுபு ஷாவின் பேரனான சுல்தான் அப்துல்லா குதுபு ஷா காலத்திலும் (1627-1672) அங்கு பாலஹிசார் என்ற அரண்மனை பர்மியத் தேக்குகளைக் கொண்டு கட்டப்பட்டது.

ஔரங்கசீபு கொண்டபள்ளிக் கோட்டையை 1687 ஆம் ஆண்டு நயவஞ்சகமாய்க் கைப்பற்றினார். அவர் கோல்கொண்ட, பிஜப்பூர் அரசுகளை ஒழிப்பதற்காகத் தக்காணத்தில் அரும்பாடுபட்ட இக்காலத்தில், கொண்டபள்ளிக் கோட்டை முகலாயர் படைகளைப் பெருவீரத்துடன் எதிர்த்து நின்றது.

ஜெனரல் கல்லியாடு என்ற பிரிட்டிஷ் படைத்தலைவர் நிசாமின் நேசரிடமிருந்து கொண்டபள்ளிக் கோட்டையை 1766 ஜூலை-10 அன்று கைப்பற்றினார். கம்பெனியின் சிறிய படை ஒன்று 1859 வரை அங்கு மலையடிவாரத்தில் நிறுத்தி வைக்கப்பட்டிருந்தது. அந்த ஆண்டிலிருந்து அங்கிருந்த படைநிலை கைவிடப்பட்டது.

கொண்டபள்ளி விசயவாடாவிலிருந்து வடக்கே வடமேற்கில் சுமார் 13 கிலோ மீட்டர்; மச்சிலிப்பட்டினத்திலிருந்து வடமேற்கில் சுமார் 75 கிலோ மீட்டர். இது இயற்கையழகு நிறைந்த இடத்தில் அமைந்துள்ளது.

2. கிழக்கிந்தியக் கம்பெனி ஆதாயம் உயர்தல்

கிழக்கிந்தியக் கம்பெனி கடந்த 166 ஆண்டுக் காலத்தில் சிறுகச் சிறுக நிலக் கிழார்களைத் தன் ஆளுகைக்குள் சேர்த்துக் கொண்டே வந்ததால், அது தன் பங்குதாரர்களுக்கு அளித்து வந்த ஆதாய ஈவு ஆறு சதத்திலிருந்து 1766 ஆம் ஆண்டு பத்துச் சதமாய் உயர்ந்தது.

இங்ஙனம் ஆதாய ஈவுத் தொகை திடீரென்று மிகுந்தமையால், அது மேலும் அதிகரிக்கும் என்ற எண்ணத்தில் பலர் கிழக்கிந்தியக் கம்பெனியின் பங்குகளை வாங்க வேண்டும் என்ற தூண்டுதல் பெற்றனர். அவர்களில் பலர் கொள்ளை வட்டிக்குப் பணத்தைக் கடன் பெற்றுப் பங்குகளை விலைக்கு வாங்கினர். எதிர்காலத்தில் ஆதாய ஈவு ஐம்பது சதம் வரை உயருமென்றும் அவர்களில் பலர் பேசிக் கொண்டனர். இந்தப் பேச்சு எங்கும் பரவியதால் கிழக்கிந்தியக் கம்பெனியின் பங்கு விலை தாறுமாறாய் ஏறியது

பொது மக்கள் கம்பெனியின் பங்குகளை வாங்க இவ்வாறு போட்டி போட்டதாலும் ஆதாய ஈவை இன்னும் அதிகரிக்க வேண்டுமென்று கம்பெனி நெறியாளரிடையே தாவாக்கள் எழுந்ததாலும் பொதுமக்களின் கண்ணும், அரசின் கவனமும் கம்பெனி மீது விழுந்துவிட்டன.

அதனால் ஆதாய ஈவைப் பத்துச் சதத்திற்கு மேல் ஏற்றலாகாது என்று அரசு கருத்துக் கூறியது. கம்பெனியின் நடவடிக்கைகளும், அது இந்தியத்தில் நாட்டு மன்னர்களுடன் நடந்துகொண்ட முறைகளும் ஆய்விற்குள்ளாகும் என்று அரசு அறிவித்துவிட்டது. கம்பெனியின் நடவடிக்கைகளையும் செயல்பாடுகளையும் ஆராய்வதற்கென்று ஒரு குழுவை அரசு அமைத்தது.

3. ஹைடிரஜன் பிரித்தறியப்பட்டது

ஹென்றி காவண்டிஷ் (1731-1810) என்ற ஆங்கில வேதியியல், இயற்பியல்

வல்லுநர் ஹைடிரஜன் என்ற நீர்வளியை இந்த 1766 ஆம் ஆண்டு பிரித்தெடுத்து, அது காற்றினும் எடை குறைந்தது என்பதைக் கண்டறிந்தார். ஹைடிரஜன் தமிழில் நீர்வளி எனப்படும். அது தீப்பற்றக் கூடியது; நிறமற்றது; மணமற்றது; ஆவியாக இருக்கின்ற வேதித் தனிமம் இதன் குறி *H*. ஹைடிரஜன் பேரண்டத்தில் மிகுந்த அளவில் இருக்கின்றது. அதை எரியச் செய்வதால் அதிலிருந்து நீரைப் பெறமுடியும் என்பதால், பிரஞ்சு வேதியலாரான ஜி.டி.மோர்வி இதற்கு 1787 ஆம் ஆண்டு ஹைடிரஜன் (*Hydrogen*) என்று பெயர் கொடுத்தார். இதன் அணு எடை 1.0080

4. ஸ்டிரிங்கர் லாரன்சு ஓய்வு பெறுதல்

ஸ்டிரிங்கர் லாரன்சு (1697-1775) இந்தியத்தில் கிழக்கிந்தியக் கம்பெனிப் படையின் முதல் தலைமைத் தளபதியாக 1748 ஜனவரியில் கடலூரை அடைந்து (இ.ச.க.தொகுதி-5) பதினெட்டாண்டுக் காலம் பல களங்களைக் கண்டு பிரிட்டிஷ் பேரரசிற்கு இந்தியத்தில் அடித்தளம் அமைத்தவர்களுள் ஒருவர் ஆனார். (ஸ்டிரிங்கர் லாரன்சு பற்றிய செய்திகள் இ.ச.க.தொகுதி-6 காண்க)

லாரன்சையடுத்து ஜான் கல்லார்டு (1724-1812) இவ்வாண்டு கம்பெனியின் இந்தியப் படைக்குத் தலைமைத் தளபதியானார்.

ஸ்டிரிங்கர் லாரன்சிற்கு இலண்டன் வெஸ்ட்மினிஸ்டர் கோயிலில் ஒரு நினைவுச் சின்னம் உள்ளது என்பது குறிப்பிடத்தக்கது.

5. லாலிக்கு மரண தண்டனை

லாலி பிரபும் மேற்காணும் ஸ்டிரிங்கர் லாரன்சைப் போன்று போரைத் தொழிலாய்க் கொண்ட பிரஞ்சுப் படைத் தலைவர் ஆவார் (இ.ச.க.தொகுதி-6) சென்னையை 1758 இல் முற்றுகையிட்டவர். (இ.ச.க.தொகுதி-6) தமிழ்நாட்டில் லாலியும் களம் பல கண்டவரேயாவார். லாலி வீரம் மிக்கவர்; நேர்மையானவர்; ஜெனரல் என்று பெரும் புகழ் பெற்றவர். ஆனால் இவருக்கு வேறுவிதமான விதி தாயகத்தில் காத்திருந்தது.

அவருக்குப் பாரிஸ் நகரில் மரண தண்டனை விதிக்கப்பட்டது. கில்லட்டின் என்ற தலை வெட்டிக் கருவியினால் 1766 மே 5 அன்று அவரது தலை பாரிசில் வெட்டப்பட்டது. தூய்ப்பிளே வறுமையால் செத்தார்; லாலி கில்லட்டினால் செத்தார்.

6. கப்பற்படையில் ஒழுங்கு முறை விதிகள்.

கிழக்கிந்தியக் கம்பெனிக் கப்பற்படையின் கமாண்டர்கள் என்ற கப்பல் தலைவர்கள் கடைப்பிடிப்பதற்கென்று ஒழுங்குமுறை பற்றிய விதிகள் 1766 ஆம் ஆண்டு கொண்டுவரப்பட்டன. இவைதாம் கப்பற்படைக்கென்று முதன்முதலில் கொண்டு வரப்பட்ட விதி முறைகளாகும்.

7. அமெரிக்கக் குடியேற்ற முத்தரைச் சட்டம் நீக்கம்.

பிரிட்டிஷ் பாராளுமன்றம் அமெரிக்கக் குடியேற்றங்களில் வரி தண்டுவதற்கென்று 1765 இல் நிறைவேற்றிய முத்திரைச் சட்டம் இந்த 1766 ஆம் ஆண்டு நீக்கிக் கொள்ளப்பட்டது. இதற்கு அமெரிக்கத்தில் கடுமையான எதிர்ப்பு எழுந்தது காரணமாகும்.

8. இரஷியத்தில் வழிபாட்டு உரிமை

இரஷியத்தின் பேரரசி மா காதரைன் மக்களுக்கு இந்த 1766 இல் வழிபாட்டு உரிமையை வழங்கினார்.

9. டென்மார்க்கு மன்னர் மரணம்.

டென்மார்க்கு மன்னர் ஐந்தாம் ஃபிரடரிக்கு 1766 ஜனவரி 14 அன்று தன் 42 ஆவது வயதில், இருபதாண்டு ஆட்சிக்குப் பிறகு இறந்தார். அவரையடுத்து அவரின் பதினாறு வயது மகன் ஏழாம் கிறிஸ்தியன் என்ற பெயரில் ஆட்சிக்கு வந்து 1808 வரை ஆண்டார். அவர் ஓர் அறிவிலி.

10. பிரான்சில் உள்நாட்டுத் தானிய வாணிபத்திற்குத் தடை

உள்நாட்டில் தடையின்றி நடந்துவந்த தானிய வாணிபம் இந்த 1766 ஆம் ஆண்டு பிரான்சில் தடை செய்யப்பட்டது.

11. ரூசோவின் ''குறையேற்பு''

ரூசோ எழுதிய புனை கதையல்லாத *Confession* (குறையேற்பு) என்ற வாழ்க்கை வரலாற்று நூல் 1766 இல் வெளிவந்தது. அவர் இந்நூலில் மாக்கியவல்லியின் கருத்துகளுக்குப் பொழிப்புரை தருகின்றார். (நிக்கோலோ மாக்கியவல்லி: 1469-1527; இவர் இத்தாலியின் ஃபுளாரன்சு நகரத்து அரசியல் தந்திரி; அரசியல் சிந்தனையாளர். அவர் 1532 இல் எழுதிய ''இளவரசன்'' என்ற நூல் பெரும்புகழ் வாய்ந்தது.)

ரூசோவின் நூலில் காணப்படும் சில வரிகள் ''குருடர்களின் நாட்டில் ஒற்றைக் கண்ணனே அரசன்;'' ''நாம் நம் குற்றச் செயல்களை ஒப்பிக் குறையேற்பது கடினமன்று; ''ஆனால் கேலிக்குரியனவும், நாணத்தக்கனவுமான நம் செயல்களை நாம் ஒப்பிக் குறையேற்பது தான் மிகவும் கடினமாகும்.''

(ரொட்டி கிடைக்கவில்லையென்றால் விலையுயர்ந்த தின்பண்டமான) ''கேக்கைத் தின்னட்டுமே'' என்று ரூசோ இதில் எழுதி, இதைச் சொன்னவர் ''பெரிய இளவரசி ஒருத்தி'' என்கின்றார். ஆனால் இதைச் சொன்னவர் (பிரஞ்சு மன்னர் பதினாறாம் லூயியை மணந்த) ஆஸ்திரிய நாட்டு இளவரசியான மாரி அந்தாய்னாத்து என்று 1780 ஆம் ஆண்டுகளிலும், 1790 ஆம் ஆண்டுகளிலும் சொல்லப்பட்டது. ஆனால் ரூசோ இச்சொற்றொடரை எழுதியபோது, ஆஸ்திரிய அரசி மரியா தெரசாளின் மகளான மாரி அந்தாய்னாத்திற்கு வயது பதினொன்றுதான், அவாட் இனிமேல்தான் 1774 ஆம் ஆண்டு லூயியை மணந்து பாரிசின் அரசியாகவிருக்கின்றார். எனவே இதைச் சொன்னவர் அந்தாய்னாத்து என்பது தவறாகும்.

12. கிறிஸ்தி ஏலக்கடை திறப்பு

சென்ற 1992 ஆம் ஆண்டு டெல்லியில் தன் கிளையைத் திறந்திருக்கும் சோதிபை என்ற பிரிட்டீஷ் ஏலக்கடை பற்றிய செய்திகள் முன்னர் (இ.ச.க.தொகுதி-5) சொல்லப்பட்டன. அதைப் போலவே உலகப்புகழ்பெற்ற கிறிஸ்தி என்ற ஏலக் கடை அதற்குப் போட்டியாக இலண்டனில் 1766 இல் திறக்கப்பட்டது. சோதிபை 1744 இல் திறக்கப்பட்டது என்பது குறிப்பிடத்தக்கது.

ஜேம்ஸ் கிறிஸ்தி என்ற ஏலக்காரர் தன் 36 ஆவது வயதில் இவ்வாண்டு புதிதாய் இந்த ஏலக் கடையைத் திறந்தார். இக்கடை இன்றும் சிறப்பாக நடந்து கொண்டு இருக்கின்றது.

ஜேம்ஸ் கிறிஸ்தியின் மகன் தந்தைக்குப் பிறகு இத் தொழிலைத் தொடர்ந்து செய்தார். அவர் எட்ரூஸ்கன், கிரேக்கச் சாடிகளை மதிப்பிடுவதில் வல்லவர். அவர் மகன் சாமுவேல் ஹண்டர் கிறிஸ்தி புகழ் பெற்ற கணிதவியலார். அவரின் பேரன் மகோனி பெயர் குறிப்பிடத்தக்க வானியலார்.

13. புகைன்வில் உலகை வலம் வரப் புறப்படுதல்.

லூயி ஆண்டாயின் தெ புகைன்வில் *(1729-1811)* என்ற பிரஞ்சுக் கடலோடி, கடலில் உலகைச் சுற்றி வருவதற்காக இந்த ஆண்டு பயணத்தைத் தொடங்கினார். உலகின் பெயர் பெற்ற கடலோடிகளில் இவரும் ஒருவராவார். சாலமன் தீவுகளில் பெரிய ஒன்று இவர் பெயரால் வழங்குகின்றது. இது தென் மேற்குப் பசிபிக் கடலில் உள்ளது. பாப்புவா நியூகினியின் ஒரு பகுதியாக விளங்குகின்றது. மேலும், வெள்ளை, சிவப்பு, இளஞ்சிவப்பு நிறங்களில் அழகிய பூக்களைப் பூக்கும் அமெரிக்கக் கொடி ஒன்றும் இவர் பெயரைத் தாங்கிப் படர்கின்றது.

1767

அரசியல்

    பாளையக்காரர் எழுச்சியும், அடக்குமுறையும்

மக்கள்

    கிளைவு தாயகம் திரும்புதல்
    வங்க ஆளுநர் வெரல்ஸ்டு
    சென்னை ஆளுநர் பூர்ச்சியர்

இராணுவம், போர்

    முதல் மைசூர்ப் போர்(1767-1769) தொடக்கம்
    அந்தப்புரமும் பரிவாரமும் சூழ இந்தியப் படை போருக்குப் புறப்படுதல்

பொது

    நில அளவாய்வுத் துறை தோற்றம்
    இங்கிலாந்து சென்ற இந்திய முஸ்லிம்கள்
    அமெரிக்கக் குடியேற்றங்களில் மீண்டும் வரி விதிப்பு
    சோடா பானம்

பிறப்பு

    தியாகராஜ சுவாமிகள் (1767-1847)

1767

1. முதல் மைசூர்ப் போர் (1767-1769)

தென் பாரதத்தில் பிரிட்டிசாரின் வல்லாண்மை விரிந்து பரவுவதற்கு ஐதரலி *(1723-1782)* பெரிய இடையூறாயிருந்தார். அவர் பிரஞ்சுக்காரருடன் நெருங்கிய நட்புக் கொண்டிருந்ததுடன், பிரிட்டிசாருக்கு வேண்டாதவர்களுக்கெல்லாம் உதவி வந்தார்.

தமிழ்நாட்டைத் தமக்குள் பங்கிட்டுக் கொள்வதில் பிரிட்டிசாருடன் நெருங்கி ஒத்துழைத்து வந்த ஆர்க்காட்டு நவாபு முகமதலியின் அண்ணன் மகஃபூஸ் கானுக்கு ஐதரலி புகலிடம் தந்தார். ஐதரலிக்கும் முகமதலிக்கும் கரூர் (கரூர்: இ.ச.க.தொகுதி-6), உத்தமபாளையம், விருப்பாட்சி ஆகிய மாவட்டங்கள் குறித்துத் தாவா இருந்து வந்தது.

(உத்தமபாளையம்: இது மதுரை நாயக்கர்கள் காலத்தில் தோன்றிய பாளையங்களுள் ஒன்றாகும். மதுரையிலிருந்து மேற்கில் உள்ளது. பெரியகுளத்தின் தெற்கே தென்மேற்கில் இருக்கின்றது. உத்தமன் என்ற பாண்டியனின் பெயரால் இவ்வூர் இப்பெயர் பெற்றது என்பர். நீதிக் கட்சியின் தலைவராயும், நீதிக் கட்சிஅமைச்சில் இந்து அறநிலையத் துறை அமைச்சராயும் இருந்த சர் பொன்னம்பலம் தியாகராசன் என்ற பி.டி.இராசன் இப்பாளையத்தைச் சேர்ந்த பெரு நிலக்கிழாராயிருந்தார்.)

(விருப்பாட்சி: இது பஞ்சாமிர்தம் செய்வதற்குகந்த வாழைப் பழத்திற்குப் பெயர் பெற்ற ஊர். பஞ்சாமிர்தம் நெடுங்காலம் கெடாமல் இருக்க வல்லது; அதைக் கெடாமல் ஆக்கும் கலையிலும், அதில் கலந்துள்ள அடிப்படைக் கூட்டுப் பொருளான விருப்பாட்சி வாழைப்பழத்திலும் அது கெடாமல் இருப்பதன் இரகசியம் உள்ளது. விருப்பாட்சி

வாழைப் பழம் சிறியதாயிருக்கும்; அதில் நீர்ச் சத்துக் குறைவு என்பர். விருப எனில் அருவருப்பான என்றும் அட்சி எனில் கண்ணென்றும் பொருள். இது பார்வதி தேவியைக் குறிக்கும். இவ்வூர் மதுரையிலிருந்து வடக்கே வடமேற்கில் சுமார் 71 கிலோ மீட்டர்.)

ஐதரலி இத்துடன் அமையாது முகமதலியின் கடும் பகைவரான சந்தா சாகிபின் மகனான இராஜா சாகிபு: ஆர்க்காட்டில் கிளைவை முற்றுகையிட்டுத் தோற்றவர். இ.ச.க.தொகுதி-6 காண்க.

ஆங்கிலேயர் படை வேலூரில் தண்டு இறங்கியிருந்தது. இது ஐதரலிக்குத் தொடர்ந்து எரிச்சலூட்டி வந்தது. ஐதரலி இந்நிலையில் 1766 ஆம் ஆண்டின் தொடக்கத்தில் துளு நாட்டின் மீதும், வட கேரளத்தின் மீதும் படையெடுத்துச் சென்று வெற்றி கண்டார். அங்கு பிரிட்டிசாருடன் நட்புக் கொண்டிருந்தவர்களும் வேணாட்டினரும் இவ்வேளையில் பிரிட்டிசாரின் உதவியை நாடினர். பிரிட்டிசார் இது குறித்து எந்த முடிவிற்கும் வராத நிலையில், அவர்களுக்கு ஐதரலியின் உள் நோக்கங்கள் குறித்து அச்சம் உண்டாயிற்று.

இத்தகைய சூழலில் ஐதரலியும் பிரிட்டிசாரும் போட்டிப் போட்டுக்கொண்டு ஐதராபாது நிசாமைத் தத்தம் வயப்படுத்த முயன்றனர்.

ஆங்கிலேயர் 1766 டிசம்பர் 12 அன்று நிசாமுடன் ஓர் உடன்படிக்கை செய்தனர்.

ஐதரோ தன் சூழ்ச்சித் தந்திரத்தால் நிசாமைத் தன்பக்கம் இழுத்துக் கொண்டார். ஐதர் மராட்டியர் பேஷ்வா மாதவ ராவுடன் (1761-1772) தனியாக ஓர் உடன்படிக்கையும் செய்தார். (மாதவ ராவ் 1761 சூலை 20 முதல் 1772 நவம்பர் 18 வரை பதினொராண்டு நான்கு மாதங்கள் பேஷ்வாவாக இருந்தார்.) அவர் இக்காலத்தில் ஐதரலியை அடக்குவதற்காகக் கர்நாடகத்தின் மீது படையெடுத்தார். ஐதரலி கவர்ந்த மைசூரை மீட்டுப் பழைய அரச குடியை மீண்டும் அரசிருக்கச் செய்ய வேண்டுமென்பது மாதவ ராவின் நோக்கமாயிருந்தது. ஐதரலி ஐதராபாதின் நிசாமைப் போன்று தன்னைத் தெற்கில் மராட்டியரின் எதிரி என்று பறைசாற்றி வந்தார். அதனால் மராட்டியருக்கும் ஐதரலிக்கும் போர் நீடித்தது.

ஐதரலி இப்போர் நீடிப்பதை விரும்பாது நிலையான அமைதி வேண்டுமென்று மராட்டியப் படைத் தலைவரிடம் தூது அனுப்பினார். பேஷ்வாவின் சிற்றப்பனான இரகுநாத ராவ் ஐதரலியுடன் போர் நீடிப்பதை விரும்பவில்லை. ஆதலால் பேஷ்வா மாதவ ராவ் தன் சிற்றப்பனின் விருப்பத்திற்கிணங்க ஐதரலியுடன் சந்து செய்து கொண்ட உடன்படிக்கையை ஏற்று ஒப்பினார். அதற்கு அனந்தப்பூர் உடன்படிக்கை என்று பெயர். (அனந்தப்பூர் : இ.ச.க.தொகுதி-6) அதன்படி ஐதரலி செலவினங்களுக்கென்று பேஷ்வாவிற்கு முப்பத்தைந்து இலட்ச ரூபாய் தரவேண்டும்; துங்கபத்திரைக்கு வடக்கிலுள்ள பகுதிகளை விட்டுக் கொடுத்துவிட வேண்டும் என்று ஏற்பாடானது. மராட்டியப் படை கர்நாடகத்திலிருந்து வெளியேறியது. பிரிட்டிசார் இப்போது தன்னந் தனியாய் நின்றனர்.

ஐதரும் நிசாமும் இந்நேரத்தில் ஒன்று சேர்ந்து கொண்டு இவ்வாண்டு ஆர்க்காட்டு நவாபின் ஆட்சியிலிருந்த பகுதிகளைத் தாக்கலாயினர். இதுவே முதல் மைசூர்ப் போரின் தொடக்கமாகும்.

1767

காவேரிப் பட்டணத்தில் தொடக்கம்

இன்று தருமபுரி மாவட்டத்திலிருக்கும் காவேரிப் பட்டணத்தில் முதல் மைசூர்ப் போர் தொடங்கியது. இவ்வூர் கிருஷ்ணகிரியிலிருந்து தெற்கில் சுமார் 12 கிலோ மீட்டர்; சேலத்திலிருந்து வடக்கில் சுமார் 80 கிலோ மீட்டர் இது காவிரியாற்றின் வலக் கரை மீதுள்ளது. இங்கிருந்த கோட்டை பாலக்காட்டுக் கணவாயில் அமைந்தது. ஆங்கிலேயர் இக்கோட்டையை இந்த 1767 இல் கைப்பற்றினர். ஐதரலி அதை உடனே பிடித்துக் காவேரிப் பட்டணத்துக் கோட்டையை வலுப்படுத்தினார்.

இந்தச் சண்டை அடுத்துத் திருவண்ணாமலையை அடைந்தது. (திருவண்ணாமலை: இ.ச.க.தொகுதி-6) இங்கு 1767 செப்டம்பர் 26 அன்று நடந்த சண்டையில் ஐதருக்கும், நிசாமிற்கும் பெருத்த ஆள் சேதங்கள் உண்டாயின. பின்னர் மழைக்காலம் தொடங்கவே, பிரிட்டிசார் தம் படை வீடுகளுக்குத் திரும்பினர். ஐதராபாது நிசாம் இவ்வேளையில் ஐதரைக் கை கழுவி விட்டுத் திரும்பிப் போனார்.

பிறகு 1767 நவம்பர் மாதத் தொடக்கத்தில் மீண்டும் சண்டை மூண்டது. ஐதரலி திருப்பத்தூர். வாணியம்பாடி, ஆம்பூர் ஆகிய ஊர்களைப் பிடித்தார். (திருப்பத்தூர்: திரு+பதி+ஊர்=திருப்பத்தூர் ஆனது) பிரிட்டிசார் இவ்வாண்டு இதை முதலில் கைப்பற்ற ஐதரலி மீண்டும் பிடித்தார். இவ்வூர் சென்னையிலிருந்து மேற்கே தென்மேற்கில் சுமார் 180 கிலோ மீட்டர். நாமக்கல்லிலிருந்து வடக்கே வடகிழக்கில் சுமார் 137 கிலோ மீட்டர். சேலத்திலிருந்து வடக்கே வடகிழக்கில் சுமார் 95 கிலோ மீட்டர்.

வாணியம்பாடி: வணிகர் வாழும் ஊர் வாணியம்பாடி. இது முன்னர் சேலம் மாவட்டத்திலிருந்து வடார்க்காட்டு அம்பேத்கார் மாவட்ட ஊரானது இவ்வூரை ஐதரலி 1767இல் பிடித்தபோதிலும் பிரிட்டிசார் பின்னர் இதை அவரிடமிருந்து கவர்ந்தனர். இவ்வூர் சென்னையிலிருந்து மேற்கே தென்மேற்கில் சுமார் 175 கிலோ மீட்டர். திருப்பத்தூரிலிருந்து வடக்கில் சுமார் 20 கிலோ மீட்டர். இது பாலாற்றின் கரை மீதுள்ளது. ஆம்பூர்: இ.ச.க.தொகுதி-5

நிசாமின் மனமாற்றம்

ஐதரை இடையில் விட்டுப் பிரிந்த நிசாம் கடைசியாகச் சென்னை அரசுடன் 1768 மார்ச்சு 22 அன்று ஓர் உடன்படிக்கை செய்து கொண்டார். ஐதரலி கிளர்ச்சிக்காரர் என்றும் நாடு பிடிப்பவர் என்றும் நிசாம் ஒப்புக் கொண்டு அவ்வுடன்படிக்கையில் கையொப்பம் செய்திருந்தார். பிரிட்டிசார் இவ்வுடன்படிக்கை ஏற்பட்டதும் தாக்குதலில் இறங்கிவிட்டனர்.

பம்பாய் அரசு கடல் வழியாகவும் தரைவழியாகவும் படைகளை அனுப்பி மலபார்க் கரையிலிருந்த ஐதரின் பகுதிகளைப் பிடிக்கத் தொடங்கிவிட்டது. பிரிட்டிசார் வெகு விரைவிலேயே மங்களூரைப் பிடித்து விட்டனர். அவர்கள் அங்கிருந்த ஐதரின் கடற்படையில் பெரும் பகுதியையும் கவர்ந்தனர்.

திப்புவின் திறம்

ஐதரின் மகன் திப்பு சுல்தான் மங்களூரைப் பிடிப்பதற்காகப் படை கொண்டு சென்றார். அவரின் சூறாவளித் தாக்குதலுக்கு முன்னால் ஆங்கிலேயர் நிற்கவியலாது, மங்களூரை விட்டுக் கடல் வழியே தப்பியோடினர்.

ஆங்கிலேயர் இதனிடையே பெங்களூரை முற்றுகையிடுவதற்காக, அங்கு பண்டங்களும் படைக்கலன்களும் செல்லாதவாறு தடுத்தனர். கர்னல் உடு படை கொண்டு சென்று, சேலம், ஆத்தூர், நாமக்கல், சத்தியமங்கலம், கோயமுத்தூர் ஆகிய ஊர்களைப் பிடித்துவிட்டார். கர்னல் காம்பல் வேங்கட கிரியையும், முள்பாகலையும் கவர்ந்தார்.

சேலம்: சேரம் சேலம் ஆயிற்றென்பர். ஷாலிக என்ற சமஸ்கிருதச் சொல் நெசவாளரைக் குறிக்கும். அது கன்னடத்தில் ஷால்ய என்று திரிந்து சேலம் ஆயிற்று என்றும் கூறுவர். சாலியர் என்னும் வகுப்பினர் நெசவாளர் ஆவார். சேலம் இயற்கையழகு செறிந்த சமவெளியில் அமைந்தது. இது சேர்வராயன் மலையடி வாரத்திலிருந்து சுமார் எட்டுக் கிலோ மீட்டரில் உள்ளது. இந்நகரின் புறத்தே திருமணி முத்தாறு ஓடுகின்றது. வடக்கில் சேர்வராயன் மலையும் தெற்கில் சிறுமலைத் தொடர்களும் சூழ இச் சமவெளி அமைந்துள்ளது. இந்நகர் சென்னையிலிருந்து தென்மேற்கில் சுமார் 260 கிலோ மீட்டர் நாமக்கல்லிலிருந்து வடக்கில் சுமார் 45 கிலோ மீட்டர்; திருப்பத்தூரிலிருந்து தெற்கில் 96 கிலோ மீட்டர்; ஏர்க்காட்டிலிருந்து தெற்கில் சுமார் 14 கிலோ மீட்டர்; ஒசூரிலிருந்து தென்கிழக்கில் சுமார் 115 கிலோ மீட்டர்.

ஆத்தூர்: ஆற்றூர் ஆத்தூர் என மருவிற்று. இங்கு பல மலைகள் இருப்பதாலோ, திருமாலின் பெயர்கள் எண்ணிறந்தன என்பதாலோ, இதைச் சம்ஸ்கிருதத்தில் அனந்தகிரி என்பர். இது சேலம் மாவட்டத்து நகராயும் அதே பெயருள்ள வட்டமாயும் இருக்கின்றது. இவ்வூர் வசிட்டனூத்தி என்ற ஆற்றின் கரையில் உள்ளது. இந்த ஆறு பெரிய கல்வராயன் மலையடிவாரத்திலிருந்து சுமார் 5 கிலோ மீட்டரில் இருக்கின்றது. அந்த ஆற்றின் கிழக்குக் கரையில் புதுப்பேட்டையும் மேற்குக் கரையில் ஆத்தூரும் அமைந்திருக்கின்றன. ஆற்றின் வடக்கே இக்காலகட்டத்தில் பெரிய கோட்டை இருந்தது. அக்கோட்டை இன்று ஓரளவு உருப்படியாய் உள்ளது. அதைக் கட்டியவருக்கு ஏழு இரும்புக் குடங்கள் நிறைய மிகப் பெரிய தங்கப் புதையல் கிடைத்ததாம். இது சாதாரணமான கோட்டையேயாகும். இக்கோட்டையின் தென் பக்கத்திற்கு ஆறு நீரரணாயிருந்தது. ஆற்றில் வெள்ளம் வரும்போது ஆழம் இருபதடி கூட இருந்ததுண்டு. கோட்டையின் ஏனைய முகங்களுக்கு அகழிகள் இருந்தன. அவற்றில் எப்போதும் நீர் நிறைந்திருக்கும். ஆத்தூர் சென்னையிலிருந்து தென்மேற்கில் சுமார் 230 கிலோ மீட்டர். நாமக்கல்லிலிருந்து வடமேற்கில் சுமார் 59 கிலோ மீட்டர். சேலத்திலிருந்து கிழக்கில் சுமார் 45 கிலோ மீட்டர்.

நாமக்கல்: நாமத்தையுடைய குன்று என்ற இவ்வூருக்கு நாமதாரிபுரம் என்ற சம்ஸ்கிருதப் பெயரும் உண்டு. இது கோட்டை, பேட்டை என்ற இரு பிரிவுகளாக அமைந்தது. இங்குள்ள குன்று சுமார் 61 மீட்டர் உயரமிருக்கும். சுற்றளவு சுமார் முக்கால் கிலோ மீட்டர். இதன் பக்கங்களில் கிண்ணம் போன்ற குழிகள் ஒன்றன் மேல் ஒன்றாக அமைந்துள்ளன. அவை புனிதமானவை என்று கருதப் படுவதால் மக்கள் அங்கு ஏறி அக்குழிகளில் நீராடுவர். இக்குன்றின் தென்புறத்தில் கமலாலயம் என்ற திருக்குளம் உண்டு. கமலாலயம், சக்கர தீர்த்தம், இலட்சுமண தீர்த்தம், இராம தீர்த்தம் என்று இங்குள்ள தீர்த்தங்கள் வழங்கப்படுகின்றன.

அனுமன் இங்கு வந்ததன் காரணமாக, அவன் நாமகிரி அம்மையை வணங்குவது போல் மிகப்பெரிய அனுமன் உருவம் நிற்கின்றது. குன்றின் கிழக்குச் சரிவில் அரங்கநாதர் கோயில் உள்ளது. எட்டு நாகங்களில் ஒன்றான கார்க்கோடகன் என்ற மாபெரும் பாம்பைக் காட்டும் வகையில் பாறையில் இட்டுள்ள பாம்புச் சின்னம்

கோயிலை நோக்கிச் செல்கின்றது. இக்குன்றினடியில் வடபாலில் நரசிம்மர் கோயில் உண்டு. குன்றின் உச்சியிலுள்ள கோட்டையை அடைவதற்குப் பெரிதும் தென் மேற்கிலுள்ள ஒடுக்கமான படிகளின் வழியே செல்ல வேண்டும் .இது எளிய வழி.

கோட்டையின் வட பக்கத்துத் திருவாசல் தப்பிச் செல்லவும் பாய்ந்து தாக்கவும் ஏற்றதாய் அமைந்துள்ளது. நாமக்கல் கோட்டை இயற்கை அரணாகும். இதைக் கர்னல் உடு *1768* இல் கவர்ந்த செய்தியே மேலே சொல்லப்பட்டது எனினும் ஐதரலி நாமக்கல் கோட்டையை மீண்டும் வலுப்படுத்தினார். இக்கோட்டையைச் சேந்த மங்கலம், நாமக்கல் இவற்றின் பாளையக்காரரான இராமச்சந்திர நாயக்கர் கட்டினார் என்பர். எனினும் முந்நூறு நானூறு ஆண்டுகளுக்கு முன்னர் மைசூர் மன்னரின் கீழ் பணிபுரிந்த இலட்சுமி நரசிம்மய்யர் கட்டினார் என்றும் கூறப்படுகின்றது. ஐதரலி, திப்பு சுல்தான் காலத்தில் கில்லேதார் என்ற கோட்டைக் காவல் தலைவர் ஒருவர் மைசூராருக்காக இக் கோட்டையைக் காத்து வந்தார். நாமக்கல் சென்னையிலிருந்து தென்மேற்கில் சுமார் *286* கிலோ மீட்டர். சேலத்திலிருந்து தெற்கில் சுமார் *45* கிலோ மீட்டர். திருப்பத்தூரிலிருந்து தெற்கே தென் மேற்கில் சுமார் *137* கிலோ மீட்டர். ஏர்க்காட்டிலிருந்து தெற்கில் சுமார் *59* கிலோ மீட்டர்.

சத்தியமங்கலம்: இதைச் சம்ஸ்கிருதத்தில் சத்தியபுரி என்றனர். இவ்வூர் பவானி ஆற்றின் கரையிலிருக்கின்றது. அவ்வாறு இந்த ஊரில் சுமார் *92* மீட்டருக்கும் அதிகமான அகலம் ஓடுகின்றது. இங்கு கசலட்டி, ஆகனூர் மலைகள் உள. திருமலை நாயக்கன் *(1628-1659)* இங்கு ஒரு மண் கோட்டையைக் கட்டினார். அது கசலட்டிக் கணவாயின் அடிவாரத்தில் அமைந்திருப்பதால் போர்த்தந்திர முக்கியத்துவம் பெற்றிருந்தது. சத்தியமங்கலக் கோட்டையை மைசூர்ப் படை *1767* இல் பிடித்தது. கர்னல் உடு அதை *1768* இல் கவர்ந்தார்.

ஐதரலி மீண்டும் அதை *1769* இல் கைப்பற்றினார். பின்னர் கர்னல் ஃபிளாய்டு *1790* இல் சத்தியமங்கலத்தை ஆக்கிரமித்தார். சத்தியமங்கலக் கோட்டைக்கும் டனாய்க்கன் கோட்டைக்கும் இடையிலுள்ள பகுதியில் ஆங்கிலேயர் திப்புடன் பல போர்களைச் செய்திருக்கின்றனர். இங்கு தொன்மையான சிவன் கோயிலும் பெருமாள் கோயிலும் உள. சத்தியமங்கலம் இப்போது பெரியார் மாவட்டத்திலுள்ளது. அது கோயமுத்தூரிலிந்து வடக்கே வடகிழக்கில் சுமார் *60* கிலோ மீட்டர். ஈரோட்டிலிருந்து மேற்கே வடமேற்கில் *53* கிலோ மீட்டர். சென்னையிலிருந்து மேற்கே தென்மேற்கில் சுமார் *345* கிலோ மீட்டர். பொள்ளாச்சியிலிருந்து வடக்கே வடகிழக்கில் சுமார் *92* கிலோ மீட்டர்.

கோயமுத்தூர்: கோணி என்பது கோணியம்மன் என்ற தெய்வத்தின் பெயர். முத்து கடல் முத்தைக் குறிக்கும். கோணிமுத்து என்ற பெயர் கோயமுத்தூர் எனத் திரிந்தது என்பர். இது நொய்யல் ஆற்றின் கரையருகே நீலகிரி மலையின் அடிவாரத்திலுள்ளது. அதன் வடக்கில் பாலக்காட்டுக் கணவாய் இருக்கின்றது. கோயமுத்தூரில் இக்கால கட்டத்தில் *4000* வீடுகள் இருந்தன. மைசூர்ப் போர்களின் போது இந்நகரம் மிகுந்த இன்னலுற்றது. மேற்கில் பாலக்காட்டுக் கணவாய்க்குப் போகின்ற வழியிலும், வடக்கில் கசலட்டிக் கணவாய் செல்லும் பாதையிலும் கோயமுத்தூர் இருப்பதால், அது போர்த்தந்திர முக்கியத்துவம் வாய்ந்த இடமாக விளங்கிற்று.

மதுரை நாயக்கரும் அவருக்குப் பின் வந்த மைசூராரும் கோயமுத்தூரைத் தம் தலையாய கோட்டை என்று கருதி வந்தனர். மைசூரின் ஆளுகைக்குள் இந்நகரம் வந்ததற்கு முன்னர், இது பற்றிச் சிறிதளவே அறிய முடிகின்றது. ஐதரலியும் அவர்

மகன் திப்பு சுல்தானும் கோயமுத்தூரைப் பன்முறை தம் தலைமையகமாய்க் கொண்டிருந்தனர். அக்காலத்தில் கோயமுத்தூரில் ஒரு கோட்டை இருந்தது.

பிரிட்டிசார் கோயமுத்தூரை 1768 இல் பிடித்து இழந்தனர். பின்னர் 1783 ஆம் ஆண்டிலும் அப்படியே நடந்தது. கம்பெனிப் படையினர் மூன்றாம் முறையாக 1790 இல் கோயமுத்தூரைப் பிடித்தனர். எனினும் திப்பு சுல்தான் அங்கு ஐந்து மாதங்கள் முற்றுகையிட்டு அங்கிருந்த காவல் படையைச் சரணடையச் செய்தார். திப்பு சுல்தான் இங்கு ஒரு பள்ளிவாசலைக் கட்டினார்.

கோயமுத்தூர் பெங்களூரிலிருந்து தெற்கில் சுமார் 210 கிலோ மீட்டர். பம்பாயிலிருந்து தென்கிழக்கில் 900 கிலோ மீட்டர். கள்ளிக்கோட்டையிலிருந்து கிழக்கே சுமார் 120 கிலோ மீட்டர். ஈரோட்டிலிருந்து மேற்கே தென்மேற்கில் சுமார் 84 கிலோ மீட்டர். சென்னையிலிருந்து தென்மேற்கில் சுமார் 402 கிலோ மீட்டர். மங்களூரிலிருந்து தென்கிழக்கில் சுமார் 294 கிலோ மீட்டர். உதகமண்டலத்திலிருந்து தெற்கே தென்கிழக்கில் சுமார் 48 கிலோ மீட்டர். பொள்ளாச்சியிலிருந்து வடக்கில் சுமார் 38 கிலோ மீட்டர். சீரங்கப் பட்டணத்திலிருந்து தெற்கில் சுமார் 150 கிலோ மீட்டர். சத்தியமங்கலத்திலிருந்து தெற்கே தென்மேற்கில் சுமார் 60 கிலோ மீட்டர்.

வேங்கடகிரி: ஆந்திரத்தின் கர்னூல் மாவட்டத்தில் வேல்கோடு என்ற ஊர் உள்ளது. வேலுகு+வீடு வேல்கோடு எனத் திரிந்தது. வேலுகு என்பது வேலியையும் கோடு என்பது கோட்டை அல்லது ஊரையும் குறிக்கும். எனவே, இதை வேலிக் கோட்டை அல்லது வேலியூர் எனலாம். இந்த ஊரைப் பற்றி ஒரு கதை வழங்குகின்றது. வேங்கடகிரி மன்னர்களின் முன்னோர் கோல்கோண்டவிலிருந்து பதினாறாம் நூற்றாண்டில் தப்பி வந்த நல்லமலைக் காடுகளின் எல்லையிலுள்ள இந்த இடத்தில் ஒரு கோட்டையைக் கட்டினராம்.

இக்கோட்டையின் அரண்களில் ஒன்றுக்கு ஏழு சகோதரியர் என்று பெயர். இங்கு எழுப்பிய கோட்டை என்றென்றும் நிலைத்திருக்க வேண்டுமென்பதற்காக, இக்கோட்டையை நிறுவியவரின் மருமக்கள் எழுவரும் தம் குழந்தைகளுடன் தம்முயிரைப் பலி கொடுத்தனர் என்பது கதை. அவர்களில் ஒருத்திக்குப் பிள்ளை இல்லை. ஆதலால் அவள் வீதியில் சென்ற அச்சண்ண என்ற பறைச் சிறுவனைத் தத்து எடுத்துக்கொண்டு அவனுடன் உயிர்ப்பலியானாள். அதன் நினைவாக வேங்கடகிரி மன்னர்கள் அச்சண்ண என்ற பெயரால் அழைக்கப்பட்டனர். இச்சமீந்தார்களின் வீட்டுத் திருமணங்களில் பறையருக்குச் சிறப்புச் செய்யும் வழக்கமும் இருந்தது.

வேங்கடகிரியின் குறுநில அரசர்குடி செவி ரெட்டி என்றவரால் தோற்றுவிக்கப்பட்டது. செவி ரெட்டியின் பேரன் எர்ர யத்சம நாயுடு பெரிய வீரர். அவர் காஞ்சிபுரத்திலிருந்து வந்த மவரைப் பாண்டியர் என்பவர்களை விரட்டியடித்தார் என்பர். அவரையடுத்து வந்த மன்னரனைவரும் தெலுங்கானம் முழுமையிலும் சிறந்து விளங்கினர். அவர்களின் புகழ் வடக்கே இராச மகேந்திரபுரம் (இ.ச.க.தொகுதி-6) வரையிலும் தெற்கில் சென்னை வரையிலும் பரவியிருந்தது.

பிரிட்டிசார் ஐதருக்கு எதிராக நடத்திய போரில் வேங்கடகிரி மன்னர், அவர்களுக்கு எப்போதும் உதவி வந்தார். ஐதரலி அதற்குப் பழிவாங்கும் வகையில் வேங்கடகிரி ஊரையே அழித்தார். இக்குடும்பம் நெடுங்காலமாகவே பிரிட்டிசார் மீது பெரும் பற்றுக் கொண்டிருந்தது என்பதை இனி வரும் காலங்களில் காண்போம். நீதிக் கட்சியின் முதல் மாநாடு 1916 டிசம்பரில் நடந்தபோது அதற்கு வேங்கடகிரியின் சமீந்தார் தலைமை ஏற்றார் என்பது குறிப்பிடத்தக்கது.

இனி முதல் மைசூர்ப் போருக்கு வருவோம். பிரிட்டனின் பெரிய படை 1768 ஜூன் 20 அன்று கர்னல் ஸ்மிதின் தலைமையில் கிருஷ்ணகிரியிலிருந்து புறப்பட்டது.

கிருஷ்ணகிரி: இது கருப்பு மலை என்ற பொருள்படும். சந்திரகிரியின் குறுநில மன்னர் கிருஷ்ணராயன் பெயரால் இவ்வூர் இப்பெயர் பெற்றதென்பர். இது முன்னர் சேலம் மாவட்டத்திலும் இப்போது தருமபுரி மாவட்டத்திலும் உள்ளது. இது பழைய கிருஷ்ணகிரி புதிய கிருஷ்ணகிரி என்றழைக்கப்படுகின்றது. இந்நகரைச் சந்திரகிரி மன்னர் கிருஷ்ண ராவின் உறவினரான ஜக்க தேவ மாயல் கட்டியதாகக் கூறப்படுகின்றது. பிரிட்டிசார் இங்கிருந்த கோட்டையை இந்த 1767 ஆம் ஆண்டிலும் பின்னர் 1791 ஆம் ஆண்டிலும் மைசூரிடமிருந்து கைப்பற்ற முயன்று தோற்றனர். இக்கோட்டை கர்னல் ஸ்மிதினால் முற்றுகையிடப் பட்டபோது 1768 மே 22 அன்று சரணடைந்தது. இங்கு சிறிது காலம் பிரிட்டிஷ் காவல் படை இருந்தது. இங்கிருந்த கோட்டையும் நீர்த் தேக்கமும் படைவீரர் செய்த கிளர்ச்சியின்போது அழிக்கப்பட்டன.

கிருஷ்ணகிரியின் பெரிய கல் மலை துர்க்கம் எனப்படுகின்றது. இதன் மேல் முன்னர் கிருஷ்ணன் கோயில் இருந்தது. இப்போது மலை மீது இரண்டு தர்காக்கள் உள்ளன. மன நோயாளிகளைக் குணப்படுத்துவதாக நம்பப்படும் இன்னொரு தர்காவும் மலைக்குக் கீழே இருக்கின்றது. கிருஷ்ணகிரி சென்னையிலிருந்து மேற்கே தென்மேற்கில் சுமார் 214 கிலோ மீட்டர். நாமக்கல்லிலிருந்து வடக்கில் சுமார் 135 கிலோ மீட்டர். சேலத்திலிருந்து வடக்கில் சுமார் 90 கிலோ மீட்டர். திருப்பத்தூரிலிருந்து மேற்கில் சுமார் 36 கிலோ மீட்டர். ஓசூரிலிருந்து கிழக்கே தென்கிழக்கில் சுமார் 45 கிலோ மீட்டர்.

1767

கோலாரில் சண்டை

கர்னல் உடு தெற்கிலிருந்து முன்னேறிக் கொண்டிருந்தார். பிரிட்டிஷ் படைகள் இப்போது கோலாரில் ஒன்றையொன்று சந்தித்தன. ஐதர் பெங்களூரை அடையாதவாறு இப்படைகள் தடுக்க முயன்றன.

ஐதரலி இந்தக் கட்டத்தில் பிரிட்டிசாருடன் சந்து செய்து கொள்ள முன்வந்தார். இப்போரில் உண்டான செலவு முழுவதையும் ஐதரலி ஏற்க வேண்டுமென்று பிரிட்டிசார் கடும் நிபந்தனை விதித்தபடியால், அவர் இக்கட்டான நிலையில் பெருந்துணிச்சலோடு தாக்க முயன்றார். அவர் முள்பாகலை உடனே பிடித்தார். முள்பாகலைக் கைப்பற்றுவதற்காக ஐதரலி நடத்திய போரில் ஆயிரம் பேர் செத்தனர். பிரிட்டிசாரோ இருநூற்றைம்பது பேரை மட்டும் பறிகொடுத்தனர்.

பிரிட்டிஷ் படை கோலாருக்குப் பின்வாங்கியது. அரசு ஸ்மிதைச் சென்னைக்கு அழைத்துக் கொண்டதால் கர்னல் உடின் கையில் பெரும் படை விடப்பட்டது. ஆனால் கம்பெனி அரசு உடின் மீது வைத்த நம்பிக்கை வீணானது. ஐதரலி ஓசூரில் உடின் படைக்குப் பெருஞ்சேதத்தை உண்டாக்கினார். (ஓசூர்: 1791 காண்க) ஆதலால் உடு திருப்பியழைக்கப்பட்டார். பிரிட்டிஷ் படை மீண்டும் ஸ்மிதின் பொறுப்பில் விடப்பட்டது.

ஸ்மிது தன் பணியை 1769 ஜனவரியில் ஏற்றதற்கு முன்னர், ஐதரலி தென்னாட்டில் கர்னல் உடிடம் இழந்த கோட்டைகளனைத்தையும் திரும்பப் பிடித்து விட்டார். ஐதரலி அதன்பிறகு கரூர்க் கோட்டையையும் கைப்பற்றினார். (கரூர்: இ.ச.க.தொகுதி-6) இது ஐதரலிக்குக் கிடைத்த மாபெரும் வெற்றியாகும். அதன்பிறகு அவருக்கும் பிரிட்டிசாருக்குமிடையே 1769 ஏப்ரல் 4 அன்று அமைதி உடன்படிக்கை கையெழுத்தானது.

1. இவ்வுடன்படிக்கைப்படி இருதரப்பும் தத்தம் பகுதிகளை மீண்டும் பெற்றன.

2. இருதரப்பினரில் எவரேனும் தம் எதிரிகளால் தாக்கப்படுவரேல், மற்றவர் உதவிக்குச் செல்லவேண்டும்.

3. கம்பெனியின் பம்பாய்ப் படையினால் மங்களூரில் ஐதரின் கப்பல்கள் கைப்பற்றப் பட்டதற்காகக் கோலாரிலிருந்த கம்பெனிப் பண்டங்கள் ஐதரலியிடம் ஒப்படைக்கப்பட வேண்டும்.

இந்த முதல் மைசூர்ப் போரையடுத்து (1767-1769) திப்பு சுல்தான் 1799 ஆம் ஆண்டு களத்தில் வீரமரணம் எய்தியது வரையிலும் நடைபெற்ற மேலும் மூன்று மைசூர்ப் போர்கள் வருமாறு: இரண்டாம் மைசூர்ப் போர் 1780-1784; மூன்றாம் மைசூர்ப் போர் 1790-1792; நான்காம் மைசூர்ப்போர் 1799.

2. பாளையக்காரர் எழுச்சியும் அடக்கு முறைகளும்.

மைசூருடன் 1767 ஆம் ஆண்டு போர் மூண்டதால், கம்பெனிப் படைகளும், ஆர்க்காட்டு நவாபின் படைகளும் தெற்கேயிருந்து அழைத்துச் செல்லப்பட்டன. பாளையக்காரர்கள் ஏற்கனவே இங்கு கொதித்துப் போயிருந்தனர். ஏனெனில் ஆர்க்காட்டு நவாபின் ஆள்கள் அவர்களைக் கசக்கிப் பிழிந்து பணம் வாங்கிக் கொண்டிருந்தனர். கிட்டத்தட்டத் தென் பாரதம் முழுவதுமே இக்காலத்தில் போர்க்களமானது.

மதுரை, நெல்லைச் சீமைகளுக்கு ஐதரலி அனுப்பிய தூதுவர்கள் பாளையக் காரர்களின் போராட்ட உணர்ச்சியைத் தூண்டிவிட்டனர். அதனால் மேற்கத்திப் பாளையத்தாரெல்லாம் கூடிச் சுமார் 23,000 பேர் கொண்ட படையைத் திரட்டினர். முன்னர் கான் சாகிபு நான்கு மாதம் நீடித்த கடும் முற்றுகைக்குப் பிறகு பூலித் தேவரைத் தோற்கடித்து அவரின் வாசுதேவநல்லூர்க் கோட்டையைக் கைப்பற்றினார். (இ.ச.க.தொகுதி-6 காண்க) மேற்கத்திப் பாளையக்காரர்கள் இப்போது வாசுதேவநல்லூர்க் கோட்டையைப் பிடித்துவிட்டனர். அவர்கள் நவாபின் படைகளுக்குத் திருநெல்வேலியுடன் இருந்த தொடர்பையும் துண்டித்தனர்.

வாசுதேவநல்லூர்: பூலித்தேவரின் வாசுதேவநல்லூரைப் பற்றிக் கர்னல் டொனால்டு காம்பல் 1767 மே 20 அன்று எழுதிய ஒரு கடிதத்தில் கூறுகின்றார்: ''நான் கண்ட நாடுகளிலேயே பயிர்ச் செழிப்பு மிக்கதென்று இதைக் கருதுவதால், இதை அழிப்பதற்கு நான் விரும்பாது, இங்கு நவாபின் படைத் தலைவராய்ப் பணிபரியும் பீட்டர் டேவிட்சனிடம் ஒப்படைக்கின்றேன்.'' அழிக்க வந்தவரையே இங்ஙனம் ஆள்கொண்டுவிட்ட இயற்கை வளஞ் செறிந்த வாசுதேவநல்லூர் மிகவும் பழமையானது. இங்கு கி.பி.1537 ஆம் ஆண்டைச் சேர்ந்த ஒரு கல்வெட்டு உள்ளது.

வாசுதேவநல்லூர்-சிவகிரிச் சாலையில் அமைந்துள்ள உள்ளாற்றிலிருந்து பத்துக் கிலோ மீட்டர் மேற்கே தீர்த்தப் பாறை என்னுமிடத்தில் தலையணை அருவி இருக்கின்றது. இங்கு மூன்றாள் உயரத்திலிருந்து அருவி கொட்டுகின்றது. இது சாரல் காலத்தில் குளிப்பதற்குகந்தது.

வாசுதேவ நல்லூர் வாசுதேவனின் பெயர் கொண்ட நல்லூராகும். மதுரை-திருவனந்தபுரம் சாலையில் குற்றாலம் போகும் வழியில் இருக்கின்றது. இது மேற்குத் தொடர்ச்சி மலையிலிருந்து கிழக்கே 5 கிலோ மீட்டர். சங்கர நயினார் கோயிலிருந்து மேற்கே வடமேற்கில் சுமார் 15 கிலோ மீட்டர். திருநெல்வேலியிலிருந்து வடக்கே வடமேற்கில் சுமார் 60 கிலோ மீட்டர்.

இங்கு பூலித்தேவர் அமைத்த வலுவான கோட்டை இருந்தது. இக்கோட்டையின் இடிபாடுகளான செங்கற்கள் சிறிது காலம் முன்வரையிலும் சந்தியா மடத்திலிருந்து கிருஷ்ணம்மாள் பனந்தோப்பு வரையிலும் சிதறிக் கிடந்தன என்பர். இங்குள்ள சிந்தாமணி நாதர் கோயிலில் சிவபெருமான் அம்மையப்பன் கோலத்தில் காட்சி அளிக்கின்றார்.

கிழக்குப் பக்கத்திலிருந்த நவாபின் பகுதிகளைப் பாஞ்சாலங்குறிச்சிப் பாளையத்தார் பற்றிக் கொண்டனர். இதே நேரத்தில் பட்டாணியரான மியானாவும் வாலாசாக்களுக்கு எதிராகக் கள்ளரைத் திரட்டலாயினர். இந்நிலையில் பாளையக் காரர்களின் எழுச்சியைத் தடுப்பதற்கு அவர்கள் மீது போர் தொடுப்பதைத் தவிர வேறு வழியில்லை என்று கம்பெனி முடிவெடுத்தது.

கம்பெனிப் படையின் மேஜர் வில்லியம் ஃபிளிண்ட் 1766 டிசம்பரில் கொல்லங்கொண்டானைத் தாக்க முயன்றார். அங்கு எழுந்த எதிர்ப்பை அவரால் தாங்க முடியவில்லை. ஆதலால் அவர் இராசபாளையம் சென்றார். அங்கிருந்தும் கிளம்பி எட்டயபுரம் பக்கம் போனார். அங்கு பெரும் படையைக் கண்டு, பின் வாங்கினார். மேஜர் ஃபிளிண்ட் பின்னர் இந்த 1767 பிப்ரவரியில் பாஞ்சாலங் குறிச்சியைத் தாக்கினார். அப்போது அவருக்குப் பெருஞ்சேதம் ஏற்பட்டது. எனினும் பாஞ்சாலங் குறிச்சி முற்றுகையில் அவருக்குப் பலன் கிடைத்தது. பாஞ்சாலங் குறிச்சிப் படையினர் கோட்டையை விட்டு வெளியேறினர்.

1767

கம்பெனியும் நவாபும் இத்துடன் நின்று விடவில்லை. அவர்கள் தொடர்ந்து 1767 ஏப்ரலில் டொனால் காம்பலின் தலைமையில் படையை அனுப்பி 28 ஆம் தேதியன்று சிவகிரியின் கொல்லங்கொண்டானைத் தாக்கச் செய்தனர். அங்கிருந்த கிளர்ச்சிக்காரர்கள் கோட்டையை விட்டு வெளியேறினர். அவர்கள் மே 3 அன்று சேத்தூரைப் பிடித்துவிட்டனர்.

(சேத்தூர்: சேதுபதி ஊர் சேத்தூர் எனத் திரிந்தது. இது மேற்கத்திப் பாளையங்களுள் ஒன்று. இது முன்னர் ஒரு சமீனாயிருந்தது. இவ்வூர் சீவில்லிபுத்தூரின் தென்மேற்கில் சுமார் 18 கிலோ மீட்டரில் உள்ளது; திருநெல்வேலியிலிருந்து வடக்கே வடமேற்கில் சுமார் 62 கிலோ மீட்டர்.)

கம்பெனிப் படை மே 10 அன்று சிவகிரிக்கு முன்னால் தண்டு இறங்கியது. சிவகிரி பெரிய ஊர் சிவகிரி. தென் மலை மக்கள் குடியேறுவதற்காக இவ்வூர் 17 ஆம் நூற்றாண்டில் சிறந்து விளங்கிற்று. பதினெட்டாம் நூற்றாண்டு வரலாற்றில் தனி இடமும் பெற்றது. இது இயற்கை வளஞ் செறிந்த ஊர். இராச சிங்கன் பேரேரி, வழிக் கோனார் குளம், சண்முகன் ஏரி, தென் கால், வட கால் ஆகியன வழியாக நீர்ப் பாய்ச்சல் பெற்று இங்கு வேளாண்மை நடக்கின்றது. சிவகிரியின் மேற்கே 13 கிலோ மீட்டர்த் தொலைவில் மேற்குத் தொடர்ச்சி மலை மீது ஏலக்காய்த் தோட்டங்கள் உள. தேக்கு, தோதகத்தி முதலியன செறிந்த வளமான காடுகளும் உண்டு. இக்காடுகளிலிருந்து கேரளத்தின் கோட்டய மாவட்டம் வரை செல்லலாம். சபரி மலைக்குச் செல்லவும் வழியுண்டு.

சிவகிரியிலுள்ள முருகன் கோயிலும் துரோபதையம்மன் கோயிலும் சிறப்புடையனவாகும். முருகன் கோயில் ஊரின் வட எல்லையிலுள்ள கூடாரப் பாறை மீது அமைந்துள்ளது. இப்பாறையின் உயரம் 18 மீட்டர். பாறைமேல் கோயிலும், அடிவாரத்தில் இரண்டு தெப்பங்களும் இவற்றின் நடுவில் மண்டபமும் இருக்கின்றன.

கருணானந்த சாமியின் சமாதியும் மலையடிவாரத்திலுள்ளது. முருகன் கோயிலில் பங்குனி உத்தரத்திலும், துரோபதையம்மன் கோயிலில் வைகாசியிலும் விழாக்கள் நடைபெறும். பூக்குழி-தீமித்தல்-இறங்குதலும் உண்டு.

(சிவகிரியில் பாளையக்காரர்களுடன் 1783 இல் பெரும் போர் நிகழ்ந்தது. புல்லர்டன் என்ற ஆங்கிலப் படைத்தலைவர் அப்போது பாளையக்காரர் கூட்டணியைச் சிவகிரியில் தோற்கடித்தார். பிரிட்டிசார் அப்போது காடுகளை அழித்துச் சுமார் ஐந்து கிலோ மீட்டர் நீளத்திற்குச் சாலை அமைத்துச் சிவகிரிக் கோட்டையைக் கைப்பற்றினர்.)

கம்பெனிப் படை சிவகிரி எல்லையில் வந்து தண்டு இறங்கியதும் பாளையக் காரர்களும், ஊராரும் ஊரை விட்டு ஓடினர். அவர்கள் மனிதர் நுழைய முடியாத அடர்ந்த காடுகளுக்குள் ஓடி ஒளிந்தனர். காம்பல் சிவகிரியைப் பிடித்த பின்னர், வாசுதேவநல்லூர், சிங்கம்பட்டி, களங்கோட்டை, மடக்குளம் ஆகிய ஊர்களையும் பணியச் செய்தார்.

காம்பல் ஜூன்-3 அன்று சிவகிரி மலையை நோக்கிச் சென்றார். ஆனால் அது இடர் நிறைந்தது என்பதை உணர்ந்ததும் சங்கர நயினார் கோயிலுக்குத் திரும்பிவிட்டார். அதன் பிறகு தென்பாண்டிச் சீமையில் அமைதி நிலவிற்று. நவாபின் ஆள்கள் செய்த அட்டூழியங்களே பாளையக்காரர் கிளர்ச்சிக்குக் காரணம் என்பதைக் காம்பல் அறிந்து கொண்டார்.

எடுத்துக்காட்டாகச் சிவகிரிப் பாளையக்காரர், கான் சாகிபு மதுரைச் சீமையில் ஆளுநராயிருந்து நிர்வாகம் செய்த ஏழாண்டுக் காலம் முழுமையிலும் சுமார் 18,000 சக்கரத்தைக் கப்பமாகக் கட்டினார். ஆனால் அவர் 1765 ஆம் ஆண்டிற்கு மட்டும் ஆர்க்காட்டு நவாபு முகமதலிக்கு 33,000 சக்கரம் செலுத்த வேண்டி வந்தது. ஆதலால் காம்பல் பாளையக்காரர்களுடன் ஓர் உடன்பாட்டிற்கு வந்து, அவர்களின் வரி வருவாய்க் கணக்குகளையெல்லாம் தீர்த்து வைத்தார். சிவகிரி, சேத்தூர், வடகரை ஆகியவற்றின் பாளையக்காரர்களிடம் அவரவர்க்குரிய பகுதிகளை ஒப்படைத்தார்.

ஆனால் கம்பெனிப் படை வெளியேறியதும், பாளையக்காரர்கள் வரி செலுத்தாமல் நிறுத்திக் கொண்டு, ஆங்காங்கு குழப்பம் விளைவித்தனர். பாளையக்காரர் ஆடியடங்க ஆயத்தமாகின்றனர் என்பதை எல்லா அறிகுறிகளும் காட்டுகின்றன.

3. இந்திய நில அளவாய்வுத் துறை தோற்றம்

இராபட் கிளைவு வங்கக் கவர்னர் பதவியை மீண்டும் ஏற்பதற்காக 1765 ஆம் ஆண்டு இந்தியம் திரும்பிய நேரத்தில், கங்கையில் கலஞ்செலுத்தத் தக்க கால்வாய்களை ஒரு கப்பல் தலைவர் ஆராய்ந்து, அக்கால்வாய்களின் கரைகளை மிகத் துல்லியமாய் நிலப்படங்களில் குறித்து வருகின்றார் என்பதை அறிந்தார்.

கவர்னர் கிளைவு வங்கம், பிகார், ஒரிசம் ஆகியன அடங்கிய திவானி என்ற பெருநிலப் பரப்பான வங்க மாநிலத்தை முற்றிலும் தன் கைக்குள் கொண்டு வருவதற்கு என்று தீட்டியிருந்த திட்டத்தைச் செயல்படுத்துவதற்கு, அத்தகைய ஆள் மிகவும் இன்றியமையாதவராயிருப்பார் என்பதை உடனே உணர்ந்தார். ஆதலால் காப்டன் ஜேம்ஸ் ரென்னல் (1742-1830) என்ற அந்த ஆளைக் கூப்பிட்டனுப்பினார்.

ஜேம்ஸ் ரென்னல் 1742 டிசம்பர் 3 அன்று பிறந்தார்; ஐந்து வயதில் தந்தை இறந்தார். அவருடைய தாயார் மறுமணம் செய்து கொண்டதால் உறவினர் ஒருவரிடம் வளர்ந்தார். அவர் 14 ஆவது வயதில் பிரிட்டிஷ் கடற்படையில் நடுத்தரப் பணியாளராய்ச்

சேர்ந்தார். அவர் எச்.எம்.அமெரிக்க என்ற சிறு போர்க் கப்பலில் பணிபுரிந்தார். அவருக்கு நிலப் படங்கள், வரை திட்டங்கள் என்றால் மிகுந்த ஆர்வம். அவர் கப்பலில் கொண்டு சென்ற பெட்டியில் கோணமானியும் (கோணமானி: இ.ச.க.தொகுதி-4) பிற வரை பொருள்களும் இருந்தன.

இளம் ரென்னல் தன்னுடன் கப்பலில் இருந்த வரைவு வல்லுநரிடம் வரைவு கலையைக் கற்றுக் கொள்ள ஆர்வங் கொண்டார். கப்பல் படையில் பணியாற்றிப் பிரஞ்சுக்காரருடன் சண்டை செய்வதைவிட வரைவு படத் துறையில்தான் அவர் மிகுந்த ஆர்வங் காட்டினார். ரென்னல் அந்தச் சண்டையிலும் ஈடுபட்டுத் தன் கடமையைச் செய்தார்.

அவர் அதன்பிறகு கிழக்கிந்திய நாடுகளுக்குச் சென்ற கிராஃப்டன் என்ற கப்பலுக்கு மாற்றப்பட்டார். அக்கப்பல் திரிகோண மலையை அடைந்தபோது, அதன் தலைவரான காப்டன் ஹைடுபார்க்கர், ரென்னலின் அருந்திறனைக் கொண்டு திரிகோண மலைத் துறைமுகத்தை அளவாய்வு (*Survey*) செய்யுமாறு ஈடுபடுத்தினார்.

ஹைடுபார்க்கர் பிரிட்டிஷ் கப்பற் படையில் நாற்பதாண்டுகள் அட்மிரல் என்ற உயர் பதவியில் இருந்தவர். நில அளவை, சர்வே, நிலப்படத் தொகுப்பு ஆகிய துறைகளில் ஆர்வமும் திறமையுமிக்க ஜேம்ஸ் ரென்னலுக்குக் கப்பலில் சிறந்த எதிர்காலம் இல்லை என்பதைக் கருதி, அவரைக் கிழக்கிந்தியக் கம்பெனி ஊழியத்திற்குப் பணிமாற்றம் செய்யுமாறு பரிந்துரைத்தார்.

அதனால் 24 வயதான ரென்னல் கீழக்கரைக்கும் தொண்டிக்குமிடையே கம்பெனிக்காக வாணிபத்தில் ஈடுபட்டிருந்த நெப்டியூன் என்ற கப்பலின் தலைவர் ஆக்கப்பட்டார். அவர் இப்பயணங்களின்போது தன்னிடமிருந்த கோணமானியைப் பயன்படுத்திக் கரையோரத்தை அளவாய்வு செய்து மிகத் துல்லியமாக வரைந்து விட்டார். அதற்கு இரண்டாண்டுகளுக்குப் பிறகுதான் வங்க ஆளுநர் இராபட் கிளைவு ரென்னலுக்கு ஆளனுப்புகின்றார்.

''ரென்னல், நீர் இப்போது செய்து வரும் பணியிலிருந்து உம்மை இக்கணமே விடுவிக்கின்றேன். நீர் உடனே வங்கத்தில் பொது நில அளவாய்வு (*General Survey*) செய்யும் பணியைத் தொடங்க வேண்டும்.''

கிளைவு இங்ஙனம் பிறப்பித்த கட்டளையினால், இந்தியத்தில் முதன்முதலாக நில அளவாய்வுத் துறை என்ற சர்வே துறை 1767 ஆம் ஆண்டு பிறந்தது. ரென்னல் அதன் தலைமை அலுவலராய் 1777 வரை பத்தாண்டுக் காலம் கிழக்கிந்தியக் கம்பெனிக்காகப் பயனுள்ள பல பணிகளைச் செய்தார். அவர்தான் இந்தியத்தின் முதல் நிலப்படத்தை (*Map*) 1783 ஆம் ஆண்டில் வரைந்தெடுத்தார் என்பது குறிப்பிடத்தக்கது. அவர் அப்போது தலையாய நில நூலார் என்று இங்கிலாந்தில் போற்றத்தக்க நிலையை எய்திவிட்டார்.

சோழர் நில அளவை

தமிழகத்தில் முதன் முதல் நில அளவை முறை சோழர் ஆட்சியில் முதல் இராசராசன் காலத்தில் (985-1014) நடந்தது என்பதைக் கல்வெட்டிலிருந்து அறிகின்றோம். இதற்குமுன் இந்நாட்டில் நிலம் அளக்கப்பட்டது குறித்துச் சான்று எதுவும் கிடைத்திலது. இராசராசனின் பதினாறாம் ஆட்சியாண்டிலிருந்து பதினெட்டாம் ஆட்சியாண்டு வரை (1001-1003) மூன்றாண்டுகள் நில அளவை நடந்தது என்பது தெரிகின்றது.

இக்கல்வெட்டு திண்டிவனம் அருகில் கீழ் எடையாளம் என்ற ஊரின் ஏரியில் காணப்படும் ஒரு பாறையில் கி.பி. 1001 ஆம் ஆண்டு பொறிக்கப்பட்டுள்ளது. கல்வெட்டில் காணப்படும் சொற்றொடர்கள்:

உடையார் ராஜராஜ தேவர்க்கு யாண்டு பதினாறு
கழனி தரமிட நிலமளந்த பதின் வளனே கோல்

இச்சொற்றொடரின் கீழ் பன்னிரண்டடி நீளமுள்ள அளவு கோலின் சின்னம் நீள்வாட்டத்தில் பொறிக்கப்பட்டுள்ளது. இதிலிருந்து இராசராசன் காலத்தில் அளவு கோலுக்குப் ''பத்தின் வளனே கோல்'' என்று பெயர் இருந்தது என்பதும், அதன் நீளம் பன்னிரண்டடி என்பதும் தெரிய வருகின்றன.

தெரிப்பு (*Survey*)

சோழர் காலத்தில் நிலத்தை அளந்தறியும் முறைக்குத் தெரிப்பு என்று பெயர். இதனை *Survey* என்ற ஆங்கிலச் சொல்லின் சரி நுட்பமான மொழிபெயர்ப்பு என்று கொள்ளலாம்.

நாடு முழுவதையும் அளந்து நிலங்களின் உண்மையான அளவை அறிந்தாலன்றி, நிலவரியை ஒழுங்குபடுத்தி, ஆட்சியைச் சீராக நடத்த முடியாது என்பதை உணர்ந்த முதலாம் இராசராசன், சோழர் ஆட்சிப் பரப்பிலிருது நிலம் அனைத்தையும் அளக்குமாறு 1001 ஆம் ஆண்டு ஆணையிட்டார். முதலாம் இராசராசனின் பேரனான முதலாம் இராசாதிராசன் ஆட்சிக் காலத்திலும் (1018-1054) சோழ நாட்டின் ஒரு பகுதியில் அளவாய்வு செய்து கணக்கெடுத்தனர் என்று அறிஞர் நம்புகின்றனர்.

''தவிராத சுங்கம் தவிர்த்தோன்'' என்று சிறப்புப் பெயர் பெற்ற முதற் குலோத்துங்கனும் (1070-1120) தன் ஆட்சியின் பதினாறாம் ஆண்டில் சோழமண்டலம் முழுவதையும் அளக்குமாறு ஆணையிட்டார். அப்பணி இரண்டாண்டுகளில் நடந்து முடிந்தது.

மூன்றாம் குலோத்துங்க சோழனின் (1178-1218) முப்பத்தெட்டாம் ஆட்சி ஆண்டாகிய 1216 இல் சோழநாட்டில் மீண்டும் ஒரு முறை தெரிப்பு (*Survey*) நடந்தது. நிலத்தை அளந்தபின் அந்நிலத்தின் எல்லைகள் எவை என்பதைத் தெரியக் காட்டு வதற்காக நடப்பட்ட கற்களுக்குப் ''புள்ளடிக் கற்கள்'' என்று பெயர்.

உலகளந்த கோல்

நில அளவையில் - தெரிப்பில் பயன்பட்ட அளவுகோலுக்கு உலகளந்த கோல் என்று பெயர். அக்கோலின் நீளம் பதினாறு சாண் என்று தெரிகின்றது. (ஒரு சாணின் நீளம் ஒன்பது அங்குலம் இருக்கும்.) அளந்த நிலங்களைத் தரம் பிரித்து, அத்தரத்திற்கு ஏற்ப வரி விதித்தனர். தரம் பிரிக்கும் நிலத்தின் வளமும், அந்நிலத்திற்குக் கிடைக்கும் நீர் வளமும் கணக்கில் கொள்ளப்பட்டன. அந்நிலத்திலிருந்து கண்டு முதலாம் விளைச்சல் அளவும், நிலவரி விதிப்பிற்கான தரம் கண்டறியும் அடைப்படைகளாய்க் கொள்ளப்பட்டன.

பல்லவர் காலம்

பல்லவர்களின் காலத்தில் (கி.பி.250-900) நில அளவைகள் நான்கு விதமாய்

இருந்தன என்பார் டாக்டர் இராசமாணிக்கனார். அவை கலப்பை, நிவர்த்தனம், பட்டிகா, படாகம் எனப்பட்டன.

கலப்பை: உழவர்கள் நிலத்தை உழுவதற்குக் குறிப்பிட்ட சில நேரத்திற்கு இரண்டு எருதுகளை ஒன்றாகப் பூட்டி இழுக்கச் செய்வதற்கு ஆகும் தொலைவு கலப்பை எனப்பட்டது.

நிவர்த்தனம்: ஒருவர் குறிப்பிட்ட ஓர் இடத்திலிருந்து கிளம்பிக் குறிப்பிட்ட நேரத்திற்குள் தான் புறப்பட்ட இடத்தை அடையும் நேரத்தில் எத்தனை தொலைவு நிலத்தை அவன் கடந்தானோ, அதன் கால அளவே நிவர்த்தனமாகும். இந்நிவர்த்தன அளவானது பின்னர் 20 சதுர முழம் (1 முழம்=18 அங்குலம்) அளவுள்ள நிலத்திற்குச் சமமானதாக வரையறுக்கப்பட்டிருந்தது.

பட்டிகா: ஆப்பு ஒன்றில் கயிற்றால் கட்டப்பட்ட ஆடானது மேயும் நிலத்தின் அளவு பட்டிகா என்றழைக்கப்பட்டது.

படாகம்: பயிர் செய்யத்தக்க நிலையிலுள்ள நிலத்தின் பகுதிக்குப் படாகம் என்று பெயர் இருந்தது.

''பரமேசுவர வதியின் கீழ்க் கூறின் தெற்கு ஏரிக்காக வைத்த ஐந்து படாகமும்'' என்று கல்வெட்டில் காணப்படுகின்றது.

கம்பவர்மனின் கல்வெட்டுகளிலிருந்து படாகம் என்பது 200 குழி நிலத்திற்குச் சமம் என்று தெரிகின்றது (1 குழி=சுமார் 576 சதுர அடி) படாகம் நிலத்தைப் பெற்றவர்கள் தம் பெயருக்கு முன்னர் படாகம் சேர்த்துச் சிறப்பிக்கப்பட்டனர்.

பிற்காலக் கல்வெட்டுகளிலும் தாமிர ஏடுகளிலும் வேலி, குழி என்ற சொற்கள் நடைமுறைப் பேச்சு வழக்கில் இடம் பெற்றன. பல்வேறுபட்ட நாடுகளிலும் ஆட்சிகளிலும் ஒரு குழி நிலமானது அளவில் 144 சதுர அடி முதல் 576 சதுர அடி வரை வேறுபடுவதை அறிகின்றோம்.

நிருபதுங்கன் காலத்தில் (849-875) ஒரு குழி என்பது 81 சதுர அடியாக இருந்தது.

நில அளவு கோல்கள்

நிலங்களை அளக்கப் பலவகையான கோல்களும் கம்புகளும் பயன் படுத்தப்பட்டன. அவை நஞ்சன் கோல், பன்னிருகன் கோல், படினெண்கள் கோல் என்ற பெயரில் வழங்கி வந்தன.

காணி, காதம், குரோசம் (கூப்பிடு தொலைவு), குழி, சாண், பாகம், முழம், யோசனை, வம்சம், விரற்கடை, வேலி என்றெல்லாம் பல்வேறு அளவைகள் அண்மைக் காலம் வரையிலும் வழக்கிலிருந்தன.

மேலையுலகில்

நிலத்தையளந்து நிலப் படம் தொகுக்கும் பணிக்காகப் பன்னெடுங்காலமாகவே மேலையுலகில் உதவிய முறைகளும் கருவிகளும் அவ்வப்போது திருத்தமும் செம்மையும் பெற்றிருக்கின்றன. நிலப் படங்களைச் செதுக்குபவர்களுக்கு வேண்டிய செய்திகள், தகவல்கள் அனைத்தையும் திரட்டித் தருகின்ற சர்வேயர்கள் என்ற நில அளவைக்காரர்கள் சுமார் 1550 ஆம் ஆண்டிலிருந்து முக்கோண அளவீட்டு முறையைக் கையாண்டு வரலாயினர்.

முக்கோணங்களாய் நிலத்தை அளந்து நிலப்படத்தை மிகத் துல்லியமான அளவுகளில் வரைந்தெடுப்பது முக்கோண அளவீட்டு முறை எனப்படும். முதல் முக்கோணத்தின் தளம் மிகக் கவனமாக அளக்கப்பட்டு, நிலப் படமாக வரைய வேண்டிய நிலப்பகுதியில் தகுந்த ஓரிடத்தில் அடி மூலக் கோடு வரையப்படும்.

நிலப்படத்தின் அளவு ஒரு மைலுக்கு இரண்டு அங்குலம் என்று வைத்துக் கொண்டால், அடி மூலக் கோடு நிலத்தின் மீது சரியாக அரைமைல் என்று அளக்கப் படுமாயின், நில அளவைக்காரர் தன் திட்டத்தில் அடி மூலக் கோட்டை ஓரங்குல நீளமுள்ளதாக வரைந்து கொள்வார்.

அளவைக்காரர் உயரமான ஓரிடத்தில் நின்று கொண்டு அரைமைல் நீளமான கோட்டின் முனையிலிருந்து நோக்கிக் கோட்டின் மறுமுனையிலிருந்து அதே நிலத்தை அளவை செய்வார். இவ்வாறு பெறப்பட்ட இரண்டு கோணங்களைப் பயன்படுத்தித் தன் திட்ட வரையிலுள்ள அடி மூலக் கோட்டின் ஒவ்வொரு முனையிலிருந்தும் நேர்கோடுகள் வரையலாம். அக்கோடுகளின் முனைகள் வெட்டும் இடங்கள் நிலப்படத்தில் எல்லைக் குறியாகும்.

அவர் இவ்வாறு முதல் முக்கோணத்தைக் குறித்துக் கொள்வார். இம்முறைப்படி குறித்த புள்ளிகளிலிருந்து இதர நில எல்லைக் குறிகளைக் கொண்டு, அவர் முக்கோண அளவை செய்யவேண்டிய நிலப்பகுதி முழுவதிலும் முக்கோணங்களைக் குறித்துக் கொள்வார். இவ்வாறு தொகுக்கப் பெறும் நிலப் படத்தில் சாலைகள், ஆறுகள், ஊர்கள் முதலியவற்றைக் குறிக்கும் கடினமான பணி பின்னர் மேற்கொள்ளப்படும். இதன் மற்றொரு கட்டப் பணியில் கடற்பரப்பிற்கு மேலேயுள்ள மட்ட வேறுபாடுகளைக் குறிக்கும் கோடுகள் வரையப்படும்.

தியோடலைட்டு

இம் முக்கோண முறை அளவையில் முதலில் திசை காட்டும் கருவிகளும் கோணமானிகளும் அளவைக் கோல்களும் பயன்படுத்தப்பட்டு வந்தன. ஆனால் 1800 ஆம் ஆண்டு வாக்கில் கோணமானியும் அதையொத்தனவுமான கருவிகள் மறைந்து, அவற்றின் இடத்தில் தியோடலைட்டு என்ற தளமட்டக் கோணமானி பயனுக்கு வந்தது. பல டிகிரிகளின் மட்டத்தில் அமைந்த ஒரு சட்டத்தின் மேல் நிறுத்தப்பட்டுள்ள தொலை நோக்காடி என்று தியோடலைட்டைக் கூறலாம். இதைத் தமிழில் தளமட்டக் கோணமானி எனலாம்.

இது நுட்பமான கருவி. இதைக் கொண்டு செங்குத்தான அல்லது கிடைமட்டமான கோணங்களில் தொலைவிலுள்ள பொருள்களை மிகத் துல்லியமாக அளந்தறியலாம். தியோடலைட்டுக் கண்டுபிடிக்கப்பட்டதால் முக்கோண அளவை முறையில் தவறு நேரக்கூடிய தன்மை இல்லாது போயிற்று. துல்லியமாக முக்கோணங்களை அளக்க முடிந்தால், தொலைவுகளும் மிகத் துல்லியமாகத் தெரியும்.

ஒரு கோணத்தின் ஒரு பக்கமான அடி மூலக்கோடும் அதன் மூன்று கோணங்களும் பெறப்படுமாயின், அக்கோணத்தின் ஏனைய இரு பக்கங்களைத் திரிகோணமிதிக் கணிதத்தின் மூலம் கணித்து விடலாம். அதனால்தான் இவ்வகையான அளவை முறைக்குத் திரிகோணமிதி அளவாய்வு என்று பெயர்.

அளவாய்வுக் குழுவின் கள ஊழியர்கள் அரும் பாடுபட்டுத்தான் நிலங்களை அளவிட முடிந்தது. இப்பணியில் அரிதின் முயன்று பாடுபட்ட அளவையாளர் களால்தான் முதல் ஆர்டினன்ஸ் சர்வே என்ற நில அளவை 1791 ஆம் ஆண்டு இந்தியத்தில் நடத்தி முடிக்கப்பெற்றது.

ஆனால் பத்தொன்பதாம் நூற்றாண்டில் இந்திய நில அளவாய்வில் ஈடுபட்டிருந்த வர்களின் அனுபவம் வேறுவிதமாய் இருந்தது எனலாம்.

இங்கிலாந்தும் வேல்சும் சேர்ந்து மொத்த நிலப் பரப்பு 1,51,118 சதுர கிலோ மீட்டராகும். (58347 சதுர மைல்) ஆனால் இந்தியம் என்ற மாபெரும் துணைக் கண்டத்தின் பரப்போ இக்கால கட்டத்தின் 15,81,410 சதுர மைலாக இருந்தது. அதாவது இங்கிலாந்து-வேல்சு இரண்டின் பரப்பையும்விட 27 மடங்கு பெரியது.

பிரிட்டிஷ் நில அளவையாளர்களான சர்வேயர்கள் இந்தியத்தை அளந்து, அதன் நிலப்படத்தைத் தொகுக்கத் தொடங்கிய காலத்திலிருந்து இப்போது இருநூறு ஆண்டுகளுக்கு மேலாகி விட்டது. இந்திய நிலப் படத்தைத் தொகுப்பதற்காக ஆயிரக்கணக்கான பிரிட்டிசாரும் இந்தியரும் தம் வாணாளைச் செலவிட்டிருக்கின்றனர்.

கிட்டத்தட்ட இருநூற்றி இருபத்தைந்து ஆண்டுகளுக்கு முன்னர் அமைந்த இந்திய நில அளவாய்வுத் துறை இன்னும் நம் நாட்டில் செயல்பட்டு வருகின்றது.

(அளவாய்வுக்கென்று காப்டன் குக்கு நடத்திய கடற்பயணங்கள் 258 ஆம் பக்கத்தில் சொல்லப்பட்டுள்ளன.)

வரலாற்றுப் புள்ளிகள்

1. அந்தப்புரம், ஆள், அம்புடன் இந்தியப் படையின் புறப்பாடு

திருமதி கிண்டர்ஸ்லி என்றவர் 1767 ஆம் ஆண்டு எழுதிய கடிதங்களில், இந்தியப் படைகளைப் பற்றி எழுதியுள்ள சுவையான செய்திகள்:

குதிரையும் வீரனும்

இந்தியத்தில் பதினெட்டாம் நூற்றாண்டின் இக்காலகட்டத்தில் இந்துவாயினும், முஸ்லிமாயினும் குதிரைப் படையைத்தான் பெரிதும் விரும்பினர். மராட்டியர் படை இந்தியத்தின் எண்டிசையும் புயலென்றும், வெள்ளமென்றும் பாய்ந்து தாக்கியது குதிரை மீது அமர்ந்தே; சீக்கியர் குதிரைகளைக் கொண்டே வட பாரதத்தை நடுங்கச் செய்தனர். எனினும் இந்தியப் படைகளில் பலவிதமான குறைகள் இருந்தன.

ஒவ்வொரு படை வீரனும் ஒரு குதிரை வைத்திருந்தான். (ஐதரலியை நினைவு படுத்திப் பாருங்கள்; அவர் ஒரு குதிரை வீரரன்றோ?) அவனது குதிரை போரில் காயம் பட்டாலோ, கொல்லப்பட்டாலோ அவன் படை வீரனாய் நிலைக்க முடியாது. ஏனெனில் அவனால் வேறொரு குதிரையை விலைக்கு வாங்கிவிடலாம் என்பது நடவாது, இக்காலத்தில் படை வீரனின் வாழ்க்கை அவனது குதிரையையே பெரிதும் நம்பியிருந்தது. குதிரை வீரனது குதிரையின் மதிப்பிற்கு ஏற்றவாறு, அவனுக்குப் படையில் ஊதியம் தரப்பட்டது.

படையும் பரிவாரமும்

இராணுவத்தின் பெரிய அதிகாரிகளுடன், அவர்களின் அந்தப்புரமும் போருக்குப் புறப்படும்; அவர்களுடன் எடுபிடி, ஏவல் என்று எண்ணற்ற ஊழியர்களும் செல்வர்; ஒரு சாதாரண படை வீரனும் தன் ஒரு மனைவியையேனும் வேலைக்காரனுடன் போருக்கு அழைத்து வருவான்; சாதாரண அதிகாரிகளும் தம் பெண்டு பிள்ளைகளுடன்

களம் செல்வர்; அவர்கள் சிறு குழந்தைகளைக் கூட ஊரில் விட்டுச் செல்வதில்லை. படையைத் தொடர்ந்து மிகப் பெரிய சந்தையும் உடன் செல்லும்.

ஒரு முஸ்லிம் படை களங் காணப்போகின்றது என்றால், அது கட்டுக்கடங்காத பெருங் கூட்டமாயிருக்கும், ஆனால் நன்கு பயிற்சி பெற்று நல்ல முறையில் நடத்தி வரப்படும் ஒரு சிறு படையின் முன்னர், இந்தப் பெரும்படை பணிந்துவிடும்; அல்லது புறமுதுகிட்டோடிவிடும். படைவீரர்களுக்குத் துணிச்சலும் போர்த்திறனும் இல்லை என்பது இதற்குக் காரணமன்று. அப்படை வீரர்களை நடத்திச் சென்றவர்களின் நடத்தைதான் அதற்குக் காரணமாகும்.

1767

2. இங்கிலாந்து சென்ற இந்திய முஸ்லிம்கள்

முஸ்லிம்கள் இந்தியத்திலிருந்து இங்கிலாந்திற்கும் ஐரோப்பிய நாடுகளுக்கும் சென்று, அங்கு தாம் கண்டவற்றை எழுதி வைத்திருக்கின்றனர். முகலாய அரசர் இரண்டாம் ஷா ஆலத்தின் *(1759-1806: இ.ச.க.தொகுதி-6; இவர் வங்க முழுமையும் பிரிட்டிசாருக்கு அளித்தவர்.)* தூதுவராக இதிகாம் அல்தீன் 1767 இல் இங்கிலாந்து சென்றார். அவர் ஐரோப்பியத்திற்கும் சென்று மேற்கத்தி நாடுகளில் கண்டவற்றையும், கேட்டவற்றையும் எழுதி வைத்திருக்கின்றார்.

ஆனால் அவர் எழுதிய ஐரோப்பியப் பயண நூலானது, *1799-1803* ஆம் ஆண்டுகளில் ஐரோப்பிய நாடுகளில் பயணம் செய்த அபு தாலிபு கான் எழுதி வைத்திருக்கும் ''மசீர்-இ தாலிபு ஃபி பிலாது.இ அஃபராஞ்சி'' என்ற நூலுக்கு ஒப்பாகாது என்பது அறிஞர் கருத்தாகும்.

ஏனெனில் இந்நூல் அறிவுத் திறனோடும், படிப்பதற்குச் சுவையான முறையிலும் எழுதப் பட்டுள்ளது. ஒரு முஸ்லிம் எழுத்தாளர் மேற்கத்தி நாகரிகத்தைப் படிப்பாளிக்கு அறிமுகம் செய்யும் வகையில் எழுதப் பெற்ற முதல் நூலென்று அபு தாலிபின் இந்நூலைக் கூறலாம்.

அபு தாலிபு கான் இங்கிலாந்தில் நான்காண்டுகள் இருந்தார். அயர்லாந்து, இத்தாலி, பிரான்ஸ், துருக்கி ஆகிய நாடுகளுக்கும் சென்றார்.

இலண்டனில் அவரைப் ''பாரசிக இளவரசர்'' என்று அழைத்தனர். அவரது முதற்பெயர் மிர்சா என்று இருந்ததாலும், பாரசிகர் வழிவந்தவராக அவர் விளங்கியதாலும் அவரை ஆங்கில மக்கள் அவ்வாறு தவறாக அழைத்தனர். அவரைத் தமக்கு ஒப்பான அயல் நாட்டவர் என்று அவர்கள் மதித்தனர். பிரிட்டிஷ் பிரபுக்கள்

அடிக்கடி வந்து அவரைக் கண்டனர். அவருக்குப் பணமாகவும் பண்டமாகவும் பல பரிசுகளைத் தந்தனர்.

மேல் நாட்டவர் கீழ்த்திசைப் பண்பாட்டின் மீது பேரார்வம் காட்டி வந்தது குறித்து அபு தாலிபு ஐயப்பாடுகளைத் தெரிவித்தார். அவர்களின் ஆர்வத்தின் மீது முதல் முதலில் ஐயங்கொண்டவர் அவராகத்தான் இருக்க வேண்டும். அவர் கீழையியல் விற்பன்னர் களான வில்கின்ஸ், ஔஸ்லி ஆகியோரைச் சந்தித்துப் பேசினார்.

சர் வில்லியம் ஜோன்ஸ் (1746-1794) எழுதிய பாரசிக இலக்கண நூலில் ஆங்காங்கு பிழைகள் மலிந்திருந்ததை எடுத்துக் காட்டினார். ஆங்கிலேயரான கீழ்த்திசையியலார் போலிப் பெருமை கொள்கின்றனர் என்று அபு தாலிபு குறை கூறுகின்றார்.

அபு தாலிபு இலண்டனின் காப்பிக் கடைகள், மதுக் கடைகள், கிளப்புகள், இலக்கியச் சங்கங்கள், நாடகக் கொட்டகைகள், நிதி நிறுவனங்கள், பேங்கு ஆஃப் இங்கிலாந்து, பங்குச் சந்தை, பிரிட்டிஷ் மியூசியம் இங்கெல்லாம் சென்று, அங்கு கண்டவற்றை எழுதி வைத்திருக்கின்றார்.

ஆக்ஸ்ஃபோர்டுக் கல்லூரிகளின் கட்டடங்களுக்கும் இந்துக் கோயில் கோபுரங் களுக்கும் புதுமையான ஒற்றுமை இருந்ததாக அபு தாலிபு கருதினார்.

வரலாற்று இடைக்காலத்து நிலப் பிரபுத்துவப் பின்னணியில் பிறந்திருந்த அபு தாலிபைத் தொழிற் புரட்சியின் வேகமும், அதன் ஆக்கத் திறன்களும் வெகுவாய்க் கவர்ந்தன. இங்கிலாந்தின் ஆலைகள், இரும்பு வார்ப்படத் தொழிற்சாலைகள், பெரிய எந்திரத் தொழில்கள் இங்கெல்லாம் காணப்பட்ட ஒழுங்கு, கட்டுப்பாடு, முறைமை, தொழில் நுட்பம் இவையெல்லாம் அவரைப் பெரிதும் கவர்ந்தன.

3. கிளைவு தாயகம் திரும்புதல்

இராபட் கிளைவு மூன்றாவது முறையாக 1764 சூன் 4 அன்று இங்கிலாந்திலிருந்து இந்தியத்திற்குக் கப்பலேறினார். அவர் 1765 மே மாதம் கல்கத்தாவை அடைந்து, அங்கு இரண்டாண்டுகளாய் ஆளுநர் பொறுப்பை ஏற்றுவிட்டு, இந்த 1767 ஜனவரி 29 அன்று தாயகம் திரும்பிச் சென்றார்.

கிளைவு கல்கத்தாவை அடைந்த சில மாதங்களுக்குள் நான்கு சிக்கல்களை இம்முறை தீர்த்து வைத்தார். கல்கத்தாவிலிருந்து பொறுக்குக்குழுவின் *(Select Committe)* தனிநிலை அதிகாரத்தை அறவே நீக்கினார்.

வங்க ஆட்சி நிர்வாகத்தைத் தன் பொறுப்பில் ஏற்றுக்கொண்டார். அதற்கு முகலாயப் பேரரசரின் இசைவாணையையும் பெற்றார். ஔது நவாபுடன் நயமாக நடந்து கொண்டு, அப்பகுதியில் அமைதியை நிலவச் செய்தார்.

இக்கால கட்டத்தில் ''இரட்டைப் படிகள்'' வேண்டும் என்று கோரிக் குழப்பம் விளைவித்த படையதிகாரிகளையும் ஒடுக்கினார்.

கிளைவுதான் முகலாயப் பேரரசரிடமிருந்து கிழக்கிந்தியக் கம்பெனிக்குத் ''திவானி'' என்ற மேலாண்டை உரிமையை அலகபாது உடன்படிக்கைப்படி பெற்றுத் தந்தார்.

அவர் கடைசியாகக் கல்கத்தா ஆட்சிமன்றக் குழுக் கூட்டத்தில் 1767 ஜனவரி 16 அன்று கலந்துகொண்டு, ஜனவரி 29 அன்று கல்கத்தாவை விட்டு நீங்கினார்.

4. புதிய வங்க ஆளுநர் வெரல்ஸ்டு

இராபட் கிளைவு வங்க ஆளுநராய் இரண்டாம் முறை பணியாற்றிவிட்டு இவ்வாண்டு தாயகம் திரும்பியதும், ஹென்றி வெரல்ஸ்டு 1767 முதல் 1769 வரை வங்கத்தின் ஆளுநராயிருந்தார்.

ஹென்றி வெரல்ஸ்டு (1733-1785) கிழக்கிந்தியக் கம்பெனியில் எழுத்தராகப் பணிபுரிவதற்கென்று 1749 இல் வங்கத்திற்கு வந்தார். அவர் சிட்டகாங்கையும், அதன் பிறகு பர்துவானையும் நிர்வாகம் செய்தார். அவர் கிளைவின் ஆதரவாளர் பலருள் ஒருவராயிருந்தார். அவர் மூன்றாண்டுகள் கவர்னராயிருந்தபின் ஓய்வு கொண்டார். அவர் சீர்திருத்தங்கள் வேண்டுமென்று முயன்றதால் பல வழக்குகளில் ஈடுபட நேர்ந்து தன் பொருளையெல்லாம் இழந்தார். அவர் 1785 ஆம் ஆண்டு இறந்தார்.

5. சென்னை ஆளுநர் பூர்ச்சியர்

சாலஸ் பூர்ச்சியர் என்பவர் இராபட் பால்கையடுத்து இவ்வாண்டு (1767) சென்னைக் கவர்னராய்ப் பொறுப்பேற்று 1770 வரை அப்பதவியிலிருந்தார். இராபட் கிளைவு முதன்முதலாக 1744 இல் இந்தியம் வந்து இந்த 1767 இல் திரும்பிச் சென்றது வரையிலும் உள்ள காலத்தில் சென்னையில் பணியாற்றிய ஆறாவது கவர்னர் பூர்ச்சியர் ஆவார்.

6. அமெரிக்கக் குடியேற்றங்கள் மீது மீண்டும் வரி விதிப்பு

பிரிட்டன் ஆண்டில் 40,000 பவுன் வருவாயைத் திரட்டும் நோக்குடன் 1767 சூன் 29 அன்று பாராளுமன்றத்தில் டௌன்செண்டு வருவாய்ச் சட்டம் என்ற ஒரு சட்டத்தை நிறைவேற்றியது. அதன்படி அமெரிக்கக் குடியேற்றங்களுக்குள் இறக்கப்படும் தேயிலை, கண்ணாடி, பெயிண்டு, எண்ணெய், ஈயம், தாள் ஆகியன மீது தீர்வை விதிக்க வகை செய்யப்பட்டிருந்தது. அமெரிக்கத்தின் கிழக்கு மசாச்சூசட்ஸ் மாநிலத் துறைமுகப் பட்டினமான பாஸ்டனில் இதைத் எதிர்த்துத் தீர்மானம் நிறைவேற்றப்பட்டது.

7. சோடா பானம் உருவாக்கிய முன்னோடி

ஆங்கில வேதியியலாரும் அரசியல் சித்தாந்தியுமான ஜோசபு பிரீஸ்டிலி (1733-1804) சோடா பானத்தை உருவாக்கியதில் முன்னோடியாக விளங்குகின்றார். சோடா பானத்தை மிக எளிதாகச் செய்யும் வழிமுறை குறித்து, அவர் இனிமேல் விரிவாக ஒரு நூலை எழுதவிருக்கின்றார்.

1768

அரசியல்

விசாகப்பட்டினம் ஆங்கிலேயர் வசமாதல்
நிசாம்-கம்பெனி-மச்சிலிப்பட்டின உடன்படிக்கை
பிரிட்டீசுப் பிரதமர் கிராஃப்டன்
கார்சிக்கம்-பிரான்சு விலைக்கு வாங்கியது

அறிவியல்

அறிவியல் ஏற்றத்தில் பசிபிக்குத் தோட்டங்கள்

கலை, இலக்கியம்

மறைந்த தமிழ் நூல்கள்
சம்ஸ்கிருதம்-ஐரோப்பிய மொழிகள் தொடர்பு உணரப்படுதல்
இலண்டனில் இராயல் ஓவியக் கலைக் கழகம் அமைப்பு
பிரிட்டானியக் கலைக் களஞ்சியத் தொகுப்புப் பணி தொடக்கம்

இராணுவம், போர்

வத்தலக்குண்டு ஐதர் வசமாதல்
கொங்கு நாட்டுப் போர்க்களங்கள்
பர்மா மீது சீனப் படையெடுப்பு

பொது

நைல் தோற்றுவாய் தேடிய முயற்சிகள் வரலாறு
சேப்பாக்கம் ஆர்காட்டு அரண்மனை
இலண்டனில் உணவுக் கலவரம்
பிரான்சில் ரொட்டி விலை ஏற்றம்
உலகைச் சுற்றிய முதல் பிரஞ்சுக்காரர்

1768

1. விசாகப்பட்டினம்: ஆங்கிலேயர் பெறுதல்

இந்தியத்தின் கிழக்குக் கரையில் அமைந்துள்ள இத் துறைமுகத்தின் வரலாறு நெடியது. இப்பட்டினம் படையெடுப்பாளரையும் மன்னர்களையும் வரலாற்றில் கண்டுவிட்டு, இந்த *1768* பிப்ரவரி *23* அன்று ஐதராபாது நிசாமினால் கிழக்கிந்தியக் கம்பெனிக்கு விட்டுக் கொடுக்கப்பட்டது.

இதைத் தெலுங்கில் விசாகப்பட்டினம் என்பர். விசாகன் என்பது முருக வேளையும் பட்டினம் என்பது கடற்கரையடுத்த ஊரையும் குறிக்கும். தீர்த்த புரல்லி= தீர்த்தப் பாறை என்ற பழம் பெயரும் இதற்கு இருந்தது.

இதன் தென் கோடியில் ஒரிசக் கரையிலுள்ள டால்ஃபின் மூக்கும் வட கோடியில் வால்டேரும் உள்ளன. இப்பட்டினம் டால்ஃபின் மூக்கு என்ற முனையிலிருந்து ஓர் ஆற்றினால் பிரிக்கப்பட்டுள்ளது. அவ்வாறு கடலின் முகத்துவாரத்தில் ஒரு மணல் மேட்டை உண்டாக்கியபோதிலும் அங்கு *3,000* டன் எடையுள்ள கப்பல்கள் செல்லக்கூடிய அளவில் பத்தொன்பதாம் நூற்றாண்டு இறுதியில் ஆழம் இருந்தது. அனகாபள்ளி செல்லும் சாலையில் ஆற்றின் குறுக்கே *1887* இல் மிதவைப் பாலம் ஒன்று போடப்பட்டது. அதை டர்னர் பாலம் என்றழைத்தனர்.

சோழர் எழுப்பிய பட்டினம்

இப்பட்டினத்தைக் குலோத்துங்க சோழன் *(1178-1218)* நிறுவியதாகச் செவிவழிச் செய்திகள் கூறுகின்றன. பின்னர் இது கலிங்க நாட்டோடு முஸ்லிம் படையெடுப்பாளர் கைக்குச் சென்றுவிட்டது. இது சிக்கக்கோல் சர்க்காரின் ஒரு பகுதியாய் விட்டது. (சர்க்கார் என்பது ஆட்சிப் பிரிவு; அது நாடு அல்லது மாவட்டம் எனலாம்.)

கம்பெனிப் பண்டசாலை

கிழக்கிந்தியக் கம்பெனி பதினேழாம் நூற்றாண்டு வாக்கில் விசாகப்பட்டினத்தில் ஒரு பண்டசாலையை அமைத்தது. முகலாய மன்னர் *1689* செப்டம்பர் *13* அன்று பிறப்பித்த ஓர் ஆணைப்படி அப்பண்டசாலையைக் கைப்பற்றி அங்கிருந்த அலுவலரையெல்லாம் கொன்றனர். ஒளரங்கசீபிற்கும் கம்பெனிக்கும் ஏற்பட்ட மனத்தாங்கலே அதற்குக் காரணம்.

தக்காணத்தின் முகலாயர் தானைத் தலைவரான சுல்ஃபிகர் கான் கம்பெனியார் விசாகப்பட்டினத்தில் மீண்டும் பண்டசாலை அமைப்பதற்கு வேண்டிய கௌல் என்ற உரிமத்தை *1690* டிசம்பர் *8* அன்று அளித்தார். அதே உரிம ஆணைப்படி பண்டசாலையைச் சுற்றிச் சுவர் எழுப்பவும் ஒப்புதல் தரப்பட்டது.

உள்நாட்டு நவாபான ஃபக்குருல்லா கான் *1710* டிசம்பர் *8* அன்று விசாகப்பட்டினத்தைத் தாக்கியபோது, எதிர்த்துத் துரத்தப்பட்டார். முகலாய அரசரான ஃபரூக்குசியார் *(1713- 1719)* கம்பெனிக் குடியேற்றத்திற்கு உரிமையான உடைமைகளைக் காக்க உறுதி கூறும் ஃபர்மன் என்ற அரசாணையை *1716* இல் பிறப்பித்தார். இங்கிருந்த கம்பெனிக் காவல் வீரரின் எண்ணிக்கை *1726* இல் முப்பதாக உயர்த்தப்பட்டது.

ஜாஃபர் அலியும் அவரின் முகலாயக் கூலிப்படையினரும் பீம்லிப் பட்டினத்தைத் தாக்கி நாட்டுப் புறம் முழுவதையும் துன்புறுத்தினர். எனினும் அவர்கள் விசாகப் பட்டினத்தைத் தொடவில்லை.

பிரஞ்சுக்காரரிடம் விசாகப்பட்டினம்

பிரஞ்சுப் படையின் தானைத் தலைவரான பூசி விசாகப்பட்டினத்தைச் சில மாத காலத்திற்கு 1757 இல் தன் கையில் வைத்திருந்தார். ஆனால் விசயநகர மன்னர் அதைப் பிரஞ்சுக்காரரிடமிருந்து கைப்பற்றி 1758 செப்டம்பர் 12 அன்று கம்பெனியிடம் திருப்பிக் கொடுத்தார். முகலாய மன்னர் 1765 ஆகஸ்டு 12 அன்று வெளியிட்ட ஃபர்மனில் இந்தக் கொடை உறுதி செய்யப்பட்டது.

கடைசியாக நாம் தொடக்கத்தில் கூறியவாறு ஐதராபாது நிசாம் விசாகப்பட்டினத்தோடு ஏனைய வட சர்க்கார்கள் (அதாவது ஆந்திரத்தின் கிழக்குக் கரையோரப் பகுதிகள்) உள்படப் பெரும் பரப்பை 1768 ஆம் ஆண்டு கம்பெனிக்கு விட்டுக் கொடுத்தார். அதனால் அவை விட்டுக் கொடுக்கப்பட்ட மாவட்டங்கள் (*Ceded Districts*) என்று அழைக்கப்பட்டன.

1768

இரண்டாம் உலகப் போரில்

விசாகப்பட்டினம் பதினேழு, பதினெட்டு, பத்தொன்பதாம் நூற்றாண்டுகளில் ஏற்றுமதி-இறக்குமதி வாணிபத்தில் குறிப்பிடத்தக்க துறைமுகமாயிருந்தது. (இ.ச.க.தொகுதி-3)

விசாகப்பட்டினம் இருபதாம் நூற்றாண்டில் பெரிய கப்பற்படைத்தளமாயும், கப்பற்படையின் கிழக்கத்தித் தலைமையகமாயும் விளங்குகின்றது. வரலாற்றில் பல்வேறு மன்னர்களின் கடலோடுந்திறனுக்குத் தளமாய் விளங்கிய விசாகப்பட்டினம் இரண்டாம் உலகப்போர் (1939-1945) தொடங்கியதும் போர்த்தந்திர முக்கியத்துவம் பெற்றுவிட்டது. பிரிட்டிசார் இப்பகுதியில் கப்பற் படைத்தளம் ஒன்றை அமைக்க விரும்பினர். அவர்கள் அதற்கென்று விசாகப்பட்டினத்தைத் தேர்ந்தெடுந்தனர்.

பிரிட்டிஷ் கப்பல் தொகுதிகள் ஒன்று கூடிக் கிளம்பும் துறைமுகமாய் விசாகப்பட்டினம் அமைய வேண்டுமென்று முதலில் திட்டமிடப்பட்டது. ஆனால் பர்மாவில் ஜப்பானியருடன் போர் புரிந்துவந்த பதினான்காவது பிரிட்டிஷ் படைக்கு வேண்டிய பண்டங்களையும் தளவாடங்களையும் அளிக்கவும் கப்பல்களில் செப்பனிட்டுப் பழுதுபார்க்கும் வேலைகளைச் செய்யவும் ஏற்ற வகையில் விசாகப்பட்டினத்தை மாற்றியமைக்குமாறு, தென்கிழக்காசியப் போர்க் களங்களில் நிலவிய சூழ்நிலை செய்துவிட்டது.

இங்கு மிகச் சிறிய அளவில் போர்க் கப்பல்கள் வந்து செல்லவும் பழுது வேலைகளைப் பார்க்கவும் கூடிய வகையில் எச்.எம்.ஐ.எஸ். சர்க்கார்ஸ் என்னும் பெயருள்ள கப்பற் கடைத் தளம் 1939 டிசம்பர் 12 அன்று உருவானது. (*HMIS=His Majesty's Indian Ship* = மேன்மை தங்கிய மன்னரின் இந்தியக் கப்பல். கப்பற் படையில் ஒரு தளம் தரையில் அமைக்கப்பட்டாலும் அதுவும் ஒரு கப்பலாகவே கொள்ளப்பட்டுக் கப்பல் என்றே அழைக்கப்படும். நாட்டு விடுதலைக்குப் பின்னர் அது *INS=Indian Navy Ship* = இந்தியக் கப்பற்படைக் கப்பல் என்றாய் விட்டது.) இந்தத் தளம் விசாகப்பட்டனத் துறைமுகத்தின் தென் பகுதியில் நிறுவப்பட்டது. சிறிது காலத்திற்கு மட்டுமே அமைந்த

இத்தளம் ஐதராபாது நிசாமின் நிலப்பரப்பில் நிறுவப்பட்டது என்பதற்காக அரசு முறைப்படி இதற்கு எச்.எம்.ஐ.எஸ். சர்க்கார்ஸ் என்று 1942 இல் பெயரிடப்பட்டது.

இந்த தளம் 1989 ஆம் ஆண்டு பொன் விழாக் கொண்டாடியது. இந்தியக் கப்பற்படையின் மிகப் பெரிய கப்பற் தளமாய் விளங்கும் இதன் தொடக்கம் இவ்வாறு எளிமையாகத்தான் அமைந்தது.

இப்பட்டினத்தில் இன்று பல்வேறு பெருந் தொழில்கள் மலிந்துவிட்டன. பட்டினம் மிகப் பெரியதாய் விரிந்து மக்களெல்லாம் நகரைச் சுற்றியுள்ள மலைப் பகுதிகள் மீதும் அடுக்கடுக்காய் வீடுகளைக் கட்டிக்கொண்டு வாழ்கின்றனர்.

விசாகப்பட்டினம் கல்கத்தாவிலிருந்து தென்மேற்கில் சுமார் 752 கிலோ மீட்டர். சென்னையிலிருந்து வடகிழக்கில் சுமார் 610 கிலோ மீட்டர். மச்சிலிப் பட்டினத்திலிருந்து வடகிழக்கில் சுமார் 278 கிலோ மீட்டர் விசயநகரத்திலிருந்து தெற்கே தென்மேற்கில் சுமார் 46 கிலோ மீட்டர்.

2. நிசாம் - பிரிட்டன் மச்சிலிப்பட்டின உடன்படிக்கை

1768

ஐதராபாது நிசாம் மிகுந்த தயக்கத்துடன்தான் பிரிட்டிசாருடன் நட்புக் கொண்டிருந்தார். தக்காணத்தில் மிகக் குழப்பமான நிலை இக்காலத்தே நிலவிற்று. ஐதரலியின் மகனான திப்பு சுல்தான் சென்னையின் புறப் பகுதிகளைச் சூறையாடிக் கொண்டிருந்தார். மராட்டியர் பானிப்பத்தில் ஆப்கானியரிடம் அடைந்த படுதோல்வியிலிருந்து தெளிந்து தேறித் தெற்கில் வன்செயல் புரிந்து வந்தனர். இத்தகைய சூழ்நிலையில் எவர் எவருடன் சண்டை செய்கின்றனர் என்பதே பெரிய குழப்பமாயிருந்தது.

தெளிவில்லாத இந்நிலைமை உச்ச கட்டத்தை எட்டும் வேளை வந்தது. பிரிட்டிஷ் படை நிசாமை ஆதரித்துத்தான் சண்டை செய்வதாய் எண்ணிக் கொண்டு, மைசூரின் ஐதரலியுடனும் ஐதராபாது நிசாமுடனும் மராட்டியர் சண்டை செய்துவந்த நேரத்தில்தான் அந்தக் குழப்பம் உச்சத்தைத் தொட்டது. இந்தச் சண்டையில் பிரிட்டிசார் வெற்றி கண்ட போதிலும் அது இந்தக் குழப்பத்தை எந்த வகையிலும் தீர்த்துவிடவில்லை.

எனவே பிரிட்டிசார் நிசாமை அணுகினர். நிசாம் சிறிது தயக்கம் காட்டிய பின்னர், 1768 இல் அவர்களுடன் ஓர் உடன்படிக்கை செய்து கொண்டார். நிசாமின் சந்ததியினர் வழிவழியாகப் பட்டத்திற்கு வருவதை அவ்வுடன்படிக்கை உறுதி செய்தது. அவ்வுடன்படிக்கை மச்சிலிப் பட்டினத்தில் ஏற்பட்டதால், அது மச்சிலிப்பட்டின உடன்படிக்கை என்று பெயர் பெற்றது. (மச்சிலிப் பட்டினம்: இ.ச.க.தொகுதி-2,3,5)

ஆனால் ஐதரலியும் திப்பு சுல்தானும் பிரிட்டிசாருடன் உடன்பாடு காண்பதற்குப் பல நிபந்தனைகளை அவர்கள் முன்வைத்துப் பார்த்தனர். ஐதரலி தாக்கப்பட்டால் பிரிட்டிசார் அவரது உதவிக்கு வருவதாய் உறுதி கூறினர். கம்பெனி இவ்வாறாகப் பல பொறுப்புகளை ஏற்க முன்வந்தது. ஆனால் மராட்டியர் 1771 இல் மைசூர் நாட்டைத் தாக்கியபோது, பிரிட்டிசார் வாக்களித்தபடி ஐதரின் உதவிக்குச் செல்லவில்லை. அதனால் ஐதரும் திப்பும் பிரிட்டிசாரின் மாறா எதிரிகளாயினர்.

3. அறிவியல் ஏற்றத்தில் பசிபிக்கு மாக்கடல்.

உலகின் மிகப் பெரியதும் ஆழமானதுமான பசிபிக்கு மாக்கடல் ஆசியம், ஆஸ்திரியம், வட, தென்னமெரிக்கம் ஆகிய நிலப் பரப்புகளுக்கு இடையில்

அமைந்துள்ளது. அது வடக்கில் கிட்டத்தட்ட நிலத்தால் அணைக்கப்பட்டுப் பேரிங்கு நீரிணையினால் மட்டும் ஆர்டிக்குக் கடலுடன் இணைக்கப்படுகின்றது. தெற்கில் அண்டார்டிக்கம் வரை விரிந்து கிடக்கின்றது. இப்பெருங்கடலின் பரப்புச் சுமார் 16,57,60,000 சதுர கிலோ மீட்டர் (6,40,00,000 சதுர மைல்) சராசரி ஆழம் 4215 மீட்டர் (14,050 அடி)

வட அட்லாண்டிக்கு சுமார் 200 மில்லியன் ஆண்டுகளுக்கு மேலான பழமையுடையது. தென் அட்லாண்டிக்கு சுமார் 150 மில்லியன் ஆண்டுகள் பழமையானது. பசிபிக்கோ அட்லாண்டிக்கு மாக்கடலைக் காட்டிலும் தொன்மையானது.

ஐரோப்பியர் இப்பெருங் கடலைப் பதினாறாம் நூற்றாண்டு வரையிலும் அறியாதிருந்தனர். ''வெள்ளை மனிதன்'' கால் வைத்ததற்கு முன்னர் இந்தியத்திலிருந்து பசிபிக்குத் தீவுகளில் குடியேறிய மக்களின் கதையை வான் லூன் (1882-1944) தன் ''பசிபிக்கின் கதை'' என்ற நூலில் கூறுகின்றார்.

மீ.மனோகரன் பதினாறு ஆண்டுகளுக்கு முன்னர் ''தென்னமெரிக்கச் சோழர்'' என்ற நூலைத் தமிழில் எழுதியிருந்தார். அவர் அந்நூலில் தென்னமெரிக்க இந்தியக் குலத்தாருள் ஒருவரான இங்கர் (Inca) என்போரின் குடிக்கும், சோழர் குடிக்கும் பொதுவான பல பண்புகளை எடுத்துக்காட்டி, இங்கரின் நாகரிகம் சோழருடையது என்பதைப் பல்வேறு சான்று காட்டி நிறுவ முயன்றிருந்தார். இக்குடிப் பெயர்ச்சி குறித்து ஆங்கிலத்தில் பல நூல்கள் வெளிவந்துள்ளன.

பசிபிக்குத் தீவு ஒன்றில் திராவிட வேரைக் கொண்ட ஒரு மொழி வழங்குவதாய் ஓர் ஆராய்ச்சியாளர் அண்மையில் தெரிவித்திருந்தார். எனினும் இவையனைத்தும் அசைக்க முடியாத சான்றுகளுடன் இன்னும் நிறுவப்படவில்லை. இருப்பினும் கிழக்கிந்தியப் பகுதியைச் சேர்ந்த மக்கள் இன்று நீரிணையாயிருக்கும் பேரிங்குக் கடல் நிலமாயிருந்த காலத்தில் நடந்தே அமெரிக்கக் கண்டத்தை அடைந்தனர் என்ற கருத்துப் பொதுவாக ஏற்கப்பட்டுள்ளது. வரலாற்றின் எண்ணத்தொலையாத புதிர்களுள் இதுவும் ஒன்றெனலாம்.

புது உலகில் ஐரோப்பியர்

கொலம்பஸ் 1506 ஆம் ஆண்டு இறந்ததற்கு முன்னரே தென்னமெரிக்கத்தில் ஸ்பானியர் குடியேற்றம் அமைந்து விட்டது. அங்கு சான் செபஸ்தியன் என்ற இடத்தில் முதன் முதலாகப் பெருநிலக் குடியேற்றம் 1509 இல் அமைக்கப்பட்டது. அதற்கு நான்காண்டுகளுக்குப் பிறகு நோம்பி தெ டயோஸ் என்ற நகரம் தோன்றியது. வாஸ்கோ நுனஸ் தெ பல்போவா (1475-1519) இப்புதிய நகரத்திலிருந்துதான் மேலைக்கடல் என்று அன்று சொல்லப்பட்டு வந்த பசிபிக்கைக் கண்டுபிடிக்கக் கிளம்பினார். பல்போவா அட்லாண்டிக்கிலிருந்து பசிபிக்கிற்குச் சுருக்கமான வழி காண வேண்டுமென்று முதன் முதலில் கனவு கண்டவர்.

பசிபிக்கைக் கண்ட பல்போவா

கரீபியக் கரையிலுள்ள டேரியன் வளைகுடாவிற்கும் பசிபிக்கின் கரையிலிருந்து சான் மிகுவல் வளைகுடாவிற்கும் நடுவிலுள்ள பனாமா பூசந்தியின் கிழக்குப் பகுதியான டேரியனின் ''உச்சி'' ஒன்றின் மீது பல்போவா 1513 செப்டம்பர் 25 அன்று ஏறி நின்றபோது பசிபிக்கைக் ''கண்டுபிடித்தார்''. பசிபிக்கைக் கண்டுபிடித்த பல்போவா

வெகு விரைவில் மேதகு அட்மிரலாயும் தலைமைத் தளபதியாயும் உயர்ந்தார். ஆனால் அவர் மீது பொறாமை கொண்ட ஒருவரால் துரோகி என்ற பொய்க் குற்றச்சாட்டிற்கு ஆளாகிக் கொலைத் தண்டனைக்குள்ளானார். அமைதிக் கடல் என்ற பசிபிக்கைக் கண்டுபிடித்தவரின் வாழ்க்கை இங்ஙனம் அமைதியின்றி முடிந்தது.

ஐரோப்பியத்திற்கும் ஆசியத்திற்கும் நடுவில் ஒரு கடல்தான் உண்டு என்று ஐரோப்பியர் நம்பிக் கொண்டிருந்தனர். ஆனால் அங்கு இரண்டு கடல்கள் உள்ளன என்பதை இத்தாலியக் கடலோடியான அமெரிக்கோ வெஸ்பூச்சிதான் *(1454- 1512)* முதன் முதலில் எடுத்துரைத்தார். *(அமெரிக்கோ வெஸ்பூச்சி: இ.ச.க.தொகுதி-3)* அவர் இக்கருத்தை *1504* ஆண்டே வெளியிட்டுவிட்டார்.

அந்த மேலைக் கடல் வழியாக (அது இன்னும் பசிபிக்கு என்ற பெயர் பெறவில்லை) ஆசியத்தை அடையவேண்டுமாயின் வட, தென்னமெரிக்கக் கண்டத்தைத் தாண்டிச் செல்லவேண்டும். அதை மேற்கு வழி என்று அழைத்தனர். இந்த மேலைக் கடல் வழியே அமெரிக்க நிலப்பரப்புகளைச் சுற்றிக் கொண்டு போர்த்துக்கீசக் கடலோடியான ஃபெர்டினாந்து மகல்லன் *(1480-1521)* அடைந்தார். ஸ்பெயினின் ஊழியத்திலிருந்து மகல்லன் *1519* இல் ஸ்பெயினைவிட்டுப் புறப்பட்டுத் தென்னமெரிக்கத்தின் தென் முனையைச் சுற்றிச் சென்று மேலைக்கடல் என்ற இரண்டாவது பெருங்கடலையும் தாண்டினார். மெகல்லன் தான் இக்கடலுக்குப் பசிபிக்கு என்று பெயரிட்டார் என்பது குறிப்பிடத்தக்கது. *(இ.ச.க.தொகுதி-3).*

அதன்பிறகு மேலை வழியான பசிபிக்கும் ஐரோப்பியக் கடலோடிகளின் அரச பாட்டையானது.

1768

அறிவை விரித்த கடலோட்டங்கள்

உலகில் இனி எந்தப் பகுதியும் நிலப்படத் தொகுதியில் அடைபடுவதற்கு இல்லை என்ற நிலை ஏற்படும் வரையிலும் ஐரோப்பியக் கடலோட்டம் நிற்காது நடந்து வந்தது. அந்நெடிய கடலோட்டத்தின் இரண்டாவது கால கட்டத்தைத் தோற்றுவித்த சிறப்புக் கமடோர் ஜான் பைரன் *1764* ஆம் ஆண்டு மேற்கொண்ட புவிக்கோளச் சுற்றுப் பயணத்திற்குண்டு.

அதற்கடுத்த நாற்பதாண்டுகளில் வாலிஸ், கார்டிரட்டு, புகைன்வில், குக்கு, ஃபிட்ஸ், லா பேரூஸ், பிளை, மலஸ்பினா, தெ எண்ரீ கஸ்டிரூ, வான்கூவர், பாடின், ஃபிளிண்டர்ஸ் முதலானோர் புவியின் விளிம்பிற்கே சென்று விட்டனர். அவர்கள் பலவாறான இன்னல்களையெல்லாம் ஏற்று உலகக் கடல்கள் பற்றிய மனித அறிவை விரிவுபடுத்தினர். ஐரோப்பிய மக்கள் காலம், இடம் என்ற பெருவெளிகளில் புதியதோர் உலகத்தை உயர்த்துணரும் வாய்ப்பை உண்டாக்கித் தந்தனர்.

ஐரோப்பியரின் புவியறிவு விரிந்து அகன்றதால், அவர்கள் அன்றும் அதன்பிறகு வரவிருந்த நெடிய எதிர்காலத்திலும் அறிவியல் துறைகளில் ஏனையோரைக் காட்டிலும் மேலோங்கி நிற்பதற்கு இக்கடலோட்டங்கள் பெருந்துணை புரிந்தன.

இருபதாம் நூற்றாண்டின் அண்டவெளிப் பயணங்கள் மேலை மக்களின் அறிவியல் புத்தாக்கத்தில் தலையோங்கிய நிலையைத் தொடர்ந்து தோற்றுவித்துக் கொண்டிருப்பதைப் போன்றே, பதினெட்டாம் நூற்றாண்டின் இக்காலப் பகுதியில் ஐரோப்பியக் கடலோடிகள் உலகக் கடல்பரப்புகளில் மேற்கொண்ட ஆய்வுப்பயணங்கள் அறிவியலுக்குப் புது முடுக்கத்தைத் தந்தன. புவிக்கோளத்தின் பரந்த பகுதிகளில் அளவை

செய்யவும், அறிவியல் ஆய்வுக்கென்று பல்வேறு பொருள்களைச் சேகரிக்கவும் கடற்பயணங்கள் நடந்தன. இதுபற்றிய செய்திகளை அவ்வக்காலப்பகுதிகளில் இந்திய சரித்திரக் களஞ்சிய வரிசையின் பல இடங்களில் காணலாம்.

காப்டன் குக்கு

இத்தகைய கடலோடிகளுள் முதன்மையான இடம் பெறுபவர் காப்டன் ஜேம்ஸ் குக்கு *(1728-1779)* ஆவார். அவர் *1768-1779* ஆகிய ஆண்டுகளுக்கு இடைப்பட்ட காலத்தில் மூன்று பெரும் பயணங்களை மேற்கொண்டார். அவர் அக்காலத்தே தனக்கு முன்னர் எவரும் சென்றிராத வெகு தொலைவில் அமைந்த இடங்களுக்கெல்லாம் சென்றார். அவர் பசிபிக்கு மாக் கடலிலுள்ள தீவுகளையும், தீவுக் கூட்டங்களையும் அப்போது கண்டுபிடித்தார், அல்லது திரும்பக் கண்டார்.

அவர் நியூசிலாந்து, கிழக்கு ஆஸ்திரேலியம், வடமேற்கு அமெரிக்கம் ஆகிய பகுதிகளின் கரையோரங்களை அளந்து வரைபடம் தொகுத்தார். அவர் அங்ஙனம் செய்தமையால் கற்பனையான பழைய கருத்துருகளையெல்லாம் மறையச் செய்தார். அவர் அண்டார்டிக்கு வட்டத்தை ஒருமுறையன்று, மும்முறை சுற்றி வந்தார். இவ்வருஞ் செயலை நிகழ்த்திய முதல் மனிதர் குக்கேயாவார்.

அண்டார்டிக்கம்

காப்டன் குக்கு தென் பசிபிக்கிலுள்ள பெரிய தீவான தாகித்தியில் மனிதர் பலியிடப்படுவதைக் கண்டுவிட்டு, அங்கிருந்து நீங்கி எவர் கண்ணிலும் அதுவரை தட்டுப்படாதிருந்த அண்டார்டிக்கம் என்ற தென் கண்டத்தை அடைந்தார். அண்டார்டிக்கம் பனிபடர்ந்த பீடபூமி, கடல்மட்டத்திலிருந்து *1800-3000* மீட்டர் *(6000* முதல் *10000* அடி) உயரமானது. அங்குள்ள மலைத்தொடர் *4500* மீட்டர் வரை உயர்வதுண்டு. அவற்றுள் சிலவற்றில் எரிமலைகளும் உள.

அவர் நியூசிலாந்தைச் சுற்றிக் கொண்டு சென்ற போது அது இரண்டு தீவுகளைக் கொண்டது என்பது தெரிய வந்தது. (நியூசிலாந்து வட தீவு, தென் தீவு என்ற இரு பெருந் தீவுகளைக் கொண்டது. இதைச் சேர்ந்த இன்னும் பல தீவுகளும் தென்கிழக்குப் பசிபிக்கில் உள.)

அவர் அதன் பின்னர் மனிதரால் ஆராயப்படாதிருந்த ஆஸ்திரேலியத்தின் கீழக்கரையில் இறங்கி, அதற்குப் புதிய தென் வேல்ஸ் *(New South Wales)* என்று பெயரிட்டார். இப்பயணம் முடிய நான்காண்டுகளாயின.

வில்லியம் டேம்பியர் (1652 – 1715)

தென்மேற்கு இங்கிலாந்தின் சாமர்செட்டுக் கோட்டத்தில் *1652* இல் பிறந்த வில்லியம் டேம்பியருக்குப் பல சிறப்புகள் உண்டு. (வில்லியம் டேம்பியர்: இ.ச.க.தொகுதி-*2*) அவர் அந்தமானைப் பற்றி மிகச் சரியாக எழுதியிருந்தவர். *(*இ.ச.க.தொகுதி-*6)*

டேம்பியர் கடலில் கொள்ளையடித்துக் கொண்டே உலகைச் சுற்றிச் சுவைபட எழுதி வைத்திருக்கின்றார். பாலினீசியத் தீவுகள் எங்கணும் காணப்படும் பிரடு ஃபுரூட்டு *(Bread Fruit)* என்ற ஈரப்பலா பற்றி டேம்பியர் *1688* ஆம் ஆண்டே எழுதியிருக்கின்றார்.

டேம்பியர் 1699-1701 காலகட்டத்தில் பிரிட்டிஷ் அரசிற்காக வட நியூகினி, மேற்கு ஆஸ்திரேலியம் ஆகிய பகுதிகளின் கரையோரங்களை அளவையாய்வு செய்தார். எனினும் 1768 வரையிலும் பசிபிக்கில் விரிந்த முறையில் அளவையாய்வு நடைபெற்றது இல்லை. இக்காலத்தில் வாணிபத்தின் மீது மிகுந்த ஆர்வமும் ஈடுபாடும் இருந்து வந்ததால் காப்டன் ஜேம்ஸ் குக்கின் தலைமையில் பிரிட்டிஷ் அறிவியல் ஆய்வுக்குழு ஒன்று 1768 இல் தாகித்தி சென்றது. வெள்ளிக்கோள் சூரியனுக்கு முன்னால் வந்து அதைக் கடந்து செல்வதை ஆராய்வதற்காக அக்குழு தாகித்திக்குப் போனது. (இந்நூற்றாண்டில் இத்தகைய அறிவியல் பயணங்கள் ஐரோப்பியரால் மேற்கொள்ளப் பட்டன. முன்னர் 1736 இல் ஒரு பிரஞ்சுக் குழு தென் அமெரிக்கம் சென்ற செய்தி இ.ச.க.தொகுதி- 4 இல் சொல்லப்பட்டது.)

காப்டன் குக்கைப் போன்று மிகத் துல்லியமாய் அளவை செய்தவரோ, மண்ணுலகின் மேற்பரப்பைத் தெளிவாக அளந்து வரைந்தவரோ வேறெவருமிலர் என்பர். காப்டன் குக்கு 1778 ஆம் ஆண்டு நடுப் பசிபிக்கில் கண்டுபிடித்த ஹவாயித் தீவுகளிலிருந்து நியூசிலாந்து வரையிலும் பன்னெடுங் காலமாகவே கடற்பயணங்கள் நடந்து வந்தன என்ற வரலாற்று உண்மையைப் பசிபிக்குத் தீவுகளில் கண்டார்.

சான்றாக, பசிபிக்கின் முப்பெரும் தீவுத் தொகுதிகளுள் ஒன்றான பாலினீசியத்தைச் சேர்ந்த (இ.ச.க.தொகுதி-3) பாலினீசியரான மாவோரியர் கி.பி.900 ஆம் ஆண்டிற்கும் 1350 ஆம் ஆண்டிற்கும் இடைப்பட்ட காலத்தில் நியூசிலாந்தில் குடியேறுவதற்காகத் தெற்கு நோக்கித் தீவு தீவாகத் தாவிச் சென்றனர் என்பதையும் குக்கு கண்டார்.

டோங்கோ, சமோவோ, பிஜி என்ற தீவுக்கூட்டங்களைச் சேர்ந்த 156 தீவுகளை டோங்கோத் தீவினர் அறிந்திருந்தனர். அவர்கள் தம்மால் இயன்ற போது சூரியனையும் நட்சத்திரங்களையும் துணைக்கொண்டு கடலில் நெடுந்தொலைவு கலஞ்செலுத்தி வந்ததாகக் காப்டன் குக்கிடம் கூறினர்.

அவர்களில் பலர் வழிதப்பிக் காணாமலும் போயிருக்கின்றனர். எனினும், அவர்களில் சிலர் ஆயிரம் மைல்களுக்கும் அதறக்கப்பாலும் வெகு தொலைவு கடலில் சென்றிருக்கின்றனர்.

தார் ஹேயர்தால் (பிறப்பு 1914) என்ற நார்வே நாட்டு மானுடவியலர் இதை மெய்ப்பிப்பதற்காகக் ''கோன்-திகி'' என்ற பல்சா மர மிதவையில் 1947 ஆம் ஆண்ட தென்னமெரிக்கத்தின் மேற்கில் பசிபிக்குக் கடலில் அமைந்திருக்கும் பெரு நாட்டிலிருந்து புறப்பட்டுப் பாலினீசியத்தை அடைந்தார்.

4. நைல் தோற்றுவாய் தேடி

ஆற்றங்கரைகளே நகரங்கள் தோன்றவும், நாகரிகம் மலரவும் வரலாறு நெடுகிலும் தொட்டில்களாக இருந்துவந்தன. பண்டை உலகின் புகழ்பெற்ற பேராறுகள் புராணங்களிலும் வரலாறுகளிலும் உன்னதமான இடங்களைப் பெற்று, மனிதரால் சில நாடுகளில் வழிபடவும் படுகின்றன. சில ஆறுகள் மண்ணுள் புதைந்து மறைந்து போனபின்னும் ஓரிடத்தில் ஈராறுகளுடன் மூவாறாய்ச் சங்கமிப்பதாக இன்னும் நினைவில் வைத்து இந்தியர் போற்றுகின்றனர். வரலாற்றுச் சிறப்புமிக்க அத்தகைய ஆறுகளுள் எகிப்தில் ஓடும் நைல் ஒன்றாகும்.

புராணங்களில் நைல்

புனிதமானவை என்று போற்றி வணங்கப் பெறும் இந்திய ஆறுகள்

புராணங்களில் இடம் பெற்றுள்ளதைப் போன்று எகிப்தின் நைலும் கிரேக்கப் புராணத்தில் காணப்படுகின்றது.

ஹீலியோஸ் என்ற சூரியக் கடவுளின் மகன் ஃபீத்தோன். அவன் தந்தையின் தேரை ஓட்டிச் செல்வதற்கு ஒரு நாள் தந்தையிடம் இசைவு பெற்றான். அவன் தேரைச் செலுத்திச் சென்ற போது குதிரைகள் கட்டுக் கடங்காது போகவே உலகின் அருகில் தேர் வந்துவிட்டது. அதனால் உலகம் கிட்டத்தட்ட முற்றிலும் தீப்பற்றி அழியும் நிலை உண்டானது. இதைக் கண்ட கிரேக்கர்களின் முதற் கடவுளான சீயஸ் சினமுற்றுத் தன் இடி என்ற படை கொண்டு அடித்து ஃபீத்தோனைக் கொன்றான். சூரியத் தேவன் மண்ணுலகை நெருங்கி வந்ததால் மலைகள் தீய்ந்து பொறிந்தன. நைல் ஆறு அஞ்சி நடுங்கித் தன் மறைவிடத்துள் ஒளிந்தது என்றெல்லாம் கிரேக்கப் புலவர்கள் நைல் ஆற்றைப் பற்றிப் பாடி வைத்திருக்கின்றனர்.

நைல் பற்றி மேலும் பல புராணக் கதைகள் உண்டு. அதில் ஒன்று முன்னைப் பழமையானது. நைல் இரண்டு ஊற்றுகளிலிருந்து தோன்றியதாக அக்கதைகளுள் ஒன்று கூறுகின்றது. நைல் இரு பெரும் ஏரிகளிலிருந்து பிறப்பதாய் இன்னொரு கதை விடாப்பிடியாய்க் கூறுகின்றது.

பனி படர்ந்த அல்லது படிக மலைகளில் பகலவனின் வெம்மையான கதிர்கள் பட்டுப் பயணிகள் தீய்ந்து போவர்; அம்மலைகளிலிருந்து நைல் பிறக்கின்றது என்று அரபு மக்களின் கதைகள் உரைக்கின்றன. எகிப்திய மன்னரான ஆம்சாம் நிலநடுக் கோட்டின் தெற்கிலிருந்த குமர் என்ற புராண மலை மீது ஓர் அரண்மனையைக் கட்டி, அதை அழகு படுத்துவதற்காக எண்பத்தைந்து செப்புப் படிமங்களைச் செய்து வைத்தார். அப்படிமங்களின் வாய் வழியே நைல் கொட்டுவதாயும் அரபுக் கதைகள் கூறும்.

நைலும் அலெக்சாந்தரும்

அலெக்சாந்தர் (கி.மு.356-323) தன் நில நூலார் செய்த தவறு காரணமாகப் பனிமலைகளிலிருந்து உருகி ஓடி வந்த சிந்து ஆற்றைக் கண்டுவிட்டு, அம்மலைகளில் இருந்து தான் நைல் பிறக்கின்றது என்று எண்ணினார். அதனால் அவர் அங்கேயே அமர்ந்து தன் தாய்க்கு அதுபற்றிக் கடிதம் எழுதியதாயும், பின்னர் தன் பிழையை உணர்ந்த அக்கடிதத்தை அழித்ததாயும் கூறுவர்.

நைலும் சீசரும்

நைல் ஆற்றின் தோற்றுவாயான ஊற்றுகளைக் காண்பதற்காக, ஜூலியஸ் சீசர் (கி.மு.100-44) ஒரு போரையே நிறுத்த முன் வந்ததாக, மார்கஸ் அன்னியஸ் லூக்கானஸ் என்ற லூக்கான் (கி.பி.39-65) பாடுகின்றார்; அவர் இலத்தீனப் புலவர். (சீசருக்கும், மற்றொரு ரோமானியப் படைத்தலைவரும் அரசியல் தந்திரியுமான பாம்பீ (கி.மு.106-48) என்றவருக்கும் நடந்த உள் சண்டை பற்றி ஃபார்கலியா என்ற பாடலை லூக்கான் என்ற இப்புலவர் புனைந்தார்.)

அலெக்சாந்தரும் சீசரும் நைல் ஆற்றின் மூலத்தைக் கண்டு வருவதற்காகத் தேட்டக் குழுக்களை அனுப்பினர். எனினும் இம்முயற்சிகள் அனைத்தும், இவற்றின் பின் அங்கு செல்ல நடந்த எத்தனங்களும், பத்தொன்பதாம் நூற்றாண்டின் கடைசிக்காலம் வரையிலும் எடுத்த தேட்டப்பணிகளும் வெற்றி பெறவில்லை. இவற்றில் ஈடுபட்டோர் கடக்க முடியாத அருவிகளையும் வெப்பத்தையும் மலேரியாக் காய்ச்சலையும் பகை கொண்ட மக்களையும் எதிர்ப்பட்டு உயிரை மாய்த்துக் கொண்டனர்.

தாலமி (கி.பி. 87-150) வரைந்த நிலப்படத்தை மிஞ்சும் விதத்தில் பல நூற்றாண்டுகளாக எவரும் துல்லியமாக நிலப்படம் வரைந்து தந்துவிடவில்லை. அவரது நிலப்படத்தில் இரண்டு பேராறுகள் காட்டப்பட்டுள்ளன. அவற்றை டயோஜினஸ் என்ற கிரேக்க வணிகர் கிறித்தவ அப்தத்தின் முதல் நூற்றாண்டில் கண்டார் என்று சொல்லப்பட்டது.

போர்த்துக்கீச நாட்டைச் சேர்ந்த ஏசு சபைச் சாமியார் இருவர் எத்தியோப்பியத்தின் பாழ்வெளிகளில் ஆராய்ந்து திரிந்தும் மக்களை மதம் மாற்றியும் வந்த காலத்தில், நைல் ஆறு இருபெரும் ஊற்றுகளிலிருந்து தோன்றியதைக் கண்டனர். எத்தியோப்பியப் பேரரசரைக் கிறித்தவராக்கிய பாயஸ் என்ற சாமியார் அங்கு சகேல என்ற மாநிலத்தில் 1613 ஏப்ரல் 21 அன்று தங்கினார்.

''நான் என்னைச் சுற்றிக் கவனமாய் நோக்கி வந்தபோது, வட்டமான இரண்டு ஊற்றுகளைக் கண்டேன். ஒன்று இரண்டடிக் குறுக்களவு இருக்கும்; கண்டதும் நான் மகிழ்ச்சியடைந்தேன். அதை எவ்வாறு விவரிப்பது என்று எனக்குத் தெரியவில்லை. இந்த ஊற்றைக் காணத்தான் பாரசிகப் பேரரசரான சைரஸ், காம்ஃபிசஸ், அலெக்சாந்தர், சூலியஸ் சீசர் முதலானவர்கள் மிகுந்த ஆர்வங்கொண்டும் காணக் கொடுத்து வைக்காமல் போய்விட்டனர்'', என்று அந்தப் பாதிரியர் எழுதுகின்றனர்.

லோபோ என்ற கிறித்தவச் சாமியார் அதே இடத்திற்கு 1622 இல் சென்று, ''(அவை) இரண்டு குழிகள்; ஒவ்வொன்றும் இரண்டடிக்குறுக்களவிருக்கும்'' என்றார். அவர் கூறிய ஊற்றுகள் ஆழங்காண முடியாத மிகப் பெரிய நிலத்தடி ஏரிகளாகும். அங்கு வாழ்ந்த மக்கள் ஆண்டுதோறும் ஊற்றுகளில் ஒரு மாட்டைப் பலியிடுவது வழக்கம். டாக்டர் சாமுவேல் ஜான்சன் (1709-1784) இந்தப் பாதிரியார் எழுதிய இச்செய்திகளைப் படித்துவிட்டு, அவற்றைப் பிரஞ்சு மொழியிலிருந்து ஆங்கிலத்தில் மொழி பெயர்த்தார். அது இவ்வூற்றுகளின் சிறப்பை மேலும் உயர்த்தியது.

ஜேம்ஸ் புரூஸ் என்ற பேருருவினரான ஸகாத்லாந்தியர் தன் இளம் மனைவி இறந்த துன்பம் பொறாது நைந்து, அக்காலத்தில் ''நாணமுற்ற மலை'' என்று இங்கிலாந்தில் அழைக்கப்பட்ட மலையைக் காண்பதற்காக இந்த 1768 ஆம் ஆண்டு கப்பலேறினார். அவர் நைல் ஆற்றில் அசவான் வரையிலும் பயணம் செய்தார். (அசவான் கிழக்கு எகிப்தில் நைலின் கரை மீதமைந்த நகரம். அது நைல் ஆற்றின் முதல் அருவிக்குச் சற்று கீழே உள்ளது. இதன் பண்டைப் பெயர் சியேன். அசுவான் என்றும் அழைக்கப்பெறும். கெய்ரோவிலிருந்து தெற்கில் சுமார் 700 கிலோ மீட்டரில் இருக்கின்றது. நைல் ஆறு பாயும் செழிப்பு மிக்க இடங்களில் ஒன்றின் பக்கம் அசுவான் அமைந்துள்ளது. அங்கு பாறைத் தீவுகளின் நடுவே அருவிகள் கொட்டுகின்றன. பண்டை எகிப்தியர் ஆண்டுதோறும் வெள்ளப்பெருக்கு எடுக்கும்போது, அதன் அளவை இங்கு தான் அளந்தனர்.)

புரூஸ் அங்கிருந்து கிழக்கே சென்று மலைவெளியைக் கடந்து செங்கடலை அடைந்தார். அதன்பிறகு உள்நாட்டுப் பக்கம் திரும்பிக் கோண்டர் என்ற இடத்திற்குப் போய்ச் சேர்ந்தார். அது அப்போது எத்தியோப்பியத் தலைநகராயிருந்தது. கோண்டர் நகரம் வடமேற்கு எத்தியோப்பியத்தில் இருக்கின்றது. அது பதினேழாம் நூற்றாண்டு முதல் 1868 வரையிலும் எத்தியோப்பியத் தலைநகராயிருந்தது. அவர் அங்கிருந்து தன ஏரியின் தெற்கில் சுமார் 105 கிலோ மீட்டர் தொலைவிலுள்ள ஊற்றுகளை நோக்கிச் செல்லுமாறு அனுப்பப்பட்டார். அவரை அங்கு அழைத்துச் சென்ற வழிகாட்டி 1770

புரூஸ்

நவம்பர் 14 அன்று அந்தப் புனித இடத்தை அவருக்குக் காட்டினான். "அதோ, புல்படர்ந்த அந்தக் குன்றைப் பாருங்கள். ஏனெனில் அங்கு நீர் மலிந்துள்ளது. அந்த இடத்தின் நடுவில் நைல் ஆற்றின் இரண்டு ஊற்றுகளைக் காணலாம்'' என்று வழிகாட்டி புரூசிடம் கூறினார்.

புரூஸ் தன் காலணிகளைக் கழற்றி எறிந்துவிட்டுக் குன்றின் மீதேறி ஓடினார். ஓடிய வேகத்தில் இரண்டிடங்களில் இடறி விழுந்தார். "நான் அப்புறம் புல் நிறைந்த இடத்தை அடைந்தேன். அது ஒரு பலிமேடை வடிவில் இருந்தது. அதைச் சிறந்த கலை வேலைப்பாடு எனலாம். நான் அதன் நடுவிலிருந்து எழும்பிய ஊற்றுக்கு மேலே மிகுந்த பரவச நிலையில் நின்றேன். என் மனம் அப்போதிருந்த நிலையை வாயால் சொல்வதைவிடக் கற்பனை செய்து பார்த்தால் தான் புரிந்துகொள்ள முடியும். கிட்டத்தட்ட மூவாயிரமாண்டுகளுக்கும் அதிகமான காலமாய்ப் பண்டைக் காலத்தையும் தற்காலத்தையும் மேதைகளையும் அவற்றை அரும்பாடுபட்டுக் காண முயன்றவர்களையும் திகைத்து மயங்கச் செய்த இடத்தில் நான் நின்று கொண்டிருந்ததைத் தனி ஆளான பிரிட்டானியன் ஆகிய நான், மன்னர்களையும் அவர் தம் படையினரையும் இந்த வயதில் என் மனத்தினால் வெற்றி கொண்டுவிட்டேன்.''

புரூஸிற்குப் பிறகு நைலின் மூலத்தைத் தேடிக் கண்டுபிடித்த இன்னொரு பிரிட்டானியரின் பெயர் ரிச்சர்டு பட்டன் (Richard Burton 1821-1890) பட்டன் 1858 தொடங்கி 1863 வரையில் கற்பனை வேகத்தில் அதைத் தேடிக் காண முற்பட்டதற்கும், அவருடைய தாயாரின் மரணத்திற்கும் நிச்சயம் தொடர்பிருந்தது.

அதைப் போன்று டாக்டர் டேவிடு லிவிங்ஸ்டன் (1813-1873) நைலின் ஊற்றுக் கண்களைக் கண்டு பிடிப்பதற்காக மிகுந்த உந்துதலுடன் தேடித் திரிந்து ஆப்பிரிக்கத்திலேயே தன் வாழ்க்கையை முடித்துக் கொண்டார். அவரது ஊக்கம் நிறைந்த இம்முயற்சிக்கும் அவரின் மனைவி இறந்ததால் உண்டான துயரத்திற்கும் தொடர்பு இருந்தது என்பதை அவருடைய எழுத்துகளில் காண முடிகின்றது.

நீல நைல், வெள்ளை நைல்

புரூஸ் நைலின் மெய்யான தோற்றுவாயைக் கண்டுபிடித்ததாய் நம்பினார். ஆனால் தான் கண்டது நீல நைலின் தோற்றுவாயையே என்பதை அவர் அறிந்திருப்பரேல், வாழ்க்கையில் மேலும் மனவாட்டம் அடைந்திருப்பார். நீல நைல் ஆறு, நைல் ஆற்றில் பாயும் நீரில் ஏழில் ஆறு பங்கை அளித்து வருகின்றது என்ற போதிலும் அது வெள்ளை நைலுக்கு அடுத்த படியாக மிகப்பெரிய கிளையாறு என்று தான் கொள்ளப்படுகின்றது.

அந்த வெள்ளை நைலின் மெய்யான தோற்றுவாய் மேலும் சுமார் 1600 கிலோ மீட்டருக்கு அப்பால் உள்ளது. புரூஸ் இப்படித்தவறு நேர்ந்து விடலாமென்று அஞ்சி வெள்ளை நைலை அபியாது என்ற அதன் வழக்கமான பெயரால்தான் அழைத்தார். அவர் தனக்கு முன்னர் நைலின் இவ்வூறுகளைக் கண்ட லோமோ, பயஸ் என்ற ஏசு சபைச் சாமியார்களின் முன்னைய கண்டு பிடிப்பு உரிமைகளை மறுத்தார். புரூஸ் தன் தேட்டப் பயணங்கள் பற்றி ஐந்து தொகுதிகளில் எழுதிய புத்தகம் இங்கிலாந்தில் விரும்பிப் படிக்கப்பட்டது. ஆனால் பிரிட்டிஷ் நிலநூலார் அவர்மீது வஞ்சினங் கொண்டு அவரைத் தாக்கினர். லோமோ சாமியார் பொய்யர் என்று புரூஸ் கூறியதைக் கேட்டு டாக்டர் ஜான்சன் சினமுற்றுப் புரூஸ் எழுதியன மடத்தனமானவை என்றும் நம்ப முடியாத கட்டுக்கதை என்றும் சாடினார்.

ஆப்பிரிக்கர் உயிருள்ள கன்றுகாலிகளின் உடலிலிருந்து சதையை அறுத்துப் பச்சையாய்த் தின்றனர். அவ்வாறு சதையை வெட்டியெடுத்த இடத்தில் களிமண்ணால் பூசி அவ்விலங்குகளை அப்படியே மேயவிட்டனர். இறைச்சி வேண்டும் போது அதே கன்றைப்பிடித்து அறுத்து அறுத்துத் தின்றனர் என்றெல்லாம் புரூஸ் எழுதியிருந்தை அனைவரும் கேலி செய்தனர். ஆனால் பட்டன் பின்னாளில் தான் அறிந்ததை வைத்து இச்செய்தி மெய்யானதுதான் என்று உறுதி செய்தார்.

எனினும், பிரஞ்சு நிலநூலார் புரூசின் கருத்துகளை ஆதாரமிக்கவை என்று ஏற்றனர். புரூஸ் எத்தியோப்பியத்தை விட்டு நீங்கிய எண்பத்தைந்து ஆண்டுகளுக்குப் பிறகு, அவர் அங்கு கண்டு விவரித்தன அனைத்தும் ஏற்கத் தக்க உண்மைகளே என்று பிரிட்டிஷ் நில நூலாரும் ஏற்கலாயினர். புரூசிற்குப் பிறகு நீல நைலின் ஓட்டம் தெளிவாக வரையப்பட்டுவிட்டது. ஆனால் அதற்கு மேலே ஓடுகின்ற வெள்ளை நைலின் தோற்றுவாய் இன்னும் மர்மமாகவே இருந்தது. அந்த ஆற்றின் மெய்யான தோற்றுவாய் ஒன்றா அல்லது இரண்டா என்பது உறுதியாய்த் தெரியாமலே இருந்து வந்தது. அந்த மர்மம் நாம் மேலே கூறியவாறு பத்தொன்பதாம் நூற்றாண்டின் பிற்பகுதியில் ரிச்சர்டு பட்டனால்தான் அவிழ்க்கப்பட்டது.

நைல் ஆறு

இதற்கு அல்-பகர், பகர் எல் நில் என்றெல்லாம் பெயர்கள் உண்டு. ஆப்பிரிக்கத்தின் பேராறான நைல் புருண்டி என்ற நாட்டின் தென்பாகத்து நடுவில் வெகு தொலைவிலுள்ள லுவிரோன்சா என்ற தலையூற்றில் பிறந்து. விக்டோரிய ஏரியில் பாய்ந்து, அங்கிருந்து விக்டோரிய ஆறு என்ற பெயரில் ஆல்பட் ஏரியைச் சென்றடைகின்றது. அது அங்கிருந்து ஆல்பட் ஆறு என்று பெயர் பெற்று ஓடி உகண்டவிற்கும் சூடானுக்கும் இடையிலுள்ள எல்லையில் வெள்ளை நைல் ஆகிவிடுகின்றது. பிறகு வடக்கே பாய்ந்து மத்திய தரைக் கடலில் கலக்கின்றது. இது உலகில் மிக நீண்ட ஆறு. தோற்றுவாயான லுவிரோன்சாவிலிருந்து மத்திய தரைக்கடல் வரையிலும் அதன் நீளம் சுமார் 6741 கிலோ மீட்டர்; 4187 மைல்.

நைல் ஆறு சுமார் 28,50,000 சதுர கிலோ மீட்டர் (11,00,000 சதுர மைல்) பரப்பில், அதாவது ஆப்பிரிக்க நிலப்பரப்பில் பத்தில் ஒரு பங்குப் பகுதியில் பாய்கின்றது. எத்தியோப்பியத்தில் பெய்யும் கோடை மழையும் உருகு பனியும் ஆண்டுதோறும் பெரிய வெள்ளத்தை நைல் ஆற்றில் பெருக்கெடுக்கச் செய்கின்றன. அதை எகிப்திலுள்ள அசுவான் உயரணை இப்போது கட்டுக்குள்ளடக்கித் தேக்குகின்றது. நைல் ஆற்றில் பெரும் பகுதியில் படகுப் போக்குவரவு நடத்தலாம்.

5. பிரிட்டானியக் கலைக் களஞ்சியத் தொகுப்புப் பணி தொடக்கம்: கலைக் களஞ்சிய வரலாறு.

"இருபதாம் நூற்றாண்டின் அறிவுத் திறனுக்கும், நடை முறை வாழ்க்கைக்கும் வேண்டியவற்றைப் பெற்றுக் கொள்வதற்குப் புது வகையான கலைக் களஞ்சியம் ஒன்று வேண்டும். மனித அறிவுச் செல்வத்தைத் திரட்டி வகைப்படுத்துவதற்கு விரைவில் ஆவன செய்யாவிடில் உலகம் பெரிய அழிவை எதிர் நோக்க வேண்டிவரும்". ஹெர்பட் ஜார்ஜ் வெல்ஸ் (1866-1946) (H.G.Wells) என்ற தலை சிறந்த ஆங்கில எழுத்தாளர் 1936-1937 ஆம் ஆண்டுகளில் நிகழ்த்திய சொற்பொழிவுகளின் போது இவ்வாறு கூறினார்.

பாரதத்தில் கலைக் களஞ்சியங்கள்

பாரதத்தில் எல்லா மொழிகளுக்கும் முன்னோடியாகக் கலைக் களஞ்சியத்தை வெளியிட்ட சிறப்பைத் தமிழ் மொழி பெறுகின்றது. தமிழில் 1902 ஆம் ஆண்டு வெளியான அபிதான கோசமும், 1910 ஆம் ஆண்டில் ஆ. சிங்காரவேல் முதலியார் அரிதின் முயன்று தொகுத்த அபிதான சிந்தாமணியும் கலைக் களஞ்சியங்கள் என்று கொள்ளப்பட்டாலும் தமிழ் வளர்ச்சிக் கழகம் 1947 ஆம் ஆண்டு பல தொகுதிகளில் வெளியிட்ட கலைக் களஞ்சியமே முதல் கலைக் களஞ்சியமாகும். இப்பெரும் பணி அப்போது கல்வியமைச்சராயிருந்த தி.சு.அவினாசிலிங்கம் (1902-1991) அவர்களுக்கு நிலையான நினைவுச் சின்னமாக அமைந்துவிட்டது.

அவினாசிலிங்கம் நிறுவிய தமிழ் வளர்ச்சிக் கழகத்தின் குழந்தைகள் கலைக் களஞ்சியம், தமிழ்க் கலைக் களஞ்சியத்திற்குக் கிடைத்த வரவேற்பைப் பெறவில்லை. அத்தொகுதி சென்னைப் பல்கலைக்கழகக் கிடங்குகளில் தூசு படிந்து கிடப்பதாய்ச் சிறிது காலத்திற்கு முன்வந்த பத்திரிக்கைச் செய்தி கூறுகின்றது.

இம்முன்னோடிப் பணியைத் தொடர்ந்து தஞ்சைத் தமிழ்ப் பல்கலைக்கழகம் வாழ்வியற் களஞ்சியத் தொகுதியை இப்போது வரிசையாக வெளியிட்டு வருகின்றது.

தமிழில் இவையன்றி, இந்நூலாசிரியரின் இந்திய சரித்திரக் களஞ்சியம் போன்று வெவ்வேறு துறைகளிலும் அறிவுக் களஞ்சியங்கள் வந்து கொண்டிருக்கின்றன. இவை யாவும் தனி மனிதரின் ஆக்கங்களாகும் எனினும் மொத்தத்தில் அறிவுக் களஞ்சியங்கள் தமக்குரிய இடங்களைத் தமிழரிடையே பல்வேறு காரணங்களால் பெறவில்லை என்பது நினைவிற் கொள்ளத்தக்கதாகும்.

இந்நிலையில் 1751 ஆம் ஆண்டு தொகுக்கத் தொடங்கி 1772 இல் 28 தொகுதிகளாக முற்றுப் பெற்று 1776-1777 காலத்தில் மேலும் ஐந்து தொகுதிகளும் 1780 இல் சொல்லடைவுகளாக (Index) இரண்டு தொகுதிகளும் சேர்ந்து மொத்தம் 35 தொகுதிகளில் முற்றுப் பெற்ற பிரஞ்சுக் கலை களஞ்சியமும், 1768 ஆம் ஆண்டு தொகுப்புப் பணியைத் தொடங்கிய பிரிட்டானியக் கலைக் களஞ்சியமும், வெளிவரத் தொடங்கிய காலந்தொட்டு பல்துறைக் கலைக் களஞ்சியங்கள் இன்றளவும் அப்போதைக்கப்போது இடையறாது வெளிவந்துகொண்டிருக்கின்றன என்பதையும் தமிழில் அத்தகைய போக்கு (முன்னேற்றம்) இல்லை என்பதையும் ஒப்பு நோக்கி அறிகின்றோம்.

உலகின் முதல் கலைக் களஞ்சியம் சு. 370 கி.மு.

உலகின் முதல் கலைக் களஞ்சியத்தைக் கிரேக்க ஆசானும் மெய்ப் பொருளியலாருமான பிளாட்டோவின் (427-347 கி.மு.) உடன் பிறந்தாள் போட்டோனி

(*Potone*) மகனான ஸ்பூசிப்போஸ் (*Spesippos* சு 408-சு 388 கி.மு.) எழுதினார். அவருடைய தந்தை பெயர் யூரிமிடான் (*Eurymedon*) ஸ்பூசிப்போஸ் ஏதன்ஸ் நகரில் பிறந்தார். அங்கு பிளாட்டோவின் அகாடமியில் அவருடைய மாணாக்கராய் இருந்தார். பிளாட்டோ இறந்த பின்னர் ஸ்பூசிப்போஸ் அவரது அகாடமியின் தலைவரானார்.

அவர் தன் ஆசிரியப் பணிக்கு உதவியாயிருக்கும் பொருட்டு ஒரு களஞ்சியத்தைத் தொகுக்கலானார். அவர் தொகுத்த இக் களஞ்சியத்தில் இயற்கை வரலாறு, கணிதம், மெய்ப்பொருளியல் துறைகள் சார்ந்த வெகு சில துண்டு ஏடுகள் மட்டுமே எஞ்சியுள்ளன. அவற்றை எடுத்துச் சேர்த்து ஒரு நூல் 1911 ஆம் ஆண்டு வெளியிடப்பட்டது. ஸ்பூசிப்போஸ் சுமார் கி.மு.388 இல் இறந்தார்.

எனினும், கலைக் களஞ்சியங்களின் தந்தை பிளாட்டோ என்று கூறலாம். ஏனெனில் அவர் தனது ஏதன்ஸ் அகாடமியில் (அது அகாடமி என்ற அதே பெயரில் கிட்டத்தட்ட ஒன்பது நூற்றாண்டுகள் நிலைத்திருந்தது) அறிவுக் கூர்மையுள்ள மாணவர் அனைவருக்கும் முழுமையான கல்வியளிக்க வேண்டும் என்று முனைந்திருந்தார். எனினும் அவர் அறிவுக் களஞ்சியம் எதையும் தொகுக்கவில்லை. அந்தப் பணியைப் பிளாட்டோவின் மருமகனும், மாணாக்கருமான ஸ்பூசிப்போஸ் செய்து முடித்தார், என்று இராபட் காலின்சன் (*Robert Collinson*) தனது *Encyclopaedias: Their History Throughout the Ages* என்ற நூலில் குறிப்பிடுகின்றார்.

அவர் இந்நூலில் தந்திருக்கும் உலகக் கலைக் களஞ்சியங்களின் பட்டியலில் கிறித்தவ அப்தத்திற்கு முந்திய காலத்தில் சு.கி.மு. 370, சு. கி.மு.183, சு. கி.மு. 50 ஆகிய ஆண்டுகளில் ஸ்பூசிப்போசின் களஞ்சியத்தைச் சேர்த்து மூன்று கலைக் களஞ்சியங்கள் எழுந்தன என்பதைக் காட்டுகின்றார். கிறித்தவ அப்தத்தில் கி.பி.77 தொடங்கிக் கி.பி. 1895 வரை வெளிவந்த கலைக் களஞ்சியங்களின் பட்டியலை ஆண்டு வரிசைப்படி தருகின்றார்.

எனவே, மனித அறிவையெல்லாம் திரட்டித் தொகுத்துக் களஞ்சியமாக்கி, அது பன்னெடுங்காலத்திற்குப் பயன்படுதல் வேண்டும் என்ற மனித முயற்சி கிட்டத்தட்ட இரண்டாயிரத்து நானூறு ஆண்டுகளாக நடந்து வருகின்றது.

1768

பிரிட்டானியக் கலைக் களஞ்சியம் (1768)

அறிவுத் திரட்டாய் விளங்கும் *Encyclopaedia Britanica* என்ற பிரிட்டானியக் கலைக் களஞ்சியம் ஆங்கில மொழியில் வார ஏடுகளாக வெளிவந்தது. இதுதான் அதன் தோற்றுவாயாகும். எடின்பரோ அச்சகம் ஒன்றிலிருந்து வெளிவந்த அவ்வேடுகளை ஸ்காத்லாந்தைச் சேர்ந்த ''பண்பாளர் சங்கம்'' தொகுத்து 1768 டிசம்பரில் வெளியிட்டது. அதன் பதிப்பாசிரியர் ஸ்மெல்லி (*Smellie*). அவரது காலம் 1740-1795. அவர் எடின்பரோ அச்சகம் ஒன்றின் உரிமையாளர்.

இந்நூல் ''கலை, அறிவியல் துறைகளின் அகராதி'' என்று விளங்க வேண்டும் என்ற நோக்குடன் வெளியிடப்பட்டது. இத்தொகுதியின் முதற்பதிப்பின் மூன்று தொகுதிகள் 1771 இல் முற்றுப் பெற்றன. அதன் பிறகு விரித்து எழுதப் பெற்ற இரண்டாம் பதிப்பு 1776 இல் வெளிவந்தது.

வரலாற்றுப் புள்ளிகள்

1. மறைந்த தமிழ் நூல்கள்

அரிய பழந்தமிழ் நூல்கள் பல காலங்களில் பேரெண்ணிக்கையில் அழிந்தன, அழிக்கப்பட்டன என்பது ஒரு புறமிருக்க, இந்தப் பதினெட்டாம் நூற்றாண்டில் எழுதப் பெற்ற பல தமிழ் நூல்களும் மறைந்தொழிந்தன என்பது மயிலை சீனி வேங்கடசாமி எழுதிய ''மறைந்து போன தமிழ் நூல்கள்'' என்ற நூலில் விரித்துரைக்கப்படுகின்றது.

அகோர முனிவர் என்றும் அகோர சிவத் தியாகராச பண்டாரம் என்றும் அழைக்கப் பெற்ற பதினெட்டாம் நூற்றாண்டுப் புலவர் எழுதிய ''அந்தாதிக் கலம்பகம்'', யாழ்ப்பாணத்து மாதகல் என்னும் ஊரில் இதே பதினெட்டில் வாழ்ந்த மயில்வாகனப் புலவர் எழுதிய ''காசி யாத்திரை விளக்கம்'', முதலாம் சரபோசியின் *(1798-1832)* அவைப் புலவராயிருந்த சிவக்கொழுந்து தேசிகர் இயற்றிய ''கோட்டீச்சர உலா'' (கோட்டீச்சரம் தஞ்சை மாவட்டத்திலுள்ள கொட்டையூரின் மற்றொரு பெயராகும்) முதலிய நூல்கள் இன்று காணப்படவில்லை.

மேலும் இந்த *1768* ஆம் ஆண்டு சென்ன மல்லய்யர் என்பவர் '' சிவ சிவ வெண்பா'' என்ற நூலுக்கு உரை எழுதியுள்ளார். அவர் தன் உரையில் ''சதகண்ட சரித்திரம்'' என்னும் நூலிலிருந்து இரண்டு செய்யுள்களை மேற்கோள் காட்டுகின்றார். இந்நூல் இன்று கிடைத்திலது.

1768

2. சமஸ்கிருத-ஐரோப்பிய மொழிகள் தொடர்பு:

இந்தியத்தின் வெகு தொன்மையான மொழியாகிய சம்ஸ்கிருதத்திற்கும் கிரேக்கம், இலத்தீனம் போன்ற பழமையான ஐரோப்பிய மொழிகளுக்குமிடையே நெருங்கிய தொடர்பு உள்ளது என்ற உண்மையை ஏசு சபையைச் சேர்ந்த துறவி ஒருவர்தான் முதன் முதலில் கண்டறிந்தார். அச்சிறப்புடைய துறவியின் பெயர் காஸ்டன் குயர்து *(Gaston Coeurdoux; 1711-1799)* பிரஞ்சுத் துறவியான அவர், புதுச்சேரியில் குடியேறி வாழ்ந்தார்.

கற்றறிந்த கீழ்த்திசை விற்பன்னரான ஆங்குவடில் துப்பரோன் (இ.ச.க.தொகுதி-6) என்பவருக்கும் பாரிசில் புகழ்பெற்ற எழுத்து மூல ஆய்வுக் கழகத் தலைவரான ஆபே பார்த்தலமி *(1716-1795)* என்பவருக்கும் *1765* , *1775* ஆகிய ஆண்டுகளுக்கு இடைப்பட்ட காலத்தில் குயர்து எழுதிய கடிதங்களில் இம்மொழிகள் பற்றிய மேற்சொன்ன கருத்தைத் தெரிவிக்கின்றார்.

ஆனால் சர் வில்லியம் ஜோன்ஸ் *(1746-1794)* என்ற பிரிட்டிஷ் கீழை மொழி விற்பன்னர் *1786* ஆம் ஆண்டு வங்க ஆசியவியல் சங்கத்தில் நிகழ்த்திய உரையில் புகழ்பெற்ற இம்மூன்று மொழிகளுக்கும் உள்ள தொடர்பைப் பற்றிக் கூறிய போது, அவை ''ஏதோ பொது மூலம் ஒன்றிலிருந்துதான் தோன்றின. அந்த மூலம் இப்போது இல்லாமலிருக்கக் கூடும்'' என்றார்.

சர் வில்லியம் ஜோன்ஸ் இக்கருத்தைத் தெரிவித்த பிறகுதான், ஐரோப்பிய மொழிகள் எபிரேயத்திலிருந்து தோன்றியவை என்று நிலவிவந்த கருத்து மாற்றம் அடைந்தது. ஆனால் சர் ஜோன்சிற்கு முன்னரே குயர்து என்ற பிரஞ்சு ஏசு சபைச் சாமியார் *1768* இல் இக்கருத்தை வெளியிட்டார். ஆனால் இது வெளியுலகம் அறியாமலே போய்விட்டது. ஏனெனில் அவர் துப்பரோனுக்கும், ஆபே பார்த்தலமிக்கும் எழுதியிருந்த கடிதங்களில் சொல்லப்பட்டிருந்த செய்திகள் *1808* ஆம் ஆண்டுதான் தெரியவந்தது.

அவ்வாண்டு அவர் எழுதிய ''நினைவுக் குறிப்புகள்'' என்ற நூல் வெளியிடப்பட்டது. அதனால்தான் ஏசு சபைச் சாமியாரான அவருக்குக் கிடைக்க வேண்டிய பெருமை பிரிட்டிசாரான சர் வில்லியம் ஜோன்சைச் சேர்ந்துவிட்டது.

3. கொங்கு நாட்டுப் போர்க்களங்கள்: ஆத்தூர், ஆலம்பாடி

கொங்கு நாடு

கொங்கு நாடென்பது தற்காலத்துக் கோயமுத்தூர், பெரியார், நீலகிரி, சேலம், தருமபுரி மாவட்டங்களும் திருச்சிராப்பள்ளி மாவட்டத்தின் குளித்தலை வட்டமும், திண்டுக்கல் - அண்ணா மாவட்டத்தின் பழனி, திண்டுக்கல் வட்டங்களும், வடக்கே கொள்ளேகால் வட்டம் அடங்கிய நிலப்பரப்பாகும். கொங்கு நாடு பண்டைக் காலத்திலிருந்து வேளிர் பலரால் ஆளப்பட்டு வந்தது.

வரலாற்றில் நெடிது நிலவிவரும் கொங்கு நாட்டின் பதினெட்டாம் நூற்றாண்டின் இக்காலகட்டத்தில் பல சண்டைகள் நிகழ்ந்தன.

மைசூர் ஆட்சியுரிமையைக் கையில் வைத்துக் கொண்டு, தமிழ், கன்னடம், மலையாளம் வழங்கும் பகுதிகளைக் கைப்பற்றும் எண்ணத்துடன் திக்கெங்கும் போர் செய்து வந்த ஐதரலிக்கும், ஆர்க்காட்டு நவாபு முகமதலியைத் தம் கைக்குள் அடக்கி வைத்துக் கொண்டு தென்னகம் முழுவதையும், இந்துத்தானத்தையும் மேலாண்மை செய்யும் எண்ணத்துடன் களம் பல கண்டு வந்த கிழக்கிந்தியக் கம்பெனியின் படைத் தலைவர்களுக்குமிடையில் நடந்த சண்டைகளில் இவ்வாண்டு ஆலம்பாடி, ஆத்தூர், சேலம், ஓமலூர், சங்ககிரி போன்ற இடங்களில் இருந்த கோட்டைகள் முதலில் ஆங்கிலேயரிடம் வீழ்ந்து, பின்னர் மைசூர்ப் படைகளால் மீட்டுக் கொள்ளப்பட்டன.

ஆலம்பாடி

ஆலம் என்பது ஆலமரம்; பாடி என்றால் ஊர். இதை ஆலமரத்து ஊர் எனலாம். ஆலம்பாடி பதினேழாம் நூற்றாண்டில் முக்கியமான ஊராயிருந்தது. இங்கு *1768* ஆம் ஆண்டு பிரிட்டிஷ் படை நிறுத்தி வைக்கப்பட்டிருந்தது. ஐதரலி முன்னேறி வந்தமையால், ஆங்கிலேயர் ஆலம்பாடியைக் கைவிட்டனர்.

இங்கு அழகிய சிற்பங்கள் நிறைந்த தொன்மையான சிவன் கோயில் இடிபாடடைந்த நிலையில் இருந்தது. அதைச் சமயப் பொறையற்றவர்கள் அழித்தனர். இங்கு பழங்கோட்டை ஒன்றும் இருந்தது.

ஆலம்பாடி கோயமுத்தூரிலிருந்து வடக்கே வடகிழக்கில் சுமார் *154* கிலோ மீட்டர். கொள்ளேகாலத்திலிருந்து கிழக்கே சுமார் *67* கிலோ மீட்டர். இவ்வூர் காவிரியின் வலக்கரை மீதுள்ளது.

ஆத்தூர்க் கோட்டை

ஆத்தூர் பற்றி *257* ஆம் பக்கத்தில் கூறியிருக்கின்றோம். திடாவூர் வழியாக விரகனூர், பெரம்பலூர் தொட்டுத் திருச்சிராப்பள்ளி செல்லும் பாதை, சிங்காரம் பேட்டை வழியாகத் திருவண்ணாமலை செல்லும் பாதை, கடலூர் வழியே புதுச்சேரி செல்லும் பாதை, ஆயில்பட்டிக் கணவாய் வழியே இராசிபுரம் தொட்டுக் கொங்கு நாட்டின் பிற பகுதிகளுக்குச் செல்லும் பாதை என்று பல வழிப் பாதைகளைக்

கண்காணிப்பதற்கேற்ற நடுப் பகுதியில் ஆத்தூர்க் கோட்டை அமைந்து பதினெட்டாம் நூற்றாண்டு வரலாற்றில் குறிப்பிடத்தக்க இடத்தைப் பெற்றிருந்தது.

ஆத்தூர்க் கோட்டையின் வடக்கே சுமார் ஐந்து கிலோ மீட்டர் தொலைவில் கல்ராயன் மலையடிவாரம் உள்ளது. பதினாறாம் நூற்றாண்டு அல்லது அதற்கு முற்பட்ட காலத்துத் தமிழ் நாட்டுக் கோட்டைகள் தடம் தெரியாமல் மறைந்ததைப் போலவே, அதற்குப் பிற்பட்ட காலத்தில் எழுந்த பல கோட்டைகளும் சுவடழிந்து போயிருக்க, ஆத்தூர்க் கோட்டையின் சில பகுதிகளேனும் இன்னும் எஞ்சியிருக்கின்றன. (சங்க காலத்திலும், அதன் பின்னரும் நிலவியனவென்று இலக்கியங்கள் விவரிக்கும் கோட்டைகளுள் எதுவும் இன்று இல்லை.)

கெட்டி முதலிகள்

ஆத்தூர்க் கோட்டையைக் கெட்டி முதலிகள் என்ற பாளையக்காரர்கள் பதினாறாம் நூற்றாண்டு வாக்கில் கட்டினர் என்பது பொதுவாய் அனைவராலும் ஏற்கப்படுகின்றது. இக்கோட்டை பற்றிய செய்திகள் 1883 ஆம் ஆண்டு வெளியான சேலம் மேனுவல் *(Salem Manual)* என்ற மாவட்டக் கையேட்டில் காணப்படுகின்றன.

கோட்டை அமைந்துள்ள இப்பகுதிக்குக் கெட்டி முதலி ஒருவர் வந்தார். அவர் அங்கு புதிரிலிருந்து ஒரு முயல் பாய்ந்தோடியதைக் கண்டு, அங்கு பார்க்க ஏதோ பளிச்சிடவே உற்று நோக்கினார். அது உலோகக் குடம் ஒன்றின் வாய் விளிம்பு என்பதைக் கண்டு அங்கு தோண்டியபோது அடுத்தடுத்து ஏழு இரும்புக் குடங்கள் கிடைத்தன. அத்தனையிலும் பொற்காசுகள் இருந்தன. அவர் இச்செல்வத்தைக் கொண்டு ஆற்றங்கரை மீது கோட்டையொன்றை எழுப்பினார் என்று செவிவழிச் செய்திகள் கூறுவதைச் சேலம் மாவட்டக் கையேடு குறிப்பிடுகின்றது.

இப்பானைகளுள் ஒன்று கோட்டைக்குள்ளிருக்கும் மூன்று கோயில்களில் ஒன்றான பிரசன்ன வெங்கடேசப் பெருமாள் கோயிலில் 1880 ஆம் ஆண்டுகளில் இருந்தது. அதன் பின்னர் அந்தப் பானையை 1947 ஆம் ஆண்டில் சென்னைக்குக் கொண்டுவந்து அங்குள்ள அருங்காட்சியத்தில் வைத்தனர். இந்தப் பானை 38 ¾ இராத்தல் எடையும் 5 ¾ கன அடிக் கொள்ளளவும் உடையது என்று மேற்சொன்ன கையேடு குறிப்பிட்டுள்ளது. அக்காலத்துப் பகோடா என்ற பொன் வராகன்களை அந்தப்பானை நிறைய நிரப்புவதற்கு 14,30,784 வராகன்கள் வேண்டியிருக்கும் என்றும் 1883 ஆம் ஆண்டில் அவற்றின் மதிப்புச் சுமார் 20,07,444 ரூபாய் என்றும் அக்கையேட்டைத் தொகுத்த லெஃபான் என்ற ஆங்கிலேயர் கணித்துள்ளார்.

கோட்டையின் காலம்

கெட்டி முதலி புதையல் எடுத்துக் கோட்டை கட்டியதாகக் கூறப்படும் செவி வழிச் செய்தியிலிருந்து, அந்நிகழ்ச்சி 1883 ஆம் ஆண்டிற்கு நூறு ஆண்டுகளுக்கு முன்னர், அதாவது 1783 இல் நடந்ததென்று பெறப்பட்டது. ஆனால் ஆத்தூர்க் கோட்டை அதற்கு முன்னரே நிலவியது என்பதைக் கீழ்க்காணும் வரலாற்றுச் செய்திகள் மெய்ப்பிக்கின்றன.

மைசூர் மன்னர் சிக்கதேவராயர் (ஆட்சிக் காலம் 1673-1704; இ.ச.க. தொகுதி-1) ஆத்தூரை 1689 வாக்கில் கெட்டி முதலிகளிடமிருந்து கைப்பற்றிவிட்டார். தொட்ட கிருஷ்ணராய உடையாரின் ஆட்சிக் காலத்தில் (1714-1732) ஆத்தூர் மைசூர் நாட்டில் அடங்கியிருந்தது. திப்பு சுல்தான் காலத்திலும் (1753-1799) ஆத்தூர்க் கோட்டையானது,

அவருக்கு அடங்கிய கோட்டைக் காவல் தலைவர் ஒருவரின் கட்டுப்பாட்டில்தான் இருந்தது.

ஆத்தூரும் ஐதரலியும்

ஐதரலியின் தமிழகப் படையெடுப்புகளுக்கு ஆத்தூர்க் கோட்டை மிகவும் வாய்ப்பான போர்த் தந்திர மையமாய் இருந்து வந்தது. அவர் 1769 ஆம் ஆண்டு சென்னையை மின்னல் வேகத்தில் தாக்கியதற்கு ஆத்தூரே தாவு தனமாயிருந்தது.

மேலும் சில கோட்டைகள்

கம்பெனிப் படை கொங்கு நாட்டில் இவ்வாண்டு சேலம், ஓமலூர், சங்கரி துருக்கம் என்ற சங்ககிரி ஆகிய இடங்களிலிருக்கும் கோட்டைகளைப் பிடித்தது. ஆனால் கம்பெனிப் படையின் தலைவரான கர்னல் உடு ஐதரலியிடம் இதே ஆண்டு அக்கோட்டைகளனைத்தையும் இழந்தார். மேலே கூறியவாறு இக்கோட்டைகளும், கொங்கு நாடும் 1792 ஆம் ஆண்டு திப்பு சுல்தானுடன் செய்து கொண்ட உடன்படிக்கைப்படி மீண்டும் கம்பெனிக்கே கிடைத்தன.

கொங்கு நாட்டுக் கோட்டைகள் பற்றி க.இலக்குமி நாராயணன் எழுதியுள்ள ''தமிழகக் கோட்டைகள் - சேலம் மாவட்டம்'' என்ற அரிய வட்டார வரலாற்று நூலிலிருந்து (சேலம் 1983) இக்கட்டுரையில் காணப்படும் சில செய்திகள் பெறப்பட்டன.

1768

4. வத்தலக்குண்டை மைசூர்ப் படை பிடித்தது.

தெலுங்கில் இதற்குப் பக்துடு குண்டு = பக்தர் குன்று என்ற பெயர். அது திரிந்து வத்தலக்குண்டு ஆயிற்று. இது முதலில் தெலுங்குப் பிராமணரே வாழ்ந்த இடமாயிருந்தது.

மைசூர்ப் படை 1768 இல் ஆறு நாள் முற்றுகையிட்டு வத்தலக் குண்டைக் கைப்பற்றியது. மதுரையிலிருந்து வட மேற்கில் சுமார் 44 கிலோ மீட்டர் இவ்வூரின் தெற்கில் மஞ்சளாறு பாய்கின்றது. சுற்றிலும் வயல்கள், மேற்கிலும் வடக்கிலும் சிறு குன்றுகள் உள. மேற்கில் பெருமாள் கோயில் கரடு உள்ளது. பழனி செல்லும் சாலையில் இருக்கின்றது.

5. சேப்பாக்கத்தில் ஆர்க்காட்டு நவாபு அரண்மனை.

திருவல்லிக்கேணியை அடுத்த சேப்பாக்கம் இக்காலத்தில் பெயர் தெரியாத சிற்றூராகவே இருந்தது. ஆர்க்காட்டு நவாபு முகமதலி இச்சிற்றூரின் பெயரை விளங்கச் செய்தார். அவர் ஜார்ஜ் கோட்டைக்குள் ஓர் அரண்மனையைக் கட்டிக் கொள்ள விரும்பினார். ஆனால் ஆங்கிலேயர் அதைத் தந்திரமாய் மறுத்து, நவாபு திருவல்லிக் கேணிக் கடற்கரையில் அரண்மனை கட்டிக் கொள்வதற்கு இசைந்தனர்.

சேப்பாக்க அரண்மனையைக் கட்டும் பணி 1768 வாக்கில் தொடங்கிற்று. அதற்குக் கம்பெனியைச் சேர்ந்த பால் பெண்ஃபீல்டு என்ற பொறியாளர் வடிவமைத்தார். அரசு அலவலகங்களாகச் செயல்பட்டு வரும் அந்த அரண்மனையை நாம் இன்றும் காணலாம்.

இவ்வரண்மனை 1770 வாக்கில் 117 ஏக்கர் பரப்புள்ளதாய் விரிந்திருந்தது. அதற்குள் சல்சா மகால், உமாயூன் மகால் என்று இரண்டு மாளிகைகள் மதில்களால் சூழப்பட்டிருந்தன. முகமதலி 1795 இல் செத்த பிறகு, இன்று அண்ணா சாலையாக விளங்கும் மௌண்டு ரோடிலிருந்து இவ்வரண்மனை அமைந்திருந்த கடற்கரைப்

பகுதிக்குச் செல்லும் சாலை வாலாசா சாலை என்றழைக்கப்பட்டது. இன்றும் அதே பெயரையே அச்சாலை பெற்றுள்ளது. இந்நாட்டை முதன் முதலில் விலை பேசி அயல் நாட்டிற்கு விற்ற தனிப் பெருமை முகமதலிக்கு உண்டு. இவர் கண்டவரிடமெல்லாம் கைநீட்டிக் கடன் வாங்கி வாணாளெல்லாம் கடனாளியாகவே வாழ்ந்து முடிந்தவர் என்பதையும் வரலாறு காட்டுகின்றது. முகமதலியின் செயல்களால் தமிழ்நாட்டில் பல கொடுமைகள் விளைந்திருக்கின்றன என்பதை இக்களஞ்சிய வரிசையில் பல இடங்களில் காணலாம்.

இராபட் கிளைவின் மகனான எட்வர்டு கிளைவு *1798* முதல் *1803* வரை சென்னை ஆளுநராயிருந்தபோது, வாலாசா அரண்மனையில் சிறிது காலம் வாழ்ந்திருக்கின்றார்.

சென்னைப் பல்கலைக் கழகத்தின் வரலாறு-தொல்லியல் துறையும், தமிழ்ப் பேரகராதி *(Tamil Lexicon)* அலுவலகமும் இக்கட்டடத்தில் செயல்பட்டன. அக்காலத்தில் இக்கட்டடத்திற்கு ஹஷ்டு பங்களா *(Hushed Bungalow)* என்று பெயர்.

6. பிரிட்டனில் கிராஃப்டன் அமைச்சரவை

அகஸ்டஸ் ஹென்றி ஃபிட்ஸ்ராய் தன் பாட்டனுக்குப் பிறகு இருபத்தோராவது வயதில் மூன்றாவது கிராஃப்டன் பிரபு *(Duke)* ஆனார். இந்த உயர் நிலையை அடைவோம் என்பது குறித்து அவருக்குச் சிறிதளவு முன்னுணர்வு இருந்தது. ஆனால் பிரதமர் பதவி கிடைக்குமென்று அவர் எண்ணிப் பார்த்திருக்கவே முடியாது.

உயர் நிலைப் பிரபுக்களான டியூக்குகள் விரும்பியோ, தயக்கத்துடனோ சுமந்தே தீரவேண்டிய சுமையாகப் பிரிட்டனின் பிரதமர் பதவி இக்காலத்தில் இருந்து வருகின்றது. பிரிட்டிஷ் பிரபுக்களில் டியூக்கு என்ற பதவிதான் உயர்ந்ததாகும். இத்தகைய உயர் குடியாளருக்குப் பரந்த நிலப்பரப்பு உடைமையாயிருக்கும். அப்படிப்பட்ட மேலுயர் நிலையின் சிறப்புரிமைக்கேற்ற பொறுப்புணர்ச்சி டியூக்குகளுக்கு இருந்த காரணத்தினால் டியூக்கு என்ற கோமகன் நாட்டின் உயர் பதவியை-பிரதமர் பதவியை ஏற்க நேர்ந்தது.

கிராஃப்டன் கோமகன் பிரிட்டீசு அரசியல் வரலாற்றில் மிகச் சிறந்த பிரதமராயில்லாதிருக்கலாம்; எனினும் அவர் ஓர் அம்சத்தில் தனித்தன்மை வாய்ந்தவராகவே விளங்குகின்றார். ஸ்டூவட்டு அரசகுடியைச் சேர்ந்த ஒரே பிரதமர் கிராஃப்டன் ஆவார். அரச குடி என்றால், இவர் இரண்டாம் சார்லசு மன்னருக்கும் *(1630 -1685;* ஆட்சிக்காலம் *1660-1685)* அவருடைய ஒழுக்கங்கெட்ட காமக்கிழத்தியான பார்பரா கிளீலாந்திற்கும் கொள்ளுப் பேரனாவார்.

கிராஃப்டன் பிள்ளைப் பருவத்தில் தன் கொள்ளுப் பாட்டனைப் போன்ற தோற்றமுடையவராயிருந்தார் என்று கூறப்படுவதுண்டு. அவரிடம் இரண்டாம் சார்லசின் வேறு சில குணங்களும் காணப்பட்டன. கிராஃப்டன் *1735* செப்டம்பர் *28* அன்று ஃபிட்ஸ்ராய் பிரபுவின் மகனாய்ப் பிறந்தார். அவர் குடியினர் அனைவரையும் போன்று வெஸ்ட் மினிஸ்டரில் கல்வி கற்றார். பின்னர் உலகியல் அறிவைப் பெறுவதற்காக ஐரோப்பியத்தில் ''மேலான பயணம்'' என்ற சிறந்த பயணத்தை மேற்கொண்டார்.

மேலான பயணம் *(Grand Tour)*: பிரிட்டனின் உயர் குடிப் பெருமக்கள் ஓவியம், சிற்பம் போன்ற கலைப் பொருள்கள் மீது கொண்ட ஆர்வங் காரணமாக, அந்தக் கலையுணர்விற்குப் புத்துயிரூட்டிய மறுமலர்ச்சி இயக்கம் *(14* ஆம் நூற்றாண்டு*)* தோன்றிய இத்தாலிக்கு மேற்கொண்டதே மேலான பயணம் எனப்பட்டது. இத்தாலிக்குச்

சென்றுவராத தன்மதிப்புள்ள எந்த ஓவியரும், பெருமகனும் தன்னைக் கற்றவர் எனக் கூறிக்கொள்ள முடியாது என்ற நிலை பதினெட்டு, பத்தொன்பதாம் நூற்றாண்டுகளில் இருந்தது. அவர்கள் இத்தாலியை இலக்காகக் கொண்ட இந்நெடும் பயணத்தில் ஐரோப்பியம் நெடுகிலும் செல்ல வேண்டி வந்தது. ஆதலால் இப்பயணம் முடிவதற்குச் சில வேளைகளில் பல ஆண்டுகள் பிடித்தது. இதுவே மேலான பயணம் என்று பெயர் பெற்றது.

(''இத்தாலி சென்று திரும்பாத ஒருவருக்குத் தாழ்வு உணர்ச்சி எப்போதுமே இருந்து வருகின்றது'' என்று டாக்டர் ஜான்சன் ஒரு முறை கூறினார். ஆயிரத்து எழுநூற்றி அறுபத்தொன்பது வாக்கில் 1,40,000 ஆங்கிலேயர்கள் இத்தாலியில் ''அங்குமிங்கும். சுற்றித் திரிந்தனர்'' என்று சொல்லப்பட்டது. மறுமலர்ச்சிக் காலத்தைச் சேர்ந்த கலைப் பொருள்களையும் கிரேக்க-ரோமானியர் காலத்தைச் சேர்ந்த தொன்மையான கலை வடிவங்களையும் நேருக்கு நேர் கண்ணாரக் கண்டு மகிழ்வதே இப்பயணத்தின் நோக்கமாயிருந்தது. இவ்விரு காலக்கட்டத்தின் கலையாக்கங்கள், பதினெட்டாம் நூற்றாண்டினரைப் பெரிதும் ஆளுகை கொண்டிருந்தன.)

கிராஃப்டன் மேலான பயணம் மேற்கொண்டபோது, பிரஞ்சு நாட்டின் உயர் குடியினரைச் சந்திக்க நேர்ந்தது. அவர் பிரபு என்ற முறையில் கேம்பிரிட்ஜ் பல்கலைக் கழகம் அவருக்குப் பட்டமளித்துச் சிறப்பித்தது.

அவர் ரேவன்ஸ்வொர்துப் பிரபுவின் மகளான ஆன் லிடல் என்ற சீமாட்டியை மணந்தார். மணமான பின் அரசியலில் இறங்கினார். அவர் பரி செயின்ஸ் எட்மண்ஸ் என்ற தொகுதியிலிருந்து பாராளுமன்றத்திற்குத் தேர்ந்தெடுக்கப்பட்டார். அதற்குச் சிறிது காலம் கழித்துத் தன் பட்டனாரையடுத்து 1757 ஆம் ஆண்டு டியூக்கு என்ற கோமகன் நிலையைப் பெற்றார்.

அவரது ஆற்றல் அனைத்தும் நரி வேட்டையிலும் குதிரைப் பந்தயத்திலும் கழிந்தது. பாராளுமன்ற உரிமைகளுக்காகப் போராடிய குற்றத்திற்காக ஜான் வில்கஸ் இலண்டன் கோட்டையில் சிறை வைக்கப்பட்டிருந்தார். கிராஃப்டன் விக் கட்சிக்காரர் என்ற முறையில் வில்கசைக் காண அங்கு சென்றார். அவர் அங்கு வில்கசின் கருத்தை அவரிடமே நேரில் கேட்டுக்கொண்டாரெனினும், அந்த மக்கள் தலைவரை விடுவிப்பதற்குப் பிணை நிற்க மறுத்து விட்டார்.

கிராஃப்டன் தொடக்கத்திலிருந்து வில்லியம் (மூத்த) பிட் மீது மிகுந்த பற்று வைத்திருந்தார். பிட் தனது முப்பத்தாறாவது வயதில் 1765 ஆம் ஆண்டு ராக்கிங்காம் பிரபின் ஆட்சிக் காலத்தில் அயலுறவு அமைச்சரானார். பிட் இந்த அமைச்சில் சேர வேண்டுமென்று கிராஃப்டன் பெரிதும் முயன்றார். ஆனால் அந்த அமைச்சில் இருந்த மற்றோர் அமைச்சரான நியூகேசில் கோமகனைப் பிட்டிற்கு அறவே பிடிக்காது. அதனால் பிட் பதவி விலகினார்.

கிராஃப்டனும் அதற்குச் சில மாதங்களுக்குப் பிறகு 1766 மே மாதம் அமைச்சர் பதவியிலிருந்து விலகினார். பிட் இல்லாத அரசு கவிழ்ந்துவிடும் என்று கிராஃப்டன் கருதியதே அதற்குக் காரணமாகும்.

அதற்கு ஓராண்டிற்குப் பிறகு பிட் (சதாம் ஏள்) பிரதமரானார். கிராஃப்டன் அந்த அமைச்சில் நிதியமைச்சரானார். ஆனால் எதிர்க்கட்சியிலிருந்து பிட்டை எதிர்ப்பது எவ்வளவு கடினமோ, அதைப்போல் ஆட்சியில் அவரோடு சேர்ந்து பணி புரிவதும் அத்தனை கடினமாயிருந்தது.

1768

பிட்டிற்கு இந்த ஆண்டு உடல் நலமில்லாது போனதால் அவர் பதவி விலகினார்; கிராஃப்டன் பிரதமர் பதவியை 1768 மார்ச்சில் ஏற்றுக் கொண்டார். அப்போதுதான் வில்கஸ் பற்றித் தகராறு எழுந்தது. அமெரிக்கக் குடியேற்றங்களுடன் கடும் சச்சரவு ஏற்பட்டது. வில்கஸ் மிடில்செக்ஸ் தொகுதியிலிருந்து பாராளுமன்றத்திற்குத் தேர்ந்தெடுக்கப்பட்டார். ஆட்சியதிகாரம் மனம் போன போக்கில் பயன்படுத்தப்படுவதைக் கிராஃப்டன் எதிர்த்தார்.

இதைவிட மோசமான இன்னொரு செயலும் நடந்தது. கிராஃப்டனின் அமைச்சரான டௌன்செண்டு நிலவரி வருவாயில் ஏற்பட்ட இழப்பைச் சரிக்கட்டுவதற்காக அமெரிக்கக் குடியேற்றங்கள் மீது வரி விதிக்கத் திட்டமிட்டார். அமெரிக்கர் மீது விதித்த தேயிலை வரியை நீக்குமாறு கிராஃப்டன் வலியுறுத்தினார். டௌன்செண்டு அதை ஏற்கவில்லை.

அவர் இக்காலகட்டத்தில் பலமற்றவராய், ஆக்கமாய்ச் செயல்பட முடியாத பிரதமராய்த் தோன்றினார். ''சூனியஸ்'' என்ற புனைபெயரில் மூன்றாம் ஜார்ஜ் மன்னரின் அமைச்சர்களைத் தாக்கி ஒருவர் வரிசையாய்க் கடிதங்கள் எழுதிவந்தார். அவர் கிராஃப்டனை மிகவும் கடுமையாய்த் தாக்கினார்.

(பிரிட்டனின் போர் அமைச்சகத்தில் பணியாற்றி வந்த சர் ஃபிலிப்பு ஃபிரான்சிஸ் (1740-1818) ஜூனியஸ் என்ற புனை பெயரில் எழுதி வந்தார் என்று இப்போது நம்புகின்றனர். அவர் இப்புனைபெயரில் பிரிட்டிஷ் அமைச்சர்களை 1769 முதல் 1772 வரை கடுமையாய்த் தாக்கி விமரிசித்து வந்தார்.)

கிராஃப்டனின் தனிப்பட்ட வாழ்க்கையும் வன்மையாய்த் தாக்கப்பட்டது. அவரின் முதல் மனைவி ஆன் 1763 ஆம் ஆண்டில் அப்பர் ஓசரி ஏளின் குழந்தையைத் தன் வயிற்றில் ''இரகசியமாய்ச்'' சுமந்து கொண்டிருந்தார். இந்த இழிவான செய்தியை நாகரிக இலண்டனிலிருந்த அனைவரும் அறிந்திருந்தனர். கிராஃப்டன் மனைவியை மணவிலக்குச் செய்தார். அவர்களுக்கு ஏற்கெனவே மூன்ற ஆண் மக்களும், ஒரு மகளும் இருந்தனர்.

கிராஃப்டன் கோமகனும் பாண்டுத் தெருத் தையற்காரர் ஒருவரின் வழிதவறிய மகளான நான்சி பார்சன்ஸ் என்ற பெண்ணைக் காமக் கிழத்தியாக்கிக் கொண்டிருந்தார். அப்பெண் இன்னொருவருடனும் தொடர்பு கொண்டிருந்ததோடு, மேற்கிந்தியத் தீவுகளுக்கு அடிமைகளைப் பிடித்தனுப்பும் ஹார்டன் என்றவருடனும் வாழ்ந்து வந்தார்.

கிராஃப்டன் நான்சி பார்சன்சுடன் வைத்திருந்த கள்ளத் தொடர்பைப் பற்றி இங்கிலாந்தில் அவ்வளவு பேச்சு இல்லை எனலாம். ஏனெனில் உயர் குடியினரான கோமான்களின் ஒழுக்கப் பண்புகளை மக்கள் மிகவும் பொறுத்துக் கொண்டனர். எனினும் நாட்டின் பிரதமரான கோமகன் இதில் வரம்பு மீறி நடந்து கொண்டதாய் மக்கள் பேசிக் கொண்டனர்.

இருப்பினும் கிராஃப்டன் தன் பொழுதையெல்லாம் பார்சன் பெண்ணுடன் கழித்து விடவில்லை. அவருக்கு வட இங்கிலாந்திலுள்ள வேக்ஃபீல்டு என்ற இடத்தில் ஒரு மாளிகை இருந்தது. அவர் அங்கு வேட்டையாடுவதிலேயே தன் பொழுதையெல்லாம் செலவிட்டார். அத்துடன் நியூகேசிலில் நடந்த குதிரைப் பந்தயத்திலும் பணம் கட்டி ஆடினார். அவர் பிரதமர் பதவியை யார் தலையில் போட்டுவிட்டு ஒதுங்கலாம் என்று எதிர்பார்த்துக் காத்திருந்தார். மூத்த பிட் அவரைப் பார்க்கவே மறுத்துவிட்டார்.

கிராஃப்டன் இக்காலத்தில் பெட்ஃபோர்டு கோமகனின் உடன் பிறந்தார் மகளான எலிசபெத்து ராட்டஸ்லி என்ற பெண்ணை *1769* இல் இரண்டாந் தாரமாய் மணந்தார். அப்பெண்மணி விக் கட்சியைச் சேர்ந்த மேட்டுக் குடியினரிடையே வளர்ந்தவர். அவர் அழகில்லாதவராயினும் அமைதியும் அடக்கமும் உடையவர். அவர் கிராஃப்டனுடன் நாற்பதாண்டுக் காலம் இல்லறம் நடத்தினார். பார்சன்ஸ் கதை இத்துடன் முடிந்துவிடவில்லை. கிராஃப்டன் தன் திருமணத்திற்கு ஆறாண்டுகளுக்குப் பிறகு அப்பெண்ணை ஒதுக்கி வைத்து விட்டார். அப்பெண்ணும் வைக்கவுண்டு மேனார்டு என்ற பிரபை மணந்து பெருமாட்டியானார்.

கிராஃப்டன் இரண்டாம் மணம் செய்துகொண்ட சிறிது காலத்திற்குப் பிறகு *1770* இல் பிரதமர் பதவியிலிருந்து விலகுவதென்று முடிவு செய்தார். மன்னரும் நார்த்து பிரபை அப்பொறுப்பை ஏற்குமாறு இணங்கச் செய்து கொண்டிருந்தார்.

கிராஃப்டன் இரண்டரையாண்டுக் காலம் பிரதமராயிருந்தார். அவர் விக் கட்சியில் தொடர்ந்து நீடித்தப் போதிலும், *1775* வரையிலும் நார்த்து பிரபின் டோரிக் கட்சி அரசில் அரைகுறை உறுப்பினராகவே இருந்து வந்தார்.

இளைய பிட் என்ற வில்லியம் பிட் (இவர் மூத்த பிட் என்ற வில்லியம் பிட்டின் மகன்; *1759-1806*; இவர் *1783-1801*, *1804-1806* ஆகிய இரண்டு காலங்களில் பிரிட்டனின் பிரதமராயிருந்த பெயர் பெற்றவர்.) *1783* இல் அரசு அமைத்தபோது, அரசு துணை முத்திரை மேலாளர் *(Lord Privy Seal)* என்ற பதவி அவருக்கு மூன்றாவது முறையும் வந்தபோது, கிராஃப்டன் அதை ஏற்க மறுத்துவிட்டார்.

அவர் பதவி விலகி நாட்டுப்புறம் சென்றார். அவர் அங்கு பல நூல்களைக் கொண்டு சென்று படித்தார். அவருக்குச் சமயவியல் மீது ஆர்வம் இருந்தது. ஆதலால் அவர் அது தொடர்பான நூல்களைப் படித்தார். அவர் யூனிட்டரியன் *(Unitarian)* சமயப் பிரிவைச் சேர்ந்தவர்.

(இச்சமயப் பிரிவினர், இறைவன் ஒருவனே; அவன் ஐயன், மகன், தூய ஆவி என்ற மும்மையாக இலன் என்ற ஒருமைக் கோட்பாட்டைப் பின்பற்றியதால், ஒருமையைச் சுட்டும் யூனிட்டரியன் என்ற பெயரில் அழைக்கப்பட்டனர்.)

அவர் *1811* ஆம் ஆண்டு *77* ஆவது வயதில் இறந்தார். அவருக்கு முதல் மனைவியிடமிருந்து நான்கு மக்களும், இரண்டாவது மனைவியிடமிருந்து பதிமூன்று மக்களும் பிறந்தனர்.

7. இலண்டனில் இராயல் ஓவியக் கலைக் கழகம்

இலண்டன் நகரின் புகழ்பெற்ற ஆளோவியரான ஜோசுவா ரெயினால்ஸ் *(1723 - 1792*; இ.ச.க. தொகுதி-*3)* என்பவரைத் தலைவராய்க் கொண்டு, இவ்வாண்டு இலண்டனில் இராயல் ஓவியக் கலைக் கழகம் *(The Royal Academy of Arts)* அமைக்கப்பட்டது. ரெயினால்ஸ் இக்கழகத்தில் ஓவியக்கலை பற்றி வரிசையாகப் பன்னிரு பேருரைகளை நிகழ்த்தினார்.

8. இலண்டனில் உணவுக் கலவரம்

இலண்டனில் இவ்வாண்டு உணவுக் கலவரங்கள் நடந்தன. கலகக்காரக் கும்பல்கள் ஒன்று சேர்ந்துகொண்டு அரசின் தானியக் கிடங்குகளைக் கொள்ளையடித்தன.

9. பிரான்சில் ரொட்டி விலை ஏற்றம்.

பிரஞ்சு நாட்டில் ஓர் இராத்தல் எடையுள்ள ரொட்டியின் விலை *4* சூ *(Sou)* ஆக உயர்ந்தது. (சூ என்பது பழைய சல்லிக் காசு போன்ற சிறு நாணயம் இது இக்காலக் கட்டத்தில் புழக்கத்திலிருந்தது.) அப்போது பாரிஸ் நகரில் இவ்வாறு பலர் பார்க்கும்படி எழுதி வைக்கப்பட்டிருந்தது:

''நான்காம் ஹென்றி *(1589-1610)* காலத்தில் போர் நடந்ததால் ரொட்டி விலை சில வேளைகளில் ஏறும்; அப்போது பிரான்சிற்கு ஒரு மன்னர் இருந்தார். பதினான்காம் லூயி *(1643-1715)* காலத்தில் சில வேளைகளில் ரொட்டி விலை ஏறிற்று; அதற்குப் பஞ்சம் காரணமானது; அப்போதும் பிரான்சில் ஒரு மன்னர் இருந்தார். இப்போது போரும் இல்லை; பஞ்சமும் இலது. அவ்வாறிருந்தும் ரொட்டி விலை ஏறிக் கொண்டே போகின்றது. ஏனெனில் பிரான்சில் இப்போது மன்னர் அரசாட்சி செய்யவில்லை; அவர் தானிய வணிகராய் மாறிவிட்டார்.''

10. கார்சிக்கம் : பிரான்ஸ் விலைக்கு வாங்கிற்று

1768

வட இத்தாலியன் மேற்கே மத்திய தரைக்கடலில் அமைந்திருக்கும் சிறு தீவு கார்சிக்கம் ஆகும். அத்துடன் *43* சிறு தீவுகளும் உள்ளன. கிரேக்கர் இங்கு கி.மு.*560* வாக்கில் குடியேறினர். ஜெனோவா என்ற இத்தாலிய வாணிப நகர அரசிற்கு உரிமையான கார்சிக்கத் தீவைப் பிரஞ்சு மன்னர் *1768* இல் விலைக்கு வாங்கினார். பிரான்சில் மக்கள் பதினாறாம் லூயி மன்னரை மிகவும் வெறுத்தனர். அவர் பிரஞ்சுக் குடியேற்றப் பேரரசில் பெரும் பகுதியை விற்றுத் தீர்த்துவிட்டார். அவர் ஆடம்பர வாழ்க்கை வாழ்வதற்காக மக்கள் மீது வரிச் சுமையை ஏற்றினார். (மேலே காண்க.) இம்மன்னர் காலத்தில்தான் பிரஞ்சுப் புரட்சி தோன்றி, அவர் புரட்சிக்கே பலியானார்.

11. உலகைச் சுற்றிவந்த முதல் பிரஞ்சுக் கடலோடி

லூயி அண்டையின் தெ புகைன்வில் *(Louis Antoin de Bougainville, 1729-1811)* என்ற புத்திடந் தேடியான பிரஞ்சுக் கடலோடி இவ்வாண்டு கடலில் உலகைச் சுற்றிவந்தார். இவ்வருஞ்செயலை நிகழ்த்திய முதல் பிரஞ்சுக்காரர் புகைன்வில் ஆவார். இவர் பெயரால் வண்ணப் பூக்கள் பூக்கும் அமெரிக்கக் காட்டுக் கொடி புகைன்வில்லா என்றழைக்கப்படுகின்றது.

12. பர்மா மீது சீனம் படையெடுத்தது

இன்று மியன்மார் என்று வழங்கும் பர்மா பற்றிய சிறு வரலாறு **1755** இல் சொல்லப்பட்டிருந்தது. *(இ.ச.க.தொகுதி-6)*

சீனம் ஒரு பெரும் படையுடன் இவ்வாண்டின் பிற்பகுதியில் நான்காவது முறையாகப் பர்மா மீது படையெடுத்து வந்தது. ஆனால் அப்படை *1768* டிசம்பர் *13* அன்று தோற்கடிக்கப்பட்டது. எஞ்சிய படையினர் சுற்றி வளைக்கப்பட்டனர். அதன்பிறகு இரு நாடுகளும் சந்து செய்து கொண்டன. சீனத்தின் சார்பில் பதின்மூவரும், பர்மாவிற்காகப் பதினான்கு பேரும் இந்த அமைதிப் பேச்சில் கலந்துகொண்டனர்.

1769

அரசியல்

    நேபாளம் ஒரே நாடாதல்
    புதுக்கோட்டையின் புதிய அரசர்

சமயம்

    இராமேசுவரக் கோயில் திருப்பணி நிறைவு

மருத்துவம்

    உலக மருத்துவ முறைகள்-மேலை மருத்துவ மனைகள்

கலை, இலக்கியம்

    இந்தியத்தில் பிரிட்டீசு ஓவியர்கள்
    ஷேக்ஸ்பியருக்கு முதல் விழா

வேளாண்மை, தொழில், வாணிபம்

    பிரஞ்சுக் கிழக்கிந்தியக் கம்பெனி வாணிப உரிமத்தை இழத்தல்

மக்கள்

    சென்னையில் வாரன் ஹேஸ்டிங்சு
    சுவார்ஷ் பாதிரியார்
    வங்க ஆளுநர் கார்டியர்
    வான்சிடாட்டு

இராணுவம், போர்

    முதல் மைசூர்ப் போர் முடிவு

இயற்கைச் சீற்றம், பஞ்சம்

    வங்கப் பெரும் பஞ்சம்

பொது

    சென்னை 1769 இல்

பிறப்பு

    புதையுயிர்த்தட ஆய்வாளர் குவியர் (1769-1832)
    நெப்போலியன் (1769-1821)

1769

1. இராமேசுவரம் கோயில் திருப்பணி நிறைவு

இரமணதீச்சுரம், இராமேச்சுரம், இராமேசுவரம் என்றெல்லாம் அழைக்கப்பெறும் இப்புனிதத் தலம் பற்றி ஸ்கந்த புராணம் கூறும் கதை.

கந்த புராணக் கதை

இராமபிரான் இராவணனையும், ஏனைய அரக்கர்களையும் கொன்ற தீவினை அகல்வதற்காக நல்ல வேளையில் சிவ இலிங்கத்தை நிறுவ வேண்டும் என்று முனிவர்கள் அவரிடம் கூறினர். இராமர் அனுமனைக் கயிலாயத்திற்கு அனுப்பி அங்கிருந்து ஓர் இலிங்கத்தைக் கொண்டு வருமாறு பணித்தார். அனுமனால் கயிலையில் சிவனை இலிங்க வடிவில் காண முடியவில்லை. எனவே அவன் அங்கு இறையருளைப் பெறுவதற்காகத் தவமிருந்தனன்.

சீதை செய்த மணல் இலிங்கம்.

அனுமன் இன்னும் திரும்பி வராமையால், நல்ல வேளை தவறிப் போகுமென்று முனிவர்கள் அஞ்சிச் சீதையைக் கொண்டு மணலால் இலிங்கம் செய்வித்துப் பிரதிட்டை பண்ணுமாறு இராமனைத் துரிதப்படுத்தினர். இராமனும் முனி புங்கவர்களின் அறிவுரையை ஏற்றனன்.

ஆனால் சீதை ஆக்கித் தந்த மணல் இலிங்கத்தை நிறுவி நிலையில் வைத்ததுமே, அனுமன் சிவன் அளித்த இலிங்கத்துடன் வந்து சேர்ந்தனன். இராமன் அங்கு மணல் இலிங்கத்தை வழிபட்டுக் கொண்டிருந்ததைக் கண்ட அனுமன் மனவாட்டமுற்றனன். தன் அருமுயற்சி வீணாயிற்றே என்றெண்ணி மனம் வருந்தினன்.

296 | ப. சிவனடி

அனுமன் கொணர்ந்த கயிலாய இலிங்கம்

இராமன் இவ்வாறு தன்னைப் பொருள்படுத்தாது போனமையால், தன்னுயிரை மாய்த்துக் கொள்ளப் போவதாய் அனுமன் அச்சுறுத்தினன். இராமன் அனுமனுக்குப் பற்றற்றிருப்பதன் சிறப்பை எடுத்துரைத்தான். அதைக் கேட்டும் அனுமன் ஆறாததால், சீதை மணல் கொண்டு வனைந்திருந்த இலிங்கத்தை நீக்கிவிட்டுத் தான் கயிலையிலிருந்து கொணர்ந்த இலிங்கத்தை திருநிலை செய்யுமாறு இராமனிடம் கூறினான்.

அனுமனின் வலுவின்மை

அனுமன் மணல் இலிங்கத்தைத் தன் வலிய இரு கைகளாலும் பற்றித் தரையிலிருந்து பெயர்க்க முயன்றனன். இலிங்கமோ சிறிதும் அசையவில்லை. பின்னர் அவன் தன் வாலால் இலிங்கத்தைச் சுற்றிவளைத்து, இரு கைகளையும் தரையில் ஊன்றியவாறு விண்ணில் தாவினன். அப்போது மலைகளோடு கூடிய மண்ணுலகே ஆட்டங்கண்டது. ஆனால் விண்ணிற்கு எம்பிக் குதித்த அனுமன் மணல் இலிங்கத்தினருகே மயங்கி விழுந்தனன். அவனுடைய வாய், கண், மூக்கு, காது, ஆசனவாய் ஆகிய ஐம்பொறிகளின் வழியே குருதி கொட்டியது.

இராமனின் கண்ணீர்

சீதை மூர்ச்சித்து விழுந்த அனுமனைக் கண்டு பதறவே, இராமன் அனுமனைத் தூக்கியெடுத்து, அவனது உடம்பைத் தடவிக் கொண்டே அழுதனன். இராமனின் கண்ணீர் அனுமனின் உடலில் சிந்திற்று. அனுமன் மயக்கம் தெளிந்து விழித்தெழுந்து சீதையையும் இராமனையும் கண்ணீர்க் கோலத்தில் கண்டு, அவ்விருவர் புகழையும் பாடலாயினன்.

அப்போது இராமன் அனுமனுக்குச் சொல்வான்: ''நீ அறியாமல் இந்த வன்செயலைப் புரிந்தனை. இந்த இலிங்கத்தை எந்தக் கடவுளாலும் அசைக்க இயலாது. நீ சிவனைச் சினங் கொள்ளச் செய்ததாலே, மண்ணில் வீழ்ந்து மயக்கமுற்றனை. நீ தரையில் விழுந்த இடம் உன் பெயரைப் பெறும். அவ்விடத்தில் கங்கை, யமுனை, சரசுவதி ஆகியன மூன்றும் சங்கமிக்கும். அதில் நீராடுபவர் எவராயினும் தீவினையிலிருந்து விடுபவர்.''

அனுமன், தான் கொண்டுவந்த சிவலிங்கத்தை இராமனின் விருப்பப்படி திருநிலை செய்தான். மணல் இலிங்கத்தில் அனுமனின் வால் சுற்றிய இடங்களில் வடு ஏற்பட்டது.

இராமேசுவரத்தின் காலம்

இராமனைப் பற்றிய சில செய்திகள் சங்க இலக்கியங்களில் காணப்படினும், அதில் இராமேசுவரம் பற்றிய குறிப்பு எதுவும் இல்லாமையால். அவ்வூர் சங்க காலத்தின் பின் தோன்றியதாயிருக்கலாம். எனினும் கம்ப இராமாயணம் எழுந்ததற்கு முன்னரே, அதாவது ஒன்பதாவது நூற்றாண்டிற்கு முன்பே, இராமேசுவரம் அங்குள்ள கோயிலின் சிறப்பால் பெருமை பெற்று விளங்குகின்றது என்பதை இலக்கியக் குறிப்புகள் காட்டுகின்றன.

சீதையால் வனையப் பெற்ற மணல் இலிங்கம் இராமலிங்கேசுவரர் என்றும் இராமலிங்கர் என்றும் இராமநாதர் என்றும் பல பெயர்களால் வழங்கி வருகின்றது. அம்மூர்த்தி கோயில் கொண்டுள்ள இத்தீவிற்கு இராமேசுவரம் என்ற பெயரே சொல்லப்படுகின்றது.

இராமேசுவரத் தீவு

இராமேசுவரம் ஒரு தீவு. அது ஒரு குறுகிய கடலால் பிரிக்கப்பட்டுத் தமிழ்நாட்டின் தென் கோடியில் அமைந்துள்ளது. இத்தீவு சங்கு வடிவானது. இதன் நீளம் சுமார் பத்துக் கிலோ மீட்டர்; இதில் ஐந்து கிலோ மீட்டர் நீளத்திற்கு மட்டும் இத்தீவு சுமார் நான்கு கிலோ மீட்டர் அகலமாயிருக்கின்றது. எஞ்சிய சுமார் ஆறு கிலோ மீட்டர் நீளத்திற்கு இத்தீவின் அகலம் சுமார் முக்கால் கிலோ மீட்டரே இருக்கும். இராமேசுவரத்தில் 1966 முதல் நகரியம் செயல்பட்டு வருகின்றது. இத்தீவில் சுமார் 200 புரோகிதர்கள் வாழ்கின்றனர்.

கோயிலின் தோற்றுவாய்

இலங்கை மன்னர் ஒருவரின் முயற்சியால் இராமலிங்கர் கோயில் கட்டப் பட்டதென்று கூறுவர். இப்பணி 350 ஆண்டுகளாய்த் தொடர்ந்து நடந்து பதினேழாம் நூற்றாண்டில் முழுமை பெற்றதென்பது மரபு.

1769

இக்கோயிலின் பல பகுதிகள் பல தலைமுறைகளாக இலங்கை மன்னர் பலராலும், சேது காவலரான இராமநாதபுரத்துச் சேதுபதிகளாலும். தனிப்பட்டவர்கள் சிலராலும் கட்டப்பட்டு வந்திருக்கின்றன. எனினும் பன்னிரண்டாம் நூற்றாண்டிலேயே கோயில் கட்டும் பணி தொடங்கிவிட்டதென்பர்.

இராமலிங்கசாமி கோயில் திராவிடக் கட்டடக் கலைக்குச் சிறந்த எடுத்துக்காட்டாக விளங்குகின்றது. இங்கு முதலில் செதுக்கப் பெற்ற கல்லுருக்களை முன்மாதிரியாகக் கொண்டு சிதம்பரத்திலும் குடந்தையிலும் உள்ள கோயில்களிலும் சிற்ப வேலைகள் கைக்கொள்ளப்பட்டன என்பது வரலாறு.

இராமலிங்கர் கோயில் கட்டுமானப் பணிக்கு நெல்லையின் அம்பா சமுத்திரத்திலிருந்து பல வகையான கற்கள் வரவழைக்கப்பட்டன என்று அறிகின்றோம்.

சிங்கள மன்னர் எழுப்பிய கருவறை

இலங்கையின் கண்டியை ஆண்ட பரராச சேகரன் என்ற சிங்கள மன்னர் இத்திருக்கோயிலின் கருவறையைக் கட்டினார் என்றும் அதன் கல் வேலை கண்டியில் நடந்தது என்றும் கூறுவர். (கண்டி சிங்கள மன்னர்களின் கோநகராயிருந்தது. இது இலங்கையின் மையப் பகுதி மலைகளின் மேல் 465 மீட்டர் உயரத்தில் அமைந்த செங்குளம் ஒன்றின் கரைமீது உள்ளது. அது கொழும்பிலிருந்து வடகிழக்கில் சுமார் 95 கிலோ மீட்டரில் இருக்கின்றது. இலங்கையின் ஏனைய பகுதிகள் போர்த்துக்கீசர் வசமான பின்னரும் கண்டி என்ற இம்மலை நாட்டில் சிங்கள மன்னர்கள் தனியரசோச்சி வந்தனர். அவர்களின் ஆட்சி 1591 தொட்டு 1815 ஆம் ஆண்டு வரையிலும் நடந்தது. பிரிட்டிசார் கண்டியை 1815 ஆம் ஆண்டு தம் ஆட்சிப் பரப்பினுள் சேர்த்து விட்டனர்.)

இக்கோயிலில் விசயநகர மன்னர்கள் காலத்து வேலைப்பாடுகளும் உள. கோயில் நகரின் மேடான பகுதியில் அமைந்துள்ளது. கிழக்கு மேற்கில் ஏறத்தாழ ஒன்றரைப்

பர்லாங்கும், தென் வடலாக ஒரு பர்லாங்கும் உள்ள பெரிய கோயில். இதன் கோபுரங்களில் புராண நிகழ்ச்சிகளைக் காட்டும் உருவங்கள் உள. அவை மேம்பட்ட திராவிடக் கட்டடக் கலைக்குச் சிறந்த எடுத்துக்காட்டுகளாக இங்கு விளங்குகின்றன.

உலகின் நீண்ட, பெரிய திருச்சுற்று

இக்கோயிலின் மூன்றாவது திருச்சுற்று உலகிலேயே மிகப் பெரியதாயும் நீளமானதாயும் இருப்பதனால் மேற்சொன்ன சிறப்பைப் பெற்றுள்ளது. இராமேசுவரக் கோயிலிலுள்ள திருச்சுற்றுகளின் மொத்த நீளம் சுமார் 1220 மீட்டர் (4,000 அடி) வெளிச்சுற்றில் மட்டும் 1200 தூண்கள் நிற்கின்றன. இங்குள்ள சொக்கட்டான் மண்டபம் காணவேண்டிய சிறப்பான இடமாகும்.

தீர்த்தங்கள்

இராமேசுவரத்திற்கு வருகின்ற அடியார்கள் நீராடுவதென்பது இன்றியமையாக் கடமையாகும். அதற்கென்று இங்கு பல தீர்த்தங்கள் உள. அவற்றுள் சிலவற்றுக்கு இராமாயண மாந்தரின் பெயர்கள் சூட்டப்பட்டுள்ளன. கோயிலுக்கு வெளியே கந்தமாதன பருவதத்தினருகில் எட்டுத் தீர்த்தங்கள் உண்டு. அது மணற் குன்று. சீதாப் பிராட்டியைத் தேடித் தெற்கில் வந்த இராமச்சந்திர மூர்த்தி ஏறி நின்று இலங்கையை நோக்கிய இடமே கந்தமாதன பருவதம் என்பர். அடியவர்கள் இங்கு வந்து இராமனின் திருவடிகளை வணங்குவர். இங்குள்ள மேற்சொன்ன தீர்த்தங்களிலும், கடலிலும் நீராடுவது முக்கியமான கடமையாகும்.

கோயிலுக்குள் 22 தீர்த்தங்கள் உண்டு. இவை பெரும்பாலும் கிணறுகளேயாகும். அவற்றுள் சிறப்பு வாய்ந்தவை: கோ லட்சுமி தீர்த்தம், பிரம்மஹத்தி தீர்த்தம், விமோசன தீர்த்தம், சிவ தீர்த்தம், சர்வ தீர்த்தம்.

அனைத்திலும் முக்கியமான இறைவி விசாலாட்சியம்மனாகும். இந்த இறைவியின் சன்னிதானத்திற்கும் சோதி இலிங்கத்திற்குமிடையே அமைந்திருக்கும் தீர்த்தம், கோடி தீர்த்தம் என்று போற்றப்படுகின்றது. பிற தீர்த்தங்களனைத்திலும் நீராடிய பின்னரே கோடி தீர்த்தத்தில் நீராடுதல் வேண்டும். இராமேசுவரத்தை விட்டுப் புறப்படு முன்னர்தான் சிலர் கோடி தீர்த்தத்தில் நீராடுவர். இராமேசுவரத்தில் நீராடாதவர்களுக்குத் தீர்த்தக் கரைப் பாவிகள் என்ற பெயருண்டு.

சைவர், வைணவர் போற்றும் தலம்

இராமேசுவரம் சைவர்க்கும் வைணவர்க்கும் புனிதமான தலமாயிருக்கின்றது. மக்கள் பண்டைக் காலத்தில் எத்தனையோ இன்னல்களையும் அல்லல்களையும் ஏற்று நடந்து வந்து இராமலிங்கரை வழிபட்டனர். சுமார் நூறு ஆண்டுகளுக்கு முன்னர் (பத்தொன்பதாம் நூற்றாண்டின் இறுதி வரையிலும்) இராமேசுவரப் பயணம் என்றால் மூன்று மாதம் ஆகுமென்பர்.

சேது காவலர்

கள்ளர் பயம் மிகுந்திருந்த அக்காலத்தில் இராமேசுவரம் வருகின்ற அடியார்களுக்குச் சேதுபதிகள் காவலராயிருந்தனர். அடியார்க்கு இடையூறு செய்பவர் எவராயினும் கடுமையாகத் தண்டிப்பர். திருவுடையார் சேதுபதி என்ற மன்னர், அடியார்க்கு வரி விதித்த தன் மருமகனையே கொன்றார் என்பது வரலாறு (இ.ச.க.தொகுதி-2).

இராமேசுவரப் பயணம் முன்னெல்லாம் புயலால் தடைப்பட்டு வந்தது. அண்மையில் அங்கு 1988 ஆம் ஆண்டு பெருஞ் செலவில் பாலங் கட்டப்பட்டிருப்பதால், இராமேசுவரம் செல்லும் பயணிகளின் எண்ணிக்கை பெருகி வருகின்றது.

சேது புராணம்

இத்தலத்தின் பெருமை கூறுவது சேது புராணம். இராமேசுவரத்தைப் பற்றித் திருஞான சம்பந்தர் (கி.பி. 7 நூ.) 21 பாடல்களும் திருநாவுக்கரசர் (கி.பி.570-655) 11 பாடல்களும் பாடியுள்ளனர். அருணகிரி நாதரும் (கி.பி. 14 நூ.) தாயுமானவரும் (கி.பி. 18 நூ.) பாடியுள்ளனர். இராமேசுவரத்தை வழிபடுபவனே எனக்கு ஆப்தனாவான் என்ற இராமபிரானின் வாக்கைத் துளசிதாசரும் (கி.பி.1532-1563) பாடுவார்.

மலை வளர் காதலி

இராமேசுவரத்து இறைவிக்கு மலைவளர் காதலி (பர்வத வர்த்தினி) என்று பெயர். அம்மை மதுரையில் போலவே இங்கும் அப்பனின் வலப் பக்கம் அமர்ந்திருக்கின்றாள். காசித் தொடர்பை நினைவு படுத்தும் விசாலாட்சி, விசுவநாதர் சன்னதிகளும் இங்குண்டு. அனுமனால் கொண்டுவரப்பட்ட விசுவநாதர் உருவம் இங்கு அமைந்துள்ள தென்பர். விசுவநாதருக்கும், விசாலாட்சிக்கும் தான் இக்கோயிலில் முதற் பூசை நடக்கின்றது.

நந்தி, அனுமன்

இராமலிங்கர் கோயிலிலுள்ள நந்தியுருவம் மிகப் பெரியது. இது 23 அடி நீளம், 12 அடி அகலம் 17 ½ அடி உயரமுடையது.

உற்சவ நந்திகேசுவரரும் அனுமாருமாகத் தோன்றக்கூடிய விதத்தில் இக்கோயிலின் நந்தியுருவத்தைச் சிற்பி செதுக்கியுள்ளார். சிற்பியின் அறிவு நுட்பமும் கைத்திறனும் பெரு வியப்பூட்டுகின்றன. இருகை கூப்பியும் அவ்விரு கைகளில் மானும் மழுவும் ஏந்தியும் அவ்வுருவம் தோன்றுகின்றது. நந்தியின் கைகளிலுள்ள மானையும் மழுவையும் நீக்கிப் பார்த்தால், அங்கு அனுமனைக் காணலாம்.

நந்தியின் வால் குரங்கின் வால் போலவும், அந்த வால் தொடையுடன் சேர்க்கப்பட்ட இடத்தில் மாட்டு வாலின் குஞ்சம் போலவும், இராமேசுவர வரலாற்றிற்கு ஏற்ப நந்தியும் அனுமனும் ஒரே உருவில் தோன்றும் இக் கைவண்ணம் காண்போரை வியப்பிலாழ்த்தி மயங்க வைக்கும்.

இராமேசுவரம் கோயிலை அழிக்க முஸ்லிம்கள் வந்ததாயும், அப்போது இந்நந்தி புல் தின்று கொண்டிருப்பதைப் பார்த்து வியந்து அஞ்சிப் போய்ப் படையெடுப்பாளர்கள் கோயிலை அழிக்காது விட்டுச் சென்றதாயும் ஒரு கதை உண்டு.

சோதிலிங்கம்

இந்தியத்திலுள்ள பன்னிரு சோதிலிங்கங்களுள் தென்னிந்தியத்தில் இராமேசுவரத்தில் மட்டுமே ஒன்று உள்ளது.

விழாக்கள்

இராமேசுவரத்தில் மாசி மகம், மாசி மாதச் சிவராத்திரி, வைகாசி வசந்தோற்சவம்

ஆகிய மூன்று பெரு விழாக்களைக் கொண்டாடுகின்றனர். மாசிச் சிவராத்திரி விழா பன்னிரு நாள் நடக்கும். ஆடித் திருக்கலியாண விழாவும், ஆடி மாதத்தில் இராமலிங்கப் பிரதிட்டை விழாவும் சிறப்பாக நடைபெறுகின்றன. மாதந்தோறும் நடக்கும் விழாக்கள், பதினைந்து நாளைக்கு ஒரு முறை நடப்பன, வெள்ளிதோறும் நிகழ்வன என்று இங்கு எத்தனையோ விழாக்கள் நடக்கின்றன.

இத்திருவிழாக்களில் இறைவனைத் தங்கக் கேடகங்களில் அமர்த்திச் சுற்றுலாக் கொண்டுவருங் காட்சி சிறப்பாயிருக்கும். இக்கோயிலிலுள்ள தங்க, வெள்ளித் தேர்களும் நகைகள் முதலியனவும் பல கோடி பெறும்.

இராமேசுவரம் கோயில் கருவறைக்குள் நுழையும் உரிமை தலைமை அர்ச்சகர், சிருங்கேரி மடத்துச் சங்கராச்சாரியார், இராமநாதபுரச் சேதுபதி, நேபாள மன்னர் முதலியோருக்கு மட்டுமே உண்டு.

அறங்காவலர் ஐவரைக் கொண்ட குழு கோயிலின் ஆட்சியைக் கவனித்து வருகின்றது. சேதுபதி குடும்பத்தினரும் தேவகோட்டைச் சமீந்தார் குடும்பத்தினரும் வழிவழியாக அறங்காவலராயிருந்து வருகின்றனர்.

இக்கோயிலுக்கு உரிமைப்பட்ட 76 ஊர்கள் இராமநாதபுரம், தஞ்சாவூர், மதுரை, திருநெல்வேலி மாவட்டங்களில் உள்ளன. திருவிதாங்கூர் மன்னர்களும் இங்கு ஏராளமான கட்டளைகளை ஏற்படுத்தினர்.

சேது காவலர்கள்

பதினெட்டாம் நூற்றாண்டின் இக்காலகட்டத்தில் சேதுச் சீமையில் முத்துராமலிங்க சேதுபதி *(1763-1795)* மன்னராயிருந்தார். சேது காவலரான இம்மன்னர் குடியினர் இராமலிங்க சாமி கோயிலின் மூன்றாந் திருச்சுற்றுத் திருப்பணியை *1740* ஆம் ஆண்டு தொடங்கினர். அது இருபத்தொன்பது ஆண்டுகள் தொடர்ந்து நடந்தது. அத்திருப்பணி இந்த *1769* ஆம் ஆண்டு முழுநிறைவெய்தியது. இங்ஙனம் நெடுங்காலமாய்க் கட்டப்பட்டு வந்த அந்தத் திருச்சுற்று சொக்கட்டான் வடிவில் அமைக்கப் பெற்றதால், அது சொக்கட்டான் மண்டபம் என்றே பெயர் பெற்றது. இதன் அமைப்பும் அழகும் காண்போர்க்கெல்லாம் உவப்பும், வியப்பும் அளிக்க வல்லனவாகும்.

இத்திருச் சுற்றின் கிழக்கிலும் மேற்கிலும் அமைந்த மண்டபங்களுள், மூன்றாந் திருச்சுற்றுக்குத் திருப்பணி செய்த இராமலிங்க சேதுபதியின் உருவமும், அவரிடம் அமைச்சர்களாய்ப் பணிபுரிந்த முத்திருளப்ப பிள்ளை, கிருஷ்ணய்யங்கார் ஆகிய இருவரது உருவங்களும் தனித்தனிக் கல்தூண்களில் அழகாகச் செதுக்கப்பெற்றுள்ளன.

சேதுபதியின் இளைய அமைச்சராயிருந்த மேற்சொன்ன கிருஷ்ணய்யங்கார், தமிழாராய்ச்சியில் முன்னோடியாக விளங்கிய மு.இராகவய்யங்காரின் பாட்டனார் என்பது குறிப்பிடத்தக்கது.

2. முதல் மைசூர்ப் போரின் இறுதிக் கட்டம்

முதல் மைசூர்ப் போரின் *(1767-1769)* சில களங்களை இங்கு காணலாம். இது ஐதரலியின் படைவலிமை உச்ச நிலையிலிருந்த காலகட்டம் ஆகும். ஐதரலி தென்னாடெங்கும்-மதுரைச் சீமையில், தஞ்சைத் தரணியில், கொங்கு நாட்டில், தொண்டை நாட்டில் - பிரிட்டிசாருடன் பொருதினார். *(1767 கட்டுரை காண்க)*

காவேரிப்புரம்

ஐதரலி இப்போரின் போது கொங்கு நாட்டைச் சேர்ந்த காவேரிப்புரம் என்ற ஊரைக் கைப்பற்றினார். பதினெட்டாம் நூற்றாண்டு என்ற வரலாற்றுக் கொந்தளிப்புக் காலத்தில் காவேரிப்புரம் பட்டபாடு இங்கு சொல்லப்படுகின்றது.

காவேரிப்புரம் கோவை மாவட்டம் பவானி வட்டத்தில் உள்ளது. பவானியிலிருந்து வடக்கே சுமார் 21 கிலோ மீட்டர். கோயமுத்தூரிலிருந்து வடக்கே வடகிழக்கில் சுமார் 51 கிலோ மீட்டர். இவ்வூர் காவிரியின் வடகரையிலுள்ளது. இங்கு மைசூர் செல்லும் ஒரு கணவாயின் வாயிலில் ஒரு கோட்டை இருந்தது.

இக்கோட்டையும் கணவாயும் மைசூர்ப் போர்கள் நெடுகிலும் மிகுந்த முக்கியத்துவம் வாய்ந்தனவாயிருந்தன. இங்குள்ள கணவாய் சுமார் 19 கிலோ மீட்டர் நீளமுடையது. போரின் போது உதவிப் படைகள் விரைந்து ஏகுவதற்கு இக்கணவாய் பேருதவியாயிருந்தது.

திருமலை நாயக்கன் (1623-1659) மைசூர்ப் படைகளின் தாக்குதலை எதிர்த்து நிற்கும் புறக்காவலர் நிலையாகக் காவிரிப்புரத்தை வைத்திருந்தார்.

கர்னல் உடு காவிரிப்புரத்தை 1768 இல் பிடித்தார். ஐதரலி அதை மீண்டும் இந்த 1769 இல் கைப்பற்றினார். சத்தியமங்கலம், அசனூர் ஆகியன வழியாகச் சென்ற சாலை இருந்தமையால், காவேரிப்புரக் கணவாய் பின்னாளில் கைவிடப்பட்டது. மிக அருமையான சிற்பங்கள் நிறைந்த சிவன் கோயில் காவேரிப்புரத்தில் உள்ளது.

மதுரைச் சீமையில் ஐதரலி

ஐதரலி 1769 ஜனவரியில் துறையூரை நோக்கி வந்த போது (துறையூர் : இ.ச.க.தொகுதி-6), முடியுந் தறுவாயை அடைந்த முதல் மைசூர்ப் போரின் இறுதி வேகத்தை மதுரைச் சீமையிலும் உணர முடிந்தது.

ஐதரலி அப்போது ஃபசலுல்லா கானின் தலைமையில் ஒரு படையைத் தெற்கில் அனுப்பினார். ஃபசலுல்லா கான் நெல்லைச் சீமைக்குள் புகுந்ததால் அங்கிருந்த பாளையக்காரர்கள் மைசூரின் பக்கம் சாய்ந்து விட்டனர்.

நெல்லைச் சீமையில் ஆர்க்காட்டு நவாபின் படைகள் இழிவான முறையில் நடந்து கொண்டதாலும், பாளையக்காரர்கள் மைசூர்ப் படையுடன் சேர்ந்து கொண்டதாலும், ஃபசலுல்லா கான் வந்த வேலை மிக எளிதாய் முடிந்தது. அவர் சீவில்லிபுத்தூர், இராசபாளையம், வாசுதேவநல்லூர் ஆகிய ஊர்களை எளிதாய் பிடித்துக் கொண்டார்.

தஞ்சைத் தரணியில்

ஐதரலி இதே வேளையில் தஞ்சைத் தரணியைத் தவிடு பொடியாக்கிக் கொண்டிருந்தார். ஊர்களைக் கொள்ளையடித்தார்; அவற்றுக்குக் கொள்ளியும் வைத்தார். கோயிலடி, இளங்காடு சீர்காழி, ஆகிய மாவட்டங்கள் மைசூர்ப் படையின் கொலைக்கும், கொள்ளைக்கும், கொள்ளிக்கும் உள்ளாயின.

காப்டன் ரிச்சர்டு ஸ்மிது 1760 ஆம் ஆண்டு ஆகஸ்டில் கரூரைத் தாக்கிச் சேதம் விளைவித்தபோது, அந்தப் படையில் தஞ்சாவூரார் இருந்தமையால், கரூரில் உண்டான இழப்பிற்கு ஈடுசெய்யாவிடில் தஞ்சைத் தரணி முழுமையையும் அழிப்பேன் என்று ஐதர் அச்சுறுத்தினார். (கரூர்: இ.ச.க.தொகுதி-6)

தஞ்சை மராட்டிய மன்னர் துளசா ஆர்க்காட்டு நவாபிடமும், கம்பெனியிடமும் உதவி கோரி முட்டி மோதினார். அவர்கள் தஞ்சை மராட்டியரின் உதவிக்கு வரவில்லை.

மதுரைச் சீமை: கால்வாசிப் பேர் பட்டினியால் சாதல்:
கால்வாசிப் பேர் காட்டினுள் ஒளிதல்.

மைசூர்ப் படையெடுப்பினாலும் பாளையக்காரர்கள் மைசூரோடு சேர்ந்து கொண்டதாலும் ஆர்க்காட்டு நவாபின் அலுவலர்களான அமல்தார் என்போர் மக்களைப் பழிவாங்கும் நோக்கத்துடன் சொல்லெண்ணாக் கொடுமைகளைச் செய்தனர். தென்பாண்டி நாடு அமைதியிழந்து அல்லலுற்றது.

நவாபின் ஆள்கள் ஊர்களைக் கொள்ளையடித்தனர். மக்களை வெட்டிக் கொன்றனர். எவ்விதமான கட்டுப்பாடும் இல்லாததால் ஆளுக்கு ஆள் மக்களிடமிருந்து பணத்தைப் பறித்தனர். கால்நடைகளைக் கவர்ந்து சென்றனர். உடைமைகளைக் கொள்ளையடித்தனர்.

இக்கொடுமைகளைப் பொறுக்க மாட்டாமல் மக்கள் பட்டபாடு சொல்லுந்தரமன்று. ஆண்டாண்டுக் காலமாக நம்பி வந்த இறைவனும் கற்றறிந்து வழிகாட்ட வேண்டிய மேலோரும் மக்களைக் கைவிட்டனர்; அல்லது ஏமாற்றி விட்டனர். ஆன்மிக வல்லமை பக்தி இயக்கக் காலத்தோடு மக்களை விட்டுப் போய்விட்டது போல் தோன்றியது. பாமரராய், விலங்குகளாய், உலகனைத்தும் பான்மை சொலவாழ்ந்தோரே மிகுந்திருந்தனர். சொந்தச் சகோதரர்கள் துன்பத்தில் சாதல் கண்டும் சிந்தையிரங்காதவர்களாய் மக்கள் மாறிவிட்டனர். அச்சமும் பேடிமையும் அடிமைச் சிறுமதியும் உச்சத்தில் ஏறி நின்றன. நெஞ்சில் உரமுமில்லை; நேர்மைத் திறமுமில்லை.

மக்களில் கால்வாசிப் பேர் '' அகப்பை நோயினால்''-பட்டினியால் செத்தனர்; கால்வாசிப் பேர் காடுகளுக்குள் ஓடி ஒளிந்தனர். எஞ்சிய பாதிப்பேர் உயிரைக் கையில் பிடித்துக் கொண்டு நடைப் பிணமாய் வாழ்ந்தனர் என்பதை வரலாறு காட்டுகின்றது.

''கான் சாகிபின் திறமை மிக்க ஆட்சியின் பலன்களை நாடு சிறிது காலம் அனுபவித்தது என்பது மட்டுமே இக்காலத்தின் ஒரே சிறப்பு'' என்று பேராசிரியர் டாக்டர் கே.இராசய்யன் கூறுகின்றார்.

சென்னையில் ஐதரலி

கர்னல் உடின் படையை ஐதரலி ஓசூரில் தோற்கடித்தார். இத்தோல்விக்காகக் கர்னல் உடின் மீது இராணுவ மன்றத்தில் பின்னர் வழக்கு நடந்தது. ஐதரலி அதன் பிறகு ஆர்க்காட்டு நவாபின் காவல் படையைப் பகலூர் என்ற இடத்தில் முற்றிலும் தோற்கடித்தார். நவாபின் அந்தப் படைக்குக் காப்டன் அலெக்சாந்தர் தலைமை ஏற்றிருந்தார். தமிழ் நாட்டில் பிரிட்டிசார் கைப்பற்றியிருந்த பகுதிகளையெல்லாம் ஐதரலி பகலூர் வெற்றியையடுத்துப் பிடித்துவிட்டார். ஐதரலி பாலக்காட்டுக் கணவாய் வழியாகப் பாரா மகால் எனப்படும் சேலம் பகுதியினூடே புகுந்து, தமிழகத்தில் தன் எதிரியின் பகுதிகளையெல்லாம் அழித்தார்.

பின்னர் திடீரென்று 1769 ஏப்ரல் 4 அன்று சென்னைக் கோட்டையின் வாயிலுக்கே வந்துவிட்டார். அவர் அங்கு கிட்டத்தட்டத் தன் மனம் போன போக்கில் நிபந்தனைகளைக் கூறிப் பிரிட்டிசார் அவற்றை ஏற்குமாறு செய்தார். பிரிட்டிசார் அவற்றையெல்லாம் ஏற்று ஐதரலியுடன் அமைதி உடன்படிக்கையில் கையெழுத்திட வேண்டிய கட்டாயம் ஏற்பட்டது.

சென்னையில் ஏற்பட்ட இவ்வுடன்படிக்கையினால் முதல் மைசூர்ப் போர் *(1767-1769)* இவ்வாண்டு முற்றுப் பெற்றது.

3. நேபாளம் ஒரே நாடாக உருப்பெறுதல்

உலகின் ஒரே இந்து முடியரசான நேபாளம் பக்கவாட்டில் சரிந்த நிலப் பரப்பையுடைய நாடாகும். அது கிழக்கு இமயத்தின் பக்கச் சிறைகளில் அமைந்துள்ளது. இந்நாடு நீண்டதும் குறுகலானதும் நீள்சதுர வடிவான அமைப்பையும் கொண்டது. அதன் வட எல்லைப் பகுதிக்கு உலகின் கூரை என்று பெயர். அங்குதான் உலகின் மிகு உயரமான எவரெஸ்டுச் சிகரம் உள்ளது. (அதன் உயரம் 8,848 மீட்டர்-29,028 அடி)

இந்நீள்சதுர நிலப் பரப்பின் அகலம் 160 கிலோ மீட்டர் மட்டுமேயாகும். எனினும் இக்குறுகிய தொலைவிற்குள்ளேயே, அது சீனத் திபேத்துடன் கொண்டுள்ள எல்லையில் கிறுகிறுப்பூட்டும் உயரமுடையதாய் இருக்கின்றது. இந்தியத்துடன் அமைந்த எல்லையில் அந்தச் சரிவு 100 மீட்டராகச் சரிந்து குறைகின்றது. அதனால்தான் அது சரிந்த நிலப்பரப்பையுடைய நாடென்று மேலே சொல்லப்பட்டது.

தேராய்

தெற்கிலுள்ள தாழ்ந்த பகுதிக்குத் தேராய் *(Terai)* என்று பெயர். வெப்பமும் தூசும் நிறைந்த சமவெளிகளை வந்தடையும் வழித்தடங்களின் விளிம்பிலிருந்து இமயமலையை நோக்கி ஏறும் வழியில் முதலாவதாக எதிர்ப்படும் தடைக்குத் தேராய் என்று பெயர். அது சதுப்பு நிலக் காடுகளைக் கொண்ட பரந்த நிலப்பரப்பாகும். மலையடிவாரத்தின் பசுமை நிறைந்த ஓரப் பகுதியில் பச்சைப் பாவாடையின் கரையைப் போன்று தேராய்ப் பகுதி சுருண்டு கிடக்கின்றது. பச்சை இலைகள் செழித்து அடர்ந்த இந்தத் தேராய்ப் பகுதியில் ஆபத்துகள் மலிந்து கிடக்கும்: பாம்புகளும் புலிகளும் அங்கு பதுங்கியிருக்கும். ஆனால் பத்தொன்பதாம் நூற்றாண்டில் அங்கு வேறோர் ஆபத்துப் பெரியதாயிருந்தது. அது மலேரியாவை உண்டாக்கும் கொசுக் கூட்டமாகும்.

இன்று தேராய்ப் பகுதியில் மிக அழகான குறுகிய இருப்புப் பாதை செல்கின்றது. ஆதலால் இப்போது ஒருவரால் பத்துக் கிலோ மீட்டர் வேகத்தில் தேராயைக் கடந்து செல்ல முடியும். அங்கு வழியில் காடுகள் வெட்டப்பட்டிருப்பதையும், வெட்டித் தள்ளிய பெரிய மரத்தடிகளை யானைகள் இழுத்துச் செல்வதையும் காணலாம். தேராய்ப் பகுதி உத்தரப் பிரதேசத்திலிருந்து தொடங்கி நேபாளத்தை எட்டுகின்றது.

தேராயிலுள்ள அடர்ந்த காடுகளில் யானை, புலி, மிகு அரிதான இந்தியக் காண்டாமிருகம் ஆகிய விலங்குகள் திரிகின்றன. அங்கு நெல், கரும்பு, சணல், ஆரஞ்சு முதலியன பயிர் செய்யப்படுகின்றன. அதற்கப்பால் வடக்கே சென்றால், மலையடிவாரங்களில் இளவேனிற்காலத்தின்போது, புதராய் மண்டி வளரும் அசலியா, பெரும் பூக்களாய்ப் பூக்கும் ரொடண்டரான் என்ற செடிவகையிரண்டும் காட்டில் தீப்பற்றிக் கொண்டது போல் செம்மலர்களைப் பூத்துச் சொரியும். (முத்தொள்ளாயிரத்தில் ''வெள்ளம் தீப்பட்டது'' நினைவிற்கு வருகின்றது.) இம்மலர்ச் செடிகளிரண்டும் நேபாளத்தைத் தாயகமாகக் கொண்டவையாகும்.

வடக்கில் என்றென்றும் வெள்ளிப் பனி மூடிய எவரெஸ்டு, கஞ்சஞ்செங்க, தவளகிரி, அன்னபூரண மலை முடிகளின் கீழே அடிவாரங்களில் அமைந்த உயரமான

புல் வெளிகளில் யாக்கு என்ற சடை எருமைகள் மேய்ந்து திரிவதைக் காணலாம். இங்குள்ள பனிச் சிகரங்களும் அருவிகளும் ஏரிகளும் வனப்பு மிக்கவை. நேபாளத்தின் அடிவாரத்தில் புத்தர் பிறந்த கபிலவஸ்து உள்ளது. இதிலிருந்து இன்னும் தெற்கே சென்றால் ஜனகர் அரசோச்சிய மிதிலை உள்ளது.

சைவம் தழைத்த நாடு

நேபாள நாட்டில் அசோகருக்கு (கி.மு. 273-232) முற்பட்ட காலத்திலிருந்தே சைவம் தழைத்திருந்தது என்பர். அங்கு அக்காலத்தில் பெரிய சைவ மடம் அன்று நிலவியது. நேபாள நாட்டிலுள்ள பகவதி கோயிலும் அதைச் சார்ந்த சைவ மடமும் ஆசாரியர் பலரைத் தோற்றுவித்து வந்திருக்கின்றன. அவருள் சண்டேசுவரர் என்ற சிவாச்சாரியார் ஒருவராவார். அவர் ஏறத்தாழக் கி.பி.300 வாக்கில் செழித்திருந்தார். அவர் கிருத்திய இரத்தினாகரம், கிருத்திய சிந்தாமணி என்ற சைவ நூல்களைச் செய்திருக்கின்றார் என்று டாக்டர் மா.இராசமாணிக்கனார். கூறுவார். ஆதலால் நேபாளம் சைவம் செழித்திருக்கும் நாடாக விளங்கி வருவது வியப்பன்று.

புதிய நாடு

முஸ்லிம்கள் எட்டாம் நூற்றாண்டின் தொடக்கக் காலத்திலிருந்து (கி.பி.712) அலையென இந்தியத்தின் மீது படையெடுத்து வரலாயினர். இப்படையெடுப்புகளை எதிர்த்து நின்ற மக்களுள் இரசபுத்திரர் குறிப்பிடத்தக்கோராவார். இந்திய வரலாறு ஏழாம் நூற்றாண்டிற்கு முன்னர் அறிந்திராத இரசபுத்திரக் குடிகள், ஹர்சர் காலத்திலிருந்து (606-647) வட இந்தியத்தை முஸ்லீம்கள் முழுமையாக வெற்றி கொண்டது வரையிலும் பாரத்தின் வட, வடமேற்குப் பகுதிகளின் வரலாற்றில் தலையாய இடம் பெற்றனர்.

முஸ்லிம் படையெழுச்சியைப் பெரு வீரத்துடன் எதிர்த்து நின்ற இம் மறக் குடியினர் காலப் போக்கில் முகலாயருக்குத் தம் பெண் மக்களை விரும்பியும், வலிந்தும் கொடுத்து உறவின் முறையை உண்டாக்கிக் கொண்டனர். அவர்கள் முகலாயர் அரசவையில் பெரும் பொறுப்புகளையும் வகிக்கலாயினர்.

சமயப் பொறையற்ற முஸ்லிம் மன்னர்களின் வரை முறையற்ற நெருக்குதல்கள் வலுப் பெறவே, அதைப் பொறாத இரசபுதனத்து இரசபுத்திரர் சிலர், மைய இமயமலைப் பகுதிகளை நோக்கிக் குடிபெயர்ந்தனர். அவர்கள் அங்கு தமக்கென்று சிற்றரசுகளை அமைத்துக் கொண்டு அவ்விடங்களிலிருந்து மக்கள் மீது தம் ஆட்சியைச் சுமத்தினர்.

இன்று நேபாள நாடாக விளங்கும் நிலப் பகுதியானது பதினெட்டாம் நூற்றாண்டின் இடைப் பகுதி வரையிலும் ஐம்பதிற்கதிகமான சிற்றரசுகளாய்ப் பிரிந்து கிடந்தது. இச்சிற்றரசுகள் அனைத்தையும் பவித்திர நாராயண ஷா 1743 முதல் ஒவ்வொன்றாய் வெல்லத் தொடங்கினார். அவர் பின்னர் இந்த 1769 வாக்கில் நேபாளப் பள்ளத்தாக்கு என்று வழங்கும் நிலப் பரப்பிலிருந்து மூன்று முடியரசுகளையும் வென்று, இன்று நேபாளத்தை ஆளும் ஷா என்ற குடியை தோற்றுவித்தார். பவித்திர நாராயண ஷா 1769 முதல் 1775 வரை இக்குடியின் முதல் மன்னராயிருந்து ஆண்டு வந்தார். அவர் இறந்த நேரத்தில் கிழக்கு நேபாளப் பகுதி முழுவதையும் தன் ஆட்சிப் பரப்பினுள் சேர்த்து விட்டார்.

1769

ஒரே பெயர், ஒரே நாடு

அவர் தான் இந்நாட்டிற்கு முதன்முறையாக ஒரே பெயரையும் வலுவான ஒரே அரசையும் உண்டாக்கித் தந்தார். நேபாளத்தில் சுமார் 879 ஆம் ஆண்டிலிருந்து பல அரச மரபுகள் ஆட்சி செய்துவந்த நிலையை மாற்றி, இந்நிலப் பரப்பை ஒரே நாடாக்கினார். சீனத்துடனும் பிரிட்டிஷ் இந்தியத்துடனும் மிகக் கெட்டிக்காரத்தனமாயும் பதனமாயும் நடந்து கொள்ள வேண்டுமென்று தனக்குப் பின்னர் அரசாளப் போகின்றவர்களைப் பவித்திர நாராயணன் எச்சரித்துச் சென்றார்.

நேபாளம் இரண்டு கற்பாறைகளுக்கு இடைப்பட்ட கிழங்கு ஆதலால் இவற்றில் எந்தப் பாறையையும் சீண்டி விடாமல் நேபாளம் கவனமாய் நடந்து கொள்ளவேண்டும் என்பதைப் பவித்திர நாராயணன் தெளிவுபடுத்திச் சென்றிருந்தார். இன்றளவும் நேபாளம் இதே கொள்கையைத்தான் மாறாமல் கடைப்பிடித்து வருகின்றது.

காத்துமாண்டு

நேபாளத்தின் இன்றைய கோ நகரம் காத்துமாண்டு ஆகும். இந்நகருக்குக் காஷ்டபுரம் என்ற பெயரும் உண்டு. அதனைச் சுற்றியுள்ள செழிப்பான பள்ளத்தாக்கின் பெயரும் காத்துமாண்டுதான். இது நடு நேபாளத்தில் உள்ளது. இந்திய எல்லையிலிருந்து சுமார் 90 கிலோ மீட்டர்த் தொலைவிலுள்ளது. இது பாகமதி, விஷ்ணுமதி என்ற ஆறுகள் கூடுமிடத்தில் அமைந்துள்ளது. இந்நகரம் கி.பி.723 இல் நிறுவப்பட்டது. அது 1769 ஆம் ஆண்டு முதல் ஷா குடியின் கோநகரானது. இங்கிருக்கும் அரண்மனையில் 1700 அறைகள் உண்டு. இம்மாளிகை 1900 ஆம் ஆண்டு வாக்கில் கட்டப் பெற்றது.

நகரின் எதிரிலுள்ள குன்றின் மீது பௌத்தக் கோயிலும், சுயம்பு என்ற சைவ மடமும் உள்ளன. இங்குள்ள பௌத்தக் கோயிலுக்கு நான்கு தூபிகள் இருக்கின்றன. புகழ் பெற்ற பசுபதி நாதர் கோயிலும் இங்குண்டு.

பசுபதி நாதர் கோயில்

இங்குள்ள கோயில்களில் இந்து, பௌத்த மணங்கள் கமழ்கின்றன. அவற்றின் வேலைப்பாடுகளில் பௌத்த மணமே மேலோங்கி நிற்கின்றது. பாசுமதி ஆற்றின் கரையிலுள்ள பசுபதி நாதர் கோயில் புத்த விகாரை போன்ற கோபுரத்தையுடையது. இதன் இரண்டடுக்குக் கோபுரச் சிகரங்களில் தங்கப் பூச்சும், வெள்ளி முகப்பும் உள்ளன. இக்கோயிலிலுள்ள இலிங்கம் மூன்றரை அடி உயரமானது. இதில் நாற்புறமும் முகங்கள் செதுக்கப் பெற்றுள்ளன. சைவமே நேபாளத்தின் தலையாய சமயம். அதனால் பசுபதி நாதரே இங்கு முதற் கடவுளாவார். பசுபதி நாதர் ஆதியில் ஓர் இடையர் குலத் தலைவராய்த் தோன்றினர் என்பர். இன்று பாரதமெங்கும் முக்கியமான சிவத்தலம் என்று கொண்டாடப்படும் பசுபதி நாதர் கோயிலுக்குக் காசிக்குள்ள சிறப்பு உண்டு.

இதனருகே அருவியார்ந்த மலைச் சந்துகள் வழியே பாசுமதி ஆறு பாய்ந்தோடி வருகின்றது. சிவநாதர் இங்கு மான் வடிவில் இடங்கொண்டாராம். மிருகஸ்திலி என்னும் பெயருடைய மரகதப் பச்சை நிறமான குன்று ஒரு புறமும் கைலாயம் என்ற புல்வெளிக் குன்று இன்னொரு புறமும் இங்குள்ள நேர்த்தியை மேலும் சிறக்கச் செய்கின்றன. மலையிடுக்குகளிலிருந்து வருகின்ற பாசுமதியை அடைய இங்கு படிக்கட்டுகள் உள. அடியவர்கள் இறைப் பேற்றை அடைய வேண்டி இங்கு ஆயிரக்கணக்கில் கூடுகின்றனர். இங்கு உயிர் துறப்பவர்களின் காதில் சிவன் தாரகமந்திரம் ஓதுவதாய் நம்புகின்றனர்.

அது இறக்க முக்தி தரும் தலம் என்று கொள்ளப்படுகின்றது. பசுபதி நாதர் கோயிலில் சிவராத்திரி பெரு விழாவாகும்.

உத்தரப்பிரதேசத்தின் கோரக்பூர் வழியாகவும் முசாஃபர்பூர் வழியாகவும் காத்துமாண்டு செல்லலாம். ரக்சோ என்ற இடத்தில் தொடங்கும் பயணம் காத்து மாண்டில் முடிகின்றது. இந்நகரம் கடல் மட்டத்திற்கு மேலே *4500* மீட்டர் உயரத்திலுள்ளது. பசுபதி நாதர் கோயில் காத்துமாண்டிலிருந்து சுமார் ஐந்து கிலோ மீட்டரில் இருக்கின்றது. கோயில் அமைந்துள்ள இடத்தில் அடியவர் தங்கும் சத்திரங்களும், விடுதிகளும் உள. இங்கு வெளி நாட்டவர் பலர் வருகின்றனர்.

நேபாளத்திலிருந்து தெற்கில் வெகு தொலைவிலுள்ள கேரளத்து அம்பலங்களின்-கோயில்களின் கட்டமைப்பைப் பசுபதி நாதர் கோயிலில் காண முடிவது வியப்பளிக்கின்றது. கேரளத்தின் நாயர்களுக்கும், நேபாளத்து அரச குடியினருக்கும் உறவுண்டு என்று சொல்லப்படுவதுண்டு. எனினும் இதற்குச் சான்று இலது.

நேபாளம் லலித பட்டணம், பாத்கடு, காஷ்டமண்டபம் என்று மூன்று பிரிவுகளையுடையது. காஷ்டம் என்பது வெங்கலத்தைக் குறிக்கும். காத்துமாண்டிற்குக் காஷ்டபுரம் என்ற பெயருண்டு என்று மேலே கூறினோம் எனவே இந்நகரை வெண்கலபுரம் எனலாம்.

4. உலக மருத்துவ முறைகளும், மேலை மருத்துவமனைகளும்

உலகில் விலங்குகளிடமும் நோய் நாடியறிதலும், அதற்குப் பண்டுவம் செய்தலும் காணப்படுகினறன என்று ஆராய்ச்சியாளர் கூறுகின்றனர். எனவே மதி மனிதன் (*Homo Sapiens*) என்ற நிலையை எய்திய மனித இனத்திடமும் இவை பற்றிய அறிவு நினைவிற்கெட்டாத காலந் தொட்டு இருந்து வந்திருக்கின்றது என்று வரலாறு துணிகின்றது.

ஆப்பிரிக்கம்

ஓர் எதிரியால் அல்லது ஒருவன் உயிரோடு இருந்தபோது இழிவுபடுத்தப் பட்டமையால், அவன் இறந்த பின்னர் தோன்றும் ஆவியினால் நோய் உண்டாகின்றது என்ற நம்பிக்கை, மனித இனத்தின் நாயகம் என்று கருதப்படும் ஆப்பிரிக்கத்து மக்களிடையே பொதுவாய் நிலவுகின்றது.

ஆஸ்திரேலியம்

நோய் என்பது ஒருவன் பிறருக்குத் தீங்கு விளைவிக்க வேண்டும் என்பதற்காகச் செய்யும் தீய மந்திர வேலையினால் உண்டாகின்றது என்று ஆஸ்திரேலியப் பழங்குடிகள் இன்றும் நம்புகின்றனர்.

சீனம்

மருத்துவம் பற்றிய தொன்மையான பாட நூலுக்கு '' மாபெரும் மூலிகை நூல்'' (*Great Herbal*) என்று பெயர். இதை ஷேன் லுங்கு என்ற சீனப் பேரரசர் எழுதினார். இது சுமார் கி.மு.*3000* ஆம் ஆண்டுவாக்கில் எழுதப் பெற்றது. சீன மருத்துவ முறை தனித்தன்மை வாய்ந்தது. அது அறிவியல் அடிப்படையைக் கொண்டது என்பதைத் தற்காலத்திலும் உணர்ந்து கைக்கொள்ளப்பட்டு வருகின்றது.

பாபிலோனியம், எகிப்து

கிட்டத்தட்ட சுமார் கி.மு.3000 ஆண்டைச் சேர்ந்த பாபிலோனிய மருத்துவர் முத்திரை ஒன்றும் கண்டுபிடிக்கப்பட்டுள்ளது. இது இலண்டன் வெல்லோம் மருத்துவ வரலாற்றுக் காட்சியகத்தில் *(Wellome Historical Museum)* உள்ளது.

நோயாற்றும் பாபிலோனியப் பெண் கடவுளுக்காகக் கட்டப் பெற்ற பண்டைக் கோயில் ஒன்றைத் தொல்லியலார் ஈராக்கில் அகழ்ந்து கண்டனர் (1990). பண்டைக் காலத்து மருத்துவ முறைகள் பற்றிய உள் பொருள்கள் இந்த அகழ்வாய்விலிருந்து வெளிப்படும் என்று தொல்லியலார் நம்புகின்றனர். இக்கண்டுபிடிப்பு மெசபடோமியத்தின் பண்டைச் சமய மையமான நிப்பூர் என்ற இடத்தில் நடந்தது. இந்த இடம் யூஃபிரிட்டீசு ஆற்றின் கரை மீதுள்ளது. பாக்தாதின் தென் மேற்கே சுமார் 96 கிலோ மீட்டரில் இருக்கின்றது. (நிப்பூர் என்பது பண்டைச் சுமேரிய, பாபிலோனிய நாகரிகங்களில் நிலவிய நகரம். அது மிக முக்கியமான சமயத் தலமாக விளங்கிற்று. இது கி.பி.12 அல்லது 13 ஆம் நுற்றாண்டில் கைவிடப்பட்டது).

அங்கு இப்போது அகழ்ந்தெடுக்கப்படும் இடிபாடுகள் கி.மு.1600 முதல் கி.மு.1200 வரையிலுள்ள காலத்தைச் சேர்ந்தவையாகும். இந்த அடுக்கிற்குக் கீழே துருவி ஆராய்ந்ததில், இவ்விடிபாடுகளுக்கு அடியில் இவற்றுக்கு முற்பட்ட கட்டுமானங்கள் உள்ளன என்பதை அறிய முடிந்தது. அது சுமார் ஐயாயிரமாண்டுகளுக்கு முன்னரே சுமேரியர் காலத்தில் நிலவியிருக்கலாம். (சுமேரிய நாகரிகம் கி.மு.4000 ஆண்டு வாக்கில் நிலவிற்று. பாபிலோனிய நாகரிகம் சுமார் கி.மு.2200 முதல் கி.மு.538 வரை நிலைத்திருந்தது.)

1769

நிப்பூரில் குல *(Gula)* என்ற பெண் தெய்வத்திற்குக் கால்பந்தாட்ட மைதான அளவிற்குப் பெரிய பரப்பில் ஒரு கோயில் கட்டப்பட்டிருந்தது. பாபிலோனிய மக்களின் வாழ்க்கையில் உடல் நலமும் மருந்தும் மிக முக்கியமான இடத்தைப் பெற்றிருந்ததை இக்கோயில் காட்டுகின்றது என்று தொல்லியலார் கூறுகின்றனர். மக்கள் இங்கு வந்து தம் நோய் தீர்வதற்காகக் கூடியிருக்கலாம். அக்கோயில் அமைந்திருந்த இடத்தில் மண்ணாலான சிறு உருவங்கள் கிடந்தன. அவற்றை இக்கோயிலுக்கு வந்த நோயாளிகள் விட்டுச் சென்றிருக்க வேண்டும் என்பது தெளிவு. அவற்றுள் ஓர் உருவம் தொண்டையையும், மற்றொன்று வயிற்றையும் பிடித்துக் கொண்டுள்ளன. அப்பொம்மைகளை அளித்தவர்களின் நோய்களை இக்குறிப்புகள் காட்டலாம் என்ற அறிஞர் கருதுகின்றனர். ''இச்சிறு உருவங்கள் நோவு இருந்த இடத்தைச் சுட்டுகின்றன'' என்கின்றனர்.

நிப்பூரில் இதற்கு முன்னர் கண்டுபிடிக்கப்பட்ட கோயில்களில் சுமேரிய, அக்காதிய களிமண் தகட்டு ஆவணங்கள் பெரிய அளவில் கிடைத்தன. பண்டை மெசபடோமியர் பல வகையான சடங்குகளில் இச்சிற்றுருக்களைப் பயன்படுத்தினர் என்பதை ஆப்பு வடிவ எழுத்துகளில் பொறிக்கப்பட்ட மண் தகடுகளிலிருந்து அறிகின்றோம். எனினும் அவை நோய் தணிக்க எவ்வாறு பயன்பட்டன என்பதை நாமறியோம்.

சில வகையான மூலிகைகளை வைத்து நோய்க்குப் பண்டுவம் பார்க்கும் முறைகள் கற்காலத்திலேயே இருந்தனவெனினும், மருத்துவத்தை முறையாக நெறிப்படுத்திச் சிகிச்சை அளித்து வந்த பண்டை மக்களுள் பாபிலோனியரும், எகிப்தியரும் அடங்குவர் என்று மருத்துவ வரலாற்றாசிரியர் கூறுவர். அவர்கள் எழுதி வைத்துள்ள மருத்துவக் குறிப்புகளில் கண்ணோயிலிருந்து வயிற்றுப் போக்கு,

மலச்சிக்கல் வரையிலும் சில வகை நோய்களுக்குக் குறிப்பிட்ட சில மூலிகைகளைச் கொண்டு மருந்து செய்முறைகள் கூறப்பட்டுள்ளன. நரை மயிரைக் கறுக்க வைத்து இளமைப் பொலிவு தரும் மருந்துகளும் அதில் காணப்படுகின்றன.

இந்திய மருத்துவ முறைகள்

இந்தியத்தின் தொன்மையான மருத்துவ நூல் அதர்வ வேதமாகும். இந்தியத்தின் நாட்டு மருத்துவ முறைகள் மந்திர தந்திரங்களுடன் நெருங்கிய தொடர்பு கொண்டுள்ளன. அதர்வ வேதத்தில்தான் மிகவும் பழமையான மந்திரத் தொகுதிகள் காணப்படுகின்றன.

ஆயுர்வேதம்

ஆயுர்வேதம் என்பது ''உயிர் வாழ்க்கையில்'' என்று பொருள்படும். இது உடல் நலம் பற்றிய அறிவியல் துறையாகும். இது துணை வேதங்களுள் ஒன்றென்று கொள்ளப்படுகின்றது.

ஆயுர்வேதம் பெரிதும் ஆரியர்க்கு முற்பட்ட பழங்குடி மக்களின் கைப்பக்குவ மரபுகளிலிருந்தும், பிற்காலத்தில் பாரசிகர், கிரேக்கர், அரபுகள் முதலானோரிடமிருந்தும் கடன் வாங்கிக்கொண்ட மருத்துவ இயலாகும். இதன் தலையாய குறிக்கோள் ஆயுஸ் என்ற நீண்ட ஆயுள்; ஆரோக்கியம் என்ற நோயற்ற வாழ்வு ஆகும். நடைமுறையில் பார்த்தால், நோயின் காரணங்கள், அதன் அறிகுறிகள், நோயறிதல், நோய்க்குப் பண்டுவம் பார்த்தல் ஆகியன பற்றிய ஆய்வே ஆயுர்வேதமாகும்.

புகழ் பெற்ற சாரகர் (சு.கி.பி.120), சுசுருதர் (சு.கி.பி.350) போன்ற ஆயுர்வேத மருத்துவர்கள் எழுதியுள்ள மருத்துவ நூல்கள் நமக்குக் கிடைத்துள்ளன. அவர்கள் ஆயுர்வேத மருத்துவ வழிகாட்டிகளாக இன்றும் கொள்ளப்படுகின்றனர். வாகபடர், மாதவக்கரர், வங்கசேனர், ஹரிதர், பேடர், விருந்தர் என்று பலர் சம்ஸ்கிருதத்தில் பொது மருத்துவம், காய்ச்சல்கள், குழந்தை நோய்கள், மருந்துச் சரக்குகள் ஆகியன பற்றிப் பல மருத்துவ நூல்களை எழுதி வைத்திருக்கின்றனர்.

இந்தியத்தின் பண்டை மக்கள் உலர்ந்த கிழங்குகளையும், தண்டுகளையும் கொண்டு நோய்களைக் குணப்படுத்தியதைக் கண்டு புதிதாய் வந்தேறிய ஆரியர் வியப்படைந்தனர். நாமறிந்தவரையில் பண்டை இந்திய மருத்துவ முறை என்பது இதுவேயாகும். இந்திய ஆரியர்கள் நோயாற்றும் மூலிகை எது, நச்சு மூலிகை எது என்பதை அம்மக்களிடமிருந்து கண்டறிந்தனர். அசுரரின் குருவும், மருத்துவருமான சுக்கிரன் தன் நோயாற்றும் கலைத்திறனைக் கொண்டு தேவர்களைத் தொடர்ந்து தலை குனியச் செய்வதாய்ப் புராணங்களிலிருந்து அறிகின்றோம்.

பைசாசர்

வானர மருத்துவரான கசேனன் இராமனின் காயத்தை ஆற்றியதாயும், இலக்குவனை உயிர்ப்பித்ததாயும் இராமாயணம் கூறுகின்றது.

ஆரியரல்லாத பைசாசர் என்போரின் அறுவை மருத்துவத் திறன் உலகறிந்த ஒன்றாகும். பைசாசர் கொடியோராயும் வெறுக்கத் தக்க தீயோராயும் இருந்தனர். அவர்கள் சுடலையில் வாழ்ந்து பிணங்களை உண்போர் என்றும், பல நோய்களை உண்டாக்கும் குறளியர் என்றும் ஆரியர் எழுதி வைத்துள்ளனர். அவர்களின் தோற்றுவாய் குறித்துப்

பலவிதமான கருத்துகள் உள்ளன. அவர்கள் சிறந்த அறுவை மருத்துவர்கள் என்ற செய்தியே இங்கு குறிக்கத்தக்கதாகும்.

அரபுகள் - பாரசிகர்

அறிவியல் முறையில் மருத்துவ சிகிச்சையளிக்கும் முக்கியமான முறை அரபுகளிடமிருந்துதான் முதன்முதலில் இந்தியத்தை அடைந்தது எனலாம். மருத்துவரையும் மருந்தையும் குறிக்கும் பேவுஷ் என்ற சொல்லும் உடலுறுப்புகளைக் குறிக்கும் பாரசிகச் சொற்களும் பாரசிக மொழியிலிருந்து வந்தன என்பர். ஏனெனில் சரகர் தன் நூலில் பாலிக என்ற இடத்தைச் சேர்ந்த பாரசிக மருத்துவரான காங்காயணரின் பெயரைக் குறிக்கின்றார். வேறு பண்டை நூல்களில் பெருங்காயம் உள்பட, பிற பாரசிகப் பண்டுவங்களும், மருந்துகளும் கூறப்பட்டுள்ளன.

சித்த மருத்துவம்

அகத்தியரை மூலவராய்க் கொண்ட சித்த மருத்துவமும் வெகு தொன்மையான காலத்து மருத்துவ முறைகளிலிருந்து படிமுறை வளர்ச்சி பெற்றிருத்தல் வேண்டும் என்பதில் ஐயமிலது. சங்க இலக்கியங்களிலும் பெருங்கதை (கி.பி.7 நூ.) போன்ற பிற்காலத் தமிழ் நூல்களிலும் மருந்துகளையும், பல மூலிகைகளையும் பற்றிய செய்திகள் காணப்படுகின்றன.

சித்தர் ஒன்பதின்மர் என்றும், பதினெண்மர் என்றும் பலவாறாய்க் கூறப்படுகின்றது. எனினும் 6,7,8 ஆம் நூற்றாண்டுகளில் சித்தர்களின் எண்ணிக்கை தமிழ்நாட்டில் மிகுந்திருந்தது என்பர். சித்தர்கள் பெயரால் பலவகை மருத்துவ நூல்கள் இன்று உள்ளன. சித்த முறையும் தற்காலத்தில் சிறந்த மருத்துவ இயல் என்று போற்றப்படுகின்றது.

சித்தர்களின் காலம் பற்றி அறிஞரிடையே ஒத்த கருத்து இலது. சித்தர் கி.பி. 5-6 ஆம் நூற்றாண்டில் நிலவினரென்று தி.வை.சதாசிவ பண்டாரத்தாரும், 6-9 ஆம் நூற்றாண்டில் நிலவினரென்று வி.செல்வநாயகமும், 8-14 நூற்றாண்டுக் கால அளவில் அடங்குவர் என்று மு.இராதாகிருஷ்ண பிள்ளையும், 15 ஆம் நூற்றாண்டில் வாழ்ந்தனர் என்று தெ.பொ.மீனாட்சி சுந்தரனார் அவர்களும், 16-17 ஆம் நூற்றாண்டினரே என்று க.அ.நீலகண்ட சாஸ்திரி, டாக்டர் கால்டுவல் ஆகியோரும் கூறுகின்றனர்.

இயற்கையோடியைந்த சித்த மருத்துவம் பற்றியும், அதைத் தோற்றுவித்தோர் என்று கொண்டாடப் பெறும் சித்தர்கள் குறித்தும் நடுநிலையான ஆராய்ச்சிகள் தோன்றல் வேண்டும்.

பௌத்தர் காலத்து மருத்துவ முறைகள்

பாரதத்தில் மருத்துவவியலுக்கும் பௌத்தர் காலத்திற்கும் நெருங்கிய தொடர்புண்டு. இந்திய மருத்துவ முறை பௌத்தர்கள் காலத்தில்தான் உச்ச நிலையடைந்தது. புத்தர் காலத்தில் (563- 483 கி.மு.) வாழ்ந்த சீவக் குமாரவச்சா என்றவர் பௌத்த மருத்துவ முறையை உண்டாக்கினார். அவர் மிக அரிய முறையில் நோய்களைத் தீர்த்தவர் என்று அறிகின்றோம். அவரது பெயரிலிருந்து அவர் குழந்தைகளின் நோய்களைத் தீர்ப்பதில் சிறந்தவர் என்பது புலனாகின்றது. திரிபிடகம் என்ற பௌத்த நெறிமுறைகளை வகுத்துக் கூறும் முந்நூல்களில் மருந்துகள் பற்றிய பல செய்திகள் சொல்லப்பட்டுள்ளன. ஆங்கில நாடோடியான பவர் (Bower) 1890 ஆம்

ஆண்டு நடு ஆசியத்தின் மிங்காய் (*Mingai*) என்ற இடத்தில் சில பௌத்த ஏடுகளைக் கண்டுபிடித்தார். அவர் பெயரால் ''பவர் ஏடுகள்'' என்றே அவை அழைக்கப்படுகின்றன. அவை சுமார் கி.பி. ஐந்தாம் நூற்றாண்டைச் சேர்ந்தவை. அவ்வேடுகளில் மூன்று விதமான பண்டுவ முறைகள் கூறப்பட்டுள்ளன. பாம்புக் கடிக்கும் அவற்றில் ஒரு மந்திரம் காணப்படுகின்றது. புத்தரே தம் இளஞ்சீடர் ஒருவரின் காலில் நல்ல பாம்பு தீண்டியபோது அவரைக் குணப்படுத்தினார் என்று கூறப்படுவதுண்டு.

பௌத்த மன்னர்கள் மனிதர்க்கும் விலங்குகளுக்கும் மருத்துவமனைகளை அமைத்தனர் என்று அறிகின்றோம். அங்கு தொடர்ந்து பணிபுரிய மருத்துவர்களையும் அமர்த்தினர். பிகாரிலிருந்த நளந்தாப் பல்கலைக்கழகத்தில் மெய்ப்பொருளியலும் மருத்துவமும் கற்கப் பத்தாயிரம் மாணவர்களுக்குக் கி.பி.ஏழாம் நூற்றாண்டளவில் வசதிகள் இருந்தன.

ஐரோப்பிய மருத்துவ முறையும் மருத்துவ மனைகளும்

பௌத்த மன்னர்கள் மருத்துவமனைகளை அமைத்தனர் என்று நாம் அறிகின்ற போதிலும், நோயாளிகளைப் பொதுவான ஓரிடத்தில் வைத்துப் பண்டுவம் பார்க்கும் முறை, இக்காலத்தின் பின் ஐரோப்பியரோடு நம் நாட்டிற்கு வந்து பரவியதேயாகும்.

கிரேக்க மருத்துவ முறை வரலாறு

ஐரோப்பிய மருத்துவ வரலாற்றில் மருத்துவமனைகள் பண்டைக் கிரேக்கர் காலந்தொட்டுக் கோயிலொடு தொடர்புடையனவாகவே இருந்து வருகின்றன. இன்று உலகெங்குந் தழுவிநிற்கும் மேற்கத்தி மருத்துவ இயலின் தோற்றுவாய் எனத்தக்க நோய்தணிக்கும் இம்முறை குறித்த வரலாறு மிகவும் சுவையானதாகும்.

கிரேக்கப் புராணங்கள்

கிரேக்கப் புராணங்கள் என்று தெளிவில்லாத கால நிலையான பண்டைக் காலத்தில் அப்போலோ என்ற கடவுள் தெலோஸ் என்ற தீவில் லெதோ என்ற இறைவிக்குப் பிறந்ததாய் புராணம் புகலும். அப்போலோ அங்கிருந்து டெல்ஃபு என்ற இடத்திற்குக் கொண்டு செல்லப்பட்டான். அவன் அங்கு ஒரு பாம்பைக் கொன்றான். பாம்பு நோயின் சின்னமென்று நெடுங்காலத்திற்கு முன்பிருந்தே கருதப்பட்டு வந்திருக்கின்றது. அப்போலோ பாம்பைக் கொன்றமையால் உடல் நலம் அருளும் கடவுளானான். அவனே கொள்ளை நோய்களைக் கொண்டு வருபவனாயும் இருந்தான். அப்போலோ நோயாற்றும் கலையின் இரகசியத்தைக் குதிரையுடலும் மனிதத் தலையுமுடைய செண்டார் எனப்படும் சிரோனுக்குக் கற்றுத் தந்தனன்.

ஈஸ்குலேப்பியஸ் (கி.மு.1250)

செண்டார் அதை ஜேசன், அக்கில்லஸ், ஆஸ்கிலோப்பியஸ் அல்லது ஈஸ்குலேப்பியஸ் முதலானோர்க்குக் கற்பித்தான். கடைசியாகக் கூறப்பட்ட ஈஸ்குலேப்பியஸ் (இவர் சுமார் கி.மு.1250 வாக்கில் மெய்யாகவே வாழ்ந்த ஒருவராயிருக்கலாம்.) பெரு வெற்றி கண்ட மருத்துவர். அவர் இறந்தோரையும் உயிர்ப்பித்தமையால் கீழுலகிற்கு (நரகிற்கு) மனித ஆன்மாக்கள் போவது குறைந்துவிட்டது. இதைக் கண்டு அஞ்சிய தலைமைக் கடவுளான சீயசு தன் எறிபடையான இடியை ஏவி ஈஸ்குலேப்பியசைக் கொன்றான். (திருமாலின் வாமன அவதாரம் நினைவிற்கு வருகின்றது) ஈஸ்குலேப்பியஸ் இறை நிலையில் வைத்து வழிபடப்பட்டார். அவர் ஹேல்லாஸ் முழுமையிலும் இருந்த கோயில்கள் அனைத்திலும் இறையென வழிபடப்பட்டார். (ஹெல்லாஸ் என்பது கிரேக்கத்தின் பண்டைப் பெயர்.)

ஈஸ்குலேப்பியஸ் வழிபாடு வளரவும் நோன்புத் துயில் அல்லது கோயில் துயில் என்ற நோன்பு முறை உருவானது. நோயாளியர் தம் நோயை ஆற்றும் தெய்வத்திற்குப் பலி கொடுத்துவிட்டுத் திருமுழுக்குச் செய்வர். அவர்கள் அதன்பிறகு கோயிலின் நெடிய திறந்த கூடத்தில் உறங்குவர்.

அங்கு ஈஸ்குலேப்பியஸ் நோயாளியின் கனவில் தோன்றி நோய்க்கு மருந்து கூறுவார்; அல்லது அவருடைய புனிதப் பாம்புகள் நோயாளியின் புண்கள் அல்லது கண்களை நக்கிக் குணப்படுத்தும். (இரண்டு பாம்புகள் முறுக்கிக் கொண்டு அமைந்த கைத்தடிக்கு ஈஸ்குலேப்பியன் மந்திரக்கோல் என்று பெயர். உலகெங்கிலும் இன்று இந்தப் பாம்பிணைக்கோலே மருத்துவத்தின் சின்னமாக உள்ளது. சென்னையிலும் பிற இடங்களிலுமுள்ள மருத்துவக் கல்லூரிகளில் இச்சின்னத்தைக் காணலாம்.)

பிற்காலத்தில் இந்நோன்புத் துயிலுடன் உடற்பயிற்சி, பத்தியம், உடம்பு பிடித்து விடுதல், குளிப்பாட்டி விடுதல் போன்று உடம்பிற்குப் பண்டுவம் பார்க்கும் வழக்கமும் ஏற்பட்டது. நோயாளியர் பலர் வாரக் கணக்கில், சில வேளைகளில் மாதக் கணக்கில் கோயில்களில் தங்கி ''நீர் மருத்துவம்'' என்ற ஒருவகைப் பண்டுவ முறையினால் நோய் தணிந்து வந்தனர். இது பத்தொன்பதாம் நூற்றாண்டில் உண்டான '' நீர் மருத்துவம்'' என்ற முறையை ஒத்ததாகும்.

(தென் பாரதத்தில் கோயில்களுக்கும் மருத்துவத்திற்கும் இன்றும் தொடர்பு இருந்து வருகின்றது என்பதை இங்கு நினைவுபடுத்திப் பார்க்கலாம். தஞ்சை மாவட்டத்திலுள்ள வைத்தீசுவரன் கோயில் இறைவரான வைத்திய நாதர் *4498* நோய்களைத் தீர்ப்பார் என்று நம்புவாருளர். கேரளத்தில் பல கோயில்கள் பல நோய்களைத் தீர்ப்பன என்று மக்கள் அங்கு சென்று இன்றும் வழிபட்டு வருகின்றனர்.)

கிரேக்கரின் அறிவியல் அணுகுமுறை

கிரேக்கர் அறிவியல் முறையில் அணுகி, அதை நெறிப்படுத்தினர்.

பித்தக்கோரஸ் (*580-498* கி.மு.) கணிதவியல் தந்தை என்பதோடு, மருத்துவ முறை ஒன்றையும் தோற்றுவித்திருக்கின்றார். அவருடைய மாணாக்கருள் அல்கமயோன் (*Alcamaeon*), எம்பிடோக்கிள்ஸ் (*Empedocles*) என்ற இருவரும் மருத்துவராவர். எம்பிடோக்கிள்ஸ் நாற்பூதக் கோட்பாட்டை எடுத்துரைத்ததுடன், மூச்சு விடுதல், பார்வை, கேட்டல், மூளை இயக்கம் முதலியன குறித்தும் தன் கொள்கைகளைக்

கூறியுள்ளார். ஹிப்போக்கிரேட்ஸ் *(460-355 கி.மு.)* இவ்விருவரின் கோட்பாடுகளையும் விரித்துரைக்கின்றார்.

ஹிப்போக்கிரேட்ஸ் (சு.460 – சு.370 கி.மு.)

ஹிப்போக்கிரேட்ஸ் சுமார் *105* ஆண்டுகள் வாழ்ந்தவர் என்பாருளர். அவரே மேலை மருத்துவவியலின் தந்தை என்று போற்றப்படுகின்றார். பெரிக்கிளிஸ் (இறப்பு *429* கி.மு.) கிரேக்கத்தில் தோற்றுவித்த பொற்காலத்தில் வாழ்ந்திருந்த மாமனிதருள் ஹிப்போக்கிரேட்ஸ் ஒருவராவார்.

மனித உடலில் இரத்தம், கோழை, மஞ்சள் பித்தம், கறுப்புப் பித்தம் என்ற நான்கு நீர்மங்கள் இருந்து, வெப்பம், தணப்பம், ஈரப்பசை அல்லது வறட்சியை நிர்ணயிக்கின்றன என்று அவர் கூறினார். (ஆயுர் வேதத்தின் வாதம், பித்தம், சிலேட்டுமம் ஒப்பு நோக்குக) இறைவன் மனிதனுக்குத் தண்டனையாக நோயை அனுப்புகின்றான் என்ற நம்பிக்கையை அவர் ஏற்கவில்லை.

மருந்து என்பது வெறும் மந்திர வித்தை என்ற கருத்துக் கி.மு.*355* இல் மறைந்து, அது பகுத்தறிவின் அடிப்படையில் அமைந்துவிட்டது. இந்த ''அறிவியல் அணுகுமுறை'' மருத்துவத் தொழிலில் எந்த அளவில் தாக்கத்தை உண்டாக்கியதென்பது அறியக்கூடவில்லை. ஹிப்போக்கிரேட்ஸ் வெறும் மருத்துவக் கருத்துகளை மட்டும் எடுத்துரைத்தவர் என்று கொள்ளலாகாது. நோயுற்றுத் துன்புறுவதிலுள்ள சமய அம்சத்தை ஹிப்போக்கிரேட்ஸ் தூக்கியெறிகின்றார்; இந்த மருத்துவ நோக்குத்தான் மிகவும் முக்கியமானது.

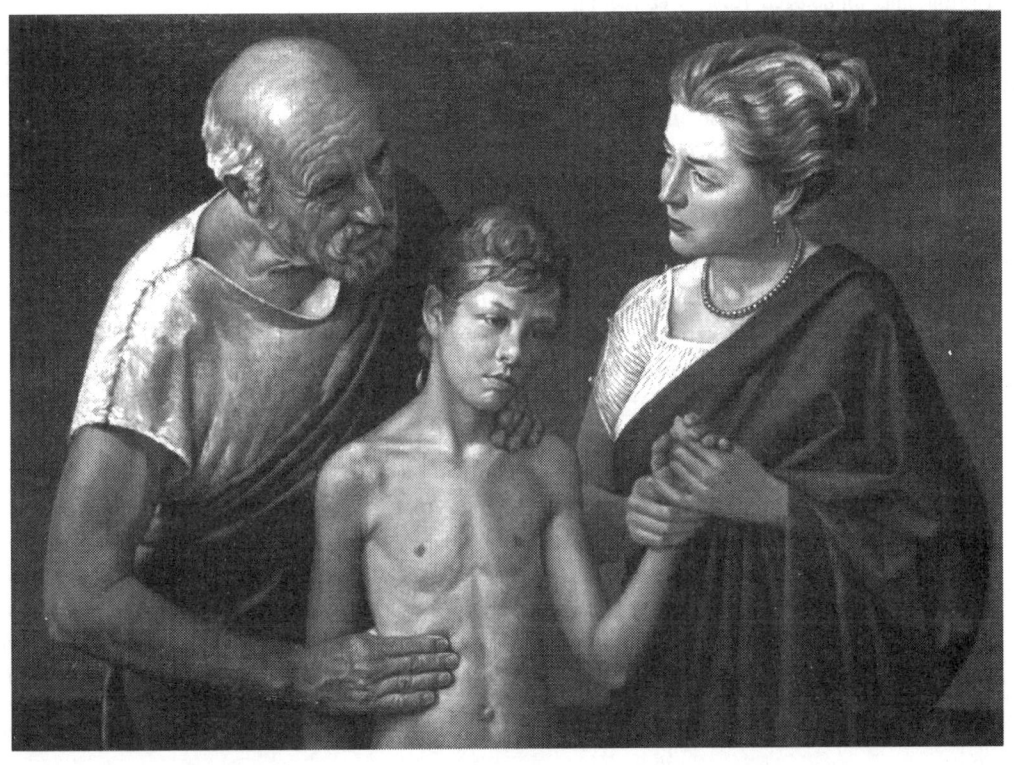

நோய் பற்றி அறிவியல் முறையில் ஆராய வேண்டும் என்ற தொடக்கத்தை அவர் தோற்றுவித்ததுதான் அருஞ்சிறப்பாகும். மருத்துவமனையில் வைத்து மருத்துவ இயலைக் கற்பிக்கும் முறை (*Clinical*) அவரால்தான் தொடங்கி வைக்கப் பெற்றது. அவருக்குப் பின்னர் இரண்டாயிரத்து ஐநூறாண்டுக் காலத்தில் சைடனாம், ஹெபர்டன், சார்கோஸ், ஆஸ்லர் போன்ற பல மருத்துவர்கள் மருத்துவத்துறையை இன்றைய உச்ச நிலைக்கு ஏற்றினர். அதற்கு ஹிப்போக்கிரேட்சின் எழுத்துகள் துணை புரிந்தன.

ஹிப்போக்கிரேட்ஸ் இனங்காணக்கூடிய நோய்களையும் அவற்றுக்கு அளிக்கப்பட்ட சிகிச்சையின் பலன்களையும் விவரித்து எழுதி வைத்திருக்கின்றார். எனினும், ஹிப்போக்கிரேட்சின் காலத்திலும் மருத்துவத்தில் சமயக்கூறுகள் தொடர்ந்து வந்தன. ஈஸ்குலேப்பிய வழிபாடு அப்போதும் இருந்து வந்ததிலிருந்து இதை உணரலாம். மாபெரும் மருத்துவரான ஹிப்போக்கிரேட்ஸ் தன்னை ஈஸ்குலேப்பியசின் நேரடி வாரிசு என்று கூறிக் கொண்டார். அல்லது பிறர் அவருக்காக அங்ஙனம் உரிமை கொண்டாடினர். (ஹிப்போக்கிரேட்ஸ் கி.மு.5-4 நூற்றாண்டினர் ஈஸ்குலேப்பியசோ அவருக்குச் சுமார் 900 ஆண்டுகளுக்கு முன்னர் வாழ்ந்திருக்கலாம் என்று கருதப்படுபவர் என்பது கவனத்திற் கொள்ளத்தக்கது.)

ஹிப்போக்கிரேட்ஸ் மருத்துவப் பள்ளி எதையும் நிறுவினார் என்று உறுதியாய்க் கூறவியலாது. அவர் இறந்து இருபது ஆண்டுகள் கழிந்த பின்னர்தான், அலெக்சாந்திரியத்தில் மருத்துவப் பள்ளி என்று சொல்லத்தக்க ஒரு கல்வியமைப்பு நிறுவப்பட்டது. அவர் கற்பித்தவை பரந்து பரவின என்றோ, அவர் உயிரோடிருந்த காலத்திலேயே அவரது செல்வாக்கு ஓங்கியிருந்தது என்றோ கூற முடியாது.

ரோமானிய மருத்துவ முறை வரலாறு

ரோமானியர் மருத்துவர்களே இல்லாமல் அறுநூறு ஆண்டுகள் மிக நலமாகவே வாழ்ந்தனர் என்று ரோமானிய எழுத்தாளரான மூத்த பிளினி (23-79 கி.பி.) கூறுகின்றார். ரோமில் ஒருவகையான மருத்துவ முறை இருந்தது. குடும்பத்து மூப்பர் தம் குடும்பத்தாருக்கு நாட்டு மருந்துகளைக் கொடுத்து வந்தார். ரோமானியர் அந்தந்தக் கடவுளுக்கு உரிய பலியைக் கொடுத்து நோயாற்றுமாறு வழிபாடு செய்தனர்.

மருத்துவத்தில் பல கடவுளர்

அப்போலோவும், ஈஸ்குலோப்பியசும் நோயாளியரால் தொழுது வணங்கப் பட்டனர். ரோமானியர் எல்லா நாடுகளிலிருந்தும் கடவுளரைக் கடன் வாங்கியிருந்த மையால், கிரேக்கத் தெய்வங்களையும் தமதாக்கிக் கொண்டனர். அவர்களிடையே பல சில்லறைத் தெய்வங்களும் இருந்தன. அவற்றுள் பல தெய்வங்கள் நோய்களுடன் நேரடியாய்த் தொடர்பு படுத்தப்பட்டிருந்தன. சாலஜ், செவ்வாய் என்ற இரண்டு தெய்வங்களும் உடல் நலம் பேணும் பொதுவான கடவுளராயிருந்தன. காய்ச்சலின் கடவுள் ஃபெப்ரிஸ்; நோயுண்டாக்கும் காற்றுகளை உண்டாக்குவது மெஃபிட்டிஸ்; கர்னா வயிற்றுக் கடவுள்; ரோமானியர் உயிரின் இயக்கம் ஒவ்வொன்றுக்கும் கடவுளரைக் கொண்டிருந்தனர். ஆண், பெண் கடவுளரான இத்தெய்வம் ஒவ்வொன்றையும் அதற்கென்றேயுரிய சரியான வழிபாட்டைச் செய்து அதை ஆற்றுப்படுத்த வேண்டும். கோரிய பலன் கிடைக்காவிடில், உரியதல்லாத வேறு கடவுளுக்கு வழிபாடு செய்யப்பட்டது; அல்லது தவறாகச் சடங்கு செய்யப்பட்டது என்று பொருள்.

ரோமில் கிரேக்க மருத்துவர்

ரோமானியக் குடிமக்கள் மருத்துவத் தொழில் தம் பெருமைக்கு இழுக்குத் தருவது என்று கருதினர். அங்கு தொடக்கத்தில் கிரேக்க அடிமைகள் மருத்துவராயிருந்தனர். ஹிப்போக்கிரேட்ஸ் இறந்த ஏறத்தாழ நூறு ஆண்டுகள் ஆனபின்னர் ஆர்க்ககிதஸ் *(Archargethes)* என்ற கிரேக்க மருத்துவர் சுமார் கி.மு. 220 இல் ரோமை அடைந்தார். அவர்தான் முதன்முதலாக ரோமை அடைந்த கிரேக்க மருத்துவர். அவரையடுத்து மேலும் பல கிரேக்க மருத்துவர்கள் ரோமை அடைந்தனர். அவர்களின் எவரும் ஹிப்போக்கிரேட்சின் மருத்துவ முதிர்ச்சித் திறத்தை எட்டவில்லை. அவர்கள் தம்மிடம் வந்த நோயாளியர் நலம் பெற வேண்டும் என்பதில் அக்கறை காட்டவில்லை; அவர்களிடமிருந்து பணம் கறப்பதிலேயே கண்ணுங் கருத்துமாயிருந்தனர்.

ரோமில் இங்ஙனம் அடிமையராய் இருந்து வந்த கிரேக்க மருத்துவர்களுக்கு, ரோமானியருக்குக் கிடைக்கும் சுதந்திரங்கள் அனைத்தையும் ஜூலியஸ் சீசர் *(100-44 கி.மு)* தான் முதலில் அளித்தார். அவரையடுத்து ஆட்சிக்கு வந்த ஆகஸ்டஸ் சீசரின் ஆட்சிக் காலத்தில் *(63 கி.மு-14 கி.பி)* கிரேக்க மருத்துவர்களின் நிலை மேலும் சிறந்தது.

ரோமில் மருத்துவராயிருந்து மிகு புகழ் பெற்ற கிரேக்கர் காலன் *(சு.130-சு.200 கி.பி)* ஆவார். அவர் ரோமானியப் பேரரசர் மார்க்கஸ் அரோலியரின் *(121-180 கி.பி; ஆட்சிக் காலம் 161-180 கி.பி.)* மருத்துவராயிருந்தார்.

கிழக்கத்தி ரோமன் பேரரசான பைசாந்தியத்தில் மதகுருவும் மருத்துவரும் ஒருவரேயாவார். மேலை மருத்துவியலின் வரலாற்றுப் பின்புலம் இதுவேயாகும்.

ஐரோப்பிய மருத்துவமனைகள்

ஐரோப்பிய மருத்துவ வரலாற்றில் மருத்துவமனைகள் பண்டைக் கிரேக்கர் காலந்தொட்டுக் கோயிலொடு தொடர்புடையனவாகவே இருந்தன என்பதை அறிந்தோம். பிற்காலத்தில் ஐரோப்பியமெங்கிலும் கிறித்தவ மடாலயங்கள் நோயாளியர் மனைகளாயின. அவை நோயாளியரைப் பேணும் இடங்களாய் இருந்தனவேயன்றி, அவர்களுக்குப் பண்டுவம் செய்யும் பணியைப் பொதுவாகச் செய்வதில்லை.

இங்கிலாந்து

வரலாற்று இடைக்காலத்து *(476-1453)* இங்கிலாந்தில் இத்தகைய மடங்களையன்றி, எழுநூற்றைம்பதிற்குமதிகமான மருத்துவ அறநிறுவனங்கள் இருந்தன. அவற்றுள் சிலவே இன்றைய மருத்துவமனைகளாய் வளர்ந்தன. எனினும் முதியோர்க்காகவும் முதுமையில் தளர்ச்சியுற்றவர்களுக்காகவும் அக்காலத்தே அமைந்த சில மனைகள் இன்னும் மூலக் கூறுகள் மாறாமல் அப்படியே இருந்து வருகின்றன.

இலண்டன் நகரத்துப் புனித பார்த்தலோமிய மருத்துவமனை முற்கூறிய வகையினது. பிற் சொல்லப்பட்டவற்றுக்குத் தென் இங்கிலாந்தின் விஞ்செஸ்டருக்கு அருகிலிருக்கும் புனிதச் சிலுவை மருத்துவ மனையைக் குறிப்பிடலாம்.

பதினெட்டாம் நூற்றாண்டின் இலண்டன், பிற மாநில நகரங்கள் இங்கெல்லாம் அமைந்த மருத்துவமனைகள் பற்றி முன்னர் சொல்லப்பட்டது. *(இ.ச.க.தொகுதி-3)* பெருகிவந்த நோயாளிகளைப் பேணுவதை நோக்கமாய்க் கொண்டு, புகழ்பெற்ற அம்மருத்துவமனைகள் கட்டப்பெற்றன.

புனித தாமஸ் மருத்துவமனை *1693* இல் கட்டப்பட்டது. புனித பார்த்தலோமிய மனை *1739* இல் புதுப்பிக்கப்பெற்றது. தனக்கென்று ஒரு சல்லிக் காசைக் கூடச் செலவிடாத தாமஸ் கையின் *(Thomas Guy)* பெயரை இன்றும் தாங்கி விளங்கும் மருத்துவமனை அவரது வள்ளன்மையால் உருவானது. அவர் *1724* இல் இறந்தபோது தன் உடைமையில் பெரும் பகுதியை விட்டுச் சென்றார். (இ.ச.க.தொகுதி-*3,7*) அதன் மதிப்பு மொத்தம் இரண்டு இலட்சம் பவுன். அவர் கை மருத்துவமனையைக் கட்டி முடிப்பதற்காக இப்பெருந்தொகையை விட்டுச் சென்றார். (அது அக்கால ரூபாய் மதிப்பின்படி சுமார் இருபது இலட்ச ரூபாயாகும்.)அவர் அதில் ஒரு தொகையைக் கை மருத்துவமனையின் அறக்கட்டளைக்கென்று விட்டுச் சென்றார். இலண்டன் கை மருத்துவமனைக்கு நன்கொடை தருவோர், அங்கு எந்நோயாளியையும் சேர்க்கும் சலுகை பெறுவர்.

வெஸ்ட்மினிஸ்டர், புனித ஜார்ஜ் மருத்துவமனைகளும் இலண்டன் நகரின் பிற மருத்துவமனைகளும் *1719-1740* ஆகிய ஆண்டுகளுக்கு இடைப்பட்ட காலத்தில் கட்டப் பெற்றன.

இலண்டனில் மன நோயாளியருக்கென்றே சுமார் *1403* ஆம் ஆண்டிலிருந்து பெதலேம் புனித மேரி மருத்துவமனை கடந்த *590* ஆண்டுகளாக நடந்து வருகின்றது. (இ.ச.க.தொகுதி-*6*)இலண்டன் நகரிலும், பிரிட்டனின் பிற இடங்களிலும் இதையன்றித் தனிப்பட்டவர்களால் நடத்தப்பெற்ற ஏராளமான பித்தர் மருத்துவமனைகள் இருந்துவந்தன.

எடின்பரோ, கிளாஸ்கோ நகரங்களிலும், பிற நகரங்களிலும் அந்நகரத்தார் தமக்கென்று மருத்துவமனைகளைக் கட்டிக் கொண்டனர். இவையனைத்தும் பொது மருத்துவமனைகள். எந்நோயாயினும் ஒருவர் இம்மருத்துவமனைகளில் சேர்ந்து சிகிச்சை பெறலாம். குறிப்பிட்ட சில நோய்களுக்கென்று தனி மருத்துவமனைகளும் இருந்தன. எடுத்துக்காட்டாக இந்த *1769* ஆம் ஆண்டில் பெரியம்மைக்கென்று ஒன்றும், குழந்தைகளுக்கென்றும் மருத்துவமனைகள் திறக்கப்பட்டன.

கண்டமாலை *(Scrofula)* என்ற நோய்க்குப் புகழ்பெற்ற டாக்டர் லெட்சன் என்றவரின் பெருமுயற்சியால் *1791* இல் இராயல் சீ-பேதிங்கு இன்ஃபர்மரி *(Royal sea-Bathing infirmary)* என்ற மருத்துவமனை தொடங்கப்பெற்றது.

1769

அமெரிக்கத்தில் மருத்துவமனைகள்

அமெரிக்கத்தில் பெரிய நகரங்களில் பொது மருத்துவமனைகள் இக்காலகட்டத்தில் கட்டப் பெற்றன. ஃபிலடெல்ஃபியத்திலுள்ள பென்சில்வேனிய மருத்துவமனை *1752* இல் திறக்கப்பட்டது. நியூயார்க்கு மருத்துவமனை *1776* இலும், அதே நகரில் பெல்லவு மருத்துவமனை *1794* இலும் திறக்கப்பட்டன. நியூ ஆர்லியன்சின் சேரிட்டி மருத்துவமனை (முதலில் இதன் பெயர் புனித ஜான் மருத்துவமனை) *1736* இல் நிறுவப்பெற்றது. இவையனைத்தும் அமெரிக்க மருத்துவ இயல் வளர்ச்சியில் பெரும் பங்காற்றி வந்தன.

ஊத்தைக் குரம்பை

இப்புதிய மருத்துவமனைகள் அனைத்தும் பெருங்கூட்டம், துப்புரவின்மை, போதிய நீரின்மை இவற்றால் அஞ்சத்தக்க விதத்தில் ஊத்தைக் குரம்பைகளாகிவிட்டன.

ஃபிலடெல்ஃபியத்தின் தலையாய மருத்துவராய் இக்காலத்தில் பெஞ்சமின் ரஷ் என்பவர் விளங்கினார். அவர் ஐரோப்பியத்திலும், அமெரிக்கத்திலும் மருத்துவராய்ப் பணிபுரிந்தவர். அவர் இம்மருத்துவமனைகளை ''மனித உயிர்களின் சாக்கடைகள்'' என்று கூறினார். மக்கள் நெரிசல் எல்லா மருத்துவமனைகளிலும் இருந்தது.

பாரிஸ் நகரின் புகழ் பெற்ற ஓட்டல்-தியூ என்ற மருத்துவமனையில் ஒரே படுக்கையில் ஆறேழு நோயாளியர் இருந்தனர். சில வேளைகளில் படுக்கையில் உயிர்விட்ட நோயாளியரின் பிணங்களோடு நோயாளியர் கிடப்பதுமுண்டு. கர்ப்பிணியோடு, பிற நோயாளியரும் படுக்க வைக்கப்பட்டனர்.

மருத்துவமனை நோய்கள்

இம்மருத்துவமனைகளில் தூய்மை, துப்புரவு என்பன மருந்திற்குக் கூடக் கிடைப்பதில்லை. வெளியில் எங்கும் காணப்படாத நான்கு பயங்கர நோய்கள் இம்மருத்துவமனைகளில் உலவின. அக்கி (Erysipeles), நச்சுச் சீழ் (Pyaemina), குருதி நச்சு (Septicaemia), தசையழுகல் (Gangrenne) என்ற மர்மமான இந்நோய்கள் வந்து, அம்மருத்துவமனைகளைத் தாக்கவே, அறுவை செய்த நோயாளிகள் ஈக்களைப் போல் செத்து மடிந்தனர். இச்சாவுகளுக்கு என்ன காரணம் என்பது எவருக்கும் புரியவில்லை. ஏதோ தீவினை வந்து நோயாளியரை அள்ளிக் கொண்டு போவது போல் தெரிந்தது. பேறுகாலம் பார்க்கும் பகுதியில் கர்ப்பிணிகளும், பிறந்த குழந்தைகளும் முட்டுவீட்டுச் சன்னி (Puerperal fever) என்ற சன்னி கண்டு செத்தனர். அந்தச் சன்னி ஏன் வந்தது என்பது எவருக்கும் தெரியவில்லை.

இந்நோய்கள் நோயாளியர் இருக்கும் கூடங்களுக்குள் ஒரு முறை வந்து காலூன்றி விட்டால் அலையென ஒவ்வொரு நோயாளியையும் தொற்றிக் கொண்டன. ஆனால் மருத்துவமனைக்கு வெளியே தனிப்பட்ட மருத்துவர்களும், நாட்டுப்புற மருத்துவர்களும் செய்த அறுவைகளுடன், ஒப்பு நோக்குகையில் மிகக் குறைந்த எண்ணிக்கையில்தான் நோயாளியர் அங்கு இறந்தனர்.

இந்தக் காலத்தில் புண்கள் சுத்தமான முறையில் ஆறுவது அரிதாயிருந்தது. அறுவை செய்த இடங்களில் கட்டாயம் சீழ் பிடித்துவிடும். அத்தகைய புண் உடனே ஆறுவது கடினம். மருத்துவர், செவிலியர் முதலானோர் நச்சு நுண்ணுயிரிகளால் வரும் இத்தகைய நோய்த் தொற்றுகளை அறியாதிருந்தனர். அதனால் அவர்கள் மூலமாகவும் கொடிய நோய்கள் பரவி நோயாளியர் பேரெண்ணிக்கையில் செத்தனர். மருத்துவ மனைகளின் தூய்மையற்ற நிலை பல ஆண்டுகள் நீடித்தது. இக்னாஸ் செம்மல்வீஸ் என்ற அங்கேரிய மருத்துவர் தோன்றியது வரையிலும் மருத்துவமனைகளே நோய் விளைகலன்களாக இருந்தன. அவர் பத்தொன்பதாம் நூற்றாண்டில் இது குறித்துக் கவனஞ்செலுத்தி மருத்துவர்களும், நோயாளிகளும் நோய்த் தொற்று வராத முறையில் கிருமிநாசம் செய்யப்பட்ட தூய்மையான நிலையில் இருத்தல் இன்றியமையாதது என்பதைக் கண்டறிந்து கூறினார். அவருக்குப் பிறகுதான் மருத்துவமனைகள் தூய்மையடைந்து, அநியாயமாய்ப் பல உயிர்கள் பலியானது நின்றது.

மருத்துவமனைகளின் வளர்ச்சி

மருத்துவமனைகள் இக்காலத்தில் தத்தித் தடவித்தான் முன்னேறின. அவற்றைப் பராமரிக்கப் பெருஞ் செலவாயிற்று. நிர்வகிப்பது பெரும்பாடாயிருந்தது. பொருளியல் மாறுதல்களையும், மருத்துவமனைகளுக்கு நன்கொடை தருவோரின் விருப்பு வெறுப்பையும் பொருத்துத்தான் அவை நடைபெற வேண்டி வந்தது. ஏனெனில் பொது

மக்களில் பலர் தந்த நன்கொடைகளைக் கொண்டுதான் பிரிட்டனில் பல மருத்துவமனைகள் நடந்து வந்தன. பதினெட்டாம் நூற்றாண்டின் பிற்பாதியில் உண்டான மக்கள் பெருக்கமும் அதையொட்டி ஏற்பட்ட சமூகச் சிக்கல்களும் மருத்துவமனை இயக்கத்திற்குப் புதிய தீர்வுகளைக் காணுமாறு செய்தன. அதனால் வீடுகளிலிருந்து வந்து பண்டுவம் பார்த்துச் செல்லும் புறநோயாளிகள் சிகிச்சை முறை தோன்றியது. இதன் பின்னர் அனைவரும் மருத்துவமனைகளில் சேர்க்கப்படுவதில்லை.

பின்னர் 1757 தொடங்கி வரிசையாய்ப் பல அறக்கட்டளைகள் தோன்றிப் பெண்களுக்கு வீடுகளிலேயே மகப்பேறு பார்க்கும் முறை உண்டானது. மருந்துகள் மட்டுமே வழங்கும் மருந்தகங்களும் ஏற்பட்டன. ஏழைகளுக்குக் குறைந்த செலவில் பண்டுவம் பார்க்கப்பட்டது. இந்த முறை 1769 இல் தோன்றி வேகமாய் விரிந்தது. அம்மை குத்தும் சங்கங்களும் இதில் பின்தங்கிவிடவில்லை.

இந்தியம் போன்ற நாடுகள் இத்தகைய மருத்துவ வசதிகளைப் பெறுவதற்குரிய பயிற்சிக் களமாக இங்கிலாந்து இக்காலக்கட்டத்தில் மருத்துவத் துறையில் வளர்ச்சியடைந்தது.

இந்தியத்திற்கு இக்கால கட்டத்தில் பணியாற்ற வந்த ஆங்கில மருத்துவர்கள் பற்றிய செய்திகள் 1770 ஆம் ஆண்டின் வரலாற்றுப் புள்ளிப் பகுதியில் தோன்றும் மூன்றாம் கட்டுரையில் சொல்லப்பட்டுள்ளது.

வரலாற்றுப் புள்ளிகள்

1.சென்னை 1769 ஆம் ஆண்டில்

சால்மோன் என்பவர் சென்னை எப்படியிருந்தது என்பதைக் குறித்துத் தன் மனத்திற்கு பதிந்தவற்றை எழுதி வைத்திருக்கின்றார். அது 1769 ஆம் ஆண்டுத் தொடர்புடையதாகும்:

கறுப்பர் பட்டினம்

செயிண் ஜார்ஜ் கோட்டைக்கு வடக்கில் தோன்றிய இந்தியர் வாழும் பகுதிக்குக் கறுப்பர் பட்டினம் என்று இக்காலத்தில் பெயர். கோட்டைக்குள் இருந்த ஐரோப்பியர் பகுதிக்கு வெள்ளையர் பட்டினம் என்று பெயர்.

கறுப்பர் பட்டினத்தின் தெருக்கள் அகலமாயிருந்தன. அங்கு சில தெருக்களில் மரங்கள் நடப்பட்டிருந்தன. சால்மோன் இங்கு வந்திருந்த இக்காலத்தில் செல்வம் செழித்திருந்த இடத்தையோ, பணப் புழக்கம் மிகுந்த பகுதியையோ காணவில்லை.

அவர் கோயில்களைப் பற்றி எழுதியிருக்கின்றார். அதில் ''கோயிற் பாடகிகள்'' பற்றிக் குறிப்பிடுகின்றார். அவர் கோயில்களைச் சேர்ந்த தேவரடியாரைத்தான் அப்படிக் கூறியிருக்கவேண்டும்.

தோட்டங்கள்

அந்நாளில் மா, தென்னை, கொய்யா மரங்கள் நிறைந்த தோப்புகள் இருந்தன. அத்தோட்டங்களுக்கு யார் வேண்டுமானாலுஞ் சென்று மலிவான விலையில் சுவை மிகுந்த பழங்களை வாங்கியுண்ணலாம். சென்னை தோட்டங்கள் மலிந்த இடமாக விளங்கிற்று.

பல்லக்கு

இக்காலத்தில் வசதி படைத்தவர்களெல்லாம் ''ஏழெட்டுப் போகிகள் (கூலி வேலைக்காரர்) கூலிக்குச் சுமக்கப் பட்டணத்தின் அருகிலுள்ள இடத்திற்குக் கூடப் பல்லக்கில் சென்றனர். இதற்கு ஒருநாள் கூலி ஒரு பென்னிக்குச் சமமான தொகையாகும். (பென்னி என்பது சல்லிக் காசு போன்ற சிறு நாணயம். இதன் மதிப்புச் சுமார் இன்றைய ஐந்து காசுக்குச் சமம் எனலாம்). மேலும் பாரசீகத்திலிருந்து கொண்டுவரப்பட்ட குதிரைகள் இழுக்கும் சாரட்டுகளும் வண்டிகளும் இருந்தன'' என்று மற்றொரு பயணியான லாக்கியர் கூறினார்.

அலுவலக வேலை நேரம்

கம்பெனி அலுவலகங்களில் காலை 8 மணி முதல் 11 மணி வரையிலும் வேலை நடந்தது என்று தெரிகின்றது. நண்பகலுக்கு முன்னரே உணவு கொண்டு விட்டு உறங்கச் சென்றனர்.

வீட்டுவரி

கறுப்பர் பட்டண வீட்டுக்காரர்கள் வீட்டு வரி, தோட்டி வரி என்று இரண்டு வரிகளைச் செலுத்தினர்.

அங்கு கந்தறு கோலமாய்க் கண்டமேனிக்கு வீடுகள் கட்டப்பெற்றதாலும், முறையான நகரத் துப்புரவு ஏற்பாடுகள் இல்லாமையினாலும் ஏராளமான நலக்கேடுகள் உண்டாயின. கம்பெனிக்காரர்கள் இது குறித்து மிகுந்த அக்கறை காட்டினர். ஆதலால் நகரத்தைத் துப்புரவாய் வைத்திருக்கத் தோட்டிகள் அமர்த்தப்பட்டனர். ஊர்த் துப்புரவுப் பணிகளுக்கென்று, அதாவது கஃகுசு எடுக்கவும், சாக்கடை வாரவும் முதன் முதலில் தோட்டிகள் அமர்த்தப்பெற்றது பதினெட்டாம் நூற்றாண்டின் இந்தக் காலகட்டமாய் தானிருக்க வேண்டும். அதன்பிறகு கிட்டத்தட்ட இரண்டேகால் நூற்றாண்டு கழித்துத் தோட்டிகளை இல்லாமற் செய்யும் பணியில் இந்திய அரசு இப்போது கவனஞ் செலுத்துகின்றது.

போப்பாம்

ஸ்டீஃபன் போப்பாம் என்றவர் அயர்லாந்தைச் சேர்ந்த பாராளுமன்ற உறுப்பினர். வங்க அட்வகேட்டு ஜெனரலின் கீழ்ப் பணியாற்றியவர். அவர் வங்க அட்வகேட்டு ஜெனரலாயிருந்த சர் ஜான்டே என்றவருடன் கருத்து வேறுபாடு கொண்டு சென்னைக்கு வந்தார். அவர் இப்பகுதியின் வாழ்க்கைச் சூழலைச் சீர்திருத்துவதற்கென்று கம்பெனியிடம் பல திட்டங்களைக் கொடுத்தார். இவர் பெயரால்தான் போப்பாம் பிராடுவே என்ற சாலை அழைக்கப்படுகின்றது. இது இன்று சென்னை நகரில் போக்குவரவு அடர்த்தியும், மக்கள் நெரிசலும் மிகுந்த குறுகிப்போன சாலையாகும்.

2. சென்னையில் வாரன் ஹேஸ்டிங்சு

பின்னாளில் இந்தியத்தின் முதல் கவர்னர் ஜெனரலாக உயர்ந்த வாரன் ஹேஸ்டிங்சு, சென்னையிலிருந்து கிழக்கிந்தியக் கம்பெனியின் ஆட்சிமன்றக் குழு உறுப்பினராய் 1769 இல் இங்கு வந்தார். அவர் அக்குழுவில் இரண்டாம் நிலை உறுப்பினராயிருந்தார். அவர் இதற்கு மூன்றாண்டுகளுக்குப் பிறகு வங்கத்தின் ஆளுநரானார்.

3. புதுக்கோட்டையின் புதிய மன்னர்

மறவர் நாட்டுப் புதுக்கோட்டை அரசின் தோற்றம் (1686) பற்றிய செய்தியும், அதன் முதல் மன்னரான இரகுநாதராயத் தொண்டைமான் குறித்த செய்தியும் முன்னர் சொல்லப்பட்டன. (இ.ச.க.தொகுதி-3) இம்மன்னர் 1730 ஆம் ஆண்டு இறந்ததும் விசயரகுநாதத் தொண்டைமான் பட்டம் ஏற்று இந்த 1769 வரை அரசிருந்தார். இவர் தன் ஆட்சிக் காலத்தில் சந்தா சாகிபிற்கு உதவியாயிருந்தார். இம்மன்னர் மதுரை நாயக்கர் ஆட்சி ஒழிந்த காலத்தில் இருந்தவர். இக்காலத்தில் புதுக்கோட்டை அரண்மனை பகைவரின் பீரங்கித் தாக்குதலால் அழிந்தது. ஆதலால் இவர் புதுக்கோட்டையின் தெற்கில் சிவஞானபுரம் என்ற இடத்தில் அரண்மனை கட்டிக் கொண்டார்.

இம்மன்னர் பின்னர் ஆங்கிலேயருடன் சேர்ந்து, ஆர்க்காட்டு நவாபு முகமதலியை ஆதரித்துச் சந்தா சாகிபை எதிர்த்து நின்றமையால், போர் முடிந்த பின்னர் புதுக்கோட்டை ஆர்க்காட்டிற்குத் திறை செலுத்த வேண்டியதில்லை என்று உடன்பாடு ஏற்பட்டது. தென்னாட்டில் பிரஞ்சுக்காரருக்கும் ஆங்கிலேயருக்கும் விடாது நடந்துவந்த போர்களிலெல்லாம் இம்மன்னர் ஆங்கிலேயருக்கு உதவி செய்து வந்தார். இவர் ஏறக்குறைய நாற்பதாண்டுகள் ஆட்சி புரிந்து தன் நாட்டை வலுப்பெறச் செய்தார்.

இவர் 1769 இல் இறந்ததும் இவருடைய ஆறு மனைவியருள் ரெங்கம்மா ஆய் என்றவருக்குப் பிறந்த இராயரகுநாதத் தொண்டைமான் (1738-1789) இவ்வாண்டு புதுக்கோட்டை மன்னரானார்.

இவரும் தன் தந்தை போன்றே ஆங்கிலேயருடன் நெருங்கிய நட்புப் பாராட்டினார். ஐதரலி 1780 ஆம் ஆண்டு பேரிடி போன்று தமிழ்நாட்டின் மீது பாய்ந்து வந்தபோது, தென்னாட்டுத் தலைவரனைவரும் அவருடன் சேர்ந்து கொண்டனர். ஆனால் இரகுநாதராயத் தொண்டைமான் ஆர்க்காட்டு நவாபிற்கும் ஆங்கிலேயருக்கும் உதவியாயிருந்தார். ஆங்கிலப் படைத் தலைவரான அயர் கூட்டே (1726-1783) இவரைப் பெரிதும் பாராட்டி எழுதினார். இவர் ஐதரலியின் மகன் திப்பு சுல்தானுக்கு எதிராயும் ஆங்கிலேயருக்கு உதவினார். இம்மன்னருக்கு ஒன்பது மனைவியர். இவருக்கு ஆண் பிள்ளை இல்லை. ஒரே மகள்தான் இருந்தார். இம்மன்னர் 1789 டிசம்பர் 30 அன்று இறந்தார்.

4. பன்மொழிப் புலமை மிக்க சுவார்ஷ் பாதிரியார்.

அவரது பெயர் கிறிஸ்தியன் ஃபிரடரிக்கு சுவார்ஷ்; 1726 அக்டோபர் 8 அன்று ஜெர்மனியில் பிறந்தார். ஜெர்மனியின் ஹாலே நகரில் கல்வி கற்றார். (ஹாலே: இ.ச.க.தொகுதி-2/2) பக்திச் சுவையில் நன்கு ஊறித் திளைத்தவர். சுவார்ஷ் பாதிரியார் 1750 சூலை 30 அன்று தரங்கம்பாடிக்கு வந்து சேர்ந்தார். (தரங்கம்பாடி: இ.ச.க.தொகுதி-2/2)

பார்த்தலோமிய சீகன்பால்கு என்ற ஜெர்மன் பாதிரியைப் போன்று, சுவார்ஷ் பாதிரியாரும் தரங்கம்பாடிக்கு வந்து நிலைத்த புகழ் பெற்றார். சுவார்ஷ் பாதிரியார் தரங்கம்பாடியில் பணிபுரிந்த சமயப் பரப்பிகளில் மிகப் பெரியவர் என்பதில் ஐயமில்லை என்று ‘‘ இந்தியத்தில் கிறித்தவ சமய வரலாறு’’ என்ற ஆங்கில நூலில் ஸ்டீஃபன் நீல் கூறுகின்றார். அவரது பெருஞ் சிறப்பைச் சொல்லுக்குள் அடக்க முயல்வது கடினம் என்பது நீலின் கருத்தாகும்.

சுவார்ஷ் பத்தொன்பதாண்டுகள் தரங்கம்பாடியில் இருந்துவிட்டு, இந்த 1769 ஆம் ஆண்டு தன் சமயப் பணியைத் தொடர்வதற்காகத் தஞ்சைக்குச் சென்றார். அங்கு அவர் தஞ்சை மராட்டிய மன்னர் இரண்டாம் துளசாவின் (1763-1787) நண்பரானார்.

அவர் மிகவும் எளிதாகத் தமிழும் போர்த்துக்கீசமும் பேசுவார். அவருக்கு ஆங்கில மொழியிலும் நல்ல புலமை இருந்தது என்பது, அவர் எழுதிய கடிதங்களிலிருந்து தெரிகின்றது. அவர் ஆர்க்காட்டு நவாபின் பிரதிநிதிகளுடன் பேசுவதற்கு வசதியாகத் திருச்சிராப்பள்ளியில் உருதும் கற்றுக்கொண்டார். தஞ்சை மராட்டியரின் அரசவை மொழியான பாரசிகத்தையம் சுவார்ஷ் பயின்றிருந்தார். தஞ்சை மன்னரின் விருப்பத்திற்கிணங்க மராட்டியும் கற்றுக்கொண்டார். இடையறாத சமயப் பணிகளின் ஊடே இத்தனை மொழிகளையும் கற்றுத் தேர்ந்தது எளிதான செயலன்று.

சுவார்ஷிடம் இதைவிடப் பெரிய சிறப்பு ஒன்று இருந்தது. அவர் எங்கு சென்றாலும் அந்த இடத்தில் அமைதியான சூழலை உண்டாக்கி விடுவார். அவர் வாழ்க்கையில் பெற்ற படிப்பினைகளை வைத்து உள்ளத்தை அமைதி குன்றாத நிலையில் நிறுத்தப் பழக்கி வைத்திருந்தது. மெய்யாகவே அருஞ் சாதனையாகும்.

இரண்டாம் துளசா 1787 இல் சரபோசியை மகன்மை கொண்ட பிறகு, சரபோசியைத் தன் ஆதரவில் சுவார்ஷ் வைத்துக் கொண்டார்.

அவர் சிங்கு தஞ்சை மராட்டிய அரசைத் தனதாக்கிக் கொண்டதும், சுவார்ஷ் பாதிரியார் சென்னை அரசுடன் வாதாடிச் சரபோசியே பட்டத்திற்குரியவர் என்பதை நிலை நாட்டினார்.

5. பிரிட்டிஷ் ஓவியர் இந்தியம் வருதல்

டில்லி கெட்டில் (1735-1789) என்ற பிரிட்டிஷ் ஓவியர் 1769 ஆம் ஆண்டு சென்னைக்கு வந்ததைத் தொடர்ந்து ஏராளாமான பிரிட்டிஷ் ஓவியர்கள் பல்வேறு கால அளவில் வந்து இந்தியத்தில் தங்கிச் சென்றனர்.

டில்லி கெட்டில் 1769 முதல் 1776 வரை இந்தியத்தில் இருந்தார். அவர் ஔது நவாபு சுஜா-உத்-தௌவலின் ஆதரவில் லக்னோவில் தங்கியிருந்தார்.

ஜான் சோஃபனி 1783 முதல் 1789 வரையிலும், ஆர்தர் டேவிஸ் 1785 முதல் 1789 வரையிலும் இந்தியத்தில் இருந்தனர்.

இவர்கள் வண்ணத் தைல ஓவியங்களைத் தீட்டினர். எனினும் அவை காலத்தால் அழிந்துவிட்டன. அவை பெரியனவாயிருந்தமையால்,அவற்றை கப்பலில் அனுப்ப முடியாமற் போயிற்று. இந்நிலையில் சிற்றோவியங்களை எழுதியவர்களுக்கு நல் வாய்ப்புகள் இருந்தன.

இந்தியத்தில் 1785-1795 காலத்தில் இருந்த ஜான் ஸ்மாட், 1785-1787 காலத்தில் இருந்த ஓசியாஸ் ஹம்ஃபிரி ஆகியோர் மிகவும் முக்கியமான ஓவியர்களாவர். இவர்களுக்குப் பிறகும் திறமை மிக்க ஓவியர் பலர் வந்தனர்.

பத்தொன்பதாம் நூற்றாண்டின் தொடக்கத்தில் இந்தியத்திலிருந்த பிரிட்டிஷ் ஓவியருள் ஜார்ஜ் சின்னரி என்பவர் (இந்நாட்டிலிருந்த காலம் 1802-1825) மிகுந்த செல்வாக்குப் பெற்றிருந்தார்.இந்திய மன்னர் சிலரும் இவரைக் கொண்டு தம் படங்களை வரைந்து கொண்டனர்.

இவர்களனைவரும் வண்ணத் தைல ஓவியங்களைத் தீட்டினரெனினும், பெரும்பாலும் நீர் வண்ண ஓவியங்களே இவர்களால் வரையப்பட்டன.

தாமஸ் டேனியலும், அவரின் தாயாதியான வில்லியம் டேனியலும் இந்தியத்தில் எட்டாண்டுகள் *(1786-1794)* இருந்து தம் ஓவியங்களைக் கல்கத்தாவில் எழுதி முடித்தனர். அவை ''கல்கத்தாக் காட்சிகள் *(1786-1788)*'' என்ற பெயரில் வரைந்து முடிக்கப் பெற்றன. அவர்கள் இதன்பிறகு இலண்டனில் *1795-1808* காலத்தில் ''கீழ்த்திசைக் காட்சிகள்'' என்ற பெயரில் நான்கு தொகுதிகளாகத் தம் ஓவியங்களை வெளியிட்டனர்.

இந்தியத்தின் இயற்கைக் காட்சிகளைக் காட்டும் ஓவியங்கள் கற்பனையைத் தூண்டுவனவாயும், வெகு இயல்பாயும் இருந்தமையால், அவை பிரிட்டிஷ் மக்களை வியந்து பாராட்டச் செய்தன. ஆதலால் மேற்சொன்ன ஓவியர் இருவரும் ஆர்வம் மிகக் கொண்டு ஏராளமான வரைபடங்களையும் நீர் வண்ண ஓவியங்களையும் வரைந்தனர். அவற்றுள் சில ஓவியங்களின் தரம் மிக உயர்வாய் இருந்தது.

கிழக்கிந்தியக் கம்பெனி ஆட்சியின் கடைசி இருபதாண்டுக் காலத்தில் *(1837-1857)* இந்தியத்திலிருந்த பிரிட்டிசாரின் மனப்போக்கில் பொதுவாய் ஏற்பட்ட மாறுதல்களின் காரணமாக, அவர்களுக்கு இந்திய ஓவியக்கலை மீதிருந்த ஆர்வம் குன்றியது. அவர்கள் இந்நாட்டு மக்களின் வாழ்க்கைக் கோலங்களை ஓவியங்களாக்கிக் காத்து வைப்பதில் இப்போது அக்கறை கொள்ளவில்லை. அதனால் புரியாதவற்றை விளங்கிக் கொள்ளவேண்டுமென்று அவர்கள் காட்டி வந்த ஆர்வமானது இப்போது அக்கறையின்மையாக மாறிவிட்டது. அதனால் கலைதான் பயனிழக்க நேர்ந்தது.

6. வங்க ஆளுநர் காட்டியர்

ஜான் காட்டியர் இந்த *1769* இல் வங்கக் கவர்னரானார். வாரன் ஹேஸ்டிங்சு *(1732-1818) 1772* இல் கவர்னரானது வரையிலும் அவர் இப்பொறுப்பை வகித்து வந்தார்.

7. வான்சிடாட்டு எங்கோ மறைந்தார்

ஹென்றி வான்சிடாட்டு பதின்மூன்றாவது வயதில் கிழக்கிந்தியக் கம்பெனியின் எழுத்தராய்ச் சென்னைக்கு வந்தார். கிழக்கிந்தியக் கம்பெனியில் பணிபுரிய வரும் ஆங்கிலேயர் இவ்வளவு சிறுவயதினராயிருப்பது வெகு சாதாரணம். அவர்களைச் சிறு பையன்கள் என்றுதான் சொல்லவேண்டும். அவர்கள் தம் பெயருக்குப் பின்னால் HEICS *(Honourable East India Company's Service*=மேன்மைமிகு கிழக்கிந்தியக் கம்பெனி ஊழியர்) என்று போட்டுக் கொள்வர். தாய், தந்தையர்க்கு இங்கிலாந்தில் விடை கொடுத்துவிட்டுக் குறைந்தது ஐந்து அல்லது பத்தாண்டுக் காலம், சில வேளைகளில் இன்னும் அதிகமான காலம், ஏன் என்றென்றும் கம்பெனிக்காக ஊழியம் புரிய வந்த பையன்கள் என்றுதான் அவர்களைக் கூறவேண்டும். இந்திய வரலாற்றில் தம் முத்திரைகளைப் பதித்த இராபட் கிளைவு, வாரன்ஹேஸ்டிங்சு போன்றவர்களெல்லாம் இத்தகைய பையன்களாகவே இந்நாட்டிற்கு வந்தனர்.

எழுத்தராய் வந்த சிறுவர்கள்

போருக்குப் புறப்பட்டவர்கள் வீடு திரும்புவது எவ்வளவு நிச்சயமற்றதோ, அதைப் போல் இச்சிறுவர்கள் தம் தாயகத்தை மீண்டும் காண்பதும் அவ்வளவு நிச்சயமற்றதாகவே அக்காலத்தில் இருந்தது.

அவர்கள் இந்தியத்தை அடைய வெகு நீண்ட பயணம் செய்து வந்தனர். அப்பயணம் பதினெட்டு மாதங்கள் கூட நீடிக்கலாம். அல்லது ஆறே மாதங்களிலும் முடிந்து போகலாம். (கிளைவு கூடக் கிட்டத்தட்ட ஓராண்டிற்குப் பிறகுதான் முதலில் சென்னை வந்தடைந்தார்).

அவர்கள் கடைசியாகச் சென்னையை அடைந்து, நுரைத்து அலைமோதும் கடலைக் கண்டதும், கடற்பறவைகளின் ஒலியைக் கேட்டதும், ஒரு யுகம் போல் நீண்டகாலத்தை ஆடி, அசைந்து, குலுங்கி, முறுமுறுத்த பெட்டி உலகமான பாய்மரக் கலத்தினுள் கழித்துவிட்டு, இப்போது புத்துயிர் பெற்றுக் கரையிறங்குகின்றோமோ என்று அவர்களுக்குத் தோன்றும்.

சென்னையில் இறங்கிய பின்னர், அங்கு வேலை ஒன்றும் அவ்வளவு சுவையாயிராது. எழுத்தனாக வந்த பையன் கடிதங்களுக்குப் படி எடுப்பான்; கப்பல் கரை சேர்ந்ததும், அதிலிருந்து வருகின்ற சரக்குகளைச் சரிபார்த்து இறக்குவான். காலம் செல்லச் செல்லத்தான், அவனுக்குப் பொறுப்பான வேலை தரப்படும். வாரன் ஹேஸ்டிங்சு தன் 27-ஆவது வயதில்தான் மீர் ஜாஃபரின் அரசவையில் பேராளராக *(Resident)* முடிந்தது. அது கல்கத்தாவில் மிக உயர்ந்த இரண்டாவது நிலைப் பதவியாகும். எனினும் அது எவரையும் மலைக்கச் செய்துவிடும் பொறுப்பு மிகுந்த பதவியாகும்.

வான்சிடாட்டு

வான்சிடாட்டு கிளைவின் நெருங்கிய நண்பரானார். கிளைவு பரிந்துரைத்ததால்தான், வான்சிடாட்டைக் கல்கத்தா ஆட்சி மன்றக் குழுவின் தலைவராயும், வில்லியம் கோட்டையின் ஆளுநராயும் அமர்த்தினர்.

சிராசுத்தௌலவிற்குப் பிறகு வங்க அரியணை மீது மீர் ஜாஃபரைக் கிளைவு அமர்த்திய நேரத்தில் வங்கக் கருவூலம் வெறுமையாய்க் கிடந்தது என்பதை வான்சிடாட்டு கண்டார். அப்போது செலவுகளை ஈடு கட்டுவதற்கு வேண்டிய வருவாயும் இல்லாதிருந்தது. மீர் ஜாஃபர் அரியணையில் அமர்ந்திருக்கும் வரை எந்த வேலையும் சரியாக நடைபெறாது என்ற முடிவிற்கு வான்சிடாட்டு வெகுவிரைவில் வந்து விட்டார்.

வான்சிடாட்டு வங்க ஆளுநராவதற்காகச் சென்னையிலிருந்து 1760 ஜனவரியில் கல்கத்தாவை அடைந்தார். அப்போது அவருக்கு வயது 28 (இ.ச.க.தொகுதி- 6) கம்பெனியில் 14 ஆண்டுகள் ஊழியம் செய்திருந்தார். அவர் நல்லெண்ணமுள்ள பலவீனர் என்று சில வரலாற்று ஏடுகள் கூறுகின்றன. அது உண்மையன்று என்பர்.

வான்சிடாட்டு 1760 ஜனவரியில் கல்கத்தாவை அடைந்ததும், மீர் ஜாஃபரைக் காண்பதற்காக அக்டோபர் மாதம் ஒரு சிறு படையுடன் மூர்சிதாபாது சென்றார். அவர் நவாபிடம் நயமாகப் பேசித் தன் மருமகன் மீர் காசிமிடம் ஆட்சிப் பொறுப்பை ஒப்படைக்க வேண்டும்; மீர் காசிமே தனக்குப் பின் பட்டத்திற்கு வரவேண்டுமென்று அறிவிக்குமாறு மீர் ஜாஃபரைக் கேட்கத்தான் அங்கு போயிருந்தார். ஆனால் நவாபு தன் வழிக்கு வரமாட்டார் என்பதை அறிந்ததும், மீர் ஜாஃபரைப் பதவியிலிருந்து இறக்கிவிட்டு, மீர் காசிமை ஏற்றிவைத்துவிட்டார். (இ.ச.க.தொகுதி-6)

மீர் காசிமும் பின்னர் பிரிட்டிசாருக்கு எதிராகத் திரும்பினார். வான்சிடாட்டு கடைப்பிடித்த கொள்கை வரிசையாகத் தோற்று வந்தது. ஆதலால் அவர் பதவியிலிருந்து ஓய்வு பெற்றுத் தாயகம் திரும்பினார்.

பாராளுமன்ற உறுப்பினராதல்

அவர் பிரிட்டன் திரும்பியதும் ரீடிங்குத் தொகுதியிலிருந்து பாராளுமன்றத்திற்குத் தேர்ந்தெடுக்கப்பட்டார். அவர் இங்கிலாந்து திரும்பிய பிறகுதான் அவருக்கு புகழ் மிகுதியானது.

வான்சிடாட்டு 1769 இல் கிழக்கிந்தியக் கம்பெனியின் இயக்குநரானார். இந்தியம் முழுமையிலும் ஆட்சி நிர்வாகத்தைச் சீர்படுத்துவதற்காக மூவரடங்கிய மேற்பார்வைக் குழு ஒன்று கம்பெனியால் அமைக்கப்பட்டது. வான்சிடாட்டு அந்தக் குழுவில் இடம் பெற்றார். இக்குழுவினர் மூவரும் 1769 செப்டம்பரில் இங்கிலாந்திலிருந்து இந்தியத்திற்குப் புறப்பட்டனர். அவர்கள் ஏறி வந்த கப்பல் தென்னாப்பிரிக்கத்தின் நன்னம்பிக்கை முனையைச் சுற்றிக் கொண்டு 1769 டிசம்பர் 27 அன்று இந்தியத்தை நோக்கிப் புறப்பட்டது. அதன் பிறகு அம்மூவருக்கும் என்ன நேர்ந்தது என்பது இன்றளவும் தெரியவில்லை.

வான்சிடாட்டு 1770 ஆம் ஆண்டுத் தொடக்கத்தில் கடலுள் மூழ்கி இறந்து போனதாக வரலாற்றாசிரியர் பெர்சிவல் ஸ்வியர் தனது *Master of Bengal,Clive and his times* என்ற நூலில் குறிக்கின்றார்.

8. வங்கப் பெரும் பஞ்சம்

1769 இந்த 1769இல் தொடங்கி 1770 ஆம் ஆண்டிலும் நீடித்த மிகப்பெரிய வங்கப் பஞ்சத்தில் சுமார் ஒரு கோடிப் பேர் மடிந்தனர். இது வங்க மக்கள் தொகையில் மூன்றிலொரு பங்காகும். இதை மிகைப்படுத்தப்பட்ட கணக்கு என்பர். உலக வரலாறு இதைப் போன்ற பெரும் பஞ்சத்தை இதுவரை கண்டதில்லை.

9. பிரஞ்சுக் கம்பெனி உரிமைப் பட்டயம் இழத்தல்

ஐரோப்பிய வணிக நிறுவனங்கள் தத்தம் நாட்டு முடியரசுகளிடமிருந்து உரிமைப் பட்டயம் (Charter) பெற்றுத்தான் இந்தியம் போன்ற அயல் நாடுகளில் வாணிபம் புரிய வந்தன. அதனால் இக்கம்பெனிகள் வாணிபத்தில் ஏகபோகம் செலுத்தி வந்தன. அக்கம்பெனிகளின்றி அந்நாடுகளைச் சேர்ந்த தனிப்பட்ட எவரும் வாணிகம் செய்வதற்குக் கட்டுப்பாடும் தடைகளும் இருந்து வந்தன. எனினும் இந்த ஏகபோகம் குறித்து இங்கிலாந்திலும் பிரான்சிலும் எதிர்ப்புகள் இருந்துவந்தன.

கிழக்கிந்தியக் கம்பெனி இந்தியத்தின் மீது வைத்திருந்த பிடியைத் தளர்த்த வேண்டுமென்றும் அந்நிறுவனம் தன் வழிமுறைகளைச் சீர் செய்ய வேண்டுமென்றும் 1760 ஆம் ஆண்டிலிருந்து பாராளுமன்றத்தின் உள்ளும் புறமும் இருந்து நெருக்கப்பட்டு வந்தது. அதனால் அக்கம்பெனிக்கு அளிக்கப்பட்டிருந்த சலுகைகள் சிறுகச் சிறுகத் தரிக்கப்பட்டுவந்தன.

ஆனால் பிரஞ்சுக் கிழக்கிந்தியக் கம்பெனியோ நற்பேறு சிறிதும் இல்லாதது எனலாம். ஏனெனில் பிரஞ்சு முடியரசு அக்கம்பெனிக்கு அளித்துவந்த அரசாணை உரிமைப் பட்டயத்தை நீக்கிவிட்டது.

10. ஷேக்ஸ்பியருக்கு முதல் விழா

வில்லியம் ஷேக்ஸ்பியர் (1564-1616) உலகப் புகழ் பெற்ற ஆங்கிலப் புலவர்.

அவரைப் பெரும் பாணர் (The Bard) என்று உலகமே இன்றும் போற்றுகின்றது. அவர் ஸ்டிராட்ஃபோர்டு அப்பான்-ஏவோன் என்ற ஏவோன் ஆற்றங்கரை ஊரில் பிறந்தார். அவர் தன் வாணாளில் பெரும் பகுதியை இலண்டனில் கழித்தார். ஷேக்ஸ்பியர் அங்கு நடிகராயும், நாடக ஆசிரியராயும் சிறந்து விளங்கினார். அவர் பிறந்த ஊருக்கு இறுதியில் வந்து அங்கு காலமானார். அவர் 1590 முதல் 1611 வரை பல நாடகங்களையும், பாடல்களையும் இயற்றினார்.

ஷேக்ஸ்பியரின் பிறந்த ஊரான ஸ்டிராட்ஃபோர்டு-அப்பான்-ஏவோனில் ஷேக்ஸ்பியருக்கு முதன்முதலாக 1769 ஆம் ஆண்டுதான் அவர் இறந்து ஒன்றரை நூற்றாண்டுகளான பிறகு விழா எடுக்கப்பட்டது. அதைப் புகழ்பெற்ற ஷேக்ஸ்பியர் நடிகரான டேவிடு காரிக்கு (1717-1779) நடத்தினார். டேவிடு காரிக்கிற்கு இப்போது வயது 55. அவர் பிரிட்டிஷ் நடிகரானாலும் ஐரோப்பியமெங்கும் புகழ் பெற்றிருந்தார்.

பெரும் பாணரான ஷேக்ஸ்பியரின் இறவா நாடகங்களை ஆண்டுதோறும் நடத்துவதற்கென்று காரிக்கினால் தொடங்கப் பெற்ற இவ்விழா கடந்த 225 ஆண்டுகளாக இன்றும் நடந்து வருகின்றது.

1770

அரசியல்

மைசூர் மன்னர் கொலை
பிரிட்டிசுப் பிரதமர் நார்த்து பிரபு

மெய்ப்பொருளியல்

இயற்கை - இறைவன்
''இறைவனைப் படைப்போம்''-வால்டயர்.

மருத்துவம்

பாரதம் வந்த ஆங்கில மருத்துவர்கள்

கலை, இலக்கியம்

சிவசாமி சேதுபதி விறலி விடு தூது
கதே-ஃபாஸ்டு
தஞ்சையில் முகலாயப் பாணி ஓவியர்கள்
பம்பாயில் நாடகக் கொட்டகைககள்

வேளாண்மை, தொழில், வாணிபம்

வட இந்தியத்தில் வேளாண்மை, வாணிபம்
இந்திய-சீன வாணிபத்தில் ''நேர்மையற்ற வழி''- அபினி வாணிபம்
பிரிட்டனில் உருளைக்கிழங்கு மிகு விளைச்சல்
இலண்டனில் பேரங்காடி
சாதிக்காய்-டச்சு ஏகபோகம் ஒழிதல்

இராணுவம், போர்

பீரங்கி இரகசியம்

வரலாறு

கான்பூர் நகரத் தோற்றம்

இயற்கைச் சீற்றம், பஞ்சம்

வரலாற்றில் இந்தியப் பஞ்சங்கள்

மக்கள்

பதினெட்டில் ஐரோப்பிய மக்கள், உயர் குடியினர்
அமெரிக்கக் குடியேற்றங்களில் மக்கள் தொகை

பிறப்பு

பீத்தோவன் *(1770-1827)*
வேர்டுஸ்வொர்த் *(1770-1850)*
ஹெகல் *(1770-1831)*

1770

1. வட பாரதத்தில் வேளாண்மை, தொழில்கள்

பதினெட்டாம் நூற்றாண்டின் இக்காலக்கட்டத்தில் வட இந்தியத்தில் வேளாண்மையும், தொழில்களும் எங்ஙனம் நடந்து வந்தன என்பதை சி.ஏ.பெயிலி எழுதிய ஓர் ஆங்கில நூல் விவரித்து விளக்குகின்றது. இதே காலகட்டத்தில் ஐரோப்பியத்தில் தொழில், வேளாண்மைத் துறைகள் எவ்வாறு இருந்தன என்பது 1763 ஆம் ஆண்டுக் கட்டுரையில் விவரித்துச் சொல்லப்பட்டிருந்தது.

''குடும்பப் பண்ணை'' முறை

வட இந்தியப் பொருளாதாரத்தில் உழவர்களின் ''குடும்பப் பண்ணை'' என்ற முறைதான் பதினேழு, பதினெட்டாம் நூற்றாண்டுகளில் அடிப்படைக் கூறாக விளங்கிற்று. நிலம் குடும்பத்திற்கு வழி வழி உரிமையாக வந்து கொண்டிருந்தது. குடும்பம் உயிர் பிழைத்து வாழ்வதற்கும் குடும்பத்தின் பாதுகாப்பிற்கு உத்தரவாத மாகவும் நிலம் விளங்கிற்று. இந்துக் குடும்பப் பண்ணை முறை அந்தக் குடிக்குச் சமூகத்தில் நல்ல அந்தஸ்தைக் கொடுத்தது. பண நெருக்கடி வந்த போது அடமானம் வைத்துக் கடன் பெறவும் நிலம் உதவிற்று. செல்வச் செழிப்பான காலத்தில் நிலம் என்பது ஒருவகையான இடு முதலாயும் அமைந்தது.

தாழ்ந்த சாதியினர்

இது ஒருபுறமிருக்கத் தாழ்ந்த சாதிக் குடியானவர்கள் கிட்டத்தட்டத் தொழும்பர் நிலையில் தான் இருந்தனர். மேல் வகுப்பினர் அவர்களை வெற்றி கொண்டு சமூகத்தில் தாழ்த்தி வைத்திருந்தனர்;மன்னர்களின் ஆணைகளைக் காட்டி அவர்களை உழைப்பதற்கு என்றே ஒதுக்கி வைத்தனர். சான்றாக ஒருவர் வேளாண்மையை நம்பி நிற்பது என்பது, அடிமையாக வாழ்வதாகத்தான் பல இடங்களில் இருந்தது. இருப்பினும் வட இந்திய வேளாண்மையுடன் அடிமை என்னும் சொல் அரிதாகத்தான் தொடர்பு படுத்திப் பேசப்படுகின்றது.

வட இந்தியப் பகுதிகளில் லக்கர் என்ற சாதியார் 1780 ஆம் ஆண்டுகளில் தொழும்பராய் அல்லது கொத்தடிமையராய் அல்லது அடிமையாய் உழவு வேலையிலும், பிற உடலுழைப்பு வேலையிலும் ஈடுபட்டிருந்தனர்.

நிலவரி, குத்தகை முறை

வேளாண்மை விளைச்சலில் ஆழ்ந்த விளைவுகளை ஏற்படுத்தக்கூடிய ஏற்படுத்தக்கூடிய விதத்தில், நிலவரியும் குத்தகை ஏற்பாட்டு முறையும் இருந்து வந்தன. இதில் அடிப்படையான மூன்று முறைகள் நடைமுறையில் இருந்து வந்தன. நிலவரியை வாங்கும் வல்லாண்மை படைத்த பெரும் புள்ளிகள் நமக்கு விளைச்சலில் ஒரு பகுதியைத் தந்து விடவேண்டுமென்று உழவர்களிடம் ஒப்பந்தம் செய்து கொள்வர். அவர்கள் அறுவடைக்குக் காத்து நிற்கும் விளைபயிர்களைக் கணித்துக் கொண்டு அவர்களை இத்தகைய ஒப்பந்தத்தில் மாட்டிவிடுவர்.

இரண்டாவதாக, கதிரடித்த பயிர்களை ஊராரும், பெரும் புள்ளிகளின் கையாள்களும், களத்துமேட்டிலேயே பகிர்ந்து கொள்ளும் முறை.

பதினேழாம் நூற்றாண்டிற்கும் பத்தொன்பதாம் நூற்றாண்டிற்கும் இடைப்பட்ட காலத்தில் புதிய வேளாண்மைச் சார்பு என்ற முறை உருவாயிற்றென்று தோன்றுகின்றது. பழைய பேரரசின் இராணுவப் பணிகளில் இருந்த பெரும் புள்ளிகள், வட்டார மையங்களுக்குள் சிதறிப் பிரிந்து, ஆங்காங்கே வாழ்ந்த சமுதாயங்களைத் தம் கட்டுப் பாட்டிற்குள் கொண்டு வந்துவிட்டனர்; அதிலிருந்து புதிதான இந்த வேளாண்மைச் சார்புச் சுரண்டல் முறை தோன்றியது.

சையதுகளின் நாட்டாண்மை

சான்றாக, டெல்லியிலிருந்து சுமார் 128 கிலோ மீட்டரிலுள்ள முராதாபாது மாவட்டத்தை எடுத்துக் கொள்வோம். வட இந்தியத்தில் இஸ்லாமிய அரசு உருவாக்கி வந்த பகுதியின் நடு மையம் என்று அம்மாவட்டத்தைக் கூறலாம். இங்கு கி.பி.1500 ஆம் ஆண்டிற்கு முன்னரே சையது அரசகுடியின் பிரபுக் குடும்பத்தைச் சேர்ந்த இராணுவ, அரசுப் பணிப் பெருமக்கள் முதலில் முகலாயப் பேரரசின் ஆதரவுடனும் இப்பகுதியைத் தமதாக்கிக் கொண்ட ரோகில்ல வெற்றியாளரின் ஆதரவுடனும் தம்மை இப்பகுதியில் நிலை நிறுத்திக் கொண்டனர். இரண்டுமில்லாத வேளையில் இராணுவ பலத்தைப் பயன்படுத்தினர்.

1770

அவர்கள் முகலாயரிடம் பணியாற்றியமைக்காக இறையிலியாய் அவர்களுக்கு நிலம் கிடைத்தது. ஆனால் இச் சையது குடியினர் இங்கு வரி தண்டுவதுடன் நில்லாது, தமக்குத் தரப்பட்ட பகுதிகளில் அடங்கிய சிற்றூர்களையும் முழுமையாய்க் கவர்ந்து கொண்டு ஊர்த் தலைவர்களின் நாட்டாண்மை முழுவதையும் நீக்கிவிட்டு, அவற்றைத் தாமே ஏற்றுக் கொண்டு, ஊராட்சியில் நேரடியாய் இறங்கினர்.

ஊர்த் தலைவரின் குடும்பத்திற்குச் சமூகத்தில் இருந்து வந்த நல்ல அந்தஸ்தும் செல்வாக்கும் மாறாமல் அப்படியே இருக்குமாறு பார்த்துக் கொள்ளப்பட்டதால், அது சையதுகளுக்கு மிகுந்த பயனைத் தந்தது. அவர்கள் ஊர்த்தலைவனுக்கு விளைச்சலில் பங்கு தந்தனர். சையதுகள் ஊராட்சியையும் தாமே மேற்கொண்டதால், அதன் இயற்கை வளங்கள், தானியம், இருப்பு முதலியன அவர்களின் நேரடிக் கட்டுப்பாட்டில் வந்தன.

ரோகில்லர்கள்

டெல்லிக்கு வடக்கிலிருந்த பகுதிகளில் மிகு ஆழ்ந்த தன்மையுள்ள வேளாண்மைச் சார்பு முறை பதினெட்டாம் நூற்றாண்டில் நிலவிற்று. சான்றாக இப்பகுதியை வென்ற ஆப்கானிய ரோகில்லர்கள் (இ.ச.க.தொகுதி-5) ஆட்சியில் ஏர் பிடித்து உழும் உழவன் ரோகில்லர்களை நேரடியாகச் சார்ந்து நிற்கும் நிலையை உண்டாக்கினர். இங்கிருந்த இந்துக் குடியானவரின் பெரும்பாலர் ரோகில்லர்களை நம்பியே வாழ்ந்தனர்.

ரோகில்லர்கள் குடியானவர்களுக்கு விருது தந்தனர். குடியானவர்களுக்கு ஆதரவு தந்த நிலப் பிரபுக்கள், அவர்களுக்குக் குடியிருக்க வீடுகளை மட்டுமன்றி, விதைகள், உழுகருவிகள், வேளாண்மையில் ஈடுபடுத்தும் விலங்குகள் முதலியவற்றையும் அளித்தனர். ரோகில்லர்கள் இங்ஙனம் உழவர்களுக்கு அளித்த உதவியினால் உண்டான சார்பு நிலை மிகுந்த வலிவுற்றிருந்தமையால்தான், ஔது நவாபும் கிழக்கிந்தியக் கம்பெனியும் 1744 இல் ரோகில்லர் நிலப்பரப்பைக் கைப்பற்றியதும், அங்கிருந்த

ஏராளமான வேளாளக் குடும்பங்கள் ரோகில்லருடனேயே சென்றுவிட்டன. அதனால் வேளாண்மைப் பணிகளுக்கு ஆள்களின்றிப் பெரிய நெருக்கடி உண்டானது.

வேளாண்மையைப் பெருக்கும் பணிகள்

வேளாண்மை விளைச்சலையும் வருவாயையும் பெருக்கும் நோக்குடன், பதினெட்டாம் நூற்றாண்டின் பிற்பாதியில் வேளாளர் குடியேற்றங்களும் குடியிருப்புகளும் உண்டாக்கப்பட்டன என்பதும் மெய்யாகும். வணிகர்கள், நிலக்கிழார்கள், தொழில் முனைவர்கள் முதலானோர் வேளாளர்களை இவ்வாறு சிறப்புப் பணிகளுக்காகக் குடியமர்த்தி, அப்பணிகளுக்கு வேண்டிய கைமுதலையும் கருவிகளையும் உகந்த பாதுகாப்பு ஏற்பாடுகளையும் தந்தனர். எனினும் அவர்கள் சில ஆண்டுகள் மட்டுமே இவற்றை அளித்தனர். அதன்பிறகு அவர்கள் நிறுவிய வேளாண்மைக் குடியேற்றங்களைச் சேர்ந்தவர்கள், அங்கு பயிர்செய் நிலங்களின் உரிமையாளராயினர். தமக்குக் கைமுதல் தந்தவர்களைத் தொடக்கத்தில் நம்பி நின்ற நிலையிலிருந்து விடுதலை பெற்றனர்.

செழிப்பற்ற இடங்களில் தொழும்பு நிலை

ஆனால் செழிப்பில்லாத பகுதிகளிலோ மெய்யான தொழும்பு அடிமை நிலை உருவானது. இங்கிருந்த நிலப் பிரபுக்களான பெரும்புள்ளிகள் அனைவரும் வேளாண்மைக் குடும்பத்தாரின் உழைப்பையும் நேரத்தையும் ஆற்றல் வளங்களையும் தம் கட்டுப்பாட்டினுள் வைத்துக் கொண்டனர்.

வாணிபமும் முன்பண ஏற்பாடும்

வணிகர்கள் நேரடியாக வாணிபத்தில் ஈடுபாடு கொள்வதைவிட ''முன்பண முறை'' என்ற ஏற்பாட்டையே எங்கும் பரவலாய்க் கொண்டு வந்தனர். வணிகர்கள் இந்த முன்பண ஏற்பாட்டின்படி, கைவினைஞர்களுக்கும், சிறப்பான பணிகளில் ஈடுபட்டிருக்கும் வேளாளர்களுக்கும் முன்பணம் தந்து, அவர்களின் கணக்கில் பற்று எழுதிக் கொண்டனர். வேளாண்மைக் குடும்பத்தாரிடம் அவர்களின் ''வேலையை ஒப்பந்தம் பேசிக் கொண்டு'' விளைச்சலைப் பெறும் நோக்குடன் இந்த முன்பண ஏற்பாட்டு முறை உண்டாக்கப்பட்டது. வேளாண் பயிர்களில் எவற்றையெல்லாம் பயிர் செய்வது என்பது குறித்து முடிவெடுக்க இந்த ஏற்பாடு உதவிற்று. அத்தகைய முடிவுகளை ஒரு வரம்பிற்குள் கட்டுப்படுத்தவும் இந்த ஏற்பாடு பயன்பட்டது.

எடுத்துக்காட்டாக, பருத்தி விளையும் பகுதியிலிருந்து எப்போதும் பருத்தியையே பயிர் செய்வது என்றெல்லாம் வணிகரே முடிவு செய்தனர். இவ்வாறு முன்பணம் பெற்ற உழவர்களும் கைவினைஞர்களும் வேறுசில இடங்களில் கடனாளிகளாகித் தொழும்பராயினர் அல்லது கொத்தடிமைகளாயினர்.

இந்த முன்பண ஏற்பாடு எங்கும் பரவலாயிருந்தது. கிழக்கு ஔதின் இலட்சுமண புரியிலும் (லக்னோ) ஃபைசாபாதிலும் சுமார் ஓரிலட்சம் நெசவாளர்கள் வணிகர்களிடமிருந்து பத்துப் பன்னிரண்டு இலட்ச ரூபாயைக் கடன் வாங்கியிருந்தனர் என்று கணிக்கப்பட்டுள்ளது. கிழக்கிந்தியக் கம்பெனியின் தரகர்களும் நெசவாளர் போன்ற கைவினைஞர்களுக்கு முன்பணம் தந்தனர். *(ஆந்திரத் துணிகளுக்கு ஐரோப்பியர் முன்பணம்: இ.ச.க.தொகுதி-3).*

1770

இங்ஙனம் முன்பணமாக ரொக்கப்பணம் வந்து பாய்ந்ததால், சிற்றூர்களில் விளைச்சல் சிறப்பதை ஊக்குவிக்க முடிந்தது. கங்கை, யமுனை ஆறுகளுக்கு இடைப்பட்ட (தோவாபு) பகுதிகளிலும் நடு இந்தியத்திலும் இதனால் பருத்தி வாணிபம் உரம் பெற்றது.

கிழக்கே அசம்கடு பகுதியிலிருந்த வட்டிக் கடைக்காரர்களான வணிகர்கள், ஆக்கப்படப்போகும் சர்க்கரையை முன்னதாகவே ஒப்பந்தம் செய்து கொண்டு, கண்டசாரிச் சர்க்கரைத் தொழிற்சாலை முதலாளிகளாயினர்.

இந்த முன்பண ஏற்பாடானது அரசியல் மேலாண்மையையும், வாணிப நிலைப்பாட்டையும் பொருத்து, அவற்றோடு நெருக்கமாகப் பிணைந்திருந்தது. முன்பணம் தந்ததை நிறுத்தினால் பெரும்பகுதியில் சிறப்பாய் நடந்து வந்த வேளாண்மைத் தொழிலோ, கைவினைஞர்களின் ஆக்கமோ சரிந்து விழுந்துவிடலாம் என்ற நிலை இருந்தது. எடுத்துக்காட்டாக, ஔதில் இருந்த மௌ என்ற பகுதியில் 1770 ஆம் ஆண்டுகளிலும், ஆக்ராவின் ஃபிரோசாபாதுப் பகுதியில் 1790 ஆம் ஆண்டுகளிலும் இப்படித்தான் நடந்தது என்று தோன்றுகின்றது.

இது வளர்ச்சியை நோக்கிய சூழலாகத் தோன்றவில்லை என்பது தெளிவாய்ப் புலனாகின்றது.

1770

2. இந்திய சீன வாணிபத்தில் ''நேர்மையற்ற வழி'': கள்ள அபினி வாணிபம்

கிழக்கு நாடுகளில் துறைமுகத்திற்குத் துறைமுகம் நடந்து வந்த வாணிபத்தை ''நாட்டு வாணிபம்'' (*Country Trade*) என்று ஆங்கிலேயர் அழைத்தனர். இவ்வாணிபத்தில் மூன்று தனி வகைகள் இருந்தன:

1. இந்தியக் கரையோரமாய் நடந்த வாணிபம்; 2 இந்தியத்தின் மேற்குக் கரைத் துறைமுகங்களுக்கும் பாரசிகம், செங்கடல் துறைமுகங்கள், ஆப்பிரிக்கக் கரையோரத் துறைமுகங்கள் ஆகியவற்றுக்கிடையிலும் நடந்த வாணிபம்; 3. கிழக்குக் கரைத் துறைமுகங்களுக்கும் பர்மிய, மலேய, இந்தோனேசிய, சீனத் துறைமுகங்களுக்கும் இடையில் நடந்த வாணிபம்.

இந்த நாட்டு வாணிபத்தின் மேற்சொன்ன மூன்றாம் வகை சுமார் 1770 வாக்கில் இயல்பு மீறிய வளர்ச்சியை அடைந்தது. வங்கத்திற்கும் தொலைக்கிழக்கிற்கும் இடையில் நடந்த வாணிபம் பெருகிற்று. தொலைக் கிழக்குக் கடல் வழியில் சீனம் செல்லும் நேர்மையான வழியும் இதில் சேர்ந்து கொண்டது. இந்தப் போக்குவரவில் ஈடுபட்ட கப்பல்களின் சரக்கேற்றுந் திறன் 1780 முதல் 1790 வரையிலமைந்த காலத்தில் 4,000 டன்னிலிருந்து 25,000 டன்னாக மிகுந்தது.

ஆனால் இது ஒருவழி வாணிபம். ஏனெனில் சீனர் இந்தியத்திற்குப் பண்டங்கள் கொண்டுவரவில்லை. சீனம் முதலில் தன் தேயிலை, பட்டு, பீங்கான் பொருள்களை ஐரோப்பியப் பண்டங்களுக்கு மாற்றித் தருவதில்லை என்ற நிலை இருந்தது. அது ஸ்பானிய ரியால்களுக்கு மட்டுமே தன் பண்டங்களை விற்றது. ஸ்பானிய ரியால் பதினாறாம் நூற்றாண்டிலிருந்து இந்து மாக்கடலில் ஏற்புடைய நாணயமாகப் புழங்கி வந்தது. இந்திய ரூபாய் பத்தொன்பதாம் நூற்றாண்டில்தான் ஸ்பானிய ரியாலின் இடத்தைப் பிடித்தது. இந்த ரியால் தங்க நாணயம்.

கிழக்கிந்தியக் கம்பெனிக்கு மணக்காரப் பண்ட வாணிபம் மட்டுமே போதிய

ஆதாயம் தரவில்லை. அது 1721 இல் இங்கிலாந்திற்கு இந்தியத் துணிகளை ஏற்றுவதை நிறுத்தி விட்டதால், கூடுதலான ஆதாயத்திற்கு வேறு ஏதேனும் ஒரு வழியைக் காணவேண்டி வந்தது. பண்ட மாற்றுச் செய்ய விரும்பாத சீனரின் பண்டங்களை வாங்குவதற்கு ஸ்பானிய ரியால்களைக் கொடுத்தாக வேண்டும் என்றாகிவிட்ட நிலையிலிருந்து தப்புவதற்கு மாற்று வழி ஒன்றைக் காண்பதற்குக் கம்பெனி முயன்றது. சீனர் பண்டமாற்று மதிப்புச் சிறிதளவேயுள்ள சில பொருள்களை மட்டுமே விரும்பினர். எனினும் அவர்கள் இந்தியத்திலிருந்து பருத்தியையும், அபினியையும் ஏற்க ஆயத்தமாயிருக்கின்றனர் என்பதைக் கிழக்கிந்தியக் கம்பெனி வெகுவிரைவில் உணர்ந்துவிட்டது.

இவ்விரு பண்டங்களுள் அபினி விலை மிகுந்தது. சீனத்தில் பருத்தி விளைந்தது. அபினி அங்கு பொதுவாகத் தடை செய்யப்பட்டிருந்த போதிலும், சீன மக்கள் அதை மிகவும் விரும்பினர். ஆனால் சீனத்தில் அபினி வாணிபம் செய்வதைப் பேரரசர் யுங்கு செங்கு 1729 இல் தடை செய்திருந்தார். (இ.ச.க.தொகுதி-3)

இந்நிலையில் ''மேதகு கம்பெனி'' சீன வாணிபத்தில் நேரடியாக வெளிப்படையான தொடர்பை வைத்துக் கொள்ளவில்லை. கிழக்கிந்தியக் கம்பெனி இந்தியத்தில் அபினித் தோட்டம் போட்டு அறுவடை செய்தது. ஆனால் நாட்டுக் கப்பல்கள் மட்டுமே இந்த அபினியைச் சீனத்திற்கு ஏற்றிச் சென்றன. கிழக்கிந்தியக் கம்பெனியின் ''இந்தியமென்'' (*Indiaman*) என்ற கப்பல்கள் அங்கு அபினியை ஏற்றிச் செல்லவில்லை. மேலும் இந்த அபினி நடமாட்டத்தில் சீனத்தின் அதிகாரபூர்வமான கோஹாங்கு வணிகர்களும் தொடர்பு கொள்ளவில்லை. காண்டன் நகருக்கு வெளியிலிருந்த வேறு தரகர்களை வைத்து இந்த வாணிபம் நடத்தப்பட்டது. (காண்டன் இன்று குவாங்கு சூ என்று அழைக்கப்பட்டு வருகின்றது.) இன்று சீனத்தின் ஆறாவது பெரிய நகரமாகும்.

முத்து ஆறு என்ற சூ ஜியாங்கு ஆறு பாயும் செழிப்பான வடிநிலப் பகுதியில் அமைந்துள்ளது. இப்பட்டினம் ஹன் அரசகுடியின் காலத்தில் (206 கி.மு-220 கி.பி) முதன்மை பெற்றது. இப்பட்டினத்திற்கு 1514 இல் போர்த்துக்கீசர் வந்தனர். அவர்களையடுத்துப் பிரிட்டிஷ் வணிகர்கள் பதினேழாம் நூற்றாண்டில் வந்து சேர்ந்தனர். சீன அரசு தடை செய்திருந்த அபினி வாணிபம் அதன்பிறகு பிரிட்டனின் தூண்டுதலால் இப்பட்டினத்தில் நடந்தது. அது அபினி வாணிபத்தின் மையமானது. சீன அரசு பின்னர் அபினி வாணிபத்தை ஒடுக்க முயன்றதால் 1839 ஆம் ஆண்டு அபினிப் போர் நடந்தது. அதில் சீன அரசு தோற்றது. அதனையடுத்து அங்கு மீண்டும் அபினி வாணிபம் செழித்தது.

இந்த அபினி வாணிபம் எல்லாரும் நினைக்கக் கூடிய சிறு கள்ள வாணிபம் அன்று என்று இது குறித்து ஆழ்ந்து ஆய்ந்த அறிஞர் கூறுகின்றனர். பதினெட்டிலும் பத்தொன்பதிலும் அந்த அபினி வாணிபத்திற்கு இணையான மிகப் பெரிய தொழில் உலகில் வேறெதுவுமில்லை என்பது அறிஞர் முடிவு. இந்தக் கள்ள வாணிபம் மிதமிஞ்சிய ஆதாயம் தந்ததற்கு இரு கூறுகள் முக்கியமான காரணங்களாயிருந்தன.

சீன ஆட்சியதிகார வர்க்கத்தினரான மாண்டரின்கள் கைக்கூலிக்கு ஆள்பட்டதும், சீனத்திடம் கப்பற்படை இல்லாமற் போனதும் அக்காரணங்களாகும். (மாண்டரின் : சீனப் பேரரசில் நுழைவுத் தேர்வுகள் வழியே தேறியவர்களைத் தேர்ந்தெடுத்து ஆட்சி நிர்வாகத்தில் ஈடுபடுத்தப்பட்ட அதிகார வர்க்கம். இதில் ஒன்பது முதுநிலைப் பதவிகள்

இருந்தன. மாண்டரின்கள் உயர்மட்ட அதிகாரிகள். அவர்களுக்குப் பரந்த அதிகாரங்கள் இருந்தன. அவர்கள் நடுநிலையோடு, முறையற்ற தூண்டுதல்கள் எதற்கும் ஆள்படாமல் நடந்துகொண்ட பேரரச அலுவலராயிருந்தனர் என்பது குறிப்பிடத்தக்கது. அபினி வாணிபம் அவர்களுக்குக் கையூட்டுக் கொடுத்துத் தனக்குக் கைக்கூலிகளாக்கிக் கொண்டது.)

சீனத்திடம் கப்பற்படை இருந்திருப்பின், தனித்தொதுங்கிய கரையோரப் பகுதிகளில் நடந்து வந்த கள்ளத்தனமான அபினி வாணிபத்தை, அது பேரரசு ஆணைகளைவிட ஆக்கமான முறையில் முறித்திருக்கும். ஆனால் இவ்வாணிபம் பல காலமாகவே வெகு செழிப்பாய் நடந்து வந்தது. நாம் மேலே கூறியவாறு சீனர் பத்தொன்பதாம் நூற்றாண்டில்தான் இந்தக் கொடிய வாணிபத்தை எதிர்த்துக் குமுறியெழுந்து குருதி சிந்தியும் தோற்றனர்.

எனவே பதினெட்டாம் நூற்றாண்டில் இந்துமாக்கடல் வாணிபம் இரு வேறு வழிகளிலும், இரு வேறு தன்மைகளிலும் இந்தியத்தைத் தளமாக வைத்து நடந்து கொண்டிருந்தது. ஒன்று தென்கிழக்காசிய வழியாகும்; அது ஐரோப்பியத்தை நன்னம்பிக்கை முனை வழியாக ஆசியத்துடன் இணைத்த நேர்மையான வழி. மற்றொன்று இந்தியத்தைத் தொலைக் கிழக்குடன் இணைத்த தடத்தின் வழியே சீனத்தை அடைந்த நேர்மையற்ற வாணிப வழி. இவ்வழி பதினெட்டாம் நூற்றாண்டின் மனப்பாங்குப் படியேகூட நேர்மையற்ற வழி என்றுதான் கருதப்பட்டது.

ஒன்று அரச பாட்டை போன்ற கடல் வழி; அதில் மாபெரும் ஐரோப்பிய வணிக நிறுவனங்களின் கம்பீரமான கப்பல்கள் மட்டுமே சென்றன. அந்த வழித்தடத்தில் ஆங்கிலேயரின் ''இந்தியமென்'' என்ற அழகிய விரைவு கப்பல்கள் நடமாடின. இவ்வகைக் கப்பல்கள் மிகப் பெரியவை. பிரிட்டனின் இராயல் கப்பற்படைக் கப்பல்களை விட மிகச்சிறந்த முறையில் கிழக்கிந்தியக் கம்பெனியால் பேணப்பட்டு வந்தன. இவற்றைப் பெருமதிப்பு வாய்ந்த கப்பல் தலைவர்கள் இயக்கிவந்தனர். அக்கப்பல்கள் கிடைத்தற்கரியனவும், மிகச் சிறந்தனவுமான மேற்கத்திப் பண்டங்களை ஏற்றிக் கொண்டு கீழையுலகிற்கு வந்தன.

கடத்தல்காரர்கள் நடமாடிய மற்றொரு வழித்தடத்திலோ நாட்டுப் படகுகள் தொலைக் கிழக்கை நோக்கிப் சென்றன. அவை கம்பீரமாயிராவிடினும், கட்டழகு வாய்ந்த இந்தியமென்களை விடச் சிறந்த முறையில் கடலோட வல்லவையாகும். அச்சிறு கலங்களில் அடிபட்டு உரமேறியவர்கள் தலைவர்களாயிருந்தனர். அவர்கள் தம் கலங்களில் மிகச் சூக்குமமான நச்சுப் பொருள் ஒன்றை அதாவது அபினியை ஏற்றிக்கொண்டு சீனம் சென்றனர்.

ஒழுக்க நெறிமுறைக்கு முரணான இந்தக் கடலோட்டத்திற்கு ஆதரவாக ஏதேனும் சொல்ல முடியுமா? அபினிக் கிளிப்பர் (*Opium clipper*) என்ற தனிவகையான அபினி விரைவேகக் கப்பலைத் தோற்றுவித்து, அதில் பணிபுரிந்தவர்களை முதல்தரமான மாலுமியராக்கிக் கடலோட்டத்தின் முன்னேற்றத்திற்கு இந்தக் கள்ள வாணிபம் உதவியது என்று பாராட்டலாமா? என்று தற்காலப் பிரஞ்சு எழுத்தாளர் ஒருவர் வினவுகின்றார். (சீனமும், அபினியும் தொடர்பான மற்றொரு கட்டுரை 1773 ஆம் ஆண்டு காண்க).

3. பதினெட்டில் ஐரோப்பிய மக்களும் உயர் குடியினரும்

ஆபே ராய்னால் என்ற பிரஞ்சு மெய்ப்பொருளியலார் ஐரோப்பிய உயர் குடியினரை மனத்தில் வைத்துக் கொண்டு 1770 இல் இவ்வாறு எழுதினார்:

''ஐரோப்பியத்தின் எல்லா நாடுகளிலும் ஒழுக்கப் பண்பு கருதப்படாமல் , குழந்தைப் பருவத்திலிருந்தே உயர் முதன்மை பெறுகின்ற ஒருவகை மனிதர் உள்ளனர்.'' அவர்கள் சலுகை பல பெற்றும், செல்வம் மிகக் கொண்டும் வாழ்ந்தனர். அவர்களுக்குக் கிடைத்த சலுகை நாட்டிற்கு நாடு பெரிதும் வேறுபட்டிருக்கையில், அவர்களிடமிருந்த செல்வமும் அவர்களின் வாழ்க்கை முறையும் கிட்டத்தட்ட ஒரே மாதிரியில் அமைந்திருந்தன. அதனால் அவர்களிடையே ஒருவரோடொருவர் இணைந்து கொண்ட பன்னாட்டுச் சகோதரத்துவம் நிலவிற்று.

ஆங்கில உயர்குடி

இங்கிலாந்தின் நிலப் பிரபுக்கள், பிரஞ்சு நாட்டின் பெருங்குடி மக்கள், ஸ்பானிய உயர் குடியினர் அனைவருமே ஒரே வகையினராயிருந்தனர் எனலாம். இங்கிலாந்தில் மேட்டுக் குடியினராயிருந்த நிலப் பிரபுக்களின் எண்ணிக்கை மிகக் குறைவு. அவர்களில் பிரபுப் பட்டம் பெற்றவர்கள், கிட்டத்தட்ட 400 பேர் இருந்திருக்கலாம். பெட்ஃபோர்டு, பிரிட்ஜ்வாட்டர், நார்த்தம்பர்லாந்துக் கோமக்கள், ராக்கிங்காம் மார்க்குவிஸ் போன்ற உயர் குடியினர் நிலத்திலிருந்து குத்தகையாக ஆண்டில் பத்தாயிரம் பவுனிலிருந்து முப்பதாயிரம் பவுன் வரை பெற்றனர். ஏனெனில் நிலத்திலிருந்துதான் தலையாய அளவில் வருவாய் கிடைத்து வந்தது. இக்குடும்பத்தினர் இங்கிலாந்தின் பயிர் செய் நிலத்தில் ஐந்திலொரு பங்கைத் தம் கையில் வைத்திருந்தனர். இருப்பினும் பெட்ஃபோர்டு கோமான்களைப் போன்றவர்களுக்குச் சொத்துகளிலிருந்துதான் பெருத்த வருவாய் கிடைத்தது. அவர் 1770 ஆம் ஆண்டுகளில் சொத்து வருவாயாக ஆண்டு தோறும் எண்ணாயிரம் பவுன் பெற்று வந்தார்.

உயர் குடியினரில் சிலர் நிதிச் சூதுபேரத்திலும் வாணிபத்திலும் பொருளீட்டினர். உயர் குடிப்பிரபுவின் நாட்டுப்புற மாளிகையில்தான் பகட்டு ஆரவாரமான வாழ்க்கை நடந்தது. டேவன்சயர் கோமகன் சாட்ஸ்வொர்த்து என்ற இடத்திலிருந்த தன் மாளிகைகளை விரிப்பதற்காக நாற்பதாயிரம் பவுன் செலவிட்டார். ராக்கிங்காம் மார்க்குவிஸ் தனது வெண்ட்ஸ்வொர்த்து உடுஹௌஸ், ஆடலி எண்டு என்ற இரண்டிடங்களிலும் இருந்த மாளிகைகளை விரிக்க 1,80,000 பவுன் செலவு செய்தார். பிரிட்டனிலுள்ள தனியார்களுக்குச் சொந்தமான மாளிகைகளில் சாட்ஸ்வொர்த்து மாளிகை மிகப் பெரியது என்பர். மற்றொன்று ஹௌட்டன் என்ற இடத்திலிருந்த சர் இராபட் வால்போலின் பெரிய மாளிகையாகும்.

பிரஞ்சுப் பெருமக்கள்

ஆங்கிலேயரைப் போன்று பெருத்த செல்வம் படைத்த உயர் குடியினர் வேறெங்கும் இருந்திலர். எனினும் உயர் குடியினரின் ஊதாரிச் செலவுகள் பிரான்சில் மிகுதி எனலாம். தலைநகரில் ரிச்சுமாண்டுக் கோமகன், ரிச்சுமாண்டு ஹௌஸ் என்ற மாளிகையிலும், வேல்ஸ் இளவரசர் லைச்செஸ்டர் அல்லது கால்டன் ஹௌஸ் மாளிகையிலும் விருந்தினர்களுக்குச் செய்த செலவுகள் ஏராளம்; ஆனால் பிரான்சில் ஆர்லியன்சுக் கோமகன் பலாய் இராயல் என்ற தன் அரசமாளிகையில் அளித்த விருந்துகளுக்கும், பிரஞ்சு மன்னரின் அண்ணன் லக்சம்பர்கு அரண்மனையில் அளித்த விருந்துகளுக்கும் ஆன செலவுகள் மேற்சொன்ன பிரிட்டிஷ் உயர் குடியினர் செய்த செலவுகளையெல்லாம் மிஞ்சின.

1770

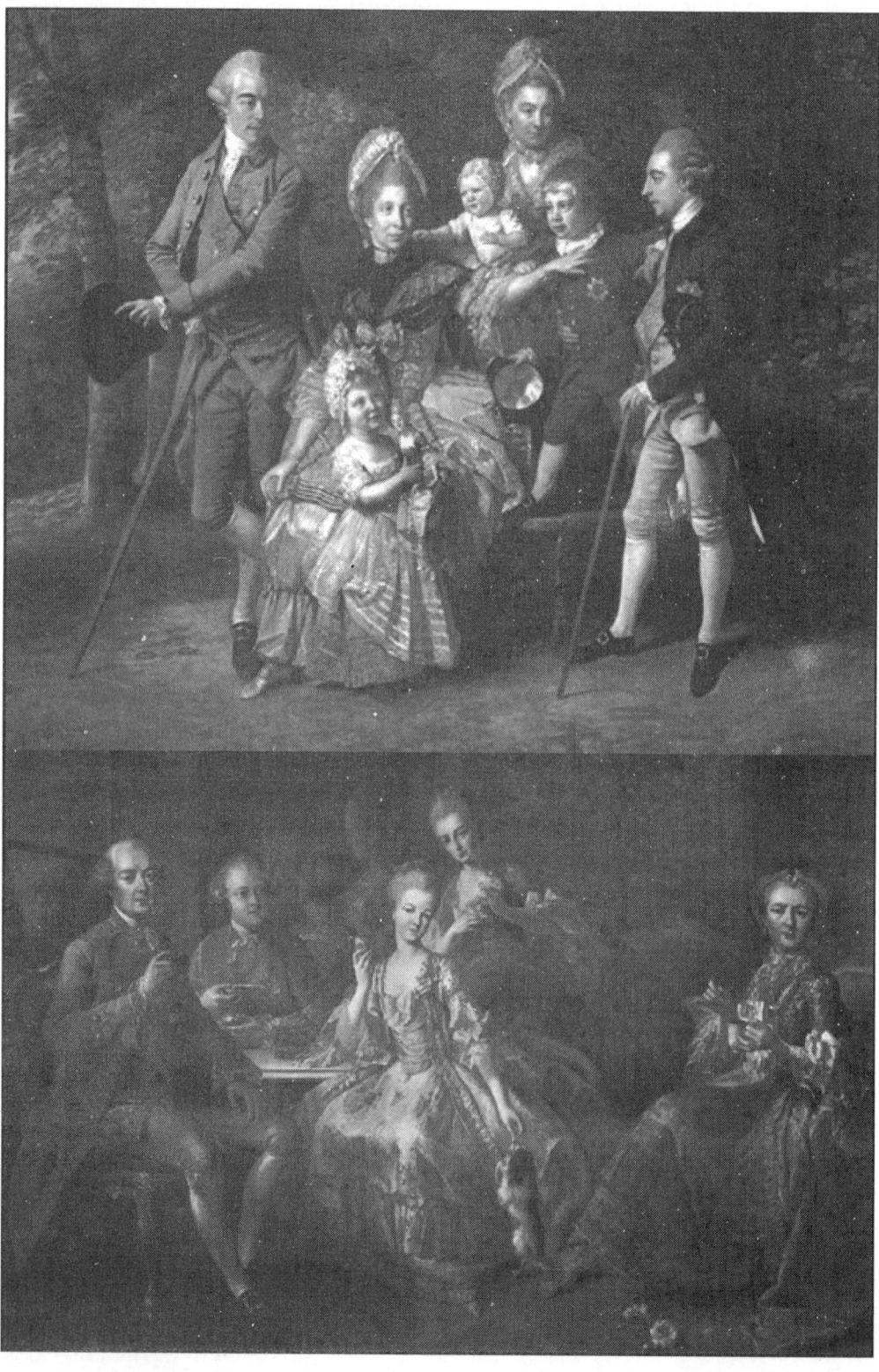

மேலும் வெர்செயிலின் பிரஞ்சு அரசவையில் வாழ்ந்த உயர் குடியினருக்கு அந்த வாழ்க்கை பெருஞ் செலவுடையதாயும் பேராதாயம் தரும் தொழிலாயும் இருந்தது. ஒரு பிரபு படையில் கர்னல் பதவி பெற வேண்டுமாயின், அதற்குச் சுமார் பன்னிரண்டாயிரம் பவுன் செலவாகும். ஆனால் அரசியின் அன்பிற்குரிய போலினாக்குக் கோமகளின் மகளுக்குச் சீதனமாக எட்டு இலட்சம் லிவர் 1780 ஆம் ஆண்டுகளில் கிடைத்தது. அச்சீமாட்டி கடன்களைத் தீர்ப்பதற்கு வசதியாக மேலும் நான்கு இலட்சம் லிவர் அவருக்குக் கிடைத்தது. (லிவர் என்பது முன்னர் பிரான்சில் வழக்கிலிருந்த நாணயம். பத்து லிவர் சுமார் ஒரு பவுனுக்குச் சமம். அக்கால மதிப்பின்படி ஒரு லிவர் கிட்டத்தட்ட ஒரு ரூபாய் மதிப்புடையது).

ஸ்பெயின்

ஸ்பெயின் நாட்டின் அரை மில்லியன் மக்களில், உயர் குடியினராயிருந்த சில ஆயிரம் பேர் பெருஞ் செல்வந்தராயிருந்தனர். அவர்கள் பெருங்குடி மக்கள் என்றும் பட்டம் பெற்றவர்கள் என்றும் அழைக்கப்பட்டனர். அவர்கள் மேலும் மேலும் பெருஞ் செல்வம் ஈட்டி வந்தனர்.

அங்கேரி

அங்கேரியில் வாழ்ந்த உயர் குடியினருக்கும் மிகப் பெரிய உடைமைகள் இருந்தன. லூயிஸ் பட்டியானி கோமகன் ஒன்பது மில்லியன் ஃபுளோரின் மதிப்புள்ள உடைமைகளை விட்டுவிட்டு இறந்தார். (ஃபுளோரின் முன்னர் ஆஸ்திரியத்தில் புழங்கி வந்த வெள்ளி நாணயம். இதே பெயரில் ஃபுளாரான்சு, பிரிட்டன் ஆகிய நாடுகளிலும் வழங்கி வந்தது. ஃபுளாரான்சு நகரத்து நாணயமாதலால் அது ஃபுளோரின் என்று பெயர் பெற்றது.)

பொகிமியத்தின் ஒரு நூறு உயர் குடிக் குடும்பத்தினர் கைகளில் அந்நாட்டு விளை நிலங்களில் மூன்றிலொரு பங்கு இருந்தது. அவர்களில் முப்பது ஊர்களுக்கு உரிமையாளராயிருந்தவர்கள் கூடத் தாழ்வாகவே மதிக்கப்பட்டனர்.

பெல்ஜியம்

பெல்ஜிய நாட்டில் ஆரன்பர்குக் கோமகனின் வருவாய் 7,32,000 பிராங்காகும். அது பெருஞ் செல்வம் படைத்த வணிக வகுப்பினரின் வருவாயைவிடப் பதினெட்டு மடங்கு மிகுதியாகும்.

போலந்து

கிராண்டு ஹெட்மன் பிரானிக்கி என்ற உயர் குடியினருக்குப் பையலிஸ்டாக்கு என்ற இடத்தில் மிகவும் அழகான ஓர் அரண்மனை இருந்தது. அது ஐரோப்பியத்தில் தலை சிறந்து விளங்கிய வெர்செயில் அரண்மனைக்கு ஒப்பானது என்ற கருத்தில், அதைப் ''போலந்து நாட்டு வெர்செயில் அரண்மனை'' என்று அழைத்தனர். காரல் ராட்சிவில், ஃபிலிக்ஸ் ஃபோட்டோக்கி என்ற இளவரசர் இருவரும் ஆளுக்குப் பத்தாயிரத்திற்கும் அதிகமான வேலைக்காரர்களை வைத்திருந்தனர்.

இரஷியம்

மிகப் பெரிய இரஷியப் பிரபு ஒருவர் தன் நிலத்தின் பெரும் பரப்பளவைவிடத் தன்னிடமிருந்து கொத்தடிமைகளின் எண்ணிக்கையைக் கொண்டே தன் செல்வத்தை

எடை போட்டார். பேரரசி காதரைனின் பேரன்பிற்குரிய இளவரசர் போட்டம்பினுக்கு ஒன்பது மில்லியன் ரூபிளும் 37,000 கொத்தடிமைகளும் கொடையாகக் கிடைத்தனர். அலெக்சிஸ், கிரிகோரி ஆர்லோவி என்ற இருவரும் பதினேழு மில்லியன் ரூபிள்களையும், நாற்பதாயிரம் கொத்தடிமைகளையும் பெற்றனர்.

மேலுயர்ந்த இரஷிய உயர்குடிப் பிரபுக்களிடம் மாஸ்கோவின் உள்ளும் புறமும் ஏராளமான கட்டடங்கள் உடைமைகளாயிருந்தன. இவர்கள் தம் நாட்டுப்புற மாளிகைகளில் தன்னுரிமையுடைய இளவரசர் போல் வாழ்ந்தனர். அவர்கள் பண்டைக்காலத்து நிலப் பிரபுக்களைப் போன்று தமக்கென்று தனி நீதிமன்றங்களை வைத்துக் கொண்டு தம்முடைய தொழும்பர்களை-கொத்தடிமைகளைத்-தம் விருப்பம்போல் ஆண்டுவந்தனர்.

ஆனால் இது போன்ற செல்வச் செழிப்பும், ஊதாரித்தனமான வாழ்க்கையும் வெகு சிலருக்கு மட்டுமே வாய்த்தன. அவருக்கும் பிறருக்குமிடையே பெரிய அளவில் ஏற்றத் தாழ்வு இருந்தே தீரும்.

ஐரோப்பியத்தின் பெரும்பாலான நாடுகளில் பிரபுக்களும், நாட்டுப்புற நிலப்பிரபுக்களும் அடங்கிய ஒருவகையான ''ஜனநாயக ஆட்சி'' நடந்து வந்தது. போலந்தில் இத்தகைய நிலை இருந்தது.

சுவீடனில் 1809 ஆம் ஆண்டிற்குப் பிறகுதான் பொதுப்பணிகள் சாதாரண மக்களுக்கு அளிக்கப்பட்டன. இங்கிலாந்தில் ''பையடக்கத் தொகுதிகள்'' இருந்ததையும், அங்கிருந்த விரல் விட்டு எண்ணக்கூடிய ''சொந்த'' வாக்காளர்கள் பிரபுக்களைத் தேர்ந்தெடுத்துப் பாராளுமன்றத்திற்கு அனுப்பியதையும் நாமறிவோம்.

பிரிட்டனின் கோட்டங்களில் (Country) உயர்க் குடியினரும் நிலப் பிரபுக்களும் உள்ளாட்சியில் முற்றிலும் தாமே பங்கேற்றனர். எனினும் மூன்றாம் ஜார்ஜ் 1760 இல் அரியணை ஏறியதுமே இந்நிலை மாறியது. அப்போது ஒருபுறம் அரசின் தலையீடும், மறுபுறம் இலண்டனைத் தலைமையகமாய்க் கொண்ட நடுத்தர வகுப்பினர் தீவிரவாதமும் சேர்ந்து, அரசியமைப்பில் உயர் குடியினருக்கு இருந்து வந்த வலுவைக் குன்றச் செய்தன. உயர் குடியினர் தோல்வியடைந்து விட்டனர் என்பதை, இளைய பிட் 1783 இல் ஆட்சிக்கு வந்த நிகழ்ச்சி கோடிட்டுக் காட்டுகின்றது.

1770

புதிய உயர் வகுப்பு

எனினும் சமூகம் பிற வழிகளிலும் உயர்குடித் தன்மையுடையதாயிருந்தது. பதினெட்டாம் நூற்றாண்டின் பெரும் பகுதியிலும் முன்னேறி மேல் வந்து கொண்டிருந்த பிற வகுப்பினரை நிலம் படைத்ததும் பட்டம் பதவி பெற்றதுமான உயர் வகுப்பானது தன்னுள் ஈர்த்துத் தன் முத்திரையைப் பதிக்கும் திறன் கொண்டுவிட்டது அதற்குக் காரணமாகும். வங்கித் தொழில் புரிந்தவர்களும் வணிகருமான வகுப்பினர் வாணிபத்தினாலும் நிதி நடவடிக்கைகளாலும் வெகு விரைவில் செல்வத்தையும் சமூகச் சிறப்புகளையும் பெற்றனர். அவர்கள் தொழிற் புரட்சிக்கு முந்திய காலத்தில் குறிப்பிடத்தக்க முக்கியமான கூறாக வளர்ந்துவிட்டனர். எனினும் அவர்கள் உயர்குடி வகுப்பினருக்கு எதிராக ஆற்றல் மிக்க அறைகூவலை விடுக்கவில்லை: ஆதாயந்தரும் தொழில்களில் உயர் குடியினருடன் சேர்ந்து இளநிலைக் கூட்டாளிகள் என்ற நிலையிலேனும் சேர்ந்து, மேல் மட்டத்திற்கு ஏறிவிட வேண்டும் என்பதிலேயே கருத்தூன்றிருந்தனர்.

பணம் படைத்த வகுப்பினர் இங்ஙனம் மேல் நிலையிலிருந்தவர்களுடன் பல வழிகளில் உள் கலந்தனர். பணக்கார வணிகர்கள் தம் பெண்மக்களைப் பிரபுக்களின் ஆண்மக்களுக்கு மணம் செய்து கொடுத்தனர்; பொதுப்பணிப் பதவிகளையும், பெரிய சொத்துகளையும் விலை கொடுத்து வாங்கினர். பட்டங்களையும் சிறப்புகளையும் பெற்று, நகராட்சி அமைப்பிலும் வணிகர் சங்கங்களிலும், ஆட்சி நிர்வாகத்திலும் சேர்ந்து தமக்கென்று தனி அதிகார வட்டங்களை உண்டாக்கினர்.

நகரங்கள் சிலவாக இருந்த நாடுகளில் வணிகரின் எண்ணிக்கை குறைவாக இருந்தமையால் அவர்கள் சமூகத்தில் மேலேற முயன்ற செயல்களனைத்தும் வெற்றி காணவில்லை. இரஷியத்தை அதற்கு எடுத்துக்காட்டாகக் கூறலாம். மா பீட்டர் *(1672-1725)* அங்கு வருவாயைப் பெருக்கும் நோக்குடன் சலுகை பெற்ற வணிக வகுப்பை உண்டாக்குவதற்காக அரும் பாடுபட்ட போதிலும், அதில் சிறு முன்னேற்றமே ஏற்பட்டது. பேரரசி மா காதரைனின் *(1729-1796)* காலம் வரையிலும் இவ்வணிகரில் வெகு சிலரே மாஸ்கோ, செயிண் பீட்டர்ஸ்பர்கு, டிவர், அஸ்டிராக்கான் ஆகிய நகரங்களுக்கு வெளியே காணப்பட்டனர்.

அங்கேரி இதற்கு விதிவிலக்காயிருந்தது. நகரங்களும் வணிகர்களும் விரல்விட்டு எண்ணக் கூடிய நிலை இருந்துவந்த அங்கேரியில், ஹென்செல்ஸ், ஹாலர்ஸ் போன்ற சிலர் மட்டும் பிரபுப் பட்டங்களைப் பெற்றனர்.

பிரஷியம்

பிரஷியத்தில் நடுத்தர வகுப்பினர் எழுச்சி கண்டனர். அங்கு பட்டம், பதவிகளைப் பெறுவது எளிதல்லவெனினும், வெகு வேகமாய் விரிந்தும் சலுகை பெற்றும் வந்த அரசு அதிகார வர்க்கத்தில் சேர்ந்து, மன்னருக்காக ஊழியம் செய்து சமூக உயர்நிலை பெறும் தம் வேணவாவை வணிகர்களால் நிறைவேற்றிக் கொள்ள முடிந்தது. மேற்கு ஜெர்மனி, சுவிட்சர்லாந்து, ஆலந்து ஆகிய நாடுகளில் வெகு மேம்பாடடைந்த வணிகச் சமூகங்களில் பிற வாய்ப்புகளும் வணிகர்களுக்குக் கிடைத்தன.

ஆலந்திற்கு வெளியிலிருந்த வணிக வகுப்பினரையெல்லாம் விட பிரான்சிலும், இங்கிலாந்திலுமிருந்த வணிக வகுப்பினர் மிகுந்த வளர்ச்சியடைந்திருந்தனர். பதினான்காம் லூயியின் *(1638-1715)* போர்களால் பொருள் வழங்கு ஒப்பந்தக்காரர், பேங்கர்கள், நிதியுதவி தருவோர் போன்றோர் பல்கிப் பெருகும் நிலை ஏற்பட்டது. உயர் குடியினரின் கையை ஓங்கவிடாமல் செய்வதற்காகச் செல்வச் செழிப்படைந்தவர்களின் மக்கள் பிரான்சில் அரசு ஊழியத்தில் சேர்க்கப்பட்டனர்.

இங்கிலாந்தில் இவ்வகுப்பினர் மிகப் பெரிய அளவில் சமூகத் தன்னுரிமையையும் அதிகார நிலையையும் அடைந்தனர். உள்நாட்டுப் போர்களாலும், முடியரசை மீண்டும் நிறுவ நடந்த போர்களினாலும் அயலுலகில் குடியேற்றங்கள் விரிவடைந்தமையாலும் அவர்கள் செல்வவளம் பெற்று உயர் குடியின் நேசராயினர். அவர்கள் மேட்டுக் குடியினருடனும், நிலப் பிரபுக்களுடனும் சேர்ந்து *1688* இல் ''மேன்மை பொருந்திய புரட்சியை'' நடத்தினர். அவர்கள் தம் நலன்களை மன்னருடைய நலன்களுடன் நெருக்கமாக ஒன்றிணைப்பதற்காகப் பேங்க் ஆஃப் இங்கிலாந்தையும் நிறுவினர். *(இ.ச.க.தொகுதி-4)*

1770

1770

வரலாற்றுப் புள்ளிகள்

1. சிவசாமி சேதுபதி விறலிவிடு தூது

தன்னை முன்னிலைப் படுத்தாத மெய்யான பக்தி மறைந்து, நாமார்க்கும் குடியல்லோம் நமனையஞ்சோம் என்ற ஆன்ம வலிமை குன்றி, அறிவு வாழ்க்கை என்பதே அறவே மறந்து குழப்பமே மேலோங்கி நிற்கும் காலத்து மக்களிடையே பேத உணர்ச்சியும் பேடிமையும் அச்சமும் அடிமைச் சிறுமதியும் சிறுதர உணர்வுகளுமே மலிந்து நின்றமைக்கும் உன்னதமான பண்டை இலக்கிய மரபுப் பெருமை மங்கிப் போனமைக்கும் மிகச் சிறந்த எடுத்துக்காட்டாக இருப்பது விறலிவிடு தூது என்ற தூது இலக்கிய வகையாகும். விறலிவிடு தூது இலக்கியம் நாமறிந்த வரையில் கி.பி.1600 தொடங்கி 1804 வரை தமிழில் எழுந்தது.(இ.ச.க.தொகுதி-1).

அவற்றுள் குறிப்பிடத்தக்கன:

விறலிவிடு தூது இலக்கியத்தில் மிகப் பழமையானது என்று கருதப்படுவது தெய்வச் சிலையார் விறலிவிடு தூது. இதைக் குமாரசாமி அவதானி என்பவர் 1600 ஆம் ஆண்டில் பாடினார். இந்நூல் திருநெல்வேலிக்கு அருகிலுள்ள கிருஷ்ணபுரத்தைச் சேர்ந்த தெய்வச் சிலையார் என்ற பிரபுவைப் புகழ்ந்து பாடியதாகும்.

அடுத்து மல்லையூர் சிற்றம்பலக் கவிராயர் என்பவர் வீரவநல்லூர் வீரைத்திருவேங்கடநாதன் என்பவரின் சிறப்புகளைப் புகழ்ந்து 1650 ஆம் ஆண்டில் பாடிய மூவரையன் விறலிவிடு தூது ஆகும்.

தஞ்சை மராட்டிய மன்னரான சகோசியிடம் (1684-1712) கிராம மணியத்து அட்டவணை அலுவலகப் பணியாற்றிய செண்டலங்காரன் மீது செண்டலங்காரன் விறலிவிடு தூது 1710 இல் பாடப்பட்டது. இதை இயற்றியவர் பெயர் தெரிந்திலது. (இ.ச.க.தொகுதி-1). (பணவிடு தூது: 1715 இ.ச.க.தொகுதி- 2/2).

மதுரை நாயக்கர் குடியின் விசயரங்கச் சொக்கநாத நாயக்கன் (1706-1732) காலத்தில் நிலக்கோட்டைப் பாளையத்தின் தலைவரான நாகம கூளப்ப நாயக்கன் மீது சுப்பிரதீபக் கவிராயர் 1720 ஆம் ஆண்டு எழுதியது -நாகம கூளப்ப நாயக்கன் விறலிவிடு தூது ஆகும். இது சம்போக லீலைகளைப் பச்சையாகப் பாடுவது. எனவே அரசின் ஆணைப்படி அப்பகுதிகளை நீக்கிவிட்டு 1949 இல் இராய. சொக்கலிங்கம் இந்நூலைப் பதிப்பித்தார். எனினும் இதற்கு முன்னரே இந்நூல் பல பதிப்புகளில் வந்துள்ளது.

இந்த 1770 ஆம் ஆண்டில் சரவணப் பெருமாள் என்ற புலவர் இராமநாதபுரம் சேதுபதியான விசயரகுநாத சிவசாமி மீது சிவசாமி விறலிவிடு தூது என்ற நூலைப் பாடினார்.

நண்ணாவூர் சங்கமேசுவரசாமி வேதநாயகியம்மன் பெயரில் விறலிவிடு தூது நூல் ஒன்றை வாதபாரதி முத்தையர் என்பவர் இயற்றினார்.

விறலிவிடு தூது நூல்கள் சிற்றின்பச் சுவை மிகுந்தவை

2. தஞ்சையில் முகலாயர் பாணி ஓவியர் குடியேற்றம்

முகலாயப் பேரரசர் ஜகாங்கீர் 1605 ஆம் ஆண்டு பட்டத்திற்கு வந்தார். அவரது ஆட்சிக் காலம் (1605-1627) முகலாய ஓவியக் கலையின் பொற்காலம் என்பர்.

அவருடைய தந்தை அக்பர் (1542-1605; ஆட்சிக் காலம் 1556-1605) உருவ ஓவிய மாதிரிப்பாணியை ஏற்கெனவே உருவாக்கி வைத்திருந்தார். பாபருக்கு (1483-1530; அரசிருந்த காலம் 1526-1530) இயற்கை மீதிருந்த காதல் ஜகாங்கீருக்கும் இருந்தது. எனினும் இவர்களுக்குப் பின்னர் முகலாய ஓவியக் கலையின் சிறப்பு ஓங்காது போயிற்று.

முகலாயப் பாணி ஓவியர்கள் இந்தியத்தில் நிலவிய முஸ்லிம் அரசர்களின் ஆதரவில் ஆங்காங்கு செழித்தனர். அவர்கள் தஞ்சையை ஆண்ட இரண்டாம் துளசாவின் காலத்தில் (1763-1787) ஐதராபாதிலிருந்து வந்து தஞ்சையில் குடியேறினர். அவர்கள் ஐரோப்பியர் பெரிதும் விருப்பம் கொள்ளும் விழாக்கள், போக்குவரவுச் சாதனங்கள் போன்றவற்றை ஓவியமாய்த் தீட்டும் திறமை பெற்றிருந்தனர். இவ்வகை ஓவியங்கள் டச்சுக் குடியேற்றங்களில் விற்கப்பட்டன.

இருப்பினும் இந்தப்பாணியில் ஐரோப்பியச் சுவைநலச் செல்வாக்கு ஏறவில்லை. தஞ்சையில் குடியேறிய முகலாயப் பாணி ஓவியர்கள், தெக்கணிப் பாணி எனப்பட்ட முகலாயப் பாணி ஓவியங்களில் இருந்த மரபுகளையே கைக்கொண்ட போதிலும், சிறு சிறு மாறுதல்களைத் தம் ஓவியங்களில் புகுந்தினர். சரபோசியின் ஆட்சிக் காலத்தில் (1798-1832) பத்தொன்பதாம் நூற்றாண்டு வாக்கில் பிரிட்டிஷ் செல்வாக்கு இந்திய ஓவியங்களில் ஏறியதும், முகலாயப் பாணியிலும் மாறுதல்கள் மிகலாயின. சரபோசியின் காலத்தில் மேலை ஓவியக் கலையின் தாக்கம் தஞ்சையில் புதிய மரபு ஒன்றைத் தோற்றுவித்தது. தென்னாட்டில் தமிழ்நாட்டில்தான் ஆங்கில ஓவியக்கலை முதன் முதலில் அறிமுகமானது. இந்திய ஓவியங்களின் மரபு வழியில் தஞ்சை ஒரு மையமாக விளங்கிற்று. பதினெட்டாம் நூற்றாண்டின் பிற்பாதியில் ஓவியர்கள் படிப்படியாக ஆங்கிலேயரின் போக்கிற்கு ஏற்பத் தம் பாணியை மாற்றிக் கொண்டனர்.

3. இந்தியம் வந்த ஆங்கில மருத்துவர்கள்

கிழக்கிந்தியக் கம்பெனியில் ஊழியம் புரிய வந்தவர்களில் மருத்துவரும் இருந்தனர். அக்காலத்தில் மருத்துவர்களை இப்பணியில் அமர்த்தும் பொறுப்பு, இலண்டனில் இருந்த சர்ஜன் ஜெனரல் என்ற தலைமை மருத்துவ அலுவலரின் கையில் இருந்து வந்தது. அவரே மருத்துவர்களுக்கு மருந்துப் பெட்டியையும் அளித்தார். இம்மருத்துவர்கள் சர்ஜன் என்றழைக்கப்பட்டனர். பிரிட்டனின் இராயல் கப்பற்படையில் இருந்த மருத்துவருக்குச் சர்ஜன் என்றே பெயர்.

மருத்துவப் பணிக்கென்று தம் கைச் செலவில் இந்தியத்திற்கு வந்து கொண்டிருந்தவர்களுக்கு மேற்சொன்ன தலைமை மருத்துவ அலுவலர் மருத்துவப் பயிற்சியும் அளித்தார். மருத்துவத்தில் பயிற்சி பெறுவது ஒன்றும் கடினமன்று. ஒருவர் மருத்துவத்தைப் பற்றித் தெரிந்து கொண்டிருந்தால் போதும். "ஒருவன் மருந்துப் பெட்டிக்குக் கீழே ஒரே இரவு தூங்கினால் போதும்; அவன் மருத்துவனாகும் தகுதி பெற்றுவிடுவான்" என்று அக்காலத்தில் கூறப்படுவதுண்டு. மேலை நாடுகளில் மருத்துவவியல் பதினெட்டாம் நூற்றாண்டிற்குப் பிறகுதான் புதிய முடுக்கம் பெற்றது. அங்கு பதினாறாம் நூற்றாண்டு வரையிலும் பெரும்பாலான நோய்களுக்கு மருந்துகளே இல்லாத நிலை இருந்தது.

தலைமை மருத்துவ அலுவலர் இத்தகைய மருத்துவ ஊழியர்களின் ஊதியத்தில் பெரும் பகுதியைத் தமக்கென்று எடுத்துக் கொண்டார். இவ்வாறாக இந்தியம் வந்து சேரும் சர்ஜன் என்ற மருத்துவர்கள் பலவிதமான பணிகளைச் செய்தாக வேண்டும்.

அவர்கள் வேளை வரும்போது துப்பாக்கி ஏந்த வேண்டும். ''கப்பலிலுள்ள தச்சர், மாலுமியர், தொழிலாளர், கம்பெனியின் இதர ஊழியர் முதலானோருக்கு நாற்பது நாளைக்கு ஒருமுறை நல்லவிதமாய் முடி வெட்டி விடவேண்டும்'' என்பதும் கம்பெனியின் விதியாயிருந்தது.

அவர்கள் இந்தியத்தை அடைந்ததும், தம் மருத்துவப் பணியைத் தமது நாட்டவரைவிட, உள் நாட்டவரே பெரிதும் மதிக்கின்றனர் என்பதைக் கண்டு கொண்டனர்.

இம்மருத்துவர்கள் இந்தியரிடமிருந்து கம்பெனிக்குப் பெற்றுத் தந்த சலுகைகள் பலவாகும். அவர்கள் நாட்டு மன்னர்களின் நோய்களைக் குணப்படுத்தியதிற்குப் பரிசாகக் கம்பெனிக்கு சலுகைகள் கிடைத்தன.

காபிரியல் பௌட்டன் என்ற மருத்துவர் 1645 ஆம் ஆண்டு ''ஹோட்வல்'' என்ற கப்பலில் இந்தியம் வந்தார். அவரைச் சூரத்திலிருந்து சுமார் 750 கிலோ மீட்டர்த் தொலைவிலிருந்த ஆக்ராவிற்கு வருமாறு முகலாய மன்னர் அழைத்தார். அவர் அங்கு அரச குடும்பத்துப் பெண்ணொருத்திக்குப் பண்டுவம் பார்க்குமாறு கேட்கப்பட்டார். அது பற்றிய செய்திகளனைத்தும் கட்டுக் கதைகளுக்குள் கலந்து கிடப்பதால் உண்மை என்னவென்பது தெரியவில்லை.

அப்பெண் ஷாஜகானின் மகளா? அவள் தீக்காயங்களினால் வருந்தினாளா? அல்லது அந்தப்புரத்தைச் சேர்ந்த ஒருத்திக்குப் பக்கவாதமா? இவையெல்லாம் புலனாகவில்லை.

எது எவ்வாறிருந்தாலும், பௌட்டன் அளித்த சிகிச்சைக்குப் பரிசாகப் பேரரசரிடமிருந்து ஒரு பட்டயம் கிடைத்தது. அதன்படி கம்பெனி தீர்வையின்றி வாணிபம் செய்யவும், வங்கத்தில் முதல் குடியேற்றத்தை அமைக்கவும் வழி பிறந்தது.

பௌட்டன் இந்தியப் பெண்ணொருத்தியை மணந்து இங்கேயே குடியமர்ந்து ஆக்ராவில் காலமானார்.

வெள்ளை மருத்துவர்களிடம் அரிய சக்தி இருப்பதாய் நாட்டு மன்னர்கள் நம்பினர்.

நாட்டு மன்னர்களைக் குணப்படுத்திய மருத்துவர்களுக்குப் பொன்னும் மணியும் யானையும் பரிசுகளாய்க் கிடைத்தன. ஒரு மாலுமிக்கு முடி வெட்ட இரண்டு பென்னிகளைக் கூலியாய்ப் பெறுவதைவிட, இது மிகுந்த சிறப்பன்றோ?

இராபட் ஆடம்ஸ் என்ற ஆங்கில மருத்துவர் ஐதரலியைக் காண்பதற்காக 1770 இல் மைசூர் சென்றார். டாக்டர் லாயிடு 1780 இல் அங்கு போனார். இதைப் போன்று ஆங்கில மருத்துவர்கள் இந்தியமெங்கிலும் நாட்டு மன்னர்களுக்குப் பண்டுவம் பார்த்து வந்ததை வரலாற்றில் காணமுடிகின்றது.

மீர் காசிம் பாட்னாவில் 1760 ஆம் ஆண்டு வெள்ளையர் அனைவரையும் படுகொலை செய்த போது, ஃபுல்லர்டன் என்ற மருத்துவரை மட்டும் உயிரோடு விட்டார்.

(மேலை மருத்துவவியல் பற்றி 1769 ஆம் ஆண்டு நான்காம் கட்டுரையில் விவரிக்கப்பட்டுள்ளது.)

4. மைசூர் மன்னர் கொலை

மைசூர் மன்னர் சிக்க கிருஷ்ணராய உடையார் *(1734-1766)* இறந்ததும், அவரைக் கைப்பாவையாக வைத்திருந்த ஐதரலி, மைசூர் அரியணையில் நஞ்சராச உடையாரை *(1767-1770)* அமர்த்தினார். நஞ்சராச உடையார் மராட்டியருடன் சேர்ந்து தனக்கு எதிராய்ச் சூழ்ச்சி செய்தார் என்று, ஐதரலியின் ஆணைப்படி இவ்வாண்டின் பிற்பகுதியில் அவரது கழுத்தை நெறித்துக் கொன்றனர். பின்னர் அஞ்சராசாவின் உடன் பிறந்தாரான சாமராச உடையாரை *(1770-1775)* ஐதர் அரசராக்கினார். இவர் மூன்றாம் சாமராச உடையார் என்று அறியப்பட்டார்.

5. கான்பூர் நகரத் தோற்றம்

வடகிழக்கு இந்தியத்தில், தென் உத்தரப் பிரதேசத்தில் கங்கைக் கரையில் அமைந்திருக்கும் கான்பூரின் பழம்பெயர் காவ்ன்பூர் ஆகும். சிங்கு சந்தேல் என்றவர் கங்கைக் கரை மீது இந்நகரை நிறுவியதாகக் கதைகள் கூறுகின்றன. அது முதலில் மூவாயிரம் பேர் மட்டுமே வாழ்ந்த சிறு ஊராக இருந்தது. அங்கு மக்கள் வேளாண்மையை நம்பி வாழ்ந்தனர். அதனால் அவர்கள் இயற்கை செய்யும் விளையாட்டினால் அல்லல்பட்டனர்.

இந்நிலையில் *1770* ஆம் ஆண்டு திடீர் மாற்றம் ஏற்பட்டது. கிழக்கிந்தியக் கம்பெனி ஔது நாபுடன் சேர்ந்து மராட்டியருக்கு எதிராகப் போர் நடத்திய வேளையில் இவ்வாண்டு காவ்ன்பூருக்குப் படைகள் வந்தன. அப்படையினர் தூசு படிந்த காவ்ன்பூரில் பாளையம் இறங்கினர். அந்தப் பாளையத்தை நோக்கி எல்லாவிதமான வணிகர்களும், சந்தர்ப்பவாதிகளும் திரண்டு வந்தனர். காவ்ன்பூர் பிரிட்டிசாருக்காக *1801* ஆம் ஆண்டு விட்டுக் கொடுக்கப்பட்டதும், கம்பெனி அங்கு சட்டங்களைத் தாராளப் படுத்தியதையும, அனைவர்க்கும் கல்வி வழங்கியதையும் கண்ட மக்கள் அதன் மீது ஐயங் கொள்ளலாயினர். கம்பெனி நாட்டரசுகளைத் தன்னுடன் சேர்த்துக் கொண்டது குறித்து அதன் மீது வெறுப்பும் ஏற்பட்டது.

பிரிட்டிஷ் வணிகர், தொழில் முனைவோர், துணிச்சல்காரர் முதலானோர்தாம் காவ்ன்பூரை உண்டாக்கினர் எனலாம். கான்பூர் என்பது முஸ்லிம் பெயர் போல் ஒலிக்கின்றது. ஆங்கிலத்தில் கான்பூர் என்றே இவ்வூர் பின்னாளில் வழங்கியதால் தமிழிலும் அதைக் கான்பூர் என்றே எழுதியும் பேசியும் வருகின்றோம். அது ஓர் இந்துப் பெயர் என்பதை உணர்த்துவது காவ்ன்பூர் ஆகும்.

கல்கத்தாவிலிருந்து ஆற்று வழியில் சென்றால் கான்பூர் சுமார் *1,200* கிலோ மீட்டரில் உள்ளது. உத்தரப் பிரதேசத்தின் தலைநகரான இலட்சுமண புரியிலிருந்து (லக்னோ) தென்மேற்கில் சுமார் 70 கிலோ மீட்டர். இந்நகரம் இன்று பருத்தி, கம்பளி, தோல், சர்க்கரை முதலிய தொழில்கள் செழித்த இடமாய் விளங்குகின்றது.

அந்தக் காலத்தில் கல்கத்தாவிலிருந்து கான்பூர் செல்லச் சாலை வசதிகள் இருக்கவில்லை. அதனால் அது அப்போது தனித்து ஒதுங்கியிருந்தது.

கான்பூரின் வளர்ச்சி வரலாறு, மாக்ஸ்வல், காலின் ஜோன்ஸ் என்ற இரு குடும்பங்களுடன் தொடர்புடையதாகும். இங்குதான் பெரும்புகழ் வாய்ந்த லால் இம்லி கம்பளி ஆலை உள்ளது. இந்த ஆலை பத்தொன்பதாம் நூற்றாண்டிலிருந்து நடந்து வருகின்றது.

தொடக்க நிலையில் வணிகரும், பல்வேறு தொழில் முனைவரும் கான்பூர்ப் பாளையத்திலிருந்து இங்கு வந்தனர். பின்னர் அவர்கள் தோட்ட முதலாளிகளாயும், வணிகராயும் வளர்ந்தனர்.

இந்தியப் படைவீரர் கிளர்ச்சி 1857 இல் வெடித்த போது, நானா சாகிபு அவ்வாண்டு சூலை மாதம், சுமார் ஆயிரம் பிரிட்டிஷ் படை வீரர்களையும், அவர்களின் குடும்பத்தாரையும் கொன்றார். இதைக் கண்டு வெறிகொண்ட பிரிட்டிஷ் படையதிகரியான நீல் இதைவிடப் பன்மடங்கு அதிகமான கொடுஞ்செயல்களைச் செய்தார் என்பது வரலாறு.

6. வங்கப் பஞ்சம்: வரலாற்றில் இந்தியப் பஞ்சங்கள்:

சென்ற 1769 இல் தொடங்கி 1770 ஆம் ஆண்டிலும் நீடித்த மிகக் கொடிய வங்கப் பஞ்சம் பற்றி முன்னர் கூறப்பட்டது. இக்காலத்தில் வங்கத்தின் மொத்த மக்கள் தொகை சுமார் மூன்று கோடி என்பர். இந்தப் பஞ்சக் கொடுமையின் இன்னல்களை ஆங்காங்கே இருந்த உள்ளூர் அலுவலரும், கம்பெனியின் ஆங்கில ஊழியரும் சிறிதும் அனுபவிக்கவில்லை.

பஞ்சத்தில் சுமார் ஒரு கோடிப்பேருக்கு மேல் இறந்து போனதால் அரசு வருவாயை இழந்தது. எனவே, வங்க நவாபு இந்த இழப்பை ஈடு கட்டுவதற்காக வரியில் பத்துச் சதம் ஏற்றினார். கம்பெனி ஊழியர்களோ பஞ்ச காலத்தில் இன்றியமையாப் பண்டங்களை விற்றுக் கொள்ளை ஆதாயம் பார்த்தனர்.

கல்கத்தாவில் இவ்வாண்டு பிப்ரவரியில் பெரும் புயலும் வீசிற்று. பஞ்சத்தோடு புயலும் எலிக்காய்ச்சலான பிளேக்கும் சேர்ந்து மக்களைச் சொல்லொண்ணாத் துன்பத்திற்குள்ளாக்கின. இப்பஞ்சத்தால் இறந்தோர் ஒரு கோடிப்பேர் என்று மிகைப்படுத்திச் சொல்லப்பட்டது என்பதும் அறிஞர் கருத்தாகும்.

இந்தியப் பஞ்சங்கள்

பாரதத்தில் பதினெட்டாம் நூற்றாண்டில் பல பகுதிகளில் ஏற்பட்ட வற்கடம் என்ற பஞ்சங்கள் குறித்து முன்னர் பல இடங்களில் சொல்லப்பட்டது. (இ.ச.க.தொகுதி-1) இங்கும் நாட்டார் வழக்கில் ''அகப்பை நோய்'' என்று சொல்லப்படும் பஞ்சங்கள் பற்றிய செய்திகள் கூறப்படுகின்றன.

சர் ஜார்ஜ் காம்பல் பிரிட்டிஷ் பாராளுமன்ற உறுப்பினர்; அவர் கம்பெனியின் பழைய நாள்களில் கல்கத்தாவில் எழுத்தராயிருந்து, பின்னர் பிரிட்டிஷ் மணிமுடியின் ஆட்சியில் கல்கத்தாவின் லெப்டினண்ட் கவர்னராக உயர்ந்தவர். இந்தியத்தில் பண்டைக் காலத்தில் உண்டான பஞ்சங்களைப் பற்றி ஆராய்ந்து அறிக்கை தருமாறு 1866 ஆம் ஆண்டு காம்பல் அரசினால் கேட்டுக் கொள்ளப்பட்டார். அவர் இந்தியத்தில் பிரிட்டிஷ் ஆட்சி ஏற்பட்ட காலத்திலிருந்து இந்நாட்டில் உண்டான பஞ்சங்கள் பற்றி மட்டும் தன் ஆய்வறிக்கையில் குறிப்பிட்டிருந்தார்.

சர் ஜார்ஜ் தமது அறிக்கையில் கூறியபடி கிழக்கிந்தியத்தில் 1769 ஆம் ஆண்டு வறட்சி ஏற்பட்டது; அதற்கடுத்த 1770 ஆம் ஆண்டு வற்கடம்-பஞ்சம் தோன்றியது. இதனால் இலட்சக் கணக்கானோர் இறந்தனர்.

எனினும் 1771 ஆம் ஆண்டு செய்யப்பட்ட வரி வசூல் கணக்கைப்

பார்க்கும்போது, பஞ்சத்தால் நேர்ந்த தீங்கு அத்தனை பெரியதாய்த் தோன்ற வில்லை. ஏனெனில் பஞ்சம் தீர்ந்த மறு ஆண்டான 1771 இல், அதற்கு முற்பட்ட 1768 இல் வசூலானதைவிட மிகுதியாக 5,30,000 ரூபாய் வரி தண்டப்பட்டது. இதற்கு முன்னர் மழை பொய்த்து வறட்கடம் வந்துற்ற காலத்தில்கூட இத்தனை பெரிய தொகை தண்டப்பட்டதில்லை என்பது சர் ஜார்ஜ் கண்ட முடிவாகும்.

பஞ்சம் : மற்றோர் ஆய்வு

வில்லியம் டிக்பை சி.ஐ.இ. என்பவர் 1901 ஆம் ஆண்டு ''செல்வங் கொழிக்கும் பிரிட்டிஷ் இந்தியம்-அரசு ஆவணங்களை வைத்துச் செய்த மறு மதிப்பீடு'' என்ற ஆங்கில நூலை எழுதியிருந்தார். இந்நூல் 1969 வரையிலும் இந்தியத்தில் வெளியிடப் படாமலிருந்தது. இந்நூற்றாண்டின் முதல் ஆண்டில் (1901) இந்தியம் பிரிட்டிசாரால் எங்ஙனம் சுரண்டப்பட்டது என்பதைப் பிரிட்டிஷ் அரசின் ஆவணங்களைக் கொண்டே டிக்பை இந்நூலில் மெய்ப்பித்துக் காட்டியிருக்கின்றார்.

இந்தியத்தில் பஞ்சங்கள் தோன்றியதற்குப் பிரிட்டிஷ் ஆட்சியின் சுரண்டலே காரணம் என்பதை டிக்பை, இந்நூலில் பல்வேறு புள்ளி விவரங்களுடன் எடுத்துக் காட்டுகின்றார்.

அவர் தந்துள்ள பட்டியலின்படி பதினெட்டாம் நூற்றாண்டு இந்தியத்தில் நிகழ்ந்த பஞ்சங்கள்:

1769-1770 வங்கத்தில் வறட்சியையடுத்துப் பஞ்சமும், வெள்ளமும்; சில மாவட்டங்களில் ஏராளமான மக்கள் இறந்தனர்.

1783 சென்னை, பம்பாய்; உயிரிழப்புப் பற்றி ஆவணச் சான்றுகள் இல.

1784 மேற்கிந்தியம்; உயிரிழப்புக் கணக்குத் தெரியவில்லை

1762 பம்பாய், சென்னை, தக்காணம். (பொதுவாகத் தென்னிந்தியம்)

பிரிட்டிஷ் ஆட்சிக்கு முன் வந்த பஞ்சங்கள்

டிக்பை மேற்சொன்ன ஆங்கில நூலில் பிரிட்டிஷ் ஆட்சிக்கு முன்னர் தோன்றிய பஞ்சங்களையும் குறித்திருக்கின்றார்;

11 ஆம் நூற்றாண்டு	இரண்டு பஞ்சங்கள்-இரண்டுமே குறிப்பிட்ட இடங்களில் மட்டுமே வந்தன. பரவலாக அல்ல.
12 ஆம் நூற்றாண்டு	ஒரு பஞ்சம் டெல்லியைச் சுற்றி
13 ஆம் நூற்றாண்டு	மூன்று பஞ்சங்கள்-அனைத்துமே குறிப்பிட்ட பகுதிகளில் மட்டும்
15 ஆம் நூற்றாண்டு	இரண்டு பஞ்சங்கள்-இரண்டும் குறிப்பிட்ட பகுதிகளில் மட்டும்
16 ஆம் நூற்றாண்டு	மூன்று பஞ்சங்கள் - அனைத்தும் வட்டாரப் பஞ்சங்கள்
17 ஆம் நூற்றாண்டு	மூன்று பஞ்சங்கள் - ''பொதுவானவை'' எப்பகுதியில் நிகழ்ந்தன என்பது வரையறுக்கப்படவில்லை.

1770

7. பிரிட்டனின் புதிய பிரதமர்: நார்த்து பிரபு: அமெரிக்கக் குடியேற்றங்கள் இழப்பிற்குக் காரணர்?

பிரிட்டன் இந்த ஏழாம் பத்தில் *(1761-1770)* ஆறு பிரதமர்களைக் கொண்டிருந்தது. பூட் பிரபு *(1762)*, கிரன்வில் *(1763)*, ராக்கிங்கம் *(1765)*, மூத்த பிட் *(1766)*, கிராஃப்டன் *(1768)* ஆகியோரின் வரிசையில், இவ்வாண்டு நார்த்து பிரபு பிரதமர் பதவியை ஏற்றார். இக்காலகட்டத்தில் மூன்றாம் ஜார்ஜ் மன்னர் *(1760-1820)* ஆட்சி நடந்து கொண்டிருந்தது. கிராஃப்டன் பிரபு *1770* ஜனவரியில் பிரதமர் பதவியிலிருந்து விலகிவிடவே நார்த்து பிரபுவைத் தலைவராய்க் கொண்டு புதிய அமைச்சை மன்னர் அமைத்தார். நார்த்து பிரபு *1770* ஜனவரி *28* அன்று பிரதமர் பதவியை ஏற்றார்.

''நான் அமைச்சரான போது அமெரிக்கப் போரைக் கண்டேன். நான் அதை உண்டாக்கவில்லை. அது நாடு நடத்திய போர்; பாராளுமன்றமும் மக்களும் நடத்திய போர்''.

அமெரிக்கக் குடியேற்றங்களைப் பிரிட்டன் இழந்ததற்கு நார்த்து பிரபுதான் பொறுப்பு என்று மூன்றாம் ஜார்ஜ் மன்னரைத் தவிர அனைவரும் அவர் மீது பழி போட்டனர். அப்போது நார்த்து பிரபு மேற்சொன்னவாறு கூறித் தன்மீது விழுந்த பழியைத் துடைக்க முயன்றார். ஆனால் அந்தப் பழி அதனால் நீங்கி விடவில்லை. ஃபிரடரிக்கு என்ற நார்த்து பிரபு பழகுவதற்கு இனியவர். மக்கள் செல்வாக்கும் அவருக்கு உண்டு. மேன்மை தங்கியவர் என்ற பண்பில், குறிப்பிடத்தக்க பலவீனமும் அவரிடம் இருந்தது. மக்கள் விரும்பாத ஒரு கொள்கையைப் பாராளுமன்றத்தில் நிறைவேற்றுவதற்காக ஒரு மன்னர் தேர்ந்தெடுத்த அமைச்சராய் நார்த்து பிரபு இருந்துவிட்டதே அந்த பலவீனமாகும்.

1770

அவர் *1732* ஏப்ரல் *13* அன்று கில்டுஃபோர்டு பிரபின் மகனாகப் பிறந்தார். ஈட்டனிலும், ஆக்ஸ்ஃபோர்டிலும் கல்வி கற்றுவிட்டு, மேட்டுக்குடியினர் அனைவரும் போன்று மேலான பயணத்தை முடித்து வந்தார். அவர் அப்பயணத்திலிருந்து பன்மொழியறிந்தவர் என்ற புகழோடு தாயகம் திரும்பியதும், தன் குடும்பத்திற்கு உரிமைப்பட்ட பன்பரி என்ற பையடக்கத் தொகுதியிலிருந்து பாராளுமன்றத்திற்குத் தேர்ந்தெடுக்கப்பட்டார். அவர் இருபத்தினான்காவது வயதில் ஆன் ஸ்பெக்கியை மணந்து இனிதே இல்லறம் நடத்தினார். அவர்களுக்கு நான்கு ஆண் மக்களும், மூன்று பெண் மக்களும் பிறந்தனர்.

இளம் நார்த்து தன் கூட்டாளிகளிடமிருந்து ஒன்றில் மட்டும் மாறுபட்டிருந்தார். அவர் அரச குடும்பத்துடன் அவர்களை விட நெருக்கமானவராயிருந்தார். அவருடைய தாயும் தந்தையும் வேல்சு இளவரசரின் குடும்பத்தினராயிருந்தனர். அதனால் நார்த்து பிரபு வேல்சு இளவரசரின் மகனைப் போன்று கொழுமையாயும் செழுமையாயும் நீலக் கண்களையுடையவராயிருந்தார். அவர் மூன்றாம் ஜார்ஜ் மன்னர் சிறுவனாய் இருந்தபோது, அவருக்குத் தோழனாயிருந்தவர்.

அவர் அரசியல் ஏணியில் ஏறத் தொடங்கியபோது *1767* இல் நிதியமைச்சராயும் அதற்கடுத்த ஆண்டில் மாமன்றத் தலைவராயும் உயர்ந்தார். அவரிடம் இவ்விரு பதவிகளையும் வகிப்பதற்குத் தகுந்த திறனும் தனிச் செல்வாக்கும் இருந்தன. ஆனால் கிராஃப்டன் கோமகனுக்குப் பிரதமராயிருப்பதற்கு மன விருப்பமோ, திறமையோ இல்லையென்பது மூன்றாண்டுகளுக்குப் பிறகு தெரிய வந்ததும், மன்னர் பிரதமரின் நண்பரான நார்த்து பிரபை *1770* ஆம் ஆண்டு கூப்பிட்டனுப்பினார். கிராஃப்டனைப்

போன்றே நார்த்து பிரபிற்கும் பிரதமர் பதவி மீது நாட்டமில்லாதிருந்தாலும், அவரால் மன்னரின் பேச்சைத் தட்ட முடியவில்லை.

அப்போது அமெரிக்கக் குடியேற்றங்களினால் நெருக்கடி முற்றிக்கொண்டு வந்த போதிலும், அனைத்தும் தங்கு தடையின்றி நடந்து வந்தன. நார்த்து பிரபு பாராளுமன்றத்தை நடத்திச் சென்ற விதம் மன்னருக்கு மன நிறைவையளித்தது. மன்னர் நார்த்து பிரபிற்குக் கார்டர் (*Garter*) என்ற வீரப் பெருந்தகைப் பட்டத்தைக் கொடுத்தார். (கார்டர் என்பது நைட்டு (*knight*) என்னும் பிரிட்டிஷ் வீரப் பெருந்தகைப் பட்டங்களில் மிகவும் உயர்ந்ததாகும். வீரப் பெருந்தகையர் குழுவில் மன்னரும் முப்பத்தோரு நைட்டுகளும் இருப்பர். இதற்கு மேலும் இக்குழுவில் வீரப் பெருந்தகையரைச் சேர்க்க வேண்டுமாயின் அதற்கென்று தனியே சட்டம் இயற்றிச் சேர்த்துக் கொள்வர்.)

நார்த்து இப்பெரும் பட்டத்தைப் பெற்றதனால் தனக்கு இருந்த கடன்களை எல்லாம் அடைத்துவிட்டார். ஓராண்டில் 2,500 பவுன் வருவாய் மட்டுமே உள்ள ஒருவர், இவரைப் போன்று கடன் சுமைக்கு ஆளாகும் நிலை இக்காலத்தில் இருந்து வந்தது.

நார்த்து பிரபு மாமன்றத்தில் விவாதம் நடக்கும்போது உறங்கி விடுவது வழக்கம். அவரைக் கடுமையாய்த் தாக்கிப் பேசிக்கொண்டிருந்த உறுப்பினர் இதைக் கண்டு அருவருப்போடு உரையை நிறுத்திவிட்டுச் சொன்னார்: ''இத்தனை இடுக்கண்களுக்கும் நடுவே பெருமைக்குரிய நார்த்து பிரபு, இப்போது கூட அயர்ந்து உறங்கிக் கொண்டிருக்கின்றாரோ!''

நார்த்து பிரபு அப்போது ஒரு கண்ணைத் திறந்து பார்த்தார்: ''கடவுளே நான் (இந்தப் பேச்சைக் கேளாமல்) உறங்கிப் போயிருந்தால் எவ்வளவு நன்றாயிருக்கும்.'' அவர் இத்தகைய குறிப்புரைகளினால் பாராளுமன்றத்தின் அன்பிற்குகந்தவராய் விளங்கினார். அவர் தன் ஆண்டகையான மன்னரின் விருப்பப்படி மாமன்றத்தை நடத்திச் செல்வதற்கு அது உதவிற்று.

அவர் அமைதி நிலவும் காலத்தில் நல்ல பிரதமராய் விளங்கியிருக்கலாம். ஆனால் பெரும் புயல் போன்று வீசிக் கொண்டிருந்த அமெரிக்க நெருக்கடி நிலவிய வேளையில், அவர் இப்பதவிக்குத் தகுந்தவரல்லர் என்பது தெரியலாயிற்று. அரசியல் சிக்கல்கள் எழும்போதே, அவற்றை அவரால் தீர்க்க முடியவில்லை. அவற்றையடுத்துக் கிளம்பிய போர்த்தந்திர நிலைமைகளைக் கண்டு, என்ன செய்வதென்றறியாது அவர் திகைத்தார்.

அவர் தன்னைப் பிரதமர் பதவியிலிருந்து விடுவிக்குமாறு மன்னரிடம் விடாது மன்றாடி வந்தார். ஆனால் மன்னரோ பிறகு பார்க்கலாம் என்று கடைசிவரையில் கூறிவந்தார். ஆனால் அவரது கோரிக்கை போர்க்களத்தில்தான் தீர்க்கப்பட்டது. போரின் நிலைமை பிரிட்டனுக்கு மிக மோசமாய்ப் போய்க் கொண்டிருந்தது.

பிரிட்டனின் ஆறு மில்லியன் மக்கள் ஒரு புறமும், அமெரிக்கக் குடியேற்றங்களின் இரண்டு மில்லியன் மக்கள் மற்றொரு புறமும் இரண்டு அணிகளாய் இந்தப் போரில் மோதினர். அவர்களுக்கு இடையே கடல் இருந்தது. இரு தரப்பிலும் ஓரளவு நியாயம் இருந்தது. பலச் சமநிலை இல்லாத இந்தச் சண்டை பிரிட்டனை வாட்டிக் கொண்டிருந்தது. இத்தகைய நெருக்கடியான கூட்டத்தில் நார்த்து பிரபு பிரிட்டனின் பிரதமராயிருந்தார்.

நார்த்து பிரபு அமெரிக்கக் குடியேற்றங்களுக்கு அளித்த வரிச் சலுகைகள், ஒரு போர் மூள்வதைத் தவிர்த்தன என்றுதான் 1771 இளவேனிற் காலத்தில் நினைத்தார்.

அவரது அரசு மக்களின் ஆதரவைப் பெற்றுவிட்டதாகவே அப்போது தோன்றியது. ஆனால் இந்நம்பிக்கையெல்லாம் வீண் என்பது அதற்கடுத்த ஆண்டில் தெளிவாகிப் போயிற்று. அதன்பிறகுதான் ''பாஸ்டன் தேனீர் விருந்து'' (1773) என்ற பெரு நிகழ்ச்சி நடந்தது. சிறு கப்பற்படை ஒன்றினால் இதைச் சமாளித்துவிடலாம் என்று நார்த்து பிரபு நினைத்தார். அதற்குப் படை வீரர்கள் வேண்டியதில்லை என்றும் கருதினார். ஆனால் அதற்கு மெய்யாகவே படை வீரர்கள் வேண்டியிருந்தனர்.

நிலைமை இப்படியே சென்று கொண்டிருக்க, மிகப் பெரிய நாசம் உண்டாகப் போகின்றது என்பதைக் காட்டும் அறிகுறி 1777 இலையுதிர் காலத்தில் முதன்முதலாகத் தெரிந்தது. அதாவது, பிரிட்டிஷ் படைத் தலைவரான ஜெனரல் பர்கோயின், அமெரிக்கப் படைத் தலைவரான கேட்ஸ் என்றவரிடம் ஹட்சன் ஆற்றின் கரை மீதுள்ள சரட்டோகா என்ற இடத்தில் 1777 ஆம் ஆண்டு சரணடைந்தார். நார்த்து திறமை வாய்ந்த போர்க்காலத் தலைவர் அல்லர் என்பது இந்தக் கணத்திலிருந்து உறுதியானது. ''நான் என் மன்னரையும் நாட்டையும் நாசத்திற்குள் ஆக்கினேன் என்ற குற்ற உணர்வோடு சாவதற்கு விரும்பவில்லை'' என்று நார்த்து கூறினார். ஆனால் அவரின் முறையீடுகள் ஏற்கப்படவில்லை.

அமெரிக்க விடுதலைப் போர் (1775-1781) தொடர்ந்து நடந்து கொண்டேயிருந்தது. அரசு இலண்டன் நகரில் செல்வாக்கிழந்தது. சமயப் பிரிவினர் சிலர் அமெரிக்க விடுதலையை ஆதரித்தனர். ஆனால் அமெரிக்கர் வரியை ஏமாற்றுகின்றனர் என்ற கருத்தில்தான் மக்கள் இதை நோக்கினர். ஆதலால் அவர்கள் அரசின் அமெரிக்கக் கொள்கையை ஆதரித்தனர்.

1770

பிரிட்டனுக்கு மேலும் பல இன்னல்கள் வந்து சேர்ந்தன.ஐரோப்பிய நாடுகள் அனைத்தும் ஒன்று சேர்ந்து பிரிட்டனை வீழ்த்துவதற்கு அணி திரண்டன.

அமெரிக்கத்தின் தென் கிழக்கு வர்ஜீனியத்திலுள்ள யார்க்கு டவுன் 1781 ஆம் ஆண்டு விழுந்தது. அங்கு ஜார்ஜ் வாசிங்டனிடம் வெல்லஸ்லி சரணடைந்தார். அமெரிக்கத்தில் பிரிட்டிஷ் படைகளுக்கு ஏற்பட்ட தோல்வி பெரு நாசத்தில் முடிந்தது. அமெரிக்க விடுதலைப் போரில் இனித் தம்மால் வெற்றி பெற முடியாது என்பதைப் பிரிட்டனில் அனைவரும் அப்போது தெளிவாய் அறிந்து கொண்டனர்.

பிரான்ஸ், ஸ்பெயின், இரஷியம், பிரஷியம், ஆலந்து, ஸ்காண்டிநேவியம் ஆகிய நாடுகள் இந்நேரம் பார்த்து ஒன்று சேர்ந்து பிரிட்டனை எதிர்த்தன. அவை இங்ஙனம் ஒன்று சேரக் காரணமாயிருந்த அரசியல் தந்திரமானது, இதன் பிறகு அவை எந்தக் காலத்திலும் ஒன்று கூட முடியாமல் செய்துவிட்டது.

நார்த்து தன்னைப் பிரதமர் பதவியிலிருந்து விடுவிக்குமாறு அப்போதைக்கப்போது மன்னரிடம் மன்றாடி வந்தார். நிலைமை முற்றி நெருக்கடி வலுத்தபோது மூத்த பிட்டான சாதம் ஏளைப் பிரதமராக்கும்படி நார்த்து சொன்னதை மன்னர் ஏற்கவில்லை. மூத்த பிட்டும் 1778 ஆம் ஆண்டு இறந்து போனார்.

நார்த்து பிரபு கடைசியில் 1782 இல் பதவி விலகுவதற்கு மன்னர் இசைந்தார். யார்க்கு டவுனில் சண்டை நின்ற பிறகும், காமன் மன்றத்தில் மன்னருக்குச் செல்வாக்கு மிகுந்து வருவதைக் கண்டித்து அங்கு தீர்மானம் நிறைவேறிய பிறகும்தான், நார்த்து பதவியிலிருந்து இறங்குவதற்கு இசைவு தரப்பட்டது.

பிரதமர் என்ற பதவி அரசியல் சட்டத்தில் சொல்லப்படவில்லை. அதாவது ''பிரதமர் என்ற விலங்கிற்கு'' அதில் இடமில்லை என்பது நார்த்து பிரபின் கருத்தாகும்.

அவருக்கு ஓராண்டிற்கு *4,000* பவுன் ஓய்வூதியம் அளிக்கப்பட்டது. அவர் அதன்பிறகு பத்தாண்டுக் காலம் உயிர் வாழ்ந்து இந்தப் பணத்தை அனுபவித்து வந்தார். இந்தப் பணம் அவருக்குக் கட்டாயம் வேண்டியிருந்தது. ஏனெனில் அந்தக் காலத்து அரசியல்வாதிகளைப் போன்று, நார்த்து பிரபு ''நாளைக்கு'' என்று எதையும் திரட்டி ஒதுக்கி வைத்துக் கொள்ளவில்லை.

எனினும் அவர் அரசியலைக் கைவிட்டுவிடவில்லை. அவருடைய தந்தை இறந்ததும் அவருக்கு *1790* ஆகஸ்டில் இரண்டாவது கில்ஃபோர்டு ஏள் என்ற பிரபுப் பட்டம் தரப்பட்டது. அவருக்குக் கண்பார்வை மங்கி, அவர் கிட்டத்தட்டக் குருடரானபோதிலும் மகிழ்ச்சியோடும், நகைச்சுவை பொங்கவும் வாழ்ந்து *1792* ஆகஸ்டில் அறுபதாவது வயதில், இரண்டன் கிராஸ்வனர் சதுக்கத்திலிருந்த தன் வீட்டில் மகோதரம் என்ற நீர்க் கோவை நோயினால் இறந்தார்.

8. ''இறைவன் இல்லையெனில் அவனைப் படைப்போம்''

''இறைவன் இல்லையெனில் அவனைப் படைப்பது அவசியம்'' என்று பிரஞ்சு மெய்ப் பொருளியலாரான வால்டயர் *(1694-1778)* இவ்வாண்டு நவம்பர் *10* அன்று எழுதினார்.

9. ''இயற்கையில் இறை நோக்கம் இலது''

பிரஞ்சு மெய்ப்பொருளியலாளரான பால் ஹென்றி டீட்ரிச்சு டி'ஹால்பாக்கு இவ்வாண்டில் ''இயற்கை முறைமை'' என்ற நூலை எழுதியிருந்தார். இப்போது அவருக்கு வயது *47*. இயற்கையில் ஏதேனும் தெய்வீக நோக்கோ, மாபெரும் திட்டம் எதுவுமோ இல்லை என்று அவர் இந்நூலில் ஒரேடியாக மறுத்தார். இக்காலக்கட்டம் பகுத்தறிவுக் காலம் *(The Age of Reason)* என்பதும், நடைமுறையிலிருந்து வந்த கோட்பாடுகளுக்கும், கொள்கைகளுக்கும் விளக்கம் காணப் பகுத்தறிவை இக்காலக் கட்டத்து மெய்ப்பொருளியலார் பயன்படுத்தினர் என்பதும் கவனத்திற்கு கொள்ளத்தக்கனவாகும்.

10. இங்கிலாந்தில் உருளைக் கிழங்கு

உருளைக் கிழங்கு பதினெட்டாம் நூற்றாண்டில் ஐரோப்பிய மக்களின் வாழ்வியலில் இடம் பெற்ற தலையாய உணவுப் பொருளாகும். பிரிட்டனில் பொது மக்களுக்கு விற்பனை செய்வதற்குப் போதிய அளவில் முதன் முதலாக உருளைக் கிழங்கு இவ்வாண்டில் விளைந்தது.

11. கதே ''ஃபாஸ்டு'' எழுதி படித்தார்.

ஜெர்மன் புலவரும் நாடக ஆசிரியருமான உல்ஃபுகாங்கு ஃபான்கதே *(1749-1832)* தனது ஃபாஸ்டு என்ற அருங்காவியத்தின் முதற் பகுதியை இந்த ஆண்டு எழுதி முடித்தார். அவருக்கு இப்போது வயது *21*. இரசவாதியும் மந்திரவாதியுமான ஒருவன் அறிவையும் ஆற்றலையும் பெறுவதற்கு மாற்றாகத் தன் ஆன்மாவைச் சாத்தானுக்கு விற்று விடுவதை இக்காவியம் உரைக்கின்றது.

12. பம்பாயில் நாடகக் கொட்டைகள்

கிரீன் *(Green)* என்றழைக்கப்படும் பசும் புல்வெளி மைதானம் பம்பாய் நகர வரலாற்றில் மிகவும் குறிப்பிடத்தக்கதாகும். பெரியதும் பரந்தகன்றதுமான இந்தப்

புல்வெளியில் பதினெட்டாம் நூற்றாண்டின் முற்பகுதியிலிருந்து பத்தொன்பதாம் நூற்றாண்டின் பிற்பகுதி வரையிலும் நூற்றைம்பது ஆண்டுக் காலமாக ஒரு சர்ச்சு, அரசினர் இல்லம், நாடகக் கொட்டகை, பெரும் புள்ளிகளின் வீடுகள், டவுன் ஹால் ஆகியன இருந்துவந்தன. எனினும் மழைக் காலத்தில்தான் இம்மைதானம் மெய்யான பச்சைப் புல்வெளியாயிருந்தது.

பம்பாயிலிருந்த ஆங்கிலப் பொது மக்களிடமிருந்து நன்கொடை வாங்கி இந்தப் புல்வெளியில் ஒரு நாடகக் கொட்டகை *1770* ஆம் ஆண்டு கட்டப் பெற்றது. பம்பாய்க்கு அப்போதைக்கப்போது வந்த தொழில் முறை நாடகக் குழுக்களும், அமெச்சூர் நாடகக்காரர்களும் இங்கு முன்னர் நாடகம் நடத்தி வந்தனர் என்று அறிகின்றோம். இங்கு இவ்வாண்டு எழும்பிய கொட்டகை *1818* ஆம் ஆண்டு பாழடைந்த நிலையில் இருந்தது. சார்லஸ் ஃபோர்பஸ் என்ற நிறுவனம் பெரிதும் தன் செலவில் அந்தக் கொட்டகையை ஒக்கிட்டுச் செப்பம் செய்தது. எனினும் இக்கொட்டகை வெற்றியாக அமையாததால், அது கைவிடப்பட்டது.

பம்பாயின் மாதுங்காவில் கிட்டத்தட்ட இதே காலத்தில் ஆர்டில்லரி தியேட்டர் என்ற கொட்டகை இருந்து வந்தது. பத்தொன்பதாம் நூற்றாண்டின் இறுதிவாக்கில் கிராண்டு ரோடில் சிறிது காலம் ஒரு கொட்டகை இருந்துவந்தது. இந்தச் சாலை *1840* வாக்கில் மையப் பம்பாய் வழியே சென்றது. அதற்குச் சில ஆண்டுகளுக்குப் பிறகு பம்பாய் ஜிம்கானாவின் அருகே இன்னொரு கொட்டகை இருந்தது. இவையிரண்டும் மறைந்துவிட்டன அல்லது வேற்றுருக் கொண்டுவிட்டன.

13. உலகின் மாபெரும் பேரங்காடி: இலண்டனில்

இங்கிலாந்து அயலுலகில் இருந்த தன் குடியேற்றப் பகுதிகளின் வழியே செல்வமும் செழிப்பும் பெற்று ஓங்கிவந்த இந்தக் கால கட்டத்தில், உலகின் மிகப் பெரிய பேரங்காடி ஒன்று இலண்டனின் பிக்கடில்லி என்ற மேஃபேர் பகுதியின் டியூக்கு தெருவில், அதன் தென்மேற்குப் பக்கத்தில் சுமார் *1770* வாக்கில் திறக்கப்பட்டது. அதன் பெயர் ஃபோட்னம் ஆகும். அதை மூன்றாம் ஜார்ஜ் மன்னரின் ஏவலர் ஒருவர் திறந்து வைத்திருக்கலாம் என்று தெரிகின்றது.

இந்தப் பேரங்காடியில் உலகப் புகழ்பெற்ற எழுத்தாளரான சார்லஸ் டிக்கன்ஸ் *(1812-1870)* தொடர்ந்து வாடிக்கையாளராயிருந்தார். கிரீமியத்தின் போர்க்களத்தில் பணியாற்றிக் கொண்டிருந்த செவிலியரான ஃபுளாரன்சு நைட்டிங்கேலுக்காக *(1820-1910)* விக்டோரியா அரசியார் *(1819-1901;* ஆட்சிக்காலம் *1837-1901)* இந்தக் கடையிலிருந்துதான் கசாயம் இறக்குவதற்கு வேண்டிய கொழுப்பில்லாத பன்றிக் கறியை வாங்கிக் கிரீமியத்திற்கு அனுப்பினார். (பன்றித் தேநீர் என்று அந்தக் கசாயத்தை அழைப்பர். கொழுப்பில்லாத பன்றிக் கறியைத் தண்ணீரில் போட்டு வேகவைத்து எடுக்கும் சாற்றுக்கு அப்பெயர்)

இன்று பிரிட்டனை ஆளும் இரண்டாம் எலிசபெத்து அரசியாரும் இக்கடையை ஆதரித்து வருகின்றார். இந்திய நாட்டு மன்னர்களின் செல்வாக்குக் கொடிகட்டிப் பறந்த காலத்தில், அவர்கள் பிரிட்டிஷ் வைசிராய்களுக்கும் பிற உயரலுவலர்களுக்கும் அளித்த விருந்துகளுக்கென்று ஃபோட்னம் அங்காடியிலிருந்துதான் இந்தியத்திற்கு உணவு வகைகளும் குடி வகைகளும் வந்தன. ஃபோட்னத்திலிருந்து பொருள்கள் வாங்குவதை நாட்டு மன்னர்கள் தனிப் பெருமையாகக் கருதினர்.

இப்பேரங்காடி இன்றும் சிறப்புடன் நடந்து வருகின்றது. அது ஒரு குடும்பத்தின் தனி உடைமையாயிருந்து வந்த நிலை சில ஆண்டுகளுக்கு முன்னர் மாறியது. அது *1988* முதல் அசோசியேட்டு பிரிட்டிஷ் ஃபுட்ஸ் என்ற அமைப்பின் இணை நிறுவனமாக இருந்து வருகின்றது.

14. சாதிக்காயில் டச்சு ஏகபோகம் ஒழிதல்

டச்சுக்காரர்கள் கீழைத் தீவுகளில் மணக்காரப் பொருள்களை விளைவிப்பதில் கொண்டிருந்த தனி ஏகபோகம் இவ்வாண்டு முறியடிக்கடிப்பட்டது. மோரீசுத் தீவின் பிரஞ்சு ஆளுநரான போய்பர் என்றவர் இந்தோனேசியத் தீவிலிருந்து சாதிக்காய் விதைகளைத் திருடிச் சென்று, மோரீசுத் தீவில் சாதிக்காய்த் தோட்டங்கள் பயிரிட்டுவிட்டார்.

15. அமெரிக்கக் குடியேற்றங்களில் மக்கள் தொகை 22 இலட்சம்

பிரிட்டனின் பதின்மூன்று அமெரிக்கக் குடியேற்றங்களிலும் மக்கள் தொகை 1760 இல் 16 இலட்சமாயிருந்தது. (இ.ச.க.தொகுதி-6) அது இவ்வாண்டில் 22 இலட்சமாக உயர்ந்தது.

16. பீரங்கி இரகசியம்

பீரங்கியையும், அதன் உயிர் நாடியான வெடி மருந்தையும் பற்றிய விரிவான செய்திகளை முன்னர் கண்டோம் *(இ.ச.க.தொகுதி-5)*. இந்தியத்தில் தொடக்க காலத்தில் செய்யப்பட்ட பீரங்கிகள் செப்பமற்றவையாய் இருந்தன. அவை இரும்பு வளையங்களை அல்லது வார்ப்படம் சுற்றியமைத்த இரும்பு உருளைகளால் ஆனவையாயிருந்தன. அவை திருத்தமற்றும், சரியாக வேலை செய்யாமலும் இருந்தன.

பதினெட்டு நிமிடத்திற்கு ஒருமுறை சுடக்கூடிய பீரங்கி சிறந்தது என்று பதினெட்டாம் நூற்றாண்டில் கூட இந்தியர் கருதி வந்தனர் என்று வரலாற்றாசிரியர் இராபட் ஓர்மி *(1728-1801)* கூறுகின்றார். கடந்த *1757*இல் நடந்த பிளாசிச் சண்டையில் *(இ.ச.க.தொகுதி-6)* இந்தியப் பீரங்கிகள் ஒரு மேடையில் ஏற்றி வைக்கப்பட்டன என்று அவர் எழுதுகின்றனார். இருப்பினும் இக்கால கட்டத்தில் வெண்கலப் பீரங்கிகளை வார்த்தெடுக்கும் வேலை இந்தியத்தின் பிற பகுதிகளில் நன்கு நிலை பெற்றிருந்தது.

கிழக்கிந்தியக் கம்பெனி 1770 ஆம் ஆண்டில் இவ்வாறு ஒரு கட்டளை பிறப்பித்தது: ''எறிபடைகளைப் பொருத்த வரையில் அவை எப்படி இயங்குகின்றன, அவற்றை எப்படி இயக்குவது என்பவற்றை நாட்டார் அறிந்து கொள்ளாமல் பார்த்துக் கொள்ளவேண்டும். அப்போதுதான் நாட்டரசுகள் எறிபடைகளுக்காக (பீரங்கிகளுக்காக) நம்மையே நம்பி நிற்கும்''.

ஐரோப்பியர் பலர் நாட்டரசர்களிடம் பீரங்கி வார்ப்புப் பணிகளிலும், பீரங்கிப் படைத் தலைமையிலும் இக்காலத்தில் உதவியாயிருந்தனர்.

17. பிரஞ்சு இளவரசர் - ஆஸ்திரிய இளவரசி திருமணம்:

இன்னும் நான்காண்டுகளில் *(1774)* (பதினாறாம் லூயி என்ற பெயரில்) பிரஞ்சு மன்னராகவிருக்கும் பிரஞ்சு இளவரசருக்கும், ஆஸ்திரிய இளவரசியான மரி அந்தாய்னாத்திற்கும் *(1755-1793)* இவ்வாண்டு திருமணம் நடந்தது.

இந்திய சரித்திரக் களஞ்சியம்

1771-1780

எட்டாம் தொகுதி

இந்திய சரித்திரக் களஞ்சியம்

எட்டாம் தொகுதி
பதினெட்டாம் நூற்றாண்டு
எட்டாம் பத்து
வேதிப் பத்து

1771 - 1780

முதல் பதிப்பின் முன்னுரை

இயற்கையிலுள்ள பொருள்கள் அனைத்தும் மூன்று அல்லது நான்கு பூதங்களின் சேர்க்கையே என்று மணிச் சுருக்கமாய்க் கூறப்பட்டு விடுகின்றது. இது கிரேக்க மெய்யியலாரிடமிருந்து நம்மை வந்தடைந்த கோட்பாடுகளின் அடியாய் உண்டான தப்பெண்ணத்திலிருந்து பிறந்ததாகும். இயற்கையில் அறியப்பட்டுள்ள பொருள்கள் அனைத்தும் பல்வேறு அளவுகளில் ஒருக்கமாய்ச் சேர்ந்துள்ள நான்கு பூதங்களேயாகும் என்ற கருத்து வெறும் ஊகமேயாகும்.

- அண்டாயின் லாவோசியே *(1743-1794)*

நாம் நன்கறிந்துள்ள மரம், தாள், எலும்பு, இறைச்சி, நிலக்கரி போன்ற பொருள்கள் புரிந்து கொள்வதற்கு மிகக் கடினமான பண்டங்களாகும். அவை புரிந்து கொள்வதற்கு அவ்வளவு சிக்கலானவையாயிருந்ததால், அவை எவ்வாறு ஆக்கப்பட்டுள்ளன என்பதை விளங்கிக் கொள்வதற்கு இயலாது என்று இன்றைக்குச் சுமார் இருநூறு ஆண்டுகளுக்கு முன்னர் தோன்றியது. தொடக்கக் காலத்து வேதியியலார் நன்கு அறியப்பட்டிருந்த சிக்கலான பொருள்களை வைத்து ஆராயாமல், அரியனவாயிராவிடினும் எளிமையான *(Simple)* வையாயிருந்த பொருள்களை நுணுகி ஆராய்வதிலேயே தம் நேரத்தில் பெரும் பகுதியைச் செலவிட்டனர்.

அவர்கள் நெடுங்காலமாய் அறியப்பட்டுள்ள தங்கம், வெள்ளி, இரும்பு, ஈயம், தகரம், காரியம் *(Carbon)*, கந்தகம், பாஸ்வரம் ஆகியவற்றையும் பிற தனிமங்களையும் *(elements)* ஆராய்ந்தனர். காற்று என்பது ஆக்சிஜனும், நைட்டிரஜனும் சேர்ந்த கலவை; தண்ணீர் ஆக்சிஜனும், ஹைடிரஜனும் சேர்ந்த கூட்டு: மஞ்சள்நிற வளியான *(gas)* குளோரைன் ஒரு தனிமம் ஆகும். அது உப்பில் உள்ளது என்பவற்றையெல்லாம் அவர்கள் கண்டுகொண்டனர். இத் தனிமங்களோடு நமக்கு நன்கு தெரியாத பிற இருபது முப்பது தனிமங்களையும் வைத்து, அவர்கள் எல்லாவிதமான ஆய்வுகளையும் செய்தனர்.

எனினும் அவர்களால் ஆக்கப்பட்ட பெரும்பாலான பொருள்கள் வேதி ஆய்வுச் சாலைகளிலும், வேதியியல் நூல்களிலும் அன்றி, வேறு எங்கும் பதினெட்டாம் நூற்றாண்டின் இந்தக் கால கட்டத்தில் அறியப்படவில்லை. அப்பொருள்களின் பெயர்கள் நாம் அறியாதனவாயும் அறிய விரும்பாதனவாயும் இருந்தன. அவற்றுள் சில பெயர்கள் நீளமாயிருந்தன. அவை யாவை என்பதையும் அவற்றின் வேதியியல் கலைச் சொற்களையும் அறிந்து கொண்டவர்களையன்றிப் பிறருக்கு அவை பொருளற்ற சொற்களாகவே இருந்தன.

தொடக்கக் காலத்து வேதியியலார் தம் ஆய்வில் பயன்படுத்திய பெரும்பாலான கருவிகள் செப்பமற்றவை. அப்போது நிலக்கரி எரிவாயு கிடைத்திலது: இத்தாலிய இயற்பியலாரான அலெசாண்டரோ ஓல்டா, *(1745-1827)* 1791 ஆம் ஆண்டில் கண்டுபிடித்த முதிராநிலை மின்கலத்தையன்றி மின்சாரம் அறியப்படாமலே இருந்தது. தலையாய வேதியியலாரான அண்டாயின் லாவோசியேக்கு ரூயெல் *(Rouelle 1703-1770)* போன்ற ஆசிரியர்கள் இருந்தனர். எனினும் வேதியியல் முறைப்படி கற்றுத் தரப்படவில்லை. இக்காலத்து வேதியியலாரால் திருத்தமும் செப்பமும் அற்ற ஆய்வுக் கருவிகளை வைத்துக் கொண்டு தான் ஆராய்ச்சியில் ஈடுபட முடிந்தது. பெட்ரோலும் பாரஃபினும் அப்போது அறியப்படவில்லை. நாட்டு மருந்துகள் வெகுபல ஆண்டுகளாகவே கடைகளில் கிடைத்து வந்தன. ஆனால் கடைகளில் சென்று வாங்குவதற்கென்று வெகுசில வேதிப் பொருள்களே இருந்தன.

வேதியியலில் தனிமங்களையும் *(elements)* சேர்மானங்களையும் *(Compounds)* இனங்கண்டு பிரித்தறிவது தான் முதற்கட்டப் பணியாயிருந்தது. அடுத்த கட்டத்தில், ஒரு தனிமம் மற்றொன்றுடன்; குறிப்பிட்ட அளவில் கூட்டிணையும் என்பது கண்டறியப்பட்டது. எனவே தண்ணீரை உண்டாக்க வேண்டுமாயின், ஒரு பங்கு எடையுள்ள ஹைடிரஜனை, எட்டுப் பங்கு எடையுள்ள ஆக்சிஜனுடன் சேர்க்க வேண்டும் என்பது கண்டறியப்பட்டது.

வேதியியலார் பலர் இத்தொடக்கக் கால ஆராய்ச்சிகளில் பல ஆண்டுகள் ஈடுபட்ட பின்னர் மேலும் பல தனிமங்களை அறிந்து கொள்ள முடிந்தது. ஏறத்தாழ 95 ஆண்டுகளுக்குப் பிறகு இரஷிய வேதியியலாரான மெண்டலீவு என்பவர் *(Dimitri Ivanovich Mendeleyev : 1834-1907)* 1869 ஆம் ஆண்டில் தனிமங்களின் வரை முறையான முதற் பட்டியலைத் *(Periodic Table)* தொகுத்தார். அறிவியல் அடிப்படையிலமைந்த தற்கால வேதியியல் பரிணாம வளர்ச்சியை மனிதன் எளிதில் கண்டுவிடவில்லை. முயன்று தோற்றுப் பின்பு செய்து திருத்தியே முன் செல்ல முடிந்தது.

''பிழைகள் புரிந்த மனிதனின் படிப்பினை அளிக்கின்ற வாழ்க்கைப் போக்கைச் சிந்தனையாளனாகிய மனிதன் கண்ட வெற்றிகளை வைத்துத் தூக்கியெறிந்து விடலாகாது. படிப்பினை தந்த அவனுடைய பிழைகளிலிருந்து பெறப்பட்ட தலையுரிமைக்கும் நுண்ணறிவுத் திறத்திற்கும் மிக மிகக் கூடுதலான விலை தரப்பட்டிருக்கின்றது. இம்மனிதப் பிழைகளின் கதையில் ஓரளவை, மறக்கப்பட்டுப் போன நூற்றாண்டுகளில் செவ்வொழுங்கற்ற சிந்தனைப்போக்கை வரிசையாய்த் தூண்டிவிட்ட கருத்துகளைப் பற்றிச் சிறிதளவை, பண்பட்ட மனத்தை உண்டாக்குவதற்காகப் பட்ட பெரும்பாடுகளையும் துன்பத்தையும் பற்றிச் சிறிதளவை அறிந்து கொள்ளவேண்டும். அது பொறுப்பு வாய்ந்த சிந்தனையை உண்டாக்கும். இக்கதைகளுக்கெல்லாம் மூத்த கதையானது பழங்கற்காலத்தின் பிற்பகுதியில் (சுமார் 2.3 மில்லியன் ஆண்டுகளுக்கு முன்னர்) ஐரோப்பியத்தில் வாழ்ந்திருந்த நீந்தர்தால் மனிதனிலிருந்து தொடங்குகின்றது. நினீவா,

நைல்வெளி ஆகிய இடங்களுக்கெல்லாம் அந்தக் கதை செல்கின்றது. பின்னர் ஏதன்சு, ரோம், வரலாற்று இடைக்காலத்து ஐரோப்பியம், மறுமலர்ச்சிக் காலத்து ஐரோப்பியம் ஆகியவற்றின் வழியேயும் நடைபயின்று, 'எந்திரயுகமாய் முதிரப்போகும் வெகுவிரைவான கண்டுபிடிப்புகள் நிகழவிருக்கும் தற்கால உலகம் தோன்றப் போகின்றது,' என்று அந்தக் கதை கட்டியம் கூறிற்று. ஜோசஃபு ஜாஸ்திரோவ் *(Joseph Jastrow)* *"The story of Human Error"* *(London,* **1936***)* என்ற நூலின் முன்னுரையில் மனிதப் பிழைகளின் கதையே பெருங்கதையும் பயன்விளைத்த அருங்கதையுமாகும் என்பதை நிறுவ முயலுகின்றார்.

தொன்மையான இந்திய, கிரேக்க அறிவியல் - மெய்யியல் சிந்தனைகளுக்கிடையே மேலோட்டமாக ஒருவகையான ஒற்றுமை தொடக்கக் காலத்தில் புலப்படுகின்றது. பொருளின் இயல்தன்மை பற்றிய முதிர்வுராச் சிந்தனையாகிய பூதவியல் கொள்கைகள் பழந்தமிழகத்திலும் கிரேக்கத்திலும், ஒரே காலகட்டத்தில் உருவாயின. இக்கோட்பாடு இந்தியத்தில் மெய்யியலின் ஒரு கூறாய் அடங்கிவிட்டது. அது கருத்தியலான அறிவியலாகவோ, பயன்படு அறிவியலாகவோ பரிணமிக்காது நின்றுவிட்டது. அதன் சுவடுகளை இலக்கியங்களிலும் சமய வழிபாடுகளிலும் மட்டுமே இன்று காண்கின்றோம்.

பண்டை அயோனியக் கிரேக்கர் அறிவியலை நடைமுறைக்குகந்த வகையில் பயன்படுத்துவதை வெறுத்தனர். எகிப்தியரும் பாபிலோனியரும் கைமேல் பலன் தரக்கூடிய முறையில், பருப்பொருளான உலகு பற்றிய உண்மைகளை மட்டும் ஆராய்ந்து, அவற்றைப் பதிந்து வைத்தனர். கிரேக்கரோ அறிவியலின் தலையாய உள் கோளை அறிந்து கொள்வதிலும் பேரண்டத்தின் செயற்பாடு முழுமையையும் மனத்தால் எண்ணிப் பார்த்து உருவகிக்கக் கூடிய பேராவலைத் தூண்டும் சிந்தனைகளில் ஈடுபடுவதிலும் தம் எண்ணத்தைச் செலுத்தினர்.

அறிவைப் பெரும் ஆர்வம் கொள்வது என்பது வேறு. அந்த அறிவை அடைவதற்குச் சரியான வழியைக் கண்டறிவது என்பது வேறு. உலகைப் பற்றிய சரிநுட்பமான அறிவைப் பெறுவதற்கு, அதை உற்று நோக்கி நுண்மாண் நுழைபுலத்துடன் ஆய்ந்து அறிந்தவற்றைத் துல்லியமாய் ஏராளமான அளவில் பதிந்து வைக்க வேண்டியது, முதன்முதலில் இன்றியமையாததாகும். கிரேக்கருக்கு இது சுவையூட்டவில்லை.

அவர்கள் உலகை அறிந்து கொள்ள வேண்டுமென்பதில் ஆர்வம் மிகக் கொண்டிருந்தனர். மிகுந்த கலைத் திறனும் அவர்களிடம் இருந்தது. எனினும் அவர்கள் அளவைகளையும் எடைகளையும் பயன்படுத்திச் சரிநுட்பமான ஆய்வுகளில் ஈடுபட்டுச் செயல் சாத்தியமான பலன்களைப் பெறுவதில் நாட்டம் செலுத்தவில்லை. அதைவிடக் கருத்தியலான *(abstract)* கொள்கைகள் பற்றிக் கலந்துரையாடவே விரும்பினர். கருவிகளையும் எந்திரங்களையும் கொண்டு எளிமையான ஆய்வுகளில் இறங்குவது அடிமைத்தனம், இழிவானது என்றெல்லாம் கிரேக்கர் கருதியமையால் இயற்பியலிலும் வேதியியலிலும் அவர்களால் வெகுவான முன்னேற்றம் காணமுடியவில்லை. எனினும் சிறியனவும் எளிதில் தீர்க்கக் கூடியனவுமான சிக்கல்களையும் புரியாதப் புதிர்களையும் விடுவிப்பதற்கு வேண்டிய உந்துதலையும் தூண்டுதலையும் தற்காலத்து அறிவியலின் தொடக்க காலத்துச் சிந்தனையாளர்களுக்குக் கிரேக்கர் அளித்தனர் என்பதை இரசவாத வரலாறு காட்டுகின்றது.

கிரேக்க ஊற்றிலிருந்து சுரந்து இன்று உலகப் பொதுமையாகிவிட்ட அறிவியல் மரபுகளையும், செயற்பாடுகளையும் விடா முயற்சியையும், இந்தியமும் வரித்துக் கொண்டு

மானுடப் பெருங்குழுவில் இன்று ஒருங்கிணைந்து வருகின்றது. மானுட ஒருமைக்கு அறிவியலும் இங்ஙனம் பயனுள்ள கருவியாக விளங்குவதால், இதன் தொடர்பாகவும் வேதியியல் வரலாற்றுத் தொடக்கம் இங்கு பயனுள்ள செய்தியாகின்றது.

குடைவரைகள், தமிழ் உரைநடைக் கதை

இந்தப் பத்தில் வேதியியல் வரலாற்றையொட்டி இரசவாதத் தலைப்பிலும் வேதியியல் தலைப்பிலும் இரண்டு கட்டுரைகள் சிறப்பிடம் பெற்றிருப்பதோடு, கலை, இலக்கியத் துறைகள் பற்றிய கட்டுரைகளும் சேர்க்கப்பட்டுள்ளன. அசோகர், ஆசீவகர் தொடர்புடைய இந்தியக் குடைவரைகளின் வரலாற்றுத் தொடக்கம், மாமல்லபுரம் ''கண்டுபிடிக்கப்பட்டது'' பற்றிய கட்டுரையில் சொல்லப்படுகின்றது. இக்கால கட்டத்தில் தமிழில் உரைநடைக் கதை ஒன்று தோன்றியதாய்ச் சொல்லப்படும் செய்தியில், பதினெட்டாம் நூற்றாண்டில் இந்திய மொழிகளின் இலக்கியத் தோற்றப் பொலிவு எத்தகையதாயிருந்தது என்பதைக் காணலாம்.

பஞ்சம்

இந்தியத்தில் பஞ்சம் என்ற வற்கடம் தொன்னெடுங் காலத்திலிருந்து மக்களை வருத்திவரும் கொடிய செயல் விளைவுகள் எங்ஙனம் மனத்தில் ஆழமாய் வேரூன்றியிருந்தன என்பது மேற்சொன்ன உரை நடைக் கதையும், அது உருப்பெறத் தூண்டுதலளித்திருக்கக் கூடிய உக்கிரபாண்டியன் காலத்துப் பஞ்சக் கதையும் தெளிவாய்ப் புலப்படுத்துகின்றன. பஞ்சம் இருபதாம் நூற்றாண்டின் முற்பாதி வரையிலும் பாரதத்தை வருத்தி மக்களைப் பலிகொண்ட வரலாறு மிகவும் கொடியது.

அமெரிக்க விடுதலைப் போர்

''பாஸ்டன் தேநீர் விருந்து'' நடந்த இரண்டாண்டுகளுக்குப் பிறகு 1775 இல் அமெரிக்க விடுதலைப் போர் தொடங்குகின்றது. அமெரிக்கத்தின் பதின்மூன்று குடியேற்றங்களும் அதற்கடுத்த ஆண்டிலேயே தம்மை விடுதலை பெற்ற நாட்டினம் என்று உலகறிய விடுதலை சாற்றிவிடுகின்றன. இந்நிகழ்ச்சிகள் இந்தப் பத்தில் நினைவு கொள்ளத்தக்க மானுடத் தன்னுரிமை வேட்கையின் எழுச்சி பற்றிய செய்திகளாகும். அமெரிக்கத்தில் தன்னுரிமையுணர்வு எந்தெந்தக் காலகட்டத்தில், என்னென்ன சூழ்நிலைகளில் வெளிப்பட்டது என்பதை இக்களஞ்சிய வரிசை அவ்வப்போது எதிரொலித்து வருகின்றது. அமெரிக்க ஒன்றியத்தின் எழுச்சி தன்னுரிமை அறிவிப்புடன் இந்தப் பத்தில் தோன்றினாலும், அது அடுத்த பத்தில்தான் தனி முழுமையான வெற்றி காணப்போகின்றது.

கம்பெனி ஒழுங்கு முறைச் சட்டம்

பிரிட்டிசார் இந்திய வல்லாளரின் எதிர்ப்புகளையெல்லாம் முறியடித்துத் தம் மேலுரிமையை நிலைநாட்டுவதில் இப்போது வெற்றிமுகம் தெரிகின்றது என்பதற்கு அடையாளமாய் இரண்டாம் மைசூர்ப்போரின் போக்கு அமையக் காணலாம். வாணிப நிறுவனமான கிழக்கிந்தியக் கம்பெனி இந்தப் பதினெட்டாம் நூற்றாண்டிலிருந்து இந்தியத் துணைக் கண்டத்தின் பெரும் பரப்பைச் சூழ்ச்சித் திறத்தாலும் வல்லாண்மையாலும் கவர்ந்து வருவதைப் பிரிட்டிசு நாடாளுமன்றம் கவனித்து வருகின்றது. ஆனால் கம்பெனிக்கு விரிந்தகன்ற இம்மாநிலத்தை ஆளும் திறன் இலது என்பதை இங்கு நடந்த

பல்வேறு நிகழ்ச்சிகள் எடுத்துக்காட்டவே, அந்நிறுவனத்தை ஒழுங்கு படுத்தும் சட்டம் 1775 இல் நாடாளுமன்றத்தில் நிறைவேறியது.

வாணிப நன்னெறியின்மை

பிரிட்டிசார் ''சட்ட வரம்பினுள் அமைந்த ஆட்சி'' என்ற ஒழுங்கு முறைப்படி நன்னெறி பிடித்து ஒழுகுவதில் நாட்டமுடையரேனும், பேரரசை எழுப்புவது என்ற ''கழுத்தறுப்புப் போட்டியில்'' நெறிமுறையைக் காற்றில் பறக்கவிட்டதுண்டு. இதற்கு இந்தக் காலக்கட்டத்தில் நடந்து வந்த இந்திய - சீன அபினி வாணிபம் நல்ல எடுத்துக் காட்டாகும். இவ்வாணிபத்தில் பிரிட்டிசாருக்குத் துணையாயிருந்த பம்பாய்ப் பார்சியரும் இரசபுதனத்து மார்வாரியாரும் பெருஞ்செல்வராயினர். அடிமை விற்ற காசு பிரிட்டனில் சில நகரங்களில் பெரிய கட்டடங்களாயும், துறைமுகங்களாயும் உருப்பெற்றன. அபினி விற்ற காசு பம்பாயில் நெசவாலைகளாய் எழுந்து நின்றன.

குதிரை

மனிதனின் காலடித் தடம் காணப்படும் வரலாற்று வெளி எங்கணும் குதிரையின் குளம்படித் தடமும் பதிந்துள்ளது என்று குதிரைக்கும் மனிதனுக்கும் இருந்துவரும் தொல்லிய உறவை ஓர் எழுத்தாளர் துலங்கக் காட்டுகின்றார். பரிமா என்றும் தமிழில் அழைக்கப்படும் குதிரை பற்றிய சிந்தனைகள் கற்பனைக் குதிரைபோல் பாய்ந்து வருகின்றன. இடம் பெயர்ந்து செல்லவும், சுழன்று இயங்கிப் போர் புரியவும், வேளாண்மையிலும் குதிரை பயன்பட்டதோடு சூதாட்டக் கருவியாயும் விளங்கியது. சென்னையில் இந்தப் பத்தில் பல்லாவரத்தில் தொடங்கியதாய்க் கருதப்படும் குதிரைப் பந்தயம் பின்னர் கிண்டி சென்று ஏறத்தாழ இரு நூற்றாண்டுகளுக்குப் பிறகு மறைந்து விடுகின்றது.

இந்தியத்தில் மேலைப் பெண்டிர்

தமிழர் கி.மு. 400 ஆண்டிற்கு முன்னரே கடலில் கலஞ்செலுத்தி வெகு தொலைவிலுள்ள நாடுகளுக்குச் சென்றனர் என்பர். தமிழகத்தில் நூற்றுக்கு மேற்பட்ட கப்பல் வகைகள் இருந்தன என்றும் கூறுவர். தமிழரின் கடல் வாணிகம் ''முந்நீர் வழக்கம்'' என்று தொல்காப்பியத்தில் கூறப்படுகின்றது. ஆனால் தமிழர் கடற்பயணத்தின்போது மகளிரை உடன் அழைத்துச் செல்வதில்லை என்பதையும் தொல்காப்பியத்தின் வாயிலாய் அறிகின்றோம்.

அயலுலகிற்கு வாணிபத்தின் பொருட்டு வெகு தொலைவு கடற்பயணம் மேற்கொண்ட அரபுகளும் தம்முடன் பெண்டிரை அழைத்துச் சென்றது இல்லை. அண்மைக்கால வரலாற்றில் (8-11 நூ. கி.பி) புகழ் பெற்ற கடலோடியராயிருந்த வைக்கிங்குகள் தம்முடன் பெண்களையும் கூட்டிச் சென்றனர். மிக மிக அண்மைக்காலத்தில் ஐபீரியத் தீவக் குறையினரான போர்த்துக்கீசர்தாம் தம் பெண்டிரை அழைத்துக் கொண்டு கடல்கடந்து வந்தனர். பிரிட்டிசார் அவர்களுக்கு வெகு காலத்திற்குப் பிறகு தான் தம் பெண்மக்களை இந்தியத்திற்கு அழைத்து வந்தனர். வேறுபட்ட பண்பாடுகளையும், பழக்க வழக்கங்களையும் கொண்டிருந்த இந்திய மேற்கத்திப் பெண்கள் பற்றிய சமூக சிந்தனைகள், இந்தியத்தை அடைந்த மேற்கத்திப் பெண்கள் என்ற கட்டுரையில் பின்னோக்கி உன்னத்தக்கனவாகும்.

காசி எனும் ஒளி நகரம்

கசனியின் முகமது காலத்திலிருந்து ஔரங்கசீபு காலம் வரையிலும் ஏறத்தாழ எண்ணூறு ஆண்டுகளாய் நற்கலையழிவிற்கு உள்ளான திருத்தலம் காசியைப் போல் வேறெதுவும் இந்தியத்தில் இல்லை எனலாம். இக்காலத்தில் எத்தனையோ கோயில்கள் இங்கு மறைந்தன. முற்றிலும் பள்ளிவாசலாயும் பகுதி பள்ளிவாசலாயும் விளங்கும் கோயில்கள் இன்றும் காசியில் உள்ளன. காசி பற்றிய கட்டுரையில் புராணச் செய்திகளுடன், அதைத் தமதென்று சுவிகரித்து அதைக் காத்து நின்ற மராட்டியர் பற்றியும், விசுவநாதர் கோயிலுக்குத் திருப்பணி செய்த இந்தூர் அரசி அகலியா பாயின் அருஞ்சிறப்பும் பதியப்பட்டுள்ளன.

வால்டயர், ரூசோ

எழுதுகோல் என்ற எரிமலை வழியே, எண்ணத்திலும் செயலிலும் தன்னுரிமை நாடிய மானுட நேய வேட்கையை எழுதுகின்ற மையில் கலந்து நெருப்பு ஆறாய்ப் பாயச் செய்து, பிரஞ்சு ஆளும் கூட்டத்தாரை வெடித்துச் சிதறச் செய்தவர்கள் என்று, அந்தப் புரட்சித் தீயில் தூக்கியெறியப்பட்டவர்கள் அவர்களைப் பற்றிப் பின்னர் வருந்திப் புலம்பினர் என்பதே அறிவெழுச்சி இயக்கத்தின் முதல்வர்களான வால்டயருக்கும் ரூசோவிற்கும் கிடைத்த சிறப்பாகும். எதிரெதிர் துருவங்களான இவ்விருவரின் அறிவு வாழ்க்கை பற்றிய சிந்தனைகளை ஒப்பு நோக்கும் சிறு ஆய்வுரைகளாய் இக்கட்டுரைகள் இடம் பெறுகின்றன.

உலகின் முதுகலையான சோதிடம் பற்றிய கட்டுரை சுருங்கிய அளவில் விரிந்த செய்திகளை தருகின்றது. மானிட ஒற்றுமைக்குச் சோதிடக் கலையும் மிக வலுவான சான்றாக விளங்குகின்றது.

இந்தப் பத்திற்குப் பொருளியல் துறை குறித்த இன்னொரு சிறப்பும் உண்டு. தற்காலப் பொருளியல் சிந்தனையின் முன்னோடியான ஆடம்ஸ்மிதின் *(1723-1790)* ''நாடுகளின் செல்வம் பற்றிய தன்மையும் விளைவுகளும் குறித்த ஓர் ஆய்வு'' (சுருக்கமாய் *Wealth of Nations)* என்ற தலையாய பொருளியல் நூல் இந்தப் பத்தில் *(1776)* வெளிவந்தது. இது குறித்து இ.ச.க. தொகுதி மூன்றில் ஏற்கெனவே விளக்கியுள்ளோம்.

அணுப்போல் நுண்ணிய இந்தப் பத்தில் அரசியல், அறிவியல், கலை - இலக்கியம், சமயம், வேளாண்மை - தொழில் - வாணிபம், சட்டம் - நீதியாட்சி, இயற்கைச் சீற்றம் - பஞ்சம், மருத்துவம், இராணுவம் - போர், வரலாறு, நாணயவியல், பலதுறை மாந்தர்கள், பிறப்பு, இறப்பு என்ற தலைப்புகளில் குறிப்பிடக் கூடிய பல செய்திகள் நிரப்பி வைக்கப்பட்டுள்ளன.

எழும்பூர் ப.சிவனடி
ஏப்ரல், *1994*

பொருளடக்கம்

1771

1. அருணாசலக் கவிராயரின் இராம நாடகக் கீர்த்தனை - கீர்த்தனை வரலாறு 375

கம்பராமாயணமும் இராம நாடகக் கீர்த்தனையும் -375
திருஞானசம்பந்தர் - கீதம் -375
அன்னமாச்சாரியார் - தற்காலக் கீர்த்தனை வடிவம் -375
அன்னமாச்சாரியாரும் திருவாய் மொழியறிவும் -375
முத்துத்தாண்டவர் - முதல் தமிழ்க் கீர்த்தனை -376
தமிழிசையின் நெடிய மரபு -376
கவிராயர் வரலாறு -377
சீர்காழியின் பல பெயர்கள் -378
இராம நாடகக் கீர்த்தனை -380
கிருதி-கீர்த்தனை -381
கவிராயரின் பிற நூல்கள் -382

2. தஞ்சை மராட்டியர் மறவர் நாட்டைத் தாக்குதல் 382

மறவர் - மராட்டியர் தீராப் பகை -382
மராட்டியர் சிவகங்கையையும் தாக்குதல் -382

3. உலகளாவிய இரசவாத வரலாறு 383

தோற்றுவாய் -383
தமிழரின் ஐம்பூதக் கொள்கை -383
ஆசீவகரும் பூதக் கொள்கையும் -384
பூரண காசப்ப (அ) பூரண காசிபன் -384
மக்காலி கோசாலர் (அ) மற்கலி கோசாலர் -385
அசித கேச கம்பளின் -386
பகுட கச்சாயனர் -387
ஏழு பூதங்கள் -387
வைசேடியம் -387
அணுவியல் -388
பகுடர் தமிழ்ப் புலவரா? -388
சஞ்சயர் (அ) பிலாத்தி புத்த -389
உலகாய்தம், பூத வாதம் -390
கிரேக்கரின் பூதக் கொள்கை -391
அயோனியர் சிந்தனை -391
தேல்ஸ் -392
அனாக்சிமேண்டர் -392

அனாக்சிமினிஸ் -392
எம்பிடோக்கஸ் - நான்கு பூதங்கள் -392
அரிஸ்டாட்டில் -393
பூதவேதியர் -394
அரபுகள் வழி ஐரோப்பியத்தில் இரசவாதம் -394
அல்கிமி -395
இரசவாதம் - இரண்டு முரண்பாடுகளின் கோட்பாடு -395
இரசவாதம் - முட்டாள்களின் வேட்கை -396
அறிவியலும் - இரசவாதமும் -396
ஐரோப்பிய இரசவாத நூல்கள் -396
சீன இரசவாதம் -398
இந்திய இரசவாதம் -398
தாந்திரிகத்தில் இரசவாதம் -398
திபேத்து, தொலைக் கிழக்கில் இரசவாதம் -399
தமிழ் நாட்டில் இரசவாதம் -399
சித்தர் காலம் -399
தமிழ் எழுத்துகள் ஐம்பூதம் -400
ஐம் பூதத் தலங்கள் -400
சித்தர் பதினெண்மர் -400
போகர் -401
தாவோயம் -401
சீன சாரம்-401
போகரும் பழனிக் கோயிலும்-402
நவபாஷாணம் எது? -404

வரலாற்றுப் புள்ளிகள்

1. சென்னையில் கொடும் பஞ்சம் -406
2. சென்னையில் பரிசுச் சீட்டு -407
3. வல்லம் - பிரிட்டிசார் கைப்பற்றினர் -407
4. மாலுமியர் ஊதிய நிர்ணயம் -408
5. இரஷியம் கிரிமியத்தை வென்றது -408
6. "அடிமட்டத்திலிருப்பவர்களை அழுத்தியே வை'' -408
7. பிரிட்டிசு நாடாளுமன்ற உரைகள் அச்சிட உரிமை -408
8. பிரிட்டனில் உணவுப் பொருளில் கலப்படம் -409
9. தாமஸ் கிரே மறைவு -409

1772

1. மாமல்லபுரம் "கண்டுபிடிப்பு": மாமல்லபுர வரலாறு 412

முதல் ஆய்வு, இரண்டாவது ஆய்வு -412
பல்லவர் அறியப்படாமை -412
மல்லை, மாமல்லை -413
இந்தியக் குடைவரைகளின் தோற்றுவாய் -414

அசோகரும் குடைவரைகளும் -414
அசோகரும் ஆசீவகரும் -414
ஆசீவகர் - வாழ்வார் -414
ஆசீவகக் கோட்பாடு -415
ஆசீவகருடன் குடைவரை வரலாறு தொடக்கம் -416
தமிழகக் குடைவரை முன்னோடி மகேந்திரப் பல்லவன் -417
ஐரோப்பியரும் மாமல்லபுரமும் -417
ஆங்கில இலக்கியங்களில் மாமல்லபுரம் -417

2. மறவர் சீமையில் போர் — 418

நவாபு தூண்டுதலால் பிரிட்டிசார் படையெடுத்தல் -418
இராமநாதபுர வீழ்ச்சி -418
சிவகங்கை நோக்கிக் கம்பெனிப் படை -419
கானப்பேர், காளையார் கோயில் - புராணங்களில் -419
மூன்று பெரிய கோயில்கள் -419
பெரிய மருது கட்டிய பெரிய கோபுரம் -420
கை வழி செங்கல் வந்து கட்டப் பெற்றது -421
காளையார் கோயிலில் கம்பெனிப் படை -421
முத்துவடுக நாதர் களம்பட்டார் -421
சிவகங்கை அரச குடியினர் விருப்பாட்சியில் -421
பெரிய மருது-வேலு நாச்சியார் திருமணம் -421
மருது பாண்டியரும் தமிழ்ப் புலவர்களும் -422
சாந்துப் புலவர் -421
கோவை இலக்கிய வகை -423

3. கூச்சு பிகார் கம்பெனி வசமாதல் — 424

கூச்சு பிகார் நாட்டரசு வரலாறு -424
காமட் முடியரசு -424
பூட்டான் தலையீடு -424
கிழக்கிந்தியக் கம்பெனி தலையீடு -424
பண்டைக் கோச்சு மன்னர்கள் -425
புலி வேட்டைக் காடு -425
ஆங்கிலேயர் தலையீடு -425
பிரம்ம சமாஜம் -426
கேசவச் சந்திரர் மகள் - கூச்சு பிகார் இளவரசர் மணம் -427
பேரழகி 'மா' இந்திரா - கூச்சு பிகாரின் அரசி -427
கூச்சு பிகார் அரசி அளித்த ஓயா விருந்துகள் -428
ஜெயப்பூர் இளவரசரின் போலோ விளையாட்டு -429
ஜெயப்பூர் இளவரசர் - இளவரசி ஆயிஷா -429

வரலாற்றுப் புள்ளிகள்

1. பிரஞ்சுக் கலைக் களஞ்சியப் பணி நிறைதல் -430
2. புகழ் பெற்ற கிறித்தவர் சத்திய நாதன் -430
3. சென்னையில் அர்மீனியர் கட்டிய சர்ச்சு -431

4. முதல் மேற்குக் கரையோரச் சர்வே -431
5. பேஷ்வா மாதவ ராவ் மரணம் -431
6. இந்தியத்தில் போர்த்துக்கீசர் நீதி மன்றங்கள் -433
7. கல்கத்தாவில் நாடகக் கொட்டகைகள் -433
8. கம்பெனி பிரிட்டிசு அரசிடம் கடன் கோருதல் -434
9. கொள்ளையர் குடும்பத்தை அடிமைகளாக விற்கச் சட்டம் -434
10. டேனியக் கம்பெனி வாணிப உரிமம் நீட்டிப்பு -434
11. போலந்தை வல்லரசுகள் பங்கு போடுதல் -434
12. பிரிட்டனில் அடி வைத்த அடிமைக்கு விடுதலை -435
13. ஜேம்ஸ் குக்கின் இரண்டாவது பசிபிக்குப் பயணம் -435
14. ஜப்பானிய எடோ நகரம் தீக்கரை -436

1773

1. கிழக்கிந்தியக் கம்பெனியை ஒழுங்குபடுத்தும் சட்டம் நிறைவேற்றம் 438

முதல் தலைமை ஆளுநர் -439

2. அமெரிக்கக் குடியேற்றங்களில் தன்னுரிமைக் குமுறல்
தேயிலைச் சட்டமும் ''தேநீர் விருந்தும்''. 440

பிரிட்டனின் வரி விதிப்பிற்கு அமெரிக்கர் எதிர்ப்பு -441
தேயிலைச் சட்டம் -442
பாஸ்டன் தேநீர் விருந்து -442

3. இந்திய-சீன அபினி வாணிபம்: அபினி பற்றி விரிந்த செய்திகள் 443
இந்தியத்தில் அபினி -443
அபினி-கம்புகம் -444
அபினி-கிரேக்கம், ரோம் -444
இஸ்லாத்துடன் - அபினி பரவுதல் -445
சீனரும் அபினியும் -445
கிழக்கிந்தியக் கம்பெனியும் அபினியும் -445
அபினி வாணிப அளவு -446

4. சென்னையில் குதிரைப் பந்தயம்: குதிரை பற்றிய சிந்தனைகள் 447

சென்னையில் குதிரைப் பந்தயம் -447
குதிரையின் தோற்றுவாய் -448
குதிரை பழக்கப்பட்டது கி.மு.6000 -449
முதற் குதிரையேறி சித்தியர் -449
சித்தியர்க்கு அஞ்சிச் சீனப் பெருஞ்சுவர் -449
சிந்து வெளியில் குதிரை -451
வேத காலம் -451
புராணங்கள் -451
கல்கி அவதாரம் -452
குதிரை வகை கூறும் அசுவலட்சணம் -452

தமிழகம் -453
குதிரைப் பந்தயம் - எகிப்து -453
குதிரைப் பந்தயம் - அரபுகள் -454
குதிரைப் பந்தயம் - பார்த்தியர் -454
குதிரைப் பந்தயம் - கிரேக்கர், ரோமானியர் -454
குதிரைப் பந்தயம் - ஜெர்மானியர் -454
குதிரைப் பந்தயம் - பிரிட்டன் -455
குதிரைப் பந்தயம் - நிலநடுக் கடல் நாடுகள் -455
குதிரைப் பந்தயம் - பிரான்சு -456
குதிரைப் பந்தயம் - அமெரிக்கப் பெரு நிலங்கள் -456

5. **பிரிட்டிசு இந்தியக் குதிரைப் படை** — 457

இந்திய வரலாற்றில் குதிரைப் படை -457
சங்க காலத்தில் -457
வரலாற்றில் குதிரை வீரர் -458
ஹைக்சோ -458
அசிரியர் -458
கால்தியர், மீடுகள் -459
பாரசிகர் -459
கெல்டுகள் -459
கிரேக்கர், ரோமானியர் -460
படையணிகள் - ஃபலாங்ஸ், லீஜியன் -461
ரோமானியர் வீழ்ச்சியும் குதிரைப் படை ஏற்றமும் -462
பைசாந்தியக் குதிரைப் படை -463
இந்தியத்தின் குதிரைப் படை -463
குதிரை வீரனுக்குக் குதிரையின் இன்றியமையாமை -464
இந்தியக் குதிரைப் படை தோற்றம் -464
முகலாயர் துருப்பு -465
வங்கக் குதிரைப் படை -465
கில்லேதார் முறை -465

6. **காதரைனை எதிர்த்துப் புரட்சி** — 466

தொழும்பர் என்ற பண்ணை அடிமை முறை -466
தொழும்பர் எழுச்சி -469
புகச்சேவு-கொசாக்கியர் புரட்சி -469
புகச்சேவு கொல்லப்படுதல் - புரட்சி தோற்றது -469

7. **இந்தியத்தில் ஐரோப்பியப் பெண்கள் முதலில் இறங்குதல்** — 471

போர்த்துக்கீசியருடன் வந்த பெண்டிர் -471
இந்தியத்தில் போர்த்துக்கீசப் பெண்டிர் -471
"தங்கக் கோவாவை" நாடிவந்த பெண்டிர் -471
இந்தியம் வந்த பிரிட்டிசு பெண்கள் -473

மாப்பிள்ளைத் தூண்டில் கப்பல்கள் -474
படையினர் குடும்பத்துடன் வாழத் தடை -474
இந்திய வாழ்க்கையில் ஆங்கிலப் பெண்கள் -474
தாமரையிலைத் தண்ணீர்போல் ஆங்கிலப் பெண்கள் -475
ஆங்கில மாதர் இந்தியம் பற்றிய நோக்கு -476

வரலாற்றுப் புள்ளிகள்

1. தஞ்சைத் தரணி ஆர்க்காட்டு நவாபிற்கு அடங்குதல் -476
2. சிவகங்கைச் சீமை பெரிய மருதிற்கு உரிமை -477
3. பேஷ்வா நாராயண ராவ் கொலை -478
4. பிரஞ்சுப் படை வீரன் திருடிய இந்திய ஆர்லோவ் வைரம் -478
5. சென்னைக் கவர்னர் விஞ்சு -479
6. வங்க, சென்னை, பம்பாய் மாநிலங்களின் வரவு-செலவு -479
7. பிரிட்டனில் கோதுமை இறக்கச் சட்ட இசைவு -479
8. விடுதலை பெற்ற அடிமைகள் - மேற்காப்பிரிக்கத்தில் மறுகுடியமர்த்த வலியுறுத்தல் -480
9. ஏசு சபை-பாப்பரசர் கலைத்தல் -480
10. இலண்டனில் பங்குச் சந்தை -481
11. கோவா வெடிமருந்துக் கிடங்கில் தீ -481
12. நிலநடுக்கம் - ஆண்டிகுவா முற்றிலும் அழிந்தது -482

1774

1. கல்கத்தா பிரிட்டீசு இந்தியத்தின் தலைநகர் — 484
ஒழுங்குமுறைச் சட்ட முடிவுகள் -482
தலைமை ஆளுநர் அமர்த்தப்படுதல் -482
கல்கத்தா தலைநகராதல் -482
கல்கத்தாவின் தோற்றுவாய் -486
ஜாப் சார்னோக்கு -486
வில்லியம் கோட்டை -486
ஆட்சி மையமாதல் -487
முகலாயர் அளித்த சலுகைகள் -487
மக்கள் தொகை -488
தற்கால வரலாற்றுத் தொடக்கம் -488
சாதி அடிப்படையில் நகரப் பேட்டைகள் -489
பல்வேறு சாதியினர் -489
சந்து பொந்துகள் -490
நகர விரிவு -490
மார்வாரியர் -490
டெல்லிக்குத் தலைநகரம் மாற்றம் -490
பெருந் தொழில் நகராக விளங்குதல் -490

2. ஏழு தீவுப் பம்பாய் நகர வரலாறு 491

    தோற்றுவாய் -492
    நெல்சன் வருகை -492
    ஏழு தீவுகள் -492
    பம்பாய் -492
    மசகாம் -492
    கொலாபா -492
    கிழவித் தீவு -493
    பரேல் -493
    மாகிம் -493
    ஓர்லி -494
    கோலிய மீனவர் -494
    முஸ்லீம்கள் -495
    போர்த்துக்கீசர் -495
    பாசீன் -495
    பம்பாய் பெயர்க் காரணம் -496
    மூம்பா, மும்பை, பம்பாய் -498
    பம்பாயைத் தோற்றுவித்த ஆங்கியர் -498

3. அஞ்சல் துறை முதல் தலைவர் - அஞ்சல் வரலாறு 499

    பாரசிகர் -499
    சந்திர குப்த மௌரியர் -499
    இஸ்லாமியக் காலிஃபாக்கள் -499
    சோழர் -500
    மங்கோலியர் -500
    கில்ஜியர் -500
    லோடியர் -500
    முகலாயர் -500
    ஷேர் ஷா -501
    மைசூரார் -501
    கிழக்கிந்தியக் கம்பெனி -501

4. திபெத்தும் பிரிட்டீசாரும் 501

    திபெத்தின் நில அமைப்பும் அரசியலமைப்பும் -501
    லாசா நகரம் -501
    வாரன் ஹேஸ்டிங்சு தொடர்பு கொள்ளுதல் -501

5. வேதியியல் வரலாற்றுத் தொடக்கம் 503

    வேதியியல் என்பது என்ன? -503
    வேதியியல் வரலாறு என்பது என்ன? -503
    வேதியியல் வரலாற்றுத் தொடக்கம் -503
    இராப்பட்டு பாயில் -503

அண்டாயின் லாவோசியே -503
வேதியியலின் புது யுகம் -504
பதினாறு, பதினேழாம் நூற்றாண்டுகளில் வேதியியல் -505
ஃபுளோஜிஸ்தான் கொள்கை -506
ஹென்றி காவண்டிஷ் -507
பதினெட்டாம் நூற்றாண்டு வேதியியல் -509
வளிம ஆய்வியல் -509
ஜோசஃபு பிரீஸ்டிலி-ஆக்சிஜனை பிரித்தல் -509
"நலந்தரும் காற்று" -ஆக்சிஜன் -511
அறிவியல் ஆய்வில் தராசின் இன்றியமையாமை -512
லாவோசியேயின் தனிச் சிறப்பு -513
வேதியியலின் பிற முன்னோடிகள் -514

வரலாற்றுப் புள்ளிகள்

1. குளோரைன், மக்னீசியம் கண்டுபிடிப்பு -514
2. சென்னையில் தோட்டம் போட ஐரோப்பியருக்கு நிலம் -515
3. ஐதரலி வட கேரளத்தை மீண்டும் தாக்குதல் -516
4. ஆமதாபாதிலிருந்து டச்சுக்காரர் வெளியேற்றம் -516
5. அடிமை ஒழிப்பில் குவாக்கர் பணி -517
6. அமெரிக்கக் கனடிக்கட்டுக் குடியேற்றத்தில் அடிமைகளை இறக்கத் தடை -518
7. பிரிட்டீசு நாடாளுமன்ற உரைக் கோவை அச்சாதல் -518
8. குவீபக்குச் சட்டம் நிறைவேற்றம் -518
9. கிளைவு இறந்தார் -518
10. பதினைந்தாம் லூயி அம்மை கண்டு இறத்தல் -519
11. பிரான்சில் பயிர் பொய்த்துப் பஞ்சம் -520

1775

1. தமிழில் உரைநடைக் கதை   522
   பதினெட்டில் இந்திய மொழிகளின் நிலை -522
   சம்ஸ்கிருதம் -522
   அப்பய்ய தீட்சிதர் -522
   தமிழ் -523
   வீரமாமுனிவர் -523
   முனிசீபு வேதநாயகம் பிள்ளை -524
   வசன சம்பிரதாயக் கதை -524
   நாட்டரசன் கோட்டை -524
   குபேரன் -525
   பாண்டியர் ஆட்சியில் பஞ்சம் -525
   உக்கிர பாண்டியன் கதை -526
   அகத்தியரிடம் முறையீடு -527

    பொதிகை மலை -527
    இந்திரனிடம் மூவேந்தர் முறையீடு -528
    பாண்டியன் மேகங்களைச் சிறையிடுதல் -528
    பஞ்சம் தீர்தல் -528

2. இந்துமாக் கடலியல் ஆய்வு -பிரஞ்சுக்காரரின் பங்கு   529
    "கீழைக்கடல் தெய்வம்" - கடலோடிகளுக்கு வரைபடங்கள் -529
    டி ஏப்ரஸ், டால்ரிம்பிள் -529
    ஆபே தெ லா கெயில் -529
    ஆங்கிலேயர் பங்கு பணி -530
    அண்டார்டிக்கப் பகுதிகள் -531
    தென்னிலம் -531
    மரியோன் து ஃப்ரிஸ்னி -531
    கெர்குவலின் -531

3. அமெரிக்க விடுதலைப் போர் தொடக்கம் (1775-1783)   532
    அமெரிக்கக் குடியேற்றங்களில் நாட்டின உணர்வு -532
    பிரிட்டனின் அடக்குமுறைச் சட்டங்கள் -532
    குடியேற்றங்களின் எதிர்ப்பு -532
    லெக்சிங்டன், கங்கார்டு: விடுதலைப் போர் தொடக்கம் (217)

வரலாற்றுப் புள்ளிகள்

    1. மராட்டியர் - ஆங்கிலேயர் போர் -534
    2. மைசூர் அரியணையில் குழந்தை அரசர் -536
    3. கம்பெனிக்குப் பீரங்கி எங்கிருந்து வந்தது? -536
    4. தென்னாட்டில் ரோமன் நாணயங்கள் -536
    5. போர்த்துக்கீச நாணயங்களுக்கு ரூபாய் மதிப்பு -536
    6. கள்ளக் கையெழுத்து-நந்த குமாருக்குத் தூக்கு -537
    7. பிரிட்டனில் கொத்தடிமைகள் விடுதலை -538
    8. அடிமை விடுதலைக்கு அமெரிக்கத்தில் முதல் சங்கம் -538
    9. பெண்களைப் பாகு படுத்தாதீர் : தாமஸ் பெயின் -538
    10. ஜேம்ஸ் குக்கு பசிபிக்கிலிருந்து தாயகம் திரும்புதல் -539
    11. காசோலைக் கணக்குத் தீர்க்கப் பிரிட்டீசு வங்கிகளில் முதல் மையம் -539
    12. காப்பிக் கொட்டைக்குத் தடை-பிரஷிய மன்னர் முயற்சி -539
    13. யாங்கி டூடில் பாட்டு -539
    14. பீற்று நீர்விசைக் கஃசு -539

1776

1. தஞ்சைத் தரணி-அரசியல், அரிசியியல்   541
    துளசா மீண்டும் அரியணை ஏறுதல் -541
    தில்லை நடராசர் - தஞ்சை மராட்டியர் தொடர்பு -541
    தில்லையில் நடராசர் இல்லாதிருந்த காலம் -541
    அரிசியியல் -542

நெல், அரிசி விலை விவரங்கள் -542

2. தலைச்சேரியுடன் ஆங்கிலேயர் தொடர்பு — 543
    தலைச்சேரி-திருவெண்காடு -544
    தலைச்சேரியின் இயற்கையழகு -544
    பிரிட்டீசார் குடியேற்றப் பரப்பு விரிதல் -544
    ஐதரலி-பிரிட்டீசார் சண்டை -545
    தலைச்சேரித் திருவெண்காட்டுக் கோயில் -545

3. அல்வார் - கடைசியாய்த் தோன்றிய இரசபுத்திர அரசு — 545
    ஆராவலி மலைத் தொடர் -545
    அல்வார் அரச குடித் தோற்றுவாய் -546
    புலி வேட்டையும் ஆரவார அணிவகுப்பும் -548
    விசய சாகரமும் விசய மந்திரும் -548
    காமக் கொடுவெறியர் ஜெயசிங்கு -548
    "பசுத் தோல் தொடாத புலி" -549
    வைசிராய்கள் மனைவியரைத் தலை குனியச்
      செய்தவர் -550
    பிரிட்டீசு மன்னருடன் கை குலுக்க நிபந்தனை -550
    சோதிடரின் விதியும் கதியும் -551
    பிரிட்டீசுத் தையற்காரர் புகட்டிய பாடம் -551
    குதிரையைத் தீயிட்டுக் கொளுத்தியவர் -552
    கற்பனையை மிஞ்சிய இறுதி ஊர்வலம் -552
    பேரனுக்கும் அரச இறுமாப்பு -553

4. அமெரிக்கக் குடியேற்றங்களின் விடுதலை அறிக்கை — 554
    விடுதலை அறிக்கை -554
    புரட்சியின் போது குடியேற்றங்களின் நிலை -555
    வெகு சில நகரங்கள் -556
    எங்கும் நலக் கேடான நிலை -556

வரலாற்றுப் புள்ளிகள்

    1. இந்துச் சட்டங்கள் வெளியீடு -557
    2. ஆயினி-எ-அக்பரி - அக்பரின் சட்டங்கள்
      - ஆங்கிலத்தில் மொழிபெயர்ப்பு -558
    3. வங்கத்தில் நெசவுத் தொழில் -559
    4. புதுச்சேரியில் கத்தோலிக்கப் பேராயர் -560
    5. மேற்கத்தி இசை வரலாறு -560
    6. மாஸ்கோவில் போல்ஷாய் கொட்டகை -மாஸ்கோ நகர வரலாறு -560
    7. கிப்பனின் ரோமானிய வரலாறு -561
    8. அடிமை முறையை எதிர்த்துப் பிரிட்டீசு நாடாளுமன்றத்தில் முதற் குரல் -561
    9. யூரிக்கு அமிலம் கண்டுபிடிப்பு -562
    10. அமெரிக்க விடுதலைப் படையினர் அம்மையினால்

ஆயிரக்கணக்கில் மடிதல்　-562
11. பிரான்சில் விளைச்சல் பெருக்கம் - ரொட்டி மலிதல்　-562
12. நீர்மூழ்கிப் போரில் முன்னோடியர்　-562
13. ஃபி பிட்டா கப்பா சங்கம் - அமெரிக்கக் கல்லூரியில்　-563
14. கோழி வாலிறகும் காக்டெயிலும்　-563

1777

1. காசி விசுவநாதர் கோயில் - இந்தூர் அரசி அகலியா பாய் திருப்பணி　565

　　காசியின் பல பெயர்கள்　-565
　　காசியிலுள்ள இலிங்கங்கள்　-565
　　துர்க்கையர்　-567
　　கௌரியர்　-567
　　பன்னிரு ஆதித்தர்　-568
　　பைரவர் எண்மர்　-569
　　எண்டிசைக் காவலர்　-569
　　காசித் தொன்மையும் பௌத்தத் தொடர்பும்　-570
　　படையெடுப்பாளரின் நற்கலையழிவு　-570
　　ஃபிரூஸ் ஷா　-570
　　ஜௌன்பூர்　-571
　　லோடியர்　-571
　　அக்பர்　-571
　　ஷாஜகான்　-572
　　ஔரங்கசீபு　-572
　　மராட்டியர் காசியைச் சுவிகரித்தல்　-572
　　காசி விசுவநாதர் கோயில்　-572
　　அகலியா பாய்　-573
　　அகலியா பாயின் பிற திருப்பணிகள்　-573
　　அகலியா பாயின் காசிக் கோயில் திருப்பணி　-574

2. முகமதலி தஞ்சைத் தரணியை அடகு வைத்தல்　574

　　நவாபிற்குப் பல இலட்சம் கடன் தந்த ஆங்கிலேயர்　-574

3. இங்கிலாந்திலும் வேல்சிலும் சிறைச்சாலைகள்　576

　　நியூகேட்டுச் சிறை　-577
　　ஓல்டு பெயிலி　-577
　　சிறைக் காய்ச்சல்　-577
　　சிறைச்சாலை நோய் போக்க முயற்சி　-578
　　இங்கிலாந்தின் பிற சிறைச்சாலைகள்　-578
　　இந்தியத்தில் சிறைச்சாலைகள்　-579

வரலாற்றுப் புள்ளிகள்

1. புகைப்படம் - தொடக்க நிலை ஆய்வுகள்   -579
2. முராரி ராவ் ஐதரிடம் சிறைப்பட்டுச் சாவு   -579
3. ஆளுநர் பிகாட்டு சென்னையில் மரணம் - புது ஆளுநர்   -582
4. "வலிய கப்பித்தான்" டி. லென்னாய் மரணம்   -583
5. விசய குமாரன் மரணம்   -584
6. போர்த்துக்கீச மன்னர் மரணம்   -584

1778

1. வால்டயர் - ஒளி நிறைந்த முழு வாழ்க்கை (1694-1778)   586

    உலகு தழுவி அகன்றவர்   -586
    அனைத்தும் பயனுள்ளன படைத்தவர்   -586
    எழுதி நிறைந்தவர்   -586
    முரண்பாடுகள் மலிந்தவர்   -587
    அறிவு வாழ்க்கை இலக்கிய வாழ்க்கை   -588
    வால்டயர் என்ற பெயர் - பாஸ்டிலியில் பிறந்தது   -588
    பள்ளியும் பள்ளி வாழ்க்கையும்   -588
    ஆசானுக்கு ஆசான்   -589
    முதல் சிறை   -589
    முதல் நாடகம் "ஈடிப்பு"   -590
    இங்கிலாந்தில் வால்டயர்   -591
    வால்டயர் நூலுக்குத் தீ   -592
    வால்டயரின் காதற்கிழத்தி   -592
    வரலாற்றியல்   -593
    ஔரங்கசீபைப் பற்றி வால்டயர்   -594
    கதையாசிரியர், கவிஞர்   -595
    வாதில் வல்ல மெய்யியலார், சீர்திருத்தக்காரர்   -595
    முடங்கற் கலை   -595
    அறுபத்தெட்டாண்டுகள் கடிதம் எழுதி வந்தமை   -596
    மா ஃபிரடரிக்குடன்   -597
    ஃபெர்னி வாழ்க்கை   -598
    சமயப் பொறை   -598
    பெரும்பயண இறுதி   -599
    நோய்வாய்ப்படுதல்   -599
    இறப்பு -600
    மறைவாய் அடக்கமாதல் -600

2. மானுடத் தளையறுக்க வந்த ரூசோ   600

    மை கண்டு அஞ்சிய மன்னர்   -600
    ரூசோ என்ற மனிதர்   -600

அறிவுக் கூர்மையுள்ள கிறுக்கர் -601
தந்தையும் மகனும் -602
புஞுடார்க்கும் ரூசோவும் -602
"குறையேற்பு" - வாழ்க்கை வரலாற்று நூல் -602
நாடோடி வாழ்க்கை -603
மத மாற்றம் -603
குற்றேவல் புரிதல் -604
இன்ப வாழ்க்கை -604
இசையாசிரியரா? -605
ஓய்வும் அமைதியும் நிறைந்த வாழ்க்கை -605
பாரிசை நோக்கி -605
தெரசாளுடன் வாழ்க்கை -605
மீண்டும் ஜெனீவம் -607
'தனிமை மனை' -ஹெர்மிட்டேஷ் -607
ரூசோவின் அரிய நூல்கள் வெளியீடு -608
முடங்கற் கலை -608
இங்கிலாந்தில் நாடுவிட்டு ஓட்டம் -608
இறுதி வரை எழுத்துப் பணி -609
மரணம் -609
வால்டயரும் ரூசோவும் ஒப்பீடு -609

3. வீரமும் அதன் விலையும் 611

ஐரோப்பியக் கூலிப் படை -612
வெள்ளை அரசர் ஜார்ஜ் தாமஸ் -612
பேகம் சம்ரு -613
ஜேம்ஸ் ஸ்கின்னர் -613
ரெயின்ஹாட்டு: அவர் செய்த படுகொலைகள் -614

வரலாற்றுப் புள்ளிகள்

1. காப்டன் குக்கின் பசிபிக்குக் கண்டுபிடிப்புகள் -615
2. மாலிப்தினம் தனிப்படுத்தப்படுதல் -616
3. பாரிஸ் நகரில் மெஸ்மரிச மோகம் -617
4. சென்னை ஆளுநர் ரம்போல்டு -617
5. பேரரசப் பெருமை பாடும் பண்ணமைத்த ஆர்ணி -617
6. சுரங்கத் தொழிலாளி கொத்தடிமை நிலையிலிருந்து விடுதலை -618
7. வர்ஜீனியத்தில் அடிமைகள் இறக்கத் தடை -618

1779

1. கர்நாடகத்தில் சித்திரதுர்க்க நாயக்கராட்சி மறைவு 620

தோற்றுவாய் -620

         நாயக்கர் நாயகர் - தலைவர்   -620
         பிரமப்ப நாயக்கன்   -620
         ஐதரிடம் தோற்று மறைதல்   -620

2. சுவார்ஷ் பாதிரியார் ஐதரிடம் தூது   621

         ஐதரலி ஆட்சி பற்றிய சுவார்ஷ் குறிப்புகள்   -621

3. ஜெர்மனியில் முதல் சுருட்டு: புகையிலையின் கதை   623

         புகையிலை   -623
         தீக்கொள்ளி   -623
         மூக்குப் பொடி   -624
         புகையிலையின் பல பெயர்கள்   -625
         ஐரோப்பியத்தில் புகையிலை   -625
         பிரான்சு   -625
         இத்தாலி   -625
         ஜெர்மனி   -625
         இங்கிலாந்து   -626
         சுருட்டு, சிகரட்டு   -627
         புகையிலை வகை   -627
         பிற புகைப் பொருள்கள், கஞ்சா   -627
         இந்தியம்   -628
         கஞ்சா   -628
         பண்டை இந்தியத்தில் புகைப் பழக்கம்   -628
         இந்தியத்தில் புகையிலை   -628
         புகையிலை புற்று நோய்த் தொடர்பு   -628

வரலாற்றுப் புள்ளிகள்

         1. போரும் நாகரிகமும்   -629
         2. தாவரவியல் ஆய்வு ஒளிச் சேர்க்கைக் கொள்கை   -630
         3. கருக் கொள்ள விந்து வேண்டும்   -630
         4. ஆர்மோனியம் கண்டுபிடிப்பு
                  ஆர்மோனியம் - பின்பாட்டு   -631
         5. டேவிடு காரிக்கு மறைவு (1717-1779)   -632
         6. காப்டன் குக்கு கொலை   -634
                  ஈரப் பலா   -634
         7. மனிதன் கி.மு. 4004 இல் படைக்கப்பட்டானா?   -635

1780

1. இரண்டாம் மைசூர்ப் போர் (1780-1784)   637

         தோற்றுவாய் -போர் மூளக் காரணங்கள்   -637
         நம்பிக்கை மோசம்   -638

முக்கூட்டு அணி -638
பெங்களூர் 1780 இல் -639
படைக்கலத் தொழிற்சாலை -639
போர்த் திட்டம் -640
ஐதரெனும் சூறாவளி -640
புள்ளலூர்ப் போர் -640
கம்பெனிப் படை அழிவு -641
மைசூர்ப் படைக்கு வெற்றி மேல் வெற்றி -641
ஐதரும் அயர்கூட்டேயும் -641
தக்கோலம் -642
சோழலிங்கபுரம் - சோளிங்கர் - திருக்கடிகை -643
ஐதரின் பெருமை குன்றுதல் -643
தென் தமிழ் நாட்டில் ஐதரின் படைகள் -643
திப்பு வெற்றி -644
நெல்லைச் சீமை: டச்சுக்காருக்குத் தாரை வார்க்கச் சூடு -644
பிரஞ்சுக் கப்பற் படை வருகை -645
மராட்டியர் கை கட்டி வேடிக்கை பார்த்தல் -645

2. குவாலியர்க் கோட்டை வீழ்ச்சியும் பிரிட்டிசாரின் ஏற்றமும் 645
குவாலியர்க் கோட்டை வரலாறு -645
கோட்டை அமைப்பு -645
ஓவிய அரண்மனை -648
மான் விழியாள் அரண்மனை -648
கோயில்கள் -649
பாறைச் சிற்பங்கள் -649
தான்சேன் -649
ஜான்சி அரசி -650

3. நெல்லைச் சீமையில் கிறித்துவ ஒளி ஏற்றிய கிளாரிண்டா 650
இந்தியத்தில் கிறித்துவம் -651
கிளாரிண்டா என்ற பத்மாவதி -652
அ. மாதவய்யாவின் 'கிளாரிண்டா' -653
சுவார்ஷ் பாதிரியார் -653
பாளையங்கோட்டையில் சர்ச்சு -653

4. பதினெட்டாம் நூற்றாண்டு இந்தியச் செய்தி இதழ்கள் 654
1780 முதல் 1799 வரை வெளிவந்த ஆங்கில இதழ்கள் -654

5. பிரிட்டனில் புத்துயிர் பெறும் தொன்முது கலை-சோதிடக் கலை வரலாறு 656
தோற்றுவாய் -656
சோதிடம் என்பது என்ன? -656
எதிர்காலம் அறியும் பேரவா -658
அசிரியத்தில் சோதிடம் -658

நூலகங்களின் அன்னை -658
சிந்துவெளி -659
பண்டைத் தமிழகத்தில் -659
வியாழன், வியாழ மாலை -659
வியாழனும் பாண்டியரும் -660
பாபிலோனியர் வழியில் கிரேக்கர் -661
கிரேக்கத்தில் சோதிடப் பள்ளி, நூல்கள் -661
ரோமானியர் -662
சீனம் -662
இந்தியத்தில் சோதிடம் -663
பிருகு முனிவர் -663
கிரேக்கரிடமிருந்து பெற்றது -664
கார்கி சங்கிதை -664
சித்தாந்தங்கள் -664
பஞ்ச சித்தாந்தம் -665
யவன சாதகம் -666
அரபுத் தொடர்பு -666
நடு ஆசியத் தொடர்பு -666
பதினாறாம் நூற்றாண்டு ஐரோப்பியம் -667
பைசாந்தியமும் அரபுகளும் -667
பிரிட்டனில் சோதிடக் கலை எழுச்சி -668
டாக்டர் ஜான் டீ-முதலாம் எலிசபெத்து -668
பதினெட்டாம் நூற்றாண்டில் -669

வரலாற்றுப் புள்ளிகள்

1. கள்ளிக்கோட்டையில் ஜதரிடம் ஐரோப்பியர் சிறை -669
2. ஐரோப்பியர் இந்தியத்தை அடைந்த கடல் - நில வழிகள் -673
3. திப்பு சிரக்கல்லை அழித்தல் -675
4. பம்பாயில் மக்கள் தொகை -676
5. கல்கத்தாவில் விலைவாசிகள் -676
6. இந்தியத்தில் மது வகைகளின் விலைகள் -676
7. பிரிட்டனில் "பசுமைப் புரட்சி" -677
8. ஏஜன்சி நிறுவனங்கள் தோற்றம் -677
9. "தம்பி படை" மதராஸ் சேப்பர்ஸ் படை அமைப்பு -678
10. கம்பெனிப் படையலுவலரின் செலவு எவ்வளவு? -680
11. கார்டன் கலவரங்கள் -681
12. பெரிய மருது சருகணியில் அடைக்கலம் -681

வேதிப் பத்து

1771- 1780

பூதவியலாயும் முதிரா நிலை அணுவியலாயும் தொடங்கித் திசை திரும்பி இரசவாதமாய்க் கிட்டத்தட்ட இரண்டாயிரத்தைந்நூறு ஆண்டுகளாய் நாகரிக உலகெங்கும் வரம்பிற்குட்பட்ட அளவில் நிலவி, மனிதர் பட்டுத் தேறிப் பிழை திருத்திப் படிமுறையாய் வளரச் செய்து வந்த இந்த அறிவியல் துறையானது, பதினெட்டாம் நூற்றாண்டின் எட்டாம் பத்தில் சரியான திசையில் நடை போடத் தொடங்கியதை நினைவிற் கொண்டு, இத்தொகுதியை வேதிப் பத்து என்று அழைத்தோம்.

ப.சிவனடி

1771

அரசியல்

தஞ்சை மராட்டியர் மறவர் நாட்டைத் தாக்குதல்
வல்லம் : பிரிட்டிசார் கைப்பற்றுதல்
பிரிட்டிஷ்; நாடாளுமன்ற உரைக் கோவை : அச்சிட உரிமை
இரஷியம் கிரிமியத்தை வெல்லுதல்

அறிவியல்

பூதவியல்
இரசவாதம்

கலை இலக்கியம்

அருணாசலக் கவிராயர் : இராம நாடகக் கீர்த்தனை
கிரே : முடங்கற் கலை
ஆசீவகம், ஆசீவகர்
கீர்த்தனை

பொது

சென்னையில் பரிசுச் சீட்டு
மாலுமியர் ஊதிய நிர்ணயம்
'அடிமட்டத்திலிருப்பவர்களை அழுத்தி வை'
பிரிட்டனில் கலப்படம்

இயற்கைச் சீற்றம்

சென்னையில் கொடிய பஞ்சம்

பிறப்பு

சர் வால்டர் ஸ்காட்டு (1771- 1832)

இறப்பு

தாமஸ் கிரே (1716 -1771)
ஸ்மாலொட்டு (1721-1771)

1771

1. அருணாசலக் கவிராயரின் இராம நாடகக் கீர்த்தனை :

கீர்த்தனை வரலாறு

இன்றைக்கு ஏறத்தாழ ஆயிரம் ஆண்டுகளுக்கு முன்னர் கம்ப நாட்டாழ்வார் இரண்டே கிழமைகளில் பத்தாயிரத்திற்கு மேற்பட்ட பாடல்களில் பாடிக் கி.பி.978 ஆம் ஆண்டு வாக்கில் அரங்கேற்றியதாய் நம்பப்படும் நிலைபேறான காவியத்திற்கு ''இராமாவதாரம்'' என்றே பெயரிட்டார். ஆதி காவியம் என்ற இராமாயணம் கம்பரின் படைப்புத் திறத்தாலும் பேரிறைப் பற்றினாலும் அவர் பெயரால் கம்பராமாயணம் என்று வழங்கி, மானுட இலக்கிய வரலாற்றில் சிறப்புற்றோங்கி நிற்கும் மேன்மையை அடைந்தது. கம்பரையன்றி உலகில் வேறு புலவர் எவருக்கும் இத்தகைய மேன்மை கிட்டியதாய்த் தெரியவில்லை. சீர்காழி அருணாசலக் கவிராயர் கம்பராமாயணத்தை அடியொற்றித் தொல்காப்பியக் காலத்திலேயே வேர் விட்டுத் தழைத்து வரும் இசை மரபில் புதிய வடிவமென்று இக்காலத்தே கொள்ளப்பட்ட கீர்த்தனையாய் இராமாயணத்தை இவ்வாண்டு பாடினார்.

உயர் கலைகளின் மையமென விளங்கும் தென்பாரதத்தின் இசை நாட்டிய வரலாறு, நடு நிலையாளர் ஏற்கத்தக்க வலுவான சான்றுகள் இல்லாத நிலையில் பெரிதும் உணர்ச்சியின் அடிப்படையிலும் குழு மனப்பான்மையோடும் மேலாண்மையுடையோர் கொண்டதே சரி என்ற எண்ணத்திலும் கருத்து வேறுபாட்டிற்கு உரியதாகவே இருந்து வருகின்றது. இசை, நாட்டிய வரலாறு என்று தனியாக இதுவரை எதுவும் நடுநிலை கோடாது எழுதப்படாதிருப்பதும் அவ்வக்காலங்களில் தோன்றுகிற எழுத்துகள் ஒருதலைப் பட்சமாக இருப்பதற்குக் காரணங்களாகின்றன. இதற்கு எடுத்துக்காட்டாகக் கீர்த்தனை என்ற இசை வடிவத்தை ஓரளவில் குறிப்பிடலாம்.

1771

கீதம்

திருஞான சம்பந்தரின் (கி.பி. 7 நூ) தேவாரத்தில் கீதம் என்ற சொல்வருகின்றது. கீதம் என்பது இசைப் பாடலைக் குறிக்கும். ''கீதம் பாட மடமந்தி கேட்டுறங் கேதாரமே'' என்பது சம்பந்தர் பாட்டு. சம்பந்தருக்கு ஒரு நூற்றாண்டிற்கு முன்னர் கி.பி.ஆறாம் நூற்றாண்டில் வாழ்ந்தவர் என்று கொள்ளப்படும் திருமூலரும் ''கீதக் கண்ணா வுயிற் கேட்டு நின்றேனே'' என்று இசைப் பாடலைக் கீதம் என்று பாடினார்.

அன்னமாச்சாரியார்

பதினைந்து, பதினாறாம் நூற்றாண்டுகளில் *(1424-1503)* வாழ்ந்திருந்த தாள்லபாகம் அன்னமாச்சாரியார் கீர்த்தனையின் தற்போதைய வடிவத்தை உருப்படுத்தினார் என்பர். அன்னமாச்சாரியார் தமிழறிந்தவர்: திருவாய் மொழி கற்றவர்: திருவாய் மொழிப் பாசுரங்களைத் தெலுங்கில் மொழி பெயர்த்தவர். ஆதலால் திருவாய்மொழி அன்னமாச்சாரியாருக்குக் கீர்த்தனை வடிவையோ, கீர்த்தனையின் அடிப்படையையோ தந்திருக்கலாம் என்பது தற்காலத்து ஆராய்ச்சியாளர் ஒருவரின் கருத்தாகும்.

நம்மாழ்வார் கீர்த்தனை

நம்மாழ்வார் (கி.பி. 9 நூ) திருவாய் மொழியில் கீர்த்தனை என்ற சொல்லைக் குறிக்காவிடினும் கீர்த்தி என்ற இசைப் பாடலைப் பற்றிக் கூறுகின்றார். ''செவிகளால் ஆரநின் கீர்த்திக் கனியெனும் கவிகளே'' என்ற வரிகள் அதற்குச் சான்றாகும். மேலும் ஓலைச் சுவடிகளில் திருவாய்மொழி முதற் பக்கத்திலுள்ள வஞ்சித் துறைகள் நான்கு அடிகளாக எழுதப்படாது, இரண்டடிகளில் எழுதப் பெற்றிருக்கும் அந்த ஈரடி அமைப்பு அன்னமாச்சாரியருக்குப் பல்லவி அமைக்கும் உத்தியைத் தந்திருக்கும் என்பது அந்த ஆராய்ச்சியாளரின் கருத்தாகும். *(சௌந்தரபாண்டியன் எஸ்.தமிழில் கீர்த்தனை இலக்கியம், சென்னை, 1987)*

முத்துத் தாண்டவர் - முதல் தமிழ்க் கீர்த்தனை

சீர்காழிப் பிறந்து தில்லைத் தாண்டவனின் புகழ் பாடிய முத்துத் தாண்டவர்; *(1560-1640)* தமிழில் கீர்த்தனை வடிவத்தை அமைத்தவருள் முதல்வர் என்பது அறிஞர் முடிவு. முத்துத் தாண்டவருக்குச் சுமார் ஒரு நூற்றாண்டிற்கு முன்னர் தெலுங்கில் அன்னமாச்சாரியரும் கன்னடத்தில் புரந்தரதாசரும் *(1484-1564)* கீர்த்தனைகள் பாடியுள்ளனர்.

முத்துத் தாண்டவரின் பாடல்களைச் சிலர் ''பதங்கள்'' என்று அழைத்தாலும் பழைய பதிப்புகளில் ''ஸ்ரீ சபாநாயகரின் பெயரில் பாடிய முத்துத் தாண்டவர் கீர்த்தனைகள்'' என்றே காணப்படுகின்றன என்று டி.எஸ். பார்த்தசாரதி ''முத்துத் தாண்டவரும் கீர்த்தனையும்'' என்ற நூலிற்குத் தினமணி சுடரில் *(9.11.1991)* எழுதிய மதிப்புரையில் கூறுகின்றார்.

நெடிய இசை மரபு

நாமறிந்தவரையில் தொல்காப்பியர் காலத்திலிருந்து இன்று வரையிலும் நீடித்து நிலவும் இசை மரபில் தென் பாரதத்தில் அவ்வக் காலத்தே உருப்பெறும் இசை வடிவங்களுக்கெல்லாம் தமிழ் இசையே வேர் மூலமாக அமைந்துள்ளது என்பதைக் காட்டும் இலக்கியச் சான்றுகள் பலவுள என்பதை நடுநிலையாளர் அறிவர்.

இந்நெடிய இசை மரபின் வழி வந்தவர்களாகவே, கீர்த்தனை என்ற இசை வடிவைத் தெலுங்கில் அன்னமாச்சாரியாரும் கன்னடத்தில் புரந்தரதாசரும் தமிழில் முத்துத் தாண்டவரும் கிட்டத்தட்ட ஒரே நூற்றாண்டுக்கால

இடைவெளியில் உருவாக்கினர் என்பதை மேற்சொன்ன செய்திகள் காட்டும். தமிழிசை மரபில் இரண்டாம் மூவராய் வந்த பாபநாச முதலியார், மாரிமுத்தா பிள்ளை, அருணாசலக் கவிராயர் என்ற இசையறிஞர்களுள், கடைசியாகக் குறிக்கப்பட்ட அருணாசலக் கவிராயர் கீர்த்தனை வடிவத்தை மக்கள் விரும்பும் இராம நாடகம் ஆக்கித் தந்தார். (அறிஞர் மு.அருணாசலத்தின் கருத்துப்படி தமிழிசையில் முதல் மூவர் அப்பர், சம்பந்தர், சுந்தரர் ஆவார்) திருவாரூர் மூவரான சியாமா சாஸ்திரி,தியாகராசர்,முத்துச்சாமி தீட்சிதர் முதலானோர் மேற்சொன்ன இரண்டாம் மூவரின் இசையேயன்றி வேறு இசையைக் கேட்டறியாதவர்கள்: அவர்கள் தமிழ்க் கீர்த்தனையைப் பார்த்துத் தம் சாகித்தியங்களை அமைத்தனர் என்று அறிஞர் மு. அருணாசலம் கூறுவார்.

அருணாசலக் கவியின் பாடல்கள் தமிழகத்தில் செல்வாக்குப் பெற்றிருந்தன என்றும், தியாகய்யரின் தாயான சீதம்ம மகனைத் தொட்டிலிட்டுக் கவிராயரின் பாடலைப் பாடித் தாலாட்டினார் என்றும் அறிஞர் அருணாசலம் கூறுவதற்கும், தியாகய்யரின் தாய் புரந்தர தாசரின் பாடல்களைப் பாடித் தாலாட்டினார் என்று வழிவழியாய் இருந்துவரும் மரபிற்கும் முரண்பாடுகள் உள்ளன என்பது குறிக்கப்பட வேண்டியதாகும். மேலும் பதினெட்டாம் நூற்றாண்டில் தமிழ் இசைக்கு வெகு சிலரிடம் மட்டுமே ஆதரவு இருந்தது என்பதை வரலாறு காட்டும்.

தஞ்சை மராட்டிய அரசில் சம்ஸ்கிருதமும் தெலுங்கும் மட்டுமே ஏற்றம் பெற்றிருந்தன. மராட்டிய மன்னர்கள் தெலுங்கில் பாடல் இயற்றினரேயன்றித் தமிழைத் தீண்டவோ தமிழ் இசைக்கு ஆதரவு தரவோ இல்லை. இந்நிலையில் தியாகராச சுவாமிகளின் தாய் அருணாசலக் கவியின் தமிழ்ப் பாடலைப் பாடிப் பிள்ளையைத் தாலாட்டினார் என்பதை ஏற்க முடியாது. அத்துடன் இராமநாடகக் கீர்த்தனை பாடப்பட்ட இந்த ஆண்டில் தியாகய்யர் ஐந்து வயதுக் குழந்தை: அவர் தொட்டிலிட்டுத் தாலாட்டப்பட்டார் என்பதும் சரியென்று கொள்வதற்கில்லை. இந்நிலையில் அருணாசலக் கவியின் இராம நாடகக் கீர்த்தனை தமிழகத்தில் பரவலாக விளங்குகிறது என்ற செய்தியும் எண்ணிப் பார்க்கத் தக்கது.

கவிராயர் வரலாறு

இக்காலத்தில் தமிழில் புலமை பெற்றவர்கள் கவிராயர்கள் என்று அழைக்கப்பட்டனர். இருபதாம் நூற்றாண்டு வரையிலும் அவர்கள் இப்பெயர்களாலேயே அழைக்கப்பட்டனர். அத்தகைய தமிழ்ப் புலவர் வரிசையில் வந்த அருணாச்சலக் கவிராயர் 1712 ஆம் ஆண்டு தில்லையாடி என்ற ஊரில் பிறந்தார். (இ.ச.க.தொகுதி-2) அவர் கார்காத்த வேளாளர் மரபில் நல்லதம்பிப் பிள்ளைக்கும் வள்ளியம்மைக்கும் மகனாய்ப் பிறந்தார். (தில்லையாடி: தில்லை + வாடி= தில்லையாடி ஆனது. தில்லை என்பது ஒருவகை மரம்: வாடி என்றால் அடைப்பு. இச்சிற்றூர் மயிலாடுதுறையிலிருந்து கிழக்கே தென்கிழக்கில் சுமார் 16 கிலோ மீட்டர்; தஞ்சாவூரிலிருந்து கிழக்கில் சுமார் 72 கிலோ மீட்டர்: கடலிலிருந்து மேற்கில் சுமார் ஐந்து கிலோ மீட்டர். தென்னாப்பிரிக்கத்தில் காந்தியடிகள் நடத்திய இயக்கத்தில் ஈடுபட்டுப் பதினாறுவயதில் தன்னுயிரை ஈந்த வள்ளியம்மை (1892-1914) இவ்வூரினர் என்பது நினைவு கொள்ளத்தக்கதாகும். அருணாசலக் கவியின் தந்தை சமணராயிருந்தவர்.)

அருணாசலக் கவி பன்னிரண்டாம் வயதில் பெற்றோரை இழந்தமையால் கல்வி கற்பதற்கு இடையூறு ஏற்பட்டது. ஆதலால் இவர் தருமபுர ஆதீனத்தை நாடிப் பண்டார சன்னதிகளின் உதவியால், மடத்தின் பெயர் பெற்ற ஆசானாகிய அம்பலவாணக்

கவிராயரிடத்தில் இருபத்து நான்கு வயது வரையிலும் பாடம் கேட்டார். பின்னர் பிறந்த ஊரான தில்லையாடியை அடைந்தார். அங்கு திருமணம் புரிந்து அவ்வூரிலேயே காசுக்கடை வைத்து நடத்தி வந்தார்.

அவர் தொழிலின் பொருட்டுப் புதுச்சேரி சென்ற வழியில் சீர்காழிக்குப் போனார். அங்கு முன்னர் தன்னுடன் தருமபுர மடத்தில் பயின்றவரும் சீர்காழிக் கோயிலின் கட்டளை விசாரணைக் கர்த்தருமான சிதம்பரநாத முனிவரைக் கண்டார். தருமபுர மடத்தைச் சேர்ந்த அத்துறவி அப்போது சீர்காழித் தெற்கு வீதிக் கட்டளை மடத்தில் இருந்தார். முனிவர் அங்கு வந்த அருணாசலக் கவியிடம் சீர்காழிப் பள்ளுப் பாடுமாறு கேட்டார். கவிராயர் அன்றிரவே அந்தப் பள்ளுப் பாடலைப் பாடி முடித்தார். அதன் பிறகு அவர் விரைந்து புதுவை செல்ல வேண்டியிருந்ததால், இச்செய்தியை முனிவரின் அணுக்கத் தொண்டர்களிடம் கூறிவிட்டு, அவர்களிடமே பாடலைத் தந்து முனிவரிடம் ஒப்புவிக்குமாறு சொல்லிச் சென்றார்.

முனிவர் விடிந்ததும் இச்செய்தியையறிந்து கவிராயரை இனிச் சீர்காழியிலேயே தங்கச் செய்ய வேண்டுமென்று எண்ணினார். அதற்காக ஊரின் வடக்கு வீதியில் ஒரு வீட்டை ஒழுங்குபடுத்தச் செய்தார். தில்லையாடியிலிருந்த கவிராயரின் குடும்பத்தை அழைத்து வந்து அங்கு குடிவைத்துவிட்டார். கவிராயர் புதுவையிலிருந்து சீர்காழி திரும்பியபோது, அங்கு தன் குடும்பத்தைக் கண்டு வியப்புற்றார்.

1771

தமிழ் நாட்டின் இக்காலகட்டத்து இலக்கிய வரலாற்றில் சோழ நாட்டிலுள்ள சைவ மடங்களுக்குத் தனியிடம் தரப்பட வேண்டும். பெரிதும் கல்வியறிவற்ற மக்களின் நடுவில் கற்கவும் சமயம், பண்பாடு, இலக்கியம் என்ற தொன்மையான மரபுகளை உயிர் பிழைத்திருக்கச் செய்வதற்கும் வாய்ப்புப் பெற்றிருந்த சிறுபான்மையினரை இம்மடங்களின் தலைவர்கள் ஆதரித்து உதவி வந்தனர். தமிழாராய்ச்சிக்கு வித்திட்டவரும் பழந்தமிழ் நூல்களை ஊர் ஊராய்ச் சென்று கவிராயர்களிடமும், பிறரிடமும் அரும்பாடுபட்டுத் திரட்டி அவற்றை அழிவிலிருந்து காத்து அச்சேற்றிப் பதிப்பித்தவருமான தமிழ்த் தாத்தா உ.வே. சாமிநாதய்யரும் *(1885-1942)* அவரின் ஆசானான திரிசிரபுரம் மீனாட்சி சுந்தரம் பிள்ளையவர்களும் *(19 நூ)* திருவாவடுதுறை மடத்தினால் ஆதரிக்கப்பட்டவர்கள். இதனை அய்யரவர்களின் வாழ்க்கை வரலாற்றில் தெளிவாய்க் காணலாம். எனவே அம்மடத்தின் வழித் தோன்றிய தருமையாதீனத்து முனிவர் ஒருவர் அருணாசலக் கவிராயரை ஆதரித்தது வியப்பன்று.

சீர்காழி

காழி என்றும் இன்னும் பதினொரு பெயர்களாலும் அழைக்கப்பட்ட தொன்மையான சீர்காழி தஞ்சை மாவட்டத்திலுள்ள சிறப்பு வாய்ந்த பதியாகும். இங்கு சிவன் வழிபட்டதால் இதைப் பிரம்மபுரம் என்றும்: இந்திரன் மூங்கில் உருவில் இங்கு மறைந்திருந்ததால் வேணுபுரம் என்றும் சண்பைப் புல் மிகுதி காரணமாகவோ, யாதவ குமாரர் சண்பையாக முளைத்திருந்தனர் என்பதாலோ இதைச் சண்பைநகர் என்றும், தேவர்களின் புகலிடமானதால் இதைப் புகலி என்றும், இது பேரூழிக் காலத்தில் தோணிபோல் மிதந்ததால் தோணிபுரம் என்றும், வியாழனும் (சுக்கிரனும்) இராமனும் இங்கு வந்து பூசித்ததால் இது வெங்குரு என்றும், திருமால் பூக் கொண்டு வழிபட்டமையால் இது பூந்தராய் என்றும் அதுவே நாளடைவில் சீர்காழி ஆயிற்றென்றும், சிபி புறாவாய் வழிபட்ட இடமாதலின் புறவம் என்றும், திருமாலால் வெட்டப்பட்ட சிலம்பன் என்ற அசுரனின் தலை இங்கு இராகுவாய் நின்று தொழுதமையால் சிரபுரம்

என்றும், காவிரிப் பூம்பட்டினத்தை அடுத்திருப்பதால் சோழரின் பட்டத்து யானை இங்கு கட்டி வைக்கப்படுவது வழக்கமாதலாலும் உயிர்களின் மலங்கள் (பாவங்கள்) போக்குவது என்று கருதப் பெற்றதாலும் இது கழுமலம் என்று பெயர் பெற்றது என்றும் பலபடக் கூறுவர். இவ்வூர் பழங்காலத்தில் கழுமலம் என்றே வழங்கியது என்பர். சம்பந்தர் இங்குள்ள தோணியப்பர் கோயில் குளக்கரையில் ஞானப்பால் உண்டதால் சீர்காழி மேலும் சிறப்புற்றது. திருநாவுக்கரசர் (கி.பி.570-655) இவ்வூரில்தான் சிவனடி சேர்ந்தார் என்பர்.

சீகாழியும் பேரூழியும்

பெருவெள்ளம் என்ற பேரூழி பற்றியும் அதிலிருந்து தப்பிப் பிழைத்த ஏழு முனிவர்கள் குறித்தும் உயிர் வித்துகள் பற்றியும் பல கதைகள் சம்ஸ்கிருதத்தில் உள்ளன. பிரமன், மார்க்கண்டேய முனிவர் நர்மதை ஆறு, பவ என்ற ருத்திரன், மான் வடிவு கொண்ட திருமால், வேதங்கள், புராணங்கள், அறிவியல் கலைகள் முதலியனவும் அப்பேரூழியிலிருந்து தப்பியதை அக்கதைகள் கூறுகின்றன. மச்ச புராணம் (இ.ச.க.தொகுதி-1) "மறைகளால் ஆன படகு" என்று குறிக்கின்றது. மேற் கூறியவர்கள் வேதங்களைப் படகுகளாக்கி, அதிலேறி ஊழி வெள்ளத்திலிருந்து தப்பினர்.

வெள்ளம் பற்றிய தமிழ்ப் புராணக் கதைகளில் முக்கியமான இரு மூலக் கூறுகள் இடம் பெறுகின்றன. சிவனும் உமையும் பிரணவமாகிய ஓம் என்பதைத் தோணியாக்கி வெள்ளத்திலிருந்து தப்பினர் என்பதையும் அவ்வெள்ளத்திலிருந்து தப்பிய திருக்கோயிலில் அவர்கள் உறைந்திருந்ததையும் அக்கதைகள் புகல்கின்றன.

முதற் தத்துவமாகிய மெய்ப் பொருளாகிய சிவனையன்றி அனைத்துயிர்களும் பிரபஞ்சத்தை மூழ்கச் செய்த பேரூழியில் செத்தொழிந்தன. சிவன் தன் அருள் வலியால் உலகை மீண்டும் புதுப்பித்துப் படைப்பதற்காக அறுபத்து நான்கு கலைகளை மட்டும் ஆடையாய்ப் பூண்டு, பாம்பணி, பிறை நிலா, கொன்றை மாலை அல்லது புலித் தோல் இவற்றில் எதுவுமேயன்றி இருந்தவாறு, மறைகளின் ஒலியான பிரணவத்தைத் தோணியாக்கினார். அவர் பெரிய நாயகன் என்ற பெயரை ஏற்று உமையுடன் தோணியில் ஏறி நீரில் சென்றார். அவர்கள் அறத்தைப் போன்று வலுவாய் நின்ற ஒரு கோயிலைக் கண்டனர். அது வெள்ளத்தால் அழியாது நெடிதுயர்ந்து நின்றது.

"இக்கோயில்தான் அண்ட சராசரமனைத்திற்கும் வேராகவுள்ள மூலச் சேத்திரம்" என்று சிவநாதர் குரல் எழுப்பினார். அவர் தோணியிலேயே இருந்தார். நாற்றிசைக் காவலர்கள் அவரைப் படகிலேயே கண்டு புகல்வர்: "இவனேதான் முக்கண்ணால் ஊழி வந்து வெள்ளத்தை வற்றச் செய்தான்". கடலின் கடவுளான வருணன் அங்கு "அகந்தையில்லாதவரைப் (பிறவிப்) பெருங்கடலிலிருந்து காக்கும் இறைவன் இவன்" என்று சிவனை வழிபட்டான்.

இக்கதை சீகாழியின் பன்னிரு பெயர்களுள் ஒன்றான தோணிபுரம் என்பதற்கு விளக்கமாய் அமைகின்றது. இங்குள்ள கோயில் வெள்ளத்தினால் அழிந்து விடவில்லை. ஏனெனில் படைக்கப்பட்ட பேரண்டத்தின் சின்னமாக விளங்கும் பிரபஞ்சம் மனிதனின் முதுகுத் தண்டாக அல்லது பேரண்டத்தின் வேராக, உலகின் நடுமையமாகச் சீகாழி விளங்கியமை அதற்குக் காரணமாகும்.

சிவன் தன் துணைவியுடன் இக்கோயிலுக்கு வந்து சேர்ந்தார். அப்போது அவருக்குரியனவான எதுவும் அவரிடத்தில் இருந்திலது. வேதங்களின் நாதத்தால்

உண்டாக்கப்பட்ட தோணியில் அவர் அந்தக் கோயிலை அடைகின்றார். அழிவில்லாத அக்கோயில் வெள்ளத்திலிருந்து பாதுகாப்பாய் இறைவனுக்குப் புகலிடம் தந்ததால் அது புகலி என்றும் பெயர் பெறுகின்றது. அவர் அவ்விடத்திலிருந்து உலகைப் புதிதாய்ப் படைக்கலாம்: மறைகளின் ஒலி இறைவனுக்கு வழிகாட்டியாய் அமையும்: ஏனெனில் ஒலி என்ற ஓசை வழியாகவே படைப்புத் தொழிலில் மிக முக்கியமான கருவியாய் விளங்குகின்றது. சிவன் இப்பணியின் முதற் படியாய்த் தன் நெற்றிக் கண்ணால் நீரை வற்றச் செய்கின்றார். நீர் நிலத்திற்கு வழிவிட்டால்தான் படைப்புத் தொழில் நிகழ முடியும்.

தோணிபுரம்

சீகாழி பற்றிய அறிவியல் செய்தி ஒன்றும் மேற்சொன்ன புராணக் கதைகளுடன் ஒப்பு நோக்கத்தக்கதாகும். சோம. இராமசாமி ''மதுரை வரை பரவியிருந்த கடல்'' என்ற தலைப்பில், தினமணி சுடரில் (18.12.1990) இது தொடர்பாகக் கூறிய ஒரு செய்தி குறிக்கத் தக்கதாகும்.

கடலானது கிழக்குக் கரையில் மதுரை வரை இருந்ததென்று பாண்டியர் கால வரலாறுகள் கூறும். அது மட்டுமன்றித் தற்போதுள்ள சீர்காழி நகரத்தைப் பதினொன்றாம் நூற்றாண்டில் தோணிபுரம் என்று கூறி வந்தனர். இச்செய்தி பெரிய புராணத்திலிருந்து (கி.பி.1139) தெரிகின்றது. இக்கூற்றிலிருந்து பன்னிரண்டாம் நூற்றாண்டளவில் கிழக்குக் கடற்கரை சீர்காழி வரை இருந்ததென்றும் பின்பு வந்த எழுநூறு ஆண்டுகளுக்கிடையில் கடல் மட்டம் சீர்காழியிலிருந்து வெகுவாய் இறங்கித் தற்போதுள்ள நிலைக்கு வந்தது என்றும் கொள்ளலாம். இப்போது சீர்காழி கடலிலிருந்து மேற்கே சுமார் பத்துக் கிலோ மீட்டரில்தான் அமைந்துள்ளது.

சீர்காழி கும்பகோணத்திலிருந்து வடகிழக்கில் சுமார் 48 கிலோ மீட்டர்: மயிலாடு துறையிலிருந்து வடகிழக்கில் சுமார் 17 கிலோ மீட்டர்: மன்னார்குடியிலிருந்து வடக்கே வடகிழக்கில் சுமார் 65 கிலோ மீட்டர்: நாகப்பட்டினத்திலிருந்து வடக்கே வடமேற்கில் சுமார் 48 கிலோ மீட்டர்: தஞ்சாவூரிலிருந்து வடகிழக்கில் சுமார் 77 கிலோ மீட்டர்: கடலிலிருந்து மேற்கில் சுமார் பத்துக் கிலோ மீட்டர்: சென்னையிலிருந்து தெற்கே தென்மேற்கில் சுமார் 197 கிலோ மீட்டர்.

சீர்காழி அருணாசலக் கவிராயர்

கவிராயரின் குடும்பம் பிறந்த ஊரான தில்லையாடியிலிருந்து சீர்காழி சென்று வாழ்ந்தமையால், அவர் சீர்காழி அருணாசலக் கவிராயர் என்றே அழைக்கப்பட்டார். அவரிடம் கம்பராமாயணம் கேட்ட சட்டநாதபுரம் கோதண்டராமய்யர், வெங்கடராமய்யர் என்ற இசைக் கலைஞர்கள், கவிராயர் இராமாயணத்தைக் கீர்த்தனைகளாகப் பாடித் தருமாறு கேட்டுக் கொண்டனர். கவிராயர் அவர்களின் விருப்பப்படி கம்பராமாயணத்தை ஒட்டியே, இந்த 1771 ஆம் ஆண்டு இராம நாடகக் கீர்த்தனைகளைப் பாடித் தந்தார்.

இராம நாடகக் கீர்த்தனை

அவர் கம்பரின் (10 ஆம் நூற்றாண்டு) கருத்துகளையும் தொடர்புகளையும் பின்பற்றிக் கம்பராமாயணம் போலவே பாயிரமும் ஆறு காண்டங்களும் கொண்டு விளங்குவதாய்க் கீர்த்தனை நாடகத்தைப் பாடினார்.

சரணங்கள் மட்டும் கொண்ட தோடயம் என்னும் உறுப்பு ஒன்றும் கண்ணிகளாய் அமையும் திபதைகள் அறுபதும் பல்லவி, அனுபல்லவி, சரணம் என்னும் அமைப்பையுடைய கீர்த்தனங்கள் நூற்றுத் தொண்ணூற்றேழும் கொண்ட இந்நூலில் இரு நூற்று அறுபத்தெட்டு விருத்தங்களும் ஆறு கொச்சகங்களும் இரண்டு வெண்பாக்களும் ஒரு கலித்துறையும் ஓர் உரைநடையும் அடங்கியுள்ளன.

இராம நாடகக் கீர்த்தனையில் தேர்ந்தெடுக்கப்பட்ட நாற்பத்தைந்து இராகங்கள் அமைந்திருக்கின்றன. அவற்றுள் சாவேரி, மோகனம், மத்தியமாவதி, அசாவேரி, ஆனந்த பைரவி, தோடி ஆகியன மிகுதியாய் ஆளப்பட்டுள்ளன.

இதில் எட்டுத் தாளங்கள் அமைந்துள்ளன. ஆதி தாளமும் அடதாள காப்பும் மிகுதியாய் வருகின்றன.

நாடகப் பாங்குடைய இன்றியமையாத கம்பராமாயணக் கதைப் பகுதிகளுக்கு மட்டுமே கவிராயர் இசைப் பாட்டு வடிவத்தைத் தந்திருக்கின்றார். வருணனைப் பகுதிகளாய் வரும் படலங்களை விலக்கி விட்டார். ஏனைய கதைப் பகுதிகளைக் கீர்த்தனை ஒவ்வொன்றிற்கும் முன்புள்ள விருத்தத்திலேயே தொகுத்துக் கூறியுள்ளார். இவ்விருத்தங்களே அடுத்தடுத்து வரும் கீர்த்தனைகளில் இடம் பெறும் கதை நிகழ்ச்சிகளை உறவு படுத்திக் கதையை இடையறாது கொண்டு செல்கின்றன.

கம்பர் பத்தாம் நூற்றாண்டில் போற்றிய மொழித் தூய்மையை இந்தப் பதினெட்டாம் நூற்றாண்டு நூலில் காண முடியவில்லை. சம்ஸ்கிருதச் சொற்களும் பேச்சு வழக்குச் சொற்களும் தடையின்றி ஆளப்பட்டுள்ளன. இராகத்திற்கும் தாளத்திற்கும் முதன்மை தந்து இந்நூல் இயற்றப்பட்டதாகையால், தமிழ் மயக்க விதிகளுக்குப் புறம்பான சொல்லாட்சிகள் இதில் காணப்படுகின்றன. எண்ணற்ற அழகிய உவமைகளையும் பொருள் செறிந்த பழமொழிகளையும் ஆசிரியர் இடமறிந்து ஆண்டிருக்கின்றார்.

இந்நூலின் கீர்த்தனைகள் அவை தோன்றிய காலத்திலும், இன்றும் பாடப்பட்டு வருகின்றன. தமிழிசை வரலாற்றில் அருணாசலக் கவிராயரின் இராம நாடகக் கீர்த்தனைக்குத் தனியிடம் உண்டு.

1771

கிருதி, கீர்த்தனை

கீர்த்தனையிலிருந்து கிருதிகள் உண்டாயின என்பர் இசையறிஞர். கீர்த்தனைக்கும் கிருதிக்குமிடையே பல வேறுபாடுகள் உள. கீர்த்தனை இசைச் சிறப்பையும், கிருதி சாகித்தியச் சிறப்பையும் அடிப்படையாகக் கொண்டவையாகும். முத்துத் தாண்டவர், அருணாசலக் கவிராயர், கோபால கிருஷ்ண பாரதியார், பாபநாசம் சிவன், சுத்தானந்த பாரதியார், போன்றவர்கள் தமிழில் கீர்த்தனைகள் எழுதியுள்ளனர்.

தமிழ் மொழியை இயல், இசை, நாடகம் என மூன்றாகப் பகுத்துப் பேசுவது நீண்ட கால மரபாகும். நாடகம் என்ற பிரிவில் இசை நாடகம், கவிதை நாடகம், கீர்த்தனை நாடகம் என்பன அடங்கும். இசை வடிவிலுள்ள நாடகங்களைனைத்தும் இசை நாடகங்களே (*Operas*). ஆனால் இசை நாடகங்களைனைத்தும் கீர்த்தனை நாடகங்கள் ஆகா என்பர் இசையறிஞர்.

ஒரு வரலாற்றைத் தொடர்ந்து கீர்த்தனைகளால் நாடகப் பாங்கில் அமைக்கும்போது, அது கீர்த்தனை நாடகம் எனப்படும். இராம நாடகக் கீர்த்தனை, நந்தன் சரித்திரக் கீர்த்தனை ஆகியன அவ்வகையினவாம்.

கவிராயரின் பிற நூல்கள்

அருணாசலக் கவிராயரின் பிற நூல்கள் வருமாறு: அசோமுகி நாடகம், அனுமார் பிள்ளைத் தமிழ், காழியந்தாதி, காழிக் கலம்பகம், காழிக் கோவை, தியோகசர் வண்ணம், சம்பந்த சுவாமிகள் பிள்ளைத் தமிழ்.

2. தஞ்சை மராட்டியர் மறவர் நாட்டைத் தாக்குதல்

தஞ்சை மராட்டியர் மறவர் மீது தீராப் பகை கொண்டிருந்தனர். அதனால் அவர்கள் மறவர் நாட்டைத் தாக்கியவாறு இருந்தனர். (மறவர் நாடு: இ.ச.க.தொகுதி-4.) தஞ்சை மராட்டிய மன்னர் பிரதாப சிங்கன் (1739-1763), புதுக்கோட்டை மன்னர் விசயரகுநாதத் தொண்டைமானுடன் (1730-1769) சேர்ந்து 1755 இல் மறவர் நாட்டைத் தாக்கினார் (இ.ச.க.தொகுதி- 6 : 239-240).

பிரதாப சிங்கனுக்குப் பிறகு ஆட்சிக்கு வந்த இரண்டாம் துளசா (1763-1787) 1771 பிப்ரவரியில் இராமநாதபுரத்தின் மீது படையெடுத்தார். முன்னர் 1755 இல் படை கொண்டுவந்த மராட்டியர் படைத் தலைவர் மனோஜி. (இவர் 1752 ஆம் ஆண்டு திருச்சிராப்பள்ளியில் சந்தா சாகிபின் தலையை வெட்டிக் கொன்றவர் என்பது குறிப்பிடத்தக்கது) (இ.ச.க.தொகுதி-6) இப்போது அவர் 4000 குதிரைப் படையினருடனும் 50,000 காலாள் படையினருடன் பெரும்படையைக் கொண்டு வந்தார். அவர் இராமநாதபுர எல்லையிலுள்ள மூடர் நத்தம் என்ற ஊரைப் பிப்ரவரி 3 ஆம் தேதி தாக்கினார். இத் திடீர்த் தாக்குதலில் ஒவ்வொரு தரப்பிலும் தொண்ணூறு பேர் இறந்தனர். அதன் பிறகு இராமநாதபுரம் படை பின்வாங்கி ஆர்மோகம் என்ற ஊரை அடைந்தது. மராட்டியர் பின்னர் சுந்தரபாண்டியபுரம், வாரூர், மங்கலக்குடி, கண்ணங்குடி, கதவளந்தான், அனுமந்தகுடி என்ற ஊர்களைப் பிடித்தனர். அதன்பிறகு மறவர் பின்வாங்கிச் சென்ற ஆர்மோகத்தை 19 ஆம் தேதியன்று பிடித்தனர். அதை வீழ்த்திவிட்டு இராமநாதபுரத்தை அடைந்து அதை அச்சுறுத்தினர்.

சிறுவரான முத்துராமலிங்க சேதுபதியின் அரச காவலராயிருந்த அவருடைய அன்னையும் அமைச்சர் பிச்சை பிள்ளையும் இராமநாதபுரக் கோட்டையைக் காப்பாற்ற ஆயத்தமாயினர். அதன்பிறகு இரு சாரருக்குமிடையே நல்லிணக்கப் பேச்சு நடந்தது. மராட்டியர் கோரியபடி மாப்பிள்ளைத் தேவரின் மகனுக்குச் சேதுபதியின் அக்காளும் அரசியின் மகளுமான இளவரசியை மணமுடித்துத் தர அரசியார் இணங்கினார். அவர் தன் நாட்டின் ஒரு பகுதியை மராட்டியருக்குத் தரவும் பணமாக இரண்டு இலட்ச ரூபாயைக் கொடுக்கவும் இசைந்தார். ஆனால் அவர் தன் மகனான சேதுபதியுடன் சென்று துளசாவைக் காண்பதற்கு மறுத்துவிட்டார். இதனால் துளசா தன் பெருமை குலைந்து விட்டது என்று எண்ணிப் பேச்சை முறித்து விட்டுச் சண்டையில் மீண்டும் இறங்கினார்.

இராமநாதபுரக் கோட்டை முற்றுகையில் மறவரும் மராட்டியரும் சோர்ந்து போனமையால் மீண்டும் கூடிப் பேசினர். அரசி மராட்டியருக்கு 1,30,000 ரூபாய் தருவதென்றும் தன் ஆட்சிப் பகுதியில் சிலவற்றை அளிப்பதென்றும் மார்ச்சு 9 அன்று உடன்பாடு காணப்பட்டது. இதன் விளைவாக ஆண்டில் மூன்று இலட்ச மதுரைச் சக்கரம் வருவாய் தரக்கூடிய பகுதிகள் மராட்டியருக்குக் கிடைத்தன.

சிவகங்கை மீதும் மராட்டியர் தாக்குதல்

மராட்டியர் இராமநாதபுரத்துடன் உடன்பாடு செய்து கொண்ட பின்னர், சிவகங்கைச் சீமையின் தலைநகராயிருந்த நிலக்கோட்டையை நோக்கி முன்னேறினர்.

துளசாவின் நிபந்தனைகளைச் சிவகங்கை மன்னர் உடையத் தேவர் ஏற்க மறுத்துவிட்டார். இந்நேரத்தில், ஆர்க்காட்டு நவாபு தஞ்சைத் தரணி மீது படையெடுத்துவிட்டதால், மராட்டியர் சிவகங்கையை விடுத்துத் தஞ்சை நோக்கி ஓடினர்.

3. உலகளாவிய இரசவாத வரலாறு

தோற்றுவாய்

பூதங்கள் என்ற தனிமங்களின் கோட்பாட்டை அடிப்படையாய்க் கொண்டு அறிவியல் துறைகள் தோன்றின. இரசவாதம் (*alchemy*) பூதக் கோட்பாட்டில் மலர்ந்து அறிவியலோடு சேர்ந்து பதினெட்டாம் நூற்றாண்டு வரை ஒட்டிக் கொண்டே வந்து மறைந்தது. அதன் வரலாறு உலகளாவியது. நெடிது நீண்ட காலம் நிலவி வந்தது. பூதவியலும் அது சார்ந்த முதிரா நிலை அணுவியலும் (*Primitive atomism*) உலகின் தொன்மையான நாவலந் தீவு (பாரதம்), சீனம், கிரேக்கம் முதலியவற்றின் மெய்யியல், அறிவியல் கோட்பாடுகளில் ஏற்படுத்திய தாக்கமும், அதனடியாய் மலர்ந்த இரசவாதம் பெற்றிருந்த இடமும் அதன் வரலாறும் மனித சிந்தனை பற்றித் தெளிந்து தெரிய இச்சிறு கட்டுரை துணைபுரியலாம்.

தமிழரின் ஐம்பூதக் கொள்கை

இந்தியத்தில் கிறித்துவ அப்தத்திற்கு ஏழு நூற்றாண்டுகளுக்கு முன்னரே பூதவாதக் கொள்கையும் அணுவியல் கொள்கையும் நிலவின என்பதை இலக்கியங்களிலிருந்து அறிகின்றோம்.

கடல் கொண்ட கபாடபுரத்தில் நிலவிய இடைச் சங்கம் 3,700 ஆண்டுகள் நிலவிற்று என்பர். அக்காலத்து வெண்தேர்ச் செழியன் முதல் முடத்திருமாறன் வரை 59 வேந்தர் அரசிருந்தனர். இச்சங்கத்தில் 3,700 புலவர் இருந்து தமிழாராய்ந்தனர். இச்செய்திகளை இறையனார் களவியல் கூறுகின்றது.

இடைச் சங்கத்தில் பெருங் கூலி, பெருங் குருகு, வெண்டாளி, வியாழ மாலை அகவல் என்ற நூல்களும் அகத்தியம், தொல்காப்பியம் என்ற இலக்கண நூல்களும் மாபுராணம், பூத புராணம் என்ற தொன்மங்களும் இசை நுணுக்கம் என்ற இசை நூலும் தோன்றின என்றும் அறிகின்றோம்.

இவற்றுள் தொல்காப்பியம் மட்டுமே நமக்குக் கிடைத்துள்ளது. பூத புராணம் ஐம்பெரும் பூதத்து இயற்கையை விளக்கும் நூலாகலாம். தொல்காப்பியர் புராணங்களைத் தொன்மம் என்பார். எனவே பூத புராணம் என்பது பூதங்களைப் பற்றிய வெகு தொன்மையான காலத்திலிருந்து வழங்கிவந்த ஆய்வு நூல் என்று அறிஞர் கருதுகின்றனர். பண்டைத் தமிழகத்தில் ஐம்பூதக் கோட்பாடு நிலவிவந்தது என்பதற்குத் தொல்காப்பியமும் பிற தமிழ் நூல்களும் சான்றாக உள.

நீர், நிலம், தீ, வளி, விசும்பு ஆகிய ஐம்பூதங்களின் சேர்க்கையால் உயிரற்ற பல்வேறு பொருள்களும் உயிருள்ளனவும் தோன்றுகின்றன. ஐம்பூதங்கள் அழிவற்றவை. ஐம்பூதக் கூட்டில் தோன்றும் உயிரும் உணர்வும் கூட்டு நீங்கினால் ஐம்பூதங்களாய்ப் பிரிந்துவிடும்.

உணர்வு பூதங்களின் கூட்டில் தோன்றுகின்ற ஒரு பண்பு. இப்பண்பு பெற்ற பூதம் உயிருள்ளவற்றைத் தோற்றுவிக்கும். இப்பண்புள்ள பூதம் அறிவுடையது. உலகை அறியும்.

உலகை அறியும் வாயில்கள் மெய், வாய், கண், மூக்கு, செவி என்ற ஐம்பொறிகளாகும். அவை வழியே அறியும் புலனறிவே அறிவின் அடிப்படையாகும்.

இந்த ஐம்பூதக் கோட்பாடு தமிழர் மெய்யியலில் அடிப்படையாய் அமைந்தது என்பது அறிஞர் கருத்தாகும். இதற்குத் தொல்காப்பியத்திலும் சங்கப் பாடல்களிலும் சான்றுகள் உள.

''நிலத்திற்கு வன்மையும் தீக்கு வெம்மையும் நீருக்குத் தண்மையும் காற்றிற்கு எரிதலும் இயல்புகளாய்'' இருப்பதைப் போன்று, விசும்பிற்கு அகற்சி (விரிவடைதல்) இயல்பாகும். விசும்பின் இவ்வியல்பை ''அகலிரு விசும்பு'' என்ற (பேராசிரியர் உரைத்) தொடர் உணர்த்தும். இத்தொடர் வினைத் தொகையாய் நின்று பொருள் தருவதும் எண்ணத் தக்கதாகும்.

''இவ்வாறு அண்டங்களின் தோற்ற ஒடுக்கங்களுக்குக் களமாய் இருப்பதுடன், விரிந்து கொண்டிருக்கும் இயல்பும் விசும்பிற்கு உண்டு என்பதை அறிந்து தமிழ் மரபாளர் (ஏனைய கிரேக்க, வட இந்திய மரபுகளைப் போலன்றி) இதனை (விசும்பை) அடிப்படைப் பூதங்களுள் ஒன்றாய் ஏற்றுக் கொண்டனர்'' டாக்டர் க.நெடுஞ்செழியன் தனது ''உலகாய்தம்'' என்ற நூலில் ஐம்பூதக் கோட்பாட்டைப் பல மேற்கோள்கள் காட்டி விளக்குகின்றார். (அடைப்புக் குறிக்குள் தரப்பட்டவை களஞ்சிய ஆசிரியர் குறிப்பாகும்).

1771

ஆசீவகரும் பூதக் கொள்கையும்

ஆசீவகம் என்பது கடுந்துறவு இயக்கமாகும். இவ்வியக்கம் கி.மு. ஏழாம் நூற்றாண்டு வாக்கில் செழித்திருந்தது என்பதை வரலாற்றில் அறிகின்றோம். ஆசீவகரும் பூதக் கோட்பாட்டையும் அணுவியல் கொள்கையையும் கூறியுள்ளார். (கிரேக்கரும் கிட்டத்தட்ட இதே காலவெளியில் பூத, அணுக் கொள்கைகளை எடுத்துரைத்தனர் என்பது நினைவிற் கொள்ளத்தக்கதாகும்.)

ஆசீவக நெறியைச் சேர்ந்த இருபால் துறவியரும் உயர்ந்த வெள்ளையாடை அணிந்து கடுந்தவம் இயற்றித் தூய நெறியில் உயர்ந்திருந்தனர். புத்தர், மகாவீரர் காலத்தில் வாழ்ந்திருந்த பல்வேறு மெய்யியல் பிரிவுகளின் தலைவர்களாய் விளங்கிய ஆசீவகர் சிலர் குறித்த செய்திகள் கீழே தரப்படுகின்றன.

பூரண காசப்ப (அ) பூரண காசிபன் (இ. 499 கி.மு)

இவருக்குப் பூரண காசப்ப அல்லது காசிப என்று பெயர். இவர் தன் ஆண்டையின் வீட்டில் பிறந்த நூறாவது அடிமை. அது முழுமையைக் குறிப்பதால் பூரணர் என்ற பெயரைப் பெற்றார். அவர் இருபத்தைந்தாவது வயதில் வீட்டைவிட்டு ஓடிப் போனார். அவரின் துணிகள் வழியில் களவு போயின. அதனால் அவர் அடுத்த ஊருக்குள் அம்மணமாய் நுழைந்தார். மக்கள் இதைக் கண்டதும் அவரைத் தூயர் என்று கூறலாயினர்.

அவர் புத்தர் நடத்திய அற்புதம் நிகழ்த்தும் போட்டி ஒன்றில் தோற்றுப் போனார் என்று பௌத்தக் கதைகள் கூறுகின்றன. ஆதலால் அவர் ஒரு பானையில் மணலை நிரப்பி அதைக் கழுத்தில் கட்டிக்கொண்டு ஆற்றில் மூழ்கி இறந்தார் என்றும் அக்கதைகள் குறிப்பிடும். அவர் இவ்வாறு வெட்கத்தால் உயிரிழந்ததை ஒரு வேசை மட்டுமே கண்டாள் என்பர். பூரணர் பன்னிரண்டாண்டுகள் உண்ணா நோன்பிருந்து உயிர் விட்டார் என்று மற்றொரு கதை கூறுகின்றது.

ஆன்மா என்பது உயிர்ப்பற்றது (*passive*) என்ற கோட்பாட்டிற்காகப் பூரணர் பெரிதும் அறியப்பட்டிருக்கின்றார். அதற்கு அக்கிரிய அல்லது செயலின்மைக் கோட்பாடு என்று பெயர். அவர் இதைக் கடைப்பிடித்து வாழ்ந்தார்.

கொலை,திருட்டு,பிறன்மனை நாடுதல்,அல்லது பொய்யுரைத்தல் முதலியன மக்களால் தவறான செயல்கள் என்று கருதப்படுகின்றன. ஆனால் அவற்றில் மனிதன் ஈடுபடுவதால் பாவத்தைத் தேடிக் கொள்வதில்லை என்பது பூரணரின் வாதமாகும். ஒருவன் உலகில் படைக்கப்பட்டன அனைத்தையும் கொன்று மண்டையோடுகளைக் குவித்தாலும் அவன் பாவியாவதில்லை. அதைப் போலவே நற்செயல்களால் நன்மையடைவதுமில்லை. அதே போன்று கங்கையின் வட கரையிலோ தென் கரையிலோ தங்குவதாலும் பலன் இலது. தன்னடக்கம், காணிக்கை செலுத்துதல், வாய்மை முதலியனவும் அவனுக்கு நன்மை தேடித் தருவதில்லை. பூரணரின் கருத்துக்கள் சார்வாகக் கோட்பாட்டைப் பல வழிகளில் ஒத்திருக்கின்றன என்பர்.

பூரணரும் மக்காலி அல்லது மற்கலி கோசாலரும் தமிழிலக்கியத்தில் கபிலர், பரணர் குறிக்கப்படுவதைப் போன்று இரட்டையர் என்று காட்டப்படுகின்றனர் என்று முனைவர் க.நெடுஞ்செழியன் குறிப்பிடுகின்றார்.

ஆசீவக சமயத்தில் பூரணரின் பங்கைத் தமிழ் இலக்கியங்களான மணிமேகலை, நீலகேசி, சிவஞான சித்தியார் ஆகியவற்றின் சான்றுகளைக் கொண்டு ஏ.எல். பாஷம் (*Basham, A.L.History and Doctrines of Ajivakas*) விளக்குவதை நெடுஞ்செழியன் மேற்கோள் காட்டியுள்ளார்.

மக்காலி கோசாலர் (அ) மற்கலி கோசாலர் (இ. 484 கி.மு)

இவர் கோசாலர் என்றும் மக்காலி கோசாலர் என்றும் மற்காலி கோசாலர் என்றும் அழைக்கப்படுகின்றார். இவர் மங்க (*manka*) என்ற துறவுக் கூட்டத்தைச் சேர்ந்த ஒருவரின் மகனாய் மாட்டுத் தொழுவத்தில் (கோசாலை) பிறந்ததால் கோசாலர் என்று இடப் பெயர் பெற்றார். மங்க என்பது நாடோடித் துறவியரைக் குறிக்கும். அத்துறவி பலகை அல்லது துணியில் ஒரு தெய்வம் அல்லது ஒரு வீரனின் உருவைத் தீட்டித் தான் போகுமிடமெல்லாம் எடுத்துச் செல்வார். அதில் புராண அல்லது வீரகாவிய நிகழ்ச்சியும் பொறிக்கப்பட்டிருக்கலாம். அவர் அவற்றைப் பற்றிப் பாடி மக்களுக்கு விளக்குவார். மகத நாட்டிலிருந்த தொன்மையான துறவியர் மங்கராயிருந்தனர். முத்திராட்சசம் (கி.பி. 8 நூ) என்ற சம்ஸ்கிருத நாடக நூலில் ''எமன் துணி ஏந்திய ஓர் ஒற்றன்'' விவரிக்கப்படுகின்றான்.

கோசாலர் வடமேற்கு இந்தியத்தின் காட்டுமிராண்டி இனங்களில் ஒன்றைச் சேர்ந்தவராயிருக்கலாம் என்று கூறுவாருளர். அவர் சமண மகாவீரரின் (இ. 468 கி.மு) சீடராய் முதலில் இருந்து பின்னர் அவரின் எதிரியானார். மக்காலி கோசாலர் புத்தருக்கும் (563-483 கி.மு) பெரிய எதிரியாய் விளங்கினார். கோசாலரின் கருத்துகள் முற்றிலும் கேடு பயக்க வல்லன என்று புத்தர் அவரைத் தாக்கினார்.

அவர் மகாவீரருடன் இருந்த போது நடந்த ஒரு நிகழ்ச்சிக்குப் பிறகு தான் வெகு தீவிரமான நியதி வாதக் கோட்பாட்டை (ஊழ்வினைக் கோட்பாட்டைக்) கைக் கொண்டார் என்று ஒரு கதை விவரிக்கின்றது. மகாவீரர் கோசாலருடன் சாலையில் சென்று கொண்டிருந்த போது தூரத்தே ஒரு வகை எள்ளுச் செடியைக் கண்டார். தாம் திரும்பி அவ்வழியே வருகையில் அச்செடியில் ஏழு பூக்கள் பூத்திருக்குமென்று மகாவீரர் சொன்னார். இருவரும் அவ்வழியே திரும்பி வந்தபோது அச்செடி ஏழு பூப்பூத்திருக்கக்

கண்டனர். விதியைத் தவிர்க்க முடியாது என்பதற்கு இது சிறந்த எடுத்துக்காட்டு என்று கோசாலர் கருதியதால், தனது நியதிக் கோட்பாட்டை (ஊழ்) வகுத்தார்.

கோசாலர் கடுந்துறவு வாழ்க்கை வாழ்ந்தார். பேசுவதை அறவே நிறுத்தினார். ஆற்றல் மிக்க மந்திரவாதியானார். அவர் தன் சாபங்களால் மனிதரை அழிக்கவும் ஊரைத் தீக்கிரையாக்கவும் செய்வார் என்றெல்லாம் கோசாலரை வெறுத்தவர்கள் எழுதி வைத்திருக்கின்றனர். அவர் சூரியனை நோக்கி அமர்ந்த நிலையில் ஆறு மாதம் இருந்தார்; கைகளை மேலே தூக்கியவாறு மூன்று நாளைக்கு ஒரு முறை ஒரு கை நிறையப் பயறுகளை மட்டும் உண்டு கடும் நோன்பிருந்தார். அவர் ஆலாகல என்ற குயத்தியின் இடத்தில் தன் தலைமை இடத்தை வைத்திருந்தார்.

மக்காலியின் போதனைகள் குறித்து எச்சரிக்கையாயிருக்குமாறு மகாவீரர் தம் அடியாரை எச்சரித்துப் பேசினார் என்பதற்காக, அவரைச் சபிக்கும் நோக்குடன் சென்றபோது மக்காலிக்கு ஒரு நாள் முடிவு வந்தது என்பர். மக்காலி தன் ஆசானைச் சபிக்கலாகாது என்று அவருடைய மாணாக்கர் இருவர் கூறினர் என்பதற்காக, அவர் அவர்களையே எரித்துச் சாம்பலாக்கினாராம்.

மக்காலி பின்னர் மகாவீரரிடம் சென்று, அவர் ஆறு மாதத்தில் இறந்து விடுவார் என்று சபித்தார். அவரது சாபம் பதினாறு நாடுகளையே எரித்துச் சாம்பலாக்கக் கூடிய ஆற்றல் வாய்ந்தது என்று மகாவீரரே பின்னர் கூறினாராம். அவர் இச்சாபத்தைக் கேட்டுக் கலங்காதிருந்தார். அச்சாபம் மகாவீரரை விடுத்துக் கோசாலர் பக்கமே திரும்பி அவரை ஏழு நாளில் கொன்று விட்டது. இவையனைத்தும் சமண நூல்களில் காணப்படும் செய்திகளாகும். ஆசீவகர் பற்றியும் அவர்களின் கோட்பாடு குறித்தும், அவர்களுடைய எதிரிகள் எழுதிவைத்த வற்றிலிருந்துதான் நம்மால் அறியமுடிகின்றது.

1771

அசித கேச கம்பளின் (இ. 480 கி.பி.)

இவர் நாத்திகர்: பூதவாதி: ஐயுறவுவாதி: ''கேச-கம்பளி'' = மயிர்க் கம்பளி என்று அறியப்பட்டார். இவரைப் பின்பற்றியோரும் மனித மயிரை நெய்து இவரைப் போல் சட்டையாய் அணிந்தனர். மனிதனும் உலகமும் நான்கு பூதங்களால் - நீர், வளி, நெருப்பு, மண் - ஆக்கப்பட்டவை. இவை பல்வேறு அளவுகளில் கலந்து பிரபஞ்சம் உண்டாகியுள்ளது என்று இவர் கற்பித்தார். அறிவை உள்நோக்குக் கொண்டு அறிந்து விட முடியாது. ஏனெனில் அறிவு என்பது புலன்களின் வழியே உணரப்படுவது. புலன்களால் இங்ஙனம் உணரப்படுவன பகுத்தறிவினால் மேலும் முறைப் படுத்தப்படுகின்றன. உணர்ச்சிகளினால் புலனுணர்வும் அறிவும் உருக்குலைக்கின்றன. ஆதலால் அறிவு என்று வழங்கி வருவதெல்லாம் பேராசையாலும் அகந்தையினாலும் அடிக்கடி மாசு படுத்தப்பட்டு விடுகின்றது. வேதங்கள் அளிக்கின்ற ''அறிவு'' என்பது, ''பிராமணர் எடுத்த வாந்தி.'' அதில் அவர்களின் செருக்கும் அகந்தையும் கலந்திருக்கின்றன என்று அசிதர் கூறினார்.

அசிதரும் புத்தர் காலத்தில் வாழ்ந்தவர். புத்தரைவிட வயதில் மூத்தவர். காணிக்கை செலுத்துதல், பலியிடுதல்,நன்மை தீமை போன்ற செயல்களினால் விளையும் பலன்கள், சொர்க்கம் உள்ளமை அல்லது மனித ஆற்றலைவிட மேலான சக்திகள் உள்ளன என்ற நம்பிக்கை ஆகிய இவற்றையெல்லாம் அசிதர் ஏற்கவில்லை.

மனித உடலில் நான்கு பூதங்கள் உள்ளன. உடல் மரணத்தின் பின் பூதங்களுடன் கலந்துவிடுகின்றது என்று அசிதர் கூறினார். மறு உலகைப் பற்றிப் பேசுவது பயனற்றது

என்றார். அறிவுள்ளவனும் அறிவற்றவனும் இறக்கின்றான். மரணத்தின் பின் வாழ்க்கை இல்லை. இவருடைய கருத்துகளும் சார்வாகக் கருத்துகளையே ஒத்திருக்கின்றன. இவரது கோட்பாட்டிற்கு உச்சேத வாதம் என்று பெயர்.

பகுட கச்சாயனர் (இ. 440 கி.மு)

இவரது கோட்பாடு அசாஸ்வத வாதம் கலந்த அந்நியோந்நிய வாதம் என்று பெயர் பெற்றது. இவர் பிரஷ்னோப உபநிடதத்தில் குறிக்கப் பெறும் ககுட காத்தியாயனராயிருக்கலாம் என்று பேராசிரியர் பப்பட்டு கூறுகின்றார். சுவேதாம்பரச் சமணக் கோட்பாடுகளின் இரண்டாம் நூலான சூயகடத்திலும் இவரைப் பற்றிய செய்திகள் காணப்படுகின்றன. கச்சாயனரின் கோட்பாட்டைப் பற்றிப் பௌத்த இலக்கியமான சாமண்ண பாலசுக்கம் கூறுவதாவது.

ஏழு பூதங்கள்

''ஏழு பூதங்கள் யாரும் செய்தவையல்ல: படைக்கப்பட்டவை அன்று. அவற்றுக்குப் பாடாக (வாந்தயமாக), நிர்விகாரமாக (கூடஸ்தமாக) நகர வாசலின் கதவுகளிலுள்ள கணைய மரத்தைப் போன்று, அவை அசைவற்றவையாயிருக்கின்றன. அவை நகர்வதில்லை, மாறுவதில்லை. தமக்குள் ஒன்றையொன்று தடைப்படுத்துவது இல்லை. தமக்குள் இன்பமோ, துன்பமோ உண்டாக்க வல்லமையற்றவை. அவை யாவை? மண், நீர், தீ, காற்று, இன்பம், துன்பம், உயிர் ஆகியனவேயாம். இவற்றைக் கொல்பவனோ, கொல்விப்பவனோ, கேட்பவனோ, கேட்கும்படி சொல்பவனோ, அறிபவனோ வருணிப்பவனோ எவனுமிலன். ஒருவன் கூரிய வாளினால் இன்னொருவனின் தலையை வெட்டினால் அவன் மற்றவனின் உயிரைப் போக்குவதில்லை. ஒரு வாள்தான் ஏழு பூதங்களுக்கிடையில் ஊடுருவியிருக்கின்றது.'' தர்மானந்த கோசாம்பியின் ''பகவான் புத்தர்'' என்ற நூலில் காணப்படும் பகுடரின் ஏழு பூதக் கோட்பாட்டை நெடுஞ்செழியன் மேற்கோளாய்க் காட்டுகின்றார்.

வைசேடியம்

பகுட கச்சாயனரின் ''சிரமண சங்கம்'' மிகப் பெரியதாயிருந்து பின்னாளில் நிலைக்காது போய்விட்டது; இவரின் அந்நியோந்திய வாதமே பின்னாளில் வைசேடியமாய் உருவாயிற்று என்பர்.வைசேடியம்:

இது இந்திய மெய்யியலின் ஆறு பிரிவுகளில் - தரிசனங்களுள் ஒன்றாகும். வைசேடிய சூத்திரம் என்ற நூலின் ஆசிரியரான கணாதர் (சு.250 கி.மு-100 கி.பி.) இம்மெய்யியல் பள்ளியை உண்டாக்கினார். கணாத என்ற சொல்லிற்கு ''அணுவை உண்பவர்'' என்று பொருள். ஏனெனில் அவர் மூலப் பண்பை அதன் மிக நுண்ணிய கூறாக, அதாவது அணுக் கூறாகப் பிரித்துவிட்டார். ஆதலால் அவரை இந்து மெய்யியல் டெமாக்கிரிட்டஸ் என்ற கிரேக்க அணுவியல் கோட்பாட்டாளரே என்று கூறலாம். கணாதர் பகலெல்லாம் தியானத்தில் ஈடுபட்டு இரவில் உணவு தேடிச் சென்றமையால் அவுலூக என்ற அடைமொழிப் பெயரால் அவரை அழைத்தனர். அவுலூகம் என்பது ஆந்தையைக் குறிக்கும் அதாவது, ஆந்தையார் என்று அழைக்கப்பட்டார்.

அவர் கணபூச அல்லது கணபூஷக என்றும் அறியப்பட்டார். இப்பெயர்களனைத்தும் அடை மொழிகளேயன்றி அவரின் இயற் பெயரன்று. அவர் காசியப முனிவராய் இருக்கலாம் என்று சிலர் நம்புகின்றனர்.

வைசேடியக் கோட்பாடு நியாய சாஸ்திரத்திற்கு முன்னரே தோன்றி இருக்கலாமெனினும், அது நியாய மெய்யியல் முறைக்கு ஒருவகையான துணை நூலாக அமைந்துள்ளது. நியாய சாஸ்திர அளவையியலை (*logic*) வலியுறுத்துகையில், இடம், காலம், காரணம், பொருள் என்பன பற்றிய இயற்பொருள் இயக்கங்களை வைசேடியம் பகுத்தாராய்கின்றது. உலகின் இயற்கைத் தன்மை பற்றி ஆராய்கின்றது. வைசேடியமும் தொடக்கத்தில் நியாய சாஸ்திரத்தைப் போல் இறையின்மைக் கோட்பாடுடையதாய்த் தானிருந்தது. பின்னர் உயர் ஆன்மம் அல்லது இறைவன் (பரமாத்மன்) இதில் இடம் பெற்றது.

இந்து மெய்யியலின் ஆறு தரிசனங்கள்: நியாயம், வைசேடியம், சாங்கியம், யோகம், பூர்வ மீமாம்சம், உத்திர மீமாம்சம்.

அணுவியல்

பகுட கச்சாயனரின் கோட்பாட்டை முதிராநிலை அணுவாதம் (*Primitive atomism*) என்றும் கூறுவர். இதை மணிமேகலை, சிவஞான சித்தியார் ஆகிய நூல்களில் வரும் ஆசீவகம் பற்றிய செய்திகளைக் கொண்டு ஏ.எல். பாஷம் நிறுவுகின்றார். ‘‘ தமிழ் இலக்கியங்களில் சொல்லப்படும் ஆசீவகத்தைத் தென்னகத்திற்குரியதாய்த் - திராவிட ஆசீவகமாய்ப் பாஷம் குறிப்பிடுவது நோக்கத்தக்கதாகும்’’ என்று நெடுஞ்செழியன் கூறுகின்றார்.

பகுடர் தமிழ்ப் புலவர்?

புறநானூற்றில் வரும் பக்குடுக்கை நன்கணியார்தான் பகுட கச்சாயனர் என்று முனைவர் நெடுஞ்செழியன் இலக்கியச் சான்றுகளைக் கொண்டு நிறுவ முயலுகின்றார். அவர் தன் கருத்திற்கு ஆதரவாய் உ.வே.சாமிநாதய்யர் புறநானூற்றுப் பதிப்பின் முன்னுரையில் கூறியுள்ள செய்தியை எடுத்துக் காட்டுகின்றார்:

‘‘நன்கணியாரென்பது இவரது இயற்பெயர். கணி = சோதிடம் வல்லவன். உலகத்தை வெறுத்த ஞானியாதலால் இவர் பையையே உடையாய்க் கொண்டிருந்தாரென்றும், அது பற்றியே பக்குடுக்கை என்ற அடை . இவர் பெயருக்கு முன் கொடுக்கப் பட்டதென்றும் தெரிகின்றன. பக்கு பை (ஐங்குறு 271). இவர் ஞானியென்பது இவரது செய்யுளால் அறியலாம்.’’

முன்னர் கூறிய அசிதர் என்ற ஆசீவகத் துறவி கம்பளி அணிந்திருந்தமையால் அசித கேச கம்பளர் என்றழைக்கப்பட்ட காரணத்தால், நன்கணியார் பை உடுத்திருந்தார் என்பதால் பக்குடுக்கை என்று பெயர் பெற்றார் என்பது நெஞ்செழியனின் கருத்தாகும்.

இந்த இடத்தில் கி.மு. ஐந்தாம் நூற்றாண்டில் வாழ்ந்திருந்த கிரேக்க சினிக்குகள் என்ற துறவியாரின் நினைவு வருகின்றது. அவர்களுள் ஒருவரான டயோஜினஸ் (412 - 325 கி.மு) பெரும் புகழ் வாய்ந்தவர். அவர் கந்தை உடுப்பார்; தோளில் ஒரு மரத் தொட்டி அல்லது பீப்பாயைச் சுமந்தவாறு ஏதென்சு நகரத் தெருக்களில் சுற்றித் திரிந்தார். இவரும் இந்திய ஆசீவகரின் காலத்தில் வாழ்ந்தவர் என்பது குறிப்பிடத்தக்கது. அவர் இரவில் அந்தத் தொட்டிக்குள் இருந்து கொள்வார். அவர் ஏன் தொட்டியில் வாழ்ந்தார்? ஒரு மனிதனால் எளிமையாய் வாழ முடியும். அவன் சொத்துக்களையும் உடைமைகளையும் திரட்டித் தன் தலைமேல் சுமையாய் ஏற்றிக் கொள்ள வேண்டியதில்லை என்பதைக் காட்டுவதற்காகவே டயோஜினஸ் இவ்வாறு செய்தார்.

அவரையும் அலெக்சாந்தரையும் (356-323 கி.மு) இணைத்து ஒரு கதை கூறப்படுவதுண்டு. அலெக்சாந்தர் ஒரு நாள் டயோஜினசிடம் வந்து ''ஐயா, நான் தங்களுக்கு ஏதாவது செய்யட்டுமா?'' என்று கேட்டார்.

''ஆமாம், வெளிச்சத்தை மறைக்காமல் அப்பால் போனால் போதும்'' என்று நாயினும் கடையனென்று தன்னைக் கூறிக் கொண்ட டயோஜினஸ் சொன்னார். சினிக்கு= *Cynic* என்றால் நாய் என்றுதான் பொருள்.

''நான் மட்டும் அலெக்சாந்தராய்ப் பிறந்திராவிடில் டயோஜினசாக இருக்க விரும்புவேன்'' என்று அலெக்சாந்தர் சொன்னதாக ஒரு கதை உண்டு. டயோஜினஸ் 92 ஆவது வயதில் இறந்தார்.

பக்குடுக்கை நன்கணியார் பாடியதாகப் புறநானூற்றில் (194) ஒரு பாடல் வருகின்றது. அப்பாடலின் கருத்து வருமாறு:

''ஒரு வீட்டில் சாவுப் பறை முழங்குகின்றது. இன்னொரு வீட்டில் மண நிகழ்ச்சிக்காக இசைக்கப்படும் தண்ணிய முழவின் இனிய ஒலி தவழ்ந்து வருகின்றது. மணம் புரிந்தோர் காதலுடன் கூடி மலர்களைச் சூடி மகிழ்ந்திருக்கவும், தம் துணையை இழந்த மகளிர் துன்பம் காரணமாய்த் தம் கண்களில் நீர் மல்கவும் ஆகிய இரு வேறுபட்ட நிலையில் ஒருவன் உலகைப் படைத்திருப்பானாகில், அவனைப் போன்ற பண்பிலன் வேறு எவனும் இருக்க முடியாது.

''இவ்வுலகம் துன்பம் நிறைந்தது; நிலையில்லாதது; இத்தகைய இயல்பை உணர்ந்தவர்களே; இவற்றினிடையே இன்பத்தைக் காண முயலுங்கள்.''

பகுட கச்சாயனரே பக்குடுக்கை நன்கணியார் என்பது முனைவர் நெடுஞ்செழியனின் கருத்தாகும். அவர் தன் கருத்திற்கு அரண் செய்யும் வகையில் கூறும் செய்திகள் கவனத்திற்கு கொண்டு ஆராயத் தக்கனவாகும்.

''நன்கணியார் என்பதன் சிறப்புக் குறித்த 'நன்' என்ற அடைகெட்டு 'கண்' அடியாய்ப் பிறந்த கணியார் அக்ஷனார் என்றாகி (அதாவது கண்ணினையுடையார்) பகுட கச்சாயனர் என்று திரிந்திருக்கின்றது. எனவே தமிழ்ப் பேரறிவாளராகிய பக்குடுக்கை நன்கணியாரே பக்குட கச்சாயனர் என்று குறிக்கப்பட்டார் என்பது தெளிவு.

''வட புலத்திலிருந்து வந்து தமிழ் கற்ற ஆரிய அரசன் பிரகதத்தன் போல, தென்னகத்தின் பூதவாதத்தைக் கற்றுப் புத்தரின் சங்கத்தில் பொறுப்பு வாய்ந்த பதவி வகித்த சாரி புத்தன் போல, தென்னகத்தில் புகழ் வாய்ந்த அமைப்பை நிறுவி அதன் தலைவராகவும் விளங்கிய பக்குடுக்கை நன்கணியார், மற்கலி கோசாலருடன் இணைந்து புதிய கோட்பாட்டை உருவாக்கியதில் வியப்பில்லை.

''வரலாற்று முற்காட்டுகள் மட்டுமல்லாது ஆசீவகத்தில் இடம் பெற்றுள்ள கடவுள் மறுப்பு, அணுக் கோட்பாடு ஆகியவற்றுடனும் ஆறு அடிப்படை உண்மைகளில் இன்ப, துன்பங்கள் பற்றிய விரிவான கருத்து ஒற்றுமை ஆகியவற்றோடும் பக்குடுக்கை நன்கணியாரது பாடலைப் பொருத்திக் காணும்போது கணியாரா என்றும் பகுட கச்சாயனர் என்றும் குறிக்கப்பட்டுள்ளவர் பக்குடுக்கை நன்கணியாரே என்பது முடிந்த முடிபாகின்றது.''

சஞ்சயர் அல்லது சஞ்சய பிலாத்தி புத்த (இ. 480 கி.மு.)

இவரது கோட்பாட்டிற்கு விசேஷப வாதம், அதாவது நேரிய வழியிலிருந்து திசை

திருப்பும் கொள்கை என்று பெயரிட்டனர். மனித மனத்தை எதிர்ப்படும் எந்தச் சிக்கலாயினும் அதற்கு உறுதியான விடை அல்லது தீர்வு எதையும் இவர் கூற மறுத்தவர். அசாதசத்துரு தான் சந்தித்த சமயாசாரியர் அனைவரிலும் சஞ்சய பிலாத்தி புத்தர் மோசமான மூடர் என்றும், அறிவற்றவரென்றும் கூறினாரென்பர்.

இவர் ஒரு நாத்திகர், சஞ்சயர் என்றும் இவரை அழைப்பர். ஐயுறவுவாதி. நாத்திகச் சிந்தனையாளர். முடிவான தன்னறிவு என்பது இருக்க முடியும் என்பதை இவர் ஏற்கவில்லை. சஞ்சயரும் அவரைப் பின்பற்றியோரும் உடனொத்த காலத்து மெய்யியலாரால் கண்டிக்கப்பட்டனர். சஞ்சயர் கூட்டத்தாரின் இரு பொருள் மயக்கமுள்ள கருத்துகள் பற்றியும் அறிவைத் தேடும் நேர்மையாளர் எழுப்பும் வினாக்களுக்கு விடை கூறாது ''விலாங்கு மீன்'' போன்று அவர்கள் நழுவுவது குறித்தும் புத்தர் சஞ்சயரைக் கண்டித்துள்ளார்.

புத்தர், மகாவீரர் காலத்தில் வாழ்ந்திருந்த பூதவியலார் பற்றிய செய்திகளையடுத்துத் தமிழரின் தொன்மையான ஐம்பூதக் கொள்கையைக் காண்போம்.

தமிழரின் ஐம்பூதக் கொள்கை

உலகாய்தத்திற்குப் பல பெயர்கள் உண்டு. பூதவாதம், சாருவாகம், நாத்திகம், ஏதுவாதம், பொருள் முதல் வாதம் (பிரகிருதிவாதம்), விதண்டாவாதம் என்றெல்லாம் அது குறிக்கப்படுவதுண்டு. உலகாய்தம் என்னும் இம் மெய்யியல் வட மொழி இலக்கியங்களில் ''லோகாயத'' என்றும் ''லௌகாயத'' என்றும் குறிக்கப்படுகின்றது.

லோகெசு + ஆயத = லோகாயத என்று தேவிப் பிரசாத சட்டோபாத்தியாய என்பவர் இச்சொல்லைப் பிரித்து, இது ''மக்கள் நடுவே செல்வாக்குப் பெற்ற ஒன்று'' என்று பொருள் விளக்கம் தருகின்றார்.

''உலகாய்தம்'' என்ற தமிழ் நூலின் ஆசிரியர் உலகாய்த மெய்யியலுக்குத் தரும் விளக்கங்களாகும். அவர் மேலும் கூறுகின்றார்:

உலகாய்தம், பூத வாதம்

உலகாய்தம் ஒரு கூட்டுச் சொல். இது உலக + ஆய்தம் எனப் பிரியும். ''உலகைப் பற்றிய ஆராய்ச்சி'' என்பது இதன் பொருள். ஆய்தம் என்ற சொல் ஆய் என்ற அடிச் சொல் வழியாகப் பிறந்தது. உலகம் என்ற சொல்லுக்கு அவர் தரும் விளக்கம்:

உலகம் உருண்டையானது, சுற்றுவது, சுழல்வது போன்ற பொருள்களைத் தரும். உல் என்ற வேர்ச் சொல்லிலிருந்து பிறந்ததே உலகம் என்ற சொல்லாகும். உலகத்தைச் சுட்டும் வேறொரு பெயராகிய ஞாலம் என்ற சொல்லிற்கு ''எந்தப் பிடிப்பும் இல்லாமல் தொங்குவது'' என்று பொருள். உலகத்தைக் குறிக்கும் இச் சொற்கள் இவ்வுலகின் இயக்கத்தையும், அதன் இயல்பையும் முற்றாக அறிந்திருந்த ஆய்வின் வெளிப்பாடு என்பது உறுதி.

உலகாய்தம் என்ற சொல்லே சம்ஸ்கிருதத்தில் லோகாய்தம் என்று மருவியது. உலகாய்தம் உலகினை ஆய்கின்ற முறை எனப்படும் என்றும் அவர் கூறுகின்றார். உலகாய்தத்தின் மற்றொரு பெயரே பூதவாதம் என்பது அவரது கருத்து. பூதவாதம் என்பது பூதம் என்ற தமிழ்ச் சொல்லின் அடியாகப் பிறந்தது. மெய்யியல் வரலாற்றில் பூதவாதம் வெகு தொன்மை வாய்ந்தது.

''பூதம் என்ற தமிழ்ச் சொல் 'பூ-பூத்தல்' எனும் வேர்ச் சொற்களிலிருந்து அரும்பிற்று என்று பாவாணர் சான்றுகளுடன் எடுத்துரைக்கின்றார். அச் சொல்லுக்குப் பின்னால் ஒரு மெய்யியல் பள்ளியே (*philosophicl school*) மறைந்து கிடக்கின்றது. 'பூதங்களை' (தனிமங்களை) நடுவமாக வைத்துப் பின்னப்பட்ட உலகாய்தம் எனப்பெறும் மெய்யியல் முழுவதுமே பார்ப்பனியச் சிந்தனைக்குப் பரிசிலாகத் தரப் பெற்றது. முன்னோடி அறிவுப் பள்ளிகளில் ஒன்றான சாங்கியமும் அதனை ஒட்டியெழுந்த அத்துணை மெய்யியல் பள்ளிகளும் அத்தகைய அய்ம்பெருந் தனிமங்களைப் பற்றிச் சொல்லாமல் விட்டதில்லை. அவை யாவும் பூதவியலின் தொன்மையை உரைப்பன''. *(குணா, தமிழர் மெய்யியல், சென்னை, 1980)*

(சாங்கியம்: இது தொன்மையான இந்து மெய்யியலின் ஆறு தரிசனசங்களுள் ஒன்றாகும். சாங்கியத் தத்துவத்தில் கடவுள் மறுப்பு என்பது அக்கோட்பாட்டிற்கேயுரிய கூறுகளுள் ஒன்றாகும். இக்கோட்பாட்டைப் புத்தருக்கு முற்பட்டது என்பர். சாங்கியம் இறை மறுப்பைக் கொண்டிருந்தமையால், அதை நிரீசுவரவாதம் (கடவுள் மறுப்புக் கொள்கை) என்று தொடர்ந்து கூறப்பட்டிருக்கின்றது. கடவுள் இருப்பதை மெய்ப்பிக்கவே முடியாது என்று சாங்கிய சூத்திரம் 192-194, V2-12, 46, 126,127, VI 64, 65 திரும்பத் திரும்பக் கூறுகின்றது.)

பூதங்கள் நான்கு என்று கிரேக்கத்திலும் வட பாரதத்திலும் கொள்ளப்பட்ட காலத்தில், தமிழ் நாட்டில் வெகு தொன்மையான காலத்திலிருந்து, ஐம்பூதக் கோட்பாடு நிலவி வந்தது. கிரேக்கத்திலும் வட பாரதத்திலும் விசும்பு ஒரு மூலக் கூறாக ஏற்கப்படவில்லை. உலகாய்தம் காட்சி அளவையை அறிவின் வாயிலாகக் கொண்டது. காட்சி அளவையில் விசும்பைக் காணவோ, காட்டவோ இயலாது என்று கருதி அதை அவர்கள் ஒரு மூலக் கூறாகக் கருதவில்லை. ஆனால் தமிழ் மரபில் விசும்பு ஒரு பூதமாக ஏற்கப்பட்டுப் ''பூதங்கள் ஐந்து'' என்று வழங்கும் நிலை ஏற்பட்டது.

1771

கிரேக்கரின் பூதக் கொள்கை

இந்திய மெய்யியலில் கிட்டத்தட்டக் கி.மு. ஏழாம் நூற்றாண்டளவிலேயே நிலவி வந்த பூதக் கொள்கைகள் மேலே விவரிக்கப்பட்டன. கிரேக்கத்திலும் கிட்டத்தட்ட இதே கால அளவில், அந்நாட்டு மெய்யியலார் கண்ட பூதக் கொள்கைகளும் ஒப்பு நோக்குவதற்குச் சுவையாயிருக்கும்.

அயோனியர் சிந்தனை

சிறியனவும் எளிதில் தீர்வு காணக் கூடியனவுமான சிக்கல்களை விடுவிக்கும் முயற்சியிலிருந்து அறிவியல் வளர்ச்சி தொடங்குகின்றது. பொருள்கள் ஏன் விழுகின்றன அல்லது உருகுகின்றன என்ற வினாக்களையே அறிவியல் தொடக்க காலத்தில் எழுப்பியது. இறுதியாகத்தான் உயிர்கள் பேரண்டம் ஆகியன பற்றிய பெரும் புதிர்கள் தோன்றின.

கிரேக்க அறிவியல் மிகக் கடினமான வினாவை, அதாவது உலகம் எவ்வாறு உண்டானது என்ற வினாவை எழுப்பிற்று. அவர்களின் காலத்திற்கு முன்னர் தனிக் கடவுள் ஒருவர் அல்லது கடவுளர் உலகை எங்ஙனம் இன்மையிலிருந்து உண்டாக்கினர் என்று சிறிது காலமும், நீர் அல்லது சேறு போன்ற வடிவற்ற பொருளிலிருந்து உண்டாக்கப்பட்டது என்று இன்னும் சிறிது காலமும் கூறப்பட்டுவந்த படைப்புக் கற்பனைக் கதைகளே நிலவின.

மிக எளிமையானதும் ஒரே சீரானதுமான ஏதோ ஒன்றிலிருந்து தாம் அறிந்திருந்த பல கூட்டான உலகம் எழுந்தது என்று அயோனிய மெய்யிலார் உருவகித்தனரெனினும், அது இயற்கை விளைவுகளால் உண்டானது என்றே கற்பித்துக் கொண்டனர்.

(அயோனியர் (*Ionia, Ionians*): பண்டைக் காலத்தில் நடுகிரேக்கத்தின் கிழக்கில் இருந்த ஏட்டிக்கா என்ற பகுதியில் சுமார் கி.மு. 1100 வாக்கில் குடியேறிய தொல் கிரேக்கக் கூட்டத்தைச் சேர்ந்த மக்கள், இவர்கள் பின்னர் ஏஜியன் கடல் தீவுகளிலும் அதன் கிழக்குக் கரையோரங்களிலும் குடியேறினர். கிரேக்கரைச் சுட்டும் பொருளில் தமிழிலும் சம்ஸ்கிருதத்திலும் யவனர் என்று வழங்கும் பெயர் அயோனியர் என்பதிலிருந்து வந்ததாகும்)

அயோனியர் இறைவன் உண்டு என்பதை மறுக்கவில்லை. எனினும் பொதுமையான செயல் துணைகளின் (*impersonal agencies*) வழியே உலகம் எவ்வாறு உண்டானது என்பதை அவர்கள் விளக்க முயன்றனர். முந்தைய அயோனிய மெய்யியலார் மூவர்: மெலிட்டசைச் சேர்ந்த தேல்ஸ் (*Thales*: சு. 640 - 546 கி.மு), அனாக்சிமேண்டர் (611-547 கி.மு) அனாக்சிமினிஸ் (கி.மு. 6 நூ.)

தேல்ஸ் செல்வம் படைத்த வணிகர்: நாடு கண்டவர். அனைத்துப் பொருள்களும் நீரிலிருந்து வந்தன. இறுதியில் அவை நீருக்கே திரும்பும் என்பது தேல்சின் கொள்கையாகும். பல்வேறு தன்மைத்தாய்த் திகைப்பூட்டும் விதத்தில் அமைந்துள்ள பொருளுக்குப் (*matter*) பொதுவான வகைப் பெயர் சூட்ட முனைந்த மனிதனின் முதல் முயற்சி என்று அவரது இக் கொள்கை கூறப்படுகின்றது.

கிரேக்க மெய்யியலார், வானியலார், கணிதவியலார் ஆகிய அனாக்சிமேண்டர், உலகம் எல்லையற்றது என்ற கொள்கையை முதன் முதலில் நம்பியவர்.

அனாக்சிமினிஸ் காற்றே முதன்மையான மூலப் பொருள் என்று நம்பியவர்.

ஆசீவகர் போன்ற பூதவியலாரின் நூல்கள் கிடைக்காமற் போனது போல, கிரேக்க மெய்யியலாரான இம்மூவரின் நூல்களும் கிடைத்தில. உலகம் பொது நிலையான ஒரு பொருளிலிருந்து (*Simple stuff*) வந்தது என்பதில் இம்மூவரும் ஒத்த கருத்துக் கொண்டிருந்தனர் என்பதை நாம் அறிகின்றோம்.

தேல்ஸ் அதை நீர் என்றார்.

அனாக்சிமேண்டர் அதை எல்லையற்றது என்றார்:

அனாக்சிமினிஸ் அதைக் காற்று என்றார்.

ஆனால் காற்றையும் நீரையும் பற்றி நாம் இன்று கொண்டுள்ள அறிவியல் கருத்துகளை, அவர்களின் கூற்றுகளில் ஏற்றிப் பார்த்துவிடலாகாது. ஒரே சீரான இந்த மொத்த ''முதற் கோட்பாடு'' தனித் தனிப் பாகங்களாய்ப் பிரிந்தன. அவற்றுள் சில வெப்பமாயும் சில குளிர்ச்சியாயும் இன்னும் சில கனமாயும் வேறு சில கனங் குறைந்தும் இருந்தன என்று அவர்கள் அடுத்தபடியாக எண்ணினர். பல்வேறுபட்ட பாகங்கள் சுழற்சியையும் இயக்கத்தையும் உண்டாக்கின.

எம்பிடோக்கஸ் - நான்கு பூதங்கள்

அனைத்துப் பொருள்களும் வெவ்வேறு சேர்க்கைக் கூறுகளையுடைய

அடிப்படையான நான்கு மூலகங்கள் - தீ, காற்று, மண், நீர் - என்ற தனிமங்களால் ஆனவை என்ற கொள்கையைச் சிசிலியில் பிறந்தவரும் (சிசிலி-*Sicily* : தென்மேற்கு இத்தாலியின் நுனியிலிருந்து மெசினா நீரிணையால் பிரிக்கப்பட்டுள்ள பெரிய தீவு. நில நடுக் கடலில் உள்ளது. இது பண்டு கிரேக்கரின் குடியேற்றமாயிருந்தது) பைத்தக்கோரசின் *(580-500 கி.மு)* மாணவரும் கிரேக்க மெய்யியலாருமான எம்பிடோக்கஸ் *(490-430 கி.மு)* எடுத்துரைத்தார். அக்கொள்கையைப் பிளாட்டோவும் *(427-347 கி.மு)* அரிஸ்டாட்டிலும் *(384-322 கி.மு)* ஏற்றுக் கொண்டனர் நான்கு பூத சக்திகள் (*energy*) : வளி (*gas*) மின்சாரம் (*fire*), திடப்பொருள் (*earth*) நீர்மம் (*water*) என்ற நான்கு நிலைகளில் உள்ளன என்று அவர்கள் கொண்டனர்.

அரிஸ்டாட்டில்

அரிஸ்டாட்டிலின் நான்கு பூதங்களும் ஐரோப்பியத்தில் விலங்குகளாய் உருவகித்துக் காட்டப்பட்டு வந்தன. வெனிசில் *pretiosa Margaritta Novella* என்ற இரசவாதக் களஞ்சியம் **1546** இல் வெளிவந்தது. அதிலுள்ள படத்திலிருந்து அவை அங்ஙனம் விலங்குகளாய்க் காட்டப்பட்டு வந்தன என்று அறிகின்றோம். டிரேகன் (*dragon*) என்ற வேதாளம் நீரையும், இறக்கையுள்ள தேவதை நெருப்பையும், பறவை காற்றையும், இன்னொரு விலங்கு மண்ணையும் குறிப்பிடுவனவாய் அப்படத்தில் காட்டப்பட்டிருந்தன.

ஐரோப்பிய இரசவாதம்

1771

பருப் பொருளான உலகிற்கு மூல முதற் பொருளே அடிப்படையாகும். அது வடிவங் கொள்ளும் வரையிலும் உள்ளார்ந்தடங்கிய ஆற்றலாக இருந்து வருகின்றது என்பது அரிஸ்டாட்டில் கொள்கையாகும். மூல முதற் பொருளும் வடிவம் பெற்று ''நான்கு பூதங்களாகின்றது.'' அவற்றின் பண்புகளைக் கொண்டு அவற்றைப் பிரித்துக் காண முடியும். பூதங்களில் எதுவுமே மாற்றமடையாது என்று அரிஸ்டாட்டில் கருதினார். அவற்றிடையே இருந்துவரும் பொதுவான பண்பின் வழியே ஒன்று மற்றொன்றாக மாறிக் கொள்ளக் கூடும். அப்போது வடிவம் மட்டுமே மாறுகின்றது. பூதங்கள் அடங்கிய முதற் பொருள் மாறுவதேயில்லை.

கிரேக்கப் பண்பாட்டின் மீது இருள் கவிந்ததும், பொருள் பற்றி அறிவியலில் நிகழ்ந்த ஆய்வுப் பணிகளின் முன்னேற்றத்திற்கு அரிஸ்டாட்டிலின் நான்கு பூதக் கோட்பாடே அடிப்படையானது. அந்த அறிவியல் முன்னேற்றத்தில் இரசவாதத்திற்கும் பெரும் பங்கு இருந்தது.

ஆனால் அயோனியக் கிரேக்கரிடையே பயன் நோக்காததாய் அறிவியல் தொடங்கிப் பல்துறை முன்னேற்றம் கண்டது. அந்த முன்னேற்றம் அரிஸ்டாட்டிலுக்குப் பிறகு மாற்றம் கண்டது. அதற்குச் சிறந்த எடுத்துக்காட்டாக விளங்குவது இரசவாதமாகும்.

நாற்பெரும் பூதங்களைப் (*elements*) பல்வேறு அளவுகளில் கலந்து ஒன்றை மற்றொன்றாக்கி விடலாம் என்று ஐரோப்பிய இரசவாதிகள் நம்பினர். அது அரிஸ்டாட்டிலின் இயற்பியலிலிருந்து உய்த்துணர்ந்து பெறப்பட்ட முடிவுகளினால் உண்டான நம்பிக்கையாகும். பாதரசத்தைக் கட்டிச் சித்து மணிக்கல் (*philosopher's stone*) அல்லது இரசமணி ஒன்றை உண்டாக்க முடிந்தால் அதைக் கொண்டே மட்ட உலோகங்களைத் தங்கமாக்க முடியும் என்பதையும் அதை அனைத்து நோய்களையும் தீர்க்கும் சஞ்சீவினியாகக் கொள்ள முடியும் என்பதையும் இரசவாதிகள் தம் அடிப்படைக் கோட்பாடுகளாய் அமைத்துக் கொண்டனர்.

பூத வேதியர்

இரசவாதிகள் அத்தகைய மாற்றங்களை உண்டாக்க முயன்றமையால். அவர்கள் வரலாற்று இடைக் காலத்தில் (476-1453 கி.பி.) நிலவிய மெய்யான அறிவியலராய் விளங்கினார். எனவே இவர்களைப் பூதவேதியர் என்றழைத்தல் பொருத்தமாகும். அவர்கள் தம் எண்ணப்படி தங்கம் செய்யத் தவறிவிடினும், அதன் காரணமாய்த் தம்மையே மாற்றிக் கொண்டு ஆல்ககாலையும் கனிம அமிலங்களையும் உண்டாக்கி விட்டனர்; நீர்மங்களை வடித்தெடுக்கும் பணியைச் செய்தனர்; பொருள்களைப் படிக உருப் பெறச் செய்தனர்; அவற்றை உருமாறச் செய்தனர்; பொருள்களைப் படிக உருப் பெறச் செய்தனர்; அவற்றை உருமாறச் செய்தனர். அவர்கள் தம் ஆய்வுப் பணிகளில் துல்லியம் காண்பதற்காகத் தராசைப் பயன்படுத்தினர். தராசு அன்று அறியப்பட்டிருந்த துல்லியமான அறிவியல் கருவியில் ஒன்றாகும். தராசைக் கையாளுந் திறனைச் சுரங்கங்களில் உலோக நோட்டம் பார்ப்பவர்கள் பெற்றிருந்தனர். பூத தேவியரான இரசவாதியர் தம் கண்ணால் கண்டதை வைத்து நடத்திய ஆய்வின் முடிவுகளைப் பலரறிய எழுதி வெளியிட்டனர்.

1771

அரபுகள் வழியே ஐரோப்பியத்தில் இரசவாதம்

அரபுகளே பண்டைக் கிரேக்கக் கற்றறிவின் மெய்யான வாரிசுகள் என்பர். முகமது நபிகள் கி.பி.632 இல் இறந்ததும் அரபுகள் ரோமானிய, பாரசிகப் பேரரசுகளின் பொருளியல், பண்பாட்டு மையங்களினுள் பரந்து விரிந்துவிட்டனர். இஸ்லாம் கிட்டத்தட்ட நானூறு ஆண்டுக்காலம் நாகரிக உலகின் பொருளியல் அச்சாகவும் சிறந்த பண்பாட்டு மையமாகவும் விளங்கிற்று.

அலெக்சாந்திரியக் கிரேக்கரை அரபுகள் வெற்றி கொண்டதும் அவர்களிடமிருந்த இரசவாதக் கருத்துகளை கி.பி.ஏழாம் நூற்றாண்டில் பெற்றுவிட்டனர். அரபுகள்தாம் அதன்பிறகு ஐந்து நூற்றாண்டுகளாய் வேதியியலை வளர்ப்பதில் முனைந்து நின்றனர். இரசவாதம் பற்றிய புதிய கருத்துக்களை அரபுகள் அளித்தமைக்காக உலகம் அவர்களுக்குக் கடன் பட்டுள்ளது. அத்துறையில் நேர்ந்த பிழைகளுக்கும் அவர்களே பொறுப்பு ஆவர். அரபுகளின் செல்வாக்குக் காரணமாகவே *elixr* (கற்பகம், சஞ்சீவி), *alkali* (காரப் பொருள்), *alcohol* (சாராயச் சத்து) என்ற சொற்களும், இரசவாதத்தைக் குறிக்கும் *alchemy* என்ற சொல்லும் ஐரோப்பிய மொழிகளுக்குக் கிடைத்தன.

இரசவாதம் பற்றி அவிசென்ன (*Avicenna : 980-1037*)இ ராசஸ் (*Rhases : 852-932*), எட்டாம் நூற்றாண்டினரான ஜமீர் இபின் ஹய்யன் (*Jamir Ibn Hayyan*; இவர் பெயரை வைத்துக் கொண்ட ஜெபர் என்ற ஐரோப்பிய இரசவாதி 14 ஆம் நூற்றாண்டில் இருந்தார். ஸ்பானியர் என்று கருதப்படும் ஜெபர், நைட்ரிக்கு அமிலத்தையும் கந்தக அமிலத்தையும் செய்யும் முறைகளை விவரித்து எழுதி வைத்திருக்கின்றார்) என்ற அரபு அறிவியலாரும், வேறு அரபு எழுத்தாளர்களும் எழுதி வைத்திருக்கின்றனர். அவர்களின் பெயரால் தோன்றியுள்ள சில நூல்கள் போலியானவையாகும். அரபு விற்பன்னர்கள் வழியாகத்தான் மேற்கத்தி நாடுகள் இரசவாதம் பற்றி அறிந்தன. அரபு நூல்கள் பல இலத்தீனத்திலும் மொழி பெயர்க்கப்பட்டன.

அரபுக் கதைகளில் (ஆயிரத் தோர் இரவுகள்) வரும் ஹாருன் - அல் ரசீதின் (786-809 கி.பி), நூலகத்தில், அவரது காலத்து ஐரோப்பியம் முழுமையிலும் இருந்தவற்றைவிட மிகுதியான எண்ணிக்கையில் நூல்கள் சேர்த்து வைக்கப்பட்டிருந்தன. அவரையடுத்து ஆட்சிக்கு வந்த அல்-மாமூம் (813-817 கி.பி) பாக்தாதில் வானாய்வு நிலையம் அமைத்தார்.

அவர் கி.பி.862 இல் அறிவு இல்லம் (*House of Wisdom*) ஒன்றை நிறுவினார். அங்கு நெஸ்தோரியக் கிறித்தவர்கள், கிரேக்க மருத்துவரான காலனின் (131-200 கி.பி.) மருத்துவ நூல்களையும், அலெக்சாந்திரியக் கிரேக்கரான வானியல், நில நூல் வல்லாரான தாலமியின் (சு. 90-168) வானியல் நூல்களையும் கிரேக்கத்திலிருந்து அரபியில் மொழி பெயர்த்தனர்.

இஸ்லாமியக் கற்றறிவாளரும் அரபு,யூத,பாரசீக அறிஞர்களும், கிரேக்க அறிவுச் செல்வங்களையும் இந்திய சீன, மருத்துவ நூல்களையும் மெசபடோமிய வானியல் நூல்களையும் இந்தியத்தின் அல்ஜீப்ரா (*Algebra*) என்ற எண்முறைக் கணிதத்தையும் ஒன்றிணைத்தனர். முஸ்லீம்கள் தம் எண்ணக் கருத்துகளாலும் இங்ஙனம் அறிவுத் துறையிலும் ஐரோப்பியத்தை வென்றனர்.

ஸ்பானியர் 1055 இல் அரபுப் பண்பாட்டு மையங்களுள் அடங்கிய டோலிடோவை (*Toledo*) வென்றனர். அதற்குப் பதினேழு ஆண்டுகளுக்குப்பிறகு சிலுவைப் போராளிகள் சிசிலித் தீவை முஸ்லிம்களிடமிருந்து கைப்பற்றினர். டோலிடோவும் சிசிலியும் புதிய அறிவு வெள்ளத்தை ஐரோப்பியத்தினுள் பாயச் செய்த கால்வாய்களாயின.

அறிவியல் நாட்டமுள்ள புனித ரோமன் பேரரசரான இரண்டாம் ஃபிரடரிக்கும் (1212-1250; இவரது அந்தப் புரத்தில் முஸ்லிம் பெண்களும் இருந்தனர்) ஸ்பெயினிலுள்ள காஸ்டிலியை ஆண்ட அல்ஃபோன்சோவும் (1252-1284 கி.பி.) அரபியிலிருந்த கிரேக்க அறிவியல், கணித நூல்களை இலத்தீனத்தில் மொழி பெயர்க்கும் பணியில் யூதர், முஸ்லிம்கள், கிறித்தவர்கள் முதலானோரை ஈடுபடுத்தினர். எனினும் இதற்கு முன்னரே அரபு மொழி நூல்களை இலத்தீனத்தில் மொழி பெயர்க்கும் பணிகள் தொடங்கிவிட்டன. ஆதலால் கி.பி. 1144 ஆம் ஆண்டு இந்நூல்கள் வாயிலாக இரசவாதக் கலை ஐரோப்பியத்தில் மேலும் பரவியது.

கிட்டத்தட்ட, வில்லியம் ஷேக்ஸ்பியரின் (1564-1616 கி.பி.) நாடகம் ஒவ்வொன்றிலும், அரிஸ்டாட்டில் இயற்கை பற்றிக் கொண்டிருந்த கருத்தும் பெரும்பாலான கிரேக்க அறிவியலாரின் கருத்துகளும் எதிரொலிக்கக் காணலாம். அவையனைத்தும் அரபுகளின் வழியே ஐரோப்பியத்தை அடைந்தனவாகும்.

1771

அல்கிமி

இரசவாதம் ஆங்கிலத்திலும் ஐரோப்பிய மொழிகளிலும் அல்கிமி (*alchemy*) என்றழைக்கப் படுவதற்கு இத்தொடர்பே காரணமாகும். அது அல்கிமியா என்ற அரபுச் சொல்லிலிருந்து பிறந்தது. அல் என்பது முன்னடை; கிமியா என்பது உலோகத்தை உருக்கு அல்லது வார்த்தெடு என்ற பொருளைத் தரும் *Chyma* என்ற கிரேக்கச் சொல்லிலிருந்தோ, பண்டை எகிப்தியர் தம் நாட்டைக் கறுப்பு நிலம் என்ற பெயரில் அழைத்ததைக் குறிக்கும் *Chem* என்ற சொல்லிலிருந்தோ தோன்றியிருத்தல் வேண்டும் என்பர்.

''இரண்டு முரண்பாடுகளின் கோட்பாடு''

அரிஸ்டாட்டிலின் மெய்யியலை அடிப்படையாய்க் கொண்டிருந்த இரசவாதமானது காலப் போக்கில் ''இரண்டு முரண்பாடுகளின் கோட்பாடு'' என்று திருத்தியமைக்கப்பட்டு விட்டது. இது முரண்பாடுகள் அல்லது நேரெதிரிடையான மூலகங்களைக் குறிக்கின்றது. ஒன்று நெருப்பு அல்லது எரியும் தன்மையைக் குறிக்கும் கந்தகம்; மற்றொன்று உருகி இளகுகின்ற அல்லது திரவத் தன்மையுள்ள பாதரசத்தைக் குறிக்கும். இவ்விரு தன்மைகளும் பூமிக்கடியில் மிகுந்த ஆழத்தில் ஒன்றோடொன்று அவற்றின் அளவிற்கும் தூய்மையான

தன்மைக்கும் ஏற்ப - ஒன்றுபட்டு மட்ட உலோகங்களான ஈயம் அல்லது மேலானவையான வெள்ளி, தங்கம் போன்ற உலோகங்களை உண்டாக்குகின்றன என்று இரசவாதிகள் நம்பினர்.

இரசவாதம் முட்டாள்களின் வேட்கை

இரசவாதம் முட்டாள்களின் வேட்கையேயன்றி வேறன்று என்று நாம் கருதும் நிலை இன்று ஏற்பட்டு விட்டதெனினும், அனைத்துப் பொருள்களின் தோற்றுவாயும் பொதுவானது; அவற்றிடம் சிறிது காலத்திற்கு மட்டுமே அமைந்த உடல்களினுள் நிலையான ஓர் ''ஆன்மா'' அமைந்துள்ளது. அவ்வுடல்களின் வடிவை ஒன்று மற்றொன்றாக மாற்றிவிட முடியும் என்ற அடிப்படையான கொள்கை, இன்று இயற்பியலில் கொள்ளப்படும் ஒரு பொருளின் ஒருமைக் கோட்பாட்டை ஒத்திருக்கின்றது.

அறிவியலும் இரசவாதமும்

இரசவாதத்திற்கு அறிவியல் ஓரளவு கடமைப் பட்டிருக்கின்றது. இரசவாதியர் தம் நம்பிக்கைகளை மெய்ப்பிப்பதற்காக மனிதன் அறிந்திருந்த உலோகங்கள் அனைத்தையும் ஆராய்ந்தனர். அதனால் பல்வேறு வேதிப் பொருள்கள், சேர்க்கைகள் ஆகியவற்றில் அடங்கியுள்ளவை பற்றிய அடிப்படை அறிவியல் பெரும் பகுதியை இரசவாதியர் வெளிக் கொணர்ந்தனர்.

1771

இரசவாதம் அறிவியலுக்கு அளித்த பங்கைப் பற்றி ஆங்கில மெய்யியலரான நுபிரான்சிஸ் பேக்கன் (*Francis Bacon* 1561-1626) மிகச் சிறந்த முறையில் மணிச் சுருக்கமாய்க் கூறினார்:

ஒருவன் மரணப் படுக்கையில் தன் மக்களிடம் அவர்களுக்குத் தங்கத்தைத் திராட்சைத் தோட்டத்தில் புதைத்து வைத்திருக்கிறேன் என்று கூறினான்; இதை இரசவாதத்துடன் ஒப்பிடலாம். அவனின் மக்கள் தங்கத்தைத் திராட்சைத் தோட்டத்தில் தேடிப் பார்த்தபோது, அங்கு தங்கம் கிடைக்கவில்லை. ஆனால் அவர்கள் புதையலுக்காக அங்கு தோண்டிப் பார்த்தபோது திராட்சைக் கொடிகளின் வேர்களைச் சுற்றிப் புழுதி மண்ணைப் புரட்டி விட்டதால்,திராட்சை விளைச்சல் மிகுந்தது. ஆதலால் இரசவாதியர் தங்கத்தை உண்டாக்குவதற்காக மேற்கொண்ட முயற்சிகளின் பலனாகப் பயனுள்ள வேறுபல கண்டுபிடிப்புகளும், அறிவுத் தெளிவை உண்டாக்கும் ஆய்வுகளும் தோன்றின.

இரசவாதியர் தம் குறியிலக்கிலிருந்து வெகு தொலைவு விலகிச் சென்றுவிடவில்லை. ஈயம் தங்கத்திலிருந்து வேறுபடுவது எதனால் எனின், அதன் அணுக்கருவில் 82 புரோட்டான்களும், தங்கத்தின் அணுக்கருவில் 79 புரோட்டான்களும் அமைந்திருப்பதே காரணமாகும் என்ற அடிப்படை உண்மையை நாம் இன்று அறிவோம். எனவே அணுக் கருவை மாற்றியமைத்தால் ஈயத்தைத் தங்கமாக்கிவிட முடியும். பொருள்களின் அடிப்படை ஒருமையை அழித்துவிடாமல், மிகப் பெரிய அணுப்பிளப்புக் கருவிகளைக் கொண்டு, அணுச் சேர்க்கைகளை மாற்றியமைத்து இரசவாத ''மாற்றங்களைச்'' செய்யும் வழி வகைகளை இன்றைய அறிவியல் நமக்கு அளித்துள்ளது.

ஐரோப்பிய இரசவாத நூல் தொகுதிகள்

போலி அறிவியலான இரசவாதம் கி.பி.மூன்றாம் நூற்றாண்டு வாக்கில் கிரேக்க எழுத்தாளர்களின் கவனத்தை ஈர்த்தது. புலவர்கள், மதகுருக்கள்,மெய்யியலார், மருத்துவர்,

பொது நிலை மாந்தர் எல்லாம் இந்தப்''புனிதக்கலை''மீது மிகுந்த ஆர்வங்காட்டினர் கி.பி. 300, 800 ஆகிய ஆண்டுகளுக்கு இடைப்பட்ட ஐந்து நூற்றாண்டுகளில் இரசவாதம் பற்றிய நூல்கள் ஏராளமாய் எழுதப் பெற்றன.

பண்டை ஐரோப்பிய இரசவாதம் பற்றிய நம் அறிவு லெயிடன் பாப்பிரஸ் (*Leydon Papyrus*) எனப்படும் எட்டுத் தொகுதியில் அடங்கிய வேதியியல்முறைப் பட்டியல் (*recipes*) தொகைகளையும், பல்வேறு நூலகங்களில் சேர்த்து வைக்கப்பட்டுள்ள வேதியியல் ஆய்வுகளில் (*treatises*) அமைந்திருக்கும் பைசாந்திய, வரலாற்று இடைக்காலங்களின் தொகுதிகளையும் அடிப்படையாய்க் கொண்டதாகும்.

அவற்றுள் தலையாயவை பத்து அல்லது பதினோராம் நூற்றாண்டைச் சேர்ந்த மார்சியானஸ் (*Marcianus*) என்ற ஏட்டுத் தொகுதியும் (இது வெனிசு நகரிலுள்ளது), பாரிசிலிருக்கும் பிரஞ்சுத் தேசிய நூலகத்தில் வைக்கப்பட்டிருக்கும் பாரிசினஸ் (*Parisinus*) என்ற ஏட்டுத் தொகுதியுமாகும். கடைசியாகக் கூறிய பாரிசினஸ் தொகுதி 1473 இல் கூட்டப் பெற்றது.

பண்டைக் காலத்து மக்கள் இரசவாதம் பற்றி அரிதாகவே அறிந்திருந்தனர். அக்காலத்து இரசவாதியர் மறைவான தம் கலையின் தோற்றுவாய் குறித்துப் பல கதைகளை அறிந்திருந்தனர். இரசவாதக் கலையை விண்ணவர் உலகிலிருந்து தள்ளப்பட்ட எகிப்தியப் பெண் கடவுளான ஐசிஸ் (*Isis*: இது கருவள இறைவி. இதற்குத் தலையில் பசுவின் கொம்புகள் இரண்டு இருக்கும். அதன் நடுவே சந்திரவட்டம் காணப்படும். இவள் ஒரிசிஸ் (*Orsisis*) என்ற கடவுளின் தங்கையும் மனைவியுமாவாள்.) இக்கலையைத் தோற்றுவித்தாள் என்பது ஒரு கதையாகும். மோசசின் (விவிலியப் பழைய ஏற்பாடு) தங்கையான மரியமும் இதைக் கற்பித்ததாய் அவர்கள் நம்பினர். பண்டை அறிவர்களும் இரசவாதக் கலையுடன் தொடர்பு படுத்திக் கூறப்படுகின்றனர்.

எனினும் அவர்களின் மிகச் சிறந்த வழி வழி மரபுகளில்கூட, இந்தப் ''புனித மறைகலையைக்'' கிரேக்க மெய்யியலரான டெமாக்கிரிட்டஸ் (*Democritus* : 460-370 கி.மு.

இவர் கி.மு.ஐந்தாம் நூற்றாண்டினரான தன் ஆசான் லூசிப்பசின் அணுவியல் கொள்கையை விளக்கியுரைத்து விரித்தவர்.) கண்டுபிடித்தார் என்றே கூறுகின்றன. இக்கலையுடன் பூதவியலும் அணுவியலும் நெருங்கிய தொடர்பு கொண்டுள்ளன என்பது கவனிக்கத்தக்கது.

மேலும், கி.பி.ஐந்தாம் நூற்றாண்டினரான சோசிமஸ் (*Zosimus*) சுமார் கி.பி. *370-430* காலத்தவரான சைனீசிஸ் (*Synesius*), கி.பி. ஐந்தாம் நூற்றாண்டைச் சேர்ந்த ஒலிம்பியோடோரஸ் (*Olympiodorus*) கி.பி. ஏழாம் நூற்றாண்டில் வாழ்ந்த ஸ்டீபனஸ் (*Stephanus*) ஆகியோரும் பிற்காலத்து அலெக்சாந்திரிய, பைசாந்திய எழுத்தாளர்களும் இரசவாதம் பற்றி ஏராளமாய் எழுதி வைத்திருக்கின்றனர்.

மெய்யியல் ஆய்வுகளிலிருந்தும், உரையாடல்கள், பாடல்கள், புதிர்கள், துதிப் பாடல்கள், மந்திர உச்சாடனங்கள், இரகசிய உறுதி மொழிகள், உருவகக் கதைகள் முதலியவற்றிலிருந்தும் ஆய்வுச் சாலைகளில் எழுதி வைக்கப்பட்டிருந்த எண்ணற்ற குறிப்புச் சீட்டுகளிலிருந்தும் திரட்டிய பல் திறத் தொகுதிகளே கிரேக்க இரசவாதியரின் எஞ்சி நிற்கும் எழுத்துகள் ஆகும். சோதிடம், தொன்மம், மெய்யியல் பற்றிய நூல்களிலிருந்தும் பெற்ற கருத்துகளிலிருந்து பிரித்துக் காண முடியாத கலவையாகக் கிரேக்க இரசவாதியரின் நூல்கள் உள்ளன. அவை வேண்டுமென்றே பிறர் புரிந்து கொள்ளக் கடினமான மொழி நடையில், ஏதோ ஒரு கொள்கையை அல்லது மட்ட உலோகத்தைப் போதிக்கும் முறையை விளக்கிக் கூறும் வீண் முயற்சியில் ஈடுபடுகின்றன.

சீன இரசவாதம்

சன் போ என்ற சீன இரசவாதி சுமார் இரண்டாயிரம் ஆண்டுகளுக்கு முன்னர் வாழ்ந்தவர். அவர் திறந்த வெளியில் தன் மந்திர வேலைகளைச் செய்து காட்டியவர். அவர் மரங்களைத் தீப்பற்றி எரியச் செய்தாராம். அவர் நோயாளியரைப் பார்த்து ''முழுமை பெறுவாயாக'' என்றதும் அவர்களின் நோய் குணமாயிற்றாம். அவர் சாவா மருந்து ஒன்றைச் செய்தாராம். அதன் பிறகு அவர் மறைந்துவிட்டாராம். (சீனம் பற்றிப் பின்னர் இக்கட்டுரையில் வரும் போகர் பற்றிய செய்திகளில் காணலாம்)

இந்தியத்தில் இரசவாதம்

இரசவாதம் பிற நாடுகளில் போலவே, இந்தியத்திலும் ஒரு புறம் வேதியியலுக்கும், மறு புறம் மருத்துவத்திற்கும் கால் கோளிட்டது. ஈயம் அல்லது பித்தளை போன்ற மட்ட உலேகங்களை இரசமணி கொண்டு தங்கமாக்குவதற்கு இங்கு இரசவாத அறிவைப் பயன்படுத்தினர். நலத்தோடு வாழவும் ஆண்மையும் நெடிய ஆயுளும் பெறவும் இரசமணியை அடைவதற்கு இரசவாதியர் முயன்றனர்.

எனினும் உள்ளங்கடந்த உயர் மட்டத்தில் அடைகின்ற ஆன்மிக இன்பத்துடன் ஒப்பிடுகையில் இரசவாதமானது மிகவும் அற்பமானது என்ற கருத்துப் பண்டை இந்தியத்தில் இருந்தது.

தாந்திரிகத்தில் இரசவாதம்

இரசவாதம் தொடக்க காலத்தில் தாந்திரிகத்துடன் நெருக்கமான தொடர்பு கொண்டிருந்தது. சிவனையும் பார்வதியையும் சுற்றிப் பின்னப்பட்ட தாந்திரிகச் சடங்குகளில் இரசவாதம் முக்கியமான இடம் பெற்றிருந்தது. தாந்திரிகத் தொடர்பு

பெற்றிருந்த இரசவாதம் வேத காலத்திலேயே தோன்றிவிட்டது என்பர். ஆனால் தாந்திரிகம் வேத காலத்தினும் தொன்மையானது என்பது அறிஞர் கருத்து. இரசவாதம் தாந்திரிகத்தின் முக்கியமான ஒரு கூறாக இருந்த போதிலும் மிகப் பிற்பட்ட காலத்தே ஐரோப்பியத்தில் நிலவிய இரசவாதத்திற்கும் வேத நூல்களிலும் தாந்திரிக இலக்கியங்களிலும் கூறப்படும் இரசவாதத்திற்கும் வேறுபாடு உண்டு என்பது கவனத்திற் கொள்ளத் தக்கதாகும். பழமையான இந்திய இலக்கியங்களில் இரசத்தைக் கட்டும் சிறப்பான வழி முறைகள் கூறப்பட்டுள்ளன என்பர். இரசவாதத்தின் பிற்காலத்து வளர்ச்சியில் பௌத்தத்திலும் பிராமணியத்திலும் தாந்திரிகம் பொதுவான ஒரு கூறாய் அமைந்திருந்தது.

திபேத்து, தொலைக் கிழக்கில் இரசவாதம்

குமாரில பட்டரும் (கி.பி.6-7 நூ.) ஆதி சங்கரரும் (788-820 கி.பி.) பௌத்தத்தை எதிர்க்கத் தொடங்கியதும் அச்சமயம் தாழ்ச்சியுறலாயிற்று. பௌத்தம் பிறந்த மகதத்தின் அறச்சாலைகளையும் விகாரைகளையும் கல்விக் கூடங்களையும் முஸ்லிம் படையெடுப்பாளர் கி.பி. 1193 இல் அழித்தனர். ஆதலால் பௌத்தர் திபேத்து, தாய்லாந்து, இந்தோசீனம் இங்கெல்லாம் தம் அறிவுச் செல்வங்களை எடுத்துக்கொண்டு ஓடினர். இந்நாடுகளில் தாந்திரிகச் சடங்குகளோடு இரசவாதமும் பரவலாயிற்று. சீனமும் தாந்திரிகத்தை ஏற்றது.

சீனத்தில் பல்லாண்டுகள் வாழ்ந்திருந்த அமோகவக்கிரர் என்ற இந்தியப் பிராமணப் பிக்கு அங்கு பெற்றிருந்த செல்வாக்கினால் தாந்திரிகம் தொலைக் கிழக்கிலும் பரவிற்று.

தமிழ்நாட்டில் இரசவாதம்

தமிழ் மொழியில் இரசவாதத்தைக் குறிக்கப் பல சொற்கள் உள. இறுகச் செய்த இரசம் பாதரசம். இரசக் கட்டு; பாதரச நீறு (*Oxide of mercury*) இரசச் சிந்தூரம் ஆனது; பாதரசத்திற்கு இரசதம், இரசதாது என்றெல்லாம் பெயர்கள் உள்ளன. இரசநாதன் என்பதும் பாதரசமே. பாதரச ஆவிக்கு இரசப்புகை என்று பெயர். இரசம் என்றால் அது பாதரசத்தையே குறிக்கும். நோய் நீங்கக் காப்பாக அணியப்படும் இரசங்கட்டிய மணி இரசமணி எனப்படும். பாதரசக் குளிகைக்கு இரச மாத்திரை என்று பெயர். இறுதியாக இரசவாதம், இரசவாதி என்ற சொற்கள் உலோகத்தைப் பேதிக்கச் செய்யும் வித்தை, உலோகத்தைப் பேதிக்கச் செய்பவர் என்றெல்லாம் பொருள் பெறுகின்றன.

பாதரசம் *mercury* என்பது என்ன? இது வெள்ளி நிறமுள்ள நச்சுத் தன்மையுள்ள கனமான திரவ உலோகத் தனிமம். இது இரசக் கந்தகை (*Cinnabar*) என்பதிலிருந்து பெறப்படுகின்றது. இதன் வேதிக் குறியீடு *Hg*. அணு எண் 80. அணு எடை 200.59. உருகுநிலை 38.8 டிகிரி செண்டிகிரேடு. புதன் கோளுக்கு ஆங்கிலத்தில் மெர்க்குரி என்று பெயர். இது நமக்கு சூரியக் குடும்பத்தில் மிகச் சிறிய கோள்.

தமிழ்ச் சித்தர்கள்

சைவத்தை முழுமுதலாய்க் கொண்டு சித்த மருத்துவக் கோட்பாடுகள் வளர்க்கப்பட்டுள்ளன. சித்தர்கள் எந்த மதத்தையும் சார்ந்தவரல்லர். சித்தர் பலர் உருவ வழிபாட்டை மறுத்தவர்; ஏற்றுக் கொள்ளாதவர் என்பதற்குப் பல சான்றுகள் உள. சித்த மருத்துவத்தில் ஏற்றுக் கொள்ளப்பட்ட தொண்ணூற்றாறு தத்துவங்கள் உள. அவற்றுள்

குறிப்பிடத் தக்க அடிப்படைக் கோட்பாடுகள் பூதவியலை அடித்தளமாய்க் கொண்டவையாகும்.

பூதம் ஐந்து : நிலம், நீர், தீ, காற்று, விசும்பு.

பொறி ஐந்து : மெய், வாய், கண், மூக்கு, செவி.

புலன் ஐந்து : வாய், கை, கால், குதம், குதி

இவை யாவும் தொல்காப்பியர் காலத்திற்கு முற்பட்டது என்று கருதப்படும் ஐம்பூதக் கோட்பாடையே தலை முதலாய்க் கொண்ட தமிழ் நெறிப்பட்ட மருத்துவ முறைகள் என்பர்.

தமிழ் எழுத்துகள் ஐம்பூதங்களே

தமிழ் எழுத்தியல் ஆய்வு முன்னோடிகளில் ஒருவரான பா.வே.மாணிக்க நாயக்கர்(1871 - 1931). தமிழ் எழுத்துகள் மெய்யியலை அடிப்படையாய்க் கொண்டவை என்றும் தமிழ் இலக்கணங்களில் வகுக்கப் பெற்றிருக்கும் ஒலியியலானது அறிவியல் முறையைத் தழுவியது என்றும் கூறியுள்ளார்.

மேலும் தமிழ் எழுத்து முறையானது :

வல்லினம்	-	நிலம்
மெல்லினம்	-	நீர்
இடையினம்	-	நெருப்பு
உயிரினம்	-	வளி
ஆய்தம்	-	விசும்பு

என்ற ஐம்பூதங்களையும் தன்னகத்தே கொண்டது என்பதும் மாணிக்க நாயக்கரின் கருத்தாகும்.

ஐம்பூதத் திருத்தலங்கள்

தமிழ் ஐம்பூதங்களையும் தெளிவாய் உணர்ந்து ஒவ்வொரு பூதத்தின் பெயராலும் இறைத் தலங்களை ஏற்படுத்தினர். அவை ஐம்பூதத் தலங்கள் என்று அழைக்கப் பெறுகின்றன.

காஞ்சிபுரம்	பிருதிவித் தலம்	நிலம்
திருவானைக் கா	அப்புத் தலம்	நீர்
திருவண்ணாமலை	தேயுத் தலம்	தீ
திருக்காளத்தி	வாயுத் தலம்	வளி
சிதம்பரம்	ஆகாயத் தலம்	விசும்பு

சித்தர் காலம்

பொதுவாய்ச் சித்தர் பதினெண்மர் என்று கூறப்பட்டாலும் காலங்கள் தோறும் சித்தர் பலர் பற்றிப் பேசப்படுகின்றது. சித்தர் தமிழ் நாட்டில் தொன்று தொட்டு இருந்து வருகின்றனர் என்பர். எனினும் கி.பி. ஆறு, ஏழு நூற்றாண்டுகளில் அவர்களின் எண்ணிக்கை பெருத்துக் காணப்படுகிறது. அதன் பின்னரும் சித்தர் பலர் வாழ்ந்திருக்கலாம்; இன்றும் சித்தர் நிலவுகின்றனர் என்பது நம்பிக்கை. எனினும்

பதினெண்மர் என்று பேசப்படும் பெருஞ் சித்தர்களின் காலம் குறித்து இன்னும் கருத்து வேறுபாடுகள் உள.

பதினெண் சித்தர் வணக்கம் என்ற இப்பாடலில் சித்தர் பதினெண்மரையும் டாக்டர் மாணிக்கவாசகம் சேர்த்துப் பாடியுள்ளார்.

நந்தியகத் தியர்மூலர் புண்ணாக் கீசர்
நற்றவத்துப் புலத்தியரும் பூனைக் கண்ணர்
கந்திடைக்கா டரும்போகர் புலிக்கையீசர்
கருவூரார் கொங்கணவர் மாகா லங்கி
சிந்தியமு கண்ணரகப் பையர்பாம் பாட்டித்
தேரைய ரும்குதம்பைச் சட்டசித்தர்
செந்தமிழ்ச்சீர் சித்தர்பதி னெண்மர் பாதம்
சிந்தித்தே யணியாகச் சேர்ந்து வாழ்வோம்.

போகர்

இப்பதினெண்மருள் இரசவாதத்துடன் பெரிதும் தொடர்புபடுத்திப் பேசப்படுபவர் போகர் ஆவார். போகரைப் பற்றிய செய்திகளில், அவர் பழனியிலுள்ள பழனியாண்டவர் படிமத்தை நவ பாஷணங்களால் செய்தார் என்பதுவே மிகவும் குறிக்கத்தக்கதாகும்.

போகர் கலியுகத் தொடக்கத்தில், அதாவது மூவாயிரம் ஆண்டுகளுக்கு முன்னர் வாழ்ந்தார்; அவரே பழனிக் கோயிலை நிறுவினார்; அவர் கணிதப் புலி; அருந்திறன் வாய்ந்த அரசியல் தந்திரி; அண்மைக் கிழக்கிற்கும் தொலைக் கிழக்கிற்கும் அலைந்து திரிந்தவர் என்றெல்லாம் போகரைப் பற்றிப் புனைந்து கூறப்பட்டுள்ளது.

1771

போகரின் காலம் 200 கி.மு.- 200 கி.பி. என்றும் கூறுகின்றனர். போகர் தாந்திரிகத்தில் கை தேர்ந்தவர்: இரசவாதம் அறிந்தவர்: தமிழரான போகர் சீனஞ் சென்று, அங்கிருந்து பாலியல் மந்திர வித்தைகளைக் கற்று வந்தார். சிலர் அவரைச் சீனர் என்றும் கூறுவர். சீனத்தின் மஞ்சள் பேரரசருடன் (கி.மு. 11 நூ.) தொடர்புடைய அறிவரான பியங்கு சூ (*Piong-tsu*) என்றவரால் நிறுவப்பட்ட பள்ளியில் போகர் மாணவராயிருந்தார். அங்கு பாலியல் மந்திரம் குறித்துத் தாவோய இரகசியங்களில் சிலவற்றைக் கற்றார் என்றும் புணர்ச்சிக் கலையின் காவல் தெய்வங்களான ''ஐந்து மங்கையா'' என்போரிடமிருந்து உளங்கடந்த இரசவாதக் கலையையும் கற்றார் என்றும் சீன மரபுகள் கூறும். போகர் இவ்விரகசியங்களைக் கற்றதனால் எண்ணூறு ஆண்டுகள் வாழ்ந்திருந்தார் என்பர்.

போகர் பியங்கு சூ பள்ளியில் கலவி இரசவாதம் (*sexoalchemicl*) பற்றி அறிந்து, அந்த அறிவைப் பெருக்கிக் கொண்டார். இக்காரணம் பற்றி அவர் போகர் என்ற பெயரைப் பெற்றார் போலும்.

போகர், புலிப்பாணி என்ற தமிழ்ப் பெயரால் அழைக்கப்பெறும் தன் சீன மாணவருடன் இந்தியம் திரும்பினார். அவர்கள் இருவரும் இந்நாட்டில் தாவோயச் செயல் முறைகளையும் மந்திர, தந்திரங்கள், இரசவாதம், மருத்துவம் ஆகியவற்றையும் இந்திய மாணாக்கர்க்குக் கற்றுத் தந்தனர்.

தாவோயம்

லோட்சே (*Lao-tzu: 604-531* கி.மு.) என்ற சீன மெய்யியலார் கற்பித்த கோட்பாடு தாவோயம் (*Taosim*) ஆகும். இவர் தாவோ - தி சயங்கு என்ற மெய்யியல் நூலில் தன்

கொள்கைகளை விவரித்துள்ளார் என்பது மரபு. எளிமையான நேரிய வாழ்க்கை வாழ்வதும் இயற்கை நிகழ்வுகளின் போக்கில் குறுக்கிடாததும் தாவோயம் ஆகும். இக்கோட்பாடு காலப்போக்கில் ஒரு மதம் ஆனது. அதில் பல கடவுளர் வழிபாடும் மந்திர தந்திரங்களும் பையப் பையச் சேர்ந்துவிட்டன.

போகரும் புலிப்பாணியும் சேர்ந்து சித்த, நாத, இரசவாதக் கோட்பாட்டாளர் கூட்டத்தையும் சீனசாரம் அல்லது சீன தாந்திரிகத் தலைமக்கள் குழுவையும் உண்டாக்கினர்.

சீனசாரம் : மெய்யான மார்க்கமாகிய இதில் சேர்ந்து கொள்பவர்களுக்கு அருள் பாலிக்கும் வகையில் போதிசத்துவ அவலோகிதீசுவரர் ஒரு வேசையாக அல்லது அலியாக வந்து வசிட்ட என்ற தாந்திரிக முனியாய் நின்று சிற்றின்ப நிலையில் திளைத்திருப்பார் என்பது சீன சாரக் கோட்பாடாகும். பௌத்தம் சீர் கேடுற்றுத் தாந்திரிகத்தின் கடைநிலையை எட்டிவிட்டதை இத்தகைய தாந்திரிக முறைகள் எடுத்துக் காட்டுகின்றன.

போகர் காமரூபம், பாடலிபுத்திரம், கயை இங்கெல்லாம் சென்றுவிட்டுப் பின்னர் அரேபியத்தையும் அடைந்தார் என்பர். அவர் அங்கிருந்து தமிழ்நாடு போந்தார். அவர் இறுதியாய்த் தன் தமிழ் மாணவர் கூட்டத்துடன் சீனம் சென்று, அங்கு சில கலைகளையும் அறிவியலையும் கற்றுக் கொண்டு மீண்டும் தமிழகத்தை அடைந்தார். புலிப்பாணி அவருடன் இங்கு தங்கிவிட்டார். போகர் இன்னும் உயிருடனிருந்து தம் மாணவரில் குறிப்பிட்ட சிலருக்குக் கற்பித்துக் கொண்டிருக்கின்றார் என்று நம்புகின்றனர். பதினெண் சித்தரில் போகரும், புலிப்பாணியும் சீனர் என்பது நோக்கத்தக்கது.

போகரும் பழனிக் கோயிலும்

இது போகர் பற்றிய ஆதாரமில்லாத மற்றொரு செய்தியாகும். இச்செய்தி திருவேங்கடவன் பல்கலைக் கழகத்தில் 1984 ஆம் ஆண்டு நடந்த தென்னிந்திய வரலாற்றுப் பேரவையில் ஆர்.வேங்கடரமண என்பவர் படித்தளித்த ஆராய்ச்சி அறிக்கையிலிருந்து தெரிகின்றது.

இன்று அண்ணா மாவட்டம் என்று பெயர் பெற்றிருக்கும் திண்டுக்கல் பகுதியிலுள்ள பழனி என்னும் திருத்தலம் தமிழகத்திலும் கேரளத்திலும் புகழ் பெற்ற பண்டைச் சிறப்புடையதாகும். இக்குன்றக் கோயிலில் குடிகொண்டிருக்கும் தண்டாயுதபாணியின் படிமம், எக்காலத்தவர் என்று கணிக்க முடியாத தொன்மை வாய்ந்த போகர் என்ற சித்தரால் ஒன்பது பாஷாணங்களைக் கொண்டு (மிகக் கொடிய நச்சுப் பொருள்களைக் கொண்டு) செய்யப்பட்டது என்று கூறுகின்றனர்.

அதனால் அந்த இறைத் திருமேனி மீது பூசப்படும் பஞ்சாமிர்தக் காப்பு நெடுங்காலம் கெடாமலும் தீராத கொடிய நோய்களைத் தீர்க்கும் என்றும் மக்கள் நம்புகின்றனர். அந்தப் படிமம் நவபாஷாணத்தால் செய்யப்பட்டது என்ற நம்பிக்கை எக்காலத்தில் தோன்றியது என்பதை மேற்கூறிய ஆராய்ச்சியாளர் அறிந்து கண்ட முடிவுகள்:

பழனிக் கோயிலிலுள்ள எழுத்துப் பொறிப்புகளோ, பதினைந்தாம் நூற்றாண்டினரான அருணகிரியாரின் பாடல்களோ, கி.பி. 1628 இல் பாடப் பெற்ற ''பழனித் தலபுராணம்'' என்ற நூலோ போகரைப் பற்றியோ, நவபாஷாணத்தினால் இறைத் திருமேனி ஆக்கப்பட்டது என்றோ எந்த இடத்திலும் குறிக்கவில்லை. பழனித் தலபுராணம் பெரிய நூலாகும். அது கோயிலின் மேன்மை குறித்தும் இறைத் திருமேனியின் சிறப்புப் பற்றியும் முற்றிலுமாகப் பலபடக் கூறுகின்றதேயன்றி, அதில் நவ பாஷாணம் பற்றிய குறிப்பே இலது.

பதினெட்டாம் நூற்றாண்டில் எழுதப் பெற்ற கொங்கு மண்டல சதகத்திலும் பழனியாண்டவர் படிமம் நவபாஷாணத்தால் செய்யப் பட்டதாய்ச் சொல்லப்படவில்லை. இந்நூல் போகரைப் பற்றிக் கூறுகின்றது. சித்தரைப் பற்றிய நூலல்லாத இந்நூலில், போகர் நவபாஷாணத்தால் தண்டாயுதபாணியின் திருமேனியைச் செய்தார் என்று எங்கும் கூறவில்லை.

இவையனைத்திற்கும் மேலாகப் போகரைப் பற்றி மிகைப்படுத்திப் பல கதைகளைக் கூறும் போகர் 7000 என்ற நூல் உள்படச் சித்தர் பாடல் எதிலும் நவபாஷாணத்தால் ஆன இறைத்திருமேனி பற்றியோ அதனுடன் தொடர்புடைய நம்பிக்கை பற்றியோ எக்குறிப்பையும் காணோம்.

தற்காலத்து இலக்கியச் சான்றுகளை நோக்குகையில், ''பழனி யாத்திரை'' என்ற நூலில் இச்செய்தி காணப்படுகின்றது.

''...குன்றின் மீதுள்ள இறைவனின் படிமம் அபிஷேகத்தைப் பெரிதும் விரும்புகின்றது... விருப்பாட்சியில் விளையும் வாழைப் பழங்களைக் கொண்டு செய்யப்படும் பஞ்சாமிர்தத்தைப் பழனியாண்டவருக்குக் காப்பிடுவதால், அது பல ஆண்டு டபிள்யூ ஃபிரான்சிஸ் தொகுத்தளித்த மதுரை மாவட்டக் கெசட்டீரில் (1919) பழனி பற்றிக் கூறியிருப்பதிலோ, பாகடல நரசிம்மலு நாயுடு (1854-1922) தனது ''தட்சிண இந்திய சரித்திரம்'' (1919) என்ற நூலில் பழனி உள்படத் தென்னாட்டின் முக்கியமான கோயில்களின் குறிப்பிடத்தக்க செய்திகள் அடங்கியிருப்பதிலோ, தண்டாயுதபாணியின் திருமேனி நவ பாஷாணத்தால் செய்யப்பட்டதாய்ச் சொல்லப்படவில்லை.

பழனியிலுள்ள பழனியாண்டவர் கோயில் 1942 ஆம் ஆண்டு வெளியிட்ட சிறு நூலில்தான் நவபாஷண மரபு பற்றிய குறிப்பு முதன்முதலாய்க் காணப்படுகின்றது. அம்மரபு எதிலிருந்து தோன்றியது என்பது அச்சிறு நூலில் காணப்படவில்லை. பழனியிலுள்ள புலிப்பாணி ஆசிரமம் 1968 இல் வெளியிட்ட ஒரு நூலில் காணப்படுவது:

''தண்டாயுதபாணியின் திருமேனி நவபாஷாணத்தால் செய்யப்பட்டது என்பதற்கு இலக்கியச் சான்றுகள் இல்லையெனினும், சித்தர்களில் பல தலைமுறையினரின் வாய் வழியாக இச்செய்தி வந்திருக்கின்றது.''

பழனிக் கோயிலுள்ள மூலவர் திருமேனி அக்கோயிலிலுள்ள பிற உருவங்களைப் போன்று கருங்கல்லால் ஆனதுதான் என்று பிராமணக் குருக்கள் கூறுகின்றனர்; இப்போது அப்படிமத்தில் சில உறுப்புகள் அரிக்கப்பட்டுவிட்டன என்றும் கூறப்படுகின்றது. எனவே

இது பற்றிய உண்மையை அறிய வேண்டுமாயின் நடுநிலையாளர் சென்று இறைத் திருமேனியைக் கண்ணால் கண்டு வருதல் வேண்டும் என்று வேங்கடரமண கூறுகின்றார்.

எனினும் தண்டபாணியின் உருவம் நவபாஷாணத்தால் ஆனது என்ற கட்டுக் கதை ஏதோ ஒரு நோக்கத்துடன் பரப்பப்பட்டிருக்க வேண்டுமென்பது மேற்சொன்ன வேங்கடரமண அவர்களின் கருத்தாகும். நவபாஷாணக் கட்டுக்கதை மிகவும் அண்மைக் காலத்தில் தான் கிளப்பிவிடப் பட்டிருத்தல் வேண்டும். அது வாணிப நோக்கம் கொண்டது. இம் ''மரபு'' 1919 ஆம் ஆண்டிற்கும் 1944 ஆம் ஆண்டிற்கும் இடைப்பட்ட காலத்தில்தான் தோன்றியிருத்தல் வேண்டுமென்பது அவர் கருத்தாகும்.

நவபாஷாணம் என்பது எது?

அபிதான சிந்தாமணி கூறும் நவபாஷாணம்: சாதிலிங்கம், மனோசிலை, காந்தம், தாரம், கெந்தி, இரசக் கற்பூரம், வெள்ளைப் பாஷாணம், கௌரி பாஷாணம், தொட்டிப் பாஷாணம். பின்னும் இவை முப்பத்திரண்டு வகையென்ப என்று அதன் ஆசிரியர் மேலும் விவரிக்கின்றார்.

வேதிப் பத்து என்ற இக்காலகட்டம் அறிவியல் வளர்ச்சியில் ஓர் எல்லைக் கல்லாகும். இந்தப் பத்தில் (1774) வேதியியல் வரலாறு தொடங்குகின்றது என்பர். தோற்றம் எங்கு என்று கண்டறிய முடியாத இரசவாதம் ஐரோப்பியத்தில் பல காலம் நிலவிய பின்னர் பதினேழாம் நூற்றாண்டில் அறிவியலரால் தள்ளப்பட்டது வரையிலும், அறிவியலை ஒட்டிக் கொண்டே வந்தது. எனவே வேதியியல் வரலாற்றுத் தொடக்கத்தைக் கூறும் 1774 ஆம் ஆண்டுக் கட்டுரைக்கு இந்த இரசவாதக் கட்டுரையைப் பின்புலமாகவும், முதற் பகுதியாகவும் கொள்ளலாம்.

1771

வரலாற்றுப் புள்ளிகள்

1. சென்னையில் கொடும் பஞ்சம் (1771-1782)

இந்திய சரித்திரக் களஞ்சியத்தின் முதற் தொகுதியில் பதினெட்டாம் நூற்றாண்டில் பாரதத்தை வருத்திய பஞ்சங்கள் பட்டியலிட்டுத் தரப்பட்டிருந்தன. வானம் பொய்த்தாலும் வல்லாறுகள் பெருக்கெடுத்தாலும், ஏழை மக்களை மட்டுமே இன்னலுக்குள்ளாக்கி வந்த வற்கடம் என்னும் பஞ்சத்தின் வரலாறு இந்நாட்டில் நெடியது. கடைச்சங்க காலத்து இறுதியில் அரசோச்சிய பாண்டியன் உக்கிர வழுதியின் ஆட்சிக் காலத்தில் தமிழகமெங்கும் வறட்சி நிலை இருந்தது என்பதற்கு இலக்கியச் சான்றுகள் உள.

ஆறாம் நூற்றாண்டில் எழுந்த மணிமேகலை காஞ்சி நகரத்தில் தோன்றிய பஞ்சம் பற்றிக் கூறுகின்றது. பல்லவர் காலத்தில் பஞ்சம் ஏற்பட்டதா அல்லவா என்பது குறித்துக் கருத்து வேறுபாடு உள்ளது. எனினும் ஏழாம் நூற்றாண்டைச் சேர்ந்த வச்சிரபோதி என்ற பௌத்தத் துறவி நளந்தாவில் இருபதாண்டுகள் கல்வி கற்றபின் தென்னாடு போந்த காலையில் காஞ்சியில் பெரிய வற்கடம் தோன்றிக் கொடிய பஞ்சத்தை உண்டாக்கியதென்றும், இக்கொடுமையைத் தீர்க்க வச்சிரபோதி வழிபாடுகளை நடத்திப் பஞ்சத்தைப் போக்கியதாய் எழுதி வைத்திருக்கின்றனர். தண்டி என்ற சம்ஸ்கிருதப்

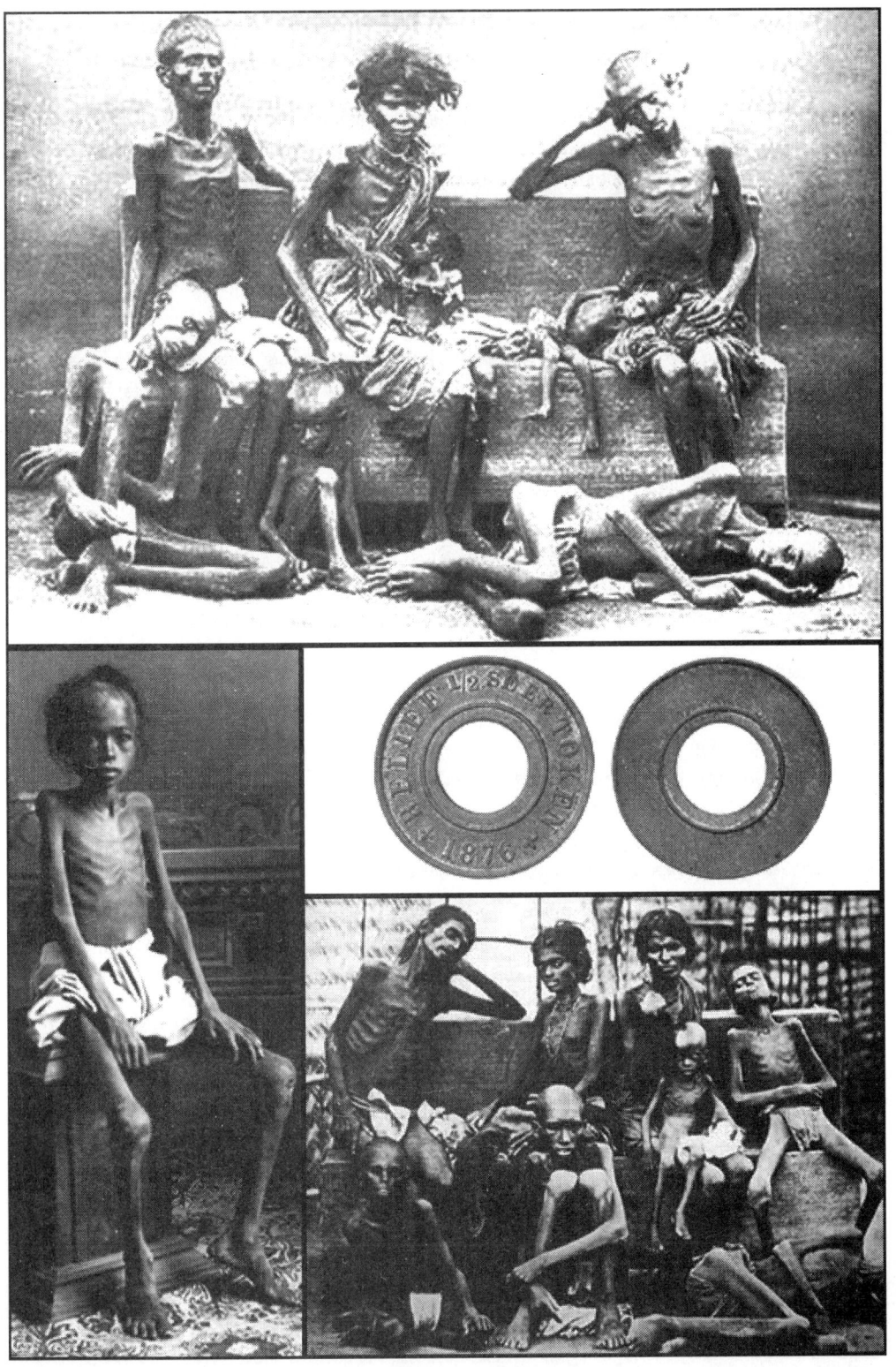

1771

இந்திய சரித்திரக் களஞ்சியம் | 405

புலவரின் காலத்தில் (7 அல்லது 8 நூ.) அவருடைய உற்றார் உறவினர் பஞ்சத்தால் பல்லவ நாட்டில் மாண்டொழிந்தனர். தண்டி உணவின்றி நாடு முழுவதும் சுற்றித் திரிந்தார். பல்லவப் பேரரசு தடுமாறிற்று. காஞ்சி நகரை விட்டு மக்கள் ஓடினர். அவைப் புலவரும் கற்றாரும் நாடு முழுவதும் அலைந்து திரிந்தார் என்று டாக்டர் மா.இராசமாணிக்கனார் பல்லவர் வரலாறு என்ற நூலில் விவரிக்கின்றார். தண்டியும் அப்பர், சுந்தரர் (9 நூ.) ஆகிய சைவ சமய குரவர்களும் இந்நிகழ்ச்சிகளைப் பற்றிக் கூறியிருக்கின்றனர்.

சோழர் ஆட்சியிலும் வெள்ளத்தால் ஏரிகள் உடைந்து பயிர்கள் பாழாகிப் பஞ்சங்கள் வந்தன. சோழ மன்னர்கள் அக்காலத்தில் பஞ்ச வாரியங்கள் அமைத்ததிலிருந்து இதை அறிகின்றோம். காலங்கள் தோறும் தமிழகத்தில் பஞ்சங்கள் தோன்றிக் கொண்டேயிருந்தன என்பதை இதனால் அறியலாம்.

பதினைந்து, பதினாறாம் நூற்றாண்டுகளிலும் நாயக்கர் ஆட்சிக் காலத்திலும் தஞ்சை மராட்டியர் ஆட்சியிலும் பஞ்சங்கள் தவறாமல் வந்து கொண்டேயிருந்தன. இச்செய்திகள் இந்திய சரித்திரக் களஞ்சியத்தில் ஆங்காங்கே சொல்லப்பட்டு வருகின்றன. பன்னிரு ஆண்டுகளுக்கு ஒருமுறை பஞ்சம் வரும் என்ற பஞ்சச் சுழற்சி மீது மக்கள் நம்பிக்கை கொண்டிருந்தனரெனினும், அக்கொடுமையிலிருந்து தப்புவதற்கு வழியற்றவர்களாகவே இருந்தனர்.

இந்து தேசத்தின் பல பகுதிகளில் கிட்டத்தட்ட இந்நிலையே இருந்து வந்தது என்பதைப் பிற்கால நிகழ்வுகளிலிருந்து கணித்து அறிகின்றோம், (இந்தியப் பஞ்சங்கள் பட்டியல்: இ.ச.க. தொகுதி-7)

சென்னைப் பஞ்சம்

சென்னையில் இந்த 1771 ஆம் ஆண்டு வந்து 1782 வரை ஏறத்தாழப் பன்னிரு ஆண்டுகள் நீடித்த பஞ்சம் மிகக் கொடியது. பொதுமக்களிடமிருந்து நன்கொடை திரட்டியும் ஜார்ஜ் கோட்டையிலிருந்த கம்பெனியிடமிருந்து பெருந் தொகையைக் கொடையாய்ப் பெற்றும் வங்காளத்திலிருந்து பணவுதவி பெற்றும் பஞ்சத்தால் வருந்திய மக்களுக்கு உதவி செய்யப்பட்டது. இது வற்கடத்தால் வருந்திய இந்திய மக்களுக்கு இதுவரை கிடைத்திராத புதிய அனுபவம் ஆகும்.

பொது மக்களிடமிருந்து பணம் திரட்டிய பட்டியலில், சென்னைக் கோட்டையை 1640 ஆம் ஆண்டு ஆங்கிலேயருக்கு வழங்கிய வேங்கடகிரி அரசரான வேங்கடப்ப நாயக்கரின் வழி வந்தவருடைய பெயர் முதலிடம் பெற்றிருந்தது.

மக்களுக்கு அரிசியையும் பிற தவசங்களையும் நல்ல முறையில் வழங்குவதற்கென்று ஒரு குழு அமைக்கப்பட்டது.

நல்லண்ணனா? கெட்டண்ணனா?

மக்களுக்கு நிர்ணயித்த விலையில் அரிசியை விற்காத நல்லண்ணன் என்ற அரிசி வணிகரின் சரக்குகளைப் பறிப்பதற்குத் தானிய வழங்கு குழு ஆணை பிறப்பித்தது. வணிகர் இக்குழுவின் ஆணையை எதிர்த்து மேயர் முறை மன்றத்தில் முறையிட்டார்.

அங்கு ஆய்வின் முடிவில் நல்லண்ணன் குற்றவாளி என்று மெய்ப்பிக்கப்பட்டது. ஆனால் அந்தக் கள்ள வணிகருக்குச் சிறைத் தண்டனையோ, அபராதமோ விதிக்கப்படவில்லை. அவருக்கு மக்கள் முன்னிலையில் 25 கசையடிகள் தரவேண்டும் என்று தீடப்பானது.

பஞ்சத்தை மையமாக வைத்து 1775 ஆம் ஆண்டு தமிழில் எழுந்த ஓர் உரைநடைக் கதை பற்றிய சுவையான செய்தியை இத்தொகுப்பிலேயே காணலாம். பஞ்சம் பற்றிய அச்சம் பல நூற்றாண்டுகளாய் மக்கள் மத்தியில் இருந்து வருகின்றது என்ற உண்மையை இவையனைத்தும் உணர்த்துகின்றன.

2. சென்னையில் பரிசுச் சீட்டு

கிழக்கிந்தியக் கம்பெனியின் சென்னை மாநில அரசு பரிசுச் சீட்டு நடத்தியது பற்றிய குறிப்பு 1771 ஆம் ஆண்டு ஆவணங்களில் காணப்படுகின்றது. மக்காட்னிப் பிரபு ஆளுநராயிருந்த காலத்தில் முதல் ஆண்டில் பரிசுச் சீட்டுக் குலுக்கப்பட்டது.

ஐதரின் படைகள் தமிழ் நாட்டைச் சூறையாடிக் கொள்ளையடித்துக் கொண்டிருந்தன. அவர் சென்னை நகரையும் தாக்கினார். அதனால் நகருக்குள் உணவுப் பண்டங்கள் வரமுடியாமல் நகர மாந்தர் பட்டினியால் வாடினர். அரசின் கருவூலம் கரைந்துவிட்டது. மக்காட்னி இதைக் கண்டு பல வழிகளில் பணம் திரட்டுவதற்கு முயன்றார்.

பரிசுச்சீட்டு நடத்துவது என்ற முடிவு அவற்றுள் ஒரு வழியாகும். எனினும் இம் முயற்சி அப்போது வெற்றி பெறவில்லை. ஐரோப்பியத்தில் இத்தகைய பரிசுச் சீட்டுகள் நடத்தப்பட்டன. பிரஞ்சு மெய்யியலாரும், இலக்கிய மேதையுமான வால்டயர் *(1694-1778)* பிரஞ்சுப் பரிசுச் சீட்டில் ஐந்து இலட்சம் பிராங்குகளை வென்றார். *(இ.ச.க. தொகுதி-4)*

இன்று சென்னை நகர மாந்தரும். பொதுவாய்த் தமிழ் நாட்டினரும் பல்வேறு மாநிலங்களும் வெளியிடும் பரிசுச் சீட்டுகளை வாங்குவதற்கு ஆலாய்ப் பறப்பதைப் போன்று இன்றைக்கு 223 ஆண்டுகளுக்கு முன்னர் சென்னை நகர மாந்தர் இருந்திலர் என்று தோன்றுகின்றது. அவர்கள் கஞ்சிக்கே வழியின்றித் தவித்ததே அதற்குக் காரணமாகலாம்.

ஆனால் அதற்குப் பதினாறு ஆண்டுகளுக்குப் பிறகு சென்னையில் பரிசுச் சீட்டு நன்கு காலூன்றி விட்டது என்பது 1787 ஆகஸ்டு 7 ஆம் தேதி வெளியிட்ட ஆவணத்திலிருந்து தெரிகின்றது. பரிசுச் சீட்டிலிருந்து கிடைத்த வருவாய் அறப் பணிகளுக்கே செலவிடப்பட்டது.

3. வல்லம் : பிரிட்டிசார் கைப்பற்றினர்

வல் என்ற தமிழ்ச் சொல்லுக்கு மேடு அல்லது குன்று என்று பொருள். ஆகம் என்பது அம் ஆகச் சுருங்கி மேட்டு இடம் அல்லது குன்று என்று பொருள்படும், வல்லம் ஆனது. இதற்கு வள்ளியம்மை நகரம் என்ற மற்றொரு பெயரும் உண்டு.

இது கும்பகோணத்திலிருந்து தென் மேற்கில் சுமார் 43 கிலோ மீட்டர். சென்னையிலிருந்து தெற்கே தென்மேற்கில் சுமார் 288 கிலோ மீட்டர். மயிலாடுதுறையிலிருந்து தென் மேற்கில் சுமார் 77 கிலோ மீட்டர். தஞ்சையிலிருந்து தென் மேற்கில் சுமார் 11 கிலோ மீட்டர். மன்னார்குடியிலிருந்து மேற்கில் சுமார் 43 கிலோ மீட்டர். நாகப்பட்டினத்திலிருந்து மேற்கே தென்மேற்கில் சுமார் 85 கிலோ மீட்டர்.

இங்கு 16, 17 ஆம் நூற்றாண்டுகளில் நாயக்கர் கட்டிய கோட்டை ஒன்று இருந்தது. ஆங்கிலேயர் கர்நாடக நவாபிற்காக என்று பகரமாய இருந்து தமிழ் நாட்டில் பல பகுதிகளைக் கைப்பற்றி வந்ததைப் போன்று இந்த 1771 இல் வல்லத்தையும் கவர்ந்தனர்.

தஞ்சைத் தரணி முழுவதும் மராட்டிய மன்னர் இரண்டாம் துளசாவிற்குத் (1763-1787) திருப்பித் தரப்பட்டது வரையிலும் வல்லம் ஆங்கிலேயர் வசமே இருந்தது. இங்கு கோட்டை இருந்த சுவடே இப்போது இலது. இங்குள்ள பழமையான சிவன் கோயில்களில் பல கல்வெட்டுகள் உள.

4. மாலுமியர் ஊதிய நிர்ணயம்

பிரிட்டிஷ் மாலுமியரின் ஊதியம் இந்த 1771 ஆம் ஆண்டு முறைப்படி ஒழுங்கு செய்யப்பட்டது. கப்பற்படையிலிருந்த மாலுமியரின் எண்ணிக்கையைக் குறைத்து அப்படை சீர்திருத்தி அமைக்கப்பட்டது.

5. இரஷியம் கிரிமியத்தை வென்றது

இரஷியப் பேரரசி மா காதரைன் (1729 - 1796 ; ஆட்சிக் காலம் 1762 - 1796; இ.ச.க. தொகுதி- 7) தன் பேரரச எல்லையை விரிப்பதில் முனைந்து செயல்பட்டார். இரஷியத்தின் புயல் வேகக் குதிரைப் படையினரான கொசாக்ககள் (Cossacks) மறைமுகமான பிரிட்டிஷ் உதவியுடன் இரஷியத்தின் தென்மேற்கில் உக்கிரேனிலுள்ள கிரிமியத் தீவக்குறையை வென்றுவிட்டனர். கொசாக்கு என்ற துருக்க மொழி வேர்ச் சொல்லுக்கு நாடோடி என்று பொருள். இம்மக்கள் பெரிதும் கிழக்குச் சிலோவோனிய இனவழியினர். அதாவது உக்கிரேன், இரஷியம் ஆகிய பகுதிகளில் வாழக்கூடிய இந்திய ஐரோப்பிய இனவழியினர். அவ்வின மொழிக் குடும்பத்தைச் சேர்ந்த மொழி பேசுவோர். இவர்கள் சிறு சிறு கூட்டமாய் ஒன்று கூடி வாழ்ந்தனர். கொசாக்குகள் தனிச் சுதந்திரமான மறவராயிருந்த வேளாண்மைக் குடிமக்கள். இவர்கள் இரஷிய மன்னர்களின் குதிரைப் படையில் பணிபுரிந்தனர். இம்மக்களின் துள்ளாட்ட நடனம் பாஞ்சாலத்துப் பாங்கர நடனத்தை நினைவூட்டும்.

கொசாக்குகள் இரஷியத்திற்காகக் கிரிமியத்தை வென்றது கண்டு, பிரஷியத்தின் மா ஃபிரடரிக்கு (1712 1786; அரசிருந்த காலம் 1740 1786) கிலி கொண்டுவிட்டார். கிரிமியத் தீவக்குறை தென் உக்கிரேனில் கருங்கடலுக்கும் அசோவ் கடலுக்கும் இடைப்பட்ட பகுதியிலுள்ளது.

6. "அடிமட்டத்திலிருப்பவர்களை அழுத்தியே வை"

ஆங்கில வேளாண்மையாளரான ஆர்த்தர் யங்கு என்பவர் இங்ஙனம் இவ்வாண்டு எழுதுகின்றார்: "அடிநிலை வகுப்பினரை எப்போதும் ஏழையராகவே வைத்திருக்க வேண்டும். இல்லையேல் அவர்கள் சுறுசுறுப்பாக வேலை செய்ய மாட்டார்கள் என்பது முழு மயடையனைத் தவிர எல்லாருக்கும் தெரியும்... அவர்களை மனித இனம் அனைத்தையும் போலவே வறுமையில்தான் வைத்திருக்க வேண்டும். இல்லையேல் அவர்கள் சரியாக வேலை செய்யமாட்டார்கள்."

7. பிரிட்டிஷ் நாடாளுமன்ற உரைகள் அச்சிட உரிமை

பிரிட்டிஷ் நாடாளுமன்றத்தின் மக்களவையான காமன்சில் (Commons) ஆற்றப்படும் உரைகளை அச்சிட்டு வெளியிடுவதற்கு நாடாளுமன்ற உறுப்பினர் எதிர்ப்புக் காட்டிவந்த போதிலும், அவற்றை வெளியிடலாம் என்று அரசு இவ்வாண்டு ஆணை பிறப்பித்தது. (இது குறித்து வில்கிய இயக்கத்தார் எடுத்துக் கொண்ட முயற்சி இ.ச.க. தொகுதி-7)

எனினும் நாடாளுமன்ற உரைகள் இதற்கு மூன்றாண்டுகள் கழித்துத்தான் 1774 இல் அச்சாகி வெளிவரலாயின. இலண்டன் அச்சாளரான லூக்கு ஹன்சார்டு (*Luke Hansar;* இவருக்கு இவ்வாண்டு வயது 22) நாடாளுமன்ற மக்களவையின் உரைக் கோவைகளை இவ்வாண்டு அச்சிடத் தெடங்கினார். அவையின் நடவடிக்கைகள் இனிமேல் இரண்டு நூற்றாண்டிற்கு மேலாக அவர் பெயரால் ஹன்சார்டு என்றே அழைக்கப்படப் போகின்றன. ஆனால் அவற்றை அரசே இன்று வெளியிட்டாலும், அவற்றின் பெயர் ''ஹன்சார்டுகள்'' ஆகும்.

8. பிரிட்டனில் உணவுப் பொருளில் கலப்படம்

டோபியாஸ் ஜார்ஜ் ஸ்மாலெட்டு (*Tobias George Smollett 1721-1771*) ஸ்காத்லாந்தைச் சேர்ந்த எழுத்தாளர்; வஞ்சப் புகழ்ச்சியாகவும் அங்கதச் சுவையோடும் எழுத வல்லவர். அவர் ரோடரிக்கு ரேண்டம் (*1748*), பிரிகிரைன் பிக்கிள் (*1751*), ஹம்ஃபிரி கிளிங்கர் (*1751*) உள்படப் பல நாவல்களை எழுதியிருக்கின்றார். அவற்றுள் கடைசியாகக் குறித்த நாவலில், பிரிட்டிஷ் உணவுப் பொருள்களில் செய்யப்படும் கலப்படங்களை மாத்தியூ பிராம்பிள் என்ற கதை மாந்தன் தன் நண்பனுக்கு எழுதும் கடிதத்தின் வாயிலாக விவரிக்கின்றார்.

''நான் இலண்டனில் உண்ணும் ரொட்டி உடல் நலத்திற்குத் தீங்கு தரும் பிசைந்த மாவாகவே இருக்கின்றது. ரொட்டியில் சீமைச் சுண்ணாம்பு, படிகாரம், எலும்புச் சாம்பல் முதலியவற்றைக் கலந்துவிடுவதால் அது சப்பென்று சுவையில்லாமலிருக்கின்றது. நல்லவர்கள் இந்தக் கலப்படத்தை அறியாதிருக்கவில்லை. எனினும் அவர்கள் நலந்தரும் ரொட்டிக்கு மாறாக இதையே விரும்புகின்றனர். இது மக்காச் சோள ரொட்டியைவிட வெள்ளையாயிருக்கின்றது. அவர்கள் (வெள்ளை ரொட்டிக்காகத்) தம் சுவையுணர்வையும், உடல் நலத்தையும் கெடுத்துக் கொள்கின்றனர். கண் செய்யும் இந்தக் கோளாறினால், இவர்கள் மடத்தனமான சுவை நுகர்விற்காகத் தம் உடல் நலத்தையும் தம் பிள்ளைகளின் நல வாழ்வையும் பாழாக்குகின்றனர்...''

9. தாமஸ் கிரே மறைவு (1716 -1771)

ஆங்கிலப் புலவர் என்று மட்டுமே பெரும்பாலர் அறிந்திருக்கும் தாமஸ் கிரே பல சிறப்புகளைப் பெற்றவர். உலகின் தலையோங்கிய அல்லது கிட்டத்தட்ட அந்த உயர் நிலையை எட்டி நின்ற சிறந்த கடித எழுத்தாளருள் தாமஸ் கிரேயும் இடம் பெறுகின்றார்.

கிரே பற்றி இ.ச.க.தொகுதி-6 இல் வெளிவந்த குறிப்பில், அவரது ''கல்லறைத் தோட்டத்துப் புலம்பற பாடல் ''(*Elegy Written in a Country Church Yard*) சொல்லப்பட்டது. அதிலிருந்து இரண்டு பாடல்கள் தமிழில் மொழிபெயர்த்துத் தரப்பட்டிருந்தன. எலிஜி என்று சுருக்கமாய் அழைக்கப்படும் அப்பாடல் வகை இடுகாட்டுப் பாடல் என்று இழித்துரைக்கப்பட்டாலும் இன்றும் அது உயிர் வாழ்கின்றது.

கிரே முடங்கற் கலையிலும் தேர்ந்தவர். கிரேயின் கடிதங்களில் நகைச்சுவை, அழகு, கவிதை நயஞ் சொட்டும்

தாமஸ் கிரே

வருணனைகள், எழுத்தாளன் தன்னைத் துடிப்புடன் வெளிப்படுத்தும் பாங்கு முதலியன தன்னை உள்நோக்கி வெளிப்படுத்தும் அகநோக்குடையன வாயிருப்பினும், அவற்றில் மானுட-ஆளுமையின் வீரியம் ஒலிக்கின்றது.

கிரே புதுமையானவர், வாடாதவர், ஒதுங்கியே வாழ்பவர். தனக்குப் பிடிக்காதவர்களின் நடுவே வாழ்ந்தவர். அவர்களின் அறிவு முழுவதையும் அள்ளிக் கொள்ள இரு கைகளையும் நீட்டியவர். மணிகள் கலகலப்பது போன்று, மொழிகள் அவரது மூளைக்குள்ளிருந்து சலசலவென்று பாய்ந்தோடி வரும். கிரேக்கம், இலத்தீனம், இத்தாலியன், பிரஞ்சு ஏன் ஐசிலாந்திய மொழியைக்கூட நன்கறிந்திருந்தார். வரலாறு அனைத்தையும், வரலாற்றாசிரியர் அனைவரையும் அவர் நன்கறிந்திருந்தார்.

அவர் இசைக் கலைஞர்; பூச்சியியலும், தாவரவியலும் அறிந்தவர். மலர்களின் வளர்ச்சி பற்றி ஆராய்ந்தவர். கிரே விலங்கியலும் அறிந்திருந்தார். ஓவியக்கலையை உய்த்துணர்ந்து மகிழும் இரசிகர். இவ்வாறு அவரின் அருந்திறன்களை அடுக்கிக்கொண்டே போகலாம்.

அவருக்கு 1757 ஆம் ஆண்டு அரசவைப் புலவர் என்ற சிறப்புத் தரப்பட்டபோது, கிரே அதை ஏற்க மறுத்துவிட்டார். அவர் 54 வயது வரை ''பணி செய்து கிடப்பதே இன்பம்'' என்ற குறிக்கோளுடன் வாழ்ந்து இவ்வாண்டு இறந்தார்.

1772

அரசியல்

    மறவர் சீமையில் போர்
    கூச்சு பீகார் நாட்டரசு
    போலந்தை வல்லரசுகள் பங்கு போடுதல்

அறிவியல்

    மேற்குக் கரையோரச் சர்வே
    ஜேம்ஸ் குக்கின் இரண்டாம் பயணம்

கலை, இலக்கியம்

    இந்தியத்தில் குடைவரைகள் வரலாறு
    கோவை இலக்கியம்
    சாந்துப் புலவர்
    பிரஞ்சுக் கலைக் களஞ்சியம் நிறைதல்
    கல்கத்தா நாடகக் கொட்டகைகள்

சமயம்

    ஆசீவகம்
    புகழ்பெற்ற கிறித்தவர் சந்தியநாதன்
    சென்னையில் அர்மீனியர் சர்ச்சு

இராணுவம், போர்

    மறவர் சீமையில் போர்

சட்டம், நீதியாட்சி

    இந்தியத்தில் போர்த்துக்கீச நீதி மன்றங்கள்
    பிரிட்டனில் கால் வைத்த அடிமைக்கு விடுதலை

வரலாறு

    மாமல்லபுரம், பல்லவர் குடை வரைகள்
    கானப்போர், காளையார் கோயில்

பொது

    கொள்ளையர் குடும்பங்களை அடிமையாக்கச் சட்டம்
    எடோ நகரம் தீக்கிரை

பிறப்பு

    ஊமைத் துரை (1772- 1801)
    இராசா இராம மோகனராய் (1833)

இறப்பு

    பேஷ்வா மாதவ ராவ் (1745 -1772)

1772

1. மாமல்லபுரம் ''கண்டுபிடிப்பு'' குடைவரை வரலாறுமுதல் ஆய்வு

பத்தொன்பதாம் நூற்றாண்டில் அல்லது அதற்குச் சிறிது காலத்திற்கு முன்னர் பதினெட்டாம் நூற்றாண்டின் கடைசிக் கட்டத்தில் தான் இது வரை எவரும் அறிந்திராத நினைவுச் சின்னங்கள் ஒவ்வொன்றாய் வெளிச்சத்திற்கு வந்தன. இப்பணியில் பிரிட்டிஷ் தொல்லியலார் பல வெற்றிகளைக் கண்டனர். வில்லியம் சேம்பர்ஸ் என்ற ஆங்கிலேயர் 1772 ஆம் ஆண்டு மாமல்லபுரத்தை முதலில் கண்டார். ஆயினும் அதற்குப் பன்னிரண்டு ஆண்டுகளுக்குப் பிறகு தான் 1784 இல் வங்க ஆசியவியல் சங்கத்தில் ''மாவலிபுரத்திலுள்ள சிற்பங்களையும் இடிபாடுகளையும் பற்றிய விவர அறிக்கை (*Accounts of the Sculptures and Ruins at Mavalipuram*) என்ற அறிக்கையை அவர் படித்தார். அது தான் மாமல்லபுரம் பற்றி வரலாற்று ஆர்வத்தை உண்டாக்கிய முதல் ஆராய்ச்சிக் கட்டுரையாகும்.

சேம்பர்ஸ் மாமல்லபுரம் செல்லும் தொலைவையோ, அவர் அங்கு கண்ட உருவங்களின் அளவையோ அளந்து வைக்கவில்லை. அப்போது ஊக்கம் தளராது இத்தகைய ஆய்வுகளைச் செய்வதற்குத் துணையாக நிற்க எவருமிலர். அத்தகைய ஊக்குதல் கிடைக்குமாயின் தன்னால் அப்பணியைச் செப்பமுறச் செய்திருக்க முடியும் என்று சேம்பர்ஸ் 1784 ஆம் ஆண்டு வங்க ஆசியவியல் சங்கத்தில் கூறினார்.

இந்தியத்தின் தொன்மை பற்றி ஆராயப் புகும் ஐரோப்பிய ஆய்வாளரை எதிர்ப்படக்கூடிய இடுக்கண்கள் பற்றிச் சேம்பர்ஸ் இந்த அறிக்கையில் பல படக் கூறியிருப்பினும் அந்த ஆய்வினால் பிரிட்டிஷ் பேரரசிற்கு உண்டாகக்கூடிய பலன்கள் பற்றி எதுவும் சொல்லவில்லை.

1772

இரண்டாவது ஆய்வு

சேம்பர்சிற்குப் பிறகு பதினொரு ஆண்டுகள் கழித்து 1795 டிசம்பர் 3 அன்று ஜே.கோல்டிங்கம் என்ற ஆங்கிலேயர் வங்க ஆசியவியல் சங்கத்தில் ''வழக்கில் ஏழு கோயில்கள் எனப்படும் மகாபலிபுரத்திலுள்ள சிற்பங்கள்'' (*Sculptures of Mahabalipuram usually called the Seven Pagodas*) என்ற தலைப்பில் எழுதிய ஆய்வுரை படிக்கப்பட்டது.

வில்லியம் சேம்பர்ஸ் மாமல்லபுரம் பற்றி முதலில் எழுதிச் சங்கத்தின் ''ஆராய்ச்சி'' (*Research*) இதழில் வெளியான ஆய்வுரையைத் தொடர்ந்து அங்கு படிக்கப்பட்ட இரண்டாவது கட்டுரை இதுவேயாகும். கோல்டிங்கம் தன் கட்டுரையில் மாமல்லபுரத்தின் காலம் குறித்தோ, அங்குள்ள சிற்பங்களின் தோற்றுவாய் பற்றியோ எந்த ஊகக் கருத்தையும் கூறவில்லை. எனினும், அவர் தான் அங்குள்ள பெரிய கோயிலை முதலில் அளந்தெடுத்த முதல் ஐரோப்பியராவார். அவர் அத்துடன் அங்குள்ள சில கல்வெட்டுகளையும் படி எடுத்தார்.

பல்லவர் அறியப்படாமை

தொண்டை நாடு சான்றோருடைத்து என்று பெயர் பெற்றுப் பல்கலைக் கழகங்களும், கடிகைகளும், கல்வியிற் சிறந்தோரும் பல சமய மேலோரும், கலைகளும்

பல நூற்றாண்டுகளாய்ச் சிறப்புற்றோங்கியிருந்த இந்நாட்டில் சுமார் கி.பி. 200 தொடங்கி 900 ஆம் ஆண்டு வரையிலும் கிட்டத்தட்ட ஏழு நூற்றாண்டுகள் ஆட்சிபுரிந்த பல்லவ அரசர்களால், மாமல்லபுரத்திலுள்ள கோயில்களும் சிற்பங்களும் செதுக்குவிக்கப் பெற்றன என்ற உண்மை கோல்டிங்கைப் போன்ற ஐரோப்பிய அறிஞருக்கு மட்டுமின்றி இந்திய வரலாற்றிற்குமே எதுவும் தெரியாது. வரலாறு அதற்காக இன்னும் பல காலம் காத்திருக்க நேர்ந்தது.

மல்லை, மாமல்லை

பல்லவர் செப்பேடுகளிலும், கல்வெட்டுகளிலும் மல்லை, மயிலை என்ற இருபட்டினங்களும் சிறப்பித்துக் கூறப்பட்டுள்ளன. பல்லவர் குடியில் மூன்றாவது பேரரசராய் அமைந்தவரும் மாமல்லன் என்ற சிறப்புப் பெயரைப் பெற்றவருமான நரசிம்மவர்மப் பல்லவர் (கி.பி. 630-638) காலத்தில் மல்லை என்ற பட்டினம் சிறப்பெய்தியிருந்தது. அவரின் சிறப்புப் பெயரைக் கொண்டு அது மாமல்லபுரம் என்று வழங்கப்பட்டது. இப்பெயரே ஆவணங்களிலும் இலக்கியங்களிலும் சுருக்கமாய் மல்லை என்று குறிக்கப்பட்டு வந்தது.

இது மாமல்லனான நரசிம்மவர்மப் பல்லவர் காலத்திலிருந்து பல்லவர்களின் தலையாய கடற்படைத் தளமாயிருந்தது. அத்துடன் கடல் வாணிபம் செழித்த பட்டினங்களிலும் ஒன்றாய் விளங்கிற்று. இதைச் சுமார் கி.பி. ஒன்பதாம் நூற்றாண்டினரான திருமங்கை ஆழ்வார் ஒரு பாசுரத்தில் (பெரிய திரு.மொழி 266) கூறுகின்றார். ஆழ்வார்களின் பிற பாசுரங்களிலும் இப்பட்டினம் கடன் மல்லை, முத்து நீர்க் கடன் மல்லை, கடிபொழில் சூழ் கடன் மல்லை என்றும் பலவாறாய்ச் சிறப்பிக்கப்பட்டுள்ளது. கல்வெட்டுகளில் மாமல்லபுரம் என்ற பெயரே காணப்படுகின்றது. இதைக் கூறும் பண்டைக் கல்வெட்டுகள் மாமல்லபுரத்திலுள்ள

1772

ஆதிவராகப் பெருமாள் குகைக் கோயிலிலும் கடற்கரையிலிருக்கும் அலைவாய்க் கோயிலிலும், செங்கற்பட்டு மாவட்டத்திலுள்ள பையனூரிலும் காணப்படுகின்றன.

குடைவரைகளின் தோற்றுவாய்

தொல்லியலார் சிர் காப்பு (*Sir Kap*) அல்லது பீர் மௌண்டு என்ற மேட்டுப் பகுதியில் அகழ்ந்து ஒரு நகரத்தைக் கண்டனர். இது இந்தியத்தில் அறியப்பட்ட தொன்மையான நகராகும். கிரேக்கப் படையெடுப்பிற்குப் பிறகு (கி.மு.326) அந்நகரம் புதுப்பித்துக் கட்டப்பெற்றது. அந்நகரில் இன்று நிலைத்து நிற்கின்ற இடிபாடுகளின் வடிவைக் கொண்டு நோக்குகையில் சிந்து வெளி நாகரிகத்தின் (சுமார் கி.மு. 2500-1600) நகரமைப்புத் திட்டத்திலிருந்து பெறப்பட்ட பாடங்கள் பிற்காலத்தில் எத்தனை எளிதாய் மறக்கப்பட்டுப் போயின என்பதைத் தெளிவாய் உணர முடிகின்றது.

1772

எனினும் சிர் காப்பு என்ற இவ்விடத்தில் தான் பாரசிகக் கல்தச்சர்கள் இந்திய வினைஞர்களுக்குக் கல்லைச் செதுக்கி மெருகேற்றும் கலையைக் கற்றுத் தந்தனர் என்று தற்காலக் கட்டுமானக் கலை வல்லுநரான சதீஸ் குரோவர் எழுதுகின்றார். (சிர் காப்பு - *Sir Kap*) என்ற பகுதி பண்டைத் தட்ச சீலத்திலிருந்தது. தட்சசீலம் : இ.ச.க.தொகுதி-1) அந்தப் பாரசிகக் கல்சத்தர்கள் தம் நாட்டின் அரசர்களான முதலாம் டேரியஸ் (558-486 கி.மு. ஆ.கா. 521-486 கி.மு.) செர்சஸ் (519-465 கி.மு. ஆ.கா. 485-465 கிமு.) ஆகியோருக்குக் கல்லால் மாளிகைகளைக் கட்டித் தந்தவர்களின் வழி வந்தவர்கள். அவர்கள் இந்தியத் தச்சர்களுக்குத் தற்செயலாய்க் கல் வேலையைக் கற்றுத் தர நேர்ந்தது. அந்தக் கல்வேலைக் கலையானது இந்தியக் கட்டுமானவியலில் முற்றிலும் புதியதும் ஆழ்ந்த பெரும் விளைவுகளை உண்டாக்க வல்லதுமான நிலையைத் தோற்றுவித்தது. அதுவே கல்தச்சிலும் கல்லுரு வடிப்பதிலும் அதற்குப் பிந்திய காலத்தில் மேலோங்கி நிற்கின்றது.

அசோகரும் ஆசீவகரும்

அசோகர் (273-232 கி.மு.) பேரார்வம் கொண்டு பௌத்தத்தை அரசின் ஆதரவு பெற்ற சமயம் என்ற நிலைக்கு உயர்த்திய போதிலும், அதை நாற்றிசையும் பரவச் செய்தாரெனினும் பிற சமயப் பிரிவினர் மீது அவர் முற்றிலும் பொறையுடையவராயிருந்தார். புத்தர் காலந்தொட்டுப் பௌத்தரால் ஒதுக்கித் தள்ளப்பட்டு வந்த ஆசீவகர் என்ற துறவியர் அவரால் பெரும் பயனடைந்தனர். ஆசீவகர் பற்றியும் புத்தர், மகாவீரர் காலத்து வாழ்ந்த ஆசீவக மேலோர் குறித்தும் 1771 ஆம் ஆண்டு இரசவாதம் பற்றிய கட்டுரையில் விரித்துரைக்கப்பட்டுள்ளது. இங்கு மேலும் சில செய்திகள் தரப்படுகின்றன.

''வாழ்வார்'' ஆசீவகர் சில நோன்புகளில் தம் வாழ்க்கையை ஈடுபடுத்தி வந்தனர். ஆசீவகர் என்ற சொல்லுக்கு ''வாழ்வார்'' என்று பொருள் என்பர். இவர்கள் கிட்டத்தட்டக் கி.மு. 700 ஆம் ஆண்டிலிருந்து பாரத தேசமெங்கும் நிலவிவந்தனர். அவர்கள் நாடெங்கும் அம்மணமாக உலவி வந்த நாத்திகர்.

மனிதச் செயல், துணிவாற்றல் உள்பட அனைத்துமே புறப்பொருள் தூண்டுதல் ஆற்றலாலேயே நிகழ்கின்றன என்ற நாத்திகக் கோட்பாடு கி.மு. ஆறாம் நூற்றாண்டில் உச்சத்தை எட்டியது. சுமார் இரண்டாயிர மாண்டுகளுக்கு மேலாய் இந்திய மெய்யியல் வாழ்க்கையில் செல்வாக்குச் செலுத்தி வந்த ஆசீவகம் ஏறத்தாழ கி.பி. 1400 வாக்கில் மறையத் தொடங்கியது.

இந்திய மக்களின் பலதரப்பட்ட வாழ்க்கை நெறிகளை ஒன்று கூட்டி, அதைப் பிற சமயக் கொள்கைகள், கோட்பாடுகள் ஆகியவற்றிலிருந்து பிரித்து அடையாளங் காட்டுவதற்காக அதற்கு இந்து சமயம் என்ற பெயர் இன்று தரப்பட்டுள்ளது. வேத காலத்திற்கு முன்பும், அதன் பின்பும் இந்து தேசத்து மக்களின் வாழ்க்கை நெறியில் அப்போதைக்கப்போது எழுந்து வந்த அறிவுப் பொங்குதலின் வெளிப்பாடுகளாக வேத சமயம், பிராமண சமயம், பௌத்தம், சமணம், ஆசீவகம் ஆகிய கோட்பாடுகளையும் சமயங்களையும் கொள்ளலாம்.

ஆசீவகக் கோட்பாடு

ஆசீவகரின் பொது ஒழுங்கு முறைகளையும் சில கோட்பாடுகளையும் அவர்களை எதிர்த்து வெறுத்தவர்களின் வாயிலாக மட்டுமே நம்மால் அறிய முடிகின்றது.

எதற்கும் இறுதியான காரணம் இல்லை என்று ஆசீவகர் நம்பினர். இதுவே அவர்களின் முதன்மையான கோட்பாடாகும். பொருள்கள் நாம் கூறுகின்றவாறு நல்லனவாகவோ, தீயனவாகவோ, சரியானவையாகவோ, தவறானவையாகவோ, அவை இருக்கின்றவாறே இருந்து வருகின்றனவேயன்றி அவற்றுக்குக் காரணம் (*cause*) இலது. வாழ்க்கையின் இன்றியமையாதன ஆறு: ஆதாயம், இழப்பு, இன்பம், துன்பம், பிறப்பு, இறப்பு, ஆகியனவே அவையாம்.

செயல்களனைத்தும் நியதிப்படி, விதிப்படி நடக்கின்றன; எவ்வகையிலும் கட்டுப்படுத்த முடியாத காரணங்களற்ற (*causeless*) சூழ்நிலைகளால் இப்பக்கம் அல்லது அப்பக்கம் ஆடுகின்றன. மனித முயற்சி என்பது வீணானது (*infectual*); கர்மா என்பது ஒரு மாயை. ஏனெனில் ஒருவன் இப்பிறவியில் தகுந்த முறையில் வாழ்வதைக் கொண்டு, அவனது அடுத்த பிறவியைத் தீர்மானத்துவிட முடியும் என்பதைக் கர்மா போதிக்கின்றது. இருப்பினும் மனிதன் என்னென்ன வழிகளில் முயன்றாலும் நியதியை, விதியை மாற்ற முடியாது.

1772

ஆசீவகர் நிலம், நீர், வளி, தீ என்ற நான்கு பூதக் கொள்கையைக் கொண்டிருந்தனர் என்பதை முன்னர் கண்டோம். நாற்பூதங்கள் உயிருள்ளவையும் அல்லாதனவுமான அனைத்திலும் உள்ளன. சார்வாகர், ஆசீவகர், நாத்திகர் என்ற உலகாய்தப் பிரிவினரும் முதன் முதலாக எடுத்துரைத்த ஒரு வகையான அணுக் கொள்கை இதுவேயாகும். இந்த அணுக் கொள்கைதான் உலகில் வெகு தொன்மையானது என்று தோன்றுகிறது. ஆசீவகர் தண்டு ஏந்தியவாறு ஆண்டு முழுவதும் அம்மணமாய் நடமாடி வந்தனர்; இரந்துண்டனர்; சிலர் ஒரு வீடு விட்டு மறு வீட்டிலும், இன்னுஞ் சிலர் நான்கு ஐந்து வீடுகள் தாண்டித் தாண்டியும் இரந்துண்டனர்; அவர்களிடம் பெரும்பாலும் திருவோடு இருப்பதில்லை. அவர்கள் அரிசிக் கஞ்சியைக் கைகளில் ஊற்றச் சொல்லிக் குடித்தனர்.

அவர்கள் துறவியராயிருப்பதும், கோமியம் அருந்துவதும் அவர்களுக்குக் கட்டாயக் கடமைகளாயிருந்த போதிலும், சில வேளைகளில் தேறல் (மது அருந்துவதுண்டு. அவர்கள் சிறப்பான காலங்களில் ஆடிப் பாடுவது அவர்களின் சடங்குகளில் ஒன்றாகும். சொல்லப் போனால் ஆசீவகர் இடம் பெயர்ந்தே சென்ற பாணர் ஆவர். அவர்கள் கலவியைப் பெரிய பாவச் செயலாய்க் கருதினர். ''அது (கலவி) சிலந்திக் கட்டியை நசுக்குவது போன்ற செயலாகும்'' என்பர். எனினும் அவர்கள் மறைவியலான நோக்கங்களுக்காக வெறுக்கத்தக்க வடிவங்களில் கலவியில் ஈடுபடுவதுண்டு. ஆசீவகர் வேசையருடனும் காணப்பட்டதுண்டு.

ஆசீவகம் சார்வதற்குத் தீக்கை பெற விரும்பும் ஒருவர், கழுத்தளவு ஆழமுள்ள குழிக்குள் நின்றிருக்கப் பிற ஆசீவகர் அக்குழியின் மீது பலகைகளைப் போட்டு அவற்றின் மேல் அமர்ந்த வண்ணம், குழிக்குள் நிற்பவரின் தலை முடியை ஒவ்வொன்றாய்ப் பிடுங்குவர். சூடேற்றிய உலோகம் அல்லது கல்லைக் கையிலேந்துதல், உடல் எலும்பை முறித்துச் சதையை அரிந்து முடமாதல் போன்ற பிற கடுஞ் சடங்குகளுக்கும் தீக்கை பெறுபவர் உள்பட வேண்டும். ஆதலால் ஆசீவகத் துறவியருள் பெரும்பாலர் முடவராயிருப்பர்.

ஒரு விரலை அல்லது கையை வெட்டிக் கொள்வது இன்னொரு சடங்காகும். இவ்வாறு உயிர்நாடியான சக்தியைக் கொண்டு உதிரம் சிந்துவதால் உடலியல்பு கடந்த ஆற்றலைப் பெறலாம் என்று ஆசீவகர் நம்பினர். தாந்திரிக யோகப் பயிற்சிகள் பல ஆசீவகரிடமிருந்து தோன்றியனவாகும்.

தவம் அல்லது நோன்பு என்ற மிகக் கடுமையான முறைகளை ஆசீவகர் விரும்பிச் செய்தனர். பல வார காலம் அப்படியே சம்மணம் கூட்டி அமர்ந்திருப்பது; முள் படுக்கையில் கிடப்பது; பெரிய தாழிக்குள் வாழ்வது; மரங்களில் வௌவால்களைப் போல் தலைகீழாய்த் தொங்குவது முதலியன அவர்கள் கைக்கொண்ட பிற நோன்புகளாகும். அவர்கள் உண்ணாதிருந்தும் நீருள் மூழ்கியும் பிணத் தாழிக்குள் அமாந்தும் தம் உயிரைப் போக்கிக் கொண்டனர்.

1772

ஆசீவகருடன் குடைவரை வரலாறு தொடக்கம்

அசோகர் ஆசீவகருக்கென்று, அவர்கள் விரும்பிய வண்ணம் இருப்பிடங்களை உண்டாக்கித் தரச் செய்தார். இதிலிருந்துதான் இந்தியக் குடைவரைகளின் வரலாறு தொடங்குகின்றது.

ஆசீவகர் உலகியல் வாழ்வில் மூழ்கியிருந்த நகர மாந்தரின் மர, செங்கல் கட்டுமானங்களை விட்டொழித்தனர். ‘உலகம் என்பது என்றென்றும் மெய்யாகவே மாற்றமில்லாது அமைதியோடு இருக்கின்றது;’ மாற்றம், அசைவு அனைத்துமே மாயம் என்ற ஆசீவகர் கோட்பாடுகளுக்கு இணங்க என்றென்றும் மாறாதிருக்கின்ற மலைப் பகுதிகளில் தம் புகலிடங்களாகக் குகைகளைக் குடைந்தெடுத்தனர்.

அவர்கள் புதுமையான இத்தகைய கட்டுமானத்தைத் தேர்ந்தெடுத்தல், இந்திய மெய்ஞ் ஞானியரின் வழி வழியான வாழ்விடங்களை இறவா நிலை எய்தச் செய்துவிட்டனர் எனலாம். ஆசீவகரைப் போன்று சமணரும் பௌத்தரும் வாழ்ந்த இத்தகைய மலைக் குடைவரைகளும் கற்படுக்கைகளோடு கூடிய குகைகளும் இன்றும் நிலைத்திருக்கின்றன. இவற்றைத் தமிழ் நாட்டிலும் பல இடங்களில் காணலாம்.

ஆசீவகர் தம்மையறியாமலே ஒரு கலை வடிவம் தோன்றக் காரணமாயினர். அது இந்தியக் கட்டுமானக் கலையின் வெகு அருமையான வேலைப்பாடுகளுள் ஒன்றாக நாடெங்கும் ஆங்காங்கே மலர்ந்தன.

இக்குகைகளை உருப்படுத்தக் கைகளில் உளியையும் சுத்தியலையும் வைத்திருந்த வினைஞர்கள் கட்டுமானம் செய்தனர் என்பதை விட, அவற்றைச் சிற்பங்களாய்ச் செதுக்கினர் எனலாம்.

வில் விட்டங்களைக் கணித்தல், போதிய வலுவுள்ள தாங்கு நிலைகளையும் கட்டுமானப் பொருள்களின் வலுவையும் சோதித்தல் ஆகியன பற்றியும் அவர்களுக்கு

எவ்விதமான இடையூறும் உண்டாகவில்லை. அவ்வினைஞர் தம் மனம்போல் வினை செய்வது என்று எண்ணி வழி வழியாய் வந்து கொண்டிருக்கும் இயல்பான கட்டு திட்டங்களைக் காற்றில் பறக்கவிடுவது என்று கருதியிருப்பரேல், இயல்பு கடந்ததும் வரம்பு மீறியதுமான நூற்றுக் கணக்கான வடிவங்களில் குடைவரைகளை உண்டாக்கியிருக்கலாம். ஆனால் அவர்கள் தமக்கு நன்கு கைவந்த கலை வடிவங்கள் மீதிருந்த காதல் அல்லது பலவீனம் காரணமாக மரத்தாலும் கூரையாலும் அமைந்த நடைமுறைக் கட்டுமானங்களின் அதே வடிவத்தில் குடைவரைகளைக் கல்லிலும் வடித்தனர்.

அவர்கள் மரத் தச்சரின் கலை நயத்தை இங்ஙனம் விசித்திரமாயும் புதுமையாயும் கல்லில் செதுக்கும் பாணியைக் கைக் கொண்டதால், ஒரிசத்தின் புவனேசுவரத்திற்கு வடக்கிலுள்ள பரபர், நாகார்ச்சுனக் குன்றுகளில் இருக்கும் ஆசீவகரின், சுமார் ஏழு குன்றுகளில் உண்டாக்கியிருக்கும் ஈடு இணையற்ற வேலைப்பாடுகளைக் காணலாம். ரோமாஸ் ரிஷி என்றழைக்கப்படும் குகை அவற்றுக்கெல்லாம் மகுடம் வைத்தது போல் அமைந்துள்ளது.

தமிழகக் குடைவரைகளின் முன்னோடி : மகேந்திர வர்மப் பல்லவன்

இரண்டாயிரமாண்டுகளுக்கு முன்னர் தொடங்கும் நெடிய வரலாற்றையுடைய இந்தியக் குடைவரைகளின் மரபில், தமிழகத்தில் சுமார் கி.பி. ஏழாம் நூற்றாண்டு வாக்கில் குடைவரைகளைச் செதுக்குவித்த முதல்வர் மாமல்லபுரத்தின் தந்தையான மகேந்திரவர்மப் பல்லவர் *(591-20 கி.பி.)* ஆவார். அவர் முதன் முதலாகத் தொண்டை நாட்டின் பலவிடங்களில் குடை கல்தளிகள் பலவற்றை உருவாக்கச் செய்தார்.

மகேந்திர வர்மனின் மகனான மாமல்லன் தந்தையைப் போன்ற கலைச் செல்வர். கடற் தளமாயும், வாணிகத் துறையாயும் கொடி நகராயும் திகழ்ந்த கடல் மல்லையை அவர் சிற்பக் கலைக் கூடம் ஆக்கிவிட்டார். அவர் தன் தந்தை வழியை மேற்கொண்டு வளர்த்த கலைப் பணிக்கு மாமல்லபுரமே தனிச் சிறப்பு வாய்ந்த நிலையமாக அமைந்தது. மகேந்திர வர்மன் தொடங்கிய கல் திருப்பணிகள் அவரையடுத்து நரசிம்ம வர்மன், இரண்டாம் மகேந்திர வர்மன், பரமேச்சுர வர்மன் காலங்களில் முற்றுப் பெற்றன.

இவர்கள் இவ்வகையில் மாமல்லபுரத்தில் கண்டவை சிறப்பாகப் பாறைகளினூடே அமைந்த குடைதளிகள் ஆகும். (தளி = கோயில்) தனியே நிமிர்ந்து நிற்கும் சிறு குன்றையோ, நீண்ட பெருங் குன்றையோ வேண்டிய அளவில் துண்டித்து, அவற்றை விமான வடிவங்களில் புறத்தே செதுக்கி, அகத்தே குடைந்தெடுத்து அமைத்த ஒற்றைக்கல் தளிகள்; செங்குத்தான பாறை முகப்புகளில் புடைப்பு உருவங்களாய்ச் செதுக்கப்பட்ட சிற்பத் தொகுதிகள் ஆகியன அடங்கும்.

ஐரோப்பியரும் மாமல்லபுரமும்

வில்லியம் சேம்பர்ஸ் மாமல்லபுரம் பற்றிப் பதினெட்டாம் நூற்றாண்டின் இறுதியில் கற்றறிந்தோரிடையே தெரியப் படுத்தினாரெனினும், அவருக்கு முன்னரே ஐரோப்பியர் இவ்வூரையும் இதன் சிற்பச் சிறப்பையும் அறிந்திருந்தனர். வெனிசு நகரத்து வணிகரான நிக்கோலா மனூச்சி *(1636-1718)* இந்தியம் பற்றி எழுதிய நூலில் மாமல்லபுரத்தைக் குறித்து எழுதியிருக்கின்றார்.

வேர்டுஸ்வொர்து *(1770-1850)*, சாமுவேல் டெயிலர் கோலரிட்ஜ் *(1772-1834)* ஆகியோரின் நண்பரும் ஆங்கிலப் புலவருமான இராபட்டு சௌதி *(Robert Southey*

1774-1843) தனது ''கெகமாவின் வெம்பழி'' *(Curse of Kehama)* என்ற காவியத்தின் 15 ஆம் காண்டத்தில், பலி என்ற இப்பட்டினத்தில் கடலுள் மூழ்கிய கோயில்களையும் கடற்கரைக் குகைகளையும் பற்றிக் கேள்விப்பட்ட செய்திகளை வீருணித்திருக்கின்றார்.

கீழையியலாரும் கட்டடக்கலை விற்பன்னருமான ஜேம்ஸ் ஃபெர்குசன் மாமல்லபுரம் பற்றிப் பத்தொன்பதாம் நூற்றாண்டில் சிறப்பாக எழுதியுள்ளார்.

தென்னாட்டுக் கலைச் செல்வங்களையும் இலக்கியச் சுவடிகளையும் அரும் பாடுபட்டுத் தேடிச் சேகரித்துச் சிறப்புற்றோங்கியுள்ள காலின் மெக்கன்சி *(1753-1821)* மாமல்லபுரத்தை நேரில் சென்று கண்டார்.

காவலின் இலட்சுமய்ய என்றவர் மாமல்லபுரம் பற்றி 1803 ஆம் ஆண்டு எழுதிய விளக்கத்தின் ஆங்கில மொழி பெயர்ப்பும் மெக்கன்சி சேகரத்தில் அடங்கியுள்ளது.

மாமல்லபுரத்தில் ஆயிரமாண்டுகளுக்கு மேலாகப் புதை மணலுள் மறைந்து கிடந்த குடைவரைகளையும் சிற்பங்களையும் தோண்டியெடுத்துத் தேசியக் கலைச் சின்னங்களாய்க் காத்து வருகின்றனர். உப்பங் காற்றினால் கற்றளிகளும் கல்லுருக்களும் சிதைந்து விடாமலிருக்க அரிய காப்பு ஏற்பாடுகளும் செய்யப்படுகின்றன.

2. மறவர் சீமையில் போர்

பெரிய மறவர் நாடான இராமநாதபுரச் சீமையைக் கவர வேண்டுமென்பதைக் கருத்திற் கொண்டிருந்த ஆர்க்காட்டு நவாபு முகமதலியின் சொல்லைக் கிழக்கிந்தியக் கம்பெனி கேட்டது.

மறவர் நவாபின் ஆட்சிப் பகுதிகளைக் கவர்ந்து கொண்டனர்; மிகப் பயங்கரமான கொள்ளைக்காரர்களுக்குத் தம் காடுகளில் புகலிடம் தந்தனர்; அனுமதியின்றி டச்சுக்காரரைத் தம் பகுதியில் பண்டசாலை திறக்கச் செய்தனர் என்றெல்லாம் மறவர் மீது நவாபு முகமதலி சாட்டிய குற்றச் சாட்டுப் பட்டியல் நீண்டது. கம்பெனியின் சென்னை ஆட்சிமன்றக் குழு நவாபு கூறிய குற்றச்சாட்டுகளை ஆராய்ந்து பார்க்காமல் அல்லது பின் வருவன முன்கூட்டிச் சிந்தித்து ஆழ்ந்த நோக்கமுள்ள அரசியல் தந்திரக் குறிக்கோளுக்காக மறவர் நாட்டின் மீது படையெடுப்பதென்று முடிவெடுத்தது.

அதற்கிணங்கக் கர்னல் - ஸ்மிதின் தலைமையில் கம்பெனிப் படை 1772 மார்ச்சு மாதத்தில் திருச்சிராப்பள்ளியை விடுத்துச் சேது நாட்டை நோக்கிப் புறப்பட்டது. மராட்டியரின் அடுத்தடுத்த தாக்குதல்களாலும் உள் சண்டைகளாலும் சேது நாடு வலுவிழந்து போயிருந்தது. சிறுவராயிருந்த சேதுபதிக்கு அவரின் தாயாரே அரச காவலராயிருந்தார். இந்நிலையில் ஆர்க்காட்டு நவாபிற்காக மறவர் சீமையைக் கவர வந்த பிரிட்டிஷ் படையிடம் இராமநாதபுரம் 1772 ஜூன் 2 அன்று மாலை 5 மணிக்கு வீழ்ந்தது. இதனால் பழமையான இச் சிற்றரசு 1780 வரை எட்டாண்டுக் காலம் ஆர்க்காட்டு நவாபிற்குக் கப்பம் கட்டி, அவரது ஆட்சியின் கீழ் இருக்க நேர்ந்தது.

கம்பெனிப் படை ஆர்க்காட்டு நவாபின் பெயரால் தென் பாண்டி நாட்டின் கிழக்குப் பகுதியான மறவர் நாட்டில் இங்ஙனம் தன் மேலாண்மையை விரித்துக் கொண்டே வந்தது. மறவர் நாட்டில் போன்று தஞ்சையிலும் சிறு பாளையங்களையும் சிற்றரசுகளாயும் ஒன்றையொன்று வக்கரித்துக் கொண்டு தமிழ் மக்கள் நின்றமையால், அவர்கள் மிக எளிதில் தோற்று அடிபணிய நேர்ந்ததை இந்நிகழ்ச்சிகள் காட்டுகின்றன.

சிவகங்கை நோக்கி

நவாபிற்காக இராமநாதபுரத்தில் வெற்றி கண்ட கம்பெனிப்படை, இதன் பிறகு சிறிய மறவர் நாடு என்ற சிவகங்கைச் சீமையின் பக்கம் திரும்பிற்று. ஆர்க்காட்டுப் படைகள் 1772 ஜனவரியில் சிவகங்கைச் சீமைக்குள் இறங்கித் தொண்டித் துறைமுகத்தைப் பிடித்தன. சாமிலிங்கப் பிள்ளையின் தலைமையிலிருந்த சிவகங்கைப் படையினால், படையெடுப்பாளரை விரட்டியடிக்க முடியவில்லை. மராட்டியர் வடக்கிலிருந்து வந்து தமிழ் நாட்டைத் தாக்கியமையால், நவாபு சண்டையை இரண்டொரு மாதம் நிறுத்திவிட்டு 1772 மே மாதம் மீண்டும் போரில் இறங்கினார்.

அப்படை சிவகங்கை நகரிலிருந்து சுமார் பதினாறு கிலோ மீட்டர் தொலைவிலுள்ள காளையார் கோயிலுக்குச் சென்றது. தமிழர் வரலாற்றில் மிகுந்த தொன்மையுடைய கானப் பேரெயில் என்று பெயர் பெற்ற பகுதியில் சிவகங்கைச் சீமை அமைந்துள்ளது. சிவகங்கை சின்ன மறவர் நாடு என்று இக்காலத்தில் அழைக்கப்பெற்ற போதிலும், சேதுகாவலர் நிறுவிய பெரிய மறவர் நாட்டை விடப் பழமையானது.

கானப் பேர்

காளையார் கோயிலுக்குக் கி.பி. முதல் நூற்றாண்டில் கானப் பேரெயில் என்று பெயர். இக்காலத்துக் கானாடுகாத்தான் வரை பரவியிருந்த கான நாட்டின் தலை நகராய்க் கானப்பேர் இருந்தது. இது கானப் பேரூர், கானப் பேர் என்று அழைக்கப் பெறும். பின்னர் இங்கு எழுந்த கோயில்களின் சிறப்பினாலும் சைவ சமயப் பற்றினாலும் அது காளையார் கோயில் ஆகி ஊர்ப்பெயரே காளையார் கோயில் ஆனது. காட்டுப் பகுதிக்குள் அமைந்த ஊராகையால் கானப் பேர் என்று பெயர் பெற்றது. இதன் சிறப்பைச் சங்க இலக்கியத்திலும் சைவ இலக்கியத்திலும் காணலாம்.

''கற்றார் தொழுதேத்தும் கானப் பேர்'' என்று சேக்கிழாரும் (கி.பி. 12 நூ.) ''காவார்ந்த பொழிற் சோலைக் கானப் பேர்'' என்று திருஞானசம்பந்தரும் (கி.பி. 7 நூ.), ''கார்வயல் சூழ் கானப் பேர் உறை காளையே'' என்று சுந்தர மூர்த்திகளும் (கி.பி. 7, 8 நூ.) இத்திருத்தலத்தைப் பாடியுள்ளனர்.

புராணங்களில் கானப் பேர், காளையார் கோயில்

சிவனார் சோதி வனத்தில் உலாவந்த காலையில் உமையவள் அவரிடம் வடிவங்கள் பற்றியும் அவற்றின் செயற்பாடுகள் குறித்தும் வினவினாள். ''என் கண்கள் திறந்திருக்கும்போது உலகங்கள் தோன்றுகின்றன. அவை மூடியிருக்கும்போது உலகங்கள் அழிக்கப்படுகின்றன'' என்று சிவமூர்த்தி விளக்கம் தந்தார்.

உமை இதைச் சோதித்தறிய விரும்பினாள். ஆதலால் ஒரு பெண் எப்படி நடந்து கொள்வாளோ, அதைப் போலச் சூது இன்றித் தன் மணாளனின் பின்பக்கம் மெதுவாய்ச் சென்று தன் கைகளால் கணவரின் கண்களைப் பொத்திவிட்டார். ''உடனே உலகங்களனைத்தும் இருளில் மூழ்கின. சிவனார் இதனால் சீற்றமுற்றார். ஆகவே உமை ''காளியைப் போன்று கரிய உருவம் பெறட்டும்'' என்று அவர் சபித்துவிட்டார். ஏனெனில் பார்வதி செய்த இத் தவறினால் அந்தணர் செய்து வந்த சடங்குகளில் குழப்பம் விளைந்தது; காமத்தின் செயற்பாடுகள் குறித்து ஐயப்பாடுகள் உண்டாயின.

இறைவி சிவனாரிடம் தன் பிழையைப் பொறுத்தருளுமாறு வேண்டினார். ''இன்று உலகைக் கொள்ளையடித்து வரும் அசுரரை நீ அழித்தபின்னர் உனக்கு சாப விமோசனம் கிட்டும்'' என்று பிறைசூடன் கூறிவிட்டார். அவர் இதைக் கூறி மறைந்ததும், தேவி அருகிலிருந்த மருத வனத்திற்குள் சென்று தவமியற்றினார்.

தேவர்கள் சண்டன் என்ற அசுரனால் தொல்லைக்குள்ளாயினர். மருதவனத்தில் தவம் நோற்றிருந்த பத்திரகாளியிடம் சென்று உதவி கோருமாறு சிவன் தேவர்களிடம் கூறினார். சண்டனின் உயிர் ஐந்து பாம்புகளில் இருந்தது. பத்திரகாளி அவ்வைந்து பாம்புகளையும் அழித்துச் சண்டனைக் கொன்றார். அசுரனின் குருதியைக் குடித்திருந்த சப்த மாந்தர்கள் என்ற ஏழு அன்னையர் முன் பத்திரகாளி போய் நின்றார். காளி அவர்களுக்குச் சுவை மிக்க கறி வகைகளைப் படைத்தார். அதனால் அன்னபூரணி என்று அழைக்கப்படுகின்றார். (சப்த மாதாக்காள்: பிராமி, மகேசுவரி, வைணவி, கௌமாரி, வராகி, சாமுண்டி, இந்திராணி. சிவன் அந்தகாசுரனைக் கொல்ல எழுந்த காலத்தில் அவரது உடம்பிலிருந்து இந்த எழுவரும் பிறந்தனர் என்பது புராணம்.)

1772

காளி பின்னர் சோதி வனத்திற்குத் திரும்பிப் பிரிக்கப்படாத இறையான அகண்டமானது, தூல இலிங்கம், சூக்கும இலிங்கம் என்ற இரண்டனுள் விளங்க வேண்டுமென்று தொழுது பணிந்தனள். அப்போது அவ்விரு இலிங்கங்களும் அவருக்குக் காட்சி தந்தன. அவள் அவற்றைப் பூசித்து பொன்னிற மேனியனானாள். ஆதலால் தேவர்கள் அவளைச் சொர்ணவல்லி (பொன்னிற மேனியாள்) என்றழைத்தனர். தேவர்கள் சூக்கும இலிங்கத்தைக் ''காளீசன் (காளியின் இறைவன்) என்று பெயரிட்டு அழைத்தனர். அந்த இறைவி இன்றும் காளையர் கோயில் ஆலயத்தின் வெளியே அமைந்திருக்கின்றாள். கோயிலுக்குள் அவள் இரண்டாய்ப் பிளந்து உறைகின்றாள். சிவனின் அருளால் தூல இலிங்கத்துடன் கலந்து உமையாயும் இனி எக்காலத்தும் பிரியாதவாறு சிவன் தன்னை மணந்து கொள்ள வேண்டுமென்று கோரும் கௌரியாயும் இறைவி விளங்குகின்றார். இத்தூல இலிங்கம் சோமேசுரம் என்று பெயர் பெற்றது.

சிவன் பொன்னிறக் கௌரியில் பாதியைச் சூக்கும இலிங்கத்தினுள் ஏற்றுக் கொண்டார். ஆதலால் அவ்விலிங்கம் வலப்புறம் கறுப்பாயும் இடப்புறம் பொன்னிறமாயும் இருக்கின்றது. இவ்வூரில் மூன்று சிவன் கோயில்கள் அடுத்தடுத்து அமைந்திருப்பது சிறப்பாகும். இவற்றுள் பழமையானது காளீசர் கோயில். இங்குள்ள இறைவர் காளை ஈசுவரர். இறைவி சொர்ணவல்லி என்ற பொற்கொடி.

பெரிய மருது கட்டிய பெரிய கோபுரம்

காளீசர் கோயிலில் இரண்டு திருச்சுற்றுகள் உள. இதன் கருவறை முற்றிலும் கருங்கல்லால் ஆனது. சொர்ணவல்லியம்மனின் கோயிலிலுள்ள இறையுருவங்கள் கட்டித் தங்கத்தால் ஆனவையாகும். இங்கு விலையுயர்ந்த வாகனங்களும் உள. அதன் இராச கோபுரங்களில் சிறியதைச் சுந்தர பாண்டியன் பன்னிரண்டாம் நூற்றாண்டில் கட்டினார். பெரிய கோபுரத்தைப் பெரிய மருது பதினெட்டாம் நூற்றாண்டில் எழுப்பினார்.

இப்பெரிய கோபுரத்தைக் கட்டுவதற்குப் பெரிய மருது விரும்பிய காலையில், முன்னை இராச கோபுரத்தில் கைவைக்க அஞ்சியும், தன் திருப்பணியைத் தானே செய்து முடிக்கக் கருதியும், புதிதாய் இராச கோபுரத்தைக் கட்டினார். இது சோமேசர் கோயிலின் முன் வானளாவ நெடிதுயர்ந்து நிற்கின்றது. காளையார் கோயிலிலுள்ள இக் கோபுரத்தின் உச்சியிலிருந்து தொலை நோக்கி வழியே பார்த்தால் மதுரைக் கோயில் கோபுரம் தெரியும்.

கைவழி செங்கல் வந்து கட்டிய கோபுரம்

இவ்வுயர் கோபுரத்தைக் கட்டச் சுமார் பத்தொன்பது கிலோ மீட்டர் தொலைவிலிருக்கும் மானமாமதுரையிலிருந்து செங்கல் வந்தது. (மானாமதுரை மண்பாண்டங்களுக்குப் பெயர் பெற்றது. கடம் என்ற மண்பாண்ட இசைக் கருவி மானாமதுரையில் மட்டுமே இன்று செய்யப்படுகின்றது. இந்தக் கடத்தை வாங்குவதற்காக இசைக் கலைஞர்கள் உலகெங்கிலுமிருந்து மானாமதுரைக்கு வருகின்றனர்.) இத்தொலைவிற்கு வண்டி எதுவும் வைக்காது. ஆள்கள் வரிசையாக நின்று கைச் செங்கல்லாகவே மானாமதுரையிலிருந்து காளையார் கோயிலுக்குக் கொண்டுவந்தனர். இக் கோபுரத்தின் உயரம் 157 அடி. மதுரையின் மிக உயர்ந்த கோபுரத்தின் உயரம் 151 அடிதான். இம்மூன்று கோயில்களும் ஒரே கோட்டை மதில்களுக்குள் இருக்கும் சிறப்பை வேறெங்கும் காண முடியாது. இக்கோயில் சொத்துகள் யாவும் காளீசர் பெயரில் உள்ளன. சோமேசுவரருக்கு மட்டும் விழாக்கள் நடக்கின்றன.

காளையார் கோயிலில் கம்பெனிப் படை

இத்தகைய தொன்மையும் சமய, பண்பாட்டுச் சிறப்பும் உடைய காளையார் கோயில் கோட்டைக்குச் செல்லும் வழியில் கம்பெனிப் படை இந்த ஆண்டில் தண்டு இறங்கியது. அப்படை தந்திரமாய்ச் சுற்று வழியில் சென்று லெப்டினன்டு கர்னல் பாஞ்சோவின் தலைமையில் களையார் கோயிலுக்குள் புகுந்துவிட்டது.

இத்தாக்குதலால் சிவகங்கைப் படைக்குப் பெருஞ் சேதம் விளைந்தது. புதுக்கோட்டைத் தொண்டைமான் இத் தாக்குதலுக்கு உதவியாய்ப் பிரிட்டிசாருக்கு ஐயாயிரம் பேரடங்கிய குதிரைப் படையை அனுப்பியிருந்தார். சிவகங்கை மன்னர் முத்து வடுக நாதரொடு மருதிருவர் என்றழைக்கப்படும் பெரிய மருதும் சின்னமருதும் இப்போரில் பெருவீரத்தோடு சண்டை செய்தனர். முத்து வடுகநாதரின் மனைவியான வேலு நாச்சியாரும் வாளெடுத்துப் போர் செய்து தனிச் சிறப்புப் பெற்றார்.

ஆனால் முத்து வடுகநாதர் காளையார் கோயில் போரில் விழுப்புண் ஏற்றுக் களம் பட்டமையால் அவர் மனைவியும் மகளும் தப்பித்துத் திண்டுக்கல்லுக்கு அருகிலுள்ள விருப்பாட்சியை அடைந்தனர். அங்கு சிவகங்கை மன்னர் வடுகநாதரின் நம்பிக்கைக்குரிய வெள்ளை மருதும் சின்ன மருதும் அவர்களுடன் சேர்ந்து கொண்டனர். வெள்ளை மருது முத்து வடுக நாதரின் நாய்களைக் கவனித்துக் கொள்ளும் ஊழியராயும். சின்ன மருது அடைப்பக்காரராயும், பணிபுரிந்து வந்தனர். சிவகங்கையைத் தாக்கியவர்கள் ஊரைக் கொள்ளையடித்தனர். ஐம்பதாயிர வராகன் மதிப்புள்ள நகைகளைக் கொள்ளையடித்துச் சென்றனர்.

ஆர்க்காட்டு நவாபான முகமதலி இக்காலக்கட்டத்தில் ஊர்களின் பெயர்களையெல்லாம் மாற்றினார். இராமநாதபுரத்தை அலி நகர் என்றும் சிவகங்கையை உசேன் நகர் என்றும் அழைத்தார்.

ஐதரலி வேலு நாச்சியாருக்கும், மருதிருவருக்கும் விருப்பாட்சியில் புகலிடம் தந்தார். அவர் பதினெட்டாம் நூற்றாண்டின் பிற்பாதியில் கம்பெனியை எதிர்த்துப் போரிட்டவர்களுக்கு ஆதரவு தந்தார்.

பெரிய மருது-வேலு நாச்சி திருமணம்

பெரிய மருது இன்று காமராசர் மாவட்டத்திலுள்ள அருப்புக்கோட்டையிலிருந்து

சுமார் இருபது கிலோ மீட்டரிலிருக்கும் முக்குளம் என்ற ஊரில் 1748 ஆம் ஆண்டு பிறந்தார் என்று செவி வழிச் செய்திகள் கூறுகின்றன.

சிவகங்கை என்ற சிறிய மறவர் நாட்டைச் சசிவர்ணத் தேவர் 1730 இல் நிறுவி, அதன் முதல் மன்னரானார் (இ.ச.க.தொகுதி- 3). அவர் இருபதாண்டுக் காலம் ஆட்சிப்பொறுப்பில் இருந்த பின்னர், முத்து வடுகாநாத உடையத் தேவர் ஆட்சிப் பொறுப்பை ஏற்றார். மருதிருவர் பெரிய மருது, சின்ன மருது சிவகங்கையின் இரண்டாவது மன்னரான இவரிடம் போர்த் தொழில் பணியில் சேர்ந்தனர். அவர்களை ஆதரித்த மன்னர் மறவர் குலத்தினரையும். அவரிடம் பணிபுரிந்த மருதிருவர் சேர்வைக்காரர் என்ற வகுப்பினராயும் இருந்தனர்.

முத்து வடுகநாதர் இவ்வாண்டு காளையார் கோயில் போரில் இறந்ததும் சிவகங்கை அரசகுடிக்கு மருதிருவர் மேலும் இன்றியமையாதவராயினர். அக்குடியின் பாதுகாப்பிற்கு அவர்களே இப்போது முக்கியமானவராயினர். இந்நிலையில் சிவகங்கை அரசியான வேலு நாச்சியார் சாதி வேறுபாடு கருதாமலும் பெரிய மருது ஏற்கெனவே பல பெண்களை மணந்திருந்ததைக் கருதாமலும் அவரை இவ்வாண்டு திருமணம் செய்து கொண்டார். மருதிருவரின் ஆட்சியில் தனக்குப் பாதுகாப்புக் கிடைக்குமென்றும் நாடு நலம் பெறும் என்றும் வேலு நாச்சி நம்பினார்.

சிவகங்கையின் ஆட்சிப் பொறுப்பில் இளவலான சின்ன மருது பெரும் பங்கேற்றிருந்தார். பெரிய மருது இப் பொறுப்புகளைத் தம்பியிடம் ஒப்படைத்துவிட்டு நற்பணிகளில் ஈடுபட்டார். இவர்களிருவரும் ஒரு தாய் வயிற்றுப் பிள்ளைகளெனினும் தந்தையர் வேறாவர். இருப்பினும் அண்ணனும் தம்பியும் ஆட்சிப் பொறுப்பை ஒருமித்த கருத்துடன் செய்து வந்தனர்.

மருது பாண்டியரும் தமிழ்ப் புலவர்களும்

மருது பாண்டியரின் அவையில் சாந்துப் புலவர் என்பவர் இக்காலத்தில் இருந்துவந்தார். இவரின் முன்னோர் வழிவழியாய்த் தமிழ்ப் புலவராயிருந்து வந்தனர். சாந்துப் புலவர் பாண்டிய நாட்டிலுள்ள திருப்புனவாயில் என்ற ஊரையடுத்த சிறுகம்பையில் பிறந்தவர். சாந்துப் புலவரின் தந்தையான இரண்டாம் சர்க்கரைப் புலவர் பதினெட்டாம் நூற்றாண்டில் வாழ்ந்திருந்தார். இரண்டாம் சர்க்கரைப் புலவரின் தந்தை பெயர் சீனிப் புலவர். இவர்கள் இனிப்பும் மணமும் நிறைந்த தமிழ்ப் புலவர் போலும்!

சாந்துப் புலவரின் தந்தையான சர்க்கரைப் புலவர் தம்மின் தந்தையரிடமும் பாட்டனாரிடமும் தமிழ் கற்றவர். சர்க்கரைப் புலவர் இராமநாதபுரத்திலும் சிவகங்கையிலும் அவைப் புலவராயிருந்தார். சர்க்கரைப் புலவர் சிவகங்கை மன்னரான முத்து வடுகநாதரின் முன்னிலையில் கம்பராமாயணச் சொற்பொழிவு நிகழ்த்தியமைக்காகத் தேனியூர் என்ற சிற்றூரை முற்றூட்டாக - இறையிலியாகப் பெற்றார்.

அவருக்கு அத்துடன் மருதங்குடியில் நாற்பது செய் நிலமும் கடவாயில் என்ற ஊரில் முப்பது செய் நிலமும் கிடைத்தன. சாந்துப் புலவரின் பெருமை வாய்ந்த தந்தையாகிய இந்தச் சர்க்கரைப் புலவரைத் தஞ்சை மராட்டிய அரசரான பிரதாப சிங்கனும் (1739-1763) ஆதரித்து வந்தார்.

சர்க்கரைப் புலவர் மருது பாண்டியர் மீது அட்டநாக பந்தம் என்ற ஓவியச் செய்யுள் (சித்திரக் கவி) ஒன்றைப் பாடினார். அவர் மகனான சாந்துப் புலவர் அதன் கீழே சிறிய

அட்டநாக பந்தம் ஒன்றை இயற்றினார். இதைக் கண்டு மெச்சிய பெரிய மருது சாந்துப் புலவரையும் தன் அவையில் புலவராக்கிக் கொண்டார்.

கோவை

பெரிய மருது தன் நோய் நீங்குவதற்குப் பேரருள் புரிந்த குன்றக்குடி முருகன் மீது கோவை பாடுமாறு வேண்டிக் கொண்டதற்குச் சாந்துப் புலவர் மயூரகிரிக் கோவை என்ற நூலைப் பாடினார்.

அகப்பொருள் செய்திகளைத் தொகுத்து கூறுவதால் இவ்விலக்கிய வகை கோவை என்று பெயர் பெற்றது. ஒருவனும் ஒருத்தியும் இயற்கைச் சூழலில் சந்தித்த கணத்திலிருந்து, கணவனும் மனைவியுமாய் இணைவது வரையிலுள்ள காதல் நிகழ்ச்சிகளைக் கோவையாய்த் தொகுத்துச் சொல்லும் சிற்றின்பம் தோய்ந்த பாடல்கள் கோவை எனப்படும். இது அகப்பொருள் கோவை. ஐந்திணைக் கோவை எனவும் பெயர் பெறும்.

கோவை கட்டளைக் கலித்துறைப் பா வகையில் நானூறு பாடல்களைக் கொண்டது என்று வச்சணந்தி மாலை என்ற பன்னிரண்டாம் நூற்றாண்டு இலக்கண நூல் கூறும். சிற்றிலக்கியங்களில் இது பேரிலக்கியம் என்று அறிஞர் கூறுவர்.

கோவை நூல்கள் அகக் காதலைப் பாடுவதோடு (அகம் என்பது மனம்) தமிழ்க் காதலையும் வெளிப்படுத்துகின்றன.

ஏழாம் நூற்றாண்டில் எழுந்த பாண்டிக் கோவை என்பது நின்றசீர் நெடுமாறனைப் (640-670 கி.பி.) பாடுவது. அதில் பாண்டியனின் நெல்வேலிப் போர், விழிஞத்துப் போர் முதலிய போர்கள் பாடப் பெற்றுள்ளன.

கோவை நூல்களுள் முதன்முதலில் செல்வாக்குப் பெற்றது ஒன்பதாம் நூற்றாண்டில் எழுந்த திருக்கோவையார் ஆகும். கோவை இலக்கண மரபுப்படி இதில் 400 பாடல்கள் உள. ஒவ்வொரு பாடலும் ஒவ்வொருவரால் காதல் நிலையை வெளிப்படுத்திச் சொல்லப்படுவதுபோல் அமைந்திருக்கும்.

கோவைப் பாடல் ஒரு தலத்தின் இறைவனையோ, ஒரு புலவரையோ சிறப்பித்துப் பாடுவதாகும். தமிழில் எண்ணிறந்த கோவை நூல்கள் உள. பதிமூன்றாம் நூற்றாண்டில் எழுந்த தஞ்சைவாணன் கோவை குறிக்கத்தக்க கோவை நூலாகும். இதற்குப் பதினெட்டாம் நூற்றாண்டில் வாழ்ந்த சொக்கப்ப நாவலர் உரை எழுதியிருக்கின்றார்.

''கோவை, உலா, அந்தாதிக்கு ஒட்டக்கூத்தன்'' என்று ஒட்டக்கூத்தர் (கி.பி. 12 நூ.) புகழப்படுகின்றார். அவர் குலோத்துங்கன் கோவை, நாலாயிரக்கண் கோவை முதலியவற்றைப் பாடியுள்ளார். திரிசிரிபுரம் மகாவித்துவான் மீனாட்சி சுந்தரம் பிள்ளை (கி.பி. 19 நூ.) சீகாழிக் கோவை, திருவாவடுதுறைக் கோவை, குளத்துக் கோவை நூல்களை இயற்றியுள்ளார்.

சாந்துப் புலவர் மயூரகிரிக் கோவையுடன் வேறு பல நூல்களையும் தனிப் பாடல்களையும் இயற்றியுள்ளார்.

பதினெட்டின் இனிவரும் ஆண்டுகளில் மருது பாண்டியரின் எழுச்சியும், வீழ்ச்சியும் முடிந்து அயலாட்சி ஏற்படப் போவதைக் காணப் போகின்றோம்.

3. கூச்சு பிகார் கம்பெனி வசமாதல்

கூச்சு பிகார் நாட்டரசு வரலாறு

கோச்சு (*Koch*) என்ற மக்கள் இந்தியத்தின் தொன்மையான பழங்குடியினராவர். இக்குடியினரின் மன்னர்கள் இந்து சமயத்தையும் சைவத்தையும் தழுவினர். அவர்களின் காமட முடியரசில் வங்க அல்லது நாகரி வரி வடிவங்களில் எழுதப் பெற்ற சமஸ்கிருதம் ஆட்சி மொழியாயிருந்திருக்கலாம்.

விசுவ சிம்மன் என்ற அரசர் காமட முடியரசை கி.பி. 1515 ஆம் ஆண்டு பெரு வலிவுடையதாக்கினார். அரசர் நர நாராயணர் (1555-1587 கி.பி.) அதை உச்ச நிலைக்குக் கொண்டு சென்றார். நர நாரயணனின் மகனான இலட்சுமி நாராயணன் 1696 ஆம் ஆண்டு வாக்கில் ஔரங்கசீபின் (1618-1707 கி.பி.) கீழ் ஒரு சிற்றரசராய்விடடார். முகலாயர் இந்த மேற்கத்திச் சிற்றரசை ஆலங்கீர்புரி என்று புதுப் பெயரிட்டு அழைத்தனர்.

பூட்டான் தலையீடு

1772

பூட்டானியர் கூச்சு பிகார் மீது 1772 இல் படையெடுத்தனர். (பூட்டான் என்ற முடியரசு வடக்கில் சீனமும் மேற்கில் நேபாளமும், தெற்கில் இந்தியமும் சூழ அமைந்துள்ள நாடு ஆசிய நாடாகும். பூட்டானுக்கு வேதாள நாடு (*Land of Dragons*) என்ற பெயருண்டு. முன்னேறிய நாகரிகங்களின் தரத்தோடு ஒப்பிட்டால் உலகில் மிகவும் ஏழையான நாடு பூட்டானேயாகும். ஆனால் இந்நாட்டில் வேலையில்லாத் திண்டாட்டம், இரந்துண்ணுதல் ஆகியனவும், எவ்விதமான குற்றச் செயல்களும் அறவே இல்லை. இன்று இந்நாட்டில் சுமார் 15 இலட்சம் பேர் வாழ்கின்றனர். இதன் பரப்பளவு 47,000 சதுர கிலோ மீட்டர் (18,000 சதுர மைல்). இந்நாடு குறித்துப் பதினெட்டாம் நூற்றாண்டிலிருந்து திபேத்து, சீனம், இந்தியம், பிரிட்டன் ஆகிய நாடுகளிடையே தாவா இருந்து வந்தது. இப்போது இந்தியத்திற்கும் சீனத்திற்குமிடையே மட்டுமே தாவா நீடிக்கின்றது. இது கிழக்கு இமயத்தின் வடக்கிலுள்ள மலைப்பாங்கான நாடாகும். இங்குள்ள மக்களில் பெரும்பாலர் மகாயானப் பௌத்தர். தலை நகரம் திம்பு. இங்கு சோங்க (*Dzongka*) நேபாளி, ஆங்கிலம் மூன்றும் ஆட்சி மொழிகளாயிருக்கின்றன. இந்நாட்டின் அயலுறவு விவகாரங்களுக்கு இந்தியம் பொறுப்பாயிருந்து வருகின்றது.)

கிழக்கிந்தியக் கம்பெனி வெகு செழிப்பான திபேத்து, நேபாள வாணிபத்தின் மீது கண் வைத்துக் கொண்டிருந்த வேளையில் பூட்டான் கூச்சு பிகாரைத் தாக்கியது. ஆதலால் கூச்சு பிகார் மன்னர் விடுத்த வேண்டுகோளுக்கிணங்க ஆங்கிலேயர் அங்கு சென்று கூச்சு பிகாரைப் பூட்டானியரின் கொடுங்கோன்மையிலிருந்து விடுவித்தனர். இதில் திபேத்தியத்தின் தாஷி லாமா நடுவராயிருந்து 1772 ஆம் ஆண்டு இணக்க உடன்பாடு ஏற்படக் காரணமாயிருந்தார். இவ்வுடன்படிக்கையின் பயனாகக் கூச்சு பிகார் மன்னர் தன் வரி வருவாயில் சரி பாதியைக் கிழக்கிந்தியக் கம்பெனிக்குத் தந்துவிட வேண்டும்.

(கூச்சு பிகார் என்ற நாட்டரசு 1938 வரையில் வங்கக் கவர்னரின் ஆளுகையில் இருந்து வந்து, 1950 ஆம் ஆண்டு மேற்கு வங்க மாநிலத்துடன் இணைந்தது.)

கூச்சு பிகார் அசாமின் வட மேற்கில் பூட்டானுக்குத் தெற்கில் அமைந்துள்ளது. இந்நாட்டரசு சமதளமான நிலபரப்பையுடையது. அது கடல் மட்டத்திற்கு முந்நூறு அடிக்கு மேல் உயரவேயில்லை. இங்கு ஆறுகள், ஏரிகள், சதுப்பு நிலங்கள் ஆங்காங்கே உள. மாபெரும் ஆறுகளான பிரம்மபுத்திரையோ, கஞ்சஞ்செங்க மலை மீது படிந்திருக்கும்

உறைபனி உருகி மனம் போன போக்கில் பெருக்கெடுத்து ஓடிவரும் தீஸ்த என்ற ஆறோ, தம் இரக்க உணர்வை இழந்துவிடும் வேளைகளிலெல்லாம் இந்நாட்டரசு கிட்டத்தட்ட நீரில் மூழ்கிப் போய்விடும். (கஞ்சஞ்செங்க: இது நேபாள-சிக்கிம் எல்லையில் இமயத்தின் மீதுள்ள மலை. இது உலகின் உயர்ந்த மலைகளில் மூன்றாவதாகும். அதன் உயரம் 8,000 மீட்டர் - 28, 216 அடி.) மலைப்பாங்கான நோபாளம், சிக்கிம், பூட்டான், மேகாலய மலைகள் ஆகியவற்றால் கூச்சு பிகார்ப் பகுதி சூழப்பெற்றுள்ளது.

பண்டைக் கோச்சு மக்கள்

இங்கு வாழ்ந்த பண்டை மக்கள் கோச்சுகள் என்றழைக்கப்பட்டனர். இப்போது அவர்களுக்கு இராஜ பான்சி என்று பெயர். இப்பகுதி 1863 ஆம் ஆண்டிற்குப் பிறகு புலி வேட்டைக்குப் பெயர் பெற்ற இடமாயிற்று. கூச்சு பிகார் சதுப்பு நிலமும் யானைப் புற்கள் செழித்து வளர்ந்த இடங்களும் நிறைந்த நிலப்பரப்பாயிருப்பதால் அது புலிகளுக்குகந்த புகலிடமாயிற்று.

புலி வேட்டை

கூச்சு பிகார் ஐரோப்பிய உயரலுவலர் மொய்த்துக் கிடந்த கல்கத்தாவினருகே இருந்தமையால் (கூச்சு பிகார் கல்கத்தாவிலிருந்து சுமார் 175 மைலில் - சுமார் 280 கிலோமீட்டரில் உள்ளது) 1860 ஆம் ஆண்டுகளில் அவர்கள் புலி வேட்டைக்கு இங்கு வந்தனர். கூச்சு பிகார் நாட்டரசில் 1950 வரையிலும் புலி வேட்டைக்கென்று எண்ணற்ற யானைகளைப் பழக்கி வைத்திருந்தனர்.

ஆங்கிலேயர் தலையீடு

பத்தொன்பதாம் நூற்றாண்டில் கூச்சு பிகார் அரச குடியினரிடையே அரசுரிமை குறித்து ஏற்பட்ட பகைப் போட்டியில் பிரிட்டிசார் தலையிட்டு, இலட்சிய அரசர் ஒருவரைக் கொண்டு இந்நாட்டைத் தமக்கு இசைவாய் நடந்து கொள்ளும் வகையில் சீர்படுத்த முயன்றார். அவர்கள் நிருபேந்திர நாராயணன் என்றவரைத் தேர்ந்தெடுத்துப் பிரிட்டிஷ் ஆசிரியர் பலரைக் கொண்டு அவருக்குப் பயிற்சியளித்தனர். காசியில் இந்திய நாட்டு மன்னர்களின் பிள்ளைகளுக்கு என்று தனியாய் அமைக்கப் பெற்ற சிறப்புப் பள்ளிக்கும் அவரை அனுப்பினர். இந்தியத்தின் தலையாய கல்வி நிலையமாயிருந்த கல்கத்தாவின் மாநிலக் கல்லூரிக்கும் அவரைக் கல்வி கற்கக் கடைசியாய் அனுப்பி வைத்தார்.

அப்புறம் அவரை ஓசைப்படாமல் ஐரோப்பியத்திற்குக் கொண்டு செல்லத் திட்டமிட்டனர். அதற்கு முன்னர் அவருக்குத் திருமணம் செய்விக்க வேண்டிய கட்டாயம் ஏற்பட்டது. மிகுந்த கவனத்துடன் திட்டமிட்டுக் கல்வியளித்த அந்த எதிர்கால மன்னருக்கு ஈடான கல்வியறிவுள்ள ஒரு பெண்ணை ஆங்கிலேயர் தேடினர். ஆனால் பத்தொன்பதாம் நூற்றாண்டின் இடையில் அத்தகைய பெண் கிடைப்பது எளிதாயிருக்கவில்லை.

அவர்கள் இறுதியில் கேசவச் சந்திர சென்னின் மகளான சுநீதி தேவியைத் தேர்ந்தெடுத்தனர். (கேசவச் சந்திர சென் : 1839-1884 : இவர் தொடக்கத்தில் பிரம்ம சமாசத்துடன் தொடர்பு கொண்டிருந்தவர்.) சுநீதி தேவிக்குச் சிறந்த கல்வியறிவு இருந்தது. பெண்ணும், பையனும் முதலில் சந்தித்த போது, சுநீதி தேவி இந்திய முறைப்படி பாடவோ, ஆடவோ செய்யாது பியானோவை இசைத்துக் காட்டினார்.

பிரம்ம சமாஜம்

எனினும் இவ்விருவரையும் சேர்த்து வைப்பதில் பல இடையூறுகள் இருந்தன. கல்கத்தாவின் சிறந்த கற்றறிவாளருள் ஒருவரான கேசவச் சந்திர சென், பிரம்ம சமாஜ இயக்கத்தைச் சேர்ந்தவர். அதன் பெருந்தலைவர்களுள் ஒருவராயிருந்தார். இவ்வியக்கம் இந்து சமயத்தைச் சீர்திருத்தும் இலட்சிய நோக்கோடு இராசாராம் மோகன்ராயரால் *(1772-1883) 1828* ஆம் ஆண்டு நிறுவப் பெற்றது. அதில் வகை தொகையற்ற சடங்குகளோ, உருவ வழிபாடோ, மூட நம்பிக்கைகளோ இல்லை. கிறித்துவ சமயத்திலிருந்து பெறப்பட்ட மானுட நேயம் போன்ற கோட்பாடுகளை அது தழுவியிருந்தது. இவ்வியக்கத்தின் தாக்கம் தமிழகத்திலும் இருந்தது.

வங்கப் பிராமணரிடையே மலர்ந்திருந்த சமூக முற்போக்குக் கருத்துகள் காரணமாகக் கேசவச் சந்திர சென் தன் மகளை அதற்கேற்ற வகையில் நன்றாய்ப் பழக்கி வைத்திருந்தார். கூச்சு பிகார் இளவரசருக்குப் பெண் தேடிய பிரிட்டிசாரின் கண்களில் இப்பெண் பட்டார்.

பிரம்ம சமாஜம் என்பது இந்து சமயத்தின் ஒரு பிரிவு ஆகிவிடாது. அது கிட்டத்தட்டக் கிறித்தவ சமயம் போன்றதேயாகும். அதனால் கூச்சு பிகாரின் அரச குடும்பத்தினர், இந்தச் சம்பந்தத்திற்கு மறுப்புக் கூறிவிட்டனர். அவர்களுக்கு இதில் விருப்பமில்லை.

கேசவச் சந்திரரோ இத்திருமணத் தொடர்பில் மிகுந்த ஆர்வம் காட்டினார். பிரிட்டிசார் வெகு விரைவில் திருமணத்தை முடித்து மணமக்களை ஐரோப்பியம் கொண்டு செல்லத் துடித்தனர். அவர்கள் இப்படி விரைவு படுத்தினால், பெண் வயது வராத நிலையில் வாழ்க்கைப் பட்டுவிட நேரிடும்.

கேசவச் சந்திர சென்னே, கல்கத்தா ஆட்சி மன்றக் கூட்டத்திலும் *(Council)* பொது மேடைகளிலும் இளவயதுத் திருமணத்திற்கு எதிர்ப்புத் தெரிவித்துப் பெண் திருமணத்திற்கு ஒப்புதல் தரும் வயதை எட்டியிருக்க வேண்டும் என்று அண்மையில்தான் பேசியிருந்தார். ஆனால் இச் சிக்கல்களை யெல்லாம் தீர்க்கும் வேலைகள் திரைமறைவில் மும்முரமாய் நடந்து வந்தன. இறுதியில் அதற்கு வழி பிறந்தது.

1772

கல்கத்தாவின் முற்போக்கான குடும்பத்தைச் சேர்ந்த சுநீதி தேவிக்கும், எப்போதும் வெள்ளக்காடாய்க் கிடப்பதும், மலை வாழ் மக்களே பெரிதும் வாழ்வதுமான கூச்சு பிகார் நாட்டரசைச் சேர்ந்த நிருபேந்திர நாராயணனுக்கும் மிகச் சிறப்பாய்த் திருமணம் நடந்தது. நிருபேந்திர நாராயணன் பிரம்ம சமாஜத்தில் சேர்க்கப்பட்டார். அவர் தன் மனைவியின் உதவியுடன் விக்டோரிய காலத்துப் பேரரசப் பெருமக்களுக்கு விருப்பமான பல அமைப்புகளைத் தோற்றுவித்தார். கூச்சு பிகாரில் இரண்டு பள்ளிகள், வழக்காடு முறை மன்றங்கள், சிறைச்சாலை, ஆவணக் களரி, அச்சகம் முதலியன இதன் பயனாய் உண்டாயின.

மகனும் காதல் வலையில்

நிருபேந்திர நாராயணனின் இளைய மகன் ஜிதேந்திர நாராயணனும் தந்தையைப் போன்று, காதலில் சிக்கிக் கொண்டார். ஐந்தாம் ஜார்ஜ் மன்னரின் *(1865-1936 : ஆ.கா. 1910-1936)* முடிசூட்டு விழா நிகழ்ச்சியையொட்டி *1911* ஆம் ஆண்டு டெல்லியில் ஏற்பாடு செய்திருந்த தர்பார் என்ற அரசவைக் காட்சியில் நடந்த நடனங்களின் போது ஜிதேந்திர நாராயணன் பரோடா மன்னரின் மகளான இந்திராவுடன் சேர்ந்து ஆட நேர்ந்தது.

அவர்களின் காதல் இடையூறின்றி நிறைவேறவில்லை. கூச்சு பிகார் அரச குடும்பம் பிரம்ம சமாஜத்தை உறுதியாய்ப் பின்பற்றியது. பரோடா அரச குடியோ இத்தகைய குடும்பத்துடன் உறவு வைத்துக் கொள்வது பற்றிச் சிந்திக்கவே விரும்பவில்லை. அதனால் காதலர் மறைவடக்கமாய் ஒருவரையொருவர் சந்தித்துக் கொண்டனர். காதற் கடிதங்கள் இங்குமங்குமாய்ப் பறந்தன. குடும்பங்களிரண்டும் சச்சரவிட்டுக் கொண்டன. இந்தக் காதல் கிளப்பிவிட்ட புயலைப் பற்றிய செய்திகள் முதலில் இந்தியப் பத்திரிகைகளிலும், பின்னர் பிரிட்டிஷ் பத்திரிகைகளிலும் வெளியாயின. பரோடாக்காரர்கள் ஜிதேந்திரனும் இந்திராவும் ஒன்று சேர்ந்துவிடக் கூடாது என்று பல முயற்சிகளை மேற்கொண்டனர். எனினும் காதலர்கள் தடை தகர்த்துச் சந்தித்து கொண்டுதானிருந்தனர்.

திருமணம் இலண்டனில் நடந்தது

அவர்களுக்கு இறுதியில் இலண்டனின் ஹாரோ ரோடு திருமணப் பதிவகத்தில் 1913 ஆம் ஆண்டு மணம் நடந்தேறியது. ஜிதேந்திரனின் தந்தை நிருபேந்திர நாராயணன் இதற்கு மூன்று வாரங்களுக்குப் பிறகு இறந்து போனார். ஆதலால் ஜிதேந்திரனும் இந்திராவும் கூச்சு பிகாரின் அரசனும் அரசியுமாயினர்.

பரோடா அரச குடும்பம் ஐந்தாண்டுக் காலம் குமைந்து குமுறிக் கொண்டிருந்த பின்னர், புனேயின் குதிரைப் பந்தய மைதானத்தில் மகளுடனும் அவளுடைய குடும்பத்தாருடனும் நல்லிணக்கம் கொண்டது.

பேரழகி ''மா'' இந்திரா

பேரழகியாக விளங்கி ''மா'' (அன்னை) என்று சிறப்பிக்கப் பெற்ற கூச்சு பிகாரின் அரசியான அப்பெண்மணிதான் பரோடா அரச குடியின் இந்திரா ஆவார். அப்பெண்மணி ஆயிரத்துத் தொள்ளாயிரத்து இருபதாமாண்டுகளில் இலண்டனையும் பாரிசையும் சுற்றி வந்திருக்கின்றார். அவரது பேரழகைக் கண்டு வேல்ஸ் இளவரசரும் (பிரிட்டனின் பட்டத்து இளவரசர்), ஜெய்ப்பூர் நாட்டரசராயிருந்த மான் சிங்கும் வியந்து பாராட்டிய பெருமக்கள் பலருள் அடங்குவர்.

(இப்பேரழகி பெற்றெடுத்த பெரும் பேரழகியே பின்னாளில் ஜெய்ப்பூர் மன்னரின் மனைவியான காயத்திரி தேவி). கூச்சு பிகார் அரசியான ''மா'' தந்தத்தாலான பஞ்சணையில் துயின்றார். அவர் உவளகம் என்ற அந்தப்புரத்தில் பெண்கள் இருக்கும் பகுதியில் வாழ்வதற்கு மறுத்துவிட்டார். அவர் குளிக்கும் அறை சலவைக் கல்லால் ஆனது. நீராவிக் குளிப்பு மேடை சாய்வான இருக்கைப் போல் அமைந்திருக்கும்.

பெண்களுக்கென்று புதுப்பாணியில் ஆடைகள் வடிவமைப்பதில் பெயர் பெற்றவளான எல்சா ஸ்கிப்பியாரல்லி (1896-1973) பதினான்கு சிறுத்தைத் தோல்களைக் கொண்டு செய்திருந்த போர்வைக்குள் அரசியின் முன்னங்கால்கள் புதைந்திருக்கும்.

கூச்சு பிகார் ''மா'' சுவிட்சர்லாந்து நாட்டைச் சேர்ந்த சேடியை - பணிப் பெண்ணை -வைத்திருந்தார். அரசி மிக அருமையாய்ப் பிரஞ்சு மொழி பேசுவார். நடு இத்தாலியிலுள்ள ஃபிளாரன்சு நகரிலிருந்து அரசிக்கென்று நூற்றுக்கணக்கான காலணிகள் வந்து குவியும்.

1772

ஓயா விருந்து

அவர் கல்கத்தாவில் கூச்சு பிகாருக்கென்று கட்டிய ''உட்லண்ஸ்'' என்ற அரண்மனையில் வாழ்ந்து வந்தார். அங்கு வரிசையாய் ஒன்றையடுத்து ஒன்று என்று முடிவேயில்லாது எப்போதும் விருந்துகள் நடந்து கொண்டேயிருக்கும். அங்கு கூதிர் காலத்தில் ஒவ்வோர் ஆண்டும் நடத்தப் பெற்ற போலோ விளையாட்டுப் போட்டிக்காக ஜெய்ப்பூர் இளவரசர் தவறாது வருவார். கூச்சு பிகார் அவரை அன்போடு வரவேற்று விருந்தோம்பும்.

ஜெய்ப்பூர் இளவரசர் பச்சை ரோல்ஸ் ராய்ஸ் காரில் வந்து இறங்குவார். அவர் போலோ விளையாட்டிற்கென்று ஆறு மட்டக் குதிரைகளைத் தன்னுடன் கொண்டு வருவார். அவர் பெண்களிடம் பிலுக்குவார். அவர் இழுத்து இழுத்து ஆங்கிலம் பேசுவதைக் கேட்கும் பெண்கள் சொக்கிப் போவார்.

மாலை மயங்கியதும் விருந்திற்கு வந்தவர்கள் உரையாடிக் கொண்டிருக்கும் போது, பணியாள்கள் படிகக் கற்களும் மரகதக் கற்களும் பதித்த சீனத் தடுப்புத் திரைக்கு அப்பாலிருந்து வெள்ளி ஏனங்களில் தீக்கங்குகளை வைத்து அவற்றின் மீது நறுமணப் பொருள்களைத் தூவி, ஏனங்களை ஆட்டிக் குலுக்கி இனிய மணப் புகையைப் பரவச் செய்வார்.

1772

விருந்து மேசையில் பன்னாட்டு உணவு வகைகள் பொன், வெள்ளி ஏனங்களில் எப்போதும் அழகுற அடுக்கி வைக்கப்பட்டிருக்கும். மேசையின் நடுவில் ஒரு கண்ணாடிக் கிண்ணத்தில் ரோஜாவும் செம்மல்லியும் அழகாய் அமைந்து நறுமணம் கமழச் செய்யும்.

கூச்சு பிகார் அரசி தன் சமையற்காரரில் ஒருவரை ரோமிலுள்ள ஆல்ஃபிரடோ ஓட்டலுக்கு அழைத்துச் சென்று லாசஞ்சு என்ற மாப்பண்டம் செய்யும் முறையைக் கற்றுக் கொள்ளச் செய்தார். அரசியின் இரஷியச் சமையற்காரர் ஆரவாரமானவர். அவர் இரஷிய மன்னர் சாரின் படையில் பணிபுரிந்தவர்.

இந் நாட்டரசின் நாய்கள் கூட மேலை நாட்டிலிருந்து தனியாக வரவழைக்கப்பட்ட தண்ணீரைத்தான் குடித்தன.

ஜெய்ப்பூர் இளவரசருக்குத் தெய்வலோக விருந்து

ஜெய்ப்பூர் இளவரசர் ஜெயசிங்கு போலோ விளையாட்டில் வழக்கம் போல் வெற்றி பெற்றதற்கு எப்போதும் போல் அளிக்கப்பட்ட விருந்து தேவதைக் கதைகளில் வருவதைப் போன்று அமைந்தது. போலோவில் வெற்றி பெற்ற ஜெயசிங்கை நோக்கிப் பட்டும் வைரமும் சொலிக்கக் கூச்சு பிகார் அரசி ''மா'' தேவ மங்கை போல் மிதந்து வந்தார். அவரை முந்திக் கொண்டு, அவர் பூசியிருந்த பிரஞ்சு வாசனைத் திரவியங்களின் சுகந்தம், அரசியின் பட்டாடை மடிப்புகளிலிருந்து தென்றலினும் மென்மையாய்ச் சென்று இளவரசரை வரவேற்றது.

''அவர் கிரேக்கப் புராணக் கதைகளில் வரும் இறைவியைப் போல் இருந்தார்,'' என்று ''ஹைனஸ்'' (*Highness*) என்ற ஆங்கில நூலின் ஆசிரியையான ஆன் மாரோ வியந்துரைக்கின்றார். ''மா'' வெற்றி வீரரான இளவரசரைப் பார்த்து ''உமக்கு'' என்ன வேண்டும், எது வேண்டுமானாலும் உமக்குத் தரப்படும் - எது வேண்டுமானாலும்'' என்று சொன்னார்.

1772

இளவரசர் அரசியாருக்கு நன்கு பழக்கமான தன் புன்முறுவலொடு, அதற்குக் கூறிய மறு மொழியைக் கேட்டு அரசியின் விழிகள் வியப்பினால் இமையாதொழிந்தன. கல்கத்தாவில் அன்றிரவு நடக்கவிருந்த போலோ வெற்றிக் கொண்டாட்டத்திற்கு அரசியார் தன் பதின்மூன்று வயது மகளான ஆயிஷாவை அனுப்பிவைக்க முடியுமா என்று ஜெய்ப்பூர் இளவரசர் வினவியதற்கு ''முடியும்'' என்று அரசியார் முறுவலித்தார்.

ஆயிஷா

ஆயிஷா - அந்தப் பெதும்பைப் பருவத்திலேயே கொள்ளை அழகாயிருந்தார். நீண்ட கருங் கூந்தல்; சிற்றின்பத் துடிப்பு மிளிர்ந்த உதடுகள்; பேரழகுப் பெதும்பையான ஆயிஷா துரு துருவென்றிருந்தாள். சற்று அடங்காக் குணம்; ஜெயசிங்கு என்ற ஜெய் அவளைக் கண்டதும் காதல் கொண்டு விட்டார்.

ரைடர் ஹாகர்டு (*Sir Rider Haggard 1856-1925:* புகழ் பெற்ற வீர தீரக்கதைகளை எழுதியவர். ''சாலமன் மன்னரின் செல்வச்சுரங்கங்கள்'' (*King Solomon's Mines*) என்பதும் என்றும் இளமை மாறாத ஆயிநுட என்ற பெண்ணின் கதையான ''அவள்'' (*She*) என்பதும் அவர் எழுதியவற்றுள் புகழ் பெற்றனவாகும்.) கதைகளை ''மா'' விரும்பிப் படிப்பார். அவர் கருவுற்றிருந்த போது ''அவள்'' நாவலின் நாயகியான ஆயிஷாவின் பெயரையே வயிற்றிலிருந்த தன் குழந்தைக்கு வைத்து விட்டார். ஆனால் குழந்தை பிறந்ததும் அதற்குச் சூட்டப் பெற்ற பெயர் காயத்திரி.

பதின்மூன்று வயதுப் பெதும்பையான ஆயிஷா சிணுங்கிக் கொண்டும் நடுங்கியும் பேசா மடந்தை போலும் இருக்கவில்லை. அவள் ஐந்து வயதுச் சிறுமியாயிருந்த போது இலண்டனில் தன் குடும்பத்திற்கு நைட்ஸ்பிரிட்ஜ் என்ற இடத்திலிருந்த மாளிகையில் தங்கியிருந்தாள். அவள் அங்கு தன் செவிலியை ஏமாற்றிவிட்டு ''ஹெராடுஸ்'' என்ற பேரங்காடிக்குச் சென்று சுவையான தின்பண்டங்களை வாங்கிக் கொண்டு ''கூச்சு பிகார்க் கணக்கில் எழுதிக் கொள்'' என்று துணிந்து சொன்னவள்.

''மா'' என்ற கூச்சு பிகார் அரசியான இந்திராவின் காதல் ஒரு காவியமாகவில்லையே தவிர, அவர் பேரழகி என்று அனைவராலும் நிலைக்கும்படி பெரும் புகழ் பெற்றுவிட்டார். ''மா என்று அனைவராலும் வாஞ்சையுடன் அழைக்கப் பெற்ற இந்திரா, ஐந்து குழந்தைகளைப் பெற்றார். அவர்களுள் ஒருத்திதான் மேற்சொன்ன ஆயிஷா. அவள் பின்னாளில் காயத்திரி தேவி என்று புகழ்பெற்ற ஜெய்ப்பூரின் அரசியானாள்.

''மா''வின் சூதாட்ட ஆர்வம்

கூச்சு பிகாரின் அரசிக்குச் சூதாட்டத்தில் விருப்பம் மிகுதி. அவர் தனக்கு அதிர்ஷ்டம் தரும் என்ற நம்பிய ஓர் ஆமையை அருகில் வைத்துக் கொண்டு சூதாடுவார். உயிருள்ள அந்த ஆமையின் மேல் தோட்டில் வைரம், நீலக்கல், சிவப்புக்கல், முதலிய விலையுயர்ந்த கற்கள் பதிக்கப்பட்டிருக்கும். சூதாட்டம் முடிந்ததும், அவர் தன் நீண்ட சிகரட்டு ஹோல்டரை எடுத்துக் கீழே வைப்பார்.

மரகத நிறச் சிஃபான் சேலை பறக்க (*சிஃபான்: மிக மெல்லிய துணி வகை: மேனியெழிலைத் தெளிவாய்க் காட்டக் கூடியது*) பொன்னும் மணியும் சொலிக்க, அவர் சூதாடுமிடத்தை விட்டு வெளியேறுவார். வாசற் கதவின் வெளியே அரசியின் காலணிகள் குப்புறக் கிடந்தால், அவர் ஹெமன் தெ ஃபே என்ற சீட்டாட்டத்தில் கெலித்துவிட்டார் என்று அவருடைய பணியாள்கள் தெரிந்து கொள்வார்கள்.

கதைகளில் வரும் இராஜாக்களையும் இராணிகளையும் போன்று நாட்டரசுகளை வைத்து ஆண்டவர்கள் எத்தகைய வாழ்க்கை நடத்தினர் என்பதை மேற்சொன்ன செய்திகள் காட்டுகின்றன.

1772

வரலாற்றுப் புள்ளிகள்

1. பிரஞ்சுக் கலைக் களஞ்சியப் பணி நிறைதல்

''*அறிந்து கொள்ளத் துணிவீர்! உமது சொந்த அறிவுக் கூர்மையைப் பயன்படுத்தும் துணிச்சல் பெறுவீர்!* என்று பதினெட்டாம் நூற்றாண்டு அறிவு எழுச்சி இயக்கக் கோட்பாட்டை ஜெர்மன் மெய்யியலரான இம்மானுவல் கண் *(1724-1804)* மணிச் சுருக்கமாய்க் குறிப்பிட்டிருந்தார். இந்த அறிவொளி இயக்கத்தின் தனிச் சிறப்பு வாய்ந்த படைப்புப் பிரஞ்சுக் கலைக் களஞ்சியமாகும். இந்த அறிவுத் தேனடை பற்றி இ.ச.க. தொகுதி-1,6 இல் உரைக்கப் பட்டிருந்தது. உலகில் பல்வேறு காலங்களில் ஏறத்தாழ இரண்டாயிரத்து நானூறு ஆண்டுகளுக்கு முன்பிருந்து கலைக் களஞ்சியங்கள் தொகுக்கப்பட்டு வரும் செய்தி இ.ச.க. தொகுதி-7 இல் சொல்லப்பட்டது.

பிரஞ்சு மெய்யியலாரான டெனி டிடரோ *(Denis Diderot: 1713-1784)* பொறுப்பில் *1751* இல் தொகுக்கப் பெறத் தொடங்கிய பிரஞ்சுக் கலைக் களஞ்சியப் பணி 28 தொகுதிகளுடன் முதற் கட்டமாய் இந்த 1772 ஆம் ஆண்டுடன் நிறைவெய்தியது. இவற்றுக்கு இணைப்பாய் 1776-1777 ஆம் ஆண்டுக் காலத்தில் மேலும் ஐந்து தொகுதிகளும், பின்னர் 1780 இல் சொல்லடைவுகளாய் *(Index)* இரண்டு தொகுதிகளும் வந்து முழுமை பெற்றது.

இக்களஞ்சியப் பணியில் பங்கு பெற்றிருந்த மெய்யியலார், *Philosophes* என்ற பிரஞ்சுச் சொல்லால் சுட்டப் பட்டனர். இறைவன் பெருந் திறன் வாய்ந்தவன்: அவன் வெகு நுட்பமான ஓர் எந்திரத்தைச் செய்து, அது தானே இயங்கும்படி செய்தவன் என்று இந்த அறிவியக்கம் சார்ந்த மெய்யியலார் தொடக்கத்தில் நம்பினர்.

மனிதன் சட்டத்திற்குப் பணிந்து நடக்க வேண்டும் என்பதை அவர்கள் ஏற்று ஒப்பினர். ஆனால் கருத்து வேறுபாடு கொள்வதற்கும் தடையேதுமின்றிப் பேசுவதற்கும் தன்னுரிமை வேண்டுமென்பதற்கும் சுதந்திரம் வேண்டுமென்று அவர்கள் கூறி வந்தனர். இதுவே அவர்களின் அரசியல் கோட்பாடாயும் இருந்தது. அத்தகையோரில் பிரஞ்சுக் கலைக்களஞ்சியத் தொகுப்பாசிரியரான டிடரோவும் ஒருவர் ஆவார்.

மனித குல அறிவு முழுமையையும் அகர வரிசைப் படி தொகுத்து, அறிவியக்கச் சித்தாந்தங்களைப் பரப்புவதுதான் இக்களஞ்சியத்தின் குறிக்கோளாய் இருந்தது.

இக் களஞ்சியம் தொகுக்கப் பெற்ற காலத்தில் வாழ்ந்திருந்த பிரஞ்சு அறிஞர்கள் பல்வேறு பொருள்களைப் பற்றி இதில் கட்டுரைகள் எழுதியிருந்தனர்.

2. புகழ்பெற்ற கிறித்தவர் சத்தியநாதன்

கிறித்தவச் சமயத் தொண்டரான சுவார்ஷ் பாதிரியார் திருச்சிராப்பள்ளிக்குச் சென்று, இந்த 1772 ஆம் ஆண்டுடன் பத்தாண்டுகள் நிறைந்தன. *(சுவார்ஷ் பாதிரியார் : இ.ச.க.தொகுதி-7)* அவர் திருச்சிராப்பள்ளியில் பொது மக்களிடமும் ஆங்கிலப் படை வீரர்களிடமும் மிகுந்த செல்வாக்குப் பெற்றிருந்தார்.

அவர் திருச்சிராப்பள்ளியில் இருந்த காலத்தில் கிறித்தவர்களாய் மதம் மாறியவர்களின் எண்ணிக்கையும் மிகுந்தது. அப்போது குறிப்பிடத்தக்க பெரும் புள்ளிகள் கிறித்தவராயினர். அவர்களுள் சத்தியநாதன் தீக்கை பெற்று இந்த ஆண்டில் பாதிரியார் ஆனார்.

சுவார்ஷ் பாதிரியாரின் புகழ் கிறித்தவரிடமும் பிற சமயத்தவரிடமும் பரவியது. அவர் பணிபுரிந்த பகுதியில் பெரும்பாலான இடங்களில் போதகர் என்ற இளநிலைக் கிறித்தவ சமயத் தொண்டர்கள்தாம் சமயப்பணி செய்தனர். அப்பணியை 1733 முதல் தமிழரே செய்து வருகின்றனர்.இத்தகைய போதகர்களுக்குச் சுவார்ஷ் பயிற்சியளித்து வந்தார்.

இங்ஙனம் கிறித்தவம் சார்ந்தோருள் பிலிப்பு என்றவர் நம்பிக்கைக்குரிய தொண்டராயிருந்தார். அவர்களுள் ஒருவரான சத்தியநாதன் முறைப்படி தீக்கை பெற்று இந்த *1772* இல் பாதிரியாரானார்.

3. சென்னையில் அர்மீனியர் கட்டிய சர்ச்சு

அர்மீனியருக்கும் தமிழ்நாட்டிற்கும் பதினேழாம் நூற்றாண்டிலிருந்து தொடர்பு நிலவி வருகின்றது. அர்மீனியம் முன்னர் சோவியத்து யூனியனில் இணைந்திருந்த சோஷலிசக் குடியரசாயிருந்து இன்று தனி நாடாக விளங்குகின்றது.

இன்று அரண்மனைக்காரன் தெரு என்று தவறாய் அழைக்கப்படும் அர்மீனியன் தெருவின் முனையில் அமைந்திருக்கும் புனித மேரி அர்மீனியன் சர்ச்சு முதலில், இன்று உயர் நீதி மன்றம் அமைந்துள்ள வளாகத்தினுள் இருந்தது. சென்னையிலிருந்த பணக்கார அர்மீனிய வணிகர்கள் அங்கு இந்தச் சர்ச்சைக் கட்டினர். அக்கோயில் *1746* ஆம் ஆண்டு நடந்த ஆங்கில-பிரஞ்சுச் சண்டையில் சேதமுற்றோ, அழிந்தோ போகவே, அது இன்று அக்கோயில் அமைந்துள்ள இடத்தில் புதிதாய் *1772* இல் கட்டப் பெற்றது. முன்னர் அர்மீனியரின் கல்லறைத் தோட்டம் இருந்த அந்த இடத்தில் புதிய கோயில் இவ்வாண்டு எழும்பிற்று.

1772

4. முதல் மேற்கு கரையோரச் சர்வே

பம்பாய் மரைன் என்ற கிழக்கிந்தியக் கம்பெனிக் கடற்படை இந்த *1772* ஆம் ஆண்டில் மோரான், சிந்து, கத்தியவாடு, அரேபியம், பாரசிகம் ஆகியவற்றின் சில பகுதிகளில் கரையோர அளவாய்வு (சர்வே) செய்து முறையான நிலப்படம் தொகுக்கும் பணியை முதன் முறையாக மேற்கொண்டது. இந்த அளவாய்வே பின்னர் இந்தியம், பர்மா, பாரசிக வளைகுடா ஆகியவற்றின் கரைகளை அறிவியல் முறையில் அளந்து ஆய்ந்து படம் வரையும் பொறுப்பைக் கரையோர அளவாய்வுத் துறை மேற்கொள்வதற்குத் துணையாயமைந்தது.

5. பேஷ்வா மாதவ ராவ் மரணம் (1745 -1772)

நானா சாகிபு என்ற பேஷ்வா பாலாஜி பாஜி ராவ் (*1721-1761*) இறந்ததும், அவருடைய இரண்டாவது மகனான மாதவராவ் தன் *17* வயதில் *1761* ஜூலை *20* அன்று புதிய பேஷ்வாவாகப் பதவியேற்றார். அவருக்கு மன உறுதியில்லாதவரும் வெட்கங்கெட்ட காமுகருமான அவருடைய சிற்றப்பன் இரகுநாத ராவ் வழிகாட்டியாய் அமர்த்தப்பட்டார். ஆட்சிப் பொறுப்பு இரகுநாத ராவின் கையில் தரப்பட்டது. ஆனால் மாதவ ராவிற்கு அவரின் தாயார் கோபிகா பாய் சிறந்த வழிகாட்டியாயிருந்தார்.

மாதவ ராவே பேஷ்வாக்கள் அனைவரிலும் தலை சிறந்தவர் என்று எல்லாரும் மதிக்கும்படி மிகப் பெரிய செயல்களை நிகழ்த்தியிருக்கின்றார். அவரிடம் நல்ல ஆட்சியாளர் ஒருவரிடம் இருக்க வேண்டிய நேர்மை, நடுவு நிலைமை, தயக்கமின்றி விரைந்து செயல்படும் திறன், தன் பொறுப்பிலிருந்த மக்களின் நல வாழ்வை நாடுதல், தீர ஆராய்ந்த பின் தானே முடிவெடுக்கும் அறிவுக் கூர்மை ஆகியன வாய்க்கப் பெற்றிருந்தன என்று தற்கால வரலாற்றாசிரியர் ஒருவர் கணிக்கின்றார்.

மராட்டியர் வடக்கிலும் தெற்கிலும் அடைந்த வெற்றிகளில் மாதவ ராவ் ஆற்றிய பங்கைப் போலவே, ஊழலை மராட்டிய அரசிலிருந்து வேரோடு கில்லி எறிந்ததிலும் சிறப்பான செயல்புரிந்தார். அவருக்கு முன்னிருந்த பேஷ்வாக்கள் இதில் அக்கறை காட்டவேயில்லை. தலையாய நீதிமானான இராம சாஸ்திரியின் கீழ் நீதியாட்சி திறம்படச் செயல் புரியத் தொடங்கியது.

மாதவ ராவின் காலத்தில் ஐதரபாது நிசாமின் பெரும் படை வலிமை நொறுக்கப்பட்டது. மைசூரின் ஐதரலியை ஒடுக்கிக் கிருஷ்ணைக்கும் துங்கபத்திரைக்கும் இடைப்பட்ட பகுதியில் மராட்டியர் மேலாண்மையை அவர் மீண்டும் நிறுவினார். மராட்டியர் படைத் தலைவரான திகம்பர ராவ் ஐதரலியை விடாது தாக்கிச் சீரங்கப் பட்டணத்தின் அருகே 1771 மார்ச்சு 5 அன்று நடந்த போரில் தோல்வியடையச் செய்தார். இந்தப் போர் சிங்குர்லி அல்லது மோத்தி தளவாய்ப் போர் என்று பெயர் பெறும். இப்போரில் ஐதரலியின் படை வீரரில் ஆயிரக் கணக்கானோர் கொல்லப்பட்டனர்.

1772

பேஷ்வாவின் தீராத நோய்

நான்கு திக்குகளிலும் பரவிக் கிடந்த மராட்டியப் பேரரசு மிகப் பெரிய இன்னலுக்குள்ளாயிருந்த வேளையில், பதினேழு வயதில் மாதவ ராவ் ஆட்சிப் பொறுப்பேற்றார். அவரின் உடலும் உள்ளமும் வெகு முக்கியத்துவம் வாய்ந்த நிகழ்ச்சிகளில் ஈடுபட்டு மிகுந்த அழுத்தத்திற்குள்ளாயின. அவர் நெடிதுயர்ந்த கட்டுடல் வாய்ந்தவர். நல்ல நிறமும் எடுப்பான தோற்றமும் உடையவர். அவர் தனது உரமனைத்தையும் சிறுகச் சிறுக இழக்கலானார். அவர் தன்னுள்ளே மறைந்திருந்து தன்னுடலை உருக்குலைத்து வந்த நோயை இயல்பான துணிச்சலோடும் கடின உழைப்பில் ஈடுபட்டும் தாங்கி வந்தார். அவர் கர்நாடகத்துப் பணியை முடிக்க வேண்டுமென்று 1770 இல் புனே சென்றவர். வழியிலேயே நோய்வாய்ப்பட்டு மீரஜ் திரும்பி அங்கு முறையான சிகிச்சைக்கு உள்பட்டார். அவரது வாழ்நாளில் கடைசி இரண்டாண்டுகள் இங்ஙனம் உடல் நலம் பேணுவதிலேயே கழிந்தது. அவர் முதலில் கோதாவரிக் கரையிலிருந்து கத்தோர் என்னுமிடத்திலும் பின்னர் சித்தேக்கு என்ற ஊரிலும் கடைசியாய்ப் புனேக்கு அருகிலுள்ள தேயூரிலும் இருந்தார்.

அப்போது உருக்கி நோயான காசத்திற்கு முறையான பண்டுவங்கள் இல்லாதிருந்தன. இந் நோய் பழங்காலத்தில் இராஜயட்சம அல்லது அரச நோய் என்று அழைக்கப்பட்டது. மாதவ ராவிற்குக் குடலுக்குள் இந்நோய் இருந்தது. வயிற்றில் கடும் நோவு ஏற்பட்டதிலிருந்தும், வலி பொறாது குடலைக் கிழித்தெறிய வேண்டுமென்று பேஷ்வா கத்தி கேட்டதிலிருந்தும் இதை உணர முடிகின்றது. நுரையீரல்களும், இதயமும் நன்றாயிருந்தன. அந்தகன் நெருங்கி வருகின்றான் என்பதைப் பேஷ்வா விரைவில் உணர்ந்தார். ஆயினும் வடக்கிலும், தெற்கில் ஐதரலியுடனும் நடந்த சண்டைகளில் வெற்றி கண்டது பற்றிய மகிழ்ச்சிச் செய்திகள் வந்து அவருக்குத் தெம்பூட்டின. அவர் கடைசிக்

காலத்தில் உணவையே வெறுத்தார். அதனால் அவரைச் சுற்றியிருந்தவர்களும் உணவைத் தொடாதிருந்தனர். அவரின் மனைவி இரமா பாய் கணவனின் படுக்கையருகிலேயே இருந்தார். அவர் கணவன் நலம் பெற வேண்டுமென்று பல நோன்புகளை நோற்றார். ராவ் கடைசி நேரம் வரையிலும் நினைவு தப்பாமல் இருந்தார். அவர் 1772 நவம்பர் 18 அன்று புதன் கிழமை காலை 8 மணிக்கு இறந்தார்.

பேஷ்வாவின் மனைவி இரமா பாய் கணவனுடன் சிதையில் உடன்கட்டை ஏறினார். அவர் மீரஜைச் சேர்ந்த இராமச்சந்திர பல்லல் ஜோசியின் மகள். அவர் 1753 டிசம்பர் 9 அன்று மாதவ ராவைக் கைபிடித்தார். அப்போது அவருக்கு வயது ஆறு அல்லது ஏழு இருக்கும். அவருக்குப் பிள்ளை இல்லை.

6. இந்தியத்தில் போர்த்துக்கீசர் நீதிமன்றங்கள்

போர்த்துக்கீசர் இந்தியத்திலிருந்த தம் ஆட்சிப் பரப்பினுள் முதன் முறையாகப் பொது நீதிமன்றங்களை 1772 இல் நிறுவினார்.

7. கல்கத்தாவில் நாடகக் கொட்டகைகள்

கல்கத்தாவின் முதல் நாடகக் கொட்டகை 1745 இல் அமைந்தது (இ.ச.க.தொகுதி-5). வில்லியம் கோட்டை 1712 இல் கட்டி முடிக்கப் பெற்றதும் கல்கத்தாவில் பல முன்னேற்றங்கள் ஏற்பட்டன.

புகழ் வாய்ந்த நாடக நடிகர் டேவிடு காரிக்கின் (*David Garrick: 1717-1719*) நண்பரும் அயர்லாந்தைத் தாயகமாய்க் கொண்ட எழுத்தாளருமான லாரன்ஸ் ஸ்டெர்ன் (*Lawrence Sterne : 1713-1768*), மற்றோர் ஆங்கில நாவலாசிரியரான சாமுவேல் ரிச்சர்டுசன் (*Samuel Richardson : 1689 -1761*) போன்ற எழுத்தாளர்கள் புது இலக்கியங்களை ஆங்கிலத்தில் படைத்து நாகரிக மாந்தரை இக்கால கட்டத்தில் மகிழ்வித்துக் கொண்டிருந்தனர். அவர்களின் புதுமையான நாவல்களை இந்தியத்தில் படித்து மகிழ்ந்த ஆங்கிலேயர் இங்கிலாந்தில் போலவே இங்கும் நாடகக் கலையைக் கண்டுகளிக்க அவாவினர்.

அவர்கள் கல்கத்தாவில் லால் பசார் என்ற இடத்தில் முதன் முதலாய் 1745 இல் அமைத்த நாடகக் கொட்டகையை வங்க நவாபு சிராசுத்தௌல 1756 ஆம் ஆண்டு இடித்துத் தகர்த்துவிட்டார். அதற்குப் பின்னர் இந்த 1772 ஆம் ஆண்டு இன்னொரு நாடகக் கொட்டகையைக் கல்கத்தாவில் நிறுவினர். அதற்கு மூன்றாண்டுகளுக்குப் பிறகு 1775 இல் நியூ பிளேஹௌஸ் (*New Playhouse*) என்ற இன்னொரு கொட்டகையையும் அமைத்தனர்.

பிரிட்டனின் புகழ் வாய்ந்த ஷேக்ஸ்பியர் நாடக நடிகரும், மேடை நிர்வாகியுமான (மேற்கூறிய) டேவிடு காரிக்கு 1772 இல் கல்கத்தாவில் கொட்டகை அமைப்பதற்குப் பெரிதும் உதவினார். இரண்டாவது (1775) எழுப்பிய கொட்டகைக்கு வேண்டிய திரைச் சீலைகளையும் படுதாக்களையும் அவர் இங்கிலாந்திலிருந்து அனுப்பினார்.

இக் கொட்டகைகளில் ஷேக்ஸ்பியர் உள்பட, பல நாடகாசிரியர்களின் நாடகங்களை மேடையேற்றிக் கல்கத்தாவிலிருந்த ஐரோப்பியர் மகிழ்ந்தனர். அங்கு நாடகம் பார்க்கப் பள்ளத்து இருக்கைக்கு 12 ரூபாயும், காலரிக்கு 6 ரூபாயும் கட்டணம் வாங்கினர்.

திருமதி பிரிஸ்தோவ் என்ற ஆர்வமிக்க அமெச்சூர் நடிகை சௌரிங்கியிலிருந்த தன் வீட்டில் அமைத்து நடத்திய நாடகங்களையும் ஐரோப்பியர் கண்டு மகிழ்ந்தனர்.

இரஷியச் சாகசக்காரரான ஹெராசிம் லெபடெஃபு தன் லெபடெஃபு நாடகக் கொட்டகையில் 1795 ஆம் ஆண்டு வங்க நாடகங்களை முதன் முதலில் அரங்கேற்றினார்.

1772

8. கம்பெனி பிரிட்டிஷ் அரசிடம் கடன் கோருதல்

கிழக்கிந்தியக் கம்பெனி பாங்கு ஆஃப் இங்கிலாந்திடமிருந்து கடன் பெற முயன்று தோற்றமையால், அதன் நிதி நிலை 1772 ஆம் ஆண்டு மேலும் மோசமடைந்தது. எனவே கம்பெனி பிரிட்டிஷ் அரசிடம் பத்து இலட்சம் பவுன் கடன் கோரியது.

நாடாளுமன்றம் இது பற்றி ஆராய ஒரு குழுவை அமைத்தது. அக் குழு ஆய்வு நடத்திய போது, கம்பெனி ஊழியர்கள் 1757 முதல் 1766 வரை இந்தியத்தில் பெற்ற அன்பளிப்புகள் பற்றிய திடுக்கிடும் தகவல்கள் வெளியாயின. அதனால் 1773 ஆம் ஆண்டு கம்பெனியை வரைமுறைப் படுத்தும் ஒழுங்குமுறைச் சட்டம் கொண்டுவரப்பட்டது. கம்பெனியின் வாணிப, அரசியல் மேலாண்மை இதிலிருந்து குன்றத் தொடங்கியது.

9. கொள்ளையர் குடும்பத்தினரை அடிமைகளாக விற்கச் சட்டம்

தண்டிக்கப்பட்ட கொள்ளையரின் குடும்பத்தினரை அடிமைகளாய் விற்கலாம் என்றொரு சட்டத்தைக் கிழக்கிந்தியக் கம்பெனி இவ்வாண்டு கொண்டுவந்தது. இந்தியத்தில் அடிமைகள் நன்முறையில் நடத்தப்படுகின்றனர் என்ற வாதமே இச்சட்டத்திற்கு ஆதரவாய்க் கூறப்பட்டது. எனினும் அடிமை முறையை ஒழித்தாகவேண்டும் என்று வங்கக் கவர்னர் ஜெனரல் வாரன் ஹேஸ்டிங்சு 1774 ஆம் ஆண்டு கருத்துக் கூறினார். (மேலும் செய்திகளுக்கு 1785 காண்க.)

10. டேனியக் கம்பெனியின் வாணிப உரிமம் நீட்டிப்பு

டேனியக் கிழக்கிந்தியக் கம்பெனி 1616 இல் தொடங்கப்பெற்றது. டென்மார்க்கு அரசரான நான்காம் கிறிஸ்தியன் (1588-1648) செயலூக்கம் நிறைந்தவர். அவர் டேனிய வாணிபத்தில் தனி அக்கறை செலுத்தினார். டேனியக் கம்பெனி கீழையுலகில் வாணிபம் செய்யும் தனியுரிமையையும் அளித்தார். (இ.ச.க. தொகுதி-1)

இக் கம்பெனிக்கு 1620 இல் தரங்கம்பாடி தற்செயலாய்க் கிடைத்தது. அது டேனியரின் வாணிப மையமாயும் இந்தியத்தில் கிறித்தவத்தின் குறிப்பிட்ட சில தொட்டில்களில் ஒன்றாயும் விளங்கியது. எனினும் இக் கம்பெனி தாழ்ச்சியடையவே 1655 இல் கலைக்கப்பட்டது. அவ்வாண்டு தரங்கம்பாடிக் குடியிருப்பில் ஒருவர் மட்டுமேயிருந்தார். அவர் அங்கு உள்ளூர் மக்களுடன் செய்த கலப்பு மணத்தில் பிறந்தவர். அத்தகைய கலப்புடையோர் இன்னும் சிலர் அங்கு இருந்திருத்தல் கூடும்.

டேனியக் கம்பெனி 1670 இல் மீண்டும் சிறப்புறலானது. அது இவ்வாறாக பல ஏற்ற இறக்கங்களுக்கிடையே அங்கு நிலவிய காலத்தில், வாணிபத்தை விட, சமயத்தைப் பரப்புவதற்குத்தான் தலையாய இடம் என்ற நிலையைத் தரங்கம்பாடி அடைந்தது. அங்கு டேனிய மிசன் 1706 இல் சீகன்பால்கினால் நிறுவப்பட்டது. (இ.ச.க.தொகுதி-1)

டேனியக் கம்பெனியின் வாணிபச் சலுகை உரிமம் 1772 ஆம் ஆண்டு முற்றுப் பெற்றதும், அது மேலும் இருபதாண்டுகள் நீடிப்பதற்கு இவ்வாண்டு முறைப்படி வகை செய்தனர்.

11. போலந்தை வல்லரசுகள் பங்கு போடுதல்

நடு ஐரோப்பியத்தில் பால்டிக்குக் கடலின் கரை மீதுள்ள இன்றைய போலந்துக் குடியரசு பத்தாம் நூற்றாண்டில் தான் ஒன்றிணைக்கப்பட்டது. அந்நாட்டை இரஷியம்,

ஆஸ்திரியம், பிரஷியம் என்ற நாடுகள் இவ்வாண்டு ஆகஸ்ட் 5 அன்று தமக்குள் பங்கு போட்டுக் கொண்டதால் போலந்து தன் நிலப்பரப்பில் மூன்றிலொரு பங்கை இழந்தது.

இரஷியத்திற்கு வெள்ளை இரஷியம் என்றும், பைலோ இரஷியம் என்றும் அழைக்கப்படும் பகுதி கிடைத்தது. (சோவியத் யூனியனிலிருந்து பிரிந்து விட்ட இப்பகுதி இன்று பேலரஸ் என்று பெயர் பெற்றுத் தனி நாடாகியுள்ளது) இத்துடன் திவினா (*Dvina*), தினிப்பர் (*Dnieper*) என்ற ஆறுகள் வரையிலுள்ள நிலப்பரப்பும் இரஷியத்திற்குக் கிடைத்தது.

ஆஸ்திரியமோ சிவப்பு இரஷியம் என்ற பகுதியையும் காலீசியத்தையும் (*Galicia* : நடு ஐரோப்பியத்தின் கிழக்கேயுள்ள கார்ப்பேத்தியின் மலையின் வடபாலிலுள்ள பகுதி) பெற்றதுடன் மேற்கு உக்கிரேனில் இன்று இருக்கும் லெவாஃபு (*Lvov*), விஸ்துலா ஆற்றின் கரையிலுள்ள கிரக்கோவு (*Cracow*) ஆகியவற்றோடு மேற்குப் பொடோலியாவையும் பெற்றது.

பிரஷியமே டான்சிகு (*Danzing*), தாரன் (*Thorn*) ஆகியன தவிர்த்த போலந்துப் பகுதியைப் பெற்றுக் கொண்டது. இதன் பிறகு போலந்து 1939 ஆம் ஆண்டு தான் மீண்டும் ஒன்றானது.

12. பிரிட்டனில் அடி வைத்த அடிமைக்கு விடுதலை

அடிமை முறையும் அடிமை வாணிபமும் தற்காலத்தில் பதினைந்தாம் நூற்றாண்டின் இறுதியில் போர்த்துகீசரால் தொடங்கி வைக்கப்பட்ட தெனினும் அடிமை முறை ஏதேனும் ஒரு வடிவில் தொன்று தொட்டு இப்புவியில் இருந்து வருகின்றது. ஆனால் மனிதன் இக்கொடிய வழக்கத்தை ஊமையாயிருந்தோ புலம்பியழுதோ எல்லாக் காலங்களிலும் எதிர்த்து வந்திருக்கின்றான. எனினும் வல்லரக்கன் போன்று கொடிய பேருருக் கொண்டு எழுந்து வியனுலகின் ஐந்து கண்டங்களையும் தழுவி, விரவி விட்ட அடிமை முறையையும் அடிமை வாணிபத்தையும் பதினெட்டாம் நூற்றாண்டில் தான் மனிதரில் சிலர் ஒன்று கூடி வெகு வலுவாய் எதிர்க்கலாயினர்.

பிரிட்டனும் விலங்கியல்பிற்கே முற்றிலும் மாறான இக் கொடிய அடிமை முறையையும் வாணிபத்தையும் சட்டப்படி ஏற்றுக் கொண்டிருந்ததெனினும் அந்நாட்டவரே இதை முழு மூச்சாய் எதிர்த்து வந்தனர். அடிமை ஒழிப்பு இயக்கம் பிரிட்டனில்தான் மிகுந்த முனைப்பாய் நடந்தது என்பதும் அடிமை வாணிபத்தில் அந்நாடு கணிசமான அளவில் ஆதாயம் பெற்றது என்பதும் இக்களஞ்சிய வரிசையில் ஆங்காங்கே சொல்லப்பட்டுள்ளன. இங்கிலாந்தின் தலைமை நீதிபதியான வில்லியம் மரே (இவ்வாண்டு அவருக்கு வயது 67) தென் மேற்கு இங்கிலாந்தில் பிரிஸ்டல் கால்வாயின் மீதுள்ள சாமர்செட்டுக் கோட்டத்து வழக்கு ஒன்றில் சிறிது தயக்கத்திற்குப்பின் தீர்ப்பு அளித்தார். அது அடிமைகள் விஷயத்தில் ஒரு திருப்பு முனையாயமைந்தது. ''இங்கிலாந்தில் முதல் அடி எடுத்து வைக்கும் எந்த அடிமையாயினும் கால் வைத்த அக் கணமே அடிமைத் தளையிலிருந்து அவர் விடுதலைப் பெற்று விடுகின்றார்'' என்று அவர் தீர்ப்பளித்தார்.

13. ஜேம்ஸ் குக்கின் இரண்டாவது பசிபிக்குப் பயணம்

பிரிட்டிஷ் கடலோடியான காப்டன் ஜேம்ஸ் குக்கின் (*James Cook : 1729-1799*) இரண்டாவது பசிபிக்குப் பயணம் இவ்வாண்டு தொடங்கியது. அவர் இம்முறை

''ரிசலூசன்'' (*Resolution*) அட்வெஞ்சர் (*Adventure*) ஆகிய கப்பல்களுக்குத் தலைமை தாங்கிச் சென்றார். அவர் தன்னுடன் ஜான் ஹாரிசன் 1736 முதல் உருவாக்கிச் செப்பம் செய்து 1761 இல் தந்திருந்த குரோனாமீட்டர் (*Chronometer*) என்ற திட்பக்காலக் கணிப்புக் கருவியைக் கொண்டு சென்றார்.(குரோனோமீட்டர்: இ.ச.க.தொகுதி-4)

காப்டன் குக்கு அண்டார்டிக்கு வட்டத்தின் தெற்கில் கலஞ் செலுத்திச் சென்ற முதல் கடலோடி என்ற சிறப்பை இப்பயணத்தினால் பெற்றார். (நில நடுக்கோட்டிற்கு இணையாகப் பூமியைச் சுற்றிப் போடப்பட்டுள்ள கற்பனைக் கோடு அண்டார்டிக்கு வட்டம் எனப்படும்) புவியின் தென் பகுதியில் பெரிய கண்டம் உள்ளது என்று ஐரோப்பியர் கொண்டிருந்த நம்பிக்கை தவறானது என்பதை அவர் இப்பயணத்தினால் பொய்ப்பித்தார்.

14. ஜப்பானிய எடோ நகரம் தீக்கிரை

எடோ (*Edo*) என்ற இந்நகரம் ஜப்பானின் நான்கு பெருந் தீவுகளுள் ஒன்றான ஹோன்சூவின் தென்கிழக்கில் 1457 ஆம் ஆண்டு நிறுவப் பெற்றது. ஜப்பானின் ஷோகன் என்ற படைத் தளபதிகள் குடியின் தோக்குகவ குலத்தை உண்டாக்கி முதல் ஷோகனான ஐயியசு 17 ஆம் நூற்றாண்டில் எடோவைத் தன் தலைநகராக்கினார். ஜப்பானிய அரசக் குடியைத் தம் கைப்பாவையாக்கிக் கொண்டு ஷோகன்கள் என்ற இப்படைத் தலைவர்கள் ஆட்சி செய்து வந்தனர். (இ.ச.க.தொகுதி-6)

ஷோகன் ஐயியசு ஜப்பானிய மாவட்டங்களில் நிலவிய வல்லாளர்களை மடக்கி, அவர்களிடமிருந்து பெற்ற செல்வத்தையெல்லாம் கொண்டு எடோ நகரில் பெரிய கட்டடங்களைக் கட்டுவித்தார். இந்நகரம் இந்த 1772 ஆம் ஆண்டு தீக்கிரையானது. அதை மீண்டும் கட்டி எழுப்பினர்.

எடோ நகரம் இரு முறை அழிவிற்குள்ளாகி மீண்டும் இடிபாடுகளுக்கு மேலே அங்கு எழுந்து நின்றது. எடோ நகரில் இந்த 1772 ஆம் ஆண்டில் போலவே 1657 ஆம் ஆண்டிலும் தீப்பற்றி நகரம் முன்னர் அழிந்தது.

பின்னர் பேரரசர் மெய்ஜி (1867-1912) தோக்குகவ ஷோகன்களைப் பதவியிலிருந்து இறக்கிய பிறகு 1868 ஆம் ஆண்டு எடோ நகரைக் ''கிழக்கத்திக் கோ நகர்'' என்று பொருள்படும் வகையில் டோக்கியோ என்று மாற்றினார்.

1773

அரசியல்

கிழக்கிந்தியக் கம்பெனி; ஒழுங்கு முறைச் சட்டம்
அமெரிக்க குடியேற்றங்களில் குமுறல் : பாஸ்டன் தேநீர் விருந்து
காதரைனை எதிர்த்து இரஷியத்தில் புரட்சி
தஞ்சை ஆர்க்காட்டிடம் அடங்குதல்
சிவகங்கை பெரிய மருதிற்கு உரிமையாதல்
வங்க, சென்னை, பம்பாய் அரசுகளின் வருவாய் படைபலம்

சமயம்

ஏசு சபை கலைப்பு
வேளாண்மை, தொழில், வாணிபம்
இந்திய சீன அபினி வாணிபம்
அபினி பற்றிய செய்திகள்
பிரிட்டனில் கோதுமை இறக்கச் சட்டம்
இலண்டனில் பங்குச் சந்தை

வரலாறு

குதிரையின் தோற்றுவாய்
சித்திய, அசிரிய, எகிப்திய, கிரேக்க, இந்தியக் குதிரைப் படைகள்
ஏசு சபை

இயற்கை சீற்றம்

குவாதமாலாவில் நில நடுக்கம்

இராணுவம் போர்

உலகக் குதிரைப் படைகள்
கம்பெனிக் குதிரைப் படை

பொது

குதிரைப் பந்தயம்
ஆர்லோவ் வைரம்
அடிமைகளை ஆப்பிரிக்கத்தில் குடியேற்றத் திட்டம்
கோவாவில் தீ

மக்கள்

இந்தியத்தில் போர்த்துக்கீச, ஆங்கிலப் பெண்கள்
இறப்பு
பேஷ்வா நாராயண ராவ் (1745 -1773)

1773

1. கிழக்கிந்தியக் கம்பெனி ஒழுங்கு முறைச் சட்டம் நிறைவேற்றம்

பரந்த இந்திய நாட்டில் என்ன நடக்கின்றது என்பதும் அதன் முக்கியத்துவம் என்னவென்பதும் இங்கிலாந்து மக்களுக்கு மிகவும் மெதுவாய்த்தான் விளங்கலாயின.

இராபட்டு கிளைவு *(1725-1774)* ஆர்க்காட்டிலும் *(1751)* பிளாசியிலும் *(1757)* அடைந்த வெற்றிகள் பற்றிய செய்திகளும் வந்தவாசி வெற்றி *(1760)* பற்றிய செய்தியும் பிரிட்டிஷ் மக்கள் இந்தியம் பற்றிக் கொண்டிருந்த எண்ணங்களின் போக்கையே மாற்றி விட்டன. கிளைவு 1767 இல் இங்கிலாந்து திரும்பிய போது, ஒரு தேசிய வீரனுக்குப் போன்று, நாட்டின் இலட்சியத்தைக் காப்பாற்றியவர் என்பது போன்று, அவருக்குப் பெரிய வரவேற்பளித்து அவரை மிதமிஞ்சிப் பாராட்டினார்.

கிழக்கிந்தியக் கம்பெனி இந்தியத்தைச் சிறுகச் சிறுகக் கைப்பற்றி வந்ததன் சட்ட நுணுக்கம் எதுவாயிருந்த போதிலும், கம்பெனியின் ஆளுகைக்குக் கீழே கோடிக்கணக்கான இந்திய மக்கள் உள்ளனர் என்பதை பிரிட்டிஷ் மக்கள் உணரலாயினர். இத்தனை பெரிய மக்களினத்தை ஆட்சி செய்யும் நிலையில் கிழக்கிந்தியக் கம்பெனி இருக்கவில்லை.

இந்தியத்தில் பணியாற்றி வந்த கம்பெனிக்காரர்கள் முனைந்து செயல்படும் வணிகராயும் கம்பெனியின் ஆதாயப் பங்கைப் பெருக்கும் குறிக்கோளுடையவர்களாயும் இருந்தனர். அவர்களிடம் இந்தியத்தில் திறமையான ஆட்சியைச் சீராக நடத்திச் செல்வதற்கு வேண்டிய ஆட்சி நிர்வாகப் பயிற்சி ஏதுமில்லை. எனவே இத்தகைய நிலை நீடிக்குமாறு விடலாகாது என்பது பிரிட்டனில் உணரப்பட்டது.

பிரிட்டிஷ் அரசு இதைக் கருத்திற் கொண்டு கிழக்கிந்தியக் கம்பெனியை வரைமுறைப் படுத்துவதற்காக 1772 ஆம் ஆண்டு ஒழுங்கு முறைச் சட்டம் என்ற ஒன்றை நார்த்து பிரபு பிரதமராயிருந்த காலத்தில் (1770-1782) பிரிட்டிஷ் நாடாளுமன்றத்தில் கொண்டு வந்தது. இச்சட்டத்தின் சில பகுதிகள் புரட்சித் தன்மை உடையனவாயமைந்து சரியான வழியைக் காட்டுவனவாய் இருந்தனவெனினும், ஏனைய பிற பகுதிகள் மிகவும் மட்டமான முறையில் வகுக்கப் பெற்றுச் சட்டமாய் இவ்வாண்டு நிறைவேற்றப்பட்டன.

இந்தச் சட்டம் சென்னை, பம்பாய், கல்கத்தா ஆகிய மூன்று மாநிலங்கள் மீது வாரன் ஹேஸ்டிங்சு, மேலாண்மையுரிமை கொண்ட முதல் கவர்னர் ஜெனரலாய் அமர்த்தப் படுவதற்கு வகை செய்தது எனினும் இதை எவ்வாறு நடைமுறைப் படுத்துவது என்பது இச்சட்டத்தில் தெளிவின்றி இருந்தது. அதனால் வாரன் ஹேஸ்டிங்சு 1774 அக்டோபர் மாதத்திலிருந்து இந்தியத்தின் முதல் கவர்னர் ஜெனரலாய்ப் பொறுப்பேற்றார். அவருக்கு நான்கு ஆலோசகர்கள் *(Counsellors)* அமர்த்துவதற்கும் அச்சட்டம் வகை செய்தது.

அதிகாரம் அனைத்தும், அது எங்கிருந்து செலுத்தப்பட்டாலும், அதற்குப் பிரிட்டிஷ் நாடாளுமன்றத்திடமிருந்து மேலாண்மையைப் பெற்றாக வேண்டும் என்று இச்சட்டம் நிறைவேறிய போது நடந்த விவாதத்தில் எட்மண் பர்கு (1729 -1797) தெளிவுபடுத்தினார்.

இந்தியம் இப்போது பிரிட்டனின் நேரடிப் பொறுப்பாய் விட்டது. பிரிட்டன் அப் பொறுப்பை எந்த வழியிலும் தட்டிக் கழிக்க முடியாது என்ற நிலையைப் பிரிட்டிஷ் நாடாளுமன்றம் தெளிவுப்படுத்திற்று. அதாவது இந்த ஆண்டுவரை பிரிட்டனைச் சேர்ந்த

வணிகர்கள் கூடி உருவாக்கி வந்த இந்தியப் பெருநில மேலாண்மை, இனிமேல் பிரிட்டிஷ் அரசிற்கு அடங்கியது என்ற அரசியல் பிணைப்புச் சட்டப்படி உண்டாகிவிட்டது.

முதல் கவர்னர் ஜெனரல் வாரன் ஹேஸ்டிங்சு (1732-1818)

நடு இங்கிலாந்தின் தெற்கே உள்நாட்டிலுள்ள ஆக்ஸ்ஃபோர்டுசயர் என்ற கோட்டத்தைச் சேர்ந்த சர்ச்சில் என்ற ஊரில் ஹெஸ்டன் வாரன் என்பவருக்கு இரண்டாவது மகனாய் வாரன் ஹேஸ்டிங்சு *1732*, டிசம்பர் 6 அன்று பிறந்தார்.

வாரன் பிறந்த சில நாள்களில் அவரின் தாயார் இறந்தார். அதற்குச் சில கிழமைகள் சென்ற பின்னர் வாரனின் தந்தை எங்கோ மறைந்தார். அதனால் இவர் தந்தை வழிப் பாட்டனாலும் பின்னர் தன் பெற்றோரின் உடன் பிறப்பான ஹோவர்டு என்றவராலும், ஹோவர்டு இறந்த பின்னர், எட்டத்து உறவினரான சிஸ்விக்கு என்றவராலும் வளர்க்கப்பட்டார். சிஸ்விக்கு கிழக்கிந்தியக் கம்பெனி இயக்குநரில் ஒருவராவார்.

வாரன் முதலில் சிற்றூர்ப் பள்ளியில் படித்துத் தேறிய பின்னர் இலண்டனுக் கருகிலுள்ள நியூமிங்டன் பட்ஸ் என்ற இடத்தில் கல்வி கற்றார். அதன் பிறகு வெஸ்ட்மினிஸ்டர் பள்ளியில் சேர்ந்தார். அவருக்கு அரசர் படிப்புதவித் தொகைப் பட்டியலில் *1745* ஆம் ஆண்டு முதலிடம் கிடைத்தது. அதற்கு இரண்டாண்டுகளுக்குப் பிறகு கெட்டிக்கார மாணவரான வாரனைக் கிழக்கிந்தியக் கம்பெனியில் எழுத்தர் வேலைக்கு அனுப்புவதென்று அவரின் ஆசிரியர்கள் தடுத்தும் கேளாமல், ஹேஸ்டிங்சின் காப்பாளரான சிஸ்விக்கு அவரைக் கல்கத்தாவிற்குக் கப்பலேற்றிவிட்டார்.

ஹேஸ்டிங்சு பதினைந்து வயது சிறுவராய் இந்தியத்தில் பணிபுரிய வந்தார். அவர் தன் கடின உழைப்பினாலும் நற்குணத்தினாலும் பதவி உயர்வு பெற்றார். அவர் *1757* இல் மீர் ஜாபரின் மூர்சிதாபாது அரசவையில் ரெசிடெண்டாய் அமர்த்தப்பட்டார்.

மீர் காசிம் *1760* ஆம் ஆண்டு நவாபானதும் கம்பெனி அலுவலர் அனைவரும் வெகுமதிக்காகவும் பரிசுகளுக்காகவும் புது நவாபைப் பிய்த்துப் பிடுங்கிக் கொண்டிருந்த நேரத்தில், வாரன் முறை கெட்ட இச் செயல்களிலிருந்து முற்றிலும் ஒதுங்கியிருந்தார்.

வாரன் *1751* இல் கல்கத்தா ஆட்சி மன்றக் குழுவில் உறுப்பினராக்கப்பட்டார். அவர் அப் பொறுப்பை *1764* ஆம் ஆண்டு விடுத்துப் பதினான்கு ஆண்டுகளுக்குப் பிறகு தாய் நாடு திரும்பினார்.

நம்பிக்கைக்கும் நாணயத்திற்குமுரிய சிறந்த ஊழியரைத் தேடிக் கொண்டிருந்த கம்பெனி ஆட்சிக் குழு இயக்குநர்கள், வாரனை *1769* ஆம் ஆண்டு சென்னைக்கு அனுப்பி வைத்து, அங்கு ஆட்சி மன்றக் குழுவில் இடம் பெறச் செய்தனர். (இ.ச.க. தொகுதி-7) பின்னர் *1771* ஆண்டு முடிவதற்குள், வில்லியம் கோட்டை ஆட்சி மன்றக் குழுவின் இரண்டாவது உறுப்பினராக்கப்பட்டார். கார்டியரை அடுத்து வங்க மாநிலத்தின் ஆட்சிப் பொறுப்பை ஏற்கும் உரிமை வாரனுக்குத் தரப்பட்டது.

ஹேஸ்டிங்சு சென்னையில் கப்பலேறி *1772* பிப்ரவரி *20* அன்று கல்கத்தாவை அடைந்து, அங்கு ஏப்ரல் *13* அன்று கார்டியரிடமிருந்து கவர்னர் பதவிக்குரிய சின்னமான திறவுகோலைப் பெற்றார். இன்னும் நவாபே வங்கத்தை ஆளுகின்றார் என்ற கட்டுக் கதைக்குப் பின்னால் நிற்காமல், கம்பெனியே நேரடியாயும் வெட்ட வெளிச்சமாயும் ஆட்சிப் பொறுப்பை நடத்த வேண்டுமென்பதற்காகவே வாரன் ஹேஸ்டிங்சு வங்க ஆளுநராக்கப்பட்டார்.

இந்த 1773 ஆம் ஆண்டு கிழக்கிந்தியக் கம்பெனி ஒழுங்கு முறைச் சட்டம் வாரன் ஹேஸ்டிங்சை இந்தியத்தின் முதல் தலைமை ஆளுநராக்குவதற்கு - கவர்னர் ஜெனரல் - வகை செய்துவிட்டது.

ஆங்கிலேயர் வணிகராய் 1600 ஆம் ஆண்டு சூரத்தில் கால்வைத்து, 1635 இல் சென்னையில் காலூன்றிச் சிறுகச் சிறுக நாற்றிசையும் கால் விரித்து, இன்று 173 ஆண்டுகளுக்குள் பாரத முழுமையையும் தன்னடிக்கீழ் கொண்டு வருவதற்குச் சட்டப்படி முதன் முதலாக இவ்வாண்டில் தான் கடைகாலிட்டனர்.

2. அமெரிக்கக் குடியேற்றங்களில் தன்னுரிமைக் குமுறல்: தேயிலைச் சட்டமும் ''தேநீர் விருந்தும்''

ஏள் *(Earl)* என்ற பெரும்பிரபுப் பட்டம் பெற்றுச் சாதம் ஏள் *(First Earl of Chattam)* என்று அழைக்கப்பட்ட மூத்த பிட் என்ற வில்லியம் பிட் *(1708-1778)* 1766 ஆம் ஆண்டு பிரிட்டிஷ் முடிமன்னரின் தலைமை அமைச்சராய்ப் பணியாற்றி வந்த காலத்தில் (இ.ச.க.தொகுதி-7) அவரது அமைச்சில் சார்லஸ் டௌன்செண்டு நிதியமைச்சராயிருந்தார். அமெரிக்கக் குடியேற்றங்களில் பிரிட்டிஷ் படைகளை நிறுத்தி வைத்திருப்பதால் ஓராண்டில் நான்கு இலட்சம் பவுனுக்கும் அதிகமான பணம் செலவாயிற்று. எனவே அச்செலவிற்குப் பணம் உடனடியாய் வேண்டியிருந்தது.

பிரிட்டன் விதிக்கின்ற உள்நாட்டு வரிகளைக் குடியேற்ற நாடுகளின் மக்களும் செலுத்தியாக வேண்டும் என்ற வாதத்தை டௌன்செண்டு ஒப்புக் கொண்டு, அமெரிக்கக் குடியேற்றங்களின் துறைமுகங்களில் இறங்கும் தேயிலை,தாள், கண்ணாடி, ஈயம், பூசும் சாயங்கள் போன்ற பண்டங்கள் மீது வரி விதிப்பதென்பது 1767 ஆம் ஆண்டு முடிவு செய்தார். ''கடலோடும் சட்டங்கள்'' *(Navigations Act :* இவை நாடாளுமன்றத்தில் வரிசையாய் இயற்றப்பட்ட சட்டங்களாகும். இவற்றுள் முதலாவது சட்டம் 1381 இல் நிறைவேற்றப்பட்டது. இங்கிலாந்து, தனக்கும், தன் குடியேற்றங்கள் ஆகியவற்றுக்கும், அவற்றிலிருந்தும் பண்டங்களைக் கப்பல்களில் ஏற்றிச் செல்வதைக் கட்டுப்படுத்த இச்சட்டம் வகை செய்தது) என்ற சட்டங்களை நடைமுறைப்படுத்த வேண்டுமென்பதற்காக அமெரிக்கத்தின் கிழக்கு மசாச்சூசட்ஸ் மாநிலத்தின் தலை நகரான பாஸ்டனில் சுங்கத் தீர்வை ஆணையர் வாரியம் ஒன்றைப் பிரிட்டீசு அரசு அமைத்தது.

அமெரிக்கத்தின் அயல் நாட்டு வாணிபம் பிரிட்டனின் கட்டுப்பாட்டில் இருக்கும் உரிமையைக் குடியேற்றக்காரர்கள் எப்போதும் ஏற்றுக் கொண்டிருந்தனர். பழைய குடியேற்ற அமைப்பு முறைப்படி இந்த ஆதாயத்தைப் பெறப் பிரிட்டனுக்கு உரிமை உண்டு என்று அவர்கள் கூறினர். ஆனால் பிரிட்டன் தன் பொறுப்பில் தங்களுக்குப் பாதுகாப்பாக நிற்க வேண்டும் என்றும் அமெரிக்கக் குடியேற்றக்காரர்கள் உரிமை கொண்டாடினர்.

டௌன்செண்டு குடியேற்றக்காரர்களின் இச் சொல்லாலேயே அவர்களை மடக்கி,அவர்கள் மீது இறக்குமதித் தீர்வைகளை விதித்தார். ஆனால் குடியேற்றக்காரர்கள் இது பற்றிக் கொண்டிருந்த நிலை இப்போது மாறிவிட்டது. வரி விதிப்பதை மனித உரிமைகள் தடை செய்கின்றன என்று அவர்கள் இப்போது வாதாடலாயினர். தீவிரப் போக்குள்ள கூட்டத்தார் புத்துயிர் பெறலாயினர். பாஸ்டனிலிருந்த சுங்கத் தீர்வை ஆணையருக்கு ஆதரவாகப் படையினரை அனுப்ப வேண்டிய அளவிற்குக் குடியேற்றக்காரர்களின் எதிர்ப்பு வேகமாயிற்று.

மசாச்சூசட்ஸ் மாநிலத்துச் சட்டமன்றம் பிற குடியேற்றங்களின் சட்ட மன்றங்களுக்கு ஒரு சுற்றறிக்கையை அனுப்பிற்று : புதிய இறக்குமதித் தீர்வைகளை எதிர்ப்பதில் குடியேற்றங்கள் அனைத்தும் ஒன்று சேர வேண்டும் என்று அதில் கோரப்பட்டிருந்தது. பிரிட்டிஷ் அரசு இதற்கு எதிரடி கொடுக்கும் விதத்தில் மசாச்சூசட்ஸ் சட்டமன்றத்தைக் கலைத்து விட்டது. அதனால் ஏனைய குடியேற்றங்கள் பிரிட்டிஷ் அரசின் மீது சீற்றங் கொண்டன. பிரிட்டன் தம் உள்நாட்டு அரசியலில் தலையிட்டதை அவை விரும்பவில்லை.

குழப்பம் வலுத்தது. குறிப்பாய், மசாச்சூசட்சு மாநிலத் தலைநகரமான பாஸ்டனில் கலவரங்கள் நடந்தன. நீதி மன்றங்கள் கலகக்காரர்களைத் தண்டிப்பதற்கு மறுத்தன. இதனிடையே டௌன்செண்டு இறந்தார். பிட் பிரதமர் பதவியிலிருந்து விலகினார். அவரின் இடத்தில் விக் கட்சியின் இன்னொரு தலைவரான கிராஃப்டன் கோமகன் 1768 ஆம் ஆண்டு பிரதமரானார். (இ.ச.க. தொகுதி-7) அவருக்குப் பிறகு நார்த்துப் பிரபு 1770 இல் பிரதமராகப் பொறுப்பேற்றார். (இ.ச.க.தொகுதி-7)

அமெரிக்கர் எதிர்ப்பு

டௌன்செண்டு விதித்தத் தீர்வைகளைத் தாங்கிய பண்டங்களை இறக்குவதற்கு அமெரிக்கர் மறுத்தனர். இதனால் அமெரிக்கத்திலும் பிரிட்டனிலும் இருந்த வணிகர்களுக்கும் தொழிலதிபர்களுக்கும் இன்னல்கள் விளைந்தன. ஆதலால் பிரதமர் நார்த்து பிரபு தேயிலை தவிர பிற பண்டங்கள் மீதிருந்த வரிகளை விலக்கினார். ஆனால் அமெரிக்கக் குடியேற்றங்கள் தேயிலை இறக்குமதியையும் பண்டங்களுக்குச் சுங்க வரி செலுத்துவதையும் எதிர்த்தன.

பிரிட்டிஷ் நாடாளுமன்றத்தில் இது பற்றிய விவாதம் நடந்து கொண்டிருந்த வேளையில், பாஸ்டன் துறைமுகப் பட்டினத்தில் விரும்பத் தகாத ஒரு நிகழ்ச்சி நடந்துவிட்டது. அங்கிருந்த சுங்கத் துறை ஆணையர்களுக்குக் காவலுக்காகப் படைவீரர் அனுப்பப்பட்டனர். இது பாஸ்டன் பட்டினத்தாருக்கு எரிச்சலூட்டியது.

குளிர் மிகுந்த மார்ச்சு மாதத்தில் 1770 ஆம் ஆண்டு ஒரு நாள் சுங்க அலுவலகத்தில் காவல் இருந்த ஒருவரை ஒரு கும்பல் சூழ்ந்து கொண்டு ஏசலானது. அவர் உதவிக்கு தன் ஆள்களை அழைக்கவே, அவர் மீது உறைபனிக் கட்டிகளை உருட்டி வீசினர். காவலர் ஒருவர் அடிபட்டுக் கீழே விழுந்துவிட்டார். உடனே காவலர் துப்பாக்கியால் சுடவும் பாஸ்டன் நகரத்தவர் நால்வர் கொல்லப்பட்டனர். துப்பாக்கியால் சுட்ட படை வீரர்கள் மீது வழக்கு நடந்தது. அவர்கள் உயிர் கொலை செய்தனர் என்ற குற்றத்திற்காளாயினர். எனினும் காவலர் தலைவராயிருந்த காப்டனும் வேறு அறுவரும் விடுதலையடைந்தனர். இந்நிகழ்ச்சி பிரிட்டிஷ் அரசிற்கு குடியேற்ற காரர்களுக்குமிடையே நெருக்கடியை வலுக்கச் செய்தது.

எனினும் 1770 இலும் 1771 இலும் நிலைமை பொதுவாய் அமைதியா யிருந்தது. நார்த்து பிரபுவின் அரசு தேயிலை வரி விதிப்பை விடாப் பிடியாய் நிலை நாட்டி வந்தது. ஆனால் அமெரிக்கர் தேயிலை வாங்குவதையே ஒதுக்கிவிட்டனர். இது தேயிலை வாணிபத்தில் பேராதாயம் கண்டுவந்த கிழக்கிந்தியக் கம்பெனிக்குப் பேரிடியாய் வந்து வாய்த்தது.

தேயிலைச் சட்டம்

ஆதலால் நார்த்து பிரபு 1773 அக்டோபரில் தேயிலைச் சட்டம் என்றொரு சட்டத்தைக் கொண்டு வந்தார். கிழக்கிந்தியக் கம்பெனியின் பண நெருக்கடியைப் போக்க வேண்டுமென்று, அக் கம்பெனி அமெரிக்கத்திற்கு ஏகபோகமாய்த் தேயிலை அனுப்பும் வகையில் இச்சட்டதை நார்த்து பிரபு நிறைவேறச் செய்தார். அமெரிக்கர் மீது வரி விதிக்கும் உரிமை பிரிட்டனுக்கு உண்டு என்பதை நிலை நாட்டும் விதத்தில் இந்நடவடிக்கை இருந்தது.

தேயிலையை முதலில் பிரிட்டனுக்கு அனுப்பாது, நேரடியாகவே கிழக்கிந்தியக் கம்பெனி அமெரிக்கத்தில் இறக்குவதற்குத் தேயிலைச் சட்டம் வகை செய்தது. இதனால் அமெரிக்கத்தில் தேயிலை விலை இறங்கியது. இங்கிலாந்திலிருந்து கடத்திச் செல்லப்பட்ட தேயிலையை விட விலை மலிந்து விட்டது. அமெரிக்கர் மலிவான தேயிலையை வாங்கிய போதிலும், தேயிலை மீது வரி விதிக்கப்பட்டே தீரும் என்பதில் பிரிட்டிசு அரசு உறுதியாயிருந்தது.

பாஸ்டன் தேநீர் விருந்து

பாஸ்டன் நகரில் சுமார் இருநூறு பேர் ஃபோட் குன்றின் மீது கூடினர். அவர்கள் அங்கிருந்து இருவர் இருவராய் கிரிஃபின் துறைமுகத்தை நோக்கிச் சென்றனர். அங்கு ஒவ்வொன்றிலும் 114 தேயிலை பெட்டிகளை ஏற்றிக் கொண்டு வந்திருந்த ஹால், புரூஸ், காஃபின் என்ற மூன்று பாய்மர கப்பல்கள் நின்றன. அவற்றிலிருந்த தேயிலைப் பெட்டிகளனைத்தையும் உடைத்துத் தூளாக்கி இரவு ஒன்பது மணிக்கு மேல் கடலுக்குள் எறிந்து விட்டனர்.

அவர்கள் இன்று அமெரிக்கத்தின் மிகச் சிறிய மாநிலமாக வடகிழக்கில் விளங்கும் ரோடு தீவைச் சேர்ந்த நரங்கன்கெட்டு இந்தியர் என்று தம்மைக் கூறிக் கொண்டனர்.

அவர்கள் இந்தியரோ அல்லரோ; ஆனால் தற்செயலாய்ப் பார்ப்பதற்கு, அமெரிக்க இந்தியரைப் போன்றே அவர்கள் நீண்ட போர்வைகளை முண்டாசு போல் தலையில் சுற்றிக் கொண்டு முகத்தை மறைத்திருந்தனர். நிறம் செம்பு போன்றிருந்தது. ஒவ்வொருவர் கையிலும் கோடரி இருந்தது. அவர்கள் பேசிய பேச்சு யாருக்கும் விளங்கவில்லை.

அமெரிக்க விடுதலைப் போரின் முதல் முழக்கம் 1773 இல் இந்த பாஸ்டன் தேநீர் விருந்திலிருந்துதான் எழுந்தது.

3. இந்திய - சீன அபினி வாணிபம் அபினி பற்றிய செய்திகள்

இந்தியம் அபினி-சீனம் என்ற வளையச் சுழல் பற்றி ஏற்கெனவே இவ்வரிசையில் பல கட்டுரைகள் தோன்றியிருக்கின்றன. (இ.ச.க. தொகுதி-3,6 ,7) இந்தியப் பொருள் செழிப்பில் அபினி வாணிபம் தலையாய இடம் பெற்றிருந்தது என்பது கோடிட்டுச் சொல்லப்பட வேண்டிய செய்தியாகும். அபினி இந்தியத்திலும் எகிப்து ஆகிய நாடுகளிலும் பயிராகி அயல் நாடுகளுக்கு ஏற்றுமதியானது.

அபினி : இந்தியம்

அபினிச் செடியைத் தமிழில் கம்புகம் என்றும் கசகசாச் செடி என்றும் அழைக்கின்றோம். இச்செடியில் இரு வகை உண்டு. ஒன்று சிவப்பு அல்லது பழுப்புக் கம்புகம் (*Corn Poppy*); இதன் தாவரவியல் பெயர் *Papaver rhoeas;* மற்றொன்று தோட்ட அல்லது வெள்ளை அபினிக் கம்புகம்; இதன் தாவரவியல் பெயர் *Papaver Somniferum.* இவையிரண்டும் யுரேசியத்தைத் தாயகமாய்க் கொண்டவையாகும். (யுரேசியம் என்பது ஆசிய, ஐரோப்பியக் கண்டங்கள் முழுமையையும் சுட்டும் பெயர்). ஆவை பண்டைக் காலத்திலிருந்தே பயிர் செய்யப்பட்டு வருகின்றன.

1773

இந்தியத்தில் வெள்ளைக் கம்புகமே மிகுதியாய் பயிராகின்றது. கம்புகம் இந்தியத் தாவரம் என்றே தோன்றுகின்றது. இந்தக் கம்புகத்தின் அபினிக் காயின் சாறே புராண காலத்தில் ''தேவாமிர்தம்'' என்று வழங்கி வந்ததாகலாம். இதன் காரணமாகவே தேவர்களுக்கும் அசுரர்களுக்கும் பகை மூண்டது என்று கருதுவர். ஏனெனில் அபினி என்பது நாம் நினைப்பதைப் போல் செடியிலிருந்து கிடைக்கும் வெறும் பொருள் அன்று என்பதை வரலாறு இன்னும் மெய்ப்பித்துக் கொண்டிருக்கின்றது. இன்னும் தேவாசுரப் போர் அபினிக்காக நடந்து வருகின்றது.

போஸ்தக் காய் என்றழைக்கப்படும் கம்புகம் இந்தியத்தில் மத்தியப் பிரதேசத்திலும், இரசபுதனத்திலும் ஏராளமாய் விளைகின்றது என்பது வியப்பன்று. உத்தரப் பிரதேசக் காடுகளிலும் கம்புகம் விளைகின்றது. எனினும் கடந்த இருபதாண்டுகளாய்க் கம்புகம் பயிர் செய்வது இந்தியத்தில் சிறிது சிறிதாகக் குறைந்து வருகின்றது. மாளவத்தில் விளைந்த அபினி தரத்தில் உயர்ந்தது என்று பெயர் பெற்றது.

அபினி அல்லது கம்புகச் செடியில் காய்கள் நன்கு முற்றும் போதுதான் கசகசா விதைகள் உண்டாகின்றன. அவ்விதைகளை முற்றவிடாமல் அக்காய்களிலிருந்து உறிஞ்சிகள் வழியே பாலை எடுத்து உறைய வைத்து அபினி எடுக்கின்றனர். கசகசாக் காயைச் சிறு கத்தி கொண்டு கீறி அதிலிருந்து வடிந்து உறையும் பாலும் அபினியாகும்.

வெள்ளைக் கம்புகத்திலிருந்து பெறப்படும் பாலாயினும் சிவப்புக் கம்புகத்திலிருந்து எடுக்கும் பாலாயினும் அவற்றில் 10 முதல் 14 சதம் மார்ஃபீன் (*morphine*)

இருக்கும்: 4 முதல் 8 சதம் நார்க்கேட்டின் (morphine) இருக்கும்; 2 முதல் 4 சதம் கோடினும் இருக்கும். ஆனால் கம்புகக் காய்கள் இயற்கையாகவே முற்றிக் கசகசா விதைகள் உண்டாகுமாயின் மேற்சொன்ன ஆல்கலாய்டுகள் வேதி மாற்றத்தால் இல்லாமல் அற்றுப் போய்விடும். பதினெட்டு பத்தொன்பதாம் நூற்றாண்டைச் சேர்ந்த பம்பாய்காரப் பார்சிகளும் இரசபுதன மார்வாரியரும் கிழக்கிந்தியக் கம்பெனியுடன் கூட்டுச் சேர்ந்து கொண்டு சீனத்திற்கு அபினியை ஏற்றி நடத்திய வாணிபத்தில் கொள்ளை ஆதாயம் பெற்றனர் என்பதை வரலாறு காட்டுகின்றது. இவ்வாணிபம் தொன்று தொட்டு நடந்து வந்திருக்கலாம். ஆனால் அது பதினெட்டு, பத்தொன்பதாம் நூற்றாண்டுகளில் உச்ச நிலையை எட்டியது என்பதைத்தான் 1770 ஆம் ஆண்டிலும் 1773 ஆம் ஆண்டிலும் இங்கும் வெளியிடப்பட்டிருக்கும் கட்டுரைகள் காட்டுகின்றன. தற்கால இந்திய நாட்டுத் தொழில் வளர்ச்சியின் தாங்கு நிலையான அடிப்படையே இந்த அபினி ஆதாயத்தைக் கொண்டுதான் ஊன்றப்பட்டது. இந்தியத்தில் அபினி மட்டும் இல்லாதிருப்பின், பம்பாயில் துணி ஆலைகள் தோன்றியிருக்கமுடியாது. ஏனெனில் இந்திய நெசவாலைத் தொழிலுக்கு வேண்டிய மூலதனம், அபினி வாணிபத்தினால் சீனத்திலிருந்து அடித்த கொள்ளையே ஆகும்.

ஜாம்சட்சி ஜீஜீபாய் என்ற பம்பாய் நகரப் பார்சிக்காரர் சீனத்துடன் நடத்திய அபினி வாணிபத்தில் பெரும் பொருளீட்டினார். அவர் பிரிட்டிசாரை மகிழ்விப்பதற்காக 1857 ஆம் ஆண்டு நன்கொடை தந்து பம்பாய் ஓவியப் பள்ளியைத் தொடங்கச் செய்தார். (Bombay School of Arts) எனவே அபினிப் பணம் ஓவியக் கலையையும் வளர்க்கப்பயன்பட்டது.

அபினி : கிரேக்கம், ரோம்

ரோமானியரின் உறக்கக் கடவுள் சோம்னஸ் (Somnus) ஆகும். கிரேக்கரின் உறக்கக் கடவுள் பெயர் ஹிப்னோஸ்- (Hypnous) ரோமானிய உறக்கக் கடவுளின் பெயரால் கம்புகச் செடி Papaver Somniferum என்றழைக்கப்பட்டது. அது உறக்கத்தை தூண்டவல்ல அபினியை அளிப்பதால், அபினிச் சாறு என்று பொருள் தரும் opion என்ற கிரேக்கச் சொல்லை வேராய்க் கொண்ட opium என்ற ஆங்கிலச் சொல்லும் அபினி என்ற தமிழ்ச் சொல்லும் அதனடியாய்ப் பிறந்தன.

அபினியிலிருந்து பெறப்படும் மார்ஃபின் என்ற மருந்து மார்ஃபியஸ் (Morpheus) என்ற கனவு-உறக்கக் கடவுளின் பெயரிலிருந்து முளைத்தது. மார்ஃபினிலிருந்து பெறப்பட்ட ஹெராயின் (Heroin) என்பது ஜெர்மன் வாணிபப் பெயராகும். (ஹெராயினை உள் கொள்வோர் மாவீரனைப் போன்ற உணர்வைப் பெறுவதால், வீரனைக் குறிக்கும் hero என்ற சொல்லிலிருந்து ஹெராயின் பிறந்திருக்கலாம் என்பர். ஹெராயின் என்ற வலி மறக்கும் மருந்து 1859 ஆம் ஆண்டு மருத்துவத் துறைக்குக் கிடைத்தது.

பண்டைய அசிரியத்திலும் பாபிலோனியத்திலும் கம்புகச் செடியின் வேர் மதன மருந்தாய் உள்கொள்ளப்பட்டது. கம்புக விதையான கசகசாவிலிருந்து எடுத்த சாறு தூக்கத்தையும் கனவையும் உண்டாக்கும் துயில் தரும் மருந்தாயிருந்தது என்பதை எகிப்தியர் நன்கறிந்திருந்தனர்.

உறக்கமே மனித இனத்தின் மருத்துவர் அனைவரிலும் மேலானது என்றும் மனிதரை ஆற்றுப் படுத்துவதில் அதுவே ஆற்றல் வாய்ந்தது என்றும் கிரேக்கர் கருதியமையால்,

இரவோடு தொடர்புடைய தம் கடவுளர் அனைவரின் தலையிலும் கம்புகக் பூக்களை வளையமாய்த் தொடுத்து அணிவித்தனர். (கம்புகப் பூக்கள் மிக அழகாயிருக்கும்.)

கிரேக்க புராணத்தில் இரவுக் கடவுளான நிக்ஸ் (*Nyx*) என்ற பெண் தெய்வத்திற்குக் கம்புகம் படைக்கப்பட்டது. மரணக் கடவுளான தன்ட்டோசிற்கும் (*Thanatos*) அவனுடைய இரட்டை சகோதரனான ஹிப்னோஸ் (*Hypnos*) என்பவனுக்கும் (இவ்விருவரும் மேற்சொன்ன நிக்ஸ் என்ற கடவுளின் மக்களாவர்) ஹிப்னோசின் மகனும் கனவுகளின் கடவுளுமான மார்ஃபியசிற்கும் கம்புகம் படைத்தனர். இக்காரணம் பற்றியே கம்புகம் என்ற அபினிச் செடி தொல் பழங் காலத்திலிருந்து ஆற்றுப் படுத்தலுக்கும் அரிதுயிலிற்கும் சின்னமெனக் கருதப்பட்டு வந்தது.

கிரேக்க ஆதி கவியான ஹோமர் சுமார் கி.மு. 850 வாக்கில் கம்புகச் சாற்றின் அபினிச் சத்துகளைப் பற்றிப் பாடியிருக்கின்றார். கிரேக்க மருத்துவத் தந்தையான ஹிப்போக்கிரேட்ஸ் (460-377 கி.மு) கம்புகச் சாறு அபினி போதைப் பொருளாகி அளிக்கும் மருத்துவப் பயன்களைத் தன் நூலில் குறித்துள்ளார்.

இஸ்லாத்துடன் அபினி பரவுதல்

இஸ்லாமிய சமயம் உலகெங்கிலும் பாரசிகம், இந்தியம், மலேயம் முதலிய நாடுகளில் பரவியபோது, அதனோடு அபினியும் சேர்ந்து பரவியது. இந்தியத்தில் மாளவம், பிகார், வங்கம் முதலிய இடங்களில் கம்புகம் பன்னெடுங்காலமாய்ப் பயிர் செய்யப்பட்டு வந்தது. எனினும் அது பதினைந்தாம் நூற்றாண்டில்தான் இந்தியம் வந்தது என்பாருமுளர். இப்பகுதி இன்று உலகில் அபினி விளையும் இடங்களில் தலையாயதாய் உள்ளது.

சீனரும் அபினியும்

அபினி உள்கொள்வதைக் குறிப்பாய்ச் சீனருடன் தொடர்பு படுத்துவது முற்றிலும் தவறாகும். சீனத் தோட்டங்களில் கம்புகச் செடி வளர்க்கப்பட்டது. அது அழகிற்காக வளர்க்கப்பட்டதேயன்றி அபினியைப் பெறுவதற்காக அன்று.

டச்சுக்காரர், போர்த்துக்கீசர், ஆங்கிலேயர் முதலானோர் இந்தியத்தில் விளைந்த அபினியை ஒருவர் மாற்றியொருவர் ஏக போக வாணிபப் பொருளாக்கிக் கொண்டனர். டச்சுக்காரர் இந்தோனிசியத்திற்கு அபினி கொண்டு சென்றனர். அங்கிருந்து சிறிதளவு அபினி சீனத்தையும் எட்டியது. போர்த்துக்கீசரும் சீனத்திற்கு அபினி கொண்டு சென்றனர். பிரிட்டிஷார், கடைசியாய்ப் பதினெட்டாம் நூற்றாண்டின் பிற்பாதியில் தமது பாட்னா பண்டசாலையில் மார்வாரியரின் துணையுடன் அபினியை ஏகபோகமாய்க் கொள்முதல் செய்து, சீனத்தைத் தம் அபினிச் சந்தையாக்கிக் கொண்டனர்.

கிழக்கிந்தியக் கம்பெனியும் அபினியும்

சீனத்திலிருந்த ஐரோப்பிய வணிகர்கள் இக்காலக்கட்டத்தில் தென் கிழக்குச் சீனத்தில் முத்து ஆற்றின் (*Pearl River*) கரை மீதுள்ள காண்டான் துறைமுகத்துக் (காண்டன் : இ.ச.க.தொகுதி-7) கரையோரத்திலமைந்த பதின்மூன்று பண்டசாலைகளுக்குள் ''அடங்கி'', அவற்றுள் மட்டுமே தங்கி வாணிபம் செய்யும் வகையில் கட்டுப்படுத்தி வைக்கப்பட்டிருந்தனர். அவர்கள் காண்டனில் கோடை காலத்தில் மட்டுமே தங்கி வாணிபம் செய்வதற்குச் சீன அரசு இசைந்தது. ஐரோப்பியர் பொழுதுபோக்கவோ நாடு

சுற்றிப் பார்க்கவோ கூடத் தம் பண்டசாலை வளாகத்தை விட்டு வெளியே செல்ல முடியாது. அவர்கள் சீன மொழியைக் கற்கவும் அனுமதிக்கப்படவில்லை. அவர்களால் ''மூங்கில் திரைக்குள்'' (*Bamboo Curtain*) மட்டுமே செயல்பட முடிந்தது.

எனினும் கிழக்கிந்தியக் கம்பெனி சீனத்திற்குள் அபினியைக் கள்ளத் தனமாய் இறக்கி விற்கும் வேலையைத் தடங்கலின்றிச் செய்துகொண்டிருந்தது. கம்பெனி அபினியை இந்தியத்தில் விளைவித்து, அங்கேயே அதைப் பக்குவப்படுத்திக் கல்கத்தாவில் ஏலம்விட்டது. அதை ஏலத்தில் எடுத்துக் கப்பலேற்றிச் சீனக் கரையோரப் பகுதியிலிருந்த லிண்டின், ஹாங்காங்கு ஆகிய தீவுகளுக்கு அனுப்பினர். அபினி அங்கிருந்து சீன அரசின் தடைச் சட்டங்களையும் மீறித் துப்பாக்கி ஏந்திய கொடியவர்களின் துணையுடன் சீனத்தை அடைந்தது.

இந்தக் கள்ள வாணிபத்தில் சீனத்தை ஆண்டு வந்த அயல் நாட்டவரான மஞ்சு அரச குடியினரும் சீன ஆட்சியமைப்பில் உயர் அலுவலராயிருந்த மாண்டரின்களும் (இ.ச.க.தொகுதி-7) தொடர்பு கொண்டிருந்தனர். கற்றறிந்த மேலோரான மாண்டரின்களே அபினியின் தீங்கு தரும் விளைவுகளைப் பற்றிக் கவலைப்படவில்லை. ''அயல் பேய்களான'' (*Foreign Devils* : சீனர் ஐரோப்பியரை இப்படித்தான் அழைத்தனர்.) வெள்ளையர்கள் அபினியைச் சீனத்தில் விற்க முடியாது போகுமாயின், சீனப் பண்டங்களை அவர்கள் வாங்காது போய்விடுவரோ என்று கன்பூசிய நெறி முறையில் நன்கு ஊறிய மாண்டரின்கள் அஞ்சினர்.

பெருமை மிக்கனவும் மதிப்பு வாய்ந்தனவுமான சீன அமைப்புகள் ''வெள்ளைக் காட்டுமிராண்டிகளின்'' பக்கம் ஆதரவாய் நின்று, பேராதாயம் தந்த இந்த அபினி வாணிபத்திற்கு அரணாயிருந்தன.

அபினி வாணிப அளவு

இந்தியத்திலிருந்து 1772-1782 வரையிலான பதினொரு ஆண்டுக் காலத்தில் சீனத்தின் காண்டன் பட்டினத்திற்கு மொத்தம் 93 கப்பல்கள் சென்றன. (1772-2: 1773-4: 1774-15: 1775-8: 1776-16: 1777-9: 1778-10: 1779-9: 1780-11: 1781-7: 1782-2: ஆக மொத்தம் 93 கப்பல்கள்)

இக்காலக்கட்டத்தில் பருத்தி விளையும் சீனத்தில் பருத்தி விலை ஏறியதால், குஜராத்துப் பகுதியிலிருந்து சீனத்திற்குப் பருத்தி கப்பலேற்றப்பட்டது. அதனுடன் வங்கத்திலிருந்து கிட்டத்தட்ட 33 கப்பல்கள் சீனத்திற்குக் கிளம்பின. வங்கம் சீனத்திற்குக் கப்பலில் அனுப்பிய ஒரே பொருள் அபினி மட்டுமேயாம். அபினி விற்பனைக்குச் சீன அரசு 1729 ஆம் ஆண்டு சட்டப்படி தடை விதித்திருந்ததால் (இ.ச.க.தொகுதி-3) கப்பல்களில் ஏற்றப்படும் சரக்குகள் பற்றிய விவர ஆவணங்களில் அபினியைக் குறிப்பதேயில்லை.

நாட்டுக் கப்பல்களில் ஏற்றிச் செல்லப்பட்ட சரக்குகள் பற்றிய ஆவணங்கள் 1775 ஆம் ஆண்டு வரையிலும் கிடைக்கின்றன. எனினும் அபினி சீனத்திற்குத் தொடர்ந்து சென்று கொண்டிருந்தது என்பதில் ஐயமிலது. அபினியை எவ்விதமான தடையுமின்றி மக்காவு (*Macaw*) என்ற தீவில் இறக்கி உள்நாட்டுக்குள் கடத்திச் சென்றனர்.

சிலர் சீன அரசியல் அலுவலர்க்குக் கையூட்டுக் கொடுத்து வெளிப்படையாகவே சீனத்தில் அபினியை விற்றனர் என்றும் தெரியவந்துள்ளது. நாட்டுக் கப்பல் தலைவர் ஒருவர் 1779 ஆம் ஆண்டு காண்டனில் சீன அரசு அலுவலர்களுக்குக் கையூட்டுத் தந்து

ஊரறிய அபினியை விற்றிருக்கின்றார் என்பது பிரிட்டிஷ் நாடாளுமன்றக் காமன் சபையின் *1782* ஜூலை *7* ஆம் தேதிப் பதிவுகளிலிருந்து தெரிகின்றது.

அபினி இந்தியத்திலிருந்து சீனத்திற்குப் பெரிய அளவில் சென்றாலும், அதைப் பயன்படுத்தியோர் எண்ணிக்கை ஒப்பு நோக்குகையில் மட்டாகவே இருந்தது. அங்கு *1782* இல் *1,200* பெட்டி அதாவது கிட்டத்தட்ட *80* டன் அபினியை அனுப்பி, அந்நாட்டின் அபினித் தேவை நிறைவு செய்யப்பட்டது என்று அறிகின்றோம்.

பிரிட்டிசார் *1757* ஆம் ஆண்டு வங்கத்தைப் பிளாசிக் களத்தில் வெற்றி கொண்டதற்கு முன்னர், டச்சுக்காரர்கள்தாம் பிகாரின் அபினியைக் கொள்முதல் செய்து, அபினி ஏற்றுமதியில் முதன்மையான இடம் பெற்றிருந்தனர். கிழக்கிந்தியக் கம்பெனி வங்க வெற்றிக்குப் பிறகு பாட்னாவிலிருந்த பண்டசாலைக்கு என்று அபினியை ஏக போகமாய்க் கொள்முதல் செய்தது.

பதினெட்டாம் நூற்றாண்டில் அரசு ஆதரவு பெற்ற கிழக்கிந்தியக் கம்பெனி போன்ற வணிக அமைப்புகள் சீனத்திற்கு மட்டுமே செய்து வந்த போதைப் பொருள் கடத்தல் வாணிபத்திற்கும், இன்று சில தென்னமெரிக்க நாடுகளில் அரசுகளையே வளைத்துக் கைக்குள் போட்டுக் கொண்டு மிக பெரியதாய் உலகு தழுவிய அளவில் கொடியவர்களான வல்லாளர்கள் நடத்திவரும் போதைப் பொருள் வாணிபத்திற்கும் கால வேறுபாடன்றி வேறென்ன வேறுபாடு தெரிகின்றது?

1773

4. சென்னையில் குதிரைப் பந்தயம் : குதிரை பற்றிய சிந்தனைகள்

இங்கிலாந்தில் குதிரைப் பந்தயம் நடத்துவதற்கு இந்நூற்றாண்டின் தொடக்கத்தில் *(1702 :* இ.ச.க. தொகுதி*-1)* ஸ்டூவர்டு குடியின் கடைசி அரசியான ஆன் *(1665-1714 :* ஆ.கா.*1702-1714)* இசைவு தந்தார். அதிலிருந்துதான் குதிரைப் பந்தயத்தில் கெலிக்கும் குதிரைக்குப் பரிசுப் பணம் தரும் சூதாட்ட முறை தொடங்குகின்றது.

இந்தியத்தில் சென்னையில்தான் குதிரைப் பந்தயம் முதன் முதலில் இதே பதினெட்டாம் நூற்றாண்டில் தொடங்கிற்று என்று தெரிகின்றது. இது குறித்து ஹென்றி டாடுவல் கூறியிருப்பதை, என்.எஸ். இராமசாமி தனது *The Chief Secretary* என்ற ஆங்கில நூலில் *(1983)* எடுத்துரைக்கின்றார்.

''சென்னையில் குதிரைப் பந்தயத்தின் தோற்றம் வேட்டையாடுவதன் தோற்றத்தைப் போலவே தெளிவு காண முடியாததாயிருக்கின்றது. இவ்விளையாட்டு ஏதேனுமொரு வழியில் முறையாக நடத்தப்பட்டதற்கு வெகு காலத்திற்கு முன்னரே, தொடக்கப் பந்தயங்கள் பல நடந்திருக்கின்றன என்று நான் அறிகின்றேன்.

''ஜார்ஜ் கோட்டையில் 1773 ஆம் ஆண்டு படையினரின் அன்றாடப்பணி குறித்த ஆவண ஏட்டில் (குதிரைப் பந்தயம் பற்றி) எனக்குத் தெரிந்த ஒரு குறிப்பு முதன் முதலாய்க் காணப்படுகின்றது. பணியில்லாத வேளையில் கம்பெனி ஊழியரில் பாதிப் பேருக்கு மேற்பட்டவர்கள் பரங்கி மலையில் இருப்பதற்கு இசைவு தரலாம் என்று மேற் சொன்ன ஆவணக் குறிப்பில் இராணுவ அலுவலர் குறித்திருக்கின்றார்.''

அந்தக் காலத்தில் பரங்கி மலையில்தான் குதிரைப் பந்தயம் நடந்தது. பரங்கி மலை அப்போது பாடி வீடாயும் பிரிட்டிசார் ஓய்வு கொள்ளும் இடமாயும் விளங்கிற்று.

பிரிட்டிஷ் ஓவியரான தாமஸ் டேனியலும் அவரின் தந்தையுடன் பிறந்தவர் மகனான வில்லியம் டேனியலும் 1792-1793 ஆண்டுக் காலத்தில் சென்னையில் இருந்து பல ஓவியங்களைத் தீட்டினர். அவர்கள் ''சென்னைக் குதிரைப் பந்தயக் கூட்டம் கூடும் அறை'' என்ற ஓவியத்தை அப்போது வரைந்திருந்தன.

குதிரைப் பந்தயம் நடந்த இடம் பரங்கி மலையின் அடிவாரத்திலிருந்தது. பரங்கி மலையில் பல சண்டைகள் இந்நூற்றாண்டில் நடந்திருக்கின்றன. கம்மந்தான் கான் சாகிபு பெருந் துணிச்சல் கொண்டு ஆங்கிலேயருக்காகப் பரங்கி மலைக் கோட்டையைப் பிடித்துத் தந்திருக்கின்றார். ஆங்கிலேயர் அங்கு விரும்பிக் குடியேறினர். அங்கு இக்காலத்தில் அமைந்த பாளையம் (*Contonment*) இன்று மாறுபட்ட சூழ்நிலையில் நீடித்து வருகின்றது.

1773

குதிரையின் தோற்றுவாய்

குதித்தலால் குதிரை என்று பெயர் பெற்ற இவ்விலங்கின் தோற்றுவாயை அறிவதற்கு மூன்றாம் ஊழியின் இரண்டாம் காலக்கட்டத்திற்குச் செல்ல வேண்டும். சுமார் ஏழு கோடி ஆண்டுகளுக்கு முற்பட்ட இந்த இரண்டாம் காலக் கட்டம் கிட்டதட்ட இரண்டு கோடி ஆண்டுகள் நீடித்தது. அப்போதுதான் குளம்புகளைக் கொண்ட விலங்குகள் மண்ணுலகில் தோன்றின. அக்காலத்தில் உண்டான குளம்படி விளங்காகிய குதிரை சிறிய நாயின் அளவினதாயிருந்தது. அதன் பிறகு இன்றைக்கு ஏறத்தாழ இரண்டு மில்லியன் ஆண்டுகளுக்கு முன்னர் மனிதன் தோன்றிக் குதிரையைப் பிடித்து அடக்கிப் பழக்கியபோதுகூட, அதன் உயரம் 52 அங்குலமேயாம். இன்றோ 72 அங்குலம் வரை உயரமான மிகப் பெரிய குதிரைகள் உள்ளன.

வரலாற்றுக்கு முந்திய காலத்தில் நாம் மேலே கூறியவாறு ஒரு வகைக் குதிரை இருந்ததெனினும், இன்று உலகிலுள்ள குதிரைச் சாதிகள் அனைத்தும் இரஷியத்திலும் சைபீரியத்திலும் உள்ள உயர்ந்த பீடபூமிகளில் வாழ்ந்த விலங்குகளிலிருந்து தோன்றியனவாகும்.

உலகப் பெருவெளியில் மனிதன் ஏறு, முன்னேறு, ஏறு என்று ஏகிய இடங்களிலெல்லாம் பதிந்திருக்கும் அவனுடைய காலடிச்சுவடுகளினருகில் குதிரையின் குளம்படிச் சுவடுகளும் பதிந்துள்ளன என்று தற்கால எழுத்தாளர் ஒருவர் இவ்விலங்கின் தொன்மை பற்றிக் கூறுகின்றார்.

மனிதனும் விலங்குகளும்

மனிதன் விலங்குகளுடன் இணைந்து வாழ முற்பட்ட கூட்டிசைவு நினைவிற்கெட்டாத காலத்திற்கு முன்னரே தொடங்கிவிட்டது. அது பல்லாயிரக் கணக்கான ஆண்டுகளுக்கு முன் மதி மனிதன் (*homo sapien*) தோன்றிய காலத்தில் உண்டாகியிருக்கலாம். இதைக் காட்டும் சான்றுகளைச் சுமார் முப்பதாயிரமாண்டுப் பழமையுள்ள குகை ஓவியங்களில் தீட்டப் பெற்றுள்ள பல்வேறு விலங்குகளின் உருவங்களிலிருந்து அறிந்து கொள்ளலாம்.

மதி மனிதன் பல வகையான விலங்குகளைப் பழக்கி வளர்த்திருக்கின்றான் என்பது மிகவும் குறிப்பிடத் தக்கதாகும். மானுடன் பல்வேறு வடிவங்கள், அளவுகள், உயரம், எடை, வாழ்விடம் ஆகியவற்றைக் கொண்ட எல்லா வகையான விலங்குகளையும் அடக்கிப் பழக்கி வளர்த்திருக்கின்றான்.

உலகின் முதற் குதிரையேறி சித்தியர் என்ற இனத்தவர் என்பது அறிஞர் கருத்தாகும். குதிரையேற்றத்தின் வரலாறு தென் இரஷியப் புல்வெளியில் கிறத்தவ அப்தத்திற்கு முன்னர் சுமார் 3200 ஆம் ஆண்டு வாக்கில் தொடங்குகின்றது. சித்தியர் குதிரையின் துணையொடு தம் வலிமையால் பல இடங்களில் பல பெயர்களைத் தாங்கிக் கிட்டத்தட்ட 3000 ஆண்டுக் காலம் கி.மு.106 வரை நாகரிக உலகினரை நடுங்க வைத்த வண்ணம் இருந்தனர். சீனர் இம் மக்களிடமிருந்து தம் நாட்டைத் தற்காத்துக் கொள்வதற்காகக் கி.மு.214 ஆம் ஆண்டு சீனப் பெருஞ்சுவரைக் கட்டி முடித்தனர்.

1773

வரலாறு எழுந்த காலத்தில் நடு ஆசியமானது ஒன்று நாடோடியர் வாழ்வது, மற்றொன்று, நிலையாய் அமர்ந்தோர் (*sedentary*) வாழ்வது என்று இரண்டு மண்டலங்கலாய்ப் பிரிந்திருந்தது. (நடு ஆசியம் : இ.ச.க.தொகுதி-3) அங்கு தென் இரஷியத்திலிருந்து வட மஞ்சூரியம் வரை நீண்டிருந்த வடபால் சமவெளிகளில் நாடோடியர் வாழ்ந்திருந்தனர். நிலையாயமைந்துவிட்ட மக்கள் வாழ்ந்த பகுதிகளுள், கிழக்குத் துருக்கித்தானத்தின் பாலை வெளிச் சோலைகள் அடங்கிய தென் நிலப் பரப்புகள் சேர்ந்திருந்தன. நாடோடிகள் வாழ்ந்த பகுதிகளுள் மேலுமிரு தனிப் பகுதிகள் உள்பட்டிருந்தன.

அதாவது தெற்கிலிருந்து இயனெசி (*Ienesi*) பள்ளத்தாக்கு வரையிலிருந்த நிலப்பரப்பில் சித்தியர் (*Scythia, Scythians*) என்றழைக்கப்பட்ட நாடோடி ஆரியக் கூட்டத்தார் வாழ்ந்திருந்தனர். கிழக்கே இன்றைய புற மங்கோலியமும், அக மங்கோலியமும் உள்ளிட்ட நிலப்பரப்புகள் அமைந்திருந்தன. வெகு கிழக்கிலிருந்த மஞ்சூரியத்தில் துருக்க மங்கோலியர் கூட்டங்கள் வாழ்ந்திருந்தன.

தெற்கில் ஜக்சார்டஸ் ஆற்றிற்கும் ஆக்சஸ் ஆற்றிற்கும் இடையிலமைந்த நிலப்பரப்பில் ஈரானியத் தோற்றுவாயைக் கொண்ட மக்கள் குடியமர்ந்திருந்தனர். அதாவது சித்தியம் என்ற பகுதி கருங்கடலுக்கு வடக்கில், பிற்காலத்தில் துருக்கித்தானம் என்றறியப்பட்ட பரப்பில் தென்கிழக்கு ஐரோப்பியத்திலும், ஆசியத்திலும் இருந்தது. பாமீர்ப் பகுதியிலிருந்து சீனம் வரை பரவியிருந்த நிலப் பரப்பில் வேறுபட்ட உறவின்

முறைகளைக் கொண்ட ஆரிய மொழி பேசிய மக்கள் குடியேறியிருந்தனர். மேற்கில் அல்லது கிழக்கிலிருந்த புல்வெளிகளிலிருந்து (*steppe*)புடைத்துப் பெயர்ந்த நாடோடியரான சித்தியரால் தெற்கில் அமைதியாய் நடந்துவந்த வாழ்க்கை பல நூற்றாண்டுகளாய்ப் பாதிக்கப்பட்டு வந்தது. அதனால் நடு ஆசியம் மட்டுமல்லாது பாரசிக, சீனப் பேரரசுகள், இந்தியம் முதலியவற்றின் அரசியல் வரலாற்றில் நீண்டகால விளைவுகளை ஏற்படுத்திய மாறுதல்கள் நிகழ்ந்தன.

இந்தச் சித்தியர் பற்றிய தொன்மையான செய்தி ஹீரோடாட்டசிடமிருந்தும் (485-425 கி.மு) பண்டைய அக்கிமினியன் பொறிப்பபுகளிலிருந்தும் கிடைக்கின்றது. கிரேக்க எழுத்தாளர்கள் சித்தியரை *Skuthoi* என்றும் அசிரியர் *Ashkuzai* என்றும் அழைத்தனர். அவர்கள் பாரசிகத்திலும் இந்தியத்திலும் சகர் என்று அறியப்பட்டனர். சித்தியன் என்ற பெயரால் ஈரானிய அல்லது இந்திய-ஐரோப்பியக் கிளை மொழிகளைப் பேசியோரும் இந்திய ஐரோப்பியத் தோற்றுவாயை உடையவர்களுமான பல்வேறு குலத்தவர் சேர்த்துக் குறிக்கப்படுகின்றனர். சித்தியர் கிழக்கு ஈரானியக் கிளை மொழியைச் சேர்ந்த இந்திய மொழிக் குடும்பத்து மொழி ஒன்றைப் பேசினர்.

ஜேகபு புரனோவஸ்கி தனது ''மனிதனின் ஏற்றம்'' (*The Acent of Man*) என்ற நூலில் சித்தியர்களின் குதிரை ஏற்றத்தைப் பற்றி இப்படி விவரிக்கின்றார்.

1773

''மனிதன் அதன் பிறகு சுமார் கி.மு. 2000 ஆண்டு வாக்கில் (குதிரை) ஏறுவது எவ்வாறு என்று கற்றுக் கொண்டான். பறக்கும் எந்திரங்கள் கண்டுபிடிக்கப்பட்ட நாளில் ஏற்பட்டதைப் போன்று, அது (குதிரையேற்றம்) மனிதனைத் திடுக்குறச் செய்திருக்கவேண்டும். குதிரையேறிகள் நடு ஆசியம், பாரசிகம், ஆப்கானிஸ்தானம் ஆகிய நாடுகளுக்கு அப்பால் வாழ்ந்திருந்த மக்களாவர். அவர்களை மேலையுலகினர், சித்தியர் என்றனர். புதியவர்களும் அஞ்சி நடுங்க வைத்தவர்களுமான அந்தச் சென்மங்களுக்கு, அவர்கள் அந்தப் பெயரைத்தான் கொடுத்தனர். குதிரை ஏறுவதென்பது மனித மெய்ப்பாட்டு அசைவை விட மேலானது. மனிதன் உலகப் படைப்பு முழுமையின் மீதும் மேலாண்மை கொண்டிருந்ததைக் காட்டும் சின்னமாக அதைக் கொள்ளலாம். ''

''குதிரையேற்றத்தை அறியாத நாடுகள் மீது பாய்ந்து பரவிய சித்தியர்கள் மிகப் பயங்கரமானவர்களாயிருந்தனர். கிரேக்கர் குதிரையில் பறந்து வந்த சித்தியரைக் கண்டதும், குதிரையும் அதில் ஏறியிருந்த ஆளும் ஒன்றே என்று நம்பினர். அதிலிருந்துதான் மனித முகமும் குதிரை உடலும் கொண்ட செண்டார் என்ற விலங்கின் கதை பிறந்தது''.

''ஆளேறிய குதிரை நடுக்கிழக்கிலும் கிழக்கு ஐரோப்பியத்திலும் முதன் முதலில் தோன்றிய போது (குதிரையையே கண்டறியாத மக்களிடையே) அது எத்தகைய அச்சத்தையும், திகிலையும் உண்டாக்கியிருக்கும் என்பதை நம்மால் இன்று கற்பனை செய்து பார்த்துவிட முடியாது. போலந்தில் 1939 ஆம் ஆண்டு தம் முன்னிருந்த அனைத்தையும் அழித்துக் கொண்டு சென்ற டாங்கிகள் (மண்ணதிர) வந்து கொண்டிருந்தபோது மக்களுக்கு ஏற்பட்ட அச்சத்துடன் அதை என்னால் ஒப்பிட முடியும்''.

''குதிரை போரை மிக இயல்பான ஒரு செயலாக்கிவிட்டது. ஹூணர் போரை அப்படித்தான் ஆக்கினர். ஃபிர்ஜியன்களும் அவ்வாறே செய்தனர். பிற்காலத்தில் செங்கிஸ் கான் (1154-1227 கி.பி) தலைமையில் குதிரையினால் போரியல் உச்ச கட்டத்தை எட்டியது. குறிப்பாக, சடுதியில் இடம்விட்டு இடம் பெயர்ந்த கூட்டத்தார் போர்க்கள அமைப்பு முறையையே (குதிரையேற்றத்தால்) மாற்றியமைத்தனர்.''

சிந்து வெளியில்

மேற்குப் பாகித்தானிலுள்ள பலுச்சித்தானத்திலிருக்கும் ரண குண்டை (*Rana Ghundai*) என்ற இடத்தில் குதிரையின் பற்கள் சில கண்டுபிடிக்கப்பட்டன. தொல்லியல் ஆய்வு நடைபெற்று வரும் இந்த இடம் அரப்பன் நாகரிகத்திற்குப் பல ஆண்டுகள் மூத்தது. அரப்பன் மக்கள் (2500-1700 கி.மு) குதிரையை அறிந்திருந்தனர் என்பது மேற்சொன்ன செய்தியால் தெளிவாகின்றது. எனினும் குதிரை சிந்து வெளியில் பழக்கி அடக்கப்பட்டிருந்ததா என்பது ஐயத்திற்குரியது என்று அறிஞர் கருதுகின்றனர். அது ஒரு வேளை நடு ஆசியத்திலிருந்து அங்கு சென்ற அரிய விலங்காயிருக்கலாம். அது நிச்சயமாய் இந்தியத்திற்கு அயல் திணை சார்ந்ததேயாகும்.

வேத காலம் : புராணங்கள்

ஆரியர் வேள்வியில் பலியிடும் விலங்குகளில் குதிரையும் ஒன்றாகும். அவர்கள் ஒரு குதிரையைத் தேர்ந்தெடுத்து அதை ஓராண்டுக்காலம் அதன் விருப்பம் போல் திரிய விடுவர். அக்குதிரை சென்ற நாடுகளின் அரசர்கள், அதற்கு உரிமையான அரசனுடன் போருக்கு வருமாறு அல்லது அவன் தாள் பணியுமாறு செய்யப்பட்டனர். ஓராண்டு முடிந்த பின்னர் அக்குதிரை அசுவமேதம் என்ற பரி வேள்வியின்போது பலியிடப்படும்.

வேத கால ஆரியரின் இறைவனான இந்திரனுக்கு இரண்டு குதிரைகள் பூட்டிய தேர் சொல்லப்பட்டது. சூரியன் ஏழு குதிரைகள் பூட்டிய தேரைச் செலுத்துகின்றான். சவித்திரி சில வேளைகளில் சூரியனின்று வேறுபட்டவனென்றும், சில வேளைகளில் அவனே சூரியனென்றும் சொல்லப் படுகின்றான். சவித்திரி சிறப்பு மிக்க தங்க மேனியன்; தங்கக் கண்களும் பொற்கைகளும் தங்க நாக்கும் மஞ்சள் நிற மயிரும் உடையவன்; அவன் பொற் கவசம் பூண்டு ஒளியுடன் தங்கத் தேரில் மங்கலான செந்நிறமும் வெள்ளைக் கால்களுமுடைய குதிரைகள் இழுத்துப் போக மேலும் கீழும் செல்கின்றான் என்று பாடப்படுகின்றது. சவித்திரி வணக்கம் இன்றுவரை நடைபெற்று வருகின்றது. பிராமணர் அவனைச் சந்தியா வந்தனத்தின் போது தொழுகின்றனர்.

1773

குதிரைகளும் ஒட்டகங்களும் காசியபர் என்ற முனிவரின் மனைவியான தாமரைக்குப் பிறந்தவை என்று அக்கினி புராணம் சொல்லும். குதிரை ஒளி பொருந்திய தெய்வங்களை, குறிப்பாய்ச் சூரியனைக் குறிக்கும் சின்னமாகும். இந்திரன் வெள்ளைக் குதிரையுருக் கொண்டான் என்று ஆத்திரேய பிராமணம் கூறும்.

குதிரை சமஸ்கிருதத்தில் அசுவம், ஹய என்றெல்லாம் அழைக்கப்பட்டது. இருக்கு வேதம் குதிரையை மழை மேகமாய்க் காண்கின்றது. அசுவினியர் என்போர் குதிரையேற்றக்காரர். குதிரை நீரிலிருந்து படைக்கப்பட்டதால், அது வருணனுக்கே உரிமையானது என்று சொல்லப்படுகின்றது.

அக்கினியின் பல்வேறு வடிவங்களைக் கூறித் துதித்துத் தேவருடன் இன்புற்றிருப்பதற்காக மனிதனைத் தேவருலகு கொண்டு செல்லும் குதிரைகளாக அவன் வர வேண்டுமென்று அதர்வ வேதமும் ஆத்திரேய பிராமணமும் அக்கினியை அழைக்கின்றன.

வேள்வியை நடத்தும் பிராமணர்க்கு வேட்டுவோர் குதிரைகளைக் காணிக்கையாய்த் தந்தால் அவர் என்றென்றும் சூரியனுடன் இருக்கும் பேறு பெறுவர் என்று இருக்கு வேதம் உரைக்கின்றது. குதிரையின் தலை ஞானத்தைக் குறிப்பதாயும் அது புனிதமானது என்றும் ஆற்றலுடையது என்றும் கருதப்பட்டது.

மனித உடலும் குதிரைத் தலையுமுடைய அசுவமுகர்கள் தெய்வலோகப் பாணர் என்று சொல்லப்பட்டுள்ளது. (கிரேக்க செண்டார்களுடன் ஒப்பு நோக்குக) குதிரைத் தலையுடைய இயக்கியர் (யட்சியர்) ஐகோலிலுள்ள சிற்றின்பக் காட்சிச் சிற்பங்களில் செதுக்கப்பட்டுள்ளனர். அவர்கள் ஆடவரைச் சிற்றின்ப நுகர்ச்சிக்காக எடுத்துச் செல்வர் என்று நம்பப்பட்டது.

அசுவ அல்லது அசி என்பது சந்திர வமிசத்தைக் குறிக்கும் என்பர். இக்குடியினர் தேவமிதா, பஜஸ்வா ஆகியோரின் வழிவந்தவர்கள். இக் குலத்தார் சிந்து ஆற்றின் இருமருங்கும் பரவி வாழ்ந்தனர். இன்று ஆசியம் என்று வழங்கும் கண்டமான பெரு நிலப்பரப்பு இம்மக்களின் பெயரிலிருந்து பிறந்திருக்கலா மென்பர்.

அட்ட பைரவரில் ஒருவரான உன்மத்த பைரவரின் வாகனம் குதிரையாகும். கம்சனின் நண்பனான கேசி என்ற அசுரன் குதிரையுருக் கொண்டு கோகுலம் சென்று பசுக்களையும் கோபாலரையும் வருத்தினான். கண்ணன் அவன் வாயினுள் கையை விட்டு, கையை வளரச் செய்து கேசியைக் கொன்றான்.

கல்கி அவதாரம்

திருமால் இனி எடுக்கப் போகும் அவதாரம் கல்கி ஆகும். கல்கி என்ற இச் சொல்லும் அதன் பொருளும் புதிராய் உள்ளன. அச் சொல்லுக்குப் பாவம் என்று பொருளுரைக்கின்றனர்.

கல்க விநாசன அதாவது பாவச் செயல்களை ஒழிப்பவன் கல்கியாம். கார்கா என்ற வட சொல்லுக்கு வெள்ளை அல்லது வெள்ளைக் குதிரை என்று பொருளாம். அது கக்கா, கக்கி, கல்கி என்று பிராகிருத மொழியில் வழங்கும் என்பர். இது திராவிட மூலத்தையுடையது என்றும் ஆய்வாளர் சிலர் கூறுவர். கல்கி குதிரையேறி வந்து குவலயம் காப்பான் என்று திருமங்கையாழ்வார் (கி.பி.9நூ) பாடுவார்.

வையம் காக்கும் கரும் பரிமேல்
கார்க்கியை நான் கண்டு கொண்டேன்
கடிவாழில் சூழ்கடல் மல்லைத் தலசயனத்தே
என்பது அவரது பாசுரம்

"இவர் (கல்கி) கலியுக அந்தத்தில் யசஸ் என்னும் பிராமணனுக்கு நாராயண அம்சமாய்ப் பிறந்து நீண்ட வாளினால், உயர்ந்த குதிரை மீதேறி மூன்று இராத்திரிக்குள் மிலேச்சர் அனைவரையும் வெட்டிக் குவிக்கப் போகின்றவர்".

அபிதான சிந்தாமணி கல்கி அவதாரம் பற்றி இவ்வாறு கூறுகின்றது.

புராணங்கள்

புராணங்களில் குதிரை பற்றிய பல செய்திகள் காணப்படுகின்றன. குதிரையின் மன நோக்கம் அறியக் கூடிய அசுவ இருதயம் என்ற கலையை நகுல, சகாதேவர் அறிந்திருந்தனர் என்று பாரதம் பகரும்.

குதிரை சாம வேதத்தின் நாவிலிருந்தும்; பிரமன் ஹோமஞ் செய்தபோது அவன் கண்ணிலிருந்தும்; அக்கினியிடமிருந்தும்; அவன் கைவழி ஒழுகிய நீரிலிருந்தும்; இந்திரன் முதலிய திக்கு பாலகர் எண்மரிடத்திலிருந்தும்; பாற்கடலிலிருந்தும் தோன்றிய

அமுதத்திலிருந்தும்; இலக்குமி இட்ட சாபத்தால் பிரமன் கோட்டானாக, அக்கோட்டான் இட்ட முட்டையிலிருந்தும் பிறந்தது என்று குதிரையின் தோற்றுவாய் பற்றிப் புராணங்கள் பலவிதமாய்க் கூறுகின்றன.

பாடலம், கோடகம், இவுளி, வன்னி, குதிரை, பரி, கந்துகம், புரவி என்று குதிரைகளை வகை செய்து அவற்றின் இலக்கணங்களைக் கூறியுள்ளனர். அந்த வகைப்பாட்டை அசுவலட்சணம் என்று அழைத்தனர்.

தமிழகம்

தமிழகத்திற்குச் சங்க காலத்திலேயே, அதாவது கிறித்தவ அப்தத்திற்கு சுமார் மூன்று நூற்றாண்டுகளுக்கு முன்னரே அராபியர் குதிரைகளைக் கொண்டு வந்தனர் என்று அறிகின்றோம். அதற்குப் பட்டினப்பாலை சான்று பகர்கின்றது.

கடைச் சங்க காலத்தில் சேர வேந்தனின் கீழ், ஏழில் குன்ற நாட்டை ஆண்டவன் என்று கருதப்படும் நன்னன் வெள்ளைக் கால்களுடைய குதிரைகளைக் கொண்டு வந்தான் என்று அகநானூற்றின் 345 ஆவது பாடல் கூறும். அவன் இக்குதிரைகளைக் கிரேக்கரிடமிருந்தும் ரோமானியரிடமிருந்தும் வாங்கினான் என்று கருதுகின்றனர்.

கி.பி. 13 ஆம் நூற்றாண்டில் குதிரைச் செட்டிகள் என்ற குதிரை வணிகர் இருந்தனர் என்பதைத் தஞ்சாவூர், திருச்சிராப்பள்ளி, தென்னார்க்காட்டு மாவட்டங்களிலுள்ள கல்வெட்டுகளால் அறிகின்றோம்.

1773

தமிழ்நாட்டிற்குச் சோகர், குர்ஃபக்கா என்ற அரபுத் துறை முகங்களிலிருந்து குதிரைகள் 15 ஆம் நூற்றாண்டில் பாய்மரக் கப்பல்களில் வந்தன. அரபுகள் தமிழகத்திற்குக் கொண்டு வந்த குதிரைகளில் அவர்களுக்கு 300-500 சதம் ஆதாயம் கிடைத்தது. பாண்டிய மன்னர்கள் குதிரைக்கு இலாடம் அடிக்க வேண்டும் என்பதை அறியாததால், அரபுகளின் சூதினால் ஏராளமான குதிரைகளை இழந்தனர்.

இந்தியத்திற்கும் குதிரைக்கும் இத்தகைய நீண்ட தொடர்பு இருந்துவரினும், இம்மக்களின் சூதாட்டத்தில் சொக்கட்டானும் பகடைக் காய்களும் மட்டுமே இடம் பெற்றிருந்தன. குதிரைகளை ஓடவிட்டுப் பந்தயம் கட்டும் சூதாட்டமுறை இந்தியத்தில் இருந்ததில்லை.

எகிப்து

எனினும் குதிரைப் பந்தயம் மிகப் பழமையானது எனலாம். நியூயார்க்கின் மெட்ரோபாலிட்டன் மியூசியத்தில் சுமார் கி.மு. 2000 ஆண்டைச் சேர்ந்த பந்தயக் குதிரையும் அதைச் செலுத்தியவனும் அமைந்த சிறு உருவம் ஒன்று உள்ளது. ஹிட்டைட்டுகள் என்ற ஆரிய இனத்தார் கி.மு. இரண்டாம் மில்லீனியத்தில் வட சிரியத்திலும் ஆசிய மைனரிலும் பெரும் பேரரசை நிறுவினர். (இ.ச.க.தொகுதி-1) அவர்கள் பந்தயக் குதிரைகளைப் பழக்குவது பற்றி விதி முறைகளைக் களிமண் தகடுகளில் ஆப்பு வடிவ எழுத்துகளில் பதிந்து வைத்துள்ளனர். இதற்கும் பல ஆண்டுகளுக்குப் பின்னர் வாழ்ந்த அரபுகள் அரபுக் குதிரைகளுக்குக் கடிவாளமிட்டும் அவற்றைத் தண்ணீருக்குத் தவிக்கவிட்டும் பழக்கி வெகு தொலைவிலுள்ள தண்ணீரை நோக்கி ஓடச் செய்தும் பந்தயத்தில் ஓடும் குதிரையாய்ப் பழக்கினர். இவற்றிலிருந்து ஐயாயிரமாண்டுகளுக்கு முன்னரே குதிரை ஓட்டம் இருந்தது என்பது புலனாகின்றது.

1773

அரபுகள்

இத்தகைய குதிரைப் பந்தயம் ஒன்றினால், இரு வேறு குலங்களைச் சேர்ந்த அரபுத் தலைவர்களிடையே (ஷேக்குகள்) இருந்துவந்த பகை நீங்கி நெடுங்காலம் அமைதி நிலவ வழி ஏற்பட்டது. அவ்விரு தலைவர்களும் நடுக்கிழக்கில் அக்காலத்தில் வாழ்ந்த பெரும்பாலரான ஆட்சியாளரைப் போன்று பல்லாயிரக் கணக்கான குதிரைகளுக்கு உரிமையாளராயிருந்தனர். அவ்விருவரும் நீர் வேட்கை கொண்ட பொலி குதிரைகள் சமவெளியின் குறுக்கே தண்ணீர்க் குளம் தேடி ஓடிய காட்சியைக் கண்டு மகிழ்ச்சிப் பெருக்கினால் பகை மறந்தனர்.

பார்த்தியர்

பார்த்தியர் (இ.ச.க.தொகுதி-6) சுமார் கி.மு. 100 ஆம் ஆண்டிற்கு முன்னரே ஆலஃபாவால்ஃபா என்ற மணப் புல்லைத் தனியாய் நட்டு அறுவடை செய்து குதிரைக்குக் கொடுத்தால், அதற்கு முன் அறியப்பட்டிருந்த பரட்டையான புல்வெளி மட்டக் குதிரையை உண்டாக்க முடியும் என்பதை அறிந்தனர். அத்தகைய குதிரை மிகக் கடினமான கவசம் அணிந்த மனிதனைச் சுமக்கும் திறன் பெறும் என்று கண்டனர்.

கிரேக்கர், ரோமானியர்

படையெடுத்து வந்த பாரசிக, அரபுப் படையினர் கொணர்ந்த குதிரைகள் வந்தது வரையிலும் கிரேக்கரிடம் குதிரைகள் இல்லை. கிரேக்கர் குதிரைகளைப் பெற்றதும், சுமார் 2500 ஆண்டுகளுக்கு முன் முதல் தேரோட்டப் போட்டியை நடத்தினர். அது சுமார் 15 கிலோ மீட்டா (10 மைல்) சுற்றளவுள்ள வட்ட மைதானத்தைச் சுற்றி நடந்தது.

அதன்பிறகே ஆளேறிய முதற் குதிரைப் பந்தயம் நடந்தது. அத்துடன் குதிரையிலமர்ந்தவாறே ஈட்டி எறிவது, தீவட்டி எடுத்துச் செல்வது, பந்தடிக்கும் சவலஜான் (*Savlajan*) என்ற பாரசிகப் போலோ விளையாட்டு முதலியவற்றில் கிரேக்கர் ஈடுபட்டனர்.

ராமானியர் பெரிய வட்டாட்டரங்குகளில் (சர்க்கஸ்) மிகப் பெரிய குதிரைப் பந்தயங்களை நடத்தினர். சர்க்கஸ் மேக்சிமஸ் (*Circus Maximus*) என்ற ரோம் நகர வட்டாட்டரங்கில் அன்றாடம் கிட்டத்தட்ட 3,80,000 பேர் ஐம்பது குதிரைப் பந்தயங்களை (ஆளேறிய அல்லது தேரில் பூட்டிய குதிரைப் பந்தயங்களை), விடிந்ததிலிருந்து பொழுது அடைந்தது வரையில் கண்டனர். அப்போது பணம், அடிமைகள், பெண்டிர் முதலானோரைத் தமக்கு விருப்பமான குதிரை மீது பந்தயங்கட்டி அவர்கள் ஆடினர்.

ஜெர்மனி

பண்டை ஜெர்மன் இனத்தாரான டியூட்டானியரும் (நார்வே, சுவீடனைச் சேர்ந்த) ஸ்காண்டிநேவியரும் வேலை வாங்கவும் போரில் ஈடுபடுத்தவும் குதிரைகளை வளர்த்தனர். ஜெர்மனியிலிருந்த பழைய நாடான ஊர்டம்பர்குக் கோமகன் (இ.ச.க.தொகுதி-6) 1511 டிசம்பர் 21 அன்று ஒரு குதிரைப் பந்தயத்தை நடத்தினார் என்பதைக் காட்டும் சுவரொட்டி நியூயார்க்கின் மார்கன் நூலகத்தில் இருப்பினும், பத்தொன்பதாம் நூற்றாண்டு வரையிலும் ஜெர்மானியர் குதிரைப் பந்தயத்தின் மீது பரவலாய் ஆர்வங் காட்டவில்லை. பணக்காரப் பிரபுக் குடும்பத்தினர் பத்தொன்பதாம் நூற்றாண்டைச் சேர்ந்த வடகிழக்கு ஜெர்மனியிலுள்ள மெக்லன்பர்கில் குதிரைப் பந்தய

மைதானத்தை அமைத்து, இங்கிலாந்திலிருந்து பந்தயக் குதிரைகளைக் கொண்டு சென்றனர்.

பிரிட்டன்

ரோமானியர் பிரிட்டன் மீது படையெடுத்த காலத்திலிருந்து (55 கி.மு.) ஏதேனுமொரு வடிவத்தில் குதிரைப் பந்தயம் பிரிட்டனில் மக்களிடையே செல்வாக்குப் பெற்றிருந்தது. ரோமானியர் அப்போது அரபுக் குதிரைகளை இங்கிலாந்திற்குக் கொண்டு சென்றனர். இன்று இலண்டனின் ஒரு பகுதியாய் அமைந்துவிட்ட ஸ்மிது ஃபீல்டு என்ற இடத்தில் 12 ஆம் நூற்றாண்டில் குதிரைப் பந்தயம் நடந்ததாக வரலாற்றுக் குறிப்புகள் உள்ளன. அப்போது முதலாம் ரிச்சர்டு (1157-1199; ஆ.கா. 1188-1199) மூன்று மைல் (சுமார் 5 கிலோ மீட்டர்) தொலைவுப் பந்தயத்தில் முதலாவது வரும் குதிரைக்கு ''நாற்பது பவுன் சொக்கத் தங்கம்'' தருவதாய் அறிவித்தார்.

பின்னர் ஏழாம், எட்டாம் ஹென்றி மன்னர்கள், முதலாம் எலிசபெத்து அரசி போன்றோர் குதிரை வளர்ப்பதிலும், அதை வேட்டைக்குப் பயன்படுத்துவதிலும் மிகுந்த அக்கறையும் ஆர்வமும் கொண்டிருந்தனர். குதிரைப் பந்தயத்தை ஊக்குவிக்கவில்லை. எனினும் முதலாம் ஜேம்ஸ் மன்னர் (1566-1625; ஆ.கா. 1603-1625) இலண்டனில் நியூ மார்க்கட்டு என்ற இடத்தில் குதிரைக் கொட்டடிகளைக் கட்டினார். மக்கள் கூடிப் பார்க்கும் பந்தய மைதானம் அமைக்கும் கருத்தை அவர் உருவாக்கினார். வெற்றி பெறும் குதிரையின் உரிமையாளர், குதிரை ஓட்டி முதலானோர்க்குப் பரிசுகள் அளிப்பது குறித்துப் பல வேலைகளை மேற்கொண்டார். பிரிட்டிஷ் அரச குடியினர் இன்றளவும் குதிரைப் பந்தயத்தில் ஆர்வம் காட்டி வருவதற்கு முதலாம் ஜேம்ஸ் காரணராவார்.

இரண்டாம் சார்லசு (1630-1685; ஆ.கா. 1660-1685) குதிரைப் பந்தயங்களில் தன் குதிரையைத் தானே ஓட்டினார். ஆன் அரசியார் 1711 ஆம் ஆண்டு முதன் முதலாய் இராயல் ஆஸ்காட்டுப் பந்தயத்தைத் தொடங்கி வைத்தார். ஃபுளோரா திரிஸ்தன் (1803-1844) என்ற பிரஞ்சுப் பெண்மணி 1842 ஆம் ஆண்டு இங்கிலாந்தைச் சுற்றிப் பார்த்து விட்டு, இந்நாட்டு மக்களுக்குக் குதிரை மீதிருந்த விருப்பை இவ்வாறு நையாண்டி செய்தார்:

பிரான்சிலும், நாகரிகமடைந்தாய்ப் பெருமைப்பட்டுக் கொள்ளும் வேறு எந்த நாட்டிலும் மிகுந்த மதிப்பிற்குரிய உயிரினம் பெண்ணேயாவாள். இங்கிலாந்திலோ அந்த இடத்தைக் குதிரை பெற்றுள்ளது. நல்ல அதிர்ஷ்டம் வாய்ந்த இத்தீவுகளில் அரசனுக்குரிய இடத்தைக் குதிரை பெற்றிருக்கின்றது. பெண்ணுக்கு அந்த இடம் அங்கு இலது. குதிரைதான் மனிதரனைவரையும் விட மேலான நிலையில் அங்கு விளங்குகின்றது.

நிலநடுக் கடல் நாடுகள்

நிலநடுக் கடல் நாடுகளில் அடி நாள்களிலிருந்தே மாபெரும் குதிரைகளும் குதிரையோட்டிகளும் இருந்து வந்துள்ளதை வரலாறு காட்டும். அரபுகளும் மூர்களும் அடுத்தடுத்து ஸ்பெயின் மீது படையெடுத்தமையால், சாதிக் குதிரைகள் ஸ்பெயினுக்கு வந்து சேர்ந்தன. ஸ்பானியர் இக்குதிரைகளை வைத்துத் தனிச் சிறப்பு வாய்ந்த அண்டலேசியன் குதிரைகளை வட அமெரிக்கத்திற்குக் கொண்டு சென்று, அப்புது உலகில் அவற்றைப் பரவச் செய்தனர். அமெரிக்க இந்தியர் இக்குதிரைகளைக் கண்டு பெரு வியப்புறலாயினர்.

இத்தாலியில் சற்று கூடுதலான வலிமை வாய்ந்த குதிரை இனம் உண்டாக்கப் பட்டது. எனினும் அதில் பெரிதும் அரபு, ஸ்பானியச் சாதிகளின் கலப்பு இருந்தது.

பிரான்ஸ்

பிரான்சில் தொடக்க காலத்துச் சாரசினியப் படையெடுப்பு (அரபுப் படையெடுப்புக்) காலத்திலிருந்தே மிகவும் அருமையான சாதிக் குதிரைகள் உண்டாக்கப்பட்டன. எனினும் பதினான்காம் லூயி *(1638-1715; ஆ.கா. 1643-1715)* செயின் ஜெர்மன் என்ற இடத்தில் *1681* ஆம் ஆண்டு குதிரைப் பந்தயத்தைத் தொடங்கி வைத்த பிறகுதான், அதற்கு மக்களிடையே செல்வாக்கு ஏற்பட்டது. அவர் அப்போது நடந்த பந்தயத்தில் வெற்றி பெற்ற குதிரைக்கு எடைக்கு எடை தங்கம் தந்து விலைக்கு வாங்க முயன்றார். இங்கிலாந்தைச் சேர்ந்த அதன் உரிமையாளரான செவசே பிரபு அதைப் பிரஞ்சு மன்னருக்கு விற்க மறுத்துவிட்டார்.

பிரஞ்சு மன்னரின் இச்செயலினால் குதிரைப் பந்தயத்திற்கு நல்ல விளம்பரம் கிடைத்தது. அதனால் பிரஞ்சுப் பிரபுக்கள் தமக்கென்று குதிரைப் பண்ணைகளைத் தனியாய் அமைத்துக் குதிரைகளை வளர்க்கலாயினர். அது நல்ல வெற்றி கண்டது. பிரிட்டனிலும் பிரான்சிலும் இருந்த குதிரைப் பந்தயக்காரரிடையே மிக நெருக்கமான நல்லுறவு ஏற்பட்டது.

பிரஞ்சுக்காரர் பிரஞ்சுப் புரட்சி வரையிலும் *(1789)* குதிரைப் பந்தயத்தின் மீது பேரார்வம் காட்டினர்.

குதிரைப் பந்தயம் மன்னர்களும் உயர் குடியினரும் கண்டு மகிழும் கேளிக்கை என்று பிரஞ்சுப் புரட்சியாளர் கருதினர். ஆதனால் பிரான்சிலிருந்த அத்தனை பந்தயக் குதிரைகளும் கொல்லப்பட்டன. நெப்போலியன் *1799* ஆம் ஆண்டு ஆட்சி பொறுப்பிற்கு வந்ததும் பந்தயக் குதிரைகளைப் பெருக்கும் முயற்சியில் ஈடுபட்டார். அது அவரது குதிரைப் படைக்காகத்தான் செய்யப்பட்டது. பிரஞ்சுப் புரட்சியின் போது ஏற்பட்ட இந்த அழிவைச் சீர் படுத்தப் பல ஆண்டுகளாயின. இன்று பிரான்சில் குதிரைப் பந்தயம் மேலோங்கி நிற்கின்றது.

அமெரிக்கம்

ஸ்பானியர் முதன் முதலாய் *15* ஆம் நூற்றாண்டில் அமெரிக்கக் கண்டத்திற்குக் குதிரைகளைக் கொண்டு சென்றனர் என்பது மேலே சொல்லப்பட்டது. அவர்கள் ஐந்து பொலி குதிரைகளையும் ஏழு அண்டலேசியக் குதிரைகளையும் அங்கு கொண்டு போயினர். இவை *1700* வாக்கில் ஆயிரக் கணக்கில் பல்கிப் பெருகின. அவை இறக்குமதி செய்த அரபுக் குதிரைகளுடன் சேர்த்துக் கலப்பினமும் பெருக்கப்பட்டது.

நெடுந்தீவில் *(Long Island* : நியூயார்க்கு மாநிலத்தின் தெற்கிலுள்ள தீவு. இங்கு நியூயார்க்கு நகரக் கோட்டங்களான புரூக்கிளின், குயின்ஸ் ஆகியன மேற்கிலுள்ளன. இங்கு லா கார்டிய, ஜான் எஃப் கென்னடி என்ற இரு பன்னாட்டு விமான நிலையங்கள் இப்போது உள்ளன.*)* *1665* ஆம் ஆண்டு மைதானம் அமைத்து ஆங்கிலக் குதிரைகள் அங்கு பந்தயத்தில் ஓட விடப்பட்டன. எனினும் வர்ஜீனியத்தில் கால் மைல் நீளக் குதிரைப் பந்தயக் களம் பதினேழாம் நூற்றாண்டின் இறுதியில் அமைந்த பிறகு தான் அமெரிக்கப் பெருநிலத்தில் முதன் முதலாய்க் குதிரைப் பந்தயம் நடந்தது.

கனடா, ஆப்பிரிக்கம், இந்தியம், ஆஸ்திரேலியம் ஆகிய பகுதிகளும்

அமெரிக்கத்தைப் போன்று குதிரைப் பந்தயத்தை அறியாதிருந்தன. அங்கு படையெடுத்துச் சென்றவர்கள் அல்லது குடியேறப் போனவர்கள் குதிரைப் பந்தயத்தை அங்கெல்லாம் புகுத்தினர். பல்லாவரத்தில் இக்காலக் கட்டத்தில் தொடங்கிய குதிரைப் பந்தயம் கூட அயலாரான ஆங்கிலேயரால் தான் புகுத்தப்பட்டது.

இந்தியத்தில் சென்னையில் இந்த 1773 ஆம் ஆண்டிலும் தென்னாப்பிரிக்கத்தில் 1795 ஆம் ஆண்டிலும் ஆஸ்திரேலியத்தில் 1810 ஆம் ஆண்டிலும் நியூசிலாந்தில் 1837 ஆம் ஆண்டிலும் குதிரைப் பந்தயங்கள் தொடங்கின.

5. பிரிட்டிஷ் இந்தியக் குதிரைப் படை

இருபதாம் நூற்றாண்டில் இன்று இயங்கிவரும் இந்தியக் கவசப் படையானது (*Indian Armoured Division*) கிழக்கிந்தியக் கம்பெனி பதினெட்டாம் நூற்றாண்டின் பிற்பகுதியில் திரட்டிய பிரிட்டிஷ் இந்தியக் குதிரைப் படையிலிலுருந்து பிறந்ததாகும். இதற்கு முந்திய நான்காவது கட்டுரையில் குதிரை பற்றிய செய்திகள், அதன் தோற்றுவாயிலிருந்து சொல்லப்பட்டிருந்தன. அது குதிரைப் பந்தயத்தைக் கருவாய்க் கொண்டது. இக்கட்டுரை குதிரைப் படை பற்றிக் கூற முற்படுவதாகும்.

இந்திய வரலாற்றில் குதிரைப் படை

சங்க காலத்தில் (சுமார் கி.பி. 250 ஆம் ஆண்டிற்கு முற்பட்ட தொன்மையான காலத்தில்) போக்கு வரவிற்கு பெரிதும் குதிரைகள் பயன்படுத்தப்பட்டன. வேந்தரும் படைத் தலைவரும் பிறரும் ஊர்ந்து செல்லவும் தேர்களை இழுத்துச் செல்லவும் குதிரைகளைப் பயன்படுத்தினர். அக்காலத்தில் குதிரைகள் பெரிதும் போர்த் தொழிலுக்கே பயன்பட்டன. தேர்கள் போரில் பேரெண்ணிக்கையில் ஈடுபடுத்தப்பட்டன. ஆனால் அவை

பயன்படுத்தப்பட்ட முறையை அறிய முடியவில்லை. நெடிய தேர்களில் காற்றில் அலையும் அழகிய கொடிகள் கட்டப் பெற்றிருந்தன. வளி வீசுகின்ற கொடியோடு தேர்கள் நாற்றிசையும் சுற்றித் திரிந்தன என்று பதிற்றுப் பத்து *(81:7, 81:8, 83:4)* குறிப்பிடுகின்றது.

புகார் நகரத் துறைமுகத்தில் கப்பலிலிருந்து வந்திறங்கிய நிமிர்ந்த ஓட்டமுடைய குதிரைகள் நின்றிருந்தன. சிறை மீண்ட கரிகாற் சோழன் மணிகளால் அழகு செய்யப் பெற்ற தன் குதிரைப் படையுடன் பகைவரை வீழ்த்தப் போர் தொடுத்தான்.

கி.பி.முதல் நூற்றாண்டில் நாகரிக முதிர்ச்சி பெற்ற மக்களால் உண்டாக்கப்பெற்ற சேணங்கள் சங்க காலத்தில் இருந்தன என்பதை முல்லைப் பாட்டிலிருந்து அறிகின்றோம். குதிரையேற்றத்தில் சேணம் என்பது பெரிய முன்னேற்றம் என்று கொள்ளப்படுகின்றது. ரோமாபுரி வணிகர்கள் தம் நாட்டிலிருந்து தமிழ் நாட்டிற்குக் குதிரைகளைக் கொண்டு வந்து இறக்கி, இங்கிருந்து அணி மணிகளை வாங்கிச் சென்றனர் என்று மதுரைக் காஞ்சி கூறும்.

இவ்வாறாகச் சங்க இலக்கியத்தில் குதிரைகள் பற்றிய குறிப்புகள் பரக்கக் காணப்படுகின்றன. வேத இலக்கியங்களிலும் புராணங்களிலும் குதிரை பற்றிச் சொல்லப்பட்ட செய்திகளை முன்னர் கண்டோம். ஆதலால் பாரதத்தில் பண்டைக் காலந் தொட்டுக் குதிரைகள் மக்கள் வாழ்க்கையில் சிறப்பான இடம் பெற்றிருந்தன என்பதை உணரலாம்.

வரலாற்றில் குதிரை வீரர்

சித்திய நாடோடியர் குதிரை மீதமர்ந்து நடுக் கிழக்கு நாடுகளிலும் ஐரோப்பியத்திலும் காற்றெனப் பறந்து சென்று மக்களை அஞ்சி நடுங்கச் செய்ததையும், அவர்களின் குதிரையேற்றம் போரியல் முறையையே மாற்றியமைத்ததையும் முன் கட்டுரையில் கண்டோம்.

ஹைக்சோ *(Hykso)*

செமித்தியராயிருக்கலாம் என்று கருதப்படும் நாடோடி ஆரியரான ஹைக்சோ மக்கள் சுமார் கி.மு.1720 முதல் 1560 வரையிலும் ஏறத்தாழ 160 ஆண்டுகள் எகிப்தியரை அடக்கியாண்டனர். அவர்களின் இரு சகடத் தேர்களைக் குதிரைகள் இழுத்தன. அவர்கள் சுமார் கி.மு.1720 வாக்கில் இத்தகைய தேர்களைக் கொண்டு வந்து எகிப்தைத் தாக்கினர். எகிப்தியர் இத்தாக்குதலால் செயலற்றுப் போயினர். வெண்கலக் காலத்தவரான ஹைக்சோக்கள் எகிப்தியர் சிறிதும் எதிர்பாராத நிலையில் அவர்களைத் தாக்கி அதிர்ச்சியடையச் செய்ததற்குக் குதிரை பூட்டிய இரு சகடத் தேர்களே காரணமாயிருந்தன.

அசிரியர் *(Assyrians)*

அசிரியப் பேரரசு வட மெசபடோமியத்தில் ஆசூர், நினிவா என்ற தலையாய நகரங்களைக் கொண்டு கி.மு. 8,7 ஆம் நூற்றாண்டுகளில் உச்ச நிலை எய்தியிருந்தது. அது தென் மெசபடோமியத்தில் சுமார் கி.மு. 2200-538 வரையில் தலையோங்கி நின்ற பாபிலோனியப் பேரரசைச் சுமார் கி.மு. 1900 ஆம் ஆண்டு வாக்கில் தன் படை வலிமையால் ஆட்டி அசைத்துவிட்டது. அசிரியம் சுமார் கி.மு. 1900 ஆம் ஆண்டு நடுக் கிழக்கில் மிகுந்த வல்லமை வாய்ந்த வல்லரசாய் எழுந்தது. அதன் வலிமை மூன்றாம்

திகலாத்து-பைல்சர் (*Tiglath-Pileasar, 745-727 கி.மு*) ஆட்சிக் காலத்தில் உச்ச நிலையை அடைந்தது.

அசிரியப் படைகளின் அடிப்படையான அமைப்பு வெகு காலத்திற்கு முன்னரே சுமார் கி.மு. 1250 வாக்கில் வரையறுக்கப்பட்டுவிட்டது. அப்போது தேர்ப் படை, காலாள் படை என்று இராணுவம் இரண்டாய்ப் பிரிக்கப்பட்டது. சுமார் கி.மு. 950 வாக்கில் குதிரைப் படை உருவாக்கப்பட்டது. எனினும் சேணமோ, அங்கவடி என்ற அடிக் கொளுவியோ (*Stirr up*) கண்டுபிடிக்கப்படாததால், திடீரென்று தாக்கி எதிரியை அதிர்ச்சிக்குள்ளாக்கி நிலை குலையச் செய்வதற்கு இயலாத நிலையில் அசிரியக் குதிரைப் படை இருந்தது. அக்காலத்துக் குதிரைப் படையில் குதிரையேறிய வில்லாளியர் இருந்தனர். அவர்கள் அம்பு விடுகையில் அவர்களைக் காப்பதற்காகக் கேடயமும் ஈட்டியும் தாங்கிய குதிரை வீரர் இருந்தனர். குதிரை மீதிருந்த வீரனுக்குக் காப்புக் கவசம் அளிக்கப்பட்டது. இவர்களுக்குக் காப்பாய் நின்ற குதிரை வீரனைக் குதிரை ஏறிய வில்லாளியாய் மாற்றவும் இயன்றது.

கால்தியர், மீடுகள்

கால்தியரும் (*Chaldeans, Chaldea*, கால்தியம் என்ற நாடு யூஃபிரிட்டிஸ் வடி நிலம், பாரசிக வளைகுடா ஆகியவற்றுக்கும் அரபுப் பாலைவெளிக்குமிடையே அமைந்திருந்தது) மீடுகளும் (*Medes*: இ.ச.க.தொகுதி-6) அசிரிய நகரான நினிவாவைக் கி.மு. 612 இல் கைப்பற்றியதும், அசிரியர் இறுதியாய் வீழ்ந்தனர். இதன் பிறகு மீடுகள் அசிரியரின் படையமைப்பு முறையை அப்படியே கைக்கொண்டு கடைப்பிடிக்க முயன்றனர். அவர்கள் காலாள் படையைத்தான் கட்டுத்திட்டம் மிக்கதாக்கினர். அதனால் மீடுகளின் நாட்டில் குதிரைப் படையின் முக்கியத்துவம் சிறிது காலம் மங்கியது.

பாரசிகர்

பாரசிகப் பேரரசர் செர்ச்சிடம் (*519-465 கி.மு. ஆ.கா. 485-465 கி.மு*) குதிரைப் படை இருந்தது என்பதும், அவர் கிரேக்கரைத் தாக்குவதற்குத் தன் குதிரைப் படையைப் பயன்படுத்தினார் என்பதும் வரலாறு. அவரின் படையில் இந்தியக் குதிரைப் படையினர் ஒரு பகுதியாயிருந்து கிரேக்கரை எதிர்த்துப் போரிட்டிருக்கின்றனர்.

கெல்டுகள்

ரோமானியர் காலத்திற்கு முன்னர் பிரிட்டன், கால், ஸ்பெயின் ஆகிய பகுதிகளிலும் நடு ஐரோப்பியத்தின் மேற்கிலிருந்த பிற பகுதிகளிலும் வாழ்ந்திருந்த இந்திய-ஐரோப்பிய மக்கள் கெல்டுகள் (*Celts*) என்று அழைக்கப்பட்டனர். அவர்கள் பேசிய மொழியும் அம்மக்களின் பெயரால் கெல்டு என்றே அழைக்கப்பட்டது.

கெல்டு மக்கள் கிறித்துவிற்கு முற்பட்ட ஆயிரமாண்டுகள் முழுமையிலும் மிக மேலான குதிரையேற்றக்காரராயிருந்தனர். அவர்கள் பரியேறிப் போர் புரியும் திறன் பெற்றவர்களாயிருந்தமையால், நடு ஐரோப்பியத்திலிருந்து வட இத்தாலி, ஸ்பெயின், பிரான்ஸ், பிரிட்டன் வரையிலும் தமது பண்பாட்டை அவர்களால் பரப்ப முடிந்தது. அவர்கள் குதிரையேறிக் கண்ட வெற்றிகள் எவ்வளவு தொலைவிற்கு விரிந்து பரந்திருந்தன என்பதைக் காட்டும் விதத்தில் அவர்கள் தென் பிரிட்டனின் மலைப் பகுதியிலிருக்கும்

1773

வெண் சுதைப் பாறைகளில் மிகப் பெரிய வெள்ளைக் குதிரைகளைச் செதுக்கி வைத்துள்ளனர். நாட்டு மக்கள் வெகு தொலைவிலிருந்து பார்த்தாலும், அங்கு செதுக்கப்பெற்ற குதிரை உருவங்கள் குதிரையேற்றத்தின் மேலுயர் திறனைப் பளிச்சென்று காட்டுகின்றன. அவர்கள் விரிந்து பரந்த யுரேசிய மக்களின் வழித் தோன்றல்களாயிருந்தமையால், அவர்களின் குதிரையேற்றத் திறன் அங்கிருந்து பெறப்பட்டதேயாகும்.

கெல்டுகள் யுரேசிய மக்களிடமிருந்துதான் தேர்கள் மீது பேரார்வம் கொண்டு, அதனால் புகழடைந்தனர். இருப்பினும் அவர்கள் ஐரோப்பியத்தைச் சென்றடைந்ததும், அதன் காட்டுப் பகுதிகளில் வேளாண்மைச் சார்ந்த பொருளியல் வாழ்க்கையே நிலவலாயிற்று. அங்கு புல்வெளிகளைப் போன்று மேய்ச்சல் வாழ்க்கை இல்லை. ஆதலால் அங்கு போருக்கென்று வெகு சில குதிரைகள் மட்டுமே இருந்தன. அக்காலத்தில் அங்கு குதிரை என்பது விலையுயர்ந்ததாயும் சமூக, போரியல் மேலாண்மையின் சின்னமாயும் சிறந்திருந்தது.

கிரேக்கர், ரோமானியர்

ரோமானியர் குதிரையேற்றத்தில் வல்லவர்களாயிராததால் கூலிக் குதிரைப் படையை வைத்திருந்தனர். ஜுலியஸ் சீசர் (100-44 கி.மு) சிப்பியோ (23-183 கி.மு. இவர் ரோமானியப் படைத் தலைவர்) ஹானிபல் (*Hannibal* : 247-182 கி.மு.) என்ற கார்த்தீனியப் படைத் தலைவர் ஆகியோர் கெல்டுக் குதிரைப் படை வீரர்களை வியந்து பாராட்டியிருக்கின்றனர். ரோமானியப் படையில், கீழை நாட்டுக் குதிரை வீரர்கள் கூலிக்கு அமர்த்தப்பட்டனர்.

கிரேக்கர், ரோமானியரின் போரியல் அமைப்பு முறைகள் கிட்டத்தட்ட அறுநூறு ஆண்டுகள் மாறாமல் நீடித்தன. கிரேக்கர் ஹிப்போலைட்டு (*hippolyte*) என்ற தம் காலாள் படைப் பிரிவை இழையும் பிசகாத தாக்குதல் படையாய் உருவாக்கி வைத்திருந்தனர். மாசிடோனிய மன்னர் பிலிப்பும், அவர் மகன் அலெக்சாந்தரும் கி.மு.336,356 ஆகிய ஆண்டுகளுக்கு இடைப்பட்ட காலத்தில் ஹிப்போலைட்டை மிகு செப்பம் செய்தனர்.

ஃபலாங்ஸ்

ஃபலாங்ஸ் (*Phalanx*) என்ற கிரேக்கச் செறிவடர் காலாள் படையணி இதற்கு முந்திய காலத்து அணியை விட இரண்டு மடங்கு பெருத்திருந்தது. அதாவது முன்னதன் ஃபலாங்சில் (செறிவடர் படையணியில்) எண்மர் இருந்த அணியைத் திருத்தி அதைப் பதின்மரடங்கியதாக்கி, மேலும் செறிவடையச் செய்தனர். இவ்வணியிலிருந்த வீரர்களிடம் சரிஸ்ஸ (*Sarissa*) என்ற நீளமான ஈட்டி இருந்தது. அதன் நீளம் பதினைந்திலிருந்து இருபத்து நான்கு அடிவரை பல்வேறு நீள அளவுகளில் இருந்திருக்கலாம் என்று கணிக்கின்றனர். முற்றிலும் அவ்வாறு இருக்கவியலாது எனினும், அவை அதைவிட மேலும் நீளமாயிருந்தன எனலாம். அணியிலிருந்த ஒவ்வொரு வீரனும் எதிரிக்கு முன்னால் ஆறு ஈட்டிகளை நீட்டிக் கொண்டிருப்பான். இந்தச் செறிவடர் அணி உயர்ந்த முறையில் அணிவகுப்புப் பயிற்சி பெற்றிருந்தது. அது அமைந்திருந்த அளவிலும் நுட்பத் திறத்திலும் பெரியதாயிருந்ததெனினும் அசாதாரணமான முறையில் தங்கு தடையின்றி இயங்கியது.

1773

லீஜியன்

லீஜியன் (*Legion*) என்ற ரோமானியப் பெரும் படையணி தோன்றியது வரையிலும், மேற்சொன்ன மாசிடோனியச் செறிவடர் அணியே உலகில் தனி முதன்மை வாய்ந்த போர்க் கருவியாய்க் களத்தில் செயல்பட்டது. (லீஜியன் : குதிரைப் படையின் ஆதரவுடன் கூடிய பண்டை ரோமானியக் காலாள் படையணி. இப்பெரும் படையணியில் மூவாயிரத்திலிருந்து நாலாயிரம் வீரர் இருந்தனர். பொதுவாய்ப் பெரிய படையணி அனைத்துமே லீஜியன் என்றே அழைக்கப்பட்டன.)

ஃபலாங்ஸ் தனியே இயங்குவதில்லை. அதற்குப் பக்கத் துணையாக வழி வழியாய்க் கையாளப்பட்டு வந்த வில், கவண், எறியீட்டி ஆகிய கனங் குறைந்த படைக் கலன்களுடன் கூடியதும் சில்லறைச் சண்டையில் ஈடுபடுவதில் நன்கு பயிற்சி பெற்றதுமான படையும், கனத்த கவசங்களைச் சுமந்து கொண்டு வாளும் ஈட்டியும் வைத்துப் போரிட்ட குதிரைப் படையும் இருந்தன.

அலெக்சாந்தர் உருவாக்கிய செறிவடர் அணியை (ஃபலாங்ஸ்) வீழ்த்தக் கூடிய ரோமானியப் பெரும் படையணியான லீஜியன் ஏற்கெனவே உருவாகி வந்தது. ரோமானியரின் இந்தப் படையணி அமைப்பு முறை, அல்லிய ஆற்றுப் போரில் (*River Allia*) அவர்கள் கால்களால் கி.மு. 390 ஆம் ஆண்டு தோற்கடிக்கப்பட்டது வரையிலும் நீடித்தது.

ரோமானியப் படை அதன்பிறகு, திருத்தியமைக்கப்பட்ட போது, அது பொறுக்கியெடுத்த மேனிப்பிள் (*maniple*) என்ற படைப் பிரிவு அடங்கியதாய் உருப்படுத்தப்பட்டது. இந்தப் பொறுக்குப் படையில் நூற்றுவர் பிரிவுகள் இரண்டு அடங்கியிருந்தன. செஞ்சுரி என்ற இந்நூற்றுவர் பிரிவின் எண்ணிக்கை அறுபதாய்க் குறைக்கப்பட்டது. (மேனிப்பிள் என்பது முதலில் இரண்டு செஞ்சுரிகளைக் கொண்ட இரு நூற்றுவர் அடங்கியதாயிருந்தது. பின்னர் ஒவ்வொன்றிலும் 60 பேரடங்கிய இரு செஞ்சுரிகளாய்க் குறைந்து 120 பேருடையதாயிற்று. மேனிப்பிள் என்ற இலத்தீனச் சொல்லுக்குப் பொறுக்கி எடுத்தது என்று பொருள்.)

ஒரு லீஜியன் என்ற பெரும் படையில் 4000-6000 படை வீரர் இருந்தனர். வீரர் அடர்ந்து செறிந்த ஃபலாங்ஸ் அணி வகுப்பு முறையை ரோமானியர் இப்போது கைவிட்டனர். சதுரங்கப் பட்டையின் வெள்ளை அல்லது கறுப்புக் கட்டங்களைப் போன்ற வடிவில் கனத்த ஆயுதமேந்திய காலாள் படையணி வகுக்கப் பெற்றது. முன்னணியில் நின்ற ஒவ்வொரு படைவீரனான மேனிப்பிளுக்கும் இடையே இன்னொரு மேனிப்பிள் நிற்குமளவிற்கு இடைவெளி விட்டு இரண்டாவது அணியாய் மேனிப்பிள் நிறுத்தப்பட்டனர். அவ்வாறு நிறுத்தப்பட்ட இடைவெளியில் மூன்றாவது, அடுத்தது என்று கடைசி வரை அடுத்தடுத்து மேனிப்பிள் அணியினர் நிறுத்தப்பட்டனர்.

இதன் முன்னணியில் இளம் வீரர் நின்றனரெனினும், அதில் களம் பல கண்டு தேர்ந்தவர்களும் இருந்தனர். அவர்களுக்கு ஹஸ்ததி என்று பெயர். (இச் சொல்லுக்கு ஈட்டிய முனை என்று பொருள்) இரண்டாம் அணியில் களங் கண்டாரும் (*tiari*), அனுபவமற்றவர்களான வெலைட்ஸ் (*Velites*) என்ற இளைஞரும் இருந்தனர். (**tiari** என்பதற்கு மும்முனை என்றும் vebites என்பதற்கு ஏழை வகுப்பிலிருந்து திரட்டிக் கனத்த ஆயுதங்களை ஏந்துமாறு செய்யப்பட்டவர்கள் என்றும் பொருள்) இத்தகைய ஏழை வீரர்களே சில்லறைச் சண்டைகளை மூட்டி விட்ட பின்னர், களத்திலிருந்து பின்வாங்கி விடுவர்.

இவ்வகையான அணி அமைப்பில், முன்னணியில் நிற்கும் அணி தக்க வேளையில் பின்வாங்கிக் கொள்ளப் பின்னணியானது அணியைக் குலைக்காமலே முன்னணிக்குச் சென்று விட முடிந்தது. சாவி கொடுத்து முடுக்கி விட்டதும் சொல்லி வைத்தது போல் கச்சிதமாய் இயங்கும் பொம்மைகள் அடங்கியது போன்ற இந்தப் படையமைப்பு ரோமானியரின் மிகச் சிறந்த போர்த் தந்திர உத்தியாகும்.

பெரும்படையைச் சேர்ந்த (லீஜியன்) வீரனிடம் இரும்புத் தலைக் கவசம், மார்புக் காப்புத் தகடு, நீள் வட்டவடிமான பெரிய கேடயம் ஆகியவற்றுடன் எறியீட்டியும் வாளும் இருக்கும். கனத்த கலன்கள் ஏந்திய இந்தக் காலாள் படையை எதிரியை நோக்கி நகரும் அரண் போல் முன்னேறச் செய்வது ரோமானியரின் களத் தந்திரமாயிருந்தது. இந்த அணிக்குத் துணையாய்ச் சில்லறைப் படை நின்று விட்டுப் பின்வாங்கி விடும். அதன் பிறகு ஈட்டி முனை அணி சுமார் இருபது கெஜத் தொலைவிலிருந்து எறியீட்டியை எதிரியை நோக்கி வீசி எறியும். அதன் பிறகு அது விரைந்து முன்னேறி எதிரியை நெருங்கிச் சென்று, அவர் மீது வாளை வீசும். அந்த வாளின் நீளம் சுமார் இரண்டடி இருக்கும். அந்த வாளால் எதிரியின் குத்தீட்டிப் படைவீரனை எட்டிவிட முடியும். எதிரியின் கையிலிருக்கும் ஈட்டி அப்போது அவனுக்கு இடையூறாகவே போய்விடும்.

இந்தக் களத் தந்திர அணியின் செயல்பாட்டைச் சோதித்தறியும் வேளை கி.மு. 197 ஆம் ஆண்டு வந்தது. அப்போது ரோமானியர் மாசிடோனியரைச் சைனோ செஃபாலே (*Cynoscephalae*) என்ற இடத்தில் நடந்த போரில் தோற்கடித்தனர். இதற்கு பிற்பட்ட காலத்தில் லீஜியனின் உட்கிளையான மேனிப்பிள் என்பது கோசாட்டு என்ற பிரிவாய் மாற்றப்பட்டது. (கோசாட்டுப் பிரிவில் 300 முதல் 500 வீரர் இருந்தனர். அது மூன்று மேனிப்பிள் எண்ணிக்கைப் பலமுடையது. அதே நேரத்தில் நீள்வட்ட வடிவக் கேடயத்தை விடுத்து நீளமானதும் அரை வட்டவடிவுமான கேடயத்தை இப்பிரிவினர் ஏந்தலாயினர்.)

ஜெர்மனியிலிருந்து வந்த காட்டுமிராண்டிக் கூட்டம் முதன் முதலாய்த் தாக்க வந்தது வரையிலும் ரோமானியப் படை, இத்தகைய படைக்கலன்கள், அணியமைப்புகளோடு நீடித்தது. அது ரோமானியப் பேரரசு தகர்ந்து கொண்டிருந்த காலம். கிரேக்க ரோமானியக் காலாள் படையினரின் மேலாண்மை அறுநூறு ஆண்டுகள் பலகளங்களில் நீடித்த நிலை இப்போது மாறலாயிற்று. கிட்டத்தட்ட அறுநூறு ஆண்டுகள் நீடித்த இந்தக் கால வெளியைப் பின்னோக்கிப் பார்க்கையில் குதிரைப் படையின் சிறப்புப் போர்க்களத்தில் மங்கியதற்கு மேலே விவரித்த மாசிடோனிய ஃபலாங்சும், ரோமானிய லீஜியனும் காரணம் என்பதைத் தெளியலாம்.

ரோமானியர் வீழ்ச்சியும் குதிரைப்படை ஏற்றமும்

ரோமானியப் படை வலிமை கி.பி. இரண்டாம் நூற்றாண்டிலேயே வீழ்ச்சியடையத் தொடங்கி விட்டது என்று கணிக்கலாம். அக்காலத்தே மேற்கில் இருந்து ஐரோப்பியத்தைக் கடந்து வந்து கொண்டிருந்த மக்களிடம், ரோம் தன் புற மாநிலங்களை இழக்கத் தொடங்கிற்று. குதிரை மீதேறி வந்து அச்சமூட்டக் கூடிய விதத்தில் தாக்கிய கோத்துகள், விசிக் கோத்துகள், வண்டால்கள், ஹூணர் போன்றோர் அலையென அடுத்தடுத்து வந்து ரோமின் முன்னை வலிமையின் எச்ச மிச்சங்களையெல்லாம் அழித்தனர். கி.பி. நான்காம் நூற்றாண்டு வாக்கில் ரோமானியப் பேரரசு மறைந்தது. அதற்குப் பல காரணங்கள் உள்ளன. எனினும் ரோமின் படை உள்ளுக்குள்ளேயே உளுத்து வந்ததே அதற்கு முதலாவதும் தலையாயதுமான காரணம் என்பர்.

ரோமானியரைத் தாக்க வந்த மக்களிடம் மட்டமான அளவினதும் கட்டுப்பாடுள்ளதும் பயிற்சி பெற்றதுமான குதிரைப் படை இருந்தது. ரோமானியர் படை கட்டுப்பாடு குலைந்து நின்ற நேரத்தில், எதிரியின் காட்டுத்தனமான தாக்குதலை லீஜியன்களால் எதிர்த்து நிற்க முடியவில்லை. குதிரைப் படையைவிடக் காலாள் படை மேலானது என்ற நிலை இதனால் மறைந்தது.

பைசாந்தியக் குதிரைப் படை

ரோம் வீழ்ந்த பின்னர் கான்ஸ்டாண்டிநோபிளை மையமாய்க் கொண்டு கீழை ரோமானியப் பேரரசு என்ற பைசாந்தியப் பேரரசு கி.பி 330 ஆம் ஆண்டு மலர்ந்தது. அப்பேரரசு அதன்பிறகு கிட்டத்தட்ட ஆயிரமாண்டுகள் நிலைத்திருந்தது. (கருங்கடலையும் மர்மராக் கடலையும் இணைக்கின்ற பாஸ்போரஸ் நீரிணை மீது பண்டைக் கிரேக்கர் சுமார் கி.மு.660 இல் பைசாந்தியம் என்ற நகரை நிறுவினர். அதை முதலாம் கான்ஸ்டாண்டைன் என்ற முதல் கிறித்தவ ரோமன் பேரரசர் புதுப்பித்துக் கட்டி அங்கு கி.பி.330 ஆம் ஆண்டில் அமர்ந்து அதற்குக் கான்ஸ்டாண்டிநோபிள் என்று பெயரிட்டார். இந்நகரம் இன்று இஸ்தாம்புல் என்ற பெயரைப் பெற்றுத் துருக்கியில் உள்ளது.)

பைசாந்திய மன்னர்கள் காலாள் படையின் மேன்மை போய்விட்டது என்பதை உணர்ந்தனர். அவர்கள் எதிர்த்துப் போராடிக் கொண்டிருந்த ''காட்டு மிராண்டிகளின்'' போரியல் முறைகளைத் தாம் எடுத்துக் கொண்டு, அவற்றை நயப்படுத்தினர்; பைசாந்தியர் படைக்கலன்கள், படையமைப்பு முறை ஆகியவற்றைச் சீர் செய்து, எதிரியின் படை வலிமையை ஓங்கச் செய்த குதிரைப் படைகளைக் கொண்டே எதிரியைக் களத்தில் வீழ்த்தினர்.

பைசாந்தியரின் இந்தக் குதிரைப் படை நாம் இதற்கு முன்னர் கண்டதிலிருந்து வேறானது. பைசாந்தியர் ஏவுகணைகளையே (இ.ச.க.தொகுதி- 5) பெரிதும் நம்பியிருந்த தம் குதிரைப் படைக்குக் கீழையுலகிலிருந்து புதிய இரு கண்டுபிடிப்புகளைக் கொண்டுவந்தனர். அவற்றைக் கொண்டு மெய்யான கனம் வாய்ந்த குதிரைப் படையைப் பைசாந்தியர் உருவாக்கினர். இப்புதிய குதிரைப் படை அவற்றால் புரட்சித் தன்மை மிக்கதாயிற்று. இந்தக் குதிரைப் படை களத்தில் முன்னைவிடப் பெரிய நடுக்கத்தையும் கிலியையும் எதிரியின் நடுவே உண்டாக்கிற்று. அக்கண்டுபிடிப்புகள் சேணமும் அடிக் கொளுவியுமாகும். இவையிரண்டும் முறையே சுமார் கி.பி. 350, கி.பி. 500 ஆகிய ஆண்டுகளில் கீழையுலகிலிருந்து ஐரோப்பியத்தை அடைந்தன. அவையிரண்டும் பைசாந்தியக் குதிரைப் படைக்குக் கிடைத்ததுமே, கனத்த படைக் கலன்கள் ஏந்திய குதிரை வீரனால் தாக்குதலை வலுவாய் எதிர்த்து நிற்க முடிந்தது. கடுமையான போர்க்களச் சூழலிலும் அவனால் குதிரை மீது வலுவாய் அமர்ந்தவாறு இயங்குவதற்கு இயன்றது. சேணமும், அடிக் கொளுவியும் குதிரை வீரனுடைய தாங்குந் திறனை வெகுவாய் உயர்த்தின.

இந்தியத்தில் குதிரைப் படை

இந்தியத்தின் போர்ப்படையில் முறையான குதிரைப் படை தலையாய பிரிவு என்ற நிலையைக் கி.பி. ஐந்தாம் நூற்றாண்டில் அடைந்தது. அக்காலத்திற்கு முன்னர் யானைகளும் தேர்களும் அந்த மேலான இடத்தைப் பெற்றிருந்தன. ஐரோப்பியத்தில் இந்நிலை காலாள் படைக்கும் குதிரைப் படைக்குமாய் மாறி மாறி இருந்து வந்தது.

ஆனால் இந்தியத்தில் குதிரைப் படையே வெற்றி தேடித் தந்த அரும்படை என்ற உயர்நிலை தொடர்ந்து இருந்து வந்தது. ஐரோப்பியர் இந்தியத்திற்கு வந்த பிறகுதான், காலாள் படை வீரன் தக்க பயிற்சி பெற்று மேற்கத்திய நாடுகளில் காலாள் படை வீரன் பெற்றிருந்த முக்கியத்துவத்தை அடைந்து சிறக்க முடிந்தது. இங்கு குதிரை வீரனே சிறப்பு மிக்கவனாய் இருந்தான்.

கிழக்கிந்தியக் கம்பெனி முறையான குதிரைப் படையொன்றைத் திரட்டி, அதற்கு வேண்டிய படைக்கலன்களையும் ஏனைய தளவாடங்களையும், தன்னுடன் கொண்டு வந்த குதிரையேற்றத் தலைவர்களையும் ஆள்களையும் சேர்த்துக் குதிரைப் படையை அமைக்கும் சோதனையில் இறங்கியது. இங்ஙனம் திரட்டப்பட்ட குதிரைப் படை கம்பெனியின் ஆட்சிப் பொறுப்பில் வந்தது.

குதிரை போனால் பிழைப்புப் போய்விடும்

இத்தகைய முறைதான் இந்தியத்தில் பல நூற்றாண்டுகளாய் இருந்து வந்தது. பண்டை, இடைக் காலத்து இந்தியத்தில் அமைந்திருந்த குதிரைப் படையில் மேற்சொன்னவாறு திரட்டப் பெற்ற படையே சிறந்ததாயிருந்தது. ஐதரலி *(1722-1782)* போன்ற கூலிப் படை வீரர்கள் தமக்கு உரிமையான குதிரையுடனும் படைக்கலன்களுடனும் தம்மைக் கூலிக்கு அமர்த்திக் கொள்ளும் தலைவனிடம் சென்று போர்ப் பணி புரிவது வழக்கமாயிருந்தது. குதிரையே அத்தகைய வீரனுக்கு அருந்தனமாகும். குதிரை போனால் அவன் வேறொன்றைப் பெறுகின்ற வரையில் நிராயுதபாணியின் நிலையிலேயே இருந்தான். குதிரையில்தான் அவனது பிழைப்பே அடங்கியிருந்தது.

இந்தியக் குதிரைப் படைத் தோற்றம்

இக்காலக்கட்டத்து இந்தியக் குதிரைப் படையில் பெரும்பகுதி இப்படிப் பட்டவர்கள் அடங்கியதாகவே இருந்தது. இது கம்பெனிக்கு மிகவும் மலிவான ஏற்பாடாயிருந்தது. உயர் ஆளுநர் அல்லது மாநில ஆளுநர் இவர்களின் உடன் செல்லவும் அவர்களின் பாதுகாப்பிற்கென்றும் மெய் காவலர் *(Body Guards)* படை என்ற குதிரை வீரர் இருந்தனர். வங்க ஆட்சி நிர்வாகத்தில் *1762* ஆம் ஆண்டிற்கு முன்னர் குதிரைப் படை என்று எதுவுமே இருந்திலது. எனினும் ஐரோப்பியப் படை பிரிவிலிருந்து இரண்டு டிரகூன் குதிரைப் படை துருப்புகளும் *(Troop* - துருப்பு என்பது படையில் ஒரு பிரிவு*)* படைக்கலன்கள் தாங்கிய ஹசார் *(Haussar)* என்ற குதிரைப் படைப் பிரிவு ஒன்றும் அறுபது காலாள் படையினரும் சிறப்புப் பணிகளுக்கென்று *1762* செப்டம்பரில் அளிக்கப்பட்டனர்.

டிரகூன் என்ற இந்தியக் குதிரைப் படையில் ஒரு காப்டன், இரு லெப்டினண்டுகள், எக்காளம் ஊதும் ஒருவர், அறுபது வீரர்கள் முதலானோர் இருந்தனர். ஹசார் என்ற துருப்பு ஒரு லெப்டினண்டு, எக்காளம் வாசிப்பவர் ஒருவர், *36* படை வீரர் ஆகியோரைக் கொண்டிருந்தது.

ஏற்கெனவே இருந்துவந்த குதிரைப் படையுடன் தலைமைத் தளபதிக்கென்று மெய் காவல் படையொன்று *1763* இல் அமைக்கப்பட்டது. இப்புதிய படைப் பிரிவிற்கு ஜார்ஜ் ஹே என்றவர் தலைமைப் பொறுப்பேற்றார். எனினும் இத் துருப்பு வலுவற்றதாயிருந்ததால், அதற்கடுத்த ஆண்டில் அதைக் கலைத்து விட்டனர். பின்னர் *1772* இல் குதிரைப் படை அனைத்தும் கலைக்கப் பட்டுவிட்டது.

இருப்பினும் 1773 ஆம் ஆண்டில் நாட்டார் அடங்கிய மெய் காவல் படையை அமைப்பது பற்றி ஆராயப்பட்டது. வாரன் ஹேஸ்டிங்சு 1773 ஏப்ரல் மாதம் வாரணாசியில் ஐம்பது பேரடங்கிய ஒரு துருப்பை உண்டாக்கினர். பின்னர் அதே ஆண்டில் மேலும் ஐம்பது பேர் இப்படையில் சேர்க்கப்பட்டனர். இவ்வாறு இந்தியக் குதிரைப் படை தோன்றியது என்று தற்கால ஆசிரியர் ஒருவர் கூறுகின்றார்.

"ஆளுநரின் முகலாயர் துருப்பு"

இவ்வாறமைந்த குதிரைப் படைக்கு "ஆளுநரின் முகலாயர் துருப்பு" (Governor's Troop of Moghuls) என்று பெயரிட்டனர்.

முதற் குதிரைப் படை ரெஜிமெண்டு 1776 இல் திரட்டப் பெற்றது. அது "ஆர்க்காட்டு நவாபு குதிரைப் படை மூன்றாவது ரெஜிமெண்டு" என்று பெயர் பெற்றது. கம்பெனி இந்த ரெஜிமெண்டை 1784 ஆம் ஆண்டு தன் பொறுப்பில் எடுத்துக் கொண்டது. அப்போது அதற்கு "முதலாவது சென்னை நாட்டுக் குதிரைப் படை ரெஜிமெண்டு" என்று பெயர்.

பதினெட்டாம் நூற்றாண்டின் இறுதிக்குள் சென்னை நாட்டுக் குதிரைப் படையில் எட்டு ரெஜிமெண்டுகள் உருவாயின. ஐதரலிக்கும் அவரையடுத்து மைசூரில் ஆட்சிக்கு வந்த அவர் மகன் திப்பு சுல்தானுக்கும் எதிராய் நடந்த மைசூர்ப் போர்களில் சென்னை நாட்டுக் குதிரைப் படை ரெஜிமெண்டுகள் கலந்து கொண்டு போரிட்டன. அப்போது அவை அருந்திறன் வாய்ந்த முறையில் போர் செய்து சிறப்புப் பெற்றன.

வங்கக் குதிரைப் படை

அதன் பிறகு வங்கக் குதிரைப் படை சிறுகச் சிறுக மிகுந்த முக்கியத்துவம் பெறலாயிற்று. சென்னைக் குதிரைப் படை நெடுங்காலமாய்த் தேக்கமுற்றுக் கிடந்தது.

பத்தொன்பதாம் நூற்றாண்டில், அதாவது 1857 இல் வங்கக் குதிரைப் படையில் நான்கு ரெஜிமெண்டுகள் கலைக்கப்பட்டன. வங்கக் குதிரைப் படை 1777 ஆம் ஆண்டிற்கும் 1842 ஆம் ஆண்டிற்கும் இடைப்பட்ட காலத்தில் பதினோரு ரெஜிமெண்டுகளைத் திரட்டியிருந்தது. அவை முறையான படைகள் என்பதைக் குறிப்பதற்காக "எளிதில் இயங்கும்" (Light) ரெஜிமெண்டுகள் என்று சுட்டப் பெற்றன. இந்த ரெஜிமெண்டுகள் மராட்டியப் போர்களிலும் முதல் ஆப்கன் சண்டையிலும் சிறந்த பெயரைப் பெற்றன. ஆனால் 1845-1849 காலகட்டத்தில் சீக்கியப் போர்கள் தொடங்கியதும் முறையான ரெஜிமெண்டுகளை விட, முறைசாராக் குதிரைப் படைகள் சிறப்படையலாயின. போரில் ஈடுபடுத்துவதற்குக் குதிரைப் படைகள் பெரிதும் நாடப்பெற்றன. ஏனெனில் அவற்றின் குதிரை வீரர்கள் துணிச்சலோடும் மிகுந்த வேகத்தோடும் போர் புரிந்தனர்.

முறையான வங்கக் குதிரைப் படைகள் அனைத்தும் 1857 ஆம் ஆண்டுக் கிளர்ச்சிக்குப் பிறகு முற்றிலும் கலைக்கப் பட்டன.

கில்லேதார் முறை

முறைசாரா வங்கக் குதிரை படை வங்க லேன்சர் (Lancer) என்ற பெயரில் சிறப்படைந்தது. அது கில்லேதார் என்ற முறைப்படி திரட்டப் பெற்றது. கில்லேதார்

முறை என்பது என்ன? ஒரு படைத் தலைவரின் கீழ் இயங்கும் படைக்குக் கில்லேதார் முறை என்று பெயர். அரசு கில்லேதார் என்ற அத்தலைவருக்கு ஆண்டில் ஒரு பெருந் தொகையை மொத்தமாய்க் கொடுத்துவிடும். படைத் தலைவரான கில்லேதார் குதிரைப் படைக்கு ஆள் திரட்டிப் பயிற்சி அளிப்பார். அவ்வீரர்களுக்கு வேண்டியவற்றையும் அவரே அளிப்பார். அவர்கள் தங்குவதற்கு வேண்டிய வசதிகளைச் செய்து தருவார். படையின் நிர்வாகப் பொறுப்பு அவர் கையில் இருக்கும். கில்லேதார் முறை என்பது ஒரு வகையான கூலிப் படையாகும்.

அவரிடம் படையில் சேர வரும் ஆள்கள் தம் குதிரைகளுடனும் தளவாடங் களுடனும் வந்து சேர்ந்தனர். இந்த ரெஜிமெண்டின் அமைப்பில் ஒவ்வொரு குதிரை வீரனுக்கும் தனி நலம் இயைந்திருந்ததால், ஒரு ரெஜிமெண்டானது, அதிலிருந்த ஒவ்வொரு வீரன் மீதும் தனி அக்கறை செலுத்திற்று.

இத்தகைய முறைசாரா முதல் ரெஜிமெண்டு காப்டன் ஸ்கின்னர் தலைமையில் 1803 ஆம் ஆண்டு கம்பெனி ஊழியத்தில் சேர்ந்தது. காப்டன் ஸ்கின்னர் குவாலியர் மன்னர் சிந்தியாவின் ஊழியத்திலிருந்து விலகி வந்து கம்பெனிப் படையில் சேர்ந்தார்.

முறைசாரா இரண்டாவது ரெஜிமெண்டை 1809 ஆம் ஆண்டு கர்னல் கார்டனர் திரட்டினார். இவ்வாறு பத்தொன்பதாம் நூற்றாண்டின் இடைப் பகுதிக் காலத்தில், பதினெட்டு ரெஜிமெண்டுகள் திரட்டப் பெற்றன. இவற்றையும் மேலும் பத்து ரெஜிமெண்டுகளையும் 1857 புரட்சியின் காரணமாகக் குறைத்துவிட்டனர். இதன் பின்னர் கூடுதலாகப் பதினோரு ரெஜிமெண்டுகள் திரட்டப் பெற்றன.

எனவே 1861 வாக்கில் வங்கக் குதிரைப் படையில் 19 கில்லேதார் ரெஜிமெண்டுகள் இருந்தன. அவை பிரிட்டிஷ் பேரரசின் தொலைவில் ஒதுங்கிய பகுதிகளுக்கெல்லாம் சென்று போரிட்டன. பிரிட்டிசார் தம் பெரிய பேரரசைக்கட்டி நிறுவவும், அதை வலுவாய்க் கையில் பிடித்து வைக்கவும் திரட்டிய குதிரைப்படையின் கதை இந்த 1773 இல் தொடங்கிற்று.

6. காதரைனை எதிர்த்துப் புரட்சி

இரஷிய அரசர் மூன்றாம் பீட்டர் (1728-1762: ஆ.கா. 1762) தன் மனைவியால் 1762 ஆம் ஆண்டு பதவியிலிருந்து இறக்கப்பட்டார். அதன்பிறகு அவர் படுகொலை செய்யப்பட்டார். அதையடுத்து அவர் மனைவியான காதரைன் இரண்டாம் காதரைன் என்ற பெயரில் அதே ஆண்டில் இரஷியப் பேரரசியானார். (இ.ச.க.தொகுதி-7) மூன்றாம் பீட்டர் இச்சதியினால் கொல்லப்பட்டதால் இரத்த ஆறு தெருவெல்லாம் பெருக்கெடுத்து ஓடவில்லை: மாறாக மது ஆறு பெருக்கெடுத்தோடியது என்று வரலாற்றாசிரியர் கூறுவர்.

காதரைன் முடிசூடிக் கொண்டு வெற்றியோடு தலைநகருக்குள் நுழைந்தபோது, மதுக் கடைகள் அனைத்தையும் படை வீரர்களுக்குத் திறந்து விடுமாறு கட்டளை பிறப்பித்தார். படை வீரர்கள் இன்ப வெறியில் கைக்கெட்டிய மது வகைகளையெல்லாம் எடுத்து பெரிய தொட்டிகளிலும் பீப்பாய்களிலும் ஊற்றிக் கலந்து உண்டாடிக் களித்தனர்.

மூன்றாம் பீட்டர் அரச பதவியிலிருந்து இறக்கப்பட்ட ஒரே வாரத்திற்குள், அவருக்குக் காவலிருந்த படை வீரர்களே அவரைக் கொன்று விட்டனர்.

இரஷியத் தலைநகரான செயின் பீட்டர்ஸ்பர்கில் 1762 ஜூனில் நடந்த ஆட்சி மாற்றத்தையடுத்து, இரஷிய நாட்டில் பதினெட்டாம் நூற்றாண்டின் இறுதி வரையில்

காதரைன்

நிலையான அரசாட்சி நடந்தது. எனினும் பிரபுக்களையும் மேட்டுக்குடி மக்களையும் பொருத்த மட்டில்தான் நிலையான அரசு: அவர்களுக்குத்தான் அரசின் மீது மன நிறைவு இருந்தது.

காதரைன் ஆட்சிக்கு வந்ததும் அதிகார வர்க்கத்தினரில் சிலரின் மனத்தில் ஒருவகை அச்சத்தை உண்டாக்கினார். பொதுமக்கள் ஊக்கம் கொள்ளும் விதத்தில் அரியணை ஏறியதுமே காதரைன் பேசினார். இதற்கு முன்னர் எந்த முடிமன்னரும் இவ்வாறு மக்களுக்கு மன ஊக்கம் தரும் விதத்தில் பேசியதில்லை. காதரைனோ அதற்கு மேலும் சென்றுவிட்டார்.

புதிய சட்ட விதிகளைத் தொகுப்பதற்கு வழி காட்டியாய்ப் பயன்படக் கூடிய ஆணையை அவரே எழுதினார். அவர் பிரஞ்சு, இத்தாலிய மெய்யியலாரின் நூல்களை அடிப்படையாய் வைத்துக் கொண்டு அவ்வாணையை எழுதினார். அவர் இவ்வாறு மாபெரும் சிந்தனையாளர்களின் கோட்பாடுகளை வைத்து எழுதியமையால், அவர் காலத்து நிலவிய பதினைந்தாம் லூயியின் பிரஞ்சு அரசு, காதரைனின் இச்சட்ட விதி முறைகள் அரசியலில் பெரிய தீங்கை விளைவிக்குமென்று அஞ்சித் தடை செய்துவிட்டது.

இரஷியத்தில் தொழும்பர் என்ற பண்ணை அடிமைகளை வைத்துக் கொண்டிருந்த பெரும் பிரபுக்களும் காதரைனின் இந்தத் தாராளக் கருத்தைக் கண்டு நெஞ்சம் பதைத்தனர். ஆனால் ஐரோப்பிய அறிவாளிகளின் கண்ணுக்குத் தன்னை அறிவு நிறைந்தவராயும் மனித நேயப் பண்புள்ளவராயும் காட்டிக் கொள்வதற்காகத்தான் காதரைன் இப்படிப்பட்ட கபட நாடகம் ஆடினார்.

வால்டயர் (1694-1778) கூட இதைக் கண்டு ஏமாந்துவிட்டார். காதரைன் தொழும்பர் என்ற பண்ணை அடிமை முறையை நன்கு வலுப்படுத்தி, அதை ஆழமாய் வேரூன்றச் செய்வதற்காகத்தான் மிகுந்த கவனத்துடனும் நுட்பமாயும் இப்படிச் செயலாற்றினார்.

அவர் தன் ஆட்சிக் காலத்தில் 8,50,000 குடியானவர்களை நிலப் பிரபுக்களுக்குப் பகிர்ந்தளித்து, அத்தனை பேரையும் தொழும்பராக்கினார். இரஷியம் நிலப்பிரபுத்துவ நிலையிலிருந்து முதலாளித்துவ முறைக்கு மாறுவதை வேரறுத்துவிட்டார். இதனால் இரஷியம் மிகவும் பின்தங்கி இருக்க நேரிட்டது. அதே நேரத்தில் மேற்கு ஐரோப்பியத்தில் தொழில்கள் பெருகலாயின. இரஷிய அரசு பிரபுக்களையும் மேட்டுக்குடியினரையும் காக்கவும், அவர்களின் நலன்களைப் பேணிப் பெருக்கவும் பக்கத் துணையாய் நின்றது.

நிலப் பிரபுக்கள் தம் பண்ணைகளில் பணியாற்றும் பண்ணையாள்களைத் தொழும்பராக் குவதற்கு வகை செய்யும் ஒரு சட்டம் 1765 ஆம் ஆண்டு நிறைவேற்றப்பட்டது.

குடியானவர்கள் தம் ஆண்டையர் மீது எந்தக் குற்றத்தையும் நீதி மன்றத்தில் சாட்டலாகாது: அப்படிச் செய்தால் அவருக்குக் கொடிய தண்டனை விதிக்கப்படும் என்று 1767 ஆம் ஆண்டு பிறப்பிக்கப்பட்ட இன்னொரு சட்டம் விதித்தது.

ஒரு நிலப்பிரபு தன் குடியானவர்களிடமிருந்து அவர்களின் பொருள்களைக் கொள்ளையடிக்கலாம். அவர்களை மேலும் மேலும் இழிவு படுத்தலாம். குடியானவப் பெண்கள் பிரபுக்களின் அந்தப்புரங்களை நிரப்பினர். அப்பெண்கள் தம் ஆண்டையரின் வேட்டை நாய்களுக்கு முலைப்பால் ஊட்டுமாறு செய்யப்பட்டனர்.

நிலப்பிரபுக்கள் குடியானவர்களின் குடும்ப வாழ்க்கையில் தலையிட்டனர். பெற்றோரை அவர்தம் பிள்ளைகளிடமிருந்தும் மனைவியரைக் கணவன்மாரிடமிருந்தும்

பிரித்தனர். திருமணங்கள் நடைபெற வொட்டாமல் செய்தனர். அல்லது குடியானவர்களின் விருப்பத்திற்கு மாறாய்த் திருமணம் செய்து வைத்தனர்.

சிறு குற்றங்களைச் செய்த குடியானவர்களைக் காட்டுமிராண்டித் தனமாய்ச் சித்திரவதை செய்தனர். கொத்தடிமையான இத்தொழும்பருக்கும் அடிமைகளுக்கும் வேறுபாடே இல்லை எனலாம். இம்மக்கள் தமக்கு இழைக்கப்பட்ட கொடுமைகளைத் தம்மாலியன்றவரை எதிர்த்துப் போராடவும் செய்தனர்.

தொழும்பர் எழுச்சி : புகச்சேவ்

ஒரு கையில் கோடரியும் மறுகையில் தீவட்டியுமாகக் கிளம்பிய இத்தொழும்பர்கள், அடிமை மக்கள் இரஷியமெங்கும் பிரபுக்களின் உடைமைகளைத் தீயிட்டுக் கொளுத்தினர். அவர்களின் தலையைக் கொய்து தரையில் உருளச் செய்தனர். இக்கிளர்ச்சிகள் 1773 வரை ஒன்றையடுத்து மற்றொன்றாய் எழுந்தவண்ணம் இருந்தன. இவையனைத்தும் பேராறு ஒன்றில் கலக்கும் பல்வேறு சிற்றாறுகளைப் போன்று, இறுதியாய் 1773 ஆம் ஆண்டு கொசாக்கியரான எமல்யான் புகச்சேவ் நடத்திய பெரும் புரட்சியில் சங்கமித்தன.

கொசாக்கியர் தென் இரஷியத்தில் கூட்டங் கூட்டமாய் வாழ்ந்தனர்: புகழ் பெற்றிருந்த குதிரை வீரர்கள்: வீரமிக்கவர்கள்: புகச்சேவ் கொசாக்கியர் இனத்தில் 1742 ஆம் ஆண்டு ஜிமோ வெயிஸ்கயா என்ற சிற்றூரில் பிறந்தார்.

அவர் கொலை செய்யப்பட்ட இரஷிய அரசர் மூன்றாம் பீட்டரின் பெயரால் இரஷியக் குடியானவர்களையும் இரஷியரல்லாக் குடியானவர்களையும் திரட்டிக் கொண்டு இரண்டாண்டுக் காலம் புரட்சி செய்தார். இப்புரட்சியில், பண்ணையாள்கள் மட்டுமன்றிக் கொசாக்கியர், சுரங்கத் தொழிலாளர் ஆகியோரும் சேர்ந்துக் கொண்டனர். அவர்கள் மேட்டுக் குடியினர் கிலி கொண்டு அஞ்சி நடுங்குமாறு செய்தனர். அவர்களின் புரட்சி கிழக்கே சைபீரியத்திலிருந்து மேற்கே மாஸ்கோ வரையிலும், தெற்கே கூபன் ஆற்றிலிருந்து வடக்கே முறோம் காடுகள் வரையிலும் பரவிற்று.

புகச்சேவ் 1773 செப்டம்பர் 17 அன்று தன் கிளர்ச்சியைத் தொடங்கிய நேரத்தில், அப்புரட்சிப் படையில் எண்பது பேர் மட்டுமே இருந்தனர். அதற்கடுத்த நாளன்று அதில் 200 பேரும் மூன்றாம் நாளன்று 400 பேரும் சேர்ந்தனர். இரண்டே கிழமைகளுக்குள் அவரைச் சுற்றி இரண்டாயிரத்து ஐநூறு பேர் திரண்டனர்.

அவர்கள் தன்னுரிமைக்காகப் போராடினர்: ''படைக்கு ஆள் சேர்த்தலையும் தலை வரியையும் பிற வரிகளையும்''எதிர்த்தனர்: ''நிலங்கள், காடுகள்,வைக்கோல் போர்கள், வயல்கள்,மீன்பிடிக்கும் இடங்கள் முதலியவற்றின் மீது இருந்துவந்த தனியுடைமை உரிமையை மறுத்தனர்:'' ''தீயன செய்யும் பிரபுக்கள், நகரங்களிலுள்ள சுரண்டல்காரர்கள் ஆகியோரிடமிருந்து அனைவரையும் விடுவிக்கவும்'' புரட்சி செய்கின்றனர், என்று புகச்சேவின் புரட்சி அறிவிப்புக் கூறியது.

இந்தப் புரட்சி கசாக்குத்தானத்தில், உரல் ஆற்றின் கரைமீது, காஸ்பியன் கடலுக்கு வடக்கே சுமார் 470 கிலோ மீட்டரில் உள்ள உரல்ஸ்கு என்ற நகரின் அருகே வெடித்தது. அந்நகரம் அப்போது கொசாக்கியரின் கோட்டையாயிருந்தது. இங்கிருந்து பரவிய புரட்சித் தீ முதலில் வடக்கு நோக்கிச் சீறிப் பாய்ந்தது, நடு உரல் மலைத் தொடர் பகுதிகளில் பரவிப் பின்னர் மேற்கிலும் கிழக்கிலும் அலை பாய்ந்து, ஓல்கா பகுதியை அடைந்தது. புகச்சேவின் புரட்சிப் படையினர் பிரிட்டனைப் போல் மூன்று மடங்கு பெரிய நிலப்பரப்பைத் தமக்குக் கீழ்க் கொண்டுவந்தனர்.

1773

பீட்டர்ஸ்பர்கிலிருந்த ஆட்சியாளர் புகச்சேவின் புரட்சியை முதலில் பொருள்படுத்தவில்லை. எத்தனையோ பல கிளர்ச்சிகளில் இதுவும் ஒன்றே என்று அவர்கள் இதைக் கருதினர். மேலும், இப்புரட்சி நடந்த இடங்களில் எண்ணற்ற படைக்காவல் நிலைகள் இருந்தன. புகச்சேவைச் சங்கிலியால் பிணைத்து இரண்டு மூன்று கிழமைகளுக்குள் தலைநகருக்குக் கொண்டு வந்து விடுவார்கள் என்று காதரைனும், அவருடைய பிரபுக்களும் மனப்பால் குடித்துக் கொண்டிருந்தனர்.

ஆனால் புரட்சிக்காரர்கள் புதிது புதிதாய்ப் பல ஊர்களைக் கையகப் படுத்தினர். அவர்களின் வருகையை எதிர்பார்த்துக் குடியானவர்களும் நகர மக்களும் ஆவலுடன் காத்து நின்றனர். அம்மக்கள் வரி செலுத்தவும் பிற கடமைகளைச் செய்யவும் மறுக்கின்றனர் என்ற செய்திகள் நெவா ஆற்றின் கரை மீது பீட்டர்ஸ்பர்க்கில் எழுப்பப் பெற்றிருந்த குளிர்கால அரண்மனையை நோக்கி அரசியாரிடம் வந்தவண்ணம் இருந்தன.

புகச்சேவ் மாஸ்கோவிற்கே வரப் போகின்றார் என்ற வதந்திகளும் உலவின. மாஸ்கோவில் தொழும்பரும் கொத்தடிமைகளும் தொழிலாளிகளும் தம் புரட்சிப் போக்குகளை வெளிப்படுத்துகின்றனர் என்றும், மூன்றாம் பீட்டர் என்று கூறிக் கொண்டு அரியணை மீது உரிமை கொண்டாடி வரும் புகச்சேவ், தம் நெஞ்சிற்குகந்த சுதந்திரத்தைத் தமக்கு அளிப்பார் என்றும் அவர்கள் நம்பிக் கொண்டிருப்பதாய்க் காவல் துறையின் அறிக்கைகள் கூறின.

இந்தப் புரட்சித் தீ சைபீரியத்திலும் உக்கிரேனிலும் பரவியது. புகச்சேவின் புரட்சிப் படையில் இரஷியர், தத்தாரியர், பாஷ்கிர்கார், கல்மக்கியர், மோர்தேவியர் என்று பல்வேறு இனத்தவர் சேர்ந்திருந்தனர்.

''என் படையினர் ஆற்று மணலைப் போல் எண்ணற்றோர். பொது மக்களனைவரும் என்னை மகிழ்ச்சியுடன் வரவேற்பர் என்பது எனக்குத் தெரியும்'' என்று புகச்சேவ் கூறிய சொற்கள் குளிர்கால அரண்மனையை எட்டின.

இப்புரட்சிக்காரர்களுடன் போரிடுவதற்காக இரஷியப் பேரரசினர் பெரும் படையைத் திரட்டினர். அரசினர் துருக்கியுடன் அவசர அவசரமாய் உடன்படிக்கை செய்துகொண்டு, துருக்கப் போர் முனையிலிருந்து படையைப் புரட்சி நடந்த இடங்களுக்கு விரைந்து செல்லுமாறு அனுப்பினர்.

களம் பல கண்டு பழுத்த போர் அனுபவமிக்க வீரர்கள் இப்போது புகச்சேவை எதிர்க்கப் புறப்பட்டு வந்தனர். அரசினர் இப்படைக்குப் பியோட்டர் பானின் என்றவரைத் தளபதியாக்கி அனுப்பினர். அவர் ஏழாண்டுப் போரின் போது (1756-1763) சிறைப் பிடிக்கப்படவிருந்தார். அப்போது தளபதி பானின் யாரால் காப்பாற்றப்பட்டார் தெரியுமா? தளபதி பானின் இப்போது ஒழிக்க கிளம்பியிருக்கும் அதே புகச்சேவனால்தான்.

புகச்சேவின் புரட்சிப் படை அரசின் படையை மிகுந்த துணிச்சலுடன் எதிர்த்து நின்றது. புரட்சி இயக்கத்தில் சேர்ந்திருந்த பணக்கார கொசாக்குகள் புகச்சேவைக் காட்டிக் கொடுத்துவிட்டனர். தளபதி பானின் புகச்சேவை வாய்க்கு வந்தபடி ஏசிப் பேசியதுடன், அவர் மீது பாய்ந்து குருதி கொட்டும்படி முகத்திலும் குத்தினார். தாடியைப் பிடித்து இழுத்து முடியைப் பிய்த்தார் என்று இவற்றையெல்லாம் கண்ணால் கண்டவர்கள் கூறினர்.

பண்ணையாள்களின் தலைவரான புகச்சேவ் தன்னைப் பெரும் பேரரசான மூன்றாம் பீட்டர் என்று கூறிக் கொண்டதனால்தான் பானினுக்கு அவர் மீது இத்தனை வெறுப்பு. புகச்சேவ் 33 வயது நிரம்பு முன்னரே கொலையாளியின் வாளால் 1774 இல் இறந்துபோனார்.

ஒடுக்கப்பட்ட, சுரண்டப்பட்ட மக்களின், கொத்தடிமைகளின் புரட்சி இப்படி முடிந்தது. இனிமேல் 145 ஆண்டுகளுக்குப் பிறகு வரவிருப்பவற்றின் தீய நிமித்தம் இதுவென்றால், அது மிகையாகாது.

7. இந்தியத்தில் ஐரோப்பியப் பெண்கள் முதலில் இறங்குதல்

போர்த்துக்கீசர்

உலகை அண்மைக்கால வரலாற்றில், சுமார் ஐந்தே முக்கால் நூற்றாண்டிற்கு முன்னர் ஒருங்கிணைத்த சிறப்பைப் போர்த்துக்கீசருக்கு அளிக்க வேண்டும். அந்நாட்டின் ஆக்கமான செயல்கள் அல்லது அழிவான கேடுகள் பற்றிய சொற் சிலம்பத்தை வரலாற்றை உரசிப் பார்த்து மாற்றுக் கண்டுபிடிக்க முற்படுவோருக்கு விட்டு விடுவோம்.

போர்த்துக்கீசர் கடலோடி ஹென்றி (1394-1460) தலைமையில், ஐபீரியத் தீவக்குறையின் பெரிய ஆறான தைகஸ் (*Tagus*) கரையிலிருந்து பாய்மரக் கப்பலில் 1415 ஆம் ஆண்டு ஜூலை மாதம் தியூட்டாவை (*Ceuta*) வெல்லப் புறப்பட்ட வீரர்களுடன் (இ.ச.க.தொகுதி-5) போர்த்துக்கீசப் பெண்களோ, வேறு பெண்களோ சென்றனரா, அல்லரா என்பது நமக்குப் புலனாகவில்லை. அவ்வாறு சென்றிருந்தால் அப்பெண்கள் படையோடு சென்ற பரிவாரமாயிருக்கலாம்; குடிப் பெண்டிராயிருக்க முடியாது. எது எவ்வாறாயினும் போர்த்துக்கீசர் உலக உருண்டை மீது கால் பரப்ப முயன்றதன் தொடக்கம் இதுதான் என்று வரலாற்றாசிரியரால் கொள்ளப்படுகின்றது.

அதிலிருந்து ஆப்பிரிக்கத்தின் மேற்குக் கரையோரத் தீவுகளில் போர்த்துக்கீசர் தங்கத்திற்காகவும் அடிமை வாணிபத்திற்காகவும் குடியேறத் தொடங்குகின்றனர். அவர்களுடன் போர்த்துக்கீசப் பெண்டிர் சிலரும் அங்கு சென்று குடியேறினர்.

ஆப்பிரிக்கத்தின் தன்னம்பிக்கை முனையைக் கடந்து இந்தியம் செல்லும் வழித்தடம் கண்டுபிடிக்கப்பட்டு அதன் வழியே கடலோட்டம் மிகுந்ததும் பதினாறாம் நூற்றாண்டின் முதற்பாதியில் போர்த்துக்கீசர் பெரும் பேரளவில் இந்தியத்தில் குடியேறலாயினர். அந்நூற்றாண்டின் இரண்டாம் பாதியில் பிரேசில் போர்த்துக்கீசர் குடியேற்றங்களை அமைத்ததும் அங்கு குடி பெயர்ந்தவர்களின் எண்ணிக்கை மேலும் மிகுந்தது. பின்னர் 1600 ஆம் ஆண்டு வாக்கில் நியு ஃபௌண்லாந்திலிருந்து சிலி வரையிலும் பிரேசில் தொட்டு ஜப்பான் வரையிலும் மொராக்கோவிலிருந்து மொலுக்கஸ் வரையிலும் உலகெங்கும் போர்த்துக்கீசர் மொய்த்துவிட்டனர். இவர்களின் எண்ணிக்கை பதினைந்து, பதினாறாம் நூற்றாண்டுகளின் பெரும் பகுதியிலும் ஒரு மில்லியனிலிருந்து ஒன்றேகால் மில்லியனானது. போர்ச்சுக்கல்லை விட்டுக் குடிபெயர்ந்த இம்மக்களில் பெரும்பாலர் உடல் வலுக் கொண்ட ஆடவரேயாயினும் சிறு எண்ணிக்கையில் பெண்களும் இருந்தனர்; குடியேறிய நாடுகளில் பிறந்த போர்த்துக்கீசப் பெண்டிரும் இருந்தனர். போர்த்துக்கீசப் பெண்கள் தம் ஆடவருடன் குடியேறிய இடங்களில், அவர்களுடன் தோளுக்குத் தோள் நின்று போரிடவும் செய்தனர் என்பது கவனத்திற்கு கொள்ளத்தக்கதாகும்.

இந்தியத்தில் போர்த்துக்கீசப் பெண்டிர்

போர்த்துக்கீசர் நன்னம்பிக்கை முனைக்கும் ஜப்பானுக்கும் இடையே கடலோரப் பகுதிகளில் சங்கிலித் தொடர்போல் அமைத்த குடியேற்றங்கள், கோட்டைகள், வாணிப நிலைகள் (*feitorias*) முதலியவற்றை ''இந்திய ஆட்சிப் பரப்பு'' (*State of India*) என்ற

1773

பொருளில் *Estado da India* என்று போர்த்துக்கீச மொழியில் அழைத்தனர். இந் நெடிய பரப்புத் தென்கிழக்கு ஆப்பிரிக்கத்திலுள்ள சோஃபலே (*Sofala*) துறைமுகத்திலிருந்து, சீனத்திலுள்ள மக்காவ் (*Macau*) வரை நீண்டிருந்தது. அவர்கள் இந்தியத்தின் மேற்குக் கரையிலுள்ள கோவாவை ''வட மாநிலம்'' (*Provincia do Norte*) என்று அழைத்தனர்.

போர்த்துக்கீச மகளிரும் சிறுமியரும் மேற்காப்பிரிக்கத்தைவிட ஆசியத்திற்குத்தான், குறிப்பாய்க் கோவாவிற்குத்தான் மிகுந்த எண்ணிக்கையில் வந்தனர். பிரேசிலுக்குச் சென்றவர்களைக் காட்டிலும் ஆசியத்திற்குக் குடியேற வந்தவர்களே மிகுதி எனலாம். இருந்தாலும் பெரும்பாலரான வரலாற்றாசிரியர்கள் இதுவரை கருதிவந்ததற்கு மாறாகத் ''தங்கக் கோவாவிற்குத்தான்'' பேரெண்ணிக்கையில் போர்த்துக்கீசப் பெண்கள் வந்தனர் என்பதைக் காட்டும் ஆவணச் சான்றுகள் லிஸ்பனிலும் கோவாவிலும் உள்ளன.

(ஸ்பானியக்) காஸ்டிலி அரசர் தன் நாட்டுப் பெண்கள் அயல் நாடுகளில் குடியேறுவதைப் பற்றிப் பிற ஸ்பானிய மன்னரைப் போல் நடந்து கொள்ளவில்லை.

எனினும் கீழையுலகில் குடியேறப்போகும் சராசரியான போர்த்துக்கீசர் ஒருவரால் தன் மனைவியையோ மகளையோ இந்தியத்திற்கு அழைத்துச் சென்றுவிட முடியாது. அதற்கு அரசின் பணவுதவி வேண்டும். ஏழையான போர்த்துக்கீச அரசரால் அதைச் செய்வதற்கு இயலாது. லிஸ்பனிலிருந்து கோவா செல்வதற்கு மிகுந்த பணம் செலவாவதுடன், கிட்டதட்ட ஆறு முதல் எட்டு மாதங்கள் இடர் நிறைந்த கடற் பயணமும் செய்தாக வேண்டும். இத்தனை இடையூறுகள் இருந்த போதிலும் போர்த்துக்கீசப் பெண்டிர் கோவாவை வந்து அடைந்தனர்.

''தங்கக் கோவாவை'' (*Golden Goa*) அடைந்த பெண்களில் பெரும்பாலர் அந்நகரிலேயே தங்கிவிட்டனர்; சிலர் பம்பாயின் தெற்கிலுள்ள சௌல், தமாவு என்ற இடங்களுக்கு இடையிலிருந்த நில வளஞ் செறிந்த கரையோரப் பகுதிகளுக்குச் சென்று வாழ்ந்தனர். இலங்கையில் கூட போர்த்துக்கீசப் பெண்கள் சிறு எண்ணிக்கையில் வாழ்ந்தனர் என்று அறிகின்றோம்.

போர்த்துக்கீச அரசு உதவியளித்துப் பெண்களை அயல் குடியேற்றங்களுக்கு அனுப்பவில்லையெனினும், விதிவிலக்காக இன்னொரு வகையில் அது உதவியது.

''அரசரின் அநாதைகள்'' (*Orfas del Rel*) என்று அழைக்கப்பட்ட அநாதைப் பெண்களை இந்தியப் பகுதிக்கு அனுப்புவதற்குப் போர்த்துக்கீச அரசர் உதவினார். அவர்கள் திருமண வயதை எட்டியிருந்த அநாதைப் பெண்கள். போர்த்துக்கீச அரசு தன் செலவில் லிஸ்பனிலிருந்தும் பிற துறைமுகங்களிலிருந்தும் ஆண்டுதோறும் சிறு சிறு கூட்டமாய் அநாதைப் பெண்களைக் கோவாவிற்கு அனுப்பிற்று. அவர்கள் கோவாவை அடைந்ததும் அவர்களை மணப்பதற்கு ஆடவர் முன்வர வேண்டுமென்பதற்காக, அப்பெண்களுக்குச் சிறுதரமான அரசுப் பணிகளை அளித்தது; அல்லது சிறு நிலப்பரப்பைச் சீதனமாய்க் கொடுத்தது. அவர்களின் முதற் கூட்டம் 1545 ஆம் ஆண்டு கோவாவில் வந்து இறங்கியது. அதன்பிறகு அநாதைப் பெண்களின் கூட்டம் பதினெட்டாம் நூற்றாண்டு வரையிலும் அப்போதைக்கப்போது கோவாவிற்கு வந்து சேர்ந்தது.

இந்தியத்தில் இருந்த போர்த்துக்கீச ஆடவர் ஒழுக்கங் கெட்டுப் பல பெண்களை வைத்துக் கொண்டு நெறியற்ற வாழ்க்கை வாழ்ந்து வந்ததை ஏசு சபைச் சாமிமார்கள் தொடக்கத்திலிருந்தே கண்டித்து வந்தனர். புனித சேவியர் (1506-1552 கி.பி) அவர்களின் நெறியற்ற வாழ்க்கை பற்றிக் குறை சொல்லி வந்திருக்கின்றார்.

அத்தகைய ஆடவர்கள் இப்பெண்களை மணந்து நேரிய வாழ்க்கை நடத்த வேண்டுமென்பதுதான், பெண்களைப் போர்த்துக்கீசத்திலிருந்து அனுப்பியதன் நோக்கமாகும். பதினைந்தாம் நூற்றாண்டின் இறுதியிலிருந்து இந்தியத்திற்கு வந்து கொண்டிருந்த ஐரோப்பிய நாட்டவருள், இங்கு தம் பெண்டிரை முதலில் அழைத்து வந்தவர்கள் போர்த்துக்கீசர் என்பது இவற்றால் புலனாகும்.

பிரிட்டிஷ் பெண்கள்

''பிரிட்டிஷ் ராஜ்'' அல்லது சுருக்கமாய் ''ராஜ்'' என்றழைக்கப் பெற்ற பேரரசு உச்ச நிலை எய்திய பத்தொன்பதாம் நூற்றாண்டிற்கு முன்பிருந்தே ஆங்கிலப் பெண்கள், வேல்சிய, ஸ்காந்திய, அயர்லாந்துப் பெண்கள் - பல தலைமுறைகளாய்ப் பாரதத்திற்கு வந்து கொண்டிருந்தனர்.

இந்தியத்தில் பிறந்து வளர்ந்த அர்மீனியச் சீமாட்டி ஒருத்தியின் சேடியாகப் பணிபுரியத் திருமதி ஹாட்சன் என்ற பெண்மணி தன் வேலைக்காரப் பெண்ணான ஃபிரான்சஸ் வெடி என்பவளுடன் 1617 ஆம் ஆண்டு இந்நாட்டிற்கு வந்தார். அவர்கள்தாம் இந்தியத்தை முதன் முதலில் அடைந்த ஆங்கிலப் பெண்களாயிருக்கலாம்.

ஃபிரான்சஸ் கடற்பயணத்தின்போது, ஒருவர் மீது காதல் கொண்டு அவருடன் ஓடிவிட்டார் என்று தோன்றுகிறது. அவர் தனக்குப் பிறகு இந்தியம் வந்த பெண்கள் அறிந்தோ அறியாமலோ காதல் வயப்பட்டதற்கு ஒரு முன்மாதிரியாக அமைந்துவிட்டார்.

ஆங்கிலப் பெண்களில் சிலர் சமயப் பரப்பியராக இந்நாட்டிற்கு வந்தனர். இன்னும் சிலர் இங்கிலாந்தில் கல்வி கற்ற பிறகு தம் குடும்பத்தாருடன் வாழ்வதற்கென்று இந்தியத்தை அடைந்தனர். எனினும் பெரும்பாலான பெண்டிர் தம் கணவன்மார் இந்நாட்டில் பணிபுரிந்தனர் என்பதால் அல்லது தமக்கு நல்ல மாப்பிள்ளை இங்கு கிடைக்கும் என்று நம்பியதால் பாரதத்தைத் தேடி வந்தனர். அவ்வாறு மாப்பிள்ளைத்தேடி

வந்த பெண்களின் கன்னிமையைக் காத்துத் திருமணச் சந்தையில் தள்ளிவிட வேண்டுமென்பதற்காக வயதான பெண்கள் அவர்களுக்குத் துணையாய் வந்தனர். இவ்வாறு பிரிட்டிஷ் பெண்கள் மாப்பிள்ளை தேடி இருபதாம் நூற்றாண்டு வரையிலும் இந்தியத்திற்கு கப்பலேறினர்.

மாப்பிள்ளைத் தூண்டில் கப்பல்கள்

இதற்காகப் பெண்களை ஏற்றிக் கொண்டு வந்த கப்பல்களுக்கு மாப்பிள்ளைத் தூண்டில் கப்பல்கள் (*Fishing fleet*) என்று பெயர். அவர்கள் இங்கு குளிர் காலம் தொடங்கும் நேரத்தில் வந்து சேர்ந்தனர். அவர்களின் ''தூண்டிலில்'' மாப்பிள்ளைகள் சிக்கிவிடுவர். ஏனெனில் இந்தியத்தில் பிரிட்டிஷ் ஆட்சி நிகழ்ந்த காலம் நெடுங்கிலும் சுமார் மூன்று ஆடவர்க்கு ஒரு பெண் என்று ஆண்களின் எண்ணிக்கை பெண்களைவிட மிகுதியாயிருந்தது.

குடும்பத்துடன் வாழத் தடை

பெண்களும் குழந்தைகளும் படையில் இருப்பவர்களுடன் வாழ்வதைப் பதினேழு, பதினெட்டாம் நூற்றாண்டுகளில் இராணுவத் தலைமை ஏற்று இசைவு தரவில்லை. உயர் பதவிகளிலிருந்து சிலரின் குடும்பங்களுக்கு மட்டுமே இசைவு தரப்பட்டது.

இந்திய வாழ்க்கையில் ஆங்கிலப் பெண்கள்

இப்பெண்கள் இந்தியத்தில் வந்து வாழ வேண்டுமென்பதற்காக இங்கு வரவில்லை. அவர்களில் பெரும்பாலர் இங்கு பணி புரிந்த கணவன்மாரின் மனைவியராகவே வந்தனர். அவர்களின் கணவன்மார் இங்கு கட்டு திட்டங்களுக்கு உள்பட்டுத் தனித்து ஒதுங்கி இருந்துவந்த அயல் மக்களின் சட்டத்தில் வாழ்க்கை நடத்த வேண்டியிருந்தது. அவர்களின் மனைவியரும் அந்தக் கட்டுப்பாட்டிற்குள் இருந்துதான் வாழவேண்டும். அவர்களுக்கு அயலான இந்தியச் சமுதாயத்தின் நடுவே அவர்களின் வாழ்வும் பணியும் நடந்தாலும், அந்த சமுதாயத்தினுள் அவர்கள் இயைந்து வாழ்வது என்பது நடவாது. அவர்கள் நாட்டு மக்களின் சமுதாயத்தைக் கண்டு அஞ்சினர்.

ஏனெனில் இந்திய சமுதாயம் அவர்களை ஏற்றுக் கொள்ளும் நிலையில் இல்லை. இங்கு பெரும்பான்மையான மக்களிடையே சாதியமைப்பு முறை இருந்தது. அச்சத்துடன் சாதிப் பிரிவினைகள் மலிந்த இந்து, முஸ்லீம், கிறித்தவர், சீக்கியர், யூதர் என்று பலதரமான பாகுபாடுகள் எங்கும் நீக்கமற நிறைந்திருந்தன. பிரிட்டிஷ் சமுதாய அமைப்பில் நிலவிய பல விதிமுறைகளையும் தடைகளையும் ஏற்றத் தாழ்வுகளையும் போலவே, இங்கு சாதியமைப்பு மக்களைப் பேதப்படுத்தி மரபுகளைவிடக் கொடுமையான கடும் ஏற்றத் தாழ்வுகளும் பிறவியின் அடிப்படையில் இங்கு மலிந்திருந்தன.

சாதி என்பது இந்தியரின் பிறப்பிலிருந்து தொடங்குகின்றது. அது அவனை வாழ்க்கையின் ஒவ்வொரு கட்டத்திலும் கட்டுப்படுத்திக் கடிவாளமிட்டு அந்தந்தச் சாதிக்கென்று விதித்த சட்டச் சுழலுக்குள்ளேயே சுற்றிவரச் செய்தது. பிரிட்டிசார் பல்லாயிரக்கணக்கான தனித்தனி உலகங்களையும் ஒன்றையொன்று முரணும் வாழ்க்கை முறைகளையும் அயலாரை அண்டி நின்று பலன் பெற்றாலும் அவர்களை உயர்ந்தவர் என்றோ, தாழ்ந்தவர் என்றோ எந்நிலையிலும் ஏற்றுக் கொள்ளாத சின்னஞ்சிறு கோள்களையும் கொண்டிருந்த கந்தறுகோலமான மனிதத் தொகுதிகள் அடங்கிய புதுமையான நாட்டினுள் வந்து ஆதாயம் கருதி இடறி விழுந்துவிட்டனர்.

தனக்கு வேண்டாத அயலாரனைவரையும் போன்று பிரிட்டிசாரையும் தீண்டத் தகாத மிலேச்சர் என்று மேல் சாதி தள்ளிவைத்தது. மாறிவிட்ட காலச் சூழலில், கண் கூடான நிலையை ஒப்பிச் செல்வதன் கெட்டிக்காரத்தனத்தை மேல் சாதியினர் பெற்றிருந்ததால், மிலேச்சருடன் எட்ட நின்று உறவு கொண்ட போதும், பிரிட்டிசாருடன் கூடி உண்பதில்லை. அவர்களைத் தீண்டுவதுமில்லை. அவர்களுடன் ஒரே அறையில் இருப்பதைக் கூடப் பொறுப்பதில்லை.

இத்தகைய பிரிவினையும் கற்பனை செய்து பார்க்க முடியாத சமூக ஏற்றத் தாழ்வுகளும் பேதமும் மலிந்திருந்த இந்து சமயத்தில் ஓர் ஆங்கிலப் பெண்ணால் எந்தத் தொடர்பை உறவை ஏற்படுத்திக் கொள்ள முடியும்? மேலும் அவள் ஆளவந்தவனின் மனைவியன்றோ? வடக்கில் மேம் சாகிபா என்றும் தெற்கில் துரைசானி, சீமாட்டி என்றும் அழைக்கப்பெற்ற பிரிட்டிஷ் பெண்கள்தாம் பத்தொன்பதாம் நூற்றாண்டில் ஆள்வோர்க்கும் ஆளப்பட்டவர்க்கும் இடையில் பெரிய இடைவெளியை உண்டாக்கிவிட்டனர் என்று அவர்கள் மீது சரியாகவோ, தவறாகவோ, குறை கூறப்படுவதுண்டு.

தாமரை இலைத் தண்ணீர்

1773

பிரிட்டிஷார் இந்தியத்திற்கு நேசர்களை தேடி வரவில்லை. வாணிப நோக்குடன் வந்து இம்மண்ணை ஆளவந்தோராகும் வாய்ப்பை எளிதில் பெற்றுத் தம் நாட்டிற்கென்று கடமையாற்ற வந்திருந்தனர். அவர்கள் சிதறிக் கிடக்கும் விறகுக் கட்டைகளைப் போலிராமல், மூலைக்கு ஒன்றாய் வக்கரித்து நின்ற எருதுகளைப் போன்றோ இராமல் ஒரே நுகத்தடியில் பூட்டிய ஒரு மனங்கொண்ட இரு காளைகளைப் போல் செயல்பட்டனர். இங்கு பணிபுரிந்த பிரிட்டிஷாரில் பாதிக்கு மேற்பட்டோர் அரசு ஊழியராய், நீதிபதிகள், உயரலுவர்கள், ஆசிரியர்கள், மருத்துவர்கள், பொறியாளர், நில அளவையாளர், வன அலுவலர், வேளாண்மையாளர், போர்ப்படையாளர் என்று பல திறப்பட்ட பணிகளுக்கென்று வந்தவர்களாய் இருந்தனர். அவர்கள் தமக்கென்று அமைத்துக் கொண்ட தனியுலகில் நடு நிலையான கட்டு திட்டத்திற்கு அடங்கிப் பெரிய ஒரு சமூதாயத்தில் ஒட்டியும் ஒட்டாமலும் தாமரை இலையும் தண்ணீரும் போல் கடமையே கண்ணாயிருந்தனர்.

அரசுத் துறை சாராத் தோட்ட முதலாளிகள், வணிகர் அல்லது வழக்குரைஞர் முதலானோர் கூட, இந்திய மக்களை நாகரிகமடையச் செய்யும் பெரும் பணியை ஏற்க வந்தவர்களாகவே தம்மைக் கருதிக் கொண்டனர். அவர்கள் இந்நாட்டில் செய்த சமுதாய நோக்குடைய சட்டங்கள் இதைத் தெளிவாய்க் காட்டும். இரக்கமற்ற கொள்ளையரான பிண்டாரியர், தகியர் (*Thugs*) முதலிய மக்கள் விரோதிகளை ஒடுக்கும் பணியில் ஈடுபட்டு, அவர்களைத் தண்டித்ததோடு, திருத்தும் பணிகளை அவர்கள் மேற்கொண்டதிலிருந்தும் இதனை உணரலாம்.

பிரிட்டிஷ் ஆடவரைப் போலவே, அந்நாட்டுப் பெண்களும் இந்திய அரங்கினுள் வலுக்கட்டாயமாய்த் தள்ளப்பட்டனர் என்று தற்காலத்து ஆங்கில எழுத்தாளர் இன்று பின்னோக்கிப் பார்க்கின்றனர்.

மதம், மொழி, பண்பாடு இவையனைத்திற்கும் மேலாகச் சாதிப் பாகுபாடு என்ற கடுகு போன்ற பல்வேறு சிறு உலகங்களாய்ப் பிரிந்து வக்கரித்துப் போய்ப் பல நூற்றாண்டுகளாய் நின்றிருந்த பெரிய மனிதக் கூட்டத்தை, அறிவு முதிர்ந்த மேலோரான

அறிஞரும், ஞானியரும், ஆசாரியரும் ஆன்ம நேயத்தை வெறும் வறட்டுச் சித்தாந்தங்களாக்கி விட்டு மக்கள் கூட்டத்தை ஆட்டு மாட்டு மந்தைகளாக்கி வைத்திருந்த ஆளவந்தார்களாய்விட்டவர்களின் வழிவந்தோர் இப்பெரிய நாட்டின் கடந்த காலத்தை எவ்வாறெல்லாம் நோக்கி விளக்கம் காண முற்படுகின்றனர் என்பதைத்தான் இது காட்டுகின்றது. இது ஒருதலைப் பட்சமான நோக்கு என்று சிந்திக்கும் திறனுள்ள எவராலும் எளிதில் புறக்கணித்துவிட முடியாது.

ஆங்கில மாதர் நோக்கு

ஆங்கிலப் பெண்களை இந்திய மக்கள் கூட்டமும் மேலை நாட்டிலிருந்து வேறுபட்ட சமூக ஒழுக்க நெறி முறைகளும் அச்சமுறச் செய்தன. இச் சீமாட்டிகள் பாரதத்தில் காமாந்தகாரச் செயல்கள் மலிந்திருந்தன என்று கருதினர். இந்நாடு சிற்றின்பக் கடலில் மூழ்கித் திளைத்திருப்பதாய் எண்ணினர். இந்திய வாழ்க்கை முழுமையிலும் பாலுணர்வு விரவிக் கிடப்பதாய் நினைத்தனர். ஆண் பெண் குறிகள் வணங்கப்பட்டன; இது அருவெருப்பானது என்றனர். இவையனைத்தும் அவர்களுக்குப் புரியவில்லை. அவர்கள் இவற்றை வெறும் உலகியல் நோக்கில் மட்டுமே பார்த்தனர்; பிரிட்டிஷ் பெண்கள் காம உணர்ச்சி கொள்ளலாகாது; பேரரசைக் கட்டியெழுப்பும் பணியில் ஈடுபட்டுள்ள ஆடவரின் மனதை இத்திக்கில் திருப்பி விடலாகாது என்றெல்லாம் இக்காலத்தில் கருதப்பட்டது.

இத்தகைய சூழலில் வாழ்ந்திருந்த பிரிட்டிஷ் பெண்கள் இந்திய சமூதாயத்தோடு ஒட்ட முடியாது, தம் இனத்தவரோடு மட்டுமே கூடி விருந்துண்பதிலும் விளையாடுவதிலும் பொழுதைக் கழித்தனர்.

1773

வரலாற்றுப் புள்ளிகள்

1. தஞ்சைத் தரணி ஆர்க்காட்டு நவாபிற்கு அடங்குதல்

''தஞ்சை மராட்டிய மன்னர்கள் எனக்கு அடங்கியவர்கள்'' என்றும், ''அவர்கள் எனக்குத் தொடர்ந்து கப்பம் கட்டி வரவேண்டும்'' என்றும் ஆர்க்காட்டு நவாபு முகமதலி வலியுறுத்தி வந்தார். இதனால் பல சண்டைகள் நடந்தன. கம்பெனிப் படைகள் நவாபிற்காக இச்சண்டைகளில் ஈடுபட்டன. அவற்றுக்குப் பெரும் பணச் செலவாயிற்று.

ஆகவே தஞ்சை மராட்டிய மன்னர் இரண்டாம் துளசா *(1763-1787)* மும்முறையும், அவருக்குப் பின்வந்த அமரசிங்கு *(1787-1798)* ஒரு முறையும் கிழக்கிந்தியக் கம்பெனியுடன் உடன்படிக்கை செய்து கொண்டனர். அவ்வுடன்படிக்கைகளின்படி தஞ்சை மராட்டியர் கிழக்கிந்தியக் கம்பெனிக்கு பல இலட்சம் வராகன்களைக் கொடுக்க வேண்டிய நிலை ஏற்பட்டது. இம்மன்னர்களுக்கு முன்னர் ஆட்சி புரிந்த பிரதாப சிங்கன் காலத்தில் *(1739-1763) 57* இலட்ச ரூபாய்தான் வரியாக மக்களிடமிருந்து தண்டப் பெற்றது. அது முதலிற் கூறிய இரண்டு மன்னர்கள் நவாபிற்கு அடங்கிவிட்ட மூன்றாண்டுக் கால கட்டத்தில் *81* இலட்ச ரூபாயாக உயர்ந்துவிட்டது. மராட்டிய மன்னர்கள் மக்களை எவ்வளவு கசக்கிப் பிழிய முடியுமோ, அவ்வளவு வருத்தி அநியாய வரிகளை வாங்கினர்.

மேற்கூறிய தஞ்சை மராட்டிய மன்னர் மூவரும் பிரிட்டிசாருடன் செய்துகொண்ட உடன்படிக்கைகளின்படி கம்பெனிக்குத் தரவேண்டிய பணத்திற்காக நாட்டு மக்களை

ஆலையிலிட்ட கரும்பெனக் கசக்கிப் பிழிந்து கொண்டிருந்த காலத்தில், முகமதலி தஞ்சைத் தரணியையும் தன் அரசுடன் இந்த 1773 ஆம் ஆண்டில் இணைத்துக் கொண்டார். முகமதலி தஞ்சையைப் பிடிக்க இவ்வாண்டு நடத்திய சண்டையில் மராட்டியர் தோற்றனர். துள்சாவும் அவருடைய அமைச்சர்களும் சிறை பிடிக்கப்பட்டனர். அதன்பிறகு ஆர்க்காட்டார் தஞ்சையின் ஆட்சி நிர்வாகத்தைச் சீர்திருத்தம் செய்யலாயினர். துள்சாவின் திறமை மிக்க அமைச்சரான டபீர் என்றவரைக் கொண்டும் ஆர்க்காட்டிலிருந்து கொண்டுவந்த திறமையான ஊழியர்களைக் கொண்டும் இப்பணி நடந்தது.

புதிய நிர்வாகம் கால்வாய்களைச் செப்பனிட்டது. வேளாண்மைக்குக் கடன் கொடுத்து விதைகளை இலவசமாய் வழங்கிற்று. தஞ்சை மன்னரின் பொதுக் கடன்களைத் தீர்த்தது. தஞ்சைப் படை வீரர்களுக்குச் சேர வேண்டிய சம்பளப் பாக்கிகள் தீர்க்கப்பட்டன. ஆர்க்காட்டாரின் இச்செயல்களனைத்தும் பலியாடுகளைக் கொழுக்க வைப்பது போலாக்கியது.

நவாபின் ஆள்கள் வெற்றிக் களிப்பில் வருவாயைப் பெருக்குவதென்று மக்களைக் கசக்கிப் பிழிந்தனர். நவாபின் கையில் 1773 முதல் மூன்றாண்டுகள் தஞ்சை இருந்த காலத்தில் 120 இலட்ச ரூபாய் வரி தண்டப்பட்டது. நவாபின் ஆட்சி மட்டுமே நடந்த 1775 ஆம் ஆண்டில் அவருடைய அமல்தார்கள் என்ற வரி தண்டும் அலுவலர்களும் குத்தகைக்காரர்களும் ஒழுங்கு முறையாய் ஆட்சி நடந்த 75 ஆண்டுக் காலத்தில் கூட வசூலாகாத அளவிற்கு ஒரே ஆண்டில் 85 இலட்ச ரூபாயை வரியாய்த் தண்டினர்.

மராட்டியர் மிக அதிகமாய் வரி தண்டிய ஆண்டு 1761 ஆகும். அவர்கள் அவ்வாண்டில் 57.5 இலட்ச ரூபாய் தண்டினர். இக்காலத்தில் அடிநிலை மக்கள் பட்ட இன்னல்களுக்கு அளவேயில்லை.

2. சிவகங்கைச் சீமை பெரிய மருதிற்கு உரிமை

சிவகங்கைச் சீமை என்ற சிறிய மறவர் நாடு தனக்கு 1773 ஆம் ஆண்டு எவ்வாறு உரிமையுடையதானது என்பதைப் பெரிய மருது ஆங்கிலேயரால் தூக்கிலிடப்பட்டதற்கு முன்னர் அளித்த இந்த வாக்குமூலத்திலிருந்து தெரிகின்றது.

என்னுடைய சமீன் வேலு நாச்சிக்குப் பாத்தியமாய் (உரிமையுடையதாய்) இருந்தது. மேற்படியாளை நான் கலியாணம் செய்து கொண்டு அவள் மூலமாய் மேற்படி சமீனுக்குரிய உயில் சாசனத்தை அவளிடமிருந்து நான் பெற்றிருக்கின்றேன்.

ஆயிரத்து எழுநூற்றியெழுபத்து மூன்றாம் ஆண்டில் உயில் சாசனம் பெற்று மாத்தூர் நவாபு அவர்களால் சமீனைச் சப்தி செய்து ஏலமாக்கிய பணத்தை நான் கட்டி ஏலத்தை நீக்கி அதை அனுபவித்து வருகின்றேன்.

தேவஸ்தானம், பண்ணை, கொள் கிரையம், சோறு தேட்டு ஆயம், சுங்கம், சாயவேல், அப்பாரம், சத்திரங்கள், மடம் இவையெல்லாம் என்னால் கிரையத்திற்கு (விலைக்கு) வாங்கப்பட்டன. நானே அவற்றை அனுபவித்து வருகின்றேன். இச்சொத்துகளிலெல்லாம் யாருக்கு எவ்விதமான பாத்தியமும் இல்லை. நானும் என் வாரிசுகளுமே என்றும் உரிமையான பாத்தியமுடையவர்கள்.

மேல் கண்ட சொத்துகளை என் சுயார்ச்சிதமாய்க் கஷ்டப்பட்டுச் சம்பாதித்திருக்கின்றேன். அவற்றை என் வாரிசுகளுக்குக் கொடுக்க வேண்டும்.

பெரிய மருது இம்மணை வாக்குமூலத்தில் கிழக்கிந்தியக் கம்பெனியாரை இவ்வாறு கேட்டுக் கொண்டார்.

3. பேஷ்வா நாராயண ராவ் கொலை

அருந்திறனும் எளிமையும் சமய ஆசாரங்களில் மிகுந்த ஈடுபாடும் உடைய பேஷ்வா மாதவ ராவ் 1772 இல் இறந்ததும் அவருடைய உடன் பிறந்தாரான நாராயண ராவ் பேஷ்வா பதவியை அடைந்தார். ஆனால் பேஷ்வா பதவியை எப்படியும் கவர்ந்துவிட வேண்டுமென்று நாராயண ராவின் சிறிய தந்தையான இரகுநாதராவும், அவரின் மனைவியும் சேர்ந்து சதி செய்துவந்ததை நிறுத்தவில்லை. ஆதலால் அவர்களின் தூண்டுதலின் பேரில் பேஷ்வா நாராயண ராவை அவரது வீட்டிலேயே 1773 ஆகஸ்டு 30 அன்று கொலை செய்துவிட்டனர்.

மராட்டியர் வட பாரதத்தில் தம் வலிமையை மீண்டும் நிலை நாட்டத் தொடங்கிய இந்நேரத்தில், பேஷ்வாவின் கொலை அவர்களின் கவனத்தைத் தெற்கே திருப்பியது. அதனால் மராட்டியர் ஆங்கிலேயருடன் முதற் போரில் ஈடுபட நேர்ந்தது. இது மராட்டியரின் மேலாண்மை விரிவைப் பெரிதும் பின்னடையச் செய்தது.

4. பிரஞ்சுப் படைவீரன் திருடிய இந்திய ஆர்லோவ் வைரம்

1773

இரஷியத்திலுள்ள இரண்டு அருங்காட்சியகங்களில் இன்று (1994) விலை மதிக்க முடியாத பொன், வெள்ளி, பிளாட்டின, வைர நகைகளும் வைர, வைடூரிய, மாணிக்கங்களும் சேகரித்து வைக்கப்பட்டுள்ளன. அவற்றுள் ஒன்று கிரம்ளின் கோட்டைக்குள் அமைந்த படைக்கல அரண்மனை என்ற ஆர்மரி அரண்மனை; மற்றொன்று 1712 முதல் 1928 வரை செயிண் பீட்டர்ஸ்பர்க்காயிருந்து. 1928 முதல் 1992 வரை லெனின்கிராடு ஆகி, மீண்டும் இப்போது பீட்டர்ஸ்பர்காகியிருக்கும் உலகப் புகழ் பெற்ற ஹெர்மிட்டேஷ் அருங்காட்சியகமாகும். (ஹெர்மிட்டேஷ் : இ.ச.க.தொகுதி-7)

இரஷியத்தில் நாலாயிரத்து ஐநூறு காரட்டிற்கும் அதிகமான வைரங்கள் உள்ளன. அவை அந் நாட்டின் சுரங்கங்களிலிருந்து வெட்டியெடுக்கப்பட்டவையாகும். அவற்றை இரண்டாம் உலகப் போரின் அழிவிலிருந்து காப்பாற்றுவதற்காக, நாட்டின் தென் நடுப் பகுதியிலிருக்கும் கசாக்குதானத்திற்கு 1941 ஆம் ஆண்டு கொண்டு சென்றனர். பின்னர் அவை போர் முடிந்ததும் 1945 ஆம் ஆண்டு சோவியத்து யூனியனின் தலைநகரான மாஸ்கோவிற்குத் திரும்பின. அவை 1945 வரையிலும் மக்களின் பார்வைக்கு வைக்கப்படவில்லை. அவை அவ்வாண்டு ‘‘சோவியத்து யூனியன் வைரச் சேகரங்கள்’’ என்ற பெயரில் காட்சிக்கு வைக்கப்பட்டன.

வைரங்களில் விலை மதிப்புள்ள பொருள்கள், மணிக்கற்கள் ஆகியவற்றுள் விலை மதிப்பிட முடியாத ஒரு வைரம் உள்ளது. அதன் பெயர் ஆர்லோவ் வைரம் (*Orlov Diamond*) ஆகும். அவ்வைரம் ஒரு செங்கோலில் நடு நாயகமாய்ப் பதிக்கப்பட்டுள்ளது. அதன் எடை 189.62 காரட்டு.

(காரட்டு என்பது மணிக்கற்களின் எடையைக் குறிக்கும் அலகு. முன்பு ஒரு காரட்டு 3.17 தானிய மணி எடையுள்ளது என்று வரையறுக்கப்பட்டிருந்தது. இப்போது, அது 0.20 தானிய மணி என்று தரப்படுத்தப் பட்டுவிட்டது. தானிய மணி என்பது கோதுமையைக் குறிக்கும். ஒரு தானிய மணியின் எடை 0.0648 கிராமிற்குச் சமம்.)

ஆர்லோவ் வைரம் என்ற பெயர் பெற்ற இம்மணிக் கல்லைப் பற்றி ஒரு கதை வழங்குகின்றது. (முன்னர் ரீஜண்டு வைரம் பற்றிக் குறிப்பிட்டிருந்தோம் இ.ச.க.தொகுதி-7) அவ்வைரம் 1650 ஆம் ஆண்டு இந்தியத்தில் கண்டு பிடிக்கப்பட்டுப்

பதினெட்டாம் நூற்றாண்டில் காணாமற் போய்விட்டது, பிரஞ்சுப் படைவீரர் ஒருவர் பதினெட்டாம் நூற்றாண்டின் தொடக்கத்தில் ஒரு கோயிலிலிருந்து அந்த வைரத்தைத் திருடினார் என்பர்.

அவ் வைரத்தை இரஷிய இளவரசர் *1770* ஆம் ஆண்டுகளில் நான்கு இலட்ச ரூபிள் விலை தந்து வாங்கிப் பேரரசி காதரைனுக்குக் கொடுத்துவிட்டார் என்பர். அது பின்னர் இரஷியச் செங்கோலில் பதிக்கப் பெற்றது.

இது *1650* ஆம் ஆண்டிற்குப் பிறகு பதினெட்டாம் நூற்றாண்டில் காணாமற்போன ''முகலாய மா வைரம்'' என்ற பெரிய வைரக் கல்லிலிருந்து கோகினூர் வைரத்துடன் வெட்டியெடுக்கப்பட்ட மற்றொரு வைரமாயிருக்கலாம் என்று வைர வல்லுநர் கூறுவர். அத்தகைய பெரிய வைரத்திலிருந்து வெட்டப் பெற்றதாய்க் கூறப்படும் கோகினூர் வைரம் பிரிட்டிஷ் மணி முடியிலும், ஆர்லோவ் என்ற இன்னொரு வைரம் இரஷியச் செங்கோலிலும் உள்ளன என்பது எண்ணிப் பார்க்கத்தக்கது. இவ்வாறு இந்தியம் உலகத்திற்கு அளித்த வைரங்கள் பலவுள.

5. சென்னை கவர்னர் விஞ்சு

அலெக்சாந்தர் விஞ்சு *1744* ஆம் ஆண்டு சென்னை ஜார்ஜ் கோட்டையில் கிழக்கிந்தியக் கம்பெனியின் ஆட்சி மன்றக் குழுவில் உறுப்பினராயிருந்தார். அவர் *1758* ஆம் ஆண்டு கடலூர் டேவிடு கோட்டையைப் பிரஞ்சுக்காரரிடமிருந்து கைப்பற்றினார். விஞ்சு பின்னர் தாயகம் சென்று இந்தியம் திரும்பி மச்சிலிப்பட்டினத்துக் கம்பெனித் தலைமை அலுவலரானார். அவர் *1773* முதல் *1775* வரை சென்னை ஆளுநராயிருந்தார். டேவிடு கோட்டையைப் பிரஞ்சுக்காரர் கைப்பற்றியது பற்றிய குறிப்புகளை இவர் எழுதி வைத்திருக்கின்றார்.

1773

6. வங்க, சென்னை, பம்பாய் மாநிலங்களின் வரவு – செலவு, படைபலம்

வங்கத்தில் இந்த *1773-1774* ஆம் ஆண்டின் வருவாய் உதவித் தொகைகள் முதலியன *24,81,404* பவுன், போர்ப் படைச் செலவினங்கள் *14, 88, 435* பவுன். (இக்கால கட்டத்தில் ஒரு பவுன் ஸ்டெர்லிங்கின் மதிப்புச் சுமார் பத்து ரூபாய்) இம்மாநிலத்தின் படைபலம்: பீரங்கிப் படையின் ஐந்து கம்பெனிகள், நாட்டுக் காலாள் படையில் *23* பட்டாளங்கள் ஆக மொத்தம் *2,700* படைவீரர் பணியிலிருந்தனர்.

சென்னையில் செயிண் ஜார்ஜ் கோட்டையின் வருவாயும் உதவித் தொகைகளும் *8,87,300* பவுன்; செலவினங்கள் *8,14,992* பவுன். சென்னை மாநிலப் படையில் *(1772)* ஐரோப்பியக் காலாள் படையின் எண்ணிக்கை *3,486* பேர். ஐரோப்பியக் குதிரைப் படையினர் *68* பேர்; பீரங்கிப் படையினர் *581* பேர்; நாட்டுப் படைவீரர் *15,840* பேர்; மொத்தம் *19,975* பேர்.

பம்பாய் மாநிலத்தின் வருவாய் *(1773-1774) 1,09,163* பவுன்; செலவினங்கள் *3,47,387* பவுன்; இராணுவ, பீரங்கிப் படையினர் *1,620* பேர்; ஐரோப்பியக் காலாள் படையினர் *1,620* பேர்; நாட்டுப் படைவீரர் *4,346* பேர்; மொத்தம் *6,400* பேர்.

7. பிரிட்டனில் கோதுமை இறக்கச் சட்ட இசைவு

கோதுமை விலை உள்நாட்டில் குறிப்பிட்ட ஒரு மட்டத்தை எட்டுகையில், பெயரளவிற்கு இறக்குமதித் தீர்வை செலுத்திப் பிரிட்டனுக்குள் கோதுமையை இறக்கிக்

கொள்ள வகை செய்யும் ஒரு சட்டத்தை நிறைவேற்றுவதற்காக எட்மண் பர்கு (1729-1797) சட்ட முன்வரைவை நாடாளுமன்றத்தில் கொண்டுவந்தனர். அது இவ்வாண்டு சட்டமாய் நிறைவேறியது.

பர்கு கொண்டுவந்த இந்தச் சட்டம் நெடுங்காலம் நடைமுறையிலிருந்தது. உள்நாட்டில் இருக்கின்ற கண்டு முதலைப் பொருத்து, அயல் நாடுகளிலிருந்து தொடர்ச்சியாகக் கோதுமையை இறக்கிக் கொள்வதற்கு இச்சட்டம் வழி கோலியது. கோதுமை ஏற்றுமதியை மிஞ்சும் அளவில், அதன் இறக்குமதி அளவு சிறிது காலம் இருந்ததுண்டு. (1791 காண்க).

8. விடுதலைப் பெற்ற அடிமைகள் : மேற்காப்பிரிக்கத்தில் மறுகுடியமர்த்த வலியுறுத்தல்

ஏல் பல்கலைக்கழகத் தலைவரான எஸ்ரா ஸ்டைல்ஸ் (*Ezra Stiles*) என்பவரும் தீவிரமான சீர்திருத்தக் கிறித்தவத் திருச் சபையைச் சேர்ந்த (*Congregational Church*) இறையியலரான சாமுவல் ஹாப்கின்ஸ் என்பவரும் அடிமைத் தளையிலிருந்து விடுவிக்கப்படும் அடிமைகளை மேற்காப்பிரிக்கத்தில் மறு குடியமர்த்த வேண்டுமென்று இவ்வாண்டு வலியுறுத்தினர். புது உலகமான அமெரிக்கத்திற்கு மேற்காப்பிரிக்கப் பகுதியிலிருந்து தான் மக்களைப் பிடித்துச் சென்று அடிமைகளாய் விற்றனர்.

9. ஏசு சபை : பாப்பரசர் கலைத்தார்

ஸ்பானிய சமய குருவான இக்னேசியஸ் லயோலா (1491-1556) ஏசு சபை (*Society of Jesus*) என்ற கிறித்தவ சமயத்தொண்டு அமைப்பை 1534 ஆம் ஆண்டு நிறுவினார். அவர் அத்துடன் அந்த அமைப்பின் முதல் தளபதியாயும் இருந்து 1541 முதல் 1556 வரை பணிபுரிந்தார். இத்திருச்சபையைச் சேர்ந்த அச்சன்மார்-சாமிமார் கண்காணாத கீழைத் தேயங்களுக்குச் சென்று சமயப் பணியும் பல்வேறு துறைகளில் அறிவுப் பணிகளும் புரிந்து வந்தனர்.

அவர்களுள் இந்தியத்திற்கு வந்து பணிபுரிந்த புனித ஃபிரான்சிஸ் சேவியரும் (1506-1552) ஒருவராவார். இவர் லயோலாவுடன் சேர்ந்து ஏசு சபையை நிறுவியவர். இருவரும் பாஸ்கு என்ற மொழியை தாய் மொழியாக கொண்டவராவர். (பிரான்சிலும் ஸ்பெயினிலும் உள்ள மேற்குப் பிரன்னிஸ் மலைப்பகுதியில் வாழும் பாஸ்கு மக்கள் பேசும் மொழியும் அவர்கள் பெயரால் பாஸ்கு என்றே வழங்குகின்றது. இம்மக்களின் தோற்றுவாய் எதுவென்பது புலனாகவில்லை. பாஸ்கு மொழிக்கும் பிற மொழிகளுக்கும் எவ்விதமான உறவும் இலது. இம்மொழி பேசுவோர் தமக்கென்று தனி நாடு வேண்டுமென்று இன்றும் போராடுகின்றனர் என்பது குறிப்பிடத்தக்கது. இம்மக்கள் இலத்தீன் மொழியில் வாஸ்கோ என்று அழைக்கப்படுகின்றனர்).

ஏசு சபையின் புனித சேவியர் கிழக்குக் கரையோரமாய் மணப்பாடு, திருச்செந்தூர், தூத்துக்குடி ஆகிய பகுதிகளில் ஆற்றிய சமயப் பணிகள் முன்னர் (இ.ச.க.தொகுதி-2) சொல்லப்பட்டிருந்தன. அவர் தமிழ்நாட்டின் முது குடியினரான பரதவர்களை கிறித்தவராக்கினார். அவர் கோவா, இலங்கை, கிழக்கிந்திய தீவுகள், ஜப்பான் இங்கெல்லாம் சமயப் பணிபுரிந்தார்.

தத்துவ போதக சாமி என்ற டி நொபிலி (1577-1656) அருளானந்தர் என்ற டீ பிரித்தோ (1647-1693) வீரமாமுனிவர் என்ற பெஸ்கி (1680-1747) ஆகிய ஏசு சபை அச்சன்மார்கள் சமயத் தொண்டோடு தமிழ்த் தொண்டும் ஆற்றினர்.

480 | ப. சிவனடி

உலகத் தமிழியக்கத்தை அண்மைக் காலத்தில் உண்டாக்கி, பல பகுதிகளைச் சேர்ந்த தமிழறிஞர்களையெல்லாம் ஒன்று கூட்டி, உலகத் தமிழ் மாநாடுகளில் கலந்து கொள்ளச் செய்து முன்னோடித் தமிழ் பணிபுரிந்தவரும் ஏசு சபையைச் சேர்ந்த ஒரு துறவியேயாவார். அவர் ஈழத்தைச் சேர்ந்த ஃபிரான்சிஸ் தனிநாயக அடிகளாவார்.

சமய எதிர்ப்புணர்ச்சி

இத்தாலியில் பதினான்காம் நூற்றாண்டில் தொடங்கிய மறுமலர்ச்சி இயக்கத்தின் தாக்கத்தினால் ஐரோப்பியத்தில் பையப்பைய எழுந்த கிறித்துவ சமய எதிர்ப்புணர்ச்சி பதினேழு பதினெட்டாம் நூற்றாண்டுகளில் மிக்கோங்கியது. அறிவு மலர்ச்சி காலம் என்ற பதினெட்டாம் நூற்றாண்டில் வாழ்ந்த வால்டயர் போன்ற மெய்யியலார் பலர் மதவெறியையும் மூடநம்பிக்கைகளையும் எதிர்த்து எழுதவும் பேசவும் செய்தனர். அவர்கள் வெகு தீவிரமான கத்தோலிக்க அமைப்பாகிய ஏசு சபையை மட்டும் தனியாய் எடுத்துக் கொண்டு அதைத் தாக்கினர்.

கத்தோலிக்க நாடுகளின் மன்னர்களிடையிலும் ஏசு சபையைக் கலைத்து விட வேண்டுமென்ற கருத்திற்கு ஆதரவு இருந்தது. ஏசு சபையினர் பன்னெடுங்காலமாய் அரசியலில் தலையிட்டு வருவதைக் கண்டு அம்மன்னர்களும் அவர்களின் மீது மிகுந்த எரிச்சல் கொண்டிருந்தனர். ஏசு சபைக்கு கடுமையான எதிர்ப்பு இருந்தது.

இக்காலக்கட்டத்தில் 1760 ஆம் ஆண்டுகளில் ஏசு சபையினர் தலையாய கத்தோலிக்க நாடுகளிலிருந்து வெளியேற்றப்பட்டனர். அவற்றுள் போர்ச்சுகல்லும் பிரான்சும் அடங்கும். அரியணையில் இருந்த பதினைந்தாம் லூயி அவ்வாறு செய்தார் என்று கூற முடியாது. பிரஞ்சு நாடாளுமன்றத்தின் வற்புறுத்தலினாலேயே மன்னர் ஏசு சபையினரை பிரஞ்சு நாட்டிலிருந்து வெளியேற்றினார் எனலாம். இக்னேசியஸ் லயோலா பிறந்த நாடான ஸ்பெயினே அவர் தோற்றுவித்த ஏசு சபையினரைத் தனது நாட்டிலிருந்து வெளியேற்றியது.

பாப்பரசர் பதினான்காவது கிளமண் (1769-1774) ஏசு சபையை 1773 ஆம் ஆண்டு கலைத்துவிட்டார். அரசியல், அறிவியல் சூழல்களில் நிலவி வந்த பகைமை உணர்ச்சி குன்றிய பிறகுதான் இதற்கு அரை நூற்றாண்டிற்கு பிறகு 1814 இல் ஏசு சபை மீண்டும் உயிர்பிக்கப்பட்டது.

10. இலண்டனில் பங்குச் சந்தை

இலண்டனில் உள்ள பேங்கு ஆப் இங்கிலாந்து கட்டிடத்தின் வடகிழக்கிலுள்ள திராக்குமாட்டன் வீதியில் ஸ்டாக்கு எக்சேஞ்சு (Stock Exchange) என்ற பங்கு சந்தை 1773 ஆம் ஆண்டு நிறுவப்பட்டது. அது பல்வேறு நிறுவனங்களின் பங்குகளை விற்கவும் வாங்கவும் பயன்பட்ட பங்குச் சந்தையானது.

இப்போது (1994) அதன் கட்டடம் இருபத்தாறு மாடிகளுடன் நெடிதுயர்ந்து நிற்கின்றது. அதன் உயரம் முன்னூற்று இருபது அடியாகும். இப்புதிய கட்டடம் 1972 ஆம் ஆண்டு கட்டி முடிக்கப் பெற்றது.

11. கோவா வெடிமருந்து கிடங்கில் தீ

போர்த்துக்கீச கடலோடியான வாஸ்கோடகாமா (1469-1524) கோழிக்கோட்டினருகே 1498 ஆம் ஆண்டு கரையிறங்கியதற்குப் பன்னிரெண்டாண்டுகள் கழிந்த பின்னர்,

அல்ஃபோன்சோ தெ அல்புகுவர்க்கு காந்தப்பூர் என்ற கோவாவைக் கைப்பற்றி அதை இந்தியத்தில் போர்த்துக்கீச தலைமையிடமாக்கினார். அதன்பிறகு 1530 ஆம் ஆண்டுகளில் கோவாவுடன் குஜராத்துக் கரையிலுள்ள டாமனும், கத்தியவாடுத் தீவக் குறையிலுள்ள தையூ என்ற சிறு தீவும் சேர்க்கப்பட்டன. இன்று இந்திய அரசின் ஒரு மாநிலமாகிவிட்ட கோவாவின் நிலப்பரப்பு சுமார் 3702 சதுர கிலோ மீட்டராகும். கோவா பகுதி 1961 வரையிலும் போர்த்துக்கீசர் வசமாயிருந்து, அவ்வாண்டிலிருந்து இந்திய பெருநிலத்துடன் சேர்ந்துவிட்டது.

கோவா நகரில் 1773 ஜூன் 9 அன்று வெடிமருந்துக் கிடங்கில் தீப்பற்றிச் பெருஞ்சேதம் விளைந்தது. அப்போது துறைமுகத்தில் நின்றிருந்த ஏராளமான கப்பல்களும் அழிந்தன.

12. நிலநடுக்கம் : ஆண்டிகுவா முற்றிலும் அழிவு

இந்த 1773 ஆம் ஆண்டு நடு அமெரிக்கத்தில் நில நடுக்கம் ஏற்பட்டு ஆண்டிகுவா நகரம் முற்றிலும் அழிந்தது. இந்நகரம் குவாதமால என்ற நாட்டில் இருந்தது. ஸ்பானியர் இந்நாட்டை மாயர்களிடமிருந்து 1523 இல் வென்றனர். ஸ்பானியர் அதன்பிறகு ஆண்டிகுவா நகரை 1543 இல் நடு அமெரிக்க ஆட்சி நிர்வாகத் தலைநகராக்கிக் கொண்டனர். இந்நகரம் 1773 ஆம் ஆண்டு நில நடுக்கத்தால் முற்றிலும் அழிந்தது. ஸ்பானியர் அதன் இடிபாடுகளை விடுத்துக் குவாதமால நகரை நிறுவினர். அதன்பிறகு அந்நகரம் இன்றும் குவாதமால நாட்டின் தலைநகராய் இருந்து வருகின்றது.

குவாதமால விடுதலை பெற்று 1821 ஆம் ஆண்டிலிருந்து மெக்சிக்கத்துடன் இணைக்கப்பெற்றது. பின்னர் 1839 இல் மீண்டும் விடுதலை பெற்றுத் தனிக் குடியரசானது. இங்கு ஸ்பானிய மொழி வழங்குகின்றது.

ரிகோபெட்ட மெஞ்சு (Rigoberta Menchu) என்ற குவாதமால நாட்டு மாயர் பெண்மணிக்கு 1992 ஆம் ஆண்டு நோபல் பரிசு அளிக்கப்பட்டது. இவர் குவாதமாலவில் இராணுவம் பல ஆண்டுகளாய்ச் செய்துவரும் கொடுஞ்செயல்களை எதிர்த்துப் போராடி வருகின்றார். அவர் பதினேழு ஆண்டுகள் மெக்சிக்கத்தில் நாடு கடந்து வாழ்ந்து வந்தார்.

மெஞ்சு 1983 ஆம் ஆண்டில் "ரிகோபெட்ட என்ற நான்" (I Rigoberta) என்ற நூலை எழுதி உலகப் புகழ் பெற்றார். இந்நூல் பதினேழு மொழிகளில் மொழி பெயர்க்கப்பட்டுள்ளது. அவர் தனது நாட்டில் நடந்த உள்நாட்டுப் போரின் போது வளர்ந்து வருகையில், செவ்விந்தியர்களுக்கு இழைக்கப்பெற்ற கொடுமைகளை இந்நூல் விவரிக்கின்றது.

இந்நூலை எழுதியதற்காக மெஞ்சிற்கு நோபல் பரிசு அளிக்கப்பட்டதைக் குவாதமாலன் இராணுவம் கண்டித்தது. மெஞ்சு விலங்குத்தனமான அடக்குமுறைக்கும் கொடுமைக்கும் ஆளான குடும்பத்தில் பிறந்தவர். கொடிய வறுமையில் வருந்தி வளர்ந்தவர் என்று நோபல் பரிசுக் குழு அவரைப் பற்றி பாராட்டுகையில் கூறியது.

1774

அரசியல்

கல்கத்தா, பிரிட்டிஷ் இந்தியத்தின் தலைநகராதல்
திபெத்தும் பிரிட்டிசாரும்
ஐதரலி வட கேரளத்தை மீண்டும் தாக்குதல்
டச்சுகாரர் ஆமதாபாதிலிருந்து வெளியேறுதல்
குவீபக்குச் சட்டம்

அறிவியல்

இரசவாதம், வேதியியல், வரலாறு
ஆக்சிஜன் கண்டுபிடிப்பு
குளோரைன், மக்னீசியம் கண்டுபிடிப்பு

இராணுவம் போர்

ஐதரலி வட கேரளத்தின் மீது படையெடுத்தல்

வரலாறு

இரசவாதம், வேதியியல், வரலாறு
கல்கத்தா நகர வரலாறு
பம்பாய் நகர வரலாறு
அஞ்சல் வரலாறு

இயற்கை சீற்றம்

பிரான்சில் பஞ்சம் : ''கோதுமை போராட்டம்''

பொது

சென்னையில் தோட்டம் போட ஐரோப்பியருக்கு நிலம்
பங்களாக்கள்
அடிமை ஒழிப்பில் குவாக்கர்
கனக்டிக்கட்டில் அடிமைகள் இறக்கத் தடை
நாடாளுமன்ற உரைக் கோவை அச்சாதல்

இறப்பு

இராபட் கிளைவு *(1725-1774)*
பதினைந்தாம் லூயி *(1770-1774)*

1774

1774

1. கல்கத்தா பிரிட்டிஷ் இந்தியத்தின் தலைநகர்

பிரிட்டிஷ் நாடாளுமன்றம் 1773 ஆம் ஆண்டு நிறைவேற்றிய ஒழுங்கு முறைச் சட்டம் இந்தியத்திலுள்ள உடைமைகள் அனைத்திற்கும் நாடாளுமன்றமே முழு உரிமை பெற வகை செய்தது. இந்தியத்தில் ஒரு கவர்னர் ஜெனரலை, தலைமை ஆளுநரை அமர்த்தும் மேலாண்மையையும் நாடாளுமன்றத்திற்கு அச்சட்டம் அளித்தது. (*Governor-General* என்பது பிரிட்டிஷ் குடியேற்றம் ஒன்றின் மன்னருடைய நேராட்சிப் பகுதியில், அவரது மணிமுடியின் பெயரால் என்ற உயர் பதவியைக் குறிக்கும்) அதன்படி வாரன் ஹேஸ்டிங்சு (1732-1818) இந்தியத்தின் முதல் தலைமை ஆளுநராய் அமர்த்தப் பெற்று 1774 அக்டோபர் 20 அன்று அப்பதவியை ஏற்றார். (ஹேஸ்டிங்சு : இ.ச.க.தொகுதி-5 காண்க.) இந்நாளிலிருந்து இந்தியத்தில் புதிய ஆட்சி முறை தொடங்குகின்றது. அத்தோடு கல்கத்தா நகரம் பிரிட்டிஷ் ஆட்சியில் இந்தியத்தின் தலைநகராயும் உருப் பெற்றது. கல்கத்தா 1750 ஆம் ஆண்டிலேயே நிதிக்குத் தலைநகரானது.

தலைநகரம் கல்கத்தா

இந்தியத்தில் இன்று (1994) மக்கள் தொகை மிகுந்த நகரங்களுள் கல்கத்தா முதலிடம் வகிக்கின்றது. அது இந்த 1774 இல் பிரிட்டிஷ் இந்தியத்தின் தலைநகரானது. ஆற்றிலிருந்து கரைக்கும் கடலுக்கும் பண்டங்களை ஏற்றியிறக்கும் ஒரு முனையாக உருக் கொண்ட கல்கத்தா நகரின் தோற்றமும் வளர்ச்சியும் புதிய பாரதத்தின் புத்தெழுச்சியுடன் ஒன்றிணைந்து செழித்தன.

கல்கத்தாவின் வடக்கே சித்தாப்பூர்த் துறைமுகம்; கிழக்கே பரந்த உப்பங்கழி; தெற்கே ஆதி கங்கை என்ற ஆறு; ஊக்ளியின் கரையிலமைந்த இவ்வூர் எதிரியின் தாக்குலிலிருந்து தன்னை எளிதாய்க் காத்துக் கொள்ளக்கூடிய நிலையில் அமைந்திருந்தது.

கல்கத்தாவின் கதை

வங்கத்தை வங்கத்தின் சுல்தானான உசேன் ஆண்டு வந்த காலத்தில், பதினைந்தாம் நூற்றாண்டின் இறுதி வாக்கில் வாழ்ந்திருந்த வரப்பிரதாசர் என்ற வங்கப் பிராமணப் புலவர்தான் கல்கத்தா அக்காலத்தில் எப்படியிருந்தது என்பதை நமக்கு முதன் முதலில் காட்டுகின்றார். திரிவேணிக்கும் பண்டேல் என்ற இடத்திற்கும் இடையே ஆற்றின் வலக்கரை மீது அமைந்திருந்த சத்காம் அல்லது சப்தகாம் என்ற ஊர் பெரிய துறைமுகமாயிருந்தது. ஆற்றின் கீழே அதே பக்கத்தில் அமைந்திருந்த பெத்தோர் என்ற இடம் பெரிய சந்தை கூடும் ஊராயிருந்தது. வெளியிடங்களிலிருந்து அங்கு வந்து தங்கும் மக்கள் தமக்கு வேண்டிய பலசரக்குளைச் சந்தையில் வாங்குவர். அவர்கள் அங்கு சண்டியை வழிபட்டனர். அதன் எதிர் கரையிலிருந்த கல்கத்தாவும் சித்தப்பூரும் அண்டையிலமைந்த சிற்றூர்களாகும். அக்காலத்தில் கோவிந்தப்பூரும் சுத்தனூத்தியும் இருக்கவில்லை.

போர்த்துக்கீசர் முதலில் 1530 வாக்கில் அடிக்கடி வங்கத்திற்கு வந்த காலையில், கிழக்கே சிட்டகாங்கும் சத்காம் என்ற போட்டோ கிரண்டி அல்லது ''பெருஞ் சொர்க்கம்'' என்ற இரு பெரும் நகரங்கள் அப்போது வாணிப மையங்களாயிருந்தன. பின்னர் ஊக்ளி

சார்னோக்கு

நகரினருகே குடிசைகள் நிறைந்து சேரி என்ற அளவிற்குச் சிறப்பிழந்து விட்டது. வளங்குன்றிய அவ்வூர் போட்டோ பிக்குவான (சின்ன சொர்க்கம்) என்று பெயர் பெற்றது.

பதினாறாம் நூற்றாண்டின் இறுதி வாக்கில் போட்டோ பிக்குவானவைச் சேர்ந்த வணிக இளவரசர்கள் - மிகப்பெரிய வணிகப் பெருமக்கள் - தம் வாணிபத்திற்கென்று வேறு சந்தைகளைத் தேடலாயினர். அவர்களில் பெரும்பாலர் ஊக்ளி நகரில் குடியமர்ந்துவிட்டனர். பைசாக்ஸ் என்ற இடத்தைச் சேர்ந்த நான்கு குடும்பத்தினரும் சேத்து என்ற இன்னொரு குடும்பத்தினரும் செழித்து வந்து கொண்டிருந்த பெத்தோர் நகரில் தங்கிப் பயன்பெற உறுதி பூண்டு, அவ்வூருக்குச் சற்று மேலே ஆறு ஆதி கங்கையுடன் கலக்கும் இடத்திற்குச் சிறிது மேலே கோவிந்தப்பூர் என்ற சிற்றூரை உண்டாக்கினர்.

அவர்கள் அங்கு காடு திருத்தித் தமக்கென்று வீடுகளைக் கட்டிக்கொண்டனர். அவர்கள் வழிபட்ட கோவிந்தஜீ என்ற தம் இறைவர்க்கு அங்கு ஒரு கோயிலையும் எடுத்தனர். கல்கத்தாவின் வடக்குப் பக்கத்தில் துணி விற்பதற்காக ஓர் இடத்தைத் திறந்தனர். அதுதான் புகழ்பெற்ற சுத்தானூத்திப் ''பஞ்சுப் பொதிச் சந்தை'' என்ற பெயரைப்பெற்றது.

கல்கத்தா இத்தகைய ஆற்றோரச் சிற்றூர்களை ஒரு கூட்டாகச் சேர்த்துக் கொண்டு நகராய் உண்டானதுதான் மெய்யாகும். கல்கத்தா, கோவிந்தப்பூர், சுத்தனூத்தி (*Suttanuttee*) என்ற மூன்று ஊர்த்தொகுதிகளை இன்று அடையாளங்காண முடிகின்றது. எனினும் இதன் தொடக்கநிலையில் கூடிய வேறு சில ஊர்களும் உள என்று அறிஞர் கூறுவர். அவை : சித்பூர், சல்கியா, காளிகட்டத் தலம், பெத்தோர் ஆகியனவாகும்.

டச்சுக்காரர், போர்த்துக்கீசரையடுத்து 1692 ஆம் ஆண்டு கல்கத்தாவை அடைந்தனர். கல்கத்தா இதற்குள் மதிப்பிலும் விலிமையிலும் மிகுந்து மேலோங்கிவிட்டது. அக்பரின் தலைமை அமைச்சரான அபுல் ஃபசல் (1551-1602) 1596 ஆம் ஆண்டுத் தொடக்கத்தில் எழுதிய ''ஆயினி - அக்பரி'' என்ற அக்பர் வாழ்க்கை வரலாற்று நூலில், அந்த இடம் சத்காம் ஆட்சிப்பகுதியில் ஒரு மாவட்டமாயிருந்தது என்று கூறப்பட்டுள்ளது. அதுவும் பர்பக்கபூர், பகுயா என்ற மாவட்டங்களும் சேர்ந்து ஆண்டு தோறும் முகலாயப் பேரரசிற்கு 23405 ரூபாயை வரியாய்ச் செலுத்தி வந்தன.

பெத்தோர் பதினேழாம் நூற்றாண்டு வரலாற்றிலிருந்தே மறைந்துவிட்டது. அதன் பெயர் முக்குவ தன்னா என்று மாறிவிட்டது. அங்கு ஏற்கனவே சேத்துகளும்

பைசாக்குகளும் (பெரிய வணிகக் குடும்பத்தார்) ஐரோப்பியருடன் வாணிபத் தொடர்பை உண்டாக்கி வந்தனர். அவர்கள் பெரிதும் ஆங்கிலேயருடன் வாணிபம் செய்தனர். ஆங்கிலேயர் ஊக்ளியில் ஒரு பண்டசாலையை அமைப்பதற்கு 1652 ஆம் ஆண்டில் உரிமம் வழங்கப்பட்டிருந்தது. அவர்கள் அதற்கு முன்னரே 1633 ஆம் ஆண்டில் வங்கத்துடன் தொடர்பு கொள்ள முயன்றர் (இ.ச.க.தொகுதி-6)

நகர வரலாற்றுத் தொடக்கம்

கல்கத்தா நகர வரலாறு 1690 ஆகஸ்டு 24 அன்று தொடங்குகின்றது. அப்போது கிழக்கிந்தியக் கம்பெனியைச் சேர்ந்த ஜாப் சார்னோக்கு (*Job Charnok*) கல்கத்தாவை உருவாக்கினார். அக்காலத்தில் காளி கட்டத்திலிருந்த காளி கோயிலைத் தவிர, வேறு எந்த இடமும் குறிப்பிடத் தக்கதாய், அந்தக் கோயிலைச் சுற்றிலும் அமைந்திருக்கவில்லை. சித்பூரிலிருந்து ஒரு சாலை இன்றைய சௌரிங்கு வழியாய்க் காளி கோயிலுக்கு வந்தது. மற்றொன்று ஊக்ளியிலிருந்து பௌ பசார் வழியாய்ப் பைத்தக்காவை அடைந்தது. இச்சாலைகள் இரண்டும் மிகக் குறுகலானவையாயிருந்தன. (கல்கத்தா தோற்றம் : இ.ச.க. தொகுதி-2 காண்க)

ஊக்ளியிலிருந்த ஆங்கில வணிகர்கள் 1689 ஆம் ஆண்டில் கங்கை ஆற்றின் கீழே சென்று கல்கத்தா எல்லைக்குள் பின்வாங்கிவிட்டனர். அவர்கள் அவ்வாண்டில் சுத்தனூத்தியைத் தற்காலிகமாய்க் கையகப்படுத்தினர். பிறகு 1690 ஆகஸ்டு 24 அன்று அங்கு நிலையாயத் தங்கிவிட்டனர். இப்புதிய குடியேற்றம் விரைவிலேயே ஆற்றின் கீழே விரிந்து சென்று காளிகட்டத்தையும் கோவிந்தப்பூரையும் அடைந்தது. சிறு சிறு ஊர்களெல்லாம் காலப்போக்கில் இன்றைய மாநகரருடன் இணைந்து ஒன்றாயின.

1774

ஜாப் சார்னோக்கு ஜாப் சார்னோக்கு கிழக்கிந்தியக் கம்பெனியின் பேராளராய் (*Resident*) வந்தவர். அவர் 1690 ஆகஸ்டு 24 அன்று சுத்தனூத்திக்கு வந்திருந்து அங்கு 1691 பிப்ரவரி 10 அன்று ஆங்கிலப் பண்டசாலையை அமைத்தவர். ஆங்கிலேயர் முகலாயப் பேரரசுக்குச் செலுத்த வேண்டிய தொகைகள் அனைத்திற்குமாக ஓராண்டில் மொத்தமாய் 3000 ரூபாயைச் செலுத்திவிட்டு வங்கத்தில் தொடர்ந்து வாணிபம் செய்யலாமென்று, அதே நாளன்று (10.02.1691) பேரரசு பிறப்பித்த ஓர் ஆணை கூறுகின்றது. (இ.ச.க.தொகுதி-2)

வில்லியம் கோட்டை

ஜாப் சார்னோக்கையடுத்து சர் ஜான் கோல்டுபரோ 1693 இல் வங்க ஆளுநராகி, ஔரங்கசீபின் மகனும், வங்க அரசப் பிரதிநிதியுமான அசைமுஷ் கானிடமிருந்து மேலும் சலுகைகள் பெற்றார். பிரிட்டிசார் 1696 இல் சுத்தனூத்திக் குடியேற்றத்தைச் சுற்றிக் கோட்டை எழுப்பினர். இது 1699ஆம் ஆண்டு கட்டி முடிக்கப் பெற்றது.

சுத்தனூத்தி. கோவிந்தப்பூர், காளி கட்டம் என்ற மூன்று சிற்றூர்களின் பழைய உரிமையாளர்களுக்கு 1,200 ரூபாய் கொடுத்துவிட்டு அவற்றின் நில உரிமையை அவர்களிடமிருந்து ஆங்கிலேயர் வாங்கிக் கொள்ளலாமென்று முகலாய அரசப் பிரதிநிதி இசைவு தந்தார். இக்காலக்கட்டத்திற்குள் ஊர் வரைமுறையின்றிக் கந்தறு கோலமாய் வளர்ந்துவிட்டது. அங்கு நல வாழ்வு பற்றிச் சிறிதும் மக்கள் கவலை கொள்ளாதிருந்தனர்.

இந்தக் கோட்டைக் குடியேற்றம் (வில்லியம் கோட்டை) பிரிட்டிஷ் வங்கப் பகுதியின் நிர்வாக இருப்பிடமானது. சர் சார்லஸ் அயர் பிரிட்டிஷ்க் குடியேற்றத்தின் முதல்

தலைவர் (*President*) ஆனார். இந்தத் தலைவர் பதவி பின்னாளில் சென்னை, வங்க, பம்பாய் மாநிலங்களில் ஆளுநர் (*Governor*) என்று உயர்த்தப்பட்டது. (இ.ச.க.தொகுதி-6). அவர் 1696ஆம் ஆண்டு கட்டத் தொடங்கி, அதற்கு மூன்றாண்டுகளுக்குப்பின் முற்றுப்பெற்ற வில்லியம் கோட்டையில், சர் சார்லஸ் அயர் 1702 ஆம் ஆண்டு யூனியன் ஜாக்குக் கொடியை ஏற்றி வைத்தார். எனினும் கோட்டைப் பணி மேலும் சில ஆண்டுகள் நீடித்தது (இ.ச.க.தொகுதி-1)

ஆட்சி மையம் ஆதல்

ஔரங்கசீபு 1707 இல் இறந்து போனது பிரிட்டிசாருக்கு மிகப் பெரிய வாய்ப்பாய் அமைந்தது. கல்கத்தா 1707ஆம் ஆண்டுதான் ஆட்சி மையம் (*Presidency*) என்று முதன் முதலில் அறிவிக்கப்பட்டது. சென்னையில் அமைந்த பிரிட்டிசாரின் பழைய குடியேற்றத்தைத்தான் கல்கத்தா அதுவரையிலும் சார்ந்து இருந்து வந்தது. சென்னையிலிருந்த கம்பெனி அலுவலர் தாம் வங்கத்தில் வாணிப மையம் ஒன்றை நிறுவுவதற்காக 1633 ஆம் ஆண்டிலேயே நீண்ட பயணம் மேற்கொண்டார். (இ.ச.க.தொகுதி-6) கிழக்கிந்தியக் கம்பெனியின் தலைவர்கள் என்ற பிரிசிடெண்டுகளின் ஆட்சி மையங்களாயிருந்த சென்னை, பம்பாய், வங்கம் என்ற மாநிலங்கள் 1707முதல் 1773 வரை ஒரே சமநிலையில் வைத்து நடத்தப்பெற்றன.

ஆனால் வங்க ஆட்சி மையமான கல்கத்தா, கம்பெனியின் இதர உடைமைகளான சென்னை, பம்பாய் மாநிலங்கள் மீது மேலாண்மை செய்துவர வேண்டுமென்று பிரிட்டிஷ் நாடாளுமன்றத்தில் சென்ற ஆண்டில் (1773) சட்டம் செய்யப்பட்டுவிட்டது. வங்க மாநிலத்தின் தலைவர் தலைமை ஆளுநர் (கவர்னர் ஜெனரல்) என்று அழைக்கப்படுவார்; கல்கத்தாவில் உச்சநீதிமன்றம் அமைக்கப்படும் என்றும் அச்சட்டம் விதித்தது. அதன்படி வாரன் ஹேஸ்டிங்சு இவ்வாண்டு முதல் தலைமை ஆளுநரான செய்தி மேலே சொல்லப்பட்டது. கம்பெனி அலுவலர்களை நிர்வகிக்கும் பொறுப்பை தலைமை ஆளுநர் இவ்வாண்டு முதல் பெற்றார். அவரே வங்கத்தின் பொது ஆட்சி நிர்வாகத்தையும் மேற்கொள்வார்.

முகலாயர் அளித்த சலுகைகள்

ஜான் சர்மன் 1715 இல் முகலாயப் பேரரசர் ஃபரூக்குசியாரின் (1713- 1719) அவைக்குக் கம்பெனியின் தூதுவராய்ச் சென்றார். அதன் பலனாக முகலாயப் பேரரசர் 1717 இல் வங்கம், ஐதாராபாது, குஜராது ஆகிய பகுதிகளில் இருந்த முகலாய அரசுப்பிரதிநிதிகளுக்கு மூன்று ஃபர்மன்களை (ஆணைகளைப்) பிறப்பித்தார். இவ்வாணைகள் கம்பெனிக்கு மதிப்பு மிக்க சலுகைகள் அளித்தன (இ.ச.க.தொகுதி-2)

வங்கத்தைப் பொறுத்தவரை ஏற்கனவே முடிவு செய்த தொகை தவிர, கம்பெனி செய்யும் ஏற்றுமதி, இறக்குமதிகளுக்குத் தீர்வையிலிருந்தும் அவ்வாணைகள் விலக்கு அளித்தன. கம்பெனி கல்கத்தாவை சுற்றியமைந்த பகுதிகளில் மேலும் நிலப்பரப்புகளைக் குத்தகைக்குப் பெற அவை வழி வகுத்தன. அறுவை மருத்துவர் ஹாமில்டன் 1715 ஆம் ஆண்டு டெல்லி சென்று முகலாயர் அரண்மனையில் பண்டுவம் பார்த்ததன் பலனாகக் கம்பெனி கல்கத்தாவைச் சுற்றி மேலும் 38 ஊர்களை விலைக்கு வாங்குவதற்கு முகலாய அரசின் இசைவு கிடைத்தது. (இ.ச.க.தொகுதி-2)

மக்கள் தொகை

கல்கத்தாவின் மக்கள் தொகை 1710 இல் 12,000 ஆகும். அது அடுத்த 42 ஆண்டுகளில் 39,700 ஆகத்தான் இருந்தது. சிராசுத்தௌல வில்லியம் கோட்டையை 1756 இல் பிடித்தது வரையிலும் இந்நகரின் மக்கள் தொகை சிறுகச் சிறுகத் தான் மிகுந்து வந்தது.

நவாபின் படைக்குச் சித்பூரின் அருகே 1756 ஜூன் 16 அன்று சிறு தோல்வி ஏற்பட்ட போதிலும், அவர் 1756 ஜூன் 18 அன்று கல்கத்தாவை கைப்பற்றி விட்டார். (இ.ச.க.தொகுதி-6) சிராசுத் தௌல அங்கு ஓர் ஆளுநரை அமர்த்தி, அவரை அலிப்பூரிலிருந்த தன் தலைமையகத்துடன் சேர்த்துக் கொண்டார். நவாபு கல்கத்தாவிற்கு அலிநகர் என்ற புதுப் பெயரையும் வைத்தார்.

சென்னையிலிருந்து வங்கம் சென்ற கம்பெனிப் படை 1757 இல் கல்கத்தாவை மீட்டது. நவாபிற்கு இத்தோல்வி மிகவும் இழிவாய்ப் படவே, அவர் பிரிட்டிசாருடன் பெரும் போரில் ஈடுபடுவதற்கு ஆயத்தமானார். இருபடைகளும் 1757 ஆம் ஆண்டு பிளாசியின் வயல்வெளியில் பொருதியதில் (இ.ச.க.தொகுதி-6) நவாபு தோற்றார். கிழக்கிந்தியக் கம்பெனி இவ்வெற்றியின் பயனாக, வங்கம் என்ற பரந்த நிலப்பரப்பின் சமீந்தாரி என்ற மேலாண்டை உரிமையை பெற்றுவிட்டது. பிரிட்டிசார் பிளாசிப் போருக்குப்பின் வங்க அரசியலில் நவாபுகளைத் தம் விருப்பம் போல் அமர்த்துவதும் நகர்த்துவதுமாய் இருந்தனர். அவர்கள் தம்மால் நவாபாக்கப்பட்ட மீர் ஜாபரின் இசைவு பெற்றுக் கல்கத்தாவில் நாணயச் சாலை அமைத்து, அங்கு நாணயங்களை அச்சிடலாயினர். அங்கு 1757 ஆகஸ்டு 19 அன்று வெளியிடப்பெற்ற நாணயத்தில் முகலாயப் பேரரசின் தலை பொறிக்கப்பட்டது.

1774

தற்கால வரலாற்றுத் தொடக்கம்

கல்கத்தாவின் தற்கால வரலாறு 1757 இல்தான் தொடங்குகின்றது. அங்கிருந்த பழைய கோட்டையைக் கைவிட்டு, அவ்விடத்தில் சுங்கச்சாவடியும், அரசின் பிற அலுவலகங்களும் இடம் பெற்றன.

கல்கத்தாவில் பதினெட்டாம் நூற்றாண்டின் முதற் பத்தாண்டுக் காலத்தில் பண்டசாலைகள் பல இருந்தன; மேடாக்கப்பட்ட நிலங்கள் இருந்தன. அங்கு நிகாரி, ஜோலிய, போக என்றழைக்கப்பட்ட மீனவரே பெரிதும் வாழ்ந்தனர். சதுப்பு நிலங்கள், கழிமுகங்கள், நெல்வயல்கள் முதலியன அங்கு இருந்தன. அடர்ந்த காடுகள் மண்டிய அங்கு, இங்குமங்குமாய்ப் புதர்கள் சிதறிக்கிடந்தன.

வில்லியம் கோட்டை கட்டி முடிக்கப் பெற்று ஓராண்டானதும், அதன் முதற் பத்தாண்டுகளில், கல்கத்தா பண்டசாலையையும் கோட்டையையும் சுற்றி அர்மீனியர், போர்த்துகீசர், டச்சுக்காரர் முதலானோர் சூழ்ந்து வாழ்ந்தனர். ''படா பசார்'' என்ற பகுதி பிரிட்டிஷ் குடியேற்றகாரர்களுக்கு வேண்டிய பல சரக்குகளைத் தந்தது. அந்தப் பெரிய அங்காடிப் பகுதியில் எங்கு பார்த்தாலும் நாட்டு வணிகரின் வீடுகளும் கடைகளும் நிறைந்திருந்தன. சுத்தனூத்தி ''நகரம்'' அடங்கிய பகுதிக்குள் படா பசார் என்ற பெரிய கடைப்பகுதி அமைந்திருந்தது. அது பதினெட்டாம் நூற்றாண்டில் வெகு வேகமாய் முன்னேறியது. அங்கு பலதரப்பட்ட இந்திய மக்களின் எண்ணிக்கை பெருகி. அவர்கள் இப் பெருநகர வளர்ச்சியை முடுக்கிவிட்டனர்.

கல்கத்தா நகரில் பதினெட்டாம் நூற்றாண்டின் நடுவில் இந்திய நகரங்களில் வழிவழியாய்க் காணப்பட்டுவரும் கூறுகள் அனைத்தும் அமைந்துவிட்டன. அது

இங்கொன்றும் அங்கொன்றுமாய்க் கண்டமேனிக்குக் கிடந்த சிற்றூர்களின் ஒரு தொகுதியாய் இருக்கவில்லை. ஆங்கிலேயர் வாழ்ந்த பகுதியைச் சுற்றிலும் அவர்கள் வேலிபோட்டுவிட்டனர். அது ''நாட்டு மக்கள்'' வாழும் நகரத்திலிருந்து வேறானது. (சென்னையில் கோட்டைக்குள் ''வெள்ளையர் நகரமும்'', அதன் புறத்தே ''கறுப்பர் நகரமும்'' அமைந்திருந்தன என்பது இங்கு நினைவு கூரத்தக்கது.) ''நாட்டு மக்கள்'' வாழ்ந்த ஊரில் எண்ணற்ற சாதியினரும், வேலைக்காரர்களும் வாழ்ந்தனர்.

சாதி அடிப்படையில் கல்கத்தாப் பேட்டைகள்

கல்கத்தா நகரின் மேலாளரான (மாஜிஸ்ரேட்டு, கலெக்டர்) ஹோல்வல், இந்நகரைப் பல பகுதிகளாய்ப் பிரித்து, ஒவ்வொரு பகுதியையும் குறிப்பிட்ட ஒரு தொழிலைச் செய்யும் கூட்டம் அல்லது சாதிக்கு உரியது என்று ஒதுக்கினர். (ஹோல்வல் இந்தியவியல் முன்னோடி. இ.ச.க.தொகுதி-6 காண்க) இப்படித்தான் கல்கத்தாவில் தலா அல்லது துலி, என்ற பல பகுதிகள் தோன்றின. (குமார் என்பது குயவரைக் குறிக்கும். குமார் துலி என்பது குமார் வாழும் பகுதி; அல்லது குயப்பேட்டை.) கோலத் தலா என்பது எண்ணெய் வாணியர் பேட்டை; ஜல தலா மீனவர் பேட்டை. இவ்வாறு பல்வேறு தொழில்களைச் செய்துவந்த கோலர் (பல்லக்குத் தூக்கிகள்), அகிர என்ற பிகாரிப் பல்லக்குத் தூக்கிகள், கசாய்க்காரரான கோசாய், சாயம் போடும் பட்டுவா, சங்கு வேலைக்காரரான சங்கரி, சிறு வணிகரான பேப்பாரி முதலியோர்க்கும் தனித்தனிப் பேட்டைகள் ஒதுக்கப்பட்டன.

கல்கத்தா நகரில் ஹதிப்பார (தோட்டிகள்), முசல்மான்கள், டர்சி (தையற்காரர்), தோபா (வண்ணார்), தேலி (எண்ணெய் ஆட்டுபவர்) ஆகியோர் வாழ்ந்த பகுதிகளும் இருந்தன. சாதி அல்லது தொழில் அடிப்படையில் நகரம் இங்ஙனம் பல பேட்டைகளாய்ப் பிரிக்கப்பட்டதிலிருந்து, பெருநகர வளர்ச்சியில் வழி வழியான மரபுகள் கொண்டிருந்த செல்வாக்கு எவ்வாறு வேரூன்றி நின்றது என்பதை காணலாம்.

பதினெட்டாம் நூற்றாண்டின் நடுவில் செல்வஞ் செழித்தவரும் மேல் சாதியினரும் அடங்கிய வங்க சமூகமாய்க் கல்கத்தா உருப்பெற்று விடவில்லை. மராட்டியர் 1740 ஆம் ஆண்டுகளில் வங்கத்தின் மேல் படையெடுத்து வரப்போகின்றனர் என்ற அச்சம் மிகவே, கல்கத்தா நகரைச் சூழ்ந்திருந்த மாவட்டங்களில் வாழ்ந்த மேல் சாதியினரும் பெருஞ்செல்வர்களும் பேரெண்ணிக்கையில் கல்கத்தாவில் வந்து குழுமினர். அப்போது கல்கத்தாவைச் சுற்றி நகரப் பாதுகாப்பிற்காகப் பெரிய அகழியை வெட்டத் தொடங்கினர் (இ.ச.க.தொகுதி-5)

பல்வேறு சாதியினர்

வங்கத்தைச் சேர்ந்த பைசாக்கு, சேத்தி என்ற இரு வகுப்பினரும் முக்கியமான வணிகச் சாதியினராயிருந்தனர். அவர்களுக்கு அடுத்தபடியில் சுவர்ணமாணிக்கு, கந்தமாணிக்கு என்ற சாதியாரும் கைவினைஞரான தந்து மாணிக்கு, கன்சாரி போன்ற சாதியாரும் இருந்தனர். இவர்கள் இரு காரணங்களுக்காகக் கல்கத்தாவில் தங்கினர்.

மராட்டியக் கொள்ளையர்

அப்போது நாட்டுப்புறங்களைப் பர்கி அல்லது மராட்டியக் கொள்ளையர் துன்புறுத்தி வந்தனர். சத்காம் அல்லது சப்தகாம் என்ற பகுதி சுருங்கிப் போயிற்று. பர்துவான் மாவட்டத்தைச் சேர்ந்த ஷோமா சிங்கு என்ற சமீந்தார் ஊர்களைப்

பயங்கரமாய்க் கொள்ளையடித்தார். அவர் ஊக்ளி, மிதனாப்பூர், வங்கத்தையடுத்த அண்டைப் பகுதிகள் இங்கெல்லாம் கொடிய அழிவை உண்டாக்கினார். பர்கி (*Bargi*) என்ற மராட்டியர் 1742 இல் ஊக்ளி ஆற்றின் மேற்கே வங்கத்தின் நாட்டுப்புறங்கள் அனைத்தையும் கொள்ளையடித்துச் சூறையாடினர். இவ்விரு காரணங்களினாலும் மக்கள், குறிப்பாய் பெருஞ்செல்வர்கள் பாதுகாப்புத் தேடிக் கூட்டங் கூட்டமாய் நகருக்கு வந்தனர்.

ஆனால் கல்கத்தா மக்கள் சிறு எண்ணிக்கையில் இங்குமங்குமாய் வாழ்ந்த காலத்தில், மதிப்பு வாய்ந்த மேல் சாதியினர் அங்கு செல்லாது ஒதுங்கியிருந்தனர். ஏனெனில் உயிர் குடிக்கும் மலேரியாவும் நலக்கேடு மலிந்த நிலையும் அங்கும் இருந்தன. அப்போது கல்கத்தாவில் வாழ்ந்த மக்களின் பெயர்கள் இன்னும் பல சந்து பொந்துகளுக்கு வழங்கி வருகின்றன.

சந்து, பொந்துகள்

சிதம் முடி நீலம் (ஒரு மளிகைக் கடைக்காரர் பெயர்) புஞ்சு தேபாணி கல்லி (ஒரு வண்ணாத்தியின் பெயர்; கல்லி என்பது ஒரு சந்து), சோமாபாய் கல்லி (ஒரு வேசையின் பெயரில் அமைந்த சந்து), மிஸ்திரி கல்லி (ஒரு கைவினைஞர் பெயர்), இராம் ஹரி மிஸ்திரி சந்து (இன்னொரு தச்சரின் பெயர்), இராம் சந்த மிஸ்திரி சந்து (மற்றொரு தச்சரின் பெயர்) இவ்வாறு தையற்காரர், குயவர், வாணியர் என்று பல தொழில்களைச் செய்தவர்கள் பெயரால் சந்துகள் அழைக்கப் பெற்றன.

நகர விரிவு

பதினெட்டாம் நூற்றாண்டில் ஏற்பட்ட அரசியல் மாற்றங்களையொட்டிக் கல்கத்தா மாநகராகிக் குறிப்பிட்டத்தக்க அளவில் விரிந்தது. ஐம்பத்தாறு சிற்றூர்களைக் கொண்ட பஞ்சன்னகரம் என்ற புறநகர்ப் பகுதி கல்கத்தாவுடன் சேர்ந்துவிட்டது. கல்கத்தா நகரில் பல்வேறுபட்ட மக்கள் கூட்டம் இக்காலக்கட்டத்தில் குடியேறிவிட்டது.

மார்வாரியர்

அவர்களுள் வட இந்தியத்தைச் சேர்ந்த வணிக வகுப்பினர் இருந்தனர். அவர்கள் ஏற்கனவே மூர்சிதாபாதிலும் (இது கல்கத்தாவின் கிழக்கில் சுமார் 180 கிலோ மீட்டர் தொலைவிலுள்ள நகரமாகும். இது 1704 ஆம் ஆண்டு வங்க நவாபின் தலைநகரமானது. பின்னர் 1773 முதல் 1834 வரை தலைமை ஆளுநர் வாழ்ந்து வந்த ஆட்சி மையமாய் விளங்கிற்று.) தாக்காவிலும் (இது இன்று வங்க தேசத்தின் தலைநகரமாகியுள்ளது. முகலாயர் காலத்தில் வங்கத்தின் தலைநகரமாயிருந்தது) வட இந்திய வணிகர்கள், குறிப்பாய் மார்வாரிகள் செல்வாக்கு பெற்று விளங்கினர். ஜகத்து சேட்டு (இ.ச.க.தொகுதி-6) அமீர்ச்சந்து (இ.ச.க.தொகுதி-6) முதலானோர் குறிப்பிடத்தக்க மார்வாரியராவர்.

ஜகத்து சேட்டின் குடும்ப நிறுவனம் படா பசாரில் இருந்தது. போலகி தாஸ் நிறுவனமும் அங்கே இருந்தது. துகர் என்ற வணிகக் குடும்பமும் செழித்திருந்தது. நகரின் வாணிபம் செழிக்கவே மக்கள் தொகையும் மிகுந்தது.

விக்டோரியா அரசி 1876 ஆம் ஆண்டு இந்தியப் பேரரசி என்று அறிவிக்கப் பெற்றதும் கல்கத்தா பேரரசத் தலைநகராயிற்று. அது இந்த 1774 இல் பிரிட்டிஷ்

இந்தியத்தின் தலைநகரான காலத்திலிருந்து கிட்டத்தட்ட நூறு ஆண்டுகளுக்குச் சிறிது மிகையான காலக்கட்டத்தில் இந்நகரின் வளர்ச்சி பெருவியப்பூட்டுவதாய் அமைந்தது.

இங்கிருந்து பருத்தி, பட்டு, அவுரிநீலம் முதலியனவும், சீனத்திற்கு அபினியும் ஏற்றப்பட்ட வாணிபப் பெருக்கத்தினால் இந்நகரில் செல்வம் செழித்திருந்தது. பின்னர் இது சணலும் தேயிலையும் விற்பனையாகும் மிகப் பெரிய உலகச் சந்தையானது. சணலைப் பக்குவப்படுத்தும் வழிமுறைகளைக் கைக்கொள்ளத் தொடங்கியதும் கல்கத்தா மிகப் பெரிய தொழில் மையமாயும் ஓங்கி வளர்ந்தது.

இந்தியத்தின் தலைநகரம் 1911இல் கல்கத்தாவிலிருந்து டெல்லிக்கு மாறியது. அதனால் கல்கத்தாவின் சீரும் சிறப்பும் சிறிதும் மங்கிடவில்லை.

இந்தியம் 1947 ஆகஸ்டு 15 அன்று விடுதலையடைந்ததும் இரண்டு கூறுகள் கல்கத்தா நகரைப் பாதித்தன. முதற்கண், இலட்சக்கணக்கான ஏதிலியர் மேற்குப் பாகிஸ்தானத்திலிருந்து கல்கத்தா நகருக்கு வந்து குவிந்ததைக் குறிப்பிடலாம். வாணிபத்திற்கு மிகவும் ஏற்றதாய் விளங்கிய கிழக்கு வங்கம் பாகிஸ்தானுடன் சேர்ந்துவிட்டது. (இதுவே பின்னர் பிரிந்து வங்கதேசம் ஆனது)

இரண்டாவது என்னவெனில், கங்கையாறு பல ஆண்டுகளாய்ச் சிறுகச் சிறுகக் கிழக்கே பாயத் தொடங்கியதால், ஊக்ளி ஆற்றில் வண்டல் படிந்துவிட்டது. அதனால் ஊக்ளி ஆற்றிலிருந்து நகருக்கு வர வேண்டிய குடிநீரைப் பெறவும் முடியவில்லை: அது கப்பல் செல்லதக்க ஆழமுடையதாய் இருந்த நிலையும் மறைந்தது: இந்திய அரசு இந்நிலையைத் தடுப்பதற்காக ஃபராக்கா தடுப்புச் சுவரை எழுப்பிற்று.

கல்கத்தா இன்றும் பெரிய தொழில் நகராகவே விளங்குகின்றது. இந்நகரின் மக்கள் தொகை கிட்டத்தட்ட ஒரு கோடியாய் உயர்ந்து விட்டது. தற்கால இந்தியத்தின் சமய, இலக்கிய, கலை மறுமலர்ச்சியின் ஊற்றுக் கண் கல்கத்தா என்பதை அதன் அடுத்த கட்டத்து வரலாறு கூறும். இப்பெரு நகரம் பற்றிய பல துறைச் செய்திகள் இக்களஞ்சிய வரிசையில் பரக்க இடம் பெற்றுள்ளன.

2. ஏழு தீவுப் பம்பாய் : பம்பாய் நகர வரலாறு

நாட்டின் மாவீரர் என்று பிரிட்டிஷ் மக்களால் போற்றப்பெற்றவரும், கால்வி(1794), சாந்தா குரூஸ் (1797) ஆகிய இடங்களில் நடந்த கடற் போர்களில் தோற்ற போதிலும், செயிண் வின்செண் முனை(1797), நைல்(1798), கோபன்கேகன்(1801), டிரஃபால்கர் (1805) ஆகிய போர்களில் வெற்றி பெற்றவரும், வைக்கவுண் என்ற உயர் பிரபுப் பட்டத்தைப் பெற்றவருமான ஹொரேசியோ நெல்சன் (1758-1805) பிரிட்டிஷ் கடற்படையில் மாலுமியாயிருந்த போது, 1774 ஆகஸ்டு 17 அன்று காலையில் பம்பாய்க்கு வந்திருந்தார்.

நெல்சன் இங்கு வந்திருந்த கப்பல் பிரிட்டனை விட்டு 1773 கடைசியில் பாய் விரித்து இடர் நிறைந்த கடற்பயணம் மேற்கொண்டு, ஆப்பிரிக்கத்தின் நன்னம்பிக்கை முனையைச் சுற்றிவிட்டுச் சுமார் எட்டு மாதங்கள் கழித்துப் பம்பாயை அடைந்தது. அப்போது நெல்சனுக்கு வயது பதினெட்டு. பம்பாயின் வரலாறு இந்நிகழ்ச்சியை விடப்பழமையானது. பம்பாயின் தோற்றுவாய் பற்றி முன்னர் இ.ச.க.தொகுதி-2; இ.ச.க.தொகுதி-5 ஆகிய இடங்களில் சிறிது சொல்லப்பட்டிருந்தது.

1774

தோற்றுவாய்

பம்பாய் முதலில் ஏழு தீவாக இருந்தது. ஒரு தீவிலுள்ள முதுகெலும்பு போன்ற பாறைத் தொடருடன் பிற தீவுகள் ஒட்டிக் கொண்டிருக்கின்றன. பம்பாய் நகரின் இன்றைய நிலப் பரப்பில் பாதிதான் அன்று இருந்தது. இத் தீவுகளுள் நடு நாயகமான ஒரு தீவு போல் பம்பாய்க் கோட்டைப் பகுதியும் அதன் பின்புறம் இருக்கின்ற நிலப் பரப்பும் பேக் பே (*Back Bay*) எனப்படும் பின்குடா வரையிலும் நீண்டிருக்கின்றன. இந்தப் பின் வளைகுடாவின் வடக்கே, கிழக்குத் துறைமுகத்தின் மீது வடக்கு நோக்கி நீண்ட நில நாக்குச் செல்கின்றது. இந்நில நாக்கு அக்காலத்தில் தோங்கரி, தோங்ரி என்றெல்லாம் அழைக்கப்பட்டது.

பம்பாய்

பின் குடாவின் வளைவாக அமைந்துள்ள மேற்குப் பக்கத்தில் மிக முக்கியமான நிலக் கூம்பு ஒன்றுள்ளது. அதில் மலபார்க் குன்றும் அதனருகிலுள்ள கம்பலா (அல்லது கும்பலா) என்ற சிறு மலையும் நிற்கின்றன. இத்தீவு நடு மையத்தில் அமைந்திருப்பதால் தான் இதைப் பம்பாய் என்றழைக்கின்றனர்.

மசகாம்

மற்றொரு மையத் தீவு மசகாம் என்று சொல்லப்படுகின்றது. இது சற்று சிறிய தீவு. மேற்சொன்ன தோங்கரியிலிருந்து உமர்க்காதி (ஊம்பர்க்காதி, ஊமர்க்கடி) என்றெல்லாம் அழைக்கப் பெறும் கடற்கழி வழியே மசகாமை அடைய வேண்டும். மசகாமில் இதே பெயருள்ள ஒரு மாவட்டம் இன்றும் இருந்து வருகின்றது. மசகாம் என்ற பெயருக்கு ''அத்தி மரக் கடற்கழி'' அல்லது ''உப்பு நீர்க் கழி'' என்று பொருள் கொள்ளலாம்.

இம்மாவட்டத்தின் விளிம்பிலுள்ள சாலைச் சந்திப்பு, இன்னும் பைதோனி, பைடோனி, பேடோனி என்றெல்லாம் அழைக்கப்பெறுகின்றது. இதற்குக் ''கால் அலம்பல்'' என்று பொருள். இந்தக் கடற்கழிதான் முதன் முதலில் மண்ணால் நிரப்பப்பட்டு நிலமாய் மீட்கப்பட்டதெனினும், அது முந்நூறு ஆண்டுகளுக்கு முன்னரே நடந்துவிட்டது. எனவே எவரும் இந்த முந்நூறு ஆண்டிற்கு பிறகு அங்கே கடற் கழியில் கால் அலம்ப நின்றிருக்க முடியாது. அன்று கடற்கழி இருந்த இடம் இன்று தூசு பறக்கும் சாலைச் சந்திப்பாய் உள்ளது. அச்சாலையினருகே ஒரு குளம் இருந்தது. அதை இப்போது மூடிவிட்டனர். அது பம்பாய் நகரத்து இறைவியான மும்பா தேவி கோயிலுக்கு உரிமையானது. அது ஆடு, மாடுகள் நீர் குடிக்கும் நகராட்சி நீர்த் தொட்டியாயும் விளங்கியது. பம்பாய் நகர மாட்டு வண்டிக்காரர்கள் தம் எருதுகளுக்கு அந்தத் தொட்டியில் தண்ணீர் காட்டி வந்தனர்.

பம்பாய், மசகாம் என்ற இவ்விரு மையத் தீவுகளுக்கும் தெற்கில் கடலினுள் நீண்டு செல்லும் சங்கிலித் தொடர் போன்ற பாறைகளின் ஒரு பகுதியாய் நீண்டதும் நகரின் முனையில் வளையக் கூடியதுமாய் இன்று காணப்படும் நிலப்பரப்பு ஆதியில் இரண்டு தீவுகளாய் இருந்தது.

கொலாபா

நீளமான கொலாபா என்ற தீவு அந்தச் சங்கிலித் தொடரின் நுனியிலிருந்தது. எனினும் நிலக் கூம்பு முழுவதும் இன்று தீவின் பெயரால் கொலாபா என்றே வழங்கி வருகின்றது.

கிழவித் தீவு

சிறிய தீவிற்குக் கிழவித் தீவு என்று பெயர். இச்சிறு தீவு கொலாபாவிற்கும் பம்பாய்க்குமிடையே படிக்கல் போன்று அமைந்துள்ளது. அத்தீவு கொலாபா கடப்பு வழி என்ற சாலைக்குள் நெடுங்காலத்திற்கு முன்னரே மறைந்துவிட்டது. ஒரு காலத்தில் தோணிகள் ஆள்களை இங்குமங்கும் ஏற்றிச் சென்ற இடத்தில் கொலாபா கடப்பு வழிச் சாலை இன்று அமைந்துள்ளது. அந்தக் காலத்தில் ஆழங்குறைந்த இடத்தில் வழியில் போனவர்கள் திடீரென்று எழுப்பிய அலைகளினால் தம் குதிரைகளோடு பாறையில் மோதப்பட்டதுண்டு.

இதற்குக் கிழவித் தீவு (*Old Woman's Island*) என்ற பெயர் எப்படி வந்தது? இதற்கு அல் ஊமனி அல்லது அரபு மக்கள் தீவு என்று பெயர். ஐரோப்பியர் வாயில் அது ஓல்டு உமன் ஐலண்டு ஆகிவிட்டது.

பம்பாய்த் துறைமுகத்தினுள் நுழையும் கப்பல்களின் கண்களில் முதலில் படுவன கொலாபாவும், கிழவித் தீவுமாகும். இவ்வாண்டு பம்பாய்க்கு வந்த நெல்சனும் அவற்றைத்தான் முதலில் கண்டார்.

பரேல்

மசகாமிற்கு வடக்கில் மாகிம் நிலக்கூம்பு வரையிலும் கோணல் மாணலான நீண்ட தீவு ஒன்று இருந்தது. இது பம்பாய் நகரத்தைப் பெரு நிலப் பரப்பிலிருந்து வெட்டிப் பிரிக்கின்ற பகுதியாகவே இருந்து வருகின்றது. இந்நீண்ட தீவைப் பரேல், மாதுங்க, தாராவி, சயன் என்று நான்கு பிரிவுகளாய்ப் பிரிக்கலாம். இந்நிலப்பரப்பை மேற்சொன்ன நான்கு பெயர்களில் ஏதேனுமொன்றை வைத்தோ, அனைத்தையும் சேர்த்தோ பலர் பலவிதமாய் அழைத்திருக்கின்றனர். வேறு பெயர்களை வைத்தும் சுட்டியிருக்கின்றனர். நிலப்படம் வரைபவர்களும் பல்வேறு விதமாய் இத்தீவின் பெயரைக் காட்டியுள்ளனர்.

பம்பாயில் பிரிட்டிஷ் ஆட்சி தொடங்கிய நாளிலிருந்து, இத்தீவைப் பம்பாயின் இயற்கையான பகுதியாய்க் கொள்ளலாமா, கூடாதா என்பது குறித்து மிகுந்த கருத்து வேறுபாடுகள் இருந்து வந்தன.

இன்றோ அத்தீவும் முன்னர் அத்தீவின் மேற்பகுதியிலிருந்த உவர்ச் சதுப்பு நிலப் பகுதியும் பம்பாய் நகரின் மேற்பகுதியாய் விளங்குகின்றன. இது மிக நீண்டதும் மக்கள் நெருக்கமாய் வாழ்வதுமான நிலப்பரப்பாகும். வடக்கே நிலக் கூம்பிலுள்ள உப்பளங்களைப் பார்க்கச் சிறு குன்றுகள் மீதமைந்த சயன் கோட்டை வரையிலும் இப்பகுதியில் மக்கள் நெருக்கடியும் சந்தடியும் உள்ளன.

மேற்சொன்ன சயன் கோட்டை பதினேழாம் நூற்றாண்டில் கட்டப் பெற்றது. அது இன்றும் நிலவுகின்றது. இந்த இடம் நினைவிற்கு எட்டக்கூடிய அண்மைக் காலம் வரையிலும் மரங்கள் நிறைந்தும் ஞாயிற்றுக் கிழமைகளில் மக்கள் விரும்பிக் கூடுகின்ற திறந்தவெளியாயும் இருந்து வந்திருக்கின்றது.

மாகிம்

வடமேற்குப் பகுதியில் இருந்த தீவிற்கு மாகிம் என்று பெயர். அது ஆற்றுக் கழிமுகத்தின் பெயரைப் பெற்றது. இங்கு இருபதாம் நூற்றாண்டுத் தொடக்கம் வரையிலும்

தென்னந் தோப்புகள் இருந்தன. இங்கு நீண்ட கடற்கரை இருந்தது. மாலையில் அருமையாய்க் காற்று வீசும். இது இன்று மக்கள் விரும்பத் தக்கதாயும் செடி, கொடிகள் நிறைந்த புறநகர்ப் பகுதியாயும் விளங்குகின்றது.

ஓர்லி

அதன் தெற்கிலுள்ள ஓர்லியும் அவ்வாறே அமைந்துள்ளது. இது ஏழாவது மூலத் தீவுகளுள் ஒன்றாகும். ஓர்லிக்கும் கம்பலாக்குன்றுக்குமிடையே பதினெட்டாம் நூற்றாண்டின் கடைசி வரையிலும் வலுக்குன்றிய ஓரிடம் இருந்தது. இதற்குப் பேருடைப்பு அல்லது கற்கண்டு உடைப்பு (*Beach Candy*) என்று பெயர். இந்த உடைப்பின் வழியே பருவக்காலங்களுக்கு ஏற்ப அலைகள் வந்து புகுந்து மையத்திலிருந்து நிலப்பரப்பு முழுவதையும், நீருள் மூழ்கச் செய்துவிடும். இந்நிலப்பரப்பை ஃபிளாட்ஸ் என்றழைத்தனர். (ஃபிளாட்ஸ் என்றால் ஆழமற்ற நிலப்பரப்பு, சதுப்பு நிலம் என்றெல்லாம் பொருள்படும்) பன்னெடுங்காலத்திற்கு முன்னர் இந்த உடைப்பின் வழியே புகுந்த கடல்நீர் மறுபுறத்திலுள்ள உமர்க்காதியை எட்டியிருக்கலாம்; அதனால் ''கால் அலம்பல்'' என்றும் அது பெயர் பெற்றிருக்கலாம்.

பிரிட்டிசார் போர்த்துக்கீசரிடமிருந்து பம்பாயைப் பெறவந்த 1665ஆம் ஆண்டு வாக்கில் அந்நகர்ப் பரப்பு மேற்கூறிய ஏழு தீவுகளையும் கொண்டதாயிருந்தது. அவர்கள் வந்த காலத்தில் இத்தீவுகளில் மக்கள் வாழ்ந்திருந்தனர் என்பதையும் அவை ஆள் அரவமற்ற தீவுகளாயிருக்கவில்லை என்பதையும் மனத்திற் கொள்ள வேண்டும்.

கோலியர்

இங்கு பல நூற்றாண்டுகளுக்கு முன்னர் கோலியர் எனப்படும் மீனவர் வாழ்ந்திருந்தனர்; அவர்கள் ஆஸ்திரிக அல்லது திராவிட இனவழியினர் என்று கருதப்படுகின்றனர். அவர்களின் பெயர் இன்றும் கோலா என்ற பெயரில் மட்டுமன்றி நகரின் பல பகுதிகள் கோலிவாடி என்றும் அழைக்கப்படுகின்றன. பம்பாய் நகரின் ''காவல்'' என்ற மாவட்டமும் அவர்களது பெயரின் திரிபேயாகும்.

அம்மக்களின் மீனவக் குடியிருப்புகள் இன்றும் தீவுகள் நெடுகிலும் உள்ளன. கொலாபா செல்லும் பாதி வழியில் கூட அவர்களின் குடியிருப்பு ஒன்றுள்ளது. கடலிலிருந்து நிலத்தை மீட்பதற்காக நிரந்தரமாய் வேலைகள் நடந்து கொண்டிருக்கின்றன. பின் குடாவிலுள்ள நரிமன் முனையில் விண்ணை முட்டும் காங்கிரீட்டுக் கண்ணாடிக் கட்டடங்கள் எழும்பியுள்ளன. இருப்பினும் அங்கு பழங்காலத்து மிச்சமீதிகள் இன்னும் எஞ்சியுள்ளன. ஓலைக் குடிசைகள், வண்ணப் பாய் கட்டிய படகுகள், கருவாட்டு வீச்சம் எல்லாம் இன்னும் முற்றாக அங்கிருந்து மறைந்துவிடவில்லை.

மேற்குக் கரைத் துறைமுகம்

இந்திய மேற்குக் கரை நெடுகிலும் பண்டைக் காலத்திலிருந்து பல துறைமுகப் பட்டினங்கள் இருந்து வந்துள்ளனவெனினும் பம்பாய்ப் பட்டினத்திற்கு அத்தகைய பழஞ்சிறப்பு எதுவுமிலது. பம்பாய் சூரத்தின் சிறப்பை விழுங்கிவிட்டு, இப்பகுதியின் முழு வரலாற்றினுள் அடங்கிக்கிடக்கின்றது.

மராட்டியரின் முன்னோரான பல்வேறு அரச குடியினர் இப்பகுதியில் கி.பி. மூன்றாம் நூற்றாண்டிலிருந்து ஆயிரமாண்டுகளுக்கு மேல் தலையோங்கிய

ஆண்டையராயிருந்து வந்திருக்கின்றனர். பம்பாய்த் தீவுகளில் ஆங்காங்கே மக்களின் பல குடியேற்றங்கள் இருந்தன.

பம்பாயில் முஸ்லிம்கள்

ஐரோப்பியத்தில் வரலாற்று இடைக்காலம் முடிவுக்கு வந்த அதே காலக் கட்டத்தில் (சுமார் 15 ஆம் நூற்றாண்டு வாக்கில்) குஜராத்திலிருந்து வந்த முஸ்லிம்களின் கைக்கு இப்பகுதியின் மேலாண்மை சென்று விட்டது. முஸ்லிம்களின் ஆட்சி இப்பகுதியில் இரண்டு நூற்றாண்டுக் காலம் நீடித்தது. அப்போது கொங்கணத்து முஸ்லிம்கள் பம்பாய்த் தீவுகளில் குடியேறினர். இன்றுங்கூடப் பம்பாயின் மக்கள் தொகையில் முஸ்லிம்களின் எண்ணிக்கை கிட்டத்தட்ட மூன்றிலொரு பங்கு என்பர். எனினும் முஸ்லிம்கள் இத்தீவுகளில் தமக்கென்று ஒரு நகரைக் கூட நிறுவவில்லை.

போர்த்துக்கீசர்

போர்த்துக்கீசர் முதன் முதலாய் 1509 ஆம் ஆண்டு இங்கு கொள்ளையடிக்க வந்தனரேயன்றி, குடியிருப்பதற்கு வரவில்லை. பம்பாய் பதினாறாம் நூற்றாண்டின் அந்தக் காலக்கட்டத்தில் சுல்தான் முகமது ஷா பேகட என்றவரின் உடைமையாய் இருந்தது. அவர் படை கொண்டு வந்த போர்த்துக்கீசரை முதலில் எதிர்த்துத் தாக்கினார். ஆனால் போர்த்துக்கீசர் அடிமேல் அடி கொடுத்ததைப் போல், அடுத்தடுத்துத் தாக்கவே, மேற்குக் கரையில் வலுவாய்க் காலூன்றிவிட்டனர்.

1774

பாசீன்

போர்த்துக்கீசர் சுல்தானின் பேரனான பகதூர் ஷாவை 1524 இல் இறுதியாக இணங்க வைத்து, ஏழு தீவுகளையும் அவற்றுக்கு வடக்கிலிருந்து பாசீனையும் போர்த்துக்கீச மன்னருக்கு மாற்றித் தருமாறு எழுதி வாங்கிவிட்டனர். பாசீனுக்குக் கால செட்டி என்ற பெயரும் உண்டு.

போர்த்துக்கீசர் பாசீனில் கடலைப் பார்க்கத் தமக்கென்று ஒரு கோட்டை நகரை நிறுவினர். அக் கோட்டை இன்றும் நிலவுகின்றது. அங்குள்ள மாதா கோயில்கள் கூரையின்றி மொட்டையாய் நிற்கின்றன. அவற்றின் கிழக்குப் பகுதியில் மரங்களும் செடி கொடிகளும் மண்டிக் கிடக்கின்றன.

போர்த்துக்கீசர் 1737 இல் மராட்டியப் படையினரால் பாசீனிலிருந்து விரட்டப் பெற்றதும் (இ.ச.க.தொகுதி-4) அவர்கள் அவசர அவசரமாய்க் காலி செய்துவிட்டுச் சென்ற அந்த இடம் அப்படியே எவர் கையிலும் படாமல் ''துயிலழகியின்'' *(Sleeping Beauty)* கோட்டை மாளிகை போல் அன்று கண்டமேனி அழியாமல் இருப்பதுபோல் இன்றும் காணப்படுகின்றது.

பகதூர் ஷா முகலாயப் பேரரசின் வல்லமையை எதிர்த்துப் போரிடுவதற்காகப் போர்த்துக்கீசரின் உதவியை நாடிப் பம்பாயையும் பாசீனையும் அவர்களுக்கு விலை பேசிவிட்டார். கோவாவில் போர்த்துக்கீச அரசப் பிரதிநிதியாயிருந்த *(Viceroy)* நியுன டா குண என்பவர் பகதூர் ஷாவுடன் இந்த ஏற்பாட்டைச் செய்துகொண்டார்.

''இத்தீவின் (பம்பாய்) நிலம் தாழ்வாயும் பெரிதாயும் அழகான போப்புகள் நிறைந்ததாயும் இருக்கின்றது. இங்கு வேட்டையாடுவதற்கு ஏராளமான விலங்குகள்

உள்ளன. இறைச்சியும், அரிசியும் தாராளமாய்க் கிடைக்கின்றன. இங்கு எதற்கும் பஞ்சம் இருப்பதாகவே தெரியவில்லை'' என்று டா குண போர்ச்சுக்கல்லிலிருந்த தன் அரசருக்குப் பம்பாய் பற்றி எழுதினார். இது அருமையான நல்ல வாழ்க்கை நடத்துவதற்கு ஏற்ற தீவு என்று அக்காலத்தைச் சேர்ந்த வேறு பல எழுத்தாளர்களும் குறித்துள்ளனர்.

எனினும் இத்தீவு பதினேழாம் நூற்றாண்டின் பிற்பகுதியிலிருந்து, இங்கு இருப்புப் பாதை அமைந்த பத்தொன்பதாம் நூற்றாண்டு வரையிலும் பிரிட்டிசாருக்குப் பெருஞ் சிக்கல்களை உண்டாக்கிய இரண்டு கூறுகளைப் போர்த்துக்கீசர் அந்தக் காலத்தில் உணரவில்லை. இத்தீவில் கன்று காலிகள் மேய்வதற்குப் புல்வெளிகள் இல்லை. காய்கறிகள் பயிரிடும் தோட்டங்களும் இல்லை. போர்த்துக்கீசர் இங்கு பெரிய குடியேற்றம் அமையும் என்று எதிர் நோக்காதது அதற்குக் காரணமாயிருக்கலாம், அல்லது அவர்கள் பம்பாயைத் தமது கப்பற்படைத் தளமாய் பயன்படுத்தாததும் காரணமாகலாம்.

பம்பாயில் போர்த்துக்கீசரும் ஏசு சபையினரும் குடியேற்றம் அமைத்த கதை கிட்டத்தட்ட ஒன்று போலவே இருந்தது எனலாம். போர்த்துக்கீசர் பம்பாயில் காலடி எடுத்து வைத்த நூற்றைம்பது ஆண்டுகளுக்குப் பிறகு பிரிட்டிசாரிடம் அதை விட்டுச் சென்ற நேரத்தில், அங்கு கிறித்தவ அச்சன்மார் உண்டாக்கிய மடங்களையும் மாதா கோயில்களையும் தவிர வேறு கட்டடங்கள் வெகு சிலவே இருந்தன.

1774

போத்துக்கீசர் அல்லது பிரான்சிஸ்கன் சபை அச்சன்மார் இக்காலக்கட்டத்தில் பம்பாயின் மாகிமில் பெரிய மாதா கோயிலைக் கட்டினர். மற்ற சபையினர் வடக்கேயுள்ள தாதரிலும் பரேலிலும் தெற்கிலுள்ள மசகாமிலும் மாதா கோயில்களை எழுப்பினர். இம்மாதா கோயில்கள் நின்றிருந்த இடங்கள் இன்றும் உள்ளன. எனினும் புதிய கட்டடங்களை எழுப்புவதற்காக அக்கோயில்கள் இடிக்கப்பட்டன.

பம்பாய் : பெயர்க் காரணம்

இன்று விக்டோரியா முனைய இரயில் நிலையம் (*Victoria Terminus*) இருக்கின்ற இடத்தில் மும்பா தேவி கோயில் இருந்தது. போர்த்துக்கீசர் கோட்டைக்கு வெளியிலிருந்த அந்த இடத்திலேயே ஒரு மாதா கோயிலைக் கட்டினர். மும்பா தேவி கோயிலும் மாதா கோயிலும் அருகருகே இருந்து வந்தன. பிரிட்டிசார் போர்த்துக்கீசரின் மாதா கோயிலைப் பதினெட்டாம் நூற்றாண்டில் மைதானத்தின் ஓரத்திற்குத் தள்ளிவிட்டனர். அக்கோயில் இருந்த இடத்தில் கல்லாலான சிலுவையை நட்டனர். அந்த இடம் சிலுவை மைதானம் என்றே அழைக்கப்படுகின்றது.

மும்பாதேவி கோயிலும் அதே நேரத்தில் கடல் நீர் வடிம்பலம்பும் வகையில் அமைந்த பைதோனி என்ற இடத்திற்குக் கொண்டு செல்லப்பட்டது. கோயில் குளம் மட்டும் அப்படியே பழைய இடத்தில் இருந்தது. ஆனால், திருக்குளத்தின் புனிதம் மறக்கப்பட்டு, நூற்றாண்டுகளுக்குப் பிறகு, அது ஏகாலியர் துணி துவைக்கும் இடமானது. அக்குளத்தினருகே தூக்கு மரம் இருந்ததால், அதற்குத் ''தூக்குமரக் குளம்'' என்று பெயர் வழங்கலாயிற்று. அந்நாளில் அங்கு குற்றவாளிகளைத் தூக்கிலிட்டனர்.

இந்திய ஆட்சி 1858 ஆம் ஆண்டு பிரிட்டிஷ் மணிமுடியின் கைக்குச் சென்றதும், அங்கிருந்த தூக்குமரம் நீக்கப்பட்டது. குளம் மட்டும் அப்படியே இருந்து வந்தது. பின்னர் அதை மூடிவிட்டு, அவ்விடத்தில் விக்டோரியா முனையம் என்ற இரயில் நிலையத்தைக் கட்டினர்.

1774

இந்திய சரித்திரக் களஞ்சியம் | 497

மூம்பா, மும்பை

மூம்பா அல்லது மும்பை என்றால் வாயில்லாத மூங்கரையான இறைவியைக் குறிக்கும். இந்தத் தேவிதான் பம்பாயைக் காக்கும் இறைவியாய்ப் போற்றப்படுகின்றார். இன்று பல மொழிகள் பேசும் மக்கள் வாழும் ஒரு பெரு நகரத்தின் இறைவிக்கு வாயிலது என்பது பல பொருள்களை உணர்த்துகின்றது, என்று தற்கால எழுத்தாளர் ஒருவர் விளக்கம் தருகின்றார்.

பதினெட்டாம் நூற்றாண்டின் தொடக்கத்தில் பர்னல் (*Burnell*) என்ற ஆங்கிலேயருக்கு மும்பா தேவி இப்படித் தோன்றினாள்:

''அழுக்கடைந்த சிறு குடிலில், மலர்களால் அலங்கரிக்கப்பட்ட ஒரு பலி பீடத்தின் மீது (மூம்பா தேவி) அமர்த்தப்பட்டிருந்தது. அவள் தலை அவளது உடம்பைவிட மூன்று மடங்கு பெரியதாயிருந்தது''. (தமிழ் நாட்டு அம்மன்கள் சிலையை இது நினைவு படுத்துகின்றது).

ஆங்கிலேயர் இக்காலத்தில் இந்து இறையுருவங்களின் உள்பொருள்களை உணராதிருந்தனர் என்பதற்கு இது ஓர் எடுத்துக்காட்டாகும்.

1774

குறிப்பிட்ட ஓரிடத்து மக்களால் வழிபடப்பட்டுவந்த, ஊர் பேர் தெரியாத தெய்வமாக இது இருந்து வந்தாலும் பண்டை மக்கள் மண்மாதாவை இப்படித்தான் கண்டனர். அம்மக்களின் மகா அம்பா ஆயீ குறைந்து மூம்பா தேவி ஆயிற்றென்பர். இன்று அந்த இறைவி நிலை பெற்றுப் பெருஞ்சிறப்புடன் விளங்குகின்றாள்.

பம்பாய்

மூம்பை என்ற அத்தேவியின் பெயர் திரிந்து மும்பை என்று மருவிப் பம்பாய் என்று வழங்குவதாய் உறுதியாய்க் கொள்ளலாம். இந்தியத்தில் இறைவி பெயராலும் இறைவன் பெயராலும் வழங்கும் ஊர்கள் எண்ணிறந்தன.

எனினும் புவான் பாகியா என்ற போர்த்துக்கீசச் சொல்லிலிருந்துதான் பம்பாய் என்ற பெயர் பிறந்ததாய்ப் பிரிட்டசார் கருதி, அவ்வாறே பத்தொன்பதாம் நூற்றாண்டின் பெரும்பாலான நூல்களில் குறித்து வந்தனர். புவான் பாகியா என்ற சொல்லுக்கு நல்ல குடா (குடா = கடற் குடா) என்று பொருள். ஆனால் இந்த விளக்கம் ஏற்கப்படாது தள்ளப்பட்டு விட்டது. ஏழு தீவுப் பம்பாயில் முதன் முதலில் குடியேறிய ஐரோப்பியரான போர்த்துக்கீசரே இதைப் பம்பைம் (*Bombaim*)என்றுதான் அழைத்தனர்.

இதை இந்தியப் பெயராக்க வேண்டுமென்றும் பம்பாயை மும்பை என்று வழங்க வேண்டுமென்றும் கருத்துக் கூறப்பட்டது. அது 1981 இல் கொள்கையளவில் ஏற்றுக் கொள்ளப்பட்டது. மூங்கையரான இறைவி இதையறிந்து தனக்குள் நகைத்திருருக்க வேண்டும். மேற்குறித்த கருத்துப்படி, மேற்குக் கரையயில் பெரும் பட்டினமான இந்நகரம் இனிமேல் மும்பை என்று இந்தி மொழியில் அழைக்கப்படும் என்ற முடிவை இந்திய நாடாளுமனன்றம் 1990 ஏப்ரலில் எடுத்துவிட்டது. எனினும் அது ஆங்கிலத்தில் *Bombay* (பம்பாய்) என்றே தொடர்ந்து அழைத்துவரப்படும்.

இந்திய அரசியலமைப்புச் சட்டம் 1950 ஜனவரி 26 அன்று முறைப்படி நாடாளுமன்ற உறுப்பினர்களாலும் குடியரசுத் தலைவராலும் கையெழுத்திடப் பட்டபோது, அதில் மும்பை என்ற பெயரே சொல்லப்பட்டிருந்தது என்பது குறிப்பிடத் தக்கதாகும்.

பம்பாய் நகரைத் தோற்றுவித்தவர் என்ற சிறப்பு ஜெரால்டு ஆங்கியர் (Gerald Angier: 1669-1707) என்ற ஆங்கிலேயரையே சேரும். (இவரைப் பற்றி இ.ச.க.தொகுதி-2/2,5 காண்க.)

ஆங்கியர் 1698 இல் பம்பாய் ஆளுநராயிருந்தார். ஆங்கியர் 1707 ஆம் ஆண்டு இறந்ததும் சூரத்து நகரில் அடக்கம் செய்யப்பட்டார்.

3. அஞ்சல் துறை முதல் தலைவர்: அஞ்சல் வரலாறு

அரசுப் பணிகளுக்காகவே அஞ்சலோடிகளைப் பயன்படுத்தி நிறுவப்பட்ட அஞ்சல் முறையிலிருந்துதான் தற்காலத்துப் பொது அஞ்சல் ஊழிய முறை உலகு தழுவியதாய் உருப்பெற்றது.

பாரசிகர்

பாரசிகப் பேரரசை நிறுவிய மா சைரஸ் (529 கி.மு.) சுமார் கி.மு. 550 வாக்கில் பாரசிகம் முழுமையிலும் 550 அஞ்சலகங்களை அமைத்தார் என்ற செய்திதான், அஞ்சல் வரலாற்றில் மிகவும் தொன்மையானது என்று அறிஞர் கருதுவர். எனினும் கி.பி. ஏழாம் நூற்றாண்டுத் தொடங்கிப் பதினைந்தாம் நூற்றாண்டு வரை நிலவிய இஸ்லாமியக் காலிஃபாக்கள் காலத்தில் நடந்து வந்த அஞ்சல் முறைதான் பழம் பாரசிக, ரோமானிய அஞ்சலை விட மிக முக்கியமானது என்பர்.

சந்திர குப்த மௌரியர்

இந்தியத்தில் பண்டைக் காலத்தில் சந்திர குப்த மௌரியரின் ஆட்சிக் காலத்தில் (321-297 கி.மு.) அஞ்சல் முறை இருந்ததென்று அறிகின்றோம். அப்போது கோநகருக்கும் நாட்டின் விரிந்தகன்ற எட்டாக் கை மாநிலங்களுக்கும் இடையே அஞ்சல் தொடர்பு ஏற்பாடுகள் அமைந்திருந்தன. பேரரசருக்கு உளவுச் செய்திகளையும் மறைவடக்கமான தகவல்களையும் அப்போதைக்கப்போது அனுப்பிவைக்கும் அஞ்சல் முறை அக்காலத்தில் இருந்தது.

காலிஃபாக்கள்

காலிஃபாக்களின் அஞ்சலமைப்பு முறை அளவிலும் திறமையிலும் மிகவும் சிறந்து விளங்கிற்று. அந்த அஞ்சல் முறையிலிருந்து பெறப்பட்ட சில கூறுகள் இன்றைய அஞ்சலமைப்பிலும் அடங்கியுள்ளன.

அரபு அஞ்சலின் தந்தை என்று அப்பாசிது மரபின் காலிஃபா அல்- சபாவைக் (ஆட்சிக் காலம் 749-754 கி.பி.) கருதலாம். அவர் பாக்தாதில் தொடங்கி ஆறு நெடுஞ்சாலைகளில் 930 அஞ்சல் நிலையங்களை எட்டாம் நூற்றாண்டில் நிறுவினார். இத்தகைய அஞ்சல் நிலையங்களில் அஞ்சலோடியருக்குக் குதிரைகள் மாற்றித் தரப்பட்டன; அஞ்சலோடிகள் ஒட்டகங்களைப் பயன்படுத்தினர்; நடந்தும் சென்றனர். அஞ்சல் நிலையங்களில் இரு வகையான மேலாள் இருந்தனர். ஒரு வகையினர் கடிதங்களைப் பெறுவதும், அவற்றை உரிய இடங்களுக்கு அனுப்புவதுமான பணிகளைச் செய்தனர். இன்னொரு வகையினர் மாநிலத் தலைநகரில் தலைமை அஞ்சல் மேலாளராய்ச் செயல்பட்டனர்.

அவர்கள் அஞ்சல் தலைவர்களின் பணிகளை மேற்பார்த்து, அவர்களை நெறிப்படுத்தி வந்தனர். பொதுநடவடிக்கைகள், இராணுவ நடவடிக்கைகள் இரண்டையும் பற்றிய செய்திகளனைத்தையும் பாக்தாதிலிருந்த தலைமை அஞ்சலகத்திடம் தெரிவித்தனர். புறாக்கள் வழியே செய்திகளை அனுப்பும் முறையும் இக்காலத்தில் அரபுகளிடையே இருந்தது.

அவரையடுத்துப் பட்டமேற்ற காலிஃபாவான அல்-மன்சூர் (ஆட்சிக்காலம் 754-775 கி.பி.) சொன்னார்: ''என் அரியணை நான்கு கால்களின் மேல் நிற்கின்றது. என் அதிகாரம் நான்கு மனிதர்களால் தாங்கப்பட்டு நிற்கின்றது. மாசு மருவற்ற காசி (நீதிபதி), ஆற்றல் நிறைந்த காவல் தலைவர், நாணயமான நிதியமைச்சர், ஒவ்வொன்றையும் பற்றி நம்பகமான செய்தியைத் தரும் அஞ்சல் தலைவர்''.

சோழர் அஞ்சல்

சோழர்களும் (கி.பி. 9-11 நூ) அரபுகளைப் போன்று புறாக்களைப் பயன்படுத்திச் செய்திகளை அனுப்பினர். அவர்கள் இதற்கென்று புறாக்களைப் பழக்கிப் பல இடங்களில் வைத்திருந்தனர். அத்தகைய இடங்களில் புறாக்களைப் பேணுவதற்குரிய வசதிகளும் அவற்றைக் கவனிக்கும் காவலர்களின் இருப்பிடங்களும் இருந்தன. இத்தகைய ஏற்பாடு சோழப் பேரரசு முழுமையிலும் இருந்திருக்கலாம். அஞ்சல் பணிகளில் புறாக்களை ஈடுபடுத்தும் பழக்கம் இன்றும் இருந்து வருகின்றது.

1774

மங்கோலியர் அஞ்சல்

மாபெரும் மங்கோலிய வெற்றி வீரரான செங்கிஸ் கான் (1154-1226 கி.பி.) அரேபிய மாதிரியில் அஞ்சல் முறையை முதன் முறையாய் அமைத்தார். உலகெங்கும் விரிந்து பரந்திருந்த மங்கோலியப் பேரரசைக் கட்டிக் காத்ததில் இந்தச் செய்தித் தொடர்பு முறைக்குப் பெரும் பங்கு இருந்தது.

கில்ஜியர் அஞ்சல்

டெல்லியைக் கி.பி. 1290 முதல் 1320 வரை அரசாண்ட பட்டாணியரான கில்ஜி சுல்தான்களில் அலாவுதீன் கில்ஜியின் காலத்தில் (1296-1314 : இவர் தன் தானைத் தலைவர் மாலிக் காபூரை அனுப்பித் தென்னகத்தின் மீது படையெடுத்தவர்) குதிரையிலும் நடந்தும் சென்ற அஞ்சலோடியர்கள் இருந்தனர் என்று கியாசுதீன் என்ற இஸ்லாமிய வரலாற்றாசிரியர் கூறுகின்றார்.

லோடியர் அஞ்சல்

லோடி சுல்தான்கள் கி.பி. 1457 தொடங்கி 1526 வரை 75 ஆண்டுக் காலம் டெல்லியில் அரசிருந்தனர். அக்குடியைச் சேர்ந்த சிக்கந்தர் லோடி (1489-1517 கி.பி.) சிறு அஞ்சல் நிலையத்தை ஒவ்வோர் இடத்திலும் வைத்திருந்தார். அவர் அவற்றின் வழியே தன் படையினர்க்கு நாள்தோறும் இரு ஃபர்மன்களை -ஆணைகளை அனுப்பி வந்தார்.

முகலாயர் அஞ்சல்

முகலாயர் குடியைக் கி.பி. 1526 இல் நிறுவிய பாபர் (1483-1530) தன் கோநகரான ஆக்ராவிலிருந்து சாலை வழியே குதிரைகளைக் கொண்டு அஞ்சலோட்டம் நடத்திவந்தார்.

முகலாயர் ஆட்சிக் காலத்தில் அரசுப் பணிகளுக்காகவே நடந்து வந்த அஞ்சல் முறை வெகு திறமையாய்ச் செயல்பட்டு வந்தது. முகலாய மன்னர்கள் ஆட்சி நிர்வாகம் திறம்பட நடந்து வந்ததற்கு, அவர்கள் தம் ஆளுநர்களுடனும், பேராளர்களுடனும் முறையான கடிதத் தொடர்பு வைத்திருந்தது முக்கியமான காரணமாகும். முகலாய மன்னர்களுக்கு அஞ்சல் அனுப்புவதிலும், கடிதம் எழுதுவதிலும் அந்தப்புர அரசியர் துணை புரிந்து வந்திருக்கின்றனர்.

ஷேர் ஷா அஞ்சல்

டெல்லி மன்னரான ஷேர் ஷா தன் குறுகிய ஆட்சிக் காலத்தில் (1541-1545) தனக்கு முன் இயக்கி வந்த அஞ்சலோட்ட முறையைச் சீர்திருத்தி அஞ்சலோடிகளைக் குதிரையில் அனுப்பினார் என்று வரலாற்றாசிரியர் ஃபரிஷ்டா கூறுகின்றார். அவர் வங்கத்தின் தாக்கா நகரத்திற்கு அருகிலிருந்த சோனார்காம் என்ற இடத்திலிருந்து, கிராண்டு டிரங்கு சாலை என்ற நெடுஞ்சாலை வழியே சிந்து ஆற்றின் அருகிலிருந்த பகுதி வரையிலும் ஏறத்தாழ 3200 கிலோ மீட்டர் - இரண்டாயிரம் மைல் - அஞ்சலோட்டத்திற்கென்று பிற சாலைகளையும் அமைத்தார். அவர் சாலைகள் நெடுகிலும் ஆயிரத்து எழுநூறுக்குமதிகமான சராய்கள் என்ற சத்திரங்களை அமைத்தார்.

மைசூரார் அஞ்சல்

மைசூர் மன்னரான சிக்க தேவராயர் (1673-1704 கி.பி.) தன் ஆட்சிப் பரப்பு முழுமையிலும் வெகு திறமையான அஞ்சல் முறையை 1673 ஆம் ஆண்டு நிறுவினார். அஞ்சலகம் என்பது நாட்டு நடப்புச் செய்திகளை அரசிற்குத் தெரிவிக்கும் வெறும் அமைப்பு மட்டுமன்று. அஞ்சலகத் தலைவர்கள் மைசூர் அரசின் நம்பிக்கைக்குரிய ஒற்றராயுமிருந்தனர். அடிநிலை ஊழியர்கள் அரசிற்காக நாடெங்கும் வேவு பார்த்தனர்.

ஐதரலி (1722-1782) இந்த அஞ்சல் முறையை மேலும் வலுப்பெறச் செய்தார். மைசூரில் அதை அஞ்ச என்று அழைத்தனர். ஐதரலி தன் அடக்கு முறைச் செயல்களுக்கு அஞ்சலமைப்பை அருமையான கருவியாய்ப் பயன்படுத்தினார்.

கம்பெனி அஞ்சல்

பிரிட்டிஷ் கிழக்கிந்தியக் கம்பெனி 1688 ஆம் ஆண்டிலேயே பம்பாயில் தன் கட்டுக்குள்ளடங்கிய அஞ்சலகத்தைத் திறந்ததிலிருந்து, இந்தியத்தில் தற்கால அஞ்சல் வசதி உருப்பெற தொடங்கியது எனலாம். இந்த அஞ்சல் வசதி கம்பெனிப் பணிக்கு மட்டுமே பயன்பட்டது. பொதுமக்கள் இந்த வசதியைப் பெறவில்லை.

எனினும் இந்த 1774 இல் கல்கத்தாவில் முதல் அஞ்சல் துறைத்தலைவர் (*Postmaster General*) அமர்த்தப்பட்டார். கல்கத்தா நகரிலமைந்த பொது அஞ்சலகம் ரெட் ஃபியரன் என்றவரை தலைவராய்க் கொண்டு 1774 ஏப்ரல் முதல் நாளிலிருந்து செயல்படலாயிற்று. இனி வரும் ஆண்டுகளில் அஞ்சல் ஊழிய வசதிகள் பெருகியதை இக்களஞ்சிய வரிசையில் ஆங்காங்கே காணலாம்.

4. திபெத்தும் பிரிட்டிசாரும்

இன்று திபெத்து என்று தனியாக எந்த நாடும் உலகில் இலது. சீன மக்கள் குடியரசின் தென் மேற்கிலுள்ள சிசாங்குத் தன்னாட்சிப் பகுதி (*Xizang*) என்ற பெயரில் இன்று திபெத்து

வழங்குகின்றது. திபெத்தைச் சீன மொழியில் சித்சாங்கு (*Sitsang*) என்றழைக்கப்படுகின்றனர். (திபெத்து : இ.ச.க.தொகுதி-2) இது உலகிலே மிகவும் தனித்து ஒதுங்கியிருக்கும் பகுதியாகும். இது மாபெரும் இமயமலைத் தொடரின் வடக்கிலுள்ளது. சீனம் இப்பகுதியை 1959 ஆம் ஆண்டு கவர்ந்து கொண்டதற்கு முன்னர் லாமாயம் (*Lamaism*) என்ற பௌத்த பிரிவைச் சேர்ந்த குருமார் அமைப்பின் ஆட்சியில் திபெத்து இருந்து வந்தது.

உலகின் கூரை என்று போற்றப்படும் திபெத்தை வெளியுலகினர் அரை குறையாய் அறிந்து கொண்டிருந்த காலத்தில், அதைப் பற்றி இயல்பு மீறிய கற்பனைகள் செய்யப்பட்டிருந்தன. தாந்திரிகம் என்ற மறைஞானக் கருவூலமாய்த் திபெத்திலுள்ள பௌத்த மடாலயங்கள் விளங்குகின்றன. திபெத்தை எப்படியும் அடைந்து விட வேண்டுமென்ற ஆர்வம் ஐரோப்பியருக்கு இருந்து வந்தது. இமயத்தைத் தாண்டித் திபெத்தை அடையும் நோக்குடன் ஏசு சபைச் சாமியார் ஒருவர் 1716 ஆம் ஆண்டு லாகூரிலிருந்து சென்றார். (இ.ச.க.தொகுதி-2)

எனினும் ஐரோப்பியரில் திபெத்தைப் பற்றி நன்கறிந்தவர்கள் ஆங்கிலேயரேயாவர் என்ற சிறப்பு அவர்களுக்கு இந்த 1774 ஆம் ஆண்டிற்குப் பிறகு கிடைத்தது. திபெத்தின் தலைநகரான லாசாவிலிருந்து நாட்டை ஆட்சி புரிந்து வந்த தலை லாமாவின் அடுத்த நிலையிலிருந்து பஞ்சன் லாமா, திபெத்திற்கு ஒரு தூதுக் குழுவை அனுப்பி வைக்குமாறு தலைமை ஆளுநரான வாரன் ஹேஸ்டிங்சைக் கேட்டுக் கொண்டார். ஹேஸ்டிங்சும் அதற்கிணங்க ஜார்ஜ் போகிள் என்ற ஸ்காத்லாந்தியரைக் கிழக்கிந்தியக் கம்பெனியின் பேராளராய்த் (*Resident*) திபெத்திற்கு அனுப்பினார்.

1774

இதற்கு முன்னர் கத்தோலிக்கரான ஏசு சபையினர் அல்லது கேப்புசின் சபையினர் மட்டுமே திபெத்து சென்று, அந்நாட்டுடன் தொடர்பு கொண்டிருந்தனர் (கேப்புசின் சபை என்பது ஃபிரான்சிஸ்கன் சபையின் ஒரு பிரிவாய்ச் சமயப் பணிக்கென்று 1528 இல் நிறுவப் பெற்றது. ஏசு சபை இதற்கு ஆறாண்டுகள் கழித்து 1534 இல் அமைந்தது.)

எனவே திபெத்துப் பகுதி பற்றி நிரம்ப அறிந்து வருமாறு போகிளிடம் கூறப்பட்டிருந்தது. போகிள் சிறிது காலம் எகிப்தில் இருந்தவர். அவர் திபெத்தில் கண்டு, கேட்டு எழுதியன அனைத்தும் அச்சேறியதில்லை. ஆயினும் அவர் கண்டவற்றை அடிப்படையாய் வைத்துத் தொகுத்து எழுதப் பெற்ற கட்டுரை ஒன்று பிரிட்டனின் இராயல் சங்கத்தினால் 1777 ஆம் ஆண்டு (47 ஆம் தொகுதி, பக்கம் 465-492) வெளியிடப் பெற்றது.

பின்னர் 1783 இல் இந்தியத்திலிருந்து மற்றொரு தூதுவர் திபேத்திற்கு அனுப்பி வைக்கப்பட்டார். அவர் லாசாவினுள் நுழைவதற்கு இசைவு தரப்பட்டது. ஆனால் போகிளுக்கு அந்த வாய்ப்பு முன்னர் கிடைத்திலது.

(*Lhasa* - லாசா : தென்மேற்குச் சீனத்தில் 3,600 மீட்டர் - 11,830 அடி உயரத்திலுள்ளது. இது சிசாங்குத் தன்னாட்சிப் பகுதியின் தலைநகரம். உலகில் வெகுவாய்த் தனித்து ஒதுங்கியிருக்கும் நகரம். இது 17 ஆம் நூற்றாண்டிலிருந்து 1959 வரையிலும் தலை லாமாக்கள் வாழுமிடமாயிருந்தது. இது இருபதாம் நூற்றாண்டு வரையிலும் ஐரோப்பியர் நுழைய விடப்படாத நகராயிருந்து வந்தது. திபெத்தியர் யார்லுங்கு சங்குபோ என்று அழைக்கும் பிரம்மபுத்திரையின் கிளை ஆறு பாய்கின்ற சமவெளியில் இமயத்திற்கும் நியையின்கு வண்டங்கலகா என்ற மலைத் தொடருக்கும் நடுவில் லாசா அமைந்துள்ளது. இந்நகரம் கிழக்குச் சீனத்திலிருந்து கரடு முரடான மலைகள் நிறைந்த திபெத்தியச் சமவெளியால் பிரிக்கப்பட்டிருக்கின்றது. லாசாவில் பௌத்தக் கோயில்கள் பலவும், தலை லாமா முன்னர் வாழ்ந்திருந்த போதல (*Potala*) அரண்மனையும் உள்ளன.)

1774

போகிளுக்கு முன்னர் எஸ்.டர்னர் என்றவர் தன்னுடன் வரைவாளர் ஒருவரையும் நில அளவையர் ஒருவரையும் அழைத்துக் கொண்டு திபெத்து சென்றார். இவர் போகிளைப் போலன்றித் தன் திபெத்துப் பயணம் பற்றி ஒரு நூலை எழுதி 1800 ஆம் ஆண்டு வெளியிட்டார்.

5. வேதியியல் வரலாற்றுத் தொடக்கம்

வேதியியல் என்பது என்ன?

உலகப் பொது மொழியான ஆங்கிலத்தில் *Chemistry* என்றும் தமிழில் வேதியியல் என்றும் கூறப்படும் சொல்லின் சரி நுட்பமான பொருள் என்ன? பொருளின் *(Matter)* சேர்க்கை, அதிலடங்கிய துணைப் பொருள்கள் ஆகியன பற்றி மிகச் சரியாகவும், மெய்யான முறையிலும் விரித்துரைப்பது என்றும்; பல்வேறு நிலைகளிலும் சூழல்களிலும் பொருளானது என்னென்ன மாறுதல்களுக்கு உள்படுகின்றது என்றும் விளக்கிக் கூறுகின்ற இயற்கை அறிவியல் துறையின் ஒரு கிளை என்றும் விரித்து பொருள் கொள்ளலாம். இங்ஙனம் மிகச் சரியாகப் பொருள் கொள்கின்ற முழு மெய்ம்மையின் பெட்டகமாய் விளங்குகின்ற ஓர் அறிவியல் துறையில் பிழைகளே இரா என்பது தெளிவு. பிழைகள் வேதியியலில் இல்லை மனிதன் அதை விளக்கியுரைப்பதில் தான் பிழைகள் நேர்கின்றன என்பதை அதன் வரலாறு காட்டும்.

வேதியியல் வரலாறு என்பது என்ன?

பொருளின் கட்டமைப்பு, அதிலடங்கிய துணைப் பொருள்கள், பொருள் அடைகின்ற தோற்ற மாற்றங்கள் ஆகியன பற்றி ஏற்றுக் கொள்ளத்தக்க விளக்கங்களைப் பெறுவதற்கென்று மனிதன் மேற்கொண்ட முயற்சிகள் பற்றிய செய்திகளை விவரிப்பது வேதியியல் வரலாறாகும். இத்துறை குறித்த ஆய்வுகளையும், அவற்றில் விளைகின்ற தவறையும் கூறுகின்ற வரலாறும் ஆகும். ஒரு காலக்கட்டத்தில் கூறப்பட்ட விளக்கங்கள், மேலும் சரியான அறிவைப் பெற்றுவிட்ட அடுத்த காலக்கட்டத்தில் பழைய விளக்கங்கள் பிழைகள் என்று ஒதுக்கித் தள்ளப்பட்டதைக் கூறுவதும் அவ்வரலாறேயாம். நூறு ஆண்டுகளுக்கு முற்பட்ட வேதியியல் பாடநூல்கள் பிழையான சில கூற்றுகளின் காரணமாய் இப்போது தள்ளப்படுகின்றன. இனி வரக்கூடிய அடுத்த நூற்றாண்டிலும் வேதியியல் பாட நூல்களில் பிழையென்று கருதப் படுபவை ஒதுக்கிவிடப் படலாம்.

வேதியியல் வரலாற்றுத் தொடக்கம்

வேதிப் பத்து என்ற இத் தொகுதியில் இரசவாதம் பற்றி 1771 ஆம் ஆண்டின் மூன்றாம் கட்டுரை வேதியியலின் அறிவியல் படிமுறை வளர்ச்சி பற்றி விரிந்த செய்திகளைத் தருகின்றது. படிப்பாளிகள் வேதியியல் வரலாற்றின் முதற் பகுதியாய் அக்கட்டுரையைக் கொண்டு படிப்பது நல்ல விளக்கமாய் அமையும்.

வேதியியல் முறையான ஓர் அறிவியல் துறையாய்ப் பதினேழாம் நூற்றாண்டில் அயர்லாந்திய அறிவியலரான இராபட் பாயிலினால் *(Robert Byle : 1627-1691)* தொடங்கிவைக்கப்பட்ட தென்று கொள்வாருளர். ஆனால் அதற்குச் சரியாய் ஒரு நூற்றாண்டிற்குப் பிறகு பிரஞ்சு அறிவியலாரான அண்டாயின் லாவோசியேயுடன் *(Antoin Laurant Lavoisier : 1743-1794)* வேதியியல் வரலாறு தொடங்கியது என்பாரும் உளர். ஆனால்

அறிவியலில் மனிதன் சரியானது என்று ஏற்றுக் கொண்டதற்கும் பிழை என்று கண்டு கொண்டதற்கும் இடைப்பட்ட கால வெளி தொடர்ந்து மாறிக் கொண்டேயிருப்பதால், இது இவரிடமிருந்து தொடங்கியது என்றோ, அவரிடமிருந்து தோன்றியது என்றோ, காலக் கோட்டைக் கிழித்து நம்மால் வேறுபடுத்தி அறிவதற்கு இயலாது என்று கூறுவாருமுளர்.

எனினும், வேதியியலின் தோற்றம் பதினெட்டாம் நூற்றாண்டின் இந்தக் காலக்கட்டத்தில்தான் நிகழ்ந்தது என்று பொதுவாய் கொள்ளப்படுகின்றது.

''ஆயிரத்து அறுநூற்று அறுபதுகளிலும் எழுபதுகளிலும் செழித்திருந்த இராபட் பாயிலும், ஆங்கில மருத்துவ வேதியியல் கூட்டத்தாரும் இத்துறையில் (வேதியியலில்) ஒரு மரபை உண்டாக்கத் தவறிவிட்டனர். அவர்களையடுத்து வந்த காலப் பகுதியில், அவர்கள் வேதியியலில் நிகழ்த்திய சாதனைக்குக் கிடைக்க வேண்டிய கவனிப்பு இல்லாமற் போயிற்று'' என்று அறிவியல் வரலாற்றாசிரியரான எஸ்.எஃப்.மேசன் வேதியியல் வரலாற்றுத் தொடக்கம் பற்றிய மேற்சொன்ன கருத்தை வலுப்படுத்துகின்றார்.

வேதியியல் வரலாறு மெய்யாகவே இந்த *1774* ஆம் ஆண்டு தொடங்குகின்றது என்பர். மக்களின் சமுதாய, அரசியல் வரலாற்றில் போலவே, அறிவியல் வரலாற்றிலும் மேம்பாடும் வளர்ச்சியும் தொடர்ந்து நிகழ்ந்து வருகின்றன. இம் முன்னேற்றத்தின் அளவு சீராக அமையாமலிருக்கலாம். வெகு விரைவானதும் விசை வேகமிக்கதுமான வளர்ச்சிக் காலமும், மெதுவாய் ஊர்ந்து வலுக் குன்றிச் செல்லும் மந்த கதியான காலமும் அறிவியல் வரலாற்றில் மாறி மாறி வரும்.

''வரலாற்றில் யுகங்கள் உண்டு; அறிவியல் துறை ஒன்றின் வாழ்க்கையிலும் தலைமுறைகள் உண்டு. அத் தலைமுறைகளில் ஒவ்வொன்றும் ஊகக் கருத்தான புனைவு கோள்களைக் கொள்வதுடன், இயல் நிகழ்வுகள் குறித்துப் புதியதும் போதிய அளவில் மிகுந்த விளக்கம் தருவதுமான அறிவியல் விதியொன்றை உருவாக்கிச் செல்கின்றது; அந்தத் தலைமுறை ஆராய்ச்சி செய்து கண்ட முடிவுகளின் பின்னர் பெறப்படும் அறிவியல் விதிகளுடனும் அது தோன்றுகின்றது என்பதை நாம் வரலாற்றில் காண்கின்றோம்.

''அத் தலைமுறைகளின் பணி அத்துடன் அமைந்து விடாது. அறிவியல் மாணவனுக்கும் ஆராய்ச்சியாளனுக்கும் புது நோக்கையும் புதிய குறிக்கோளையும், வழிகளையும் காட்டி, அவர்கள் தம் பணியைத் தொடர்ந்து நடத்திச் செல்லுமாறு செய்கின்றது'' இவ்வாறு ''வேதியியலின் நூறு ஆண்டுகள்'' என்ற புகழ் ஆங்கில நூலின் ஆசிரியரான அலெக்சாந்தர் ஃபின்லே வேதியியல் வரலாற்றின் பின் புலத்தை விளக்கிச் செல்கின்றார்.

வேதியியலின் புது யுகம்

வேதியியல் வரலாற்றில் அத்தகைய ஒரு யுகம் பதினெட்டாம் நூற்றாண்டின் கடைசிக் கால் பகுதி தொட்டுப் பத்தொன்பதாம் நூற்றாண்டின் முக்கால் பகுதி வரை நூறு ஆண்டுகள் நீடித்தது. பத்தொன்பதின் முதல் கால் பகுதியில் *(1801-1825)* எதிர்கால வளர்ச்சிக்கு வழிகள் வகுக்கப் பெற்றன. எனவே பத்தொன்பதாம் நூற்றாண்டுக் காலத்தில் வேதியியல் வளர்ந்ததையும் மேம்பட்டதையும் சரியான முறையில் உணர்ந்து கணிக்க வேண்டுமாயின், அதற்கு முந்திய பதினெட்டாம் நூற்றாண்டு நிலவிய வேதியியலார், தமக்கு முந்திய தலைமுறையினரிடமிருந்து பெற்ற அறிவுச் சொத்துகளுடன் எவ்வாறு இத்துறைக்குள் அடியெடுத்து வைத்தனர் என்பதை நாம் ஒரு பார்வையேனும் பார்த்தால்தான், அந்தக் கணிப்புச் சரியாக இருக்க முடியும்.

பதினாறு, பதினேழாம் நூற்றாண்டு

பதினைந்தாம் நூற்றாண்டில் அச்சிடும் கலை கண்டுபிடிக்கப்பட்டதும் (இ.ச.க. தொகுதி-1) அறிவியல் நூல்கள் அச்சிடப்பட்டு, அவை எங்கும் பரவியதால், மனிதர் பொருளின் (*Matter*) கட்டமைப்பு, தோற்ற மாற்றம் ஆகியன பற்றித் தாமே சிந்திக்கும் தூண்டுதல் பெற்றனர். பண்டைக் காலத்திலிருந்தே ஏற்றுக் கொள்ளப்பட்டு வந்த கோட்பாடுகள் பற்றி ஐய வினாக்கள் எழுந்தன. இந்தக் காலத்திலிருந்துதான், பதினைந்தாம் நூற்றாண்டிலிருந்துதான், இரசவாதத்தின் நோக்கங்களையும், குறிக்கோள்களையும் பற்றி ஐயப்பாடுகள் அலையென எழுந்தன.

இந்த வேதிப் புரட்சியின் தொடக்க காலத்துத் தலைவர்களுள் ஃபிலிப்பஸ் ஆரியோலஸ் பாராசெல்சஸ் (*Philippus Aureolus Paracelsus* : *1493-1541*; சுவிட்சர்லாந்திய மருத்துவர்; இரசவாதி) குறிப்பிடத்தக்கவராவர். ‘‘வேதியியலின் குறிக்கோள் தங்கம் செய்வது அன்று; மருந்துகள் செய்வதேயாகும்’’ என்று அவர் அடித்துக் கூறினார். இது இரசவாதக் குறிக்கோள் பற்றிய மிகுந்த முற்போக்கான அறிக்கைதான் எனினும் அவர் போலி அறிவியலான இரசவாதத்தின் கொள்கைகளை மறுத்துக் கூறவில்லை. ஏனெனில் பாராசெல்சஸ் இரசவாதத்தை மிகவும் உறுதியாய் நம்பினார்.

1774

அவர் பகுத்தறிவிற்கு ஒவ்வாதனவும் திருத்தமற்றனவுமான கருத்துகளைக் கூறினாரெனினும் மருந்துகள் செய்வதை வேதியியலின் முக்கியமான கொள்கையாய்க் கொண்டிருந்தமையால், இரசவாதத்தின் பயனற்ற முயற்சிகளினால் மறைந்தொழியும் நிலைக்குச் சென்று விட்ட வேதியியலுக்குப் புத்துயிரூட்டிவிட்டார். அவர் வழி வழியாய் இருந்து வந்த மரபுகளையெல்லாம் முறித்தார். அவர் இத்துறையில் ஆற்றிய பணிகளின் பலனாய், ஒவ்வொரு மருத்துவரும் கற்க வேண்டிய கல்வியில் வேதியியல் தவிர்க்க முடியாத ஒன்று என்ற நிலையை எய்தியது.

பாராசெல்சஸ் பாதரசம், அஞ்சனக் கல், இரும்பு, செம்பு வேறு பிற உலோகங்கள் ஆகியவற்றைச் சேர்த்து மருந்துகள் செய்யும் புதிய முறையைக் கொண்டுவந்தார்.

இவருக்குப் பிறகு பதினேழாம் நூற்றாண்டில் எழுந்த லைபாவியஸ் (*Libavius* : *1540-1616*), வான் ஹெல்மான் (*Van Helmont* : *1577-1644*), கிளாபர் (*Glauber* : *1604-1668*), கங்கல் (*Kuncal* : *1630 -1715*) என்போரும் பிறரும் வேதி மருத்துவத்தில் (*Latro-Chemistry*) சிறந்து விளங்கினர். அவர்கள் புதிய வேதிச் சேர்மானங்கள், வேதியியல் வழி முறைகள் ஆகியவற்றைப் புதிதாய்க் கண்டுபிடித்தனர்.

ஆங்கில வேதியியல் துறை பதினேழாம் நூற்றாண்டின் இறுதியில் தாழ்ச்சியுறத் தொடங்கிய நேரத்தில், ஜெர்மானிய மருத்துவ வேதித் துறை புத்துயிர் பெறத் தொடங்கி ஃபுளோஜிஸ்தான் (*Phlogistan*) கொள்கையை உருவாக்கிற்று. வேதிப் பொருள்களில் மூன்று உள்ளியல்புகள் (*essence*) அல்லது ஆற்றல் கூறுகள் (*Principles*) உள்ளன என்று ஜெர்மன் மருத்துவ வேதியியலார் ஊகித்தனர்.

கந்தகம்	-	தீப்பற்றும் இயல்பு
பாதரசம்	-	ஒழுகியல்பு
உப்பு	-	இயங்காத் தன்மையும் வேதி விளைவற்ற இயல்பும்.

ஜெர்மனியின் அமெயின்ஸ் நகரத்துப் (இ.ச.க.தொகுதி-6) பேராசிரியரான ஜோச்சிம் பெசர் (*Joachim Becher* : *1635-1682*; இவர் முதலில் இரசவாதத்தில் ஈடுபட்டிருந்தவர்.)

மேற்சொன்ன கொள்கையைச் சற்று மாற்றிக் கூறினார். கெட்டியான மண்ணுலகப் பொருள்களில் பொதுவான மூன்று சேர்மானங்கள் உள்ளன என்று பெசர் 1669 ஆம் ஆண்டில் கூறினார்.

அனைத்துத் திடப் பொருள்களிலும் இருக்கின்ற நிலையான மண் எனப்படும் *terra lapide* என்பது அவற்றுள் முதலாவதாகும். இது பெசருக்கு முன்னர் மருத்துவ வேதியியலார் கூறிய உப்புக் கொள்கையுடன் ஒத்திருப்பதாகும்.

இரண்டாவது, தீப்பற்றக்கூடிய அனைத்துப் பொருள்களிலும் இருக்கின்ற எண்ணெய்ப் பசையுள்ள மண்ணாகிய *terra pinguis*; இது காந்த இயல்பை ஒத்தது. மூன்றாவது ஒழுகியல்புக் கொள்கையை ஒத்த *terra mercurialis* என்ற ஒழுகியல்புத் தன்மையுடைய மண். இது பாதரசக் கொள்கையுடன் ஒத்தது.

1774

ஃபுளோஜிஸ்தான்

ஹாலே (இ.ச.க.தொகுதி-2) என்ற ஜெர்மன் நகரைச் சேர்ந்த மருத்துவ வேதியியல் பேராசிரியரான ஜியார்ஜ் ஏனஸ்டு ஸ்டால் (*Georg Emest Stahl : 1660-1734*) தன் ஆசிரியரான பெசரின் இக்கொள்கைக்கு ஃபுளோஜிஸ்தான் என்ற பெயரைக் கொடுத்தார். இது கிரேக்க வேரையுடைய இலத்தீனச் சொல்லிலிருந்து பிறந்த பெயராகும். இதற்குத் தீப் பற்றக் கூடியது என்பது பொருளாகும். எரியக் கூடிய பொருள்கள் அனைத்திலும் நீற்றுப் போகும் (*Calcination*) உலோகங்கள் அனைத்திலும் ஃபுளோஜிஸ்தான் அடங்கியுள்ளது என்றும் அந்தப் பொருளைத் தீப்பற்றச் செய்ததும் ஃபுளோஜிஸ்தான் வெளியேறி விடுகின்றது என்றும் ஸ்டால் கூறினார். மிகுதியாய்த் தீப்பற்றக் கூடிய பொருளில் மிகுதியான அளவில் ஃபுளோஜிஸ்தான் உள்ளது என்று அவர் கருதினார்.

ஓர் உலோகத்திலிருக்கும் ஃபுளோஜிஸ்தான் அவ்வுலோகத்தின் புட நீறு (*Calx*) அல்லது சாம்பலுடன் சேர்ந்து இருக்கின்றது என்றும் ஃபுளோஜிஸ்தான் உலோகத்திலிருந்து வெளியே தள்ளப்படும்போது புட நீற்றை விட்டு நீங்குகின்றது என்றும் கூறி வந்தனர். புட நீற்றிலிருந்து அந்த உலோகத்தை உயிர்ப்பிப்பதற்கு அதனுடன் ஃபுளோஜிஸ்தானை மீண்டும் சேர்க்க வேண்டும்; புட நீற்றை நிலக்கரி போன்ற ஃபுளோஜிஸ்தான் செறிந்த எந்தப் பொருளுடன் சேர்த்தாலும் அந்த உலோகத்திற்குப் புத்துயிர் தந்துவிட முடியும் என்றனர்.

ஸ்டால் வெளிப்படுத்திய ஃபுளோஜிஸ்தான் கொள்கை எரிதல் தொடர்பான இயல் நிகழ்ச்சிகள் பலவற்றுக்கு ஏற்கத் தக்க விளக்கத்தை அளித்தது போல் தோன்றியது. எனினும் அதை ஏற்பதற்குப் பெரிய தடங்கல் இருந்தது. அதை எளிதில் நீக்கிவிட முடியவில்லை. ஏனெனில் நீற்றப்பட்ட உலோகங்களின் எடை கூடியது என்பதால் அவர்கள் கூறிய விளக்கத்தை ஏற்க முடியவில்லை. வெப்பப்படுத்தி ஃபுளோஜிஸ்தானை அகற்றிவிட்டால், அப்போது எஞ்சி நிற்கும் புட நீறு, நீற்றப்பட்ட உலோகத்தின் எடையைவிடக் குறைவாய் இருத்தல் வேண்டும். ஆனால் புட நீறு அல்லது சாம்பலின் எடை நீற்றப்பட்ட உலோகத்தின் எடையைவிட எப்போதுமே மிகுதியாய் இருந்தது. எனவே உலோகத்திலிருந்து ஏதோ ஒரு சேர்மானம் நீக்கப்பட்டது என்பதற்கு மாறாக, அவ்வுலோகத்துடன் ஏதோ ஒன்று சேர்ந்துவிட்டது என்பதை இது காட்டுகின்றது.

செம்பு, வெள்ளி, தகரம், ஈயம், இரும்பு, துத்தநாகம் ஆகிய உலோகங்கள் நீற்றப்பட்ட பிறகு அவையனைத்திலும் எடை கூடியது என்பதைப் பாயில் தனது ''நெருப்பும், பிழம்பும் நிறுக்கப்பட்டன'' (*Fire and Flame Weighed*) என்ற கட்டுரையில்

ஏற்கனவே குறிப்பிட்டிருந்தார். அவ்வுலோகங்களிலுள்ள நுண்துகள்கள் உள்வாங்கப் பட்டது காரணம் என்று பாயில் அதற்குத் தவறான விளக்கம் தந்தார். அருந்திறன் வாய்ந்த இந்த ஆய்வாளரிடம் தீப்பிழம்பின் சிறு துகள்கள் பற்றிய பழங்கருத்து இன்னும் மனத்தில் நிலைபெற்றிருந்தது என்பதையே இது காட்டுகின்றது.

உலோகங்கள் நீற்றப்பட்ட பிறகு அவற்றின் சாம்பல் எடை கூடுவது பற்றி மறுப்பு எழுந்தது. ஸ்டால் உண்டாக்கிய இக்கொள்கையை தூக்கிப் பிடிப்பதற்கு முயன்றவர்கள், தமது புனைவு கோளான ஃபுளோஜிஸ்தான் என்ற ஒன்றுக்கு எதிர் மறை எடை உண்டு என்று வாதாடினர். அதாவது ஃபுளோஜிஸ்தான் பொருளிலிருந்து வெளியேற்றப்படுகின்றது; அது ஈர்ப்பு விசையால் ஈர்த்துக் கொள்ளப்படவில்லை என்று கூறினர். எனவே அது ஓர் உலோகத்திலிருந்து வெளியேற்றப்படும் போது எஞ்சுகின்ற புட நீறு உலோகத்தின் எடையைவிட மிகுகின்றது என்றனர். இவ்விளக்கம் வாதத்திற்குப் பொருந்தாது என்று தோன்றிய போதிலும், தலையாய வேதியியலாராய் இக்காலக் கட்டத்தில் திகழ்ந்த மார்கிராஃபு *(Marggraf : 1709-1782)*, மக்குவர் *(Maquver : 1718-1784)*, பிளாக்கு *(Joseph Black : 1728-1799)*,காவண்டிஷ் *(Henry Gavendish : 1731-1810)*, பிரீஸ்டிலி *(Joseph Priestley : 1733-1804)*, பெர்குமன் *(Bergman : 1735-1784)*, ஷில் *(Karl Willhelm Scheele : 1742-1786)* போன்றவர்களும் பிறரும் யுக சாதனைகள் என்ற தனிச் சிறப்பு வாய்ந்த கண்டுபிடிப்புகளைச் செய்தவர்களும், மேற்சொன்ன விளக்கம் ஏற்கத் தக்கதென்று கருதினர்.

ஹைடிரஜனைக் கண்டுபிடித்த காவண்டிஷ் கூட (இ.ச.க.தொகுதி-7) அந்த *1766* ஆம் ஆண்டில் ஃபுளோஜிஸ்தானைப் பிரித்து விட்டதாகவே எண்ணினார். அதாவது உலோகங்களை அமிலங்களின் வினைகளுக்கு உள்படுத்துகையில் வெளியேறுகின்ற தீப்பற்றும் ஆவியானது உலோகங்களிலிருந்து தான் வருகின்றதேயின்றி, அமிலத்திலிருந்து அன்று என்று தான் அவர் கருதினார்.

1774

ஹென்றி காவண்டிஷ் (1731-1810)

அறிவியலை நிலை நிறுத்துவதற்குத் துணைநின்ற தொடக்கக்கால ஆராய்ச்சியாளருள் ஹென்றி காவண்டிசும் ஒருவராவார். அவர் சார்லசு காவண்டிஷ் பிரபுவின் மூத்த மகனாய் *1731* இல் பிறந்தார். ஹென்றி கேம்பிரிட்ஜில் கல்வி கற்றார். அவர் கிட்டத்தட்ட நாற்பது வயது வரையிலும் தன் தந்தையிடமிருந்து கிடைத்து வந்த சிறு தொகையைக் கொண்டு வாழ்ந்து வந்தார். அதனால் மிகச் சிக்கனமாய் வாழும் பழக்கங்கள் அவரிடம் உண்டாயின. அவர் சோகோ பகுதியில் தனக்கென்று ஒரு நூலகம் வைத்திருந்தார். அவர் *1760* ஆம் ஆண்டில் இராயல் சங்கத்தில் உறுப்பினரானார். அவர் அச்சங்கத்து உறுப்பினர் அமைத்திருந்த கிளப்பில் தொடர்ந்து உணவு கொண்டு வந்தார். இங்கு தவிர அவர் வேறு எவருடனும் உறவாடுவதைத் தவிர்த்தார். அவரிடம் அறிமுகப்படுத்தும் புதியவர்களுடனும் அவர் மிகவும் கூச்சமுடையவராகவே நடந்து கொண்டார்.

அவர் தனக்கு வேண்டிய உணவை ஒரு சீட்டில் எழுதி மேசை மேல் வைத்துவிட்டு உணவை வரவழைத்து உண்பார். அவரிடம் வேலை செய்த பணிப் பெண்கள் அவர் கண்ணில் படலாகாது என்று அவர்களிடம் கூறப்பட்டிருந்தது. அவர் பழம்பாணி ஆடைகளையே அணிந்திருந்தார். அவை பெரும்பாலும் அழுக்கடைந்தேயிருக்கும். அவரது கவனமெல்லாம் அறிவியல் சிந்தனையிலேயே இருக்கும்.

அவருடைய பேங்கர் ஒரு முறை அவரிடம் வந்திருந்தார். வரவு, செலவு பற்றிய விவரங்களைத் தன்னிடம் கொண்டுவந்து தொல்லைப் படுத்துவதை காவண்டிஷ்

காவண்டிஷ்

வெறுத்தார். அவருடைய பேங்கர் தம்மிடம் அவரது பணம் 80,000 பவுன் இருக்கக் கண்டு, அது பற்றி அவரிடம் பேசினார்.

''எங்களிடம் தங்களது பணம் பெருந் தொகை சேர்ந்திருக்கிறது. அதை என்ன செய்யலாம் என்று விரும்புகிறீர்கள் என்பதை எங்களுக்குத் தெரிவிக்க வேண்டுகிறோம்.''

''அது உங்களுக்குத் தொல்லையாயிருக்குமாயின், அதை உங்கள் கையிலிருந்து நான் வாங்கிக் கொள்கிறேன். என்னை இங்கு வந்து நச்சரிக்காதீர்கள்.''

''உங்களுக்குச் சிறிதும் தொல்லை தர மாட்டோம் ஐயா, தொல்லை தர மாட்டோம். ஆனால் நீங்கள் அதில் ஒரு தொகையை முதலீடு செய்யக்கூடும் என்று நாங்கள் நினைத்தோம்.''

''அப்படியே செய்யுங்கள். இங்குவந்து எனக்குத் தொல்லை கொடாதீர்கள். அவ்வாறு செய்வீர்களாயின், நான் என் பணத்தை உங்களிடமிருந்து எடுத்துவிடுவேன்.''

காவண்டிஷ் மாபெரும் அறிவியலாருள் ஒருவர். அவர் குறிப்பிட்டு கூறத்தக்க அளவில் வெகு துல்லியமாயும் அரும்பாடு பட்டும் ஆராய்ச்சியில் ஈடுபட்டார். அவர் தண்ணீரை உண்டாக்குவதற்காக ஹைடிரஜனைப் பிரித்தெடுத்து அதன் அடர்த்தியையும் (*density*), ஆக்சிஜனுடன் ஒன்று சேரும் அதன் ஆற்றலையும் ஆராய்ந்தார். தண்ணீரின் சரி நுட்பமான இணைப்பாக்கங்கள் (*exact composition*), யாவை என்பதை வெகு துல்லியமாய் அவர் உறுதி செய்தார். ஆக்சிஜன் ஒரு பாகமும் நைட்டிரஜன் நான்கு பாகங்களும் சேர்ந்தது ஹைடிரஜன் என்பதை அவர் மெய்பித்துக் காண்பித்தார். இவ்வளிகளையன்றிக் காற்றில் வேறொரு வளி 1 சதம் உள்ளது என்றும் கண்டார். அவர் அதில் சிறு பகுதியைச் சேகரித்தார். அது தொடர்பான ஆய்வை மெத்தக் கவனத்துடன் பதிவு செய்தார். அது என்னவென்பது அவருக்குத் தெரியாது. ஆனால் அவருக்கு நூறு ஆண்டுகளுக்குப் பிறகு அந்த வளி ஆர்கோன் (*argon*) என்று ராலே, ராம்சே என்ற இரு அறிவியலார் கண்டுபிடித்தனர். நாம் இப்போது ஆர்கோனைக்

கொண்டு மின் குப்பிகளை நிரப்பி மிகுந்த ஒளி பெறுகின்றோம். அதைக் கண்டுபிடித்தவர் காவண்டிஷ் ஆவார்.

காவண்டிஷின் ஆய்வுகள் தனிம வளிகள் (*elementary gases*) சில பற்றிய ஆய்விற்கு மிகச் சரியான அடிப்படை போட்டுத் தந்தன. அவர் வெப்பம், மின்சாரம் பற்றியும் ஆராய்ந்தார். பூமியின் அடர்த்தியை அளந்து கண்டார் என்று முன்னர் ஓரிடத்தில் குறிப்பிட்டுள்ளோம். அவர் மண்ணியல் ஆய்விலும் ஈடுபட்டார்.

அவர் 1810 ஆம் ஆண்டு ஒரு மில்லியன் பவுனிற்குமதிகமான பெருஞ் செல்வத்தை விட்டு இறந்து போனார். வேதியியல் வரலாற்றில் இவருக்கென்று தனியிடம் உண்டு.

பதினெட்டாம் நூற்றாண்டு

இராபட் பாயில் பதினேழாம் நூற்றாண்டில் வேதியியல் துறையில் சிறப்பிடம் பெற்றிருந்தவர். இவர்தான் வேதியியலை இரசவாதத்திலிருந்து பிரித்துத் தனித் துறையாக்கியவர். காற்றுக்கு எடை உண்டு என்பதை நிறுவியவர். இவர் 1661 இல் ''ஐயுறவு கொண்ட வேதியியலார்'' என்று பொருள் தரும் ''*Sceptical Chymist*'' என்ற நூலை எழுதியவர். அவர் அரிஸ்டாட்டிலின் நான்கு பூதக்கோட்பாடுகளை அடிப்படையாய்க் கொண்ட இரசவாதியரின் வாதங்களை இந்நூலில் தகர்த்தெறிந்தார். அவர் இந்நூலில் புதிய கருத்துக்களைக் கற்பித்த போதிலும், வேதியியலார் அனைவரும் தம் மனத்தில் ஊறிப் போயிருந்த வரலாற்று இடைக் காலத்து எண்ணங்களை ஒரே நேரத்தில் விட்டுவிட முடியாத நிலையில் இருந்தனர். பாயிலின் மரணத்திற்கும் (1691) பிரீஸ்டிலியின் மரணத்திற்கும் (1804) இடைப்பட்ட சுமார் ஒரு நூற்றாண்டிற்கும் சற்று அதிகமான கால வெளியை, அதாவது வேதியியல் வரலாற்றில் அவர் பெருஞ்சாதனைகள் நிகழ்த்தப்பெற்ற காலக்கட்டத்தை ஃபுளோஜிஸ்தான் காலம் என்பர்.

ஆனால் வேதியியல் பதினெட்டாம் நூற்றாண்டின் இறுதிக் காலம் வரையிலும் பெரிதும் விரித்துரைப்பதாயும் பண்பு அடிப்படையில் அமைந்ததாயும் இருந்து வந்தது. வேதியியலாரின் மனத்தில் கிட்டத்தட்ட ஒரு நூற்றாண்டாக ஃபுளோஜிஸ்தான் கொள்கையே இன்னும் மேலோங்கியிருந்தது. எரிதலையும் பிற வேதியியல் செயல்பாடுகளையும் குறித்துத் தவறான விளக்கமே தரப்பட்டு வந்தது; எனினும் அது பயனுள்ள விளக்கம் என்பதிலும் ஐயமிலது.

வளிம ஆய்வியல்

ஆயினும் பதினெட்டாம் நூற்றாண்டின் இரண்டாம் பாதியில் ''வளிம ஆய்வியல் வேதி'' அல்லது வாயுக்களின் வேதியியல் என்ற துறையைத் தோற்றுவித்த சிலர் எழுந்தனர். ஜோசஃபு பிளாக்கு, ஹென்றி காவண்டிஷ், ஜோசஃபு பிரீஸ்டிலி, காரல் வில்லம் ஷீல் (இவர் சுவீடிய வேதியியலார். இவர் பிரிஸ்டிலியிலிருந்து தனியாக ஆக்சிஜனைப் பிரித்துக் கண்டவர்) முதலானோர் வளிம ஆய்வியலை நிறுவிய முன்னோடியராவர். இவர்கள் அனைவரும் ஃபுளோஜிஸ்தான் கொள்கையைத் தூக்கி எறிகின்றோம் என்ற உணர்வில்லாது ஆராய்ச்சிப் பணிகளில் ஈடுபட்டு வந்தனர்.

ஜோசஃபு பிரீஸ்டிலி

மேற்கூறியோரில் ஒருவரான ரெவரண்டு ஜோசஃபு பிரீஸ்டிலி என்ற ஆங்கிலேயர் இக்காலத்து வாழ்ந்த மிகச் சிறந்த மனிதருள் ஒருவராவார். அவர் ஷெல்பன் பிரபின்

நூலகராய்ப் பணிபுரிந்து வந்தார். அவர் நூலகராய்ப் பணி செய்தமையால், வேதியியல் ஆய்வுச் சோதனைகளில் ஈடுபடுவதற்கு வேண்டிய நேரம் அவருக்குக் கிடைத்தது.

ஆதலால் அவர் ஆராய்ச்சிப் பணிகளில் அருந்திறனுடன் ஈடுபட்டார். அவருக்குப் பன்னிரண்டங்குல விட்டமுள்ள எரி கண்ணாடி ஒன்று கிடைத்தது. எரி கண்ணாடி என்பது குவிமுகக் கண்ணாடி வில்லையைக் குறிக்கும். சூரிய ஒளியை இந்தக் கண்ணாடி வில்லை வழியே செலுத்தி, அதை ஒரு முனையில் குவியச் செய்தால் மிகுந்த வெப்ப நிலையைப் பெற முடியும் அவர் இந்த எரி கண்ணாடி வில்லையைக் கொண்டு பல பொருள்கள் மீது சூரிய ஒளியைக் குவியச் செய்து வெப்பப் படுத்திச் சூடாக்கிப் பார்த்திருந்தார். அவர் மிகப் பெரிய அறிவியல் சாதனையை நிகழ்த்தியதில், இந்த எரி கண்ணாடி வில்லை அரிய கருவியாய் அமைந்தது.

பிரீஸ்டிலி பகலவன் நன்கு கொளுத்திக் கொண்டிருந்த ஒரு நாள் பிற்பகலில், அதாவது *1774* ஆகஸ்டு *1* திங்கள் கிழமையன்று பகலொளியைப் பாதரசத்தின் மேல் எரி கண்ணாடி வழியே செலுத்தி, அந்தச் சூட்டில் அதை நீற்றிப் பாதரசப் புட நீறாக்க (*Calx*) முயன்றார். பாதரசம் மிகுந்த வெப்பத்தால் நீறாகிச் செந்தூளானது. பின்னர் இந்தச் செந்நீறு அல்லது சாம்பலில் சிறிதளவை எடுத்து ஒரு கண்ணாடிக் குப்பிக்குள் வைத்தார். இக்குப்பியை ஓர் ஏனத்தினுள் தலை கீழாய் வைத்தார். குப்பிக்குள் இருந்த செந்நீற்றின் மேல் எரிகண்ணாடி வழியே சூரிய வெப்பத்தை குவியச் செய்தார். புடநீறு இதனால் மிகுந்த வெப்பமடையவும், குப்பிக்குள் ஒரு ‘காற்று’ வெளிப்பட்டு அதை நிரப்பிற்று. பிரீஸ்டிலி இது வரை அறிந்திராத அந்தக் ‘காற்று’ வெகு விரைவில் குப்பிக்குள் நிறைந்து விட்டது. அவர் அதில் சிறிதளவைத் தண்ணீர் கொண்டு சோதித்தார். அந்தக் ‘காற்று’ நீரில் கரைந்திலது. அவர் ‘காற்று’ நிரம்பியிருந்த குப்பிக்குள் ஒரு மெழுகு திரியைச் செலுத்தியதும் திரியின் சுடர் அணையாது மிகுந்த ஒளியுடனும் இதுவரை கண்டிராத வேகத்துடனும் எரியலாயிற்று.

பிரீஸ்டிலி அதன் பிறகு செஞ்சூடேறிய மரக் கட்டையைக் குப்பிக்குள் போட்டுப் பார்த்தார். அந்தக் கங்கு புதுமையான ‘காற்றினுள்’ விழுந்ததுமே வெடித்து எரிந்தது. அது வெகு சூடேறிய இரும்பைப் போன்று வெள்ளை ஒளியோடு எரிந்தது.

ரெவரண்டு பிரீஸ்டிலி இதற்குச் சிறிது காலத்திற்குப் பிறகு *1774* செப்டம்பரில் பாரிசிற்குச் சென்றார். அவர் அங்கு லாவோசியே என்ற மேற்குறித்த வேதியியல் துறை முன்னோடியைச் சந்தித்தார். பிரீஸ்டிலி அப்போது லாவோசியேயிடம் ஒரு மாதத்திற்கு முன்னர் செய்த கண்டுபிடிப்பைப் பற்றிக் கூறினார்.

(பிரீஸ்டிலியின் ஆக்சிஜன் ‘கண்டுபிடிப்பைப் பற்றி மேலே கூறிச் செல்லுமுன்னர், அவர் புதிய வளிமங்களை - ஆவிகளைத் தேடிக் கொண்டிருந்த வேளையில் அவருக்கு முன்னரே 1771 ஆம் ஆண்டில் சுவீடியரான ஷீல் ஆக்சிஜனைத் தனித்துப் பிரித்துவிட்டார் என்பதைக் கூறியாக வேண்டும். ஆனால் ஷீலின் கண்டுபிடிப்புப் பற்றிய ஆராய்ச்சி அறிக்கை காலந்தாழ்ந்து வெளிவந்து விட்டது. எனவே பிரீஸ்டிலி தன் கண்டுபிடிப்பை வெளியிட்டதில் முந்திக் கொண்டுவிட்டதால், அந்தச் சிறப்பு அவருக்குக் கிடைத்து விட்டது. ஷீலும் புதிய பொருள்களைக் கண்டுபிடித்ததில் குறிப்பிடத் தக்க ஆராய்ச்சியாளர் ஆவார். அவர் மாங்கனீசு, ஆர்சனிக்கு, பேரியம் ஆகியவற்றின் சேர்மானங்களையும், கிளிசரைனின் கரிமப் பொருள்களையும் யூரிக்கு, தார்த்தாரிக்கு, சிட்ரிக்கு, லேக்டிக்கு, பிரசிக்கு ஆகிய பல அமிலங்களையும் கண்டுபிடித்தவர் என்பதை இக்களஞ்சியம் ஆங்காங்கே கூறும்.)

லாவோசியே தான் பெரிதும் மதித்துப் போற்றுகின்ற பிரீஸ்டிலியின் கண்டுபிடிப்பு மீது மிகுந்த ஆர்வம் காட்டினார். லாவோசியே உடனே தன் ஆய்வுச் சாலையில், அதே சோதனையைச் செய்து பார்த்ததில், பிரீஸ்டிலி கண்ட முடிவுகள் அவருக்கும் கிடைத்தன.

நலந்தரும் ''காற்று''

பிரீஸ்டிலி இதனிடையே தன் தாயகமான இங்கிலாந்திற்குத் திரும்பி, புதுமையான இந்தக் ''காற்றைப்'' பற்றிய ஆராய்ச்சியைத் தொடர்ந்தார். அக்காற்றின் ''நன்மை'' பற்றி அறிவதற்காக ஒரு சோதனை முறையை அவர் உண்டாக்கிச் சோதித்த காலையில், இப்புதிய ''காற்று'' சாதாரணக் காற்றைவிடச் ''சிறந்து'' இருக்கக் கண்டார். சாதாரணக் காற்று அடைத்த ஒரு கொள் கலத்தினுள் ஒரு சுண்டெலியால் பதினைந்து நிமிடத்திற்கு மேல் உயிரோடிருக்க முடியாது என்பது அவருக்கு தெரியும். ஆனால் இந்தப் புதுக் ''காற்று'' அடங்கிய கலத்தினுள் சுண்டெலி ஒரு மணி நேரம் உயிர் வாழ்ந்திருக்கக் கண்டார். பிரீஸ்டிலி கலத்தினுள்ளிருந்து சுண்டெலியை வெளியே எடுத்தபோது, அது முன்னிலும் உரக்கமிக்கதாய் இருக்கக் கண்டார்.

பிரீஸ்டிலி இக் ''காற்றைத்'' தானே சுவாசித்துப் பார்ப்பது என்று முடிவு செய்தார். ''இந்தக் காற்று என் நுரையீரலினுள் இருந்தபோது சாதாரணக் காற்றைவிட வித்தியாசமாய் இருந்ததாய் நான் உணரவில்லை. ஆனால் என் நெஞ்சம் இயல்பு மீறிய அளவில் இலகுவாய் இருந்தது என்பதையும் அதற்குச் சிறிது காலத்திற்குப் பிறகு மூச்சு விடுவது மிகவும் எளிதாய் இருந்தது என்பதையும் கண்டேன்'' என்று பிரீஸ்டிலி கூறுகின்றார்.

இக்காற்று நுரையீரலுக்கு நலந்தர வல்லது என்பதைச் சற்றும் பிசகாது பிரீஸ்டிலி வருவதுரைத்து விட்டார் எனலாம். மூச்சுவிடக் கடினமாகி ஆளைத் திணறச் செய்யும் நோய்களைத் தணிக்க அல்லது நவ நாகரிக சுகம் போன்றவற்றுக்கெல்லாம் இக்காற்று உதவக் கூடும் என்று அவர் கருதினார். ''இது வரையிலும் இரண்டு சுண்டெலிகளும் நானும் மட்டுமே அதைச் சுவாசிக்கும் தனிச் சலுகையைப் பெற்றிருக்கின்றோம்'' என்று பிரீஸ்டிலி சொல்லிவிட்டு, இதன் எதிர்காலப் பயன் பெரியதாயிருக்குமென்று உய்த்துணர்ந்து கூறினார். நலந்தரும் இக்காற்றுத் தூய்மையானதாய் அல்லது, எரியக் கூடிய தன்மையதாய் உள்ளது என்பது மெய்பிக்கப்பட்டுவிட்டது என்று கொள்ளலாம் என்று பிரீஸ்டிலி முடிவு கட்டினார். ஏனெனில் சாதாரணக் காற்றில் திகட்டிப் போகுமளவில் ஃபுளோஜிஸ்தான் என்ற பொருள் நிறைந்திருப்பதாய் அக்காலத்தில் அனைவரும் நம்பினார்.

லாவோசியே ஆய்வு

லாவோசியேக்குப் புதிய காற்றைப் பற்றிய இவ்விளக்கம் ஏற்கத் தக்கதாய்த் தோன்றவில்லை. அவரைப் போன்ற மாபெரும் அறிவியலாரின் கைகளில் ஆக்சிஜன் என்ற அந்தப் புதிய ''காற்று'' மிகுந்த முக்கியத்துவம் வாய்ந்ததாகியது. லாவோசியே பல்துறை வல்லுநர். பிரஞ்சு அரசு அவரிடம் அறிவியல் துறை சார்ந்தவை குறித்து அறிவுரை கேட்டு வந்தது. பாரிஸ் நகரத் தெருக்களில் விளக்குகள் அமைப்பதை வடிவமைக்குமாறு அரசு அவரிடம் கேட்டுக் கொண்டபோது, லாவோசியே காற்றைப் பற்றி ஆராயலானார்.

அவர் ஆக்சிஜன் பற்றித் தொடர்ந்து ஆராயலானார். இந்த ஆராய்ச்சியின் முடிவு மேலும் மேலும் துல்லியமாய்த் துலங்க வேண்டுமென்று அவர் பெரிதும் முயன்றார்.

லாவோசியே இது குறித்து 1775 ஆம் ஆண்டு பிரஞ்சு அறிவியல் கழகத்தில் இங்ஙனம் அறிவித்தார்.

''இது சாதாரணமான காற்று மட்டுமன்று; நன்கு சுவாசிக்கத் தக்கதுமாகும். எரியக் கூடிய தன்மை மிகுந்தது. எனவே நாம் சுவாசித்து உயிர் வாழ்கின்ற காற்றைவிட இது மிகுந்த தூய்மை வாய்ந்தது. இந்தக் காற்றுப் பற்றிய ஆய்வுகள் அனைத்தும் என்னை இவ்வாறு உறுதியாய்க் கூறுமாறு செய்கின்றன.''

லாவோசியே தொடர்ந்து நடத்திவந்த ஆய்வுகளின்போது, காற்றின் ஒரு பகுதிதான் உலோகங்களுடன் சேர்கின்றது என்பது உறுதியானது. அது மெய்யாயின், சாதாரணக் காற்று என்பது உலகம் நம்பிக் கொண்டிருப்பதைப் போன்று பிரிக்க முடியாத தனி மூலகம் அன்று; இரு வேறு சேர்மானங்களால் பாஸ்பர அமிலம் உண்டானது. கந்தகம் கந்தக அமிலமாயிற்று. லாவோகியே இவ்விரு அமிலங்களையும் பகுத்தாராய்ந்தார். அவை ஒவ்வொன்றின் எடையிலும் பாதிக்கு மேற்பட்டதில் ''சுவாசிப்பதற்கு மிகச் சிறந்த காற்று'' அடங்கியிருந்தது. உயிர் வளியான ஆக்சிஜனை அவர் இப்படிதான் விவரித்தார். ஏனெனில் அது இன்னும் அப்பெயரைப் பெறவில்லை.

ஆனால் உயிரினங்கள் அனைத்தும் உயிர் வாழ்வதற்காக நம்பியிருக்கின்ற காற்று அடங்கிய அவ்விரு ''வளி நீர்களின்'' தன்மை என்ன? இதுதான் அன்று தீர்க்கக் கடினமான இன்றியமையாச் சிக்கலாயிருந்தது.

லாவோசியே மீண்டும் பன்னிரண்டு நாள் பாதரசத்தை வைத்து ஆய்வு செய்தார். அப்போது பாதரசம் வெப்பத்தால் ஆவியானதும், வழக்கம் போல் செந்நிறமான பாதரசப் புடநீறு (*Calx*) அதன் மேற்பரப்பில் மிதக்கலாயிற்று. ஆய்வுக் குப்பிக்குள்ளிருந்த காற்றின் அளவு அப்போது குறையத் தொடங்கிற்று. லாவோசியே அதைத் துல்லியமாய் அளந்து, காற்று அதன் அளவில் ஆறில் ஒரு பங்கு குறைந்தது என்பதைக் கண்டார். குப்பிக்குள் எஞ்சியிருந்த ஆறில் ஐந்து பங்குக் காற்றானது எரிக்கக் கூடியதாய் அல்லது சுவாசிக்கக் கூடியதாய் இருக்கவில்லை. அதனுள் ஒரு மெழுகு திரியை ஏற்றிக் காட்டியபோது, தண்ணீருக்குள் அதை முக்கியது போன்று அதன் சுடர் அணைந்தது.

லாவோசியே காற்றுப் பற்றிய இந்த ஆராய்ச்சியைத் தொடர்ந்து நடத்தினார். மூச்சு உள் வாங்கத்தக்கக் காற்றும், வாங்கித்தகாத காற்றும் எதிலிருந்து வந்தனவோ, அந்தப் பொதுக் காற்றில் இந்த இரண்டில் ஒன்று மிக வேண்டும் என்பதை லாவோசியே உணர்ந்தார். அவர் தன் ஆய்வை மேலும் மேலும் துல்லியமாக்கிக் கொண்டே சென்றார்.

தராசின் இன்றியமையாமை

வேதியியல் செயற் பாங்குகளை அளந்து மதிப்பிடத்தக்க விதத்தில் ஆராய வேண்டியதன் தலையாய முக்கியத்துவத்தை லாவோசியே கண்டு கொண்டார். அது தான் அவரால் எரிதல் வினையை மெய்யான முறையில் விளக்கிக் கூறியதற்குத் துணை நின்றது. வேதியியல் நிகழ்வுகளை வெளிப்படுத்திக் காட்டுவதற்குத் தராசு இன்றியமையாத் துணையாக லாவோசியேக்கு விளங்கிற்று. வேதியியல் செயல்பாடுகளை ஆராய்வதற்குத் தராசை முதன்முதலில் பயன்படுத்தியவர் லாவோசியே அல்லர்.

நைஸ்ஃபோரஸ் பிளம்மைட்ஸ் (*Nicephorus Blemmydes*) என்ற பிற்காலத்துக் கிரேக்க எழுத்தாளர் கி.பி. பதின்மூன்றாம் நூற்றாண்டில் வாழ்ந்தவர். வேதியியலில் வெற்றிகரமாய் ஆராய்ச்சிப் பணிகளைச் செய்து முடிப்பதற்கு நான்கு வேண்டும் என்று ஒரு முறை

கூறியிருந்தார்: ''ஒரு தராசு, அடுப்பு, வேண்டிய அளவில் எரிபொருள் ஆகியவற்றோடு, கூர்த்த மதியும் வரம்பேயில்லாததுமான மனமும் வேண்டும்.'' கிரேக்கரிடம் கூர்த்த அறிவும், வரம்பேயற்றதுமான விரிந்த மனமும் எப்போதும் இருந்து வந்தன. ஆனால் அவர்கள் தராசின் அரிய மதிப்பை வெகு காலத்தின் பின்னரே உணர்ந்தனர். இந்தக் கருவியைக் கொண்டு ஆய்வுப் பணியில் ஈடுபட்டு அடிப்படையான அனுமானங்களைக் காணுகின்ற வாய்ப்பு எதிர்காலத்தில்தான் மேலையுலகின் இளம் நாகரிக மாந்தர்க்குக் கிடைத்தது. வேதியியல் ஆய்விற்குத் தவிர்க்க முடியாத இன்றியமையாக் கருவி தராசு என்பதைக் கண்டு கொண்ட அந்த வாய்ப்பு லாவோகியேக்குத்தான் முதலில் கிடைத்தது.

லாவோசியே தன் முதல் நிலை ஆய்விலிருந்து பெற்ற சுவாசிக்கத் தகாத காற்றில் நாற்பத்திரண்டு கன அங்குலத்தை, மீண்டும் சூடு படுத்திய பாதரச நீறான செந்தூளிலிருந்து பெறப்பட்ட சுவாசிக்கத் தக்க காற்றில் எட்டுக் கன அங்குலத்தைக் கலந்ததுமே, அவருக்குச் சாதாரணக் காற்றுக் கிடைத்தது. அவர் சாதாரணக் காற்றைப் பிரித்து மீண்டும் ஒன்று சேர்த்தார்.

(நாம் சுவாசிக்கின்ற காற்று என்பது கடல் மட்டத்தில் ஒரு சதுர கிலோ மீட்டருக்கு 1,226 கிலோ கிராம் அழுத்தமுடையதாய் உள்ளது. அதில் 78.08 சதம் நைட்டிரஜனும் 20.95 சதம் ஆக்சிஜனும் 0.93 சதம் கரியமில வாயும் சிறு அளவில் ஓசோனும் வேதி விளைவுகளற்ற வளிகளும் (ஆவிகளும்) அடங்கியுள்ளன. நாம் காற்றை இவ்வாறு துல்லியமாய் எடை போட்டு அறிவதற்குப் பிரீஸ்டிலி லாவோசியே போன்ற அறிவியலார் பதினெட்டாம் நூற்றாண்டில் வழி வகுத்த முன்னோடியாயிருந்தனர்.)

லாவோசியே மனிதரைத் திடுக்கிடவைத்த இவ்வாராய்ச்சியின் முடிவை 1777 ஆம் ஆண்டு பிரஞ்சு அறிவியல் கழகத்தில் எடுத்துரைத்தார்.

அறிவியலார் பதினெட்டாம் நூற்றாண்டின் பிற்பகுதியில் இவ்வாறு காற்றைப் பகுத்து ஆராயத் தொடங்கிய வேளையில், உயிர்களிடத்தில் மூச்சு விடுதல் என்ற சுவாசமாகிய உயிர்ப்பு எப்படிச் செயல்படுகின்றது என்பது தெரியாமலிருந்தது. உயிர்கள் காற்றினால் உயிர் வாழ்கின்றன என்பது தெளிவு. ஆனால் உயிர்களின் உடலுக்குள் காற்றினால் நிகழ்வது என்ன என்பதுதான் எவருக்கும் தெரியாமலிருந்தது.

ஆல்பிரஷ்டு ஃபான் ஹேலர் *(Albrechst Von Haller : 1708-1777; சுவிட்சர்லாந்திய உயிரியலார்; உடல் நூல் ஆய்வியலைத் தோற்றுவித்தவர்.)* எழுதிப் பதினெட்டாம் நூற்றாண்டில் வெளியான உடல் நூல் பற்றிய பாடப் புத்தகத்தில் உயிர்த்தலாகிய சுவாசம் என்பது இரத்த ஓட்டத்திற்குத் துணை புரியும் ஒரு சக்தி என்று சொல்லப்பட்டிருந்தது. மூச்சு விடுதல் ஒரு சக்தி; அது அடி வயிற்றில் இரத்தத்தை அழுத்தச் செய்து இரத்தக் குழாய்கள் வழியே செலுத்துகின்றது. அது மிகத் துரிதமாய் இருதயத்திற்கு இரத்தத்தை அனுப்புகின்றது என்றெல்லாம் ஹேலர் அதில் எழுதியிருந்தார். பதினெட்டாம் நூற்றாண்டில் சுவாசிப்பது என்ற உயிர்ப்பு எந்திர வினையாகவே கருதப்பட்டது. ஆனால் அது வேதியியல் எதிர்வினை, உள்ளெரிதல் என்று லாவோசியே அறிவியல் முறையில் அதை விளக்கினார்.

லாவோசியேயின் தனிச்சிறப்பு

தண்ணீரைக் கண்ணாடி ஏனத்தில் விட்டுக் காய்ச்சினால், அது மண்ணாக மாறிவிடும் என்ற தவறான கருத்தை லாவோசியே மாற்றியதற்குத் தராசை அவர் பயன்படுத்தியதுதான் காரணமாய் அமைந்தது. உயிர்கள் தாமாகத் தோன்றுகின்றன என்ற கொள்கையை லூயி

பாஸ்சர் (1822-1895) 1860 இல் தவறென்று மெய்ப்பித்ததற்கு இணையான முக்கியத்துவம் வாய்ந்தது என்று லாவோசியேயின் இந்த ஆய்வு முடிவைக் கூறலாம் என்பர். இயற் பொருள் என்றும் அழியாது (*Conservation of mass*) என்ற விதியை லாவோசியே 1785 இல் விளக்கியுரைத்து, வேதியியலில் அளந்து மதிப்பிடும் புது யுகம் ஒன்றைத் தோற்றுவித்தார்.

வேதியியலின் பிற முன்னோடியர்

ஒரு சேர்மானத்தின் கூட்டமைப்பு நிலையானதும் மாறாததும் ஆகும் என்று இராபட் பாயில் (1627-1691) காலத்திலிருந்து மறுப்பேதும் இன்றி, வாய் பேசாது ஏற்கப்பட்டு வந்தது. எனினும் பத்தொன்பதாம் நூற்றாண்டின் தொடக்க ஆண்டுகளில், அடிப்படை முக்கியத்துவம் வாய்ந்த இக் கொள்கை குறித்துக் கருத்து வேறுபாடு தோன்றியது. இது ஆய்ந்து கண்டறியத் தக்கது என்று கருதலாயினர்.

தன் காலத்தில் தலை சிறந்தவராயும், மதிப்பிற்குரிய வேதியியலாராயும் நெப்போலியனுடன் 1799 ஆம் ஆண்டு எகிப்து சென்ற அறிவியலாருமான கிளாடு லூயி பெர்த்தோலட்டு (*Claude Louis Berthollet : 1748-1822*) என்பவர், எதிர்வினை நிகழ்கின்ற போக்கை அதிலடங்கிய பொருள்களின் அளவுகளில் மாறுதல்களைச் செய்து மாற்றிவிடலாம் என்றொரு கொள்கையை எடுத்துரைத்தார். இருப்பினும், அவர் தவறான முறையில் செய்த ஆய்வுகளின் விளைவாயும் சேர்மானங்களில் கலவைகளைக் கலப்பதில் உண்டான குழப்பத்தினாலும் பெர்த்தோலட்டு தவறான முடிவுக்கு வர நேர்ந்தது. அப்போது மாட்ரிடுப் பல்கலைக்கழக வேதியியல் பேராசிரியராயிருந்த ஜோசஃபு லூயி புரூஸ்டு (*Joseph Louis Proust : 1754-1826*), பிரஞ்சு வேதியியலாரான பெர்த்தோலட்டின் இம்முடிவுகளை வன்மையாய் எதிர்த்தார்.

முயன்று தோற்று முன்னேறுதல் என்று படிப்படியாய் நடந்து வந்த இந்த அறிவியல் ஏற்றத்தில் பெரும்பாலான ஐரோப்பிய நாட்டினருக்கும், ஓரளவில் இந்திய, சீன, அரபு நாட்டினருக்கும் பங்கு இருந்தது என்பதைப் பூதவாத, இரசவாத, வேதியியல் வரலாறுகள் காட்டுகின்றன.

1774

வரலாற்றுப் புள்ளிகள்

1.குளோரைன், மக்னீசியம் கண்டுபிடிப்பு

சுவீடிய வேதியியலாரான காரல் வில்லம் ஷீல் (1742-1786) வேதிப் பத்தான இந்த எட்டாம் பத்தில் அறிவியல் துறையில் பல புதிய கண்டுபிடிப்புகளைச் செய்தவர். (இவரைப் பற்றிய செய்திகள் வேதியியல் வரலாறு கூறும் ஐந்தாம் கட்டுரையில் சொல்லப்பட்டுள்ளன.) அவர் தன் 32 வயதான இந்த 1774 இல் குளோரைன் (*Chlorine*), மக்னீசியம் (*magnesium*) என்ற தனிமங்கள் (*elements*) இரண்டையும் கண்டுபிடித்தார்.

குளோரைனைத் தமிழில் பாசிகம் என்பர். நச்சுத் தன்மையுடைய வளியினாலான இத்தனிமம் நெஞ்சைத் திணற வைக்கும் கார மணமுடையது. இது ஹைடிரஜன் என்ற நீர் வளித் தனிமக் கூட்டத்தைச் சேர்ந்தது. இது பூமியின் மேற்புறணியில் ஏராளமான அளவில் கிடைக்கும் 15 தனிமங்களில் ஒன்றாகும். இது கூட்டுப் பொருள் நிலையில் பெரிதும் உப்பிலிருந்து கிடைக்கின்றது. இத்தனிமம் பல வேதிப் பொருள்களைச்

செய்யவும் நீரைத் தூய்மையாக்கவும் நச்சு நுண்ணுயிரிகளைப் போக்கவும் வெளுக்கச் செய்யும் பொருளாயும் பயன்படுகின்றது. இதன் தனிமக் குறி *Cl*. அணு எண் . 17.

மக்னீசியம் தமிழில் வெளிமம் எனப்படுகின்றது. இது உலோகத் தனிம வகை சார்ந்தது; காந்தத் தன்மையுடைய மண் வகையினது; மிகுந்த ஒளியுடன் வெள்ளைச் சுடராக எரியக் கூடியது. இது பெரிதும் மாக்னசைட்டு, டாலமைட்டு, கார்மலைட்டு ஆகியவற்றில் கிடைக்கின்றது. இது கட்டுமானக் கலப்பு உலோகங்களிலும் வாணவெடிகளிலும் பளிச்சிடும் பல்புகளிலும் பயன்படுத்தப் படுகின்றது. இதன் தனிமக் குறியீடு *Mg*. அணு எண். 12.

2. சென்னையில் தோட்டம் போட ஐரோப்பியருக்கு நிலம்

எழும்பூரில் இன்று இரயில் நிலையம் இருக்கும் இடத்தினருகில் இக்காலத்தே ஒரு கோட்டை இருந்தது. எழும்பூர்ப் பகுதி கோட்டையுடன் ஒரு பாலத்தினால் இணைக்கப் பட்டிருந்தது. எங்கும் விரிந்து பரந்த நிலப் பரப்பும் இதமான பருவ நிலையும் இருந்தன. இக் காரணங்களினால் எழும்பூர் அடி நாள்களிலேயே தோட்டங்களுடன் கூடிய மாளிகைகளைக் கட்டுவதற்கு ஏற்ற இடம் என்று விரும்பப்பட்டது.

கறுப்பர் நகரில் மக்கள் தொகையும் வீடுகளும் பெருகியதாலும், அதே போல் கோட்டைக்குள் வெள்ளையர் நகரில் வளர்ச்சி ஏற்பட்டதாலும், அவற்றுக்கு வெளியே தோட்டங்களுடன் கூடிய வீடுகளைக் கட்டுவது நாகரிகமானதாய்க் கருதப்பட்டது.

வெள்ளையர், கறுப்பர் நகரங்களில் வீடுகள் வைத்திருந்த கம்பெனி அலுவலரும், வணிகரும் ஆகிய இந்தியர், ஐரோப்பியர் என்ற இரு சாராரும் தோட்ட வீடுகளைக் கட்டிக் கொள்ள அவாவினர்.

அவர்கள் கம்பெனியிடமிருந்து பெரிய நிலப் பரப்புகளைக் குத்தகைக்குப் பெற்றுத் தோட்ட மாளிகைகளைக் கட்டிக் கொண்டனர். சுமார் ஆறு முதல் பதினைந்து ஏக்கர்ப் பரப்புள்ள நிலங்களை நாலு முதல் ஏழு வராகன் வரை கம்பெனி குத்தகைப் பணமாய் பெற்றுக் கொண்டு, இந்த 1774 இல் ஐரோப்பியருக்குக் குத்தகைக்கு விட்டது. பெரிதும் பொது ஊழியர்களாயிருந்த ஐரோப்பியருக்கு மட்டுமே இவ்வாறு குத்தகைக்கு நிலங்கள் தரப்பட்டன.

இந் நிலங்களில் கட்டப் பெற்ற தோட்ட மாளிகைகள் பங்களா என்று அழைக்க பெற்றன. வங்காளப் பாணியிலமைந்த வீடுகள் ஐரோப்பியரால் பங்களா என்று அழைக்கப்பட்டன. கட்டுமானக் கலையில் பங்களா என்பது தனி வகையைச் சேர்ந்தது.

சென்னை நகரில் இத்தகைய பங்களாக்கள் இரண்டு நூற்றாண்டுகளுக்கும் அதிகமான காலம் நிலைத்திருந்தன. இன்னும் ஓரிரு பங்களாக்கள் தம் வரலாறுகளை உள்ளுக்குள் வைத்துக் கொண்டு எங்கோ மூலை சாலைகளில் இருக்கின்றன.

பதினெட்டாம் நூற்றாண்டின் பிற்பகுதியில் இந்தியர்களும் இத்தகைய தோட்ட மாளிகைகளைக் கட்டிக் கொள்ள விரும்பினர். இக்காலக் கட்டத்தில் கம்பெனி ஊழியத்தில் இருந்த சாமி நாயக்கன் இன்று ஆதித்தனார் சாலை என்று வழங்கும் ஹாரீசுச் சாலையிலிருக்கும் கோமளீசுவரன் பேட்டை அமைந்துள்ள தெருவில் ஒரு தோட்ட மாளிகையைக் கட்டினார். கூவத்தை ஒட்டியமைந்த லாங்சு தோட்டச் சாலையிலும் சாமி நாயக்கனுக்கு ஒரு வீடு இருந்தது. இந்த வீட்டில்தான் உயர் நீதிபதியாயிருந்தவரும் *Old madras* என்ற ஆங்கில நூலின் ஆசிரியருமான நீதிபதி டபிள்யு. எஸ்.கிருஷ்ணசாமி நாயுடு

1970 ஆம் ஆண்டுகள் வரை வாழ்ந்திருந்தார். இவர் சாமி நாயக்கன் வழிவந்தவராவார். அந்த பங்களாவில் இன்றும் அவரது வழியினர் வாழ்ந்து வருகின்றனர்.

3. ஐதரலி வட கேரளத்தை மீண்டும் தாக்குதல்

ஐதரலி 1766 ஆம் ஆண்டு வட கேரளத்தின் மீது (மலபார்) படையெடுத்துச் சென்று கோழிக்கோட்டு மன்னர் சாமூதிரியை வென்று, கொச்சி மன்னரையும் அடி பணிய வைத்துவிட்டுத் திருவிதாங்கூரையும் அச்சுறுத்திச் சென்றார். (இ.ச.க.தொகுதி-7)

அவர் அதற்கு எட்டாண்டுகளுக்குப் பிறகு இப்போது மீண்டும் மலபாரைத் தாக்கினார். அவர் நாடெங்கும் அழிவை உண்டாக்கினார். கோழிக்கோட்டின் மன்னராயிருந்த சாமூதிரி தன் பெண்டு பிள்ளைகளுடனும் சுற்றத்தாரோடும் நாட்டை விட்டு ஓடித் திருவிதாங்கூர் மன்னர் இராம வர்மனிடம் புகலடைந்தார்.

சாமூதிரி வேணாட்டிற்கு ஓடிவிட்டதையறிந்து ஐதரலி சீற்றம் மிகக் கொண்டார். முன்னர் 1766 ஆம் ஆண்டில் போலவே, ஐதரலிக்கும் திருவிதாங்கூருக்கும் குறுக்கே டச்சுக்காரர் இப்போதும் இருந்தனர். ஆதலால் டச்சுக்காரரின் பகுதிக்குள் ஊடுருவி வேணாடு செல்லப் போவதாய் ஐதரலி அச்சுறுத்தினார். படேவியத்திலிருந்து சிறப்பு இசைவாணை பெற்றால்தான் தம் பகுதிக்குள் ஊடுருவித் திருவிதாங்கூர் செல்ல முடியும் என்று டச்சுக்காரர் ஐதரலியிடம் கூறிவிட்டனர். (படேவியம் என்பது இந்தோனேசிய ஜாவாவில் இருந்த டச்சுக் கம்பெனியின் தலைமையகம். இது இன்று யாகர்த்த, ஜாகர்த்த என்று அழைக்கப் படுகின்றது. இதுவே இன்று இந்தோனேசியத்தின் தலை நகரமாகும்.) ஐதரை எதிர்ப்பதில் தம்மோடு திருவிதாங்கூர் மன்னர் சேர முடியுமா என்று டச்சுக்காரர் அவரை இவ்வேளையில் கேட்டனர்.

1774

கிழக்கிந்தியக் கம்பெனி ஐதரலியுடன் 1769 ஆம் ஆண்டு சென்னையில் செய்து கொண்ட உடன்படிக்கையின் படி (இ.ச.க.தொகுதி- 7 திருவிதாங்கூர் மன்னர் ஆர்க்காட்டு நவாபு, கிழக்கிந்தியக் கம்பெனியார் ஆகியோருக்குத் தெரியாமலும் அவர்களின் இசைவு பெறாமலும் டச்சுக்காரருடன் சேர்ந்து எந்தத் தாக்குதமலிலும் தன்னால் ஈடுபட முடியாது என்பதைத் திருவிதாங்கூர் மன்னர் டச்சுக்காரரிடம் தெரிவித்தார். தன் நாட்டு எல்லைகளைக் காக்க ஏற்கெனவே தக்க நடவடிக்கைகள் எடுக்கப்பட்டு விட்டன என்பதையும் அவர் டச்சுக்காரர்களிடம் கூறினார். (ஐதரலி மேற்சொன்ன 1769 ஆம் ஆண்டு உடன்படிக்கையில் திருவிதாங்கூர் அரசைத் தாக்குவதில்லை என்று உறுதி கூறியிருந்தார்.)

டச்சுக்காரர் வழி விடாததால், ஐதரலி கொச்சி மன்னரின் நாட்டு வழியே தன் சர்தார்களில்(படைத்தலைவர்) ஒருவர் தலைமையில் திருச்சூருக்கு ஒரு படையை அனுப்பினார். கொச்சி மன்னர் இப்போதும் ஐதருக்குப் பணிந்து, அவர் படைக்கு வழி விட்டதுடன், நான்கு இலட்ச ரூபாய்களையும் நான்கு யானைகளையும் கொடுத்தார். திருவிதாங்கூர் மன்னர் இதைக் கேள்வியுற்று டச்சுக்காரருடன் சேர்ந்து கொண்டு, டச்சுப் பகுதி வழியே வரவிருந்த ஐதரலியின் படையை எதிர்க்க ஆயத்தமானார். இவ்வேளையில் திருவிதாங்கூர் ஜெனரலான டி லென்னாய் நோய்வாய்ப் பட்டார். இந்தச் சண்டை எந்த முடிவும் காணாமல் இழுத்துக் கொண்டே போனது. ஐதரலி 1782 இல் இறந்தது வரையிலும் நீடித்தது.

4. ஆமதாபாதிலிருந்து டச்சுக்காரர் வெளியேற்றம்

டச்சுக்காரர் 1741 ஆம் ஆண்டு குளச்சலில் நடந்த சண்டையில் (இ.ச.க.தொகுதி-4)

வேணாட்டு மன்னர் மார்த்தாண்ட வர்மனிடம் தோற்றதும், இந்தியத்தின் மீதுருந்த தம் பிடியைத் தளர்த்தினர். டச்சுக்காரர் முதன் முதலில் 1595 இல் பேரிந்தியத்திற்கு (Greater India) வந்து ஜாவாவில் காலூன்றினாலும் 1602 ஆம் ஆண்டுதான் VOC எனப்படும் டச்சுக் கிழக்கிந்தியக் கம்பெனியை அமைத்து இந்தியத்தின் சூரத்தை அடைந்தனர். அவர்கள் கீழையுலகில் மிகப் பெரிய வாணிப சக்தியாய் உருவெடுத்து இலங்கையிலும் கேரளத்திலும் தூத்துக்குடி முத்துக் குளிப்பிலும் மேலோங்கி நின்று, பிற ஐரோப்பியரின் போட்டிகள் காரணமாகச் சுமார் நூற்றைம்பது ஆண்டுகளுக்குள் தளர்ந்து போய் விட்டனர்.

தூய்ப்பிளே 1751 ஆம் ஆண்டு டச்சுக்காரரிடமிருந்து மச்சிலிப் பட்டினத்தைக் கவர்ந்தார். ஆங்கிலேயர் அதை பின்னர் 1759 இல் கைப்பற்றினர். டச்சுக்காரர் அதற்கு மூன்றாண்டுகளுக்குப் பிறகு 1762 இல் மச்சிலிப்பட்டினத்தை மீண்டும் பிடிக்க முயன்று தோற்றனர்.

டச்சுக்காரர் பின்னர் 1770-1771 ஆம் ஆண்டுகளில் அரேபியம், ஈரான், பர்மா, தாய்லாந்து லாவோஸ், வியத்துநாம் ஆகிய நாடுகளில் வாணிபம் செய்து வந்ததைக் கைவிட்டனர். இந்த 1774 ஆம் ஆண்டில் குஜராத்திலுள்ள ஆமதாபாதையும் விட்டு வெளியேறினர். (ஆமதாபாது : இ.ச.க.தொகுதி-4)

டச்சுக்காரர் பற்றி இக்களஞ்சிய வரிசையில் ஆங்காங்கு பல்வேறு கால கட்டங்களில் பல செய்திகளில் சொல்லப்பட்டுள்ளன. (இ.ச.க.தொகுதி-1,2/2,3,5)

1774

5. அடிமை ஒழிப்பில் குவாக்கர் பணி

பிரிட்டிஷ் நாடாளுமன்றம் அடிமை வாணிபத்தை ஒழிக்கப் பத்தொன்பது ஆண்டுகள் பெரும் பாடு பட வேண்டியதாயிருந்தது. பிரிட்டனிலும் பிரான்சிலும் வாழ்ந்த சிந்தனையாளரும் எழுத்தாளரும் இக் காலத்தில் தனியராய் நின்று அடிமை முறையையும் அடிமை வாணிபத்தையும் எதிர்த்து வந்தனர். ஆங்கில எழுத்தாளரான டேனியல் டீஃபோ (1660-1731). ஆங்கிலப் புலவர்களான ரிச்சர்டு சேவேஜ் (1697-1743), அலெக்சாந்தர் போப்பு (1688-1744) ஆகியோரின் நூல்களைப் படித்திருந்த பொது மக்களின் எண்ணிக்கை குறைவேயாகும். மக்கள் இதை அரசியலாக்குவதற்கு விரும்பவில்லை.

டாக்டர் ஜான்சன் (1709-1784) அடிமை முறை மீது கசப்புக் கொண்டு அதைக் கண்டித்திருக்கலாம். புகழ் வாய்ந்த எழுத்தாளரான ஹோரேஸ் வால்போல் (1717-1797) ''நீகிரோவரை விலைப் பொருளாய் விற்கும் அருவருக்கத் தக்க வாணிபத்தைப்'' பற்றி ஏராளமாய் எழுதிக் குவித்திருக்கலாம். ஆனால் இவையெல்லாம் பொது மக்களிடையே இத் தீய செயலைக் குறித்து எவ்விதமான உணர்ச்சியையும் உண்டாக்கி விடவில்லை. அவ்வாணிபத்தைக் கொன்றொழிக்க விரல் விட்டு எண்ணக் கூடிய இவ்வறிவாளியரால் இயலாது. அதற்குச் சரியான ஓர் அமைப்பு வேண்டும். இக் கொடுஞ் செயலை உலகறிய அம்பலப் படுத்துவதற்கு விரிவான பல சான்றுகள் வேண்டும். அடிமை முறையையும் அடிமை வாணிபத்தையும் அறவே ஒழிக்கும் இலட்சியத்தில் முற்றிலும் ஈடுபாடு கொள்ள வேண்டும்.

குவாக்கர் பணி

''நண்பர்கள் (Friends) என்ற குவாக்கர் சமயப் பிரிவினர் மட்டுமே இது குறித்து முனைப்பாயும் மனந் திறந்தும் பேசி வந்தனர். குவாக்கர் பிரிவின் எந்த ''நண்பரும்'' அடிமை வணிகருடன் எந்த ஈடுபாடும் கொள்ளலாகாது; அவ்வாறு நடந்து

கொள்ளாதவர்கள் குவாக்கர் அமைப்பிலிருந்து நீக்கப்படுவர் என்று 1774 ஆம் ஆண்டு தடை விதிக்கப்பட்டது. அடிமைகளை வைத்திருந்த நண்பர்களெல்லாம் அடிமைகளை விடுதலை செய்ய வேண்டும் என்று அதற்கு இரண்டாண்டுகளுக்குப் பிறகு கட்டளை பிறப்பிக்கப்பட்டது.

அடிமை வாணிபத்தை முற்றிலும் ஒழிப்பது என்று கங்கணம் கட்டிக் கொண்ட ஒரு குழு 1787 மே மாதம் இலண்டனில் அமைக்கப்பட்டபோது, அதன் பன்னிரு உறுப்பினருள் மூவர் குவாக்கர் ஆவர். அடிமை ஒழிப்புப் பணியில் குவாக்கர்களுக்குத் தனிச் சிறப்பு வாய்ந்த இடம் உண்டு என்பதைப் பின்னர் காணலாம்.

6. அமெரிக்கக் கனக்டிக்கட்டுக் குடியேற்றத்தில் அடிமைகளை இறக்கத் தடை

இன்று அமெரிக்க ஒன்றியத்தின் வட கிழக்கு மாநிலமான நியூ இங்கிலாந்துப் பகுதியிலிருக்கும் கனக்டிக்கட்டு என்ற குடியேற்றத்திலும், அட்லாண்டிக்கை எல்லையாய்க் கொண்ட வட மாநிலமாய் இன்று விளங்கும் ரோடு ஐலண்டுக் குடியேற்றத்திலும் அடிமைகளை இனி இறக்குவதற்கு 1774 இல் தடை விதிக்கப் பெற்றது.

ஃபிலடெல்ஃபிய மருத்துவரான பெஞ்சமின் ரஷ் (இப்போது வயது 29) இவ்வாண்டு ஜேம்ஸ் பெம்பர்டன் என்றவருடன் சேர்ந்து அடிமை முறை எதிர்ப்புச் சங்கத்தை அமைத்தார்.

1774

7. பிரிட்டிஷ் நாடாளுமன்ற உரைக்கோவை அச்சாதல்

இலண்டன் அச்சாளரான லூக்கு ஹன்சார்டு (1752-1828) நாடாளுமன்ற மக்கள் சபையின் உரைக் கோவைகளை இவ்வாண்டு முதல் அச்சிடத் தொடங்குகின்றார்.

8. குவீபக்குச் சட்டம் நிறைவேற்றம்

கிழக்குக் கனடாவின் மிகப் பெரிய மாநிலமாய் இன்று விளங்கும் குவீபக்கு (Quebec) 1608 முதல் 1763 வரை பிரஞ்சுக்காரரின் குடியேற்றமாயிருந்து, 1763 இல் பிரிட்டிசாரின் கைக்குச் சென்றது. பிரிட்டிசார் குவீபக்கின் நிலப் பரப்தைத் தெற்கில் ஒகையோ வரையிலும் (ஒகையோ இன்று அமெரிக்க ஒன்றியத்தின் நடுவிலுள்ள மாநிலமாகும்.) மேற்கில் மிசிசிப்பி ஆறு வரையிலும் (இந்த ஆறு வடமேற்கு மின்னசோட்டாவில் தோன்றுவது. அமெரிக்கத்தின் இரண்டாவது பேராறு. இதன் நீளம் 3,780 கிலோ மீட்டர்.) விரிக்க வகை செய்யும் குவீபக்குச் சட்டம் 1774 ஜூன் 22 அன்று பிரிட்டிஷ் நாடாளுமன்றத்தில் நிறைவேறியது. இதற்கு எதிர்ப்பு இருந்த போதிலும் அது சட்டமாய்விட்டது.

9. கிளைவு இறந்தார் (1725–1774)

இராபட் கிளைவு பெருஞ் செல்வராய்த் தாயகம் திரும்பிய பிறகு அவருடைய எதிரிகள் அவருக்கு எதிராய்ப் பாராளுமன்றத்தில் பல குற்றச்சாட்டுகளைக் கூறினர். அவற்றை ஆராய்வதற்கென்று தனிக் குழு அமைக்கப் பெற்றது. அக்குழுவில் கிளைவிற்கு வேண்டாதவர்களே இருந்தனர்.

எனினும், நாடாளுமன்ற எதிர்க்கட்சியினர் கிளைவை ஆதரித்தனர். கிளைவு இந்தியத்தில் ஆற்றிய அரும் பணிகளுக்காக அவரைப் பாராளுமன்றம் பாராட்டித் தீர்மானம் நிறைவேற்றியது.

கிளைவு அதற்கு ஓராண்டிற்குப் பிறகு 1774 நவம்பர் 2 அன்று இறந்தார். அவர் நோவு தணிக்கும் மருந்துகளை மிதமிஞ்சி உள்கொண்டதால் ஏற்பட்ட மாரடைப்புக் காரணமாக இறந்தார். அவர் வாத நோய்க்காகவும் சிறுநீரகக் கல்லடைப்பினால் உண்டான வலியைத் தணிக்கவும் பல காலமாகவே ஹெராயின் என்ற போதை மருந்தை உள்கொண்டு வந்தார்.

அவர் வலி மிகுந்ததும் லாப்டனம் (*Labdanum* அல்லது *Ladanum*) என்ற போதை மருந்தை மிகுதியாய் உள்கொண்டு விட்டார். (லாப்டனம் அல்லது லாடனம் என்பது ஒரு வகைப் புதர்ச் செடியிலிருந்து எடுக்கப்படும் பசைத் தன்மையுள்ள கரு நிறமான பிசின் ஆகும்.) இத்தகைய போதை மருந்தைச் சிறு அளவில் உள்கொண்டால் கூட அது உயிருக்குத் தீங்காகும் என்பதை உணர முடியாத அளவில் கிளைவு போதை மருந்துகளுக்கு அடிமையாய்விட்டார்.

கிளைவின் குடும்பம், அவர் போதை மருந்தை மிகுதியாய் உண்டு இறந்தார் என்பதை மறைக்கும் எண்ணம் கொண்டிருக்கவில்லை. ஆனால் அவர் போதை மருந்திற்கு அடிமையானவர் என்பதை மக்கள் அறிந்து கொள்வதை அவர்கள் விரும்பவில்லை.

அவரது சாவைப் பற்றிப் பலவிதமான வதந்திகள் உலவின. கிளைவின் மனைவி கணவர் இறந்தபின் 43 ஆண்டுகள் உயிர் வாழ்ந்திருந்தார். (இவர்களுக்குச் சென்னை புனித ஜார்ஜ் கோட்டைக்குள் இருக்கும் புனித மேரி சர்ச்சில் 1753 பிப்ரவரி 18 அன்று திருமணம் நடந்தது. இ.ச.க.தொகுதி- 6)

கிளைவின் குடும்பம் போவிஸ் என்ற பட்டத்தைப் பெற்றுவிட்டதால், கிளைவு என்ற பெயரும் காலப் போக்கில் மறைந்துவிட்டது.

கிளைவு தற்கொலையால் செத்தார் என்பதால், அவரது உடல் ஒரு குறுக்குச் சாலையின் சந்தியில் புதைக்கப்பட்டுள்ளது. அவர் மோரிட்டன் சே என்ற இடத்திலுள்ள கோயிலின் கல்லறைத் தோட்டத்தில் அடக்கம் செய்யப் பட்டிருக்கின்றார்.

10. பதினைந்தாம் லூயி அம்மை கண்டு இறந்தார்.

பிரெஞ்சு மன்னரான பதினைந்தாம் லூயி (1710-1774; ஆ.கா. 1715-1774), பதினான்காம் லூயியின் (1638-1715 ; ஆ.கா. 1643 - 1715) கொள்ளுப் பேரன் ஆவார்.

பதினைந்தாம் லூயி தன் பதினைந்தாவது வயதில் 1715 ஆம் ஆண்டு முடி சூடினார். பின்னர் பிரான்சைப் பயனற்ற பல போர்களில் ஈடுபடுத்தினார். அவற்றுள் ஏழாண்டுப் போர் (1756-1763; இ.ச.க.தொகுதி-6) குறிப்பிடத்தக்கதாகும். அவரது திறமையற்ற ஆட்சியினால் முடி மன்னரின் மேலாண்மையும் செயல் திறனும் மதிப்பிழந்தன.

இம்மன்னருக்கு 1774 ஆம் ஆண்டு அம்மை கண்டது. அவருக்கு ஒரு காலத்தில் மிகவும் விருப்பமாயிருந்த செயிண் டெனிஸ் என்ற ஊருக்கு எடுத்துச் செல்லப்பட்டது. அது வட பிரான்சில் சீன் ஆற்றின் கரையிலமைந்த நகராகும். பாரிஸ் பெரு நகரின் புற நகரங்களில் ஒன்றான அங்கு பல தொழிற்சாலைகள் இருந்தன. அங்குள்ள பன்னிரண்டாம் நூற்றாண்டு மாதா கோயிலில் பிரஞ்சு மன்னர் பலரின் கல்லறைகள் உள்ளன.

பதினைந்தாம் லூயி இறந்ததும் மக்கள் கூட்டம் ஊளையிட்டது. ஊத்தைப் பாட்டு பாடியது என்றெல்லாம் கூறப்படுகின்றது. இம்மன்னர் இறந்ததற்காக யாரும் வருந்த வில்லை.

இறந்த மன்னரின் பேரரான பட்டத்து இளவரசருக்கு இப்போது வயது இருபது. அவர் பதினாறாம் லூயி என்ற பெயரில் அரியணை ஏறினார். இவர் தன் உடன் பிறந்தவர்களுடன் சேர்ந்து அம்மைத் தடுப்பிற்காக அம்மைப்பால் வைத்துக் கொண்டாடர். *(அம்மை பற்றிய செய்திகள் : இ.ச.க. தொகுதி-3 .)*

பதினாறாம் லூயிக்கு 1775 ஆம் ஆண்டு பட்டம் சூட்டினர். அவர் அரியணை ஏறிய நேரத்தில் ஐரோப்பிய நாடுகளனைத்தையும் விட மேலோங்கிய நிலையில் பிரஞ்சு நாடு இருந்தது. இத்தனை மேலான நிலையிலிருந்த நாட்டில் இன்னும் பதினான்கு ஆண்டுகள் கழித்து உலகம் இதுவரை கண்டிராத புரட்சி எழப் போகின்றது என்று எவர் தான் அப்போது பார்த்திருக்க முடியும்?

இங்கிலாந்தைவிட, பிரஷியத்தைவிட இரண்டு மடங்கு மிகுதியான மக்கள், 25 மில்லியன் பேர் பிரான்சில் இப்போது வாழ்ந்தனர். ஜெர்மனி, ஆஸ்திரியம், அங்கேரி ஆகியன மூன்றும் சேர்ந்தாலும், பிரான்ஸ் அவற்றை விடப் பெரிய நாடாயிருந்தது.

மிகப் பெரிய அறிவியல், மெய்யியல், பொருளியல் சிந்தனைகள் பிரான்சில் இப்போது பொங்கி நுரைத்துக் கொண்டிருந்தன. அறிவு எழுச்சி இயக்கம் பிரான்சிலிருந்து உலகெங்கும் அறிவொளி வீசியது.

11. பிரான்சில் பயிர் பொய்த்துப் பஞ்சம்

பிரான்சில் பயிர் விளைச்சல் குறைந்ததால், சென்ற ஆண்டு முதலே இருந்து வந்த குன்றிய விளைச்சலைத் தொடர்ந்து இந்த ஆண்டில் அகப்பை நோய் பஞ்சம் நீடித்தது.

பிரான்சின் கட்டுப்பாட்டுத் தலைவர் (Control General) 1776 ஆம் ஆண்டு ஒழித்துவிட்ட தாராளத் தானிய வாணிபச் சட்டத்தை மீண்டும் நடைமுறைக்கு இப்போது கொண்டுவந்த போதிலும் ஆறுகளெல்லாம் உறை பனியால் மூடிப் போய் விட்டமையால் கோதுமையை மிதவைப் படகுகளில் ஏற்றிப் பல இடங்களுக்குக் கொண்டு செல்ல முடியவில்லை.

நான்கு இராத்தல் எடையுள்ள ரொட்டியின் விலை சில மாதங்களுக்குள்ளேயே 11 சூவிலிருந்து 14 சூவாக ஏறிவிட்டது. (சூ-*Sou* என்பது குறைந்த மதிப்புள்ள சல்லிக் காசு. அது இக்காலத்தில் பிரான்சில் புழக்கத்திலிருந்தது. இப்போது இக்காசு இலது.)இந்த எடையுள்ள ரொட்டி 14 சூ வரையிலும் விற்றதுண்டு. எனினும் அப்போது இந்த விலையேற்றத்திற்குப் பருவ நிலை காரணமாயிருந்தது விலையேற்றத்திற்கு இப்போது அரசின் மீது பழி போடப்பட்டது.

கலகக்காரர்கள் கோதுமை வணிகர்களைக் குளத்திற்குள் தள்ளினர். கோதுமை அரைக்கும் ஆலைகளையும் ரொட்டிக் கடைகளையும் கொள்ளையடித்தனர். மன்னர் வாழ்ந்த வெர்செயில் அரண்மனையை நோக்கி அணி திரண்டு சென்றனர். ரொட்டி விலையை இராத்தலுக்கு இரண்டு சூ குறைப்பதாய் வாக்களிக்குமாறு மன்னரைக் கட்டாயப்படுத்தினர். இக் கலவரத்திற்குக் ''கோதுமைப் போராட்டம்'' என்று பெயர்.

கலகக்காரரில் நானூறு பேர் சிறை செய்யப்பட்டனர். ரொட்டிக் கடைகளை உடைத்ததற்காக இருவர் தூக்கிலிடப்பட்டனர். விலைகளை ஏற்றுவதற்காகச் சதி எதுவும் நடந்ததாய்க் கண்டுபிடிக்கப் படவில்லையெனினும், அத்தகைய சதி ஒன்று நடந்ததாய்ப் பிரஞ்சு மக்கள் அனைவரும் நம்பினர். *(1768,1776 காண்க.)*

1775

அரசியல்
அமெரிக்க விடுதலைப் போர் தொடக்கம்
மைசூர் அரியணையில் குழந்தை அரசர்
மராட்டியர் - ஆங்கிலேயர் போர் தொடக்கம்

அறிவியல்
இந்துமாக் கடலியல் ஆய்வு : பிரஞ்சுக்காரரும் ஐரோப்பியரும்
ஜேம்ஸ் குக்கின் பசிபிக்குப் பயணம்

கலை, இலக்கியம்
தமிழில் இன்னோர் உரைநடைக் கதை
இந்திய மொழிகளும் 18 ஆம் நூற்றாண்டு இலக்கியமும்

வேளாண்மை, தொழில் வாணிபம்
பிரிட்டனில் காசோலைக் கணக்குத் தீர்க்க மையம்
போர்த்துக் கீச நாணயங்களுக்கு ரூபாய் மதிப்பு

இராணுவம், போர்
மராட்டியர் - ஆங்கிலேயர் போர் தொடக்கம்
கம்பெனிக்குப் பீரங்கி

நாணயவியல்
தென்னிந்தியத்தில் ரோமன் நாணயங்கள்
போர்த்துக்கீசர் இந்தியத்தில் அச்சிட்ட நாணயங்கள்

மக்கள்
கள்ளக் கையெழுத்து : கிளைவு, நந்த குமார்
பிரிட்டனில் கொத்தடிமைகள் விடுதலை
அடிமை விடுதலைக்கு அமெரிக்கத்தில் முதல் சங்கம்
"பெண்களைப் பாகுபடுத்தாதீர்"

பொது
யாங்கி டூடில் பாட்டு
பீற்று நீர்விசைக் கஃசு

பிறப்பு
திருவாரூர் முத்துச்சாமி தீட்சிதர்
ஆந்திரே மாரி ஆம்பியர் (1775-1836)

1775

1775

1. தமிழில் உரைநடைக் கதை

இந்து தேசத்தின் அரசியல், பொருளியல், வாழ்வியல், இலக்கியம், கலை போன்ற துறைகள் அனைத்திலும், இந்தப் பதினெட்டாம் நூற்றாண்டின் கரிய இருள் கிட்டத்தட்ட முற்றிலும் மூடிவிட்டது. எனினும் இதற்குப் பல நூற்றாண்டுகளுக்கு முன்னரே பாரத நாட்டில் பொழுது சாய்ந்து கொண்டே வந்தது. வரலாற்றின் போக்கில் தவிர்க்க முடியாத வகையில் உண்டான இந்நெடிய இரவின் தொடக்கத்தை வருவதுரைக்க எவருமின்றி, நடுநிலையான ஞானவான்களையும் பேத உணர்வற்ற அறிவாளிகளையும் நாடு இழந்து நின்றது.

சம்ஸ்கிருதம்

சம்ஸ்கிருதம் கிட்டத்தட்டச் செத்த மொழியானது; அதைப் பொத்திப் பொத்தி வைத்து, அதன் அகல் விரிவான பொதுமையைக் குறுக்கி மூச்சுத் திணற வைத்து விட்டனர். விசயநகரப் பேரரசு நிலவிய பதினைந்து, பதினாறாம் நூற்றாண்டுகளில் சம்ஸ்கிருதம் சிறிது காலம் கடைசியாய் அரச ஆதரவைப் பெற்றிருந்ததெனினும், ஆதி சங்கரர் (788-820) உபநிடதங்களுக்கு உரை கண்டதுடன், அம் மொழியில் ஏற்பட்ட அறிவுப் புத்தெழுச்சி அடங்கிப் போய்விட்டது போல் தோன்றுகின்றது. ஐரோப்பியர் வந்த பிறகுதான் சம்ஸ்கிருதம் உலகில் உலவலாயிற்று.

அப்பய்ய தீட்சதர்

அப்பய்ய தீட்சதர் (1520-1592) பதினாறாம் நூற்றாண்டில் சித்திர மீமாம்சை, இலட்சணாவளி ஆகிய நூல்களையும், அவரின் நெருங்கிய உறவினரான நீலகண்ட தீட்சிதர் சிவ லீலார்ணவமும் எழுதினர். இவையும் சிறுதர இலக்கியப் படைப்புகளேயாம். ஆனால் பதினெட்டடாம் நூற்றாண்டில் குறிப்பிடத்தக்க சம்ஸ்கிருத இலக்கியம் எதுவும் தோன்றவில்லை. சம்ஸ்கிருதக் கல்வி எந்நிலையில் இருந்தது என்பது குறித்துத் தலையாய சம்ஸ்கிருத விற்பன்னருள் ஒருவரான எட்வர்டு ஃபிரிட்ஸ் 1868 இல் இங்ஙனம் கூறினார்:

''அங்கு (வங்கத்தில்) வேதமானது பல நூற்றாண்டுகளாகவே கிட்டத்தட்ட நிறுத்தி வைக்கப்பட்டுவிட்ட இழிநிலையில் இருந்தது. -இதற்கு வங்கப் பண்டிதர்களின் எழுத்துகளிலிருந்து நமக்குப் போதிய சான்றுகள் கிடைக்கின்றன. அவர்களில் எத்தனை பேர் வேதம் பற்றி விளக்கவுரை செய்தனர் அல்லது மீமாம்சைக்கு விளக்கம் தந்தனர்? (மீமாம்சை என்பது சைமினி முனிவரால் செய்யப்பபெற்ற நியாய நூல்.) மிக அண்மைக் காலம் வரையிலும் வங்கத்தின் கற்றறிவாளர் வேதம் இல்லாமலே வாழ்வதில் மனநிறைவு கொண்டுவிட்டனர்.''

இதைப் போலவே பிற இந்திய மொழிகளான உருது, குஜராத்தி, மராட்டி, கன்னடம், தெலுங்கு, மலையாளம், ஒரியம், அசாமி, வங்காளி முதலியவற்றின் நிலையும் இருந்தது.

தமிழ்

ஆனால் சுமார் 2500 ஆண்டுகளுக்கு முற்பட்ட நெடிய இலக்கிய, இலக்கண மரபுகளைக்கொண்டு சுந்தரம்பிள்ளை (1855-1897) பின்னாளில் வியந்தது போல் சீரிளமைத் திறங்கொண்டு விளங்கிச் சம்ஸ்கிருதம் போல் வழக்கொழிந்து போகாமல் மக்களின் நாவில் நடமாடி வந்த தமிழின் நிலைதான், இந்திய இலக்கிய வரலாற்றிலேயே மிகவும் இரங்கத்தக்கதாய் இருந்தது.

சைவ ஞானியான தாயுமானவர் (1704-1742) பாடல்களைத் தவிர குறிப்பிட்டுக் கூறும்படியாகத் தமிழ் இலக்கியம் எதுவும் இந்நூற்றாண்டில் (18) செய்யப்படவில்லை. இலக்கியக் காவலராயும் பாவலராயும் அறிவு வாழ்க்கையில் சங்க காலந்தொட்டுப் பல நூற்றாண்டுகளாய் நிலவிவந்த புரவலர் வரிந்தும் அருகியும் போனமை, கற்பது என்பது மக்களினத்தில் குறுகிய சிறு வட்டத்தினுள் அடங்கி ஒடுங்கிவிட்டதால், எழுத்தறிவற்றோர் பல்கியமை ஆகியனவும் இந்நிலைக்குக் காரணங்களாகலாம்.

சிற்றிலக்கியங்கள் என்று வகைப்படுத்தப்பட்டுக் கவிராயர்களின் சொற்சிலம்பங்களும் சிற்றின்பச் சேறுகளும் பக்தியின் பெயரால் காமச்சுவை சொட்டும் பாடல்களும் ஒழுக்க நெறியைக் கூறுவது என்ற போலித்தனத்தைக் கொண்டு சமூதாயப் பொல்லாங்குகளுக்கு வக்கிரத்தனமான வெளிச்சம் போட்டுக் காட்டிய தூது, குறவஞ்சி, பள்ளு முதலிய அடிநிலை இலக்கிய வடிவங்களாய்த் தமிழ் இழிந்து கொண்டே சென்றதை இருபதாம் நூற்றாண்டுத் தமிழறிஞர்கள் சுட்டிக்காட்டிய நிலையே இப்போது நிலவிற்று.

மொழியின் இலக்கியச் செழுமையைப் புரக்கும் காவலர் இல்லாமற் போயினர் அல்லது அருகிவிட்டனர் என்பன மட்டும் இந்நிலைக்குக் காரணங்களன்று. சமுதாய வாழ்வில் நிலையுறுதியின்மை, பிறவியின் பெயரால் ஏற்றத் தாழ்வு, மக்களிடத்தில் ஒருவர் மீதொருவர் நம்பிக்கையும் நல்லெண்ணமும் குன்றியமை போன்ற காரணங்களினால் எழுத்தறிவின்மை பெருமைக்குரியதாய்க் கருதப்பட்டுவிட்டதும் காரணமாகலாம். வெகுதொலைவு செல்ல வேண்டாம்; கடந்த நான்கு நூற்றாண்டுக் காலச் சமூக வாழ்க்கையின் வரலாற்றை மட்டும் எடுத்துக்கொண்டு ஒப்பு நோக்கினால் மேலே கூறிய கருத்தின் உண்மை புலனாகும்.

வீரமா முனிவர்

இத்தகைய காலச் சூழலில் தற்காலத் தமிழ் உரை நடையின் வரலாறு பதினெட்டாம் நூற்றாண்டில் தொடங்குகின்றது. இது தமிழ் இலக்கியத்திற்கு இத்தாலியரான ஏசு சபைச் சாமியார் பெஸ்கி என்ற வீரமா முனிவர் (1680-1747) வாயிலாக வந்து வாய்த்த புது இலக்கிய வடிவமாகும். பாடல் வடிவில் இருந்து வந்த தமிழ் இலக்கியத்திற்கு உரைநடை வடிவம் தரப்பட்டதைக் குறிக்கும் எல்லைக் கல்லுமாகும்.

வீரமா முனிவர் இந்நூற்றாண்டின் முதற் கால் பகுதியில் போர்த்துக்கீசர் எளிமையாய்த் தமிழ் கற்பதற்காக வேண்டி, நகைச்சுவை ததும்பும் முறையில் எழுதிய ''பரமார்த்த குருவின் சீடர்கள்'' என்ற நையாண்டிக் கதையைத் தமிழில் எழுதினார். இந்நூல் ஒரு பக்கம் போர்த்துக்கீசமும், அதன் எதிர்ப்பக்கம் தமிழுமாக இரு மொழியில் அமைந்திருந்தது. வீரமா முனிவர் தன்னை இக்கதையில் வரும் குருவாக வைத்து அப்பாத்திரத்தை உருவகித்தார் என்பாருமுளர். தமிழில் முதன்முதலில் எழுதப்பெற்ற இந்நகைச்சுவை உரைநடை நூல், பின்னர் தெலுங்கு, ஆங்கிலம் ஆகிய மொழிகளிலும் ஏறியுள்ளது என்பது குறிப்பிடத் தக்கது.

முனிசீபு வேதநாயகம் பிள்ளை

''பரமார்த்த குருவின் சீடர்கள்'' என்ற இந்த உரைநடைப் புதினத்தையடுத்துத் தமிழில் எழுதப்பெற்ற புதினம் அல்லது நாவல், முனிசீபு வேதநாயகம் பிள்ளை (1826-1889) எழுதிய ''பிரதாப முதலியார் சரித்திரம்'' என்பது பொதுவான கருத்தாகும். முன்சீபு வேதநாயகம் பிள்ளை வீரமா முனிவருக்குப் பிறகு கிட்டத்தட்ட நூறாண்டுகள் கழித்து இந்நாவலை எழுதினார். இவ்விரு புதினங்களுக்கும் இடைப்பட்ட காலத்தில் இன்னொரு புனைகதையும் தோன்றியதாக அறிகின்றோம்.

வசன சம்பிரதாயக் கதை

அந்நூல் 1775 முதல் ஏட்டுச் சுவடியாயிருந்து 1895 இல் அச்சாகி வெளிவந்தது. தமிழ் நாவல் வரலாறு பற்றி ஆயிரத்துத் தொள்ளாயிரத்து எழுபதுகளில் வெளியான ஒரு நூலில், அக்கதையின் இலக்கியச் சிறப்புப் பற்றிய விரிவான மதிப்பீடு வெளியாகியிருந்தது. அந்நூலின் பெயர் வசன சம்பிரதாயக் கதை. அது எழுந்த காலத்து உரைநடைப் பாணியில் அமைந்த கதை என்பர். இக்கதையின் அச்சுப் பதிப்பில் காணப்படும் முன்னுரையில், அது எங்ஙனம் தோன்றியது என்பது பற்றிய செய்திகள் சொல்லப் பட்டுள்ளன.

நாட்டரசன் கோட்டை

இன்று நாட்டரசன் கோட்டை என்றறியப் பட்டுள்ள தென்பழசை என்ற ஊரைச் சேர்ந்த முத்துக் குட்டிப்புலவர் சிவகங்கைச் சமீனில் அவைப் புலவராயிருந்தார். (நாட்டரசன் கோட்டை : செட்டி நாட்டிலுள்ள ஊர். இங்கு கம்ப நாட்டாழ்வார் (கி.பி.10நூ) அடக்கமான இடமும், கண்ணாத்தாள் என்ற பெயரில் கண்ணகிக்கு ஒரு கோயிலும் உள்ளன. இங்கு கம்பர் அடங்கியுள்ள இடமும் கம்பர் கோயில் என்றே அழைக்கப்படுகின்றது. கம்பர் தென் பழசையிலேயே வாழ்ந்து உயிர் நீத்தார் என்பது அறிஞர் சிலரது கருத்தாகும். காரைக்குடி கம்பன் கழகத்தார் இங்கு ஆண்டு தோறும் பங்குனி மாதம் கம்பனுக்கு விழா எடுப்பர். இவ்வூரில் கம்பனைப் பற்றிய நடுகல், கம்பன் குளம், கம்பன் ஊருணி ஆகியன உள்ளன.)

சிவகங்கை மன்னர் முத்து வடுகநாதத் துரை (1750-1772) 1775 ஆம் ஆண்டு சிவராத்திரியன்று கோயில் மண்டபத்தில் காத்திருந்த மக்கள் உறங்காது விழித்திருந்து கேட்கும்படி விடிய விடியக் கதை சொல்ல வேண்டுமென்று முத்துக் குட்டிப் புலவரைக் கேட்டார். அக்கதை இதற்கு முன் சொல்லப்படாததாய் இருக்க வேண்டும். உலகில் அறியப்பட்டுள்ள ஐம்பத்தாறு நாடுகளில் வழங்கும் இடப் பெயர்களும், செடி, கொடி ஆகியவற்றோடு பிற உயிரினங்களின் பெயர்களும் மட்டுமே கதையில் வர வேண்டுமென்று அரசர் விதி செய்திருந்தார். இறைப் பற்றின் இன்றியமையாமையை எடுத்துரைப்பதாயும் சிவராத்திரியின் சிறப்புக் கூறுவதாயும் கதை அமைந்திருத்தல்

வேண்டும். முத்துக்குட்டிப் புலவர் அதற்கு இசைந்து கதை சொல்லத் தொடங்கினார். அவர் சொல்லச் சொல்ல ஏடும் எழுத்தாணியும் வைத்துக்கொண்டு எழுதுவோர் பலர் கதையை விரைந்து எழுதினர்.

(சிவகங்கை பற்றியும் முத்து வடுகநாதத் தேவர் குறித்தும் இ.ச.க.தொகுதி-3 காண்க. இந்தப் பத்திலும் 1772 ஆம் ஆண்டு கட்டுரையில் அவர் காளையார் கோயில் போரில் 1772 ஆம் ஆண்டு களம்பட்ட செய்தி சொல்லப்பட்டுள்ளது. அவரது காலம் 1750-1772 ஆகும். எனவே அவரின் ஆணைப்படி அவைப் புலவர் 1775 ஆம் ஆண்டு ''வசன சம்பிரதாயக் கதையைக்'' கோயில் மண்டபத்தில் சிவராத்திரியன்று கூறினார் என்பது கால வழு என்று தோன்றுகின்றது.)

மேற்சொன்னவாறு எழுத்தாணி கொண்டு பனை ஓலையில் எழுதிய ஏடுகள் பல காலம் இருந்து வந்தன என்ற சொல்லப்படுகின்றது. ஆனால் அவை பின்னர் என்னவாயின என்பது புலனாகவில்லை. எனினும் இயல்பு மீறிய நினைவாற்றல் கொண்ட நாகு பாரதி என்பவரால் இந்நூல் எதிர்காலத்தவருக்குக் கிடைத்துள்ளது. நாகு பாரதி என்றவர் குஞ்சர பாரதியின் உடன் பிறந்தவர். நாகு பாரதியின் மகனான திருவையாற்று என். வைத்தியநாத பாரதி தன் தந்தையிடமிருந்து இக்கதை முழுவதையும் கேட்டுத் திருவையாற்றைச் சேர்ந்த தன் நண்பர் ஏ.இராமசாமி தீட்சதரின் உதவியுடன் 1895 ஆம் ஆண்டு அதே ஊரில் அச்சிட்டு வெளியிட்டார். அது எண்பது பக்கங்களைக் கொண்டது. (10 செண்டி மீட்டர் X 13 ¾ செண்டி மீட்டர் அளவானது) விலை இரண்டரை அணா.

இவ்வாறு 1895 இல் வெளியிடப்பட்ட இந்நூலின் முன்னுரையில் கிட்டத்தட்ட 130 ஆண்டுகளுக்கு முன்னர் 1775 வாக்கில் சொல்லி எழுதிய இக்கதை பற்றி விவரிக்கப்பட்டுள்ளது. எனவே இம்முதற்பதிப்பானது இலக்கிய வரலாற்றில் இடம் பெறத்தக்கது என்று சிலர் கருதுகின்றனர். இக்கதை அக்காலத்து நாட்டார் கதைகளை நினைவூட்டும் வகையில், அப்படியே அச்சுப் பதிப்பில் காத்து வைக்கப்பட்டுள்ளது. பதினெட்டிலும் அதன் பின்னர் பத்தொன்பதிலும் இலக்கியம் பாடல்களாய் அமைந்திருக்க இந்த 'வசன சம்பிரதாயக் கதை' உரைநடையில் சொல்லப்பட்டுள்ளது. தமிழ் இலக்கியத்தின் உரைநடை முகிழ்ச்சிக் கோலம் எத்தகையதாயிருந்தது என்பதை இதிலிருந்து உய்த்துணர முடிகின்றது என்பர்.

அழகாபுரிக்கு அரசன்

இவன் சிவநாதனின் தோழன். குதிரை, கிளி, நரன் (மனிதன்) முதலானோரை வாகனமாய் உடையவன். இலக்குமிக்கே கொடை கொடுத்தவன். கையில் கதையை ஏந்தியவன். அழகு, குணம், ஆயுள், குலம், சம்பத்து, வித்தை, விவேகம், தனம் என்ற எட்டுச் செல்வங்களுக்கும் தலைவன். அட்ட திக்கு பாலனாகி வடதிசைக்குக் காவலாயிருப்பவன்; அழகாபுரிக்கு அரசன்; இவன் தேவி சித்திர ரேகை; நித்தி, புத்தி என்பாரும் இவன் தேவியர் என்பர். இவன் குள்ளமானவனாதலால் குபேரன் எனப்பட்டான் என்றெல்லாம் பல்வேறு புரணாங்களில் சிறப்பித்துக் கூறப்படும் குபேரனின் ஆட்சியில் அழகாபுரி மக்கள் எல்லா நலன்களும் பெற்று இனிது வாழ்ந்திருந்தனர்.

பாண்டியர் ஆட்சியில் பஞ்சம்

பின்னர் பாண்டியர் ஆட்சி ஏற்பட்டதும் மழை பெய்யாததால் பல இன்னல்கள் விளைகின்றன என்று கதை தொடங்குகின்றது. புலவர் இக்கதையில் இயற்கைச்

சக்திகளுக்கு மனிதரின் பண்புகளையும் பெயர்களையும் ஏற்றுக் கூறுகின்றார். ஆதலால் மேகம் என்பது மேகனன் சேர்வைக்காரராகின்றது. மழை மாரியப்பன் என்று பெயர் பெறுகின்றது. பன்னிரு இராசிகள், இராகு, கேது உள்ளிட்ட நவக்கிரகங்கள், பன்னிரு மாதங்கள், இருபத்தேழு நட்சத்திரங்கள், பதினைந்து திதிகள் முதலியனவும் அவற்றின் தன்மைகளைக் குறிக்கும் மனிதப் பெயர்களைப் பெறுகின்றன.

மேகனன் வழக்கப்படி மாதம் மும்முறை வராததால் நாட்டில் வறட்சி ஏற்பட்டது. மாதம் மும்மாரி பெய்வதன் செழிப்பை எடுத்துக் காட்டும் வகையில் ஆசிரியர் மழை பொய்த்ததை இங்ஙனம் இலக்கிய மரபுப்படி உருவகித்துக் கூறுகின்றார். மழை பெய்யாததால் சினமுற்ற மன்னன் மேகனனைச் சிறை செய்கின்றார். ஆதலால் கோள்கள் நிலை குலைந்து போகின்றன. எனவே அவை மன்னனிடம் வந்து தம்மைப் பிணையமாக வைத்துக் கொண்டு மேகனனை விடுவிக்குமாறு வேண்டுகின்றன.

(குறிப்பிட்ட காலங்களில் ஏற்படும் கிரக சந்திகளால் மக்களுக்கு உண்டாகும் இன்னல்களை இது எடுத்துக்காட்டுகின்றது. மேகனன் சிறைப்பட்டதால் வறட்சி நீடித்து மக்கள் களஞ்சியத்திலிருந்து தானிய தவசங்களை உண்டு தீர்க்க வேண்டிய கட்டாயம் ஏற்படுகின்றது. இக்காலத்து மக்களிடத்தில் வற்கடம் என்ற பஞ்சத்தின் கொடுமை பற்றிப் பன்னெடுங்காலமாய் நிலவி வந்த அச்சத்தின் தாக்கத்தை இது தெளிவாய்க் காட்டுகின்றது.)

1775

அவர்கள் நீர் வேட்கையுற்றுக் கிணறு தோண்டுகின்றனர். ஆனால் திண்டுக்கல், மணப்பாறை மக்களின் தலையீட்டால் தோண்டத் தோண்டக் கல்லும் பாறையுமே தட்டுப்படுகின்றன. சிறிதளவு கேப்பை (கேழ்வரகு) கிடைத்ததும் அதைத் திருகலில் இட்டுத் திரிக்கின்றனர். அதைத் திருகலின் (எந்திரம்) மேற்கல்லுக்கும் அடிக்கல்லுக்கும் இடையில் நடக்கும் சண்டை என்று புலவர் விவரிக்கின்றார். இறுதியில் மாக்கத பிள்ளை, அதாவது கேப்பை மா வருகின்றது என்றெல்லாம் சிலேடையில் கதை சொல்லிப் போகின்றார்.

கேப்பைக் கூழைக் குடித்து மலச்சிக்கலும் வயிற்றுப் போக்கும் உண்டானதால், அதைக் குடல்களுக்குள்ளிருக்கும் சக்திகளுக்கிடையில் நடக்கும் போராட்டம் என்று கூறுகின்றார்.

மக்கள் இறுதியில் மன்னரிடம் சென்று தம் இன்னல் தணிக்குமாறு இறைஞ்சுகின்றனர். மன்னன் மேகனனாகிய மேகத்தை விடுவிக்கவும் மழை பெய்கின்றது. மக்கள் நன்றிப் பெருக்கில் இறைவனைத் தொழுகின்றனர்.

உக்கிர பாண்டியன் கதை

முத்துக்குட்டிப் புலவரின் இக்கதை, கருங்கை ஒள் வாள் பெரும் பெயர் வழுதி என்ற முதலாம் உக்கிரப் பெருவழுதி ஆகிய பெரும்பெயருடைய சங்க காலப் பாண்டியனின் ஆட்சிக் காலத்தில் தமிழகமெங்கும் கொடும் பஞ்சம், நிலவியதாய்க் கூறப்படும் கதைகளை நினைவூட்டுகின்றது.

உக்கிரப் பெருவழுதி கடைச் சங்கத்தின் இறுதி மன்னன். இவன் காலம் சுமார் கி.பி.204. இவர் காலத்தில் இறையனார் அகப்பொருள் இலக்கணம் இயற்றினார், திருக்குறள் அவையேறியது; கொங்குதேர் வாழ்க்கை என்று தொடங்கும் பாடலைச் சிவன் தருமிக்காகச் செய்து தர அவன் அதை இப்பாண்டியனின் அவையில் பாட, அதில் பொருள் குற்றம் உள்ளதென்று நக்கீரர் நெற்றிக்கண்ணின் கொடும் வெம்மைக்கும்

அஞ்சாது நிறுவினார். வழுதி என்ற சிறப்புப் பெயர் பெற்ற இம்மன்னன் கானப் போரில் வெற்றி கண்டவன்; தலையாலங்கானத்துச் செருவென்ற நெடுஞ்செழியனின் மகனாய் இவன் இருக்கலாம்; உக்கிரப்பெருவழுதியும் சில பாடல்களைப் பாடியுள்ளான். இவ்வேந்தனே அகநானூறு தொகுக்கக் காரணமாயிருந்தான் என்றெல்லாம் இப்பாண்டியனைப் பற்றித் தமிழறிஞர் கூறுவர்.

இப்பாண்டிய மன்னனின் காலத்தில் உண்டானதாய்க் கூறப்படும் பஞ்சம் பற்றிய கதைகளே முத்துக்குட்டிப் புலவரை இப்புனை கதை செய்யுமாறு தூண்டியிருக்கலாம் என்று கருத இடமுள்ளது.

அகத்தியரிடம் முறையீடு

உக்கிர பாண்டியன் காலத்தே நாட்டில் வற்கடம் வந்து உறுத்தவே, மூவேந்தரும் பொதிய மலை சென்று மழையருளுமாறு அகத்திய முனிவரை வேண்டினர். ''பகலவனும் செவ்வாயும் முன் செல்ல வெள்ளி அவர்கள் பின் தொடர்ந்தால் நாட்டில் மழை வளம் குறைந்து வறுமை உண்டாகும்'' என்று அகத்தியர் கோள்நிலை குறித்து விளக்குவார். ''எனவே நீவிர் வானவர் வேந்தனாகிய இந்திரனை நாடுவீர்'' என்றும் உரைத்தார். அதற்கு முன்னர் திங்கள் நோன்பிருந்து அரவணிந்த ஈசனின் அன்பைப் பெற்று இந்திரனிடம் செல்வீராக என்றும் அகத்தியர் மொழிந்தார்.

பொதிகை மலை

சந்தனச் சோலை சூழ்ந்த பொதிய மலைக்குத் தனிப் பெருமையுண்டு. சீரிளமைத் திறம் வாய்ந்த செந்தமிழின் திருவுருவமாய் அம்மலை திகழ்வதால் மலையம் என்னும் பொதுப் பெயரைப் பெற்றது. பொதிகை என்ற பெயருக்கு ஏற்கத்தக்க பொருள் தெரியவில்லை. பொதி என்பது ''மூடு மறை'' என்ற வேர்ச்சொல்லிலிருந்து வந்தது என்றும் பொதிகை என்பது ''மறைவிடத்தைக்'' குறித்தது என்றும் கால்டுவெல் *(1814-1891)* தமது திராவிட மொழிகளின் ஒப்பிலக்கணம் என்ற நூலில் விளக்குகின்றார்.

''பொதி'' என்பது யானைக் காடு என்றும் கை இடத்தைக் குறிக்குமென்றும் இதற்குப் பொருள் கூறுவர். ''மலையத்து ஓங்கி மதுரையில் வளர்ந்து புலவர் நாவில் பொருந்திய தென்றல்'' என்று தென்றலின் பிறப்பிடமாகப் பொதிகை புகழப்பட்டது. இத்தகைய பெருமை சான்ற இம்மலையில் பிறக்கும் பேறு பெற்றது பொருநை ஆறாகும். மலையத்தில் தோன்றிக் கொற்கையில் கடலோடு கலக்கும் தமிழ் ஆறு இதுவேயாகும். இம்மலையில் வேறு பல ஆறுகளும் பிறந்து நெல்லைச் சீமையைச் செழிக்கச் செய்கின்றன. இது பாண்டி நாட்டின் சிறந்த மலை என்று புலவர் பாடுவர். இது தமிழ் முனிவன் அகத்தியன் வாழ்ந்த மலை என்பது மரபு. பாண்டியர் பொதிய வேந்தர் எனப்பட்டனர். ஐந்து தலைப் பொதிகை என்ற சிறு குன்றிலிருந்து வேறுபடுத்தி அறிவதற்காக இதைப் பெரிய பொதிகை என்றும் கூறுவர்.

பொதிகை மலையின் உச்சி *2072.6* மீட்டர் உயரமுள்ளது. இது மேற்குத் தொடர்ச்சி மலையின் ஒரு பகுதியாகும். மலையடிவாரத்திலுள்ள சிற்றூர் (இதை அம்பாசமுத்திர இரயில் நிலையத்திலிருந்து அடையலாம்) பொதியத்தின் வாயிலாக அமைந்துள்ளது. இம்மலை அம்பாசமுத்திரத்திலிருந்து மேற்கே தென்மேற்கில் சுமார் *24* கிலோ மீட்டர்; திருநெல்வேலியிலிருந்தும் அதே திக்கில் சுமார் *50* கிலோ மீட்டர். பாபநாசத்திலிருந்து சுமார் *80* கிலோ மீட்டரில் உள்ளது. பொதிகையின் உச்சியை அடைவதற்குப் பசுமையான

காடுகள், அழகிய சிறு குன்றுகள், சிற்றோடைகள் ஆகியவற்றைத் தாண்டிச் செல்ல வேண்டும்.

பொதிகை மலை மேற்கு மலைத் தொடரிலிருந்து சுமார் 16 கிலோ மீட்டர் தள்ளி அமைந்துள்ளது. அதனால் பொருநை என்ற தாமிரபரணி ஆறு சமவெளியில் தோன்று முன்னர் மலைப்பகுதியில் பரந்த அளவில் பாய்கின்றது. அகத்தியர் மலை என்றும் கூறப்படும் பொதிகையைப் பாளையங்கோட்டையிலிருந்தும் திருவனந்தபுரத்திலிருந்தும் காணலாம். இம்மலையின் உச்சியில் நின்று ஒரு புறம் கன்னியாகுமரியிலிருந்து கொச்சி வரையிலும் மறுபுறம் ஆதாம் பாலம் வரையிலும் தென்னிந்தியத் தீவக்குறையைக் காணலாம். இக்குன்றினருகே 1852 இல் ஒரு வானிலை ஆய்வுக் கூடம் அமைக்கப்பட்டது.

இந்திரனிடம் மூவேந்தர் முறையீடு

மூவேந்தர் பொதிய மலையிலிருந்து திரும்பியதும் அகத்தியர் கூறியபடி திங்கள் நோன்பிருந்து சிவபெருமானின் அருள் பெற்றனர். பின்னர் வானவீதியிலிருந்த இந்திரனின் மன்றை அடைந்தனர். சேரனும் சோழனும் தம் நாட்டில் வான் பொய்த்து வறுமை வந்தெய்தியதை இந்திரனிடம் கூறி மழை வளம் பெற்றுத் திரும்பினர். ஆனால் வழுதியர் தலைவனோ வானவர் தலைவனின் இறுமாப்பை அடக்க எண்ணி மழை வளம் வேண்டாது வறிதே திரும்பினான். ஆதலால் பாண்டிய நாட்டில் பஞ்சம் நீங்கிலது. வானவர் தலைவனோ வற்கடத்தால் பாண்டியர் நாடு நலிந்து வாடியதைக் கண்டும் காணாதிருந்தனன்.

பாண்டியன் மேகங்களைச் சிறையிடுதல்

உக்கிரப்பெருவழுதி ஒருநாள் பொதியமலைச் சாரலுக்குச் சென்ற போது அங்கு பொன், பூ, மண், கல் ஆகியவற்றைச் சொரியும் நால்வகை முகில்களைக் காணவே அவன் தன் வலிமையால் களிறுகளைப் பிணிப்பது போல், அம்மேகங்களுக்குக் கடுந்தளையிட்டுச் சிறை செய்தான். அவன் சிவகங்கைச் சீமையில் மானாமதுரைக்கு அருகிலுள்ள இருஞ்சிறை என்ற ஊருக்கு இந்நான்கு முகில்களையும் இழுத்து வந்து அங்கு சிறை வைத்தான். முகில்கள் கட்டப்பட்டிருந்த இருஞ்சிறைக்கு அருகில் கட்டு நல்லூர் என்ற ஊர் இருந்தது.

இதைக் கேள்வியுற்ற வானவர் தலைவன் வெகுண்டு எழுந்தான். அவன் பெரும் படையோடு வந்து மீனவனுடன் மோதினான். அவன் பாண்டியனுடன் போரிட்ட இடத்திற்குத் தனிச்சமம் என்று பெயர். இந்திரன் அங்கு தன் திருமுடி சிதைய, வலியிழந்து, தோல்வியுற்றுப் பொன்னகர் திரும்பினான். வானவன் மண்ணுலகில் கண்ட தோல்வி அவனை அமைதியிழந்து அலை மோதிக் கிடக்கச் செய்தது. அவன் வழுதியை வெல்லும் வழிகள் அனைத்தையும் சிந்தித்து அவனை வெல்ல முடியாதென்பதை உணர்ந்து, பாண்டியனிடம் நட்பை நாடி வந்தனன்.

"மழை வளம் தருகின்றேன், கொண்டல்களை விடுப்பீர்" என்று பாண்டியனுக்குத் திருமுகம் எழுதியனுப்பினன். அதைக் கண்ட உக்கிரப் பெருவழுதி சினந்தணிந்து நாட்டின் துயர் நீக்குவதற்காக முகில்களை விடுவித்தான். பாண்டிய நாட்டில் மழை பொழிந்தது.

இவ்வாறு அ.சம்பந்தமூர்த்தி அழகிய தமிழ் நடையில் தனது "வைகைக் கரையிலே" என்ற நூலில் சுவைபட இக்கதையை எழுதியிருக்கின்றார்.

முத்துக்குட்டிப் புலவர் சிவகங்கை மன்னர் விதித்தபடி இக்கதையைத் தானே இயற்றவில்லை என்பதும், அது ஏற்கெனவே தமிழ்நாட்டில் வழங்கி வந்த ஒரு கதையையொட்டித் தான் கூறப்பட்டது என்பதும் இதிலிருந்து தெரிகின்றன.

இக்கால கட்டத்து இலக்கிய நிலை பற்றிய நடுநிலையான கருத்துப்படி, மெய்யான படைப்பிலக்கியம் எதுவும் இப்போது எழவில்லை. எனினும் உரைநடை என்ற இலக்கிய வடிவம் பரிணமிக்கத் தொடங்கிவிட்டது என்ற உண்மை இங்கு கூறப்பட்ட செய்திகளிலிருந்து தெளிவாய்ப் புலனாகின்றது.

2. இந்துமாக் கடலியல் ஆய்வில் பிரஞ்சுக்காரரின் பெரும் பங்கு

பதினெட்டாம் நூற்றாண்டின் தொடக்கத்திலிருந்தே டெலிஸ்லி (*Delisle : 1675-1726*), டி' ஆன்வில் (*D'Anvile : 1679-1782*) என்ற பிரஞ்சுக்காரர் இருவரும் கீழ்த்திசை நிலகடல் வரைபடவியல் துறையை முற்றிலும் மாறுதலடையச் செய்து விட்டனர். தலையாய நிலவியலாராகிய இவ்விருவரும் தம் பணியை முற்றிலும் ஆசியக் கண்டத்தை நோக்கியே நடத்தினர். ஆனால் பிரஞ்சுக் கிழக்கிந்தியக் கம்பெனியின் நிலநீர் நிலைப் பரப்பியல் ஆராய்ச்சியாளரான டி ஏப்ரஸ் தெ மேனர்வில்லட் (*D'Apres de Mannervillete*) என்பவர் ''கீழைக் கடல் தெய்வம்'' (*Neptune Orientale*) என்ற பெயரில் கடலோடிகளுக்குப் பயன்படும் வரைபடங்களை வரைந்தார். அவை அத்ற்கு முன்னர் வழக்கிலிருந்த வரைபடத் தொகுதிகள் அனைத்தும் பெற்றிருந்த இடத்தைத் தமக்கே உரியனவாக்கிக் கொண்டன.

அவ்வரைபடங்களின் முதல் தொகுதி *1745* இல் வெளிவந்தது. அதில் இந்துமாக் கடலின் வடபகுதிப் படங்கள் மட்டுமே இருந்தன. தென்பகுதிகளைக் காட்டும் படங்கள் *1753* வரையிலும் வரையப்படவில்லை. டி'ஏப்ரஸ் அந்த ஆண்டு முதன் முறையாக நன்னம்பிக்கை முனை, மடகாஸ்கர், மஸ்கரேனேத் தீவுக் கூட்டங்கள் ஆகியவற்றின் துல்லியமான தீர்க்க ரேகைகளை அபே தெ லா கெயில் (*Abbe de la Caille*) என்பவரின் துணையுடன் நிர்ணயித்தார்.

1775

டி' ஏப்ரஸ் பின்னர் ஆங்கிலக் கிழக்கிந்தியக் கம்பெனியின் நில நீர்ப்பரப்பு ஆய்வாளரான டால்ரிம்பிள் (*Dalrymple*) அளித்த ஆதாரக் கூறுகளை (*data*) வைத்துத் தன் வரைபடங்களை *1766* இல் திருத்தியமைத்தார். இறுதியாய் *1775* இல் வரைபடுத்தப்பட்ட அதன் பதிப்பு வெளி வந்தது. அதில் ஷெவாலியர் கிரினியர் (*Chevaliar Grenier*) *1772* ஆம் ஆண்டு நடத்திய ஆய்வு முடிவுகள் சேர்க்கப் பெற்றன. அதில் கடலோடுவதற்குரிய வழிகாட்டுதல் குறிப்புகள் அடங்கிய குறிப்பேடும் சேர்க்கப்பட்டிருந்தது. டி'ஏப்ரஸ் தொகுத்த இந்நூலை *Instruction Sur La Navigation des Indes Oientalis de La chine four Sevirau Neptune Orientale* (கீழைக் கடல் தெய்வம்) என்று அழைத்தனர்.

கடலோடிகள் பதினெட்டாம் நூற்றாண்டில் ''நெப்டியூன் ஓரியண்டல்'' என்ற இந்நூலைக் குறிக்க ''டி'ஏப்ரஸ்'' என்று, அதன் ஆசிரியர் பெயர் சொல்லியே அழைத்தனர். இதற்கு முந்திய பதினேழாம் நூற்றாண்டில் லின்ஸ்ஷோடன் (*Linschoten*) வரைந்த வரைபடத் தொகுதிகளை வெறும் ''லின்ஸ்ஷோடன்'' என்று அதன் ஆசிரியர் பெயர் சொல்லியே அழைத்ததைப் போன்று இத்தொகுதியும் டி'ஏப்ரஸ் என்று ஆசிரியர் பெயரையே பெற்றுவிட்டது. இது நூலின் சிறப்புக் கருதி அமைந்த பெயராகும். பிரிட்டிஷ் கப்பற்படைத் தலைமையின் (*Admiralty*) *Indian Ocean Pilots* என்ற இந்துமாக்கடல் வழிகாட்டிக் கையேடு வந்தது வரையிலும் டி'ஏப்ரசின் நிலைபேறான ''கீழைக் கடல் தெய்வம்'' தான் கடல் வரை படங்களில் முற்ற முடிபாயிருந்தது.

டி'ஏப்ரசின் பெயரோடு, ஆபே தெ லா கெயில் பெயரும் நெருங்கிய தொடர்புடையது. ஆபே கெயில் தென் கோளார்த்தத்தின் (வானத்தின் தென் பாதி) முதல் வான் படத்தை வரைந்த பெருமைக்குரியவராவர்.

வாஸ்கோ டகாமா மிக விரிந்த தென் கடல் பரப்பை 1498 ஆம் ஆண்டு ஐரோப்பியக் கடலோடிகளுக்குத் திறந்த விட்டு, இரு நூற்றாண்டுகளுக்கு மிகையான காலம் சென்றபிறகு, வானத்தின் தென் கோளார்த்தம் நோக்கிக் கிட்டத்தட்ட ஆராயப்படாமலே இருந்து வந்தது. அவ்வான வெளிப் பரப்பைக் காட்டும் வானியல் காட்சிப் பகுதிகளைச் சுமார் கி.பி.1600 இல் வாழ்ந்த ஹௌட்மன் (*Houtman*) தொகுத்ததும், ஆங்கில வானியலாரான எட்மண் ஹேலி (1656-1742) 1676 ஆம் ஆண்டு செயிண் ஹெலீனா தீவிலிருந்து ஆய்ந்து தொகுத்ததில் 3341 விண்மீன்கள் மட்டுமே அடங்கியிருந்தன; இவை அவ்வளவு துல்லியமானவையுமன்று.

அதனால்தான் இந்துமாக் கடலில் பிரஞ்சுச் செல்வாக்கு வலுவடைந்து வந்த வேளையில், பிரஞ்சு அறிவியல் கழகம் (*Academie des Sciences*; தொடக்கம் 17 ஆம் நூ.) தன் உறுப்பினருள் மிகுந்த தகுதி படைத்தவர்களைத் தேர்ந்தெடுத்துச் செயிண் ஹெலீனா தீவை விட உகந்த இடத்தில் அமைந்திருந்த நன்னம்பிக்கை முனைக்கு அனுப்பி வானத்தின் தென் கோளார்த்த வானியல் படத்தை வரையுமாறு அனுப்பிற்று.

அக்குழுவில் அடங்கிய ஆபே கெயிலுக்கு அப்போது நாற்பது வயதுகூட நிரம்பவில்லை. அவர் ஓராண்டுக்காலம் கழிந்ததும் குறைந்தது 9,766 விண்மீன்களின் நிலையைத் துல்லியமாய் நிர்ணயித்து அவற்றின் பட்டியலையும் தொகுத்தார். அது இன்றும் உலகெங்கிலுமுள்ள வானியலாரை வியப்பிலாழ்த்துகின்றது.

அவர் மிகுந்த பணிவடக்கம் உள்ளவர்; அவர் தென் வானிலுள்ள உடுக் கூட்டங் களைக் கண்டறியச் செப்பமற்ற தொலை நோக்கியைப் பயன்படுத்தினார். அவர் தன் தாயகமான பிரான்சிற்கு ஆற்றியது. இது சிறந்த செயலா? ஆனால் அதே காலகட்டத்தில் வலுக்கட்டாயமாயும் சூழ்ச்சி செய்தும் பிரான்சிற்காக இந்தியத்தில் பெரும் பேரரசு ஒன்றை நிறுவ ''நவாபு'' தூய்ப்பிளே முயன்றது சிறந்த செயலா? வரலாறு இரண்டு நூற்றாண்டுகளுக்குப் பிறகு இது குறித்து ஐயந் திரிபற்ற சரியான தீர்ப்பை வழங்கிவிட்டது என்பது தற்காலப் பிரஞ்சு எழுத்தாளர் ஒருவரின் கருத்தாகும்.

இன்று தூய்ப்பிளேயின் செயல்கள் மறந்து ஒழிந்தன; பிரான்சின் பேரரசக் கனவும் கலைந்தது. லா கெயிலின் *Coelum Austrole Shelliferum* என்ற நூலும் டி'ஏப்ரசின் *Neptune Orientale* என்ற நூலும் ஐரோப்பிய மேதைமையின் அழியா நினைவுச் சின்னங்களாய் இன்றும் விளங்குகின்றன.

ஆங்கிலேயர் பங்கு பணி

டி'ஏப்ரசின் பெயரோடு அவருடைய ஆங்கிலச் சகாவான டால்ரிம்பிள் (*Dalrymble*) பெயரையும் சேர்த்துச் சொல்லியாக வேண்டும். அவர் கிழக்கிந்தியக் கம்பெனியின் நில-நீர்ப் பரப்பு ஆய்வாளராய் (*Hydrographer*) இருந்தவர். டி'ஏப்ரஸ் தனது கீழைக்கடல் தெய்வம் என்ற வரைபட நூலின் முன்னுரையில் டால்ரிம்பிளை வெகுவாய்ப் புகழ்ந்து எழுதியிருக்கின்றார். டால்ரிம்பிள் பதினைந்தாவது வயதில் கிழக்கிந்தியக் கம்பெனியில் பணிக்குச் சேர்ந்தார். ஆனால் அவர் தானே முயன்று கற்றுத் தேர்ந்த படைப்பாளி (*Creator*). எனினும் மிகச் சிறந்த இம்மனிதருக்கு அதிருஷ்ட தேவதையின் அருள் கிடைக்கவில்லை. அவர் கீழைக் கடல்களில் அரிய மதிப்பு வாய்ந்த படங்களை வரைந்து தொகுத்த பின்னர்,

ஆஸ்திரேலியத்தின் கிழக்குக் கரையோரப் பகுதியைத் தேடி ஆராய்வதற்காகப் பிரிட்டிஷ் அரசு 1770 இல் இவரைத்தான் தேர்ந்தெடுத்தது; காப்டன் குக்கை அன்று.

எனினும், அவர் தன் மேலாளர்களுடன் கருத்து வேறுபாடு கொண்டமையால், அவர் பிரிட்டிஷ் கப்பற்படைத் தலைமையகத்தில் தன் முயற்சியால் உண்டாக்கிய நில-நீர்ப்பரப்பு ஆய்வியல் துறையிலிருந்து நீக்கப்பட்டார்; இது வெட்கக்கேடான செயலாகும். அவர் இவ்வாறு அப்பதவியிலிருந்து நீக்கப்பட்டதற்கு மூன்று வாரங்களுக்குப் பிறகு மனமுடைந்து இறந்தார். அவர் இறந்த பிறகுதான், அவர் ஆற்றிய பணி எத்தனை பெரியது என்பது தெரியவந்தது. காப்டன் குக்கிற்குப் (1728-1779) கிடைத்த பெருமையில் பெரும்பகுதி டால்ரிம்பளையே சேர வேண்டும் என்பதில் ஐயத்திற்கு இடமிலது என்பர்.

அண்டார்டிக்கத்தின் பகுதிகள்

இந்துமாக் கடலை இப்பதினெட்டாம் நூற்றாண்டில் டி'ஏப்ரஸ், லா கெயில் என்ற பிரஞ்சுக்காரரும், டால்ரிம்பிள் என்ற ஆங்கிலேயரும் மட்டுமே தேடி ஆராய்ந்தனரிலர். அவர்கள் இத்துறையில் ஆற்றிய பணி தலையாய முக்கியத்துவம் வாய்ந்தது என்பதால், அவர்களுக்குச் சிறப்பு வாய்ந்த தனியிடம் தரப்படுகின்றது. எனினும் இந்து மாக்கடல் உலகைப் பற்றிய அறிவைப் பல்வேறு மட்டங்களில் பெருக்குவதற்குப் பங்கு பணியாற்றிய பிற அறிவியலாரும் தேட்டக்காரரும் பலர் இருந்தனர். அவர்கள் அனைவரின் பெயரையும் இங்கு நீட்டி உரைப்பதற்கு இயலாது. கணிதவியல் பகுதிக்காக மாற்குவட்டு (*Marguet*) என்றவரையும், நாடோடியும் கீழையியல் விற்பன்னருமான பார்த்தோல்டு (*Barthold*) ஆற்றிய பணிகளுக்காக அவரையும், தேட்டக்காரரில் ஹீவுடு (*Heawood*) என்றவரையும் சிறப்பாய்க் குறிப்பிடலாம்.

1775

தென்னிலம்

தென்னிலப் பரப்பில் தேட்ட ஆய்வு நடத்தி ஆஸ்திரேலியத்தைக் கண்டுபிடித்தது பற்றி இங்கு சுருக்கமாய்க் குறிப்பிடுவது பொருத்தமாயிருக்கும். அது பதினெட்டாம் நூற்றாண்டு வரலாற்றில் மிகப் பெரிய நிகழ்ச்சியாகும். ஏனெனில் இந்து மாக்கடலின் வடிவமைதி குறித்து நெடுங்காலமாய் இருந்து வந்த ஒரு பிழையை அதனால் திருத்த முடிந்தது. அங்கு ஏற்கெனவே அறிந்திருந்த கடலோடும் நிலப்பரப்புகளுடன், புதிதாய்ப் பல நிலப் பகுதிகள் சேர்க்கப்பட்டன. அவற்றுள் ஒன்று அதன் பின்னர் வரலாற்றில் தலையாய பங்கு பணியாற்றியது.

தாலமியும் (கி.பி.2 நூ,) பண்டை நிலநூலார் பிறரும் கூறியவற்றை ஆதாரமாய்க் கொண்டு மூன்று மாக்கடல்களின் தென் பகுதி வரை நீளக்கூடிய மிகப் பரந்து விரிந்த தென் கண்டம் ஒன்று உள்ளது என்றும் அங்கு இயல்பு மீறிய அளவில் பெருஞ் செல்வம் குவிந்து கிடக்கின்றது என்றும் பதினெட்டாம் நூற்றாண்டுவரை மக்கள் நம்பி வந்தனர். போர்த்துக்கீசர், ஸ்பானியர், டச்சுக்காரர், முதலானோர் அப்பெருஞ்செல்வத்தைத் தேடிப் பதினாறு, பதினேழாம் நூற்றாண்டுகளில் கடலோடினர். அவர்களின் தேட்டத்தால், இன்று ஆஸ்திரேலியம் என்றழைக்கப்படும் நிலப்பரப்புக் கண்டுபிடிக்கப்பட்டது.

ஏபல் ஜான்சூன் டாஸ்மான் (1603-1659) என்ற டச்சுக் கடலோடி 1642-1643 ஆண்டுகளில் கடலோடியபோது தென் பசிபிக்கிலுள்ள டாஸ்மேனியம், நியூசிலாந்து, டோங்கா, ஃபிஜி ஆகிய தீவுகளைக் கண்டுபிடித்த பின்னர், இந்துமாக் கடலின் தென் பகுதியில் பரந்த நிலப்பரப்பு உள்ளது என்று நன்கு நிறுவப்பட்ட போதிலும், அதன் சரி

நுட்பமான வடிவமைப்பு, அங்கு வாழும் மக்கள், அதன் இயற்கைச் செல்வ வளங்கள் ஆகியன குறித்து முழுமையாய் அறியப்படவில்லை.

''நமது பூமி உருண்டையின் தென் பகுதி முழுமையும் இன்னும் அறியப்படாமலிருக்கின்றது'' என்ற சி தெ பிராசஸ் (*C.de Brosses*) என்பவர் 1756 ஆம் ஆண்டு எழுதிய (*Historie des navigations aux Teres australes*) நூலின் முதற் பதிப்பில் குறிப்பிட்டிருந்தார். அவர் அதில் மேலும் கூறியிருந்தார் : ''ஓர் அரசர் மிகப் பெரியதும் வெகு மேன்மையானதும் பெரும் பயன் தரக் கூடியதும் அவரது பெயரை என்றென்றும் சிறப்புடையதாக்கி வைக்கத் தக்கதுமான துணிச்சல் மிக்க வகையில் ஈடுபடக் கூடிய முயற்சி ஒன்று இருக்குமாயின், அது தென்னிலங்களைக் கண்டுபிடிக்கச் செய்வதேயாகும்.''

அதற்கு இருபதாண்டுகளுக்குப் பிறகு இந்து மாக்கடலின் மிக முக்கியமான தென்னிலங்களைப் பிரஞ்சுக்காரர் தேடிக் கண்டனர். அவர்களின் கண்டுபிடிப்புப் பெரிய சலசலப்பு எதையும் உண்டாக்கிவிடவில்லை. ஏனெனில் அவர்கள் கண்டுபிடித்த இடங்கள் இங்கு மங்குமாய் இந்துமாக் கடலில் சிதறிக் கிடந்தன. அங்கு செடி கொடிகள் வளர்ந்து மண்டிப் பாறைகள் நிறைந்து சீல், பெங்குவின், கடற்பறவைகள் ஆகிய உயிரினங்கள் மட்டுமே வாழ்ந்திருந்தன.

ஆதலால் மரியோன் துஃப்ரிஸ்னி (*Marion Dufresne*) 1772 இல் கண்டுபிடித்த ஃபிராய்டி (*Lle des Froides*) என்ற தீவு, அவரால் கண்டுபிடிக்கப்பட்டது என்று முறைப்படி அறிவிக்கப்படாததால், காப்டன் குக்கு அதற்கு எட்வர்டு இளவரசர் தீவு (*Prince Edward Island:* இது செயிண் லாரன்சு வளைகுடாவில் உள்ளது; இன்று கனடாவின் மிகச் சிறிய மாநிலங்களில் ஒன்றாய் விளங்குகின்றது.) என்று பெயர் சூட்டிவிட்டார்.

கெர்குவலின் (*Kerguelen*) என்ற பிரஞ்சுக்காரர் 1772 இல் எதற்கும் பயன்படாத எரிமலைப் பாறை நிறைந்த மிகப் பெரிய தீவைக் கண்டுபிடித்தார் என்ற அவரைச் சிறையில் தள்ளினர். பின்னர் அவரது பெயர் புகழ்பெற்ற தென் கண்டத்திற்குச் சூட்டப் பெற்றது. இன்று அவர் பெயரைத் தாங்கி முந்நூறு சிறு தீவுகளும் மேற்சொன்ன பெரிய தீவும் அடங்கிய கூட்டம் உள்ளது. இத்தீவுக் கூட்டம் பிரஞ்சுத் தென்னில, அண்டார்டிக்கப் பகுதிகளுள் அடங்கியுள்ளது. (இ.ச.க.தொகுதி-2).

3. அமெரிக்க விடுதலைப் போர் தொடக்கம் (1775-1783)

அமெரிக்கக் குடியேற்றங்களின் (*Colonies*) மக்கள் அரசியல், பொருளியல் போன்ற பல்வேறு சூழல்களின் காரணமாய்ப் பதினெட்டாம் நூற்றாண்டு நடுக் காலத்தில் வெகு வேகமாய்த் தனி நாட்டினத்தார் (*Nation*) என்ற நிலையை அடையலாயினர். இதுவே அமெரிக்க விடுதலைப் புரட்சிக்கு அடிப்படைக் காரணமாகும். (இ.ச.க.தொகுதி-7) ஏழாண்டுப் போர் முடிந்ததும் (1756-1763) பிரிட்டிஷ் அரசும் நாடாளுமன்றமும் குடியேற்றங்கள் குறித்துப் புதிய போக்கை கடைப்பிடிக்காதிருந்தால், அமெரிக்கக் குடியேறிகள் தம் குடியேற்றங்களுக்கும் பிரிட்டிஷ் அரசிற்கும் கட்டுப்பட்ட இரட்டைப் பற்றுடையவராகவே தொடர்ந்து இருந்து வந்திருக்கலாம் என்று பின்னோக்கிப் பார்த்து அமெரிக்கப் புரட்சியின் எழுச்சிக்கு விளக்கம் காண முயல்வோரும் உளர்.

பிரிட்டன் ஏழாண்டுப் போரில் வெற்றி பெற்றதால் நாட்டின் தற்காப்பு, நிதியியல் சிக்கல்கள் முதலியன பேரரசத் தன்மையுள்ளனவாய் பேருருக் கொண்டன. அதனால் குடியேற்றங்கள் மீது நேரடியாய் வரி விதிக்கவும் இதுவரை வெறும் கொள்கையளவில் இருந்த பணம்தான் செல்வம் என்ற (*Mercantile dectrines*) கோட்பாடுகளைக் கண்டிப்பாய் நடைமுறைப் படுத்தவும் பிரிட்டன் முற்பட்டது.

குடியேற்றங்களின் தன்னுரிமை மீது ஏவப்பட்ட இத்தாக்குதலுக்கு வர்சீனியம், மசாச்சூசட்ஸ் ஆகிய குடியேற்றப் பகுதிகளிலிருந்து வன்மையான எதிர்ப்பு எழுந்தது. இவ்விரு பகுதிகளில்தான் அமெரிக்கத்திலிருந்து பிரிட்டிஷ் படையில் பெரும் பகுதி நிலை கொண்டிருந்தது.

கிழக்கிந்தியக் கம்பெனிக்குத் தரப்பட்ட தேயிலை வாணிப ஏகபோகமும் பாஸ்டன் தேநீர் விருந்தும் இவற்றின் தொடர்ச்சியாய் எழுந்த அமெரிக்கக் குமுறல்களையும் 1773 ஆம் ஆண்டுக் கட்டுரையில் விரித்துக் கூறியிருந்தோம்.

பிரிட்டனின் அடக்குமுறைச் சட்டங்களை எதிர்த்துப் பன்னிரு குடியேற்றங்களின் பிரதிநிதிகள் மாநாடு கூடினர். மெயின், நியூ ஹாம்சயர், வெர்மாண், மசாச்சூசட்ஸ், ரோடு ஐலண்டு, கனக்டிக்கட்டு ஆகியன அடங்கிய அமெரிக்க வட கிழக்குப் பகுதியான நியூ இங்கிலாந்திலிருந்த பிரிட்டிஷ் ஆதரவாளர்களுக்கு எதிராய் 1774 இல் நடவடிக்கை எடுக்கப்பட்டது.

அமெரிக்கக் குடியேற்றக்காரர்களின் இக்கிளர்ச்சிகளை அடக்க முடியாத நிலையில் மசாச்சூசட்சின் இராணுவ ஆளுநரான ஜெனரல் கேஜ் இருந்தார். மசாச்சூசட்ஸ் மாநிலப் பேரவை (*Congress*) அரசின் பெரும்பாலான பணிகளை எடுத்துக் கொண்டு, மக்கள் படைப் பயிற்சி பெற வேண்டுமென்றும் படைக் கலன்களைத் திரட்ட வேண்டுமென்றம் அழைப்பு விடுத்தது.

இவ்வாறாக அமெரிக்க விடுதலைப் போர் (*War of American Independence*) பாஸ்டன் பட்டினத்திற்கு வடமேற்கிலுள்ள மசாச்சூசட்சு நகரான லெக்சிங்கடன், வடகிழக்கு மசாச்சூசட்சின் கங்கார்டு நகர் ஆகிய இடங்களில் தொடங்கிய சண்டைகளோடு இவ்வாண்டு ஏப்ரல் 19 அன்று மூள்கின்றது. ஆளுநரான ஜெனரல் கேஜ் நாட்டுப்பற்றுமிக்க சாமுவல் ஆடம்சையும் ஜான் ஹன்சாக்கையும் சிறை செய்யக் கருதியிருந்தார். இச் செய்தியை அவ்விருவரிடமும் கூறி அவரை எச்சரிப்பதற்காகப் பாஸ்டன் நகரின் வெள்ளித் தட்டார் ஆன பால் ரிவியர் ஏப்ரல் 6 அன்று குதிரையில் புறப்பட்டார். கங்கார்டில் (*Concord*) நாட்டுப் பற்றாளர் குவித்து வைத்திருந்த போர்த் தளவாடங்கள் குறித்து ஜெனரல் கேஜ் அறிந்துவிட்டார் என்பதை ரிவியர் அவர்களிடம் தெரிவித்து எச்சரித்து விட்டார்.

1775

செஞ்சட்டையினரர்ன பிரிட்டிஷ் வீரரில் 700 பேர் பாஸ்டன் நகரிலிருந்து நள்ளிரவிலிருந்து அணிவகுத்து வந்து கொண்டிருந்தனர் என்று ஆடம்சிடமும். ஹன்சாக்கிடமும் எச்சரிப்பதற்காகப் பால் ரிவியர் தன் கூட்டாளியான முப்பது வயது வில்லியம் டாவசுடன் ஏப்ரல் 18 அன்று இரவில் புறப்பட்டார். பாஸ்டன் நகரைச் சேர்ந்த 23 வயதான சாமுவல் பிரஸ்காட்டு இவ்விருவருடனும் சேர்ந்து, பிரிட்டிஷ் படை வந்து கொண்டிருப்பதை எங்கும் பரப்பிவிட்டார். ரிவியரைப் பிரிட்டிசார் பிடித்து விட்டனர். டாவஸ் ஓடித் தப்ப வேண்டியதாயிற்று. பிரஸ்காட்டுதான் உறங்கிக் கொண்டிருந்த சாமுவல் ஹாட்வலையும் இதர விடுதலை வீரர்களையும் எழுப்பிவிட்டார்.

செஞ்சட்டைப் படையினரும் 51 வயதான லெப்டினண் சாமுவல் ஃபிரான்சிஸ் ஸ்மிது தலைமையிலும் 53 வயதான மரைன் படை மேஜரான பிட்கெயிரன் தலைமையிலும் பொழுது புலர்ந்த நேரத்தில் லெக்சிங்கடனை அடைந்துவிட்டனர். அவர்கள் 45 வயதான ஜான் பார்க்கர் என்ற விடுதலைப் படை வீரரின் தலைமையிலிருந்த விடுதலைப் படையினரை எதிர்ப்பட்டனர். பார்க்கர் அப்போது தன் விடுதலைப் படையினரிடம் இவ்வாறு கூறினார்: ''அப்படியே கட்டுக் குலையாது இருங்கள். எதிரி சுட்டாலொழிய நீங்கள் சுடாதீர்கள். ஆனால் அவர்கள் சண்டை மூளட்டும் என்று விரும்பினால், அது இங்கேயே தொடங்கட்டும்.''

பிரிட்டிஷ் மஸ்கட்டுத் துப்பாக்கிக்கு விடுதலைப் படையினரில் எண்மர் பலியாயினர். ஏனையோர் துப்பாக்கிக் குத்தீட்டி முனையைக் காட்டிப் பின்வாங்கினர்.

பிரிட்டிசார் கங்கார்டு நகரில் அமெரிக்க விடுதலைக் கம்பம் ஒன்றை வெட்டித் தள்ளினர். அவர்கள் அங்கு ஒரு பாலத்தினருகில் விடுதலைப் படையினருடன் பொருதினர்.

பிரிட்டிசாருக்கு மேலுதவியாக ஆறு இராத்தல் திறனுள்ள இரண்டு பீரங்கிகள் கங்கார்டை வந்தடைந்தன. அவை 33 வயதான பிரிகேடியர் ஜெனரல் சர்.ஹியூ பெர்சியின் தலைமையில் வந்து சேர்ந்தன. பிரிட்டிசார் ஆயிரத்தெண்ணூறு பேரும் விடுதலைப் படையினர் நாலாயிரம் பேரும் இங்கு இருந்த போதிலும் விடுதலைப் படையினர் நன்கு கட்டுக் கோப்புடன் இருந்தனர். பிரிட்டிஷ் ஜெனரல் பெர்சியின் தலைமையில் இருந்த படை கெட்டிக்காரத் தனமாய்ப் பின் வாங்கிற்று. அப்போது செம்படையில் 63 பேர் இறந்தனர்; 173 பேருக்குக் காயம் ஏற்பட்டது; 20 பேர் காணாமற் போயினர். பிரிட்டிஷ் படை இந்த இழப்புடன் இருள் கவிவதற்குள் பாஸ்டனை அடைந்தது.

அமெரிக்க விடுதலைப் போரின் தொடக்கம், இங்ஙனம் விடுதலைப் படையினருக்கு வெற்றி முகத்தோடு தொடங்கியது.

1775

1775

வரலாற்றுப் புள்ளிகள்

1. மராட்டியர் - ஆங்கிலேயர் போர்

கிழக்கிந்தியக் கம்பெனியின் பிரிட்டிஷ் படையை எதிர்த்துப் போரிட்ட மைசூர் அரசரிடம் ஒரு தலை நகரம் இருந்தது. ஆதலால் அதைச் சூழ்ந்து நின்று தாக்கிவிட முடியும். ஆனால் மராட்டியருக்கோ, அவர்கள் அமர்ந்து விரைந்தேகிப் போரிட்ட குதிரைச் சேணமே தலை நகரம்.

மராட்டியருக்கு மேற்கிந்தியம் முழுமையிலும் படைத் தளங்கள் இருந்தன. மேற்கு தொடர்ச்சி மலைகளின் மேல், மனிதர் ஏறமுடியாத மலைக் குன்றுகளின் உச்சியில் கோட்டைகள் கட்டப் பெற்றிருந்தன. சிவாஜி (1627-168) கொங்கணக் கரையோரத்தில் மொத்தம் பதின்மூன்று கோட்டைகளைக் கட்டியிருந்தார். (இ.ச.க. தொகுதி-3)

இங்கு மிகவும் பாதுகாப்பாய் இருந்து வந்த மராட்டியக் குதிரை வீரர்கள், காவிக் கொடியை ஏந்திக் கொண்டு ''ஹர ஹர மகாதேவா'' என்று முழங்கியவாறு அலையெழுச்சியென நாட்டின் நான்கு திக்குகளுக்கும் விரைந்து ஏகி, ஓடுகின்ற ஓட்டத்திலேயே கொள்ளையடித்துச் சென்றனர்; ஊர்களுக்குக் கொள்ளியும் இட்டனர். சௌத்து என்ற தண்ட வரியையும் தண்டிச் சென்றனர்.

வடகிழக்கு இந்தியத்தில் வெகு தொலைவில் கிடந்த கல்கத்தாவும் மராட்டியர்க்கு அஞ்சியது என்பதற்கு வில்லியம் கோட்டையைச் சுற்றி வெட்டப்பட்ட ''மராட்டியர் பள்ளம்'' என்ற அகழி சான்று கூறும்.

கிழக்கிந்தியக் கம்பெனி தென் தமிழ்நாட்டில் ஐதரலியுடன் போரிட்டு வந்ததைப் போலவே, கம்பெனியின் பம்பாய் அரசும் மேற்கில் மராட்டியருடன் சண்டை செய்து வந்தது. இப்போர் விட்டுவிட்டு, நினைத்த போதெல்லாம் 1775 முதல் 1785 வரை நடந்து வந்தது.

கர்னல் கீட்டிங்கு மராட்டியரை 1782 இல் அராஸ் என்ற இடத்தில் வென்றதும் பம்பாய் அரசு மராட்டியருடன் ஓர் உடன்படிக்கை செய்து கொண்டது. மராட்டியர் அதை ''அவமானகரமானது'' என்று கூறினர்.

மராட்டிய மன்னர்களின் படை பலப் பெருக்கம்

மராட்டிய மன்னர்கள் அதன்பிறகு, பிரிட்டிசாரிடம் படைப் பயிற்சி பெற்ற காலாள் படையினரின் போர்த் திறத்தைக் கண்டு கொண்டனர். குவாலியரின் மதாஜி சிந்தியா (1761-1794) ஐரோப்பியரை, பெரிதும் பிரஞ்சுக்காரரை அமர்த்தித் தன் காலாள் படைக்குப் பயிற்சியளிக்கச் செய்தார். மராட்டியர் விரைந்தோடும் குதிரைப் படையிலேயே பெரிதும் ஆர்வமும் நம்பிக்கையும் கொண்டிருந்தனர். ஆனால் சிந்தியா குதிரைப் படையைத் தியாகம் செய்துவிட்டுக் காலாள் படையில் 24 பட்டாளங்களைத் திரட்டினார். அவர் ஐரோப்பியரின் துணை கொண்டு வலிமை மிக்க பீரங்கிப் படையையும் தோற்றுவித்தார். (குவாலியர் சிந்தியா வரலாறு : இ.ச.க.தொகுதி-5)

இந்தூரின் ஹோல்கரும் சிந்தியாவையே இதில் பின்பற்றினர். (இந்தூர் ஹோல்கர்: இ.ச.க.தொகுதி-4).

மராட்டியர் தலைவர்களான இவர்கள் பேஷ்வாவின் மேலாண்மைக்குக் கீழ் இருந்து வந்தனரெனினும் தனித் தனியே தம் தன்னாட்சியதிகாரத்தை நிலைநாட்டி வந்தனர். அவர்கள் வெல்ல முடியாத பெரும்படை பலத்தைப் பெருக்கிக்கொண்டே சென்றனர். அவர்களுக்கு ஐரோப்பியக் கூலிப் படையினர், பெரிதும் பிரஞ்சுக்காரர் துணை நின்றனர்.

மராட்டியர் உள்சண்டை

மராட்டியர் தலைவர்களான இம்மன்னர்கள் நிசாமுடனோ, ஐதரலியுடனோ, பிரிட்டிசாருடனோ போர் செய்து ஓய்ந்திருக்கும் வேளையில் தமக்குள்ளும் சண்டையிட்டுக் கொண்டனர்; தம் மேலாண்டையான பேஷ்வாவிற்குக் கட்டுப்படாமலும் இருந்து வந்தனர். அவர்கள் போர் புரியாமலும் நாடு நகரங்களைத் தாக்கிக் கொள்ளையடிக்காமலும் வாழ்வது இயலாது என்ற உண்மையை அவர்களின் விடாப்பிடியான மறப்பண்பு காட்டியது.

இது பிரிட்டிசாரின் ஆதிக்க இலட்சியங்களுக்கு ஏற்புடையதாய் இருக்கவில்லை. மராட்டியரின் முனைப்புப் பிரிட்டிசார் விரும்பாத சூழ்நிலையை உண்டாக்கியது. பிரிட்டிசார் மைசூரின் வலிமையைச் சிறுகச் சிறுகச் சிதைத்து வந்தனர். ஐதராபாது நிசாமைத் தம் கைக்குள் கொண்டுவந்து விட்டனர். மராட்டியர் இப்போது அவர்களின் இருக்கையில் முள் போலாயினர்.

பிரிட்டன் புதிய போர் முறைகளைக் கையாளும் நிலையை எய்திவிட்டதால், மராட்டியரைத் தாக்கும் தன் எண்ணத்தை ஈடேற்ற முயன்றது. அவர்கள் மராட்டியருடன் இந்த 1775 இல் நடத்திய போரில், மராட்டியரின் தானாக் கோட்டையைத் தாக்குவதற்கு இராணுவத்துடன் சேர்த்துக் கப்பற் படையையும் ஏவினர். (இன்று தானே என்று அழைக்கப்படும் தானா பம்பாய்க் கழி முகத்தின் முனையிலுள்ளது. இப்போது அது பம்பாய்ப் பெருநகரின் வடகிழக்கிலுள்ள புறநகரானது. இங்கு வேதித் தொழிற்சாலைகள் பலவும், மோட்டார் வாகனத் தொழிற்சாலைகளும் அமைந்து 1960 ஆம் ஆண்டிற்குப் பிறகு விரைவாய் இது வளர்ந்துவிட்டது. இங்கு எண்ணெய்த் தூய்மை ஆலையும் உள்ளது.)

இவ்வாறாக இவ்வாண்டிலிருந்து புது வேகத்தோடு மராட்டியர் பிரிட்டிசார் போர் மூளலாயிற்று.

2. மைசூர் அரியணையில் குழந்தை அரசர்

மைசூர் அரசகுடியில் பெயருக்கு மட்டுமே அரசர்களாயிருந்து வந்தவர்களின் வரிசையில் 1770 முதல் மைசூர் மகுடத்தைச் சூடியிருந்த ஏழாம் பெட்ட சாமராச உடையார் இவ்வாண்டு இறந்து போனார். இவர் 1399 முதல் நிலவிவரும் உடையார் அரச குடியின் இருபதாவது மன்னராவார்.

அரசர் ஒருபுறமிருக்க மெய்யான ஆட்சிப் பொறுப்பைத் தன் கையில் வைத்திருந்த ஐதரலி (1722-1782), சிறு குழந்தையாயிருந்த காசா சாமராச உடையார் என்பவரை 1775 இல் மன்னராக்கினார். இவர் எட்டாம் சாமராச உடையார் என்ற பெயரில் 1796 வரை அரசிருந்தார்.

3. கம்பெனிக்குப் பீரங்கி எங்கிருந்து வந்தது?

இந்தியத்திலிருந்து கிழக்கிந்தியக் கம்பெனியின் படைகளுக்கு வேண்டிய எந்தப் பீரங்கியாயினும், துப்பாக்கியாயினும், இப்பதினெட்டாம் நூற்றாண்டின் கடைசிக் கால் பகுதி வரையிலும் பிரிட்டனில் செய்யப்பட்டு அங்கிருந்து கப்பலில் வந்து இங்கு இறங்கியது. அதை யங்கு (*Young*) என்பவர் பிரிட்டனில் செய்து இந்தியத்திற்கு அனுப்பினார்.

4. தென்னாட்டில் ரோமன் நாணயங்கள்

ரோமானியப் பேரரசக் காலத்தைச் சேர்ந்த (29 கி.மு-641 கி.பி.) பொன், வெள்ளிக் காசுகள் முதன் முதலாக இந்த 1775 ஆம் ஆண்டு மண்ணுக்குள்ளிருந்து தென்னாட்டில் கண்டெடுக்கப்பட்டன.

5. போர்த்துக்கீச நாணயங்களுக்கு ரூபாய் மதிப்பு

போர்த்துக்கீசர் 1510 ஆம் ஆண்டு பிஜப்பூர் சுல்தானிடமிருந்து கோவாவைக் கைப்பற்றி, அப்பட்டினத்தைத் தம் தலைநகராக்கிக் கொண்டதும், தங்கத்தில் ''மெனோயல்'' என்ற முழுக் காசையும் ''மியோ மெனோயல்'' என்ற அரைக் காசையும் வெள்ளியில் ''எஸ்பரோ'' என்ற முழுக் காசையும் ''மியோ எஸ்பரோ'' என்ற அரைக் காசையும் வெளியிட்டனர்.

இக்காசுகளின் முன்புறம் சிலுவையும் பின்புறம் வான் கோள்களும் அச்சிட்டு 1519 முதல் வெளிவரலாயின.

அவர்கள் பின்னர் 1549 ஆம் ஆண்டு மறுபடியும் பொன்னிலும் செம்பிலும் காசுகளை அச்சிட்டனர். இதன்பிறகு பல்வேறு பெயர்களிலும் எடைகளிலும் 1726 வரை தொடர்ச்சியாகப் பல காசுகளைப் போர்த்துக்கீசர் அச்சிட்டு வந்தனர். அவர்கள் 1726 முதல் அதிக மதிப்புள்ள காசுகளை அச்சிடலாயினர். அவற்றில் சிலுவையின் இடத்தில் போர்த்துக்கீச மன்னரின் மார்பளவு உருவம் பொறிக்கப்பட்டது. தங்கா எனப்பட்ட காசுகளில் மட்டும் சிலுவை இருந்து வந்தது.

போர்த்துக்கீசர் 1775 முதல் தம் நாணயங்களின் மதிப்பை ரூபாயில் நிர்ணயிக்கலாயினர். எனினும் பின்னர் 1869 ஆம் ஆண்டு கோவாவிலிருந்த நாணயச்

சாலையை மூடிவிட்டனர். எனவே, ஆங்கிலேயர் பம்பாயிலிருந்த தம் நாணயச் சாலையிலிருந்து போர்த்துக்கீச, இந்திய நாணயங்களை அவ்வாண்டு முதல் அச்சிடலாயினர்.

6. கள்ளக் கையெழுத்து : நந்த குமாருக்குத் தூக்கு

நந்த குமார் என்ற வங்கப் பிராமணருக்கு முகலாய மன்னரான ஷா ஆலம் 1764 ஆம் ஆண்டு மகாராஜா என்ற பட்டம் அளித்தார். அவர் அதே ஆண்டில் பர்துவான், நதியா, ஊக்ளி ஆகிய இடங்களில் கலெக்டராயும் அமர்த்தப்பட்டார். ஆனால் இராபட் கிளைவ் நந்தகுமாரை 1765 ஆம் ஆண்டு இப்பதவியிலிருந்து நீக்கிவிட்டார். அத்துடன், நந்தகுமார் கல்கத்தாவை விட்டு வெளியேறலாகாது என்றும் கிளைவு அவருக்கு தடை விதித்துவிட்டார்.

நந்தகுமார் இதற்குப் பத்தாண்டுகளுக்குப் பிறகு வாரன் ஹேஸ்டிங்சு மீது இவ்வாண்டில் ஊழல் குற்றம் சாட்டினார். வாரன் ஹேஸ்டிங்சு நாட்டு அலுவலர் ஒருவரிடமிருந்து, அவரின் ஊதியத்தில் ஒரு பகுதியைக் கைஸிட்டாய்ப் பெற்றுக் கொண்டார் என்று நந்தகுமார் அவர் மீது குற்றம் சுமத்தினார்.

வங்கக் கம்பெனி ஆட்சிமன்றக் குழுவின் உறுப்பினர்களான பார்வல் என்பவரும் வான்சிட்டாட்டும் இந்த 1775 ஏப்ரலில் நந்தகுமார் மீதும் ஜோசஃபு ஃபௌக்கு என்றவர் மீதும் சதிவழக்குத் தொடர்ந்தனர். நந்தகுமாரையும் ஃபௌக்கையும் சிறை செய்து பின்னர் பிணையப் பொறுப்பில் அவர்களை வெளியில் விட்டனர்.

நந்தகுமார் கள்ளக் கையெழுத்திட்டார் என்று மோகன் பிரசாது என்பவர் மே 6 அன்று வழக்குத் தொடுத்ததும், அது தொடர்பாக உச்ச நீதிமன்ற ஆணைப்படி நந்தகுமாரைச் சிறை செய்தனர். நந்தகுமார் மீது எலிஜா இம்பே என்ற நீதிபதியின் முன்னிலையில் ஜூன் 6 முதல் 18 வரை வழக்கு நடந்தது. வழக்கின் முடிவில் நந்தகுமாருக்கு மரண தண்டனை விதிக்கப்பட்டது. நந்தகுமார் 1775 ஆகஸ்டு 5 அன்று தூக்கிலிடப்பட்டார்.

பிரிட்டிஷ் நீதியியல் கோட்டம்

இந்நிகழ்ச்சி நடந்து ஏறத்தாழ நூற்று அறுபது ஆண்டுகளுக்குப் பிறகு, இது குறித்துச் சென்னைத் தலைமை நீதிபதிக்கும், உயர்நீதிமன்ற நீதிபதியான ஏ.எஸ்.பி.அய்யர் என்ற புகழ்பெற்ற நீதிமானுக்குமிடையே இந்துச் சட்டங்களுக்கும் ஐரோப்பியச் சட்டங்களுக்குமிடையிலுள்ள வேறுபாடு பற்றிய விவாதம் நடந்த ஒரு சுவையான செய்தியை ஏ.எஸ்.பி. அய்யர் தன் வரலாற்று நூலில் *(Twenty five Years A Civilian, Madras, 1962)* கீழ்க்கண்டவாறு எழுதியிருக்கின்றார்.

''நன்று. இதைக் கேளுங்கள். நந்தகுமார் என்ற பிராமணர் 1775 ஆம் ஆண்டு கள்ளக் கையெழுத்திட்டார்; அதற்காக அவர் தூக்கிலிடப்பட்டார். ஆங்கிலேயரான இராபட் கிளைவும் கள்ளக் கையெழுத்திட்டிருக்கின்றார். ஆனால் அவர் வாணாள் முழுவதும் பிரபு என்ற பெருங்குடி மகனாயிருந்து வருமாறு உயர்த்தப்பட்டார். இத்தகைய குறைபாடுகளைக் கொண்டு (நீதி) முறைகள் தவறானவை என்று நிலைநாட்டிவிட முடியாது.''

சிராசுத் தௌலவை ஒழிக்கும் முயற்சியில் ஈடுபட்ட சதிகாரர்களுக்கும் கம்பெனிக்குமிடையே ஏற்பட்ட ஒப்பந்தத்தில் அமீர்ச்சந்தை ஏமாற்றுவதற்காக இராபட்

கிளைவு ஒரு கள்ளப் பத்திரத்தையும் நல்ல பத்திரத்தையும் எழுதினார். இதற்குக் கம்பெனியின் ஆட்சிமன்றக் குழு நியாய உணர்வு காரணமாக அல்லது அச்சத்தின் காரணமாகத் தயக்கம் காட்டிற்று. கிளைவோ போலிப் பத்திரத்தில் கள்ளக் கையெழுத்திட்டு அமீர்ச் சந்தை ஏமாற்றியதை ஏ.எஸ்.பி. அய்யர் மேற்சொன்னவாறு எடுத்துக் காட்டினார். (இவ்விவரம் இ.ச.க. தொகுதி-6 ல் காண்க.)

7. பிரிட்டனில் கொத்தடிமைகள் விடுதலை

மூன்றாம் ஜார்ஜ் மன்னர் (1738-1820; ஆ.கா 1760-1820) நிலக்கரிச் சுரங்கங்களிலும், உப்புச் சுரங்கங்களிலும் கொத்தடிமைகளாக வேலை செய்து வந்த பெண்கள், இளஞ்சிறுவர் சிறுமியரை விடுதலை செய்யும் ஆணையில் இவ்வாண்டு கையெழுத்திட்டார். இக்குழந்தைகளில் பலர் எட்டு வயதிற்குக் குறைந்தவர்கள், அவர்களில் பெரும்பாலர் வயதான பெண்களைப் போலவே ஒரு நாளில் பத்துப் பன்னிரண்டு மணி நேரம் வேலை செய்தனர்.

நிலக்கரி, உப்புச் சுரங்கங்கள் ஒருவரிடமிருந்து இன்னொருவர் கைக்கு மாறும் போதும், கொத்தடிமைகள் வேண்டாத போதும் இப்பெண்கள் சிறுவர் சிறுமியரும் வேறொருவருக்கு மாற்றிக் கொள்ளத்தக்கவராவர்.

8. அடிமை விடுதலைக்கு அமெரிக்கத்தில் முதல் சங்கம்

அடிமைகளை விடுவித்து அடிமை முறையையே ஒழிக்க வேண்டும் என்ற முதல் அமெரிக்க இயக்கம் பென்சில்வேனியத்தில் இவ்வாண்டு அமைக்கப்பெற்றது. அமெரிக்கத்தில் அடிமைகளின் எண்ணிக்கை இக்காலகட்டத்தில் மேசன் டிக்சன் கோட்டிற்குக் கீழே 4,50,000 ஆகப் பெருகிவிட்டது. (Mason-Dixon Line: இது மேரிலாந்து, பென்சில்வேனியம் ஆகிய மாநிலங்களுக்கு இடைப்பட்ட எல்லைக் கோடு. சார்லஸ் மேசன், ஜெரமய்ய டிக்சன் என்ற இருவரும் 1763, 1767 ஆகிய ஆண்டுகளுக்கு இடைப்பட்ட காலத்தில் அளவை செய்து வடக்கையும் தெற்கையும் பிரிக்கும் கோடாக இதை அமைத்தனர். இக்கோடு அமெரிக்க உள்நாட்டுப் போருக்கு (1861-1865) முன்னர் அடிமைகள் விடுவிக்கப்பட்ட பகுதியையும், அடிமைகளை வைத்துக் கொண்டிருந்த பகுதியையும் பிரிக்கும் கோடாகப் பொதுவாய்க் கருதப்பட்டு வந்தது.)

தென் கரோலினத்தின் வெள்ளைக் குடியேறிகளில் இருவருக்கு ஒருவர் என்ற கணக்கிலும் வர்ஜீனியத்தில் சரிக்குச் சரியாயும் அடிமைகளின் எண்ணிக்கை மலிந்திருந்தது.

9. பெண்களைப் பாகுபடுத்தாதீர் : தாமஸ் பெயின்

ஆங்கில அமெரிக்கச் சிந்தனையாளரான தாமஸ் பெயின் (Thomas paine : 1737-1809) பெண்களைப் பாகுபடுத்தலாகாது என்று தனது ''பென்சில்வேனிய மாகசீன்'' என்ற இதழில் இவ்வாண்டு எழுதினார். அவருக்கு இப்போது வயது 38. பெயின் இங்கிலாந்தில் பிறந்தவர். அங்கு மகளிர் அணியும் விறைப்புக் கச்சு (Corset) செய்பவராயும் வரி தண்டுபவராயும் தொழில் புரிந்து அதில் தோற்றுப்போனவர். இருமுறை மணம் செய்தும் தோற்றவர். அவர் 1774 ஆம் ஆண்டு பெஞ்சமின் ஃபிராங்கிளினிடமிருந்து (1706-1790) அறிமுகக் கடிதங்கள் பெற்றுக்கொண்டு அமெரிக்கத்தின் ஃபிலடெல்ஃபிய நகரத்தை அடைந்தார். அவர் அமெரிக்கத்தில் வெற்றி காணட்டும் என்று ஃபிராங்கிளின் அவரை ஊக்குவித்தார்.

அமெரிக்கத்தை அடைந்த பெயின் அமெரிக்கக் குடியேற்றக்காரர்களின் விடுதலையுணர்வை ஊக்குவிக்கும் வகையில் ''நல்லறிவு'' (*Commonsense, 1776*), 'நெருக்கடி' (*Crisis, 1776-1783*) ஆகிய சிறு வெளியீடுகளையும், ''மனிதனின் உரிமைகள்'' (*The Rights of Man, 1791-1792*) என்ற பெயரில் பிரஞ்சுப் புரட்சியை நியாயப்படுத்திய நூலையும் இயற்கைச் சமய வாழ்வை ஆதரித்துப் ''பகுத்தறிவு யுகம்'' (*Age of Reason 1794-1796*) என்ற நூலையும் எழுதினார்.

10. ஜேம்ஸ் குக்கு பசிபிக்கிலிருந்து தாயகம் திரும்பினார்

ஜேம்ஸ் குக்கு (*1728-1779*) பசிபிக்கில் தேட்டப் பயணம் முடித்துவிட்டு இவ்வாண்டு தாயகம் திரும்பியதும் ஸ்கர்வி (*Scurvy*) என்ற ஊட்டக் குறைக் கோளாறை மாலுமியர்க்கு வரவிடாமற் செய்த வெற்றிக்காக அவருக்குக் கோப்லி (*Copley*) தங்கப் பதக்கத்தை இராயல் சங்கம் அளித்தது. காப்டன் குக்கு தன்னுடன் அழைத்துச் சென்றிருந்த *118* பேரையும் மூன்றாண்டு பதினெட்டு நாள்களில் எல்லாப் பருவ நிலைகளிலும் உடல் நலத்தோடு இருக்க வைத்துத் தாயகம் கொண்டு வந்து சேர்த்தார். இதற்காகப் பிரிட்டிஷ் படையின் தலைமை மருத்துவரான சர் ஜான் பிங்கில் அவரைப் பாராட்டிப் பேசினார்.

11. காசோலைக் கணக்குத் தீர்க்க வங்கிகளில் முதல் மையம்

பிரிட்டிஷ் வங்கிகள் செக்குகள் என்னும் காசோலைகளைத் தமக்குள் ஒன்றுக்கொன்று மாற்றிக் கணக்குத் தீர்த்துக் கொள்வதற்காக இலண்டன் நகர லம்பார்டு தெருவில் ஒரு மையத்தை (*Clearing House*) அமைத்துக் கொண்டன.

12. காப்பிக் கொட்டைக்குத் தடை : பிரஷிய மன்னர் முயற்சி

பிரஷிய மன்னர் மா ஃபிரடரிக்கு (*1712-1786 ; ஆ.கா. 1740-1786*) தன் நாட்டின் பொன்னையெல்லாம் அள்ளிச் சென்ற பச்சைக் காப்பிக் கொட்டை இறக்குமதிக்குத் தடை விதிக்கக் கருதினார். ஏனெனில் பியரையே (*bear*) நாட்டுக் குடியாய்க் கொண்டிருந்த பிரஷியத்தில் காப்பி கிட்டத்தட்ட அதற்கு இணையான இடத்தைப் பிடித்துவிட்டது.

13. யாங்கி டூடில் பாட்டு

அமெரிக்கக் குடியேறியான எட்வர்டு பர்னல் இவ்வாண்டு ஆங்கில மெட்டில் ''யாங்கி டூடில்'' (*Yankee Doodle*) என்ற நாட்டு இன்னிசைப் பாடலை எழுதினார். இப்பாட்டு அமெரிக்க விடுதலைப் படையினரால் மிகவும் விரும்பிப் பாடப்பட்டது. இது மக்களிடையிலும் மிகுந்த செல்வாக்குப் பெற்று விளங்கிய பாட்டாகும்.

14. பீற்று நீர்விசைக் கஃசு

அலெக்சாந்தர் கம்மிங்ஸ் என்ற பிரிட்டிஷ் கண்டுபிடிப்பாளர், நீர் வேகத்தில் மலக் கழிவுகளை அடித்துச் செல்லக் கூடிய பீற்று நீர் விசைக் கஃசு (*Flush-toilet*) ஒன்றைக் கண்டுபிடித்து அதற்கு இந்த ஆண்டில் பேட்டண்டு உரிமையைப் பெற்றார். ஆனால் அது இதற்கு ஒரு நூற்றாண்டிற்குப் பிறகுதான் மக்களால் வெகுவாய்ப் பயன்படுத்தப் பட்டது.

1776

அரசியல்

தஞ்சைத் தரணி : அரசியல் அரிசியியல்
அல்வார் : கடைசியாய்த் தோன்றிய இரசபுத்திர அரசு
அமெரிக்கக் குடியேற்றங்களின் குடியேற்றங்களின் விடுதலை அறிக்கை

அறிவியல்

யூரிக்கு அமிலம் கண்டறிதல்
நீர் மூழ்கிப் போர் முன்னோடியர்

சட்டம் நீதியாட்சி

இந்துச் சட்டங்கள் தொகுப்பு, ஆயினி-எ-அக்பரி ஆங்கிலத்தில்

கலை, இலக்கியம்

மேற்கத்தி இசை வரலாறு
மாஸ்கோவில் போல்ஷாய் கொட்டகை அமைப்பு
ஃபி பிட்டா கப்பா சங்கம்

வேளாண்மை, தொழில், வாணிபம், பொருளியியல்

தஞ்சையில் அரிசி விலை
தலைக்சேரியுடன் ஆங்கிலேயர் தொடர்பு
வங்கத்தில் நெசவுத் தொழில், பிரான்சில் விளைச்சல் பெருக்கம்

மருத்துவம்

அமெரிக்க விடுதலைப் படையினருக்கு அம்மை நோய்

இராணுவம் போர்

நீர் மூழ்கி போர்

வரலாறு

ஆயினி-எ-அக்பரி ஆங்கிலத்தில், மேற்கத்தி இசை வரலாறு
மாஸ்கோ நகர வரலாறு. கிப்பனின் ரோமானிய வரலாறு

பொது

புதுச்சேரியில் கத்தோலிக்கப் பேராயர்
அடிமை முறையை எதிர்த்துப் பிரிட்டீசு நாடாளுமன்றத்தில் முதல் தீர்மானம்
காக்டெயில் தோற்றம்

இறப்பு

டேவிடு ஹியூம் *(1711-1776)*

1776

1. தஞ்சைத் தரணி - அரசியல், அரிசியியல்

ஆர்க்காட்டு நவாபு முகமதலி 1773 ஆம் ஆண்டு கம்பெனிப் படையின் உதவியுடன் தஞ்சைமீது படையெடுத்துச் செப்டம்பர் 16 அன்று தஞ்சைக் கோட்டையைத் தகர்த்தார். அன்று நண்பகல் 12 மணிக்கு நவாபு - ஆங்கிலக் கூட்டுப்படை தாக்குதலுக்கு ஆயத்தமானது. அதன் பிறகு நடந்த சண்டையில் தஞ்சை வீழ்ந்தது. துளசாவும் அவரின் அமைச்சர்களும் சிறைப் பிடிக்கப்பட்டனர். ஆர்க்காட்டு நவாபு அதன் பிறகு மூன்றாண்டுக் காலம் தஞ்சைத் தரணியைக் கசக்கி பிழிந்த செய்திகள் முன்னர் 1773 ஆம் ஆண்டு, வரலாற்றுப் புள்ளியில் சொல்லப்பட்டிருந்தன.

கிழக்கிந்தியக் கம்பெனியின் இயக்குநர் மன்றம் (Court of Directors) இலண்டனிலிருந்து பிகாட்டுப் பிரபை 1776 இல் மீண்டும் ஆளுநராய்ச் சென்னைக்கு அனுப்பியிருந்தது. தஞ்சை மன்னருக்குத் தஞ்சைத் தரணியை மீண்டும் தந்துவிட வேண்டும் என்ற ஆணையுடன் பிகாட்டுப் பிரபு அனுப்பி வைக்கப்பட்டிருந்தார்.

ஆர்க்காட்டு நவாபு முகமதலி தஞ்சையைக் கவர்வதற்கு ஆளுநர் அலெக்சாந்தர் விஞ்சு உதவியதை இயக்குநர் மன்றம் ஏற்கவில்லை. ஆளுநர் இலண்டனின் இசைவைப் பெறாது நவாபிற்கு உதவியது முறைகேடு என்றும் ஏற்கனவே அறிவித்த கொள்கைக்கு முரணானது என்றும் கண்டிக்கப்பட்டது.

ஆர்க்காட்டு நவாபின் படைகள் 1776 பிப்ரவரி 9 அன்று தஞ்சையை விட்டு வெளியேறின. தஞ்சை கம்பெனியின் பொறுப்பில் வந்தது.

பிகாட்டுப் பிரபு இவ்வாண்டு தஞ்சைக்கு வந்து துளசாவைப் பிப்ரவரி 11 அன்று அரியணையில் அமரச் செய்தார். அவருக்குக் கோயிலடி, இளங்காடு, வெள்ளம், நாகூர் ஆகிய இடங்கள் திருப்பித் தரப்பட்டன.

தில்லையில் நடராசர் இல்லாதிருந்த காலம்

தில்லை நடராசருக்கும் தஞ்சைத் தரணிக்கும் மராட்டியர் ஆட்சிக் காலத்தோடு தொடர்புடைய நான்கு செப்பேடுகளை வைத்துக் கீழ்காணும் செய்திகள் சொல்லப்படுகின்றன.

மராட்டியர் ஆட்சி 1676 ஆம் ஆண்டு தஞ்சையில் தொடங்கியது. சிதம்பரம் நடராசர் 1648 டிசம்பர் 24 முதல், 1685 நவம்பர் 14 முடிய 37 ஆண்டுகள் பத்து மாதம் இருபது நாள் தில்லையில் இல்லாமல் பாண்டிய நாடு சென்று, நாற்பது மாதங்கள் குடுமியான் மலையிலும் பின்னர் மதுரையிலும் உறைந்த பின்னர், தில்லை வந்தடைந்தார் என்றும், அதற்குச் சிதம்பரம் சிற்றம்பல முனி உதவி நடராசரைத் தில்லை கொணரச் செய்தார் என்றும் திருவாரூர்த் தியாகேசர் கோயில் ஆட்சி அலுவலகத்திலுள்ள மூன்று செப்பேடுகளில் காணப்படும் மூன்று தமிழ்ப் பாடல்களிலும் சொல்லப்படுகின்றன.

அக்காலச் சூழ்நிலையை நோக்குமிடத்து, 17 ஆம் நூற்றாண்டின் இறுதிக் காலத்தில் பிசப்பூர் சுல்தானின் படையெடுப்பு அடிக்கடி நிகழ்ந்தது என்பது புலனாகின்றது. ஆதலால்

1776

அடியார்களே தில்லை நடராசரைத் தில்லையிலிருந்து வெளியே கொண்டு சென்றிருக்கலாம்; அல்லது *1647* இல் ஏற்பட்ட பெரும் பஞ்சம் காரணமாக மக்கள் குடிபெயர்ந்து சென்ற காலையில் நடராசரையும் தம்முடன் கொண்டு சென்றிருக்கலாம். தஞ்சை நாயக்கராட்சியில் வைணவம் ஏற்றம் பெற்றதும் நடராசர் தில்லையை விட்டு நீங்கியதற்கு ஒரு காரணமாகலாம்.

திருவரங்க நாதரும் காஞ்சி காமாட்சியும் தம் கோயில்களை விட்டுச் சிறிது காலம் பெயர்ந்து சென்றதாய்ச் சில வரலாற்று நூல்கள் கூறுகின்றன. ஆனால் தில்லை நடராசர் நீண்ட காலம் சிதம்பரம் விட்டுச் சென்றதாய் இச்செப்பேடுகளிலிருந்துதான் முதன் முதலில் அறிய முடிந்தது.

சோழ மண்டல சதகம் *99* ஆம் பாடலில் ''அம்பலப் புளி'' என்ற புளிய மரப் பொந்து ஒன்றில் தில்லை நடராசர் சிறிது காலம் இருந்தார் என்று சொல்லப்பட்டுள்ளது. மராட்டிய மன்னர் துளசா காலத்தில் *(1763-1787)* நடராசர் சிறிது காலம் திருவாரூர் சென்றிருந்தார் என்று சிதம்பரத்திலுள்ள வடமொழிக் கல்வெட்டு ஒன்றும் கூறுகின்றது.

''அரசவனத்து அற நிலையம்'' என்ற நூலின் *43* ஆம் பக்கத்தில் இச்செய்தி குறிப்பாகச் சொல்லப்பட்டுள்ளது. குடந்தையில் சைவ வேளாளர் குலத்தில் பிறந்த சிவப்பிரகாசர் தில்லை நடராசர் பூசைக்கு அக்காலத்தில் ஏற்பட்ட முட்டுப் பாட்டைத் தவிர்த்தார்; அதற்கு இலிங்கம நாயக்கர் *(1610)* என்ற வீர சைவர் உதவினார்; நடராசர் *1648* வரை துறையூர்ப் பாளையக்காரரின் ஆதரவில் பாதுகாப்பாய் இருந்தார் என்ற செய்திகள் அந்நூலில் காணப்படுகின்றன. தில்லையில் *1684, 1686, 1689* ஆகிய ஆண்டுகளில் திருப்பணிகள் நடைபெற்றன என்று மேற்சொன்ன திருவாரூர்ச் செப்பேடுகள் செப்புகின்றன.

மராட்டிய மன்னர் சாம்பாசியின் *(1680-1689)* குல குருவாயிருந்த முத்தய்ய தீட்சிதர் சிதம்பரம் கோயிலுக்குக் குடமுழுக்குச் செய்தார் என்று ஒரு செப்பேட்டில் காண்கின்றோம். மேற்கூறிய திருச்சிற்றம்பல முனியும் குடமுழுக்குச் செய்திருக்கின்றார். அவர் சிதம்பரத்தைச் சேர்ந்தவர் என்ற குறிப்பும் காணப்படுகின்றது. சத்திரபதி சிவாஜியின் *(1627-1680)* மூத்த மகன் சாம்பாசியின் பெயர் திருவாரூர்ச் செப்பேடுகள் நான்கிலும் குறிப்பிடப்பட்டுள்ளது. இவருடைய பரங்கிப் பேட்டைச் சுபேதாரின் பெயர் கோபால தாதாசி பண்டிதர். தஞ்சை மராட்டியரும், செஞ்சி மராட்டியரும் நல்லுறவுடன் இருந்த இந்தக் காலத்தில், நடராசர் மீண்டும் தில்லையை அடையத் தஞ்சை மராட்டிய மன்னரான சகசி *(1684-1712)* உதவி செய்தார் என்ற செய்தியும் இங்கு காணப்படுகின்றது.

அரிசியியல்

தஞ்சையில் இக்காலத்தில் நெல் பிடிக்கும் விவரங்கள், தஞ்சை மராட்டியர் காலத்து மோடி ஆவணங்களில் சொல்லப்பட்டுள்ளன.

இது *1776* ஆம் ஆண்டு நிலவிய விலை விவரமாகும்:

ஒரு பணத்திற்குத் திருவாதியில்	3 ¼	மரக்கால்
ஒரு பணத்திற்கு மன்னார்குடியில்	3 ½	''
ஒரு பணத்திற்குச் சீர்காழியில்	3 ½	''
ஒரு பணத்திற்குக் குடந்தையில்	3 1/8	''

ஒரு பணத்திற்கு மயிலாடுதுறையில் 3 ½ ''

உடனுக்குடன் ரொக்கம் தருபவர்களுக்கு 1/8 மரக்கால் சேர்த்துப் போடப்பட்டது.

இக்குறிப்பின்படி ஒரு பணத்திற்கு 3 ½ மரக்கால் எனில், ஒரு கலத்தின் விலை 3 ¾ பணம் ஆகின்றது; ஆதலால் 3 ¾ மரக்கால் எனில் 3 9/13 பணம்; இது சுமார் ஒன்பதணா ஆகும். (இக்கால மதிப்பின்படி ஓர் அணா என்பது சுமார் ஆறு காசாகும்.)

உடனுக்குடன் பணம் தருபவர்களுக்கு 1/8 மரக்கால் சேர்த்துத் தருவது என்பது பணத்திற்கு முடை என்பதை ஊகித்தறிய இடம் தருகின்றது. அதாவது நெல் அதிகம் இருந்தது; வாங்குவதற்குப் பணம் இருந்திலது என்பது இதன் பொருள்.

இனி 1777 ஆம் ஆண்டு நிலவரத்தைக் காண்போம். இவ்வாண்டு பணத்திற்கு 3 ¼ படி சம்பா அரிசி என்றால் 6 ½ பணம் ; அதாவது ஒரு ரூபாய்க்கு (6 ½ X 3 ¼) 21 1/8 படி ஆகின்றது.

பிறகு 1778 இல் முதல் தரச் சம்பாப் பச்சரிசி பணம் ஒன்றுக்கு 2 ¼ படி வீதம் விற்றதாய்த் தெரிகின்றது. பின்னர் 1779 இல் பணத்திற்கு 3 படி கிடைத்திருக்கின்றது.

கி.பி.1784 இல் ''ஒருபணத்திற்கு 6 ¾ படி நெல்'' என்ற குறிப்பும், நெல் விலை ஒரே மாதிரியாயிருந்தது என்பதைக் காட்டுகின்றது.

ஆனால் 1784 இல் ஒரு கலம் நெல்லின் விலை 0.113 (பதினொன்றே காலணா) என்று இருந்தது என்று அறிகின்றோம்.

கி.பி.1799 இல் ஒரு கலம் நெல்லின் விலை 3 ½ பணம்.

ஒரு சக்கரத்திற்கு 2 ½ கலம் நெல் விற்றது என்பதைச் சில ஆவணங்கள் காட்டுகின்றன. அதாவது ஒரு பணத்திற்கு ¼ கலம் அல்லது 6 படி விற்றது. (1 கலம் = 24 படி)

கி.பி.1820 இல் பழைய சம்பா நெல் பணத்திற்கு ''6 படி'' விற்றது என்று அறிகின்றோம். முத்தாம்பாபுரத்தில் கலம் நெல்லின் விலை, 1825 இல் ½ சக்கரம் என்பது சிறிது மிகையென்று தோன்றுகின்றது.

நெல்லின் விலை 1830 இல் கலம் ½ சக்கரமாகவே இருந்திருத்தல் வேண்டும். ஒரு ரூபாய்க்கு 27 3/8 படி நெல் 1855 இல் விற்றதாய் ஓர் ஆவணம் கூறுகின்றது. அதாவது ஒரு பணத்திற்கு 4 11/52 படியாகும்.

இவற்றையெல்லாம் வைத்துப் பார்க்கையில் எண்பதாண்டுகளில் நெல்லின் விலை 50 சதம் உயர்ந்தது என்பதை உணர முடிகின்றது.

விலைவாசியின் அளவு கோலாய் நெல்லின் விலை இருந்து வந்திருக்கின்றது. நெல்லின் விலையை ஒட்டியே மற்றெல்லாப் பொருள்களின் விலையும் இருக்குமென்பது பொது விதி. நிலத்தின் மதிப்பும் அங்ஙனமே அமையும் என்பர். ஆகவே நெல்லின் விலையை நிர்ணயிப்பதும் அந்நாளில் அரசின் கடமையாய் இருந்து வந்திருக்கின்றது.

2. தலைச்சேரியுடன் ஆங்கிலேயர் தொடர்பு

ஆங்கில வணிகர்கள் முதன் முதலாய் 1600 ஆகஸ்டு 24 அன்று தான் இந்தியத்தில் காலடி வைத்தனர் என்பதை அறிவோம். அது மேற்குக் கரையின் தனிச் சிறப்பு வாய்ந்த

சூரத்துப் பட்டினமேயாகும். எனினும் 1612 இல் தான் அங்கு அவர்களின் பண்டசாலை நிறுவப்பட்டது. அவர்கள் அதற்குச் சிறிது காலத்திற்குப் பிறகு கிழக்குக் கரையிலுள்ள மச்சிலிப்பட்டினத்திலும் அதைச் சுற்றிய பகுதிகளிலும் (இ.ச.க.தொகுதி-3) நிலை பெற்று, மீண்டும் மேற்குக் கரைப் பக்கமாய் 1673 ஆம் ஆண்டு திரும்பி அஞ்சங்கோவில் (இ.ச.க.தொகுதி-3) ஒரு பண்டசாலையை நிறுவினர். அதற்குப் பத்தாண்டுகளுக்குப் பிறகு மிளகுக் கொள்முதலுக்கென்று 1683 இல் தலைச்சேரியிலும் ஒரு குடியேற்றத்தை அமைத்தனர்.

தலைச்சேரி - திருவெண்காடு

தலைமையான ஊர் என்பது இதன் பொருள். இதை வெண்காட்டு ஊர் என்ற பொருளில் சுவேதாரணிய புரி என்றும் கூறிக் கொண்டனர். தலைச்சேரி நகரின் ஒரு பகுதி இன்றும் வெண்காடு என்றே அழைக்கப்படுகின்றது.

(தமிழகத்திலும் தஞ்சை மாவட்டம், சீர்காழி வட்டத்தில், சீர்காழியிலிருந்து சுமார் 11 கிலோ மீட்டரில் பூம்புகாரின் அருகில் ஆதி சிதம்பரம் என்ற, புராணச் சிறப்பு வாய்ந்த திருவெண்காடு என்ற திருத்தலம் உள்ளது. சிவநாதர் இத்தலத்திலுள்ள ஞான சபையில் ஆனந்த நடனமாடிக் கொண்டிருக்கின்றார். இந்நடனத்தை ஹஸ்தி நடனம் என்பர். சிதம்பரத்தில் உள்ளதைப் போன்று திருவெண்காட்டிலும் கோயிலின் இதய பாகத்தில் இறைவன் ஆடுகின்ற ஞான சபை இருக்கின்றது. சிதம்பரத்தின் பொற்சபை போலவே, திருவெண்காட்டு ஞான சபையும் அதே அமைப்புடன் விளங்குகின்றது. இத்தலம் பட்டினப்பாலையிலும், சிலப்பதிகாரத்திலும் கூறப்பட்டுள்ளது என்பர். (திருத்தலங்கள் வரலாறு, உ.வே.சா. நூல் நிலைய வெளியீடு, 1990).

இயற்கையழகு

தலைச்சேரி கண்ணுக்கினிய இயற்கையழகு செறிந்த இடமாகும். ஐரோப்பியர் இதை இந்தியத்தின் மாண்பிளியே (Montpellier) என்றழைத்தனர். (மாண்பிளியே என்பது தென் பிரான்சிலுள்ள நகரமாகும். இந்நகரில் பாப்பரசர் நான்காம் நிக்கலஸ் 1289 இல் நிறுவிய பல்கலைக் கழகம் உள்ளது. இது திராட்சைத் தேறல் வாணிபத்தில் பெயர் பெற்றது. இந்தப் பிரஞ்சு நகரும் இயற்கையழகு நிறைந்த இடமாகும்.)

பிரிட்டிசார் பின்னர் சிரக்கல் மன்னரிடமிருந்து 1708 ஆம் ஆண்டு முறையாக உரிமை பெற்றுத் தலைச் சேரியில் ஒரு கோட்டை கட்டினர். அதன் பிறகு கோலாத்திரி மன்னரிடமிருந்தும் குறுநில மன்னரான, பிற நாடு வாழிகளிடமிருந்தும் 1708 முதல் 1761 வரை கிட்டத்தட்ட 54 ஆண்டுகளுக்குள் தலைச்சேரியைச் சுற்றியிருந்த நிலங்களைப் பெற்றுவிட்டனர். இவ்வுரிமைகளோடு இப்பகுதியில் சுங்கத் தீர்வை வாங்கும் உரிமை, நீதியாட்சி செலுத்தும் அதிகாரம் போன்ற முக்கியமான சில சலுகைகளையும் சிறுகச் சிறுகப் பெற்று இப்பகுதியில் அவர்கள் காலூன்றி விட்டனர்.

கிழக்கிந்தியக் கம்பெனி குரங்கோட்டு நாயர் என்ற நாடு வாழியுடன் 1719 ஆம் ஆண்டு சண்டையிட்டு வெற்றி கண்ட பிறகு, தலைச்சேரியின் தெற்கிலும் பிரிட்டிசாரின் குடியேற்றப் பரப்பு விரிந்தது.

எனினும், அவர்கள் இக்குடியேற்றப்பகுதியில் தலைமை ஏற்றிருந்த நிலை 1766 ஆம் ஆண்டு மாறியது. அது வெறும் குடியேற்றம் என்ற நிலைக்கு அவர்களின் அதிகாரம் இங்கு இறங்கிப் போய்விட்டது.

ஐதரலியுடன் போர்

ஐதரலியின் படைத் தலைவரான சர்தார் கான் சிரக்கல் மன்னரோடு சேர்ந்து கொண்டு 1780 ஆம் ஆண்டு தலைச்சேரிக் கோட்டையை முற்றுகையிட்டார். அப்போது பிரிட்டிசாரின் "சுபர்பு" (Superb) என்ற 74 பீரங்கிக் கப்பல் 1781 நவம்பர் மாதம் தலைச்சேரியில் இழக்கப்பட்டது. மேஜர் ஆபிங்டன் முற்றுகைக்கு உள்ளான கோட்டையிலிருந்து படையோடு வெளியேறி நடத்திய தாக்குதல் காரணமாக, ஐதரின் படைத் தலைவர் 1782 ஆம் ஆண்டு முற்றுகையை விலக்கினார்.

ஐதரலியின் படைகள் இக்காலக்கட்டத்தில் தக்காணத்தின் பல போர்க் களங்களில் எதிர்த்து நின்று போராடியதை இந்திய சரித்திரக் களஞ்சியம் ஆங்காங்கே காட்டுகின்றது. பதினெட்டாம் நூற்றாண்டில் வந்தேறியவர்களுக்கும் நாட்டு மன்னர்களுக்குமிடையே ஏற்பட்ட மோதல்கள் அனைத்திலும் சற்றும் விட்டுக்கொடாது களத்தில் வாளோடு மாண்ட மாவீரர் ஐதரலியும் அவர் மகனான திப்பு சுல்தானும் ஆவார் என்பது நினைவிற்கொள்ளத் தக்கதாகும்.

பிரிட்டிசார் தலைச்சேரி முற்றுகையை முறியடித்த பிறகு மீண்டும் அங்கு வலிமையடைந்தனர். அவர்கள் கைக்கு முன்னைப் போல் தலைமைப் பதவி 1784 இல் வந்து சேர்ந்ததும், அங்கு தம் மேலாண்மையைப் பழையபடி நிலைநாட்டி விட்டனர். எனினும் பின்னர் இந்நிலையும் மாறி மலபாரின் மேலாட்சித் தலைமை தலைச்சேரிக்கு வந்துவிட்டது. பிரிட்டிசார் தலைச்சேரியில் கடலின் அருகே ஊருக்கு வெளியில் கோட்டை கட்டியிருந்தனர். இங்கிருந்து காப்பி, மிளகு, சுக்கு, ஏலக்காய், சந்தனம் முதலிய பண்டங்கள் ஏற்றுமதியாயின. அரிசியும் உப்பும் இங்கு இறக்கப்பட்டன.

இங்குள்ள திருவெண்காட்டுக் கோயிலில் இராமர் வீற்றிருக்கின்றார். இக்கோயிலுக்குத் தாமிரக் கூரை போடப்பட்டிருப்பதால் இதைத் தாமிரக் கோயில் என்கின்றனர்.

தலைச்சேரி மலபாரின் கோட்டயம் வட்டத்தில் உள்ளது. இது பம்பாயிலிருந்து தெற்கே தென்கிழக்கில் சுமார் 826 கிலோ மீட்டர். கள்ளிக்கோட்டையிலிருந்து வடக்கே வடமேற்கில் சுமார் 62 கிலோமீட்டர். கண்ணனூரிலிருந்து தென்கிழக்கில் சுமார் 20 கிலோ மீட்டர். கோட்டயத்திலிருந்து தென்மேற்கில் சுமார் 10 கிலோ மீட்டர். சென்னையிலிருந்து மேற்கே தென்மேற்கில் சுமார் 538 கிலோ மீட்டர். மலைப்புறத்திலிருந்து வடமேற்கில் சுமார் 98 கிலோ மீட்டர். பாலக்காட்டிலிருந்து வட மேற்கில் சுமார் 163 கிலோ மீட்டர்.

3. அல்வார் : கடைசியாய்த் தோன்றிய இரசபுத்திர அரசு

ஆராவலி மலைத் தொடர்

இரசபுதனத்தின் முதுகெலும்பு போன்றிருக்கும் மலைத் தொடர்கள் ஆராவலி மலைத் தொடருடன் தொடங்குகின்றன. (இது ஆரவல்லி என்று தமிழில் வழங்கிவரினும், இதன் சரியான ஒலிப்பு ஆராவலி ஆகும். இம்மலைத் தொடர் குஜராதின் எல்லையில் விந்திய மலையின் மேற்கேயுள்ள சிறுமலைத் தொடர்களால் இணைக்கப்படும் தொடர் மலையாகும். இம் மலைத் தொடர் மேற்கிலிருந்து வடகிழக்குத் திக்கில் நீண்டு டெல்லிப் பக்கமாய் ஆஜ்மீரையும் தாண்டிச் செல்கின்றது. இத் தொடர் மலை சிந்து, கங்கைச் சமவெளிகளின் ஆற்று வெளிக்கு வரையாக அமைந்துள்ளது. இதன் உயர்ந்த முகடு

1776

ஆபு மலையாகும். அதன் உயரம் சுமார் 5,650 அடி. ஆராவலி அல்லது ஆதர்சாவலி என்றால் வலிமை பொருந்திய மலை என்று பொருள். இம்மலைத் தொடர்கள் தமக்குக் கிழக்கில் அல்லது மேற்கில் வாழ்ந்த தொன்மையான ஆளுங்குலத்தார்க்கு, பண்டைச் சூரிய குலத்தவர்க்குக் காப்பு அரண்களாய் நின்றன. ஆராவலி மலைகளில் கொள்ளையரான மீனா என்ற மலை வாழ் மக்கள் வாழ்கின்றனர். இம்மலை கனிப்பொருள் வளமிக்கது; மேவார் அரசகுடியினர் (இ.ச.க.தொகுதி- 6) தம்மினும் வலிமை மிக்கோருடன் போர் புரிவதற்கு இம்மலைத் தொடர் துணை புரிந்தது) ஆராவலி மலைத் தொடர் டெல்லிச் சமவெளியில் இருக்கும் அல்வார் நாட்டரசின் வழியே செல்கின்றது.

கடைசி இரசபுத்திர அரசகுடி

அல்வார் கடைசியாய் உருவான இரசபுத்திர அரசாகும். அங்கு 1776 ஆம் ஆண்டு அல்வார் கோட்டை நகர் தோன்றியது. (அது 1770 என்பாருமுளர்). மலைத் தொடரில் உயிருக்காகத் தொங்கிக் கொண்டு, கரடு முரடான மலை முகட்டின் மீது அந்தரத்தில் ஊசலாடுவது போல் அல்வார் தோன்றுகின்றது.

தோற்றுவாய்

இந்த அரச குடும்பம் ஜெயப்பூர் ராணாக்கள் குடியைச் சேர்ந்த (இ.ச.க. தொகுதி-5) சிறியதொரு கிளையிலிருந்து தோன்றியது. அவர்களுக்குப் பதினெட்டாம் நூற்றாண்டு வரையிலும் இரண்டு சிற்றூர்கள் மட்டுமே உரிமையாயிருந்தன. அவர்கள் ஜெயப்பூர் அரசின் குறுநில ஆண்டையராயிருந்தனர்.

பதினெட்டாம் நூற்றாண்டின் குழப்பமான இக்காலக் கட்டத்தில் இத்தகைய குறுநிலத் தலைவர்கள் ஜெயப்பூருக்கு எதிராய்ப் பரத்பூர் ஜாட்டுகளை ஆதரித்தனர். பின்னர் ஜெயப்பூருக்கு ஆதரவாய் ஜாட்டுகளை எதிர்த்தனர். ஜாட்டுகளின் போர்க் கும்பல்களுக்கு எதிராய் ஆட்டங் கண்டுபோன முகலாய அரசருக்கு ஆதரவாயும், இறுதியாய்ப் பெரும்படை கொண்டுவந்த மராட்டியரை எதிர்ப்பதில் கிழக்கிந்தியக்

கம்பெனிக்கு உதவியாயும் காலத்திற்கும் இடத்திற்கும் வசதி வாய்ப்புகளுக்கும் ஏற்பப் பக்கம் மாறிக்கொண்டேயிருந்தனர்.

இத்தகைய காலச்சூழலில் அல்வார்க் குடும்பத்தின் செல்வாக்கும் செல்வ நிலையும் ஏறவோ, இறங்கவோ செய்தன. அவர்கள் சில வேளைகளில் நாடிழந்து நாடோடியாயினர். அதற்குச் சில ஆண்டுகளுக்கு பிறகு அவர்களுக்கு நிலப் பரப்பு வெகுமதியாய்க் கிடைத்தது. அவர்கள் இவ்வேளையில் இன்னலிலிருந்து விடுபட்டனர். வரவிருந்த காலத்தில் மேலோங்கி நிற்கப் போகும் ஆண்டையரான பிரிட்டிசாரின் அதிர்ஷ்டம் வாய்ந்த நல்லுறவை அல்வார்க்காரர் பெற்றுவிட்டனர்.

மராட்டியர் பிரிட்டிசாரிடம் தோற்றபின் செய்துகொண்ட உடன்படிக்கைப்படி, பிரிட்டிசார் அல்வாருக்கு அண்டையிலிருந்த நிலப்பரப்பை அன்பளிப்பாய் கொடுத்தனர். பிரிட்டிசார் அந்நிலத்தை தமக்கென்று வைத்துக் கொள்ள விரும்பவில்லை. ஆதலால் 1776 ஆம் ஆண்டில் அல்வார் என்ற நாட்டரசு அரும்பிவிட்டது.

ஆட்சியுரிமைப் போட்டி

ஆனால், ஆட்சியுரிமை குறித்து எழுந்த சச்சரவினால், அது உடனே விழ்ச்சியடைந்தது. அல்வார் மன்னர் 1815 இல் இறந்ததும் அச்சிற்றரசிற்கு நேரடி வாரிசு இல்லாமற் போயிற்று. அவர் தன் உடன் பிறந்தார் மகனான விநய சிங்கை மகன்மை கொள்ளத் தவறிவிட்டார். ஆதலால் காலஞ்சென்ற மன்னரின் அன்பிற்குரிய காமக் கிழத்தியின் மகன் அரியணையைச் கைப்பற்றிவிட்டார்.

பிரிட்டிசார் தம்முடன் புதிதாய் நட்புக்கொண்ட நாடு உள்பகைப் போட்டியினால் சீரழிந்து போனதைக் கண்டு மனம் வருந்தினர். போட்டியிட்ட இரு பிரிவினருக்கும் நாட்டைச் சமமாய்ப் பங்கிட்டுத் தந்து இணக்கம் செய்து வைக்க முயன்றனர். இது இரு சாராருக்கும் மனநிறைவு தரவில்லை. எனவே இருவருக்குமிடையே ஒன்பது ஆண்டுக் காலம் அப்போதைக்கப்போது சச்சரவு நீடித்து வந்தது. இறுதியில் காமக்கிழத்தி மகனை அரச பதவியிலிருந்து நீக்கிச் சிறை வைத்தனர்.

எனினும் இராசா விநய சிங்கு 1857 இல் இறந்து போகவே, அவரின் மகன் குழந்தையாயிருந்தமையால் மீண்டும் தொல்லை தோன்றியது. அல்வார் அரசவைப் பிரபுக்கள் தம்முள் பிளவுபட்டுக் கட்சி கட்டிக்கொண்டு மற்றோர் உள்நாட்டுப் போருக்கு ஆயத்தமாயினர். பிரிட்டிசார் இதில் தலையிட்டு நாட்டரசின் ஆட்சி நிர்வாகத்தைத் தம் பொறுப்பில் கொண்டு வந்தனர். புதிய மன்னருக்கு உரிய வயது வந்ததும், அவரிடம் ஆட்சியை ஒப்படைத்தனர். ஆனால் பிரபுக்கள் கட்சி பிரிந்து சச்சரவிட்டு வந்ததைப் புதிய மன்னரால் கட்டுப்படுத்த முடியவில்லை.

மன்னர் 1874 இல் சந்ததியின்றி இறந்து போனார், பிரிட்டிசார் சச்சரவிட்டுக் கொண்டிருந்த பிரபுக்களை அழைத்து அவர்களோடு கூடிப்பேசி, புதியதாய் மன்னர் ஒருவரைத் தேர்ந்தெடுக்குமாறு கூறினார். அவர்கள் வயது வராத ஒரு சிறுவனை அரசராய்த் தேர்ந்தெடுத்தனர். அதனால் இளவயது அரசருக்காகக் காப்பு ஆட்சி நடத்த வேண்டி வந்தது. இதன் பின்னர் 1892 ஆம் ஆண்டிலும் இதைப் போன்றே இளவயது அரசருக்காக மீண்டும் காப்பு ஆட்சியை நடத்த நேர்ந்தது.

புது அரசர்

எனினும் அல்வாருக்கென்று 1903 ஆம் ஆண்டு ஓர் அரசர் வந்தார். அவர் பெயர்

ஜெயசிங்கு. அவர் பல ஆண்டுகள் அல்வாரில் அரசிருந்தார். பிரிட்டிசார் மெத்தக் கவனத்துடன் பேணிக் காத்துவந்த இந்நாட்டரசு கடைசியில் இப்போது அடங்கி அமைதி கண்டது போல் தோன்றியது. ஆனால் பிரிட்டிசார் மெத்தனம் கொண்டு விடலாகாது என்பது போல், ஜெயசிங்கு மக்களைக் கிளர்ச்சி செய்யுமாறு தூண்டி வந்தார். அவர் தனக்கு மேலாண்டையராயிருந்த பிரிட்டிசாருடன் சண்டை போட்டுக் கொண்டார். அவர் தன் கடைசிக் காலத்தில் பாரிஸ் நகரில் நாடு கடந்து வாழ்ந்தார்.

புலி வேட்டையும் ஆரவார அணிவகுப்பும்

அல்வார் நாட்டரசில் புலி வேட்டையும் ஆரவாரமான அணிவகுப்பும் மிகச்சிறப்பான முறையில் நடத்தப் பெறும். அதன் அரண்மனைகள் மிகுந்த மேன்மை வாய்ந்தவை. அரசர் ஜெயசிங்கு மட்டு மீறிச் செலவு செய்வார். அவர் தன் வேட்டை யானைகளுக்கு மெத்தக் கவனத்துடன் பயிற்சி அளிப்பார்.

ஆரவாரக் கண்காட்சிகளையும் அணிவகுப்புகளையும் நடத்துவதில் நாட்டரசுகள் அனைத்துமே செலவுகளைச் சிறிதும் பொருள்படுத்துவதில்லை. இவையெல்லாம் ஆரவாரமாயும் பகட்டாயும் நடக்கும், ஆனால் அல்வார் அரசு ஏனைய நாட்டரசுகளையெல்லாம் இவற்றில் மிஞ்சிவிடும்.

விஜய சாகரமும் விஜய மந்திரும்

இந்நாட்டரசில் விஜய சாகரம் என்றழைக்கப்படும் வெற்றி ஏரியின் கரையினருகில் விஜய மந்திர் என்ற வெற்றி மாளிகை கட்டப்பட்டுள்ளது. அது தேவதைக் கதைகளை நமக்கு நினைவூட்டும். இம்மாளிகை 1927 ஆம் ஆண்டு கட்டப்பெற்றது.

பத்தொன்பதாம் நூற்றாண்டின் நடுவில் கட்டப்பெற்ற நகர அரண்மனையில், தாமரை இதழ்களை அடித்தளமாய்க் கொண்ட இரண்டு கோயில்கள் உள்ளன. அல்வார் மன்னர் இரசபுத்தரக் கலைச்செல்வங்களான கலைப் பொருள்களை ஏராளமாய்க் குவித்து வைத்திருக்கின்றனர்.

ஆன் மாரோ என்ற பிரிட்டிஷ் பெண்மணி 1986 ஆம் ஆண்டு எழுதி வெளியிட்டுள்ள *The Maharajahs of India* என்ற நூலில், அல்வார் நாட்டு மன்னரான ஜெய சிங்கைப் பற்றிக் கூறியுள்ள சில செய்திகள் இங்கு தரப்படுகின்றன.

காமக் கொடு வெறியர்

அல்வார் மன்னர் (ஜெய சிங்கு) மிகவும் கொடூரமானவர். பிறரைத் துன்புறுத்தி அதில் இன்பம் காண்பவர். (இத்தகைய கொடுஞ் செயலை ஆங்கிலத்தில் *Sadism* என்பர். டொனேசியன் அல்ஃபோன்ஸ் தெ பிரான்சுவா சேடு என்ற நீண்ட பெயரையுடைய மார்க்குவிஸ் தெசேடு என்றவரின் பெயரிலிருந்து சேடிசம் என்ற சொல் பிறந்தது. அவர் 1740-1814 காலத்தில் வாழ்ந்தவர். அவர் காமவிகார வக்கிரக் கொடுமைக்காரர்; அதனால்தான் காமக் கொடுவெறியைக் குறிக்கவும் பிறரை வருத்தி இன்பம் காணும் செயலைச் சுட்டவும் சேடிசம் என்ற இச்சொல் பயன்படுத்தப் படுகின்றது. இச்சொல்லைக் காமக் கொடுவெறி இன்று தமிழில் கூறலாம்.)

ஜெய சிங்கு சேடையும் (*Sade*) மிஞ்சிக் கொடுஞ் செயல்கள் புரிவதில் ஈடு இணையற்றவராய் விளங்கினார். அவர் சூது வாது நிரம்பியவர். பெரிய தந்திரக்காரர்.

சித்திர வேலைப்பாடு மிகுந்த சரிகைக் கோட்டு அணிந்திருப்பார். அதில் இளஞ்சிவப்பு ரோசா மலர்கள் அழகாய்ப் பின்னப்பட்டிருக்கும். இளஞ்சிவப்பு நிறமான பழைய தொப்பியைத் தலையில் வைத்துக் கொண்டிருப்பார். அவர் இந்து சமய மறை ஞானம் பற்றியும், மறு பிறவி பற்றியும் பேசினால், வைசிராயின் மனைவியும் பிறரும் அப்படியே மெய்மறந்து அதைக் கேட்பார்கள். அவர் அதற்குச் சில மணி நேரத்திற்கு முன்னர்தான், புலிகளை ஈர்த்து வேட்டையாடுவதற்காக, அவற்றுக்கு இரையாய் உயிருள்ள விதவைகளையும் சிறு குழந்தைகளையும் அரண்மனையில் கட்டி வைக்கச் சொல்லியிருப்பார்.

இளஞ்சிறார்களை மாடுகளைப் போல் வண்டியின் நுகத்தடியில் பூட்டிக் கரடு முரடான வயல்களில் இழுத்துச் செல்லச் செய்து, அந்த காட்சியைக் கண்டுகளிப்பது அவருக்குப் பிடித்தமான பொழுது போக்காகும். அவர் "மாபெரும் கொடுமைக்காரன்" என்று மக்களால் அழைக்கப்பட்டார்.

நெறிமுறையற்ற கொடுமை

ஜெயசிங்கு சிற்றின்ப வெறி பிடித்த மைத்துனர் (மனைவியின் அண்ணன்) அவரிடம் காட்டுமிராண்டித் தனமான ஒரு தந்திரத்தைச் செய்தார். அம்மனிதர் குடிபோதை தலைக்கேறிப் பெண்களிடம் ஓயாமல் குறும்பு செய்ததைக் கண்ட ஜெயசிங்கிற்கு எரிச்சல் மிகுந்தது. ஓர் அழகான பெண்ணுடன் இரவைக் கழிக்க ஏற்பாடு செய்யுமாறு ஜெயசிங்கை அவர் அரித்துக்கொண்டேயிருந்தார். அரண்மனையிலுள்ள ஓர் அழகான பெண்ணைத் தருவதாய் அல்வார் மன்னர் தன் மைத்துனரிடம் கூறினார். ஆனால் அதற்கு ஒரு நிபந்தனை. மைத்துனர் இரவு முழுவதும் அப்பெண்ணுடன் பேசலாகாது அத்துடன் இருட்டில்தான் அவளுடன் கலவி மட்டுமே செய்தல் வேண்டும்.

ஜெயசிங்கு தன் மைத்துனர்க்காக ஒரு பெண்ணை அனுப்பிவைத்தார். அவள் மைத்துனர் இருந்த அறைக்குள் நுழையப் போன நேரத்தில் அரண்மனை விளக்குகள் அனைத்தும் அணைக்கப்பட்டன. மைத்துனர் அப்பெண்ணுடன் காதல் செய்து முடிந்ததும் திடீரென்று விளக்குகள் எரிந்தன. அவர் அப்போதுதான் தன் உடன் பிறந்த சகோதரியுடன் கலவி செய்தோம் என்பதைக் கண்டார். அவர் அல்வார் மன்னரின் பல மனைவியருள் ஒருத்தி. இருவரும் தம்முயிரை மாய்த்துக் கொண்டனர்.

"அரச ரிஷி"

ஜெயசிங்கு மிகவும் சுறுசுறுப்பானவர். பிரிட்டீசாரின் ஆட்சியில் தனக்கு மெய்யான அதிகாரம் இல்லை என்பதால் அவர் சலிப்புற்றிருந்தார். அவர் தன்னை "அரச ரிஷி" என்றழைத்துக்கொண்டு சமயச் சிறப்பைப் பெற அவாவினார். மேலும் அவர் தன்னை அரசு குரு, புனித ஞானி என்றும் அழைத்துக் கொண்டார். அவர் பிரிட்டீசாருக்கு மிகுந்த எரிச்சலை உண்டாக்க வேண்டும் என்பதற்காகவே இவ்வாறெல்லாம் செய்தார்.

பசுத் தோல் தொடாத புலி

பசு மிகவும் புனிதமானது என்று இந்துப் புராணங்களில் கூறப்பட்டுள்ளமையால், அவர் பசுத் தோலாலான பொருள் எதையும் தொடுவதில்லை. அவர் கைகளில் கறுப்புப் பட்டு அல்லது மான் தோலினாலான கையுறைகளையே எப்போதும் அணிந்திருப்பார்.

ஜெய சிங்கு சிம்லாவில் பிரிட்டீசு அரசப் பேராளரான வைசராயுடன் தங்குவதற்கு மறுத்துவிட்டார். ஏனெனில் அங்கு வைசிராய் மாளிகையில் தோலுறை போர்த்த இருக்கைகளில் அவரால் அமர முடியாது.

ஜெயசிங்கு மிகுந்த நகைச் சுவையோடு பேசக் கூடியவர். ஆதலால் தரங்கெட்ட நாட்டு மன்னரான ஜெயசிங்கு தன் மாளிகையில் நடந்த விருந்திற்கு வர வேண்டுமென்று அரசப் பேராளரான ரீடிங்குப் பிரபுவின் (1921-1929) மனைவி விரும்பினார். ஆதலால் அந்தச் சீமாட்டி தோல் இருக்கைகள் அனைத்தையும் சீட்டித் துணி கொண்டு மூடச் செய்தார். ஜெயசிங்கு விலையுயர்ந்த ரோல்ஸ் ராய்ஸ் காரில் வைசிராய் மாளிகைக்கு வந்து இறங்கினார். ஜெய சிங்கு வைசிராய்கள் சிலரின் மனைவிமாரையும் தலை குனியச் செய்திருக்கின்றார்.

வைசிராய்கள் மனைவியரைத் தலைகுனியச் செய்தவர்

வைசிராய் வில்லிங்டன் பிரபின் (1931-1936) மனைவி பொருள்கள் கவர்வதில் பெயர் பெற்றவர். அவர் சிறந்த கலைப் பொருள்களைக் கண்டதும் அவற்றை வியந்து பாராட்டுவார். அதைக் கேட்டதும் அப்பொருளுக்குரியவர், அதைத் தனக்குத் தந்து விடுவார் என்று அவர் எதிர்பார்ப்பார். அந்தச் சீமாட்டி இவ்வாறு நகைகளையும் வைரங்களையும் வாங்கிச் சேகரித்து வைத்திருந்தார்.

அல்வார் அரசர் வைசிராய் வில்லிங்டன் அளித்த ஒரு விருந்திற்கு வந்திருந்தார். அப்போது அவர் அணிந்திருந்த வைர மோதிரத்தை வில்லிங்டன் சீமாட்டி வியந்து பேசினார். அரசர் உடனே தன் வைர மோதிரத்தைக் கழற்றிச் சீமாட்டியிடம் கொடுத்தார். ஆனால் அதைச் சீமாட்டிக்கு அன்பளிப்பாய்த் தரப் போவதாய் அவர் காட்டிக் கொள்ளவில்லை.

வில்லிங்டன் சீமாட்டி அதைத் தன் விரலில் அணிந்து கையை நீட்டி அழகு பார்த்தார். ஆனால் அவர் அதை ஜெயசிங்கிடம் திருப்பித்தர நேர்ந்தது. ஜெய சிங்கு இப்போதுதான் சீமாட்டியைத் தலைகுனியச் செய்தார். ஜெயசிங்கு குவளையில் நீரை நிரப்பச் செய்து, மோதிரத்தை அதனுள் முக்கியெடுத்துத் தன் கைக்குட்டையால் மிகுந்த கவனத்தோடு துடைத்து மெருகேற்றினார். மோதிரத்தில் சீமாட்டியின் தீட்டு எதுவுமில்லாமல் போக்குவதுபோல் இச்செயல் இருந்தது. அவர் அதன் பிறகு கையுறையிட்ட தன் விரலில் மோதிரத்தை மாட்டிகொண்டார்.

கையுறையணிந்து பிரிட்டீசு மன்னருடன் கை குலுக்குதல்

அல்வார் அரசர் ஜெய சிங்கு 1931 ஆம் ஆண்டு பக்கிங்காம் அரண்மனைக்கு அழைக்கப்பட்டார். அவர் அப்போது கையுறை அணிந்துதான் ஐந்தாம் ஜார்ஜ் மன்னருடனும் (1865-1936) அரசி மேரியுடனும் கை குலுக்க முடியுமென்று கூறிவிட்டார். மேரி அரசி இதையறிந்து கடுஞ் சீற்றமுற்றார். ஆனால் ஜெயசிங்கு 1931 இல் நடந்த வட்ட மேசை மாநாட்டிற்குப் பிரதிநிதியாய் வந்திருந்த காரணத்தினால், அரசியார் அளித்த இந்த விருந்திற்கு அழைக்கப்பட்டவர்களின் பட்டியலில் அவரது பெயரையும் சேர்க்க நேர்ந்தது.

ஜெய சிங்கு பக்கிங்காம் அரண்மனையில் நடந்த இந்த விருந்திற்கு வந்திருந்தார். அவர் ஒண்பட்டு (Satin) ஆடையும் பச்சை வெல்வெட்டுத் தலைப்பாகையும் அணிந்து பளபளக்க அரண்மனைக்குள் நுழைந்தார். அவர் அரசியுடன் கை குலுக்குவதற்காகச்

சட்டென்று ஒரு பித்தானை அழுத்தியதும் கையிலிருந்த உறை கழன்றது; அதனடியில் மிக மெல்லிய கண்ணாடி போன்ற மற்றொரு கையுறை இருந்தது!

ஜெய சிங்கின் போலிப் பக்தியை ஏனைய நாட்டரசர்கள் ஏளனம் செய்தனர். அதனால் அவர்கள் அவரைக் கேலிக்குள்ளாக்குவதற்காகப் பெரும்பாடு பட்டதுடன், பொருள் செலவும் செய்தனர்.

ஜெய சிங்கைக் கேலிக்குள்ளாக்க நாட்டரசுகள் முயற்சி

பரத்பூர் நாட்டரசின் மன்னர் தன் வீட்டுத் திருமணத்திற்கு ஜெய சிங்கு வருவார் என்று எதிர்பார்த்து, பசுங் கன்றின் தோலினால் மூடிய இருக்கைகளையுடைய ரோல்ஸ் ராய்ஸ் காரை அனுப்பி வைத்தார். அதை ஓட்டிச் சென்றவரும் அவருடன் சென்ற பணியாளரும் பளபளப்பான தோல் ஆடைகளையும் காலணிகளையும் அணிந்திருந்தனர்.

நாட்டரசர்கள் பெரிதும் விரும்புகின்ற மலைத் தலமான ஆபுமலையில் பிக்கனிர் நாட்டரசர் ஒரு விருந்து வைத்தார். அவருக்கு அல்வார் நாட்டரசர் முற்றிலும் ஒவ்வாதவர். அதனால் அவர் அல்வாரை ஆபு மலை விருந்திற்கு அழைக்கவில்லை. அவ்விருந்திற்கு விருந்தாளிகள் வருவதற்கு மூன்று நாளைக்கு முன்னர், அல்வார் தன் ஆள்களை அங்கு அனுப்பி நாற்பது மைல் சுற்று வட்டாரத்திலிருந்த உணவுப் பொருள் அனைத்தையும் விலைக்கு வாங்கச் செய்துவிட்டார். அதனால் பிக்கனிர் மன்னரின் விருந்திற்கு வேண்டிய உணவுப் பொருள்கள் இல்லாமற் போயின. அல்வார் விருந்திற்கு வந்திருந்த பிற நாட்டரசர்களை அப்போது அழைத்துத் தானே விருந்து கொடுத்துப் பிக்கனிர் மன்னரின் மானத்தைக் காப்பாற்றினார்.

சோதிடரின் விதியும் கதியும்

ஒரு சோதிடர் பம்பாயிலிருந்து அல்வாருக்குச் சென்றார். அவர் அல்வாரை அடைந்ததும் அவரை உடனே சிறையிலடைத்து விட்டனர். என்ன நேர்ந்தது என்பதைச் சிறிதும் அறியாது திகைத்துப் போன அந்தச் சோதிடரை அல்வார் அரசர் முன் நிறுத்தினர். அவர் அப்போது மன்னரிடம் தான் நாற்றம் பிடித்த சிறையில் இருக்க நேர்ந்தது பற்றி முறையிட்டார். அதைக் கேட்ட அல்வார் உரத்துச் சிரித்துவிட்டுத் தன் எதிர்காலத்தைத் தானே கணிக்க முடியாது போன சோதிடரை ஏளனம் செய்தார்.

தையற்காரர் புகட்டிய பாடம்

இலண்டனில் சவைல் ரோ தெருவைச் சேர்ந்த ஒரு தையற்காரர் அல்வாரை நகைப்பிற்கிடமாக்கி விட்டார். (*Savile Row:* இத் தெருவைத் தையற் கலையின் தாயகம் என்று கொண்டாடுகின்றனர். இது மே ஃபேர் என்ற இலண்டன் நகர நாகரிகப் பகுதியிலுள்ள ரீண்டு என்ற தெருவிற்கு அடுத்த தெருவாகும். இத்தெருவில் ரிச்சர்டு பிரின்ஸ்லே ஷெரிடன் (1751-1816) என்ற புகழ் பெற்ற ஆங்கில நாடாசிரியர் 14 ஆம் எண் வீட்டில் சிறிது காலம் வாழ்ந்திருந்தார்.) அல்வாரிடம் 4,000 சூட்டுகளும் 2,000 கைத்தடிகளும் உண்டு. இவ்வளவிருந்தும் அவர் சவைல் ரோ தையற்காரர் ஒருவரிடம் மேலும் சூட்டுகள் தைத்தார். இத்தெருவிலுள்ள தையற்காரர்கள் சூட்டுகள் தைப்பதில் புகழ் பெற்றவர்கள்.

அல்வார் இங்கிருந்த தையற்காரரை இரசபுதனத்திலுள்ள தன் நாட்டிற்கு அழைத்து வந்து, தன் சூட்டில் ஒரு பித்தான் சரியாகத் தைக்கப்படவில்லை என்று குறை சொன்னார். தையற்காரருக்கு அது வேடிக்கையாயிருந்தது.

''மேன்மை தாங்கிய அரசரே! இதைச் சரி செய்ய வெகு நாளாகும்'' என்று தையற்காரர் சொன்னார். '' அப்படியே ஆகட்டும்'' என்று நாட்டரசர் கையசைத்துவிட்டார். இலண்டன் தையற்காரருக்கு மிகவும் வசதியான நல்ல அறை ஒதுக்கித் தரப்பட்டது. ஒரு யானையும் ரோல்ஸ் ராய்ஸ் காரும் அவருக்கு அளிக்கப்பட்டன. அவர் விரும்பிய அழகான பெண்களும் அவரிடம் அனுப்பப்பட்டனர்.

இலண்டன் தையற்காரர் இரண்டே விநாடிகளில் பித்தனைச் சரி செய்தார். அதன் பிறகு பல வார காலம் புலி வேட்டையாடினார். ஜெயப்பூரைச் சுற்றிப் பார்த்தார். தாஜ் மகாலைக் கண்டு களித்தார். அவருக்கு, ஏராளமான பரிசுப் பொருள்களும் தரப்பட்டன. அவர் இறுதியில் அல்வாரின் தந்திர விளையாட்டிற்கு ஆளாகாமல் தப்பி இலண்டனை அடைந்தார்.

துன்ப விளையாட்டு

அல்வாரின் விருந்து மேசை நடுவில் அமைந்த கவர்ச்சியான சர விளக்கைக் காண வருமாறு விருந்தினரில் அழகிய ஆடவரை ஜெயசிங்கு அழைப்பார். அவர்கள் மேசை மீது கைவைத்துச் சர விளக்கைக் காணக் குனியும் போது, மறைவாயிருக்கும் கை விலங்குகள் அவர்களைப் பிணைத்துக்கொள்ளும். அப்போது அவர்கள் என்ன செய்வதென்றறியாது திகைத்துத் தவிப்பர்.

1776

இச்சகம் பேசுவதில் வல்லவர்

அல்வாரின் ஜெயசிங்கு வரம்பு மீறி நடந்து கொள்கின்றார் என்ற காரணத்திற்காக அவரைப் பதவியிலிருந்து இறக்குவதற்கு முயன்றபோதெல்லாம் அவர் இங்கிலாந்து சென்று இந்தியத் துறை அமைச்சர் எட்வின் மாண்டேகு *(1891-1959)* பிரபைக் கண்டு பேசித் தப்பிக்க வழி செய்து விடுவார். பிரிட்டிசார் இந்தியத்தில் ஆற்றிவரும் பங்கு பணிகள் பற்றி, மிகச் சிறந்த முறையிலும் உணர்ச்சி பொங்கவும் அழகாகவும் இச்சகம் பேசுவதில் ஜெயசிங்கு வல்லவர். இங்ஙனம் ஆங்கிலேயரிடம் அவர் செய்து வந்த முகப் புகழ்ச்சி அவருக்குப் பல காலம் பெருந் துணையாயிருந்து வந்தது. பிரிட்டிசு அரசு அவர் மீது எப்போதும் சாதகமான போக்கையே காட்டி வந்தது.

அதனால் அவர் கரவடமாகப் பிறரை அவமானப்படுத்தியதோ, காமக் களியாட்டங்களில் ஈடுபட்டுக் கொடூரமாய் நடந்து கொண்டதோ, பிரிட்டிசாரை அவர்மீது வெறுப்புக் கொள்ளச் செய்யவில்லை. ஆனால் அவர் வாயில்லா விலங்குகளைத் துன்புறுத்தி வந்ததுதான் அவர்களுக்கு மிகுந்த வெறுப்பூட்டியது.

அவருக்கு நான்கு மனைவியர் இருந்தனர். எனினும் அவரைச் சுற்றிப் பத்து முதல் இருபது வயது வரையிலிருந்த ஆண் பிள்ளைகளே இருந்தனர். அவர்கள் வானவில்லின் நிறங்களின் வண்ணப் பகட்டான ஆடைகளை அணிந்து பசப்பித் திரிந்தனர். அவர்கள் குமரப் பருவங்கடந்தும் அல்வார் நாட்டுப் படையில் சேர்த்துக் கொள்ளப்பட்டனர்.

குதிரையைத் தீயிட்டுக் கொளுத்துதல்

அவர் போலோ விளையாட்டின்போது ஒரு முறை கடுஞ்சீற்றமுற்றுச் செய்த கொடுஞ் செயல் அவரது வீழ்ச்சிக்குக் காரணமானது. அவர் அன்று மிகவும் மட்டமாய்ப் போலோ விளையாடினார். (போலோ என்பது குதிரை மீதமர்ந்து ஆடும். ஹாக்கி ஆட்டம் போன்ற

ஒரு விளையாட்டு. இதில் இந்திய நாட்டு அரசர்கள் மிகுந்த ஈடுபாடு கொண்டு விளையாடினர். இன்று பிரிட்டீசு மணிமுடியின் பட்டத்து இளவரசராயிருக்கும் சார்லஸ் போலோ விளையாட்டில் புகழ் பெற்று விளங்குகின்றார்.)

அவ்வாறு மோசமாய்ப் போலோ ஆடியதற்குத் தான் ஏறி ஆடிய குதிரையே பழி என்று, அதன் மீது பெற்றோலை ஊற்றித் தீவைத்துக் கொன்றுவிட்டார். இக்கொடிய செயல் மக்களனைவரும் பார்க்கும்படி நடந்தது. அவர் விலங்குகளுக்குக் கொடுந் தீங்கு செய்பவர் என்பதற்கு இதைவிட வேறு எந்தச் சான்று வேண்டும்?.

அதனால் ஜெய சிங்கை 1933 ஆம் ஆண்டு பதவியிலிருந்து இறக்கினர். பிரிட்டீசு அரசு அவரை 25 பணியாள்களுடன் பிரான்சின் தலை நகரமான பாரிசிற்கு நாடு நடத்தியது. அவர் அங்கு மதுவிலேயே ஊறித் திளைத்து 1937 மே 20 வரை வாழ்ந்திருந்தார்.

அவரது இறுதி ஊர்வலமும் இயல்பிற்கு அப்பாற்பட்டதாகவே இருந்தது. அவரது பிணத்தைப் பாரிசிலிருந்து கொண்டுவந்து மக்களின் காட்சிக்கு வைத்தனர். தங்கத் தகடு வேய்ந்த அவரது லாஞ்செஸ்டர் காரில் சடலத்தை வைத்துத் தெருக்கள் வழியே கொண்டு சென்றனர். அந்தக் காரின் ஸ்டீரிங்குச் சக்கரமும் தங்கத்தால் ஆனது. அவரது சடலத்தைப் பொற் சரிகைகள் போட்ட திண்டுகள் மீது சாய்த்து வைத்திருந்தனர். பிணத்திற்குக் கறுப்புக் கண்ணாடி அணிவித்திருந்தனர். அவர் சாவிலும் கையுறை அணிந்திருந்தார்.

ஜெய சிங்கின் பேரன்

இத்தனை ''சிறப்புகள்'' பெற்றிருந்த அல்வார் ஜெய சிங்கின் வழி வந்த அல்வார் இளவரசர் பிரதாப சிங்கைப் பற்றிக் குவாலியரின் பழைய அரசி விஜயராஜி சிந்தியா தன் வாழ்க்கை வரலாற்று நூலில் கூறியுள்ள ஒரு செய்தி கீழே தரப்படுகின்றது.

இந்திரா காந்தி நாட்டில் அவசர நிலையைக் கொண்டுவந்து எதிர்க் கட்சித் தலைவர்களைச் சிறையிலடைத்தார். அப்போது குவாலியர் நாட்டரசின் கைம்பெண்ணான முன்னாள் அரசி விஜயராஜியும் சிறை செல்ல நேர்ந்தது. அவர் சிறையிலிருந்த காலத்தில் சிந்தியாக்களுக்கு உரிமையான புனே, டெல்லி, பாம்பாய், குவாலியர் அரண்மனைகளிலும் மாளிகைகளிலும் வருவாய் வரித் துறையினரும் சுங்கத் துறையினரும் ஒரே நேரத்தில் சோதனைகள் செய்தனர்.

குவாலியர் அரண்மனையில் விஜயராஜியின் இளைய மகளான யாசோ இருந்து அரசு அலுவலர்களைச் சமாளித்து வந்தார். அப்போது அல்வார் அரசரின் மூத்த மகனான இளவரசர் பிரதாப சிங்கு குவாலியருக்கு வந்திருந்தார். அவர் இந்து சமயத்தின் மீது ஆழ்ந்த பற்றுடையவர். நிலப் பிரபுத்துவ ஆண்டை என்ற மனப்பான்மையும் உள்ளவர். அவர் தன் பாட்டனார் ஜெய சிங்கு ஒரு காலத்தில் கட்டிய கோட்டை மாளிகையில் வாழ்ந்து வந்தார். அது மதில் சூழ்ந்த மாளிகை. அதற்குள் அவர் மனைவியும் அவரும் தனிமை வாழ்க்கை நடத்தி வந்தனர். அவ்விருவரும் விரும்பி நேசிக்கும் நாய்கள், குதிரைகள், மான்கள், ஓரிரு புலிகள் சூழ மதில் சூழ்ந்த அம் மாளிகையினுள் வாழ்ந்திருந்தனர்.

அவர் குவாலியர் வந்திருந்த நேரத்தில் வருமான வரித்துறை அலுவலர்கள் நடந்து கொண்ட விதத்தைக் கண்டு சினங்கொண்டுவிட்டார். ''இப்படிப்பட்ட ஆள்கள் குவாலியர் அரண்மனைக்குள் நுழைந்ததை எப்படிப் பொறுத்துக் கொள்கின்றீர்கள்'' என்று யசோவிடம் அவர் கேட்டுக் கொண்டேயிருந்தார். ''நீங்கள் கதவுகளையடைத்துவிட்டு, அவர்கள் உள்ளே நுழையாதவாறு உங்கள் காவலர்களுக்கு ஏன் கட்டளை பிறப்பிக்கலாகாது? உங்கள் நாய்களை ஏன் அவர்கள் மீது ஏவி விடலாகாது?''

அவையெல்லாம் பயன் தரா என்று யசோ அவரிடம் மறுத்துரைத்தபோது, வரி அலுவலர்கள் தன் அரண்மனைக்கு வரத் துணிந்தால் அவ்வாறுதான் செய்ய நேரிடும் என்று பிரதாப சிங்கு சொன்னார். ''அதனால் என்ன வந்தாலுஞ் சரி'' என்று அவர் கூறிக்கொண்டார்.

அவர் இவ்வாறு கூறிய சில நாள்களுக்குப் பிறகு பிரதாப சிங்கின் அரண்மனைக்கும் சோதனைக்கென்று அரசு அலுவலர் வந்தனர். அவர் அப்போது தன் நாய்களை அவர்கள் மீது ஏவினார். யானைகளையும் சிறுத்தைகளையும் காட்டி அரசு அலுவலரை அச்சுறுத்தினார். அவர்கள் அதற்குப் பழி வாங்கும் விதத்தில் அரண்மனைக்குத் தண்ணீரும் மின்சாரமும் செல்லவொட்டாமற் செய்தனர். பிரதாப சிங்கின் கோட்டை இவ்வாறு ஒரு வாரம் முற்றுகையிடப்பட்டது. அவர் வளர்த்த விலங்குகள் தண்ணீரின்றித் தவித்து ஊளையிடாதிருந்தால், மேலும் தாக்குப் பிடித்து நின்றிருப்பார்.

அப்போதும் பணிய வேண்டும் என்ற எண்ணம் அவருக்கு உண்டாகவில்லை. இரசபுத்திரரின் கொண்டது விடாமை, தன்மானம், மறத்தனம் ஆகியன அனைத்தையும் ஒன்று சேர்த்து, அச்சந்தரத் தக்க ஒரு தீர்வை அவர் இதற்குக் கண்டார். அவரும் அவரின் மெய் காவலரும் குடும்பக் கோயிலுக்கு வழிபடச் செல்வது போல் சென்றனர். சற்று நேரத்தில் துப்பாக்கி வெடிக்கும் ஓசை கேட்டது. பூசையறைக்குள் சென்று பணியாள் பார்த்தபோது இளவரசரும் அவரின் மெய்காவலரும் தலையில் துப்பாக்கிக் குண்டு துளைத்த காயத்துடன் இறந்து கிடந்தனர். அவர்களில் எவர் எவரை முதலில் கொன்றார் என்பது அவர்களுக்கு மட்டுமே தெரியும்.

அல்வார் பரத்பூரிலிருந்து வடமேற்கில் சுமார் 16 கிலோ மீட்டர் தொலைவிலுள்ளது. ஜெயப்பூரிலிருந்து வடமேற்கில் சுமார் 63 கிலோ மீட்டர். டெல்லியிலிருந்து தெற்கே தென்மேற்கில் சுமார் 69 கிலோ மீட்டர்.

4. அமெரிக்கக் குடியேற்றங்களின் விடுதலை அறிக்கை

அமெரிக்கக் குடியேற்றங்களின் விடுதலை வேட்கையானது, மேஃபிளவர் கப்பலில் 1620 ஆம் ஆண்டு கடுங்குளிர் காலத்தில் வந்திறங்கிய மூத்தோர் (*Pilgrim Fathers*) என்ற முன்னோடியரின் மெய்யான விடுதலையுணர்வுடன் புது உலகில் காலடி எடுத்து வைத்தது என்பது வரலாற்றாசிரியர் சிலரின் கருத்தாகும்.

அவர்கள் அங்கு புதிய இங்கிலாந்து என்ற பெயரிட்டு நிறுவிய குடியேற்றத்திற்கென்று 1641 ஆம் ஆண்டு வகுத்துக் கொண்ட ''தன்னுரிமைகள் சட்டத் திரட்டு'' (*The Body of Liberties*) என்ற முதல் சட்ட விதிகளிலேயே தன்னுரிமைக் கோட்பாடு முளைவிடத் தொடங்கிவிட்டது. நத்தானியல் வார்டு (*Nathaniel Ward* : சு. 1578-1652) என்றவர் இந்த சட்டத் திரட்டை வகுத்துத் தொகுத்தார். இவர் வழக்குரைஞராய்ப் பயிற்சி பெற்றவர். கடுந் தூய்மைக் கோட்பாட்டாளரின் (*Puritans*) சமயப் பிரிவைச் சேர்ந்த பாதிரியுமாவார். அவர் தொகுத்த ''திரட்டு'' என்ற சட்ட விதிகளை மசாச்சூசட்சின் தலைமை நீதிமன்றம் (*General Court*) 1641 டிசம்பரில், உறுதிப்படுத்தி நிலை பெறச் செய்தது.

அமெரிக்கக் குடியேற்றங்களின் ''தாயகமான'' இங்கிலாந்தின் மேலாண்மைக்குக் கட்டுப்பட்டிருந்த சுமார் ஒன்றரை நூற்றாண்டிற்கும் அதிகமான காலத்தில் தன்னுரிமை தமக்கு வேண்டும் என்ற உணர்வு அவற்றின் உள்ளே கனன்று கொண்டேயிருந்தது

என்பதை, அக்குடியேற்றங்கள் ஜனநாயக உணர்வுடன் அவ்வப்போது தமக்கென்று வகுத்துக் கொண்ட விதி முறைகள், சட்டங்கள் ஆகியவற்றிலிருந்து காணமுடிகின்றது.

ஏழாண்டுப் போருக்குப் பிறகு (1756-1763) ''தாயக'' நாடாளுமன்றம் பெயராண்மை பெறாத அமெரிக்கக் குடியேற்றங்கள் மீது தன்னிச்சையாக, ஒரு தலையாக விதித்த வரிகளும் தீர்வைகளும், இம்மக்களிடையே இந்நூற்றாண்டின் பிற்பகுதியில் விடுதலையுணர்வை மூட்டின. அதன் உச்சகட்டமாகவே அமெரிக்க விடுதலைப்போர் 1775 ஆம் ஆண்டு லெக்சிங்டனிலும், கங்கார்டிலும் பிரிட்டனுக்கு எதிராய்த் தொடங்கியது.

பிரிட்டிஷ் அரசு அமெரிக்கக் குடியேற்றங்களின் எந்தக் கோரிக்கைக்கும் இணங்குவதற்கு ஆயத்தமாயில்லை. அது தன் நிலையில் உறுதியாயிருந்தது. பிரிட்டிஷ் மக்களும் தம் அரசின் கொள்கைக்கு ஆதரவாயிருந்தனர். அமெரிக்க விடுதலைப் போர் மூள்வதற்குரிய காலம் 1775 இல் கனிவதற்குக் காரணமாயிருந்த பல்வேறு அரசியல், பொருளியல், போரியல் கூறுகள் இக்களஞ்சிய வரிசையில் அந்தந்தக் காலப் பகுப்பில் படிப்படியாய்க் கூறப்பட்டு வந்திருக்கின்றன.

அமெரிக்கக் குடியேற்றங்களின் தன்னுரிமைப் போர் விடுதலைப் படையினருக்கு வெற்றி முழக்கத்தோடு தொடங்கிற்று என்பதை முன்னர் கண்டோம்.

இரண்டாவது பெரு நிலப் பேரவையின் (*Second Continental Congress*) மூன்றாவது கூட்டம் 1776 இல் நடந்தது. அப்போது வர்ஜீனியத்தைச் சேர்ந்த ரிச்சர்டு ஹென்றி லீ (*Richard Henry Lee : 1732-1794*) முன் மொழிய, மசாச்சூசட்சுக் குடியேற்றத்தின் ஜான் ஆடம்ஸ் (*John Adams : 1735-1826*) வழி மொழிய அமெரிக்கக் குடியேற்ற ஒன்றியங்கள் (*United Colonies*) விடுதலை பெற்றுத் தன்னுரிமையுடைய நாடுகளாயின என்ற தீர்மானம் அப்பேரவையில் நிறைவேறியது.

இந்த விடுதலைச் சாற்றுதல் அறிக்கையை (The Declaration of Independence) எழுதுவதற்கென்று அமைத்த குழுவில் தாமஸ் ஜெஃபர்சன் (1743-1826), தாமஸ் ஷெர்மன், இராபட்டு லிவிங்ஸ்டன் முதலியோர் இடம் பெற்றனர். இந்த அறிக்கையைக் கிட்டத்தட்ட ஜெஃபர்சனே முற்றிலும் எழுதினார். இது 1776 ஜூலை 4 அன்று பேரவையில் ஒரு மனதாய் நிறைவேறியது.

''... மனிதரனைவரும் சமமானவர்களாய்ப் படைக்கப் படுகின்றனர். அவர்களைப் படைத்தவன் அவர்களுக்கு விலக்கி விடவே முடியாத சில உரிமைகளை அளித்திருக்கின்றான். அவற்றுள் வாழ்க்கை, தன்னுரிமை, மகிழ்ச்சி, நலம் நாடுதல் ஆகியன அடங்கும்'' என்பதை அமெரிக்க விடுதலைச் சாற்றுதல் அறிக்கை மனித உரிமைகளை அழுத்திக் கூறியது. இந்த அறிக்கையுடன் புதிய நாட்டினம் (Nation) ஒன்று உலகில் தோன்றி விட்டது. இந்த விடுதலை அறிக்கையில் நியூஹாம்சயர், மசாச்சூசட்சு வளைகுடா, ரோடு ஐலண்டு, கனக்டிக்கட்டு, நியூயார்க்கு, நியூ ஜெர்சி, பென்சில்வேனியம், டிலவேர், மேரிலாந்து, வர்ஜீனியம், வட கரோலினம், தென் கரோலினம், ஜார்ஜியம் என்ற பதின்மூன்று குடியேற்றங்களின் தலைவர்கள் கையெழுத்திட்டனர்.

குடியேற்றங்களின் நிலை

விடுதலை அறிக்கை சாற்றப் பெற்ற இந்த 1776 ஆம் ஆண்டில் அமெரிக்கக் குடியேற்றங்கள் எந்நிலையில் இருந்தன?

வட அட்லாண்டிக்குக் கரையோரமாய் வாழ்ந்து வந்த இரண்டரை மில்லியன் மக்களனைவரும் அமெரிக்க விடுதலை சாற்றப்பட்டது குறித்துப் பல்வேறு நிலைகளிலும்

தம் ஆர்வப் பெருக்கை வெளிப்படுத்தினர். சிலர் தயக்கமும் காட்டினார். இம்மக்களில் இரண்டேகால் மில்லியன் பேர் பண்ணைகளில் அல்லது சிற்றூர்களில் வாழ்ந்தனர்.

அவர்களில் பெரும்பாலர் வேளாண்மையை முழு நேரத்தொழிலாய்க் கொண்டிருந்தனர். ஏனையோர் கருமாராயும் தச்சராயும் கடைக்காரராயும் பாதிரிமாராயும் இருந்தனர். இவர்களிலும் பெரும்பாலர் பகுதி நேர உழவர்களாயிருந்தனர். இம்மக்களுக்குத் தம் குடியேற்றங்களின் விடுதலைச் சாற்றுதல் வியப்பூட்டவில்லை.

வெகு சில நகரங்கள்

அமெரிக்கக் குடியேறிகள் குடியமர்ந்திருந்த பகுதிகள் முழுமையிலும் பாஸ்டன், பிராவிடன்ஸ், நியூப் போட்டு, ஃபிலடெல்ஃபியம், இப்பனி, சார்லஸ்டன், சவானா என்று விரல்விட்டு எண்ணக்கூடிய வெகு சில நகரங்களே இந்த 1776 வாக்கில் அமெரிக்கத்தில் இருந்தன. பெருநகர் எதுவும் இக்காலத்தில் இருந்திலது.

தென்கிழக்குப் பென்சில்வேனியத்தில் டிலவேர் ஆற்றின் கரைமீது அமைந்துள்ள ஃபிலடெல்ஃபியம் என்ற நகரில் 30,000 பேர் மட்டுமே வாழ்ந்தனர். இது இலண்டன் அல்லது பாரிசு நகர மக்கள் தொகையில் இருபதில் ஒரு மடங்கே இருக்கும்.

ஃபிலடெல்ஃபியத்திலோ, நியூ யார்க்கிலோ, பாஸ்டனிலோ, பால்டிமோரிலோ நகராட்சி அமைப்பு எதுவும் இக்காலத்தில் இருந்திலது. குப்பைகளை அகற்றுவதற்குக் கூட எந்த ஏற்பாடும் இருந்திலது. தனிப்பட்ட வண்டிக்காரர்தாம் குப்பைகளை அள்ளி ஊருக்கு வெளியில் கொண்டுபோய்க் கொட்டினர். அவர்களும் நடுத்தர வகுப்பினர் வாழ்ந்த பகுதிகளில் சேர்ந்த குப்பைகளை மட்டுமே அள்ளினர். உழைப்பாளி மக்கள் வாழ்ந்திருந்த பகுதிகளில் குப்பைகள் மண்டிக் கிடந்தன.

குடி தண்ணீர் சிற்றோடைகளிலிருந்து எடுக்கப்பட்டது. அதனால் வாந்தி பேதி உண்டானது.

நியூ யார்க்கு நகரம் குடிநீருக்குக் கிணறுகளையே நம்பியிருந்தது. மழை நீர் நகரத் தெருக்களிலும் கல்லறைத் தோட்டங்களிலும் தேங்கிக் கீழே வடிந்து மண்ணுக்குள் ஊறிய நீரே கிணற்றிலிருந்து கிடைத்தது. இந்நீரின் சுவை மிக மோசமாயிருந்ததால், அதைப் பயணியரின் குதிரைகள் கூடக் குடிக்க மறுத்தன.

தண்ணீருக்கு இத்தகையை பஞ்சம் இருந்தமையால், தீயை அணைப்பதற்குக் கூடத் தண்ணீர் இல்லாமற் போயிற்று. எனவே 1774 ஆம் ஆண்டு ஒரு நீர்த் தேக்கத்தைக் கட்டவும் அதிலிருந்து குழாய் வழியே தண்ணீர் கொண்டு வந்து மக்களுக்கு அளிக்கவும் பெரிய திட்டம் கொண்டுவரப்பட்டது. அதற்குப் போறும் பிரிட்டீசு ஆக்கிரமிப்பும் இடையூறாயின.

இந்நிலையில் இந்த 1776 ஆம் ஆண்டு நியூயார்க்கு நகரில் ஏற்பட்ட தீவிபத்தினால் இந்நகரின் டிரினிட்டி மாதா கோயில் உள்பட ஒயிட்டு ஹால் தெருவிலிருந்து பிராடுவே வரையிலும் இருந்த பகுதிகளனைத்தும் எரிந்து போயின.

ஆனால் ஃபிலடெல்ஃபிய நகரம் பெஞ்சமின் ஃபிராங்கிளின் அமைந்திருந்த தொண்டர் படை ஏற்பாட்டினால், தீக்கிரையாகாமல் தப்பியது. தலையாய தெரு ஒவ்வொன்றிலும் ஒவ்வோர் ஏழாவது வீட்டுக்காரரும் தம் வீட்டின் முன்னால் திமிங்கல எண்ணெய் விளக்கை எரிக்க வேண்டும் என்ற பொறுப்பு அவர்களிடம் தரப்பட்டிருந்தது. ஏனைய ஆறு வீட்டுக்காரர்களும், அந்த விளக்கை எரிப்பதற்கு ஆகும் செலவை ஏற்றுக்கொண்டனர்.

இத்தகைய சூழ்நிலையில், அமெரிக்கம் மனித நாகரிக முன்னேற்றத்திற்கென்று இந்த 1776 ஆம் ஆண்டில் அறிவியல், தொழில் நுட்பத் துறைகளுக்கு அளித்த பங்கு பணி எதுவுமே இலது.

எனினும் பதினெட்டாம் நூற்றாண்டின் இறுதிக் கால் பகுதியில் இங்ஙனம் அமெரிக்கம் தனது விடுதலை வாழ்க்கையைத் தொடங்கியதும், மிகக் குறுகிய காலத்திற்குள்ளாகவே, அறிவியல், தொழில் நுட்பத் துறைகளில் பல்வேறு முன்னோடிக் கண்டுபிடிப்புகளைச் செய்து, இன்று உலகில் தலை சிறந்து விளங்குகின்றது.

ஜான் ஃபிச்சு என்றவர் நீராவிப் படகுகளை இயக்குவதில் 1760, 1786 ஆகிய ஆண்டுகளில் பெரிய சாதனைகளை நிகழ்த்தினார். பருத்தி அரைவை, நூல் நூற்பு ஆகிய துறைகளிலும் எலை ஒயிட்டினி (1765-1825) சாமுவல் ஸ்லேட்டர் போன்றோர் புதுவகை எந்திர சாதனங்களை உருவாக்கினர்.

மேலை நாகரிகம், பண்பாடு என்ற வெகு தொன்மையான பொதுவாகிய மரபையன்றித் தனக்கென்று எதையும் புது உலகில் புதியதாய்க் குடியேறிய இம்மக்கள் இதுவரை உருவாக்கிக் கொண்டதில்லை. அவர்கள் இனிமேல் இந்தக் காலகட்டத்திலிருந்து. தமக்கெனத் தனியான பண்பாட்டையும் மரபையும் உண்டாக்கத் தொடங்குகின்றனர்.

1776

வரலாற்றுப் புள்ளிகள்

1. இந்துச் சட்டங்கள் வெளியீடு

இந்தியத்தின் முதல் கவர்னர் ஜெனரலான வாரன் ஹேஸ்டிங்சு (1732-1828; பதவிக்காலம் அக்டோபர் 1774-பிப்ரவரி 1785) இந்தியவியலின் தந்தை எனப் போற்றப்படுகின்றார். அவரே பாரசிக மொழியில் நன்கு புலமை மிக்கவராயிருந்தார். அவர் கற்றறிந்த விற்பன்னர்களைப் பெரிதும் விரும்பி, அவர்களைத் தக்க முறையில் ஊக்குவித்தார்.

இந்து வாரிசுரிமைச் சட்டம், குடும்பக் கடமைகள் பற்றிய சட்டம், மேலும் குறிப்பிடத் தக்க சட்ட விதிமுறைகள் ஆகியவற்றைத் தொகுப்பதற்கு என்ற கற்றறிந்த பிராமணர் குழு ஒன்று அமைக்கப்பட்டது. இச்சட்ட விதிகள் சமஸ்கிருதத்தில் தொகுக்கப்பெற்றன.

அவற்றைச் சம்ஸ்கிருதத்திலிருந்து ஆங்கிலத்தில் மொழி பெயர்ப்பதற்கு எவரும் கிடைத்திலர். எனவே இச்சட்ட விதிமுறைகள் யாவும் சம்ஸ்கிருதத்திலிருந்து பாரசிக மொழியில் மொழி பெயர்க்கப்பட்டன. ஹேஸ்டிங்சின் ஆதரவிலிருந்த விற்பன்னருள் ஒருவரான நத்தானியல் ஹால்ஹெடு (Nathaniel Halhead) அவற்றை ஆங்கிலத்தில் மொழி பெயர்த்தார்.

இந்தச் சட்ட விதிகள் தொகுப்பிற்கு ஹால்ஹெடு ஒரு முன்னுரை எழுதினார். அவர் அதில் இந்து சமய வரலாறு, சம்ஸ்கிருதப் பனுவல்கள், சட்டத்தோடு தொடர்பில்லாத பிற செய்திகள் ஆகியவற்றைக் குறிப்பிட்டிருந்தார். அவர் ஆக்ஸ்ஃபோர்டுப் பல்கலைக் கழகத்தில் பயின்றவர்.

இவ்வாறு தொகுக்கப் பெற்ற சட்ட விதிகள் "இந்துச் சட்டங்களின் தொகுதி" என்ற பெயரில் 1776 ஆம் ஆண்டு வெளியிடப் பெற்றது.

2. ஆயினி-எ-அக்பரி : அக்பரின் சட்டங்கள் ஆங்கிலத்தில்

அபுல் ஃபஸ்லி அல்லாமி என்ற முழுப் பெயரையுடைய அபுல் ஃபசல் *(1551-1602)*, ஷெயிக்கு முபாரக்காவின் மகன்; அபுல் ஃபைசியின் *(1547-1595)* தம்பி. அபுல் ஃபசல் ஆழ்ந்த கற்றறிவாளர், சலியாத உழைப்பாளி. மேலான அறிவுத் திறனுள்ளவர். அவர் தனது பதினைந்தாவது அகவையில், தன் காலத்துக் கிடைத்த நூல்களனைத்தையும் கற்றுவிட்டார். அவர் இந்து சமயத்தையும் ஆராய்ந்தவர். அவர் பல காலமாகவே அக்பரின் *(1542-1605; ஆ.கா. 1556-1605)* செயலாளராயும் நம்பிக்கைக்குரிய அமைச்சராயும் நண்பராயும் இருந்து வந்தார். இந்தியம் பற்றிய முஸ்லிம் வரலாற்று நூல்கள் அனைத்திலும், அவர் இயற்றிய அக்பர் நாமா மேலுயர்ந்த ஒன்றாகும். இது அக்பரின் வாழ்க்கை வரலாற்றைக் கூறுவது.

ஆயினி-எ-அக்பரி இவ்வரலாற்று நூலின் மூன்றாந் தொகுதியாகும். அது அக்பரின் பேரரசு பற்றிய பன்னோக்குக் கருப்பொருள் களஞ்சியம் *(Gazetteer)* ஆகும். இந்த விவரத் தொகுப்பு நூலின் கடைசித் தொகுதி, இந்துக்களின் சமயம், மெய்யியல், அறிவியல் துறைகள் பற்றிய களஞ்சியமாகும். அபுல் ஃபசல் இந்திய மெய்யியல் துறையின் முக்கியமான கூறுகள் அனைத்தையும் மட்டுமன்றிச் சுவேதாம்பரச் சமணர், பௌத்தர் ஆகியோர் பற்றிய செய்திகளையும் இந்நூலில் கூறுகின்றார்.

ஜகாங்கீர் என்ற பெயரில் அக்பரையடுத்து அரியணை ஏறிய இளவரசர் சலீம், தன் தந்தையின் அன்பிற்குரிய நண்பரான அபுல் ஃபசலைப் பெரிதும் வெறுத்தார். எனவே அக்பர் அதைக் கருதி அபுல் ஃபசலைத் தக்காணத்திற்குத் தலைமை ஏற்க அனுப்பினார். அபுல் ஃபசல் சிறு மெய் காவல் படையினருடன் தக்காணம் சென்ற வழியில் குவாலியரை நெருங்கிக் கொண்டிருந்தபோது, இளவரசர் சலீமின் தூண்டுதலால் புந்தேல்கண்டின் ஓர்ச்சா அரசரான வீரசிம்ம தேவன் அபுல் ஃபசலைச் சுற்றி வளைத்துக்கொண்டார். ஃபசல் இத்தாக்குதலைத் துணிச்சலோடு எதிர்த்து நின்ற போதிலும், அவரை மெய் காவல் படையினரிடமிருந்து தனிப்படுத்திவிட்டனர். அப்போது ஃபசலின் தலையைக் கொய்து, அலகாபாதிலிருந்த சலீமிற்குப் புந்தேல் கண்டு அரசர் அனுப்பிவிட்டார். இந்த வீர நரசிம்ம தேவன் செஞ்சிக் கோட்டையில் முகலாயர் காவல் தலைவராயிருந்த தேசிங்கு ராசனின் தந்தை என்பது குறிப்பிடத் தக்கது. *(இ.ச.க. தொகுதி-2)*

அக்பர் இதை ஒற்றர் வழியே அறிந்து, மிக வருந்திக் கண்ணீர் விட்டழுதார். அவர் இரண்டு நாள் நீரும் உணவும் கொள்ளவில்லை. அவர் தன் நண்பரைக் கொன்ற புந்தேலர் தலைவரையும், அவரின் குடும்பத்தினரையும் நாட்டையும் அழிக்க ஒரு படையை அனுப்பினார். அக்பர் இத்தகைய கொடிய நடவடிக்கையை எந்தக் காலத்திலும் எடுத்ததில்லை. இந்தக் கொலையில் தன் மகன் சலீமிற்குத் தொடர்பு இருந்ததென்பது அக்பருக்குத் தெரியவில்லை என்று தோன்றுகின்றது. ஆனால் சலீம், ஜகாங்கீர் என்ற பெயரில் அரசரான பிறகு, தன் நினைவுக் குறிப்பில் இக்கொலையை ஒப்புக் கொண்டு எழுதி வைத்திருக்கின்றார்.

அக்பர் குரானைக் கைவிடும்படியும் முகமது நபியின் திருத்தூதை மறுக்கும்படியும் அபுல் ஃபசல் செய்துவிட்டதால் இக்கொலையைச் செய்ததாய் ஜகாங்கீர் தன் செயலுக்கு நியாயங் கூறினார்.

சமயப் பொறையும் பரந்த மனித நேயப் பண்பும் கொண்டிருந்த அபுல் ஃபசல் இந்திய வரலாற்றை நடுவு நிலையுடன் நோக்கியவர் என்பதை, அவரியற்றிய அரிய நூல்களனைத்திலும் காணலாம். அவர் பாரசிக மொழியில் தன் நூல்களை எழுதினார்.

அவர் அக்பர் நாமா என்ற பெயரில் அக்பரின் காலத்தையும் வரலாற்றையும் பற்றி எழுதிய நூலின் பிற்சேர்க்கையான ஆயினி-எ-அக்பரி என்ற நூலை 1593 ஆம் ஆண்டு எழுதினார். இது மூலச் சான்றுகளைக் கொண்ட முதனூல். *(Original Source book)*. இந்நூலில் அக்பரின் ஆட்சி பற்றிய விரிவான புள்ளி விவரங்கள் தரப்பட்டுள்ளன. ஆசிரியரின் காலத்தில் நிலவிய இந்து, இஸ்லாமிய சமயங்கள் பற்றிய செய்திகளும் அதில் அடங்கியுள்ளன. இந்து நீதியாட்சி முறை *(Jurisprudence)* இப்போதுதான் வேற்றுச் சமயத்தவர் ஒருவருக்கு முதன் முதலாகத் தெரிவிக்கப்பட்டது.

ஃபிரான்சிஸ் கால்டுவின் என்ற ஆங்கில விற்பன்னர் இந்நூலை 1776 ஆம் ஆண்டு ஆங்கிலத்தில் மொழி பெயர்த்தார். பின்னர் பிளாக்மன், எச்.எஸ்.ஜாரட்டு என்ற இருவரும் இதை மீண்டும் ஆங்கிலத்தில் மொழி பெயர்த்து, இந்நூல் மூன்று தொகுதிகளில் வெளிவந்துள்ளது. அக்பர் காலத்து இந்தியம் பற்றிய மிகவும் நம்பத் தகுந்த செய்திகள் இதன் கண்ணுள.

3. வங்கத்தில் நெசவுத் தொழில்

இந்தியம் முழுமையிலும் பருத்தி, பட்டு நெசவுத் தொழில் செழித்து ஓங்கியிருந்த இந்தப் பதினெட்டாம் நூற்றாண்டுக் காலத்தில், ஆசியம், ஆப்பிரிக்கம், ஐரோப்பியம் ஆகிய பெரு நிலப் பகுதிகளுடன் வங்கம் நடத்திவந்த வாணிபத்தில் பருத்தி, பட்டுத் துணிகள் விலை மதிப்பு மிகுந்த பண்டங்களாயிருந்து வந்தன.

ஓரிசத்தின் பர்லசோரிலிருந்து பிகார் வரையிலும் ஔரங்குகள் எனப்பட்ட நெசவுத் தொழில் மாவட்டங்கள் வங்கம் முழுமையிலும் பரவியிருந்தன. அங்கெல்லாம் பருத்தித் துணிகள் நெய்யப்பட்டன. (இக்காலத்தில் பிகார், ஓரிசம் ஆகிய பகுதிகள் வங்கத்தில் அடங்கியிருந்தமையால், அவை வங்கத்துடன் சேர்த்து வங்க மாநிலம் என்று பெயர் பெற்றன.)

வடக்கிலுள்ள மல்டா, கிழக்கிலிருந்து இலட்சுமிபுரி, கலிந்தா இவையனைத்திற்கும் மேலாகத் தாக்கா ஆகிய இடங்களில்தான் கைத்தறிகள் குவிந்திருந்தன. அங்கு 1776 ஆம் ஆண்டு 25,000 நெசவாளர்கள் சேர்ந்து 80,000 பெண்டிர் நூற்ற நூலைக் கொண்டு 1,80,000 துணிகளை நெய்தனர் என்று ஒரு கணக்கு கூறுகின்றது.

வங்கத்தில் விளைந்த பருத்தியொடு மேற்கிந்தியத்தில் விளைந்த பருத்தியைக் கப்பலில் கொண்டு வந்து நூலாய் நூற்றுத் துணியாய் நெய்தனர். பின்னர் பதினெட்டாம் நூற்றாண்டின் பிற்பகுதியில் தக்காணத்திலிருந்தும் கங்கை, யமுனைப் பகுதிகளிலிருந்து கங்கையாற்றின் வழியாயும் வங்கத்திற்குப் பருத்தியைக் கொண்டு வந்தனர்.

பருத்தித் துணி காண்போரை மயக்கும் முறையில் நெய்யப்பட்டது. பிரிட்டிசார் இத்துணிகளை மெல்லிய மஸ்லின் என்றோ, முரட்டுக் கலிக்கோ என்றோ வகை பிரித்தனர். தஞ்சீபு, மல்மல், கோசா, குர்ரா என்ற இந்தியத் துணிப் பெயர்கள் ஆங்கிலத்திலும் வழங்கின. சில பகுதிகளில் குறிப்பாய் வங்க நவாபின் கோநகரான மூர்சிதாபாதைச் சுற்றிலும் மேற்கு வங்கத்தின் இராதா நகர்ப் பகுதியிலிருக்கும் காசிம் பசாரைச் சுற்றிய இடங்களிலும் வடக்கில் அரங்கப்பூரிலும் ஏராளமான அளவில் பட்டுத் துணிகள் நெய்யப்பட்டன. வங்கத்தில் பருத்தி நூலைக் கலந்தும் பட்டுத் துணி நெய்தனர்.

வங்கத்திலிருந்து கப்பலில் ஏற்றப்பட்ட தனிப் பட்டுத் துணியில் பெரும்பகுதி ஐரோப்பியத்திற்கும் பிற ஆசிய அங்காடிகளுக்கும் குறிப்பாய் மேற்கிந்தியத்திலுள்ள குஜராத்திற்கும் ஏற்றுமதியாயின. வங்கத்தின் பட்டுத் துணிகள் சீனம், பாரசிகம் போன்ற பிற ஆசிய நாடுகளின் பட்டைவிட எப்போதும் விலை மலிவாயிருந்தன.

எனினும் எப்போதும் மலிவாய்க் கிடைத்து வந்த அரிசி, உப்புப் போன்ற பொருள்களின் விலை 1760 ஆம் ஆண்டுகளில் வெகுவாய் ஏறலாயின. அதனால் (இன்று வங்க தேசத்தின் தலைநகராயிருக்கும்) தாக்காவில் 1766, 1774 ஆகிய ஆண்டுகளுக்கு இடைப்பட்ட காலத்தில் துணிகளின் விலை 70 சதம் ஏறிற்று. சீனி விலை 1756-1777 காலகட்டத்தில் 50 சதம் உயர்ந்தது. இந்த விலையேற்றத்திற்குப் பல விளக்கங்கள் தரப்படுகின்றன.

நெறி முறையற்ற ஐரோப்பிய ஏகபோகக்காரர்கள் அல்லது இந்தியத் தரகர்களின் பேராசை இதற்கு ஒரு காரணம் என்று சொல்லப்படுகின்றது. மராட்டியர் படையெடுப்பினாலும் 1770 இல் தோன்றிய பெரும் பஞ்சத்தினாலும் (பட்டு நெசவாளர்கள் இப்பஞ்சத்தினால் கொடிய நாசத்திற்குள்ளாயினர்) வேலைக்கு ஆள் கிடைக்காமற் போனமையாலும் ஐரோப்பிய நிறுவனங்கள், குறிப்பாய்ப் பிரிட்டிசார் பெரிய அளவில் முதல் போட்டமையாலும் சில பண்டங்கள் விலையேறின என்று காரணங்கள் கூறப்பட்டன. இவை ஏற்கத்தக்க விளக்கங்கள் என்று கொள்ளலாம்.

4. புதுச்சேரியில் கத்தோலிக்கப் பேராயர்

புதுச்சேரியில் ரோமன் கத்தோலிக்கப் பேராயர் (பிஷப்பு) ஒருவர் இவ்வாண்டு அமர்த்தப்பட்டார்.

5. மேற்கத்தி இசை வரலாறு

1776

சார்லஸ் பர்ணி (Charles Burney 1726-1814) மேற்கத்தி இசை வரலாற்றை 1776-1789 ஆகிய பதின்மூன்றாண்டுக் காலத்தில் எழுதி முடித்தார். அதன் பெயர் *A General History of Music* புகழ்பெற்ற அகராதியாளரான டாக்டர் ஜான்சன், பர்ணியின் இசை வரலாற்றைப் பெரிதும் வியந்து பாராட்டினார். அவர் தனிப்பட்ட முறையிலும் பர்ணி மீது மதிப்பு வைத்திருந்தார்.

பர்ணி எழுதிய இசை வரலாறு இன்றும் விரும்பிப் படிக்கப்படுகின்றது. அவர் 1770 ஆம் ஆண்டு ஐரோப்பியத்தில் பயணம் செய்த போது திரட்டிய செய்திகளைக் கொண்டு இவ்வரலாற்றை எழுதினார். எனினும் அவர் பாக், ஹெண்டல் ஆகிய இசையறிஞர்களை மதிப்பிடத் தவறியது பெரிய குறை என்பர். பர்ணியின் சாகித்தியங்கள் சிறுதரமானவை என்றும் கூறுவர்.

6. மாஸ்கோவில் போல்ஷாய் கொட்டகை

மஸ்கோவா ஆற்றின் இரு கரைகளிலும் பரவி விரிந்திருக்கும் இரஷிய நாட்டின் தலை நகரம் மாஸ்கோ. அந்நகரம் அந்த ஆற்றின் பெயரால் மஸ்கோவா என்றும் மாஸ்கோ என்றும் அழைக்கப்பட்டு வருகின்றது. இந்நகரம் பற்றிய குறிப்பு ''இரஷியத் தொடர் வரலாறுகள்'' (*Primary Chronicles*) என்ற நூலில் முதன் முறையாக 1147 ஆம் ஆண்டு காணப்படுகின்றது. இரஷியக் குறுநில மன்னரான யூரி டோல்கோருக்கி (*Yuri Dolgoruky*) 1156 ஆம் ஆண்டு மஸ்கோவா ஆற்றின் கரை மீது மரத்தால் ஒரு கிரம்ளினைக் கட்டினார். (*Kremlin* என்றால் கோட்டை நகரம் என்று பொருள்) இரஷியத்தின் குறுக்கும் நெடுக்குமாய்ச் சக்கரத்தின் ஆரக்கால்கள் போன்று விரிந்த ஆற்று வழிகளின் குடம் போன்ற நடுப் பகுதியைச் சுற்றிலும் இந்தக் கிரம்ளின் விரியலாயிற்று. அது சுமார் 1400 வாக்கில் செழிப்பான ஒரு சிற்றரசின் தலைநகரானது. அங்கு அலெக்சாந்தர் நெவ்ஸ்கி (1220-1263) 1263 ஆம் ஆண்டு ஒரு நகரை நிறுவினார். அது மஸ்கோவா என்று அழைக்கப்படலானது.

தலைமைச் சிற்றரசரான (*Grand Duke*) மா ஐவான் என்ற மூன்றாம் ஐவான் (*Ivan III 1440-1505*) அண்டையிலிருந்த கீவு, நோவ்கோராடு போன்ற சிற்றரசுகளைப் பையப் பைய வென்று தன் ஆட்சிப் பரப்பினுள் சேர்த்துவிட்டார். தத்தாரியர் (*Tatars*) அடுத்தடுத்து நடத்திய தாக்குதல்களையெல்லாம் முறியடித்து, இரஷியம் முழுமைக்கும் அரசர் என்ற பட்டத்தை 14 ஆம் ஆண்டில் ஐவான் சூட்டிக் கொண்டார். தத்தாரியர் அதன்பிறகு 1571 ஆம் ஆண்டு மாஸ்கோவைப் பிடித்துவிட்டனர். அவர்கள் மீண்டும் புறந்தள்ளப்பட்டனர். இந்நகரம் போலந்தியரால் 1610 ஆம் ஆண்டு பகுதி அழிக்கப்பட்டது. எனினும் அது வெல்லப்படவில்லை. அதன் பிறகு நெப்போலியன் (1769-1821) 1812 ஆம் ஆண்டிலும் இட்லர் (1889-1945) 1941 ஆம் ஆண்டிலும் இந்நகரை முற்றுகையிட்டுப் பேரழிவை உண்டாக்கினரெனினும், அவர்களால் அதை வெல்வதற்கு இயலவில்லை.

இந்நகரம் இரஷியத்தின் தலை நகரம் என்ற சிறப்பை மா பீட்டர் புதிதாய்க் கட்டுவித்த செயிண் பீட்டர்ஸ்பர்கிற்கு 1712 ஆம் ஆண்டு விட்டுக் கொடுத்தது. எனினும் கல்விக்கும் பண்பாட்டிற்கும் மாஸ்கோவே தலைநகராய் விளங்கி வந்தது. கம்யூனிஸ்டுகள் ஆட்சிக்கு வந்த பின்னர் 1918 ஆம் ஆண்டுதான் மாஸ்கோ மீண்டும் இரஷியத்தின் தலைநகரானது. இதற்கிடையில் 206 ஆண்டுகளாய்ப் பீட்டர்ஸ்பர்கே இரஷியத்தின் கோநகராய் இருந்து வந்துள்ளது.

கலைகளின் தலையாய நகராய்ப் பல ஆண்டுகள் சிறந்திருந்த மாஸ்கோ நகரில் போல்ஷாயி ஆப்பரா, பாலே கொட்டகை இந்த 1776 ஆம் ஆண்டு அமைந்தது. அது இன்றும் புகழ் பெற்றிருக்கும் கலை மையமாய் விளங்குகின்றது. ஆப்பரா என்ற இன்னிசை நாடகத்தையும், பாலே என்ற கூட்டு இசை நாடகத்தையும் நடத்துவதெற்கென்று இக்கொட்டகை அமைக்கப்பெற்றது.

7. கிப்பனின் ரோமானிய வரலாறு

ஆங்கில வரலாற்றாசிரியரான எட்வர்டு கிப்பன் (*Edward Gibbon : 1737-1794*) எழுதிய ''ரோமானியப் பேரரசின் எழுச்சியும் வீழ்ச்சியும்'' (*The Rise and Fall of Roman Empire*) என்ற நூலின் முதற் தொகுதி 1776 இல் வெளியானது. அவர் இந்நூல் வரிசையை 1788 இல் எழுதி முடித்தார். அவர் கிறித்தவ சமயம் பற்றிக் கூறிய வரலாற்றுக் கருத்துகள் பெரிய கருத்து வேறுபாட்டைத் தோற்றுவித்தன.

8. அடிமை முறையை எதிர்த்துப் பிரிட்டீசு நாடாளுமன்றத்தில் முதற் குரல்

பிரிட்டனிலும் அதன் பிற குடியேற்ற நாடுகளிலும் அடிமை முறையை ஒழிக்க வேண்டும் என்ற முதல் தீர்மானம் பிரிட்டீசு நாடாளுமன்றத்தின் மக்களவையில் இந்த ஆண்டு முதன் முதலாய் எழுந்தது. அடிமை முறை ''இறைவன் விதித்த விதிகளுக்கும், மனிதனின் உரிமைகளுக்கும் முரணானது'' என்று டேவிடு ஹாட்லி (இப்போது வயது 44) அத்தீர்மானத்தில் கூறியிருந்தார். எனினும் அத்தீர்மானம் தோற்றுப் போனது.

அடிமைகளைப் பேரெண்ணிக்கையில் ஆப்பிரிக்கப் பெரு நிலத்திலிருந்து இறக்கி வந்த அமெரிக்கக் குடியேற்றங்களிலும் கொடிய அடிமை முறைக்குப் பல்வேறு காரணங்களினால் எதிர்ப்பு வலுத்துக் கொண்டே வந்தது. இன்று அமெரிக்க ஒன்றியத்தின் தெல்மாவ (*Delmarva*) என்ற தீவக்குறை மீதுள்ள டிலவேர் (*Delaware*) மாநிலத்தில் இக்காலத்தில் அமைந்திருந்த குடியேற்றத்தில் அடிமைகளின் எண்ணிக்கை இவ்வாண்டு (1776) ஐந்து இலட்சத்தை எட்டிவிட்டது. அதனால் இனிமேலும் இங்கு அடிமைகளை இறக்கலாகாது என்று தடை விதிக்கப்பட்டது.

9. யூரிக்கு அமிலம் கண்டுபிடிப்பு

வேதிப் பத்தென்ற இந்தப் பத்தாண்டுக் காலத்தில் காரல் வில்லியம் ஷீல் என்ற சுவீடிய வேதியியலார் *1776* ஆம் ஆண்டில் சிறுநீரகக் கல் ஒன்றில் யூரிக்கு அமிலம் *(Uric acid)* இருந்ததைக் கண்டுபிடித்தார். யூரிக்கு அமிலத்தைத் தமிழில் சிறுநீர்க் காடி என்பர்.

புரத வளர்சிதை மாற்றத்திலிருந்து உண்டாகக் கூடிய மணமும் சுவையுமில்லாத வெண்மையான மணித்திரள் பொருளே யூரிக்கு அமிலமாகும். இது இரத்தத்திலும் உள்ளது.

10. அமெரிக்க விடுதலைப் படையினர் அம்மையினால் ஆயிரக்கணக்கில் மடிதல்

பெருநிலப் படை *(Continental Army)* என்ற அமெரிக்க விடுதலைப் படையின் வீரர்களை, அம்மை நோய் ஆயிரக் கணக்கில் வடக்கே அழித்தது. பத்தாயிரம் பேர் அடங்கிய படையில் சுமார் ஐயாயிரவர் அம்மையினால் இறந்தனர். அஞ்சி நடுங்க வைத்த இக்கொள்ளை நோய் பிரிட்டிசாரைப் பெரிதும் தொற்றவில்லை. ஏனெனில் அவர்கள் சிறு வயதில் இந்நோயினால் மெல்லத் தாக்கப்பட்டு, அதை எதிர்க்கும் ஆற்றலைப் பெற்றிருந்தனர். சிலர் அம்மைத் தடுப்பிற்காக அம்மைப் பாலும் வைத்திருந்தனர்.

11. பிரான்சில் விளைச்சல் பெருக்கம் : ரொட்டி மலிதல்

பிரான்சில் பயிர் விளைச்சல் இவ்வாண்டு சிறப்பாக அமைந்ததால், ரொட்டி விலை குறைந்தது. ஆனால் பிரஞ்சு அரசு மீண்டும் உள்நாட்டுத் தானிய வாணிபத்தைத் தடை செய்து விட்டது. *(1774* புள்ளிகள்*)*

12. நீர் மூழ்கிப் போரில் முன்னோடியர்

''புஷ்னலின் கனக்டிக்கட்டு ஆமை'' என்ற பெயரால் அமைந்த ஒரு கூட்டத்தார், போரில் நீர் மூழ்கிகளைப் பயன்படுத்தியதில் முன்னோடியராய் விளங்குகின்றனர். டேவிடு புஷ்னல் என்ற ஏல் பல்கலைக்கழகப் பட்டதாரி (இப்போது வயது *34*) நீண்ட பீயர்ப்பழ வடிவில் ஏழடி நீளக் கலம் ஒன்றை ஓக்கு மரத் தண்டுகளை *(Staves)* வைத்துச் செய்தார். அவர் மரத் தண்டுகளைப் பிச்சுக் கட்டிக் கொண்டும் இரும்புப் பட்டைகளை வைத்தும் பிணைத்தார். அதன் எடைப் பாரத்திற்காக அமைத்த தொட்டிகள் காலால் இயங்கும் பம்புகளைக் கொண்டு வேலை செய்தன. அதன் கூர்ங் கோபுரத்தில் *(Conning tower)* கலத்தை இயக்குபவரின் தலைக்கு நேரே பலகணிகள் இருந்தன. அவர் காற்றை உள்வாங்கவும் வெளியிடவும் இரண்டு காற்றுக் குழாய்களைப் பயன்படுத்தினார். தானாகவே வேலை செய்யும் வால்வுகள் அக்குழாய்களை மூடிக் கொள்ளும் போது கலம் நீருள் மூழ்கும்.

இக்கலம் கையால் சுழற்றும் சுழல் வால்வுகளில் *(Propellers)* உதவியால் கிடையாகவும் செங்குத்தாகவும் இயங்க வல்லது. இதில் வளையக் கூடிய சுக்கான் இருக்கும். இக்கலத்தில் வெடி மருந்தும், ஒரு மணிப் பொறியும் உண்டு. இந்நீர் மூழ்கி *1776* செப்டம்பர் *6* அன்று இரவு நியூயார்க்குத் துறைமுகத்தில் செயல்படத் தொடங்கியது.

புஷ்னல் கட்டிய இந் நீர்மூழ்கியின் உச்சியில் துளைபோடும் கருவி இருந்தது. எதிரி மரக்கலத்தின் அடித்தண்டில் அதைக் கொண்டு துளை போட்டு அதனுள் வெடி மருந்தைக் கெட்டிக்காலம். ஆனால் கடற் பூச்சிகள் மரக்கலத்தின் அடிப்பாகத்தை

1776

அரிப்பதைத் தடுப்பதற்காகப் பிரிட்டீசுக் கப்பல்களின் வெளிப்புறத்தில் செப்புத் தகடுகள் அடிக்கப்பட்டிருந்தன. ஆதலால் அவற்றில் துளையிட்டு வெடி மருந்தைக் கெட்டிக்கப் பன்முறை முயன்றும் பயனில்லாது போயிற்று.

13. ஃபி பிட்டா கப்பா சங்கம் : அமெரிக்கக் கல்லூரியில்

அமெரிக்கத்தின் வர்ஜீனியத்திலுள்ள வில்லியம்ஸ்பர்கு என்னுமிடத்திலிருந்த வில்லியம் மேரி கல்லூரியில் (College of William Mary) 1776 டிசம்பரில் ஃபி பிட்டா கப்பா (Phi Beta Kapa Society) என்ற அமைப்பை ஐந்து இளைஞர்கள் கூடி அமைத்தனர். அவர்கள் கூடி மகிழ்வதற்காகவும் "நார்மன் வில்லியம் (1066 ஆம் ஆண்டு) இங்கிலாந்து மீது படையெடுக்க உரிமையுண்டா? பிரஞ்சு அரசியல் இங்கிலாந்தை விடத் தீங்கு பயக்குமா?" என்பன போன்ற பொருள்கள் குறித்து விவாதிக்கவும் உள்ளூர் மதுக்கடை ஒன்றில் கூடி இந்த அமைப்பைத் தொடங்கினர்.

Philosophia biou kubernetes = (Philosophy, the Guide of Life = மெய்யியலே வாழ்க்கை வழிகாட்டி) என்ற கிரேக்கப் பொன் மொழியின் முதல் எழுத்துக்களைக் கொண்டு ஃபி பிட்டா கப்பா என்ற முதலெழுத்துப் பெயரை இச்சங்கத்திற்கு இட்டனர்.

(இவர்களைப் போன்ற வேறு சில படிப்பாளிகளும் 1779 இல் ஒன்று கூடி ஹார்வர்டு, ஏல் பல்கலைக் கழகங்களில் இத்தகைய சங்கங்களை அமைத்தனர். ஆதாமிற்குக் கொப்பூழ் இருந்தது என்றும், பெண்களிடமும் ஆண்களிடம் இருப்பதைப் போன்றே அறிவுத் திறன்கள் சமமாய் உள்ளன என்றும் இவர்கள் விவாதித்தனர்,)

ஃபி பிட்டா கப்பா சங்கத்தில் சேர்வதற்குத் தேர்ந்தெடுக்கப்படுவது, மிகவும் பெருமைக்குரியது என்று அமெரிக்கக் கல்வி வட்டாரங்களில் கருதப்பட்டது.

14. கோழிவாலிறகும் "காக்டெயிலும்"

நியூயார்க்கின் எம்ஸ்ஃபோர்டு என்ற இடத்திலிருந்த ஒரு மதுக்கடையில் "காக்டெயில்" என்ற மதுக் கலவை கண்டுபிடிக்கப்பட்டது என்பது சில செய்திகளிலிருந்து தெரிகின்றது. அங்கு ஹால்ஸ் கார்னர் என்ற மதுக் கடையில் பணிப் பெண்ணாயிருந்த பெட்சி ஃபிளானகன் மது விற்கும் மேடையைத் துப்புரவு செய்தார். அக்கடைக்கு உண்ண வருவோர்க்கு அடித்து வதக்கி விற்கும் கோழியின் வாலிறகுகளைக் கொண்டு அப்பெண் மேடையை அழகு செய்தார்.

மது போதை ஏறிய வாடிக்கையாளர் ஒருவர் வேடிக்கையாய்த் தனக்கும் "ஒரு குவளைக் காக்டெயில் கொண்டுவா" என்றார். கோழி வாலிறகிற்கு ஆங்கிலத்தில் *Cocktail* என்று பெயர். அதற்கு அப்பணிப் பெண் பல மது வகைகளை கலந்து, அந்தப் புதுக் கலவையை ஒரு குவளையில் ஊற்றி, அதில் ஒரு கோழி இறகை வைத்து வழங்கினார். அதிலிருந்து இந்த மதுக்கலவை காக்டெயில் என்றே அழைக்கப்பட்டு வருகின்றது என்பர்.

1777

அரசியல்
முகமதலி தஞ்சையை அடகு வைத்தல்
முராரி ராவ் ஐதரிடம் சிறைப்பட்டுச் சாவு

அறிவியல்
புகைப்படத் தொடக்க நிலை ஆய்வுகள்

சமயம்
காசியின் புராண வரலாறுகள்
காசி விசுவநாதர் கோயில் திருப்பணி

மருத்துவம்
சிறைக் காய்ச்சல்

வரலாறு
இந்தூர் அரசி அகலியா பாயின் அரும்பணிகள்
இங்கிலாந்தில் சிறைச்சாலைகள்
இந்தியத்தில் சிறைச்சாலைகள்

பிறப்பு
ஹன்ஸ் கிறிஸ்தியன் ஆர்ஸ்டெடு (1777-1851)

இறப்பு
முராரி ராவ் (1704-1777)
பிகாட்டுப் பிரபு (1719-1777)
டி லென்னாய் (?-1777)
விசயகுமாரன் (?-1777)
டேனிய மன்னர் (1715-1777)
ஜோஸ் மனுவேல் (?-1777)

1777

1. காசி விசுவநாதர் கோயில் : இந்தூர் அரசி அகலியா பாய் திருப்பணி

காசி வெகு மேன்மை பொருந்திய அழகிய நகராகும். கங்கை ஆறு வடக்கு நோக்கி அகன்ற புருவம் போல் வளைகின்ற இடத்தில், அப்புனித ஆற்றின் மேற்குக் கரையில் காசி அமைந்துள்ளது.

காசியின் பல பெயர்கள்

இந்து சமயத்தவர்க்குப் பல்லாயிரம் ஆண்டுகளாய் புனிதத் தலமாய் விளங்கும் இப்புண்ணிய பூமிக்கு ஒளி நிறைந்த ஊர் = காசி என்றும்; வாரணம், ஆசி என்ற ஈராறுகளுக்கு இடையில் அமைந்திருப்பதால் வாரண + ஆசி = வாரணாசி என்றும்; உலகிறைவனான சிவநாதன் ''எக்காலத்தும் நீங்காது நிறையும்'' அவிமுத்தம் என்றும்; பேரின்பம் சுரக்கின்ற வனம் அமைந்துள்ளதால் ஆனந்தவனம் என்றும்; சிவ மூர்த்தி வாழ்வதால் ருத்திர வாசம் என்றும்; பெரிய சுடுகாடானதால் மகா மயானம் என்றும்

காசி காண்டம், காசி மகாத்மியங்கள், காசி இரகசியம் என்று காசியின் வரலாறு கூறுகின்ற நூல்களிலும், பதினெண் புராணங்களில் விரவிக் கிடக்கும் புராணக் கதைகளிலும் காசி நகருக்கு இத்தனை பெயர்கள் சூட்டப்பெற்று அதன் பெருமை விளம்பப் படுகின்றது.

இலிங்கங்கள் நிறைந்த தலம்

இப் பெரும்பகுதியில் எங்கும் இலிங்கங்கள் நிறைந்திருப்பினும், முக்கியமாகப் பதினான்கு இலிங்கங்கள் மட்டுமே குறிப்பிடப்படுகின்றன. இலிங்கங்களின் எதிரில் அவை அமைந்துள்ள இடப் பெயர்கள் தரப்பட்டுள்ளன.

1. ஓங்காரேசுவர் (வடக்கிலுள்ள மச்சோதரி ஏரி.)

2. திரிலோசனர் (மச்சோதரி ஏரிக்கும் கங்கைக்கும் நடுவில் அமைந்துள்ளது. இந்த இலிங்கம் ''முக்கண்ணர்'' என்று வழங்குகின்றது. இது சுயம்பு லிங்கம்; அதாவது தானாய்த் தோன்றியது)

3. மகாதேவர் (திரிலோசனர் கோயிலுக்கு வடக்கிலுள்ளது. இம்மகாலிங்கரும் சுயம்பு என்று போற்றப்படுகின்றார். இதுவே வாரணாசியின் முதல் தீர்த்தம் என்பர்)

4. கிருத்தி வாசேசுவரர் (மைதாகினிக்கு வடக்கிலமைந்தது. ''யானைத் தோல் அணிந்த மூர்த்தி'' என்று இவர் போற்றப்படுகின்றார். வாரணாசியின் வெகு பழமையான இலிங்கம்; புகழ் வாய்ந்ததுமாகும். இத்திருக்கோயில் ஔரங்கசீபின் ஆட்சிக் காலத்தில் கடைசியாக இடிக்கப்பட்டுவிட்டது. இப்போது இந்த இடத்தில் ஒரு பள்ளிவாசல் உள்ளது. இந்துக்கள் சிவராத்திரியன்று இப்பள்ளிவாசலுக்குள் நுழைவதற்கு முஸ்லிம்கள் இசைகின்றனர்.)

5. இரத்தினேசுவரர் (மைதாகினியிலிருந்து மிருத்தியுஞ்சயம் செல்லும் சாலையில் அமைந்துள்ளது. இந்த இலிங்கம் ஆதியில் பொன்னும் மணியும் பூண்டிருந்ததென்பர். இம்மூர்த்தியைப் பார்வதியின் தந்தையான இமவான் இங்கு அமர்த்தினனாம்.)

6. சந்திரேசுவரர் (இது சங்கத தேவி கோயிலுக்கு மேற்கிலுள்ளது. இத்திருக் கோயிலில் சந்திர கூபமும் (கூபம் = கிணறு) சித்தேசுவரி தேவி, சந்தோசி மாதா கோயில்களும் உள. சந்திரனே இக் கோயிலைக் கட்டுவித்ததால், இந்த இறைவர்க்குச் சந்திரேசுவரர் என்று பெயர்.)

7. கேதாரேசுவரர் (கேதார கட்டத்தில் - படித்துறையில் அமைந்துள்ள கோயில்)

8. தர்மேசுவரர் (தர்ம கூபத்தில் (அறக் கிணற்றில்), விசுவநாதருக்கு வடக்கிலுள்ளது. அறத்தின் காவலனான எமன் இங்கு இலிங்கத்தைத் திருநிலை செய்தான். அவன் தருமராசன் என்று பெயர் பெற்றவன்.)

9. வீரேசுவரர் (இது சங்கதா தேவி கோயிலின் தெற்கில் அமைந்துள்ளது. வீரரின் திருக்கடவுளான இம் மூர்த்தியும் சுயம்புலிங்கமேயாகும். மாத்திரிகரின் வளர்ப்புப் பிள்ளையான வீரப்பிள்ளைக்குச் சிவநாதர் இங்கு காட்சி தந்தருளினார். சிவன் அதன் பிறகு இந்த இலிங்கத்திலிருந்து இளம் பிள்ளையாக எழுந்து விசுவா நரனுக்குப் பிள்ளை வரம் தந்தார். அந்தப் பிள்ளையே விசுநரன் என்ற அக்கினி தேவனாவான். இந்த இலிங்கம் இன்று ஆன்ப வீரேசுவரர் என்றழைக்கப்படுகின்றது. பிள்ளை வரம் வேண்டும் அடியவர் இன்றும் இங்கு வந்து வழிபடுவர்.)

10. காமேசுவரர் (மச்சோதரிக்குக் கிழக்கில் அமைந்தது. ''இச்சையின் இறைவர்'' என்று துருவாச முனிவர் இம்மூர்த்தியைத் திரு நிலை செய்தார். எனினும் சிவமூர்த்தி தன் முன் தோன்றித் தனக்கு வரமருளவில்லையென்று துருவாசர் சீற்றமுற்றார். பெருமான் பின்னர் தோன்றித் தன்னை இங்கு வழிபடுவோரின் இச்சைப்படி வரமனைத்தும் தருவதாய் அருளினார். இம்மூர்த்தி முன்னர் மச்சோதரி தீர்த்தக் கரையில் அமைந்திருந்தார்.)

11. விசுவ கர்மேசுவரர் (மிருத்தியுஞ்சயத்திற்கு வட கிழக்கே அமைந்துள்ளது. விசுவ கர்மன் இதைத் திருநிலை செய்து பூசித்து வந்தமையால், சிவ மூர்த்தி அவனைப் பிரபஞ்சச் சிற்பியாக்கி -விசுவகர்மனாக்கி அவன் அனைத்தையும் ஆக்குபவன் என்று வரமருளினார்.)

12. மணிகர்ணீசுவரர் அல்லது மணிகர்ணிகேசுவரர் (மணிகர்ணிகப் படித்துறையின் மேலே நகரின் உள்பக்கம் இம் மூர்த்தி அமைந்துள்ளது. இதில் காதில் மணி அணிந்த மணி கர்ணிக இறைவர் புராணச் சிறப்புப் பெற்றவர். இங்குள்ள இலிங்கம் முப்பதடி ஆழமான சுரங்கத்தினடியில் உள்ளது. முற்காலத்தில் மணி கர்ணிகப் படித் துறையிலமைந்த சுரங்கப் பாதை வழியே இங்கு வர வேண்டும் என்பர்.)

13. அவி முத்தேசுவரர் (இந்த இலிங்கம் விசுவநாதர் கோயிலுள் அமைந்துள்ளது. சிவமூர்த்தி உமையை மணந்து காசியடைந்து, ஒரு சிவலிங்கம் இயற்றி உமைக்குக் காட்டிய தலம் அவிமுத்தம் ஆகும். சிவனாடர் யாவரும் உணரா வகையில் எழுந்தருளியிருந்ததாலும் உலகம் அழிந்த காலத்தில் சிவபெருமான் காசியை மஞ்சமாய்க் கொண்டிருந்தமையாலும், காசி அவிமுத்தம் என்ற பெயர் படைத்ததாகக் காசி காண்டம் கூறும்.)

14. விசுவேசுவரர் (காசி நகரின் நடுவில் அனைவருக்கும் இறையாக -விசுவநாதராய் இத் திருமூர்த்தி அமைந்துள்ளது. இன்று விசுவநாதர் என்று வழங்கப்படுகின்றார்.)

மேற்சொன்ன பதினான்கு இலிங்கங்களுடன் மேலும் இரு தொகுதிகளில், ஒவ்வொன்றும் பதினான்கான இலிங்கங்கள் உண்டென்று காசி காண்டம் கூறுகின்றது. காசியின் பெருஞ் சிறப்பைக் கூறும் நூல்களுள் ஒன்றான காசி காண்டத்தை அதிவீர ராம பாண்டியன் (1554-1604) தமிழில் மொழிபெயர்த்திருக்கின்றார்.

மேலே விவரித்த இலிங்க மூர்த்திகளும், அரனாரின் மறு பாதியான சக்தி தேவியின் வடிவங்களாக நவ துர்கையரும் நவ கௌரியரும் காசித் திருப்பதியில் உள்ளனர். இச்சக்தி தேவியரை நவராத்திரியின் போது, ஒவ்வொரு நாளும் அவர்கள் அமைந்திருக்கும் திருக்கோயில்களுக்குச் சென்று மக்கள் பூசிக்கின்றனர்.

துர்க்கையர் : எதிர்க்க இயலாத் தேவியர்

1. சைல புத்திரி துர்கை - இதற்கு மலை மகள் என்று பொருள். வாரணாசி ஆற்றின் மார்ஹிய படித்துறையில் இத்தேவியார் உள்ளார்.

2. பிரமச்சரிணி துர்க்கை - இது கற்புடையாள் என்று பொருள்படும் பஞ்ச கங்கைக்கு வடக்கிலுள்ள துர்க்கைப் படித்துறையில் வீற்றிருக்கின்றார்.

3. சித்திரகண்டா துர்க்கை - அற்புத மணிகள் கொண்ட துர்க்கை, லக்கிச் சௌத்திரச் சந்திலுள்ளது.

4. கூஷ்மாண்ட துர்க்கை - இது பூசணிக் குடுக்கையைக் குறிக்கும். இது துர்க்கைக் குண்டக் கோயிலிலுள்ளது.

5. ஸ்கந்த மாதா - கந்தனின் அன்னை. இவர் வாகீசுவரி = வாக்குச் செறிந்தவர் என்றும் வழங்குகின்றார். நாக கௌனுக்குக் கிழக்கே ஜயாத்தபுரத்தில் இவர் ஆட்சி புரிகின்றார்.

6. காத்தியாயினி துர்க்கை - நடுவயதுக் கைம்பெண், ஆன்ம வீரேசுவரர் கோயிலில் அமைந்திருக்கின்றார்.

7. காலராத்திரி துர்க்கை - கரிய இரவுத் தேவி. காளிகா சந்தில் உறைபவர்.

8. மகா கௌரி ரமா - பெருந்தூய தேவி. இவரை அன்னபூரணி, கங்கா தேவி என்பாருமுளர்.

9. சித்தகாத்திரி துர்க்கை - வெற்றி தருவாள். மைதாகினியின் தெற்கில் கால பைரவர் கோயிலின் மேற்கில் வீற்றிருப்பவர். சந்திரேசுவரர் கோயிலில் அமர்ந்திருப்பார்.

கௌரி – வெள்ளிய மேனித் தாயர்

1. முக நிர்மாலிகக் கௌரி - தூய முகத்தாள், கயைப் படித்துறை.

2. ஜியேஷ்ட கௌரி - மூத்தவள். ஜியேஷ்டேசுவரர் கோயிலுக்கு மேற்கில் உறைபவர்.

3. சுபாக்கிய கௌரி - நற்பாக்கிய நாயகி. ஆதி விசுவேசுவரர் கோயில்.

4. சிருங்கார கௌரி - நேர்த்தி மிகு தேவி. விசுவநாதர் திருக்கோயில்.

5. விசாலாட்சி கௌரி - நீள் விழியாள். மீர் படித்துறையிலிருக்கும் விசுவநாதர் திருக்கோயிலின் மேற்கில்.

6. லலித கௌரி - காதல் தேவி. லலித படித்துறையில்

7. பவானி கௌரி - பவனின் நாயகி, பவன் என்பது பூமியை நிலைபெறச் செய்து ஆன்மாக்களைக் காக்கும் சிவ மூர்த்தியைக் குறிக்கும். பவனின் தேவி பவானி. அன்னபூரணி அமர்ந்திருக்கும் கோயிலுக்கு அருகிலுள்ள இராமர் கோயில்.

8. மங்கள கௌரி - நன்மங்கள நாயகி. இராமர் படித்துறை.

9. மகாலட்சுமி கௌரி - பெருஞ் செல்வத் தேவி. இலட்சுமி குண்டத்தில்.

இறையவன் தேவியரின் இத்தனை திருமனிகளொடு இன்னும் பல தெய்வங்கள் காசித் தலத்தில் நிறைந்துள்ளன. அவர்களுள் பன்னிரு ஆதித்தரும் எட்டுப் பைரவரும் அடங்குவர்.

பன்னிரு ஆதித்தர்

ஆதித்தன் என்பது சூரியனைக் குறிக்கும். பன்னிரு ஆதித்தரும் திங்களுக்கு ஒருவராய் இறைவன் கட்டளைப்படி உலகின் இருளைப் போக்குவர் என்பதாய் நம்பிக்கை. கீழே பன்னிரு ஆதித்தர் குறிக்கப்பட்டுள்ளனர். அபிதான சிந்தாமணி வேறு பன்னிரு ஆதித்தரைக் கூறுகின்றது.

1. லோலங்கிக ஆதித்தன் - அதிரும் பகலவன். துளசி படித்துறையின் அருகிலுள்ளது.

2. உத்தரார்க்க ஆதித்தன் - வட ஞாயிறு. பகாரிய குண்டம்.

3. சாம்பாதித்தியன் - சாம்பனின் சூரியன். சாம்பன் என்பவன் கிருஷ்ணனுக்கும் சாம்பாவதிக்கும் மகன் என்று புராணங்கள் புகலும். கண்ணனின் சீற்றத்தினால் சபிக்கப் பெற்ற சாம்பன் தொழு நோயாளியாயினன். (இ.ச.க.தொகுதி- 6) அவன் காசியை அடைந்து சூரிய பூசை செய்து நோய் நீங்கப் பெற்றனன். சாம்பன் இந்த ஆதித்தனைத் தொழுதமையால், இது சாம்பாதித்தன் என்று பெயர் பெற்றது. சூரிய குண்டத்திலுள்ளது.

4. துரோபதியாதித்தியன் துரோபதி ஞாயிறு. விசுவநாதர் திருக்கோயிலின் மேற்கே ஒரு மரத்தடியில்.

5. மயூகாதித்தியன் - சூரியக் கதிர்கள். மங்கள கௌரி கோயிலினுள்.

6. கக்கோலகாதித்தியன் - விண்ணெரி மீன் ஞாயிறு. காமேசுவரர் கோயிலினுள் இந்த ஆதித்தனைத் திருமாலின் வாகனமான கருடனின் தாயாகிய வினதா அமைத்தனள் என்பர்.

7. அருணாதித்தியன் - வைகறை ஞாயிறு. திரிலோசனர் கோயிலினுள். இது வினதாவின் மற்றொரு மகனான காலில்லாத அருணன் நிறுவியதென்பர்.

8. விருத்தாதித்தியன் - முது சூரியன். (முடவரும் குருடருமான இரட்டைப் புலவர்களுக்கு முது சூரியன், இளஞ்சூரியன் என்று பெயர் (14 நூ. இ.ச.க.தொகுதி-4) விசாலாட்சி கோயிலின் தெற்கிலுள்ள மீர் என்ற பெயருள்ள படித்துறையில்.

9. கேசவாதித்தியன் - கேசவனின் ஞாயிறு. ஆதி கேசவரின் கோயிலினுள்.

10. விமலாதித்தியன் - விமலனின் ஞாயிறு. விமலன் என்ற சூரியன் தன் குலத்தில் யாருக்கும் தொழுநோய் வராமலிருக்க வேண்டுமென்று பூசித்துச் சிவனிடம் வரம் பெற்றவன் என்று காசி காண்டம் கூறும். இது கோதவுக இடை வழியின் தெற்கில் ஜங்கம்பாடிப் பகுதியிலுள்ளது.

11. கங்காதித்தியன் - கங்கை ஞாயிறு. லலிதா படித்துறையில்.

12. எமாதித்தியன் - எம ஞாயிறு. வீரேசுவரர் கோயிலின் அருகிலுள்ள எம தீர்த்தத்தில்.

அபிதான சிந்தாமணி கூறும் பன்னிரு ஆதித்தர்: வைகத்தன், விவச்சுதன், வாசன், மார்த்தாண்டன். பார்க்கரன், இரவி, உலோகப் பிரகாசன், உலோக சாட்சி, திரிவிக்கிரமன், ஆதித்தன், திரிவாசன், அங்கிசமாலி, இவர்கள் திங்களுக்கொருவராய் ஈசனின் ஆணைப்படி இருளைப் போக்குவராம்.

பைரவர் எண்மர்

தருக்குற்ற தக்கன், திருமால் முதலியோரைத் தண்டிக்கச் சிவனால் உருவாக்கப் பட்டவர்களுக்குப் பைரவர் என்று பெயர். பைரவர்க்கு வேத வடிவாகிய நாய் வாகனமாகும். பைரவர் என்ற பெயரிலுள்ள ப, ர, வ என்னும் எழுத்துகள் ஆக்கல், காத்தல், அழித்தல் என்ற முத்தொழில்களை உணர்த்துவன..

முன்னைப் பழம் பொருளுக்கெல்லாம் முன்னைப் பழம் பொருளான இறைவன் என்ற ஒரே முழுமுதற் கடவுளின் பல்வேறு வெளிப்பாடுகளான இறையுருக்கள் நிறைந்துள்ள புனிதமான காசித்தலத்தில் இப்பைரவரும் உளர்.

1. ரூ. ரூ பைரவர் - நாய். அனுமன் படித்துறை.

2. சண்ட பைரவர் - கொடிய பைரவர். துர்க்கை குண்டத்திலுள்ள துர்க்கை கோயில்.

3. அசித்தாங்க பைரவர் - கறுப்பு உறுப்புகளையுடையவர். விருத்த காலேசுவரர் கோயிலில், இதை இப்போது திருநிலை செய்துள்ளனர்.

4. கபால பைரவர் - மண்டையோடு தாங்கியவர். இப்போது லாட்டு பைரவர் கோயிலில் உள்ளது.

5. குரோதன பைரவர் - கடுஞ்சினங் கொண்டவர் - காமாட்சி கோயில்.

6. உன்மத்த பைரவர் - பித்தர். கர்தமேசுவரர், பீம கண்டி கோயில்களின் நடுவே, பஞ்ச குரோசி சாலையில்.

7. சங்கார பைரவர் - அழிப்பவர். பாடன் தர்வாசா = வாயில்.

8. பீடான பைரவர் - அஞ்சச் செய்கின்றவர். பூத பைரவர் என்றொரு பெயரும் இவருக்கு உண்டு. இவர் மைதாகினிக்குத் தெற்கிலுள்ள பூத பைரவர் என்ற பதியிலுள்ளார்.

எண்டிசைக் காவலர்

எட்டுத் திக்கிற்கும் காவலர் என்ற அட்ட திக்குக் காவலரான எண்டிசைக் காவலரும் காசித் தலத்தில் உள்ளனர்:

1. இந்திரன் - கிழக்கு. இவன் ஐராவதம் என்ற யானையை வாகனமாய் உடையவன். பொன்னிற மேனியன். ஆயிரங் கண்களை உடையவன். வச்சிராயுதம் கொண்டவன். மணிகர்ணிகப் படித்துறையில் தாராகேசுவரர் கோயிலருகில்.

2. அக்கினி - தென்கிழக்கு. ஏழு பிரிவினையுடைய தீச்சுடர். செபமாலை, கமண்டலம், செந்நிற மேனி, தீக்கொழுந்து மாலை உடையவன். பாம்பு வாகனன், விசுவேசர் கோயிலின் வட கிழக்கில்.

3. எமன் - தெற்கு. அச்சந்தரும் முகம். எருமை வாகனன். தண்டம், கபாலம், பாசக் கயிறு உடையவன். சங்கதா படித்துறையிலுள்ள எமன் கட்டம்.

4. நிருதி - தென்மேற்கு. இரத்தக் கண்ணுடையவன். பிணவாகனன். நீலோற்பல நிறம். வாளேந்திய கை. அரக்கரைப் படையினராய்க் கொண்டவன். தச அசுவமேதப் படித்துறையின் தெற்கில்.

5. வருணன் - மேற்கு. குருதி போன்ற ஒளியுடையவன். நாகபாசம் தரித்தவன். சந்திரனை ஒத்த வெண்ணிற மேனி. மீனை ஆசனமாய் உடையவன். மணிகர்ணிகப் படித்துறையின் தெற்கில்.

6. வாயு - வட மேற்கு. பேருருவம். பச்சை நிறம். அசையுங்கொடி. மான் வாகனன். பூத பைரவரின் அருகில்.

7. குபேரன் - வடக்கு. பெருமிதங் கொண்டவன். வளைந்த உருவம். பொன்னிறம். கையில் கதை ஏந்தியவன். மனிதனை வாகனமாய் உடையவன். (நரவாகனன் என்பர்) அன்ன பூரணி கோயிலினுள். மற்றொன்று விசுவநாதர் கோயிலிலுள்ளது.

8. ஈசானன் - வட கிழக்கு. மூவிலைச் சூலம் உடையவன். பாம்பை ஆயுதமாய் கொண்டவன். முக்கண்களையுடையவன். பான்ஸ் பாடக்கு என்ற இடம்.

தொன்மையும் பௌத்தத் தொடர்பும்

பெரும் பேரூழியின் போது பிரபஞ்சமனைத்தும் அழிந்தது; வாரணாசி என்ற காசித் தலம் மட்டும் சிவநாதரின் தலையிலமர்ந்து ஊழி வெள்ளத்திலிருந்து பிழைத்தது என்பது கதை. (சீகாழிக் கதையுடன் ஒப்பு நோக்குக.) பாரதத்தின் பழம் பதியான காசியில் இறக்க முக்தி; இது பிறப்பறுக்கும் தலம் என்று மக்கள் தொன்று தொட்டு நம்பி வருகின்றனர். இதன் தோற்றுவாய் நினைவிற் கெட்டாத கால வெளியினுள் புதைந்து கிடக்கின்றது.

வாரணாசி சுமார் கி.மு.பதின்மூன்றாம் நூற்றாண்டிலிருந்து நிலவி வருகின்றதென்பர். இந்து சமயத்தவர், பௌத்தர், சமணர், சீக்கியர் முதலானோர்க்கும் இது புனிதத் தலமாகும். வாரணாசியிலிருந்து சுமார் பத்துக் கிலோ மீட்டரில் சாரநாது உள்ளது. புத்தர் ஞானம் எய்திய பின் சாரநாதின் மான் பூங்காவை அடைந்தார். (இதற்கு ரிஷிபட்டணம் என்ற பெயர் அன்று இருந்தது.) புத்தர் இங்கு சுமார் கி.மு.500 ஆம் ஆண்டில் தம் முதல் அருளுரையை வழங்கித் தர்மச் சக்கரத்தைச் சுழலச் செய்தார். (இ.ச.க. தொகுதி-1). அதற்கு இருநூறு ஆண்டுகளுக்குப் பிறகு, அசோகர் சாரநாதில் மாபெரும் தூபிகளையும் விகாரைகளையும் மடங்களையும் நிறுவி, அதை உலகின் தலையாய பௌத்த மையமாக்கினார்.

நற்கலையழிவு

வடகிழக்கு இந்தியத்தில் உத்தரப் பிரதேசத்தின் தென் கிழக்கில் அமைந்துள்ள காசி என்னும் வாரணாசியில் இரண்டாயிரத்திற்குமதிகமான கோயில்களும் திருவிடங்களும் (*Shrines*) குறுக்கு நெடுக்குமாய்ச் செல்லும் குறுகலான தெருக்களிலும் சந்துகளிலும் உள்ளன.

பெரிய கோயில்கள் உள்படக் காசி நகரின் பல பகுதிகள் பன்னிரண்டாம் நூற்றாண்டிற்கும் பதினேழாம் நூற்றாண்டிற்கும் இடைப்பட்ட சுமார் ஐநூறாண்டுக் காலத்தில் முஸ்லிம்களால் அழிக்கப்பட்டன. முன்னர் மக்கள் நெருக்கடி மிகுந்த மையப் பகுதி முழுமையும் பதினெட்டாம் நூற்றாண்டில் புதிதாய்க் கட்டப்பெற்றன. காசித் தலத்தில் இத்தனை மாறுதல்கள் ஏற்பட்ட போதிலும், சம்ஸ்கிருத, இலக்கியங்களிலும் நூல்களிலும்

குறிப்பிடப்படுகின்ற பெரும்பாலான கோயில்கள் மனிதனின் கொடுங் கரங்களுக்குத் தப்பி இன்னும் எங்கோ ஓரிடத்தில் மறைந்து இருந்து வருகின்றன.

முகமது கசனியின் (997-1030 கி.பி.) படைகள் காசி நகரைச் சூறையாடியதையடுத்து ஃபிரூஸ் ஷா துக்ளக்கு (1351-1388 கி.பி.) வந்து மீண்டும் அழித்தார். இந்நகர் ஜௌன்பூர் ஷார்க்கி சுல்தான்களின் (1394-1479 கி.பி.) ஆட்சிக்குள் வந்ததும், கோயில்கள் மீண்டும் இடிக்கப்பட்டன. காசியில் இடித்த கோயில்களின் கற்களைக் கொண்டு ஜௌன்பூரில் பள்ளிவாசல்களைக் கட்டினர்.

ஜௌன்பூர்

ஜௌன்பூர் ஃபிரூஸ் ஷா 1359 ஆம் ஆண்டு நிறுவிய நகராகும். இது கோமதி ஆற்றின் கரையிலுள்ளது. வாரணாசிக்கு வட கிழக்கில் சுமார் 54 கிலோ மீட்டர் தொலைவிலுள்ளது. ஃபிரூஸ் ஷா வங்கம் சென்ற வழியில் சஃபராது என்ற இடத்தில் தங்கினார் என்று ஷம்சி - சிராஜ் ஆஃபிகாம் என்ற வரலாற்றாசிரியர் கூறுகின்றார். இன்று ஜௌன்பூர் அமைந்துள்ள இடம் அவரை வெகுவாய்க் கவர்ந்தது. அங்கு ஆற்றைக் கடந்து சாலை செல்கின்றது. அவர் அந்த இடத்தில் தன் தந்தையின் உடன் பிறந்தார் மகனான சுல்தான் முகமதீன் ஜௌன் பெயரில் ஒரு நகரை நிறுவி, அதற்கு ஜௌன்பூர் என்று பெயரிடுமாறு கட்டளையிட்டார்.

கோமதி ஆற்றின் மீது ஜமன்புரி என்ற பெயரில் பழைய இந்து நகரம் இருந்துவந்ததாய் கன்னிங்காம் கூறியுள்ளார். ஃபிரூஸ் ஷா அந்தப் பழைய நகரை இடித்து, அங்கிருந்து கற்களையும் பிற பொருள்களையும் கொண்டு சென்று புது நகருக்குக் கடைகாலிட்டார். ஜௌன்பூரிலுள்ள இந்துக்கள் இன்றும் இதை ஜமன்புரி என்ற பெயராலேயே அழைக்கின்றனர். அது ஜமதக்கினி முனிவரின் பெயரிலிருந்து பிறந்தது என்பாருமுளர்.

ஜௌன்பூரில் சுல்தான் குடியை அமைத்தவர் பெயர் மாலிக்கு சர்வார் குவாஜா ஜகான் (1394-1399 கி.பி.) அவர் ஃபிரூஷ் ஷா துக்ளக்கின் மகனான சுல்தான் முகமதிடம் அடிமையாயிருந்தவர். எனினும் அவர் 1389 இல் வசீர் என்ற தலைமை அமைச்சர் பதவிக்கு உயர்த்தப்பட்டார். அவருக்கு குவாஜா ஜகான் என்ற பட்டமும் தரப்பட்டது. மாலிக்கு சர்வார் ஒரு பேடி (அலி); அவர் உடலில் நீகிரோ இரத்தம் ஓடியிருக்கலாம்.

லோடியர்

டெல்லிச் சுல்தான்களான லோடியர் (1451-1526) 1400 ஆம் ஆண்டுகளின் கடைசி வாக்கில் ஷார்க்கியரின் கையிலிருந்து வாரணாசியைக் கவர்ந்தனர். அப்போது சிக்கந்தர் லோடி (1489-1517) காசி நகரின் பல பகுதிகளை அழித்தார். இந்நிலை 1550 ஆம் ஆண்டுகளில் சிறிது காலம் மாறி மட்டுப்பட்டது.

அக்பர்

அப்போது முகலாய அரியணைமீது அக்பர் (1542-1605; ஆ.கா. 1556-1605) இருந்தார். அவர் தன் ஆட்சிக் காலத்தில் வாரணாசியில் கோயில்களைக் கட்டுவதற்கு இசைவு தந்ததுடன், உதவியும் செய்தார். முகலாயர் ஆட்சிக் காலத்தில் ஒரு பகுதியில், அவர்களின் அவையிலிருந்த இரசபுத்திர அரசர்கள் வாரணாசியில் கோயில்களையும் கட்டடங்களையும் முனைந்து கட்டினர்.

ஷாஜகான்

அக்பரின் பேரனான ஷாஜகானின் ஆட்சிக் காலத்தில் *(1628-1657)* முகலாயப் பேரரசின் கொள்கை மாறியது. அவர் காலத்தில் வாரணாசியில் மட்டும் எழுபத்தியாறுக்கும் குறையாத கோயில்கள் கட்டப்பட்டு வந்தன. ஷாஜகானின் ஆணைப்படி அவையனைத்தும் இடித்துத் தள்ளப்பட்டன. (இவரின் தாய் இரசபுத்திர இளவரசி).

ஔரங்கசீபு

அவரையடுத்து ஆட்சிக்கு வந்த ஔரங்கசீபு *(1658-1707)* தன் தந்தையைவிடச் சமயப் பொறையற்ற கடுமையான பித்தராயிருந்தார். அவர் இந்துக்களின் புனிதத் தலமனைத்தையும் வெறுத்தார். காசித் தலத்தின் விசுவேசர், கீர்த்தீசுவரர், பிந்து மாதவர் கோயில்கள் உள்பட மிகப் பெரிய கோயில்களையெல்லாம் இடித்துத் தள்ளினார். அவ்விடங்களிலெல்லாம் பள்ளிவாசல்களைக் கட்டி, இந்துக்கள் அவற்றில் என்றென்றும் நுழைய முடியாதவாறு செய்துவிட்டார்.

ஔரங்கசீபு இந்து மக்களின் சமயப் பற்றைத் துடைத்தெடுத்துவிட வேண்டுமென்பதற்காகக் காசிக்கு ''முகமதாபாது'' என்று புதுப்பெயர் சூட்டினார். ஆனால் இந்தப் பெயர் நிலைக்கவில்லை.

இந்நூற்றாண்டுகளில் நடந்த சமயப் பொறையற்ற கொடுஞ்செயல்களால் காசி நகரம் பட்ட அல்லல்களும் அழிவுகளும் இன்னல்களும் தணியாது இருந்துவந்த போதிலும், அடுத்தடுத்தும் அடிக்கடியும் இப்பழம்பதி நற்கலை அழிவினால் பழுதுற்ற போதிலும், நெடிது எழுந்து கொண்டேயிருந்ததுதான் மிகவும் குறிப்பிடத் தக்கதாகும்.

மராட்டியரின் தணியாத ஆர்வம்

முகலாயரின் கண்மூடித் தனமான சமய வெறி காசி மூதூரை மண் மீதிருந்து சுவடின்றித் துடைத்தெறிய முயன்ற காரணத்தினால், மராட்டிய மன்னரான சிவாஜி *(1627-1680)* அப்பேரரசிற்கு மரண அடி தரவேண்டுமென்று கங்கணம் கட்டிக் கொண்டு போராடினார். மராட்டியர் இக்கால கட்டத்தில் காசிப் பேரூரைச் சுவிகரித்துக் கொண்டது போல் அதைப் பேணியும் காத்தனர்.

காசி விசுவநாதர் திருக்கோயில்

வாரணாசியின் தனி முதலிறைவர் விசுவேசுவரர். அவரைப் பற்றி இக்கட்டுரையின் முன் பகுதியில் சொல்லப்பட்டது. அவர் சுயம்புலிங்கமாக நிலைபெற்று விளங்குபவர். விசுவேசுவராயரின் கோயில் பல காலங்களில் பன்முறை திருப்பணி செய்யப்பட்டு வந்திருக்கின்றது. அக்பரின் ஆட்சிக் காலத்தில் அவரின் அவையிலிருந்த இரசபுத்திரரான இராசா தோடர்மல் *1585* ஆம் ஆண்டு அதற்குத் திருப்பணி செய்தார்.

இம்மாபெரும் கோயிலில் கருவறையைச் சுற்றிலும் எட்டு மண்டபங்கள் உள்ளன. விசுவநாதருக்குத் தோடர்மல் பதினாறாம் நூற்றாண்டில் திருப்பணி செய்து அவரைச் சிறப்பித்துப் போற்றிய நிலை நீடிக்கவில்லை.

அதற்கு ஒரு நூற்றாண்டு கழிவதற்குள், ஔரங்கசீபு அத்திருக் கோயிலை இடித்துத் தகர்க்குமாறு *1669* இல் ஆணை பிறப்பித்தார். அவ்வாறு பாதி இடித்து அழித்த அக்கோயிலின் பகுதியில் இன்று ஞான வாபி (ஞானக் கிணறு) மசூதி என்ற பள்ளிவாசல்

உள்ளது. ஔரங்கசீபின் தீச்செயல் இக்கோயிலில் தொடங்கியதற்கு முன்னர், அங்கிருந்த விசுவநாதரைப் பாதுகாப்பாய் அப்புறப்படுத்தினர். அக்கோயில் குருக்கள் விசுவநாதரை ஞான வாபித் திருக்குளத்தினுள் வீசியெறிந்து பாதுகாப்பாய் வைத்திருந்தனர் என்று செவி வழிச்செய்திகள் கூறுகின்றன. (காசி விசுவநாதர் கிணற்றுக்குள் மூழ்கியிருக்கத் தில்லை நடராசர் கோயிலை விட்டுப் பல காலம் மறைந்திருந்த செய்தி இத் தொகுப்பிலேயே கூறப்பட்டுள்ளது,)

அகலியா பாய் (1735 - 1795)

இன்று நாம் காணுகின்ற காசி விசுவநாதர் திருக்கோயில், இந்தூர் நாட்டரசின் அரசியான அகலியா பாய் இந்த *1777* ஆம் ஆண்டு கட்டித் திருப்பணி செய்ததாகும். அவர் மேலும் பல கோயில்களுக்கும் திருப்பணி செய்திருக்கின்றார்.

அவர் இந்தூர் நாட்டரசின் ஆட்சிப் பகுதியில் ஓர் உழவர் குடியில் பிறந்தார். இந்தூர் ஹோல்கர் குடியின் சுருக்க வரலாறு ஏற்கனவே சொல்லப்பட்டுள்ளது. (இ.ச.க.தொகுதி-*4*) அகலியா பாய், கண்டே என்ற ஊரைச் சேர்ந்த மனக்கோஜி என்றவரின் மகளாய்ப் பிறந்தார். மல்ஹர் ராவ் ஹோல்கர் (*1728-1764*; இவரே இந்தூரின் ஹோல்கர் குடியை நிறுவியவர்). இப்பெண்ணிடம் இந்தூர் அரசியாவதற்குரிய நற்குறிகள் உள்ளன என்பதைக் கண்டு, தன் மகன் மல்லே ராவ் ஹோல்கருக்கு (*1764-1766*) அகலியா பாயை மணம் முடித்து வைத்தார். மல்லே ராவ் மணமான இரண்டாண்டுகளில் இறந்ததும், அகலியா பாயே இந்தூர் அரியணையில் *1766* ஆம் ஆண்டு அரசியாய் அமர்ந்தார்.

அகலியா பாய்

அகலியா பாய் புனிதத் தன்மை மிகுந்த அரசியாயிருந்தார். அருந்திறன் வாய்ந்த ஆட்சி நிர்வாகியாயும் விளங்கினார். இறைப்பற்று மிக்கவராயிருந்தமையால்,. மக்கள் அவரை ஓர் அவதாரமென்றே போற்றினர். அவர் இந்தியத்தின் இலட்சிய வேந்துகளில் ஒருவராய் மதிக்கப்படுகின்றார். அவர் உறையாடும்போது, அவரது தோற்றம் பொலியும் என்கின்றனர். கொடி போன்ற உடலினர். அவர் சொல்வதை எளிதில் விளங்கிக் கொள்ளக் கூடியவர். சிறந்த மனமும் உயர்ந்த பண்புகளும் உடையவர்.

இறைவனே தண்டித்து விடுவான் என்று அஞ்சித் திருடர் அவரது நாட்டில் திருட்டுத் தொழில் செய்வதில்லை. அவர் போர்க் கலையைவிட அமைதி நிலவச் செய்யும் கலைகளில் வல்லவர். அவர் தன் வாணாள் முழுமையிலும் தனது நாட்டில் அமைதி நிலவச் செய்தார். அவர் கோயில்கள், அறச் சாலைகள், இரவலர் இல்லங்கள் ஆகியவற்றையும் புனிதத் தலங்களையும் பல இடங்களில் நிறுவினார்.

திருப்பணிகள்

அவர் வாரணாசியில் அன்ன பூரணிக்குக் கோயில் எழுப்பினார். கயையில் திருமால் கோயிலைக் கட்டினார். புகழ் பெற்ற எல்லூராக் குகைகளின் அருகிலுள்ள வேரூள் (*Verul*)

என்ற சிற்றூரிலிருக்கும் கிரிஷ்ணேசுவரர் கோயிலைக் கட்டுவித்தார். அவர் இப்பணியை 1768 இல் செய்தார். அவர் கட்டிய, திருப்பணி செய்த பல கோயில்களுள் இதுவும் ஒன்றாகும். பாரதத்திலுள்ள பன்னிரு சோதி இலிங்கங்களுள் கிரிஷ்ணேசுவரர் கோயிலில் உள்ளது கடைசிச் சோதி இலிங்கமாகும். இக்கோயில் அமைதி தவழும் காட்டுப் பகுதியில் அமைந்திருக்கின்றது.

சோதி இலிங்கங்கள் காலத்தையெல்லாம் கடந்தவை என்பர். இமய முகட்டிலுள்ள கேதாரநாதத்திலிருந்து மணற் பரப்பிலமைந்த இராமேசுவரத் தீவு வரையிலும் (இ.ச.க.தொகுதி-7) உள்ள பன்னிரு தலங்களில் சிவமூர்த்தி இச்சுயம்புலிங்கங்களின் வழியே தன்னைச் சோதியாய் வெளிப்படுத்துகின்றார் என்பது நம்பிக்கை. ஏனைய பதினோரு சோதித் தலங்களிலும் சிவன் வடக்குப் பார்த்திருக்க, வேரூளின் கிருஷ்ணேசுவரர் கோயிலில் மட்டும் கிழக்குப் பார்த்திருக்கின்றார்.

விசுவநாதர் கோயில் திருப்பணி

1777

அகலியா பாய் செய்த பெரும் பணிகளுள், விசுவநாதர் கோயிலை ஒக்கிட்டுச் செப்பம் செய்து கட்டி இந்த 1777 இல் நடத்திய திருப்பணியே தனிச் சிறப்புடையதாகும். அவர் அங்கு புதியதாய் ஒர் இலிங்கத்தைத் திருநிலை செய்தார் என்பர். ஆனால் அவர் விசுவநாதர் கோயிலில் அமைத்த கல்வெட்டில் இதுபற்றி எதுவும் சொல்லவில்லை.

''இன்றைய வாரணாசி பெரிதும் மராட்டியரால் உருவாக்கப்பட்ட நகரம்'' என்று கூறப்படுவது மெய்யேயாகும்.

இக்காலக்கட்டத்தில் காசியைப் பூமிகார் என்ற போர் வீரப் பிராமணர் குடி ஆண்டு வந்த போதிலும், காசித் தலத்தைச் சுவிகரித்துக் கொண்டு, அதைப் புதிய பொலிவுடன் நிலைப் படுத்திய பெருமை மராட்டியருக்கே உண்டு என்பது வரலாற்று உண்மையாகும். (காசி மன்னர் குடி: இ.ச.க.தொகுதி-4).

உலகிறைவனான விசுவநாதனின் இடிபாடடைந்த கோயிலைச் செப்பனிட்டு இந்த 1777 ஆம் ஆண்டு நிறுவிய இந்தூர் அரசி அகலியா பாயின் நற்கலையுணர்வைக் கூறவந்த போது, காசி பற்றிய வரலாறு, சிந்தனைகள் ஆகியவற்றின் முத்தாய்ப்பாகக் காசி காண்டம் கூறும் காசிச் சிறப்பைத் தமிழில் சொல்லி நிறைப்போம்.

மண்ணுலகில் வேறு பல
திருத் தலங்கள் உண்டன்றோ!
எண்ணுவமேல் திருக் காசித்
தூசுக்கு ஈடாமோ அவையெல்லாம்!

2. முகமதலி தஞ்சைத் தரணியை அடகு வைத்தல்

தஞ்சைத் தரணி இரண்டாம் துளசாவிற்கு மீண்டும் கிடைத்ததும், ஆர்க்காட்டு நவாபு முகமதலி மிகுந்த இக்கட்டான நிலைக்கு ஆளாகி நின்றார்.

புதிய ஆளுநர் பிகாட்டுப் பிரபு துளசாவை இவ்வாண்டு மீண்டும் அரியணையில் அமர்த்தியதும், ஆர்க்காட்டு நவாபான முகமதலிக்குக் கடன் கொடுத்தவர்கள், கடன்களைத் திருப்பிக் கேட்கலாயினர். அவர் தஞ்சைத் தரணி தன் கைக்கு வந்துவிட்டது என்று எண்ணிக் கடன் கிடைத்த பக்கமெல்லாம் கை நீட்டித் தஞ்சைத் தரணியையே பலருக்கு அடகு வைத்துக் கடன்காரராகிப் போனார்.

அவருக்குக் கடன் கொடுத்தவருள் பால் பேன்ஃபீல்டு என்ற கம்பெனி ஊழியரும் ஒருவர். அவர் பொதுக் கட்டுமானத் துறை வல்லுநராய்க் கம்பெனியில் பணியாற்றுவதற்காக 1763 இல் சென்னை வந்தார். அவர் அநியாய வட்டிக்குப் பணம் கடன் தந்து பெருஞ்செல்வத்தைச் சேர்த்துவிட்டார்.

தஞ்சைத் தரணி முகமதலி கையை விட்டுப் போனதும், ஆர்க்காட்டு நவாபு முகமதலி தனக்கு 1,62,000 பவுன் கடனாகத் தர வேண்டும் என்று கடன் பத்திரம் எழுதித் தந்துள்ளார் என்றும், தனிப்பட்டவர்களுக்குத் தரப்பட வேண்டிய கடன்களுக்காக, அறுவடைக்குக் காத்து நிற்கும் பயிர்களிலிருந்து 72,000 பவுன் தனக்குச் சேர வேண்டுமென்றும் பேன்ஃபீல்டு உரிமை கொண்டாடினார். (இக்காலத்தில் ஒரு பவுனின் மதிப்புச் சுமார் பத்து ரூபாய்.)

இவ்வளவு பெரிய தொகை தனக்கு நவாபிடமிருந்து கடனாகச் சேர வேண்டுமென்று உரிமை கொண்டாடிய அதே நேரத்தில், ஆண்டிற்குச் சில நூறு பவுன் ஊதியம் பெறும் இளநிலை ஊழியராய்த்தான் பேன்ஃபீல்டு பணியாற்றி வந்தார்.

அவருக்குச் சென்னையிலேயே மிக நேர்த்தியான கோச்சு வண்டிகள் இருந்தன; பல குதிரைகளை வைத்திருந்தார். இத்தகையவர், கற்பனையை மிஞ்சுகின்ற ஒரு தொகையை நவாபு தனக்குத் தரவேண்டும் என்று கூறினார். செழிப்பு மிக்க ஒரு நாட்டின் (தஞ்சைத் தரணி) வருவாயும், அந்நாட்டு உழவர்களின் வயல்களில் அறுவடைக்குக் காத்து நிற்கும் விளைபயிர்களும் தன்னிடம் அடமானம் வைக்கப்பட்டிருந்தன என்று அந்த ஆங்கிலேயர் உரிமை கொண்டாடினார்.

1777

பிகாட்டுப் பிரபு இவ்வழக்கைச் சென்னை ஆட்சி மன்றக் குழுவின் முன் வைத்தார். பேன்ஃபீல்டினால் இவற்றுக்கு வேண்டிய சான்றுகளைத் தர முடியவில்லை. எனினும், தனக்குக் கடன் பட்டதை நவாபு ஒப்புக் கொள்வார் என்று அவர் வற்புறுத்திக் கூறினார். பேன்ஃபீல்டின் கோரிக்கைக்கு ஆதாரம் இல்லையென்றால், அவர் தஞ்சைத் தரணியின் வருவாய் மீது நவாபின் கடனுக்காக உரிமை கொண்டாடுவதை ஏற்க முடியாது என்று ஆட்சி மன்றக் குழு முடிவு செய்தது.

பேன்ஃபீல்டு இத்துடன் மன நிறைவடைந்து விடவில்லை. அவருக்கு நண்பர்களும் வசதி வாய்ப்புள்ளவர்களும் துணையாயிருந்தனர். அவரின் உரிமைக் கோரிக்கை மீண்டும் கம்பெனி ஆட்சி மன்றக் குழுவின் முன் கொண்டு வரப்பட்டது. தஞ்சாவூருக்குக் கம்பெனியின் பேராளராய் (*resident*) ரசல் என்றவரை அனுப்புவது என்று பிகாட்டுப் பிரபு கூறிய கருத்தை ஆட்சி மன்றக் குழுவில் பெரும்பாலர் ஏற்கவில்லை.

நவாபிற்குக் கடன் கொடுத்தவர்களின் நலன்களைக் காப்பதற்காக அங்கு கர்னல் ஸ்டூவட்டு என்றவரை அனுப்புவதென்று பெரும்பான்மையர் முடிவு செய்தனர். ஆனால் ஆளுநர் பிகாட்டுப் பிரபு இம்முடிவை எதிர்த்தார். அதனால் ஸ்டூவட்டு பிகாட்டைப் பிடித்துச் சிறையிலடைத்து விட்டார். இதை இலண்டனிலிருந்த கம்பெனி இயக்குநர்கள் அறிந்ததும் திகைப்புற்றுப் பிகாட்டை விடுதலை செய்யுமாறு கட்டளையிட்டனர். எனினும் இயக்குநர்களிடையில் இது குறித்துக் கருத்து வேறுபாடு இருந்தது. ஆயினும் பிகாட்டுப் பிரபு நாடு திரும்ப வேண்டுமென்று அவர்கள் கட்டளையனுப்பினர்.

கம்பெனியின் இக்கட்டளைகள் இலண்டனிலிருந்து சென்னையை அடையுமுன்னரே, பிகாட்டுப் பிரபு சென்னையில் 1777-ல் இறந்து போனார். நவாபிற்குக் கடன் தந்தவர்கள் எப்படியும் தம் நலன்களைக் காப்பாற்றுவது என்பதில் ஒரு புரட்சியையே உண்டாக்கிவிட்டனர். கடனை என்ன பாடுபட்டும் திரும்பப் பெறுவது என்பதில் அவர்கள் மிக உறுதியாயிருந்தனர்.

கம்பெனி காப்புறுதி தந்தால் இக்கடன்களை அடைப்பதற்காக நவாபிற்கு 1,60,000 பவுன் மறு கடன் தரலாம் என்று டெயிலர், மஜண்டி, கால் என்போர் முன்வந்தனர். கம்பெனியும் அவர்கள் விரும்பியபடி காப்புறுதி தந்தது. இக்கடனுக்கு அடமானமாக நவாபின் ஆட்சிப் பகுதியிலிருந்து வரக் கூடிய வருவாய் எழுதித் தரப்பட்டது.

நவாபு முகமதலி முதன் முதலில் 1767 இல் கடன் வாங்கினார். இப்போது அவருக்கு இரண்டாவது முறையாய் 1777 இல் இரண்டாவது கடன் தரப்பட்டது. பின்னர் இதே ஆண்டில் நவாபிற்கு இரண்டு மில்லியன் பவுனிற்குமதிகமான மூன்றாவது கடனும் தரப்பட்டது. புதிய ஆளுநர் ரம்போல்டு இந்த மூன்றாவது கடனுக்குக் காப்புறுதி தர மறுத்து விட்டார்.

3. இங்கிலாந்திலும் வேல்சிலும் சிறைச் சாலைகள்

ஐரோப்பியமெங்கும் செல்வமும் வறுமையும் ஒரு சேரப் பேரளவில் வளர்ந்துவிட்டன. அதனால் திக்கு முக்காட வைக்கும் அளவில் குற்றங்கள் பெருகின. பொது மக்கள் ஆழ்ந்த கவலை கொள்ளத்தக்க நிலையை இவை தோற்றுவித்தன. இங்கிலாந்திலும் வட அயர்லாந்திலும் வறுமை மிகுந்த அளவில் நிலவிற்று. அது கிளர்ச்சி அல்லது புரட்சிக்குத்தான் வழி வகுக்கும் என்று சொல்லத் தக்கவாறு இருந்தது. ஆனால் பசி மட்டுமே பிறர் பொருளை, உடைமைகளைத் தாக்கி அழிப்பதற்குக் காரணமாகாது.

பணம் என்பது எந்த உணர்ச்சியையும் நிறைவு செய்யும்; எத்தடையாயினும் அதைத் தாண்டுதற்குப் பணம் உதவும்; பணத்தைக் கொண்டு எதையும் அடைந்துவிடலாம் என்ற நிலைமை ஐரோப்பியத்தில் இருந்தது. அதனால் பணத்தைக் கொண்டு திறமையை எட்டித் தள்ளிவிட்டுத் திறமையற்றவரால் அங்கு அமர்ந்துவிட முடியும் என்ற நிலை காணப்பட்டது. நாணயம், நேர்மை இவற்றையெல்லாம் தாண்டிச் செல்ல முடிந்தது. ஏனெனில், திறவாத கதவையும் பணம் திறக்கச் செய்து விடுகின்றது. எனவே மனிதன் எந்தத் தடையாயினும் அதைக் கடந்து பணத்தை அடைய முயல்கின்றான். மேலும் மனிதரெல்லாம் தமது அன்றைய நன்னிலையிலும் மன நிறைவு கொள்ளாது மேலும் மேலும் உயர எழும்பவே விரும்புகின்றனர். எங்கும் காணக் கிடக்கும் இப்பேரவாவின் பெயரால் மனிதன் கணக்கிலடங்காக் குற்றங்களைப் புரிகின்றான்.

குற்றம் செய்வோரைச் சமுதாயம் என்ன செய்ய வேண்டும்? சிறையிலடைப்பதா? சிறைச்சாலை என்பது உயிருக்குத் தீங்கு விளைவிக்கும் ஆற்றலைப் பெறக்கூடிய பயிற்சிக் கூடமாய் உள்ளது என்பதை இக்காலகட்டத்தில் அரசுகள் உணர்ந்திருந்தன. ஐரோப்பியச் சிறைச் சாலைகள் இக்காலகட்டத்தில் எவ்வாறு இருந்தன என்ற செய்திகளைப் படிக்கும்போது, மனிதர் மிகக் கொடிய விலங்கு நிலையில் இருந்தனர் என்பதை உணர முடிகின்றது. சிறைச்சாலைகள் குத்தகைக்கு விடப்பட்டன. சிறைகளைக் குத்தகைக்கு எடுத்தவர்கள் சிறைச்சாலைகளில் புரிந்த கொடிய குற்றங்களுக்கு நீதியைக் காக்க வேண்டிய நீதிபதிகள் உடந்தையாயிருந்தனர். நியாயமாகவோ, அநியாயமாகவோ தண்டிக்கப்பட்ட குற்றவாளி சிறை சென்றால் உயிருடன் அங்கிருந்து மீள முடியுமா என்பது வினாக் குறியாய்த் தானிருந்தது. இந் நிலையில் சிறைத் தண்டனையினாலும் குற்றவாளிகளிடத்தில் நற்குணங்களை வளர்க்க முடியாது என்ற நிலை தோன்றியது.

பிரிட்டனில் சிறைச் சாலைச் சீர்திருத்தங்களுக்காகப் பாடுபட்ட ஜான் ஹோவர்டு (*John Howard 1726-1790*) இங்கிலாந்திலும், வேல்சிலும் சிறைச்சாலைகள் எவ்வாறு இருந்தன என்பதை 1777 ஆம் ஆண்டு எழுதிய ஒரு நூலில் (*State of the Prisons in England and Wales*) கீழ்கண்டவாறு குறிப்பிட்டிருந்தார்.

''பழைய நியூ கேட்டுச் சிறைச் சாலையைக் கட்டியவர்கள், சிறைஞரைப் பாதுகாப்பாய் உள்ளே அடைத்து வைத்திருப்பது என்ற ஓரே நோக்கத்தை மட்டுமே தமது திட்டக் குறிக்கோளாய்க் கொண்டிருந்தனர் என்று தோன்றுகின்றது.... குற்றவாளிகள் மீது வழக்கு நடந்தபோது அவர்களிடம் சற்று துணிச்சல் காணப்பட்டது; வழக்கு முடிவில் அவர்களுக்குத் தீர்ப்பு வழங்கப்பட்ட நேரத்தில் அதைப் பற்றிக் கவலைப் படாதவர்கள் போல் அவர்கள் தோன்றுகின்றனர்; ஆனால் இங்குள்ள (பழைய நியூ கேட்டுச் சிறையிலுள்ள) இருண்ட தனிமைச் சிறையறைகளுக்குள் அவர்களைக் கொண்டு வந்ததும் தான் அவர்கள் அஞ்சிக் கண்ணீர் விட்டனர் என்றெல்லாம் இங்கு குற்றவாளிகளைக் கண்காணிக்கும் ஆள்கள் கூறுவதை நான் கேட்டிருக்கின்றேன்.

சிறைச்சாலை எத்தகைய அச்சத்தைக் குற்றவாளிகளின் நெஞ்சத்தில் தோற்றுவித்தது என்பதை இது தெளிவாய் உணர்த்துகின்றது.

நியூகேட்டுச் சிறை

நியூகேட்டுச் சிறை *(Newgate prison)* என்பது வரலாற்று இடைக் காலத்திலிருந்து *(476-1453 கி.பி)* இங்கிலாந்தில் இருந்து வந்தது. நியூகேட்டு என்ற தொன்மையான அந்த இடத்தில் அவ்வக்காலங்களில் பல்வேறு சிறைச்சாலைகள் கட்டப்பட்டன. இந்தச் சிறைச்சாலை பதினெட்டாம் நூற்றாண்டில் இடித்துப் புதியதாய்க் கட்டப்பெற்றது. இது *1780* இல் நடந்த கார்டன் கலவரங்களினால் தீயினால் அழிந்தது. அதை மீண்டும் *1783* இல் கட்டினர். அது இலண்டன் நகரத்தாரை அஞ்சி நடுங்கச் செய்த கொடிய சின்னமாகப் பத்தொன்பதாம் நூற்றாண்டு வரையிலும் இருந்து வந்தது. அதை இறுதியாய் *1902* ஆம் ஆண்டு இடித்துத் தகர்த்தனர்.

(அதிலிருந்து இடித்தெடுத்த சில கற்களைக் கொண்டு ஓல்டு பெயிலி *(Old Baily)* என்ற வழக்காடு மன்றத்தைக் கட்டினர். ஓல்டு பெயிலி இங்கிலாந்தின் குற்றவியல் மைய நீதி மன்றமும், இலண்டன் நகர எல்லைக்குள் நடக்கும் குற்றங்களை ஆராயும் அதிகார வரம்புடைய நீதி மன்றமும் ஆகும்.)

1777

சிறைக் காய்ச்சல்

நியூகேட்டுச் சிறையில் சீலைப் பேன் என்ற ஒருவகை ஒட்டுப் பூச்சியினால் ''சிறைக் காய்ச்சல்'' என்ற ஒருவகைக் காய்ச்சல் சிறைஞரிடையே பரவியிருந்தது. இச் சீலை பேன்கள் சிறைஞரிடையே ஒருவகையான பாக்டீரியாவைப் பரப்பியதால், இந்தக் காய்ச்சல் உண்டானது என்பது அக்காலத்தில் அறியப்படவில்லை. அது ''கெட்ட காற்றினால்'' உண்டானது என்று தவறாக நம்பினர்.

இந்தச் சிறைக் காய்ச்சல் எத்தனை கொடியது என்பதை எடுத்துக் காட்டுவதற்குக் கீழ்க்காணும் நிகழ்ச்சி ஒன்றே போதும்: இலண்டன் நகரின் குற்றவியல் மைய நடுவர் மன்றமான ஓல்டு பெயிலிக்கு 1750 ஆம் ஆண்டு நியூகேட்டுச் சிறையிலிருந்து சிறைஞர் கூட்டம் ஒன்று கொண்டு செல்லப்பட்டது. அவர்கள் ஊத்தை மிகுந்தவர்களாயும் டைஃபாயிடும் அல்லது சிறைக் காய்ச்சலும் சீலைப் பேனும் நிறைந்திருந்த நியூகேட்டுச் சிறையிலிருந்து வந்திருந்தமையாலும், ஓல்டு பெயிலியின் அலுவலர் பலரும் தொற்றினால் நோய்வாய்ப்பட்டனர். அங்கு வழக்குகளை ஆராய்ந்த ஆறு நீதிபதிகளில் நால்வரும் நாற்பது சிறுதர அலுவலர்களும் இந்நோய்த் தொற்றினால் இறந்தனர்.

அதன் பிறகு நியூ கேட்டிலிருந்து சிறைஞரை வழக்கு மன்றத்திற்கு இட்டுச் சென்றதற்கு முன்னர், அவர்களை வினிகர் என்ற காடி கொண்டு கிருமி நீக்கி அனுப்புவதென்று முடிவு செய்தனர்.

சிறைச்சாலை நோய் போக்க முயற்சி

தென்கிழக்கு இங்கிலாந்தில் டுவிக்கன்ஹாம் என்ற ஊர் தேம்ஸ் ஆற்றின் கரை மீது இருந்தது. (இது 1965 முதல் இலண்டன் பெருநகரின் ரிச்மாண்டு அப்பான் தேம்ஸ் என்ற தொகுதியில் அடங்கிவிட்டது) இவ்வூரின் கிறித்தவக் கோயிலில் ரெவரண்டு ஸ்டீஃபன் ஹேல்ஸ் என்ற பாதிரியார் இருந்தார். அவர் கப்பல்களுக்குள் கப்பிக் கிடந்த மாசுற்ற காற்றை வெளியேற்றுவதற்காக ஒரு விசிறியைச் செய்தார். பிரிட்டிஷ் கப்பற்படைத் துறை, இக்கருவியைக் கண்டு ஏளனம் செய்தது.

ஆதலால் அவர் அடிமைகளைப் புளி மூட்டை போல் நெருக்கி ஏற்றிச் சென்ற கப்பல்களில் இந்தக் காற்றாடியைப் பொருத்தச் செய்தார். அதன் பிறகு அடிமைக் கப்பலில் ஏற்றிச் செல்லப்பட்ட அடிமைகள் மூச்சுத் திணறியோ, மாசுற்ற காற்றாலோ இறப்பது குறைந்தது. அப்புறம்தான் பிரிட்டீசு கப்பற்படைத் துறை இந்தக் காற்றுப் போக்கிக் கருவியை ஏற்றுக் கொண்டது.

1777

ஹேல்ஸ் பாதிரியார் காற்றுப் போக்கியை நியூகேட்டுச் சிறையிலும் அமைக்கச் செய்தார். அவர் சுமார் 1752 வாக்கில்தான், தனது 75 ஆவது வயதில் காற்றோட்டத் தூய்மை பற்றி ஆராய்ந்தார் என்பது குறிப்பிடத்தக்கது. அவர் காற்றோட்டத்தோடு குருதியோட்டம் பற்றியும் வரிசையாய்ப் பல ஆராய்ச்சிகள் நடத்தினார் என்பது குறிப்பிடத் தக்கது.

பிற சிறைச்சாலைகள்

இலண்டனில் பயங்கரமான நியூகேட்டுச் சிறைச்சாலையன்றி, கோல்டுபாத் ஃபீல்ஸ், மால் பேங்கு என்ற சிறைகளும், வேறு எட்டுச் சிறைகளும் பதினெட்டு, பத்தொன்பதாம் நூற்றாண்டுகளில் இருந்தன.

இச்சிறைகளின் வெளிப்புறம் பார்க்கக் கவர்ச்சியற்றுப் பயங்கரமாயிருக்கும். உள்புறமோ நன்கு திட்டமிடாது ஏறுமாறாய்க் கட்டப்பட்டிருந்தது. அங்கு முறைகேடுகளும், தவறுகளும் மலிந்திருந்தன.

ஜில்ஸ்பர் தெருவில் காம்டர் என்ற சிறைச்சாலை இருந்தது. அங்கு ஒரு நாளில் நூற்றைம்பது சிறைஞர் அடைக்கப்பட்டிருந்தனர். அங்கு ஓராண்டில் சுமார் ஐயாயிரம் பேர் அடைக்கப் பட்டுவந்தனர்.

தூலே தெருவிலிருந்த மில்லேன் சிறைச்சாலையில், ஒரு காவல் நிலையமும் இருந்தது. சௌதுவார்க்கு என்ற கோட்டத்தில் சிறைப்பிடிக்கப்பட்டவர்கள் இந்தச் சிறையில் அடைக்கப்பட்டிருந்தனர். இங்கு ஒரு நாளில் சராசரியாய் ஐம்பது பேரும், ஓராண்டில் ஐநூறு பேரும் அடைக்கப்பட்டனர். இச்சிறையில் பலவிதமான குற்றங்களுக்காகத் தண்டிக்கப்பட்ட எல்லாவகையான சிறைஞர்களும் ஒன்றாய்ப் பழகுமாறு விடப்பட்டிருந்தனர். ஆடவர், பெண்டிர் என்று சிறைஞரை இங்கு தனியாய் அடைப்பதில்லை. சிறைஞரைப் பார்ப்பதற்கென்று எந்நேரமும் எண்ணற்றோர் வந்து கொண்டேயிருந்தனர். இங்கு மதுவகைகள் எளிதாய்க் கிடைத்ததால், சிறைஞரிடையே குடிகாரர் எண்ணிக்கை மிகுந்துவிட்டது. சிறை நிர்வாகத்திலிருந்த கோளாறுகளே இதற்குக் காரணமாகும்.

கிளார்க்கன்வன் சிறையில் ஒரு நாளில் சராசரியாய் நூற்றைம்பது பேரை அடைக்கலாம். ஓராண்டில் ஆறாயிரம் பேரை அடைக்கலாம். இங்கு ஆடவரும் பெண்டிரும் சிறை வைக்கப்பட்டிருந்தனர்.

பிரிட்டனில் பத்தொன்பதாம் நூற்றாண்டின் முப்பதாம் ஆண்டுகளில், தண்டிக்கப்படாமல் போன திருட்டுக் குற்றங்களில், ஆண்டு தோறும் ஏழு இலட்சம் பவுன் மதிப்புள்ள திருட்டுகள் அடங்கியிருந்தன. ஐயத்திற்கிடமானவர்களை உள்ளூர் அலுவலரே பிடித்துச் சிறையிலடைக்கும் செயல் இசைவாணைச் சட்டம் (*Warrant Act*) நடைமுறையில் இருந்தும், திருட்டுக் குற்றங்கள் பெருகிக் கொண்டே வந்தன.

இந்தியத்தில் சிறைச்சாலைகள்

இந்தியத்தில் தொன்மையான காலத்திலிருந்தே சிறைச்சாலைகள் இருந்து வந்தன என்பதை இலக்கியங்கள் வாயிலாய் அறிகின்றோம்.

ஐதரலி (*1722-1782*) பதினெட்டாம் நூற்றாண்டில் பல இடங்களில் சிறைச் சாலைகளை அமைத்திருந்த செய்திகள் நமக்குக் கிடைக்கின்றன. ஐதரால் சிறைப்படுத்தப் பட்டவர்கள் உயிருடன் வெளியில் திரும்ப முடியாது என்ற கருத்து நிலவியது. எனினும் பலர் அவரது சிறையிலிருந்து மீண்டிருக்கின்றனர். ஐரோப்பியத்தில் நிலவிய கொடுஞ் சிறைகள் போன்ற வெஞ்சிறைகள் இந்தியத்தில் இருந்ததில்லை என்றே தோன்றுகின்றது. எனினும் இது பற்றி நமக்குத் தெளிவாய் ஏதுவும் புலனாகவில்லை. முராரி ராவ் ஐதரிடம் சிறைப்பட்டு, அவரது கப்பல் துர்க்கச் சிறையில் உயிரிழந்த செய்தி அடுத்துச் சொல்லப்படுகின்றது.

1777

வரலாற்றுப் புள்ளிகள்

1. புகைப்படம் : தொடக்க நிலை ஆய்வுகள்

சுவீடிய வேதியியலாளரான காரல் வில்லியம் ஷீல் (*Karl Wilhelm Scheele : 1742-1786*) இந்தப் பத்தில் பல அரிய கண்டுபிடிப்புகளைச் செய்தவர். இவர் தனியாக ஆக்சிஜ்னைக் கண்டுபிடித்தவர். மேலும் பல வேதித் தனிமங்களையும் கண்டவர் என்பதை இந்த வேதிப் பத்தின் பல இடங்களில் காணலாம்.

அவர் இவ்வாண்டு வெள்ளி, உப்புக் கலவையை வைத்து நடத்திய ஆய்வுகளின் பலனாகப் புகைப்படக் கலையின் தொடக்க நிலை ஆய்வு 1777 ஆம் ஆண்டு முதல் தொடங்குகின்றது.

2. முராரி ராவ் ஐதரிடம் சிறைப்பட்டு மரணம்

தென்னாட்டில் நன்கு அறியப்பட்ட முராரி ராவ் கோர்ப்பாடே (*1704-1777*) பல களங்கள் கண்டவர். இவரைப் பற்றிய செய்திகள் இ.ச.க.தொகுதி-5 மேலும் பல இடங்களிலும் ஆங்காங்கே சொல்லப்பட்டு வருகின்றன. மராட்டியர் 1740 இல் திருச்சிராப்பள்ளியைக் கைப்பற்றியதும், முராரி ராவ் அங்கு வலுவாய் நிலை பெற்றிருந்தார்.

முராரி ராவ் கோர்ப்பாடே ஆந்திரத்திலுள்ள குத்தி என்ற இடத்தில் குறுநில மன்னராய்க் கிட்டத்தட்ட ஐம்பதாண்டுகள் இருந்து, 1777 இல் ஐதரலியின் கையால் மாண்டார்.

மகலோஜி கோர்ப்பாடே

முராரி ராவின் முப்பாட்டனாடன மகலோஜி கோர்ப்பாடே, பான்ஸ்லே குடியினரில் மூன்று தலைமுறையினரிடம் - ஷாஜி, சிவாஜி, சாம்பாஜி - படைத் தலைவராய்ப் பணிபுரிந்தார். ஷாஜி பான்ஸ்லே (1594-1664) தனக்குற்ற படைத் தலைவரான மகலோஜி கோர்ப்பாடே மீது மிதமிஞ்சிய நம்பிக்கையும் பற்றும் கொண்டிருந்தார். சிவாஜி (1627-1680) கண்ட விடுதலைக் கனவை நிறைவேற்றுவதில் மகலோஜி தானும் பங்கு கொண்டு, அவருடன் சேர்ந்து உறுதி மொழி எடுத்துக்கொண்டார். சாம்பாஜி அவர் மீது பெருமதிப்பு வைத்து, அவரிடம் முக்கியமான பனாலா கோட்டையின் பொறுப்பை விட்டுச் சென்றார். மகலோஜி அதன் பின் மராட்டிய முடியரசின் தலைமைத் தளபதியானார்.

மகலோஜி 1689 ஆம் ஆண்டு சங்கமேசுவரத்தில் களம் பட்டதும் அவருடைய மூன்று ஆண் மக்களான சாந்தஜி, பகீர்ஜி, மலோஜி ஆகியோர் ராயகடைக்குத் திரும்பி முன்னிலும் மிகுந்த வீரத்தோடு முகலாயரை எதிர்த்தனர்.

1777

சாந்தஜி

சாந்தஜி கோர்ப்பாடே கொரில்லாப் போர் முறையில் தேர்ந்தவர். அவர் சிறுவராயிருந்த போது சிவாஜியிடம் பணிபுரிந்திருக்கின்றார். ஔரங்கசீபு 1690 ஆம் ஆண்டுகளில் தக்காணத்தில் மராட்டியரின் ஏற்றத்திற்கு அறைகூவல் விடுத்தார். சாந்தஜி இக்கட்டத்தில் வீறு கொண்டு எழுந்து அருந்திறனுடன் போரிட்டார். அவர் எதிரியின் போர் நிலைகளிலும் திட்டங்களிலும் ஏற்படுகின்ற ஒவ்வொரு மாறுதலையும் விரைந்து தனக்கென்று நல்வாய்ப்பாக்கிக் கொள்வார்.

அவர் முகலாயர் படைத் தலைவர்களான ருஸ்தும் கான், இந்த ஃபுல்ல கான், சுல்ஃபிகர் கான் ஆகியோருடன் பொருதிய காலையில் வீரத்தையும் துணிவையும் அரசியல் சூழ்ச்சியையும் வெளிப்படுத்தினார். அவர் 1691 ஆம் ஆண்டு மராட்டிய மன்னர் இராஜாராமினால் சேனாதிபதியாக்கப்பட்டார். எனினும் அவரது இறுமாப்பும் ஓயாது பொரிந்து தள்ளும் நாவும் அவரை (1696 மே மாதம்) இராஜாராமுடன் மனமுறிவு கொள்ளச் செய்தது. அதனால் சாந்தஜி இருந்த இடத்தில் தானாஜி சேனாதிபதியாக்கப்பட்டார். தானாஜிக்கும் சாந்தஜிக்குமிடையே ஓராண்டாய் உள்பகை குமைந்து கொண்டிருந்தது. பிஜப்பூருக்கு அருகில் நடந்த சண்டைக்குப் பிறகு சாந்தஜியும் அவரின் ஆதரவாளர்களும் சத்தாராவின் கிழக்கிலுள்ள சம்பு மகாதேவ மலைகளுக்குள் ஓடிப் போக நேர்ந்தது. அவர் அங்கு ஒரு சிற்றோடையில் குளித்துக் கொண்டிருந்தபோது, நாகோஜி மனே என்றவரின் தூண்டுதலால் (1697 ஜூனில்) அவரது தலையை வெட்டிக் கொன்றனர்.

பகீர்ஜி

உயிருடனிருந்த அவரின் தம்பியாகிய பகீர்ஜி கோர்ப்பாடே செஞ்சியில் முகலாயரை எதிர்த்து நின்று தன் நிலையை உறுதியாய் ஊன்றுவதில் ஈடுபட்டிருந்தார். அவர் 1697,

1700 ஆகிய ஆண்டுகளுக்கு இடைப்பட்ட காலத்தில் ஆந்திரத்தின் குத்தி என்ற பகுதியில் தனிச் சிற்றரசு ஒன்றை நிறுவினார்.

குத்தி

அது ஆந்திரத்தின் அனந்தப்பூர் மாவட்டத்திலுள்ள வட்டம். குத்தி அனந்தப்பூரிலிருந்து வடக்கில் சுமார் 48 கிலோ மீட்டர். பெல்லாரியிலிருந்து கிழக்கில் சுமார் 76 கிலோ மீட்டர். பெனு கொண்டாவிலிருந்து வடக்கில் சுமார் 112 கிலோ மீட்டர். சென்னையிலிருந்து வட மேற்கில் சுமார் 382 கிலோ மீட்டர்.

குத்தி என்பது தெலுங்குச் சொல். இதை ஆங்கிலத்தில் *Gooty* என்பர். குத்தியில் சமவெளியிலிருந்து செங்குத்தாய் ஒரு பாறை உயரே எழும்புகின்றது. அதைச் சுற்றியுள்ள குன்றுகளை வைத்துக் குத்தியை அரண் போலாக்கினார். ஊரைச் சுற்றிலும் கோட்டைகளைக் கொண்ட குன்றுகள் காணப்படுகின்றன.

முஸ்லீம்கள் பன்னிரண்டாண்டுகள் முற்றுகையிட்டுக் குத்திக் கோட்டையைப் பிடித்தனர். குத்தி அதன் பிறகு கடப்பையையும் சாவனூரையும் சேர்ந்த குறுநில மன்னர்களின் கைக்குச் சென்றது. மராட்டியர் தலைவரான பகீர்ஜி அதை அவர்களிடமிருந்து 1714 ஆம் ஆண்டு பிடித்தார். அது மராட்டியர் ஆளுகையிலுள்ள பகுதி என்று ஐதராபாது நிசாமை 1744 இல் ஏற்று ஒப்பச் செய்தனர்.

முராரி ராவ்

குத்தி பகீர்ஜியின் பேரன் முராரி ராவ் கோர்ப்பாடேயின் கீழ் 18 ஆம் நூற்றாண்டில் மிகுந்த செல்வாக்குப் பெற்றது. முராரி ராவ் தன் வீரச் செயலால் தமிழ் நாட்டின் பெரும் பகுதியை வென்று குத்தியில் நிலைபெற்றமையால் அவரைக் குத்தீசர் கோர்ப்பாடே என்று அழைத்தனர்.

குத்தி முராரி ராவின் வல்லாண்மை ஓங்கியிருந்த தலையாய இடமாகும். அவரது ஆட்சியின் கீழ் தார்வார் மாவட்டத்தின் கசேந்திரகடில் இருந்த ரெய்ச்சூர் மாவட்டத்தின் கொப்பல் வரையிலும் சுமார் 250 கிலோ மீட்டர்த் தொலைவு குத்தி சிற்றரசு பரந்திருந்தது. அதில் பெல்லாரி மாவட்டத்தின் சந்தூரும் அனந்தப்பூர் மாவட்டத்தின் குத்தியும் அடங்கியிருந்தன.

இப்பகுதிகள் மராட்டியரின் வல்லாண்மை நிலவிய பிற பகுதிகளுடன் நில வழியில் இணைக்கப்பட்டிருந்தாலும், நிசாமிற்கும் ஏனைய ஆந்திர நவாபுகளுக்கும் உரிமைப்பட்ட நிலப் பரப்புகளுடன் ஆங்காங்கே சேர்ந்திருந்தமையால், குத்தியை அவர்களிடமிருந்து தனித்து நிற்கும்படி நிலை நாட்ட வேண்டிய கட்டாயம் முராரி ராவிற்கு இருந்தது.

தக்காண, தமிழக மேலாண்மையைப் பெறப் போட்டி

தக்காணத்திலும் தமிழகத்திலும் மேலாண்மை பெறுவதற்காக மெய்யாய் நடந்த சண்டை, பதினெட்டாம் நூற்றாண்டின் நடுப்பகுதியில் தொடங்கிற்று. பிரிட்டிசாரும் பிரஞ்சுக்காரரும் அப்போது எதிரெதிர் அணிகளில் நின்றனர். இத்தகைய சூழ்நிலையை எவ்வளவு நல்ல முறையில் தனக்கு ஆதாயமாக்கிக் கொள்வது என்பதில் முராரி ராவ் கண்ணாயிருந்தார்.

ஐதரலி (1722-1782) பெல்லாரி மாவட்டத்தை இணைத்துக் கொண்டதும், குத்தி மீது படையெடுப்பதென்று முடிவு செய்தார். முராரி ராவ் தன்னிடமிருந்து மோத்தி தளவாய் என்ற இடத்தில் கைப்பற்றிய பீரங்கிகளைத் திருப்பித் தர வேண்டுமென்றும் தனக்குக் கீழே சிற்றரசராய் இருப்பதை ஏற்று ஒப்புவதன் அறிகுறியாய் ஒருலட்ச ரூபாயைத் தர வேண்டுமென்றும் ஒரு படைப்பிரிவைத் தன் கீழ்ப் பணிபுரிவதற்கு அனுப்ப வேண்டும் என்றும் ஐதரலி குத்திக்குச் சேதி அனுப்பினார்.

முராரி ராவ் இதற்குக் கடுமையான மறு மொழியை மிகுந்த சீற்றத்துடன் ஐதரலிக்கு அனுப்பி வைத்தார். ''நீர் வெறும் ஐந்து பேருக்கு மட்டுமே தலைவராயிருந்து வந்த வெறும் நாயக்காக உம்மை நாம் கண்டிருக்கின்றோம். முராரி ராவ் இந்து ராவாகிய நாம் மராட்டிய முடியரசின் சேனாதிபதியாயிருக்கின்றோம். நீர் அதன் பிறகு உயர்ந்திருக்கலாம். எனினும், உம்மை எம்மால் எப்போதும் பிடித்து விடமுடியும். நீர் எம்மிடம் கப்பம் கேட்டிருந்தீர். நமக்குக் கப்பம் வாங்கும் வழக்கும் உண்டேயன்றி ஈயும் வழக்கும் இலது''.

முராரி ராவ் ஐதரலியின் பெரும் படையை அடங்காத் துணிவோடும் வெல்லுதற்கரிய வீரத்தோடும் குன்றா மன உறுதியோடும் எதிர்த்து நின்ற போதிலும், இப்போரின் இறுதியில் கோர்ப்பாடே குடியின் கறுப்பு வெள்ளைக் கொடி குத்தியின் கொடிக் கம்பத்திலிருந்து இறக்கப்பட்டது. அந்நாள் 1776 மார்ச்சு 15 ஆகும். அது இனிமேல் கம்பம் ஏறப் போவதில்லை. அதற்குச் சில வாரங்களுக்குப் பிறகு குத்தி வீழ்ந்தது.

ஐதரலி முராரி ராவிற்குக் கையிலும் காலிலும் வெள்ளி விலங்கிட்டுக் கப்பல் துர்க்கம் என்ற மலைக் கோட்டையில் சிறை வைத்தார். இம்மலை கடல் மட்டத்திற்கு மேலே சுமார் 1,000 மீட்டர் உயரமானது. இது சீரங்கப்பட்டணத்தின் கிழக்கில் சுமார் 25 கிலோ மீட்டரில் உள்ளது. ''கப்பல் துர்க்கத்தில் சிறை வைக்கப்படுவது என்றால் அது மரண தண்டனைக்கு ஒப்பானது'' என்று ஓர் ஆங்கிலேயர் குறிப்பிட்டிருக்கின்றார். முராரி ராவை அதன் பிறகு எவரும் கண்டிலர்.

1777

3. பிகாட்டு சென்னையில் மரணம் : புது ஆளுநர் ஸ்டிரேட்டன்

பிகாட்டுப் பிரபு (1719-1777) சென்னையில் ஆளுநராயிருந்து தமிழ் நாட்டின் வரலாற்றுச் சிறப்பு மிக்க நிகழ்ச்சிகளில் பங்கெடுத்துக் கொண்டவர். கான் சாகிபின் வீரத்தைச் சிறப்பித்துப் பாராட்டியவர். இவர் முதலில் 1755 முதல் 1763 வரை சென்னையில் கம்பெனி ஆளுநராயிருந்தார். பின்னர் கிழக்கிந்திய கம்பெனியின் இயக்குநர் மன்றம் பிகாட்டை 1776 ஆம் ஆண்டு மீண்டும் சென்னைக்கு ஆளுநராய் அனுப்பியிருந்தது.

கம்பெனியின் சென்னை ஆட்சிமன்றக் குழுவில் (Council) இவருக்குப் பல எதிரிகள் இருந்தனர். ஆர்க்காட்டு நவாபிற்குக் கடன் கொடுத்தவர்கள் எழுப்பிய கோரிக்கையைப் பிகாட்டு ஏற்கவில்லை. தஞ்சை அரியணையில் இரண்டாம் துளசாவை ஏற்றி வைத்ததிலிருந்து இவருக்குச் சிக்கல்கள் ஏற்பட்டு வந்தன.

பெரும்பான்மையராயிருந்த சென்னை ஆட்சி மன்றக் குழு உறுப்பினர்கள் பிகாட்டைப் பிடித்துப் பரங்கிமலையில் சிறை வைத்துவிட்டனர். அவர் அங்கு 1777 மே 11 அன்று இறந்து போனார்.

பிகாட்டு இறந்ததும் ஜார்ஜ் ஸ்டிரேட்டன் என்பவர் 1777 ஆகஸ்டு 31 வரை இடைக்கால ஆளுநராயிருந்து வந்தார். அவருக்குப் பிறகு ஜான் ஒயிட்ஹால் சென்னைக்கு வந்து 1778 பிப்ரவரி வரை ஆளுநராயிருந்தார். இவருக்கு முன்னர் ஆளுநராயிருந்த ஸ்டிரேட்டின் கம்பெனி ஊழியத்திலிருந்து நிறுத்தி வைக்கப்பட்டார்.

4. வலிய கப்பித்தான் டி லென்னாய் மரணம்

எம்.யூஸ்டாசியஸ் டி லென்னாய் என்ற ஃபிளமிய வீரர் 1741 ஆம் ஆண்டு குளச்சலில் டச்சுக்காரருக்கு எதிராய் நடந்த போரில் திருவிதாங்கூர்ப் படையிடம் சிறைப்பட்டார். (இ.ச.க. தொகுதி-3) வேணாட்டு மன்னர் மார்த்தாண்ட வர்மன் (1729-1758) அவரைச் சிறப்பாக நடத்தி, அவருக்கு உரிய மரியாதை தந்து, தன் படையில் வைத்திருந்தார். (இ.ச.க.தொகுதி-5). வேணாட்டுப் படையினருக்குப் பயிற்சியளித்துத் திருவிதாங்கூரில் மதிப்பு வாய்ந்த இடம் பெற்றிருந்த டி லென்னாய் ''வலிய கப்பித்தான்'' (பெரிய காப்டன்) என்று பெருமையுடன் அழைக்கப்பட்டார். மார்த்தாண்ட வர்மன் அவரை 1757 ஆம் ஆண்டு ஜெனரல் என்ற நிலைக்கு உயர்த்தினார். வேணாடெங்கும் பல கோட்டைகளைக் கட்டவும் திருவிதாங்கூர் அரணை அமைக்கவும், பழைய கோட்டைகளை ஒக்கிட்டுச் செப்பனிடவும் டி லென்னாய் உதவியாயிருந்தார். (இ.ச.க. தொகுதி-6, 7).

மார்த்தாண்ட வர்மனையடுத்துத் தர்மராசா (1758-1798) ஆட்சிக்கு வந்ததும் அவரும் டி லென்னாயின் தகுதிச் சிறப்பை உணர்ந்து, வேணாடு அவரால் பல நன்மைகளை அடையுமாறு செய்தார்.

டி லென்னாய் உதயகிரி என்ற இடத்தில் அமைந்திருந்த ஆயுதக் கிடங்கில் பீரங்கிகளும் பிற படைக்கலன்களும் செய்வதற்குப் பெருந் துணையாயிருந்தார்.

வேணாடு இக்காலத்தில் ஐதரலியுடன் போர் செய்து கொண்டிருந்தது. டி லென்னாய் இப்போது நோய்வாய்ப் பட்டார். அவர் உதயகிரியில் தங்கியிருந்தபோது 1777 இல் இறந்தார். டி லென்னாயின் மறைவு திருவிதாங்கூர்ப் படை முழுவதையும், மன்னரையும் வருந்தச் செய்தது.

டி லென்னாய் தேவாளைக்கும் பரவூருக்குமிடையே பல கோட்டைகளைக் கட்டினார். அவர் இராணுவ மரியாதையுடன் உதயகிரிக் கோட்டைக்குள்ளிருந்த மாதா கோயில் கல்லறைத் தோட்டத்தில் அடக்கம் செய்யப்பட்டார்.

ஐரோப்பிய நாட்டினர் பலர் செல்வம் தேடிப் பதினைந்தாம் நூற்றாண்டிலிருந்து பாரதத்திற்கு வந்திருக்கின்றனர். அத்தகையோரில் பலர் இந்திய மண்ணில் பல்வேறு இடங்களில் தம் வீரத்தால் அல்லது சூழ்ச்சித் திறத்தால் அல்லது தொண்டால், மேதைமையால் தம் சுவடுகளைப் பதித்து இம்மண்ணில் அடக்கமாயிருக்கின்றனர். அவர்களுள் பெரும்பாலர் அடையாளங்காண முடியாத கல்லறைகளுக்குள் பம்பாயை நிறுவிய ஆங்கிலேயர் போன்று துயின்று வருகின்றனர்.

அவர்களுள் டி லென்னாய்க்குத் தனிச்சிறப்பு உண்டு. அவர் டச்சுக் கிழக்கிந்தியக் கம்பெனியில் பணியாற்றுவதற்காக வந்த ஃபிளமியர் (ஃபிளமியர் என்போர் பெல்ஜிய நாட்டின் ஃபிளாண்டர்ஸ் பகுதியில் வாழும் மக்களாவர். இ.ச.க. தொகுதி-5). டி லென்னாய் இராமய்யன் தளவாயின் தலைமையில் போரிட்ட வேணாட்டுப் படையிடம் குளச்சலில் சிறைப்பட நேர்ந்தது. (இராமய்யன் தளவாய் : இ.ச.க. 6).

சேரர் குடியின் வழிவந்தவர்கள் என்று நம்பிய வேணாட்டு மன்னர்களின் ஆட்சியில் சிறந்து விளங்கிய மார்த்தாண்டவர்மன் டி லென்னாயின் தகுதியைக் கண்டதுமே அவரைத் தற்காலச் சேரர் வரலாற்றில் இடம் பெறச் செய்துவிட்டார்.

டி லென்னாய் உதயகிரிக் கோட்டையில் அடக்கமான இடத்தை இன்றும் காணலாம்.

5. விசயகுமாரன் மரணம்

மதுரை நாயக்கர் குடியினரான பங்காரு திருமலைக்கும் நாயக்க அரசியான மீனாட்சிக்கும் (1732-1736) இடையே நடந்து வந்த உள்சண்டையையும், திருமலை நாயக்கனின் (1623-1659) இளைய மகனது குடிவழியைச் சேர்ந்த பங்காரு திருமலையின் மகனான விசய குமாரனை மீனாட்சி 1733 இல் மகன்மை கொண்டதையும் முன்னர் கண்டோம். (இ.ச.க.தொகுதி-4) இதனாலும் மன நிறைவு கொள்ளாத பங்காரு திருமலைக்கும் மீனாட்சிக்கும் சச்சரவுகள் நடந்து கொண்டேயிருந்தன. நாடு இதனால் மிகுந்த குழப்ப நிலையில் இருந்ததால், தமிழ்நாட்டில் ஆர்க்காட்டு நவாபின் மேலாண்மை அமையும் சூழ்நிலை உண்டானது.

மீனாட்சி-பங்காரு திருமலையின் உள் பகையாலும், சந்தா சாகிபின் சூழ்ச்சியாலும் மதுரை நாயக்கராட்சி 1736 ஆம் ஆண்டு முடிவுற்றது. (இ.ச.க.தொகுதி-4). பங்காரு திருமலை தன் மகன் விசய குமாரனை அழைத்துக் கொண்டு திருச்சிராப்பள்ளியை விட்டு ஓடிப் போனார்.

அதன்பிறகு மறவர்களும் பாளையக்காரர் சிலரும் விசய குமாரனை மதுரை அரசனாக்க முயன்றனர். அவர்கள் இது குறித்துக் கம்பெனியிடம் வேண்டினர். கிழக்கிந்தியக் கம்பெனி அவர்களின் வேண்டுகோளை 1754 இல் ஏற்றது. ஆனால் ஆர்க்காட்டு நவாபு முகமதலி இதை ஏற்கவில்லை.

பாளையக்காரர்கள் அதன் பிறகு மைசூரின் ஆதரவு பெற்று விசய குமாரனை மதுரைக்கு அரசனாக்க முயன்றனர். இப்போது கான் சாகிபின் வெற்றிகள் அதற்கு இடையூறாயின.

விசயகுமாரன் இந்த 1777 ஆம் ஆண்டு மீனாட்சி நாயக்கன் என்பவரைக் கிழக்கிந்தியக் கம்பெனியாரிடம் தூதனுப்பினார். அவர் சென்னைக் கவர்னர் பிகாட்டைக் கண்டு பேசி, விசய குமாரனை மதுரை மன்னராக்க வேண்டும் என்று வேண்டினார். ஆனால் ஆங்கிலேயரிடமிருந்து அதற்கு ஆதரவு கிடைக்கவில்லை. விசய குமாரனும் 1777 ஆம் ஆண்டில் செத்துப் போனார்.

6. போர்த்துக்கீச மன்னர் மரணம்

போர்த்துக்கீச மன்னர் ஜோஸ் மனுவேல் பதினேழாண்டுக்கால ஆட்சிக்கு பின்னர் 62 ஆவது வயதில் இந்த 1777 இல் இறந்து போனார். இம்மன்னர் 1774 முதல் மன நோயாளியாயிருந்தார்.

1778

அறிவியல்

    மாலிப்தினம்
    காப்டன் குக்கின் பசிபிக்குக் கண்டுபிடிப்புகள்

கலை, இலக்கியம்

    வால்டர் வாழ்க்கை வரலாறு
    ரூசோ வாழ்க்கை வரலாறு
    பண்ணமைப்பாளர் தாமஸ் ஆர்ணி

இராணுவம், போர்

    வால்டயர்
    ரூசோ

பொது

    சுரங்கத் தொழிலாளர் கொத்தடிமை நிலை ஒழிதல்
    வர்ஜீனியத்தில் அடிமைகள் இறக்கத் தடை
    சென்னை ஆளுநர் ரம்போல்டு
    மெஸ்மர், மெஸ்மரிச மோகம்

இறப்பு

    வால்டர் *(1694 -1778)*
    ரூசோ *(1712-1778)*
    கரோலஸ் லின்னியஸ் *(1707-1778)*
    தாமஸ் ஆர்ணி *(1710-1778)*

1778

1. வால்டயர் : ஒளி நிறைந்த முழு வாழ்க்கை

வால்டயர் பதினெட்டாம் நூற்றாண்டு கண்ட தலை சிறந்த சிந்தனையாளர்; கவிஞர்; எழுத்தாளர்; நாடகாசிரியர்; வரலாற்றாசிரியர்; முடங்கற் கலை வல்லவர் - அவருக்கு இச்சிறப்புகளனைத்தும் உண்டு என்று வாதிட்டு நிறுவிவிட முடியும். அவரது அகற்சியும் உலகளாவியது. பலநாடுகளிலுள்ள பல படிப்பாளிகள் பல்வேறு காரணங்களுக்காக அவரின் படைப்புகள் மீது பேரார்வம் கொண்டுள்ளனர். எனினும் துரதிருஷ்டவசமாய், அவர்களில் வெகு சிலரே அவரைப் பற்றி நன்கறிவர்.

உலகு தழுவி அகன்றவர்

உலகு தழுவி அகன்றும் கிட்டத்தட்ட மூன்று நூற்றாண்டுக்காலப் பரப்பில் விரிந்தும் பல்வேறு நாடுகளையும் காலங்களையும் சேர்ந்த எழுத்தாளியரால் எழுதப் பெற்றும் இன்றும் இறவா நிலை பெற்று நிலைத்து நிற்கின்ற ஃபிரான்சுவா மரி அரூ என்ற இயற்பெயரையுடைய வால்டயர் *(1694-1778)* நடத்திய இலக்கியச் செழுமை வாய்ந்த வாழ்க்கையை முழு நிறைவானது என்று கொள்ளலாம்.

''எண்ணுவதையுரைப்பதே எந்தொழில்'' என்று வாழ்ந்திருந்த அவரது வாழ்க்கை பற்றி எழுதப் பெற்றிருக்கும் சொற்கள் எண்ணிறந்தனவாம். வால்டயர் குமரப் பருவம் முடிவதற்குள்ளாகவே பெயர் பெற்றவர். வெகு விரைவிலேயே ஐரோப்பியமெங்கும் புகழ் எய்தியவர். ஐரோப்பியத்தில் குறிப்பிடத்தக்க ஒரு புள்ளியாய்த் தன் காலத்தில் விளங்கிய எவராயினும் அவர்களனைவரையும் அறுபதாண்டுகளுக்கு மேலாய் அறிந்து வைத்திருந்தவர். அவருக்கு நண்பர், பழக்கமானோர் என்போர் பாட்டாளியிலிருந்து பாப்பரசர் வரையிலும் பலதரப்பட்டவர்களாயிருந்தனர். அவர்களில் ஆயிரத்தெண்ணூறு பேருக்கும் அதிகமானோர் அவருடன் கடிதத் தொடர்பு வைத்திருந்தனர். அவர் பல காலம் நெதர்லாந்து, இங்கிலாந்து, பிரஷியம், இன்று சுவிட்சர்லாந்தாக விளங்கும் பகுதி, இவற்றிலெல்லாம் வாழ்ந்திருக்கின்றார்.

அனைத்தும் பயனுள்ள படைப்புகளே

அவர் எழுதியவற்றுள் எந்தப் பக்கமும் உவர்ப்பாக இராது. அவர் தனித்தனியாக நூற்றுக்கணக்கான துணுக்குகளில் பல நூறு செய்திகள் குறித்து, அதாவது திட்ப நுட்பமான சுருக்க உரைகளிலிருந்து, அரசியல் தந்திரியர் அனுப்பும் அறிக்கைகள், நகைச்சுவைகள், உலகெலாந்தழுவிய வெகு விரிவான வரலாற்றுச் செய்திகள், கிட்டத்தட்ட இருபதாயிரம் கடிதங்கள் (இக்கடிதங்கள் இன்றும் காத்து வைக்கப்பட்டுள்ளன), முதலியன வரையிலும் எழுதியிருக்கின்றார். அவர் எழுதிய கடிதங்கள் எல்லாம் எத்தனை அருமையானவை!

எழுதி நிறைத்தவர்

அவர் உலகின் மாபெரும் எழுத்தாளர்களுள் ஏராளமாய் எழுதி நிறைத்தவர் என்ற தனிப் பெருஞ் சிறப்பைப் பெற்றிருக்கின்றார். அவரின் எழுத்துக்கள் பல்லாயிரக்

கணக்கான பதிப்புகளாய்ப் பல மொழிகளில் வெளிவந்துள்ளன. அவர் வாழ்ந்திருந்த காலத்திலேயே அவரைப் பற்றி எண்ணத் தொலையாத நூல்களும் கட்டுரைகளும் எழுதப் பெற்றன. அவர் உயிரோடிருந்த காலத்தில் எழுதியவற்றை எல்லாம் விட அதிகமாய் அவரது காலத்திற்குப் பிறகு அவரைப் பற்றி இன்றும் எழுதப்பெற்று வருகின்றது.

முரண்பாடுகள் மலிந்தவர்

''கவர்ச்சி இல்லாதவர்; அழகிலி; தற்பெருமை கொண்டவர்; வம்பளப்பவர்; வெறுப்பூட்டுபவர்; பழிகாரர்; சில வேளைகளில் நாணயமும் இல்லாதவர். வால்டயரிடம் அவர் காலத்திலும் அவர் வாழ்ந்த சூழலிலும் நிலவிய குற்றங்கள் குறைகள் அனைத்தும் ஒன்று விடாமல் இருந்தன. எனினும் இதே வால்டயர் அன்பாதரவு உடையவராய், தன் ஆற்றலையும் பணத்தையும் அள்ளி வீசியவராய், நண்பர்களுக்கு உதவியதைப் போன்றே எதிரிகளை நசுக்குவதிலும் கொண்டது விடாதவராய், வேண்டாதவர்களைப் பேனாவைக் கொண்டு ஒரே வீச்சில் கொல்லவும், அதே வேளையில் எதிரி இணங்கிவிடும் அறிகுறிகளைக் கண்டதுமே ஆயுதத்தை கீழே வீசி எறிந்துவிடுபவராயும் முரண்பாடுகள் மலிந்தவராய் இருந்தார்'' என்று வில் டூரண் (*Will Durant*)எடுத்துரைக்கின்றார்.

வால்டயர்

வாத்துகளின் எதிரி

''புதுமையான இம்மனிதர் தன்னைப் பற்றிப் பெருமைப்பட்டுக் கொள்வதற்கு நியாயமான முறையில் இப்படி ஒரு தடவை எழுதினார்: ''என்னிடம் செங்கோல் இல்லா விட்டால் என்ன? எழுதுகோல் இருக்கின் றதே!'' அவர் சொன்னது மிகவும் சரிதான். அவரிடம் எழுதுகோல் இருந்தது. ஒன்றல்ல பல எழுதுகோல்களை வைத்திருந்தார். வால்டயரை வாத்துகளின் எதிரி என்பேன்! அவரிடம் இருபத்து நான்கிற்கும் அதிகமான, அதாவது ஓர் எழுத்தாளன் சாதாரணமாய்ப் பயன்படுத்தக் கூடியவற்றைவிட அதிகமான (வாத்து) இறகுப் பேனாக்கள் இருந்தன. அவர் அவற்றைக் கொண்டு எழுதினார், என்று டாக்டர் வான் லூன் (*1882-1944*) தனக்கேயுரிய முறையில் வால்டயரைப் புகழ்கின்றார்.

முதலும் முடிவும் வெற்றி நிறைந்த வாழ்க்கை

அவரது எழுத்துலகப் பயணம் கண்டதே காட்சி கொண்டதே கோலமென்று பல வழிகளில் அமைந்திருப்பினும், தான் ஓர் எழுத்தாளன் என்று தனக்குள் வகுத்துக் கொண்ட விதியை, (நமக்குத் தொழில் கவிதை என்று பாரதி வகுத்துக்கொண்டது போல,

எண்ணுவதையுரைப்பது எம் தொழில் என்பது போன்ற) பணியைத் தொட்ட இடத்திலிருந்து இறுதி வரையிலும் செய்துவந்தார். அவர் பதினைந்து வயதுச் சிறுவனாயிருந்தபோதே, தான் எதிர்காலத்தில் எதை அடைய வேண்டும் என்பதை மிகுந்த செல்வத்தைப் பெற்று மாபெரும் புலவனாய் விளங்கவேண்டும் என்பதை மிகத் துல்லியமாய் உறுதி செய்து கொண்டார். அவர் சமுதாயத்தில் கண்ட வெற்றியும் இலக்கிய ஏற்றமும் ஒன்றோடொன்று கை கோர்த்துக் கொண்டு சென்றன. அவர் பள்ளிச் சிறுவனாய் வகுப்பறையில் அமர்ந்ததுமே செயல்திறமில்லாத ஒருவனிடம் இருக்கும் பணம் அவனுக்கு நோக்காடு; பணமில்லாதவனின் செயல்திறம் பொருளற்ற வெறும் சாதனையே என்பதை நன்குணர்ந்து கொண்டார். அவர் இவ்விரு நோக்காடுகளிலிருந்தும் தன்னால் தப்பிவிட முடியும் என்று உறுதியாய் நம்பினார்.

அவரின் வாழ்க்கை வரலாற்றைப் பிரஞ்சு மொழியில் எழுதிய தற்கால எழுத்தாளர் ஒருவர், வால்டயரின் வாழ்க்கைத் தொடக்கமே வெற்றியை நோக்கியே இறுதிவரை சென்றது என்று எடுத்துக் காட்டுகின்றார். வால்டயரின் நெடிய எண்பதாண்டுக் கால வாழ்க்கையில் ஏறு முன்னேறு ஏறு என்று ஏறியுயர்ந்து கொண்டே சென்றார். அவர் இன்றும் உயர்ந்தே நிற்கின்றார் என்பதற்கு அவரது பலதுறை எழுத்துப் பணியே நிலைத்த சான்றாகும்.

அறிவு வாழ்க்கை - இலக்கிய வாழ்க்கை

வால்டயர் முற்றிலும் இலக்கிய வாழ்க்கையையே, அறிவு வாழ்க்கையே வாழ்ந்தார். அவர் முதலில் எழுதிய ஈடிப்பு (*Oedippe*) என்ற நாடகம் *1718* ஆம் ஆண்டு, அவரது *24* ஆவது வயதில் பெரு வெற்றி கண்டது. அது அவருக்குப் பாராட்டையும் நாலாயிரம் பிராங்குப் பணத்தையும் அளித்த காலத்திலிருந்து அவர் பிரஞ்சு இலக்கியத்தின் தலைமகனாய் ஏற்று ஒப்பப்பட்டார்.

வால்டயர் நாடகத் திறனாய்வாளராய், நாடக ஆசிரியராய், புலவராய், சீர்திருத்தவாதியாய், சொல்லாடல் வல்லவராய், மெய்யியலாராய், மொழி பெயர்ப்பாளராய், அறிவியல் ஆர்வலராய், முடங்கற் கலை வல்லவராய்ப் பல துறைகளிலும் புகழ் மிக்கோங்கி விளங்கினார். அவர் சமயத்தின் பெயரால் நடந்த கொடுமைகளை எதிர்த்தார்; மனிதனின் அடிப்படை உரிமைகளுக்காக நாடு விட்டு நாடு ஓடி வாழ்ந்தார்.

பிரான்சுவா மரி அரூ

வால்டயர் தன் பிறப்பைப் பற்றியும் பிறந்த ஆண்டு பற்றியும் பலவிதமாய்க் குழப்பிய போதிலும், அவை பற்றிய மெய்ச் செய்திகள் தெளிவாய்த் தெரிய வந்துள்ளன. வால்டயர் *1694* நவம்பர் *21* ஞாயிற்றுக் கிழமையன்று பாரிசில் ஓடும் சீன் ஆற்றின் இடக்கரை மீதுள்ள செயிண் - ஆந்திரே - தெஸ் ஆட்ஸ் என்ற பகுதியில் நடுத்தரக் குடி ஒன்றில் பிறந்தார். அவர் அங்கு எந்த இடத்தில் பிறந்தார் என்று தெரியவில்லை. இதில் இரங்கத் தக்கது என்னவெனில், அவர் பிறந்த வீடு இப்பகுதியில் இன்றும் எங்கோ இருக்கலாம் என்று தோன்றுவதாகும். அவருக்குப் பெற்றோர் இட்ட பெயர் பிரான்சுவா மரி அரூ.

பள்ளியும், பள்ளி வாழ்க்கையும்

அவர் பத்தாவது வயதில் ஏசு சபை ஈட்டன் என்று சிறப்பிக்கப்படும்

லூயி-லெ-கிராண்டு என்ற பள்ளியில் சேர்ந்தார். திருச்சபையின் நெறி முறைகளுக்கு ஏற்ப அப்பள்ளி மாணவர்களுக்குக் கல்வி புகட்ட வேண்டுமென்பது அக்கல்வி நிலையத்தின் நோக்கமாகும். எனினும் அங்கு பிள்ளைகளுக்குச் சுவையோடு கூடிய நற்கல்வியும் பிள்ளைகளை, உலகில் தலைவர்கள் என்ற நிலைக்கு உயர்த்தும் வகையில் நற்பண்புகளும் ஊட்டி வளர்ப்பதே நோக்கமாயிருந்தது. ஆனால் அப்பள்ளியின் உயர்ந்த இக்குறிக்கோள்கள் அடியோடு தோற்றுப் போயின. ஏனெனில் இப்பள்ளி உருப்படுத்தி அனுப்பிய மிகச்சிறந்த புள்ளிகளனைவரும் சுதந்திரச் சிந்தனையாளராய் அல்லது ''முற்போக்காளராய்'' மாறிவிட்டனர்.

ஆசானுக்கு ஆசான்

அப்பள்ளியில் வால்டயரின் ஆசிரியர்களாயும் மேலாளர்களாயும் இருந்தவர் களனைவரும் ஏசு சபையின் பெருமையை மட்டும் பேசியவர்களல்லர். போரி, தூர்னிமைன், தூலியர் போன்ற கல்வியில் தேர்ந்த அச்சன்மார் அங்கு ஆசான்களாயி ருந்தனர். கடைசியில் குறிப்பிட்ட தூலியர் ஏது சபையை விட்டு நீங்கிச் சிறப்பு வாய்ந்த பண்டைக் கிரேக்க இலக்கிய, இலக்கண விற்பன்னரானார். அவர் அரை நூற்றாண்டிற்குப் பிறகு வால்டயருக்கு எழுதினார்: ''நீர் அப்போது என் மாணாக்கராயிருந்தீர்; இன்று நான் உமது மாணாக்கனானேன்''.

வால்டயர் இம்மூவருடனும் எப்போதும் தொடர்பு கொண்டிருந்தார். மாமனிதரில் பெரும்பாலரைப் போன்று வால்டயரும் தானே முயன்று கற்றுத் தேர்ந்தவர் ஆவார். அவர் பள்ளியில் கற்றனவெல்லாம் இலத்தீன் மொழியும் புகழ் பெற வேண்டும் என்ற ஆர்வமுமே.

முதல் சிறை

வால்டயர் 1715 ஆம் ஆண்டு 21 ஆவது வயதில் பாரிஸ் சென்றார். அப்போதுதான் ''அரசு ஞாயிறு'' *(Sun King)* என்றழைக்கப்பட்ட பதினான்காம் லூயி *(1638-1715;* ஆ.கா.*1643-1715)* இறந்து, அவரின் கொள்ளுப் பேரனான பதினைந்தாம் லூயி *(1710-1774;* ஆ.கா. *1715-1774)* ஐந்து வயதில் பிரான்சின் மன்னரானார். அவர் அப்போது பிரான்சை ஆள்வதற்கே, ஏன் பாரிசை ஆள்வதற்கே வயது பற்றாதவர். அதனால் அவருக்கென்று அரச காவலராய் ஆர்லியன்ஸ் கோமகன் அமர்த்தப் பெற்றார்.

இந்த இடைக் காலத்தில், நாட்டில் இதுவரை மறைமுகமாய் மனம்போனபடி நடந்து வந்த வாழ்க்கை திடீரென்று அம்பலத்திற்கு வந்துவிட்டது. எங்கு பார்த்தாலும் நாத்திகம் தலை விரித்தாடிற்று. ஒழுக்க நெறிகள் தளர்ந்துவிட்டன. மக்கள் இதுவரை இலை மறை காயெனப் பொத்திப் பொத்திச் செய்துவந்த செயல்கள் எவ்விதமான பாசாங்குத்தனமு மின்றிப் பச்சையாய் வெளியில் பலரறிய நடந்தன.

ஃபிலிப்பு டி'ஆர்லியன்சு என்ற அரச காவலர் சிக்கனத்தைக் கருதி, அரண்மனைக் குதிரைத் தொழுவத்திலிருந்த குதிரைகளில் பாதியை விற்றுவிட்டார். வால்டயர் இதைப்பற்றி மிகவும் வேடிக்கையாகச் சொன்னார் : ''(மன்னரை அண்டி) அரசவையில் நிறைந்து கிடக்கும் கழுதைகளில் பாதியை வெளியே தள்ளியிருந்தால், அது இதைவிடக் கெட்டிக்காரத்தனமான செயலாயிருக்கும்.''

பாரிசில் இக்காலக் கட்டத்தில் நிலவிய கண்டதே காட்சி கொண்டதே கோலம் என்ற வாழ்க்கை பற்றிக் கெட்டிக்காரத் தனமாயும் குறும்பாயும் இது சொல்லப்பட்டது; வால்டயர்

கூறிய இக்கூற்று எங்கும் பரவிற்று. இது அரச காவலரின் செவியை எட்டியது. அரச காவலர் பிரஞ்சு அரியணையைக் கவர அவாவுகின்றார் என்று எழுதப்பட்ட இரண்டு பாடல்களும் வால்டயர் பாடியதாகச் சொல்லப்பட்டது. அரச காவலர் இதைக் கேட்டுக் கொதிப்படைந்தார்.

அவர் ஒருநாள் இளைஞரான வால்டயரைப் பூங்காவில் சந்தித்தார். ''நீர் இதற்கு முன்னர் கண்டிராத ஒன்றை உமக்கு நான் காட்ட முடியும் என்று பந்தயங் கட்டுவேன்'': என்று அரச காவலர் அரூவிடம் சொன்னார். ''என்ன அது?'' ''அதுவா? பாஸ்டிலிச் சிறையின் உள்பக்கம்தான்''. அரூ அதற்கடுத்த நாளன்று 1717 ஏப்ரல் 16 அன்று பாஸ்டிலிச் சிறையில் அடைக்கப்பட்டார்.

''வால்டயர்'' - பாஸ்டிலியில் பிறந்த பெயர்

பாஸ்டிலி என்பது பதினான்காம் நூற்றாண்டில் கட்டப்பட்ட ஒரு கோட்டை. அது பிரஞ்சுப் புரட்சியின்போது 1789 ஆம் ஆண்டில் இடித்துத் தகர்க்கப்பட்டது வரையிலும் கொடுஞ் சிறையாயிருந்தது.

அரூ பாஸ்டிலிச் சிறையில் இருந்த காலையில் வால்டயர் என்ற புனை பெயரை வைத்துக் கொண்டார் என்றும் காலம் முழுமையிலும் கவிஞனாய் வாழ்வதற்கு அவர் மெய்யுறுதி கொண்டது இங்குதான் என்றும் வில் டூரண் கூறுகின்றார். பிரான்சுவா மரி அரூ குழந்தையாயிருந்தபோது, அவருக்கு வீட்டார் இட்ட பெயர் வால்டயர் என்றும் கூறப்படுகின்றது. *Petit Volantaire* என்ற அந்த பிரஞ்சு மொழிப் பட்டப் பெயர் முதலில் வாலாண்டயர் என்றும் பிறகு வால்டயர் (*Voltaire*) என்றும் சுருங்கிற்று என்பர். இந்தப் பட்டப் பெயருக்குப் பிடி முரண்டன் என்று பொருள். எனினும், வால்டயர் என்ற பெயர் வந்ததற்குப் பல விளக்கங்கள் தரப்படுகின்றன.

அவர் தன் தந்தை அல்லது அண்ணன் அல்லது தன் குடும்பத்தைச் சேர்ந்த பிறரைப் போன்று அரூ என்று தன்னை அழைத்துக் கொள்ள விரும்பாத காரணத்தால்தான் அந்தப் புனைபெயரை வைத்துக்கொண்டார் என்று கூறுவாருமுளர். அவர் தனிப் பேரிறையின் உள்ளத்திலிருந்து முழுமையான மேதைப் பிள்ளையாய் இவ்வுலகில் வந்து தோன்றியிருந்ததாய் எண்ணிக் கொள்வதற்கு விரும்பியதாலும், இப்புனை பெயரைத் தனக்குச் சூட்டிக் கொண்டார் என்றும் சிலர் கூறுகின்றனர்.

அவர் பாஸ்டிலியில் பதினோரு மாதங்கள் சிறையிருந்தார். அவர் இக்காலத்திற்குள் பிரான்சை ஆண்ட பூர்பான் குடியின் முதல் மன்னரான நாவார் ஹென்றியின் (*Henry Navarre : 1553-1610*; ஆ.கா.1589-1610) கதையை ஹென்றியடு (*Henriade*) என்ற நெடிய அரச காவியமாய் எழுதினார். இது பயனற்ற பாடல் என்பது அறிஞர் கருத்தாகும்.

குற்றமற்ற வால்டயரைச் சிறையிலடைத்தோம் என்பதை அரச காவலர் உணர்ந்து, அவரை விடுதலை செய்து, அவருக்கு உதவித் தொகை கொடுத்தார். வால்டயர் இந்தப் பணம் வந்ததும் தன் செலவிலேயே உண்டியும் உறையுளும் தேடிக் கொண்டார்.

முதல் நாடகம் ''ஈடிப்பு:

வால்டயர் பாஸ்டிலிச் சிறையிலிருந்து மீண்ட சிறிது காலத்தின்பின், 1718இல் அவரது ''ஈடிப்பு'' என்ற நாடகம் அரங்கேறியது. அந்நாடகம் அவரை 24 வயதிலேயே செல்வமும் புகழும் பெற வைத்தது என்பதை நாம் அறிவோம். அவர் அதன் பிறகு சிறுகச் சிறுகப் பெரும் பணக்காரரானார்.

அவர் மீண்டும் 1726 ஆம் ஆண்டு தொல்லையில் சிக்கிக் கொண்டார். சாதாரணக் குடியில் பிறந்த மக்களிடம் இருக்க வேண்டுமென்று பிரஞ்சு மேட்டுக் குடியினர் எதிர்பார்த்த அடக்கம் வால்டயரிடம் இல்லை.

அதனால் அவருக்கும் செவாலியர் தெரோசான் என்ற உயர் குடியாளர் ஒருவருக்குமிடையே பலர் முன்னிலையில் மோதல் ஏற்பட்டது. அப்போது வால்டயர் வீசிய சொல்லம்புகள் பிரபு மகனை வாயடைக்கச் செய்தன. இதைப் பொறாத பிரபு ஆள்களை வைத்து வால்டயரை அடிக்கச் செய்தார். பிறகு பாஸ்டிலிச் சிறைக்குள்ளும் அடைத்துவிட்டார். ஏனெனில் உயர் குடியினர் இங்ஙனம் ஒருவரை விசாரணையின்றிச் சிறையிலடைக்கலாம் என்ற மரபு அப்போது இருந்தது. அதனால் ஒரு பிரபு எக்காரணமுமின்றித் தனக்கு வேண்டாதவரைச் சிறைக்குள் தள்ள முடிந்தது. வால்டயர் பிரான்சை விட்டு வெளியேறுவதாய் வாக்களித்ததால் சிறையிலிருந்து விடுவிக்கப்பட்டார். அதனால் அவர் இரண்டரையாண்டுக் காலம் இங்கிலாந்தில் இருக்க நேர்ந்தது.

இங்கிலாந்தில் வால்டயர்

வால்டயரின் இரண்டரையாண்டுக் கால இங்கிலாந்து வாழ்க்கையினால் அவரது வாழ்வில் பெரிய திருப்பம் ஏற்பட்டது. அவர் அங்கு ஆங்கிலம் பேசவும் எழுதவும் கற்றார். ஜான் லாக்கு *(1632-1704; இ.ச.க. தொகுதி-1)* ஃபிரான்சிஸ் பேக்கன் *(1561-1626: இ.ச.க.தொகுதி- 3)*, வில்லியம் ஷேக்ஸ்பியர் *(1564-1616)* போன்ற ஆங்கில மெய்யியலார், அறிவியலார், நாடகாசிரியர் ஆகியோரின் நூல்களைக் கற்றுக் கொள்ளும் வாய்ப்பும் அவருக்குக் கிடைத்தது. அவர் அக்காலத்து ஆங்கிலச் சிந்தனையாளருடன் நெருங்கிய பழக்கம் கொண்டார்.

இங்கிலாந்து முதலாம் ஜார்ஜ் ஆட்சியிலிருந்து இரண்டாம் ஜார்ஜ் ஆட்சிக்கு *1726-1728* ஆம் ஆண்டுக் காலத்தில் மாறிக்கொண்டிருந்தது. அது பெருஞ் சிறப்பு வாய்ந்த காலம் அன்றெனினும், அங்கு நிலவிய பல சூழ்நிலைகள் குறிப்பிடத்தக்க சிறப்புடையனவாய் வால்டயருக்கு இருந்தன. அங்கு அரசியல் ஊத்தையும் ஊழலும் மலிந்திருந்தன என்பது மெய்யே. எனினும் இங்கிலாந்து கட்டுத் தளையற்ற சுதந்திர சிந்தனையின் சின்னம் என்று கூறத்தக்கதாய் விளங்கியது. அங்கு சமயப் பொறையற்ற சூழலை மாற்றியமைத்த பல சட்டங்களுள் முதல் சட்டம் 1727 இல் நிறைவேறியது. தனது மனித நேயச் செயல்களாலும், சிந்தனையாலும் கிறித்தவத் திருச்சபையின் புறத்தே நிற்க வேண்டி நேர்ந்த பிரஞ்சுக்காரரான வால்டயருக்கு, இவையனைத்தும் சமயப் பொறையுடைய செயலென்று தோன்றியது.

அவர் இங்கிலாந்தில் இருந்த இந்தக் காலத்தில் அவரது கற்பனையாற்றலுக்கு இயைந்த ''கலிவரின் பயணங்கள்'' *(Gulliver's Travels 1726)* அங்கத உணர்ச்சிக்கும் பேச்சுச் சுதந்திரத்திற்கும் உகந்த ''டன்சியடு'' *(Dunciad, 1728)* ஆகிய நூல்கள் வெளிவந்தன. என்றென்றும் பசுமையாய் நினைவில் நிற்கக்கூடிய ''பெகர்ஸ் ஆப்பரா'' *(Beggar's Opera)* என்ற நாடகம் *1728* ஆம் ஆண்டு முதன் முதலில் அரங்கேறியது. நியூட்டன் 1727 இல் இறந்தபோது, வால்டயர் அவரது இறுதி ஊர்வலத்தில் கலந்து கொண்டார்.

ஆங்கிலேயரின் அரசியல் முறைதான் வால்டயரைப் பெரிதும் கவர்ந்தது. இங்கிலாந்தின் மக்களுரிமை ஆட்சியும் தனி மனித சுதந்திரமும், அவர் பிரான்சில் அறிந்திருந்த நிலைக்கு நேர் மாறாயிருந்தன. ஒரு பிரபு கட்டளையைப் பிறப்பித்துப் பிரான்சில் வால்டயரைச் சிறைக்குள் தள்ளியதைப் போன்று, எந்த ஆங்கிலப் பிரபும்

ஏதேனுமொரு காரணத்திற்காக ஒருவரைச் சிறை செய்தாலும், ஆள் கொணர் சட்ட முறையீட்டை நீதிமன்றத்தில் செய்து அவரை விடுதலை செய்துவிட முடியும்.

வால்டயர் இங்கிலாந்திலிருந்து பிரான்ஸ் திரும்பியதும் ''ஆங்கிலேயர் பற்றிய கடிதங்கள்'' (*Letters Concerning the English Nation*) என்ற பெரிய மெய்யியல் விளக்க நூலை எழுதினார். அது *1734* இல் வெளியிடப்பட்டது. அதுதான் பிரஞ்சு அறிவு கொழுந்து அல்லது அறிவொளி (*Enlightenment*) இயக்கத்தின் தொடக்கம் என்பர். அவர் இந்நூலில் பிரிட்டீசு அரசியலமைப்பு முறை பற்றியும் ஜான் லாக்கும் ஆங்கிலச் சிந்தனையாளர் பிறரும் கூறிய மெய்யியல் கருத்துருக்கள் குறித்தும் விவரித்திருக்கின்றார். இந்நூல் வெளியேறியதும் பிரஞ்சு ஆட்சியாளர் வால்டயர் மீது சினமுற்றனர். அதனால் அவர் மீண்டும் பிரான்சை விட்டு வெளியேற நேர்ந்தது.

வால்டயர் நூலுக்குத் தீ

வால்டயரின் இந்த மெய்யியல் நூல் அரசாணையினால் *1734* ஜூன் *10* அன்று தீயிட்டுக் கொளுத்தப்பட்டது. அவரைச் சிறைபிடிக்கவும் ஆணை பிறப்பித்தனர். அதனால் அவர் இன்னொருவரின் மனைவியுடன் நாட்டைவிட்டு ஓடுவது என்ற சாக்கில் பிரான்சிலிருந்து வெளியேறினார்.

வால்டயரின் காதற் கிழத்தி

1778

மாக்குவிஸ் தா ஷாட்லி என்ற அந்தச் சீமாட்டிக்கு *28* வயது தான். வால்டயருக்கு அப்போது வயது நாற்பது. அப்பெண்மணி தனிச் சிறப்பு வாய்ந்தவர். அவர் பியரி லூயி மோரி தெ மோப்பர்டிவி (*pierre Louis Moreau de Maupertuis : 1698-1759*) என்ற பிரஞ்சுக் கணிதவியலாரிடம் கணிதம் பயின்ற பெண்மணி. அவர் ஐசக்கு நியூட்டனின் பிரின்சிப்பியா (இயற்கைத் தத்துவத்தின் கணிதக் கொள்கைகள்; இ.ச.க.தொகுதி-*3*) என்ற நூலை விளக்கவுரைகளுடன் பிரஞ்சில் மொழி பெயர்த்தவர். பிரஞ்சு அறிவியல் கழகம் நெருப்பைப் பற்றிய இயற்பியல் குறித்து நடத்திய கட்டுரைப் போட்டியில் இச்சீமாட்டி வால்டயரை விட மிகுதியான திறனைப் பின்னாளில் வெளிப்படுத்தியவர்.

சுருக்கமாய்ச் சொல்வதாயின் அவர் காதலனுடன் ஓடிப்போகக்கூடிய வகையைச் சேர்ந்த பெண்ணல்லர். ஆனால் அவரின் கணவர் ஓர் அசமந்தம். வால்டயரோ ''எல்லா வகைகளிலும் அன்பு கொள்ளத்தக்க பிறவி'', என்றும் ''பிரான்சின் நேர்த்தியான அணிகலன்'' என்றும் வால்டயரைப் பற்றி அந்தச் சீமாட்டி கொண்டாடினார். வால்டயரும் அப்பெண்மணி மீது கொண்ட காதலைப் பேரார்வத்துடன் வெளிப்படுத்தினார்; ''அவள் பெண்ணாய்ப் பிறந்துவிட்ட மா மனிதன்'' என்று அவருக்குப் புகழ் மாலை சூட்டினார்.

அச்சீமாட்டிக்குச் சிறே (*Cirey:* இது முன்னர் கிழக்குப் பாரிசில் இருந்த லொரைன் என்ற பகுதியில் உள்ளது) என்ற இடத்தில் ஷேட்டோ (*Chateau*) என்ற நாட்டுப்புற மாளிகை அல்லது பண்ணை வீடு இருந்தது. வால்டயர் அரசின் கெடுபிடியிலிருந்து தப்புவதற்கு அந்த இடம் மிக அருமையான புகலிடமாய் அமைந்தது. சீமாட்டியின் முதிய கணவர் தன் படையுடன் எங்கோ இருந்தார். அவர் தன் மனைவியின் கணித ஈடுபாட்டிலிருந்து தப்புவதற்குப் படையோடு வெளியே இருப்பது அவருக்கு வசதியாயிருந்தது. எனவே தன் மனைவி (வால்டயருடன்) செய்து கொண்ட புதிய ஏற்பாடு குறித்து அவர் மறுப்பேதும் கூறவில்லை.

ஏனெனில் முதுமை எய்தித் தளர்ந்துவிட்ட பணக்காரக் கிழவர்கள் வசதி கருதி இளம் பெண்களை மணந்து கொள்வது, அக்கால ஒழுக்க நெறிகளுக்குப் புறம்பாய் இருக்கவில்லை. ஆனால் மனித சமூதாயத்தின் போலியான பாசாங்குத்தனத்தை மதிக்கும் விதத்தில் மனைவி கண்ணியமாய்த் தனக்குப் பிடித்தவருடன் தொடர்பு வைத்துக் கொள்ளலாம். ஆனால் இங்கு இந்த இளஞ் சீமாட்டி வெறும் காதலனை மட்டும் தேடிக்கொள்ளவில்லை; அவர் தனக்கு ஆசை நாயகனாய் ஒரு மேதையைத் தேர்ந்தெடுத்ததை உலகமே மன்னித்துவிட்டது.

வால்டயரும் ஷாட்லி சீமாட்டியும் கொஞ்சிக் குலவிக் கொண்டு திரியவில்லை. அவர்கள் பகற் பொழுதெல்லாம் படிப்பதிலும் ஆராய்ச்சியிலும் ஈடுபட்டனர். வால்டயர் அறிவியல் ஆராய்ச்சிக்கென்று பெரிய ஆய்வகம் ஒன்றை வைத்திருந்தார். அவர்களைத் தேடி விருந்தினர் பலர் வந்தனர். விருந்தினர் இரவு ஒன்பது மணி வரை இருந்து விருந்துண்டனர். விருந்து முடிந்ததும் விருந்தினர்க்கென்று அடிக்கடி நாடகங்கள் நடத்தப் பெற்றன. அல்லது வால்டயர் அவர்களுக்கென்று, உயிர்த்துடிப்புள்ள தன் கதைகளைப் படித்துக் காட்டுவார்.

சிறே வெகு விரைவிலேயே பிரஞ்சு அறிவாளிகளுக்குப் பாரிஸ் நகரம் போலாய்விட்டது. மேட்டுக் குடியினரும் நடுத்தர வகுப்பினரும் வால்டயரின் கள்ளையும் (ஒயின்) களி துள்ளும் வேடிக்கையையும் மாந்தி மகிழ்வதற்காகச் சிறேக்கு அணியணியாய்ச் சென்றனர்.

வால்டயர் இங்குதான் சடிகு *(1747)*, கேண்டிடே *(1759)*, லா இஞ்சேனு *(1767)* ஆகிய கதைகளை எழுதினார். சிறேயில் ஷாட்லே சீமாட்டி பிள்ளைப் பேற்றின்போது *1749* இல் இறந்தார். அவரது மரணப் படுக்கையில் வால்டயர், சீமாட்டியின் கணவர், சீமாட்டியின் இன்னொரு காதலரான செயிண் லம்பட்டு ஆகிய மூவரும் தம் அன்பிற்குரியவன் முன் எந்தக் கசப்புமின்றிக் கூடியிருந்தனர். அவர்கள் தமக்கு ஏற்பட்ட பொது இழப்பின் காரணமாய் அப்போது நண்பர்களாயினர்.

இலக்கிய வாழ்க்கை

வால்டயரின் இலக்கிய வாழ்க்கை மெய்யாகவே *1718* ஆம் ஆண்டு ''ஈடிப்பு'' என்ற நாடகத்துடன் தொடங்குகின்றது எனலாம். இந்நாடகம் பற்றி முன்னர் குறிப்பிட்டிருந்தோம். அதன் பிறகு *(Zaire, 1732)* மகமது *(1741)* லெ சித்தஸ் *(Les Scythes,1766)* என்ற நாடகங்களை அவர் எழுதி, அவை அரங்கேறின.

வரலாற்றியல்

வால்டயருக்கு முன்னரும் உலகலாவிய வரலாறு என்ற கருத்துடையோர் இருந்தனர். (இ.ச.க.தொகுதி-7 : *VI* முன்னுரை காண்க.) எனவே இப்பணியைத் தொடங்கி வைத்த முதல்வர் என்று அவரைக் கூறமுடியாது. எனினும் தனக்கு முன்னர் எவரும் முயன்றிராத விதத்தில் இப்பணியைச் செய்து முடிப்பதில் வால்டயர் முனைந்தார். அவர் அன்று சுமார் இருநூற்றைம்பது ஆண்டுகளுக்கு முன்னர் மேற்கொண்ட முயற்சியை இன்று எந்த ஒற்றை எழுத்தாளரும் மேற்கொள்ளத் துணியார் என்பது, வால்டயரின் பல்துறை எழுத்துப் பணிகளை உள்ளடக்கி ஹேடன் மேசன் ஆய்ந்து எழுதியிருப்பதிலிருந்து தெரிகின்றது.

வால்டயர் ''வரலாற்றின் மெய்யியல்'' *(La Philosophie de I'histoire)* என்ற நூலில் முற்றிலும் பண்டை வரலாற்றை எழுதியிருந்தார். இந்நூல் 1765 இல் வெளியானது. அது

பின்னர் *Essai sur les moeurs* என்ற கட்டுரை நூலின் முன்னுரையில் சேர்க்கப்பட்டது. இது 1600 பக்கங்களுக்கு மேற்பட்ட மிகப்பெரிய நூலாகும்.

வால்டயர் இக்கட்டுரை நூலில், குறிப்பிட்ட ஓர் இனத்தையோ, கோட்பாட்டையோ எடுத்துக்கொண்டு அதன் வரலாற்றைக் கூறவில்லை. ஐரோப்பிய நாகரிகத்தில் தன்னேரில்லாத் தன்மைகள் உள்ளன என்று கூறுகையில், ஐரோப்பியத்தின் புறத்தே நிகழ்ந்தன அனைத்தும் இரண்டாந் தரத்தன என்ற கிறித்தவர் கருத்தை வால்டயர் ஏற்கவில்லை. மனிதப் பண்பு உலகெங்கும் ஒரே தன்மையது. எனவே வரலாறுகள் அனைத்தும் அடிப்படையில் ஒன்று போல்வன என்பது அவரது கருத்தாகும். ''உலகம் என்பது பரந்த கூத்தரங்கம்; அந்த அரங்கில் ஒரே துன்பியல் கூத்து வெவ்வேறு பெயர்களில் நடைபெறுகின்றது'' என்று வால்டயர் கூறினார்.

அச்சமூட்டும் எல்லாவிதமான செயல்களும் மடைமைகளும் மிகுந்த சூழலில் மனித இனம் பையப் பைய முன்னேறிச் செல்கின்றது. இது ஐரோப்பியத்தைப் பொருத்தவரையில் உண்மையாகும். அதன் நாகரிகம் காலங்கடந்து தோன்றிற்றெனினும், சீனம், இந்தியம் போன்ற நாகரிகங்களை முந்திக் கொண்டுவிட்டது. ஐரோப்பியப் பண்பாடு பன்னிரண்டாம் நூற்றாண்டில் இத்தாலியிலிருந்து தொடங்கி ஐரோப்பியம் முழுமையிலும் பரவி முன்னேறியது.

மனித இனம் உண்மையான மெய்யியல் ஏற்றம் பெறுகையில், புனை கதைகள் மீதுள்ள நம்பிக்கை நசிக்கும்; மனிதனின் உள்ளார்ந்த பகுத்தறிவு புதிய சூழலை உண்டாக்கும் ஊக்குதலைப் பெறும். இயல்பு மீறியவற்றையும் அற்புதங்களையும் நம்புவதற்கு முற்படும் உள்ளத் துடிப்புகளால் தவறான வழியில் செல்வதற்கு மாறாக, உண்மையை நாடிப் போகும் நிலை உண்டாகும் என்றெல்லாம் வால்டயர் கூறுகின்றார்.

1778

ஔரங்கசீபைப் பற்றி வால்டயர்

வால்டயர் முகலாய அரசரான ஔரங்கசீபைப் பற்றியும் (1618-1707) இக்கட்டுரை நூலில் கூறுகின்றார். அவர் ஔரங்கசீபின் அரசியல் வாழ்க்கையை மிகச் சரியாகச் சொல்லியிருக்கின்றார். ஔரங்கசீபு இறந்தபோது வால்டயருக்கு வயது பதினான்கு. ஐரோப்பியர் முகலாயர் குடியைத் தோற்றுவித்த பாபருக்கு இருபத்தெட்டு ஆண்டுகளுக்கு முன்னரே, பதினைந்தாம் நூற்றாண்டின் இறுதியில் இந்தியத்தை அடைந்து விட்டனர். அவர்களுக்கு அதற்கு முன்னரே கிரேக்கர் ரோமானியர் காலந் தொட்டு இந்தியத்துடன் வாணிபத் தொடர்புகள் இருந்தன. எனவே, அவர்களுக்கு இந்தியம் பற்றிய அறிவு இருந்தது. எனினும் பதினெட்டாம் நூற்றாண்டில் அவர்கள் பாரதத்தை மேலும் தெளிவாய் அறிந்திருந்தனர் என்பதற்கு வால்டயர் ஔரங்கசீபைப் பற்றிக் கூறியுள்ள செய்திகள் தெளிவுபடுத்துகின்றன. அவர் இந்தியத்தின் வேதச் செழுமையையும், மெய்யியல் மேன்மையையும் அறிந்திருந்தார்.

''ஔரங்கசீபு முகலாயர் ஆட்சிக் காலத்தில் தன் தந்தைக்கு எதிராய்க் கிளர்ந்தார். அவர் தன் தந்தையைச் சிறையில் வாடச் செய்துவிட்டுத் தான் புரிந்த கொடுஞ் செயல்களின் ஆதாயத்தை அமைதியாய்த் துய்த்துக் கொண்டிருந்தார்.''

''அவர் (ஔரங்கசீபு) தன் உடன் பிறந்தாரின் கழுத்தை அறுத்தவர்; தந்தைக்கு நஞ்சூட்டியவர். இந்து மன்னர் இருபதின்மரும் முகமதியப் பிரபுக்களான உம்ராக்கள் பலரும் அவரால் கொலைத் தண்டனைக்கு ஆளாயினர். அவர் இக்கொடுஞ் செயல்களிலிருந்து பெற்ற பலன்களை அமைதியாய் அனுபவித்தார்.

கதையாசிரியர், கவிஞர்

வால்டயர் கதையாசிரியருமாவார். அவர் எழுதிய சிறந்த கதைகளுள் மைக்கிரோமிகாஸ் (*Micromegas,1752*) சடீகு (*Zadig,1747*) காண்டிடே (*Candide,1759*) முதலியன அடங்கும்.

வால்டயர் அடிப்படையில் ஒரு கவிஞரேயாவர். போர்த்துக்கீசத் தலைநகரான லிஸ்பனில் 1755 நவம்பர் முதல் நாளன்று ஏற்பட்ட நிலநடுக்கம் பற்றி (இ.ச.க.தொகுதி-6) *" Poeme sur le desastre de lisboinne"* (லிஸ்பனில் உண்டான அழிவு பற்றிய பாடல்) என்ற பாடலை அவர் எழுதியிருந்தார். இக்கொடிய நிலநடுக்கம் ஐரோப்பிய மக்களனைவரையும் வாழ்க்கைமீது நம்பிக்கை இழக்கச் செய்துவிட்டது. அப்போது சமயச் சான்றோரின் இரக்கமற்ற செயல்களைச் சாடும் விதத்தில் வால்டயர் இப்படிப் பாடினார்:

அன்னை முலைமீது வைத்து நசுக்குதற்கும்,
அங்கமெலாம் துடிதுடிக்கக் கழுத் தொடித்துக்
கொன்றமைக்கும் இம்மக்கள் பொல்லாங் கென்செய்தார்?
கொடிய பிழை மா பெரிதோ?
உண்டாட்டில் ஊறித் திளைத் துய்க்கும்,
இலண்டனிலோ பாரிசிலோ விளைந்த துலவும் தீச்செயல்கள்,
மண்ணுளின்று மறைந்து போன லிஸ்பனில்தாம் மிகுதியாமோ?

வாதில் வல்ல மெய்யியலார், சீர்திருத்தக்காரர்

வால்டயர் வாதில் வல்லவர். அவர் நால்வகை இலக்கிய வடிவங்களான நாடகம், வரலாறு, புனை கதை, கவிதை முதலியவற்றுக்கு அளித்த பங்கைப் போலவே சொல்லாடற் கலையிலும் தன் முத்திரைகளைப் பதித்திருக்கின்றார்.

எனினும் அவர் மெய்யியலார் என்ற முறையில் எழுதியனவே, அவருடைய எழுத்துக்களில் மிகுதியாகும. அவர் இழி பழிகளைக் கண்டித்து ஏன் எழுதினார் என்பதைக் காட்டும் உந்து விசையை அவரின் மெய்யியல் நூல்களில்தான் காணவேண்டும். அவர் இத்துறையில் பல திறமான செய்திகளைப் பற்றி விரிந்து பரந்த அளவில் எழுதியிருக்கின்றார். அவற்றுள், சிறு அளவில் அமைந்த வேடிக்கைகளிலிருந்து, நீண்டும் குழறல் அற்றும் அமைந்தடங்கியனவுமான அகராதிக் கட்டுரைகள் வரையிலும் பலதரப்பட்ட செய்திகள் செப்பப்படுகின்றன.

முடங்கற் கலை

வால்டயரின் பெருஞ்சிறப்பு வாய்ந்த கேண்டிடே வெளியானதற்கு இருபத்தைந்து ஆண்டுகளுக்கு முன்னரே, அவரது ''மெய்யியல் கடிதங்கள்'' (*Letters Philosophiques) 1734* இல் வெளியானது. கடிதங்கள் எழுதும் கலை *1734* ஆம் ஆண்டிற்கு முன்னர் வாதப் பிரதிவாதங்களைக் கிளப்பிவிடுவதாய் அமைந்து மக்களிடையே செல்வாக்குப் பெற்றிருந்தது. முடங்கற் கலை வடிவான கடிதங்களை எழுதுபவர் தனது உலகில் தன்னேரில்லா உயர்நிலை பெற்றிருந்தார். அவர் நன்கு சீர்தூக்கிப் பார்த்து வருணனைகள், கதை வடிவங்கள், உரையாடல்கள் ஆகியவற்றைத் தனக்குப் பொருத்தம் என்று தோன்றுகின்ற உள்ளார்ந்த சிறப்புகளோடு நயமாய்க் கலந்து எழுதினார் அவர்.

அதனால் தன்னை நல்லறிவுடையவர் என்று எடுத்தோதிக் கொண்டு, தன்னைப்

போலவே நல்லறிவுள்ள படிப்பாளிகளைக் கவர்ந்து, அவர்கள் படிக்கத்தக்க விதத்தில் கடிதங்களை எழுதிவந்தார்.

கடிதம் எழுதுவது என்பது முடங்கற்கலை என்னும் நிலைக்கு அத்தகையோரால் உயர்த்தப்பட்டிருந்தது. இங்ஙனம் கடிதம் எழுதுபவர், தனக்கென்று வரலாற்றுப் பின்புலம் ஒன்றை உருவாக்கிக் கொள்ள வேண்டிய கட்டாயம் ஏதுமின்றித் தன்னை முன்னிலைப் படுத்தி எழுதினார்.

பதினெட்டாம் நூற்றாண்டு ஐரோப்பியத்தில் முடங்கல் எழுதுங்கலையின் பொற்காலமாயிருந்தது. பண்டை ரோமானியர் காலத்தில் நெருங்கிய உறவு உணர்ச்சியுடன் கடிதங்கள் எழுதப் பெற்றன. எடுத்துக்காட்டாக ரோமானிய எழுத்தாளரும் சொற்பொழிவாளருமான மார்க்கஸ் தல்லியஸ் சிசரோ (Marcus Tullius Cicero : 106-43 கி.மு.) தன் மகளுக்கு எழுதிய கடிதங்களையும் வரலாற்று இடைக்காலத்தில் பிரஞ்சு மெய்யியலாரும் இறையியலாருமான பீட்டர் ஏபிலாடு (Peter Abelard : 1079-1142 கி.பி.) அவரின் மாணவியும் காமக் கிழத்தியும் மனைவியுமான ஈலாயிஸ் (Heloise : 1104-1164 கி.பி.) ஆகிய இருவரும் ஒருவர்க்கொருவர் எழுதிக் கொண்ட காதற் கடிதங்கள் பெரும் புகழ் வாய்ந்தனவாகும்.

எனினும் முடங்கல் என்ற கடித இலக்கிய வடிவம் ஐரோப்பிய மறுமலர்ச்சிக் காலத்தில்தான் (14 நூ.) சிறப்புப் பெறத் தொடங்கியது. பிரான்சில் முடங்கல் கலையுகம் என்ற பெருமைக்குரிய கால கட்டத்தைத் தோற்றுவித்த பெருமை மார்க்குவிஸ் தெ.செவிங்னி (Marquise de Sevigny : 1626-1696) என்ற சீமாட்டியைச் சேரும். அவர் தன் மகனுடனும் பிறருடனும் கொண்டிருந்த கடிதத் தொடர்புகள், பதினான்காம் லூயியின் காலத்தில் மக்களின் வாழ்க்கை எவ்வாறு இருந்தது என்பதை உயிர்த் துடிப்புடன் காட்டுகின்றன.

இந்த முடங்கற் கலை பதினெட்டாம் நூற்றாண்டு வாக்கில் சமுதாயத்திலுள்ள ஆடவரும் பெண்டிரும் ஒருவரோடொருவர் தாராளமாயும் தனி முறையிலும் எழுதிக் கொள்கின்ற ஒரு கலை வடிவத்தைப் பெற்றுவிட்டது.

இங்கிலாந்தில் ஹோரேஸ் வால்போல் (1717-1797) செஸ்டர்ஃபீல்டு (4th Earl of Chesterfield : 1694-1773; இவர் ஆங்கில அரசியலார்; எழுத்தாளர்; இவர் 1774 இல் எழுதிய Letters to his Son என்ற நூல் புகழ் வாய்ந்ததாகும்), ஜேம்ஸ் பாஸ்வல் (James Boswell: 1740-1795; இவர் 1791 இல் டாக்டர் ஜான்சனின் வாழ்க்கை வரலாற்றை எழுதியவர்.) ஆகியோர் முடங்கற் கலையில் தலைசிறந்து விளங்கினர். தாமஸ் கிரேயையும் (1716-1771; இ.ச.க தொகுதி-6) இவர்களுடன் முடங்கற் கலை வல்லார் என்று சேர்த்துக் கொள்ளலாம்.

பிரான்சில் முடங்கற் கலை வடிவில் டெனி டிடரோ (Denis Diderot; 1713-1784; பிரஞ்சுக் கலைக் களஞ்சித் தொகுப்பாசிரியர்) போன்றோர் கைதேர்ந்தவர்களாயிருந்தனர். எனினும் முடங்கற் கலை வல்லோர் சிறந்து மிக்கோங்கிய இக்காலத்தில், வால்டயர்தான் உயர் முதன்மை பெற்று விளங்கினார்.

அறுபத்தெட்டு ஆண்டுகள் கடிதம் எழுதியமை

தியோடர் பெஸ்டர்மன் (Theodore Besterman) வால்டயரின் கடிதங்கள் அனைத்தையும் தொகுத்திருக்கின்றார். நாம் முதலில் கூறியபடி இருபதினாயிரத்திற்கும் அதிகமான வால்டயர் கடிதங்கள் இன்று உள்ளன. அவர் 1711 இல் தொடங்கி, இறந்துவிட்ட இந்த

1778 வரை அறுபத்தெட்டு ஆண்டுக் காலமாய்க் கடிதங்கள் எழுதிவந்தார். அவர் *1200* பேருடன் கடிதத் தொடர்பு வைத்திருந்தார். அவர்களுள் *35* பேர் இடையறாது முப்பதாண்டுகளுக்கு மேலாக அவருடன் கடிதத் தொடர்பு கொண்டிருந்தனர். இவர்களெல்லாம் அவரது குடும்பத்தைச் சேர்ந்தவர்களல்லர். வால்டயர் பிரஞ்சு, ஆங்கிலம், இலத்தீனம், இத்தாலியன், ஜெர்மன், ஸ்பானியம் முதலிய மொழிகளில் முடங்கல்கள் வரைந்துவந்தார். அவர் எழுதியவற்றுள் பல கடிதங்கள் இனிமேல் கிடைக்கவே முடியாதவாறு தவறிப் போய்விட்டனர் என்பர்.

அவர் தீட்டிய ஆயிரக்கணக்கான முடங்கல்களே அவரின் படைப்புகள் அனைத்திலும் பெரும் பேரெண்ணிக்கையின என்று கூறலாம். அவையனைத்தும் ''உயிர்த்துடிப்பு, மென்மை நலம், துரிதநடை, சொற் செட்டு'' அடங்கிய அருஞ் சொற்களால் அமைந்துள்ளன.

(இந்தியத்தில் முடங்கற் கலையானது கடிதங்கள், கடித வடிவிலான கட்டுரைகள், நூல்கள், பத்திரிகைக் கடிதங்கள் ஆகியன வாயிலாய் இருபதாம் நூற்றாண்டில்தான் முகிழ்க்கலாயிற்று. இக்கலையில் உலகப் புகழ் பெற்ற நிலையை எய்தியவர் ஜவகர்லால் நேரு *(1889-1964)* ஆவார், அவர் தன் மகள் இந்திரா பிரியதரிசினிக்கு எழுதிய கடிதங்கள் முடங்கற்கலை வடிவின் தலை சிறந்த வெளிப்பாடாகும். சி.என்.அண்ணாத்துரை *(1909-1969)* முடங்கற் கலையை அரசியல் கருவியாய்த் தன் இதழில் பயன்படுத்தினார். டாக்டர் மு.வரதராசன் *(1912-1974)* இவ்வடிவத்தை நூல்கள் வாயிலாய் வெளிபடுத்தினார். மு.கருணாநிதியும் தன் பத்திரிகைபில் பல ஆண்டுகளாய்த் தொடர்ந்து கடித வடிவில் கட்டுரைகள் எழுதி வருகின்றார். இந்து இதழில் ''ஆசிரியர் கடிதங்கள்'' பகுதியில் வரும் சில கடிதங்கள் மெய்யான கலை வடிவங்களாய் அமைவதுண்டு. இன்று தமிழில் முடங்கற் கலை என்றும் போலவே கலை என்ற நிலையை எய்தவில்லை.)

மா ஃபிரடரிக்கு

வால்டயரிடம் நேரில் வரமுடியாதவர்கள் அவருக்கு முடங்கல் தீட்டினர். ஃபிரடரிக்கு *1736* ஆம் ஆண்டு வால்டயருக்குக் கடிதம் எழுதினார். அப்போது அவர் பிரஷிய இளவரசராயிருந்தார். ஃபிரடரிக்கு *(1712-1786* பட்டத்திற்கு வந்த ஆண்டு *1740.* அவர் அப்போது வால்டருக்கு எழுதிய முடங்கல், ஒரு சிறுவன் ஒரு மன்னனுக்கு எழுதுவது போல் இருந்தது என்று வில் டூரன் கூறுவார்.

இளவரசரான ஃபிரடரிக்கு தான் எழுதிய ''மாக்கியவல்லிக்கு எதிர்ப்பு'' *(Anti-Machiavelli)* என்ற நூலின் ஒரு படியை வால்டயருக்கு அனுப்பிக் கடிதம் எழுதியிருந்தார். இளவரசர் அந்நூலில் போர்க் கொடுமை பற்றி மிக அழகாய் எழுதியிருந்தார். அமைதியை நிலவச் செய்வது மன்னரின் கடமை என்பதையும், அவர் அதில் எடுத்துக்காட்டியிருந்தார். வால்டயர் இதைப் படித்துவிட்டு அமைதியில் நாட்டங் கொண்ட இளவரசரை எண்ணி மகிழ்ச்சியில் கண்ணீர் உகுத்தார். இதே ஃபிரடரிக்கு அரசராய் முடி சூட்டிக் கொண்ட சில மாதங்களுக்குப் பிறகு, சைலேசியத்தின் மீது படையெடுத்து ஐரோப்பியத்தில் ஒரு தலைமுறை வரை நீடித்திருந்த குருதிக் களரியில் மக்களைக் குளிக்கச் செய்தார்.

ஷாட்லி சீமாட்டி இறந்ததும், இப்போது மாமன்னராய் உயர்ந்துவிட்ட ஃபிரடரிக்கின் அழைப்பை ஏற்று *1750* இல் வால்டயர் ஜெர்மனிக்குச் சென்றார். இரண்டாம் ஃபிரடரிக்கு என்ற மா ஃபிரடரிக்கு பிரஷிய மன்னர்; அவர் ஏழாண்டுப் போரின் போது *(1756-1763)* காட்டிய போரியல் மேதைமையினால் பிரஷியத்தை ஐரோப்பிய வல்லரசுகளில் ஒன்றாய் உயர்த்தினார்.

வால்டயர் பிரஷிய மன்னர்களும் ஜெர்மன் மன்னர்களும் வாழ்ந்திருந்த போட்ஸ்டாம் நகரில் ஃபிரடரிக்குடன் மூன்றாணடுக் காலம் தங்கியிருந்தார். போட்ஸ்டாம் நகர் கிழக்கு ஜெர்மனியின் நடுப்பகுதியில் ஹேவல் ஆற்றின் கரை மீதுள்ளது. இங்கு 1945 ஆம் ஆண்டு வல்லரசுகளுக்கிடையே போட்ஸ்டாம் மாநாடு நடந்தது.

வால்டயர் கெட்டிக்காரரும் கூர்த்த மதியுடையவருமான ஃபிரடரிக்குடன் இணக்கமாகவே இருந்துவந்தாரெனினும், கடைசியில் அவர்களுக்குள் மனத் தாங்கல் வந்துவிட்டது. அதனால் வால்டயர் 1753 ஆம் ஆண்டு ஜெர்மனியை விட்டு வெளியேறினார். அவர் ஜெர்மனியிலிருந்து திரும்பியதும், ஜெனீவாவின் அருகே ஓர் இடத்தை விலைக்கு வாங்கி, அங்கு 1758 இல் குடியமர்ந்துவிட்டார்.

ஃபெர்னி வாழ்க்கை

எனினும் தன்னுரிமை வேட்கையுள்ள அவரின் கருத்துகளைச் சுவிட்சர்லாந்து அரசு பொறாததால், அங்கும் அவருக்குத் தொல்லை உண்டானது. ஆதலால் அவர் பிரான்சின் அருகே சுவிட்சர்லாந்திய எல்லையிலிருந்த ஃபெர்னி என்ற ஊரில் ஓரிடத்தை வாங்கி அங்கு குடியேறினார். அந்த இடம் பிரஞ்சு ஆட்சி அதிகார வரம்பின் அருகில் இருந்தது. சுவிட்சர்லாந்து அரசு தொல்லை தர நேர்ந்தால் பிரான்சிற்குள் அவரால் எளிதில் புகுந்துவிட முடியும்.

வால்டயர் ஃபெர்னியில் (*Ferney*) இருபதாண்டுகள் வாழ்ந்தார். அவர் அங்கிருந்து கொண்டு கதைகள், மெய்யியல் நூல்கள் ஆகியவற்றை ஏராளமாய் எழுதினார். கேண்டிடே இங்குதான் (1759) பிறந்தது. அவர் ஐரோப்பியமெங்கிலுமிருந்த அறிவாளிகளுடன் இங்கிருந்துதான் ஆயிரக்கணக்கான கடிதங்கள் வாயிலாய்த் தொடர்பு கொண்டார். அவர் தன்னைத் தேடி வந்தவர்களுக்கெல்லாம் விருந்தோம்பினார். அவரின் இலக்கியப் படைப்புகள் இங்கிருந்துதான், அவரது இறுதிக் காலம் வரையிலும் இடையறாது வந்து கொண்டேயிருந்தன. அவர் எழுதியன அனைத்தும் 30,000 பக்கங்களுக்கு மேலிருக்கும்.

காவியப் பாடல்கள், இசைப் பாடல்கள், துண்டு வெளியீடுகள், நாவல்கள், சிறுகதைகள், வரலாற்றியல் நூல்கள், நாடகங்கள் முதலியன பற்றி ஆழ்ந்த கருத்துள்ள நூல்களை வால்டயர் இங்கிருந்து எழுதினார்.

சமயப் பொறை

வால்டயர் சமயப் பொறை வேண்டும் என்பதில் எப்போதும் ஆழ்ந்த நம்பிக்கையுடையவர். அவர் அறுபது வயதை அடைந்த காலத்தில் பிரான்சில் புராட்டஸ்டண்டுகள் மீது கொடூரமான அட்டூழியங்கள் அவிழ்ந்து விடப்பட்டன. வால்டயர் இதைக் கண்டு வெகுண்டெழுந்தார். அவர் சமய வெறிக்கு எதிராய் அறிவுப் போர் தொடுப்பதென்று தன்னை ஒப்புக் கொடுத்தார்.

அவர் மத சகிப்பின்மையைக் கண்டித்து ஏராளமான துண்டு வெளியீடுகளை எழுதினார். அவர் எழுதுகின்ற கடிதங்கள் அனைத்தையும் ''எக்கிராசஸ் ல' இன்ஃபேம்'' (*Ecrasez L' Infame*) என்ற சொற்றொடரோடு தொடங்கினார். இதற்கு ''இழி செயலை ஒழிப்போம்'' என்று பொருள். சமய வெறியும் பொறையின்மையும் வால்டயருக்கு இழி செயல்களாய் இருந்தன.

பெரும்பயண இறுதி

கிட்டத்தட்ட எண்பத்து நான்கு வயதான வால்டயர் ஃபெர்னியிலிருந்து 1778 பிப்ரவரி 10 அன்று பாரிசிற்கு வந்து சேர்ந்தார். சாகு முன்னர் பாரிசிற்குச் செல்ல வேண்டுமென்ற அவா அவருக்கு இருந்தது. அவர் இப்பயணத்தை மேற்கொள்ள வேண்டாமென்று டாக்டர்கள் கூறினார். ''நான் மடத்தனமான ஒரு செயலைச் செய்ய விரும்பினேனாயின் எதனாலும் என்னைத் தடுத்து நிறுத்தி விட முடியாது'' என்று அவர் சொல்லிவிட்டார்.

அவர் இத்தனை காலம் வாழ்ந்துவிட்டார். வெகு கடினமாய் உழைத்தார்; ஆதலால் தன் விருப்பப்படி சாவதற்குத் தனக்கு உரிமையுண்டு என்று அவர் சொன்னார். மேனியைச் சிலிர்க்க வைக்கும் பாரிஸ் நகரில், தன்னை வெகு காலம் அதற்கு வெளியே வாழச் செய்த பாரிஸ் மாநகரத்தில் அந்த முடிவு வரட்டுமே! வனத்தில் திரிந்துவிட்டு இனத்தில் அடைய வால்டயர் விரும்பினார்.

அவர் அலுப்பூட்டும் நெடும் பயணத்தை மேற்கொண்டு, பிரஞ்சு நாடு நெடுகிலும் சுற்றி வந்த பின், அவரது கோச்சு வண்டி பாரிசிற்குள் நுழைந்த நேரத்தில், அவரின் எலும்புகளெல்லாம் ஆடிப்போய் விட்டன. அவர் பாரிசை அடைந்த மறுநாளன்று, அவரைக் காண நூற்றுக்கணக்கானோர் வந்தனர். ஓர் அரசரைப் போல் அவரை வரவேற்றனர். அவரைக் காணப் பெஞ்சமின் ஃபிராங்கிளின் தன் பேரனோடு வந்திருந்தார். வால்டயர் அந்த இளைஞரின் தலையில் கை வைத்து, அவனை ''இறைவனுக்கும் தன்னுரிமைக்கும்'' அர்ப்பணிப்பதாய்க் கூறி வாழ்த்தினார். டிடரோவும் வால்டயரை வந்து கண்டார்.

வால்டயர் தனது புதிய ''ஐரீன்'' என்ற நாடக அரங்கேற்றத்தில் கலந்து கொண்டார். பிரஞ்சு மக்கள் அறிவொளி இயக்கத்தின் தலைமகனான வால்டயரை ''மாபெரும் மூப்பர்'' என்று பாராட்டினர்.

வால்டயர் மிகவும் நோய்வாய்ப் பட்டார். அவரின் குறையேற்பைக் கேட்டு, அவர் செய்த பழி பாவங்களிலிருந்து மீட்சி உறுதி அளிப்பதற்காக ஒரு பாதிரியார் வந்தார். படுக்கையில் கிடந்த வால்டயர் அவரைப் பார்த்து ''ஐயனே, யாரிடமிருந்து வருகின்றீர்கள்'' என்று வினவவும், ''ஆண்டவனிடமிருந்து வருகின்றேன்'' என்று சொன்னார். ''நல்லது, ஐயனே, அதற்குத் தங்களிடம் ஆதாரச் சான்றுகள் உள்ளனவா?''

பாதிரியார் இதைக் கேட்டதும் தொழுகை செய்யாமல் வந்த வழியே திரும்பிச் சென்றார். பின்னர் வால்டயர் தன் குறையேற்பைக் கூறுவதற்கென்று இன்னொரு பாதிரியை அழைத்துவரச் செய்தார். அவரும் வந்தார்; வால்டயர் தனக்குக் கத்தோலிக்க சமயத்தில் முழு நம்பிக்கையுண்டு என்று எழுதித் தந்தாலன்றி, அவரது குறையேற்பைக் கேட்டுப் பாவமன்னிப்புத் தர முடியாது என்று சொல்லிவிட்டார். வால்டயர் அதற்கு மறுத்துவிட்டார்.

மாறாக வால்டயர் ஓர் அறிக்கையை எழுதித் தன் செயலாளரான வேஜனரிடம் கொடுத்தார். ''நான் இறைவனைப் போற்றி வழிபட்டும் என் நண்பர்கள் பால் அன்பு பூண்டும் என் எதிரிகளை வெறுக்காமலும் மூட நம்பிக்கைகளை அறவே வெறுத்தும் இறக்கின்றேன். (ஒப்பம்) - வால்டயர், மே, 30 1778'' என்று அந்த அறிக்கையில் எழுதியிருந்தது.

வால்டயர் வெளிப்படையாய்ப் பலரறிய மத பீடத்தையும் அதன் பொறையற்ற செயல்களையும் தாக்கிக் கண்டித்து வந்ததால், அவரைக் கிறித்தவ ஈமச் சடங்குகளோடு பாரிசில் அடக்கம் செய்வதற்கு மத குருக்கள் ஒப்பவில்லை.

வால்டயர் மே 30 சனிக்கிழமையன்று இரவில் இறந்தார். மறுநாள் மே 31 ஞாயிறன்று நள்ளிரவு நேரத்திற்குச் சற்று முன்னதாக அவரது உடலைக் கோச்சு வேண்டியில் ஏற்றி, அவர் இறந்து போன பாரிஸ் நகர மாளிகையிலிருந்து கொண்டு சென்றனர். அது நிலவில்லாத கரிய இரவு.

எண்பத்து நான்கு வயதான இம் முதுமகன் நள்ளிரவு வேளையில் எவருக்கும் தெரியாமல் எடுத்துச் செல்லப்பட்டார். உலகெலாம் அறிந்து ஏத்தப்பட்ட இம்மாமனிதரின் சடலத்தை ஏன் இவ்வாறு கரிய இருளில் எடுத்துச் சென்றனர்? வால்டயரின் சடலத்தை இழிவுபடுத்துவதற்காகக் காத்திருந்தவர்களிடமிருந்து தப்புவதற்காக, அவரது உடலைப் பாடம் செய்து, அவர் அணிகின்ற புகழ் வாய்ந்த மேலங்கியையும், தொப்பியையும் போர்த்திப் பாரிசை விட்டு மறைவடக்கமாய்க் கொண்டு சென்றனர். அவரது உடலைக் கள்ளத்தனமாய்க் கொண்டு சென்றனர். அவரது உடலைக் கள்ளத்தனமாய்க் காலை ஐந்து மணிக்குச் செயிலியர என்ற மடத்துக் கல்லறைத் தோட்டத்தில் அடக்கம் செய்தனர்.

இந்த *1994* ஆம் ஆண்டு நவம்பர் *21*, வால்டயரின் *400* ஆவது பிறந்தநாளாகும்.

1778

2. மானுடத் தளையறுக்க வந்த ரூசோ (1712 - 1778)

''மனிதன் சுதந்திரமானவனாய்ப் பிறக்கின்றான்; ஆனால் அவன் எங்கனும் தளையால் பிணையுண்டு கிடக்கின்றான்'' என்று புகழ் வாய்ந்த ''சமுதாய ஒப்பந்தம்'' என்ற நூலை ஷான் ஜேக்கு ரூசோ தொடங்குகின்றார்.

மை கண்டு அச்சம்

பிரஞ்சுப் புரட்சியின் விளைவாகத் தனது டெம்பிள் என்ற சிறையில் அடைக்கப்பட்டுக் கிடந்த பதினாறாம் லூயி, வால்டயரும் ரூசோவும் எழுதிய நூல்களை அங்கு படித்துவிட்டு ''இவ்விருவரும் பிரான்சைத் தகர்த் தெறிந்துவிட்டனர்'' என்று, தன் குடியின் ஆட்சி அழிக்கப்பட்டு விட்டதை மனத்திற் கொண்டு கூறினார்.

''பூர்பான் (*Bourbon*) குடி மன்னர்கள் எழுத்துகளைக் கட்டுப் படுத்தியிருந்தால், தம்மைக் காத்துக் கொண்டிருக்கலாம். பீரங்கிகள் வந்து நிலப் பிரபுத்துவ முறையை அழித்தன. எழுதுகின்ற மை இனிமேல் தற்காலத்துச் சமுதாய அமைப்பு முழுமையையும் கொல்லப் போகின்றனது'' என்று நெப்போலியன் போனப்பாட்டு (*1769-1821*; பிரஞ்சுப் பேரரசராய் இருந்த காலம் *1804-1815*) எழுத்தாளர்களின் ஆற்றலைப் பற்றி மிகுந்த அச்சத்தோடு கூறினார்.

இவர்களெல்லாம் வால்டயரையும் ரூசோவையும் மனத்தில் வைத்துக் கொண்டும் பதினெட்டாம் நூற்றாண்டில் இவ்விருவரோடும் சேர்ந்திருந்த அறிவொளி அல்லது அறிவு கொழுந்து இயக்கச் சிந்தனையாளர்களை நினைத்தும் இவ்வாறு அஞ்சினர்.

ரூசோ என்ற மனிதர்

ரூசோ எளிதில் உணர்ச்சி வயப்படுவர். முரட்டுத்தனமானவர். மேட்டுக் குடியினருக்கும் மன்னர்களுக்கும் எதிரியாயிருந்த போதும், அவர்களால் பயன் உண்டு

என்பதைக் கண்டு கொண்டவர். அவரை ஆதரித்த புரவலர்களுக்குப் பஞ்சமேயில்லை. ஆனால் ரூசோ அவர்களில் ஒருவரைக் கூடத் தொடர்ந்து அண்டியிருந்ததில்லை.

சூழ்நிலைக்குத் தகுந்தவாறு இரு கண்களையும் சும்மா மூடிக் கொண்டு உலகைப் பற்றிச் சிந்தித்து வந்ததற்கும் இவ்வுலகிலுள்ள மனிதர்களைச் சமுதாயமே மாசுபடுத்துகின்றது என்று குமுறியதற்கும் நாகரிகத் தடமேயற்ற நிலையில் வாழ்வதே சிறப்பு என்று கொதித்து வந்ததற்கும் அவரே சான்றாக விளங்குகின்றார். எத்தனை காலமான போதிலும் இத்தகைய மேதைகள் மன்னிக்கப்படத் தக்கவர்களேயாவர்.

ரூசோ

ரூசோ ஒரு மேதை. பிரஞ்சுக் கலைக் களஞ்சித் தொகுப்பாளருள் ஒருவரும் ரூசோவின் நண்பராயிருந்தவருமான ஷீன் லெ ரோன் டி'அலம்பட்டு (Jean Le Rond d' Alembert: 1717-1783; பிரஞ்சுக் கணிதவியலார், இயற்பியலார், பகுத்தறிவு மெய்யியலார்) ரூசோவைப் பற்றி இப்படிக் கூறினார்:

"ஷீன் ஜேக்கு மிகுந்த அறிவுக் கூர்மையுள்ள கிறுக்கர். நல்ல காய்ச்சல் அடிக்கும் போதுதான் அவர் கெட்டிக்காரர். எனவே அவரது காய்ச்சலைக் குணப்படுத்தாமலும், அவர் மீது வசை மொழியாமலும் இருப்பது நல்லது.''

"பைத்தியத்திற்கும் மேதைக்கும் நேரடியான தொடர்பு உள்ளது என்பது, ரூசோ, பிரிட்டிஷ் புலவரான பைரன் (1788-1824), இத்தாலியப் புலவரும் நாடகாசிரியருமான அல்ஃபியரி (1749-1803) ஆகியோரின் வாழ்க்கை வரலாறுகளிலிருந்து நிறுவப் பட்டுவிட்டது'' என்பர்.

வாழ்க்கை வரலாறு

ரூசோ எதையும் மறைக்காமல் மனந்திறந்து தன் வாழ்க்கையைப் பற்றி எழுதி வைத்தார். அவரது வாழ்க்கை வரலாறு மெய்யான ஆன்ம தரிசனம் என்று கொள்ளத்தக்கது. (கவிஞர் கண்ணதாசனின் தன் வரலாற்றுக் குறிப்புகளும் இது தொடர்பாய் எண்ணிப் பார்க்கத் தக்கனவாகும்.)

ரூசோ 1712 ஜூன் 18 அன்று ஜெனீவாவில் பிறந்தார். அவரது வாழ்க்கை வரலாற்றுச் செய்திகள் இக்களஞ்சிய வரிசையின் பல இடங்களில் - இ.ச.க.தொகுதி-1,2,7 சொல்லப் பட்டுள்ளன. அவர் தென்மேற்குச் சுவிட்சர்லாந்தின் ரோன் பள்ளத்தாக்கில் ஜெனீவ ஏரியின் கரையிலமைந்த ஜெனீவ நகரில் புராட்டஸ்டண்டுக் குடும்பத்தில் பிறந்தார். ரூசோவின் முன்னோர், அவர் பிறந்ததற்குச் சுமார் இருநூறு ஆண்டுகளுக்கு முன்னர் பாரிசிலிருந்து சென்று ஜெனீவாவில் குடியேறினர்.

தந்தையும் மகனும்

அவர்கள் ஐரோப்பியத்தில் புராட்டஸ்டண்டுச் சமயப் பிரிவு தோன்றியதுமே அதில் சேர்ந்துவிட்டனர். அவருடைய தாயார் மிகுந்த வசதியான குடும்பத்தில் பிறந்தவர். அவர் பேறுகாலத்தின்போது இறந்து போனார். அதனால் ரூசோவை அவரின் தந்தையே வளர்த்தார். ஐசக்கு ரூசோ கடிகாரத் தொழிலில் வல்லுநர். ஐசக்கு எளிதில் உணர்ச்சிவயப் படுகின்றவர் என்று அவரின் மகனே கூறுகின்றார். ஆதலால் ரூசோ சிறுவயதில் உணர்ச்சிப் பெருக்கான சூழலில் வளர்ந்தார்.

தந்தையும் மகனும் உணர்ச்சி மிக்க இலக்கியங்களை இரவெல்லாம் ஒருவர்க் கொருவர் படித்துக் காட்டித் தம் உணர்ச்சிகளைக் கிளர்ச்சி கொள்ளச் செய்வர். இது அந்தக் காலத்தில் வாழ்ந்த ஜெனீவாக்காரர்களை வியப்புறச் செய்தது. அவர்கள் இத்தகைய புனை கதைகளைப் படிக்கும் பழக்கம், இறந்து போன ரூசோவின் தாயாரிடமிருந்து வந்தது; அது தந்தையையும் தொற்றிவிட்டது. அவர்கள் விரைவில் இவ்வகை இலக்கியத்தை விடுத்துச் செம்மை வாய்ந்த பழைய வரலாற்று நூல்கள் உள்படக் கருத்தாழமுள்ள இலக்கியங்களில் ஈடுபாடு கொள்ளலாயினர்.

புளூடார்க்கும் ரூசோவும்

கிரேக்கரான வரலாற்றாசிரியரும் மெய்யியலாருமாகிய புளூடார்க்கு (*Plutarch: 46-20* கி.பி; *இ.ச.க.தொகுதி-5*) ரூசோவின் வாழ்க்கை முழுமையிலும் அவருக்கு விருப்பமான ஆசிரியராயிருந்தார். புளூடார்க்கு புகழ் பெற்ற கிரேக்கர், ரோமானியரின் வாழ்க்கை வரலாறுகளை எழுதியவர். ரூசோ தந்தையுடனும் அவரைப் பேணி வளர்த்த அத்தையுடனும் மகிழ்ச்சியோடு நடத்தி வந்த வாழ்க்கை துரதிருஷ்டவசமாய், அவரது பன்னிரண்டாவது வயதில் தடைபட்டது.

உணர்ச்சி மிகக் கொள்பவரும் கட்டுக்கடங்காதவருமான ரூசோவின் தந்தை ஒரு சச்சரவில் ஈடுபட நேர்ந்தது. அதில் தனக்குப் பாதகம் நேர்ந்துவிட்டதாய் அவர் கருதிக் கொண்டு, அநியாயமான சட்டங்களின் கீழ் ஜெனீவாவில் வாழ்வதைவிட, அதை விட்டு வெளியேறுவது நல்லது என்று முடிவு செய்தார். ஆதலால் சிறுவரான ரூசோ தன் தந்தையுடன் பிறந்தவர் ஒருவரின் பொறுப்பில் விடப்பட்டார். அவர் ரூசோவைப் போய்சி (*Boissy*) என்ற சிற்றூரில் ஒரு பாதிரியார் நடத்திவந்த பள்ளியில் சேர்த்துவிட்டார்.

பள்ளிப் படிப்பு

பள்ளியில் சேர்ந்த சிறுவன் ரூசோவிற்குச் சிற்றின்ப உணர்வு மனத்திற்குள் முளைத்து, அது அவரது வாழ்க்கையையே முற்றிலும் பாதித்துவிட்டது. அவர் தனது ''குறையேற்பு'' (*Confessions : இ.ச.க.தொகுதி-7*) என்ற நூலில், தற்காலத்துப் படிப்பாளியை ஒரே நேரத்தில் வியக்கவும் வெறுப்புக் கொள்ளவும் செய்யும் விதத்தில் தனக்கு வாழ்வில் அமைந்த சூழ்நிலையை விவரிக்கின்றார். மனக் குறைகள், பட்டறிவுகள், ஆகியவற்றை ரூசோ இந்நூலில் எழுதி வைத்திருக்கின்றார். இந்நூல் அவரது வாழ்க்கையின் பிற்பகுதியில் வெளியான நூலாகும்.

அவர் போய்சியில் படித்துக் கொண்டிருந்தபோதே தனக்குத் தனிப்பட்ட முறையில் அநீதி இழைக்கப்பட்டது என்று முதன் முதலில் உணர்ந்தார். அவர் செய்யாத சிறு தவறு ஒன்றுக்காக, அவரைக் குற்றவாளி என்று கூறியது அதற்குக் காரணமாகும். இளவயதில்

ஏற்பட்ட இந்த அனுபவம் ரூசோவை மிகவும் அழுத்தமான கூருணர்ச்சி உடையவராக்கி விட்டது. அதனால், அவர் பிறர் தவறுக்காகத் தான் துன்புற நேர்ந்த போதெல்லாம், வாழ்க்கை முழுமையிலும் அது குறித்து உணர்ச்சி மிகக் கொண்டார். அவர் போய்சியில் படிப்பை முடித்ததும், ஜெனீவாவில் தந்தையுடன் பிறந்தவரை அடைந்து அவர்களுடன் சில மாதங்கள் இருந்தார்.

கால்போன போக்கெல்லாம்

அவர் 1725 வாக்கில் ஆவண எழுத்துப் பதிவாளரிடம் (*notary*) வேலைக்குச் சேர்த்து விடப்பட்டார். அவர் அவ்வேலையிலிருந்து நீக்கப்பட்டவுடன், ஓவியம் செதுக்குபவரிடம் உதவியாளராய்ச் சேர்ந்தார். அம் முதலாளி மிகக் கொடியவராயிருந்தார். அவர் ரூசோவை அடித்து உதைத்தார். வெறுக்கத்தக்க வேலைகளையெல்லாம் செய்யுமாறு ரூசோவைப் பணித்தார். அவர் பதினாறு வயதானதும் அவ்வேலையை விட்டு நீங்கி ஓடிப்போனார்.

இச் செயல் தன் வாழ்க்கைப் பாதையையே மாற்றிவிட்டது என்று ரூசோ எழுதுகின்றார். அவர் எங்கு பிறந்தாரோ, அங்கேயே வாழ்ந்திருந்தால், அவர் தனது வாழ்க்கை முழுமையையும் அமைதியான கிறித்தவனாய்க் கழித்திருக்கலாம் என்பார். அவர் இத்தாலிய எல்லையில், பெரிதும் சவாய் (*Savoy*) மலைகளில் அமைந்துள்ள தென்கிழக்குப் பிரஞ்சுப் பகுதியான சவாய் என்ற இடத்திற்குச் சென்றார். இப்பகுதி வரலாற்று இடைக்காலத்தின் பிற்பகுதியில் கோமகன் ஆட்சிப் பகுதியாயிருந்து 1720 தொடங்கி 1860 வரை சார்தீனிய (*Sardinia*) முடியரசில் அடங்கியிருந்தது. அதன்பிறகு அது பிரஞ்சு நாட்டுடன் சேர்ந்தது. ரூசோ அங்கு சென்ற காலத்தில் அது சவாய் முடியரசில் அடங்கியிருந்தது.

அவர் தான் பிறந்த ஜெனீவக் குடியரசில் நிலவிய சமய நம்பிக்கை, அரசியல் சூழல் ஆகியவற்றிலிருந்து மிகவும் மாறுபட்ட சூழ்நிலை சவாயில் இருக்கக் கண்டார். அவரைச் சுற்றி அணுக்கமாய் இருந்த சூழ்நிலை, அவரின் கண்ணோட்டத்திலும், நடத்தையிலும் ஆழ்ந்த தாக்கத்தை உண்டுபண்ணியது. அவர் தன் குடும்பத்து உறவுகளையெல்லாம் அறுத்துவிட்டுக் கால் போன போக்கெல்லாம் சென்றார். அதனால் அவர் எவருடனும் ஒட்டாத தனி ஆளாய்ப் போனார்.

மத மாற்றம்

அவருக்கு உடனே சவாயிலுள்ள கன்ஃபிஞனோன் (*Confignon*) என்ற இடத்திலிருந்து வட்டகைக் குருவின் (*Rector*) தொடர்பு ஏற்பட்டது. அவர் ரூசோவிற்கு அருமையான விருந்தை அளித்தபின், அவரை வெகு எளிதாய்க் கத்தோலிக்க சமயந் தழுவுமாறு செய்தார். அந்தக் குரு மிகுந்த செல்வாக்குடையவர்.

அவர் கிழக்குப் பிரான்சில் அனிசி ஏரியின் கரை மீதுள்ள (*Annecy*) அனிசி என்ற உடல் நலந்தரு நகரிலிருந்த கத்தோலிக்க சமயப் பேரார்வலரான மேடம் தெ வாரன்ஸ் என்ற இளஞ் சீமாட்டியிடம் அனுப்பி வைக்கப்பட்டார். ரூசோ அதன்பிறகு வடமேற்கு இத்தாலியில் போ ஆற்றின் கரை மீதுள்ள தூரின் (*Turin*) நகரத்து மடம் ஒன்றுக்கு அனுப்பப்பட்டார். (ரூசோ இங்கு வந்த நேரத்தில் தூரின் சார்தீனிய முடியரசின் தலைநகராயிருந்தது. அதன் பிறகு 1861 முதல் 1865 வரை ஒன்றுபட்ட இத்தாலியின் தலைநகராயிற்று. இங்கு 1405 ஆம் ஆண்டு ஒரு பல்கலைக்கழகம் அமைந்திருந்தது. இங்கு

இன்று இத்தாலியின் மிகப் பெரிய கார்த் தொழில் அமைந்துள்ளது. இதன் இத்தாலியப் பெயர் தொரீனோ (Torino) ஆகும்.

அவர் அந்த மடத்தையடைந்ததும், சமயத் துறவியாவதற்கு மறுத்தார். இறுதியில் முறைப்படி திருச் சபையில் சேர்த்துக் கொள்ளப்பட்டார். அவர் 1728 ஆம் ஆண்டு இங்ஙனம் சமயம் மாறியதும், உலகில் தன் வழியைப் பார்த்துக் கொண்டு போகட்டுமென்று, மடத்தினர் அவரை வெறும் இருபது ஃபிராங்குடன் வெளியுலகிற்குள் அனுப்பிவிட்டனர்.

குற்றவேலர்

அவர் பலவிதமான ஏற்ற இறக்கங்களுக்குப் பிறகு வெர்செல்வி சீமாட்டியிடம் (Contessa de Vercellis) குற்றவேல் புரியும் பணியாளராய்ச் சேர்ந்தார். அச் சீமாட்டி ரூசோ வேலைக்குச் சேர்ந்த மூன்றே மாதங்களில் இறந்து போனார். அவர் இறந்த பின்னர் அந்த மாளிகையிலிருந்த ஒரு ரிப்பன் துண்டைக் காணவில்லை. அதை ரூசோ எடுத்து வைத்துக்கொண்டார். அவர் அம்மாளிகையில் பணிபுரிந்த ஓர் இளம் பெண் மீது வெட்கமின்றிப் பழி போட்டு, ரிப்பனை அவளே திருடினாள் என்று சாதித்துவிட்டார்.

ரூசோவின் மனத்தில் இந்நிகழ்ச்சி ஆழ்ந்த வருத்தத்தை உண்டாக்கி விட்டது. அவரது வாணாள் முழுமையும் இந்நிகழ்ச்சி அவரை வாட்டி வதைத்து வந்தது. இச் செய்திகள் அனைத்தும் அவரே எழுதி வைத்திருப்பவை என்பதை நினைவிற் கொள்ளவேண்டும். அவர் இக்குற்றத்தையும் அதனால் உண்டான விளைவுகளையும் மனநிலை திரிந்ததால் மிகைப் படுத்திக் கூறியிருக்கலாம் என்பர்.

பல இடங்களிலும் பணி செய்த பின்னர், நிலை கொள்ளாத இளமை அவரை மீண்டும் மலைப் பகுதிக்கே அழைத்துச் சென்றது. அவர் இம்முறை தன்னைப் போலவே எவரது ஆதரவும் இல்லாதிருந்த ஓர் இளைஞரைத் தன்னுடன் அழைத்துச் சென்றார். அவர் அனிசிக்கே மீண்டும் போய்ச் சேர்ந்தார். அவரை அதற்கு முன்னர் ஆதரித்த வாரன்ஸ் சீமாட்டி இன்னும் அங்கு வாழ்ந்திருந்தார்.

இன்ப வாழ்க்கை

புதுமையான இப்பெண்ணின் வீட்டில் ரூசோ தங்கினார். ரூசோ 1729 முதல் 1738 வரை அவருடன் கிட்டத்தட்ட மிக நெருக்கமான உறவு கொண்டிருந்தார். ரூசோ இப்பெண்ணுடன் வைத்திருந்த உறவு எத்தகையது என்றறியும் ஆவலைத் தூண்டுகின்ற சிற்றின்பத் தன்மை வாய்ந்ததாய் இருந்தது. அதை மர்மமான உறவு என்றும் கொள்ளலாம். ரூசோ அப்பெண்ணை அம்மா (Maman) என்றழைத்தார். அவர் சிறு வயதிலேயே மணம் புரிந்து, கணவருடன் மன வேற்றுமை கொண்டு ரோமன் கத்தோலிக்கரானவர். சார்தீனிய மன்னர் அதன் காரணமாய் அப்பெண்ணுக்குச் சிறு தொகையை ஓய்வூதியமாய் அளித்துவந்தார்.

ரூசோ இந்தக் காலத்தில் ஏராளமாய்க் கற்றுக் கொண்டார். அவர் கவர்ச்சியானவரும் புதுமையானவரும் முப்பது வயதானவருமான இப்பெண்ணுடன் இன்பம் நிறைந்த வாழ்க்கையை நடத்திவந்தார். ரூசோ கிறித்தவத் திருச் சபையில் பதவி பெறும் நோக்குடன் பாதிரியாகும் பயிற்சியையும் பெற்றுவந்தார்.

1778

இசையாசிரியரா?

அவருக்குப் புரவலராயிருந்து அவரைக் காத்துவந்த இப்பெண்மணி ரூசோவைக் கைவிட்டதும் சிறிது காலம் ஆங்காங்கே சுற்றித் திரிந்துவிட்டுப் பின்னர் சுவிட்சர்லாந்தில் ஜெனீவ ஏரியின் கரையிலிருந்த லூசான் *(Lausanne)* நகரில் குடியேறினார். (இந்நகரம் கலைகளுக்கும் வாணிபத்திற்கும் பெரிய மையமாகும். இங்கு 1537 இல் ஒரு பல்கலைக் கழகம் அமைந்திருந்தது.) அவர் அங்கு தன்னை இசை கற்பிக்கும் ஆசிரியர் என்று கூறிக் கொண்டார். ஆனால் இசையில் அவருக்கு அரிச்சுவடி கூடத் தெரியாது.

அவர் தான் இசை அமைத்ததாய்க் கூறிக் கொண்ட இசையை அரங்கேற்ற முற்பட்டபோது, அவரது ஏமாற்றுத்தனம் வெளிப்பட்டது. அவர் மேலும் பல இடங்களில் அலைந்து திரிந்துவிட்டு 1732 ஆம் ஆண்டு வாரன்ஸ் சீமாட்டியிடம் மீண்டும் திரும்பினார். அப்பெண்மணி அப்போது தென்கிழக்குப் பிரான்சில் ஆல்ப்ஸ் மலை மீதிருந்த ஷாம்பரி *(Chembery)* என்ற ஊரில் இருந்தார். (இவ்வூர் பனிச்சறுக்கு விளையாட்டு *(Skating)* மையமாகும். முன்னர் இது சவாய்க் கோமகனான சிற்றரசரின் தலைநகராயும் இருந்தது.) வாரன்ஸ் சீமாட்டி ரூசோவிற்காகக் குருக்கள் பணியைச் சில இடங்களில் பெற்றுத் தந்தார். ரூசோவிற்கு அது விரைவில் அலுத்துப் போயிற்று. மீண்டும் இசை கற்பித்து வாழ முயன்றார். ஆனால் அவரால் இப்பணியைச் செய்வதற்கு இயலவில்லை.

வாரன்ஸ் சீமாட்டி அதன்பிறகு தன்னிடம் பணி புரிந்துவந்த கிளாடு ஏனட்டுடனும், இளம் ரூசோவுடனும் சேர்ந்து மூவருமாய் வாழ்க்கை நடத்தினார். ஏனட்டு இறந்ததும் மகிழ்ச்சி நிறைந்த இந்த முக்கூட்டு வாழ்க்கை கலைந்தது.

ரூசோ இதற்குப் பின்னர் தனக்கு ஏதோ ஒரு நோய் என்று கற்பித்து கொண்டு, வாரன்ஸ் சீமாட்டியின் செலவில், தென் பிரான்சைச் சேர்ந்த மாண்பெலியே *(Montpellier)* என்ற நகரில் தங்கினார் என்பர். (மாண்பெலியே : தலைச்சேரிக் கட்டுரை காண்க.) இங்கு வழக்கம் போலவே இப்போதும் யாரோ ஒருத்தியுடன் காதல் நாடகம் நடந்து கொண்டிருந்தது. ரூசோ என்ன காரணத்திற்காகவோ, தன்னை ஓர் ஆங்கிலேயர் என்று இப்போது கூறித் திரிந்தார்.

ரூசோ அங்கிருந்து வாரன்ஸ் சீமாட்டியிடம் திரும்பிச் சென்றபோது, தனது இடத்தில் இன்னொருவர் இருக்கக் கண்டார். எனினும் ரூசோ அப்போது இருந்த நிலைமைக்கு ஏற்ப நடந்து கொண்டார். இது சுமார் 1737 வாக்கில் நடந்தது. ரூசோவின் ''குறையேற்பு'' என்ற நூலில் தேதிகள் சரியாகவும் தெளிவாயும் குறிப்பிடப்படாமல் இருக்கின்றன.

ஓய்வும் அமைதியும் நிறைந்த வாழ்க்கை

ரூசோ உடலிலும் உள்ளத்திலும் நலமற்று இருந்தார் என்பதன் அறிகுறிகள் இக்காலத்தில் அடிக்கடி தென்பட்டன. அவர் வாரன்ஸ் சீமாட்டியிடம் நயந்து பேசி ஓர் அழகான பெண்ணை வீட்டில் குடி வைத்துவிட்டார். ரூசோ இங்கு வாழ்ந்த காலம்தான் அவரது வாழ்க்கையில் மிகவும் மகிழ்ச்சியானதாகும். அவர் இங்கு இயற்கையோடு இயைந்து ஓய்வும் அமைதியும் நிறைந்த வாழ்க்கையை நடத்தினார்.

ரூசோ இங்கு ஆழ்ந்த கருத்துள்ள நூல்களைப் படிக்கலானார். அவர் தன் வாழ்க்கையைப் பற்றித் தெரிவிக்கின்ற செய்திகளெல்லாம், அவரது ''குறையேற்பு'' என்ற நூலில் சொல்லப்படுகின்றன. அவர் இக்கால கட்டத்தில்தான் வால்டயரின் நூல்களையும் ஸ்பெக்டேட்டர் *(Spectator)* இதழ்களையும் படிக்கத் தொடங்கியதாய், இதில் எழுதியுள்ளார்.

இவையும் அவர் படித்த ஏனைய நூல்களும் வாரன்ஸ் சீமாட்டிக்கு உரிமையானவையாகும். அந்நூல்கள், ரூசோ இதுவரை கனவிலும் அறிந்திராத புதிய பல செய்திகளை அவருக்குத் தெரியக்காட்டின. அவர் மெய்யியலையும் ஊன்றிப் படித்தார். அவர் இந்நூலாசிரியர்கள் ஒவ்வொருவரும் கூறிய கருத்துகளை மனத்துள் வாங்கிக் கொள்வதற்கு முயன்றார். அதன் பிறகு தன்னுடைய தனிக் கருத்துகளை உருப்படுத்தினார். அவர் இலத்தீன மொழியில் புலமை பெறவும் முயன்றார்.

பாரிசை நோக்கி

மூவர் கூடி வாழும் காதல் வாழ்க்கை (*menage a trios*) நெருக்கடிக்குள்ளானதால், ரூசோ ஆசிரியத் தொழிலில் ஈடுபட்டார். அவருக்கு ஆசிரியத் தொழிலிலும் அலுப்பு ஏற்பட்டது. அதனால் மீண்டும் வாரன்ஸ் சீமாட்டியிடமே திரும்பினார். ரூசோவிற்கு அவரோடும் வாழ்க்கை கசந்தது. அவர் பாரிசை நோக்கிப் புறப்பட்டார். அங்கு இசையில் புதுவகைக் குறியீடுகளை உண்டாக்க நடந்து வந்த பணியில் நாட்டஞ் செலுத்தினார். ஆனால் அது பயன் தரவில்லை.

எனினும் பாரிஸ் நகரில் பெரும் பணக்காரச் சீமாட்டியர் பலரைச் சந்திக்கும் வாய்ப்பு ரூசோவிற்குக் கிடைத்தது. அவர்கள் ரூசோவிடம் நட்புப் பாராட்டினர். ரூசோ அவர்களின் முயற்சியால் வெனிசு நகரத்திலிருந்த பிரஞ்சுத் தூதுவரின் செயலாளராய் அனுப்பி வைக்கப்பட்டார். இந்தத் தொழில் பதினெட்டு மாதங்களே நீடித்தது. அதனால் அவர் பாரிசிற்குத் திரும்பிவிட்டார்.

1778

தெரசாளுடன் வாழ்க்கை

பாரிசில் செயிண் குவிண்டன் என்ற உணவுக் கடையில் பணிப் பெண்ணாயிருந்த தெரசாள் (*Theresa La Vasseur*) என்றவருடன் ரூசோ 1745 இல் சேர்ந்து அங்கு அவருடன் வாழலாயினார். இந்த விசித்திரமான உறவு ரூசோவிற்கு மனநிறைவளித்தது. ஏனெனில் அவர் தன்மீது பரிவு காட்டுபவர்களைவிட மேலான பற்றுக் கொண்டவர்களையே நாடினார். கற்றவர்களுடன் நிலையாய்க் கூடி வாழ்வதைப் பற்றிச் சிறிதும் அவருக்கு அக்கறையில்லை.

ரூசோ தெரசாளுடன் பதினாறு, பதினேழு ஆண்டுகள் வாழ்ந்த பின்னர், 1762 இல் அவர்களது உறவில் விரிசல் ஏற்பட்டது. ஏனெனில் தெரசாள் அவர் மீது கொண்டிருந்த உணர்வுகள் மாறிவிட்டன. ரூசோவும் இதனால் ஏற்பட்ட மனத் துயரைப் பற்றி இரங்கத்தக்க விதத்தில் எழுதி வைத்திருந்தார். அப் பெண்மணி அவருக்குப் பெற்ற குழந்தைகளை ரூசோ நடத்திய விதம் குறித்து அவள் வெறுப்புக் கொண்டது இயற்கையேயாகும். ஏனெனில் அவர்களுக்குப் பிறந்த ஐந்து குழந்தைகளும் ஏதிலியர் (அநாதைப்) பிள்ளைகளைச் சேர்க்கும் நிலையங்களின் முன்பு வைத்திருக்கும் பெட்டிகளில் ஒன்றன் பின் ஒன்றாய் வைக்கப்பட்டு விட்டன. இதைத் தெரசாள் எதிர்த்து மன்றாடிய போதும், இக்குழந்தைகளின் தந்தை (ரூசோ) பணவசதி இல்லாதவராதலால், அவற்றை ஏதிலியர் இல்லங்களில் விட்டுவைக்க வேண்டும் என்று ரூசோ விடாப்பிடியாய்க் கூறியது தெரசாளுக்கு அவர் மீது வெறுப்பு ஏற்படக் காரணமானது.

ரூசோ - தெரசாள் திருமணம்

ரூசோவின் இச்செயல் குறித்துப் பின்னாளில் அவருக்கு ஆதரவாய்ப் போலியான சில கருத்துக்கள் கூறப்பட்டன. தன் மக்கள் நலஞ் சூழ்ந்த எளிய வாழ்க்கை வாழட்டும்

என்பதற்காகத் தந்தையாயிருந்து தான் பெற வேண்டிய மக்கள் செல்வத்து மகிழ்ச்சியை ரூசோ துறந்துவிட்டார் என்று போலித்தனமான விளக்கம் இதற்குத் தரப்பட்டது. இறுதியில் மனம் நைவதற்கு இடமில்லாதபடி, ரூசோ 1768 ஆம் ஆண்டு தெரசாளை மணம் செய்து கொண்டார்.

ரூசோ 1744 முதல் 1756 வரை பதின்மூன்றாண்டுகள் பாரிசில் வாழ்ந்தார். இந்தக் காலத்தில்தான் அவருக்குக் குழந்தைகள் பிறந்தன. அவர் அப்பிள்ளைகளனைவரையும் கைவிட்டார். இதே காலத்தில்தான் பேருரைகள் (*Discourses*) என்ற நூலை ரூசோ எழுதினார். அவர் தனது வாழ்க்கையின் எஞ்சிய காலத்தில் தூப்பின் (*Dupin*), அவருடைய மகன் தெ ஃபிராங்குயில் (*de Francueil*) ஆகியோரிடம் செயலாளராய்ப் பணியாற்றினார். பிற் சொன்னவரின் வழியாய் ரூசோவிற்கு நல்ல வருவாய் தரக்கூடிய பதவி கிடைத்தது. ரூசோ எளிய வாழ்க்கை நடத்த வேண்டுமென்பதற்காக அப்பதவியை 1750 இல் கைவிட்டார்.

மீண்டும் ஜெனீவம்

அவர் 1754 இல் மீண்டும் ஒருமுறை ஜெனீவம் சென்றார். அவரின் பழைய காதலியான வாரன்ஸ் சீமாட்டி இப்போது வறுமையிலும் துன்பத்திலும் உழன்று கொண்டிருந்தார். ரூசோ அவர் மீது அன்பு காட்டினார். அவர் குடியிருந்த வீட்டை அவருக்காக மீட்டுத் தரவும் ரூசோ முன்வந்தார். எனினும் வாரன்சின் இன்னலைத் தணிக்குமளவிற்குத் தன்னால் உதவ முடியவில்லை என்று ரூசோ தன்னைத் தானே நொந்து கொண்டார். அவர் இப்போது ஜெனீவத்திற்கு வந்ததால், மீண்டும் புராட்டஸ்டண்டுச் சமயத்தில் சேர நேர்ந்தது.

அவர் இக்காலத்தில் நடந்துவந்த சமய வாதங்களில் மிகுந்த ஆர்வம் காட்டினார். இயற்கைச் சமயம் பற்றியே இவ்விவாதங்கள் பெரிதும் நடந்தன. ரூசோ ஜெனீவத்தை விடுத்து மான்மோரன்சி (*Montmorency*) என்ற காட்டில் தான் அமைத்திருந்த ஒரு குடிலில் வாழ வேண்டும் என்று டி'எப்பினை (*Madam d'Epinay*) என்ற சீமாட்டி அவருக்கு ஓர் இடத்தைத் தந்தார். அந்தக் குடிலை ஏற்பதால் தனது சுதந்திரம் கெடாது என்பதை உறுதி செய்த பின்னரே ரூசோ அதை ஏற்றார்.

''தனிமை மனை'' - ஹெர்மிட்டேஷ்

ரூசோ அக்குடிலுக்குத் ''தனிமை மனை'' (*Hermitage*) என்று பெயர் தந்தார். அவர் இதைத் தேர்ந்தெடுத்தார் என்பது, பாரிசிலிருந்த அவருடைய நண்பர்களுக்கு வியப்பளித்தது. அவர்கள் தனிமையை விரும்பாதவர்கள். ரூசோ அங்கு சென்று வாழ்வதென்று முடிவு செய்ததும், அந்தக் குடிலில் குடியேறிவிட்டார். ரூசோ இனி எழுத வேண்டும் என்று கொண்டிருந்த துடிப்பை, அவரது மனம் முட்டித் தள்ளிக் கொண்டிருந்த நேரம் இதுவாகும். இது 1756 ஆம் ஆண்டின் இளவேனிற் காலம்.

அவர் ஆனே தெ செயிண் பியரி எழுதியவற்றைத் தொகுக்கும் பணியில் இப்போது ஈடுபட்டார். எனினும் அப்பணி, முற்றுப்பெறவில்லை. இதன் பிறகு டி'எப்பினை சீமாட்டியின் மைத்துனியான டி'ஹூடிதோ (*D'Houdetot*) என்ற சீமாட்டியை ரூசோ காமுற்றார். அதனால் ரூசோ தன்னைப் புரந்த டி'எப்பினை சீமாட்டியிடம் சண்டையிட்டுக் கொண்டு, மான்மோரன்சியின் அருகிலிருந்த மௌண் ஓயா என்ற இடத்திற்குப் போய்விட்டார். ரூசோ இந்த இடத்தில் வாழ்ந்த போதுதான் வால்டயரின் நட்பை

முற்றிலும் இழக்கக் காரணமான கருத்து வேறுபாடு தோன்றியது. அவர் பலருடன் மனக் கசப்புக் கொண்டதும் வெறுப்புக் கொள்ள நேர்ந்ததும் இங்குதான்.

ரூசோவின் அரிய நூல்கள்

ரூசோ இதே காலத்தில்தான் அரிய பல நூல்களை எழுதினார். அவர் ஹெர்மிட்டேசிலிருந்து எழுதிய *La novelle Heloise* 1760 ஆம் ஆண்டிலும் சமுதாய ஒப்பந்தம் என்ற *Contrat Social, Emile* இரண்டும் 1762 ஆம் ஆண்டிலும் வெளிவந்தன. புது எழுத்தாளராய் உருவாகிக் கொண்டிருந்த அவரின் நூல்கள் அச்சாகிச் சுற்றுக்கு வருமுன்னரே, எல்லா வகையான இடையூறுகளையும் ரூசோ எதிர்ப்பட நேர்ந்தது.

அவரது எமிலியை எரிக்க வேண்டும்; அதன் ஆசிரியரைச் சிறையில் தள்ள வேண்டும் என்று 1762 ஆம் ஆண்டு கண்டனங்கள் எழுந்தன. நாட்டை விட்டு ஓடிப் போவதைத் தவிர அவருக்கு வேறு வழி தெரியவில்லை. அவர் சுவிட்சர்லாந்தின் தலை நகரான பெர்ன் அமைந்திருந்த பெர்ன் கோட்டத்திற்குத் தப்பியோடினார். எனினும் அங்கிருந்தும் கிளம்ப நேர்ந்தது. பிரஷிய மன்னரான மாஃபிரடரிக்கு தன் அரசியல் பரப்பிலிருந்த நியூ ஷேட்டல் (*Neuchatel*) என்ற பகுதியில் ரூசோவிற்குப் புகலிடம் தந்தார். தெரசாள் அங்கு போய் ரூசோவுடன் சேர்ந்து கொண்டார்.

முடங்கற் கலை

ரூசோ இக்கால கட்டத்தில் கருத்து வேறுபாடுகளைக் கிளப்பிவிட்ட பல கடிதங்களை அங்கிருந்து எழுதினார். முடங்கற் கலையில் ரூசோவிற்கும் தனியிடம் உண்டு. அவர் இங்கிருந்துகொண்டு ஆங்கில வரலாற்றாசிரியரான எட்வர்டு கிப்பனுடனும் (1737-1794) ஆங்கில எழுத்தாளரான ஜேம்ஸ் பாஸ்வலுடனும் (1740-1795) கடிதத் தொடர்பு கொண்டார்.

ஓட்டம்

ஜெனீவக் குடியரசு தன்னை அநியாயமாய் நடத்திவிட்டது என்பதை முழுமையாய் மெய்ப்பிக்கும் *Lettres da la Montagne* என்ற கடிதத் தொகுதியை 1764 இல் ரூசோ வெளியிட்டார். இக்கடிதத் தொகுதி நூல் பாரிஸ் நாடாளுமன்றத்தினருகில் தீயிட்டுக் கொளுத்தப்பட்டது. இந் நேரம் நியுஷேட்டலில் இருந்த கிறித்தவத் தலைமை அவருக்கு எதிராய்க் கிளம்பிற்று. அவர் மிகவும் கொடுமைப் படுத்தப்பட்டதால் வடமேற்குச் சுவிட்சர்லாந்தின் பியல் ஏரியிலுள்ள ஒரு தீவிற்கு ஓடிப் போக நேர்ந்தது. அவர் அங்கிருந்தும் பின்னர் ஓடிப் போக வேண்டி வந்தது.

இங்கிலாந்தில்

ரூசோ இங்கிலாந்தில் வந்து குடியேற வேண்டும் என்று வந்த அழைப்பை ஏற்றுக் கொண்டார். மெய்யியலார்,பொருளியலார், வரலாற்றாசிரியர் என்ற சிறப்புகளைப் பெற்ற ஸ்காத்தியரான டேவிடு ஹீயூம்(1711-1776), 1766 ஆம் ஆண்டு ரூசோவை இலண்டனுக்குக் கொண்டு வந்தார். அவருக்குப் பாரிசில் போலவே இலண்டனிலும் பெரிய வரவேற்புத் தரப்பட்டது.

அவர் தெரசாளுடன் ஊட்டன் (*Wooten*) அருகிலுள்ள பீக்கு ஆஃப் டெர்பிசயர் (*Peak of Derbyshire*) என்ற இடத்தில் மார்ச்சு மாதம் குடியேறினார். அது நல்ல குளிர் காலம்.

1778

அங்கு ரூசோவிற்கு எந்த வேலையும் இல்லை. அதனால் அவர் ஹியூமுடன் சண்டையிட்டு அவர் மீது பலகுறைகளைக் கூறினார்.

குறையேற்பு

ஹிமினால் ரூசோவின் நன்றிகெட்ட இச்செயலைப் பொறுத்துக் கொள்ள முடியவில்லை. சண்டை வலுத்தது. அதில் இலக்கியப் புள்ளிகள் பலர் கலந்து கொண்டனர். ரூசோ மனநிலை திரிந்தார்; எண்ணங் குலைந்தார்; இரங்கத்தக்க நிலைக்குப் போய்விட்டார். அப்போது தனது ''குறையேற்பு'' நூலின் முதற் பாகத்தை எழுதத் தொடங்கினார்.

கடைசியில் அவர் கிட்டத்தட்டக் கிறுக்குப் பிடித்தது போன்ற நிலையில் பிரான்சிற்கு ஓடினார். அங்கு பின்னாளில் புகழ் பெற்ற பிரஞ்சு அரசியலாரான மிரபோவின் தந்தை ரூசோவிற்குப் புகலிடம் தந்தார். பின்னர் ஓர் இளவரசர் அடைக்கலம் கொடுத்தார். ரூசோ அங்கு ''குறையேற்பு'' நூலின் இரண்டாம் பாகத்தை *1767-1768* ஆம் ஆண்டுகளில் எழுதினார்.

அவர் இக்காலத்தில் தாவரவியல் ஆய்விலும் ஈடுபட்டார். அதன் பிறகும் அவரது ஓட்டம் நிற்கவில்லை. பல நாடுகளுக்கு ஓடிப்போக நேர்ந்தது. அவர் கடைசியில் *1770* ஆம் ஆண்டு பாரிசிற்கு வந்து சேர்ந்தார். அங்கு அவ்வாண்டில் ''குறையேற்பு'' எழுதி முடிக்கப் பெற்றது. இந்த *1770* ஆம் ஆண்டு பிரஞ்சு இளவரசருக்கும் (பின்னாளில் பதினாறாம் லூயி) ஆஸ்திரிய இளவரசி மாரி அந்தாய்னாத்திற்கும் திருமணம் நடந்தது. (இ.ச.க.தொகுதி-7) பதினைந்தாம் லூயிக்கும் நாடாளுமன்றத்திற்கும் மோதல் ஏற்பட்டது.

1778

இறுதிவரை எழுத்துப் பணி

ரூசோ தன் வாழ்க்கையின் இறுதி எட்டாண்டுகளைப் பாரிசில் கழித்தார். அவர் கடைசி வரையிலும் எழுதிக் கொண்டேயிருந்தார். ரூசோ சிறிது காலம் தெரசாளிடமிருந்து பிரிந்து வாழ நேர்ந்தது. அவர்கள் மீண்டும் இணக்கமாயினர். ரூசோ எழுத்துப்பணியில் முனைந்து *Discourses* ஐ எழுதி முடித்தார். அவர் தன் நண்பர்களுடன் வேண்டாத வீண்சண்டையில் ஈடுபட்டாலும், அவரது கடைசிக்காலம் முன்னை விட அமைதியாகவே இருந்தது.

ரூசோ மிகவும் வறியவராய் விட்டார். இங்கிலாந்தின் மூன்றாம் ஜார்ஜ் மன்னர் அவருக்கென்று அளித்த உதவித் தொகையைக்கூட ரூசோவினால் ஏற்றுக் கொள்வதற்கு இயலவில்லை. தெரசாளும் அவரைக் கவனித்துக் கொள்வதற்கு இப்போது இல்லை. ரூசோ *1778* ஜூலை *2* அன்று இறந்தார். அது தற்கொலையென்று சிலர் ஐயுற்றனர். அவரை முதலில் ஒரு தீவில் அடக்கம் செய்தனர். பின்னர் பிரஞ்சுப் புரட்சி நடந்த காலத்தில் *(1789-1799)* வால்டயரும் ரூசோவும் பாரிசிலுள்ள பாந்தியனில் *(Pantheon)* கொண்டு வந்து மறு அடக்கம் செய்யப்பட்டனர்.

வால்டயரும் ரூசோவும்

வால்டயர் *84* வயதிலும் ரூசோ *67* வயதிலும் கிட்டத்தட்ட இரண்டு மாத இடைவெளியில் இந்த *1778* ஆம் ஆண்டு பாரிசில் இறந்தனர். பிரான்சில் இதே நூற்றாண்டின் கடைசிக் காலத்தில் எழுந்த பெரும் புரட்சிக்கு வழிகோலியவர்கள் என்று

இவ்விருவரும் கருதப்படுகின்றனர். இப்புரட்சிக்குப் பலியான பூர்பான் குடி மன்னரே அங்ஙனம் இருவரையும் கருதினார். வில் டூரண் இவ்விருவரையும் ஒப்பு நோக்கி எழுதுவார்.

அறிவாற்றலுக்கும் உள்ளுணர்ச்சிக்குமிடையே நடந்து வரும் முன்னம் பழைய மோதலையே இவ்விருவரிடத்திலும் நாம் மீண்டும் காண்கின்றோம். வால்டயர் எப்போதுமே மெய்யறிவை நம்பியவர். 'நாம் பேச்சாலும் எழுத்தாலும் மனிதனை மேலும் மிகுதியாயும் சிறப்பாயும் அறிவு விளக்கம் பெறுமாறு செய்து விட முடியும்' என்ற கருத்தை உடையவர் வால்டயர். ரூசோவோ அறிவு விளக்கத்தில் சிறிதளவே நம்பிக்கையுடைவர்: அவர் செயல் திறனையே நாடினார். புரட்சியில் அடங்கியுள்ள இடர்களைக் கண்டு அவர் அஞ்சி விடவில்லை. குழப்பத்தினாலும் தொன்மைப் பழக்க வழக்கங்கள் வேரோடு சாய்க்கப்பட்டு விட்டதாலும் சிதறிப் போகும் சமுதாயக் கூறுகளை ஒன்றுபடுத்துவதில் சகோதரத்துவ உணர்வு துணை நிற்கும் என்று ரூசோ நம்பினார். சட்டங்களை நீக்கி விடுவோம்; மனிதன் அப்போது சமத்துவம், நீதி ஆகியவற்றின் ஆட்சியில் வாழ்வான் என்று கூறினார்.

ரூசோ தனது ''ஏற்றத் தாழ்வின் தோற்றுவாய் பற்றிய பேருரை'' *(Discussion on the Origin of Inequalities)* சுருக்கமாய் *Discourses* என்ற நூலை வால்டயருக்கு அனுப்பியிருந்தார். அவர் அந்நூலில் நாகரிகம், கற்றறிவு, அறிவியல் ஆகியவற்றுக்கு எதிரான கருத்துகளைக் கூறியிருந்தார். நாகரிக முதிர்ச்சியற்ற காட்டு மிராண்டிகளிடமும் விலங்குகளிடமும் காணப்படும் இயற்கைச் சூழ்நிலைக்கு மனிதன் திரும்ப வேண்டும் என்று ரூசோ அந்நூலில் எழுதியிருந்தார். வால்டயர் இந்நூலைப் பெற்றுக் கொண்டு ரூசோவிற்கு எழுதினார்:

''ஐயா, மனித இனத்திற்கு எதிரான கருத்துகளைக் கூறும் தங்களின் புதிய புத்தகத்தை நான் பெற்றுக் கொண்டேன். நம்மையெல்லாம் விலங்கு நிலைக்கு மாற்ற முயல்வதற்குத் தங்களைப் போன்று இத்தனை வேடிக்கையாய் எவரும் கருத்துக் கூறியதேயில்லை; உங்கள் புத்தகத்தைப் படிக்கும்போது, நாலு காலில் நடக்க வேண்டுமென்று ஒருவரை ஏக்கம் கொள்ளுமாறு அது செய்கின்றது. இருப்பினும் நான் அறுபதாண்டுகளுக்கு முன்னர் (நாலு காலில் நடக்கும்)அந்த வழக்கத்தை விட்டுவிட்டதால், மீண்டும் அதைப் போல் நடப்பதற்குத் துரதிருஷ்டவசமாய் முடியாமலிருக்கின்றது.''

ரூசோ ''சமுதாய ஒப்பந்தம்'' என்ற தனது நூலிலும் காட்டுமிராண்டித் தனத்தின் மீது கொண்டிருந்த வேகத்தைக் கண்டு வால்டயர் மிகுந்த எரிச்சலுடன் போர்டஸ் *(Bordes)* என்பவருக்கு எழுதினார்:

''பாருங்கள், ஒரு குரங்கு மனிதனைப் போல் தோன்றுவதைப் போன்று, ரூசோ ஒரு மெய்யியலாரைப் போன்று இப்போது தோன்றுகின்றார்.''

ரூசோ நூற்றுக்கணக்கான எதிரிகளால் துரத்தி விரட்டப்பட்டபோது, அவர் தன்னிடம் வந்து தங்கவேண்டும் என்று வால்டயர் அவரை அழைத்தார். ''அப்படி நேர்ந்திருந்தால், அது எவ்வளவு சிறப்பாய் அமைந்திருக்கும்''என்று வில் டூரண் வியக்கின்றார்.

நாகரிகத்தைப் பலரறியப் பழிப்பதெல்லாம் சிறுபிள்ளைகளுக்குரிய மடத்தனம் என்று வால்டயர் உறுதியாய் நம்பினார். மனிதன் காட்டுமிராண்டி நிலையில் இருப்பதைவிட நாகரிக நிலையில் ஒப்பிட்டுக் கூற முடியாத அளவிற்கு வெகு சிறப்பாய் வாழ்கின்றான் என்று அவர் கருதினார். மனிதன் இரையை அடித்து தின்னும் விலங்கு

இயல்பு உள்ளவனேயாவான்: ஆனால் நாகரிகச் சமுகம் என்பது அந்த விலங்குப் பண்பைச் சங்கிலியால் கட்டி வைத்திருப்பதேயாகும். நாகரிகம் அந்த விலங்குத் தன்மையை மடங்கச் செய்கின்றது.

சமூக நெறி முறைகளின் வழியே அறிவாற்றலையும் அதன் இன்ப சுகங்களையும் பெறக்கூடிய மேம்பாட்டை நாகரிகத்தினால் அடைய முடிகின்றது என்று வால்டயர் ரூசோவிற்கு எழுதினார். மனிதனின் இயல்புகளை மாற்றாமல் சமூக அமைப்புகளை மாற்றுவதற்கு ஒருவர் முற்படுவாரேயானால், மாற்றப்படாத அவ்வியல்பு மீண்டும் அதே சமூகக் கட்டமைப்புகளுக்குப் புத்துயிர் கொடுத்துவிடும் என்று வால்டயர் நம்பினார்.

மனிதன் சமுதாய அமைப்புகளை உண்டாக்குகின்றான்; சமுதாய அமைப்புகள் மனிதனை உருப்படுத்துகின்றன. சங்கிலி போன்ற இத்தீச் சுழற்சியில் மனிதனால் கொண்டுவரப்படும் மாற்றம் எந்தக் கண்ணியை உடைக்கும்? மனிதனுக்கு அறிவு புகட்டி, அவனை மெதுவாயும் அமைதியாயும் மாறச் செய்து இந்தத் தீச் சுழற்சியை முறிக்கலாம் என்று வால்டயரும் முற்போக்காளரும் எண்ணினர்.

ஆனால் உள்ளுணர்வு மிகக் கொண்டும் தீவிர உணர்வோடும் பழைய சமுதாய அமைப்புகளை உடைத்து மனம் கூறுகின்றபடி புதிய அமைப்புகளைக் கட்டியெழுப்பினால், அங்கு சுதந்திரம், சமத்துவம் சகோதரத்துவம் ஆட்சிபுரியும் என்று ரூசோவும், தீவிரப் போக்கினரும் கருதினர்.

இரு வேறுபட்ட இக் கூட்டத்தாரின் கருத்துகளையும் தாண்டி உண்மை நிறகின்றது எனலாம். உள்ளுணர்வு கொண்டு பழைமையைத் தகர்த்தாக வேண்டும்; ஆனால் அறிவாற்றலால் மட்டுமே புதிய சமுதாய அமைப்புகளைக் கட்டி எழுப்ப முடியும்.

வால்டயருக்கு ரூசோவைப் போன்று புரட்சியில் நம்பிக்கையில்லை என்பதை அவர் மனிதன் பற்றித் தன் ''அகராதி'' நூலில் எழுதிய கருத்துத் தெளிவாய்ப் புலப்படுத்தும்:

''தாயின் கருவில் வெறுஞ் செடி கொடியின் நிலையிலிருந்து மனிதனை வளர்த்து உருப்படுத்துவதற்கு இருபதாண்டுகளாகின்றன. பின்னர் அவனை விலங்கு நிலையிலிருந்து, அதாவது பிள்ளைப் பருவத்திலிருந்து அறிவு முதிர்ச்சியை உணரும் அளவிற்கு வளர்க்கின்ற நிலையையும் அவன் இக்கால கட்டத்தில் அடைகின்றான். மனிதனின் வாழ்க்கைக் கட்டமைப்பு எத்தகையது என்பதில் சிறிதளவை அறியவே முப்பது நாற்பதாண்டுகள் தேவைப்படுகின்றன. அவனது ஆன்மாவைப் பற்றி அறிந்து கொள்வதற்கு ஒரு கணம் போதும்''.

வால்டயருக்கு மனித உயிர் என்பது மிகப் பெரியதாய்த் தோன்றியது.

ஆனால் ரூசோ அவ்வாறு கருதவில்லை என்பதை அவருடைய அரசியல் சித்தாந்தங்கள் புலப்படுத்துகின்றன.

எனினும் கட்டுத்தளையற்ற சுதந்திரம் வேண்டும் என்ற சிந்தனையை இவ்விருவரும் பதினெட்டாம் நூற்றாண்டில் மனிதரிடையே உண்டாக்குவதில் பெருந் துணையாயிருந்தனர்.

3. வீரமும் அதன் விலையும்

பாரசிகர்க்கும் கிரேக்கர்க்கும் கி.மு.490 ஆம் ஆண்டு நடந்த போரில் இந்திய வில்லாளியர் பாரசிகர் தரப்பிலிருந்து போர் புரிந்தனர். சங்க கால வேந்தர்களின்

படைகளில் பன்மொழி பேசியோர் பணி செய்தனர். ஐரோப்பியத்தில் நடந்த பல போர்களில் வேற்று நாட்டு மன்னர்களின் படைகளில் பிற நாடுகளின் கூலிப் படையினர் சேர்ந்திருந்தனர். நடு ஆசியத்திலிருந்து வந்த பல இனத்தாரும் இந்துக்களும் முகலாயர் படையில் அடங்கியிருந்தனர். மராட்டியரின் படையில் முஸ்லிம்கள் சேர்ந்து, அவர்களுக்காகப் போரிட்டனர்.

கிழக்கிந்தியக் கம்பெனியும் பிரஞ்சுக் கம்பெனியும் அமைத்திருந்த நாட்டுப் பட்டாளங்களில் இந்துக்களில் மேல் சாதியினரும் முஸ்லிம்களும் சேர்க்கப்பட்டனர். இக்கம்பெனிகளின் படைகளில் ஐரோப்பிய நாட்டவர் பலரும் இருந்தனர். வீரத்தை விலை கூறிய கூலிப் படையினர் வரலாறு நெடுகிலும் இருந்து வந்தனர். இன்றும் இருந்து வருகின்றனர் என்பதை நாம் அறிவோம்.

ஐரோப்பியக் கூலிப் படை

ஔரங்கசீபு 1707 ஆம் ஆண்டு செத்ததும், வலிமை வாய்ந்த மைய அரசான முகலாயர் ஆட்சி தாழ்ச்சியுற்றது. அப்போது புதியனவாய்த் தோன்றிய நாட்டு அரசுகள் பலவற்றின் மன்னர்கள், தமக்கென்று தனிப்படை வேண்டும் என்று விரும்பினர். இப்போது இந்து தேசத்தில் குழப்பமும் அரசாட்சி அழிந்த நிலையும் தோன்றின. இந்நிலையில் ஐரோப்பிய வீரர்கள் இந்திய அரசர்களுக்குத் தம் ஊழியத்தை அளிப்பதற்குத் தயங்கவில்லை. யார் மிகையான கூலி தருகின்றனரோ, அவரின் கூலிப் படையில் அவர்கள் சேர்ந்தனர்.

பதினெட்டாம் நூற்றாண்டின் பிற்பகுதியில் ஐரோப்பியப் படைக்கும் நாட்டுப் படைக்கும் இடையில் நடந்த சண்டைகளையும், அவற்றில் ஐரோப்பியர் தம் சிறு படையால் பெரும் படையைப் புறமுதுகிட்டு ஓடச் செய்ததையும், ஐரோப்பியரான பிரஞ்சுக்காரருக்கும் ஆங்கிலேயருக்கும் நடந்த சண்டைகளையும் இந்திய வல்லாளர்கள் கண்ட பிறகு, ஐரோப்பிய படைக் கலன்களும் போர் உத்திகளும் உயர்ந்தவை என்ற உண்மையை அறிந்தனர். அவர்கள் தம் படையினருக்குப் பயிற்சியளித்து அவர்களை நடத்திச் செல்வதற்குப் பிரஞ்சு, ஜெர்மன், டச்சு, போர்த்துக்கீசு, சுவிட்சர்லாந்திய, ஆங்கிலப் படையதிகாரிகளைக் கண்டமேனிக்கு அமர்த்தலாயினர்.

''வெள்ளை அரசர்''

இத்தகைய கூலிப் படையினரில் ஜார்ஜ் தாமஸ் என்றவரின் கதை சுவையானது. அவரை எல்லோரும் ''ஜகாஸ் பாபு'' (கப்பல் துரை) என்று அழைத்தனர். ஜார்ஜ் என்ற பெயர் திரிந்து இவ்வாறு வழங்கியிருத்தல் கூடும். இவர் தன் பிறப்பு வளர்ப்பை எவருக்கும் தெரியாமல் மறைத்து வைத்துக் கொண்டார். இவர் தென் அயர்லாந்தின் மன்ஸ்டர் மாநிலத்திலுள்ள மலைப்பாங்கான திப்பராரி கோட்டத்தில் பிறந்தவர். அவர் சிறுவயதில் வீட்டை விட்டு ஓடி வந்ததும் அந்தக் கப்பலிலிருந்தும் ஓடிப் போனார் என்றும் அறிகின்றோம்.

அவர் தென்னிந்திய அரசர்களின் கூலிப் படையில் பணியாற்றியிருக்கின்றார். அவருக்குக் குதிரையேற்றத்தில் நல்ல பயிற்சி இருந்தது. குதிரைப் படையினருக்குப் பயிற்சியளிக்கவும் அறிந்திருந்தார். பீரங்கிகளை இயக்கும் திறமும் உடையவர். பீரங்கி உறுப்புகளை வார்த்தெடுக்கவும் கற்றிருந்தார். பாரசிகமும் இந்தியும் எழுதப் படிக்கக் கற்றிருந்தார். அவர் அயர்லாந்தைச் சேர்ந்த கற்றறிந்த குடும்பத்திலிருந்து வந்தவர் என்பதை இச் செய்திகளிலிருந்து அறிகின்றோம்.

சம்ரூ

அவர் தன் இருபதாவது வயதில் தெற்கிலிருந்து வடநாடு சென்று, முதலில் மராட்டியரிடத்திலும், பின்னர் பேகம் ''சம்ரூ'' என்ற குறுநில அரசியிடமும் போர்ப்பணி செய்தார். பேகம் ஜெபுன்னிசா என்ற அந்தப் பெண் தன் அந்தப்புரத்திலிருந்து ஒரு பெண்ணை ஜார்ஜிற்கு மணமுடித்துக் கொடுத்து அவரைத் தன்னிடமே வைத்துக் கொண்டார்.

ஜார்ஜ் தாமஸ் ஒரு கொள்ளைக்காரராகவே வாழ்ந்தார். அவர் சிறிது காலம் சும்மாயிருப்பார்; அது தன் படைவீரர்களுக்குக் கூலி தரவேண்டிய நெருக்கடி வரும் வரையில்தான். அதன் பிறகு அருகிலுள்ள ஒரு கோட்டையை முற்றுகையிட்டு அதைக் கொள்ளையடித்துப் பணம் சேர்ப்பார்.

அவரது புகழ் 1794 இல் உச்ச கட்டத்தில் இருந்த காலத்தில் அவரைத் ''தாமஸ் இராஜா'' என்றே அழைத்தனர். ''சட்லஜ் ஆற்றின் தெற்கே சீக்கியருக்கு உரிமையான நாடுகளனைத்திற்கும் சர்வாதிகாரி'' என்று அவர் தன்னை அழைத்துக் கொண்டார்.

இவர் கூலிப் படைத் தலைவர் அனைவரையும் போலவே தனது தனி நல ஆதாயத்திற்காவே சண்டை செய்தார். இவர் 1802 ஆம் ஆண்டு இறந்ததும் இவரைப் பர்ஹான்பூர், பெர்காம்பூர் என்றெல்லாம் அழைக்கப்படும் பிரம்மபுரி என்ற தக்காணத்து ஊரில் அடக்கம் செய்தனர்.

(இந்த ஊரைப் பற்றிய செய்தி இ.ச.க.தொகுதி-3 இல் சொல்லப்பட்டுள்ளது. இவ்வூர் பாமினி அரசில் அடங்கியிருந்தது. அதன் கீழிருந்த கான்தேஷ் என்ற சிற்றரசின் தலைநகர் பெர்காம்பூராகும். இவ்வூருக்குச் சில சிறப்புகள் உண்டு. இது முக்கியமான ஊராயிருந்ததால், முகலாயப் பேரரசரின் மகன், சிற்றப்பன் அல்லது பெரியப்பன் ஆகியோர் மட்டுமே கான்தேஷ் என்ற இம்மாநிலத்தின் ஆட்சிப்பொறுப்பை ஏற்றிருந்தனர். ஔரங்கசீபு தன் தந்தையின் ஆட்சிக்காலத்தில் பிரம்மபுரி என்ற பெர்காம்பூரில் தான் முகலாய அரசப் பேராளராகப் பல காலம் இருந்தார். அவரின் தாயான மும்தாஜ் மகால் இந்த ஊரில்தான் இறந்தார். இவ்வூர் சென்னையிலிருந்து வடகிழக்கில் சுமார் 828 கிலோ மீட்டர் தொலைவில் இருக்கின்றது.)

ஜார்ஜ் தாமஸ் மனமுடைந்துதான் இறந்தார். அவர் தாயகம் திரும்புவதற்கு முயன்றார். ஆனால் கல்கத்தாவை அடையுமுன்னர் இறந்தார். அவரின் கீழ்ப் பணியாற்றிய வீரர்கள் அவர் செத்தபின் வேறு எவரின் கீழும் இருப்பதற்கு விரும்பாது சன்னியாசிகள் ஆகப்போவதாய்ச் சத்தியம் செய்தனர்.

ஜேம்ஸ் ஸ்கின்னர்

கிழக்கிந்தியக் கம்பெனியிடம் தனக்கென்று தனியாகக் ''கம்பெனிப்படை'' என்ற ஒரு படை இருந்தது. அதற்குத் துணையாகப் பிரிட்டிஷ் ''மன்னர் படை'' என்ற படையும் நிலவிற்று. கிழக்கிந்தியக் கம்பெனி எப்போதோ ஒருமுறை மேற்சொன்னவர்களைப் போன்ற கூலிப் படையினரை நாடினாலும், அவர்களைத் தன் தலைமைக்கு அடங்கிய படையில் வைத்துக் கொண்டது. அத்தகைய வீர தீர சாகசக்காரர்களுள் ஜேம்ஸ் ஸ்கின்னரும் ஒருவர். அவர் தன் வீரச் செயல்களால் ஐரோப்பியரிடையே ஒரு காவியத் தலைவர் போல் ஆனார்.

ஸ்கின்னர் 1841 இல் இறந்ததும் அவரை டெல்லிக்கு வடக்கிலுள்ள ஹன்சி என்ற இடத்தில் ஜாகீர் நிலம் ஒன்றில் அடக்கியுள்ளனர். கிழக்கிந்தியக் கம்பெனி மிகுந்த நன்றிப் பெருக்குடன் அந்நிலத்தை அளித்தது. அங்கு அவர் புதைக்கப்பட்ட ஒரு மாதத்திற்குப் பிறகு, அவரது சடலத்தைத் தோண்டியெடுத்து டெல்லிக்குக் கொண்டு சென்றனர். அவர் அங்கு கட்டியிருந்த புனித ஜேம்ஸ் சர்ச்சின் பலி மேடைக்குக் கீழே மீண்டும் அவரது சடலத்தை அடக்கம் செய்தனர்.

ஒரு முறை ஸ்கின்னர் களத்தில் இறந்துவிட்டார் என்று எண்ணிப் படுகாயம்பட்டவரை விட்டுச் சென்றனர். அப்போது நான் உத்தமக் கிறித்தவனாக வாழ்வேன் என்று அவர் நோற்றுக் கொண்ட நோன்பின் காரணமாகப் பிழைத்துக் கொண்டதால், புனித ஜேம்ஸ் சர்ச்சை டெல்லியில் கட்டினார். அவர் அத்துடன் தன் பன்னிரு காமக்கிழத்தியரையும் கைவிட்டார். ஸ்கின்னர் தன் முஸ்லிம் மனைவிக்காக ஒரு பள்ளிவாசலையும் கட்டினார். அவர் இந்துவான தன் தாய்க்கென்று ஒரு கோயிலையும் கட்டுவித்தார். எப்பாடு பட்டாகிலும் விண்ணுலகேகி விட வேண்டும் என ஸ்கின்னர் இத் திருப்பணிகளைச் செய்தார்.

ஸ்கின்னர் ஸ்காத்தியப் போர் வீரர் ஒருவருக்கும் போரில் சிறை செய்யப்பட்ட இரசபுத்திர மேட்டுக் குடிப் பெண்ணுக்கும் மகனாய்ப் பிறந்தார். அவரது நிறம் சற்று மங்கலாயிருக்குமாம்.

1778

அவரது இளமைக் காலம் மிக எளிய சூழலில் கழிந்தது. அவர் ஓர் அச்சகத்தில் பணி புரிந்தார். தொழில் செய்து பிழைக்கலாமென்று முதலில் கூலியாயும் பின்னர் ஒரு தச்சரிடம் எடுபிடி ஆளாயும் இருந்தார். கடைசியில் அவரின் ஞானத் தந்தையான கர்னல் பர்ன் என்பவர் பெரும் புகழ் வாய்ந்த தெ போயினி (*De Boigny*) என்றவருக்கு அறிமுகக் கடிதம் தந்து ஸ்கின்னரை அவரிடம் அனுப்பினார். அதனால் ஸ்கின்னர் குவாலியரின் சிந்தியாவிடம் பணிபுரிந்து மேல்நிலை அடையும் வாய்ப்புக்கிடைத்தது. அவர் தன் வாழ்வின் இறுதிக் காலத்தில் அதைவிடப் பெரிய வட்டாரங்களிலெல்லாம் சுழன்று வந்திருக்கின்றார். அவர் அவமானத்திற்கும் இழி மொழிகளுக்கும் ஆளானதுமுண்டு.

ரெயின்ஹாட்டு

இத்தகைய கூலிப் படையினருள் ஜெர்மன்காரரான ரெயின்ஹாட்டும் இடம் பெறுகின்றார்.

ரெயின்ஹாட்டு டெல்லியின் வடகிழக்கில் சுமார் அறுபது கிலோ மீட்டரிலுள்ள மீரத்தைச் சேர்ந்த சர்தானா என்ற இடத்தில் நிலையாய்க் குடியேறிவிட்டார். அவர் தன் ஆளுகையிலிருந்த பகுதிகளில் வரியை இரட்டிப்பாக்கினார். அவர் தன் போர்த் தந்திரங்களால் பீரங்கியையே இழக்காதவர் என்று பெயர் பெற்றார்.

பேகம் சம்ரூ

ரெயின்ஹாட்டு இறந்த பிறகு அவரது மனைவியான பேகம் சம்ரூ தன் படைகளுக்குத் தானே தலைமை ஏற்று வீரமாய்ப் போராடினார். அவர் ஐரோப்பியர் பலரை வரிசையாய்க் காதலராய்க் கொண்டிருந்தார். அவர் தன் அந்தப்புரத்தில் பல பெண்களை வைத்திருந்தார். அவரின் அடிமைப் பெண்டிரில் இருவர் தம் காதலருடன் தப்பியோட முயன்றபோது பேகம் சம்ரூ அவர்களைப் பிடித்துவிட்டார். அவர்கள் பேச்சு மூச்சற்றுப் போகும் வரை அவர்களை உயிருடன் மண்ணில் புதைத்துவிட்டார்.

அவர்களைப் புதைத்த இடத்தின் மீது கட்டிலைப் போட்டுக் கொண்டு அன்றிரவு பேகம் அங்கேயே உறங்கினார். புதையுண்டவர்களை எவரும் மீட்டு விடலாகாது என்பதற்காக இப்படிச் செய்தார். அவரது காட்டுமிராண்டித்தனமான இத்தண்டனை பற்றி 1880 ஆம் ஆண்டுகளில் ரோமன் கத்தோலிக்கர் ஒருவர் விவரிக்கின்றார்.

பேகம் சம்ரூ பிற்காலத்தில் தன் பாவச் செயல்கள் மீது கழிவிரக்கம் கொண்டு, கத்தோலிக்கத் திருச்சபையின் இசைவு பெற்று ''ஜோவன்னா சம்ரூ'' என்ற புதுப் பெயரில் திருமுழுக்குப் பெற்றுக் கிறித்தவம் தழுவினார். கார்மலைட்டுத் திருச்சபையின் அச்சனான கிரிகிரி அவருக்கு இச்சடங்கைச் செய்வித்து அவரைக் கிறித்தவராக்கினார். இந்த அச்சன் அப்பகுதியில் இயங்கிவந்த தன்னிச்சையான கூலிப் படையினரிடையே மிகுந்த செல்வாக்குப் பெற்றிருந்தார்.

பேகம் கிறித்தவம் தழுவிய பிறகு தன் செல்வாக்கைப் பயன்படுத்தித் தனக்கெனத் தனியே ஒரு குருவைத் தன்னுடன் வைத்துக் கொண்டார். பேகம் சர்தானாவில் ஒரு கதீட்ரலையும் மீரத்தில் ஒரு கோயிலையும் கட்டினார். அவர் பெருந்தொகையான பணத்தை ரோமிலிருந்த பாப்பரசருக்கும் இலண்டனிலிருந்த காண்டர்பரி ஆர்ச்சு பிஷப்பிற்கும் அனுப்பி வைத்தார். அதனால் பாப்பரசர் அவருக்கு ''ஜோவன்னா நோபிலிஸ்'' என்ற பட்டத்தை அளித்தார்.

ரெயின்ஹாட்டு செய்த படுகொலைகள்

ரெயின்ஹாட்டு வங்க நவாபான காசிம் அலியின் கீழ் பணியாற்றிக் கொண்டிருந்தபோது, பெரிய படுகொலையைச் செய்தார். காசிம் அலி பிரிட்டிசாருடன் நடத்திய போரில் ஏராளமான ஆங்கிலேயரைச் சிறைப் பிடித்துப் பாட்னாவில் வைத்திருந்தார். அவர்களுக்கு மரணத் தண்டனை விதிக்கப்பெற்றது. ஆனால் காசிமின் படையைச் சேர்ந்த வீரர் எவரும் இக்கொலையைச் செய்வதற்கு முன்வரவில்லை. ஆனால் தன் புதிய ஆண்டையான காசிம் அலியின் தயவு தனக்கு வேண்டுமென்பதற்காக ரெயின்ஹாட்டு ஆங்கிலேயரைக் கொல்வதற்கு முன்வந்தார். இது பற்றி ஒரு வரலாற்றுக் குறிப்புக் காட்டுவதாவது;

''சோமர்ஸ் (ரெயின்ஹாட்டு) சுமார் நாற்பது படையதிகாரிகளையும் பிற பெரிய மனிதர்களையும் சிறைப்பட்டவர்களிடமிருந்து தேர்ந்தெடுத்துத் தன்னுடன் விருந்துண்ண வருமாறு அவர்களை அழைத்தார். அந்நாளைக் கொலைத் தண்டனையை நிறைவேற்றும் நாள் என்று முடிவெடுத்தார்.''

இவ்வாறு அவர் அழைத்த விருந்திற்கு நிராயுதபாணியாய் வந்திருந்த ஆங்கிலேயரை ரெயின்ஹாட்டு திடீரென்று தாக்கிக் கொன்று குவித்தார்.

1778

வரலாற்றுப் புள்ளிகள்

1. காப்டன் குக்கின் பசிபிக்குக் கண்டுபிடிப்புகள்

பசிபிக்கு மாக்கடலின் மூன்று பெரும் பகுதிகள் பாலினீசியம், மெலனீசியம், மைக்கிரோனீசியம் எனப்படும். அவற்றின் மிகப் பெரிய தீவுக் கூட்டங்கள் பாலினீசியப் பகுதியில் அடங்கியுள்ளன. மேற் சொன்ன மூன்று பிரிவுகளும் இன அடிப்படையில் அமைந்தனவாகும்.

பாலினீசியர் காகேசிய இனத்தவர். காகேசாயிடு இனம் என்பது வெளுத்த நிறமுள்ள இனத்தவரைச் சுட்டும். இவ்வினத்தில் ஐரோப்பிய, வட ஆப்பிரிக்க, தென்மேற்காசிய, இந்தியத் துணைக் கண்டத்து மக்களும் உலகின் பல பகுதிகளில் வாழும் அவ்வினத்தாரின் வழிவந்தோரும் அடங்குவர்.

பொன்னிறமும் அலையெனச் சுருண்ட கருநிற முடியும் கொண்ட காகேசிய இனத்தவரான பாலினீசிய மக்கள் உயரமாயும் அழகாயும் இருப்பர். நியூசிலாந்தில் வாழும் மாவோரியரும் இவ்வினத்தாருள் அடங்குவர். இம்மக்களின் முன்னோர் மூவாயிரத்து ஐநூறு ஆண்டுகளுக்கு முன்னரே இந்தோனேசியப் பகுதிகளிலிருந்து இங்கு சென்றிருக்கலாம். அவர்கள் மிகச் சிறந்த கடலோடிகள். பெரிய வள்ளங்களில் (*Canoes*) காற்றின் துணை கொண்டும் அலைக்கோலங்களையும் விண் மீன்களையும் வைத்தும் அவர்கள் கடலில் நெடிய பயணம் செய்தனர்.

நடுப் பசிபிக்கிலுள்ள ஹவாயி பாலினீசியத் தீவுக் கூட்டத்துள்ளடங்கியது. இதில் 122 தீவுகள் சேர்ந்துள்ளன. ஹவாயி-லோவ் (*Hawai-Lao*) என்ற பாலினீசியர் இன்று சாண்டுவிச்சுத் தீவுகள் (*Sandwich Islands*) என்று வழங்கும் தீவுகளைக் கி.பி.450 ஆம் ஆண்டில் கண்டுபிடித்தார்.

காப்டன் குக்கு என்ற ஆங்கிலக் கடலோடி அவற்றை மீண்டும் 1778 ஜனவரியில் கண்டுபிடித்தார். அவர் அப்போது கவாய் (*Kawai*) என்ற தீவில் இறங்கினார். அவர் இத்தீவுகளுக்கு நான்காவது சாண்டுவிச்சு ஏள் ஆகிய உயர் பிரபுவின் பெயரை அப்போது வைத்தார். ஜான்மாண்டேகு என்ற பெயரையுடைய இப்பிரபு பிரிட்டிஷ் கப்பற்படையின் உயர் தலைவராயிருந்தார். அவர் சூதாடிக் கொண்டிருந்தபோது இரண்டு ரொட்டித் துண்டுகளுக்கிடையில் இறைச்சித் துண்டுகளை வைத்து உண்ணும் சாண்டுவிச்சுகளைக் கண்டுபிடித்தார்.

ஹாவாயி தீவுக் கூட்டம் பத்தொன்பதாம் நூற்றாண்டு வரையிலும் தன்னுரிமை செலுத்திய நாடாயிருந்தது. பின்னர் அது விருப்பப்பட்டு 1898 ஆம் ஆண்டு அமெரிக்கத்துடன் இணைந்து கொண்டது. அதன் பிறகு 1959 ஆம் ஆண்டு அமெரிக்க ஒன்றியத்தின் (*United states of America*) ஐம்பதாவது மாநிலமானது. இங்குள்ள முத்துத் துறைமுகம் (*Pearl Harbour*) 1941 ஆம் ஆண்டு ஜப்பானியரால் தாக்கப்பட்டதால், அமெரிக்கம் இரண்டாம் உலகப் போரில் ஈடுபட்டதற்குக் காரணமாயிற்று. இதன் தலைநகரம் ஹானலூலு ஹவாயின் பழைய பெயர் சாண்டுவிச்சுத் தீவுக் கூட்டம்.

காப்டன் குக்கு இந்த 1778 இல் வட அமெரிக்கக் கரையை, ஆரிகனிலிருந்து வடக்கு நோக்கிச் சென்று ஆராய்ந்தார். பிரிட்டிசார் இப்பகுதி மீது இனிமேல் உரிமை கொண்டாடுவதற்குக் காப்டன் குக்கின் இந்த ஆய்வுப் பயணம் வழி வகுத்தது.

2. மாலிப்தினம் தனிப்படுத்தப்பட்டது

இந்த வேதிப் பத்திலும் இதற்கு முந்திய பத்திலும் நாம் அடிக்கடி சந்தித்து வரும் சுவீடிய அறிவியலாரான காரல் வில்லம் ஷீல் பயனுள்ள பல கண்டுபிடிப்புகளை வரிசையாய்ச் செய்து வருகின்றார். அவர் இப்போது மாலிப்தினத்தைத் (*molybdenum*) தனிப்படுத்தினார். மாலிப்தினம் தமிழில் முறிவெள்ளி என்றழைக்கப்படுகின்றது. அது மிகக் கடினமான உலோகமாகும். அது அடித்து நீட்ட வல்லது. பழுப்பு நிறமுடைய மென்மையான மாலிப்தினைட்டு (*molybdenite*) என்ற கனிமத்திலிருந்து மாலிப்தினம் பெறப்படுகின்றது. இது பெரிதும் கலப்பு உலோகங்களில் குறிப்பாய் எஃகில் வலிமை ஏற்றுவதற்காகச் சேர்க்கப்படுகின்றது. இத்தனிமத்தின் குறி *Mo*.

3. பாரிஸ் நகரில் மெஸ்மரிச மோகம்

பாரிஸ் நகர மாந்தரில் எதையும் நம்பிவிடக் கூடியவர்கள், மெஸ்மரிசம் என்ற உள் ஆற்றல் வசியத்தால் மிகவும் ஈர்க்கப்பட்டனர். தான்யூபு ஆற்றின் வட கிழக்கில் அமைந்திருக்கும் வியன்னா என்ற ஆஸ்திரியத் தலைநகரைச் சேர்ந்த ஃபிரான்ஸ் அல்லது ஃபிரடரிக்கு ஆண்டன் மெஸ்மர் (*Franz or Frederich Anton Mesmer 1734-1815*)தன்னிடம் மந்திர சக்திகள் உள்ளன என்றும் ஒருவரை மயக்கி வசியப்படுத்தும் தன் ஆற்றலைக் கொண்டு நோய்களைக் குணப்படுத்த முடியும் என்றும் கூறினார். அவர் பிரஞ்சு மன்னரான பதினைந்தாம் லூயி, அரசி மாரி அந்தாய்னாத்து ஆகியோரின் ஆதரவுடன் பாரிசில் ''காந்த விசைக் கழகத்தை'' (*Magnetic Institution*) அமைத்ததார்.

அவர் மயக்கு ஆற்றல் சோதிடம், மந்திரக் கோல்கள் ஆகியன போன்ற உத்திகளைக் கையாண்டார். அவர் மாரி ஜோசஃபு பால் ஐவஸ் ஜில்பட்டு தை மோம்டியே என்ற நீண்ட பெயருடைய புகழ் வாய்ந்த பிரஞ்சு ஜெனரலான லஃபாயத்தைப் போன்ற பெரும் புள்ளிகளை வசியம் செய்தார். (*Lafayette:1757-1834:* இவர் அமெரிக்க வீடுதலைப் போரின் போது குடியேற்றக்காரர்களுக்கு ஆதரவாய் நின்று பிரிட்டிஷ் படைகளை எதிர்த்துப் போரிட்டவர்: பிரஞ்சுப் புரட்சியில் பெரும் பங்கெடுத்தவர்.)

எனினும் மருத்துவத் துறையினர் மெஸ்மர் மீது குறை கூறி வந்தனர். மெஸ்மர் இறுதியில் பிரான்சை விட்டே ஓட நேர்ந்தது.

இன்று மருத்துவத் துறையில் சிலர் மெஸ்மரிசம் என்ற உள ஆற்றல் வசியத்தைப் பயன்படுத்துகின்றனர்.

4. சென்னை ஆளுநர் ரம்போல்டு

சர் தாமஸ் ரம்போல்டு என்றவர் *1778* பிப்ரவரி *8* அன்று சென்னையின் ஆளுநராகி, *1780* ஏப்ரல் வரை இப்பதவியில் இருந்தார். இவர் ஊழல் குற்றம் புரிந்தார் என்று *1781* இல் கம்பெனி இயக்குநர்களால் பணியிலிருந்து நீக்கப்பட்டார். (*1781* காண்க.)

5. பேரரசப் பெருமை பாடும் பண்ணமைத்த ஆர்ணி

மேற்கத்தி இசையின் பெயர் பெற்ற பண்ணமைப்பாளர் பட்டியல் அலசாண்டரோ ஸ்கார்லட்டி (*1659-1725*) என்ற இத்தாலியரின் பெயருடன் தொடங்குகின்றது. அவர் தற்காலத்து ஆப்பரா (*Opera*) என்ற இசை நாடகக் கலை வடிவத்தின் தந்தை என்று போற்றப்படுகின்றார். பண்ணமைப்பாளர்களின் இந்தப் பட்டியல் நீண்டதன்று. ஜெர்மனியில் பிறந்து இங்கிலாந்துக் குடிமகனான ஃபிரடரிக்கு ஹெண்டலும் அதில் இடம் பெறுகின்றார்.

ஆனால் தாமஸ் (அகஸ்டைன்) ஆர்ணி (*Thomas (Augustine) Arne: 1710-1778*) அச்சிறப்பைப் பெறாவிடினும். பிரிட்டிஷ் வரலாற்றில் இடம் பெற்றுவிட்ட இரண்டு பாடல்களுக்கும், ஷேக்ஸ்பியரின் பாடல்களுக்கும் பண்ணமைத்த பெருமையை அடைந்திருக்கின்றார்.

பிரிட்டிஷ் பேரரசின் வல்லமையை உயர்த்திக் காட்டி, நாட்டுப்பற்றையும் பேரரசாதிக்க உணர்வையும் உணர்த்துகின்ற *Rule Britannia* (பிரிட்டனே ஆள்வாயாக) என்ற பாடலுக்கு ஆர்ணி பண்ணமைத்தார். மேலும் பிரிட்டிஷ் பேரரசில் முழங்கப்பட்ட *God Save the King* (இறைவன் அரசனைக் காப்பானாக) என்ற பாடலும் இவரால்

பண்ணமைத்தப் பாடப்பட்டதாகும். இன்று ''ஜனகண மன'' பாடப்படுவதுபோல், பிரிட்டிஷ் இந்தியத்தில் பள்ளிகளிலும் பொது நிகழ்ச்சிகளிலும் *God Save the King* என்ற பாடல் நாட்டு விடுதலைக்கு முன்னர் பாடப்பட்டதுண்டு.

6. சுரங்கத் தொழிலாளிகள் கொத்தடிமை நிலையிலிருந்து விடுதலை

ஸ்காத்லாந்தைச் சேர்ந்த நிலக்கரிச் சுரங்கத் தொழிலாளர்கள் இதுவரையிலும் மிகக் கொடிய அடிமை நிலையிலிருந்தனர். இது குறித்து முன்னர் ஓரிடத்தில் கூறியிருந்தோம். அவர்களுக்கு இவ்வாண்டு விடுதலை கிடைத்தது. எனினும் *1799* ஆம் ஆண்டுதான் அவர்களுக்கு முழு விடுதலை கிடைத்தது.

7. வர்ஜீனியத்தில் அடிமைகள் இறக்கத் தடை

தாமஸ் ஜெபர்சனின் வேண்டுகோளுக்கு இணங்க, இனிமேல் அடிமைகளை வர்ஜீனியக் குடியேற்றத்தில் இறக்கலாகாது என்று வர்ஜீனியச் சட்டமன்றம் இந்த *1778* இல் தடை விதித்தது.

1779

அரசியல்

சித்திரதுர்க நாயக்கராட்சி மறைவு

அறிவியல்

ஒளிச்சேர்க்கைக் கொள்கை உருவாக வழி
கருக் கொள்ள விந்து வேண்டும்
மனிதன் கி.மு.4004 இல் படைக்கப்பட்டானா?

கலை இலக்கியம்

ஷேக்ஸ்பியர் நடிகர் டேவிடு காரிக்கு
ஆர்மோனியம் கண்டுபிடிப்பு
முடங்கற் கலை - எலிசா ஃபே

வேளாண்மை

புகையிலை வரலாறு
இராணுவம், போர்
போரும் நாகரிகமும்

மக்கள்

சுவார்ஷ் பாதிரியார்
எலிசா ஃபே

இறப்பு

டேவிடு காரிக்கு (1717-1779)
காப்டன் ஜேம்ஸ் குக்கு (1728-1779)

1779

1. கர்நாடகத்தில் சித்திர துர்க்க நாயக்கராட்சி மறைவு

சித்திர துர்க்கத்தில் ஆட்சி புரிந்து வந்த பாளையக்காரர்களான நாயக்கர்கள், விசயநகரப் பேரரசு நிறுவப்பட்ட காலத்தில் (பதினான்கு-பதினைந்தாம் நூற்றாண்டுகளில்) செழித்திருந்தனர். இப்பாளையக்காரர்கள் ஏறத்தாழ 211 ஆண்டுகளாய்த் தமது பாளையம் என்ற சிறு நிலப்பரப்பை ஆண்டு வந்தனர். அவர்கள் வான்மீகி கோத்திரத்தைச் சேர்ந்தவர்கள். அக்குடியைத் தோற்றவித்தவர்கள் டெல்லியிலிருந்து வந்தவர்கள் என்பர். இக்குடிக்கு மத்தி, பிலிச்சோடு என்று இரு கிளைகள் உள்ளன.

நாயக்கர் - நாயகர் - தலைவர்

கர்நாடகத்தின் சித்திர துர்க்கத்தில் சிற்றரசு ஒன்றை நிறுவிய திமமண்ணன் என்றவரை விசய நகர அரசர், ''நாயக்கர்'' என்று ஏற்று ஒப்பினார். (நாயக்கர் - நாயகர் - தலைவர்) அவர் புகழ்பெற்ற சித்திரதுர்க்கக் கோட்டையை 1495 ஆம் ஆண்டு கட்டினார். அவருக்குப் பின் பட்டம் ஏற்ற ஒபண்ண நாயக்கர் ''மதகரி நாயக்கர்'' என்ற பட்டத்தை வைத்துக் கொண்டார். அவர் விசய நகரப் பேராண்மையை விடுத்துத் தன்னாட்சி புரியும் மன்னரானார் என்பர்.

அவருக்குப் பின் கஸ்தூரி ரங்கப்ப நாயக்கர் ஆட்சிக்கு வந்து தரிக்கரை, சிரா என்ற இடங்களின் பாளையக்காரரைத் தோற்கடித்தார். அவரையடுத்து ஒருவர் பின் ஒருவராய் இரண்டு மதகரி நாயக்கர்கள் ஆட்சிக்கு வந்தனர்.

பிரமப்ப நாயக்கன்

பிரமப்ப நாயக்கன் (1689-1719) இக்குடியின் முக்கியமான மன்னர், அவர் சிரா நவாபிற்கும் மராட்டியருக்கும் எதிராய்ப் பாளையக்காரர் கூட்டணி ஒன்றை அமைத்தார். முகலாயர் பிஜப்பூரை எதிர்த்துப் போராடுவதற்கும் உதவினார்.

இக்குடியின் கடைசி மன்னரான இர்ாச வீர மதகரி நாயக்கன் பிலிச்சோடு குடும்பத்தைச் சேர்ந்தவர். எனினும் குலத் தலைவர்கள் கூடி, அவரைச் சித்திர துர்க்கத்தை ஆளுமாறு செய்தனர். அவரது ஆட்சிக் காலத்தில் ஐதரலி சித்திர துர்க்கத்தின் மீது படையெடுத்தார். மதகரி நாயக்கர் அப்போது ஐதருக்குப் பெருந் தொகையைக் கொடுத்துத் தற்காத்துக் கொண்டார்.

அதன்பிறகு ஐதரலி மராட்டியரை எதிர்த்துப் போராடவும் பங்கபுரிக் கோட்டையை அவர் கைப்பற்றவும் மதகரி நாயக்கர் உதவினார். கேளடி நாயக்கருக்கு எதிராய் (இ.ச.க.தொகுதி-7) ஐதரலி நடத்திய போரிலும் அவர் விடனூரைப் பிடித்துக் கொள்வதற்கும் சித்திரதுர்க்கத்து நாயக்கர் 1763 இல் பேருதவி செய்தார்.

ஐதரலி குத்திமீது நடத்திய தாக்குதலிலும் சித்திரதுர்க்கப்படை துணை நின்றது. இதில் ஐதரலிக்கு உதவி புரிந்த சித்திர துர்க்கப் படையின் பணிக்காக ஐதரலி மதகரி நாயக்கருக்குப் பணம் எதுவும் தரவில்லை. மாறாக ஐதரலிக்கு நாயக்கர்மீது பொறாமையே ஏற்பட்டது. ஐதரலியின் தருக்கு மதகரி நாயக்கரின் போக்கையே மாற்றியது.

ஆதலால் அவர் பேஷ்வா மாதவராவின் கீழ் உயர்ந்தோங்கி வந்த மராட்டியரின் பக்கம் சேர்ந்து கொண்டார். ஐதரலி புகழ் பெற்ற அனவட்டிப் போரில் மராட்டியரிடம் தோற்றதற்கு மதகரி நாயக்கரே பெரிதும் காரணராவார். மராட்டியருக்கு மதகரி நாயக்கரின் உதவியில்லாது போயிருப்பின், அவர்களால் சவனகிரிதுர்க்கம், நங்கஹள்ளி, ஹகலவாடி, பனவ முதலிய இடங்களை அவர்களால் பிடித்திருக்கவே முடியாது என்று கன்னட மரபுகள் கூறுகின்றன. ஆதலால் மராட்டியர் மதகரி நாயக்கரிடமிருந்து பெற்றது பேருதவியேயாகும்.

பேஷ்வா மாதவராவ் இறந்ததும் மராட்டியர்க்குக் கர்நாடகத்தின் மீது இருந்துவந்த பிடி தளர்ந்தது. ஐதரலி இதைத் தனக்கு நல்வாய்ப்பாய்க் கொண்டு, 1777 ஆம் ஆண்டு சித்திரதுர்க்கக் கோட்டையைத் தாக்கினார். மதகரி நாயக்கர் அப்போது மராட்டியரின் உதவியை நாடினார். ஆனால் ஐதரலி மறைவாய் மராட்டியரைச் சந்தித்து, அவர்களுக்கு ஒருலட்ச ரூபாய் கையூட்டாய்க் கொடுத்துச் சித்திரதுர்க்க நாயக்கரின் உதவிக்குப் போகவிடாமல் செய்துவிட்டார். அதனால் நாயக்கர் ஐதருடன் தனித்து நின்று போரிட்டார். ஐதரலியால் முதலில் வெற்றி காண்பதற்கு இயலவில்லை. ஏனெனில் வலிமை வாய்ந்த சித்திரதுர்க்கக் கோட்டையை அவரால் துளைக்க முடியவில்லை.

இக்கோட்டை முற்றுகையின் போது புகழ்வாய்ந்த ஒபவ்வ என்ற பெண்ணைக் காண்கின்றோம். கோட்டையின் அடிநிலைப் புழைக்கதவு வழியே நுழைய முயன்ற ஐதரின் படைவீரர் பலரை அப்பெண் கொன்றார்.

1779

ஆனால் நாயக்கரின் படையிலிருந்த ஏராளமான முஸ்லிம் வீரர்கள் சித்திரதுர்க்கக் கோட்டையின் இரகசியங்கள் முழுவதையும் ஐதரிடம் கூறிவிட்டனர். அதனால் நாயக்கர் இறுதியில் தோற்றார். சித்திரதுர்க்கக் கோட்டை 1779 ஆம் ஆண்டு விழுந்தது. மதகரி நாயக்கரைச் சிறை செய்து சீரங்கப்பட்டணத்திற்குக் கொண்டு சென்றனர். அவரது நாடு மைசூருடன் இணைக்கப்பட்டது.

சித்தரதுர்க்க நாயக்கர் சிறு நிலப்பரப்பில் ஆண்டனரெனினும் கர்நாடகத்தின் அரசியல், பொருளியல், சமூகவியல், சமயம் ஆகிய துறைகளில் பெரும் பங்காற்றியுள்ளனர். அவர்கள் வலிமை வாய்ந்த கோட்டைகளைக் கட்டினர். அவர்களிடம் ஆற்றல் மிக்க பீரங்கிப் படை இருந்தது. கோட்டைகளைக் கட்டுவதற்கும் படை வீரர்களுக்குப் பயிற்சியளிக்கவும் பிரஞ்சுப் பொறியாளர்களையும் பிரஞ்சுப் படை வீரர்களையும் சித்திரதுர்க்க நாயக்கர் கூலிக்கு அமர்த்தினர்.

சித்திரதுர்க்க நாயக்கர் கோயில்களும் கட்டினர். அக்கிரகாரங்களையும் மடங்களையும் நிறுவி அவற்றுக்குப் பெருந்தொகையை மானியமாயும் வழங்கினர்.

இந்தியத்தின் வழிவழியான அரசியல் நிறுவனங்களும் அமைப்புகளும் மரபுகளும் அவற்றுக்குத் துணை நின்ற அரச குடிகளும் இப்பதினெட்டாம் நூற்றாண்டில் சிறுகச் சிறுக மறைகின்றன.

2. சுவார்ஷ் பாதிரியார் ஐதரிடம் தூது

கிறித்துவ சமயப் பரப்பியர்க்கு இக்காலத்து அரசியலில் சிறிதளவு பங்கு இருந்தது. ஏசு சபையைச் சேர்ந்த பெஸ்கி என்ற அச்சன் வீரமாமுனிவர் (1680-1747) சந்தா சாகிபின் அன்பிற்குரியவராய் இருந்து, அவருக்காகச் சில வேளைகளில் அரசியல் தூதுவராய்ப் பணி புரிந்திருக்கின்றார் (இ.ச.க.தொகுதி-4). இங்கு லூதரன் திருச்சபையைச் சேர்ந்த சுவார்ஷ் பாதிரியார் (1726-1798) ஐதரலியிடம் தூது சென்ற செய்தியைக் காண்கின்றோம்.

ஐதரலி (1722-1782) மைசூரைத் தன் பிடிக்குள் வைத்துக் கொண்டு தென்னாடெங்கும் சூறாவளி போல் சுழன்று அழிவையும் அவலத்தையும் உண்டாக்கிக் கொண்டிருப்பதை இக்களஞ்சிய வரிசையின் பல ஏடுகளில் கண்டு வருகின்றோம்.

சென்னையிலிருந்த கிழக்கிந்தியக் கம்பெனி ஐதரலியுடன் இரண்டாவது மைசூர்ப் போரில் (1780-1784) மோதுவதற்கு ஆயத்தமாகிக் கொண்டிருக்கின்றது. அவர்கள் ஐதரலியின் திட்டங்கள் யாவை என்பதை மேலும் நன்கு தெரிந்து கொள்ளவும் அவரிடம் ஒரு தூதுக் குழுவை அனுப்பி வைக்கவும் முடிவு செய்தனர்.

தரங்கம்பாடியிலமைந்த டேனிய மிசனில் பணிபுரிய வந்திருந்த சீகன்பால்கையடுத்துச் (1683-1716) சுவார்ஷ் பாதிரியார் அங்கு வந்தார். இவரைப் பற்றி முன்னரே நாம் குறிப்பிட்டிருக்கின்றோம். இவரது முழுப் பெயர் ஃபிரடரிக்கு சுவார்ஷ் (*Frederick Sch Wartz*). இவர் தரங்கம்பாடியில் பதினோர் ஆண்டுகள் பணிபுரிந்துவிட்டு 1769 இல் தஞ்சைக்கு வந்திருந்தார். அங்கு தம் சமயப் பணியைத் தொடர்ந்தார். இவர் பன்மொழிகள அறிந்தவர். அனைவரிடமும் செல்வாக்குப் பெற்றிருந்தார். ''இவர் இந்தியத்திலுள்ள ஒரே கிறித்தவர்'' என்று ஐதரலியினால் பெரிதும் பாராட்டப்பெற்றவர்.

சுவார்ஷ் தென்னகத்தில் இங்ஙனம் செல்வாக்குப் பெற்றிருந்ததால், அவரை ஐதரலியிடம் தூதனுப்புவது என்று கிழக்கிந்தியக் கம்பெனி முடிவு செய்தது. பாதிரியாரோ தம் சமயப் பணிகளை விடுத்து நெடுங்காலம் வேறு பணியில் ஈடுபடுவதை விரும்பவில்லை.

எனினும் தன்னால் இந்நெருக்கடியைத் தீர்ப்பதற்கு உதவி செய்ய முடிந்து, அதன் பயனாய் நாட்டில் அமைதி நிலவுமாயின் அப்பணியை ஏற்றுக் கொள்வதென்று ஐதரலியிடம் தூது செல்ல அவர் இசைந்தார். அவர் ஐதரலியிடம் தூது சென்றதைப் பற்றி எழுதி வைத்திருப்பது நடுநிலையான வரலாற்று ஆவணமாகும். அவர் தூது சென்ற வழியில் அழகும் செழுமையும் வாய்ந்த மைசூர் நாட்டின் வனப்பில் சொக்கிப் போனார். அதே வழியில் அவர் கண்ட வறுமைக் காட்சிகள் பலவும் அவரது நெஞ்சைப் புண்படச் செய்தன.

அவர் அழைத்துச் சென்ற தூதுக் குழு 1779 ஏப்ரல் 24 அன்று மைசூர்க் கோட்டையை அடைந்து அதற்கடுத்த நாளன்று ஐதரலி தண்டு இறங்கியிருந்த சீரங்கப்பட்டணம் போய்ச் சேர்ந்தது.

ஐதரலி தன் திறமையையும் மெய் நோகாத கெட்டிக்காரத்தனத்தையும் கலந்து, கதம்பக் கலவையாய் விளங்கிய தன் ஆட்சிப் பரப்பைப் பிடித்தபிடி நழுவாமல் தன் கையில் வைத்துக் கொள்வதற்காகக் கையாண்ட சூழ்ச்சித்திறனைச் சுவார்ஷ் பாதிரியார் உன்னிப்பாய்க் கவனித்தார். ஐதரலியின் ஆட்சியில் வாளும் கசையும் என்று இரண்டு தண்டனைக் கருவிகள் இருந்தன. ஐதரலியின் ஊழியர்கள், அவர்கள் எத்தனை பெரிய பதவியில் இருந்தாலும் இவற்றில் ஒன்றுக்குத் தப்பினால், மற்றொன்றில் மாட்டியே தீரவேண்டும்.

''ஐதரலி சில வேளைகளில் தன் ஊழியர்களைப் பாராட்டிச் சிறப்புச் செய்த போதிலும் இங்கு அடிநாதமாய் ஓலமிட்டுக் கொண்டேயிருப்பது குலை நடுங்கச் செய்யும் பயங்கரமேயாகும்'' என்று சுவார்ஷின் ''நினைவுக் குறிப்புகள்'' என்ற நூலில் கூறப்பட்டுள்ளது.

எனினும் ஐதருக்கு ஆட்சி நிர்வாகத்திலிருந்த அருந்திறன்களை பாதிரியார் நடுவு நிலையோடு நோக்கி எழுதியிருக்கின்றார். ஐதர் எழுத்தறிவற்றவரெனினும் கூர்த்த மதியுடையவர். சிறந்த நினைவாற்றல் அவருக்குண்டு. அவரது நிர்வாகத்தில் எல்லாப் பணிகளும் செவ்வனே, தாமதமின்றி நடந்தேறின. எந்தக் கடிதம் வந்தாலும் அதற்குரிய மறுமொழியைக் கேட்டு எழுதுவதற்குச் செயலர்கள் காத்திருந்தனர். மன்னனின் எண்ணங்கள் கடிதங்களில் சரியாக எடுத்துரைக்கப்பட்டுள்ளனவா என்பதைச் செயலர்கள் கவனமாய்ப் பார்த்து வந்தனர்.

ஐதரலி சமயத்தைப் பற்றிக் கவலைப்படாதிருந்தார் என்று சுவார்ஷ் பாதிரியார் கூறியுள்ளார். மக்கள் அவரவர் விருப்பம் போல் எம்மதத்தையும் ஒழுகலாம் என்று விட்டுவிட்டார். அவரிடம் பிராமணர்கள் அமைச்சராயும், ஒற்றர்களாயும் முக்கியமான பதவிகளில் இருந்தனர்.

ஐதரலியின் படைகளில் பெரும்பாலும் ஜெர்மானியர் அல்லது பிரஞ்சுக்காரர் இருந்தனர். சுவார்ஷ் அங்கு ஜெர்மானியரான காப்டன் ஸடன் என்றவரின் கூடாரத்தில் தங்கியிருந்தார். அவர் அங்கு ஏராளமான இந்தியக் கிறித்தவர்களையும் கண்டார்.

சுவார்ஷ் பாதிரியாரின் தூதுப்பணி முடிந்ததும், ஐதரலி அவரை அமைதியாய்த் திரும்புவதற்கு அனுமதித்தார்.

1779

3. ஜெர்மனியில் முதல் சுருட்டு: புகையிலையின் கதை

செடிகளின் காய்ந்த இலைகள், விதைகள், கொட்டைகள், ஆகியவற்றை உலர்த்தியும் பொடி செய்தும் வாயில் போட்டுக் கொள்வது, மெல்லுதல், முகர்தல் போன்ற வழக்கம் தொன்மைக் காலந்தொட்டு உலகின் கண்டங்கள் அனைத்திலும் இருந்து வருகின்றது. மேலை நாட்டு, கீழை நாட்டுச் சடங்குகளில் எண்ணற்ற நறுமணச் செடிகள் மணப்புகைக்காக எரிக்கப்பட்டு வருகின்றன. அவை மருந்து என்ற முறையில் புகைக்கவும் முகரவும் மெல்லவும் பட்டன. கிளர்ச்சியூட்டிகளாக, சத்து மருந்துகளாக, நோவாற்றும் *(narcoctics)* பொருள்களாக, புலன்களுக்கு இன்பம் தருவனவாயும் அவை பயன்பட்டு வருகின்றன.

புகையிலை

புகையிலை இரவில் பூக்கும் *night-shade* என்ற செடியினத்தைச் சேர்ந்தது.புதிய உலகில் (அமெரிக்கத்தில்) பண்டைக் காலந்தொட்டுத் தனித்தனியான இரண்டு புகையிலை வகைகள் பயிர் செய்யப்பட்டு வருகின்றன. அவை கிழக்குப் பெரு *(Peru)* நாட்டைத் தாயகமாய்க் கொண்ட *nicotins tabacum* ஆகும். இது அங்கிருந்து தென் அமெரிக்கம், கரீபியன் பகுதிகள் எங்கும் பரவிற்று. மற்றொன்று தென்கிழக்கு மெக்சிக்கத்திலுள்ள யுக்கட்டானில் *(Yucatan)* பிறந்து நடு, வட அமெரிக்கப் பகுதிகளில் பேனமாவிலிருந்து *(Panama)* ஃபுளோரிடம் வரையிலும் பல திக்குகளில் பரவிற்று.

இரட்டை அமெரிக்கங்களும் கண்டுபிடிக்கப்பட்டு அங்கு ஸ்பானிய வெற்றி வீரர்களும் குடியேறிகளும் பரவி விரிந்ததற்குப் பல காலத்திற்கு முன்னமே இச்செடிகளின் இலைகளைக் காய வைத்துப் புகைப்பது இங்கு பொதுவான வழக்கமாயிருந்தது.

அங்கு குருமார்கள் சமயச் சடங்குத் தொடர்பாய்ப் புகையிலையைப் புகைத்தனர்; குலத் தலைவர்கள் குலச் சடங்குகளின் போது புகைத்தனர்; மருத்துவர்கள் மந்திர

தந்திரங்களிலும் புகை போடுவதற்கும் பயன்படுத்தினர். இங்கு எல்லாக் குலத்தவரும் குடியினரும் புகையிலையைக் கிளர்ச்சியூட்டியாயும் நோவு தணிக்கும் மயக்க மருந்தாயும் கொண்டனர்.

தீக்கொள்ளி

கொலம்பசுடன் சென்றிருந்தவர்கள் ரோடரிசோ தெ ஜெரஸ் (*Rodrigo de Jeres*), லூயி தெ டூரஸ் (*Luis de Toures*) என்ற இருவரும் இன்று கியூபம் (*Cuba*) என்றறியப்பட்டுள்ள ஜீவானத் தீவின கரையில் **1492** நவம்பர் **2** அன்று இறங்கினர். இத்தீவில் மனிதர் வாழ்கின்றனரா என்பதை அறிவதற்காக அவ்விருவரும் அத்தீவில் இறங்கினர்.

அவர்கள் அங்கிருந்து நவம்பர் 5 அன்று கப்பலேறியதும், அங்கு சிற்றூர்களில் தாம் கண்ட மக்கள் உலர்ந்த இலைகளை ஓலைகளில் வைத்துச் சுருட்டித் தீக்கொள்ளியை வாயில் வைத்திருந்தனர் என்று தம் குறிப்புகளில் எழுதிப் பதிந்துள்ளனர். அவர்கள் அக்கொள்ளியை வாயில் வைத்து உறிஞ்சியபோது, வாய் வழியாயும் மூக்கிலிருந்தும் புகையை விட்டனர். அம்மக்களின் பயங்கரத் தன்மையை இத்தகையை தோற்றமும் புகை மணமும் எடுத்துக்காட்டும் வண்ணம் இருந்தன. இவ்விருவரும்தான் முதன்முதலில் சுருட்டையும், சுருட்டுப் பிடிப்பதையும் கண்ட ஐரோப்பியர் எனலாம்.

1779

மூக்குப் பொடி

சிவப்பு இந்தியர் இந்த இலையைச் சுருட்டிக் கொள்ளி வைத்துப் புகைத்ததோடு, சுறுசுறுப்பும் கிளர்ச்சியும் பசியும் உண்டாவதற்காக, அதைப் பொடி செய்து மூக்கில் வைத்து உறிஞ்சவும் செய்தனர். கொலம்பஸ் **1493** ஆம் ஆண்டு மேற்கொண்ட இரண்டாம் பயணத்தில் அவருடன் சென்றிருந்த கிறித்தவத் துறவியான ராமோன் பேன் (*Ramon Bane*) என்றவர் இஸ்பானியோலா பற்றி எழுதியுள்ள குறிப்புகளில் மேற்சொன்ன செய்தியை எழுதி வைத்திருக்கின்றனர். இது மூக்குப் பொடி போடுவது பற்றிய மிகப் பழைய செய்தியாகும். (*Hispaniola* - இஸ்பானியோலா மேற்கிந்தியத் தீவுகளில் இரண்டாவது பெரிய தீவாகும். அது மா ஆண்டைல்ஸ் (*Great Antiles*) என்ற தீவுக் கூட்டத்திலுள்ளது. இதற்கு லா அயிலா எஸ்பனோலா (*La Isla Espanola*) என்று பெயரிட்டனர். இதை இன்று ஹாயித்தியும் டொமினிக்கன் குடியரசும் தமக்குள் பங்கு போட்டுக் கொண்டன.)

புகையிலை போடுதல்

புது உலகின் சில பகுதிகளில் வாழும் மக்கள் சிப்பிச் சுண்ணாம்பையும் நசுக்கிய புகையிலையையும் மாப்போல் பிசைந்து நிலக்கடலைப் பருப்பின் அளவிற்கு உருட்டி, அவ்வுருண்டைகளை நிழலில் உலர்த்திக் கொள்கின்றனர். அவர்கள் வறண்ட பகுதிகளின் வழியே பயணப்படும்போது, இவ்வுருண்டைகளைத் தம்முடன் கொண்டு செல்கின்றனர். அப்போது அவற்றைத் தொடர்ந்து சுவைத்து மெல்லுவதால், பல நாள் பயணத்தில் ஈடுபட்டிருப்பவர்களுக்குப் பசி, தாகம் ஏற்படுவதில்லை என்று ''மூலிகை வரலாறு'' (*Historia medicinal*) என்ற நூலில் கூறப்பட்டுள்ளது. இந்நூலை நிக்கலஸ் மோனார்டஸ் (*Nicolas Monardes*) என்பவர் எழுதி செவைல் (*Seville*) நகரிலிருந்து **1565** ஆம் ஆண்டு வெளியிட்டார். இது தான் புகையிலை போடுவது (மெல்லுவது) பற்றி மேனாட்டில் முதன்முதலில் கூறப்பட்ட செய்தியாகும்.

புகையிலையின் பல பெயர்கள்

சிவப்பிந்தியர்கள் புகையிலையை மந்திர சக்தி வாய்ந்த மூலிகை என்று கொண்டாடினர். புகையிலைக்கு அமெரிக்கத்தில் பல பகுதிகளில் வெவ்வேறு பெயர்கள் வழங்குகின்றன. பெரு நாட்டில் அது *Saire;* பிரேசிலில் *Petum;* கரீபியினில் *Zemi;* மெக்சிகத்தில் *Picieli;* வர்ஜீனியத்தில் *uppowoc;* இன்னும் பல பெயர்கள் உள்ளன.

புது உலகின் முதல் வரலாற்றுப் பதிவாளரான கான்சலஸ் ஃபெர்னாண்டஸ் தெ ஒவியடோ ஒய் வால்டஸ் **1535** ஆம் ஆண்டு தென்மேற்கு ஸ்பெயினின் துறைமுகப் பட்டினமான செவைலில் ''இந்திய மூலிகைகளின் பொது இயற்கை வரலாறு'' *(Historia natural of general de las indias)* என்ற நூலை எழுதி வெளியிட்டார். அவர் இந்நூலில் இந்த மூலிகையின் பெயரைத் தவறாய் ''டுபாக்கோ'' என்று சுட்டிவிட்டார். அவர் டபாக்கா என்ற கரீபியச் சொல் புகையிலையைக் குறிக்கும் என்று பிழையாய் டுபாக்கோ என்று வழங்கிவிட்டார்.

ஆனால் அச்சொல் இம்மூலிகையின் இலையைக் குறிக்கவில்லை. மாறாக ஆண்டைல்ஸ் தீவுக் கூட்டத்தில் வாழ்ந்த மக்கள் இந்த இலையைக் கொளுத்திப் புகைக்கின்ற கவட்டை வடிவிலான குழாயைத்தான் டபாக்கா என்றழைத்தனர்.

ஐரோப்பியத்தில் புகையிலை

1779

ஸ்பானிய மருத்துவரான ஃபிரான்செஸ்கோ ஹெர்மாண்டே ஐரோப்பியத்திற்கு முதலில் கொண்டுவந்த புகையிலை விதையை லூசிட்டானியத்தில் **1558** ஆம் ஆண்டு மருந்தாகப் பயிர் செய்தார். *(லூசிட்டானியம்: மேற்கு ஐபீரியத் தீவக்குறையிலுள்ள பண்டைப் பகுதி. அது கி.மு.97 முதல் கி.பி.நான்காம் நூற்றாண்டின் பிற்பகுதி வரையிலும் ரோமானிய மாநிலமாயிருந்தது. கிட்டத்தட்ட இன்றைய போர்ச்சுக்கல்லும் ஸ்பானிய மாநிலங்களான சாலமங்கா, காசரெஸ் ஆகிய பகுதிகளும் அடங்கிய இடத்திற்கு லூசிட்டானியம் என்று பெயரிட்டனர்.)*

பிரான்ஸ்

போர்த்துக்கீச அரசவையில் பிரஞ்சுத் தூதுவராயிருந்த ஜீன் நிக்கோட்டு தெ வியா மெயின் *(1530-1600)* **1560** ஆம் ஆண்டு புகையிலையைப் பிரான்சில் அறிமுகம் செய்தார். புகையிலைச் செடிக்கும் அதன் ஆல்கலாய்டிற்கும் *(alkaloid)* இடப்பட்டுள்ள அறிவியல் பெயர் நிக்கோட்டைன் *(nicotine)* ஆகும். மேற்சொன்ன பிரஞ்சுக்காரரின் பெயரான நிக்கோட்டுதான், பின்னாளில் *(herba nicotiana)* என்ற தாவரவியல் பெயராகப் புகையிலைக்கு இடப்பட்டது.

இத்தாலி

கார்டினல் பிராஸ்பர் சாந்த கிரோஸ் *(Cardinal Prosper Santa Croce)* அதே காலத்தில் இத்தாலியில் புகையிலையைப் புகுத்தினர். அங்கு புகையிலை அவர் பெயரால் எர்ப சாந்த கிரோஸ் *(Erba Santa Croce)* என்று அழைக்கப்படுகின்றது.

ஜெர்மனி

புகையிலை தென் ஜெர்மனியின் பவேரியத்திலுள்ள ஆக்ஸ்பர்கில் முதன் முதலில் பயிர் செய்யப்பட்டது. புகை பிடிப்பது என்பது பதினாறாம் நூற்றாண்டில் சமுதாயப்

பொதுவான வழக்கமாயிருக்கவில்லை. ஆனால் பழைய உலகிற்கும் புது உலகிற்குமிடையே சென்று வந்த கப்பல்களின் மீகாமான்களும் மாலுமியரும் படை வீரரும் புகை பிடிக்கும் பழக்கத்தைக் கைக்கொண்டு விட்டனர்.

புகையிலை புதுமையானதும், அற்புதமானதுமாகிய மருந்துப் பூண்டு என்றுதான் ஐரோப்பியத்தில் முதலில் பயிர் செய்யப்பட்டது. விலங்குகள், பாம்புகள், பூச்சிகள் முதலியன மனிதரைத் தீண்டிவிட்டால் புகையிலையை அதற்கு மருந்தாய்ப் பயன்படுத்தினர். தலைச் சுற்று, கீல்வாதம், அழற்சி, வலிப்பு, சன்னி, ஏன் எலிக்காய்ச்சலான பிளேக்கிற்குக் கூட, எல்லா நோயையும் தீர்க்கும் சஞ்சீவியைப் போல் புகையிலையைப் பயன்படுத்தினர்.

புகையிலையைச் சஞ்சீவி மூலிகை, புனித மூலிகை (*Herba panace, Herba santa*), (சிவப்பு) இந்திய மந்திர மூலிகை (*San Saneta Indorum*) என்றெல்லாம் அழைத்தாலும், அதன் பழைய ஸ்பானியப் பெயரான டுபாக்கோவே நிலைத்தது.

1779

இங்கிலாந்து

வர்ஜீனியக் குடியேற்றத்தின் முதல் ஆளுநரான ரால்ஃபு (*Ralph Lane*) என்பவரும், சர் பிரான்சிஸ் டிரேக்கும் (1540-1596: இவர் ஆங்கிலக் கடலோடி; கடற் கொள்ளையர்; உலகை முதலில் சுற்றி வந்த ஆங்கிலேயர் சர் வால்டர் ராலேக்கு (1552-1618; ஆங்கிலக் கடலோடி; எழுத்தாளர்; இவர் உலக வரலாறு என்ற பெயரால் வரலாறு எழுதியவர் என்பது குறிப்பிடத்தக்கது. எலிசபெத்து அரசியின் அன்பிற்குரியவர்; இவர் முதலாம் ஜேம்ஸ் மன்னருக்கு எதிராய்ச் சதி செய்தார் என்று 1618 ஆம் ஆண்டு தலை வெட்டிக் கொல்லப்பட்டார்.) அன்பளிப்பாகப் புகைக்கக் கூடிய கருவிகளையும் பொருள்களையும் 1586 இல் இங்கிலாந்திற்குக் கொண்டு வந்தனர். வால்டர் ராலே வழியாகத்தான் புகை பிடிக்கும் பழக்கும் இங்கிலாந்தில் தோன்றியது. ஆங்கிலேயர் அக்காலத்தில் புகைப்பதைப் புகை குடித்தல், (*tobacco-drinking*) என்றுதான் அழைத்தனர். தமிழில் பீடி குடித்தல் கஞ்சா குடித்தல் என்ற வழக்கு உண்டு. (குடிப்பது என்ற சொல்லுக்குத் தமிழில் உறிஞ்சுதல் என்ற பொருளுண்டு. ஆங்கிலத்திலும் *drink* என்ற சொல்லுக்கும் உறிஞ்சு என்ற பொருள் உள்ளது.)

இங்கிலாந்தில் புகை குடிப்பது எங்கும் பரவியதுடன் நாகரிகமாயும் அது கருதப்பட்டது. இங்கிலாந்தின் அரசவையினரிடையிலும் புகைப்பது 1600 ஆம் ஆண்டு பொதுவான சமூகப் பழக்கமாயிருந்தது. அதே ஆண்டில் டச்சு அரசவைப் பெண்டிர் நறுமணமேற்றிய மூக்குப் பொடியைப் போடத் தொடங்கினர்.

இங்கிலாந்தின் முதலாம் ஜேம்ஸ் மன்னர் (1566-1625; ஆ.கா.1567-1625 ''புகையிலைக்கு எதிர் முழக்கம்'' (*Counter-blaste to tobacco*) என்ற புகழ்பெற்ற சிறு ஏட்டை வெளியிட்டுப் புகையிலை வெறியைத் தடுத்து நிறுத்துவதற்கு 1604 இல் முயன்றார். அதற்குப் பத்தாண்டுகளுக்குப் பிறகு 1614 இல் இலண்டனில் மட்டும் 7,000 கடைகளில் புகையிலை விற்கப்பட்டது.

முப்பதாண்டுப் போரில் (1618-1648) கலந்துகொண்ட பல்வேறு ஐரோப்பிய நாடுகளின் படை வீரர்கள் தம்முடன் புகையிலையைக் கொண்டு சென்றதால், அப்போது புகையிலைப் பழக்கம் ஐரோப்பியத்தின் நான்கு திக்குகளிலும் பரவிற்று. பதினேழாம் நூற்றாண்டில் ஐரோப்பியரில் பெரும்பாலர் புகையிலைக் குழாயில் வைத்துப் புகைத்தனர். ஸ்பானியர் சுருட்டையே விரும்பினர். அவர்கள் சிகார்ரா என்ற சொல்லிருந்து சிகார்ரோ

என்ற பெயரைச் சுருட்டுக்கு அளித்தனர். ஸ்பானிய மொழியில் சிகர்ரா என்றால் சிள் வண்டு என்று பெயர். சுருட்டு அவ்வடியில் இருந்ததால் அப்பெயர் பெற்றது. (ஆங்கிலத்தில் *Cheroot* என்ற சொல் சுருட்டைக் குறிக்கும். அது சுருட்டிச் செய்யப்படுவதால் சுருட்டு என்று தமிழில் பெயர் பெற்றது. அதன் ஆங்கில வடிவம் செரூட்டு ஆகும்.)

சுருட்டு, சிகரெட்டு

ஜெர்மனியில் முதன் முதலாக 1779 ஆம் ஆண்டு சுருட்டுச் சுற்றப்பட்டது. அதற்குச் சிறிது காலத்திற்குப் பின் பிரான்சில் சுருட்டு செய்தனர். எனினும் 1830 ஆம் ஆண்டிற்கு முன்னர் இங்கிலாந்தில் சுருட்டுச் சுற்றப்படவில்லை. தமிழ் நாட்டில் பத்தொன்பதாம் நூற்றாண்டு வாக்கில் சுருட்டப்பட்ட சுருட்டுகள் ''திருச்சினாப்பள்ளி'' என்ற பெயரால் அழைக்கப்படுமளவிற்கு இங்கிலாந்தில் பெயர் பெற்று விளங்கின. (சர்.ஆர்தர் கோனன் டாயில் (1859-1930) கதைகளின் துப்பறியும் நாயகனான ஷெர்லாக்கு ஹோம்ஸ் பலவேறு சுருட்டுகளின் சாம்பலை வைத்து '' இது திருச்சினாப்பள்ளி'' என்று துப்புத் துலக்குவார்.)

இதற்கிடையே ஸ்பெயினிலிருந்த சுருட்டுச் செய்பவர்கள், சிகாரில்லோ என்று சிறு சுருட்டுகளைப் பல்வகையான தாள்களில் வைத்துச் சுருட்டினர். தாள் பதினேழாம் நூற்றாண்டிலேயே ஐரோப்பிய மக்களால் பெரிதும் பயன்படுத்தப்பட்டது. இவ்வாறு தாள் சுற்றிய சிறு சுருட்டுகள் *Pepelets* என்றழைக்கப்பட்டன. அவை ஸ்பெயினிலிருந்து கிழக்கு நோக்கி நிலநடுக்கடல் நாடுகளிலும் பரவித் துருக்கியையும் கிரீமியத் தீவக்குறையையும் அடைந்தன.

கிரீமியப் போரின் போது (1854-1856) தாள் சுற்றிய பெப்பிலட்டுகள் பிரஞ்சு, பிரிட்டிஷ் படையினரிடையே பரவலாயின. அந்தப் போரிலிருந்து தாயகம் திரும்பிய படையலுவலர்கள் கையால் சுற்றிய சிகரெட்டுகளைக் கொண்டு வந்தமையால், இலண்டனிலும், பாரிசிலுமிருந்த கிளப்புகளில் சிகரெட்டுகள் செல்வாக்குப் பெறலாயின. பிரிட்டனின் புகையிலைப் பொருள் செய்வோர் 1860 முதல் சிகரெட்டுகளைச் செய்யலாயினர்.புகையிலை வகை

இன்று அறுபதிற்கு மேற்பட்ட புகையிலை வகைகள் உலகெங்கும் விளைவிக்கப்பட்டு வருகின்றன. எல்லா மக்களாலும் எல்லாப்பருவ நிலைகளிலும் சமுதாயத்தின் அனைத்துப் படி நிலைகளிலும் புகையிலை பயன்படுத்தப்படுகின்றது.

பிற புகைப் பொருள்கள், கஞ்சா

உலகின் பல பகுதிகளில் புகைப்பதற்குப் பயன்படும் இலைகளையும் தண்டுகளையும் உடைய வேறு சில செடிகளும் உண்டு. (தமிழ் நாட்டில் சில இடங்களில் காய்ந்து போன பீர்க்கங் கொடிகளையும் சிலர் புகைப்பதுண்டு.) அத்தகைய செடிகளுள் ஒன்று, புகையிலையைப் போலவே தென்னமெரிக்கத்தைத் தாயகமாய்க் கொண்டது. அது நச்சுத் தன்மையுள்ள காட்டு மரமாகும். அதன் தாவரவியல் பெயர் *Nicotiana glauca*. அதன் நாட்டுப் பெயராலும் அது மரிகுவானா (*marihuana*) என்றழைக்கப்படுகின்றது. ஸ்பானியப் படை வீரர்கள் அதை மாரிஜோன் என்று திரித்துக் கூறினர். ஸ்பானியர் ஆசியத்தைத் தாயகமாய்க் கொண்ட கஞ்சாச் செடிக்கு மாரிஜுவானா என்ற பெயரைப் பின்னர் தந்துவிட்டனர்.

கஞ்சாவின் தாவரவியல் பெயர் *Canabis Satina*. அமெரிக்கத்தின் புறத்தேயிருந்த உலகம் புகையிலை பற்றி அறிந்ததற்குப் பன்னெடுங்காலத்திற்கு முன்னரே, ஆசியப் பெருநிலத்திலிருந்து, ஆப்பிரிக்கம் வரை வாழ்ந்திருந்த மக்கள் கஞ்சா இலைகளைப் புகைத்துவந்தனர். கஞ்சா பதினெண் சித்தர் ஒருவரின் பெயரால் கோரக்கர் மூலி என்றழைக்கப்படுகின்றது. இச்சித்தரின் மருத்துவ முறையில் கஞ்சா தலையாய மூலிகையாயிருந்தது என்பர். கஞ்சாவிற்கு அண்மைக் கிழக்கில் ஹஷீஷ் என்று பெயர்.

இந்தியம் - கஞ்சா

இந்தியத்தில் பொதுவாய்ப் பயன்படுத்தப்படும் போதை மருந்துகளில் பெரும்பாலானவை கஞ்சாச் செடியின் கொழுந்து இலைகள், இலைகள், தண்டுகள் இவற்றிலிருந்து பெறப்படுகின்றன. அவற்றுள் கஞ்சா இலைக் கொழுந்துகளைச் சேர்த்துச் செய்யும் இனிய பானமாகிய பங்கும் அடங்கும். இப்பானத்தை அருந்துவோர்க்கு அடங்காச் சினமும் கொடிய மூர்க்கமும் உண்டாகும். அடுத்தது கஞ்சா.

1779

கஞ்சா இலையை உலர்த்திப் புகைப்பர். இதுவே பொதுவாய்க் கஞ்சா என்று அழைக்கப்படுகின்றது. தற்காலத்தில் கையால் கசக்கிப் பொடித்த கஞ்சா இலையுடன் சிகரட்டுப் புகையிலையையும் சேர்த்துச் சிலும்பி எனப்படும் மண் குழாய்க்குள் இட்டுப் புகைக்கின்றனர். சிகரட்டுத் தாளுக்குள் செலுத்தியும் புகைப்பர்.

சரஸ்

கஞ்சாச் செடியின் தண்டிலிருந்து இறக்கப்படும் பிசின் போன்ற பொருள் சரஸ் எனப்படும். இது பல வழிகளில் பயன்படுத்தப்படுகின்றது. மேலே கூறியவாறு இந்தியம் புகையிலையை அறிந்து கொண்டதற்குப் பல காலத்திற்கு முன்னரே, கஞ்சா இலையைப் புகைக்கும் பொருளாய்ப் பயன்படுத்தி வந்தது. மேற்சொன்ன கோரக்கர் போன்று பதினெண் சித்தர்களும் கஞ்சாவைப் பல வழிகளில் பயன்படுத்தினர்.

பண்டை இந்தியத்தில் புகைப் பழக்கம்

புகைப்பது பற்றிச் சங்க நூல்களிலோ, வேதங்களிலோ எதுவும் சொல்லப் படவில்லை. பிற்காலத்தில் எழுந்த மருத்துவ நூல்களில் சுருட்டுப் போன்ற தூமவர்த்தி என்ற புகைச் சுருட்டின் சிறப்புகள் சொல்லப்பட்டுள்ளன. அன்றாடம் பொதுவாய்ப் பயன்படுத்தப்பட்டது ''பிரயோகிக்கி'' ஆகும். இது ஏலக்காய், குங்குமப் பூ, சந்தனம் பிற மணப்பொருள்கள் முதலியன சேர்த்துச் செய்யப்பட்டது. இச்சரக்குகளை இடித்துப் பொடியாக்கிப் பசை போல் பிசைந்து, ஒரு நாணலில் வைத்துச் சுமார் ஆறங்குல நீளத்திற்கும் கைப் பெருவிரல் கனத்திற்கும் உருட்டுவர். அது சுருட்டுப்போல் இருக்கும். அதில் நெய் தடவி நெருப்பைப் பற்றவைத்துப் புகைப்பர். மருத்துவப் பயன்களுக்காக வேறு பல சரக்குகளையும் சேர்த்துச் செய்த சுருட்டுகளையும் புகைத்தனர்.

நேராகக் குத்தவைத்து அமர்ந்துகொண்டு ஒரே நேரத்தில் மும்முறை பகையை உள்வாங்க வேண்டும். இதைப் புகைப்பதால் உண்டாகும் பலன்கள் பழைய நூல்களில் சிறப்பித்துக் கூறப்பட்டுள்ளன என்பர்.

இந்தியத்தில் புகையிலை

போர்த்துச்கீசர் 1600 ஆம் ஆண்டு இந்தியத்திற்குப் புகையிலையைக் கொண்டு

வந்ததும், இந்நாட்டுப் புகைப்பழக்கம் முற்றிலும் மாறிவிட்டது. கஞ்சா குடிப்பதைத் தவிர ஏனைய புகைப் பழக்கம் அனைத்தும் முற்றிலும் கைவிடப்பட்டன. சுருட்டு என்று தமிழில் அழைக்கப்பெறும் புகையிலைச் சுருட்டும், ஹநிக்கா என்ற புகைக்கும் கருவியும் இந்தியராலும் ஆங்கிலத் துரைமாராலும் பெரிதும் விரும்பப்பட்டன. புகையிலை இந்தியத்தில் வேரூன்றத் தொடங்கிய இருபத்து மூன்றாண்டுகள் கழித்து, 1623 இல் இங்கிருந்து அயல் நாடுகளுக்குப் புகையிலை ஏற்றுமதியானது.

புகையிலைக்கு இங்கிலாந்தில் அரசரின் எதிர்ப்பு இருந்தது போலவே, இந்தியத்திலும் அரச எதிர்ப்பு எழுந்தது. அங்கு முதலாம் ஜேம்ஸ் 1604 இல் புகையிலையை எதிர்த்தார் என்று முன்னர் கூறினோம். அவரைப் போன்று முகலாய மன்னர் ஜகாங்கீரும் (ஆ.கா. 1605-1627) 1617 ஆம் ஆண்டு புகைப்பழக்கத்தைத் தடை செய்ய முயன்றார்.

அன்று மன்னர்கள் வேறு காரணங்களுக்காகப் புகையிலையை எதிர்த்தனர். இன்று உடல் நலத்தைக் கருதிப் புகைப் பொருள்களுக்கும் புகையிலைக்கும் உலகெங்கும் எதிர்ப்புக் கிளம்பியுள்ளது.

புகையிலைக்கும் புற்று நோய்க்கும் தொடர்பு இருக்கலாம் என்ற மருத்துவ உணர்வு 1761 ஆம் ஆண்டே ஐயப்பாட்டை ஏற்படுத்திய போதிலும் (இ.ச.க. தொகுதி-7), அது இன்று ஐயத்திற்கிடமின்றி உறுதிப்படுத்தப்பட்டுவிட்டது. புகைப்பது ஒரு நோயே என்று இந்திய மருத்துவர் ஒருவர் கூறுகின்றார்.

1779

வரலாற்றுப் புள்ளிகள்

1. போரும் நாகரிகமும்

எலிசா ஃபே என்ற பிரிட்டிஷ் பெண்மணி, கல்கத்தா உயர்நீதிமன்றத்தில் வழக்குரைஞராய்ப் பணி புரிந்த அந்தணி ஃபே என்றவரின் மனைவியாவார். அப்பெண் இந்தியத்தைப் பற்றி வரலாற்றுச் சிறப்புள்ள கடிதங்களை எழுதியிருக்கின்றார். அக்கடிதங்களை 1817 ஆம் ஆண்டு தொகுத்து நூலாக வெளியிட்டனர். எலிசா ஃபே ஐதரலியிடம் கள்ளிக்கோட்டையில் சிறை வைக்கப்பட்டிருந்தார் என்ற செய்தி அந்நூலில் தலைப்புப் பக்கத்திலேயே சொல்லப்பட்டுள்ளது. அவர் இக்கடிதங்களினாலேயே புகழ் பெற்றார்.

எலிசா கல்கத்தா செல்ல வேண்டும் என்று பேரவாக் கொண்டிருந்தார். அவர் தன் கணவருடன் 1779 ஏப்ரல் 10 அன்று தென்கிழக்கு இங்கிலாந்திலுள்ள டோவர் துறைமுகத்தில் கப்பலேறி, பிரான்சின் டோவர் நீரிணையிலமைந்த கலே துறைமுகத்தை அடைந்தார். இது இங்கிலாந்திற்கு மிக அருகிலுள்ள துறைமுகமாகும். கலே 1347 முதல் 1558 வரை ஆங்கிலேயருக்கு உரிமையானதாயிருந்தது.

அவர்கள் கலேயில் இறங்கிய நேரத்தில் இங்கிலாந்திற்கும் பிரான்சிற்குமிடையே 1778 இல் மூண்ட சண்டை இந்த ஆண்டிலும் நீடித்திருந்தது.

ஆனால் பிரஞ்சுக்காரர் தம் நாட்டில் வந்திறங்கிய ''எதிரிகளான'' ஆங்கிலேயரிடம் எந்த வினாவையும் எழுப்பாமல், அவர்கள் தம் துறைமுகத்தில் இறங்குவதற்கு இசைந்தனர். அவர்களைச் சிறையில் இடவோ, துன்புறுத்தவோ செய்தாரிலர். ஆனால்

கணவனும் மனைவியும் பாரிசை அடைந்த போதுதான், காவல் துறையினர் அவர்களிடம் பாஸ்போட்டுகளைக் கேட்டனர். அவர்களும் எந்தத் தொல்லையும் தந்தாரிலர். கணவனும், மனைவியும் பாரிஸ் நகரை நன்கு சுற்றிப் பார்த்துவிட்டுப் ''பர்கண்டித் தேறலை'' மிக மலிவான விலையில் அங்கு வாங்கி அருந்தி மகிழ்ந்தனர். (கிழக்குப் பிரான்சில் திராட்சைத் தேறலுக்கு ஒயினுக்குப் பெயர் பெற்ற பகுதி பர்கண்டியாகும். அங்குள்ள டைஜோன் என்ற நகரைச் சுற்றியுள்ள வட்டாரத்தில் வடிக்கப்படும் சிவப்பு அல்லது வெள்ளை ஒயின் ''பர்கண்டித் தேறல்'' எனப்படும்).

இவ்வாறு பதினெட்டாம் நூற்றாண்டில் போர் ஒருபுறம் நடந்தாலும், அது மக்களுக்கு இன்னல் விளைவிக்காத நாகரிகப் போராயும் சில இடங்களில் இருந்தது என்பது தெரிய வருகின்றது. ஆனால் இவர்களுக்கு *1780* இல் கள்ளிக்கோட்டையில் இதற்கு நேர்மாறான அனுபவம் கிடைத்ததைப் பின்னர் காணலாம்.

எலிசா *1816* ஆம் ஆண்டு கல்கத்தாவில் இறந்தார். அவர் இலண்டன் மாநகரின் தென் கிழக்கில் இருந்த பிளாக்கு ஹீத்து என்ற சிற்றூரில் *1756* ஆம் ஆண்டு பிறந்தார். இவர் *1784* ஆம் ஆண்டு இரண்டாவது முறையும் *1796* இல் மூன்றாவது முறையும் கல்கத்தாவிற்கு வந்தார்.

2. தாவரவியல் : ஒளிச் சேர்க்கைக் கொள்கை உருவாக வழி

டச்சுத் தாவரவியல் நோய்க் குணவியல் வல்லுநரான ஜான் இஞ்சன்ஹௌசி (*Jan Ingenhousy*. இவருக்கு இப்போது வயது *49*), தனது ''தாவர ஆய்வுகள்'' (*Expriments in Vegetables*) என்ற ஆராய்ச்சி நூலில் ஒளிச் சேர்க்கைக் கொள்கைகளில் சிலவற்றை நிறுவுகின்றார். எனினும் *1862* ஆம் ஆண்டுதான், அக்கொள்கை ''ஒளிச்சேர்க்கை'' (*Photosynthesis*) என்ற பெயரைப் பெறுகின்றது.

ஜோசஃபு பிரீஸ்டிலி (*1733-1804*) உயிருள்ள செடிகளைக் கொண்டு மாசுற்ற காற்றைத் ''தூய்மைப் படுத்துவதற்காக'' *1774* இல் மேற்கொண்ட ஆய்வுகளைக் காண்பதற்காக இஞ்சன்ஹௌஸ் இங்கிலாந்திற்கு அவ்வாண்டு சென்றார். சூரிய ஒளி இலைகள் மீது படுவதால் உண்டாகும் ''*diphlogisticated air*'' காற்றைத் தூய்மைப்படுத்துகின்றது என்று பிரீஸ்டிலி கூறினார்.

பிரஞ்சு வேதியியலாரான அண்டாயின் லாவோசியே (*1743-1794*) ஆங்கிலத்தில் மேலே குறித்துள்ள காற்றுக்கு ''ஆக்சிஜன்'' என்று பெயரை விரைவில் தரவிருக்கின்றார்.

3. கருக்கொள்ள விந்து வேண்டும்

சுமார் கி.பி.பத்தாம் நூற்றாண்டினர் என்று கொள்ளப்படும் பட்டினத்தார் பாடியுள்ள ஒரு பாடலில் ''விந்து சுரோனித மீது கலந்து'' கரு வளர்வதை விவரித்திருக்கின்றார். இந்த அறிவியல் உண்மை பதினெட்டாம் நூற்றாண்டின் இக்காலப் பகுதியில் அறிவியல் முறையில் மெய்பித்துக் காட்டப்பட்டது.

கருக்கொள்வதற்கு விந்து வேண்டும் என்ற உண்மையை இத்தாலிய இயற்கையியலாரான லாசரோ ஸ்பெல்லன்சானி (*Lazzaro Spallanzani*) இவ்வாண்டு மெய்பித்துக் காட்டினார். அவர் *1768* ஆம் ஆண்டு, தன் *39* ஆம் வயதில் ''இறைச்சிக் குழம்பில்'' உயிரிகள் தாமாய் உண்டாகின்றன என்று எங்கும் நம்பப்பட்டு வந்ததைப் பொய்ப்பித்துக் காட்டியவர் என்பது குறிப்பிடதக்கது.

4. ஆர்மோனியம் கண்டுபிடிப்பு

துருத்திகளை அசைத்துக் காற்றின் உதவியால் உலோகத் தகடுகளை அதிரச் செய்து ஒலியுண்டாக்கும் இசைக் கருவி ஆர்மோனியம் ஆகும். இது ஆணிப் பட்டைகளையுடைய ரீடு ஆர்கன் (*reed organ*) என்ற இசைப் பேழை வகையினதாகும். ரீடு என்பது மிக மெல்லிய உலோகத் தகட்டைக் குறிக்கும். உலோகத் தகட்டு இசைப் பேழைகளில், ஆர்மோனியம் குழாய்த் தொடர்பு இல்லாததாகும்.

ஆர்மோனியத்தில் பல கறுப்பு நிறக் கட்டைகளும் வெள்ளை நிறக் கட்டைகளும் இருக்கும். ஒவ்வொரு கட்டைக்கும் கீழே உள்புறமாய் உலோகத் தகடுகள் அமைக்கப்பட்டுள்ளன. வலக்கை விரல்களினால் கட்டைகளில் ஏதாவது ஒன்றை அழுத்தி இடக்கையினால் துருத்தியை அசைத்துக் காற்றை உள்வாங்கும் போது, உள்ளேயிருக்கும் துளைகளை மூடியிருக்கும் தகடுகள் மேலும் கீழும் அதிர்கின்றன. இந்த அதிர்வு உலோகத் தகட்டின் பருமனையும் நீளத்தையும் பொருத்து அமைகின்றது. ஆர்மோனியத்தில் சுருதி மிக மிகக் கட்டைகளின் கீழிருக்கும். தகடுகள் நீளத்திலும் பருமனிலும் குறைந்துகொண்டே வருகின்றன. கையால் துருத்தியை அசைப்பதற்கு மாறாகக் கால்களினால் அதை அசைக்கும் அமைப்பையுடைய உயரமான ஆர்மோனியப் பெட்டிகளும் உள்ளன. ஆர்மோனியத்தைத் தமிழில் பெட்டி என்றே சுருக்கமாய் அழைப்பர். அது பெட்டி வடிவில் இருப்பது அதற்குக் காரணமாகும்.

சீனத்திலிருந்து செங்கு (*Cheng*) என்றோர் இசைக் கருவி டென்மார்க்கின் தலைநகரான கோபன்ஹேகனுக்கு வந்திருந்தது. அந்நகரைச் சேர்ந்த கிறிஸ்தியன் காட்லியோபு கிராட்டுசென்னுகன் (*Christian Gottliob Kratzenshein*) என்ற பேராசிரியர் அந்தச் சீனக் கருவியை ஆராய்ந்தார்.

1779

அவர் அதன்பின் அந்தச் சீனக் கருவியை வைத்துச் சுமார் *1779* வாக்கில் மேற்கூறிய அதிர்வுத் தகடு பொருத்திய ரீடு வகை இசைக் கருவியைச் சிறியதாய் உருவாக்கினார். இதுவே முதன் முதலாக உண்டாக்கப்பட்ட இவ்வகை இசைக்கருவி என்று தோன்றுகின்றது.

இக்கருவி தடையின்றி இயங்கக்கூடிய விதத்தில் தகடுகளுடன் (*reeds*) புதுக் கட்டைகளைக் கண்டுபிடிப்பதற்காகப் பின்னர் பத்தொன்பதாம் நூற்றாண்டின் பிற்பாதியில் பிரான்சிலும் ஜெர்மனியிலும் பிறகு இங்கிலாந்திலும் பலர் முயன்றனர். அவர்களுள் ஆஸ்திரியத்தின் வியன்ன நகரைச் சேர்ந்த ஆண்டன் ஹக்கல் (*Anton Hackal*) மிகவும் குறிப்பிடத் தக்கவராவர். அவர் *1818* ஆம் ஆண்டு உருவாக்கிய ஆர்மோனியம் ஃபிஷார்மோனிக்க (*Physharmonica*) என்ற கருவியை ஒத்ததாயிருந்தது. இது இயற்பியலாரைப் பெரிதும் கவர்ந்தது. ஜெர்மன் மக்களைப் பெரிதும் ஆள்கொண்டுவிட்டது. இதுவும் சீனத்து செங்கு என்ற இசைக் கருவியின் அடிப்படையில் அமைந்திருந்தது. இது இன்று வழக்கில் இலது.

அதன்பிறகு பாரிஸ் நகரைச் சேர்ந்த அலெக்சாந்தர் தெபெயின் (*Alexander Debain*) முதன் முதலாய்த் தற்காலத்து வடிவில் *1840* ஆம் ஆண்டு ஆர்மோனியத்தைச் செய்தார். பாரிஸ் நகரின் விக்டர் மஸ்டல் (*Victor Mustel*), அமெரிக்க ஒன்றியத்தின் ஜேகபு எஸ்டே (*Jacob Estay*) என்ற இருவரும் இக்கருவியில் பல மாற்றங்களைச் செய்தனர். அதன் விளைவாய் அது அன்றைய வடிவைப் பெற்றது. அக்காலத்தில் இக்கருவி கிறித்தவக் கோயில்களிலும் வீடுகளிலும் மீட்டப்பட்டது. எனினும் ஆர்கன் என்ற பெரிய இசைக் கருவி மக்களிடையே பழக்கமான பின்னர், அது கிறித்தவக் கோயில்களில் ஆர்மோனியத்தின் இடத்தைப் பெற்றுவிட்டது.

ஆர்மோனியம் - பின்பாட்டு

திரைப்பட இசையமைப்பாளர்கள் ஆர்மோனியத்தின் உதவியுடன் இசையமைக்கின்றனர். மிக அண்மைக்காலம் வரையிலும் தமிழ் நாடக மேடைகளில் நிலவிய சிறப்பு நாடகங்களில் பாட்டே தலையாய இடம் பெற்றிருந்தது. அப்போது நாடக மேடையின் வலப்புறத்தில் அமர்ந்து ஆர்மோனியம் வாசிப்பவரும் அவருக்குப் பக்க வாத்தியங்கள் வாசிப்போரும் இருந்தனர். இவர்களில் ஆர்மோனியம் - பின்பாட்டு என்று பெயர் பெற்ற இசைக்கலைஞர் பலர் இருந்தனர். இவர்கள் நாடகத்தின் நாயகன், நாயகி ஆகியோரின் பாட்டுகளுக்கு ஆர்மோனியம் வாசித்தவுடன், அவர்களுக்குப் பின்பாட்டும் பாடிவருவர். சில வேளைகளில் நாயகனாய் அல்லது நாயகியாய் வந்து பாடுபவருக்கும் ஆர்மோனியக்காரருக்கும் பெரிய இசைப் போட்டியே நடப்பதுண்டு.

இந்த இசைப் போட்டியை மக்கள் மிகவும் விரும்பி வரவேற்றனர். கே.எஸ்.தேவுடு ஐயர், காதர் பாட்சா போன்றவர்கள் அக்காலத்தில் பெயர் பெற்ற ஆர்மோனியம் - பின்பாட்டுக்காரர்களாவார். காதர் பாட்சா சுருளிமலை முருகன் மீது மிகுந்த பக்தியுள்ளவர். காந்தர்வகான ஏழிசை மன்னன் என்ற சிறப்பைப் பெற்றிருந்த எம்.கே.தியாகராசபாகவதரின் சிறப்பு நாடகங்களுக்குப் பெயர் பெற்ற இசையமைப்பாளரான ஜி.இராமநாதன் ஆர்மோனியம் வாசிப்பதுண்டு.

அனைத்திந்திய வானொலி ஆர்மோனியத்தை வானொலிகளில் வாசிக்கலாகாது என்று பல காலமாய்த் தடுத்திருந்தது. அத்தடை மிக அண்மையில்தான் நீங்கியது.

1779

5. ஷேக்ஸ்பியர் நடிகர் டேவிடு காரிக்கு மறைவு (1717-1779)

பிரிட்டனின் நாடக வரலாற்றில் பல்துறைச் சிறப்பு வாய்ந்த மாபெரும் நடிகர் என்ற தனிப்பெரும் புகழை டேவிடு காரிக்கு பெற்றிருந்தார். அவர் நடிகராயும் நாடக இயக்குநராயும் விளங்கினார். ஷேக்ஸ்பியரின் நாடகப் பாத்திரங்களை ஏற்று நடிப்பதில் காரிக்கு பெயர் பெற்றிருந்தார். அவர் பிரிட்டனில் மட்டுமின்றி ஐரோப்பிய நாடுகளிலும் புகழுடன் மதிக்கப்பெற்றார்.

அவர் இலண்டனில் ஷேக்ஸ்பியர் நாடகத்தில் மூன்றாம் ரிச்சர்டாக *(1452-1485: ஆ.கா. 1483-1485;* இவர் தன் சகோதரரின் ஆண்மக்களான இளைஞர் இருவரை இலண்டன் டவரில் கொன்றார் என்ற ஐயப்பாடு இருந்தது. இவர் பாஸ்வர்த்துக் களத்தில் டிஸிடர் ஹென்றியுடன் *(1457-1509)* நடந்த சண்டையில் இறந்தார். மூன்றாம் ரிச்சர்டு மிகக் குறுகிய தன் ஆட்சிக் காலத்தில் திறன் வாய்ந்த மன்னராய் விளங்கினார். நடிக்கத் தொடங்கி, இலண்டன் நகரையே ஒரு கலக்குக் கலக்கிவிட்டார்.

பதினெட்டின் இக்காலத்தில் வாழ்ந்திருந்த சிறந்த எழுத்தாளரான ஹோரேஸ் வால்போல் *(1717-1797)*, புலவரான தாமஸ் கிரே *(1716-1771)* ஆகிய இருவரும் காரிக்கை மிகையாய்ப் புகழாவிடினும், இலண்டனே அவரிடம் மயங்கிக் கட்டுண்டுவிட்டது. காரிக்கு புதிய நடிப்புப் பாணியை உண்டாக்கினார். அவர் தொடர்பின்றிப் பேசுவது குறைவு; கை, கால்களை மிகையாய் ஆட்டி நடிப்பதில்லை. மிக எளிதாய் முகத்தில் இயல்பான உணர்ச்சிகளை வெளிப்படுத்துவார் - இவையே காரிக்கின் புதுமையான நடிப்புப் பாணியாய் அமைந்திருந்தன.

இக்காலத்தில் லாரன்சு ஸ்டென் *(Lawrence Stern:1713-1768)* மிகச் சிறந்த ஆங்கில நாவலாசிரியராய் விளங்கினார். அவர் ''திரிஸ்தன் ஷேண்டியின் வாழ்க்கையும்

எண்ணமும்'' (*The Life and Opinion of Tristan Shandy*) என்ற புகழ் வாய்ந்த நாவலை எழுதியவர். இவர் காரிக்கின் நெருங்கிய நண்பராயிருந்தார்.

''ஒரே மனிதர் இன்பச் சுவையையும் அவலச் சுவையையும் நடிப்பின் வழியே வெளிப்படுத்தும் அருந்திறன் காரிக்கிடம் இருந்தது'' என்று ஸ்டென் காரிக்கின் நடிப்பைப் பற்றிக் கூறுகின்றார்.

''பாவி மகன்! இந்த மனிதரால் ஓர் இரும்புக்கம்பியைப் போன்று கூட நடிக்க முடியும்'' - கிளைவு கிட்டி என்ற நடிகை வஞ்சப் புகழ்ச்சியாய்க் காரிக்கைப் இப்படி பாராட்டினார்.

நாடக மேடையிலிருந்து விலக முடிவு

இந்நிலையில் காரிக்கு நாடக மேடையிலிருந்து விலகுவதென்று முடிவெடுத்துவிட்டார். அது அவரின் நண்பர்களுக்கு வருத்தத்தைக் கொடுத்தது. அவர் அமைதியானவர்; மக்களால் பாராட்டிப் புகழப்பட்டவர். அவர் டிரூரி சந்து (*Drury Lane*:இது இலண்டனின் வெஸ்டு எண்டுப் பகுதியில் உள்ளது. இக்காலத்தில் இங்கு நாடகக் கொட்டகைகள் நிறைந்திருந்தன.) நாடகக் கொட்டகையில் ஷேக்ஸ்பியர் (*Two Gentlemen of Verona*) என்ற நாடகத்தில் நடித்துக் கொண்டிருந்தபோது கலகம் ஏற்பட்டுக் கொட்டகைக்குத் தீ வைத்துவிட்டனர். அந்நாளில் இத்தகைய நிகழ்ச்சிகள் நடப்பது வழக்கம். ஆனால் காரிக்கினால் இதைப் பொறுக்க முடியவில்லை. எனவே இனிமேல் நாடகத்தில் நடிப்பதில்லை என்று உறுதி பூண்டார்.

ஐரோப்பியப் பயணம்

காரிக்கு வியன்னா நகரத்து நடனக்காரியான ஈவாள் மாரி வயலட்டி என்றவரை மணந்திருந்தார். அவர் மனைவி இப்போது நோய்வாய்ப் பட்டிருந்தார். அவர் இயற்கைச் சூழலில் வாழவேண்டுமென்று மருத்துவர்கள் பரிந்துரைத்தனர். அதனால் அவர்கள் 1763 செப்டம்பரில் இங்கிலாந்தை விட்டுப் புறப்பட்டு ஐரோப்பியத்தில் பயணம் செய்தனர். காரிக்கு ரோமில் இருந்தபோது பெயர்பெற்ற ஓர் ஓவியர் அவரை ஓவியமாய்த் தீட்டினார். அவர் ஐரோப்பியத்தில் இருந்த காலையில் ஏராளமான புத்தகங்களை விலைக்கு வாங்கினார்.

பிரான்சில்

காரிக்கிற்குச் சற்று உடல் நலமில்லாதிருந்ததால், ''ஐரோப்பியத்தின் தலை மூத்த மேதை'' வால்டயரை அவரால் சந்திக்க இயலாமல் போயிற்று. அவர் 1764 அம் ஆண்டு அக்டோபர் முதல் ஆறு மாத காலம் பாரிசில் இருந்தார். அப்போது அவர் உயர்குடியினரின் மாளிகைகளிலிருந்த வரவேற்பு அறைகளில் (*Salon*) பல பாத்திரங்களை நடித்துக் காட்டினார். அவர் அங்கு ''மேக்பத்து'' நாடகத்தில் வரும் வாள் காட்சியை ஓரிடத்தில் நடித்துக் காட்டினார். அவர் பைத்தியக்காரனாய் நடிக்க எப்படிக் கற்றுக் கொண்டார் என்பதையும் அங்கு விளக்கிக் கூறினார்.

காரிக்கின் நண்பர் ஒருவர் ஏதோ ஆத்திரத்தில் தன் கைக்குழந்தையைச் சன்னலுக்கு வெளியே எறிந்துவிட்டுச் சித்தமிழந்து கிறுக்கரானதைக் கண்டு பைத்தியக்காரனாய் நடிக்கக் கற்றுக் கொண்டதாய் அவர் கூறினார். அவர் இதைக் கூறியதைக் கேட்டு அங்கிருந்த அனைவரும் அழுதுவிட்டனராம்.

''உங்களைப் போன்ற ஒரு நடிகர் எங்கள் நாட்டில் (பிரான்சில்) இருந்தால், எங்கள் நாடகக் காட்சிகளில் பொருள் செறிவற்ற நிலை இராது. உங்களைக் கொண்டு நாங்கள் மௌனத்தையே கதை சொல்லுமாறு செய்துவிடுவோம்'' என்று காரிக்கை ஒரு பிரஞ்சுக்காரர் பாராட்டினார்.

பிரஞ்சுக்காரர் ஷேக்ஸ்பியர் ஆங்கில நாடகங்களை நன்கு உணர்ந்து சுவைப்பதற்காகப் பாரிசிலிருந்த தன் ஆர்வலர்களிடம் டாக்டர் ஜான்சனின் ஆங்கில மொழி அகராதியின் படிகளைக் காரிக்கு அளித்தார்.

இங்கிலாந்து கொண்டுவர ஆர்வம்

காரிக்கை இங்கிலாந்திற்குக் கொண்டுவர வேண்டுமென்று அவருடைய நண்பரான எழுத்தாளர் ஸ்டென் பெரும் பாடுபட்டார். காரிக்கு இங்கிலாந்தில் இல்லாத காலத்தில் வில்லியம் பவல் என்ற புது நடிகர் டிரூரி சந்துக் கொட்டகையில், காரிக்கு பெற்றிருந்த இடத்தை அடைந்துவிட்டார். அந்நடிகர் காரிக்கின் மகன் என்ற பேச்சு ஒரு காலத்தில் இருந்ததுண்டு. காரிக்கு நாடு திரும்பி வந்து இப்புது நடிகரை வீழ்த்த வேண்டுமென்று ஸ்டென் தன் கடிதங்களில் விடுத்திருந்த வேண்டுகோள்களைக் காரிக்கு ஏற்கவில்லை.

1779

காரிக்கு தன் மனைவியுடன் முப்பதாண்டுகள் மகிழ்ச்சியாக இல்வாழ்க்கை நடத்தினார். அவர் தனது 62 ஆவது வயதில் இவ்வாண்டு இறந்த பின்னர், அவரின் மனைவி ஈவாள் மேலும் நாற்பத்து மூன்றாண்டுகள் அதே வீட்டில் வாழ்ந்து, தனது தொண்ணூற்றொன்பதாவது வயதில் 1822 ஆம் ஆண்டு இறந்தார். அவர் வாழ்ந்த காலம் முழுமையிலும் தன் கணவரின் அருமை பெருமைகளை எப்போதும் பேசிக் கொண்டிருந்தார்.

காரிக்கு அடக்கம் செய்யப்பட்டுள்ள வெஸ்டு மினிஸ்டர் கல்லறைத் தோட்டத்தில், கணவருக்கருகிலேயே ஈவாளும் அடக்கம் செய்யப்பட்டிருக்கின்றார்.

6. காப்டன் குக்கு கொலை

வரலாற்றில் இடம் பெற்றுள்ள ஆங்கிலக் கடலோடியும் ஆஸ்திரேலியக் கிழக்குக் கரை மீது பிரிட்டன் உரிமை கொண்டாட வழிவகுத்தவரும் நியூசிலாந்தை மரக்கலத்தில் சுற்றி வந்தவரும் பசிபிக்கிலும் அட்லாண்டிக்கிலும் பல தீவுகளை 1768-1779 ஆண்டுக் காலத்தில் கண்டுபிடித்தவருமான காப்டன் குக்கு (1728-1779) இக்களஞ்சிய வரிசையில் பல பக்கங்களில் இடம் பெற்றிருக்கின்றார்.

குக்கு இப்பதினெட்டாம் நூற்றாண்டில் மேற்கொண்ட பல கடற் பயணங்களினால், மேலையுலகினர் அகல்விரிவான இப்புவியில் புதிய நிலப்பரப்புகளைப் பெற்றுப் புதிய முன்னேற்றங்களையும் கண்டனர்.

ஈரப் பலா *(Bread fruit)*

பாலலீனீசியத் தீவுகளெங்கும் ஈரப் பலா (*Artcarpus altilis*) என்ற பழமரம் (*bread fruit*) மிகுந்த மதிப்பு வாய்ந்ததாகும். இந்த ஈரப்பலா மரத்தின் பழம் மனிதத் தலையளவு இருக்கும். இது எட்டு மாதம் பலன் கொடுக்கும். பசிபிக்குத் தீவுகளிலுள்ள மக்கள் கொட்டை இல்லாததும் சதைப்பற்று மிகுந்து இனிக்கவும் செய்கின்ற இப்பழத்தை முக்கிய உணவாய் அக்காலத்தில் கொண்டிருந்தனர்.

இப்பழத்தின் தோல் தடித்தது. அதைத் தோலோடு சூடேற்றிய கல்லில் வைத்து வாட்டி எடுத்தால், அதன் சதைப் பகுதி சுட்ட ரொட்டியைப் போன்று உறுதியும் சுவையுமுடையதாகும்.

காப்டன் ஜேம்ஸ் குக்கு பசிபிக்கில் நெடும் பயணம் மேற்கொண்டு புத்திடங்களை ஆராய்ந்து வந்த காலையில், இந்த ஈரப் பலாவின் சிறப்பை அறிந்தார். அவர் இப்பழத்தின் பெரும் பயனைப் புகழ்ந்துரைத்ததால், பிரிட்டிஷ் அரசு அதன் மீது ஆர்வங்கொண்டு, அம்மரக்கன்றுகளைப் புதிய உலகமான அமெரிக்கத்தில் நடுவதற்கு முயன்றது.

காப்டன் குக்கு *1779* பிப்ரவரி *14* அன்று விடியற்காலை வேளையில் ஹவாய்த் தீவிலுள்ள கீலக்கேக்குவ (*Kealakekwa*) வளைகுடாவில் நாட்டு மக்களால் கொல்லப்பட்டார்.

7. மனிதன் கி.மு. 4004 இல் படைக்கப்பட்டானா?

இலண்டன் நகரைச் சேர்ந்த புத்தக விற்பனையாளர் கூட்டமைப்பு ஒன்று *1779* ஆம் ஆண்டு ''உலகளாவிய வரலாறு'' (*Universal History*) என்ற நூலை வெளியிட்டது. அதில் கேம்பிரிட்ஜ் பல்கலைக்கழகத்தில் பதினேழாம் நூற்றாண்டில் துணை வேந்தராயிருந்த டாக்டர் ஜான் லைட்ஃபுட்டு (*Dr.John Lightfoot*) கூறியிருந்த ஒரு செய்தி இடம் பெற்றிருந்தது. ''மனிதன் கி.மு.*4004* ஆம் ஆண்டு அக்டோபர் *23* அன்று காலை ஒன்பது மணிக்கு மும்மைச் சக்தியால் படைக்கப்பட்டான்'' என்று அவர் கூறியிருந்தார்.

1779

தென்கிழக்கு ஈராக்கில் தைகிரிஸ், யூஃபிரிட்டிஸ் சங்கமிக்கும் இடத்திலுள்ள ஷட்டல் அரபு என்ற ஆற்றின் கரை மீது இருக்கும் பாஸ்ரா நகரிலிருந்து இரண்டு நாள் பயணத்தில் அடையக்கூடிய தொலைவில், யூஃபிரிட்டஸ் ஆற்றின் கரை மேலமைந்த ஏதேன் தோட்டத்தில் மனிதன் படைக்கப்பட்டான் என்று அந்நூலில் மிகத் துல்லியமாய்க் கூறப்பட்டிருந்தது. விவிலியத்தில் சொல்லப்பட்ட படைப்புப் பற்றிய செய்தியை உருவகப் பொருளில் எடுத்துக் கொண்டு விளக்கம் கண்டதால் மேற்சொன்னவாறு கணித்துவிட்டனர்.

''விவிலியத்தை நம்புவோர் இன்றும் மனிதனின் படைப்புப் பற்றிய இச்செய்தியை உண்மை என்றே கொள்கின்றனர்'' என்று எச்.ஜி.வெல்ஸ் தன் ''சுருக்க வரலாறு'' (*Outline of History*) என்ற நூலில் கூறுகின்றார்.

1780

அரசியல்

இரண்டாம் மைசூர் போர் (1780-1784)

கலை இலக்கியம்

தான்சேன் (1506-1589), பதினெட்டில் இந்திய இதழ்கள் சோதிடக்கலை, எலிசா ஃபே கடிதங்கள்

சமயம்

நெல்லையில் கிறித்தவம் பரவுதல் - கிளாரிண்டா
சோதிடத்திற்குக் கிறித்தவ சமய எதிர்ப்பு

வேளாண்மை, தொழில், வாணிபம், பொருளியல்

கல்கத்தாவில் விலைவாசிகள்
இந்தியத்தில் மதுவகை விலைகள்
ஏஜன்சி நிறுவனங்கள் தோற்றம்
பிரிட்டனில் 'பசுமை புரட்சி'

இராணுவம், போர்

இரண்டாம் மைசூர்ப் போர்
திப்பு சிரக்கல்லை அழித்தல்
குவாலியர்க் கோட்டை வீழ்ச்சி
கம்பெனிப் படை அலுவலர் செலவு

வரலாறு

குவாலியர்க் கோட்டை
சோதிடக் கலை

மக்கள்

கிளாரிண்டா

பொது

கள்ளிக்கோட்டையில் ஐரோப்பியர் சிறை
ஐரோப்பியர் இயந்திரத்தை அடைந்த நில, நீர் வழிகள்
பம்பாயில் மக்கள் தொகை
கார்டன், கார்டன் கலவரங்கள்
பெரிய மருது சருகணியில் புகலடைதல்

பிறப்பு

இரஞ்சித்து சிங்கு (1780- 1839)

இறப்பு

மரியான் தெரசாள் (1717-1780)

1780

1. இரண்டாம் மைசூர்ப் போர் (1780-1784): போர் முகில் படர்தல்

முதல் மைசூர்ப் போர் 1769 இல் முடிவடைந்து ஐதரலிக்கும் பிரிட்டிசாருக்குமிடையே அவ்வாண்டு ஏப்ரல் 4 அன்று அமைதியுடன்படிக்கை ஏற்பட்டது. (இ.ச.க தொகுதி-7) இனி தென்னகத்தில் அமைதி திரும்பும் என்ற நிலை அப்போது தோன்றியது. அவ்வாறே பதினோராண்டுக் காலம் சிறு சிறு உரசல்களுக்கு நடுவில் அமைதி நீடித்து, 1780 மே 28 அன்று இரண்டாவது மைசூர்ப் போர் மூண்டுவிட்டது.

தோற்றுவாய்

முதல் மைசூர்ப் போரின் இறுதியில் ஏற்பட்ட உடன்படிக்கையின் இரண்டாவது விதிப்படி அவ்வுடன்படிக்கையைச் செய்து கொண்டவர்களில் எவரேனும் ஒருவரை எதிரி தாக்கினால் அப்போது மற்றவர் உதவிக்கு வந்தாக வேண்டும்.

மராட்டியர் 1770 இல் மைசூரைத் தாக்கியபோது ஆங்கிலேயர் மைசூரின் உதவிக்கு வருவர் என்று எதிர்பார்த்து, ஐதரலி அவர்களிடம் உதவி கேட்டார். ஆனால் ஐதரலி 1771 ஆம் ஆண்டு முற்றாகத் தோற்கடிக்கப்பட்டது வரையிலும், அதன் பிறகு மராட்டியர் விதித்த கட்டு திட்டங்களின்படி 1772 ஜூனில் அவர்களுடன் உடன்படிக்கை ஏற்பட்டது வரையிலும், ஆங்கிலேயர் இழுத்துப் பிடித்துக் கொண்டு காலத்தைத் தள்ளிவிட்டனர். இதனால் ஐதரலி ஏமாற்றமடைந்தார்.

ஆர்க்காட்டு நவாபு முகமதலி, ஐதரலியை ஒழித்துவிட வேண்டுமென்று விரும்பினார். அவர் அதற்கு ஆங்கிலேயரின் உதவியை நாடினார். இதுவும் ஐதரலிக்கு மிகுந்த ஏமாற்றம் தந்தது. ஆர்க்காட்டு நவாபிற்கு ஆங்கிலேயரிடம் மிகுந்த செல்வாக்கு இருந்தமையால் ஐதரலி ஆங்கிலேயரிடமிருந்து மேலும் விலகுவதற்கு அது மிகவும் துணை புரிந்தது.

ஐதரலி 1770 இல் பம்பாயிலிருந்த கிழக்கிந்தியக் கம்பெனி அரசுடன் ஓர் ஒப்பந்தம் செய்தார். பம்பாய்க் கம்பெனி அரசு ஓனூரில் ஒரு பண்டசாலை அமைக்கவும் சந்தனக் கொள்முதலில் ஏகபோகம் செலுத்தவும் மலபார்க் கரையோரங்களில் மிளகு கொள்முதல் செய்யவும் அந்த ஒப்பந்தம் வகை செய்தது. பிரிட்டிசார் இவற்றுக்கு மாற்றாக, ஐதரலி வேண்டும்போது அவருக்குப் படைக் கலன்களைத் தந்துதவ வேண்டும்.

ஆனால் ஐதரலி மராட்டியருடன் போர் செய்து கொண்டிருந்தபோது, அவர் அடுத்தடுத்து ஆங்கிலேயரிடம் படைக்கலன்கள் கேட்டபோது, பம்பாய்க் கம்பெனி அரசு ஒப்பந்தப்படி நடந்து கொள்ளாததால், மைசூர் பிரஞ்சுக்காரரின் உதவியை நாட நேர்ந்தது.

பிரிட்டிசார் 1779 ஆம் ஆண்டு மார்ச்சில் கேரளத்தின் தென் கரையிலுள்ள மாகி மீது படையெடுத்ததும், இரண்டாம் மைசூர்ப் போர் மூளக் காரணமாயிற்று. (மாகி : இ.ச.க. தொகுதி-3) மாகி பிரஞ்சுக்காரருக்கு உரிமையான திட்டாயிருந்த போதிலும், அது ஐதரலியின் ஆட்சிப் பரப்பினால் சூழப்பட்டிருந்தது. ஐதரின் நாட்டைக் கடந்துதான் மாகிக்குச் செல்ல வேண்டும். ஐதரலி மாகித் துறைமுகத்தின் வழியேதான் ஐரோப்பியத்திலிருந்து தனக்கு வேண்டிய படைக் கலன்களை இறக்கி வந்தார்.

எனவே ஐதரலி தடுத்தும் கேளாமல் ஆங்கிலேயர் மாகியைத் தாக்கியதால், அவர் மாகியைக் காப்பாற்றுவதில் பிரஞ்சுக்காரருக்கு உதவினார். மாகி பிரிட்டிசாரிடம் விழுந்தபோது அங்கு ஐதரலியின் கொடிதான் பறந்து கொண்டிருந்தது.

ஐதராபாது நிசாமின் உடன் பிறந்தவரான பசலத்து ஜங்கு குண்டூர் உள்பட ஒரு சாகீரை அனுபவித்து வந்தார். ஆங்கிலேயர் நிசாமுடன் செய்து கொண்ட ஓர் உடன்படிக்கைப்படி, பசலத்து ஜங்கு இறந்ததும், அவர் வசமிருந்த அப்பகுதி கம்பெனியைச் சேர வேண்டும். பசலத்து ஜங்கு பிரஞ்சுக்காரருடன் சில தொடர்புகளை வைத்திருந்தார். அதில் ஆங்கிலேயருக்கு விருப்பமில்லை. எனவே, பசலத்து ஜங்கு குண்டூரைத் தமக்குக் குத்தகைக்குத் தந்து விட்டு, அங்கு அவரது ஊழியத்திலிருந்த பிரஞ்சுக்காரரை வெளியேற்றி விடுவதற்கு அவரை இசையுமாறு பிரிட்டிசார் செய்து விட்டனர். பசலத்து ஜங்கு அதற்கு இணங்கிப் பிரஞ்சுக்காரர் இருந்த இடத்தில் ஆங்கிலப் படைவீரர் இருக்கலாமென்று அவர்களை அழைத்தார்.

பிரிட்டிசாரின் இந்தப் படை ஐதரலி, நிசாம் ஆகியோரின் ஆட்சிப் பரப்பு வழியாகத்தான் குண்டூருக்குச் செல்லவேண்டும். ஆங்கிலேயர் இவ்விருவரின் இசைவைப் பெறாமலும், அவர்களின் எதிர்ப்பையும், மீறிக் கொண்டு குண்டூருக்குத் தம் படையை அனுப்பினர். இது ஐதருக்கு மனக் கசப்பை உண்டாக்கிற்று. நிசாம் பிரிட்டிசாரிடமிருந்து ஒதுங்கவும் இது வழி செய்தது.

பேஷ்வா பதவியை இரகோபாவிற்குப் பெற்றுத் தருவதென்று பிரிட்டிசார் அவருடன் 1775 இல் சூரத்தில் ஒப்பந்தம் செய்து கொண்டனர். அவர்கள் அதன்பிறகு புனேயில் அவரைப் பேஷ்வாவாக்குவதற்குப் பாடுபட்டனர். அதனால் அவர்களுக்கும் மராட்டியருக்குமிடையே பகை மூண்டுவிட்டது. இதனால் மராட்டியர் ஆங்கிலேயருக்கு எதிராய் ஐதரலியின் உதவியைப் பெறுவதில் ஆர்வம் காட்டினர்.

நம்பிக்கை மோசம்

ஆங்கிலேயருடன் நம்பத் தகுந்த நட்பை ஏற்படுத்திக் கொள்ளலாம் என்று தான் கொண்டிருந்த நம்பிக்கை அனைத்தையும் ஐதரலி இவ்வாறு இழந்துவிட்ட நேரத்தில், அவர் 1780 இல் மராட்டியருடன் நட்பு உடன்படிக்கை செய்து கொள்ள நேர்ந்தது. இது ஐதரலிக்குப் பெரு மகிழ்ச்சியைக் கொடுத்தது. அவருக்கு அவ்வுடன்படிக்கைப்படி மராட்டியரிடமிருந்து பெரிய நிலப்பரப்புக் கிடைத்தது.

குண்டூர் நிகழ்ச்சிக்குப் பிறகு ஐதராபாது நிசாமை மைசூராரும், மராட்டியரும் அணுகினர். அதன் பலனாய்ப் பிரிட்டிசாருக்கு எதிரான முக்கூட்டு அணி அமைந்தது.

முக்கூட்டு அணி

நாளுக்கு நாள் மேலாண்மை வலிமை பெற்றுவந்த கிழக்கிந்தியக் கம்பெனியின் அச்சமூட்டுகின்ற வல்லமையை ஒடுக்குவதற்காகப் புனேயின் பெயர் பெற்ற அமைச்சரான நானா பதனாவிஸ் (இ.ச.க.தொகுதி-7) ஒரு திட்டம் தீட்டினார். புனே, ஐதராபாது, மைசூர் இம்மூன்றும் சேர்ந்து ஒரு கூட்டணியாய்த் திரண்டு கம்பெனியின் ஆதிக்கத்தைக் கட்டுக்குள் அடக்குவதற்காகப் பதனாவிஸ் முயன்றார்.

ஐதரலி தன் ஆண் மக்களுக்குச் சீரங்கப்பட்டணத்தில் திருமணத்தை நடத்திக் கொண்டிருந்த மங்கலமான வேளையில், திருமணத்திற்குப் பரிசு கொண்டுவந்தவரைப்

போன்று கணேச ராவ் என்ற தூதுவர் பதனாவிசிடமிருந்து வந்து சேர்ந்தார். கிழக்கிந்தியக் கம்பெனிக்கு எதிரான கூட்டணியில் மைசூரும், ஐதராபாதும் சேரவேண்டும் என்று மராட்டியர் தூதுவர் அழைத்தார். இந்த அணியில் சேரும் நாடுகள் பல முனைத் தாக்குதல்களைத் தொடங்கிப் பிரிட்டிசாரை இந்திய மண்ணிலிருந்து விரட்டுவது என்பது இந்த முக்காலிக் கூட்டின் நோக்கமாகும்.

ஐதரலி இந்தக் கூட்டினால் ஏற்படக் கூடிய பலன்களை எண்ணிப்பார்த்து, அதில் உடனே சேர்ந்து கொண்டார். அதன் பிறகு சூறாவளி வேகத்தில் தன் படைகளை முடுக்கிவிட்டார்.

பெங்களூர் 1780 இல்

பெங்களூர் இந்த *1780* இல் மைசூர் நாட்டின் மிகப் பெரிய பாடி வீடாயிருந்தது. மைசூர் மன்னர் சிக்க கிருஷ்ணராய உடையார் *(1734-1766)* ஐதரலிக்குப் பெங்களூரை *1759* ஆம் ஆண்டு சாகீராய் அளித்தார். (இ.ச.க.தொகுதி-*6* பெங்களூர் நகர வரலாறு இ.ச.க.தொகுதி- *3)* பெங்களூர் ஐதரலியின் கைக்கு வந்த பிறகு அவர் அதை வலிமைமிக்க கோட்டையாக்கினார். அது இந்த *1780* ஆம் ஆண்டில் மிகப்பெரிய படை நிலையாய் விளங்கிற்று.

அங்கு ஏராளமான படை வீரர்கள் குழுமியிருந்தனர். பெங்களூரைச் சுற்றியமைந்த பரந்த பகுதியில் *45,000* குதிரை வீரரும் *30,000* காலாள் படையினரும் பாளையக்காரரின் படைகளைச் சேர்ந்த பத்தாயிரம் காலாள் படையினரும் இருந்தனர். அங்கு மிகப் பெரிய நூறு பீரங்கிகள் இருந்தன. அவை கேரளத்தின் மாகித் துறைமுகத்தின் வழியாய் பிரான்சிலிருந்து பெங்களூரை அடைந்தன.

இப் படைவீரரையன்றிப் படையொடு செல்லும் பெரிய பரிவாரமும் இருந்தது. இவர்கள் தீவனங்களையும் தவச தானியங்களையும் படைவீரர்களுக்குத் திரட்டித் தரும் பணியைச் செய்வார். இவர்கள் இதற்கென்று எப்போதும் ஆயத்த நிலையில் இருந்தனர்.

பெங்களூரில் படைக்கலத் தொழிற்சாலை

ஐதரலி புதுச்சேரியிலிருந்து தொழில் நுட்பம் தெரிந்த பிரஞ்சுக் கைவினைஞர்களைப் பெங்களூருக்குக் கொண்டு வந்தார். அவர் அவர்களைப் பணியில் அமர்த்தி, இரும்பிலும் வெண்கலத்திலும் பீரங்கிகளை வார்த்தெடுக்கச் செய்தார். வாள், துப்பாக்கி முதலியனவும் பெங்களூரின் படைக் கலத் தொழிற்சாலையில் வடிக்கப் பெற்றன. இத்தொழிற்சாலை பெங்களூரின் பேட்டைப் பகுதியில் அமைந்திருந்த தார (கை) மண்டலப் பேட்டை என்ற இடத்தில் இருந்தது.

இத் தொழிற்சாலையில் ஒரே மாதத்தில் பெரிய பீரங்கி ஒன்று, வெடி மருந்துகளைக் கெட்டித்துச் சுடக் கூடிய மஸ்கட்டுத் துப்பாக்கிகள் (மஸ்கட்டுத் துப்பாக்கி : இ.ச.க.தொகுதி-*5)* ஆறேழு, வாள்கள் ஆயிரம், முதலியன சராசரியாய்ச் செய்யப்பட்டன. அங்கு இப்படைக் கலன்களுடன், காலங் காட்டும் குப்பிகள், கத்தரிகள், பல வெட்டுத் தகடுகளாலான பைக் கத்திகள் முதலியனவும் செய்யப்பட்டன. இத்தகைய படைக்கலத் தொழிற்சாலைகள் சீரங்கப்பட்டணம், சித்திரதுர்க்கம் நகர் என்ற ஊர்களிலும் இருந்தன.

ஐதரலி போரை 1780 ஜூலையில் தொடங்குவதென்று குறி வைத்தார். அந்த வேளை நெருங்கி வரவே பெங்களூரில் பம்பரம் போல் வேலைகள் நடந்தன. போர் தொடங்கும்

நேரம் அணுக அணுக, இரு மதில்கள் சூழ்ந்த பெங்களூர்க் கோட்டைப் பகுதிகள் முழுமையிலும் கோயில் மணிகள் ஒலிக்கலாயின.

பள்ளிவாசல்களில் மக்கள் கூட்டம் நிரம்பியது. பல்வேறு தொழில்களைச் செய்துவந்த மக்கள் அனைவரும் தத்தம் வழிபாட்டு இடங்களில் கூடிப் போர் வெற்றிபெற வேண்டுமென்று வழிபாடு செய்தனர். எல்லாச் சமயத்தவரும் மைசூர் வெற்றி பெற வேண்டுமென்று தொழுதனர். இங்ஙனம் மைசூர்ப் போருக்குப் பெங்களூர் ஆயத்தமாகிக் கொண்டிருந்தது.

போர்த் திட்டம்

மைசூர், புனே, ஐதராபாது ஆகியன மூன்றும் வகுத்துக் கொண்ட போர்த் திட்டப்படி, நிசாமின் படை கரையோரத்திலுள்ள சர்க்கார்கள் என்ற பிரிட்டிஷ் பகுதிகள் மீது தாக்குதல் நடத்தும்;

மராட்டியர் படை வடக்கே நடு இந்தியத்திலுள்ள பேராரைத் தாக்கும்;

மைசூர்ப்படை சென்னையையும் தென்னாட்டையும் அடிமைப்படுத்தும்;

இவையே இம் முக்கூட்டணியின் போர் முறையாயிருக்கும்; இதில் அவர்களுக்குப் பிரஞ்சு உதவியும் இருந்தது.

1780

ஐதரெனும் சூறாவளி

ஐதரலி சீரங்கப்பட்டணத்திலிருந்து 1780 மே 28 அன்று புறப்பட்டுப் பெங்களூரை அடைந்து, அங்கு ஏறத்தாழ 83,000 பேரைத் திரட்டிக் கொண்டு பிரிட்டிசாருக்குப் பாடம் புகட்டுவதற்கென்று கிளம்பினார். மைசூர்ப் படையென்னும் மறத்தனமான இம்மாபெரிய மனித அலை எழுச்சியினால், புலிக்காட்டிலிருந்து புதுச்சேரி வரையிலும் வேலூரிலிருந்து வந்தவாசி தொட்டும் தமிழ்நாடு முழுமையிலும் போர் கோரத் தாண்டவமாடியது.

ஐதரலி பரங்கிப்பேட்டை, காஞ்சிபுரம், திருவண்ணாமலை, சேத்துப்பட்டு, ஆரணி என்று ஒவ்வோர் ஊராய்ப் பிடித்துக் கொண்டே வந்து ஆகஸ்டு 20 அன்று ஆர்க்காட்டை முற்றுகையிட்டார்.

கொந்தளிப்பான இந்தக் கட்டத்தில் மைசூர்ப் படையை எதிர்த்துத் தடுத்து நிறுத்துவதற்காகப் பக்சார் களத்தில் வாகை சூடிய ஹெக்டர் மன்றோ (1726-1805; இ.ச.க.தொகுதி-7) புறப்பட்டார். அவர் இப்போது கிழக்கிந்தியக் கம்பெனியின் தலைமைத் தளபதியாயிருந்தார். அவரால் காஞ்சிபுரத்தில் மைசூர்ப் படை முன்னர் நிற்க முடியாமற் போயிற்று, ஐதரிடம் இதற்குள் பல ஊர்கள் விழுந்துவிட்டன.

புள்ளலூர்ப் போர்

கர்னல் பெயிலியின் படை புள்ளலூரில் நடந்த கடும் போரில் அழிக்கப்பட்டது. (தமிழக வரலாற்றில் இன்னொரு புள்ளலூர்ப் போர் குறிப்பிடத்தக்கது. கீழைச் சாளுக்கியர் குடியின் இரண்டாம் புலிகேசிக்கும் (608-642 கி.பி.) பல்லவர் குடியின் மகேந்திர வர்மனுக்கும் (591-630 கி.பி.) ஏழாம் நூற்றாண்டில் நடந்த புள்ளலூர்ப் போரில் பல்லவ மன்னர் தோற்றார்.)

பெயிலி காஞ்சிபுரம் சென்று அங்கு மன்றோவைச் சந்தித்து, இருவரும் சேர்ந்து மைசூர்ப் படையுடன் பொருதுவது என்று முடிவானது. பெயிலி வெங்கல்லை அடைந்து அங்கிருந்து காஞ்சிபுரம் சென்ற வழியில் பேரம்பாக்கத்தை அடைந்தார். திப்பு அவரைச் செப்டம்பர் 6 அன்று பேரம்பாக்கத்தில் தாக்கினார். அப்போது மன்றோ சுமார் 24 கிலோ மீட்டரில்தான் இருந்தார். அவர் காஞ்சிபுரத்தைக் காத்து நிற்க வேண்டுமென்பதற்காகப் பெயிலியின் உதவிக்குத் தானே செல்லாது ஃபிளச்சரை அனுப்பினார்.

கம்பெனிப் படை அழிவு

ஃபிளச்சர் பெயிலியுடன் சேர்ந்து கொண்டார். இப்போது கம்பெனிப் படையின் எண்ணிக்கை நான்காயிரமாயிற்று. அவ்விருவரும் இப்படையுடன் முன்னேறலாயினர். ஆனால் மைசூர்ப் படை நாற்புறமுமிருந்து தாக்கவே, கம்பெனிப் படை நிலை குலைந்தது. பெயிலி சரணடைவதற்கு ஆயத்தமாய் வெள்ளைக் கைக்குட்டையை வீசினார். எனினும் அவர் பக்கம் சண்டை நிற்கவில்லை. மைசூர்ப் படைகள் முண்டிக் கொண்டு வந்தன. ஃபிளச்சர் களத்தில் கொல்லப்பட்டார். பெயிலி காயமடைந்து சிறைப்பட்டார். நான்கு மணி நேரமே நடந்த இந்தச் சண்டையில் பெயிலியின் படைகள் இருந்த இடம் தெரியாமல் மறைந்தன.

ஐதரலி என்ன காரணத்தாலோ மன்றோவை நோக்கிப் போகவில்லை. மன்றோ விரைந்து பின்வாங்கிச் சென்னையை அடைந்தார். மைசூர்ப் படை அவரைப் பின் தொடர்ந்து சென்னையை நோக்கிச் சென்றிருந்தால், அப்பட்டினத்தைக் கைப்பற்றியிருக்கும். ஆனால் மைசூரார் அந்த வாய்ப்பைக் கைவிட்டுவிட்டனர்.

மைசூர்ப் படைக்கு வெற்றிமேல் வெற்றி

ஐதரலி இதனிடையே ஆர்க்காட்டை முற்றுகையிட்டு அதை நவம்பர் 3 அன்று பணியச் செய்தார்.

மைசூர்ப் படை வேலூர், ஆம்பூர், பெருமாள் கோயில், செங்கற்பட்டு இங்கெல்லாம் வெற்றியுடன் முற்றுகையிட்டது. சென்னைக்கும் ஆபத்து நெருங்கி வந்தது. உடனே சென்னையிலிருந்த ஆட்சிமன்றக் குழு (Council) கல்கத்தாவின் தலைமை ஆளுநரான (கவர்னர் ஜெனரல்) வாரன் ஹேஸ்டிங்சிடம் உதவி கேட்டு முறையிட்டது. அவரும் உடனே சென்னைக்கு உதவுவதற்குப் பணமும் படையும் அனுப்பிவைத்தார். வாரன் ஹேஸ்டிங்சு ஜெனரல் அயர் கூட்டேயைச் சென்னையின் உதவிக்கென்று அனுப்பி வைத்தார்.

ஐதரலி சூறாவளியெனச் சுழன்று ஆங்கிலேயரை எதிர்த்துப் பல களங்களில் வெற்றி மேல் வெற்றி கண்ட வேளையில் மராட்டியரோ, நிசாமோ முக்காலிக் கூட்டு உடன்படிக்கைப்படி, மைசூரின் உதவிக்கு வரவில்லை. மராட்டியரும் நிசாமும் எட்டத்தில் நின்று போரை வேடிக்கை பார்த்துக் கொண்டிருந்தனர்.

ஐதரலியோ 1781 மார்ச்சு மாத நடுவிற்குள் முக்கியமான ஊர்களையெல்லாம் கைப்பற்றி விட்டார். அவர் இப்போது தியாகூரை முற்றுகையிட்டார்.

ஐதரும் அயர் கூட்டேயும்

ஆங்கிலேயருக்கு இந்தியத்தில் இன்னல்கள் ஏற்பட்ட போதெல்லாம், அவர்களின் உதவிக்குச் சென்று, அவர்களை மீட்டுக் காப்பாற்றிய படைத் தலைவர் அயர் கூட்டே

(1726-1783) என்பது வரலாறு. அவர் 1756 ஆம் ஆண்டு கல்கத்தாவை வங்க நவாபிடமிருந்து மீட்பதற்காகச் சென்னையிலிருந்து சென்று அதில் வெற்றி கண்டவர். (இ.ச.க.தொகுரித-6). இப்போது சென்னையை ஐதரிடமிருந்து காப்பாற்றுவதற்கும் கல்கத்தாவிலிருந்து படையுடன் வந்திருக்கின்றார். மாவீரரான ஐதரலியும், அவருக்கிணையான பெரு வீரரான அயர் கூட்டேயும் பல போர்க் களங்களில் பொருதியிருக்கின்றனர்.

அயர் கூட்டே 8,000 பேரடங்கிய குதிரைப் படை, அதே எண்ணிக்கையிலான காலாள் படை, 62 பீரங்கிகள் ஆகியன அடங்கிய தன் படையை ஒழுங்குபடுத்தினார். அவர் கடலூர் டேவிடு கோட்டைக்குள்ளேயே இருந்தார். ஏனெனில் அவருக்குக் கடல் வழியாகப் பண்டங்களும் தளவாடங்களம் அங்கு வந்து சேரவேண்டும். எனினும் அவர் அப்போதைக்கப்போது படையுடன் கோட்டையை விட்டு வெளியே சென்றார். அவர் 1781 ஜூன் 16 அன்று சிதம்பரம் சென்றார். அங்கு அவருக்குச் சிறு சேதம் ஏற்பட்டதால் பரங்கிப் பேட்டைக்குத் திரும்ப நேர்ந்தது.

அவர் மீண்டும் முன்னேற ஆயத்தமான வேளையில் ஐதரலி திடீரென்று பரங்கிப் பேட்டைக்கும் கடலூருக்கும் நடுவில் வந்து நின்றார். ஆதலால் கூட்டே அவர்களுடன் உடனே போர் செய்யும்படி நேர்ந்தது. அவர் அவ்வாறு செய்யாவிடில் கடலூரிலிருந்த தன் தளத்திலிருந்து முற்றிலும் துண்டிக்கப்பட்டு விடுவார். இங்கு சுமார் நான்கு மணி நேரம் சண்டை நடந்தது. அப்போது ஐநூறுக்குச் சற்று குறைவான கம்பெனிப் படையினர் இறந்தனர் அல்லது காயமடைந்தனர். ஐதர் மூவாயிரத்திற்கும் அதிகமானவர்களை இழந்தார். அதனால் அவர் களத்திலிருந்து பின்வாங்கினார். எனினும் ஐதர் முற்றிலும் தோற்றுவிடவில்லை.

1780

திப்பு சுல்தான் (1753-1799) தன் தந்தை ஐதரலியோடு ஆர்க்காட்டில் வந்து சேர்ந்து கொண்டார். திப்பு அங்கிருந்து வந்தவாசியை முற்றுகையிட்டுக் கொண்டிருந்தார். பிரிட்டிசார் வந்தவாசியை நெருங்கியதும் திப்பு சுல்தான் ஆர்க்காட்டிற்குத் திரும்பிவிட்டார்.

பரங்கிப்பேட்டை வெற்றியினாலும் ஐதர் பரங்கிப்பேட்டையிலிருந்து பின்வாங்கியதாலும் தட்டு முட்டின்றித் தாராளமாய் இயங்கும் சூழ்நிலை பிரிட்டிசாருக்கு உண்டானது. இதற்குச் சிறிது காலத்திற்குப் பிறகு, பியர்ஸ் கூட்டேயுடன் வந்து சேர்ந்தார். கூட்டேயிடம் உணவுப் பொருள்களுக்கும் போக்குவரவு வசதிகளுக்கும் பற்றாக்குறை ஏற்பட்ட போதிலும் ஐதரைக் களத்தில் வீழ்த்தித் தமிழ் நாட்டிலிருந்தே அவரை வெளியேற்றுவதென்று உறுதி பூண்டார்.

தக்கோலம்

அவருக்கு அந்த வாய்ப்புத் தக்கோலத்தில் கிடைத்தது. (பத்தாம் நூற்றாண்டில் தற்கோலத்தில் ஒரு போர் நிகழ்ந்திருக்கின்றது. அது கங்க மன்னன் பூதுகன் காலத்தில் (937-960 கி.பி.) நிகழ்ந்தது. இவ்வூர் இன்று வேலூர் மாவட்டத்திலுள்ளது. இது சம்பந்தர் பாடல் பெற்ற தலம். சேக்கிழாரும் தக்கோலத்தைப் பற்றிக் கூறியுள்ளார். இவ்வூரினருகே கல்லாறு ஓடுகின்றது. இவ்வூருக்கு ஊறல் என்ற பெயரும் உண்டு. இங்கு ஒரு காலத்தில் நந்தியின் வாயிலிருந்து நீர் விழுந்து கொண்டேயிருந்தது. இது நந்தி தீர்த்தம் எனப்பட்டது. நந்தியின் வாயில் நீர் ஊறிக் கொண்டேயிருந்ததால் அவ்வூருக்கு ஊறல் என்ற பெயர் ஏற்பட்டது போலும்.)

தக்கோலத்தில் நடந்த சண்டையில் ஐதரலி இரண்டாயிரம் பேரை இழந்தார். ஆங்கிலேயர் நானூறு பேரை மட்டுமே பலி கொடுத்தனர். கூட்டேயிடம் போதிய அளவில் உணவுப் பொருள்கள் இல்லாது போனமையால், அவரால் தக்கோல வெற்றியை முற்றிலும் தனக்கு நல்வாய்ப்பாக்கிக் கொள்வதற்கியலவில்லை. ஆதலால் அவர் சென்னைக்குத் திரும்பிச் சென்று இது பற்றித் தன் எதிர்ப்பைக் காட்டிப் பதவியிலிருந்து விலகினார். எனினும் அவரை ஆற்றுப்படுத்திப் பதவியில் நீடிக்கச் செய்தனர்.

சோழலிங்கபுரம் - திருக்கடிகை

கூட்டே அதன்பிறகு 1781 செப்டம்பர் 27 அன்று சோழிங்க நல்லூர் என்ற இடத்தில் ஐதரை மீண்டும் தோற்கடித்தார். முன்னர் தமிழக வரலாற்றில் இடம் பெற்ற ஊர்களிலெல்லாம் இக்காலகட்டத்தில் சண்டைகள் நடந்திருக்கின்றன. அவற்றுள் இன்று சோளிங்கர் என்று வழங்கும் சோழலிங்கர் என்ற தலம் இன்றும் சிறப்புற்று விளங்குகின்றது. ஆனால் அதன் வரலாற்றுத் தொடர்பு அறியப்படாதிருக்கின்றது.

இன்று சோழிங்கர், சோளிங்கர் என்று வழங்கும் இந்த வைணவத் திருத்தலம் வேலூர் மாவட்டம் வாலாசா வட்டத்திலுள்ளது. இதற்குப் பல்லவர் காலந்தொட்டு வரலாற்றில் பல பெயர்கள் வழங்குகின்றன. இரண்டாம் நந்திவர்மப் பல்லவன் காலத்தில் (710-775 கி.பி) இங்கு மலை மீதிருந்த கடிகை என்ற பல்கலைக் கழகத்திற்கு இவ்வூர் இறையிலியாகத் தரப்பட்டதால், கடிகாசலம் என்று அழைக்கப்பட்டது. இக்கடிகை பழம் பெருமை வாய்ந்தது. இது குறித்துத் திருமங்கையாழ்வார் (கி.பி. 9 நூ.) பாடியுள்ளார். இதைத் திருக்கடிகை என்றும் கூறுவர்.

இதற்குச் சோழிங்கபுரம் என்ற பெயர் இருந்ததென்றும் அறிகின்றோம். சோழ வேந்தர் ஒருவர் இங்கு சுயம்புலிங்கம் ஒன்றைக் கண்டு, அதன் மேல் சோழீச்சுரம் என்ற கோயிலை எழுப்பியதால் இப் பெயர் பெற்றதென்பர். தொன்மங்களில் வழங்கும் ஆதொண்டை என்ற மன்னன் குறும்பரிடம் தோற்றபின், ஊக்கங் கொண்டு, அவர்களுடன் இங்குதான் பொருதினன் என்றொரு கதையுண்டு. இவ்வூரில் சோழீச்சுரத்துடன் விசய நகர அரசர் ஒருவர் கட்டுவித்த பக்தவத்சலர் கோயிலுமுண்டு.

இவ்வூரின் வெளியே உயர்ந்த குன்றின் மீது நரசிம்மர் கோயில் உள்ளது. இங்குள்ள பெருமாள், யோக நரசிம்மர் ஆவார். வெல்லக் கட்டியை வித்தாய்க் கொண்டு ஒரு மரத்தை உண்டாக்கி, அதிலே பழம் பழுத்தால் எவ்வளவு இனிப்பாய் இருக்குமோ, அவ்வளவு இனிமை மிகுந்தவர் இந்த நரசிம்ம மூர்த்தி என்று திருமங்கை மன்னர் பாடுகின்றார்.

ஐதரின் பெருமை குறைதல்

ஐதரலி சோளிங்கரில் அடைந்த தோல்வியினால் பெருமை இழந்தார். அவரின் ஆதரவாளர்கள் அவரை விட்டு நீங்கினார். எனினும் போர் இன்னும் இழுத்துக் கொண்டே சென்றது. வீர கண்டலூரில் நடந்த போர் இரு தரப்பிற்கும் வெற்றியின்றி முடிந்தது.

தென் தமிழ்நாட்டில்

இரண்டாவது மைசூர்ப் போர் தொடங்கியதுமே மைசூர்ப் படைகள் கர்நாடகம் என்ற தமிழ் நாட்டின் மேல் கழுகுகள் போல் பாய்ந்தன. ஐதரலி இப்போர் மூண்ட சிறிது காலத்திற்குள் திருச்சிராப்பள்ளிக் கோட்டையை முற்றுகையிட முயன்று வெற்றி காண முடியாததால் தென் பாண்டிச் சீமைக்குள் இறங்கிவிட்டார்.

அவர் சோழவந்தான், திருநெல்வேலி, பாளையங்கோட்டை முதலிய ஊர்களைப் பிடித்தார். முகமதலியின் ஆர்க்காட்டுப் படையின் அக்கறையின்மையாலோ, அவர்கள் ஐதருடன் ஒத்துப் போனதாலோ மைசூர்ப் படையை இங்கெல்லாம் எதிர்க்காமல் விட்டு விட்டனர்.

ஐதரலி ''காட்டுராசா'' என்றவரை மதுரையின் மன்னராக்கினார். அவர் இந்த நாயக்க இளவரசரை அரியணையில் ஏற்றிய பின்னர் பாளையக்காரர்களைக் கிளர்ச்சியில் ஈடுபடுமாறு தூண்டினார்.

அவர் தஞ்சாவூரின் பெரும் பகுதியையும் பிடித்துவிட்டுத் தலைநகரைச் சுற்றியிருந்த பதினெட்டுக் கிலோ மீட்டருக்கும் அதிகமான நிலப் பரப்பையும் கவர்ந்து கொண்டார். ஐதரலி நாகப்பட்டினத்திலிருந்த டச்சுக்காரருடன் உடன்பாடு கண்டு, அவர்களுக்கு நாகூரைக் கொடுத்துவிட்டார்.

தஞ்சைத் தரணியும் சீரங்கமும் மதுரைச் சீமையின் சில பகுதிகளும், அடுத்த இரண்டாண்டுக் காலம் (1780-1782) வரையிலும் ஐதரின் கைகளில் இருந்தன. மைசூரார் கோட்டைகளைப் பழுது பார்த்துச் செப்பனிட்டனர். கவர்ந்த பகுதிகளிலிருந்து வரி தண்டினர். பிரிட்டிஷ் படையினர் தென்பாண்டிச் சீமையிலிருந்து மைசூர்ப் படையை விரட்ட அடுத்தடுத்துப் பன்முறை முயன்றனர். மைசூர்ப் படை திருச்சிராப்பள்ளிக் கோட்டையில் இருந்துகொண்டு, மேலும் முன்னேறுவதைத் தடுப்பதில், கர்னல் ஜான் பிரைத்துவயிட்டு 1780 ஆம் ஆண்டில் மிகவும் முயன்றார்.

1780

திப்பு வெற்றி

ஆனால் ஐதரலியின் மகனான திப்பு சுல்தான் தஞ்சைத் தரணியின் அன்னக்குடி என்ற இடத்தில் பிரைத்துவயிட்டின் 2,500 காலாள் படையினரையும் 1,300 குதிரைப் படையினரையும் சூழ்ந்து கொண்டு அவர்களை அழித்தார். அவர் பிரைத்துவயிட்டையும் சிறைப் பிடித்தார். இது மைசூராருக்குக் கிடைத்த பெரு வெற்றியாகும். இது பிரிட்டிசாருக்குப் பேரடியாய் அமைந்தது. எனினும் ஐதரலி இப்போது போர் செய்து அலுத்துப் போனார்.

கவர்னர் ஜெனரல் வாரன் ஹேஸ்டிங்சு இக்கட்டத்தில் டச்சுக்காரரின் உதவியை நாடினார். டச்சுக்காரர் ஐரோப்பியக் காலாள் படையினரில் ஆயிரம் பேரையும் மலாய்க்காரரில் ஆயிரம் பேரையும் பீரங்கிப் படையினரில் இருநூறு பேரையும் இப்போது அளித்து உதவினால், ஆர்க்காட்டு நவாபிற்குத் தமிழ்நாட்டில் வெறும் பெயரளவில் இருந்து வரும் மேலாண்மை குறைந்துவிடாமல் டச்சுக்காரருக்கு நெல்லைச் சீமையைத் தந்துவிட வாரன் ஹேஸ்டிங்சு முன்வந்தார்.

டச்சுக்காரருக்கு நெல்லையைத் தாரை வார்க்கச் சூது

டச்சுக்காரர் படையுதவி தருவதற்கு உடனே முன்வந்தனர். வாரன் ஹேஸ்டிங்சு நவாபிற்கு எதுவும் தெரிவிக்காமல் டச்சுக்காரருடன் ஓர் ஒப்பந்தத்தில் கையெழுத்திட்டுவிட்டார். நவாபு இதையறிந்தால், இதற்கு இசையமாட்டார் என்று தலைமை ஆளுநர் கருதினார். ஆனால் சென்னை ஆட்சி மன்றக் குழு இதை எதிர்த்தது. ஏனெனில் நெல்லைச் சீமையில் பெரும்பகுதியை ஐதரலி இன்னும் கவர்ந்துவிடவில்லை. மேலும் அது கம்பெனிக்குக் கணிசமான அளவில் வருவாய் தரும் சீமையாகவும்

விளங்கிற்று. அத்துடன் டச்சுக்காரருக்குத் தருவதற்கு அரசிடம் பணமும் இல்லை. ஆதலால் டச்சுக்காரருடன் செய்துகொண்ட ஒப்பந்தம் மறக்கப்பட்டு விட்டது.

பிரஞ்சுக் கப்பற்படை வந்தது

ஐதருக்கும் கிழக்கிந்தியக் கம்பெனிக்கும் 1780 தொட்டுத் தமிழ்நாட்டில் ஆங்காங்கு சண்டை நடந்து கொண்டுவந்த காலையில் இரு தரப்பும் வெற்றி - தோல்வி காணவில்லை. இக்கால கட்டத்தில் 1782 ஆம் ஆண்டின் தொடக்கத்தில் வலிமை வாய்ந்த பிரஞ்சுக் கப்பற்படைத் தொகுதி ஒன்று பல கப்பல்களுடன் சோழ மண்டலக் கரையில் தோன்றியது. ஐதருக்கு இப்போது சற்று நம்பிக்கை உண்டானது.

எனினும் இதையடுத்துப் பிரிட்டிசாருக்கும் பிரஞ்சுக்காரருக்கும் நடந்த சண்டையில் இருதரப்பிற்கும் வெற்றி - தோல்வி இல்லாமற் போனது. ஆரணியில் 1782 ஜூன் 2 அன்று நடந்த போரும் அவ்வாறே முடிந்தது.

ஐதர் தனியராதல்

மராட்டியர் இந்நிலையில், 1782 மே 17 அன்று சல்பை என்ற இடத்தில் பிரிட்டிசாருடன் சந்து செய்து கொண்டார். இதனால் மைசூர்ப் போர் நின்றுவிடவில்லை. ஐதரலி 1782 டிசம்பரில் இறந்ததும், பட்டத்திற்கு வந்த அவருடைய மகன் திப்பு சுல்தான் இரண்டாவது மைசூர்ப் போரைத் தொடர்ந்தார்.

பிரிட்டிசாரும், பிரஞ்சுக்காரரும் 1783 இல் ஐரோப்பியத்தில் சந்து செய்து கொண்டதால், பிரஞ்சுக்காரர் திப்பு சுல்தானுக்குத் தந்து வந்த ஆதரவை நிறுத்திவிட்டனர். ஆதலால் மராட்டியரும் ஐதராபாது நிசாமும் கைவிட்ட நிலையில், திப்பு சுல்தான் தன்னந் தனியாய் நின்று இரண்டாம் மைசூர்ப் போரைத் தொடர்ந்தார். இந்த ஐந்தாண்டுப் போர் எங்ஙனம் முடிந்தது என்பதை ஒன்பதாம் பத்தில் காண்போம்.

2. குவாலியர்க் கோட்டை வீழ்ச்சியும் பிரிட்டிசாரின் ஏற்றமும்

கிழக்கிந்தியக் கம்பெனியின் படைகள் இக்கால கட்டத்தில் இந்தியத்தின் பல்வேறு முனைகளில் பல்வேறு சக்திகளுடன் போராடிக் கொண்டிருந்தன. அப்போர்களில் அவை வெற்றியும் கண்டுவந்தன.

குவாலியர்க் கோட்டை காற்று கூடப் புக முடியாதது என்று நம்பப்பட்டு வந்தது. அத்தனை வலிமை வாய்ந்த இக்கோட்டையைப் பிரிட்டிசார் 1780 ஆகஸ்டு 3 அன்று வெற்றி முகத்துடன் முற்றுகையிட்டனர். இவ்வெற்றியினால் அவர்களின் புகழ் மேலும் ஓங்கியது. குவாலியர்க் கோட்டை 1726 ஆம் ஆண்டு சிந்தியா குடியின் ஆட்சியை இப்பகுதியில் நிறுவிய ரானோஜி சிந்தியாவின் (1726-1745) ஆட்சியின் கீழ் வந்தது. அதிலிருந்து குவாலியர் இக்குடியினரின் ஆளுகையில் இருந்தது. (குவாலியர் சிந்தியா: இ.ச.க.தொகுதி-5) இப்போது தௌலத்து ராவ் குவாலியரில் ஆட்சி செய்திருந்தார்.

குவாலியர்க் கோட்டை

குவாலியர்க் கோட்டை இந்தியத்தின் தொன்மை வாய்ந்த கோட்டை என்பது வரலாறு.

இக்கோட்டையை இரசபுத்திரரான கச்சவாக அரசர் குடியின் சூரஜ் சேனர் சுமார் கி.பி. 950 ஆம் ஆண்டு கட்டினார் என்பர். அவர் தொழுநோயினால் வருந்தினார். சூரஜ் சேனர் குவாலியர்க் கோட்டை அமையவிருந்த இடத்தில் வேட்டையாடிக் கொண்டிருந்தபோது, அங்கிருந்த ஒரு துறவி அவருக்குக் குடிக்க நீர் தந்தார். அதைச் சூரஜ் அருந்தியதும் அவரது தொழுநோய் நீங்கிற்று.

நோய் மறைந்ததற்கு நன்றியாக என்ன தரலாம் என்று அவர் துறவியிடம் வினவிய தற்கு, அந்த இடத்தில் ஒரு கோட்டையைக் கட்டி, அவருக்கு நீர் தந்த சுனையை அழகு படுத்தலாம் என்று துறவி சொன்னார். மேலும் சூரஜ் சேனன் என்ற பெயரைச் சூரஜ் பாலர் என்றும் துறவி மாற்றி வைத்தார். அவருடைய குடியினர் தம் பெயருக்குப் பின்னால் பாலர் (*Pal*) என்ற ஈற்றுச் சொல்லைப் புனைந்திருக்கும் காலம் வரையிலும் அவர்களின் ஆட்சி நிலவுமென்றும் துறவி கூறினார். இக்கதைக்கு வலுவூட்டும் வகையில், அதற்கு ஆதரவான செய்திகள் சேர்க்கப்பட்டன என்பதாலும் செவி வழிச் செய்திகளில் ஓரளவு உண்மை இருக்குமென்பதாலும் இக்கதை திரும்பத் திரும்ப இன்றும் கூறப்பட்டு வருகின்றது என்பர்.

எது எவ்வாறாயினும் இக்குடியினர் ஏறத்தாழ 170 ஆண்டுகள் ஆட்சிபுரிந்தனர். இக்குடியின் அரசர்கள் பண்டை வீர காதைப் பாடல்களில் பாடப்பெற்று வரும் ''பாலர்'' என்பதும் குறிப்பிடத்தக்கது. இக்குடியின் கடைசி அரசர் தன் பெயரைத் தேஜ் சரண் என்று மாற்றினார். அதன் பிறகு அக்குடியின் ஆட்சி மறைந்து, 1129 ஆம் ஆண்டு முதல் இங்கு பரிகாரர் என்ற இரசபுத்திரக் குடியினர் அரசோச்சலாயினர்.

சுல்தான் சம்சுதீன் இல்டுமிஷ் (1211-1236) 1232 இல் குவாலியரைக் கைப்பற்றிப் பரிகாரர் குடியின் ஆட்சியை முடித்துவிட்டார்.

இல்டுமிஷ் குவாலியர்க் கோட்டையை முற்றுகையிட்டபோது, அவரது பெரும் படையை எதிர்த்துக் குவாலியர் அரச படையினர் மிகுந்த வீரத்துடன் போரிட்டனர். அவர்கள் தமக்கு இனிமேல் வெற்றி கிட்டும் அல்லது உதவி வரும் என்ற நம்பிக்கை அறவே அற்றுப் போனதும், இத்தகைய வேளையில் இரசபுத்திரர் அனைவரும் வழக்கமாய் எந்த முறையை மேற்கொள்வரோ அதையே இப்போதும் செய்தனர்; இரசபுத்திரப் பெண்டிர் தீப் பாய்ந்து மாண்டனர்; ஆடவர் இரவோடிரவாய்த் தப்பியோடினர்.

இங்கு ஒரு மாத காலம் நீடித்த முற்றுகையினால் இல்டுமிஷ் சீற்றமுற்றார். அதனால் இந்துக்களில் 700 பேரைச் சிறைப்பிடித்துக் கொன்றார். குவாலியர் 1399 வரை முஸ்லிம்களிடன் இருந்து வந்தது.

முடத் தைமூர் என்ற மங்கோலிய வெற்றி வீரரான தாமர்லீன் (1336-1405 கி.பி. இ.ச.க . தொகுதி-1) துக்ளக்கு குடியினரான நசரத்துஷா (1395-1399) ஆட்சிக் காலத்தில் டெல்லியைச் சூறையாடியதையடுத்து, ஹரசிங்கு என்ற இரசபுத்திரர் குவாலியரின் தன்னாட்சி அரசராகித் தோமர் குடியைக் குவாலியரில் நிறுவினார். தோமர் குடியின் ஆட்சி கி.பி. 1517 வரை நீடித்தது. அப்போது டெல்லியை ஆண்ட லோடி குடியின் கடைசிச் சுல்தானான இபுராகிம் லோடியிடம் (1517-1526) முதலிலும் பின்னர் முகலாயரிடமும் குவாலியர் வீழ்ந்தது.

முகலாயர் இருநூற்று முப்பத்தேழு ஆண்டுகளாய் 1754 வரையிலும் குவாலியரைத் தம் கையில் வைத்திருந்தனர். அப்போது அலையெழுச்சியென வந்த மராட்டியரால் குவாலியர் கைப்பற்றப்பட்டது.

மான் சிங்கு

தோமர் குடியின் புகழ் பெற்ற மன்னரான மான் சிங்கு *(1484-1516)* கலைகளைப் புரந்தவர். குவாலியர்க் கோட்டைக்குள் அமைந்த சிறப்பு வாய்ந்த கட்டடங்கள் அவரால் எழுப்பப் பெற்றன. குவாலியர்க் கோட்டை முகலாயர் காலத்தில் சிறைச்சாலை யாயிருந்தது. இங்குதான் ஔரங்கசீபின் சகோதரரான முராது என்றவருக்குச் சிறுகச் சிறுகக் கொல்லும் நஞ்சை ஊட்டினர்.

குவாலியர்க் கோட்டை நீண்டு குறுகலான மணற்கல், தீக்கல் குன்றின்மீது நிற்கின்றது. அது சுற்றியுள்ள நாட்டுப் பகுதிக்கு மேலே செங்குத்தாய்ச் சுமார் 300 அடி உயர்ந்து நிற்கின்றது. சுமார் மூன்று கிலோ மீட்டருக்குத் தென் வடலாய் நீண்டிருக்கின்றது. அதன் அகலம் 600 அடியிலிருந்து 2,800 அடி வரை பல அளவுகளில் கீழ் மேலாய் உள்ளது. சில இடங்களில் மேலே நீட்டிக் கொண்டுள்ளது.வேறு சில இடங்களில்,பிற இடங்களில் போன்று மலை செங்குத்தாய் உள் பக்கம் சரிந்திருக்கின்றது.

இக்குன்றின் வட கோடியிலுள்ள உயர்ந்த இடத்தில் அரண்மனைகள் நிறைந்த அகக் கோட்டை *(Citadel)* அமைந்துள்ளது. அது எளிதில் தாக்கக்கூடிய கிழக்குப் பக்கத்தில், பெரியதும் வலிமை மிக்கதுமான புறக்கோட்டை மதிலினுள் இருக்கின்றது. அது குன்றிலிருந்து சமவெளி வரையிலும் நீண்டு, கோட்டையின் தலை வாயிலைச் சுற்றி வளைந்து நிற்கின்றது. குன்றின் மேற்புற மையப் பகுதியில் மிகவும் ஆழமான பள்ளம் ஆப்பு வடிவில் உள்ளது. அதற்கு ஊர்வாகிச் சமவெளி என்று பெயர். அதன் வாயின் குறுக்கே வலுவான மதில் பாதுகாப்பாய் அமைந்துள்ளது. அம்மதிலின் இடையிடையே கொத்தளங்களும், நடுப் பகுதியில் வாயிலும் காணப்படுகின்றன.

இக்கோட்டையின் தலை வாயிலை, வடகிழக்கிலுள்ள புற மதில்கள் வழியே செல்லும் செங்குத்தான பாதை வழியே ஏறி அடைய வேண்டும். அது மிகவும் செங்குத்தாய் இருப்பதால், எந்த வண்டியும் அந்தப் பாதையில் ஏற முடியாது. யானை மீது ஏறித்தான் அங்கு செல்ல வேண்டும். அங்கு மேட்டுப் பகுதிகளில் முதலில் உயர்ந்த படிக்கட்டுகள் இருந்தன. பின்னர் அவை நெட்டுக் குத்தான படிகளாய் மாற்றப்பட்டன. இந்தப் பாதையில் பாதுகாப்பிற்காக ஐந்து வாயில்கள் உள. அவை முக்கியமான இடங்களில் அமைந்திருக்கின்றன. முதலில் அங்கு ஆறு வாயில்கள் இருந்தன. பின்னர் அவற்றில் மூன்றாவது வாயில் மூடப்பட்டுவிட்டது.

கோட்டைப் பாதையில் அடியிலுள்ள நகரத்திலிருந்து நுழையக்கூடிய குவாலியர் அல்லது ஆலம் கீர் வாயில் 1660 இல் கட்டப் பெற்ற பகட்டில்லாத கட்டுமானமாகும். அதன் புறத்தே சென்றால் வெளிப்பாதுகாப்பு அரணை அடையலாம். அதன் ஒரு மூலையில் இந்தோல என்ற வாயிலுள்ளது. இந்தோல வாயில் தோமர் ஆட்சியின் போது பதினைந்தாம் நூற்றாண்டில் கட்டப்பெற்றது. அதன் இரு மருங்கும் வட்டக் கோபுரங்கள் உள்ளன. அது இரட்டைக் கதவுகளால் காக்கப்படுகின்றது. இந் நடைபாதையில் முஸ்லிம் கட்டுமானச் செல்வாக்குத் தெரிகின்றது. கூடை வடிவான கட்டுமானங்கள் இருந்த இடத்தில் கமான் வளைவுகள் உள. அவ் வளைவுகளின் அகபுற வளைவுகள் இரண்டிலும் வட்ட வடிவமான பெரிய வேலைப்பாடுகள் காணப்படுகின்றன.

இந்தோல வாயிலுக்கும் கணேசர் வாயிலுக்கும் இடையிலிருந்த பைரோம் வாயில் இன்று இலது. கணேசர் வாயில் தோமர் காலத்தது. இல்டுமிஷ் இந்நகரைக் கைப்பற்றியதற்கு முன்னர் வெளிவாயில் எவ்வாறு இருந்தது என்பதை இலட்சுமண வாயில் காட்டுகின்றது என்று கொள்ளலாம்.

புறத்தே உயிருள்ள யானையின் அளவில் யானையுருவம் இருந்தமையால், இந்த வாயிலுக்கு ஹாத்தி போல அல்லது யானை வாயில் என்று பெயர். அது மிக அழகான கட்டுமானமாகும். மான்சிங்கு பதினைந்தாம் நூற்றாண்டின் கடைசிக் கால் பகுதியில் கட்டிய அரண்மனையின் ஒரு பகுதியாய் இந்த யானை வாயில் உள்ளது. அது அரண்மனையின் கிழக்கிலுள்ள முன் பகுதிக்குத் தென் கோடியிலுள்ளது. அதில் அழகிய பல வேலைப்பாடுகள் அமைந்திருப்பினும், அது வலிமையும் உறுதியும் மிக்கதாகும். இவ்வாயிலின் இரு புறமும் காவற் கோபுரங்கள் உள. தென் வடலாய்ச் சுமார் 360 அடி நீண்டுள்ள அரண்மனையின் முன் பகுதி முழுமையிலும் அகன்ற இடைவெளிகளில் இக் கோபுரங்களை அமைத்துள்ளனர். இங்கு வாயில் வழியே செல்லும் நுழைவுப் பகுதி இந்துக் கட்டட அமைப்பாய் இருக்கின்றது. வாயிலின் மேற் கட்டைத் தாங்கக் கூடிய தண்டையக் கட்டுகள் அடுக்கடுக்காய் அருமையான முறையில் வடிவமைக்கப்பட்டுள்ளன. எனினும் அது கட்டுமானத்துடன் அமைந்ததாய் இருக்கின்றது என்பதைவிட அலங்காரமான ஒரு வளைவினுள் அடங்கியுள்ளது எனலாம்.

கோபுரத்தின் உச்சியில் கூண்டுகளைத் தூண்கள் தாங்கியிருக்கின்றன. அதன் நுழைவாயிலுக்கு ஒன்றையடுத்து ஒன்றாக இரண்டு கதவுகள் உள்ளன. அரண்மனையின் தென்கோடி வழியாயும் அதனுள்ளும் சென்று மேற்குக் கோடியில் வெளிவரும் நடைபாதையை நோக்கி அக்கதவுகளிரண்டும் திறக்கின்றன. இங்கு ஹவா அல்லது காற்று வாயில் என்ற ஒரு வாயில் இருந்தது. அதன் கதவுகளைத் திறந்ததும் குளிர்ந்த காற்று நடைபாதை வழியே புகுந்து நீண்டதும் ஏறக் கடினமானதுமாகிய உச்சிக்குச் செல்லும் படிகளில் ஏறுபவர்களை ஆற்றுப்படுத்தும். இப்போது இந்த வாயில் இல்லை.

செங்குத்தான பாறை முகத்தைச் சுற்றி, அது ஏறுமாறாயிருக்கும் இடங்களின் உள்ளும் புறமுமாய் மதில் சுவர்கள் அமைந்துள்ளன. அம்மதில், மேல் மட்டத்தின் கீழே அமைந்துள்ள அடித்தளத்திலிருந்து உயர்ந்து நீள்கின்றது; சில இடங்களில் மதிலின் உயரம் ஐம்பதடி, அல்லது அதற்கும் அதிகமான உயரம் உள்ளது. அது பாறையின் நேர்குத்தான சாய்வின் எதிரே கட்டப்பட்டிருக்கின்றது.

ஓவிய அரண்மனை

இக்கோட்டைக்குள் பல அரண்மனைகளும், நம் கவனத்தை ஈர்க்கின்ற கோயில்களும் அமைந்திருக்கின்றன. மான் சிங்கின் அரண்மனை சுமார் 1490 இல் கட்டப் பெற்றது. அதற்கு ஓவிய அரண்மனை *(Painted Palace)* என்று பெயர். அது மேலே இரண்டு தளங்களும் தரை மட்டத்திற்குக் கீழே இரண்டு தளங்களும் அமைந்த அருமையான கட்டடமாகும். அதன் கிழக்கு, தெற்கு முகப்புப் பக்கங்கள் காண்போரைக் கவரும் வண்ணம் அழகாய்க் கட்டப்பட்டுள்ளன. அதன் வடக்கு, மேற்கு முன் முகப்புகள் சிறிதளவு இடிந்து போயிருக்கின்றன. இது தென் வடலாய்ச் சுமார் 360 அடி நீளமும் கிழ மேலாய்ச் சுமார் 160 அடி அகலமும் உடைய நீள் சதுர வடிவினதான கட்டடமாகும். இதன் கிழக்கு முன் முகப்பில் தென்பாலில் அமைந்துள்ள ஆணை வாயிலும் இதனுள் அடங்கும். அரண்மனையில் இந்த முகப்புச் செங்குத்தான ஒரு பாதையைப் பார்க்க அமைந்துள்ளது.

''மான் விழியாள் அரண்மனை''

மான் சிங்கு தன் அன்பிற்குரிய பேரழகியான மிரிய நயனி (மான் விழியாள்) என்ற

அரசிக்காகக் கட்டிய குஜரி மகால் என்ற மற்றோர் அழகிய அரண்மனை, புற மதிலின் வடக்கிலுள்ள குன்றினடியில் கட்டப் பெற்றுள்ளது. இந்த அரண்மனையில் இப்போது தொல்லியல் அருங்காட்சியகம் இருக்கின்றது.

கோயில்கள்

இங்குள்ள கோயில்களில் சாஸ் பகு என்பது மிகப் பெரிய கோயிலாகும். இது 1093 இல் கட்டப்பெற்றது. இங்கு சதுரமான மைய மண்டபம் உள்ளது. மூன்று புறங்களிலும் புகுமுக மண்டபமும், நான்காவது புறத்தில் கோயிலும் இருக்கின்றன.

ஒன்பதாம் நூற்றாண்டிலிருந்து நிலவி வரும் தேலி கா மந்திர் சற்று சிறிய கோயிலாகும். எனினும் இதன் கோபுரம் நூறடி உயரம் எழும்புகின்றது. அதன் வடிவமைப்புத் தென்னிந்தியக் கோயிலின் மாதிரியில் உள்ளது.

பாறைச் சிற்பங்கள்

குவாலியரின் பாறைச் சிற்பங்கள் பெயர் பெற்றவையாகும். செங்குத்தான பாறை முகங்களில் சமணத் தீர்த்தங்கரர்களின் பேருருக்கள் செதுக்கப்பட்டுள்ளன. இவை 1450 வாக்கில் செதுக்கப் பெற்றன. இவற்றுள் சில உருவங்கள் சுமார் 10 மீட்டர் (33 அடி) உயரமிருக்கும். இவ்வுருக்கள் பற்றிப் பலர் விரிவாய் எழுதி வைத்திருக்கின்றனர்.

பாபர் காலத்திலும் (1483-1530) அக்பர் காலத்திலும் (1556-1605) வணக்கத்திற்குரியவராய் விளங்கிய சூஃபி ஞானியான முகமது கௌஸ் என்றவரும் அக்பரின் அவையில் தலைசிறந்து விளங்கிய இசைச் சித்தரான தான்சேனும் (1506-1589) குவாலியரின் புறநகரப் பகுதியொன்றில் அருகருகே அடக்கமாகியுள்ளனர்.

தான்சேன்

ஏறத்தாழ 488 ஆண்டுகளுக்கு முன்னர் குவாலியரைச் சேர்ந்த பெகாத்து என்ற இடத்தில் மகரந்த பாண்டே என்றவரின் மகனாய்த் தான்சேன் 1506 ஆம் ஆண்டு பிறந்தார். அவரது இயற்பெயர் இராமதாணு பாண்டே. இவர் சிறுவராயிருந்தபோது பிருந்தாவனத்திலிருந்த அரிதாசரின் அருள் பார்வை தான்சேன் மீது தற்செயலாய் விழுந்தது. அரிதாசர் இச்சிறுவனுக்கு இசை கற்பித்தார்.

அவர் முகமது கௌஸ் என்ற சூஃபி ஞானியின் அருளையும் பெற்றார். தான்சேன் உசேனி என்ற பெண்ணை மணந்து கொண்டார். அவர் குவாலியர் மன்னர் மான் சிங்கு தோமரின் அவையில் இசைப் புலவராயிருந்தார். அவர் அக்பரின் நவரத்தின அவையில் ஒருவராகி இசை மணம் பரப்பினார். அங்குதான் அவருக்குத் தான்சேன் என்ற பட்டம் கிடைத்தது.

அவர் இனிய பண்கள் பலவற்றுக்கு உயிர் கொடுத்து உலவச் செய்தார்; அவர் பன்னிரு பண்களின் இராகங்களில் புலமை பெற்றிருந்தார். அதன் நினைவாக அப்பண்களுக்கு "மியான் தர்பாரி" என்ற சிறப்பு அடைமொழியும் கிடைத்தது. மியான்-கி-தோடி, மியான்-கி-சாரங்கி, தர்பாரி-கானடா, தர்பாரி-தோடி போன்றவை இன்றும் இசையுலகில் உலவிவருகின்றன.

தான்சேன் பாடினால் மரம் அசையும்; மழை பொழியும்; பாறை உருகும் என்றெல்லாம் கதைகள் உள்ளன. அவர் தீபக்கு என்ற பண்ணைப் பாட, அதனால் மூண்ட

1780

தீக்கு அவரே இரையானார் என்றும் இவரது இசைப் புலமையைச் சிறப்பித்துக் கற்பனைக் கதைகள் கட்டிவிடப்பட்டன.

தான்சேன் 83 ஆண்டுகள் உயிர் வாழ்ந்திருந்தார். அவரின் குருநாதர் முகமது கௌஸ் அடக்கமான தர்காவினருகில், தான்சேனும் அடக்கம் செய்யப்பட்டார். ஆயிரக்கணக்கான இசைப் புலவர்கள் ஆண்டு தோறும் அங்கு சென்று இசையால் அவரைப் பூசிக்கின்றனர்.

தமிழரான என்.பி. சேஷாத்திரி, தான்சேனின் நினைவாகத் தில்லியில் ஆண்டுதோறும் ஓர் இசை விழாவை நடத்துவது வழக்கம்.

ஜான்சி அரசி

பாரதத்தில் பிரிட்டிசாரை எதிர்த்துப் பெரிய அளவில் 1857 ஆம் ஆண்டு நடந்த படைவீரர் கிளர்ச்சியில் குவாலியர்க் கோட்டைக்கு உயிர்நாடியான பங்கு உண்டு. குவாலியரைச் சுற்றி 1858 ஆம் ஆண்டுக் கோடையில் கடும் போர் நிகழ்ந்தது. இந்தியப் படை வீரர்களுக்கும், பிரிட்டிசாருக்குமிடையில் நடந்த இச் சண்டையில், புரட்சிக்காரர்கள் கோட்டையை விட்டு விரட்டப்பட்டனர். பிரிட்டிசார் குவாலியர்க் கோட்டையைக் கைப்பற்றினர்.

ஜான்சியின் அரசியான இலட்சிமிபாய் ஆணுடை பூண்டு குதிரை மீதேறிக் களத்தினுள் புகுந்து நடத்திய வீரப் போரைக் கண்டு அகத் தூண்டுதல் பெற்ற வீரர்கள் அன்று உயிரை மதியாது குவாலியரில் சண்டைசெய்தனர். இலட்சுமிபாய் தன் குதிரையை அடக்கிப் புறமுதுகிடாது போரிடப் பெரிதும் முயன்ற போதிலும் குதிரை மிரண்டு பிறரோடு ஓடலாயிற்று. அப்போது அது ஒரு கால்வாயைத் தாண்டியபோது இடறிக் கீழே சாய்ந்தது. புரட்சிக்காரர்களைத் துரத்தி வந்தவர்களுள் ஒருவன், இலட்சுமி பாயை இன்னாரென்று அறியாது, பெண் என்றும் பாராமல் வெட்டிக் கொன்றான். இலட்சுமி பாயைப் பின் தொடர்ந்து வந்தவர்கள், அவரது சடலத்தை எடுத்து அடக்கம் செய்தனர்.

இலட்சுமி பாய்க்குக் குவாலியர் இரயில் நிலையத்திலிருந்து சுமார் ஒன்றரைக் கிலோ மீட்டர்த் தொலைவில் மிகவும் அடக்கமான நினைவுச் சின்னம் இப்போது எழுப்பப் பெற்றுள்ளது.

குவாலியர் நகரம் டெல்லியின் தெற்கில் சற்று கிழக்கே தள்ளிச் சுமார் 280 கிலோ மீட்டரில் உள்ளது. குவாலியர் இன்று நெசவாலைகளும் தோல் பொருள் தொழில்களும் மலிந்த நகராய் உள்ளது. இது 1948 வரையிலும் மைய மாநிலங்கள் (*Central Provinces*) என்ற பகுதியில் அடங்கியிருந்து, 1956 இல் மத்தியப்பிரதேச மாநிலத்துடன் இணைந்தது.

3. நெல்லைச் சீமையில் கிறித்தவ ஒளி ஏற்றிய கிளாரிண்டா

உலகில் சில நூற்றாண்டுகளுக்கு முன்பு வரையிலும் மெய்மைக்கும் கற்பனைக்கும் நடுவே நம்புதற்கு அரிதாக விளங்குவது என்று கருதப்பட்டு வந்த ஆசியக் கண்டத்தில் இப் புவியின் பெரிய சமயங்களெல்லாம் தோன்றின. அவ்வுலகச் சமயங்களனைத்தும் சங்கமிக்கும் புண்ணிய பூமி பாரதம் என்பது வரலாறு. இங்கு சுமார் மூவாயிரம் ஆண்டுகளுக்கு முன்னர் தோன்றிய ஞானப் பெருக்கு முதிரா நிலைச் சைவம், வேத சமயம், பௌத்தம், சமணம், யூத சமயம், கிறித்தவம், இஸ்லாம் என்ற சமயங்களாய் முகிழ்த்தன. இவையனைத்தும் கிட்டத்தட்ட மூவாயிரம் ஆண்டுகளாய் இந்து தேசத்தில் வந்து பல்வேறு காலக்கட்டங்களில் சங்கமித்திருக்கின்றன. இன்றும் அவை இங்கு நிலவுகின்றன.

இத்தகைய சங்கமத்தை உலகில் வேறு எந்த நாட்டிலும் காணுதற்கியலாது. பாரத மக்களில் பாமரனிடமும் மனித நேயமும் சமயப் பொறையும் உயர் பண்புகளாய் வழி வழியாய்ச் சிறந்து நிற்பதற்கு இந்தச் சங்கமமே காரணம் என்பது ஆழமாகவோ, மேலோட்டமாகவோ நோக்கினாலும் புலனாகும். இந்தப் பல்திறச் சங்கமத்தில் கிறித்தவம் தென் பாரதத்தில் வந்து சேர்ந்து செய்தி சிந்தித்தற்குரியதாகும்.

இந்தியத்தில் கிறித்தவம்

பண்டைத் தமிழகத்தின் மேலைக் கரைக்கும் கீழைக் கரைக்கும் கிறித்தவ அப்தத்தின் முதல் நூற்றாண்டிலேயே கிறித்தவம் வந்துவிட்டது. அக்கால முதலே மேற்கரையில் கிறித்தவ சமூகம் ஒன்று தோன்றிச் செழித்ததைப் போன்று கிழக்குக் கரையில் 1537 ஆம் ஆண்டிற்குப் பிறகுதான் கிறித்தவ சமூகம் உருவானது. மீனவர்களும் முத்துக் குளிப்பவர்களுமான பழம் பெரும் தமிழ்க் குடியினரான பரதவர்கள் அந்த ஆண்டு கிறித்தவம் தழுவினர். அதன் பிறகு ஏசு சபை அச்சனான புனித சேவியர் (1505-1552 கி.பி.) பெயருக்கு மட்டுமே கிறித்தவர்களாக இருந்த இம்மக்களை ஒருங்கு கூட்டி நெறிப்படுத்தினார். (இ.ச.க.தொகுதி-2) சேவியருக்குப் பிறகு வந்த ஏசு சபையினரும் பிற சபையினரும் பதினெட்டாம் நூற்றாண்டு வரையிலும் போர்த்துக்கீசர் ஆதரவுடனும் தம் முயற்சியாலும் கிறித்தவப் பணிகளைச் செய்து வந்தனர். அவர்களுள் பதினாறாம் நூற்றாண்டில் சேவியர் தொடங்கிப் பதினெட்டாம் நூற்றாண்டில் வீரமாமுனிவர் வரையிலும் இவ்வச்சன்மாரின் சமயப் பணி பெரிதும் தமிழகத்திலும் கேரளத்திலும் நடந்து வந்தது.

புராட்டஸ்டண்டுகள்

ஐரோப்பிய மறுமலர்ச்சி இயக்கத்தின் (*Renaissance*) பல்வேறுபட்ட சமய, சமுதாய, கலை, இலக்கியப் புத்தெழுச்சி வெளிப்பாடுகளால் அப் பெரு நிலத்தின் நாடுகளெல்லாம் முன்னோக்கி உந்தித்தள்ளப்பட்டன. மறுமலர்ச்சியின் தூண்டுதலே புத்திடத் தேட்டங்களைப் பதினைந்தாம் நூற்றாண்டின் இறுதியில் ஊக்குவித்தது. அந்த உந்துதலால் புதிய உலகமும் பேரிந்தியமும் ஐரோப்பியரின் பிடிக்குள் அகப்பட்டன. அவர்கள் அறிந்திருந்த உலகமும் இப்போது புதிதாய் அறிந்து கொண்ட உலகமும் சேர்ந்து இப்புவி சுருங்கத் தொடங்குகின்றது. சமயத்துறையிலும் மறுமலர்ச்சி ஆழ்ந்த தாக்கத்தை உண்டாக்கியது. அது பாப்பரசர் மீதும் ரோமானியப் பேரரசு குறித்தும் ஐயப்பாட்டைத் தோற்றுவித்த சீர்திருத்தச் சிந்தனைகள் எழவும் காரணமானது.

ஜெர்மானியப் பேராசிரியரான மார்டின் லூதர் (*Martin Luther : 1483-1546*) பதினாறாம் நூற்றாண்டின் தொடக்கத்தில், 1511 முதல் தன் சீர்திருத்தக் கோட்பாடுகளை மக்களிடையே பரப்பத் தொடங்கினார். அவர் விவிலியத்தை ஜெர்மனியில் மொழி பெயர்த்தார். லூதரினியம் என்ற கிறித்தவ சீர்திருத்தப் புராட்டாண்டுப் பிரிவு பிறந்தது. கிறித்தவத் திருச்சபையில் பிளவு ஏற்பட்டது.

கிறித்தவத்தைப் பரப்புவதற்கென்று ரோமன் கத்தோலிக்கச் சபையினர்தாம் பதினைந்தாம் நூற்றாண்டின் இறுதியில் உலகின் பல நாடுகளுக்கும் சென்றனர். புராட்டஸ்டண்டுப் பிரிவினரோ இதற்குக் கிட்டத்தட்ட இரண்டு நூற்றாண்டுகளுக்குப் பிறகு தான் ஐரோப்பியத்தை விட்டுக் கிளம்பினர். அவ்வாறு இந்தியத்திற்குள் வந்தவர்கள் லூதரன்கள் எனப்படும் புராட்டஸ்டண்டுப் பிரிவினராவர். சீர்திருத்தப் பிரிவைத் தழுவிய

டேனியரான் டென்மார்க்கு நாட்டினர் 1620 ஆம் ஆண்டிலேயே வாணிபத்திற்கென்று இந்தியத்திற்கு வந்துவிட்டனரெனினும், போர்த்துக்கீசருக்குச் சுமார் 122 ஆண்டுகளுக்குப் பிறகு தான் தரங்கம்பாடியில் தமது சமயப்பரப்பு அமைப்பான டேனிய மிசனை நிறுவினர். அவர்கள் போர்த்துக்கீசரைப் போன்று ஃபிரான்சிஸ்கன் சபை, ஏசு சபை ஆகிய சமயப் பணி அமைப்புகளை யொத்த அமைப்பு எதையும் அழைத்து வரவில்லை.

டேனியர் தரங்கம்பாடியை அடைந்த எண்பத்தாறு ஆண்டுகளுக்குப் பிறகுதான் ஜெர்மனியின் ஹாலே நகரைத் தலைமையகமாய்க் கொண்ட லுதரன் சபையின் சமயப்பரப்பு அமைப்பை 1706 ஆம் ஆண்டில் நிறுவினர். புராட்டஸ்டண்டுச் சமயப் பரப்புப் பணிக்கென்று பார்த்தாலோமிய சீகன்பால்கு (1683-1716) தரங்கம்பாடிக்கு வந்தார். அவர் கிறித்தவப் பணியொடு தமிழ்ப் பணியும் செய்தார். தமிழகத்தில் அச்சுக் கலை வளர்ச்சியிலும் விவிலியத்தைத் தமிழில் மொழி பெயர்த்ததிலும் இந்தியவியலிலும் சீகன்பால்கு முன்னோடியாய் விளங்குகின்றார். அவர் இந்தியரின் சமயத்தையும் பண்பாட்டையும் வெகு உயர்வாக மதித்தார். இவரே இந்தியத்தில் புராட்டஸ்டண்டுச் சமயப் பிரிவு பரவுவதற்குக் கால்கோலிட்டவர்.

சீர்திருத்தக் கிறித்தவம் சீகன்பால்கையடுத்துத் தமிழகத்தில் கண்டுவந்த வளர்ச்சியை இக் களஞ்சிய வரிசையில் ஆங்காங்கே கூறிக் கொண்டே வருகின்றோம். சீகன்பால்கு காலத்திலும் அதன் பிறகும் கத்தோலிக்கச் சமயப்பரப்பியர்க்கும் லுதரன்களுக்குமிடையே சமயச் சழக்கு இருந்துவந்ததெனினும், தஞ்சைத் தரணியில் இவ்விரு பிரிவுகளும் செழித்து நிலைபெறத் தொடங்கிவிட்டன.

லுதரன்கள் தஞ்சைத் தரணியில் போதகர்களாயும் பாதிரிமாராயும் தமிழரையும் ஈடுபடுத்திவந்தனர். பன்மொழி அறிந்தவரும் அனைவரையும் கவர்கின்ற இனிய பண்புடையவருமான சுவார்ஷ் பாதிரியின் சமயப் பணி நெல்லைச் சீமையிலிருந்தவர் களையும் தஞ்சைத் தரணியின் பக்கம் திரும்பச் செய்தது. இக்காலக்கட்டத்தில் ஒரு பெண்மணி தென் பாண்டிச் சீமையில் கிறித்தவச் சுடரை ஏற்றி வைக்கத் தஞ்சைத் தரணியை விடுத்துப் பாளையங்கோட்டைக்கு வந்தார்.

கிளாரிண்டா

தஞ்சை மராட்டிய மன்னர் இரண்டாம் துளசாவின் (1763-1787) அரசவையில் பெரும் பதவியிலிருந்த ஒரு முதியவருக்குப் பத்மாவதி என்றும் கோகிலா என்றும் அழைக்கப்பட்ட சிறுமி வாழ்க்கைப்பட்டிருந்தாள். அம்முதியவர் இறந்ததும் உடன்வைத்து எரியூட்டப் படவிருந்த அச்சிறுமியை லிட்டில்டன் (Littleton) என்ற கிழக்கிந்தியக் கம்பெனிப் படையலுவலர் ஒருவர் காப்பாற்றினார். இந்நிகழ்ச்சி 1770 ஆம் ஆண்டுகளில் நடந்தது என்பர்.

கிளாவிருண்டா பாய் (Clavirunda Bai : 1746-1806) அல்லது கிளாரிண்டா என்ற பெயரை லிட்டில்டன் அச்சிறுமிக்குச் சூட்டினார்.

இப்பெண் தனிச் சிறப்பு வாய்ந்தவர். எனினும் வாழ்க்கை முழுமையிலும் இன்னலையும் துன்பத்தையுமே கண்டவர். ஊழ் வலியின் கொடுமை காரணமாகச் சிறுமியாயிருந்த போதே கைம்மை எய்தியவர். லிட்டில்டனை மறுமணம் புரிந்த சிறிது காலத்திலேயே மீண்டும் கைம்பெண்ணானவர். அவர் கிறித்தவ சமயத்தின்பால் மிகுந்த ஈடுபாடு கொண்டு தன் வாழ்க்கை முழுவதையும் அழுந்திக் கிடந்த மக்களின் வாழ்க்கையை மேலேற்றும் பெரும் பணிக்கென்றே செலவிட்டுக் காவியமானவர்.

மாதவய்யாவின் கிளாரிண்டா

அ.மாதவய்யா (1872-1925) தமிழ் நாவல் இலக்கிய முன்னோடிகளில் ஒருவர். ஆங்கிலத்திலும் சிறந்த எழுத்தாளர். தமிழில் கண்கூடான வாழ்க்கையை அப்படியே உயிர்த் துடிப்புடன் எழுதிய முதல் எழுத்தாளர் என்ற சிறப்பும் அவருக்குண்டு. நெல்லைச் சீமையில் அவர் பிறந்து வளர்ந்த பெருங்குளம் அழகும் இனிமையும் நிறைந்த ஊர். எனவே மாதவய்யாவின் கண்ணோட்டமும் எழுத்தும் அழகும் தூய்மையும் கொண்டு விளங்கியது வியப்பன்று. அவர் தனக்குச் சுமார் இரண்டு தலைமுறைக்கு முன்னர் மக்களிடையே காவியமாய் உயர்ந்து நின்ற கிளாரிண்டாவின் வாழ்க்கையினால் அகத்தூண்டுதல் பெற்று 1915 ஆம் ஆண்டில் *Clarinda* என்ற ஆங்கில் நாவலை எழுதினார். பிறர்க்கென வாழ்ந்த கிளாரிண்டாவிற்கு இதைவிட வேறு என்ன சிறப்பு வேண்டும்? (தமிழில் அறிவியல் நூல் எழுதிய முன்னோடியருள் ஒருவரான பெ.நா. அப்புசாமியால் (1891-1986) மாதவய்யாவின் தம்பி மகனாவார்.) மாதவய்யாவின் மேற்சொன்ன ஆங்கில நாவல் தமிழில் மொழிபெயர்க்கப்பட்டு ''கிளாரிண்டா'' என்ற பெயரில் 1993 ஆம் ஆண்டு வெளிவந்தது.

நெல்லையில் கிறித்தவச் சுடர்

1780

கிளாரிண்டா தன்னைக் காப்பாற்றிய லிட்டில்டனுடன் சிறிது காலம் தஞ்சையில் வாழ்ந்துவிட்டு அவருடன் பாளையங்கோட்டைக்குச் சென்றுவிட்டார். அங்கு அவருடன் சேர்ந்து கிறித்தவப் பணியில் ஈடுபட்டார். அவர்கள் இங்கிருந்த காலத்தில் லிட்டில்டன் இறந்து போனார்.

திருநெல்வேலியில் முறையான கிறித்தவப் பணி எதுவும் இக்காலத்தில் நடைபெற வில்லை. நவாபின் ஆட்சிப் பகுதியான அங்கு பாளையங்கோட்டையில் கம்பெனியின் காவற்படை ஒன்று இருந்தது. அங்கிருந்த ஐரோப்பியரும் பிறருமாய் வெகு சில கிறித்தவரே அங்கு இருந்தனர் என்பதைச் சுவார்ஷ் பாதிரியாரின் நினைவுக் குறிப்புகளிலிருந்து அறிய முடிகின்றது. அவர் பாளையங்கோட்டைக்கு முதன் முறையாய் 1778 ஆம் ஆண்டு வந்திருந்தார். அங்கிருந்த சிலருக்குத் திருமுழுக்குச் செய்வித்து அவர்களைக் கிறித்தவராக்க வேண்டுமென்று கோட்டையிலிருந்த கம்பெனிக் காவல் படையினர் சிலர் அவரை அழைத்திருந்தனர். தஞ்சை தான் புராட்டஸ்டண்டுக் கிறித்தவ சமய அமைப்பின் தலைமையகமாய் இருந்தது. நெல்லை அதன் கிளை போலவே விளங்கியது. அங்கு கிட்டத்தட்ட ஐம்பது கிறித்தவர்களே இருந்தனர்.

சுவார்ஷ் இப்போது பாளையங்கோட்டையில் பிராமணக் கைம்பெண் ஒருத்தியைக் கண்டார். அவர் அவளை ஏற்கெனவே தஞ்சையில் பார்த்திருக்கின்றார். அப்பெண் அப்போது ஆங்கிலேயர் ஒருவருடன் முறையற்ற உறவில், அதாவது மணம் புரிந்து கொள்ளாமல் வாழ்ந்திருந்தார். ஆங்கிலேயர் அப்பெண்ணுக்குக் கிறித்தவ சமயம் பற்றி ஓரளவு கற்றுக் கொடுத்திருந்த போதிலும் என்ன காரணத்தாலோ அவ்விருவரும் முறைப்படி திருமணம் செய்து கொள்ளவில்லை. மேலும் ''பாவத்தில் வாழ்க்கை நடத்தி வரும்'' ஒருத்திக்குத் திருமுழுக்குச் செய்வித்துக் கிறித்தவத்தில் சேர்க்கவும் இயலாது, என்று சுவார்ஷ் பாதிரியார் அப்போது தஞ்சையில் கூறிவிட்டார்.

ஆனால் இப்போது பாளையங்கோட்டையில் அத்தகைய சிக்கல் எதுவுமிருந்திலது. ஏனெனில் அப்பெண்ணுடன் வாழ்ந்திருந்த ஆங்கிலேயரான லிட்டில்டன் இப்போது உயிருடன் இருக்கவில்லை. அப்பெண்ணின் சமயப் பற்றுறுதியும் ஐயத்திற்கிடமின்றி

இருந்தது. ஆதலால் சுவார்ஷ் பாதிரியார் கிளாரிண்டாவைச் சமய நெறி முறைப்படி கிறித்தவத்தில் சேர்த்தார். அவர் பாளையங்கோட்டையில் இந்த 1780 ஆம் ஆண்டு கிறித்தவராக்கிய நாற்பது பேர் கொண்ட பட்டியலில் கிளாரிண்டாவின் பெயர் முதலிடம் பெற்றிருந்தது.

கிளாரிண்டா அதன் பிறகு நெல்லைச் சீமையில் பல ஆண்டுகளாய்க் கிறித்தவ சமயத்தின் வலுவான தூண்களில் ஒன்றாய் விளங்கினார். அவர் பாளையங்கோட்டையில் இருந்த கம்பெனிப் படையலுவலரின் உதவியுடன் கோட்டையினருகே சிறு கிறித்தவக் கோயில் ஒன்றைக் கட்டினார். அது கிளாரிண்டா சர்ச்சு என்று இன்றும் அழைக்கப்பட்டு வருகின்றது. இதைச் சுவார்ஷ் பாதிரியார் இறை வழிபாட்டிற்கென்று 1785 ஆம் ஆண்டு அர்ப்பணித்தார். கிளாரிண்டா இக் கோயிலினருகே தோண்டுவித்த கிணறு ''பாப்பாத்தியம்மா கிணறு'' என்ற பெயரில் இன்றும் தண்ணீர் எடுக்கப் பயன்பட்டு வருகின்றது. அவர் பெண் குழந்தைகளுக்கென்று ஒரு பள்ளியையும் நிறுவினார், பாளையங்கோட்டையில் கிளாரிண்டா அமைத்த இந்தச் சர்ச்சுதான் லூதரன் சபையின் பதிவு பெற்ற முதற்கோயிலாகும். தென் தமிழ் நாட்டின் முதல் கிறித்தவக் கோயிலும் இதுவேயாகும்.

''பாப்பாத்தியம்மாள்'' கிளாரிண்டாவின் தொண்டு பலரைக் கிறித்தவம் தழுவுமாறு செய்தது. பதினெட்டாம் நூற்றாண்டின் இறுதிப் பகுதியான இக்காலக்கட்டத்தில் நெல்லைச் சீமையின் கிழக்குப் பகுதியில் கிறித்தவம் பரவத் தொடங்குகின்றது. கிளாரிண்டா வாழ்ந்த இக் காலத்தில் தான் தமிழரின் தொன் முது குடியைச் சேர்ந்த நாடார் ஒருவர் கிறித்தவம் தழுவினார். அவர் நெல்லைச் சீமையினர், முதலூர் என்ற முதல் கிறித்தவ ஊரும் இந்தக் காலத்தில் தான் தோன்றியது.

4. பதினெட்டாம் நூற்றாண்டு : இந்தியச் செய்தி இதழ்கள்

ஜேம்ஸ் அகஸ்டஸ் ஹிக்கி (*Augustus Hicky*) என்ற ஆங்கிலேயர் 1780 ஜனவரி 29 அன்று ''பெங்கால் கெசட்டு'' (*Bengal Gazette or the Calcutta General Advertisor*) என்ற செய்தித்தாளைக் கல்கத்தாவில் வெளியிடத் தொடங்கினார். இது இந்தியத்தின் முதல் செய்தி இதழாகும். தலைமை ஆளுநரான வாரன் ஹேஸ்டிங்சு இதற்கு இரண்டாண்டுகளுக்குப் பிறகு இப்பத்திரிகையை ஒடுக்கினார். அதன் பிறகு செய்தியிதழ்கள் குறித்த அரசின் போக்குச் சிறிதும் மாறவில்லை. அரசு இதழாசிரியர்களை இழிவாய்க் கருதியது. செய்தியிதழ்களை எப்போதும் தன் கட்டுப்பாட்டில் அழுத்தி வைத்திருக்க வேண்டும் என்றுதான் அரசு கருதிவந்தது.

ஹிக்கி தொடங்கிய இந்த இதழ் வாரன் ஹேஸ்டிங்சையும் சர் எலிசா இம்பே என்றவரையும் கடுமையாய்த் தாக்கி எழுதியது. அந்த இதழ் நவம்பர் மாதம் அஞ்சலில் அனுப்பப்பட முடியாதவாறு தடுக்கப்பட்டது. அதன் ஆசிரியர் இரு முறை சிறை செய்யப்பட்டார். இந்த இதழ் 1782 இல் மறைந்தது. ஹிக்கி பயனற்றவரெனினும், இந்தியத்தில் முதல் இதழுக்கு அவர் ஆசிரியர் என்ற தனிச் சிறப்பைப் பெறுகின்றார்.

பதினெட்டாம் நூற்றாண்டு இதழ்கள்

பதினெட்டாம் நூற்றாண்டில் மனித இனம் கண்ட பல ஏற்றங்களுள், செய்திகளைப் பரப்பும் கருவியான இதழ்த் துறையும் குறிப்பிடத் தக்கதாகும்.

இலண்டனில் முதன்முதலில் 1702 ஆம் ஆண்டு *Daily Courant* என்ற இதழ் வெளிவந்தது (இ.ச.க.தொகுதி-1).

அதற்கடுத்த ஆண்டு புகழ்வாய்ந்த எழுத்தாளரான டேனியல் டீஃபோ (1659-1731) பத்திரிகைச் சுதந்திரத்திற்காக இன்னலை ஏற்ற முதல்வர் என்ற பெருமையைப் பெற்றார் (இ.ச.க.தொகுதி-1).

இந்தியத்தில் இதழ்த் துறை இதற்கு எழுபத்தெட்டு ஆண்டுகளுக்குப் பிறகுதான் தோன்றியது. அதைத் தொடர்ந்து அடுத்த பத்தாண்டுக் காலத்திற்குள் கிட்டத்தட்ட 23 செய்தித் தாள்கள் இந்தியத்தில் வெளிவந்தன என்பதைக் கீழ்க்காணும் பட்டியல் காட்டுகின்றது. இவையனைத்தும் இந்தியரால் நடத்தப்பட்டவையன்று.

பதினெட்டாம் நூற்றாண்டில் செய்தியிதழ்கள், அச்சகங்கள், நூல் வெளியீடுகள் அனைத்தும் ஐரோப்பியராலும் கிறித்தவ சமயப் பரப்பியராலும் நடத்தப் பெற்றன. அவையனைத்தும் ஆங்கில மொழியில் வெளியானமையால் நாட்டு மக்களில் கிட்டத்தட்ட அனைவருக்குமே எட்டாதவையாயிருந்தன.

எனவே இந்தியர்களைப் பொறுத்தவரையில் அவர்களுக்குப் பத்தொன்பதாம் நூற்றாண்டுதான் மறுமலர்ச்சிக் காலம் என்று கூறலாம். இக்காலத்தில்தான் பாரதத்தில் பொதுமை வேண்டும் என்பதை மெய்யாயுணர்ந்து போதித்த மகான்களும், மெய்யியல் மேதைகளும் பிறந்தனர். அக்காலமே மெய்யாய் மறுமலர்ச்சி தோன்றிய யுகம் எனலாம். ஏடெடுத்துப் படிக்கலாகாது என்று கண்கட்டி விடப்பட்டிருந்த இந்திய மக்களில் வெகு சிலரேனும் கல்விக் கண்ணைத் திறக்கத் தொடங்கியது பத்தொன்பதாம் நூற்றாண்டிலேயாம்.

பதினெட்டாம் நூற்றாண்டு இதழ்கள்

தி பெங்கல் கெசட்டு ஆர் தி கல்கத்தா ஜெனரல் அட்வர்டைசர்ஸ், 1780, கல்கத்தா -ஆசிரியர் ஜே. ஏ. ஹிக்கி.

தி இந்தியா கெசட்டு, 1780 கல்கத்தா- ஆசிரியர்கள் பி. மெசிங்கு, பி.ரீடு.

தி கல்கத்தா கெசட்டு ஆர் ஓரியண்டல் அட்வர்டைசர், 1784, கல்கத்தா - ஆசிரியர் தெரியவில்லை.

தி பெங்கால் ஜர்னல், 1785, கல்கத்தா - ஆசிரியர் டி ஜோன்ஸ்.

தி ஓரியண்டல் மேகசீன் ஆர் கல்கத்தா அம்யூஸ்மெண், 1785, கல்கத்தா-ஆசிரியர் தெரியவில்லை.

தி மதராஸ் கூரியர், 1785, சென்னை - ஆசிரியர் ஆர். ஜான்ஸ்டன்.

தி கல்கத்தா கிராணிக்கிள், 1785, கல்கத்தா - ஆசிரியர் தெரியவில்லை.

தி பம்பாய் ஹெரால்டு, 1789, பம்பாய் - ஆசிரியர் தெரியவில்லை.

தி பம்பாய் கூரியர், 1790, பம்பாய் - ஆசிரியர் எஸ். ஆஷ். பர்னர்.

தி ஹர்க்காரு (*The Harkaru*), 1791 சென்னை - ஆசிரியர் எச்.பாயிடு.

தி பம்பாய் கெசட்டு, 1791, பம்பாய் - ஆசிரியர் தெரியவில்லை.

தி பம்பாய் ஹெரால்டு, 1792, பம்பாய் - ஆசிரியர் தெரியவில்லை.

தி ஏசியாட்டிக்கு மிரர், 1794, கல்கத்தா - ஆசிரியர் தெரியவில்லை.

தி வீக்லி மதராஸ் கெசட்டு, 1795, சென்னை - ஆசிரியர் ஆர்.வி ல்லியம்ஸ்.

தி இந்தியா ஹெரால்டு, 1795, சென்னை - ஆசிரியர் ஹம்ஃபிரிஸ்.

தி இந்தியன் வேல்டு, *1795*, கல்கத்தா - ஆசிரியர் தெரியவில்லை.
தி கல்கத்தா கூரியர், *1795*, கல்கத்தா - ஆசிரியர் தெரியவில்லை.
தி இந்தியன் அப்போலோ, *1795*, கல்கத்தா - ஆசிரியர் தெரியவில்லை.
தி பெங்கால் ஹர்க்காரு, *1795*, கல்கத்தா - ஆசிரியர் மக்லீன்.
தி டெலிகிராஃபு, *1798*, கல்கத்தா - ஆசிரியர் தெரியவில்லை.
தி கல்கத்தா மார்னிங்கு போஸ்டு, *1798*, கல்கத்தா - ஆசிரியர் தெரியவில்லை.
தி ஓரியண்டல் ஸ்டார், *1798*, கல்கத்தா - ஆசிரியர் தெரியவில்லை.
தி ரியல் ஸ்டார், *1799*, கல்கத்தா - ஆசிரியர் தெரியவில்லை.

(ஆக மொத்தம் 23 இதழ்கள்)

5. பிரிட்டனில் புத்துயிர் பெறும் தொன்முது கலை : சோதிடக் கலை வரலாறு

தோற்றுவாய்

ஆரூடம், சோதிடம், சாதகம், கணிநூல், நிமித்தம் உரைத்தல், குறி கூறுதல், கைரேகை பார்த்தல் என்றெல்லாம் சோதிடக் கலை பலவாறாய் அழைக்கப்படுகின்றது. இப்பெயர்கள் சுட்டும் அனைத்தும் வருவதுரைப்பனவேயாம். உயிரினப் படிமுறை வளர்ச்சியில் மனித விலங்கு மதி மனிதன் (*homo sapien*) என்ற படியை எட்டிய காலம் வரையிலும் சோதிடத்தின் தோற்றுவாய் செல்கின்றது எனலாம். சந்திரனின் கலைகளைக் குறிப்பதாய்த் தோன்றுகின்ற ஓர் எலும்புத் துண்டைத் தொல்லியலார் அண்மையில் கண்டனர். அது முப்பதாயிரம் ஆண்டுகளுக்கு முற்பட்டதாகலாம்.

ஆசியம், ஐரோப்பியம், அமெரிக்கம் ஆகிய பெரு நிலங்களின் பண்டைப் பண்பாடுகளில் குருமார்கள் இரவில் விண்ணை நோக்கி ஆராய்ந்து, மனித விதியின் புதிரை விடுவிப்பதற்காகப் பெரிய கோபுரங்களையும் வானாய்வு நிலைகளையும் நிறுவினர்.

இருப்பினும் வறண்டதும் மேகமூட்டமில்லாததுமான தட்ப வெப்ப நிலையையுடைய மெசபடோமியத்தில்தான் இன்று நிலவுவதையொத்த சோதிடக் கலை தோன்றியதென்பர். அங்கு அசிரிய மந்திரவாதிக் குருமார்கள் ஐயாயிரமாண்டுகளுக்கு முன்னரே கோள்களை ஆராய்ந்து அவற்றுக்குப் பெயரிடத் தொடங்கிவிட்டனர்.

அவர்கள் கிறித்தவ அப்தத்திற்கு முற்பட்ட சுமார் 700 ஆண்டு வாக்கில் நட்சத்திரக் கூட்டங்களான இராசிகளின் வீச்செல்லையைக் கண்டுபிடித்து நாம் இன்று நன்கறிந்துள்ள பன்னிரு இராசிகளுக்கும் குறியீடுகளை உண்டாக்கினர். அவர்கள் கோள்களில் இவை நல்லன, இவை தீயன என்று அவற்றுக்குப் பண்புகள் கூறினர். ஒரு கோளிற்கும் இன்னொரு கோளிற்கும் இடையிலுள்ள குறிப்பிடத்தக்க கோண அளவுகளை வைத்து அவற்றின் தன்மைக்கு விளக்கம் தரலாயினர்.

மனித நாகரிகங்கள் முதிர்ந்த இடங்களிலெல்லாம் வானியலறிவின் அடியொற்றிச் சோதிடம் தோன்றியது. மனிதர்க்கும் வானிலுள்ள கோள்களுக்கும் தொடர்பு உண்டு; இந்த உறவிற்குக் கோள் நிலைகளை வைத்து விளக்கம் தர முடியும் என்ற அடிப்படையில் சோதிடக் கலை கட்டி எழுப்பப் பெற்றது.

சோதிடம் என்பது என்ன?

ஒருவர் பிறக்கும்போது கோள்கள் எந்த உடுக் கூட்டத்தில் (இராசியில்) இருக்கின்றனவோ, அந்த இராசியே ஒருவரின் எதிர்காலத்தின்மீது ஆழ்ந்த செல்வாக்குச்

1780

செலுத்தி விளங்கும் என்று சோதிடம் வாதாடுகின்றது. கோள்களின் பெயர்ச்சிதான் மன்னர் குடிகள், மன்னர்கள், மாமன்னர்கள், ஆகியோரின் எதிர்காலத்தைத் தீர்மானிக்கின்றன என்று சில ஆயிரம் ஆண்டுகளுக்கு முன்னர் ஒரு கருத்து உருவாயிற்று. சோதிடர்கள் கோள்களின் பெயர்ச்சியை ஆராய்ந்து, இதற்கு முன்னர் இந்தக் கோள் இடம் பெயர்ந்தபோது என்ன நேர்ந்தது என்ற வினாவைத் தமக்குள் எழுப்பினர். வெள்ளிக் கோள் இதற்கு முன்னர் மேட இராசியில் புகுந்த போது என்ன நடந்தது? கிட்டத்தட்ட அதைப் போன்றதொரு நிலை இப்போது அந்தக்கோள் மேடத்திற்குள் நுழையும்போது ஏற்படுமன்றோ என்று எண்ணிப் பார்த்தனர்.

சோதிடம் என்பது நுணுக்கமானது; எதிர்பாராத இடரை உண்டாக்குவது. சோதிடர்களை அரசர்கள் மட்டுமே பணியில் அமர்த்தினர். அரசின் சோதிடரையன்றி வேறெவரும் வானில் கோள்களை ஆராய்ந்து பலன் கூறினால், அவ்வாறு செய்பவர் களுக்குப் பல நாடுகளில் மரண தண்டனை விதிக்கப்பட்டது. அரசு சாராத வேறு எவரும் கோள்நிலை பார்த்து ஆரூடம் கூறுவதற்கு அனுமதித்தால், அதனால் அரசுகள் எளிதில் கவிழ்ந்து விடக்கூடிய இடர் அவர்களால் உண்டாகலாமன்றோ!

தவறான பலன் கூறிய சீன அரசின் கணியர்கள் மரண தண்டனைக்கு ஆளாகியிருக்கின்றனர். அவர்களில் சிலர், தாம் கூறிய பலன்கள் மெய்யாய் நிகழ்ந்த வற்றுடன் பொருந்தும் விதத்தில், பலன் கூறிய பிறகு ஆவணங்களைத் திருத்திக் கொள்வதுமுண்டு. சோதிடம் என்பது தெளிவற்ற சிந்தனையும், கேடற்ற இரண்டகமும் கொண்டு உன்னிப்பாய் நோக்கி ஆராய்தல், கணிதம், கவனமாய் எழுதி வைத்தல் ஆகியன அடங்கிய புதுமையான கலவையாகும்.

தனிப்பட்டவர்களுக்கு ஆரூடம் கூறும் சோதிடக் கலை அலெக்சாந்திரிய எகிப்தில் உருப்பெற்றுச் சுமார் இரண்டாயிரம் ஆண்டுகளுக்கு முன்னர், கிரேக்க, ரோமானிய, உலகங்களின் வழியே பரவியது. இவர் இன்ன இராசியில் பிறந்தவராதலால், இவருக்கு இன்ன பலன் ஏற்படும் என்று சொல்கின்ற தனி ஆள் ஆரூடம் இரண்டாயிரமாண்டு களுக்கு மேலாக நம்மிடம் நிலைத்து நிற்கின்றது.

எனினும் சோதிடம் பற்றிய நம்பிக்கை இல்லாதவர்களும் இருந்துவருகின்றனர். ஜப்பானில் கெங்கோ (*Kenko*) என்ற இடத்தைச் சேர்ந்த சூரிசூரிகுச என்றவர் 1332 இல் எழுதியிருந்த ''சோம்பல் பற்றிய கட்டுரைகள்'' (*Essays on Idieness*) என்ற நூலில் கீழ்க்கண்டவாறு எழுதியிருந்தார்:

''(ஜப்பானில்) யின்-யாங்கு கோட்பாடுகளில் செந்நாக்கு நாள்கள் பற்றி எதுவும் குறிப்பிடப்படவில்லை. (செந்நாக்கு என்பது ஒரு கிழமையின் பெயர்.) மனிதர்கள் முற்காலத்தில் இந்நாள்களை விலக்குவதில்லை. ஆனால் இப்போது சிறிது காலமாகவே, ''நீங்கள் செந்நாக்கு நாளில் எதைத் தொடங்கினாலும், அது நடப்பதே இல்லை''என்றோ, ''செந்நாக்கு நாளில் எதைச் செய்தாலும், சொன்னாலும் அது விளங்காமல் போய்விடுகின்றது; நீங்கள் பெற்றதையெல்லாம் அன்று இழக்கின்றீர்கள்; உங்கள் திட்டங்களெல்லாம் வீணாகின்றன'' என்றோ மக்கள் பேசிக் கொள்கின்றார்கள். இந்த வழக்கத்தை உண்டாக்கியது யார் என்பது தெரியவில்லை; இது என்ன மடமை! மிகுந்த கவனத்துடன் ''நல்ல நாள்'' பார்த்துத் தொடங்கிய பணிகளில் பயனற்றுப் போனவற்றையும் ஒருவர் எண்ணிப் பார்த்தால் அந்த இரண்டு எண்ணிக்கையும் சரிசமமாகத்தானிருக்கும்.''

எதிர்காலம் அறியப் பேரவா

தற்காலத்துச் சோதிடர்கள் ஒரு சாதகத்தை அல்லது குறிப்பை வைத்துக் கொண்டு அதிலுள்ள கோலங்களை விளங்கிக் கொள்கின்றனர். இக்கோலங்களை விளங்கிக் கொள்வதற்குப் பல்வேறிடங்களில் பல்வேறு மனிதர்கள், பல்வேறு காலக்கட்டங்களில் பல்வேறு முறைகளைக் கையாண்டனர். ஆதலால் வருவதுரைப்பதைக் குறிக்கோளாய்க் கொண்டு வானியலின் அடியொற்றித் தோன்றிய சோதிடக் கலையின் தோற்றுவாய் இங்கு, இந்தக் காலத்தில் தான் நிகழ்ந்தது என்று அறுதியிட்டுக் கூறுதற்கியலாது. இன்று உலகெங்கிலும் இன, சமய, மொழி வேறுபாடுகளின்றிக் கிட்டத்தட்ட மக்களனைவரிடத்திலும் சோதிடக்கலை செல்வாக்குப் பெற்றிருப்பது ஏன்? இத்தகையவான வேறுபாடுகள் தோன்றாத ஆதி மனித சமூகத்தில் இக்கலை முகிழ்த்தது என்பது அதற்குக் காரணமாகலாம். அத்துடன் மனிதன் தொடக்க காலத்திலிருந்தே தன் கடந்த காலத்தைவிட, இனிமேல் நற்பயன் விளையும் என்று நம்புகின்ற எதிர்காலம் எப்படி அமையும் என்பதை அறிந்து கொள்வதிலேயே நிகழ்காலத்தில் ஆர்வம் கொண்டுள்ளான் என்பதும் புலனாகின்றது. சோதிடம் என்பது தனிமனிதனின் எதிர்காலக் கோலங்களைக் கற்பித்துக் காட்ட முற்படுவதைப் போன்று, மனித இனத்தின் எதிர்காலக் கோலத்தைச் சொல்லோவியத்தில் காட்ட முற்படுகின்ற எதிர்காலவியல் (*futurology*) என்னும் புதிய துறையும் அண்மையில் தோன்றியுள்ளது.

அசிரியம்

1780

பண்டை நாகரிகங்கள் பலவற்றின் தாயகமாகிய ஈராறுகள் - தைகிரிஸ், யூஃபிரிட்டிஸ் - பாயும் மெசடோமியத்தின் வடக்கே அசிரியம் அமைந்திருந்தது. அப்பேரரசு கி.மு. 721 முதல் 633 வரை நிலவிற்று. அதன் ஆட்சி வீச்செல்லை எகிப்திலிருந்து பாரசிக வளைகுடா வரையிலும் நீண்டு பரந்திருந்தது. அசூர், நினிவா, ஆகியன இரண்டும் இப்பேரரசின் தலையாய நகரங்களாகும். இப்பேரரசு ஒரு நூற்றாண்டுக் காலத்திற்குள் மிக உச்சமான நிலையை எய்தியது. அங்கு அசூரில் ஒரு நூலகம் இருந்தது.

நூலகங்களின் அன்னை

மெசபடோமியத்தில் இதற்குச் சுமார் ஆயிரமாண்டுப் பழமையான முன்னைச் சுமேரியத்திலும் ஒரு நூலகம் இருந்தது. அது உலகின் நூலகங்களுக்கெல்லாம் அன்னை போன்றது என்பர்.

அசூரிலிருந்த அசூர் பனிபல் நூலகத்திலிருந்து நமக்குப் பல சுவடிகள் இப்போது கிடைத்துள்ளன. இந்நூலகம் கி.மு.612 ஆம் ஆண்டு அழிக்கப்பட்டது. அங்கு சோதிடம் தொடர்பான சில சுவடிகள் கிடைத்தன.

அ) வானத்தில் காணப்பட்ட கோள்கள் குறித்தும் அவை சோதிட முறையில் எத்தகைய முக்கியத்துவம் வாய்ந்தவை என்பது பற்றியும் அசிரிய மன்னர்களுக்கு எழுதப் பெற்ற கடிதங்கள்.

ஆ) நிலையான நட்சத்திரங்கள் வானுச்சம் அடைகின்ற போது ஏற்படும் கால வேறுபாடுகள் பற்றிய ஒரு பட்டியல். (இப்பட்டியல் இரவில் நேரத்தைக் கணிக்கப் பயன்பட்டிருக்கலாம்)

இ) பாபிலோனியத்தில் கி.மு.748 முதல் காணப்பட்ட கோள் மறைப்பு என்ற கிரகணங்கள் பற்றிய விரிவான ஆவணங்கள். (தாலமி அதே காலத்தில் நிகழ்ந்த கோள் மறைப்புகள் பற்றிய ஆவணங்களைத் தமது நூலில் எடுத்துக் கட்டினார்.)

ஈ) மூல் ஆப்பின் (*Mul Apin*)என்ற வானியல் குறித்த செறிவடக்க ஏடு; இது இரண்டு மண் தகடுகளில் பொறிக்கப்பட்டது; கி.மு.700 அல்லது அதற்கு முன்னர் எழுதப் பெற்றது. நிலையான நட்சத்திரங்கள் குறித்து அக்காலத்தில் நிரம்ப அறியப்பட்டிருந்தது; இதை வானியல் செய்திகள் செறிந்திருந்த ஏட்டிலிருந்து அறிந்து கொள்ள முடிகின்றது. இந்த ஏட்டில் இராசிப்பட்டை, ''சந்திரப் பாதை'' என்று அழைக்கப்படுகின்றது. இப்பட்டையின் நடுவிலுள்ள கோடு சாய்ந்த வட்டமாயிருக்கின்றது. அந்த பட்டையில் சந்திரனும் ஐந்து கோள்களும் இயங்கி வருகின்றன. இந்தச் ''சந்திரப் பாதையில்'' பதின்மூன்று அல்லது பதினான்கு உடுக் கூட்டங்கள் இருப்பதாய் இந்த ஏட்டில் சொல்லப்பட்டுள்ளது.எனினும் இராசி மண்டலம் பன்னிரண்டு இராசிகளுக்குரியதாய் இந்த ஏட்டில் பிரிக்கப்படவில்லை.

பாபிலோனியமும் தமிழகமும் கி.மு. ஆறாம் நூற்றாண்டிலேயே இடைச் சங்க காலத்தில் வாணிபத் தொடர்பு கொண்டிருந்தன என்பது அறிஞர் கருத்தாகும். அதன் காரணமாகவும் வானியலறிவு தமிழகத்தில் பரவியிருக்கலாம் என்று கருத இடமுள்ளது. இதைத் தமிழ் இலக்கியங்களில் காணப்படும் வானியல் செய்திகள் புலப்படுத்துகின்றன.

சிந்துவெளி

சிந்துவெளியில் வானியலும் கோள்களின் நிலையறிந்து கூறும் கணியியலும் அறியப்பட்டிருந்தன என்று சிந்து வெளி எழுத்தைப் படித்தறிந்தோரில் முன்னோடியாயும் சரியான வழிகாட்டியாயும் விளங்கிய ஏசு சபை அச்சன் ஹீராசு அடிகள் கூறுவார்.

சிந்து வெளி மக்களின் வாழ்க்கை உழவுத் தொழிலை அடிப்படையாய்க் கொண்டது. ஆதலால் பிற பண்டை நாகரிகங்களில் போலவே, இங்கும் வானியலறிவு வளர்ந்திருந்தது என்பதை ஆராய்ச்சியாளர் பலர் எடுத்துக் காட்டுகின்றனர். கோள்கள் பற்றிய ஈரடிப்ப பா ஒன்று சிந்து முத்திரையில் உள்ளது என்பதை ஹீராசு அச்சன் குறிப்பிட்டிருக்கின்றார். அம்மக்கள் சனிக் கோளை மை மீன் என்றும், செவ்வாய்க் கோளைச் செம்மீன் என்றும் வழங்கினர் என்பது அவரது கருத்தாகும்.

பண்டைத் தமிழகத்தில்

சிந்து மாந்தர் மாதங்களைக் கணக்கிட்ட முறை தமிழர்களின் இன்றைய திங்கள் முறையை ஒட்டியது. அதாவது அங்கு மாதங்கள் வளர்பிறையான அமாவாசையிலிருந்து தொடங்கின. மேலும் அங்கு ஆண்டுத் தொடக்கம் கார்த்திகைத் திங்களை அடிப்படையாய்க் கொண்டு அமைந்தது என்று வால்டர் ஏ.ஃபேர்சர்விஸ் (*Walter A.Fairservis. The Harappan Calendar, Vol.II*) என்ற நூலில் எடுத்துரைக்கின்றார். டாக்டர் க.நெடுஞ்செழியன் தமது ''தமிழ் இலக்கியத்தில் உலகாய்தம்'' என்ற நூலில் இக்கருத்தை மேற்கோள் காட்டி மேலும் கூறுவார்:

வியாழன், வியாழ மாலை

தமிழில் இடைச்சங்க காலத்தில் ''வியாழ மாலை'' என்ற வானியல் நூல் இருந்ததாய்த் தமிழ் இலக்கியங்கள் கூறுகின்றன. அந்நூல் இன்று கிடைத்திலது.

வியாழன் (சுக்கிரன்) என்ற கோள் பூமியைவிடப் பன்மடங்கு பெரியது. பூமி சூரியனிலிருந்து 1496 மில்லியன் கிலோ மீட்டர்த் தொலைவிலுள்ளது. இதற்குச் சந்திரன் என்ற ஒரே துணைக் கோள் மட்டுமே உள்ளது. நடுவரைக் கோட்டில் பூமியின் குறுக்களவு 12,756 கிலோ மீட்டர். பூமியின் பொருண்மை $5.926 x 10^{24}$ கிலோ கிராம். பூமி தன்னைத் தானே சுற்றுவதற்கு 23 மணி 56 நிமிடம் 4 நொடிகளாகின்றன. அது சூரியனைச் சுற்றி வருவதற்கு ஆகும் காலம், 365.256 நாள்களாகும்.

வியாழனோ கோள்களில் பெரியது. சூரியனிலிருந்து ஐந்தாவது கோள். இதற்குப் பன்னிரு துணைக் கோள்கள் உள்ளன. சூரியனிலிருந்து 778 மில்லியன் கிலோ மீட்டர்த் தொலைவில் உள்ளது. இது சூரியனைச் சுற்றி வருவதற்கு 11.86 ஆண்டுகளும் தன்னைத் தானே சுற்றிக் கொள்வதற்கு 9.83 மணியும் ஆகின்றன. இதன் குறுக்களவும் பொருண்மையும் பூமியை விட முறையே 11.2, 317.9 மடங்குகள் அதிகமாகும். வானியலில் வியாழனின் சுழற்சி சற்று சிக்கலானது. வியாழன் பொன்னிறமானது; வெறுங் கண்ணுக்குப் புலப்படக்கூடியது.

1780

வியாழனும் பாண்டியரும்

பாண்டியர் தம் ஆண்டுக் கணக்கையும், நாள், வானியல் குறிப்புகளையும் வியாழனை அடிப்படையாக வைத்துக் கணித்துள்ளனர். பிற்காலச் சோழர் சூரியனை அடிப்படையாய்க் கொண்டு ஆண்டுக் கணிப்பைப் பின்பற்றினரெனினும், பாண்டியரும் சேரரும் வியாழனை வைத்தே ஆண்டுக் கணக்கைக் கைக்கொண்டனர் என்பது வியப்பாய் உள்ளது. (கிரேக்கர் தமது தலைமைக் கடவுளான சீயசின் கோள் வியாழன் என்று கருதிப் போற்றினர் என்பது குறிப்பிடத் தக்கது.)

வியாழனை அடிப்படையாய்க் கொண்ட ஆண்டுக் கணக்கு முறை தமிழரிடம் எக்காலத்திலிருந்து வழக்கிற்கு வந்தது என்பதை டாக்டர் நெடுஞ்செழியன் விளக்குகின்றார். சுமார் கி.பி. இரண்டாம் நூற்றாண்டளவில் கடைச் சங்க காலத்தில் எழுந்ததென்று கொள்ளப்படும் இறையனார் களவியல் என்னும் நூலில் வியாழ மாலை என்ற நூல் பற்றிக் கூறப்பட்டுள்ளது. இதற்கான சான்றைச் சிந்து வெளி நாகரிகத்திலிருந்து இரஷிய விற்பன்னர்கள் அளித்திருப்பதையும் நெடுஞ்செழியன் மேற்கோள் காட்டுகின்றார்.

வரலாற்றுக் காலத்திற்கு முற்பட்ட இந்தியத்தில் அறிவியல் வளர்ந்திருந்தது என்பது அறியப்பட்ட செய்தியாகும். கணிதம், வானியல், மெய்யியல், மருத்துவம், அளவையியல் ஆகிய துறைகளில் இந்நாடு கண்டிருந்த முன்னேற்றத்தைப் புலப்படுத்தும் சான்றுகள் பலவுள.

கி.மு. 3000 ஆண்டளவில் தமிழர் ஐம்பெரும் கோள்களை அறிந்திருந்தனர் என்றோ, வியாழன் சூரியனைச் சுற்றி வருவதற்கு ஆகும் நேரத்தை அவர்களால் கணக்கிட முடிந்தது என்றோ எவரும் கருதிடலாகாது. எனினும் பண்டைச் சிந்து மொழிச் சொற்றொடர்களும், தொல்கால இந்தியத்தில் நடைமுறையிலிருந்த வானியல், புராணக் கதைகள் ஆகியவற்றிலும் இடம் பெற்றிருந்த முக்கியமான உடுக் கூட்டங்களின் பெயர்களும் இதை நமக்குப் புலப்படுத்துகின்றன. கார்த்திகை, மிருகசீரிடம், சப்தரிஷி மண்டலம் ஆகியவையும், இடப, விருச்சிக இராசிகள் போன்ற இராசி மண்டலங்களும் அவற்றில் இடம் பெற்றுள்ளன.

இவற்றைக் கொண்டு சிந்து வெளிக்கும் தமிழகத்திற்கும் இடையில் இருந்து வந்த அறிவியல் தொடர்புகளை அறிஞர் நிலை நாட்ட முற்படுகின்றனர். இச் செய்திகள் சோதிடத் தொடர்புள்ளவையாகும். ''நாளும் புள்ளும் பிறவற்றின் நிமித்தமும்'' என்ற தொல்காப்பியக் கூற்றும் (பொருள் 88) அதற்கு நன்னாள், தீ நாள் என்று இளம்பூரணர் (13 நூ.கி.பி.) எழுதிய உரையும், பிற்காலத் தமிழர் நாள்வழி பலன் பார்த்து வந்தனர் என்பதை உறுதி செய்கின்றன. இளம்பூரணர் இதற்கு உரை கூறுகையில் ''வருங்காலம் குறித்தல்'' என்று குறிப்பிடுகின்றனர்.

பாபிலோனியர் வழியில் கிரேக்கர்

எகிப்தியக் கிரேக்கரான தாலமி (87-150 கி.பி.) பாபிலோனியச் சோதிட ஏடுகளைப் பயன்படுத்தித் தற்காலச் சோதிடக் கலை வளர்வதற்கு வழி வகுத்தார். (இ.ச.க. தொகுதி-1) கிரேக்கர் வழிவந்த எகிப்திய மன்னர்களான ஃபேரோக்கள் தம் கல்லறைகளைச் சோதிடக் குறிகள் கொண்டு அழகுபடுத்தினர்.

கிரேக்கர் சூரியன், சந்திரன், பிற கோள்கள் ஆகியவற்றைத் தம் இறைவராயும் இறைவியராயும் கொண்டனர், சான்றாக, அவர்கள் வெள்ளியைக் காதல் இறைவியான அஃபரோடைட்டாகவும் வியாழனைத் தம் இறைவர்க்கெல்லாம் இறைவனாயும் கண்டனர்.

பாபிலோனியர் ஒரு கோளின் தோற்றத்தை வைத்து அதனால் ஏற்படும் விளைவுகளைக் கணித்தனர். வியாழன் வெள்ளையாய்த் தோன்றினால் அது நன்மை பயக்குமென்றும், சிவப்பாய்க் காணப்படின் தீமை செய்யுமென்றும் நம்பினார்.

கிரேக்கர் கோளின் தோற்றத்திற்கு முக்கியத்துவம் தரவில்லை. மாறாக ஒரு கோள் எப்போதுமே மாறாமல் நன்மை பயப்பது அல்லது தீமை செய்வது என்று கருதினர். சீயசின் கோளான வியாழன் எப்போதும் நன்மை தருவதாயிருக்க, குருதி வெறி கொண்ட போர்க் குணமுள்ள ஏராஸ் என்று கருதப்பட்ட செவ்வாய்க் கோள் தீயது என்று நினைத்தனர். கிரேக்கர் கோள்களுக்கு மனிதப் பண்புகளை ஏற்றிக் காட்டினர். அவர்கள் பண்டைய பாபிலோனியச் சோதிடரின் உத்திகளைத் தம்முடைய மாபெரும் சிந்தனையாளர்களான மெய்யியலாரின் கோட்பாடுகளுடன் இணைத்துச் சோதிடத்திற்கு அச்சிறப்பை அளித்தனர்.

1780

சோதிடப் பள்ளி, சோதிட நூல்கள்

கிரேக்கர் ஒவ்வொரு மனிதனுக்கும் சாதகம் கணிப்பதை மிகவும் நயமான கலையாக்கினர். அவர்கள் பாபிலோனியச் சோதிடர் ஒருவரைக் கொண்டு ரோ என்ற கிரேக்கத் தீவில் சோதிடப் பள்ளி ஒன்றைச் சுமார் கி.மு. 280 ஆம் ஆண்டிலிருந்து சோதிடம் பற்றிய கையேடுகள் எங்கும் பரவுமாறு செய்யப்பட்டன. அவற்றுள் ''நாலேட்டுத் தொகுதி'' (*tetrabiblos*) என்பது மிக முக்கியமானதாகும். அது கி.பி. இரண்டாம் நூற்றாண்டில் தாலமியால் அலெக்சாந்திரியத்தில் எழுதப் பெற்றது.

தாலமி

தாலமியின் நட்சத்திர அட்டவணைகளும் வரைபடங்களும் பதினேழாம் நூற்றாண்டு வரையிலும் மிகவும் துல்லியமானவை என்று கொள்ளப்பட்டன. அவற்றைப் போல் துல்லியமான நூல்கள் எங்கும் இல என்று ஐரோப்பியர் கருதி வந்தனர். அவரது

சோதிட நூலைப் போல் (இ.ச.க.தொகுதி-2) வேறெந்தச் சோதிட நூலும் அத்தனை செல்வாக்குப் பெற்றிருக்கவில்லை. தாலமி தன்காலத்துச் சோதிட அறிவையும் தனக்கு முற்பட்ட காலத்துச் சோதிடச் செய்திகளையும் தனது நூலில் ஒருங்கு கூட்டி எழுதியிருந்தார். அதில் நமது காலத்துச் சோதிட முறையின் இன்றியமையாக் கூறுகளனைத்தும் அடங்கியிருந்தன. அதில் தனி மனிதன் ஒருவனின் சாதகத்தை எவ்வாறு கணிப்பது என்ற முழு விவரங்களும் அடங்கிருந்தன. அவர் கி.பி. 150 ஆம் ஆண்டு வாக்கில் ஒரு சிறுமியின் சாதகத்தைக் கணித்திருந்தார்.

ரோமானியர்

சோதிடம் தாலமியின் காலத்திலேயே ரோமானியப் பேரரசின் கற்பனையை ஈர்த்துவிட்டது. அங்கு ஏழையாயினும் செல்வனாயினும் அடிமையாயினும் தன்னுரிமை பெற்றவனாயினும் சோதிடத்தின் முக்கியத்துவத்தை உணர்ந்து, அதன் கோட்பாடுகளை ஏற்றுக் கொண்டான். ஜூலியஸ் சீசரின் (100-14 கி.மு.) வளர்ப்பு மகனும், ரோமானியப் பேரரசின் முதல் அரசருமான அகஸ்டஸ் சீசர் (63 கி.மு. -14 கி.பி. இவருக்குத் தமிழ் நாட்டு முசிறியில் ஒரு கோயில் இருந்தது என்பது வரலாறு.) சோதிடத்தை முற்றிலும் நம்பினார். அவர் பிற்காலத்தில் ''உலகின் ஆண்டை'' ஆவார் என்று அவர் பிறந்த வேளையில் நிகிடியஸ் (*Nigidius*) என்ற சோதிடர் கணித்ததும் அதற்கு ஓரளவில் காரணமாகும். அகஸ்டஸ் தான் வெளியிட்ட சில காசுகளில் தனது இராசியான மகரத்தைப் பொறித்திருந்தார்.

சீனம்

உலகெங்கிலும் பண்டை நாகரிகங்களெல்லாம் வேளாண்மை சார்ந்தனவாகவே அமைந்திருந்தமையால், அங்கெல்லாம் வானியலும் வருதுரைக்க முயலும் சோதிடமும் கைகோத்து வளர்ந்து வந்திருக்கின்றன.

வேளாண்மை அல்லது போர் போன்ற நிகழ்வுகளையெல்லாம் ஒழுங்கமைதியுள்ள எண் அமைப்பு முறை கொண்டு முன் கூட்டியே கூறிவிட முடியும் என்று சீனர் நம்பினர். அங்கு ஆரூடம் கூறுவதில் மிக விரிவான ஏடு என்று ஈ சிங்கு (*I ching*) என்ற சோதிடநூலைக் கூறலாம். மாறுபாடு கூறும் ஏடு என்று பொருள்படும் சீனச் சொல்லால் இந்த ஏடு சுட்டப்பெற்றது. பல திறக் கூட்டு எனத்தக்க ஈ சிங்கு என்ற இந்நூல் கி.மு. ஏழு அல்லது எட்டாம் நூற்றாண்டில் தோன்றியது. எனினும் அதற்கு ஐநூறு ஆண்டுகளுக்குப் பிறகுதான் இந்நூல் இறுதி வடிவம் பெற்றது.

சீன மெய்யியலாரான கன்ஃபூசியசும் (551-479 கி.மு.) அவரின் மாணாக்கரும் சுமார் கி.மு. 500 வாக்கில் இந்நூலுடன் இரண்டு பிற்சேர்க்கைகளை இணைத்தனர். அதன் பிறகு இயற்கைக் கோட்பாட்டாளர் என்ற கூட்டத்தார் இந்நூலை மேலும் விரித்தனர். ஈ சிங்கு இங்ஙனம் பிற்சேர்க்கைகளால் விரிக்கப்பட்டதன் பலனாக இந்நூல் பேரண்டத் தோற்றுவாய் (*corsmology*) பற்றிய ஆய்விலும் ஒழுக்கவியலிலும் மிக உயர்ந்த இடத்தைப் பெற்றது.

சீனத்தின் மேன்மை வாய்ந்த கன்ஃபூசியம் தாவோயம் என்ற மெய்யியல் கோட்பாடுகளுக்கு ஈ சிங்கு என்ற நூல் தோற்றுவாயாய் விளங்குகின்றது என்று கொள்ளப்படுகின்றது.

உழவர்களுக்கு தென்படும் சகுனங்களையும் ஆமையோடு எருதின் எலும்புகள் ஆகியன மீது நன்கு பழுக்கக் காய்ச்சிய உலோகத்தினால் சூடு போடுகையில் உண்டாகும் வெடிப்புகளையும் கணித்து ஆருடம் கூறுவதை ஈ சிங்கு என்ற இந்நூல் அடிப்படையாய்க் கொண்டுள்ளது. மேலும் தாயக்கட்டைகளை உருட்டி விழுகின்ற தாயங்களை எண்ணிப் பார்த்தும் அல்லது நீண்ட /குட்டைக் குச்சிகளை வீசி அவற்றை எண்ணிப் பலன் கூறுவது என்ற முறைக்கும் இந்நூல் முக்கியத்துவம் தருகின்றது.

கற்றறிவாளர்கள் ஈ சிங்கைப் பல காலமாய் ஆராய்ந்து தேர்ந்து அதில் கூறப்படும் கோட்பாடுகள் பண்பியலானவையெனினும், இத் தொன்னூல் வரை வடிவுகளைக் கொண்டு இயற்கை நிகழ்வுகளைக் கணித மொழியில் விளக்கிக் கூறுவது என்று கொண்டனர்.

இந்தியத்தில் சோதிடம்

பண்டை இந்திய வானியல் (*astronomy*) பெரிதும் சோதிடத்தையே (*astrology*) மையக்கருவாய் கொண்டிருந்தது. சோதிடம் என்ற பொதுவான சொல்லே வானியலையும் சோதிடத்தையும் குறித்தது. சோதிடம் என்பதே கோள்களின் சஞ்சாரம் பற்றிக் கூறும் கணித நூலாகும். இதில் கணித ஸ்கந்தம், சங்கிதாங்கந்தம் சாதகஸ்கந்தம் என்று மூன்று வகைகள் உண்டென்பர். இவை பஞ்சாங்கம் கணிக்கும் விதம் கூறும் (பஞ்சாங்கம்:இ.ச.க.தொகுதி-6)

1780

சோதிட வேதாங்கம்

சிட்சை, வியாகரணம், சந்தம், நிருக்தம்,சோதிடம்,கல்பம் என்ற வேதாங்கங்கள் ஆறனுள் சோதிட வேதாங்கம் ஒன்றாகும். அது நாற்பது பனுவல்களால் ஆனது. அது காலக் கணிப்பு முறையுடன் மட்டுமே தொடர்புடையது. அது பின்னர் பெரிதும் திரிந்து ஓரளவு மட்டுமே விளங்கிக் கொள்ளக் கூடியதாய் இப்போது இருக்கின்றது.இதை இயற்றியோர் பன்னிரு ஆதித்தர் என்பர். (ஆதித்தர் : காசி பற்றிய கட்டுரை)

இந்துக்கள் எக்காலத்திலும் சோதிடத்தினால் ஈர்க்கப்பட்டு வந்திருக்கின்றனர். பிருகு முனிவர் உலகில் இதுவரை பிறந்த இனிப் பிறக்கப் போகின்ற ஒவ்வொரு மனிதனுக்கும் சாதகம் கணிக்கும் கலையை முதலில் உண்டாக்கினார் என்றொரு கதையுண்டு. அவர் இயற்றியதாகக் கூறப்படும் நாடி சாஸ்திரம் நூல் ஒன்று உள்ளதாயும் கூறப்படுகின்றது.

எனினும் சோதிடக் கலையின் மூலக் கூறுகள் மெசபடோமியம் பாரசீகம் ஆகியவற்றிலிருந்துதான் முதன் முதலில் பெறப்பட்டிருத்தல் வேண்டும். தக்க வேளையில் பூசைகள் நடத்தப்பட வேண்டியதன் கட்டாயம் சோதிட நூல்களில் பல இடங்களில் கூறப்பட்டுள்ளது. இந்தியச் சோதிடரும் கணிப்பதில் வல்லுநரான கணியரும் நன்னாள்களை அறிவித்தனர் என்றும் மன்னர்களுக்கு நாள் குறித்துக் கொடுத்தனர் என்றும் மெகஸ்தனிஸ் (இ.ச.க.தொகுதி-7) கூறுகின்றார்.

வேதங்களில் சோதிடம் பற்றி குறிப்பு எதுவும் இலது. வேத காலத்தையடுத்து வந்த தொன்மையான காலத்தில் எழுந்த நூல்களுல் சோதிடம் பற்றிய சிறு நூல் ஒன்றுள்ளது. சோதிடம் பற்றிய பெரு நூலைச் சமண முனிவர் ஒருவர் எழுதியிருந்தார். ஆயுர்வேதத்தின் மந்திர தந்திரங்கள் குறித்தும் சில துணை நூல்கள் எழுந்தன.

இந்நூல்களில் குறிப்பிட்ட பருவ காலங்களில் வேள்வி நடத்துவதற்குரிய நாளும் நேரமும் கூறப்பட்டிருந்தாலும், இவற்றில் சொல்லப்பட்டுள்ள அறிவியல் செய்திகள் தரமானவையன்று. ''சோதிடத்தில் சொல்லப்படுவனவையல்லாம் பொதுவாய்த் தவறானவையாகவே உள்ளன'' என்று பி.என். சீல் என்பவர் தனது ''பண்டை இந்தியத்தின் ஆக்கமான அறிவியல்'' (*B.N.Seal : The positive science of the Ancient Hindus, London 1915*) என்ற நூலில் கூறுகின்றார்.

கிரேக்கரிடமிருந்து பெற்றது

வேத காலத்தின் பிற்பட்ட காலக்கட்டம் கி.பி. மூன்றாம் நூற்றாண்டிலிருந்துதான் முற்றிலும் தொடங்குகின்றது என்பர். அப்போது இந்தியச் சோதிடக் கலை கிரேக்க மூலங்களிலிருந்து கடன் வாங்கத் தொடங்கிற்று. ''கிரேக்கச் சோதிட முறை மிகத் துல்லியமாயிருந்ததால், இந்தியர் அதை அப்படியே ஏற்றுக்கொண்டு வேத சோதிடக் கலையை கி.பி.420 வாக்கில் கைவிட்டனர்'' என்று எஸ்.கே.சட்டர்ஜி கூறுகின்றார்.(*Chattarjee, S.K.India and China : Ancient Contacts, Calcutta, 1961*).

கார்கி-சங்கிதை

வரலாற்ற சிறப்புமிக்க சோதிட நூலான கார்கி-சங்கிதை சுமார் கி.பி 230 இல் தோன்றியது. இதில் சுமார் கி.மு. ஐம்பதாம் ஆண்டைச் சேர்ந்த ''யுக புராணம்'' என்ற நூலின் ஒரு காண்டமே அடங்கியுள்ளது. கிரேக்கர் சாகேதைத் தாக்கியதையும் அவர்கள் கங்கைக் கரை வழியே பாடலிபுத்திரத்தை நோக்கி முன்னேறியதையும் பாக்டிரியர் (இ.ச.க.தொகுதி-6) காட்டுமிராண்டியர் முதலியோரை அடக்கியதையும் பற்றிய செய்திகள் இந்த ''யுக புராணத்தில்'' குறிக்கப்பட்டுள்ளன. இந்தப் புராணத்தின் மேற்சொன்ன காண்டம் புராண இலக்கியங்களில் வெகு தொன்மையானதாய் மதிக்கப்படுகின்றது.

இந்நூலின் சமஸ்கிருத பதிப்பில் பிராகிருதச் சுவடுகள் தெரிகின்றன. அந்நூல் பிராகிருதத் தோற்றுவாயை உடையது எனலாம். எனினும் இந்நூலின் சோதிட வரலாற்றுப் பகுதிகள் கிரேக்க செல்வாக்கினால் எழுதப்பட்டன என்று அறிஞர் கருதுகின்றனர். இந்திய கிரேக்க வரலாற்று ஆதார நூல்களுள் ஒன்றாக யுக புராணம் விளங்குகின்றது.

இக்காலத்தைச் சேர்ந்த (சு.கி.பி.3நூ)ஆய்வு நூல்கள் (*Treatises*) பலவற்றிலும் கிரேக்கச் செல்வாக்குகள் காணப்படுகின்றன. ''யவனர் மிலேச்சரேயாவர்; எனினும் சோதிடக்கலை அவர்களிடமிருந்து தோன்றியதால் அவர்களைக் கடவுள் போன்று பூசிக்கலாம்'' என்று யுக புராணத்தில் ஓரிடத்தில் சொல்லப்படுகின்றது.

இதே கருத்தை வராகமிகிரரும் (505-587 கி.பி.) கூறுகின்றார். சாதகம் கணிக்கும் பரவலான கலையுங்கூட கிரேக்க முறைகளை அடிப்படையாய்க் கொண்டதேயாகும்.அதில் கிரேக்கச் சொற்கள் கையாளப்படுகின்றன. ''கிரேக்கச் சோதிடம் இந்திய சோதிடத்தை வன்மையாக பாதித்துள்ளது'' என்று ஏ.பி.கெயித்து கூறுகின்றார். (*Keith A.B.Classical Sanscrit Literature, Oxford 1928*)

சித்தாந்தங்கள்

கணித வல்லுநரான ஆரியபட்டர் (476-520 கி.பி) தனது நூலில் வானியல் பற்றித் தொடர்பற்ற முறையில் எழுதியுள்ளார். அவர் கோள் மறைப்புகள் (கிரகணங்கள்) பற்றி

அந்நூலில் விளக்க முற்படுகின்றார். எனினும், வானியல், கணிதம் என்ற துறைகள் பற்றிய ''சித்தாந்தங்கள்'' எனப்படும் தொன்மையான ஆராய்ச்சி நூல்களில் கிரகணங்கள் பற்றி முதன் முறையாய் எடுத்துக் கூறப்பட்டுள்ளன. இச்சித்தாந்தங்கள் அறிவியல் முறையில் வானியல் குறித்துச் செய்த ஆராய்ச்சியுரையாகும்.கி.பி நான்காம் நூற்றாண்டில் எழுதப் பெற்ற சூரிய சித்தாந்தம் என்ற வானியல் நூல் அத்தகைய சித்தாந்தங்களுள் அடங்கும்.

இந்நூல்களில் ''யவனேசுவரன்'' (கிரேக்க ஈசுவரன்) யவனாசாரியன் (கிரேக்க ஆசான்) மனித்தா (இவர் சுமார் கி.மு 250 இல் அலெக்சாந்தரியத்தில் வாழ்ந்த மனத்தோவைக் குறிக்கும்), (சகன் அல்லது குசாணனான்) ஸ்பூசிதவசன் என்போரிடமிருந்து மேற்கோள் எடுத்துக்கூறப்பட்டதாய் இந்நூலில் பல பெயர்கள் காணப்படுகின்றன.

பஞ்ச சித்தாந்தம்

மற்றொன்று கி.பி 505-587 காலக்கட்டத்தில் வாழ்ந்திருந்த வராகமிகிரர் எழுதிய பஞ்ச சித்தாந்தம் என்ற குறிப்பிடத்தக்க நூலாகும். இதில் அவரது காலத்து நிலவிய மிக முக்கியமான ஐந்து வானியல் நூல்கள் சொல்லப்பட்டுள்ளன. வராகமிகிரர் நிமித்தங்கள்-குறி கூறினார்; சாதகங்களும் கணித்தார்.

இச்சித்தாந்த நூல்கள் அனைத்திலும் வராகமிகிரரின் நூலிலும் கிரேக்க வானியலின், குறிப்பாய் அலெக்சாந்திரிய அறிவியலார் கூட்டத்தின் தாக்கம் மிகத் தெளிவாய் தெரிகின்றது. இந்திய நூலாசிரியர்களான இவர்கள் கோள்களையும் உடுக் கூட்டங்களையும் இராசிச் சின்னங்களையும் குறிப்பதற்குக் கிரேக்க இலத்தினப் பெயர்களைத் தாராளமாய்ப் பெய்து எழுதினர். ஹோர (ஓரை) என்ற சொல் எதிர் காலத்தைக் குறிக்கும் (தமிழில் உடுக் கூட்டங்களான இராசியை ஓரை என்பர். ஐந்து நாழிகை என்றும் பொருள் படும். (இ.ச.க.தொகுதி-6) அச்சொல் சமஸ்கிருதத்தில் ஹோர என்று வழங்குகின்றது.) ஹோரஸ்கோப்பி (*horoscope*) என்ற ஆங்கிலச் சொல் இந்தக் கிரேக்க வேரிலிருந்து பிறந்ததாகும்.

சோதிடத்தில் ஏழாம் இடத்தைக் குறிக்கும் ஜாமித்தர என்ற சம்ஸ்கிருதச் சொல் *diametron* என்ற கிரேக்கச் சொல்லிலிருந்து தோன்றியது. கேண்ட்ரோன் என்ற கிரேக்கச் சொல்லே வட்டத்தின் மையத்தை குறிக்கும் கேந்திரம் ஆனது.

விருச்சிகம் என்ற தேள் குறியைச் சுட்டும் கொர்ப்ப என்ற சமஸ்கிருதச் சொல், கிரேக்க மொழியின் கார்க்கினோஸ் என்பதிலிருந்தும் சிம்மத்தைக் குறிக்கும் லெய என்பது லியோன் என்ற சொல்லிலிருந்தும் இட்டம் காட்டும் தாபுரி என்ற வடசொல் தௌரோஸ் என்பதிலிருந்தும் ஆர என்பது ஆரஸ் என்பதிலிருந்தும் ஹீலி என்பது ஹீலியோஸ் என்பதிலிருந்தும் ஜியாவு என்பது சீயஸ் என்பதிலிருந்தும் தோன்றின என்பர் அறிஞர்.

வராகமிகிரர் அலெக்சாந்திரிய நகரைக் குறிக்க ரோமக பௌலஸ் அலெக்சாந்திரினிஸ் என்றும் கூறுகின்றார். அவர் பைத்தாகம் என்று குறிப்பது ஒரு வேளை பைத்தக்கோரசைச் சுட்டலாம். (*Pythagoras* : 580-500 கி.மு, கிரேக்க மெய்யியலார் கணிதவியலார்.) இவர் கடுந்துறவு வாழ்க்கை மேற்கொண்டிருந்த சமயத் திருக்கூட்டம் ஒன்றை உருவாக்கினவர்.

''இந்திய வானியல் அலெக்சாந்திரியத்தில் நிலவிய இக்கலையைச் சார்ந்து நிற்கின்றது என்பதைச் சுட்டும் வகையில் வராகமிகிரர் சில செய்திகளையும் கோட்பாட்டுக்

கருத்துகளையும் குறிப்பிடுகின்றார்''. இவ்வாறு பேராசிரியர் ஜி.தைபௌட்டு (Prof.G.Thibaut) கூறுகின்றார்.

யவன சாதகம்

யவன சாதகம் என்ற சோதிட நூலை எழுதியவர் இன்னார் என்பது தெரிந்திலது. எனினும் அதைக் கிரேக்கர் ஒருவரே எழுதினார் என்று கொள்ளலாம். சம்ஸ்கிருத எழுத்தாளர்கள் தம்மிடமுள்ள அறிவுக் கருவிகளுள் ஒன்றாகக் கிரேக்க வானியலையும் அறிந்திருத்தல் வேண்டும் என்ற மரபு பல நூற்றாண்டுகளாய் இருந்து வந்தது. காளிதாசர் கூடக்(கி.பி.5நூ) கிரேக்க வானியல் சொற்களை நன்கறிந்திருந்தார் என்று கெயித்து கூறுகின்றார்.

"இந்திய வானியலின் அறிவியல் வடிவமானது அடிப்படையில் அலெக்சாந்திரிய ஆராய்ச்சியாளர் கூட்டத்தின் வானியலாகவே உள்ளது. இந்தியக் கலைச் சொற்கள் சற்று திரிந்த வடிவில் பெரிதும் கிரேக்க மொழியிலிருந்து பெறப்பட்டவையேயாகும்." (Banerjee, G.N.Hellenism in Ancient India, Calcutta, 1919).

அரபுத் தொடர்பு

இந்தியம் அரபுகளுடன் எட்டாம் நூற்றாண்டில் ஏற்படுத்திக் கொண்ட தொடர்புகளின் வழியே, வானியல் ஆய்வில் புத்தார்வம் தோன்றியது. இரு நாடுகளும் அறிவியல் கருத்துகளை ஒன்றோடொன்று பரிமாறிக் கொண்டு, அதனால் இரண்டும் பயனடைந்தன. வானிலுள்ளவை கோள வடிவிலானவை; அவை ஒளியைப் பிரதிபலிக்கின்றன; இவ்வுண்மைகளை இந்திய வானியலார் இக்காலக்கட்டத்தில் ஏற்றுக் கொண்டுவிட்டனர். இந்தியர் பூமியின் குறுக்களவை அளந்தனர். பூமி தன் அச்சில் சுழல்கின்றது என்பதையும் அவர்கள் அறிந்திருந்தனர்.

அப்பாசிது காலிஃபான அலி-மன்சூர் (754-775கி.பி.) 761 ஆம் ஆண்டில் பாக்தாது நகரை நிறுவிய காலையில் பஞ்சாங்கங்கள் கணிக்கப்பட வேண்டிவந்தது. ஈரானியரும் இந்தியரைப் போன்று ஒரு செயலை தொடங்கு முன்னர் நல்ல வேளை பார்ப்பது வழக்கம். ஆதலால் காலிஃபு மன்சூர் ஈரானியச் சோதிடரைக் கலந்தார். அத்துடன் இந்தியச் சோதிடரையும் காலிஃபு உதவிக்கு அழைத்துக் கொண்டார். இந்தக் காலிஃபின் காலத்தில் இந்தியச் சோதிட நூல்கள் பல அரபி மொழியில் மொழி பெயர்க்கப்பட்டன. இந்தியக் கை ரேகைச் சோதிட நூல் ஒன்றும் அரபியில் மொழி பெயர்க்கப்பட்டது.

எனினும் கட்டுத் தளையற்ற தனிச் சுதந்திரமான சிந்தனையோட்டம் இந்தியத்தில் வற்றத் தொடங்கியது: அறிவியல் சார்ந்த வானியலின் இடத்தைச் சோதிடமும் சாதகமும் பிடித்துக் கொண்டன.

நடு ஆசியத் தொடர்பு

நடு ஆசியம் பற்றிய செய்திகள் இக்களஞ்சிய வரிசையின் மூன்றாவது தொகுதியில் சொல்லப்பட்டிருந்தன. முகலாயர் அப்பகுதியில் நிலவிய புகழ்பெற்ற முஸ்லிம் பல்கலைக் கழகங்களிலிருந்து வானியலறிவை இந்தியத்திற்குக் கொண்டு வந்தனர். வரலாற்று இடைப் பகுதியின் பிற்காலத்து வானியல் பெரிதும் முஸ்லிம்களின் வழியாகவே உலகிற்குக் கிடைத்தது. அவர்கள் பைசாந்தியப் பேரரசில் சோதிடக் கலை புத்துயிர் பெற உதவினர்.

இக்காலத்தில் (15 நூ. கி.பி.) பட்டோபாலரின் ஹோராட சாஸ்திரம், நீலகண்டனின் (16நூ. கி.பி.) தபஜிகா முதலியன சிறந்த சோதிட நூல்களுள் அடங்கும்.

ஜெயப்பூரின் இரண்டாம் ஜெயசிங்கர் (1699-1744 : இ.ச.க.தொகுதி-3) டெல்லி, வாரணாசி, மதுரா, உச்சயினி, உதயபுரி ஆகிய இடங்களில் ஜந்தர் மந்தர் என்ற வானாய்வு நிலையங்களை அமைத்தார். அவர் இவற்றை நிறுவியதற்கும் நடு ஆசியத்திற்கும் தொடர்பு இருந்தது. இவற்றுள் மதுரா நகரிலிருந்த வானாய்வு நிலை மறைந்தது.

இவ்வானாய்வு நிலைகளில் அமைந்துள்ள கருவிகளும் கட்டுமான அமைப்புகளும் சிறப்பு மிக்கனவயாகும். அவற்றுள் சில 90 அடி உயரம் உள்ளன. அவை சாமர்க்கண்டை ஆண்ட உலூக பேகு (1447-1449) அங்கு நிறுவிய வானாய்வு நிலைகளின் மாதிரியில் ஜெயசிங்கர் இவற்றை இந்தியத்தில் எழுப்பினார். (உலூக பேகு ஆழ்ந்த கல்வியறிவும் பண்பாடும் உள்ளவர். அவர் முடத் தைமூரின்(1336-1405) பேரனாவர். அவர் தன் காலத்தையும் தாண்டிய அறிவு வீச்சில் வானியல் ஆய்வுகளைச் செய்திருந்தார். அவர் சாமர்க்கண்டிலும், பொக்காராவிலும் (இ.ச.க.தொகுதி-3) நேர்த்தியான பல கட்டடங்களை நிறுவினார்.)

பதினாறாம் நூற்றாண்டு ஐரோப்பியம்

1780

பண்டை உலகில் கிறித்தவர்தாம் சோதிடத்திற்குப் பெரிய எதிர்ப்பைக் காட்டினர். கிறித்தவம் ஊழ், விதி என்ற கோட்பாட்டை நம்பவில்லை. சோதிடத்திலோ விதி மாற்றவே முடியாது என்பது அடிப்படையான கூறாயிருந்தது. எனினும் கிறித்தவ எதிர்ப்புச் செல்லுபடியாகவில்லை. ஏனெனில் தொடக்கக் காலத்துக் கிறித்தவத் திருக்கூட்டம் மிகச் சிறியதாயிருந்தது. அதை எதிர்த்தவர்கள் பெரும்பான்மையராயிருந்தனர்.

கிறித்துவ மறுப்பாளர் ஏசுநாதரை மந்திரவாதி என்றும் அவரைப் பின்பற்றியோர் நரமாமிசம் புசிப்பவர் என்றும் கிறித்தவர் தகாப்புணர்ச்சியில் ஈடுபட்டனர் என்றும் நெறியற்ற முறையில் தூற்றி வந்தனர். இத்தகைய கொடிய தூற்றுதலுக்கு எதிர்ப்புக் காட்டும் வகையில் கிறித்தவம் தொடக்கத்தில் சோதிடத்தைச் சாடியது.

இருப்பினும் கிறித்தவம் பையப் பைய வளர்ச்சியடைந்ததாலும், அது கி.பி. நான்காம் நூற்றாண்டில் ரோமானியப் பேரரசு ஏற்றுக் கொண்ட அரசின் சமயம் என்ற நிலைக்கு உயர்ந்ததாலும், சோதிடம் தாழ்ந்தது. சோதிடம் சொன்னவர்களும் கேட்டவர்களும் சைத்தானை வழிபடுவோர் என்ற நிலைக்குத் தாழ்த்தப்பட்டனர்.

ரோமானியப் பேரரசு கி.பி. 410 வாக்கில் நாகரிகமற்ற மாந்தரிடம் வீழ்ச்சியடைந்த நேரத்தில் வெகு சில சோதிடரே இருந்தனர். சோதிடர் அப்போது பேரரசின் மேற்குப் பகுதியை விட்டு வெளியேறினர். அதற்குச் சிறிது காலத்திற்குப் பிறகு சோதிடக் கலை பெரிதும் மறக்கப்பட்டுவிட்டது.

பைசாந்தியமும் அரபுகளும்

கிழக்கிந்திய ரோமானியப் பேரரசான பைசாந்தியத்தில் சோதிட நூல்களும், ஆரூட முறைகளும் உயிர் பிழைத்திருந்தன. அவை அரபுகளிடமிருந்து அங்கு சென்றன. அரபுகள் வானியலொடு சோதிடத்தையும் வளர்த்தனர். அவர்கள் தமக்கு முற்பட்ட கிரேக்க விற்பன்னர்களின் எழுத்துகளோடு, தாலமி எழுதிய சோதிட நூலையும், சந்திரனின் கலைகளையும் வைத்துச் சாதகம் கணிக்கும் முக்கியத்துவத்தையும் சேர்த்துக் கொண்டனர்.

இந்தியத்தில் அரபுகளின் வழியே வானியலறிவு பரவிய செய்தி முன்பக்கம் சொல்லப்பட்டுள்ளது.

அரபு நூல்கள் இலத்தீன் மொழியில் மொழிபெயர்க்கப்பட்டன. அவற்றின் வழியாகத்தான் ஐரோப்பிய விற்பன்னர்கள் பன்னிரண்டாம் நூற்றாண்டில் சோதிடத்தை மீண்டும் கண்டுபிடிக்க நேர்ந்தது. கற்றறிந்த அனைவரின் பண்பாட்டு நோக்கிலும் சோதிடக் கலை ஏற்றுக் கொள்ளத்தக்க நிலையை மீண்டும் பதினாறாம் நூற்றாண்டில்தான் ஐரோப்பியத்தில் அடைந்தது. பதினாறாம் நூற்றாண்டின் ஜெர்மன் வானியலாரான ஜோகான் கெப்ளர் (1571-1630) போன்ற அறிவியலார் பலர் சோதிடர்களாயிருந்து சாதகங்களும் கணித்து வந்தனர். அவர்கள் தம் அறிவியல் பணியின் ஒரு பகுதியாய் இதைச் செய்தனர். ஒவ்வொரு மன்னர், குறுநில மன்னர், கோமகன் ஆகியோரிடமும் சோதிடர் பணியாற்றி வந்தனர். அவர்கள் ஆட்சி முறை குறித்து அறிவுரை வழங்கினர். சோதிடக்கலை இப்போது மெய்யாகவே ஐரோப்பியத்தில் ''அறிவியல்களின் அரசி'' என்று மேன்மை பெறலானது.

1780

சோதிடக் கலையின் எழுச்சி

பிரிட்டனில் டாக்டர் ஜான் டீ (1527-1608) என்ற புகழ்பெற்ற சோதிடர் இக்காலத்தில் வாழ்ந்து வந்தார். பெரும்பாலான சோதிடர்கள் போன்று அவருக்குப் பில்லி சூனியம் என்ற மந்திர தந்திரங்களுடனும் தொடர்பு இருந்தது. முதலாம் எலிசபெத்து அரசி (1533-1603;ஆ.கா. 1558-1603) அரியணை ஏறியதற்கு முன்னர் தன் ஒன்றுவிட்ட அக்காளான மேரி அரசியினால் (1516-1558; ஆ.கா. 1553-1558. இவர் டியூடர் மேரி என்றும் அறியப்பட்டவர். இவர் கத்தோலிக்க சமயத்தவர். சுமார் முந்நூறு புராட்டஸ்டாண்டுகளைத் தீயிலிட்டு எரித்தவர்.) சிறைவைக்கப்பட்டிருந்த காலத்தில், தனக்குச் சாதகம் கணித்துப் பார்க்க விரும்பினார். எலிசபெத்தின் அந்தரங்கப் பாங்கியாய்ப் பிளாஞ்சு பாரி என்ற பெண் இருந்தார். அவர் டாக்டர் ஜான் டீயின் பெற்றோருடன் பிறந்தார் மகளாவார். அதனால் அப் பெண்ணின் வழியாய் டாக்டர் டீ எலிசபெத்திற்குச் சாதகம் கணித்துப் பலன் கூறினார்.

ஜான் டீ, மேரி அரசியின் சாதகத்தையும் அவருடைய கணவரான ஸ்பானிய மன்னர் பிலிப்பின் சாதகத்தையும் கணித்து எலிசபெத்திடம் அனுப்பினார். அவர் கணித்த சாதகம் இன்றும் பிரிட்டிஷ் மியூசியத்தில் உள்ளது. எலிசபெத்தின் சாதகத்தை வைத்து டீ கூறிய பலன்கள் துல்லியமாகவும் நம்பிக்கை தருவனவாயும் இருந்தன என்று தோன்றுகின்றது. எலிசபெத்து உட்ஸ்டாக்குச் சிறையில் இருந்தார். டீ மறைவடக்கமாய்ச் சிறைக்குள் எலிசபெத்திற்குக் கொடுத்தனுப்பிய கடிதங்களில், எலிசபெத்தின் நிலை பேரிடர் நிறைந்ததாயிருந்த போதிலும், அவருக்கு இன்னல் நேராது என்று கூறப்பட்டிருந்தது. எலிசபெத்து மிகச் சிறந்த உயர் நிலையை எய்துவாரென்றும் - ஒருவேளை அரியணையும் ஏயலாமென்றும் - பழுத்த முதுமைப் பருவம் வரை அவர் உயிர் வாழலாமென்றும் டீ வருவதுரைத்திருந்தார்.

டீ சொன்ன பலன்கள் எலிசபெத்திற்கு மகிழ்ச்சியையும் ஆறுதலையும் அளித்தன என்பதில் ஐயமில்லை. டீ எலிசபெத்துடன் தொடர்பு கொண்டது மேரி அரசிக்குத் தெரிந்துவிட்டது. அதனால் அவரைச் சிறையிலடைத்து விட்டார். சில மாதங்கள் அவர் சிறையிலிருக்க நேர்ந்தது. அவர் பில்லி சூனியக்காரர் என்று அவர் மீது குற்றஞ்சாட்டிச் சிறையிலடைத்தனர். அவர் சிறை மீண்ட பிறகும், மேரி அரசி 1558 இல் இறந்து எலிசபெத்து ஆட்சிக்கு வந்த பின்னும் டீ எலிசபெத்திடமிருந்து ஒதுங்கியிருக்க நேர்ந்தது.

புதிதாய்ப் பட்டத்திற்கு வந்த அரசி எலிசபெத்து, டீ தனக்கு ஆற்றிய நற்செயல்களை மறக்கவில்லை. அரசி அவரிடம் அடிக்கடி ஆரூடம் பார்த்துவந்தார். அவர் டீ மீது நட்புப் பாராட்டியபோதிலும், அவருக்கு வெளிப்படையாய் எந்தச் சலுகையும் தரவில்லை.

பதினெட்டாம் நூற்றாண்டில்

பதினெட்டாம் நூற்றாண்டு கழிந்து காலவெளியில் கரைந்து கொண்டிருந்த இந்நேரத்தில், ஐரோப்பியப் பெருநிலத்தில் சோதிடம் பார்க்கும் வழக்கம் கிட்டத்தட்ட மறைந்துவிட்டது. இங்கிலாந்தில் ஆண்டுதோறும் பஞ்சாங்கங்கள் (*Almanacs*) வெளியிடுவோரிடம் மட்டுமே அக்கலை இருந்தது. இப்பஞ்சாங்கங்கள் ஒவ்வொரு புத்தாண்டின் தொடக்கத்திலும் வெளியிடப்பட்டன. அவற்றில் சோதிட, வானியல் செய்திகளும் பொது விடுமுறை நாள்கள் பட்டியலும் வேளாண்மைக் குறிப்புகளும் பயனுள்ள வேறு செய்திகளும் அடங்கியிருந்தன. அவற்றைச் சிறு உழவர்களே பெரிதும் படித்தனர்.

இங்கிலாந்தில் 1780 முதல் 1830 வரையிலும் சோதிடம் சிறு அளவில் நிலவிற்றெனினும், குறிப்பிடத்தக்க வகையில் புத்துயிர் பெற்றது. மக்களுக்கு எதிர்காலத்தை அறிந்து கொள்வதில் இக்காலகட்டத்தில் ஏற்பட்ட ஆர்வங் காரணமாகச் சோதிடம் பற்றிய பழைய பாட நூல்கள் அச்சானதும் இந்த மறுமலர்ச்சிக்குக் காரணமாகலாம். இப்போது புதிதாயும் சில நூல்கள் எழுதப் பெற்றன. மீண்டும் சோதிடத்தைத் தொழிலாயும் பொழுதுபோக்காயும் கொண்டவர்களைக் காண முடிந்தது.

இச்சோதிடர்கள் புதிய சாதியினராய் விளங்கினர். அவர்கள் முற்காலத்தில் போன்று கற்றறிந்தோராயிருக்கவில்லை; பில்லி சூனியக்காரராயிருந்தனர். ஆடவரும் பெண்டிருமான புதிய சோதிடர் கூட்டம் தமது புதிய சோதிடக் கலையொடு இரசவாதத்தையும் சேர்த்துக் கொண்டது. அந்தக் கூட்டம் ஆரூடம் கூறப் பல கருவிகளையும் உத்திகளையும் கைக்கொண்டது. சீட்டுகளை வைத்துப் பலன் கூறப்பட்டது. அவர்கள் தாயத்துகளையும், பிற வசியப் பொருள்களையும் மன்மதக் குளிகைகளையும் விற்றுவந்தனர்.

இன்று ஈராக்காக விளங்கும் நாட்டிலுள்ள ஈராற்றுவெளியான மெசபடோமியத்தில் பிறந்திருக்கலாம் என்று கருதப்படும் சோதிடக் கலை, கால வெளியிலும் இடப் பரப்பிலும் பல்லாயிரமாண்டுகளாய் இன்றும் உலவி வருகின்றது என்பதை இச்செய்திகள் புலப்படுத்துகின்றன.

1780

வரலாற்றுப் புள்ளிகள்

1.கள்ளிக்கோட்டையில் ஐதரிடம் ஐரோப்பியர் சிறை

எலிசா ஃபே என்ற ஆங்கிலப் பெண் தன் கணவருடன் இங்கிலாந்தில் கப்பலேறி பிரான்சை அடைந்து,அங்கிருந்து நிலவழியாய் நடு இத்தாலியின் மேற்குப் பகுதியிலுள்ள லெகான் (*Leghorn*) என்ற ஆங்கிலப் பெயரையுடைய லிவோர்னா என்ற துறைமுகத்தை நோக்கி 1779 ஜூலை 2 அன்று புறப்பட்டார். (எலிசா ஃபே பற்றி இத்தொகுதியில் ஏற்கனவே சொல்லப்பட்டுள்ளது.) அந்தக் காலத்தில் சூயசுக் கால்வாய்

1780

வெட்டப்படவில்லை. நில நடுக் கடலைச் செங்கடலுடன் இணைக்கும் சூயசுக் கால்வாய் *1854* தொடங்கி *1869* ஆம் ஆண்டு வெட்டி முடித்துக் கப்பல் போக்குவரவிற்குத் திறந்து விடப் பட்டது.எனவே மேற்சொன்ன பயணம் அதற்கு நூறாண்டுகளுக்கு முன்னர் நடந்தது.

(ஆதலால் அக்காலத்தில் பயணியர் ஐரோப்பியத்திலிருந்து நில வழியாய் வந்து, அங்கிருந்து பாய்மரக் கப்பலில் அலெக்சாந்திரியத் துறை முகத்தை அடைந்து, அதன் பிறகு கெய்ரோவை எட்டிப் பின்னர் சூயசு செல்வர். சூயசுப் பட்டினத்திலிருந்து மீண்டும் பாய்மரக் கப்பலில் ஏறி இந்தியத்தை அடைந்தனர். இந்த நிலநீர் வழி பற்றிய செய்திகள் இதையடுத்து வரும் கட்டுரையில் கூறப்பட்டுள்ளன).

எலிசா ஃபே தன் கணவருடனும் ஏனைய ஐரோப்பியருடனும் புறப்பட்டு சூயசு பட்டினத்தை அடைந்தார். சூயசுடன் வாணிபம் செய்யலாகாது என்று கிழக்கிந்திய கம்பெனி இக்காலத்தில் தடை விதித்திருந்தது. அவ்வாறு பிறர் வாணிபம் செய்வது தனக்குள்ள தனிச் சலுகைகளுக்குக் குந்தகம் உண்டாக்கும் என்று கம்பெனி கருதியது. ஆனால் இந்த வாணிபத்தைத் தடை செய்யும் சட்டம் எதுவும் நிறைவேற்றப் பட்டதில்லை. எனவே கம்பெனியின் தடையிலிருந்து தப்புவதற்கு ஆங்கில வணிகர் பலர் முயன்றனர்.

கல்கத்தாவிலிருந்து சுமார் 22 கிலோ மீட்டரில் ஊக்ளி ஆற்றிற்கு மேலே, அதன் கரை மீது டேனியரின் இந்தியக் குடியேற்றங்களுள் ஒன்றான செராம்பூர் இருந்தது. அதன் தானைத் தலைவராய் வான் தெர் வெல்டன் (*Van der Velden*) என்ற டேனியர் இருந்தார்.

தனிமுறை ஆங்கில வணிகர்கள் கிழக்கிந்தியக் கம்பெனியின் தடையிலிருந்து தப்புவதற்கு ''நத்தாலிய'' போன்ற கப்பல்களை வாடகைக்கு அமர்த்திக் கொண்டு சூயசுடன் வாணிபம் செய்து வந்தனர். இதில் ஈடுபட்ட ஆங்கில வணிகருள் ஓ'டன்னல் ஒருவராவார். அவர் நத்தாலிய கப்பலில் 20,000 பவுனிற்கும் அதிகமான மதிப்புள்ள பண்டங்களை ஏற்றிக் கொண்டு 1779 புத்தாண்டு நாளன்று வங்கத்தை விட்டு நீங்கிக் கள்ளிக்கோட்டையைப் பிப்ரவரியில் அடைந்தார். அந்தக் கப்பல் ஜூன் மாத வாக்கில் சூயசை அடைந்தது. அக்கப்பலின் தலைவர் பெயர் காப்டன் பாரிங்டன்.

கப்பலில் இருந்தவர்கள் அதன்பிறகு சூயசை விட்டு ஜூன்14 அன்று தரை வழியே கெய்ரோ சென்றனர். அவர்கள் சுமார் 32 கிலோ மீட்டர் பாலைவெளியில் சென்றதுமே, ஒரு நாள் காலையில் கொள்ளையரால் தாக்கப்பட்டனர். அவர்கள் பாலைவெளியில் மிகுந்த இன்னலுக்கு ஆளான பின்னர், ஓ'டன்னல் சிலருடன் சூயசிற்குத் திரும்பிவிட்டார். ஏனையோர் கெய்ரோவை நோக்கிப் பயணத்தைத் தொடர்ந்தனர். அவர்கள் வழியில் நீர் வேட்கையால் தவித்து வாடினர். ஓர் இரவலரின் உதவியால் கடைசி நோத்தில் உயிர் பிழைத்தனர்.

ஓ'டன்னல் சூயசை அடைந்ததும் எகிப்தை ஆண்டுவந்த அமுராத்து பே என்ற தலைமையான மன்னரிடம், ஆங்கிலேயர் என்ற முறையில் விண்ணப்பித்ததால், அவர் கொள்ளையரிடம் இழந்த பண்டங்களையெல்லாம் திரும்பப் பெற்றார். இப்படிப் பல இடுக்கண்களையும் இன்னல்களையும் தாண்டி வந்து சேர்ந்த ''நாத்தாலிய'', என்ற கப்பலில்தான் எலிசா ஃபே தன் கணவருடனும் பிற ஐரோப்பியருடனும் ஏறி எகிப்திலிருந்து இந்தியத்திற்குப் புறப்பட்டனர். அவர்கள் 1779 நவம்பர் முதல் வாரத்தில் கோழிக்கோட்டை அடைந்தனர். அப்போது கள்ளிக்கோட்டை ஐதரலியின் கையில் இருந்தது. (கள்ளிக்கோட்டை வரலாறு இ.ச.க.தொகுதி-7 காண்க.)

1780

''கோழிக் கோடா என்றால் கோழி கூவுதல் என்று பெயர். கோட்டையிலிருந்து ஒரு கோழி கூவியதாயும் அதன் கூவல் ஓசை கேட்ட இடம் வரையிலும் அப்பட்டினம் விரிந்தது என்றும் கூறுவர்.(இது கோழிக்காடு பற்றி நாம் 1766 ஆம் ஆண்டுக் கட்டுரையில் (இ.ச.க.தொகுதி-7) விவரித்திருந்த பெயர் விளக்கத்துடன் ஒப்பு நோக்கத் தக்கது) ஐதரலி 1766 ஆம் ஆண்டு அதை இந்து மன்னரிடமிருந்து (சாமூதிரி) வெற்றி கொண்டார். அவர் பிறகு 1773 ஆம் ஆண்டு மீண்டும் அதைக் கைப்பற்ற நேர்ந்தது. அப்போது ஐதரலியின் மைத்துனர் சர்தார் கான் கோழிக்கோட்டின் ஆளுநராய் (சுபேதார்) இருந்தார்.''

''நாத்தாலிய'' கப்பல் அங்கு வந்து சேர்ந்தபோது, ஆங்கிலேயருடன் போர் செய்வது பற்றிச் சிந்திக்கப்பட்டு வந்தது. அங்கிருந்த ஆங்கிலக் கம்பெனிப் பண்டசாலைத் தலைவர் ஏற்கெனவே ஓடிப்போனார். நாத்தாலிய டேனியருக்கு உரிமையான மரக்கலம். அதனால் டேனியப் பண்டசாலைத் தலைவரான பசாவண்டு என்றவரிடம் முறையிடப்பட்டது. கப்பலின் தலைவர் பிரஞ்சுக்காரர். ஆனால் கப்பலின் தலையாய பொருளுடமைகள் அனைத்தும் ஆங்கிலேயருக்கு உரிமையானவை என்று சர்தார் கான் சரியாக ஊகித்து விட்டார். எலிசா ஃபேயும் அவருடைய கணவரும் தம்மை டேனியரின் காப்பில் வைத்துக் கொள்வதற்கு முதலில் மறுப்புக் கூறியதுமே கானுக்கு ஐயம் தோன்றிவிட்டது. எனவே கான் அவர்களைச் சிறை செய்துவிட்டார். பின்னர் அக்கப்பலின் பிற பயணியரையும் சிறையிலடைத்தார்.

''இவ்வாறு அவர்களைச் சிறையிலடைத்தது மிகவும் கொடுமையாகும். ஃபே தம்பதியர், துல்லோ தம்பதியர்,ஹேர், அவரின் பணியாளரான லூயிஸ், டேலர், மானஸ்டி, ஃபுல்லர், மேலும் ஒருவர் ஆகியோர் சிறையிலடைக்கப்பட்டனர்.''

‘‘ஃபேயும் அவரின் கணவரும் 1799 நவம்பர் 5 முதல் 1780 பிப்ரவரி 17 வரை சிறையிலிருந்தனர். ஏனையோர் 1779 நவம்பர் 5 தொடங்கி டிசம்பர் 16 வரை மட்டுமே அடைபட்டிருந்தனர்.’’

‘‘அவர்கள் முதலில் கள்ளிக்கோட்டையிலிருந்த ஆங்கிலப் பண்டசாலையிலும், பின்னர் கோட்டையிலும் மீண்டும் பண்டசாலையிலும் சிறை வைக்கப்பட்டனர்.

‘‘ஆயினும் ஆங்கிலேயர் தனக்கு எதிராய்ச் சதி செய்கின்றனர் என்று ஐதரலி ஐயுற்றதற்குக் காரணங்கள் இருந்தன.

‘‘கம்பெனியார் அவர்களை விடுவிக்கப் பல வழிகளில் முயன்றனர். சுவார்ஷ் பாதிரியார் ஆங்கிலேயர் சார்பில் சீரங்கப்பட்டணத்திற்குத் தூது சென்றபோது கள்ளிக்கோட்டையில் நடந்த இந்நிகழ்ச்சி அவருக்குத் தெரியாது. எனவே ஜார்ஜ் கிரே என்ற கம்பெனி அலுவலர் சென்னை ஆளுநர் ஐதரலிக்கு எழுதிய கடிதத்தை எடுத்துக் கொண்டு சுவார்சிடம் சீரங்கப்பட்டணம் சென்றார். கடைசியில் அனைவரும் விடுதலையாயினர்.’’

‘‘எனினும் ஐதரலியிடம் சிறைப்படும் ஐரோப்பியர் இவர்களைப் போன்று எளிதில் விடுதலையடைந்ததில்லை. ஸ்கரி, பிரிஸ்தோவ் என்ற இருவரும் இளம் ஆங்கில மாலுமியர். பிரஞ்சு அட்மிரல் ஒருவர் கடற்சண்டையின் போது இவ்விருவரையும் சிறை செய்து ஐதரலியிடம் ஒப்படைத்துவிட்டார். அவர்கள் பல ஆண்டுகள் மைசூர் நாட்டிலிருந்து மைசூர்ப் படைவீரர்களுக்கு நடையணிப் பயிற்சி அளித்து வந்தனர். அவர்களுக்குச் சுன்னத்துச் செய்யப்பட்டது. அவர்களும் கிட்டத்தட்ட நாட்டு மக்கள் போலாய்விட்டனர். பிரிஸ்தோவிற்கு ஒரு மனைவியைத் தந்தனர். அவர் கடைசியில் தன் மனைவியை விட்டு பிரிய மனமின்றித் தான் பிரிந்தார்.’’

எலிசா ஃபேக்கும், அவருடைய கணவர் ஃபேக்கும் நிச்சயமாய், இக்கதி ஏற்பட்டிருக்கலாம் என்று எலிசா ஃபேயின் நூலுக்கு மேற்கண்ட விளக்கவுரை எழுதியிருக்கும் ஃபார்ஸ்டர் (1879-1970: புகழ் பெற்ற ஆங்கில நாவலாசிரியர்) கூறுகின்றார்.

எலிசாவும், அவரின் கணவரும் 1780 பிப்ரவரி 18 அன்று காலை ஐந்து மணிக்குச் சிறையிலிருந்து விடுவிக்கப்பட்டனர். அவர்களுக்கு ஐசக்கு என்ற யூதர் பல வழிகளில் உதவி வந்தார். எனவே அவர்கள் சிறை மீண்டதும் ஐசக்கு வீட்டை அடைந்தனர். பின்னர் ஐசக்கிற்கு உரிமையான ஒரு கப்பலில் கொச்சி சென்றனர்.

அவர்கள் அங்கிருந்து கல்கத்தா சென்ற வழியில் 1780 ஏப்ரல் 6 அன்று மாலை ஆறு மணிக்குச் சென்னைக்கும் வந்திருந்தனர். சென்னை நகர வீடுகளில் சிப்பிச் சுண்ணாம்பு பூசப்பட்டிருந்ததைக் கண்டு எலிசா வியப்படைந்தார். அந்தச் சுண்ணாம்பு பளிங்கு போல் பளபளப்பாய்க் காண மிக அருமையாயிருந்ததென்று கூறுகின்றார். சென்னை மக்கள் அதைச் சுண்ணாம்புச் சாந்து என்றனர்.

சென்னையில் துபாசிகள் என்ற தரகர்கள் அடிமைகளினும் கேவலமாய் ஆங்கிலேயரிடம் பணிந்து நின்றனர். அவர்கள் எல்லா வழிகளிலும் ஏமாற்றுக்காரர்களாயிருந்தனர். வேறு எவரும் தம்மை ஏமாற்றுவதற்கு அவர்கள் விடுவதில்லை. அவர்கள்தாம் பிறரை ஏமாற்றிவிடுவர் என்று அக்காலத்து நிலவிய நேர்மையின்மையை எலிசா விவரிக்கின்றார்.

எலிசா சென்னையிலிருந்த காலத்தில் ''பகலவன் நுழைய முடியாதவாறு இருமருங்கும் அடர்ந்து செழித்திருந்த மரங்கள் நிறைந்த சாலை'' வழியே ஏப்ரல் 17 அன்று, புனித தாமஸ் இறந்ததாய்க் கருதப்படும் பரங்கிமலைக்குச் சென்றார். புனித தோமர் அடையாற்றின் கரையிலுள்ள சின்னமலை என்ற இடத்தில் ஒரு பிராமணரால் வேலால் தாக்குண்டு,இன்று பரங்கிமலை என்று வழங்கும் ''பெரிய மலைக்கு'' ஓடி அங்கு கி.பி 68 ஆம் ஆண்டு இறந்தார் என்று ஒரு கதை உள்ளது. போர்த்துக்கீசர் பெரிய மலை மீது 1547 இல் ஒரு மாதா கோயிலைக் கட்டினர். புனித தோமர் மயிலாப்பூரில் அடக்கமானார் என்ற மரபும் உண்டு.

2. ஐரோப்பியர் இந்தியத்தை அடைந்த கடல்-நில வழிகள்

சீனம், இந்தோனேசியம்,இந்தியம், மேற்காசியம், கிழக்காப்பிரிக்கம், ஐரோப்பியம் ஆகிய பகுதிகளுக்கிடையை நடந்து வந்த வாணிபத்தில் பண்டங்கள் சென்ற பண்டை வழிகள் பற்றிய செய்திகள் முன்னர் உரைக்கப்பட்டிருந்தன. (இ.ச.க.தொகுதி-1) அதன் பிறகு ஐரோப்பியர் இக்காலகட்டத்தில் எவ்வழிகளில் இந்தியத்தை அடைந்தனர்?

ஐபீரியத் தீவக்குறையினரான ஸ்பானியரும் போர்த்துக்கீசரும் பதினைந்தாம் நூற்றாண்டின் பிற்பகுதியிலிருந்து இந்தியத்தை அடையும் கடல் வழியைக் கண்டுபிடிப்பதில் முனைந்திருந்தனர். ஏனெனில் அதற்கு முன்னர் இருந்து வந்த நில-நீர் வழித்தடங்கள் அடைபட்டுப் போய்விட்டன. அவர்களின் துணிச்சலான முயற்சியின் பலனாய் இந்தியம் ஐரோப்பியரின் ''கைக்கு எட்டும் தொலைவிற்கு'' வந்துவிட்டது. ''அறியப்பட்ட உலகம்'' (*known World*) என்பதன் பரப்பு இப்போது விரிந்தாலும், மனிதர் அதை எளிதில் எட்டுமளவிற்குச் சுருங்கிப் போனது. இதற்கு வேண்டிய உந்து விசையை இந்தியமே முடுக்கிவிட்டது.

ஐரோப்பியத்திலிருந்து இந்தியத்தைச் சென்று அடைவதற்குத் தென்னாப்பிரிக்க நன்னம்பிக்கை முனையைச் சுற்றிச் செல்லும் கடல் வழியை வாஸ்கோ டகாமா 1498 ஆம் ஆண்டு திறந்துவிட்டார். எனினும் நீண்ட இக் கடற்பயணத்தைவிட நீரிலும் நிலத்திலும் சென்று இந்தியம் சேரும் சுருக்கமான வழியைத்தான் பெரும்பாலர் விரும்பினர்.

இங்கிலாந்தில் கப்பலேறி, நிலநடுக் கடலைக் கடந்து, அக்கடலையும் செங்கடலையும் பிரிக்கும் குறுகலான எகிப்திய நிலத்தில் இறங்கி, அங்கிருந்து நில வழியில் சென்று, மீண்டும் கப்பலேறி இந்தியத்தை இக்காலத்தில் அடைந்தனர். இவ்வழித்தடம் பதினெட்டாம் நூற்றாண்டு வரை ஐரோப்பியரால் பயன்படுத்தப்பட்டது.

இந்தியம் செல்லும் ஐரோப்பியப் பயணியர் எகிப்தின் கெய்ரோ நகரில் வந்து கூடுவர். அங்கு அவர்கள் போதிய எண்ணிக்கையில் ஆள் சேரும் வரை காத்திருப்பர். வழியில் பாலை வெளியில் மலிந்திருந்த கொள்ளையரை எதிர்த்து நிற்கக்கூடிய எண்ணிக்கையில் ஆள்கள் சேர்ந்ததும், அவர்கள் தம் பயணத்தைத் தொடங்குவர். அவர்கள் தாம் செல்லப்போகின்ற இடத்திற்குப் புறப்படுகின்ற எகிப்திய வணிகக் கூட்டத்துடனும் சில வேளைகளில் சேர்ந்து கொள்வதுண்டு. இந்தக் கூட்டத்துடன் கூலிக்கு அமர்த்தப்பட்ட அரபு வீரர்கள் செல்வர்.

ஆடவர் பொதுவாய் ஒட்டகத்தில் ஏறிச் செல்வர். பெண்டிர் இரண்டு ஒட்டகங்களைச் சேர்த்துக் கட்டிய தொட்டிலில் ஆடிக் கொண்டே செல்வர். அவர்கள் நிழலுக்காகத் தமக்கு மேலே மேற்கட்டிகளைக் கட்டியும் கண்களில் வெயில் படாமல்

அவற்றை மூடியும் சென்றாலும் வெயிலில் வதங்கி மூச்சுத் திணறுவர். இரவில் பாலை வெளிக் குளிரில் விறைத்து நடுங்கினர். இதன் பிறகு வந்த ஆண்டுகளில் ஆடவரும், பெண்டிரும் தாவிக் குலுங்கிச் சென்ற குதிரை வண்டிகளிலும் அதற்குச் சில ஆண்டுகள் கழித்து இரயிலிலும் இவ்வழியில் பயணம் செய்தனர்.

ஆனால் பெரும்பாலான பயணியர் பயணம் முழுவதையும் கப்பலில்தான் மேற்கொண்டனர். எனினும் பயணம் சுருக்கமாய் அமைய வேண்டுமென்பதற்காகப் பிரான்சை அடைந்து, அங்கிருந்து இரயிலில் இத்தாலி சென்று பின்னர் எகிப்திற்குக் கப்பல் ஏறினர். கப்பல் நிலநடுக் கடலைத் தாண்டுகையில் மால்டா தீவில் 24 மணி நேரம் தங்கும். அங்கு நிலக்கரியை ஏற்றிக் கொள்வர். இது நீராவிக் கப்பல்கள் வந்துவிட்ட காலம். பிரிட்டிஷ் பெண்கள் மால்டாவில் பவளம், வெள்ளி, பின்னல் துணிகள் ஆகியன விற்கும் கடைகளில் சுற்றித் திரிவர்.

(மால்டா, கோசோ, கோமினோ என்ற மூன்று தீவுகள் அடங்கிய குடியரசாய் மால்டா இன்று விளங்குகின்றது. இது நிலநடுக் கடலில் சிசிலித் தீவின் தெற்கிலுள்ளது. முதல் சிலுவைப் போர் (1096-1099) நடந்து கொண்டிருந்த காலையில், ஐரோப்பியச் சிலுவைப் போராளிகள், மருத்துவப் பணிகளுக்கென்று இராணுவ சமயத் தொண்டு அமைப்பாக நிறுவிய ''மருத்துவத் தொண்டாற்றும் வீரப் பெருந்தகையர்'' (*Knights of Hospitallers,* இது *Knights of St.John Jerusalem* என்றும் அழைக்கப்பட்டது.) 1530 வரை மால்டாவை ஆண்டு வந்தனர். அவர்கள் எருசேலத்திலிருந்த மருத்துவ மனையின் பெயரை இந்த அமைப்பிற்கு இட்டனர். நெப்போனியன் மால்டாவை 1798 இல் கைப்பற்றியது வரையிலும் ''வீரப் பெருந்தகையரே'' இத்தீவுகளை ஆண்டுவந்தனர். பிரிட்டிசார் பின்னர் இவற்றை 1800 ஆம் ஆண்டு கவர்ந்து 1814 ஆம் ஆண்டு தம் பேரரசுடன் இணைத்துக் கொண்டனர். இத்தீவுக் கூட்டம் 1964 இல் விடுதலை பெற்று 1974 இல் குடியரசானது. இங்கு இத்தாலியனிலிருந்து கடன் பெறப்பட்ட ஒரு வகையான அரபு மொழி வழங்குகின்றது. அம்மொழியின் பெயர் மால்டீசு. இக்குடியரசின் பரப்பளவு 316 சதுர கிலோமீட்டர்.)

அதன் பின்னர் கப்பல் கீழைத் தேயத்தில் முதன் முதலாய் நிற்கும் இடம் சையது துறைமுகமாகும். இங்கு பெண்கள் தக்கக் காவலுடன் கரையிறங்குவர். ஏனெனில் சையது துறைமுகத்தில் எல்லா நாடுகளையுஞ் சேர்ந்த கொலை பாதகர்கள் இருந்தனர். இது சூயசுக் கால்வாய் திறக்கப்பட்டதற்கு ஓராண்டிற்கு முன்னரே 1868 இல் துறைமுகமாய் அமைக்கப்பெற்றது. அதற்கடுத்த ஆண்டு புகழ் வாய்ந்த சூயசுக் கால்வாய் திறக்கப்பட்டது.

சையது துறைமுகத்தில் சைமன் ஆர்ஸ்டு (*Simon Arzt*) என்ற பெயர் வாய்ந்த கடை இருந்தது. இந்தியத்தில் ஐரோப்பியரனைவரும் பயன்படுத்தி வந்த தொப்பியிலிருந்து, துருக்கி டிலைட்டு என்ற இனிப்புப் பண்டம் வரையிலும் பல வகையான பொருள்கள் இக்கடையில் விற்கப்பட்டன.

சூயசுக் கால்வாய் 1869 இல் திறக்கப்பட்ட பின்னரும் சிலர் எகிப்தின் குறுக்கே நிலவழியில் இந்தியத்தை அடைந்தனர். அப்போது அவர்கள் கெய்ரோ அல்லது அலெக்சாந்திரியத்தில் ஊர் சுற்றிப் பார்க்கச் செல்வதுண்டு. அங்குள்ள கடலின் பெயர்தான் செங்கடல், ஆனால் அது வியப்பூட்டும் வகையில் அழகிய நீலக் கடலாகும். சூயசுக் கால்வாய் திறந்தபிறகு இந்தச் செங்கடல் வழியேதான் பிரிட்டிசார் இந்தியத்தை அடைந்தனர்.

கப்பல் இந்தியத்தை அடையுமுன்னர் கடைசியாய் நிற்குமிடம் ஏடன் துறைமுகமாகும். (ஏடன் இன்று தென் ஏமனின் தலைநகராயும் முக்கியமான

துறைமுகமாயும் உள்ளது. இது பாபல் மண்டபு நீரிணையின் கிழக்கே சுமார் 160 கிலோ மீட்டரில் உள்ளது. ஏடன் வளைகுடாவில் அமைந்துள்ளது. இது தொன்னெடுங் காலத்திலிருந்து வாணிப மையமாய் இருந்து வருவதாகும். இது கி.பி ஏழாம் நூற்றாண்டு முதல் 16 ஆம் நூற்றாண்டு வரையிலும் அரபு முஸ்லிம்களின் கையில் இருந்தது. பின்னர் ஆட்டோமான் துருக்கர் அதை 1538 ஆம் ஆண்டில் கவர்ந்தனர். பிரிட்டன் 1839 ஆம் ஆண்டு ஏடனைத் தன்னுடன் இணைத்துக் கொண்டது. அதன்பிறகு பிரிட்டிஷ் கப்பல்கள் இந்தியம் வரும் வழியில் நிலக்கரி ஏற்றும் துறையாய் ஏடன் இருந்தது. சூயசுக் கால்வாய் திறந்ததும், ஏடனில் வாணிபம் விரைந்து பெருகிற்று. இது இரண்டாம் உலகப் போரில் பிரிட்டனின் தளமாயிருந்தது. ஏடன் மக்கள் விடுதலை கோரி 1960 இல் போரிடவே, ஆங்கிலேயர் 1968 இல் ஏடனை விட்டு வெளியேறினர்.) கப்பல் ஏடனை விட்டதும் பம்பாய் வந்து சேரும்.

3. திப்பு சிரக்கல்லை அழித்தார்

வட கேரளத்திலுள்ள சிரக்கல்லை ஆண்ட குறுநில மன்னர் முன்னர் வலிமை வாய்ந்த சிற்றரசராயிருந்தார். சங்க காலத்து நன்னன் ஆண்ட ஏழில் மலையும் கொண்காண நாடும் பிற்காலத்தில் கோலாத்திரி நாடு ஆனதென்பர். சிரக்கல் மன்னர்கள் இந்தக் கோலாத்திரி மன்னர்களின் குடியைச் சேர்ந்தவர்கள் என்பது வரலாறு.

சிர என்ற மலையாளச் சொல்லுக்குக் குளம் என்று பொருள். கல் என்பது இடத்தைக் குறிக்கும். எனவே இதைக் குளம் அமைந்த ஊர் அல்லது குளத்தூர் என்று கொள்ளலாம். சிரக்கல் கோழிக்கோட்டிலிருந்து வடக்கே வடமேற்கில் சுமார் 33 கிலோ மீட்டர். கண்ணனூரிலிருந்து வடக்கே வடமேற்கில் சுமார் 9 கிலோ மீட்டர். கடலிலிருந்து கிழக்கே சுமார் இரண்டு கிலோ மீட்டர்.

திப்பு சுல்தான் (1753-1799) சிரக்கல் என்ற இச்சிற்றரசை 1780 இல் அழித்தார். சிரக்கல் மன்னர் தோல்வியுற்றதும் தன் வீரரில் ஒருவரைக் கொண்டு தன் தலையில் சுட்டுக் கொல்லுமாறு செய்து இறந்தார்.

பிரிட்டிசாரும் பிரஞ்சுக்காரரும் கோலாத்திரி குடியைச் சேர்ந்த சிரக்கல் நாடு வாழியைப் போன்ற ஒரு சிற்றரசரிடமிருந்து ஒப்புதல் பெற்றுத்தான், மிளகு வாணிபம் செய்வதற்காகக் கடற்கரை ஊர்களில் வணிக நிலைகளை அமைப்பதற்கு இசைவு பெற்றதாய் வரலாறு கூறுகின்றுது.

4. பம்பாயில் மக்கள் தொகை

பம்பாயில் மக்கள் எண்ணிக்கை பெருகிவந்தது. அது *1780* ஆம் ஆண்டில் *1,13,756* ஆகவிருந்தது. அதற்கு இருபத்தேழு ஆண்டுகளுக்குப் பிறகு *1806* ஆம் ஆண்டில் அது இரண்டு இலட்சமாக உயர்ந்தது என்று கணிக்கின்றனர். அதன் பின் ஒன்பதாண்டுகள் கழித்து *1815* இல் பம்பாயின் மக்கள் தொகை இரண்டு இலட்சத்து நாற்பதாயிரமாய் மிகுந்தது.

கடைசியாய்க் குறிப்பிட்ட இரண்டு கணக்குகளிலும், அண்டைப் பகுதியிலிருந்து வாணிபம் கருதியோ, வேலை தேடியோ, பஞ்சம் பிழைக்கவோ வந்திருந்த மக்களின் எண்ணிக்கையும் அடங்கியுள்ளது. எனவே அது உண்மையான கணக்கை மிகைப்படுத்திக் காட்டுகின்றது. எனினும் பம்பாயில் மெய்யாகவே மக்கள் எண்ணிக்கை மிகுந்துதான் வந்தது.

பம்பாயில் மக்கள் தொகை *1820* ஆம் ஆண்டு மிகவில்லையெனினும் முப்பதாமாண்டுகளின் தொடக்கத்தில் அது மீண்டும் அதிகரிக்கலாயிற்று. அது *1832, 1842* ஆகிய ஆண்டுகளுக்கு இடைப்பட்ட பத்தாண்டுக் காலத்தில் *2,70,000* அல்லது அதற்கும் அதிகமாய்ப் பெருகிற்று.

5. கல்கத்தாவில் விலைவாசிகள்

கல்கத்தா நகரில் இந்த *1780* ஆகஸ்டு மாத வாக்கில் இருந்துவந்த விலைவாசிகள் பற்றிய குறிப்பு, எலிசா ஃபே எழுதிய கடிதங்களில் காணப்படுகின்றன:

ஒரு முழு ஆட்டின் விலை	ரூ. *2*
ஆட்டுக் குட்டி	ரூ. *1*
நல்ல கோழி அல்லது வாத்து	ரூ. *1*
பன்னிரண்டு புறாக்கள்	ரூ. *1*
பன்னிரண்டு இராத்தல் ரொட்டி	ரூ. *1*
இரண்டு இராத்தல் வெண்ணெய்	ரூ. *1*

நல்ல சீஸ் கட்டி இதற்கு இரண்டு மாதங்களுக்கு முன்னர் (ஜூன் வாக்கில்) ஓர் இராத்தலுக்கு மூன்று, நான்கு ரூபாய் என்று கொள்ளை விலை விற்றது. இப்போது அதன் விலை ஒன்றரை ரூபாய்.

ஆங்கிலக் கிளாரட்டு என்ற மதுவகை பன்னிரு புட்டிகளின் விலை இப்போது அறுபது ரூபாய்.

இங்கு *12* சத வட்டிக்குப் பணம் கடனுக்குக் கிடைத்தது.

6. இந்தியத்தில் மதுவகைகளின் விலைகள்

மெடீரா திராட்சைத் தேறல் போர்ச்சுக்கல்லிற்கு உரிமையான மெடீரா என்ற தீவில் வடிக்கப்பட்டது. (*Medeira* என்பது வட அட்லாண்டிக்கில் மொராக்கோவின் மேற்கிலுள்ள தீவுக் கூட்டத்தைக் குறிக்கும். இது இன்று ஃபுஞ்சல் என்ற போர்த்துக்கீச மாநிலத்தில் அடங்கியுள்ளது. இங்குள்ள பெரிய தீவுகள் மெடீரா, போட்டே சாந்தே ஆகியனவாகும்.) இங்கு வடிக்கப்படும் கடும் போதை ஊட்டவல்ல வெள்ளை ஒயினுக்கு, இடம் காரணமாய் மெடீரா என்று பெயர். இது அக்காலத்தில் மரப் பீப்பாய்களில் அடைக்கப்பெற்று வெளியிடங்களுக்குச் சென்றது. அது அடைக்கப்பட்ட மரக் கலத்திற்குப் பைப்பு (*Pipe*)

என்று பெயர். அச்சொல்லிலிருந்துதான் பீப்பாய் என்ற தமிழ்ச் சொல் பிறந்தது. ஒரு பீப்பாயின் கொள்ளளவு 126 அமெரிக்கக் காலன் - 105 பிரிட்டிஷ் காலன். ஒரு காலன் 455 லிட்டருக்குச் சமம்.

லெப்டினண் கோஸ்கோ என்ற படையலுவலர் 1780 ஆம் ஆண்டு கிறிஸ்துமஸ் அன்று ஒரு விருந்து கொடுத்தார். அப்போது பன்னிரண்டு புட்டி மெடீரா விருந்திற்கு வந்தவர்களுக்கு வழங்கப் பெற்றது. அவற்றின் விலை எட்டுப் பகோடா. இதன் மதிப்புச் சுமார் இருபத்து நான்கு பணம் அல்லது சுமார் முப்பது ரூபாய்.

கிளாரட்டு (*Claret*) என்ற சிவப்பு ஒயின் விலை மிகுந்தது. இது போர்டே (*Bordeaux*) என்ற பிரஞ்சு மாவட்டத்துத் திராட்சையிலிருந்து வடிக்கப்பட்டது. (போர்டே : தென் மேற்குப் பிரான்சிலுள்ள துறைமுகப் பட்டினம். கரோன் *Garonne*-என்றஆற்றின் கரையிலமைந்தது. இது பன்னெடுங் காலமாய் ஒயின் என்ற திராட்சைத் தேறல் வாணிபத்தின் மையமாய் இன்றும் இருந்து வருகின்றது. இப்பட்டினத்தைச் சுற்றிச் சிவப்பு, வெள்ளை, இளஞ்சிவப்பு ஒயின்கள் வடிக்கப்படுகின்றன.) பன்னிரண்டு புட்டி கிளாரட்டின் விலை இப்போது இந்தியத்தில் பன்னிரண்டு பகோடாவாய் இருந்தது.

கறுப்பு மாவூறலிலிருந்து (*Malt*) வடித்து எடுக்கப்படும் இனிப்பான கறுப்பு மதுவின் பெயர் போட்டர் (*Porter*). அதை மூட்டை தூக்குபவர்கள் (போட்டர்கள்) விரும்பிக் குடித்தமையால் இப்பெயர் பெற்றிருக்கலாம். இருபத்தோரு புட்டிப் போட்டர்களின் விலை ஒன்பது பகோடா.

சேரி (*Cherry*) என்ற பழங்களின் மணச் சுவையூட்டப் பெற்ற செந்நிறப் பிராந்திக்குச் செரி என்று பெயர்.(திராட்சை அல்லது வேறு பழங்களின் சாறுகளிலிருந்து வடித்தெடுக்கும் மதுவைப் பிராந்தி என்பர்.) ஒரு பைண்டு (என்பது 0.568 லிட்டர் ; அது ஒரு காலனில் எட்டிலொரு பங்காகும்.) செரியின் விலை ஒரு பகோடா - இருபது பணம்.

பார்லி, ரை அல்லது மக்காச்சோள மா ஊறலை வடித்தெடுப்பது ஜின் (*Gin*) எனப்படும். ''ஒரு பெட்டி'' ஜின் புட்டிகளின் விலை ஒரு பகோடா. ஒரு பகோடா அல்லது வராகன் என்பது 42 பணம் கொண்டது. எட்டுக் காசு ஒரு பணம்.

1780

7. பிரிட்டனில் ''பசுமைப் புரட்சி''

பிரிட்டனில் இக்கால கட்டத்தில் ஒரு வகையான ''பசுமைப் புரட்சி'' ஏற்பட்டது. திருந்திய வித்துகளாலும் அறிவியல் முறையில் பயிர்களின் மாற்றுச் செய்கையாலும் திறன் மிக்க உழுகருவிகளாலும் சீர்திருந்திய கன்று காலிகளாலும் விளைச்சல் பெருகியது அதற்குக் காரணமாகும்.

எனினும் ஐரோப்பியத்தில் இன்னும் பழைய கால முறைப்படியே வேளாண்மை நடந்துவந்தது. அங்கு மூன்றிலொரு பங்கு அல்லது அதிகமான நிலப் பரப்புத் தரிசாக விடப்பட்டது. இதற்கு உரத் தட்டுப்பாடு ஓரளவு காரணமாகும். அங்கு பலர் கூட்டாகக் கூடிப் பயிர் செய்தனர். கன்று காலிகள் ஆண்டு தோறும் பெரும் அளவில் கொல்லப்பட்டன.

8. ஏஜென்சி நிறுவனங்கள் தோற்றம்

இந்தியத்தில் பதினெட்டு, பத்தொன்பதாம் நூற்றாண்டுகளில் நிலவி வந்த நிதியியல் அமைப்பு முறையில் '' முகவர் நிறுவனங்கள்'' என்ற ஏஜென்சி அமைப்புகள் பணக் கொடுக்கல், வாங்கலில் முக்கியமான கூறாக இருந்துவந்தன.

கிழக்கிந்தியக் கம்பெனி ஊழியர்கள், பிரிட்டிஷ் படை அலுவலர்கள், தனிப்பட்ட வணிகர்கள், துணிச்சல் மிக்க முனைவர்கள் முதலானோரின் கைகளில் இக்கால கட்டத்தில் பெருந் தொகைகள் சேர்ந்து இடுமுதல் பெருகலாயிற்று. அவர்கள் அந்தப் பணத்தை முதலீடு செய்து மேலும் கைமுதலைப் பெருக்குவதற்குரிய வாய்ப்புகளை நாடிய காரணத்தினால், முகவர் நிறுவனங்கள் என்ற நிதி நிறுவனங்கள் இப்போது தோன்றலாயின.

அதே வேளையில் இடுமுதல் வேண்டுமென்பதற்காகக் கடனுக்குப் பணம் நாடுவோரும் பெருகலாயினர். ஏனெனில் கடன் வாங்கி முதல் போட்டுச் செல்வத்தை மேலும் பெருக்குவதற்குப் பல வாய்ப்புகள் இருந்தன. ஒருவர் அங்ஙனம் திடீரென்று பெருஞ்செல்வராகும் சூழ்நிலை வங்கத்தில் இருந்தது. பிற இடங்களில் இத்தகைய சூழ்நிலை நல்வாய்ப்பாக அமையுமாயின், அங்கும் பலர் பெருஞ் செல்வராகும் நிலை ஏற்படலாம்.

செல்வம் பொழியும் இந்நிலையில்தான் பிரிட்டிஷ் ஏஜென்சி நிறுவனங்கள் இந்தியத்தில் நிறுவப்பட்டு வெகு வேகமாய் வளரலாயின. ஆனால் அவை எவ்வாறு செயல்படுகின்றன என்பதைக் கண்காணிக்க அரசின் கையில் எந்த ஏற்பாடும் இல்லாதிருந்தது.

அண்மையில் 1988 ஆம் ஆண்டில் இருநூறாவது ஆண்டு நிறைவைக் கொண்டாடிய பாரி, பின்னி போன்ற சென்னை நிறுவனங்கள் இக்கால கட்டத்தில் மேற்சொன்னவாறு பணம் புரண்ட அமைப்புகளாய் விளங்கின.

1780

9. ''தம்பி படை'' : மதராஸ் சேப்பரஸ் படை அமைப்பு

இந்தியத்தில் கிழக்கிந்தியக் கம்பெனியின் படை அமைப்பு, வளர்ச்சி ஆகியன பற்றிய வரலாறுகள் இக்களஞ்சிய வரிசையின் பல்வேறு காலப் பகுதிகளில் சொல்லப்பட்டு வருகின்றன. (இ.ச.க.தொகுதி- 3,4,5,6). குதிரைப் படை வரலாறு இத்தொகுதியில் கூறப்படுகின்றது.

பிரிட்டிசார் இந்தியத்தில் அமைத்த பல வட்டாரப் படைப் பிரிவுகள் பல்வேறு களங்களில் பெரு வீரம் காட்டியுள்ளன் அவற்றுள் மதராஸ் சேப்பர்ஸ் (*Madras Sappers*) என்ற படைப் பிரிவு குறிப்பிடத் தக்கதாகும். இது தம்பிப் படை என்று மிகவும் செல்லமாய் அழைக்கப்பட்டது. இந்தப் படைப் பிரிவு 1780 ஆம் ஆண்டு அமைந்தது. இது பின்னாளில் இரண்டு உலகப் போர்களில் மாபெரும் வீரச் செயல்களைச் செய்தது.

பிரிட்டிசார் இரண்டு கம்பெனிகளின் அளவில் (கம்பெனி என்பது சுமார் நூறு பேரடங்கிய படைப் பிரிவைக் குறிக்கும்) இந்தப் படையை 1780 ஆம் ஆண்டு தவளேசுவரத்தில் திரட்டினர்.

(தவளேசுவரம் ஆந்திரத்திலுள்ளது. தவள என்ற வட சொல் வெண்மையைக் குறிக்கும். தவள + ஈசுவரம் - தவளேசுவரம் அல்லது தவளேசுவரமு ஆனது. சம்ஸ்கிருதத்தில் இதை வெள்ளைமலை என்ற பெயரில் தவளகிரி என்றழைக்கினறர். இந்நகரம் காக்கிநாடாவிலிருந்து மேற்கில் சுமார் 48 கிலோ மீட்டர் ; இராசமகேந்திர வரத்திலிருந்து தெற்கில் சுமார் ஆறு கிலோ மீட்டர். இது கோதாவரி அணைக்கட்டு இரண்டாய்ப் பிரியும் இடத்திலுள்ளது. இந்த அணை 1450 அடி உயரம் ; 1848 இல் கட்டப் பெற்றது. இந்நகரின் அருகில் சாளுக்கிய விசயாதித்தன் ஒரு கோட்டை கட்டியிருந்தான். தவளகிரி என்ற சிறு குன்றின் மீது கோதாவரி ஆற்றை நோக்கி ஜனார்த்தனசாமி கோயில் அமைந்துள்ளது.)

1780

இத்தகைய சிறப்பு வாய்ந்த தவளேசுவரத்தில் 1780 இல் அமைக்கப்பட்ட இப்படைப் பிரிவில் நான்கு தென் மாநிலங்களைச் சேர்ந்தவர்கள் சேர்க்கப்பட்டனர். மதராஸ் சேப்பர்ஸ் படையின் பயிலகம் பெங்களூரின் அலசூரிலிருக்கும் மதராஸ் எஞ்சினியர் குரூப்பு அண்டு செண்டர் என்ற அமைப்பாக இன்று விளங்குகின்றது. இது 1131 ஏக்கர் பரப்பில் விரிந்து பரந்துள்ளது.

சேப்பர் (*sapper*) என்ற ஆங்கிலச் சொல்லுக்குப் போர்க் களத்தில் பதுங்கு குழிகளை வெட்டுபவர் என்று பொருள். ஆயினும் இப்படையினர், களத்தில் படைகள் முன்னேறுவதற்கு வேண்டிய சாலைகளை அமைத்தல், பாலங்களை நிறுவுதல் போன்ற பணிகளை மின்னல் வேகத்தில் செய்து முடிப்பர்.

''தம்பி படை'' என்ற இப்படை தொடங்கப்பட்ட காலத்திலிருந்து, இந்தியத்தின் புறத்தே நடந்த பல போர்களில் வீரஞ் செறிந்த செயல்களை நிகழ்த்தியுள்ளது. அவர்கள் சீனம், ஃபிலிப்பைன் ஆகிய கீழை நாடுகளிலும், இத்தாலி, பிரான்ஸ் போன்ற மேலை நாடுகளிலும் போர்ப் பணி புரிந்திருக்கின்றனர்.

இப்படையைச் சேர்ந்த ஓர் அவில்தார்தான் 1834 ஆம் ஆண்டு வீரத்திற்காக முதல் பதக்கத்தைப் பெற்றவர். அதன் பிறகு தம்பி படைவீரர்கள் உயர் விருதுகளான விக்டோரியா பதக்கம், ஜார்ஜ் பதக்கம் ஆகியவற்றையும் மேலும் பல பதக்கங்களையும் பெற்று வந்தனர்.

இரண்டாம் உலகப் போரின்போது (1939-1945) இத்தாலியக் களம் ஒன்றில் கண்ணி வெடி வெடிக்கவிருந்த நேரத்தில் அதை தாவிக் கட்டிக் கொண்டு தான் மட்டுமே உயர் துறந்து ஏனையோரைச் சாவிலிருந்து தப்பிக்கச் செய்த சுபேதார் சுப்பிரமணியம் ''தம்பி படையைச்'' சேர்ந்தவர் என்பது நினைவிற் கொள்ளத்தக்கது.

மதராஸ் சேப்பர்ஸ் என்ற இப்படை போரில் ஈடுபடாத காலங்களில் தென்னிந்திய மேம்பாட்டிற்காக மிகப் பெரிய பொதுப் பணிகளில் சிறப்பாகப் பணிபுரிந்துள்ளது. எடுத்துக்காட்டாகச் சர் ஆர்தர் காட்டன் தம்பி படையில்தான் தன் படை வாழ்க்கையைத் தொடங்கினார். அவர் காவேரி, கிருஷ்ணை, கோதாவரி ஆறுகளின் குறுக்கே அணைகளை எழுப்பி நீர்ப் பாய்ச்சல் கால்வாய்களை வெட்டுவதற்குக் காரணராயிருந்தார்.

அவர் நீர்ப் பாய்ச்சல் துறையின் முன்னோடி என்ற முறையில் கங்கையையும் சட்லஜையும் இணைக்கலாம் என்பது குறித்து முதன் முதலில் சிந்தித்தவராவர். அவர்தான் பூமாலைக் கால்வாய் என்ற நீர்ப் பாய்ச்சல் வசதிப் பணி குறித்து முதலில் எடுத்துரைத்தார்.

மேற்கு மலைத் தொடரிலும் குடகிலும் சாலைகள் அமைத்தவரும் இன்று பெங்களூரின் விதான சௌத என்ற சட்டப் பேரவைக் கட்டடத்தின் எதிரில் நிற்கும் உயர் நீதிமன்றத் தொகுதியான ''அட்டரக் கச்சேரிக் கட்டடத்திற்கு'' வடிவமைத்து, அதைக் கட்டியவரும் தம்பி படையைச் சேர்ந்த லெப்டினண் கர்னல் ஷாங்கி ஆவார்.

இந்தியத் தொல்லியல் துறையின் முன்னோடியருள் தலையாயவரான காலின் மெக்கன்சி (1753-1821) மைசூரின் 70,000 சதுர மைல் பரப்பை அளந்து கணக்கிட்டு நிலப்படத்தை வரைந்தார். அவரும் மதராஸ் சேப்பர்ஸ் படையைச் சேர்ந்தவரேயாவார்.

மதராஸ் சேப்பர்கள் இந்தியம் விடுதலை பெற்ற பின்னர், காசுமீரத்தைத் தாக்க வந்தவர்களை எதிர்த்துப் போராடினர். இந்தியப் படையினர் இமயத்தின் உயர்ந்த பகுதிகளில் இயங்கி நடமாடும் வகையில், அங்கு சாலைகளை அமைத்து மலைப் போரில் ஒரு திருப்பத்தை இப்படையினர் உண்டாக்கினர். அவர்கள் 1962 ஆம் ஆண்டு நடந்த சீனப் படையெடுப்பின்போது முறையான காலாள் படையினரைப் போன்று களத்தில் இறங்கிப் பொருதினர்.

பாகிஸ்தானத்திற்கு எதிராய் 1965, 1971 ஆகிய இரண்டாண்டுகளிலும் நடந்த போர்களில் இவர்கள் மாவீரம் காட்டினர். நாட்டின் கிழக்குப் பகுதியில் 1971 ஆம் ஆண்டில், செய்ய முடியாததை நிறைவேற்றிக் காட்டி, அங்கு சாலைகளையும் பாலங்களையும் அமைத்தனர். மிதவைப் பாலங்களை அமைத்துப் போர் ஊர்திகள் ஆறுகளைக் கடந்து செல்ல உதவினர். பாகிஸ்தான் இராணுவப் பொறியாளர்களும் அவர்களின் அருந்திறன் கண்டு வியந்தனர்.

அவர்கள் அமைதிக் காலத்திலும் கர்னல் வி.வி.இரத்தினசாமி தலைமையில் காத்துமண்டில் பல சாலைகளையும் விமானத் தளங்களையும் அமைத்தனர்.

10. கம்பெனிப் படை அலுவலரின் செலவு எவ்வளவு ?

கிழக்கிந்தியக் கம்பெனியின் ஊழியத்திலிருந்து படை அலுவலர் ஒருவருக்கு அவர் கோட்டை காவல் படையின் காப்டனாயிருந்தால் கிட்டத்தட்ட இருபது வேலைக்காரர் இருந்தனர். ஒரு படை அலவலராயிருந்தால் இந்த 1780 வாக்கில் அவருடைய வேலைக்காரர் வகையில் ஆன செலவுகள் :

காசுக் கணக்கரின் மாதச்சம்பளம்	ரூ. 20
வீட்டு மேற்பார்வையாளர்	ரூ. 10
கடைக்குச் செல்லும் ஏவலாள்	ரூ. 4
மேசைப் பணியாளர்(வெயிட்டர்) இருவர்	
(அடிமைகள் போன்ற இவர்களுக்கு ஊதியமில்லை)	

சமையற்காரர்கள் மாதத்திற்கு	ரூ. 6
அவரின் உதவியாளர்	ரூ. 2
துரையின் குதிரைகளோடு ஓடி வரும் இருவருக்கு மாதத்திற்கு	ரூ. 8
ஏவலாள்- மாதத்திற்கு	ரூ. 4
பல்லக்குத் தூக்கிகள் எண்மருக்கு	ரூ. 33
ஹூக்காவைக் கவனிப்பவருக்கு	ரூ. 4
வீடு பெருக்குபவர்க்கு	ரூ. 4
வாயில் காப்பவருக்கு	ரூ. 4
எழுது மை கொண்டு வருபவர்	ரூ. 4
எடு பிடி	ரூ. 2
புல் வெட்டுபவர்	ரூ. 2

இந்த படையலுவலர் வீட்டைக் கவனித்து கொள்ள ஒரு பெண்ணையும் ஒரு வண்டியையும் வைத்துக்கொண்டார். அவர் போர்க்களம் செல்லுகையில் அவருக்கு முப்பது கூலிகள் வேண்டும் . ஏனெனில் இந்த அலுவலருக்கு வேண்டிய பொருள்கள் அனைத்தையும் இக்கூலிகள் எடுத்துக்கொண்டு அவருடன் சென்றனர். இந்தக் கூலி ஒவ்வொருவருக்கும் மாதச் செலவு உண்டு.

1780

11. கார்டன் கலவரங்கள்

ஜார்ஜ் கார்டன் பிரபு *(Lord George Gordon 1751-1793)* இங்கிலாந்தின் சமயக் கிளர்ச்சிக்காரர். இங்கிலாந்தில் பல காலமாய் ஒடுக்கி வைக்கப்பட்டிருந்த கத்தோலிக்க சமயத்தவருக்கு இருந்து வந்த சில இக்கட்டுகளை நீக்கும் நோக்கத்துடன் 1780 ஆம் ஆண்டு பிரிட்டிஷ் நாடாளுமன்றத்தில் ஒரு சட்டம் கொண்டுவரப்பட்டது.

புராட்டஸ்டண்டுகளில் சிலர் கத்தோலிக்கருக்கு இருந்து வந்த கட்டுப்பாடுகளை நீக்கும் நோக்கத்துடன் கொண்டுவரப்பட்ட இம்முயற்சியை வன்மையாய் எடுத்துக் கிளர்ச்சி செய்தனர். இக்கிளரர்ச்சி கார்டன் கலவரங்கள் *(Gordon Riots)* என்று வரலாற்றில் இடம் பெற்றுவிட்டது.(வரலாற்றில் கலகங்கள் : இ.ச.க. தொகுதி-7) மேற்சொன்ன கார்டன் பிரபு இக்கிளர்ச்சிக்கு தலைமை தாங்கி முன்னின்று நடத்தியதால் அது அப்பெயர் பெற்றது.

இலண்டனில் 1780 ஜூனில் இக்கலவரம் மூண்டது. அம்மாதம் ஏழாந் தேதியன்று கடலலை என நெருப்புப் பற்றி எரிந்தது. சிறைச்சாலை கதவுகள் உடைத்துத் திறக்கப்பட்டன. மது வடி சாலைகள் கொள்ளையடிக்கப்பட்டன. தெருவெங்கும் பியர் *(beer)* வெள்ளமென ஓடியது. ரோமன் கத்தோலிக்கரும் அவர்களின் சிறு கோவில்களும் வீடுகளும் தூய்மை கொடுக்கப்பட்டன. பின்னர் அவற்றைத் தகர்த்துத் தீயிட்டனர். இக்கலவரங்கள் ஒரு வாரம் நடந்தன. அப்போது மொத்தத்தில் 285 கலகக்காரர்கள் சுட்டுக்கொள்ளப்பட்டனர். 173 பேர் காயமடைந்தனர்; 450 பேர் சிறை செய்யப்பட்டனர்.

12. பெரிய மருது சருகணியில் அடைக்கலம்

மறவர் நாட்டில் போர்த்துகீசப் பாதிரிமார் சருகணி என்ற ஊரில் நிறுவியிருக்கும் மாதா கோயில் பற்றி இ.ச.க.மூன்றாந் தொகுதியில் அருளானந்தர் என்ற டீ பிரித்தோவின் உயிர்த்தியாகம் பற்றிய செய்தியோடு சொல்லப்பட்டிருந்தது. (இ.ச.க.தொகுதி-6 காண்க)

சிவகங்கை மன்னர் பெரிய மருதிற்கும் ஆர்காட்டு நவாப்பிற்காக சண்டை செய்துவந்த கிழக்கிந்தியக் கம்பெனியாருக்கும் சண்டை நடந்தது. அப்போது ஆங்கிலேயர்

பெரிய மருதை துரத்திக் கொண்டு வந்தபோது அவர் சருகணியிலுள்ள கத்தோலிக்க மாதா கோயிலில் புகலடைந்தார். அங்கிருந்த போர்த்துக்கீசப் பாதிரியர் தாம் அமர்ந்திருந்த பெட்டிக்குள் மருது ஒளிந்து கொள்வதற்கு இசைந்தார். ஆங்கிலேயர் அங்கு வந்து அவரைத் தேடி விட்டு காணாமல் வேறு திக்கில் சென்றுவிட்டனர்.

பெரிய மருது மிகுந்த நன்றியுணர்ச்சியுள்ளவர் என்பதை அவரது வாழ்க்கையில் நடந்த இன்னுஞ் சில நிகழ்ச்சிகள் புலப்படுத்துகின்றன. அவர் தனக்கு இக்கட்டான ஒரு வேளையில் பழைய சோறும் புகலிடமும் தந்த மூதாட்டிக்கு ஓர் ஊரையே கொடையாய்க் கொடுத்த செய்தியை டாக்டர் உ.வே.சாமிநாதய்யர் ஒரு கட்டுரையிள் கூறியுள்ளார்.

பெரிய மருது தனக்குச் சருகணி மாதா கோயில் பாதிரியார் புகலிடம் தந்ததற்கு நன்றிக் கடனாய்ச் சருகணி ஊரையே கிறித்தவ கோயிலுக்கு இறையிலியாய் (வரி செலுத்த வேண்டாத கொடையாய்க்) கொடுத்துவிட்டார். அவர் அக்கோயிலுக்கு ஒரு தேரும் செய்து தந்தார் என்பர். அந்த தேரைக்கொண்டு தேர்த் திருவிழா நடத்துவதற்குப் பனகரை என்ற ஊரையும் கொடையாய்த் தந்தார் என்றும் கூறுவர்.

இன்றும் மருது வழி வந்த உறுதிக் கோட்டைச் சமீந்தார் இக்கோயிலுக்கு வந்து மரியாதை பெற்ற பின்னரே சருகணி மாதா கோயில் தேர் நகரும்.

ஏழாம் தொகுதியின் கருவி நூல்கள்

Selective Bibliography

1761(1)

சிங்காரவேலு முதலியார், ஆ.அபிதான சிந்தாமணி, சென்னை, முதற் பதிப்பு 1910, மறு பதிப்பு *1981, 1986*

Carpenter,Clive Guninnes Book of Kings,Rulers,Statesmen, London 1978

Frykenberg, R.E.Delhi Through Ages, Delhi OUP, 1986

Glifford, Edmond and Bosworth Editors: Islamic Dynasties, A chronological and genealogical handbook, Edinburgh University, 1967.

Sarcar, Jadunath Fall of the Mughal Empire, Vol. Two 1754-1771, First Edition 1934, Orient Longman Reprint IV Edition 1991.

Sardesai, Govind Sakharam New History of the Marathas, Vol II. First Published 1946-48. Second Edition, Delhi 1986

1761(2)

Sardesai, Govind Sakharam Op.Cit

1761(3)

Garg, Ganga Ram, Dr. General Editor: Encyclopaedia of Hindu World, New Delhi, 1992.
Ramanathan, Jaya In the shadow of the Taj, article in The Hindu, 20.12.1992.
Sarcar, Jadunath Op.Cit
Toy, Sidney The strongholds of India, Londan, 1957

1761 (4)

Ray, N.R.Editor Sources of the History of India, Vol IV, Calcutta, 1982; articles by Das, Ratna, Dr.Archaeological Sources of the History of Tripura, and Sarma, Ramanimohan Soruces of the Social, Economic, and Administrative Histroy of Tripura.

1761(5)

Redmayne, Paul and Murray, John Britain's Food, London, 1963

1761 (புள்ளிகள்)

Rajayyan, K.Dr.History of Madurai, Madurai University, 1984 (1, 2, 3)
Maclean, C.D.Editor, Glossary of Madras Presidency, Reprint 1992(4)
Simone de Beavoir Translated from French by O, Brien, Patrick, London 1972(9)
Trager, James Editor, The People's Chronology, Londaon, 1951(5, 7, 10, 11 and 12

1762(1)

Naidu, Krishnaswamy W.S.Justice Old Madras, Madras, 1965

1762(2)

Bayley, Sydney, D.Ceylon, Hutchinsn's University, 1962

Hikosaka, Shu, Dr.Buddhism n Tamil Nadu, A new perspective, madras 1989

Bapat, P.V. Prof. General Edition: 2500 Years of Buddhism, Delhi 1956, Reprint 1964

1762(3)

Cabaane, Pierre The Great Collectors, First published in French, 1961, English Translation, London 1963

Thomson, George Malcolm The Prime Ministers, From Robert Walpole to Magaret Thatcher, London 1980

1762 (புள்ளிகள்)

Rajayyan, K.Dr.Op. Cit (3,4,5)

Toussaint, Auguste History of the Indian Ocean, Translatd from French by Guicharnaud, June, English Edition, London 1966 (6)

Trager, James Op.Cit (8,9,10,11,12,13,15 and 16)

Rude, George Europe in the Eighteenth Century, London, 1972 (14)

1763 (1)

கைலாசநாதக் குருக்கள், டாக்டர், கா.வட மொழி இலக்கிய வரலாறு, சென்னை, இரண்டாம் பதிப்பு, 1987

Goswami, Surendra Kumar A History of Revenue Administration in Assam (1228 – 1826), Sibsagar, 1986

Lehman, Arno The German Contribution in the field of Dravidology, Lecture Delivered at XXV Oriental Congress at Moscow, 12.08.1960, an article published in ரா.பி. சேதுப் பிள்ளை வெள்ளி விழா மலர், சென்னை, 1961

Mitter, Partha Much Maligned Monsters, History of European Reactions to Indian Art, Clarendon Press, Oxford, 1977

Mukherjee, Ranjana, Ph.D. The History of Andhra Region, C.A.D. 73-350, Thesis BSDAS, 1965

Philip, C.H. Editor: Historians of India, OUP, London 1967. Articles: Philip, C.H. Five Portuguese Historians; Goonawardena, K.W.Dutch Historical writing on European Architecture in India; Master, Alfred The Influence of William Jones on Sanskrit Literature;

Edwards, Michael Everyday Life in Early India, London, 1969

Kajariwall, O.P.The Asiatic Society of Bengal and the Discovery of India's Past, 1784-1835, Delhi OUP, 1988

Ridley, Jasper The History of England, 1981

1763 (2,3 and 4)

பி.எல்.சாமி வட கேரளத்தில் நன்னன், கட்டுரை, தமிழ் மணி, தினமணி வெளியீடு 16.3.1991

Bhatt, Gururaja, R.Prof. Studies in Tuluva History and Culture

Bhat, Mariappa, M.Prof. Thamil-Tulu early contacts and a glimpse into occupations among Tuluvas, Dr.R.P.Sethu Pillai Silver Jubilee Commemoration Volume, 1961.

Shetty, Vasantha, B.Studies in Karnataka History, New Delhi, 1984

1763 (6)

Rude, George Op.Cit

Scammel, G.V.The World Encompassed, The first European Maritime, Empire, C.800-1650, London, 1981

Lane,Peter Success in British History, London, 1978.

1763 (8)

Rude, George Op.Cit

1763 (புள்ளிகள்)

Rajayyan, K.Dr Op.Cit (1,2)

Brewer, John and Styles, John Editors: An Ungovernable people, Article: The Wilkites and the Law 1763-1774 by Bewar, John, London, 1980 (8)

Sardesai, Govind Sakharam Op.Cit (5)

Lawford, James, P Britain's Army, From its Origins to the Conquest of Bengal, London, 1978 (6)

Thomson, George Molcolm Op.Cit (9)

1764 (1)

Trager, James Op.Cit (11,12)

Rajayyan, K.Dr.Op.Cit

Ramaswamy, N.S.Political History of Carnatic under the Nawabs, New Delhi, 1984

1764 (2)

Spear, Percival Twilight of the Moughuls, Studies in Lte Moghul Delhi, OUP Karachi, 1973

1764(3)

Fisher, Michael, H.Indirect Rule in India, Residents and Residency System, 1764, 1858, Delhi OUP, 1991

1764 (4)

Lawford, James, P.Op.Cit

1764 (புள்ளிகள்)

சோமலெ, திருநெல்வேலி மாவட்டம் (1)

Naidu, Krishnaswamy, W.S.Justice Op.Cit (2,3)

Rajayyan, K.Dr.Op.Cit (4)

Spear, Percival Op.Cit (6)

Sardesai, Govind Sakharam Op.Cit

Trager, James Op.Cit (8,9,10,11and 12)

Myers, Bernard, L.and Copplestone, Trewin General Editors: The Macmillan Encyclopaedia of Art (13)

1765 (1)

Spear, Percival Op.Cit

1765 (2)

Ramaswamy, N.S.Op.Cit

1765 (3)

Hart, Michael, H.The 100, New York, 1978

1765 (புள்ளிகள்)

Trager, James Op.Cit (2,4,5,7,8 and 9)

Thomson, George Malcolm Op.Cit (3)

Lloyd, Wyndham, E.B A Hundread Years of medicine, London, First Published 1936, II Edition, 1968 (6)

1766 (1)

Edwards, Michael Asia in the European Age, 1498-1955, New Delhi, 1961 (1)

Maclean, C.D. Op.Cit

Mathew, K.S.and Ahamad, Afzal Emergence of Cochin in the pre-Industrial Era (A Study of Portuguese Cochin), Pondicherry, 1990

Mitter, Partha Op.Cit

Toussaint Auguste Op.Cit

Woodcock, Gerorge Kerala, A Portrait of Malabar Coast, London 1967

1766 (2)

Rajayyan, K.Dr.Op.Cit

1766 (3)

Morrow, Ann Highness, The Maharajas of India, London, 1986

1766 (4)

ராம்ஜி, பிரமோத் பிட் அல்லது ரீஜண்டு வைரம், தினமணி கதிர், *18.8.1991*

Alikhan, Raza Hyderabad, A City in History, Hyderabed, 1986

Clayne, Somerset Compiler: Sourthern India, Its History and Industrial Reserves, London. 1914-1915

Thomson, George Malcolm Op. Cit

1766 (5)

Plumb, J.H. In the Light of History, London, 1972

1799 (புள்ளிகள்)

Maclean, C.D.Op.Cit(1)
Tager, James Op. Cit (3, 7, 8, 9, 10, 11 and 12)

1767 (1)

Rajayyan, K.Dr.Op.Cit
Ramaswamy, N.S. Op.Cit

1767 (2)

Ibid

1767 (3)

தினமணி செய்தி நிலமளந்த சோழன் கோல், 14.3.1990

நாகசாமி, இரா.டாக்டர் பதிப்பாசிரியர்: தமிழ்நாட்டு வரலாற்றுக் கருத்தரங்கு கட்டுரை: ஹரிஹரன், ச.நிறுத்தலளவைகளும், முகத்தலளவைகளும்

மனோகரன், மீ.தென்னமெரிக்காவின் சோழர்கள், மதுரை 1976

1767 (புள்ளிகள்)

Ahmad, Aziz Islamic Modernism in India and Pakistan 1857-1964, OUP 1967 (2)
Tager, James Op.Cit (6, 7)

1768 (1)

Maclean, C.D. Op.Cit

1768 (3)

Briggs, Peter 200,000,000 Year Beneath the Sea, New York, 1971
Loon, Hendrick William Van The Story of the Pacific

1768 (4)

Brodie, Fawn, M. The Devil Drivers, A Life of Sir Richard Burton, New York, 1967

1768 (5)

Collinson, Robert Encyclopaedias: Their Histroy Throughout the Ages, London 1963

1768 (புள்ளிகள்)

சீனி வேங்கடசாமி, மயிலை மறைந்த தமிழ் நூல்கள், சென்னை (1)

Kajarowal, O.P. Op.Cit (2)
Maclean, C.D. Op.Cit (3, 4)
Ramaswamy, N.S. Op.Cit (5)
Thomon, Geroge Mlcolm Op. Cit (6)

1769 (1)

சோமலே இராமநாதபுர மாவட்டம்

Maclean, C.D.Op.Cit

1769 (2)

Rajayyan, K.Dr.Op.Cit

1769 (3)

Robinson, Franicis The Cambridge Encyflopaedia of India, Pakistan, Bangladesh, Sri Lanka, Nepal, Bhutan and Maldives, 1989

1769 (4)

Cartwright, Fredrick, P.Disease and History, London, 1973
Langford, Paul A Polite and Commercial People, England 1727-1783, Oxford, 1989
Lloyd, Wyndanham, E.B.Op.Cit
Terry, T.K., Jarman, T.L.The making of modern Britain, Life and Works from Georage III to Elizabeth II, London, 1962

1770 (1)

Bayly, C.A. Rulers, Townsmen and Bazzaar, North Indian Society in the Age of British Superemacy, (1770-1870)

1770 (2)

Toussaint, Auguste Op.Cit

1770 (3)

Rude, George Op.Cit

எட்டாம் தொகுதியின் கருவி நூல்கள்

Selective Biography

1771

சிங்கார வேலு முதலியார், அபிதான சிந்தாமணி (1)

சௌந்தர பாண்டியன், எஸ். தமிழில் கீர்த்தனை இலக்கியம், சென்னை 1987 (1)

வாழ்வியற் களஞ்சியம், தமிழ்ப்பல்கலைக் கழகம், தஞ்சாவூர் (1)

Rajayyan, Dr.K. History of Madurai, Madurai University, 1984, (2)

நெடுஞ்செழியன், முனைவர், க. தமிழ் இலக்கியத்தில் உலகாய்தம், திருச்சி, 1990 (3)

மாணிக்கவாசகம் டாக்டர் இரா. நம் நாட்டுச் சித்தர்கள், சென்னை 1978 (3)

Bapat, Prof.P.V. General Editor : 2500, Years Of Buddhism, New Delhi, 1964 Edition (3)

Hastings, James, Editor : Encyclopaedia of Religion and Ethics, Vol, I, New York (3)

Jastrow, Joseph, Editor, The story of Human Error, New York, London, 1936.(3)

Taylor, Sherwood. F.Science, Past and Present, London, Reprint 1962(3)

Turnbull, H.W. The Great Mathematicians, London, Reprint 1962(3).

Walker, Benjamin, The Hindu World, An Encyclopaedic Survey of Hinduism in 2 volumes (3)

1772

ஸ்ரீனிவாசன், கே.ஆர்.கட்டுரை, தமிழ்க் கலைக் களஞ்சியம். (1)

Grover, Satish, The Architecture of India, Buddists and Hindus.

Walker, Benjamin, Op.Cit.(1)

இராமலிங்கம், அரங்க. சங்க இலக்கியத்தில் வேந்தர், சென்னை, 1987(2)

சோமலெ, இராமநாதபுர மாவட்டம்.

Schulman, David Dean Tamil Temple Myths, (2)

பகவதி, டாக்டர்.கே.இலக்கியத்தில் ஊர்ப் பெயர்கள், சென்னை, 1984(2)

1773

Lane, Peter Success in British History 1760 – 1914, London, 1978 (2)

நாராயணன், ஆர்.எஸ்.சாதிக்காயும், போஸ்தக்காயும், தினமணி 4.11.1990.(3)

Gupta, Ashin Das and Pearson, M.N.Editors : India and The Indian Ocean 1500 – 1800, Calcutta, OUP 1987(3).

Lehner, Ernest and Lehner, Johanna, Folklore and Edyssy of Food and Medicinal Plants, New York, 1962(3)

Marshall, P.s.Indian Fortunes, The English in Bengal in the Eighteenth Century, Oxford at the Clarendon Press, 1976(3)

Sanyal, G.Ramchand Pandit's Report on Opium Cultivation in 18th Century Bihar, B.P.P

Ixxvii (1968) 183(3).

கமலய்யா, க.சி.தமிழகக் கலை வரலாறு, சென்னை, 1988 (4)

சிங்கார வேலு முதலியார், ஆ.அபிதான சிந்தாமணி (4)

Bagchi, Prabodh Chandra India and Central Asia, Calcutta, 1955(4)

Balasubramaniam, D.Man's Faithful study through ages, The Hindu 8-1-1992.

Bronowsky Jacob Ascent of man (4)

Gupta, Ashin Das and Pearson, M.N.Op Cit. (4)

Mcneil, William H.A World History, OUP, 1979(4)

Paul, Fanny Wanderings of a Piligirim in search of the Picturesque in two volumes, Karachi OUP, 1975(4)

Tristan, Flora A London Journal of Flora Tristan, London, 1982(4)

Wykes, Alan Gambling, London, 1964(4)

இராமலிங்கம், அரங்க, டாக்டர். சங்க இலக்கியத்தில் வேந்தர், சென்னை, 1987(5)

கிராக்கி குதிரை அறிவு, கட்டுரை தினமணி கதிர் 7-10-1990 (5)

Bloomsbury, James Lucas General Editor : Command, From Alexander the Great to Zukov, The Great Commanders of World History (5)

Carman, W.Y.Indian Army Uniforms under the British from the 18th century to 1947 – Cavalry, London, 1961(5)

Johnson, Paul Enemies of Society, London, 1977 (5)

Sandhur, Gurcharn Singh, Major General History of Indian Armoured Corps (1941-1971), 1987 (5)

Young Peter, The Machinery of War, London, 1973 (5)

Boxer, C.R.Mary and Misogyny, Women in Iberian Expansion Overseas 1415-1815, London, 1978 (6)

Mac Millian, Margaret, Women of the Raj, Londo, First Published,1988 (6)

1774

Moorhouse, Geoffrey Calcutta, London, 1971(1)

Tindal, Gillian, City of Gold, London, 1982 (2)

Mazumdar, Mohini Lal The Imperial Post Office, British Inda (1837-1941) Vol.I, Calcutta, 1990(3)

The Great Map of Mankind, Harvard University Press, 1982 (4)

Jastroy, Joseph Op Cit (5)

Mason, S.F.Main Currents of Scientific Thought, London, 1956 (5)

Pledge, H.T.Science Since 1500, London, 1939 (Reprint 1940)(5)

1775

சம்பந்த மூர்த்தி, அ.வைகைக் கரையிலே, மதுரை. 1978(1)

Hikosaka, Dr.Shu.Buddhisim in Tamilnadu, A New Perspective, Madras 1989(1)

Kajariwal, O.P. The Asiatic Society of Bengal and the Discovery of India's Past, Delhi OUP, 1988(1)

Sundararajan P.G. and Sivapathasundaram, S. "A Tamil Classic of the Eighteenth Century", an article published in South Indian Studies II, Edited by R.Nagasamy, Madras, 1979(1)

Toussaint, Auguste History of Indian Ocean, Translated from French by Jean Guicharnaud, London 1966(2)

1776

Maclean, C.D.Editor: Glossary of the Madras Presidency, First published 1893, New Delhi, 1982(1)

வெங்கடராமையா, கே.எம். தஞ்சை மராட்டிய மன்னர் கால அரசியலும் சமுதாய வாழ்க்கையும், தமிழ்ப் பல்கலைக்கழகம், தஞ்சாவூர், 1984. (2)

Gwalior Maharani, Princess, An Autobiography of the Dowager Maharani of Gwalior, London 1985(3)

Morrow, Ann, Highness – The Maharajahs of India, London,, 1986(3)

Elliott, Charles, W.Editor : American Historical Documents 1000-1904, The Harvard Classics, Danbury, Connecticut, 1980 Edition. (4)

புள்ளிகள்

Neil, Stephen A History of Christianity in India, The Beginings to 1707, Cambridge, 1984(1)

Marshall, P.J. and Williams, Glyndeur, The Great Map of India,Perception of New Worlds in the Age of Enlightenment, Hardvard University Press,1982 (1)

Marshall, P.J.East Indian Fortunes, The British in Bengal in the Eighteenth Century, 1976(3)

Wykes, Alan Abroad, A.Miscellany of English Travel Writing 1700-1914, London, 1973(5)

1777

Eck, Diana L. Banaras – City of Light, London, First published 1983(1)

Green, V.H.H. The Hanovarions, 1714-1815, London, Reprint 1986

Ratteray, Gordon Taylor, The Science of Life, A Picture History of Biology, London, 1963(3)

Tristan, Flora The London Journal, of Flora Tristan, 1842 or The Aristocracy and the Working class of England, Translated into English from French by Jean Hawkes, London 1982 (3)

புள்ளிகள்

காலேல்கர், காகா, ஜீவன் லீலா *(அருவிகளின் லீலைகள்)* குஜராத்தி மூலம் தமிழில் பி.எம்.கிருஷ்ணசாமி, புது டெல்லி *1971 (3)*

Ghorpade, M.T. The General Resistance:Murarirao Ghorpade and Eighteenth Century Deccan, New Delhi 1992

1778

Besterman, Theodore Voltaire, Oxford, First Printed 1969, Third Edition 1976.

Durant, Will The Story of Philosophy, First published 1926.

Gieux, Jean Voltaire, Translated from original French by Bray, Bartara and Lane, Helen, R.New York 1979.

Mason, Hayden Voltaire, London, First published 1975.

Brockway, Wallace and Keith, Bart Editors: A Second Treasury of the World's Great Letters, New York 1941.

Wilkinson, Theon Two Monsoons, London 1976.

1779

Lehner, Ernest and Johanna Op.Cit. (3)

Walker, Benjamin Hindu World (3)

புள்ளிகள்

Fay, Eliza Original Letters from India (1779-1815), London, 1986(1)

வாழ்வியற் களஞ்சியம் தொகுதி 2, தமிழ்ப் பல்கலைக்கழகம், தஞ்சாவூர். 1986.(4)

1780

Rajayyan Dr.K.Op. Cit.(1)

Toy, Sidney The Strongholds of India, London, 1987(2)

Neil, Stephen Op.Cit.(3)

Sagan, Carl Cosmos, New York, First published 1985(4)

Sarma, Natraja I Cling, the Book of Change, an Article in The Hindu, 11-11-1992 (4)

Walker, Benjamin Op.Cit. (4)

Wilson, Colin and Evans, Christopher, Dr. The Books of Great Mysteries, Part IV, First published 1975, Third Edition, 1986(4)

Tristan, The London Journal, of Flora Tristan, 1842 or The Aristocracy and the Working class of England, Translated into English from French by Jean Hawkes, London 1982(3)

சொல்லடைவு

அ.மாதவய்யா	653
அகலியா பாய்	573
அஞ்சல் துறை	499
அடிமை ஒழிப்பு	517
அடிமை கண்டெடுத்த கல்	237
அடிமை வணிகர்	91
அண்டங்கள்	384
அணுவியல்	388
அப்தாலி	43
அபினி	443
அமெரிக்க விடுதலை	532
அமெரிக்கக் குடியேற்றங்கள்	554
அமெரிக்கர் எதிர்ப்பு	441
அரச மாலை	80
அரச ரிஷி	549
அரசியல் சட்டம்	213
அரிய நூல்கள்	608
அல்வார்	545
அறியப்பட்ட உலகம்	673
அஸ்திபுரம்	61
ஆக்ராக் கோட்டை	70
ஆசீவகம்	385
ஆப்கானியர் கனவு	190
ஆயினி-எ-அக்பரி	558
ஆர்க்காட்டு நவபு	289
ஆர்ணி	617
ஆர்மோனியம்	631
ஆரஞ்சுக் காடு	201
இசையாசிரியர்	605
இத்தாலி	625
இந்திய வரலாறு	124
இந்தியத்தில் கிறித்துவம்	651
இந்திரன்	569
இந்துச் சட்டம்	557
இராச தரங்கிணி	117
இராமேசுவரத் தீவு	298
இலக்கிய வாழ்க்கை	593
ஈடிப்பு	590
ஈரப் பலா	634
உலகின் முதல் கலைக் களஞ்சியம்	284
ஊடா நல்லா போர்	167
ஊத்தைக் குரம்பை	316
எகிப்து	453
எடோ நகரம்	436
எர்ணாகுளம்	229
எலிசா ஃபே	669
ஏ.ஃபேர்சர்விஸ்	659
ஏழாண்டுப் போர்	149
ஐதர் தனியாதல்	645
ஐதரலி	516
ஐம்பூதக் கொள்கை	383
ஐரோப்பியப் பெண்கள்	471
ஐரோப்பியர் முதற் கோட்டை	225
ஒழுங்கு முறைச் சட்டம்	438
ஒன்பதாவது படையெடுப்பு	65
ஓர்மி	115
ஓவிய அரண்மனை	648
கடலியல் ஆய்வு	529
கடலோட்டக் காப்பீடு	164
கடலோட்டங்கள்	277
கடலோடிகள் வழிகாட்டி கையேடு	178
கணபூச	387
கந்தபுராணக் கதை	296
கம்பெனி படை	641
கல்கி அவதாரம்	452
கல்வெட்டு	79
கலகங்களும் கிளர்ச்சிகளும்	245
கலப்படம்	409
கலைக் களஞ்சியம்	99
கவர்னர் ஜெனரல்	439
கவிராயர்	377
கள்ளர் அடக்கு முறை	198
கள்ளிக்கோட்டை	220
கள அமைப்பு	57
கறுப்பர் பட்டினம்	318
கறுப்புத் தாஜ்	73
கனரா-கன்னடம்	145
காக்டெயில்	563
காசி விசுவநாதர்	572
காப்டன் குக்	615
காமேசுவரர்	566
கார்கி	664

இந்திய சரித்திரக் களஞ்சியம் | 693

காலிஃபு	666	சிவாஜியும் கன்னட நாடும்	200
காவண்டிஷ்	507	சிறைச் காய்ச்சல்	577
காவேரிப் பட்டணம்	256	சீர்காழி	380
காற்றாலை	204	சீனம்	662
கான் சாகிபு	180	சுருட்டு, சிகரெட்டு	627
கானப் பேர்	419	சூர் மரபு	42
கிரன்வில்	176	செங்கோட்டை	74
கிரேக்கம், ரோம்	444	செய்தி இதழ்கள்	654
கில்லேதார்	465	சென்ன பைரவ தேவி	141
கிழவித் தீவு	493	சென்னையில் கோயில்	93
குடைவரைகள்	414	சேது புராணம்	300
குத்தி	581	சோதிடப் பள்ளி	661
குதிரைப் படை	457	சோதிடம்	656
குதிரைப் பந்தயம்	447	சோழர் அஞ்சல்	500
குதிரையும் வீரனும்	268	டச்சுக்காரர்	127
குருச்சேத்திரம்	44	டீ நோபிலி	129
குருதி வேட்கை	40	டேனியர்	128
குழந்தை நோயியல்	113	தங்கத் தொட்டில்	105
குளோரைன்	514	தஞ்சை மராட்டியர்	382
குற்றவேலர்	604	தஞ்சைத் தரணி	476
கூலிப்படை	612	தம்பி படை	678
கெட்டி முதலி	288	தராசு	512
கொங்கு நாடு	287	தலைச்சேரி	543
கொச்சி	224	தலைநகரம் கல்கத்தா	484
கொடிய துரோகம்	186	தனிமை மனை	607
கொடும் பஞ்சம்	404	தாத்தாஜி சிந்தியா	52
கொலம்பஸ்	151	தாவோயம்	401
கோலாத்திரி	136	திபெத்து	501
கோலாரில் சண்டை	260	திரிபுர நாட்டரசு	76
கோழிக் கோடா	671	திருக்கடிகை	643
சதாசிவ ராவ்	59	திருக்குறளின் காலம்	68
சம்பந்தர்	375	தில்லை நடராசர்	541
சம்ரூ	613	தீராத நோய்	432
சம்ஸ்கிருதம்	522	துளசா	165
சமணக் கோயில்கள்	140	துளு நாடு	145
சமயப் பரப்பியர்	473	துளுவ வேளாளர்	147
சமயப் பொறை	598	துன்ப விளையாட்டு	552
சமீந்தார்கள் தோற்றம்	207	தூய்ப்பிளே	170
சாதி அடிப்படை	489	தென்னிலம்	531
சாதிக்காய்	349	தேநீர் விருந்து	442
சித்த மருத்துவம்	310	தொல் வரலாறு	78
சியாமா சாஸ்திரி	104	தொலைகிழக்கு நாடு	399
சிராசுத் தௌலா	133	நலந்தரும் காற்று	511

நவாபுப் படை	185	ஃபிருஸ் ஷா	571
நற்கலையழிவு	570	பீங்கான் களிமன்	110
நன்னன் நாடு	135	புகச்சேவ்	469
நாட்டரசுகள்	551	புகைப்படம்	579
நாடக மேடை	633	புகையிலை	623
நாடகக் கொட்டகைகள்	433	புதுக்கோட்டையின் புதிய மன்னர்	320
நாடற்ற முகலாயர்	206	புதுப்பாணி ஆடைகள்	427
நாயக்கராட்சி	620	புதுயுகம்	504
நார்மன் வில்லியம்	563	புராணக்கதை	379
நியூகேசில் பிரபு	103	புலால் பதனம்	82
நியூயார்க்	159	புலிவேட்டை	548
நில அளவாய்வுத் துறை	263	புனித ரோமன்	395
நில அளவு கோல்கள்	266	பெங்களூர்	639
நில நடுக்கம்	482	பெரிய மருது	681
நில பிரபுக்கள்	468	பெருமுக்கல்	88
நிலநடுக் கடல்	455	பேராளர் ஆட்சி முறை	192
நீதியியல் கோட்டம்	537	பேன்ஃபீல்டு	575
நீராவிப் பொறி	209	பேஷ்வா நாராயண ராவ்	478
நெசவுத் தொழில்	559	பொட்டல் புதூர்	197
நெடுஞ்செழியன்	660	பொதிகை மலை	527
நேபாளம்	304	போர்க் காற்று	189
நைல் நதி	279	போர்த்துக்கீச மன்னர்	584
பக்கிங்காம் அரண்மனை	108	போரும் நாகரிகமும்	629
பக்குடுக்கை	389	மக்கள் எண்ணிக்கை	111
பக்சார் சண்டை	194	மரவர்	418
பங்குச் சந்தை	481	மராட்டிய மன்னர்	535
பணநெருக்கடி	54	மருது பாண்டியர்	422
பதினைந்தாம் லூயி	519	மனித உடல்	386
பம்பாய்	491	மாப்பிள்ளைத் தூண்டில் கப்பல்கள்	474
பம்பாயில் முஸ்லிம்கள்	495	மாமல்லபுரம்	121
பழனிக் கோயில்	403	மார்வாரியர்	490
பள்ளிப் படிப்பு	602	மால்டா, கோசோ, கோமினோ	674
பன்னிரு ஆதித்தர்	568	மான் சிங்கு	647
பாண்டியர் ஆட்சி	525	முக்கூட்டு அணி	638
பாரசிகர்	459	முகவர் நிறுவனங்கள்	677
பாளையக்காரர் அணி	232	முடங்கற் கலை	595
பாறைச் சிற்பம்	649	முத்திரைச் சட்டம்	215
பானிப்பத்துப் போர்	47	முதல் சிறு சேமிப்பு வங்கி	217
பிகாட் பிரபு	582	முதல் பிரஞ்சு கடலோடி	294
பிரஞ்சு மொழியில் திருக்குறள்	67	மூக்குப் பொடி	624
பிரம்ம சமாஜம்	426	மூத்த பிட்	236
பிரிட்டிசார் ஆயத்தம்	184	மெய்யியல் ஆய்வு	398
பிறப்பு, இறப்பு விகிதம்	111	மேலை மருத்துவ முறைகள்	307

இந்திய சரித்திரக் களஞ்சியம் | 695

மேற்கத்தி இசை	560	வல்லம்	407
மைசூர் ஆட்சி	86	வளிம ஆய்வியல்	509
மைசூர்ப் போர்	637	வாகீசுவரி	567
மைசூரார் அஞ்சல்	501	வாணிப நகரங்கள்	155
யவனேசுவரன்	665	வாரணாசி	565
யானைக் கவனி	94	வால்டயர்	586
யுரேசிய மக்கள்	460	வாஸ்கோ டகாமா	221
யூதர் உதவி	228	விசாகப்பட்டினம்	263
ரூசோ	600	வில்கஸ் விடுதலை	172
ரெட்டி குடி	248	வில்லியம் கோட்டை	486
ரொட்டி விலை ஏற்றம்	294	விறலி விடு தூது	338
ரொட்டி	409	வீடுகளுக்கு எங்கள்	201
ரொட்டி	83	வீரம்மஞ்ரீ	139
ரோமானிய மருத்துவம்	314	வீரமாமுனிவர்	523
ரோமானிய வரலாறு	561	வெள்ளை அரசர்	612
ரோமானியர் வீழ்ச்சி	462	வெற்றித் தூண்	137
லாலிக்கு தண்டனை	250	வேணாட்டின் வலிமை	229
வங்க நவாபு	196	வேத காலம்	451
வங்கித் தொழில் செழிப்பு	161	வேதாங்கம்	663
வசன சம்பிரதாயக் கதை	524	வேதியியல் வரலாறு	503
வட கேரளம்	516	ஜான்சி ராணி	650
வணிக முயற்சிகள்	154	ஜில்ஸ்பர்	578
வந்தேறிய ஆசியர்	158	ஜெர்மானியர்	130
வரலாற்று உணர்வின்மை	119	ஜேம்ஸ் குக்கு	539
வரவு -செலவு	479	ஹன்ஸ் தோற்றம்	156